മലയാളത്തിലെ എക്കാലത്തെയും മഹത്തായ ഇതിഹാസ-പുരാണ സാഹിത്യ കൃതികൾ

(Greatest Malayalam Epic and Mythological Literature Ever Written)

പാരമ്പര്യം, ചരിത്രം,

ഐതിഹാസിക ആഖ്യാനങ്ങൾ

GRAPEVINE INDIA

Published by

GRAPEVINE INDIA PUBLISHERS PVT LTD

www.grapevineindia.com
Delhi | Mumbai
email: grapevineindiapublishers@gmail.com

Ordering Information:
Quantity sales: Special discounts are available on quantity purchases by corporations, associations, and others.
For details, reach out to the publisher.

First published by Grapevine India 2024

CONTENTS

കുന്ദലത (നോവൽ)

രചന:അപ്പു നടെുങ്ങാടി (1887)

1.യോഗീശ്വരൻ

ദണ്ഡകാരണ്യത്തിന്റെ എത്രയും ഉത്തരഭാഗത്ത് വില്വാദ്രി എന്നൊരു മലയുടെ താഴ്വാരത്തിൽ ധർമ്മപുരി എന്നൊരു ഗ്രാമം ഉണ്ടായിരുന്നു. അവിടെ ഈ കഥയുടെ കാലത്ത് രണ്ടോ നാലോ ബ്രാഹ്മണഗൃഹങ്ങൾ മാത്രമേ ഉണ്ടായിരുന്നുള്ളു. അധികം ജനങ്ങൾ ചക്കാലന്മാരായിരുന്നു. ധർമപുരിയിൽ നിന്ന് ഒരു കാതം ദൂരത്തു് ഒരു ചന്തയും ഉണ്ടായിരുന്നു. ആ ചന്തയിൽ എണ്ണ വിററിട്ടായിരുന്നു അവരുടെ നിത്യവൃത്തി. ഒരു ദിവസത്തെ വഴി കിഴക്കോട്ടായി സാമാന്യം വലിയ ഒരു പട്ടണം ഉണ്ടായിരുന്നതിലേക്കു പോകുന്ന പെരുവഴി ധർമപുരിയുടെ സമീപത്തിൽക്കൂടിയായിരുന്നതിനാൽ ഒരു കുഗ്രാമമാണെങ്കിലും അവിടെ ദിവസേന രണ്ടുനാലു വഴിപോക്കന്മാർ എവിടുന്നെങ്കിലും എത്തിക്കൂടുക പതിവായിരുന്നു.

ഒരു ദിവസം തിരിഞ്ഞു് പതിററടി സമയമായപ്പോൾ ഒരു ബ്രാഹ്മണൻ വഴി നടന്നു ക്ഷീണിച്ച് ധർമപുരിയിൽ എത്തി. ദുർഗ്ഗാലയത്തിന്റെമുമ്പിലുള്ള ആൽത്തറയിന്മേൽ വന്നിരുന്നു. അല്പനേരം കാററുകൊണ്ടു ക്ഷീണം തീർന്നപ്പോഴേക്ക് വേറെ ഒരാൾകൂടി എത്തി. ആ ആളെ കണ്ടാൽ ഒരു യോഗീശ്വരനാണെന്നു തോന്നും. പീതാംബരം ചുററിയിരിക്കുന്നു. വേറെ ഒരു വസ്ത്രം കൊണ്ട് ശരീരം നല്ലവണ്ണം മറയത്തക്കവിധത്തിൽ പുതച്ചിരുന്നതിനു പുറമെ ഒരു മാന്തോൽകൊണ്ട് ഇടത്തുഭാഗം മുഴുവനും മറയ്ക്കുകയും ചെയ്തിരിക്കുന്നു. കഴുത്തിൽകൂടി പുറത്തേക്ക് ഒരു ചെറിയ ഭാണ്ഡം തൂക്കീട്ടുണ്ട്. കയ്യിൽ ഒരു ദണ്ഡും ഉണ്ട്. വലിയ ജടാഭാരം ശിരസ്സിന്റെ മുൻഭാഗത്ത് നിർത്തിക്കെട്ടിവെച്ചിരിക്കുന്നു. താടി അതിനിബിഡമായി വളർന്നിട്ടുള്ളതിൽ അങ്ങുമിങ്ങും ദുർലഭമായി ഒന്നോ രണ്ടോ നരച്ച രോമവും കാണ്മാനുണ്ട്. ഉന്നതകായനായ അദ്ദേഹത്തിന്റെ ലക്ഷണയുക്തമായ മുഖവും വ്യൂഢമായിരിക്കുന്ന ഉരസ്സും പീവരമായിരിക്കുന്നെ സ്കന്ധവും ഉജ്ജ്വലത്തുക്കളായിരിക്കുന്ന നേത്രങ്ങളും ശരീരത്തിന്റെ തേജസ്സും കണ്ടാൽ സാമാന്യനല്ലന്നെ് ഉടനെ തോന്നാതെയിരിക്കയില്ല. അങ്ങനെയിരിക്കുന്ന യോഗീശ്വരനും ആ ആൽത്തറയിന്മേൽത്തന്നെ വന്നിരുന്നു. ദുർഗ്ഗാലയത്തിലേക്കു ദർശനത്തിനു പോയിക്കൊണ്ടിരുന്ന ചിലരല്ലാതെ അവിടെ സമീപം വേറെ ആരും [2]ഉണ്ടായിരുന്നില്ല.

ബ്രാഹ്മണൻ യോഗീശ്വരനെ കണ്ടപ്പോൾ വളരെ വിസ്മയിച്ചു എങ്കിലും യോഗീശ്വരൻ മൗനവ്രതക്കാരനായിരിക്കുമോ എന്നു ശങ്കിച്ച് ഒന്നും ചോദിച്ചില്ല. കുറച്ചു കഴിഞ്ഞപ്പോൾ യോഗീശ്വരൻതന്നെ സംഭാഷണം തുടങ്ങി:

യോഗീശ്വരൻ: അങ്ങുന്ന് ഏതു ദിക്കിൽനിന്നാണ് വരുന്നത്, എങ്ങോട്ടേക്കാണ് ഇപ്പോൾ പോകുന്നത്, എന്നറിവാൻ ആഗ്രഹിക്കുന്നു.

ബ്രാഹ്മണൻ: ഞാൻ അവന്തിരാജ്യത്തിൽ നിന്നാണ് ഇപ്പോൾ വരുന്നത്. കുറെക്കാലമായിട്ടു സഞ്ചാരംതന്നെയായിരുന്നു. ഇപ്പോൾ പോകുന്നത് ബദരീപട്ടണത്തിലേക്കാണ്. അങ്ങുന്നു ആരാണെന്ന് അറിഞ്ഞാൽകൊള്ളായിരുന്നു.

യോഗീശ്വരൻ: ഞാനും അങ്ങേപ്പോലെതന്നെ ഒരു സഞ്ചാരിയാണ്. എന്നാൽ ഈയിടെ കുറെക്കാലമായി ഒരു ദിക്കിൽ സ്ഥിരമായിട്ടാണ് താമസിച്ചുവരുന്നത് . അങ്ങേ കണ്ടപ്പോൾ വിശേഷവർത്തമാനങ്ങൾ വല്ലതും ഉണ്ടെങ്കിൽ അറിയാമല്ലോ എന്നുവിചാരിച്ച് ചോദിച്ചതാണ്. ചേദിരാജ്യത്തോ അതിനടുക്കയോ മറ്റോ വിശേഷവർത്തമാനങ്ങൾ വല്ലതും ഉണ്ടോയെന്നറിയാമോ? എനിക്കു കുറച്ചുകാലം കഴിഞ്ഞാൽ ആ ദിക്കുകളിലേക്ക് പോകണമെന്നുണ്ടായിരുന്നു.

ബ്രാഹ്മണൻ: അവന്തിരാജ്യത്തെ വലിയ രാജാവ് വാനപ്രസ്ഥത്തിനു പോയിരിക്കുന്നു എന്നറിയുന്നു. അദ്ദേഹത്തിന്റെ സീമന്തപുത്രന് അഭിഷേകമായിരുന്നു് ഞാനവിടെ ചെന്നപ്പോൾ. പിന്നെ വിശേഷാൽ- വിശേഷാൽ ഒന്നുമില്ലെന്നില്ല. കലിംഗ രാജാവിന്റെ പുത്രന്നു വിവാഹം ആലോചിക്കുന്നുണ്ടെന്നോ നിശ്ചയിച്ചിരിക്കുന്നുവെന്നോ ഒരു വർത്തമാനം കേൾക്കയുണ്ടായി.

യോഗീശ്വരൻ: നിശ്ചയിച്ചുകഴിഞ്ഞുവോ? എന്നാണെന്നു കേൾക്കയുണ്ടായോ?

ബ്രാഹ്മണൻ: അത് എനിക്കു രൂപമില്ല. ആ ദിക്കിൽ രാജകുമാരനും മന്ത്രികുമാരിയുമായി വിവാഹം നിശ്ചയിച്ചിരിക്കുന്നു എന്നൊരു കിംവദന്തിയുണ്ട്. ഞാൻ ഇങ്ങോട്ട് പോരുന്നതാകയാൽ സൂക്ഷ്മം അന്വേഷിപ്പാൻ എനിക്കു അത്ര താൽപ്പര്യം ഉണ്ടായുമില്ല.

യോഗീശ്വരൻ: വേറെ വിശേഷവർത്തമാനങ്ങൾ ഒന്നും ഇല്ലായിരിക്കും?

ബ്രാഹ്മണൻ: വേറെ ഒന്നും കേട്ടു ഓർമ തോന്നുന്നില്ല.

ഇങ്ങനെ ബ്രാഹ്മണനും യോഗീശ്വരനും തമ്മിൽ കുറച്ചു നേരം കൂടി സംഭാഷണം ചെയ്തശേഷം ബ്രാഹ്മണൻ സ്നാനത്തിന്നായി യോഗീശ്വരനോട് യാത്ര പറഞ്ഞു പോയി, നേരം സന്ധ്യയുമായി. യോഗീശ്വരൻ ചിന്താപരനായിട്ടോ എന്നു തോന്നും. അല്പനേരം [3]അവിടെത്തന്നെ കാററുകൊണ്ടുംകൊണ്ടിരുന്നശേഷം

എഴുന്നീറ്റ് നേരേ വടക്കോട്ടു ഒരു ചെറിയ ഊടുവഴിയിൽകൂടെ പോയി. വില്വാദ്രിയുടെ താഴ്‌വാരത്തിൽ ജനസഞ്ചാരമില്ലാത്ത ഒരേടത്തുകൂടി യാതൊരു ഭയമോ സംശയമോ കൂടാതെ ആ ദിക്കൊക്കെയും നല്ല പരിചയമുള്ളതുപോലെ നടന്നു. നാലു പുറത്തും അതിഘോരമായ വനം. ജനങ്ങളാരും നല്ല പകൽസമയത്തുകൂടി ആ ദിക്കിലേക്ക് സ്മരിക്കയില്ല. വില്വാദ്രിയുടെ മുകളിൽ യക്ഷകിന്നരന്മാരുടെ വാസസ്ഥലമാണെന്നായിരുന്നു പൊതുജനങ്ങളുടെ വിശ്വാസം. വിജനതകൊണ്ടു് സ്വതേ ഭയങ്കരമായിരുന്ന ആ വനപ്രദേശം കൂടണയുവാൻ ശ്രമിക്കുന്ന പല പക്ഷികളുടെ ഉച്ചത്തിലുള്ള ക്രേങ്കാരങ്ങളാലും രാത്രി മാത്രം സഞ്ചരിക്കുന്ന മററു പല പക്ഷികളുടെയും ദുഷ്ടമൃഗങ്ങളുടെയും ഉത്സാഹസൂചകങ്ങളായ ബഹുവിധ അപശബ്ദങ്ങളാലും, അപ്പോൾ അധികം ഭയങ്കരമായിരുന്നു. ധൈര്യശാലികൾക്കുകൂടി അപ്പോൾ ആ പ്രദേശത്ത് സഞ്ചരിക്കുന്നതായാൽ എന്തെന്നില്ലാത്ത ഒരു ഭയം തോന്നാതിരിക്കയില്ല. യോഗീശ്വരനാകട്ടെ യാതൊരു കുലുക്കവും കൂടാതെ പെരുത്ത വങ്കാട്ടിൽ നടുവെ മലയുടെ മുകളിലേക്കു കയറിത്തുടങ്ങി. ഇടക്കിടെ തന്റെ വഴി തെറ്റിപ്പോകാതിരിപ്പാൻ ചിലവൃക്ഷങ്ങളേയോ പാറകളെയോ അടയാളം വച്ചിട്ടുള്ളതുമാത്രം നോക്കിക്കൊണ്ടു വേഗം കയറിച്ചെന്നപ്പോൾ, വഴിയിൽ വലിയ ഒരു പാറപ്പുറത്ത് കരിമ്പടംകൊണ്ടു ശരീരം മുഴുവൻ മൂടി ഒരു മനുഷ്യൻ ഇരിക്കുന്നതു കണ്ടു. സാധാരണ ഒരാളാണെങ്കിൽ ആ രൂപം കണ്ടാൽ പേടിക്കാതിരിക്കയില്ല. യോഗീശ്വരനെ കണ്ടപ്പോൾ ആ മനുഷ്യൻ എഴുന്നീറ്റ് അടുത്തു വന്നു വണങ്ങി: 'സ്വാമി ഇത്ര താമസിച്ചതുകൊണ്ടു ഞങ്ങൾ കുറേ ഭയപ്പെട്ടു' എന്നു പറഞ്ഞു. യോഗീശ്വരൻ, 'ഞാൻ വിചാരിച്ചതിൽ അല്പം അധികം വൈകിപ്പോയി. ആകട്ടെ,നീ വേഗം മുമ്പിൽ നടന്നോ' എന്നുത്തരം പറഞ്ഞു. രണ്ടുപേരും കൂടി വേഗത്തിൽ നടന്നു തുടങ്ങി. വൃക്ഷങ്ങളുടെ നിബിഢതകൊണ്ടും രാത്രിയായതിനാലും കാത്തുനിന്നിരുന്ന അവൻ ഒരു ചൂട്ടു കൊളുത്തി, ഏകദേശം ഒരു നാഴിക മേല്പോട്ടു കയറിയപ്പോഴേക്കു് ദൂരെ വേറൊരു വെളിച്ചം കാണുമാറായി. ആ വെളിച്ചത്തിന്റെനേരേ ഇവർ രണ്ടാളുകളും നടന്ന് താമസിയാതെ ഒരു പർണാശ്രമത്തിൽ എത്തി.

ആയതു യോഗീശ്വരന്റെ വാസസ്ഥലമാണ്. വലിയ വൃക്ഷങ്ങൾ അതിന്നു വളരെ അരികെ ഒന്നും ഇല്ല. തുറന്നു പരന്ന സ്ഥലം, ശീതളമായ കാററ്, വിശേഷപരിമളമുള്ള അനവധി കുസുമങ്ങൾ ഭവനത്തിന്റെ മുൻഭാഗത്തുതന്നെ പൂത്തുനില്ക്കുന്നുണ്ടാകയാൽ മന്ദാനിലൻ വീശുന്ന സമയം പരമാനന്ദം തന്നെ. യോഗീശ്വരന്റെകൂടെ വന്നവൻ അദ്ദേഹത്തിന്റെ ഭൃത്യനായിരുന്നു. രണ്ടുപേരും കൂടി ആശ്രമത്തിന്റെ പടിക്കൽ എത്തിയപ്പോഴേക്കു് കുറെ പ്രായംചെന്ന ഒരു സ്ത്രീ ഒരു കോലുവിളക്കുംകൊണ്ട് പുറത്തു വന്നു. യോഗീശ്വരൻ [4]ചെന്നു കയറിയ ഉടനെ 'കുന്ദലത എവിടെ?' എന്നു ചോദിച്ചു.' ഉറങ്ങുന്നു എന്ന് ആയവൾ ഉത്തരം പറഞ്ഞു. 'ഇത്ര നേരത്തെ ഉറക്കമായതു എന്തേ' എന്നു ചോദിച്ചപ്പോൾ 'പകലൊക്കെയും വളരെ അഹങ്കരിച്ചു

ഓടിനടക്കുകയാൽ ക്ഷീണംകൊണ്ടു ഉറങ്ങുന്നതായിരിക്കണം' എന്നുത്തരം പറഞ്ഞു. 'ആകട്ടെ ഉറങ്ങട്ടെ' എന്നു പറഞ്ഞു യോഗീശ്വരൻ അകത്തേക്കു കടന്ന് തന്റെ ഉടുപ്പഴിച്ചുവച്ചു. അതിന്റെകൂടെ ജടയും താടിയുംകൂടി അഴിച്ചുവച്ചു. ആയവ കൃത്രിമമായിരുന്നുവെന്ന് പറയേണ്ടതില്ലല്ലോ. യോഗീശ്വരൻ പുറത്തേക്കു പോകുമ്പോൾ ആ ജടയും താടിയും വച്ചുകെട്ടുക പതിവായിരുന്നു .അതിന്റെ ആവശ്യം എന്തെന്നറിവാൻ പ്രയാസം. പക്ഷേ, സ്വകാരാച്ഛാദനത്തിനായിരിക്കാം. മഹാന്മാരുടെ അന്തർഗതം അറിവാൻ എളുതല്ലല്ലോ.

ഏതെങ്കിലും, വേഷം ഒക്കെയും അഴിച്ചുവച്ചപ്പോൾ മുഖത്തിനു വളരെ സൗമ്യത കൂടി. സ്വതേയുള്ള പകുതി നരച്ച താടിയും മീശയും കാണുമാറായി. മുഖത്തു പ്രായാധിക്യസൂചകങ്ങളായ ഒന്നു രണ്ടു ചുളികൾ ഉണ്ട്. ചുരുണ്ടു നീളം കുറഞ്ഞ തലമുടി വകഞ്ഞു പിൻഭാഗത്തേക്കു മാടിവച്ചു. ഉടുപ്പുകോപ്പുകളും അതാതിന്റെ പാട്ടിൽ എടുത്തുവച്ച്, 'ആ- ആ-വൂ! കാലം! കാലം! എത്ര വേഗത്തിൽ പോകുന്നൂ കാലം! അത്ഭുതം' എന്നു പറഞ്ഞു് വളരെ വിചാരങ്ങൾ ആ ക്ഷണനേരം കൊണ്ട് തന്റെ മനസ്സിൽകൂടി പാഞ്ഞുപോയതുപോലെ ഒരു ദീർഘശ്വാസം അയച്ചു് മറ്റേ അകത്തിന്റെ വാതിൽ പതുക്കെ തുറന്നു കടന്നു.

ചുവരിന്മേൽ വളരെ മങ്ങികൊണ്ടു കത്തിയിരുന്ന വെളിച്ചം കുറച്ചുകൂടി പ്രകാശിപ്പിച്ച് കുറഞ്ഞൊരു പരിഭ്രമത്തോടുകൂടി അടുക്കെ ഒരു കട്ടിലിന്മേൽ കിടന്നുറങ്ങിയിരുന്ന ഒരു കുമാരിയെ അധികമായ പ്രേമത്തോടും ആനന്ദത്തോടുംകൂടി കുറച്ചുനേരം കുമ്പിട്ടുനോക്കി. അപ്പോൾ മനസ്സിൽ നിറഞ്ഞിരുന്ന വിചാരങ്ങൾ ജലരൂപേണ പുറപ്പെടുകയോ എന്നു തോന്നുംവണ്ണം രണ്ടുമൂന്ന് അശ്രുബിന്ദുക്കൾ യോഗീശ്വരന്റെ നേത്രങ്ങളിൽനിന്ന് അദ്ദേഹത്തിന്റെ അറിവുകൂടാതെ ഉറങ്ങുന്ന കുമാരിയുടെ മാറിടത്തിൽ പൊടുന്നനെ വീണു. ഉടനെ ആ കുമാരി കണ്ണു മിഴിച്ച് അച്ഛാ! അച്ഛാ! എന്നു വിളിച്ച് എഴുനീറ്റിരുന്നു്, യോഗീശ്വരനെ ഗാഢമായി ആലിംഗനം ചെയ്തു. ഈ വ്യസനത്തിന് കാരണമെന്തെന്നു ചോദിക്കും വിധത്തിൽ അതിഖിന്നതയോടുകൂടി യോഗീശ്വരന്റെ മുഖത്തേക്കു നോക്കി. യോഗീശ്വരൻ, 'ഒട്ടും പരിഭ്രമിക്കേണ്ട, വിശേഷാൽ ഒന്നും ഇല്ല. ഞാൻ കുറച്ചുമുമ്പെ പുറത്തേക്കു പോയിരുന്നു, വരുവാൻ കുറേ വൈകിപ്പോയി. വന്ന ഉടനെ എന്റെ കുട്ടിക്കു തെക്കേടേതൊന്നും ഇല്ലല്ലോ എന്നറിവാൻ വേണ്ടി വന്നു നോക്കിയതാണു്. സുഖമായി ഉറങ്ങുന്നതുകണ്ടപ്പോൾ എനിക്കു സന്തോഷവും, കുട്ടിക്കു വല്ലതും വന്നുപോയാൽ എനിക്കുണ്ടാവുന്ന വ്യസനവുംകൂടി [5]വിചാരിച്ചപ്പോൾ ഞാൻ അറിയാതെ കണ്ണുനീർ പൊടിഞ്ഞതാണു്. അല്ലാതെ ഒന്നും ഇല്ല, ഉറങ്ങിക്കൊള്ളു. ഞാൻ നമുക്ക് അത്താഴത്തിനു കാലമായാൽ വന്നു വിളിക്കാം' എന്നു പറഞ്ഞു. കുമാരി, 'അച്ഛാ! എനിക്കു സംസാരിപ്പാൻ ആരും ഇല്ലാഞ്ഞിട്ടും തോട്ടത്തിൽ പണി എടുത്തതിന്റെ ക്ഷീണംകൊണ്ടും ഇത്ര നേരത്തെ ഉറങ്ങിപ്പോയതാണു്. അച്ഛൻ വന്നുവല്ലോ, ഇനി എനിക്കു

ഉറങ്ങ്ങണേ്ട്' എന്നു പറഞ്ഞ്ു. യോഗീശ്വരനും ആ കുമാരിയുംകൂടി ഉമ്മറത്തേക്കു പോകുമ്പോൾ, മുമ്പേ പറഞ്ഞ മുത്തശ്ശി അമ്മ 'ഉമ്മാൻ കാലായിരിക്കുന്നു' എന്നു പറഞ്ഞ്ു. യോഗീശ്വരൻ 'എന്നാൽ ഊൺ കഴിയട്ടേ' എന്നു പറഞ്ഞ്ു് കാലും മുഖവും കഴുകി ഉമ്മാൻ ഇരുന്നു.

കുന്ദലത എന്ന ആ കുമാരി യോഗീശ്വരന്നു് പതിവു പോലെ ചോറു മാത്രം വിളമ്പി കൊടുത്തു് അടുക്കതേന്നെ ഉമ്മാൻ ഇരുന്നു. യോഗീശ്വരൻ ഒന്നും സംസാരിക്കാതെ വേഗേത്തിൽ ഉമ്മാൻ തുടങ്ങ്ി. കുന്ദലത 'എന്താ അച്ഛാ! എനിക്കു് ഉരുള തരാതെ ഉമ്മാൻ തുടങ്ങ്ിയതു്?' എന്നു ചോദിച്ചു. യോഗീശ്വരൻ 'ഓ! അതു ഞാൻ മറന്നുപോയേ!' എന്നു പറഞ്ഞ്ു് കൈ കഴുകി വറേ കുറെ ചോറു മടേിച്ചു് വേഗേത്തിൽ ഒരു ഉരുള ഉരുട്ടി കുന്ദലതയ്ക്കു് കൊടുത്തു. 'ഞാൻ വഴി നടന്ന ക്ഷീണംകൊണ്ടും, വിശപ്പുകൊണ്ടും പതിവുപോലെ ഉരുള തരുവാൻ മറന്നതാണു് ' എന്നു പറഞ്ഞ്ു. കുന്ദലത 'അച്ഛൻ ക്ഷീണം കൊണ്ടു മറന്നതായിരിക്കും എന്നു ശങ്കിച്ചു; എങ്കിലും എനിക്കു് അച്ഛൻ തരുന്ന ഉരുള ഒന്നാമതുണ്ടില്ലങ്കെിൽ സുഖമില്ല. അതു കൊണ്ട് ചോദിച്ചതാണ്" എന്നു പറഞ്ഞ്ു് ഉമ്മാൻ തുടങ്ങ്ി. ഊൺ കഴിഞ്ഞ്ാൽ രണ്ടുപേരുംകൂടി ഉമ്മറത്തും മുറ്റത്തും കുറച്ചുനേരം നടക്കുക പതിവുണ്ടു്. അന്നു രാത്രി അധികനേരം നടന്നില്ല. എന്നു തന്നെയല്ല, തമ്മിൽ അധികമായി ഒന്നും സംസാരിച്ചതുമില്ല. പൂന്തോട്ടത്തിൽ താൻ അന്നു ചെയ്ത പ്രയത്നങ്ങളെക്കുറിച്ചു് കുന്ദലത ചിലതൊക്കെ പറഞ്ഞതു് യോഗീശ്വരൻ മൂളിക്കേട്ടു എങ്കിലും മറുപടി പറഞ്ഞ്ില്ല. അസാരം നേരം നടന്നശേഷം യോഗീശ്വരൻ 'പാർവതീ' എന്നു വിളിച്ചു. അപ്പോൾ ആ പ്രായം ചെന്ന സ്ത്രീ പുറത്തു വന്നു കിടക്ക വിരിച്ചിരിക്കുന്നുവെന്നെറിയിച്ചു. 'കിടക്കാൻ സമയമായാൽ പോയിക്കിടന്നുകൊള്ളു' എന്നു പറഞ്ഞ്ു. യോഗീശ്വരൻ കുന്ദലതയെ കൊണ്ടു പോയിക്കിടത്തി. 'ഞാനും കിടക്കട്ടേ' എന്നു പറ്ഞ്ഞ്ു പോകുവാൻ തുടങ്ങ്ുമ്പോൾ 'ഇന്നു് അച്ഛനെന്താ ഇത്ര മറവി' എന്നു് കുന്ദലത ചോദിച്ചു. 'ഓ! എന്റെ മറവി ഇന്നു കുറെ അധികംതന്നെ, ക്ഷീണം കൊണ്ടാണു്" എന്നു പറഞ്ഞ്ു് പതിവു പോലെ കുന്ദലതയുടെ കവിളിന്മേൽ ഗാഢമായി ചുംബനം ചെയ്ത് 'ഉറങ്ങ്ിക്കൊള്ളൂ' എന്നു പറഞ്ഞ്ു് വിളക്കു നന്നെ താഴ്ത്തി പുറത്തേക്കു പോയി.

എന്നാൽ, കുന്ദലതയോടു പറഞ്ഞപോലെ ഉറങ്ങ്ുകയല്ല ചെയ്തതു്. കുറെ നേരം ഉമ്മറത്തു് ഉലാത്തിയശേഷം മുറ്റത്തേക്കിറങ്ങ്ി [6]'രാമദാസാ' എന്നു വിളിച്ചു. അപ്പോഴേക്കു് യോഗീശ്വരന്റെ ഭൃത്യൻ വന്നു. അവനോടു് മൂന്നുനാലു നാഴികനേരം രഹസ്യമായി ചിലതു സംസാരിച്ചു് അവനെ ഉറങ്ങ്ുവാൻ പറ്ഞ്ഞയച്ചു. പിന്നെയും വളരെ മനോരാജ്യത്തോടും ആലോചനയോടും കൂടി താൻ ഏകനായി കുറെ നേരം മുറ്റത്തു് അങ്ങോട്ടും ഇങ്ങോട്ടും നടന്നു്, ഏകദേശം അർദ്ധരാത്രി സമയമായപ്പോൾ ഉറങ്ങ്ുവാൻ പോകയുംചെയ്തു.

2.കുന്ദലത

ഇനി യോഗീശ്വരന്റെ ഈ വനവാസത്തെക്കുറിച്ചു് അല്പം പറയേണ്ടിയിരിക്കുന്നു. അദ്ദേഹത്തിന്റെ കൂടെയുള്ളവരെ ഒക്കെയും നാം ഇപ്പോൾ പറഞ്ഞു കഴിഞ്ഞു. ഒന്നാമതായിട്ട് അദ്ദേഹത്തിന്റെ വാത്സല്യത്തിനും ദയയ്ക്കും പാത്രമായതു് കുന്ദലതഎന്നകുമാരിയാണു്.ഈകുമാരിക്കുപതിനാറുവയസ്സു പ്രായമായി എങ്കിലും അതേ പ്രായത്തിലുള്ളവരോടെന്നിച്ചു പരിചയിപ്പാൻ ഇടവരായ്കയാൽ 'യൗവനം വന്നുദിച്ചിട്ടും ചെറുതായില്ല ചെറുപ്പം' എന്നു പറഞ്ഞതുപോലെ വാക്കുകൾക്കും പ്രവൃത്തിക്കും ബാല്യകാലത്തിന്റെ കൗതുകം കേവലം വിട്ടിട്ടുണ്ടായിരുന്നില്ല. ഭക്ഷണത്തിന്റെ കാര്യത്തിലും മറ്റു് ദിനചര്യയിലും യോഗീശ്വരൻ വളരെ ശ്രദ്ധവെക്കുകയാൽ നല്ല ആരോഗ്യവും ശരീരപുഷ്ടിയും അനല്പമായ സൗന്ദര്യവും ഉണ്ടു്. എന്നാൽ, കുന്ദലതയെ നല്ലവണ്ണം പരിചയമായി എങ്കിൽ, അവളുടെ രൂപലാവണ്യത്തെക്കാൾ സ്വഭാവഗുണവും ബുദ്ധിഗൗരവവുമാണു് അധികം വിസ്മയനീയമായിട്ടു തോന്നുക. ഉത്തമസ്ത്രീകളുടെ സ്വഭാവത്തിനു സഹജങ്ങളായ സാധുത, ദയ, സ്നേഹം, അധർമഭീരുത്വം, വിനയം മുതലായ വിശേഷഗുണങ്ങൾ ആ ചെറുപ്രായത്തിൽത്തന്നെ അവളുടെ സ്വഭാവത്തിൽ വ്യക്തമായി പ്രകാശിച്ചിരുന്നു. അത്രയുമല്ല, യോഗീശ്വരന്റെ ദുർല്ലഭമായ ഉപദേശം കൊണ്ടും അനുപമമായ ഉദാഹരണംകൊണ്ടും അദ്ദേഹത്തിന്റെ സഹവാസത്താൽ ഉണ്ടാകുന്ന സൽഗുണങ്ങളെ വിഫലമാക്കിത്തീർക്കേണ്ടതിനു ചപലബുദ്ധികളും അവിവേകികളുമായ ആളുകൾ ആരും ഇല്ലാതിരുന്നതിനാലും സാധാരണ സ്ത്രീകൾക്കുണ്ടാകുന്ന ദുഃസ്വഭാവങ്ങളും വക്രതകളും ചപലതകളും മനസ്സിൽ അങ്കുരിപ്പാൻ സംഗതി വരാതെ, അവൾ മറ്റു സ്ത്രീകളിൽ കാണാത്തതായ പല വിശേഷഗുണങ്ങൾക്കും ആസ്പദമായിത്തീരുകയുംചെയ്തു. അത്ഭുതമല്ലതാനും. യോഗീശ്വരനു്ബാലലാളനത്തിനുംശിക്ഷയ്ക്കുംഉള്ളസാമർത്ഥ്യം അസാമാന്യംതന്നെയായിരുന്നു. എന്നാൽ, കുന്ദലത കാവ്യനാടകാലങ്കാരാദികളിൽ പരിജ്ഞാനമുള്ള ഒരു വിദുഷിയോ സംഗീതാദികളിൽ [8]നൈപുണ്യമുള്ളവളോ അല്ല. യോഗീശ്വരൻ ആ വക അഭ്യാസങ്ങളുടെ ആവശ്യത്തെയും ഉപകാരത്തെയും വളരെ സൂക്ഷ്മമായി ആലോചിച്ചു ഖണ്ഡിച്ചിട്ടുള്ളാളാകയാൽ കുന്ദലതയെ ആ വിഷയങ്ങളിൽ പരിശ്രമിപ്പിച്ചിട്ടുണ്ടായിരുന്നില്ല. സംഗീതസാഹിത്യാദികൾ കേവലം മനസ്സിന്റെ ഭൂഷണങ്ങൾ. കാഞ്ചീകങ്കാണാദികളെക്കൊണ്ട് വിരൂപികൾ ശോഭിക്കുമോ? സംഗീതസാഹിത്യാദിഗുണങ്ങൾ ഉണ്ടെങ്കിലും ദുർബുദ്ധികൾ വന്ദനീയന്മാരോ? ആയതുകൊണ്ട് ആ വക ഭൂഷണങ്ങൾ അത്ര സാരമായിട്ടുള്ളവയല്ല. ഒന്നാമതായി സമ്പാദിക്കേണ്ടതു് നിർമലമായും സുജ്ഞാതമായും ഉള്ള മനസ്സാണെന്നു് യോഗീശ്വരൻ തീർച്ചയാക്കീട്ടുണ്ടായിരുന്നു. ആയതിന് ലോകവ്യുല്പത്തികൊണ്ടു്മതികമലത്തെ വികസിപ്പിക്കേണ്ടതു് ആവശ്യമാകയാൽ യോഗീശ്വരൻ കുന്ദലതയെ എപ്പോഴും കൂടെകൊണ്ടുനടന്നു് ബീജങ്ങൾ അങ്കരിക്കുന്നതിനെയും

വൃക്ഷലതാദികളുടെ ഗുണങ്ങളെയും പക്ഷിമൃഗാദികളുടെ സ്വഭാവങ്ങളെയും അവകളുടെ ജാതി തിരിച്ചറിയുവാനുള്ള വിധങ്ങളെയും ജീവികളുടെ ശരീരത്തിലുള്ള ഓരോ അംഗങ്ങളുടെ ധർമങ്ങളെയും ഭൂമിയുടെ സ്ഥിതിയെയും സൂര്യചന്ദ്രന്മാരുടെയും നക്ഷത്രങ്ങളുടെയും സൂക്ഷ്മാവസ്ഥയെയും ഗതിഭേദങ്ങളെയും നദികളുടെ ഉല്പത്തിയെയും രാജ്യങ്ങളുടെ സ്വഭാവത്തെയും, ഇടി, മഴ, മഞ്ഞു് എന്നിങ്ങനെ പ്രപഞ്ചത്തിലുള്ള പല അത്ഭുതങ്ങളുടെ വിവരണങ്ങളെയും മറ്റുമിങ്ങനെയുള്ള പല പല പ്രകൃതിതത്ത്വങ്ങളെയും കാര്യകാരണങ്ങളുടെ അന്യോന്യ സംബന്ധത്തെയും ദൃഷ്ടാന്തങ്ങളോടുകൂടി പറഞ്ഞു മനസ്സിലാക്കിക്കൊടുക്കുക പതിവായിരുന്നു. മനസ്സിന്റെ അതാതു പ്രായത്തിലെ വളർച്ചയ്ക്കനുസരിച്ചു് പറഞ്ഞുകൊടുക്കുന്ന വിഷയങ്ങളുടെ കാഠിന്യത്തെ ക്രമീകരിക്കയാൽ ആ വിഷയങ്ങൾ ഒക്കെയും കുന്ദലതയ്ക്കു സുഗമമായിട്ടു തോന്നും. എന്നുതന്നെയല്ല പറഞ്ഞുകൊടുത്തതു് മനസ്സിലായി എന്നറിയിക്കുവാൻ അവൾതന്നെ ഉത്സാഹത്തോടുകൂടി വേറെ ഉദാഹരണങ്ങളെ തേടിപ്പിടിക്കുകയും വല്ല സംശയവുമുണ്ടായാൽ ആയതു് ജാഗ്രതയോടുകൂടി ചോദിച്ചു മനസ്സിലാക്കുകയും സൂക്ഷ്മമായി ഓരോ സംഗതികളെ ഗ്രഹിച്ചാൽ മുഖപ്രസാദംകൊണ്ടു് തന്റെ തൃപ്തിയെ പ്രത്യക്ഷപ്പെടുത്തുകയുംചെയ്യും. ഇങ്ങനെ യോഗീശ്വരന്റെ ബുദ്ധികൗശലംകൊണ്ടു് മറ്റു പലരുടെയും വിദ്യാഭ്യാസത്തിനുണ്ടാകുന്ന ദുഃഖങ്ങളും ദുർഘടങ്ങളും അറിവാനിടവരാതെ കുന്ദലതയുടെ വിദ്യാഭ്യാസം അവൾക്കു് ഏറ്റവും വിനോദകരമായി ഭവിച്ചു.

ഈ വിധം വിദ്യാഭ്യാസം വളരെ ചെറുപ്പത്തിൽത്തന്നെ തുടങ്ങിയിരുന്നു എങ്കിലും പന്ത്രണ്ടു വയസ്സായതിനുശേഷമാണു് കുന്ദലത അക്ഷരവിദ്യ അഭ്യസിച്ചതു്. രണ്ടു സംവത്സരത്തിനുള്ളിൽ സ്വഭാഷ എഴുതുവാനുംവായിക്കുവാനുംനല്ലപരിചയമായി.അതിന്നുപുറമെ ജഗദീശ്വരനെ പ്രാർത്ഥിക്കുവാനായി എട്ടുപത്തു [9] ഗാനങ്ങൾ അർത്ഥത്തോടുകൂടി പഠിപ്പിച്ചിട്ടുണ്ടായിരുന്നതു് ചിലപ്പോൾ യോഗീശ്വരന്റെ കർണാനന്ദത്തിനായിട്ടു് പാടുമാറുണ്ടായിരുന്നു. അതല്ലാതെ വേറെ ഒരുവിധ ഗാനങ്ങളും വശമാക്കിയിട്ടുണ്ടായിരുന്നതുമില്ല.

കുന്ദലതയ്ക്കു് ശൈശവംമുതൽക്കു് ഒരേ പ്രായത്തിനടുത്ത കളികളും ഉണ്ടായിരുന്നു. ചങ്ങാതി യോഗീശ്വരൻതന്നെ. അദ്ദേഹം അവളുടെ ഇഷ്ടം ഇന്നതെന്നറിഞ്ഞാൽ ഉടനെ അതു സാധിപ്പിക്കും. കുട്ടിക്കാലത്തു് വല്ലതും ഹിതം പോലെയാവാഞ്ഞിട്ടു് കരഞ്ഞാൽ അതിനു കാരണമെന്തെന്നറിഞ്ഞു് ഹിതത്തെ ചെയ്തു കൊടുക്കും. എന്തിനേറേ പറയുന്നു, അദ്ദേഹം അവളുടെ കുട്ടിക്കളികൾക്കൊക്കെയും താലോലിച്ച് നില്ക്കുകയും ചിലപ്പോൾ താൻ തന്നെ ബാലചാപല്യം നടിച്ചു് അവളുടെകൂടെ കളിക്കുകയും ചെയ്യും. ആപത്തുള്ള കളികളിൽ നിന്ന്

വിരമിപ്പിക്കും. വ്യായാമം കൊണ്ട് ശരീരത്തിനു് ലാഘവവും അംഗപുഷ്ടിയും ഉണ്ടാകുന്ന വിനോദങ്ങളിൽ ഇഷ്ടം ജനിപ്പിക്കും. ഇങ്ങനെ അവളുടെമേൽ അച്ഛന്റെ സ്നേഹത്തോടും കളിയിൽ ചങ്ങാതിമാരുടെ ഇണക്കത്തോടും ചില സമയങ്ങളിൽ ഉപദേഷ്ടാവിന്റെ ഗാംഭീര്യത്തോടും എപ്പോഴും അമ്മയുടെ ലാളനയോടും ഒരിക്കലും അപ്രിയം കൂടാതെയും വളർത്തിക്കൊണ്ട് വരുവാൻ യോഗീശ്വരൻ ചെയ്ത പ്രയത്നം കുന്ദലത തന്റെ അപരിമിതമായിരിക്കുന്ന ഗുണോല്ക്കർഷങ്ങളെക്കൊണ്ടു് ഏറ്റവും സഫലമാക്കിത്തീർക്കുകയും ചെയ്തു. ഇങ്ങനെയെല്ലാമാണു് കുന്ദലതയുടെ അവസ്ഥ.

പിന്നെ പാർവതി എന്നു പേരായ സ്ത്രീയാണു് ഉള്ളതു്. ആ സ്ത്രീക്കു് അമ്പതിൽ അധികം വയസ്സായിരിക്കുന്നു എങ്കിലും വാർദ്ധ്യകത്തിന്റെ അതിക്രമങ്ങൾ പറവാൻ തക്കവണ്ണം ഒന്നും തുടങ്ങീട്ടില്ല. വളരെ നല്ല സ്വഭാവമാണ്. കുന്ദലതയെ കുട്ടിയിൽത്തന്നെ എടുത്തുവളർത്തിയ പോറ്റമ്മയാകയാൽ അവർക്കു് അന്യോന്യം വളരെ താല്പ്പര്യമുണ്ടായിത്തീർന്നു. യോഗീശ്വരനെക്കുറിച്ചു് അവൾക്കു് വളരെ ബഹുമാനവും ഭക്തിയും ഉള്ളവളാണ്. ഗൃഹകൃത്യങ്ങൾ ഒക്കെയും വെടിപ്പായി കഴിച്ചു് ഇടയുള്ളപ്പോഴൊക്കെയും കുന്ദലതയോടു് സംസാരിച്ചും അവളെ ലാളിച്ചും കൊണ്ട് കാലക്ഷേപം ചെയ്യുകയും ചെയ്യും.

രാമദാസൻ എന്ന ഭൃത്യനു് ഒരു നാല്പതു വയസ്സു് പ്രായമായിരിക്കണം. വളരെ വിശ്വാസയോഗ്യനും വകതിരിവുള്ളവനുമാണു്. ചെറുപ്പം മുതൽക്കേ യോഗീശ്വരന്റെ ഭൃത്യനാകയാൽ അദ്ദേഹത്തിന്റെ സംസർഗം ഹേതുവായിട്ടു് എല്ലാ ഭൃത്യന്മാർക്കും ഇല്ലാത്തതായ സ്വാമിഭക്തി, സത്യം എന്ന രണ്ടു ഗുണങ്ങൾ അവന്റെ സ്വഭാവത്തിനു സഹജമായിത്തീർന്നിരിക്കുന്നു. അവൻ യോഗീശ്വരനു് എന്തു വേണം എന്നുവച്ചാൽ അതു ചെയ്യാൻ സന്നദ്ധനാണു്. ദേഹത്തിനു് നല്ലശക്തിയും അധികമായ ധൈര്യവുമുണ്ടു്. അവനെ [10]വർക്കു് അവന്റെ സ്വാമിയുടെ യോഗ്യത അവനിൽ പ്രതിഫലിച്ചു കാണാം.

യോഗീശ്വരന്റെ ഈ വനഭവനം ഘോരകാന്താരത്തിൽ വളരെ ഏകാന്തസ്ഥലത്താണങ്കിലും ചുരുക്കത്തിൽ ഉറപ്പും രക്ഷയുമുള്ള ഭവനമാണു്. ഗജം, വ്യാഘ്രം മുതലായ കാട്ടുമൃഗങ്ങളുടെ ആക്രമം തട്ടാതിരിപ്പാൻവേണ്ടി നാലു പുറത്തും ബലമുള്ള വൃക്ഷങ്ങൾ വളരെ അടുപ്പിച്ചുവച്ചു് ഒരു വളരുന്ന വേലിയുണ്ടാക്കിയിട്ടുണ്ടു്. അതുകൊണ്ടും യോഗീശ്വരൻ അത്യാവശ്യം ചില ആയുധങ്ങൾ കരുതീട്ടുണ്ടായിരുന്നതിനാലും ആ വക ദുഷ്ടമൃഗങ്ങളിൽ നിന്നു് ഭീതിയുണ്ടാവാൻ സംഗതികൂടാതെ കഴിഞ്ഞു. ഭവനത്തിനുചുററും ഒരു വലിയ തോപ്പാണു്. അതിൽ സസ്യാദികൾ കുന്ദലതയുടെ കയ്യുകൊണ്ട് ജലം ആസ്വദിച്ചവ അനവധിയുണ്ടു്. ഉമ്മരത്തു് മുററത്തിനരികെ കുന്ദലതക്കു് പ്രത്യേകമായി ഒരു വളപ്പുണ്ടു്. അതിൽ മന്ദാരം, പനിനീരു്, പിച്ചകം, മുല്ല, മുതലായ സുഗന്ധപുഷ്പങ്ങളുടെ ചെടികളും വള്ളികളും

നാരകം, ദ്രാക്ഷ, മാതളനാരകം മുതലായ വിശേഷഫലങ്ങൾ ഉണ്ടാവുന്ന വൃക്ഷങ്ങളും ചെടികളും കുന്ദലതയുടെ കയ്യുകൊണ്ടു തന്നെ നട്ടു നനച്ചിട്ടുണ്ടാക്കീട്ടുണ്ടായിരുന്നു. ദിവസംപ്രതി രാവിലെ സമയങ്ങളിലും യോഗീശ്വരന്റെ കൂടെ നടക്കാൻ പോകാത്ത മറ്റു സമയങ്ങളിലും കുന്ദലത ആ ചെടികളെ നനച്ച്, അവയ്ക്കു് മണ്ണും വളവും ചേർത്ത്, വളരെ വാത്സല്യത്തോടുകൂടി രക്ഷിക്കുകയും അവ മുളയ്ക്കുന്നതും വളരുന്നതും തഴുക്കുന്നതും മൊട്ടിടുന്നതും പൂക്കുന്നതും കായ്ക്കുന്നതും കൗതുകത്തോടുകൂടി നോക്കിക്കണ്ടു് സന്തോഷിക്കുകയും ചെയ്യും.

ഇല്ല നിങ്ങളെ നനച്ചിടാതെയൊരുനാളി–

വൾക്കു ജലപാനവും

പല്ലവം തൊടുവതില്ല മണ്ഡനരതാവ–

പി പ്രിയതകൊണ്ടിവൾ

നല്ലൊരുത്സവമിവൾക്കു നിങ്ങളുടെയൊദ്യ–

മായ കുസുമോൽഗമെ

വല്ലഭം വ്രജതി സാ ശകുന്തളയനുജ്ഞ

നിങ്ങളരുളീടുവിൻ'

എന്ന ശ്ലോകത്തിൽ കണ്വമഹർഷി പറഞ്ഞതത്രയും വാസ്തവമായി കുന്ദലതയെക്കുറിച്ചും പറയാം. അങ്ങനെ കുന്ദലതയുടെ പ്രയത്നത്തിന്റെ ഫലവും വിനോദത്തിന്റെ ഹേതുവും ആയ ആ ചെറിയ പൂന്തോട്ടം സുഗന്ധമുള്ള പുഷ്പങ്ങളെക്കൊണ്ടും മാധുര്യമുള്ള ഫലങ്ങളെക്കൊണ്ടും ആ ആരാമത്തിനു് ഒരു തൊടുകുറിയായി തീർന്നിട്ടുണ്ടായിരുന്നു.

തോപ്പിന്റെ ഒരു ഭാഗത്തു് ഗോതമ്പും വിളയിട്ടിട്ടുണ്ടു്. ആയതും കായ്ക്കനികളുമാണു് അവരുടെ പ്രധാന ഭക്ഷണസാധനങ്ങൾ. [11]തേൻ മുതലായ വന്യങ്ങളായ പദാർത്ഥങ്ങൾ സുലഭം. വന്യങ്ങളല്ലാത്ത സാധനങ്ങളും ഇല്ലന്നില്ല. ആ വക സാമാനങ്ങൾ ധർമ്മപുരിക്കു സമീപമുള്ള ച്ന്തയിൽനിന്നു വാങ്ങി കരുതുമാറുണ്ടായിരുന്നു. ഭവനത്തിന്റെ അല്പം തെക്കുഭാഗത്തായിട്ടു് വില്വാദ്രിയുടെ അധികം ഉയർന്ന ഒരു കൊടുമുടിയുണ്ടു്. അധികം അടിയിൽനിന്നു് ഒരു ചെറുതായ ചോല ശാശ്വതമായി പ്രവഹിച്ചുവരുന്നതിന്റെ മാർഗം തിരിച്ചു് യോഗീശ്വരന്റെ വളപ്പിനുള്ളിലേക്കു കടത്തി, അവിടെ ഒന്നു രണ്ടു വലിയ കുഴികളിൽ കെട്ടിനിർത്തീട്ടുണ്ടായിരുന്നതിനാൽ കുടിക്കുവാനും കുളിക്കുവാനും ആ നിർമലജലംതന്നെ ഉതകുമാറാക്കിയിരുന്നു. ആ കുഴികളിൽനിന്നു കവിഞ്ഞൊഴുകിപ്പോരുന്ന വെള്ളം ചെറിയ ചാലുകളിൽക്കൂടി പല വഴിയും തിരിച്ചിട്ടുണ്ടായിരുന്നതിനാൽ തോപ്പിലെ വൃക്ഷാദികൾക്കു നനയ്ക്കുവാൻ വളരെ എളുപ്പമായിത്തീർന്നു.

ആകപ്പാിടെ വാസസൗഖ്യം രാജാക്കന്മാർക്കുകൂടി ഇതിലധികം ഉണ്ടാവാൻ പ്രയാസമാണു്.

അങ്ങനെ ഏകാന്തമായിരിക്കുന്ന ആ ഭവനത്തിൽ യോഗീശ്വരനും കുന്ദലതയുംകൂടി സൗഖ്യമായി വസിക്കട്ടെ. ഇനി നമ്മുടെ കഥ വില്വാദ്രിയിൽനിന്നു് വളരെ ദൂരമുള്ള വേറെ ഒരു രാജ്യത്തുവച്ചു് തുടങ്ങേണ്ടിയിരിക്കുന്നു.

3.നായാട്ട്

ശിശിരകാലം അവസാനിച്ചു് വസന്തം ആരംഭമായി. സൗരഭ്യവാനായ മന്ദമാരുതനെക്കൊണ്ടും ശീതോഷണങ്ങളുടെ ആധിക്യം ഇല്ലായ്മയാലും കോകിലങ്ങളുടെ കളകൂജിതങ്ങളെക്കൊണ്ടും പ്രഭാതകാലം വളരെ ഉത്സാഹകരമായിരുന്നു. അങ്ങനെയിരിക്കുംകാലം ഒരു നാൾ സൂര്യനുദിച്ചു പൊങ്ങുമ്പോൾ ആ്യുധപാണികളായി ഏകദേശം നൂറാളുകൾ കലിംഗരാജ്യത്തിനു സമീപമുള്ള ഒരു വനപ്രദേശത്തു് വട്ടമിട്ടു നിൽക്കുന്നതു് കാണായി. അവർ തമ്മിൽത്തമ്മിൽ അകലമിട്ടാണു നിൽക്കുന്നതു്. അതുകൊണ്ടു് അവരുടെ എല്ലാവരുടെയും മദ്ധ്യത്തിലുള്ള വൃത്താകാരമായ സ്ഥലം ഒന്നും രണ്ടും നാഴിക വിസ്താരമുള്ളതായിരിക്കണം. അവർ അന്യോന്യം ഒന്നും സംസാരിക്കുന്നില്ല. ആംഗ്യങ്ങളെക്കൊണ്ടു മാത്രമെ വിവരമറിയിക്കന്നുള്ളു. ചിലർ വില്ലു് കുലച്ചും ചിലർ കുന്തം തയ്യാറാക്കിപ്പിടിച്ചും, മററു ചിലർ വാളൂരിപ്പിടിച്ചും. ഇങ്ങനെ എല്ലാവരും സന്നദ്ധന്മാരായി നിൽക്കുന്നുണ്ടു്. നായാട്ടുകാരാണ്, മൃഗങ്ങൾ വരുന്നവയെ സംഹരിപ്പാൻ തയ്യാറായി നിൽക്കുന്നതാണന്നെു് അറിവാൻ പ്രയാസമില്ല. എല്ലാവരും സശ്രദ്ധന്മാരായി നിശ്ശബ്ദന്മാരായി അങ്ങനെ നിൽക്കന്നരേം, കറുത്ത കുപ്പായവും ചുമന്ന തൊപ്പിയുമുള്ള നീണ്ട ഒരാൾ, ഒരു വലി [13]യ കുതിരപ്പുറത്തു കയറി, നായാട്ടുകാർ നിൽക്കുന്നതിന്റെ ചുററും ഓടിച്ച്, അവരോട് വാളുകൊണ്ടു് ഓരോ അടയാളം കാണിച്ചും കൊണ്ട് പോയി. ആ അടയാളത്തിന്നനുസരിച്ച് നായാട്ടുകാർ എല്ലാവരും വേഗത്തിൽ മുമ്പോട്ടു വെക്കുംതോറും അവരുടെ നടുവിലുള്ള വൃത്തത്തിന്റെ പരിധി ക്രമണേ ചുരുങ്ങിത്തുടങ്ങി. അതിനിടയിൽ ആ വൃത്താകാരമായ സ്ഥലത്തിന്റെ നെടുവിൽ നിന്ന്, നാലുദിക്കുകളിലും മാറെറാലിക്കൊള്ളുംവണ്ണം ഗംഭീരമായ ഒരു കാഹളശബ്ദം മുഴങ്ങി. ആ ശബ്ദത്തിന്റെ മുഴക്കം തീരുന്നതിനു മുമ്പുതന്നെ അതേ സ്ഥലത്തുനിന്നു് ആർപ്പുംവിളികളും ഭേരികളുടെ ചടപട ശബ്ദങ്ങളും ഉച്ചത്തിൽ കേൾക്കുമാറായി. അപ്പോഴേക്കു് ഓരോ കടവുകളിലായി വട്ടത്തിൽ പതിയിരിക്കുന്ന വേടന്മാരുടെ പരിഭ്രമവും ജാഗ്രതയും ഉത്സാഹവും പറഞ്ഞാൽ തീരുന്നതല്ല. കാടിളകി മൃഗങ്ങൾ പല ദിക്കിലേക്കും പ്രാണരക്ഷക്കായി പാഞ്ഞു തുടങ്ങി. എങ്ങോട്ടു പാഞ്ഞാലും ചെന്നുവീഴുന്നത് ആ അന്തകന്മാരുടെ മുമ്പാകെത്തന്നെ. അവർ അതാ! ഇതാ! പോയി! പിടിച്ചോ! എന്നിങ്ങനെ പല വിരുതുകൾ പറയുന്നു, മൃഗങ്ങളെ അധിവിദഗ്ദ്ധതയോടും കൂടി സംഹരിക്കുന്നു. ആയുസ്സ് ഒടുങ്ങാത്ത ദുർലഭം ചില മൃഗങ്ങൾ വേടന്മാരുടെ ഇടയിൽക്കൂടി ചാടിയോടി ഒഴിച്ചു് ഇടക്കിടെ പിൻതിരിഞ്ഞു നോക്കികൊണ്ടു കുതിച്ചു പായുന്നതു കണ്ടാൽ

'പശ്യോദഗ്രപ്ലുതത്വാദ്വിയതിബഹുതരം

സ്തോകമുർവ്വ്യാം പ്രയാതി'

എന്ന സ്വഭാവശേക്തിയുടെ താല്പര്യംപോലെ ആയവ അധികം നേരം ആകാശത്തിൽക്കൂടിത്തന്നെയോ പോകുന്നതു് എന്നു തോന്നും; ഭൂസ്പർശം അത്ര കുറച്ചു മാത്രമേയുള്ളൂ.

വ്യാഘ്രം, കരടി, പന്നി മുതലായ വലിയ മൃഗങ്ങളെ നടുവിൽ നിന്നു കാടിളക്കിയവർ, നായ്ക്കളെക്കൊണ്ടും കുതിരപ്പുറത്തുനിന്നു് കുന്തങ്ങളെക്കൊണ്ടും ആട്ടിക്കൊണ്ടുവരുമ്പോൾ ചുററും നിൽക്കുന്ന വേടർ അവയെ വഴി തെറെറിച്ചു്, കുണ്ടുകളിലേക്കും പാറകളുടെയും വൃക്ഷങ്ങളുടെയും ഇടുക്കുകളിലേക്കും പായിച്ചു്, എങ്ങും പോകാൻ നിവൃത്തിയില്ലാതാക്കി. നാലു പുറത്തുനിന്നും പലവിധ ആയുധങ്ങൾ അവയുടെമെൽ പ്രയോഗിക്കുമ്പോൾ, പ്രാണ ഭയം കൊണ്ടുണ്ടാവുന്ന ആർത്തനാദത്തോടു കലർന്നു സ്വതേ ഭയങ്കരങ്ങളായ അവയുടെ ശബ്ദങ്ങളും നഖമുഖാദികളെക്കൊണ്ടു കാണിക്കുന്ന ഭയാനകങ്ങളായ പല ചേഷ്ടകളും നിഷ്കണ്ടകന്മാരായ ആ വേടർക്കു് ഉത്സാഹത്തെ വർദ്ധിക്കുന്നതല്ലാതെ അല്പം പോലും ദയ തോന്നിക്കുന്നില്ല. കഷ്ടം എങ്കിലും ഈ വേട്ടേയ്ക്കു വലിയ ഒരു ഗുണമുണ്ട്. മാൻ, മുയൽ മുതലായ സാധുക്കളായ മൃഗങ്ങളെ ആരും ഉപദ്രവിച്ചുപോകരുതെന്ന കല്പനയുണ്ടായിരുന്നു. അതിനാൽ ദുഷ്ടമൃഗങ്ങൾ മാത്രമേ നശിക്കുന്നുള്ളൂ.

മൃഗങ്ങളെ കൊന്നുകൊന്ന്, ആ വലയത്തിനുള്ളിലുണ്ടായിരുന്ന [14]മൃഗങ്ങൾ ഒക്കെയും ഒടുങ്ങിയപ്പഴേക്കു് ഭക്ഷിക്കത്തക്കതായ ചില മൃഗങ്ങളെ വേടർ തിരഞ്ഞെടുത്ത് വേറേ വച്ചുകൊണ്ടിരിക്കെ, നായാട്ടിനു വന്നിട്ടുള്ളതിൽ പ്രധാനികളായ രണ്ടാളുകൾ തങ്ങളുടെ ഭവനത്തിലേക്കു മടങ്ങിപ്പോകാൻ തയ്യാറായി, കുതിരപ്പുറത്തു കയറി. അവരുടെ വേഷംകൊണ്ടും മറ്റുള്ളവർ അവർക്കു കാണിക്കുന്ന വണക്കംകൊണ്ടും അവർ പ്രധാനികളാണെന്നു വേഗത്തിൽ അറിയാം. കറുത്ത കുപ്പായവും ചുവന്ന തൊപ്പിയും ഉള്ള ഒരാളെക്കുറിച്ചു മുമ്പെ പറഞ്ഞുവല്ലോ. അയാൾക്കു് അമ്പതു വയസ്സു പ്രായമായിരിക്കുന്നു. പലപ്പോഴും ഇങ്ങനെയുള്ള വ്യയാമംകൊണ്ടായിരിക്കുമെന്നു തോന്നുന്നു, അയാളുടെ അവയവങ്ങൾ വളരെ പുഷ്ടിയുള്ളവ ആയിരുന്നു. മുഖത്തിനു സൗമ്യത കുറയുമെങ്കിലും പുരുഷലക്ഷണം തികച്ചും ഉണ്ട്. നീണ്ട് അല്പം വളഞ്ഞ മൂക്കും, വിസ്തൃതമായ നെറ്റിയും വളരെ തടിച്ച പുരികക്കൊടികളും ഉണ്ടായിരുന്നതിനാൽ മററ് അനവധി മുഖങ്ങളുടെ ഇടയിൽനിന്നു് ആ മുഖം തിരിച്ചറിയാൻ പ്രയാസമുണ്ടായിരുന്നില്ല. ഒരിക്കൽ കണ്ടാൽ ആ മുഖം മറക്കാനും എളുപ്പമല്ല.

മററേ ആൾ അതിസുഭഗനും സൗമ്യനുമായ ഒരു ചെറുപ്പക്കാരനാണു്. ഏകദേശം ഇരുപത്തഞ്ചു വയസ്സു പ്രായമായിരിക്കുന്നു. അധികം ഏകരമില്ല. വളരെ കൗതുകം തോന്നുന്ന നീല വില്ലീസ്സുകൊണ്ടു് ഒരു കുപ്പായവും ചുവന്ന കസവുതൊപ്പിയുമുണ്ടു്. വേട്ടേയ്ക്കു താല്പര്യമുണ്ടെങ്കിലും പരിചയം കുറയുമെന്നു കണ്ടാൽ തീർച്ചയാവും.ദുർഘടമായ ദിക്കുകളിൽക്കൂടി കുതിരയെ വേഗത്തിൽ ഓടിപ്പാൻ സാമർത്ഥ്യം

കുറയും. വടേടയുടെ അദ്ധ്വാനംകൊണ്ട് രണ്ടു പേർക്കും നല്ലവണ്ണം വിയർത്തിരിക്കുന്നു. ക്ഷീണം തീർക്കുവാനായിട്ട് ഒരുവൻ കുറെ പാലും പലഹാരങ്ങളും കൊണ്ടുവന്നു. രണ്ടുപേരുംകൂടി അതു ഭക്ഷിച്ചു ക്ഷീണം തീർത്തശേഷം നമ്മുടെ 'കുമാരനെവിടെ?' എന്ന് വലിയ ആൾ ഉച്ചത്തിൽ ചോദിച്ചതിനു് 'സ്വാമി അല്പം തെക്കോട്ടു പോയിരിക്കുന്നു. ഞങ്ങളിൽ ചിലരും ഒരുമിച്ചു പോയിട്ടുണ്ടു് 'എന്ന് ഒരു വടേൻ ഉത്തരം പറഞ്ഞു.'അയാൾക്ക് അപകടം ഒന്നും വരില്ലായിരിക്കും 'എന്ന് ആ ചെറുപ്പക്കാരനും പറഞ്ഞു. ഇങ്ങനെ രണ്ടാളുംകൂടി പോയ കുമാരൻ വരുന്നതു കണ്ടുകൊണ്ടിരിക്കെ തെക്കുനിന്ന് അതിഘോഷമായ ആർപ്പും കോലാഹലവും കേൾക്കുമാറായി. ഉടനെ എല്ലാവരുംകൂടി ആ ദിക്കിന്നു നേരിട്ടു പാഞ്ഞു. ഇരുവരും അങ്ങോട്ടു കുതിരയെ ഓടിച്ചു. അവിടെ വൃക്ഷങ്ങൾ കുറഞ്ഞ നിരന്ന ഒരു സ്ഥലമുണ്ടു്. അതിന്റെ അങ്ങേ അറ്റത്തുനിന്നു് ഇവർ കാത്തുനിന്നിരുന്ന കുമാരൻ ജീനിയില്ലാതെ ഒരു കുതിരപ്പുറത്തു കയറി. അതികമേത്തിൽ പായിപ്പിക്കുന്നതും അതിന്റെ പിന്നിൽ, തൊട്ടു തൊട്ടില്ല എന്ന വിധത്തിൽ വലിയ ഒരു കൊമ്പനാന അയാളെ പിടിപ്പാൻ തുമ്പിക്കൈ നീട്ടിക്കൊണ്ടു പാഞ്ഞണയുന്നതും കണ്ടു.ആനയ്ക്കു ദ്വേഷ്യം സഹിക്കുന്നില്ല. ഉള്ള ശക്തിയൊക്കെയുമിട്ടു [15]മണ്ടുന്നതുമുണ്ടു്. ആപൽക്കരമായ ഈ അവസ്ഥ കണ്ടപ്പോൾ അയ്യോ! എന്ന ശബ്ദം കണ്ടുനിൽക്കുന്ന അധികം ആളുകളിൽ നിന്നും ഒന്നായി പുറപ്പെട്ടു. ആ ശബ്ദം പുറപ്പെടാനിടയുണ്ടായില്ല. അപ്പോഴേക്കുതന്നെ എങ്ങനെ എന്നറിയാതെ ആന പെടുന്നനെ അവിടെനിന്നു് ഇടത്തും വലത്തും ചുവട്ടിലേക്കു നോക്കി വട്ടം തിരിഞ്ഞുതുടങ്ങി. അതിനിടയിൽ കുമാരൻ കുതിരയെ ഓടിച്ച് ആനയെ വളരെ പിന്നിട്ടു. അപ്പോൾ ഹാ! ഹാ! എന്ന സന്തോഷ സൂചകമായ ശബ്ദം കാണികളിൽനിന്നു പുറപ്പെട്ടു.

ഉടനെ ജനങ്ങൾ എല്ലാവരും ഏകാഗ്രദൃഷ്ടികളായി, ആന നിന്നു പോകാൻ കാരണമെന്തെന്നു സൂക്ഷിച്ചുനോക്കിയപ്പോൾ ഒരു വടേൻ ഓടുന്ന ആനയുടെ കാലിന്നിടയ്ക്ക് കടന്നുകൂടി. ഒരു കാലിന്മേൽ പറ്റിനിന്ന് അതിന്മേൽ കട്ടാരംകൊണ്ടു കുത്തുന്നതു കണ്ടു. കുമാരന്റെ പിന്നാലെ പായുകയാൽ അവൻ ഉപദ്രവം ഏല്പിക്കുന്നതു കുറെ നേരത്തേക്കു ആന അറിഞ്ഞില്ല. പിന്നെ വേദന സഹിക്കുവാൻ കഴിയാതായപ്പോൾ ആന കുമാരനെ ഉപേക്ഷിച്ച് തന്റെ പുതിയ ശത്രുവിനെ പിടിപ്പാൻ ശ്രമിച്ചുതുടങ്ങിയതാണെന്നു തെളിവായി. അത്ര കഠിനമായി ഉപദ്രവിക്കുന്ന ആ ശത്രവിനെ പിടികിട്ടായ്കയാൽ ആ വലിയ ജന്തുവിന് ഭ്രാന്തുപിടിച്ചു കാണിക്കുന്ന ഗോഷ്ടികൾ കണ്ടു്, കാണികൾ സന്തോഷിക്കുമ്പോൾ, കാലിന്നടിയിൽ പറ്റികൂടിയിരിക്കുന്ന വടേൻ വളരെ സാമർത്ഥ്യത്തോടുകൂടി ഉരണ്ടുപിരണ്ട്, ആനയ്ക്കു പിടിപ്പാൻ കിട്ടാതെ പാഞ്ഞൊഴിഞ്ഞു. അപ്പോഴും ജനങ്ങളിൽ നിന്നു സന്തോഷശബ്ദം പുറപ്പെട്ടു.

ഇനി ആന എങ്ങോട്ടു പായുന്നുവോ എന്നറിയാതെ എല്ലാവരും

ഒന്നു നടുങ്ങി. അപ്പോഴേക്കു മറ്റൊരു വടേൻ ജീനികൂടാതെ ഒരു കുതിരപ്പുത്തു കയറി പൃഷ്ടഭാഗം ആനയുടെ മുന്നിലേക്കാക്കി ആനയുടെ അടുത്തു ചെന്നു നിന്നും തല തിരിച്ചു പിന്നോക്കം ആനയെ നോക്കിക്കൊണ്ടും അതിനെ വെറി ഇടുപ്പിക്കുവാൻ ഓരോന്നും പറഞ്ഞുകൊണ്ടും കുതിരയെ പതുക്കെപ്പതുക്കെ ഓരോ അടിയായി പിന്നോട്ടു നടത്തി ആനയോടു അധികം അടിപ്പിച്ചുതുടങ്ങി. കണ്ടുനിൽക്കുന്നവർ അത്ഭുതം കൊണ്ടു നിശ്ശബ്ദന്മാരായി. ആന കുറെ നേരത്തേക്ക് ഒന്നും അനങ്ങാതെ നിന്നു. വടേനും കുതിരയും ഹസ്തപ്രാപ്തമായി എന്നു തോന്നിയപ്പോൾ അവിടെ നില്ക്കുന്നവർ ഒക്കയേും ഞെട്ടത്തക്കവണ്ണം ഒന്നു ചീറി, ചെവിയടുത്തു പിടിച്ച് തുമ്പിക്കൈനീട്ടി, വാലുയർത്തി ഭൂമികുലുങ്ങത്തക്കവിധത്തിൽ മുമ്പോട്ടു പാഞ്ഞു. കൈയിൽക്കിട്ടിപ്പോയി എന്നുതന്നെയാണ് ആന വിശ്വസിച്ചതു്, നോക്കിയപ്പോൾ വടേൻ തന്റെ കുതിരയെ തിരിച്ചോടിച്ചു് ആനയുടെ ഇടത്തുഭാഗത്തായി കുറെ ദൂരെ ചെന്നു നില്ക്കുന്നതു കണ്ടു. ആശാഭംഗംകൊണ്ടു് ആനയ്ക്കുണ്ടായ ദ്വേഷ്യം വിചാരിച്ചാൽ അറിയാവുന്നതാണു്. ഒട്ടും താമസ്സിയാതെ ആന തിരിച്ചു പിന്നെയും അവനെ പിടിക്കുവാൻ പാഞ്ഞു. വടേൻ മുമ്പിലും ആന പിമ്പിലുമായി നേ [16]രും കിടയുമിട്ടു് പായുന്നതിനിടയിൽ വടേൻ പിന്നോക്കം തിരിഞ്ഞു് ആനയെ ചൊടിപ്പിക്കുവാൻ ഒരു വടി നീട്ടിക്കാണിച്ചികൊടുക്കുന്നു. കുതിര നില്ക്കാതെ പായുന്നു. ആന വടേനെ അടുക്കുന്തോറും അതിധീരനായ ആ വടേന്റെ ജീവനെക്കുറിച്ചു കാണികൾക്കെല്ലാവർക്കും പടേി തുടങ്ങി. ഇതിനിടയിൽ ആനയുടെ പിന്നാലെ വെട്ടുകത്തി ഊരിപ്പിടിച്ചുകൊണ്ടു് രണ്ടു വടേന്മാർ പാളിപ്പതുങ്ങിയടുത്തുകൂടുന്നതു് എല്ലാവർക്കും കാണുമാറായി. ആനമാത്രം അവരെ കണ്ടില്ല. കഷ്ടം! വടേനെ പിടിച്ചുപിടിച്ചു എന്ന് എല്ലാവർക്കും തോന്നിയപ്പാഴേക്കു് ആന പൊടുന്നനെ പിന്നോക്കം ഇരുത്തുന്നതു കണ്ടു. നോക്കിയപ്പോൾ പിന്നാലെ വന്നിരുന്ന ഒരു വടേൻ മുഴങ്കാലിന്റെ പിൻഭാഗത്തുള്ള വലിയ പാർഷികസ്നായുവിനെ വെട്ടിമുറിക്കയാൽ ആനയ്ക്കു പിന്നെ ഒരടിവയ്ക്കുവാൻ നിവൃത്തിയില്ലാതായി വീണതാണെന്നു പ്രത്യക്ഷമായി. രണ്ടു കാലിന്മേൽനിന്നും രക്തം ധാരാളമായി ഒലിക്കുകയാൽ ആന മോഹാലാസ്യപ്പെട്ടുകിടന്നു. വടേന്മാർക്കു് ജയംകൊണ്ടു വളരെ സന്തോഷം, ആനയ്ക്കു അതി കഠിനമായ മരണം.

ആന വീണ ഉടനെ, അതിന്റെ മുമ്പിൽ സാഹസമായി ഓടിച്ചുവന്നിരുന്ന കുമാരനെ കാത്തുനിന്നിരുന്ന ആ രണ്ടാളുകളും അടുത്തുചെന്നു് സന്തോഷത്തോടുകൂടി ആലിംഗനംചെയ്തു. പിന്നെ അല്പനേരം ആനയുടെ വ്യസനകരമായ അവസാനം കണ്ടു ഖിന്നന്മാരായി നിന്നു് മൂന്നപേരുംകൂടി തങ്ങളുടെ ഭവനത്തിനു നേരിട്ടു കുതിരകളെ നടത്തുകയും അവരുടെ ആൾക്കാരായ പലരും അവരുടെ പിന്നാലെ തന്നെ പോകയുംചെയ്ത.

4.ചന്ദനഭോദ്യാനം

നായാട്ടുകാരിൽ പ്രധാനികളായ മലേപറഞ്ഞ മൂന്നുപരും തമ്മിൽ തങ്ങളുടെ പരാക്രമങ്ങളെക്കുറിച്ചു പറഞ്ഞുകൊണ്ടു രണ്ടു നാഴിക വഴി വടക്കോട്ടു ചെന്നപ്പോഴേക്കു അവരുടെ ഭവനം ദൂരത്തു കണ്ടു തുടങ്ങി. ഒരു വലിയ കുന്നിന്റെ മുകളിൽ വിസ്തീർണമായ ഒരു ഉദ്യാനമുള്ളതിന്റെ നടുവിലാണ് ആ ഭവനം. ആ ഉദ്യാനത്തിൽ ചന്ദനവൃക്ഷങ്ങൾ അധികം ഉണ്ടായതിനാൽ അതിന് ചന്ദനോദ്യാനമന്നെന്നാണ് പണ്ടയേക്കു പണ്ടേ പരേു പറഞ്ഞുപോരുന്നതു്. കുന്നു് പൊക്കം കുറഞ്ഞു് പരന്ന മാതിരിയാണു്. നാലു പുറത്തും ചുള്ളിക്കാടുകൾ ഉണ്ടു്. അധികം ചരിവുള്ള ഒരു ഭാഗത്തു് ആ ചുള്ളിക്കാടുകൾ വെട്ടി മുകളിലേക്കു പോകുവാൻ ഒരു വഴി ഉണ്ടാക്കിട്ടുണ്ടു്. അയതു്, സർപ്പഗതിപ്പോലെയൊകയാൽ കയറ്റത്തിന്റെ ഞെരുക്കം അധികം തോന്നുകയില്ല. വഴിയുടെ രണ്ടു ഭാഗത്തും അടു [18] പ്പിച്ചു പിലാവു്, മാവു്, പരോൽ മുതലായ തണലുള്ള വൃക്ഷങ്ങൾ വെച്ചുപിടിപ്പിച്ചിട്ടുണ്ടായിരുന്നതിനാൽ വെയിലിന്റെ ഉഷ്ണം അല്പംപോലും തട്ടുകയില്ല. ആ വഴിയിൽക്കൂടെ കയറിച്ചെന്നാൽ പടിപ്പുരയിലെത്തും. പടിപ്പുരയല്ല,ഗോപുരം എന്നുതന്നെ പറയാം. അത്രവലിയതാണു്. ആനവാതിലുകളും ചങ്ങലകളും വലിയ തഴുതുകളും ഉയർന്ന കൽത്തൂണുകളും കമാനങ്ങളും ഉണ്ടു്.

പടിവാതിൽ കടന്നാൽ ചെല്ലുന്നതു് ഒരു മനോഹരമായ പൂന്തോട്ടത്തിലേക്കാണു്. അതിൽ വിവിധമായ ചെടികളും സുഗന്ധപുഷ്പങ്ങളും ഭംഗിയിൽ നട്ടുണ്ടാക്കീട്ടുണ്ടു്. അതിലൂടെയൊണ് ഗൃഹത്തിലേക്കു ചെല്ലുവാനുള്ള വഴി. വഴിയുടെ ഇരുഭാഗത്തും ഉള്ള വല്ലിയിന്മേൽ കൗതുകമുള്ള ഓരോ ലതകൾ പടർന്നുപുഷ്പിച്ചുനിൽക്കുന്നുണ്ട്.ആവഴിയിൽക്കൂടെചെന്നു കയറുന്നതു് ഒരു താഴ്പുരയിലേക്കാണു്. അതിന്റെ മീതെ അല്പം എകർന്ന ഒരു തറമേൽതറയും ഉണ്ടു്. വളരെ ദീർഘവിസ്താരവും തട്ടകെരവും ഉള്ള വിലാസമായ പൂമുഖം. പൂമുഖത്തേക്കു കയറുന്നതു്, ഒരു വലിയ കമാനത്തിൻ കീഴിൽക്കൂടെയൊണ്. താഴ്പുരയുടെ മൂന്നു ഭാഗത്തും ഉള്ള വലിയ താലപ്രമാണങ്ങളായ തൂണുകൾ എല്ലാം കരിങ്കല്ലുകൊണ്ടുണ്ടാക്കി മീതെ വെള്ളക്കുമ്മായമിട്ടുമിനുക്കുകയാൽവെണ്ണക്കല്ലുകൊണ്ടു കടഞ്ഞുണ്ടാക്കിയതാണന്നു തോന്നിപ്പോകും. തറമേൽതറയുടെ മേലുള്ള കറുംതുണുകൾ, പാലുത്തരങ്ങൾ, തട്ടു്, തുലാങ്ങൾ ഇതുകളിന്മേൽ ശില്പിശാസ്ത്രത്തിന്റെ വൈഭവത്തെ അതിശയമാകുംവണ്ണം കാണിച്ചിരിക്കുന്നു. തൂണുകളും തുലാങ്ങാളും ഒരുനോക്കിനു് വീരാളിപ്പട്ടുകൊണ്ടു പൊതിഞ്ഞിരിക്കുകയോ എന്നു തോന്നത്തക്കവണ്ണം വിശേഷമായി ചായം കയറ്റിയിരിക്കുന്നു. തട്ടിന്നു നാംവിരൽ കീഴായിട്ടു നാലുഭാഗത്തും ഭിത്തിയിന്മേൽ ഇരുവിരൽവീതിയിൽ കുമ്മായംകൊണ്ടു് ഒരു ഗളമുണ്ടു്. അതിൻ കീഴിൽ പലടേത്തും പഞ്ചവർണക്കിളികളുടെയും വെള്ളപ്പിറാക്കളുടെയും മറ്റും പല പക്ഷികളുടെയും രൂപങ്ങൾ ഉണ്ടാക്കിവച്ചിരിക്കുന്നതു കണ്ടാൽ അവ ചിറകു വിരുത്തി, ഇപ്പോൾ പറക്കുമോ എന്നു

തന്നെ. ശില്പികളുടെ സാമർത്ഥ്യം കൊണ്ടു് അവയ്ക്ക് അത്ര ജീവസ്സും തന്മയത്വവും വരുത്തിയിരിക്കുന്നു.

താഴ്പുരയുടെ നടുവിൽ വേറെ ഒരു വിചിത്രപ്പണിയുണ്ടു്. ഒറ്റക്കരിങ്കല്ലുകൊണ്ട് അതിമിനുസത്തിൽ കൊത്തിയുണ്ടാക്കി ഒറ്റക്കാലിന്മേൽ നിർത്തിയ ഒരു വലിയ വൃത്താകാരമായ പാത്രത്തിൽ നിറഞ്ഞിരിക്കുന്ന അതിനിർമലമായ ജലത്തിൽ ചുവന്നും സ്വർണ്ണവർണ്ണമായിയും മുത്തുശ്ശിപ്പിയുടെ നിറത്തിലും ഉള്ള ചെറിയ ഓരോ മാതിരി മത്സ്യങ്ങൾ അതിൽത്തന്നെ ജലജങ്ങളായ ചില ചെടികളുടെ നീലക്കരിഞ്ചണ്ടികളിൽ പൂണ്ടുകൊണ്ട് ഏറ്റവും കൗതുകമാകുംവണ്ണം തത്തിക്കളിക്കുന്നു. വേറെ ഒരിടത്ത് വളരെ ദുർലഭമായ ചില പക്ഷികളെ വലിയ വിശാലമായ പഞ്ജരങ്ങളിലാക്കി തൂക്കീട്ടുള്ളവ തങ്ങളുടെ മധുരസ്വപ്നങ്ങളെക്കൊണ്ട് ചുറ്റു [19]മുള്ള നിർജീവവസ്തുക്കൾക്കുംകൂടി തങ്ങളുടെ ഉന്മേഷവും പ്രസന്നതയും പകരുന്നുവോ എന്നു തോന്നും.

പൂമുഖത്തിന്റെ ഇടത്തും വലത്തും ഭാഗങ്ങളിൽനിന്നും രണ്ടു കോണികൾ മേല്പട്ടു പോകുവാനുണ്ട്. കയറിച്ചെന്നാൽ ഒരു വലിയ ഒഴിഞ്ഞ മുറിയിൽ എത്തും. ആ മുറി വളരെ തട്ടകെരവും ദീർഘവിസ്താരവും ഉള്ളതും ചുറ്റും വിശാലമായ വ്രാന്തയോടുകൂടിയതുമാണ്. പുറമേ ആരെങ്കിലും വന്നാൽ അവരെ സല്ക്കരിക്കാനുള്ള സ്ഥലമാണ്. അതിൽ പലവിധമായ ആസനങ്ങൾ, കട്ടിലുകൾ, കസേരികൾ, ചാരുകസാലകൾ, മേശകൾ, വിളക്കുകൾ, ചിത്രങ്ങൾ മുതലായവയുണ്ടു്. അതിന്റെ പിൻഭാഗത്തു് അതിലധികം വലുതായവേറൊരു ഒഴിഞ്ഞ മുറിയുണ്ട്. അതിൽ മേല്പറഞ്ഞവ യാതൊന്നുംതന്നെയില്ല. ആയതു് പുറത്തു് ഇറങ്ങി കളിക്കുവാൻ കഴിയാത്ത കാലങ്ങളിൽ പന്താടുവാനും മറ്റു് ഉല്ലാസകരമായ വ്യായാമങ്ങൾക്കും ഉള്ള സ്ഥലമാണ്.

ഈ രണ്ടു് അകങ്ങൾക്കും വിസ്താരമുള്ള ജനലുകൾ നാലും പുറത്തും വളരെ ഉണ്ടാവുകയാൽ വായുസഞ്ചാരം നല്ലവണ്ണമുണ്ട്. മാളികയുടെ മുകളിൽ വിശേഷവിധിയായി വേറെ ഒന്നും ഉണ്ടായിരുന്നില്ല.

താഴത്തു് പൂമുഖത്തിൽ നിന്നും അകായിലേക്കു കടന്നാൽ, മുകളിൽ ഉള്ളതിന്നു നേരേകീഴിൽ, അതുപോലെതന്നെ ഒഴിഞ്ഞ രണ്ടു സ്ഥലങ്ങൾ ഉണ്ട്. അതിൽ ഒരുസ്ഥലം ആയുധശാലയാണ്. അതിനുള്ളിൽ പലവിധമായ വാളുകൾ, വെട്ടുകത്തികൾ, കട്ടാരങ്ങൾ, കുന്തങ്ങൾ, ഈട്ടികൾ, എമതാടകൾ, ഗദകൾ, കവചങ്ങൾ, വണ്മഴുകൾ എന്നീ മാതിരി അക്കാലത്തുപയോഗിച്ചിരുന്ന പലവിധ ആയുധങ്ങൾ, ഉപയോഗിക്കാൻ തയ്യാറാക്കിവെച്ചിരിക്കുന്നതുപോലെ തളുതളെങ്ങനെ തുടച്ചു വെടിപ്പാക്കിവെച്ചിരിക്കുന്നു. ചിലതൊക്കെയും ചുമരിന്മേൽ ആണി തറച്ചു തൂക്കിയിരിക്കയാണു്. അപ്രകാരം ആയുധങ്ങൾ അടുക്കിവെച്ചിട്ടുള്ളതിന്റെ ഇടക്ക് കലമാൻ, കാട്ടി മുതലായ

കൊമ്പുള്ള മൃഗങ്ങളുടെ തലകൾ കൊമ്പുകളോടുകൂടി ഉണക്കി നിറച്ച കൃത്രിമനേത്രങ്ങളും മറ്റും വച്ചുണ്ടാക്കി ചുമരിന്മേൽ പലേടത്തും തറച്ചിരിക്കുന്നതു കണ്ടാൽ, ആ മൃഗങ്ങൾ അകത്തേക്കു കഴുത്തുനീട്ടി എത്തിനോക്കുകയോ എന്നു തോന്നും. നിലത്ത് വ്യാഘ്രം, കരടി, മാൻ മുതലായവയുടെ തോലുകൾ, രോമം കളയാതെ ഉണ്ടാക്കി പലേടങ്ങളിലും വിരിച്ചിട്ടുണ്ട്. മറ്റൊരു ഭാഗത്ത് വലിയ ആനക്കൊമ്പുകൾ, പന്നിതേറ്റകൾ, പുലിപ്പല്ലുകൾ, ചമരിവാലുകൾ, കാട്ടിക്കൊമ്പുകൾ, പുലിനഖങ്ങൾ, എന്നിങ്ങനെ നായാട്ടുകൊണ്ടു കിട്ടുന്ന സാധനങ്ങൾ പലതും ശേഖരിച്ചുവച്ചിരിക്കുന്നു. മേല്പറഞ്ഞ മൃഗചർമങ്ങൾ ചിലേടത്തു് മേല്ക്കുമേലായി അടുക്കിവച്ചിട്ടുള്ളതിന്മേൽ സിംഹതുല്യന്മാരായ മൂന്നു നായാട്ടുനായ്ക്കൾ നടക്കുന്നുണ്ട്. അവയുടെ മുഖത്തെ ശൂരതയും മാന്തുക്കൊണ്ടും കടിക്കൊണ്ടും ഏറ്റിട്ടുള്ള അനവധി വ്രണങ്ങളുടെ വടുക്കളും അതിതീക്ഷ്ണ [20]ങ്ങളായ കണ്ണുകളും വളഞ്ഞുനീണ്ട ദംഷ്ടകളും വിസ്തീർണ്ണമായ വായും കറുത്തു തടിച്ചചുണ്ടുകളുടെ ഇടയിൽക്കൂടി പുറത്തേക്കു തുറിച്ചിരിക്കുന്ന ചുകന്ന നാവും കണ്ടാൽ ആ അകത്തു കൂട്ടിട്ടുള്ള അനവധി സാമാനങ്ങളെ സമ്പാദിക്കുന്നതിൽ അതിസാഹസകമായി പ്രയത്നിച്ചവരാണെന്ന് ഏവനും തോന്നാതിരിക്കില്ല.

മേൽ വിവരിച്ച സ്ഥലങ്ങളാണു് ഭവനത്തിന്റെ പ്രധാന ഭാഗങ്ങൾ. ഭവനത്തിന്റെ പിൻഭാഗം ഒരു വിസ്തീർണ്ണമായ വളർത്തു കാടാണു്. അതു കുന്നിന്റെ ഇറക്കിലോളമുണ്ട്. ആ കാട്ടിൽപൂത്തും തഴുത്തും നില്ക്കുന്ന പലമാതിരി വിശേഷവൃക്ഷങ്ങളും അവകളുടെ മുകളിൽ മധുരമായി പാടിക്കൊണ്ടിരിക്കുന്ന പക്ഷികളും അവകളുടെ ചുവട്ടിൽ തുള്ളിക്കളിക്കുന്ന പുള്ളിമാൻകൂട്ടങ്ങളും ആ മോഹനമായ മന്ദിരത്തിന്റെ മഹിമയെ പുകഴ്ത്തുകയോ എന്നു തോന്നും.

ഈ വിശേഷഭവനം കലിംഗരാജാവിന്റെ രാജധാനിയിൽ നിന്നു് ഒരു കാതം വഴി തെക്കായിട്ടാണു്. സമീപം വേറെ ഭവനങ്ങൾ ഒന്നും ഇല്ലാത്തതിനാൽ അതു വിജനവാസത്തിനു വളരെ സൗഖ്യമുള്ള ഒരു സ്ഥലമാണ്. അതിനെ വിജനവാസത്തിനായിട്ടാണു നായാട്ടിന്നു പോയിരുന്നതിൽ പ്രായമേറിയ ആൾ അതു് ഉപയോഗിച്ചുവന്നിരുന്നതു്. അദ്ദേഹത്തിന്റെ പേര് അഘോരനാഥൻ എന്നാണു്. കലിംഗമഹാരാജാവിന്റെ ഭണ്ഡാരാധിപനും ഒരു മന്ത്രിയുമായ അദ്ദേഹം രാജ്യകാര്യം വളരെ ആലോചിച്ചു മുഷിഞ്ഞാൽ, സംവത്സരത്തിൽ ഒന്നു രണ്ടു മാസം ആ ഭവനത്തിൽ ചെന്ന് രാജ്യകാര്യങ്ങളുടെ ആലശീലകളിൽനിന്ന് അല്പം ഒഴിഞ്ഞ് അവിടെ സുഖംകൊള്ളുവാൻ താമസിക്കുക പതിവായിരുന്നു. എന്നാൽ, ശരീരസൗഖ്യം പോരായ്കയാലോ മറ്റോ, കുറച്ചു കാലമായി അദ്ദേഹം സ്ഥിരവാസംതന്നെ ചന്ദനോദ്യാനത്തിൽ ആക്കിയിരിക്കുന്നു. എങ്കിലും രാജ്യഭാരത്തിന്റെ അമരം യാതൊരാൾക്കും കൈവിട്ടുകൊടുത്തിട്ടുണ്ടായിരുന്നതുമില്ല.

അഘോരനാഥന്റെ ഒരുമിച്ച് സ്വർണ്ണമയീദേവി എന്നൊരു കുമാരിയും താരാനാഥൻ എന്നൊരു കുമാരനുംകൂടിയുണ്ടായിരുന്നു. നായാട്ടിൽ അതിസാഹസികമായി ആനയുടെ മുന്നിൽ ഓടിച്ചു വന്നിരുന്നുവെന്നു പറഞ്ഞ കുമാരനാണു് താരാനാഥൻ. ആ സഹോദരീസഹോദരന്മാർക്ക് ബാല്യത്തിൽത്തന്നെ അച്ഛനമ്മമാർ ഇല്ലാതാകയാൽ എളയച്ഛനായ അഘോരനാഥന്റെ രക്ഷയിലാണ് അവർ വളർന്നു പോന്നതു്. അഘോരനാഥന്റെ ജ്യേഷ്ഠ നും മേൽപറഞ്ഞ ചെറുപ്പകാരുടെ അച്ഛനും ആയി കപിലനാഥൻ എന്നൊരാൾ ഉണ്ടായിരുന്നു. കലിംഗമഹാരാജാവിന്റെ പ്രധാനമന്ത്രിയായിരുന്ന അദ്ദേഹത്തെ, രാജാവിനും രാജ്ഞിക്കും പ്രാണവിശ്വാസമായിട്ടായിരുന്നു. രാജ്ഞി മരിച്ചതിന്നുശേഷം രാജാവിനു പ്രായാധിക്യത്താലും വിഷാദത്താലും ബുദ്ധിക്കു മുമ്പത്തെപ്പോലെ ശക്തിയും സ്ഥൈര്യവും ഇല്ലാതായി. വാർദ്ധക്യത്തിന്റെ അതിക്രമങ്ങളും ധാരാളമായിത്തു[21]ടങ്ങി. കുടിലന്മാരായ ചില സചിവന്മാരുടെയും വാർദ്ധക്യത്തിലുണ്ടാകുന്ന ചില ചപലതകൾക്കു കൊണ്ടാടിനിന്നിരുന്ന ഒരു വേശ്യയുടെയും പൈശൂന്യത്താൽ, അകാരണമായിട്ടു് അത്യന്തം വിശ്വാസയോഗ്യനായ ആ കപിലനാഥനെ കാരാഗൃഹത്തിലാക്കണമെന്നു് രാജാവു കല്പിക്കുകയാൽ അദ്ദേഹം ഏകശാസനയായി ഭരിച്ചിരുന്ന ആ രാജ്യത്തിൽത്തന്നെ ഒരു തടവുകാരനായി കാലം കഴിപ്പാനുള്ള ദൈന്യത്തെ ഭയപ്പെട്ടു സ്വന്തം കയ്യിനാൽ ജീവനാശം വരുത്തിയെന്നുമാണ് വർത്തമാനം.

താരാനാഥനു് ഇരുപത്തിരണ്ടു വയസ്സു് പ്രായമായി, വിദ്യാഭ്യാസവും മററും വേണ്ടതുപോലെ കഴിഞ്ഞു. അഘോരനാഥന്റെ ശിക്ഷയാൽ ശസ്ത്രശാസ്ത്രത്തിൽ സാധാരണയിൽ അധികം നിപുണനായിത്തീരുകയുംചെയ്തു. സ്വർണ്ണമയീദേവിക്കു പതിനേഴു വയസ്സായി. പ്രാജ്ഞനായ അഘോരനാഥന്റെ സഹവാസംകൊണ്ടു രണ്ടുപേരും വളരെ ബുദ്ധികൗശലവും സന്മാർഗനിഷ്ഠയും തനിക്കുതാൻപോരിമയും ഉള്ളവരായിത്തീർന്നു.

താരാനാഥനു് ഇരുപതു വയസ്സായവരെയും രാജധാനിയിൽത്തന്നെയായിരുന്നു സഹോദരീസഹോദരന്മാർ പാർത്തിരുന്നതു്. കപിലനാഥൻ രാജാവിന്റെ കോപം നിമിത്തം ആത്മഹത്യചെയ്തുവെന്നു രാജാവു കേട്ടപ്പോൾ ശുദ്ധാത്മാവായ അദ്ദേഹത്തിനു് അതികഠിനമായ പശ്ചാത്താപം ഉണ്ടായി. അതിനു കാരണഭൂതന്മാരായ ദുഷ്ടസചിവന്മാരെ അപ്പപ്പോൾത്തന്നെ കാരാഗൃഹത്തിലാക്കുവാൻ കല്പിച്ചു. കപിലനാഥന്റെ സന്താനങ്ങളെ വേണ്ടുംവണ്ണം വാത്സല്യത്തോടുകൂടി നോക്കിവളർത്തുവാൻ എല്ലാംകൊണ്ടും അഘോരനാഥനെപ്പോലെ ആരും തരമാവില്ലെന്നുവച്ചു, അവരെ അദ്ദേഹത്തെ പ്രത്യേകം ഭരമേല്പിച്ചു കൊടുക്കുകയും ചെയ്തു. എന്നുതന്നെയല്ല, രാജാവു് കൂടെക്കൂടെ അവരെ ആളയച്ചുവരുത്തി അവരെ യോഗക്ഷേമം അന്വേഷിക്കകയുംചെയ്യും. ചെറുപ്പകാലത്ത്

അവരുടെ ഭവനം രാജമന്ദിരംതന്നെയായിരുന്നു, രാജകുമാരൻ അവരുടെ സഖാവായിരുന്നു. രണ്ടു സംവത്സരം ഇപ്പുറമാണു് അവർ അഘോരനാഥൻ ഒരുമിച്ചു് ഉദ്യാനഭവനത്തിലേക്കു പാർപ്പു മാററിയതു്. അഘോരനാഥന്റെ ഭാര്യ മുപ്പതിൽ അധികം വയസ്സായിട്ടും പ്രസവിച്ചിട്ടുണ്ടായിരുന്നില്ല. ആ സ്ത്രീ താരാനാഥനെയും സ്വർണ്ണമയിദേവിയെയും വളരെ സ്നേഹത്തോടുകൂടി തന്റെ സ്വന്തം മക്കളെപ്പോലെ രക്ഷിച്ചുപോരുന്നുമുണ്ടു്. ഇങ്ങനെയാണു് ചന്ദനോദ്യാനത്തിന്റെയും അതിൽ പാർത്തുവരുന്നവരുടെയും വൃത്താന്തം.

5.രാജകുമാരൻ

അഘോരനാഥന്റെ ഒരുമിച്ചു നായാട്ടിനു വന്നിരുന്ന മറ്റേ ചെറുപ്പക്കാരൻ ചിത്രരഥൻ എന്നു പേരായ കലിംഗമഹാരാജാവവർകളുടെ സീമന്തപുത്രനാണ്. പ്രതാപചന്ദ്രനെന്നാണു പേര്. മഹാരാജാവിനു രണ്ടു പുത്രിമാർകൂടി ഉണ്ടായിരുന്നു. പ്രതാപചന്ദ്രന്റെ ജ്യേഷ്ഠത്തിയായിരുന്ന ഒരു പുത്രിയെ വേറൊരുരാജ്യത്തേക്കു് വേട്ടുകൊണ്ടുപോയി, പട്ടമഹിഷിയായി കുറേ കാലം ഇരുന്നു സന്തതിയുണ്ടാവാതെ മരിച്ചുപോയി. അനുജത്തിയായി അതിസുന്ദരിയായ ഒരു കന്യകയും ഉണ്ടായിരുന്നു. ആ കന്യകയെ വളരെ ചെറുപ്പത്തിൽ കള്ളന്മാർ എടുത്തു കൊണ്ടുപോയി, ആഭരണങ്ങൾ തസ്കരിച്ചു് കാട്ടിൽ എങ്ങാണ്ടോരേടത്തുവെച്ചു കൊന്നിരിക്കുന്നുവത്രെ. കള്ളന്മാരെ തുമ്പുണ്ടാക്കാൻ വളരെ ശ്രമിച്ചിട്ടും കഴിഞ്ഞില്ല. രാജകന്യകയുടെ ശരീരസൗഭാഗ്യം കണ്ടു് കൗതുകപ്പെട്ടു് ഇവൾ ഭൂമിയിൽ ഇരിക്കേണ്ടവളല്ലെന്നുവെച്ചു്, യക്ഷന്മാരോ കിന്നരന്മാരോ കൊണ്ടുപോയതായിരിക്കണം എന്നു ബുദ്ധിമാന്മാരായ ചില ദൈവജ്ഞന്മാർ തീർച്ച പറയുകയും ചെയ്തിട്ടുണ്ടായിരുന്നു. ഏതെങ്കിലും പുത്രിയെ കാണായ്കയാൽ വൃദ്ധനായ രാജാവിനു് കുറേക്കാലത്തേക്കു കഠിനമായ വിഷാദത്തിനു കാരണമായി.

ഇങ്ങനെ സോദരിമാരും കൂടിയില്ലാതെ ഏകപുത്രനായിത്തീർന്ന പ്രതാപചന്ദ്രനു ചെറുപ്പത്തിൽത്തന്നെ താരാനാഥനും സ്വർണ്ണമയീദേവിയും ചങ്ങാതിമാരായിത്തീർന്നു. അവർ മൂന്നു പേരും പരസ്പരം വളരെ സ്നേഹത്തോടുകൂടിയും എപ്പോഴും ഒരുമിച്ചും വളരുകയാൽ താരാനാഥനും സ്വർണ്ണമയിയും ചന്ദനോദ്യാനത്തിലേക്കു പാർപ്പു മാറ്റിയപ്പോൾ, പ്രതാപചന്ദ്രനു വളരെ ബുദ്ധിക്ഷയമുണ്ടായി; ഉദ്യാനഭവനത്തിൽ വാസം വളരെ സുഖമാണെങ്കിലും താരാനാഥനും സ്വർണ്ണമയിക്കും തങ്ങളുടെ ഇഷ്ടതോഴനായ രാജകുമാരനെയും നിത്യോത്സവവതിയായിരിക്കുന്ന രാജധാനിയിലെ ഓരോ ആഘോഷങ്ങളെയും കാണ്മാൻ കഴിയായ്കയാൽ ആ മാറ്റം ഒട്ടും തന്നെ സന്തോഷത്തെ ഉണ്ടാക്കിയില്ല. ചില ദിവസങ്ങളിൽ പ്രതാപചന്ദ്രൻ രാജാവിനോടു സമ്മതം വാങ്ങി, ചന്ദനോദ്യാനത്തിലേക്കു പോകും. ഉദ്യാനത്തിൽ എത്തി ഒന്നോ രണ്ടോ ദിവസം താമസിച്ചു് രാജധാനിയിലേക്കുതന്നെ മടങ്ങുകയും ചെയ്യും. അതുകൊണ്ടു് രാജാവിന് ഒട്ടും അപ്രിയം ഉണ്ടാകയില്ലതാനും. എന്നാൽ, അഞ്ചാറു മാസമായിട്ടു് രാജകുമാരൻ ചന്ദനോദ്യാനത്തിൽ വന്നാൽ എട്ടു ദിവസം താമസിച്ചല്ലാതെ മടങ്ങിപ്പോവുകയില്ല. കൂടെക്കൂടെ വരികയും ചെയ്യും. അതുകൊണ്ടു് രാജാവിന് ഒട്ടും അപ്രിയം ഉണ്ടായില്ല. എന്തുകൊണ്ടെന്നാൽ, അഘോരനാഥൻ ഉള്ളതുകൊണ്ടു് [23]അയാൾ കുമാരന്റെമേൽ നല്ലവണ്ണം ദൃഷ്ടിവെച്ചുകൊള്ളുമെന്നു് രാജാവിനു നല്ല വിശ്വാസം ഉണ്ടായിരുന്നു. അഘോരനാഥനും രാജകുമാരൻ വരുന്നതു

വളരെ സന്തോഷമായിരുന്നു.

അങ്ങനെയിരിക്കെ പ്രതാപചന്ദ്രനും സ്വർണ്ണമയിദേവിയും തമ്മിലുള്ള സ്നേഹത്തിന് ഒരു മാററം സംഭവിച്ചു. പ്രതാപചന്ദ്രനു കുറെ കാലമായിട്ടു് സ്വർണ്ണമയിയെ കുറച്ചധികമായി ഇഷ്ടം തോന്നിത്തുടങ്ങീട്ടുണ്ടായിരുന്നു. ആദിയിൽ അതിനു കാരണമെന്തായിരിക്കുമെന്നു തനിക്കുതന്നെ അറിവാൻ കഴിഞ്ഞില്ല. ഒരു സംവത്സരത്തിന്നിപ്പുറം അതു പ്രത്യക്ഷമായി കാണിക്കുവാനും തുടങ്ങി. എന്തെങ്കിലും വിശേഷമായ ഒരു വസ്തു തനിക്കു കിട്ടിയാൽ അതു് അപ്പോൾത്തന്നെ ദേവിക്കു കൊടുക്കും. എവിടെയെങ്കിലും പോയാൽ പ്രധാനമായ സ്ഥാനത്തിൽ ദേവിയെ ഇരുത്തും. ദേവിയുടെ ഹിതം എന്തെന്നു പറയാതെതന്നെ അറിഞ്ഞു പ്രവർത്തിക്കും. താരാനാഥനെക്കുറിച്ചുള്ള സ്നേഹത്തിനു് ഒട്ടും കുറവുണ്ടായിട്ടില്ല, എങ്കിലും എപ്പോഴും ദേവിയോടു് അധികമായ ആദരവു് ഭാവിക്കുകയാൽ താരാനാഥനോടു മുമ്പത്തെപ്പോലെ ആഭിമുഖ്യം കാണിക്കുവാനുംകൂടി ഓർമ വിട്ടുതുടങ്ങി. ഇങ്ങനെ ഒരു പക്ഷപാതംപോലെ രാജകുമാരൻ സ്വർണ്ണമയിയോടു് അധികം സ്നേഹം കാണിക്കുവാൻ തുടങ്ങിയപ്പോൾ താരാനാഥനു് ഒരു ആശ്ചര്യമാണുണ്ടായതു്. തന്റെ സഹോദരിയോടു തനിക്കു വളരെ സ്നേഹമുണ്ടായിരുന്നതിനാൽ പ്രതാപചന്ദ്രൻ പക്ഷപാതംപോലെ കാണിക്കുന്നതുകൊണ്ടു് താരാനാഥനു് ഒട്ടും കുണ്ഠിതമുണ്ടായതുമില്ല. സ്വർണ്ണമയി തന്റെ സഹോദരനോടും രാജകുമാരനോടും ഒരുപോലെയാണുസ്നേഹം കാണിച്ചിരുന്നതു്. എന്നാൽ, ആന്തരമായി താരാനാഥനെ അധികം സ്നേഹം ഉണ്ടായിരുന്നുതാനും. എങ്ങനെയെന്നറിയാതെ സ്വർണ്ണമയിക്കു കുറച്ചു കാലത്തിന്നുള്ളിൽ രാജകുമാരനെ അധികം പ്രതിപത്തി തോന്നിത്തുടങ്ങി. ബുദ്ധിഗൗരവം ഉള്ളവളാകയാൽ ആയതു പുറത്തേക്കു് ഒട്ടും പ്രകാശിപ്പിക്കാതെ തന്റെ അധികമായ പ്രേമത്തെ ഉള്ളിലൊതുക്കിവയ്ക്കുക യുംചെയ്യും. രാജകുമാരൻ ചന്ദനവനത്തിലേക്കു വരുന്നതു് അധികം സാധാരണയായതിൽ പിന്നെ വന്നാലധികം നേരം സ്വർണ്ണമയിയുടെ ഒരുമിച്ചുതന്നെയാണു കഴിക്കുക.

ഒരു ദിവസം രാജകുമാരനും സ്വർണ്ണമയീദേവിയുംകൂടി മാളികയുടെ മുകളിൽ ഓരോ നേരമ്പോക്കുകൾ പറഞ്ഞു സന്തോഷിച്ചു കൊണ്ടിരിക്കുമ്പോൾ താരാനാഥൻ ആ അകത്തേക്കു കടന്നുചെന്നു. അപ്പോൾ ഇവരുടെ സംഭാഷണം ഉടനെ നിന്നുപോയി. അയതിനു കാരണം താരാനാഥൻ വന്നതുകൊണ്ടാണെന്നു് അയാളെ അറിയിക്കാതെ കഴിക്കുവാൻവേണ്ടി സ്വർണ്ണമയി വേറെ ഒരു വർത്തമാനം നടുവിൽപിടിച്ചു പറഞ്ഞുതുടങ്ങി. രാജകുമാരനു് അതു മനസ്സിലായില്ല. 'എന്താ ദേവി! അസംബന്ധം പറയുന്നതു് [24] എന്നു ചോദിച്ചു. 'അസംബന്ധമാണോ, എന്നോടു ചോദിച്ചതിനു് ഉത്തരമല്ലേ' എന്നുത്തരം പറഞ്ഞു്, 'കഷ്ടം! ഇവിടുത്തേക്കു് ഇതു മനസ്സിലാകുന്നില്ലല്ലോ' എന്നു പറയും വിധത്തിൽ മുഖത്തേക്കൊന്നു നോക്കി. രാജകുമാരനു് ആകപ്പാടെ ഒരു പരിഭ്രമമാണു് ഉണ്ടായതു്. ഒന്നും ഉത്തരം പറഞ്ഞതുമില്ല. 'ഓ!

ഞാൻ വന്നിട്ടു നിങ്ങളുടെ സ്വൈരസല്ലാപം മുടങ്ങി, അല്ലേ. ഞാനിതാ പോകുന്നു' എന്നു പറഞ്ഞു താരാനാഥൻ പുറത്തേക്കു നടന്നുതുടങ്ങി.' ഞങ്ങൾക്കു ഏട്ടൻ കേൾക്കുവാൻ പാടില്ലാത്ത സ്വകാര്യം എന്താണുള്ളത്? ഞങ്ങളുംകൂടി പോരാം' എന്നു പറഞ്ഞു് സ്വർണ്ണമയി രാജകുമാരന്റെ കയ്യും പിടിച്ചുകൊണ്ടു വഗേത്തിൽ തോട്ടത്തിലേക്കു നടന്നു. താരാനാഥൻ അവിടെ ഒട്ടും നില്ക്കാതെ തന്റെ കുതിരകളെ നോക്കുവാനായിട്ടു പന്തിയിലേക്കു പോയി.

സ്വർണ്ണമയി: 'കുമാരാ, ഞാൻ പറഞ്ഞതിന്റെ താല്പര്യം മനസ്സിലായില്ലേ? ജ്യേഷ്ഠൻ വരുന്നതുകൊണ്ടു നമ്മുടെ സംസാരം തടസ്സപ്പെട്ടു എന്നു തോന്നിക്കുന്നതു നന്നോ?' എന്നു ചോദിച്ചു.

രാജകുമാരൻ: 'ആ വിദ്യ എനിക്ക് അറിവുണ്ടായിരുന്നില്ല. ഇനി ഞാൻ ഓർമ വച്ചുകൊള്ളാം' എന്നു പറഞ്ഞു പകുതിയാക്കിവച്ചിരുന്ന മുമ്പത്തെ സല്ലാപം വീണ്ടും തുടർന്നു. ഉദ്യാനത്തിന്റെ ഒരു അറ്റത്തു വലിയ ഒരു പരന്ന കല്ലിന്മേൽ രണ്ടുപേരും പോയിരുന്നു.

രാജകുമാരൻ: ദേവീ, വരുന്ന അയില്യം എന്റെ ജന്മനക്ഷത്രമാണെന്നറിയാമല്ലൊ. പുറന്നാൾസദ്യയ്ക്കു വളരെ ഘോഷമായി വട്ടംകൂട്ടുവാൻ അച്ഛൻ കല്പിച്ചിരിക്കുന്നു. ദേവിയെയും താരാനാഥനെയും പുറന്നാളിനു നാലു ദിവസം മുമ്പുതന്നെ ക്ഷണിച്ചുകൊണ്ടു വരണമെന്നു് അച്ഛൻ എന്നോടു പ്രത്യേകം പറഞ്ഞിരിക്കുന്നു. അച്ഛന്നു നിങ്ങളെ രണ്ടാളെയും കാണുന്നതു വളരെ സന്തോഷമാണെന്നു് അറിയാമല്ലൊ. അതുകൊണ്ടു് ദേവിയും താരാനാഥനും മറ്റന്നാൾതന്നെ എന്റെ ഒരുമിച്ചു് രാജധാനിയിലേക്കു പോരണം.

സ്വർണ്ണമയി: ഞങ്ങൾ രണ്ടാളും ഇവിടുത്തെ ഒരുമിച്ചു വരുന്നതത്ര ഭംഗിയാകുമോ? ജനങ്ങൾ ഞാൻ ഇവിടുത്തെക്കൂടെ വന്നാൽ എന്തുപറയും?

രാജകുമാരൻ: അഘോരനാഥനും കൂടെ വരുന്നില്ലേ. നിങ്ങൾ എല്ലാവരും കൂടെ രാജധാനിയിലേക്കു പോകുമ്പോൾ ഞാനും നിങ്ങളുടെ കൂട്ടത്തിൽ വന്നുവെന്നല്ലാതെ നിങ്ങളെ ഞാൻ കൂട്ടിക്കൊണ്ടു വന്നു എന്നു പറയുമോ?

സ്വർണ്ണമയി: ഇവിടുന്നു കൂടെയുണ്ടായിരിക്കുക. ഞങ്ങൾ രാജധാനിയിലേക്കു പോവുക. ഇങ്ങനെയായാൽത്തന്നെ ഇവിടുന്നു ഞങ്ങളെ കൂട്ടിക്കൊണ്ടു പോകുന്നു എന്നല്ലാതെ വരികയില്ല. [25]പരമാർത്ഥം മറ്റൊരു പ്രകാരമാണെങ്കിലും ജനങ്ങൾ അങ്ങനെ പറയാതിരിക്കയില്ല.

രാജകുമാരൻ: അഥവാ അങ്ങനെ പറയുന്നതായാൽത്തന്നെ എന്തു തരക്കേടാണുള്ളത്? നാം ചങ്ങാതിമാരാണെന്നു് എല്ലാവർക്കും അറിവില്ലേ, പണ്ടു് നാം പലപ്പോഴും ഒരുമിച്ചു

പോവുകയും വരികയും ചെയ്തിട്ടും ഇല്ലേ?

സ്വർണമയി: ഒന്നും ഉണ്ടായിട്ടില്ല. പക്ഷേ, നമ്മുടെ സൂക്ഷ്മവൃത്താന്തം അധികം വേഗത്തിൽ പരസ്യമാവാനിടയുണ്ട്. ഇപ്പോൾത്തന്നെ കുറെ സംസാരമായിരിക്കുന്നുപോൽ, നാം അറിയാത്തതു കണക്കല്ല. എന്റെ ഒരു ദാസി എന്നോടു രണ്ടു ദിവസം മുമ്പ് ഇതിനെക്കുറിച്ചു സൂചിപ്പിച്ചു കുറച്ചൊന്നു പറയുകയുണ്ടായി

രാജകുമാരൻ: അവളെപ്പോഴേക്കു അതു എങ്ങനെ അറിഞ്ഞു? ഈ വക വർത്തമാനങ്ങൾ അറിവാൻ പെണ്ണുങ്ങൾക്കു വളരെ സാമർത്ഥ്യമുണ്ട്.

സ്വർണ്ണമയി: ആണുങ്ങൾക്കു ഒട്ടും കുറവില്ല. രാജധാനിയിൽ നിന്നു ഇവിടുത്തെ കൂടെ വന്ന ഭൃത്യൻ ഇവിടെ പാർക്കുന്നവരോട് പ്രസ്താവിക്കുന്നതു കേട്ടിട്ടാണത്രേ അവൾ മനസ്സിലാക്കിയതു.

രാജകുമാരൻ: ഒ! ഹോ! ഇത്ര പരസ്യമായോ? എന്നാൽ, ഇനി ഒട്ടും താമസ്സിക്കുകയല്ല നല്ലതു. അച്ഛൻ ഇരിക്കുമ്പോൾ തന്നെ വിവാഹം കഴിയണമെന്നാണു എന്റെ ആവശ്യം.

സ്വർണ്ണമയി: അങ്ങേടേ ഇഷ്ടം പോലെയൊവാം.എന്നാൽ, 'എളയച്ഛനോടു ആർ അറിയിക്കും? 'എന്നു പറഞ്ഞു ലജ്ജയോടുകൂടി മുഖം താഴ്ത്തി.

രാജകുമാരൻ: ദേവി എന്തിനു നാണിക്കുന്നു? ഞാൻ തന്നെ അഘോരനാഥനോടു പറഞ്ഞു സമ്മതം വാങ്ങി വരാമല്ലോ. ദേവി യാതൊന്നും അറിയണ്ടേതില്ല: അച്ഛന്റെ സമ്മതം കിട്ടുവാൻ മാത്രമേ മറ്റൊരാളെ അയക്കണ്ടേ ആവശ്യമുള്ളു.

സ്വർണ്ണമയി: അതു ചോദിക്കണ്ടേ താമസ്സമേയുള്ളു കിട്ടുവാൻ. എന്നെക്കുറിച്ചു രാജാവിനു വളരെ വാത്സല്യമായിട്ടാണു. അവിടത്തേക്കു ഇതു വളരെ സന്തോഷകരമായി തീരുകയും ചെയ്യും.

ഇങ്ങനെ രണ്ടാളുംകൂടി പറഞ്ഞു സന്തോഷിച്ചുകൊണ്ടിരിക്കെ മേൽഭാഗത്തു നിന്നു വൃക്ഷങ്ങളുടെ ഇല പൊടുന്നനെ ഒച്ചപ്പെടുന്നത് കേട്ടു. കാരണമെന്തെന്നു നോക്കുന്നതിനു മുമ്പായി വലിയ ഒരു കാട്ടുകോഴി അവരുടെ വളരെ അടുക്കെ മുൻഭാഗത്തു വീണു. ഉടനെ ചിറകിട്ടു ഒന്നുരണ്ടു തല്ലു പിടച്ചു ചാവുകയുംചെയ്തു. നോക്കിയപ്പോൾ അതിന്റെ കഴുത്തിൽ ഒരു ശരം തറച്ചുനിൽക്കുന്നതു കണ്ടു, ആ അപകടം പ്രവർത്തിച്ചതാരെന്നു രാജകുമാരൻ ദേഷ്യത്തോടുകൂടി തിരിയുമ്പോൾ കുറെ ദൂരത്തുനിന്നു ഹ,ഹ,ഹ! എന്നു പൊട്ടി [26]ച്ചിരിക്കുന്നതു കേട്ടു. താരാനാഥന്റെ ചിരിയാണു. അയാൾ വേഗത്തിൽ വില്ലുമായി അടുത്തുവന്നു 'അങ്ങനെയൊണു ഏറനെരേം സ്വകാര്യം പറഞ്ഞോൽ. ഞാൻ പലഹാരം തരുവാനായി നിങ്ങളെ രണ്ടാളെയും എത്ര നേരമായി തിരയുന്നു; ഇനിയും സംസാരം മതിയാക്കാറായില്ലേ?' എന്നു ചോദിച്ചു.

രാജകുമാരൻ വിധം പകർന്നു കുറഞ്ഞൊന്നു ദ്വേഷ്യപ്പെട്ടു് തന്റെ അനിഷ്ടത്തെ പ്രകാശിപ്പിച്ചു. സ്വർണ്ണമയിയും ഒന്നുംപറയാതെ നിന്നതിനാൽ ആ പ്രവൃത്തി തനിക്കും ഒട്ടും രസിച്ചില്ലന്നെു് താരാനാഥനെ മനസ്സിലാക്കി. താരാനാഥൻ, 'ഞാൻ കളിയായിട്ടു ചെയ്തതാണു്. ആ പക്ഷിയുടെ കഷ്ടകാലംകൊണ്ടോ ശരത്തിന്റെ ദുസ്സാമർത്ഥ്യംകൊണ്ടോ അതിന്റെ കഴുത്തിൽ പോയി തറച്ചതിന്നു ഞാൻ എന്തുചെയ്യും? എന്റെ നേരേ ദ്വേഷ്യപ്പെട്ടാൽ ഞാൻ ഒട്ടും ബഹുമാനിക്കുകയും ഇല്ല' എന്നു് ഒട്ടും കൂസൽ കൂടാതെ രാജകുമാരന്റെ മുഖത്തു നോക്കിപറഞ്ഞു് ഉദ്യാനത്തിന്റെ മറ്റൊരു ഭാഗത്തേക്കു പോവുകയുംചെയ്തു.

രാജകുമാരൻ കുറനേരം ഒന്നും സംസാരിക്കാതെ ഒരു സാലഭഞ്ജികപോലെനിന്നു. 'ദേവിയുടെ സഹോദരനായകയാൽ ഈ ദുർമര്യാദം സഹിക്കണേ്ടി വന്നു. നമ്മുടെ ശുഭകാര്യത്തിന് ഇത് ഒരു ദുർലക്ഷണമാണല്ലോ. കഷ്ടം! കഷ്ടം! ദൈവംതന്നെ ഇതിനു വിപരീതമാണന്നെുവരുമോ' എന്നു പറഞ്ഞു. സ്വർണ്ണമയി, തന്റെ സഹോദരനും രാജകുമാരനും തമ്മിൽ നിരൂപിക്കാതെ ഒരു വൈരസ്യം സംഭവിക്കുവാൻ സംഗതി വന്നതു വിചാരിച്ചു വ്യസനിച്ചു് നനുങ്ങനെ പൊടിഞ്ഞിരുന്ന കണ്ണുനീർ തുടച്ചുകൊണ്ടു് 'കുമാരാ ഇതു ദുർലക്ഷണമാണന്നെു വിചാരിച്ചു വ്യസനിക്കരുതു്. ആ വക ചപലതകൾ ഒക്കയെും അജ്ഞാനം കൊണ്ടുണ്ടാവുന്നതാണു്, സാരമില്ലന്നെു് എളയച്ഛൻ എനിക്കു ദൃഷ്ടാന്തപ്പെടുത്തി തന്നിട്ടുണ്ടു്. ഞാൻ വ്യസനിക്കുന്നത് അതുകൊണ്ടല്ല' എന്നുത്തരം പറഞ്ഞു. രാജകുമാരൻ 'ഞാൻ താരാനാഥനോടു് ഭാവം പകർന്നു് പറകയാലായിരിക്കും അല്ലേ? അതു് എന്റെ തൽക്കാലമുണ്ടായ ദ്വേഷ്യം കൊണ്ടു ചെയ്തതാണു്. ഒട്ടും കുണ്ഠിതം തോന്നരുതു്. ഞാൻതന്നെ അയാളെ പറഞ്ഞു സമാധാനപ്പെടുത്തിക്കൊള്ളാം' എന്നു പറഞ്ഞു. ഇങ്ങനെ രണ്ടു പേരും പരസ്പരം സമാധാനപ്പെടുത്തി, സന്തോഷത്തോടുകൂടി ഗൃഹത്തിലേക്കു പോവുകയും ചെയ്തു.

താരാനാഥനാകട്ടെ വളരെ ഖിന്നനായി , ഗൃഹത്തിൽ ചെന്നു് മററവർ ആരും വന്നതിനു മുമ്പെ അത്താഴം കഴിച്ചു് ഒരു ചെറിയ അകത്തുചെന്നു വാതിൽ അടച്ചു വിചാരം തുടങ്ങി. താരാനാഥന്റെ അവസ്ഥയും കുറെ ദയനീയം തന്നെ. തനിക്കു കളിക്കുവാനും നേരംമ്പോക്കു പറയുവാനും മററും ആരുമില്ലാതായി. കൂട്ടത്തിൽ നിന്നു തള്ളിക്കളഞ്ഞാലുള്ളതു പോലെ മനസ്സിനു് ഒരു മാന്ദ്യം സംഭവിച്ചു. രാജകുമാരനും തന്റെ സഹോദരിയും തമ്മിലുള്ള രഞ്ജിപ്പും ലാളനയും [27]കാണുമ്പോൾ തന്റെ സഹോദരിയുടെ ഭാഗ്യാവസ്ഥയെക്കുറിച്ചു സന്തോഷിക്കുമെങ്കിലും, തനിക്കു ലാളിക്കുവാനോ, തന്നെ ലാളിക്കുവാനോ, തന്റെ വിചാരങ്ങൾ തുറന്നു പറവാനോ ആരും ഇല്ലാതിരുന്നതിനാലുള്ള വിഷാദം വെളിച്ചത്തെ അശ്രയിച്ചു നില്ക്കുന്ന നിഴൽ പോലെ ആ സന്തോഷത്തോടു വേർപെടാതെയുണ്ടായിരുന്നു. മേല്പറഞ്ഞ പ്രകാരം രാജകുമാരൻ പണ്ടുണ്ടാവാത്തവിധം അല്പം ദുർമുഖം ഭാവിക്കുക ഹേതുവാൽ താരാനാഥനു് തന്റെ സ്ഥിതി

യഥാർത്ഥമായിട്ടുള്ളതിൽ തുലോം അധികം ശോചനീയമായി തോന്നി. ഏററവും അഭിമാനിയാകയാൽ, കുണ്ഠിതത്തിനു് അല്പം വല്ലതും കാരണമുണ്ടായാൽ, അതിനെക്കുറിച്ചു് അധികമായി വിചാരിച്ചു ക്ലേശിക്കുന്നത് താരാനാഥന്റെ സ്വഭാവമായിരുന്നു.

രാജകുമാരനും സ്വർണമയിയുംകൂടി അഘോരനാഥന്റെ ഒരുമിച്ചു് അത്താഴത്തിനു ചെന്നിരുന്നു. താരാനാഥനെ കാണാഞ്ഞപ്പോൾ സ്വർണമയി വളരെ അർത്ഥത്തോടുകൂടി രാജകുമാരന്റെ മുഖത്തേക്കു് ഒന്നു നോക്കി. താരാനാഥന്റെ സ്വഭാവം നല്ലവണ്ണം പരിചയമുള്ളതാകയാൽ രാജകുമാരനു് സ്വർണമയിയുടെ നോക്കിന്റെ താല്പര്യം മനസ്സിലായി. സുഖക്കേടുകൊണ്ടു തല താഴ്ത്തി. അത്താഴം കഴിഞ്ഞു് അഘോരനാഥനും രാജകുമാരനുംകൂടി അഘോരനാഥന്റെ അകത്തേക്കും സ്വർണമയിയും അഘോരനാഥന്റെ ഭാര്യയുംകൂടി അവരുടെ പതിവുപോലെയുള്ള സ്ഥലത്തേക്കും കിടക്കുവാൻ പോയി. താരാനാഥൻ നേരത്തെ അത്താഴം കഴിച്ചു് ഉറക്കമായി എന്നു് അടുക്കളക്കാരൻ പറകയാൽ അയാളെക്കുറിച്ചു് അഘോരനാഥൻ അധികമായി അന്വേഷിക്കയും ഉണ്ടായില്ല.

6.അതിഥി

ധർമ്മപുരിക്കു് സമീപം ഒരു ചന്തസ്ഥലമുണ്ടന്നെു് മുമ്പു് ഒരടേത്തു് പ്രസ്താവിച്ചിട്ടുണ്ടല്ലോ. ആ ചന്തയ്ക്കു് ഒരു ദിവസം ആ ദിക്കുകാരല്ലാത്ത നാലഞ്ചുപരേ വരികയുണ്ടായി. ക്രയവിക്രയാദികൾക്കു വരികയല്ല, വഴിപോക്കന്മാരാണ്. അവിടനിെന്നു് ഭക്ഷണത്തിനും, മററും തരമായ സ്ഥലമതേന്നെു് അന്വഷേിച്ചപ്പോൾ ധർമപുരിയിൽ ബ്രാഹ്മണഗൃഹം ഉണ്ടന്നെറിഞ്ഞു് ചക്കാലന്മാർ ഒരു കമ്പോലായി വരുന്നവരുടെ കൂടെ അവരും വന്നു കയറി. ചക്കാലന്മാർ ചിലർ അവരുടകൊൂടെ ചന്നെു ബ്രാഹ്മണഗൃഹങ്ങൾ കാണിച്ചുകൊടുത്തു. ആ പാന്ഥന്മാരും ബ്രാഹ്മണരാണത്രേ. എകദശേം എഴട്ടെു നാഴിക പകലുള്ളപ്പോഴാണ് ധർമ്മപുരിയിൽ വന്നത്തെിയത്. എല്ലാവരും വഴിപോക്കന്മാരുടെ പതിവുപോലെ കുറെ നരേം [29]ആൽത്തറയിന്മലേൽ കാററുകൊണ്ടിരുന്നു. ചിലർ പതുക്കെ സ്നാനത്തിന്നും പോയി.

രണ്ടാളുകൾ പോകാതെ പിന്നയെും അവിടതെന്നെ ഇരിക്കുമ്പോൾ യോഗീശ്വരനും വന്നത്തെി. വഷേം ഒക്കയെും മുമ്പത്തകെ്കുറി വന്നപ്പോഴുണ്ടായിരുന്നതുപോലതെന്നെ. വന്നു്, ആൽത്തറയിന്മലേൽ കയറി, കുറഞ്ഞൊന്നു് ഇരുന്നതിനറശെഷേം ആ രണ്ടു് പാന്ഥന്മാരോടും ഓരോ വർത്തമാനം ചോദിക്കുവാനാരംഭിച്ചു. അവരിൽ അധികം ചെറുപ്പക്കാരനായ പാന്ഥൻ യോഗീശ്വരനെ കണ്ടപ്പോൾ വളരെ വിസ്മയത്തോടുകൂടി സൂക്ഷിച്ചുനോക്കിത്തുടങ്ങി. യോഗീശ്വരന്നും ആ യുവാവിന്റെ കാന്തിയറേിയ മുഖവും വിസ്തീർണ്ണമായ മാറിടവും മററും കാണുകയാൽ അധികമായ കൗതുകം തോന്നി. അദ്ദഹേത്തെ കണ്ടാൽ ഒരു വൈഷ്ണവബ്രാഹ്മണനാണന്നെു തോന്നും. ഗോപി നാസികാഗ്രംമുതൽ മൂർദ്ധാവുവരെ വളരെ വിശദമാകുംവണ്ണം കുറിയിട്ടിട്ടുണ്ട്. ആ വിഷ്ണുമുദ്രതന്നെ, മാറത്തും കയ്യിന്മലേും പുറത്തും മററും പല ദിക്കിലും ചെറുതായി കാണ്മാനുണ്ട്. വളരെ ദക്ഷിണദിക്കിൽനിന്നാണു വരുന്നതു്. എന്നും പല രാജ്യങ്ങളയെും പരിചയമുണ്ടന്നെും മററും പറഞ്ഞു: ക്രമണേ, സംഭാഷണം യോഗീശ്വരനും ആ യുവാവും തമ്മിൽതന്നയൊയി. ആ കുറച്ചുനരേത്തിനുള്ളിൽ യോഗീശ്വരൻ തന്റെ മലേ് ആ യുവാവിനു് എങ്ങനയെന്നെറിയാതെ, ഒരു വിശ്വാസം ജനിപ്പിച്ചു. അപ്പോഴകേ്കു് അപ്രശസ്തനായ മററേ വഴിപോക്കൻ സ്നാനത്തിന്നായിട്ടിറങ്ങിപോകയും ചെയ്തു.

യോഗീശ്വരൻ: ഞാൻ അങ്ങടേ അനാവശ്യമായി സംസാരിച്ചു് താമസിപ്പിക്കുകയല്ലല്ലൊ? മററവരല്ലൊവരും സ്നാനത്തിന് പോയിത്തുടങ്ങി . അങ്ങുന്നും കൂടെ പോകുന്നില്ലേ?

പാന്ഥൻ: എനിക്കു് അങ്ങുന്നുമായുണ്ടായ പരിചയത്തിൽ കുറച്ചു് അധികം നരേമുണ്ടായിരിക്കാം അവരുമായുള്ള പരിചയം. അല്ലാതെ അധികമായ സംബന്ധം ഒന്നും ഇല്ല. സമീപം

എവിടെയെങ്കിലും ഒരേടത്തു് ഭക്ഷണത്തിനു് തരമായി കിട്ടണേം. അവരുടെകൂടെ പോയേ കഴിയൂ എന്നോ ഇപ്പോൾതന്നെ പോകണേമന്നോ നിഷ്കർഷയില്ലാതാനും!

യോഗീശ്വരൻ: (കുറഞ്ഞൊരു പുഞ്ചിരിയോടുകൂടി) വിരോധമില്ലെങ്കിൽ എന്റെ ഒരുമിച്ചു പോന്നാൽ എന്റെ ഭവനത്തിൽ ഉള്ളതിനു് ഒട്ടും അസ്വാധീനമില്ല. യഥേഷ്ടം എത്ര കാലമെങ്കിലും ഒരുമിച്ചു താമസിക്കുന്നതും എനിക്കു് വളരെ സന്തോഷമാണു്.

പാന്ഥൻ: എനിക്കു് ഇന്ന ദിവസം ഇന്ന ദിക്കിൽ എത്തണേമന്നും മറ്റും ഒരു നിശ്ചയവും ഇല്ലല്ലോ. സൗഖ്യമാണെന്നു തോന്നിയാൽ വിശിഷ്ടന്റെ കൂടെ താമസിക്കുന്നതിനെന്തു വിരോ [30]ധം എന്നു വിചാരിച്ചു്, 'അങ്ങേടെ ഭവനത്തിലേക്കു് ഇവിടുന്നു് എത്ര ദൂരമുണ്ട്?' എന്നു ചോദിച്ചു.

'അധികം ദൂരമില്ല, എങ്കിലും അങ്ങുന്നു് വഴി നടന്നു് ക്ഷീണിച്ചിരിക്കയാൽ അടുക്കെ ഒരേടത്തുനിന്നു് ഭക്ഷണസാധനങ്ങൾ വല്ലതും വാങ്ങി അല്പം ക്ഷീണം തീർക്കാം' എന്നു പറഞ്ഞു യോഗീശ്വരൻ എഴുനീറ്റു; പാന്ഥനും കൂടെ പുറപ്പെട്ടു.

അദ്ദേഹത്തിന്നു് ചെറിയ ഒരു ഭാണ്ഡവും ബ്രാഹ്മണവേഷത്തിന്നു് ഒട്ടും ചേർച്ചയില്ലാത്ത ഉറയിൽ ഇട്ട ഒരു വാളും ഉണ്ട്; അല്ലാതെ ഒന്നും ഉണ്ടായിരുന്നില്ല. പോകുന്ന വഴിക്കു് ഒരു ബ്രാഹ്മണഗൃഹത്തിൽനിന്നു് പാന്ഥനു് കുറെ ഭക്ഷണസാധനം വാങ്ങിക്കൊടുത്തു് ക്ഷീണം തീർത്തശേഷം, രണ്ടുപേരുംകൂടി മുമ്പു് പ്രസ്താവിച്ച ഭയങ്കരമായ മാർഗത്തിലൂടെ യാത്ര തുടങ്ങി.

മാർഗത്തിന്റെ വിജനതയും ഘോരകാന്താരത്തേയും കണ്ടപ്പോൾ പാന്ഥനു് വളരെ വിഷാദമായി: 'ഇദ്ദേഹം എന്നെ ചതിക്കുകയല്ലല്ലൊ? ഈശ്വരാ! ഞാൻ ഒരു അവിവേകിയായ ബാലൻ, ഏകൻ, അസഹായൻ–മുമ്പു് ലേശം പോലും പരിചയമില്ലാത്ത ഇദ്ദേഹത്തിന്റെ ഒരുമിച്ചു് പോരുവാൻ ഞാൻ സമ്മതിച്ചുവല്ലൊ. കഷ്ടം! പിന്നോക്കം വെച്ചാലോ–ഭീരുവാണെന്നു വന്നാലും തരക്കേടില്ല, പ്രാണരക്ഷയാണല്ലൊ അധികം പ്രാധാനം–അങ്ങനെയെല്ല–കൂടെ പോവുകതന്നെ – വല്ലതും അക്രമത്തിനു് മുതിർന്നാൽ ഇയ്യാളോടു് ഞാൻ പോരെ? –വേറേയും ആളുകൾ ഉണ്ടെങ്കിലോ–കണ്ടാൽ ഒരു ദുഷ്ടനാണെന്നു് ഒരിക്കലും തോന്നില്ല–അബദ്ധമായോ?' എന്നീ മാതിരി അനവധി വിചാരങ്ങൾ പാന്ഥന്റെ മനസ്സിൽ ഉളവായി.

അതിനാൽ തല താണു് നടത്തത്തിന്നു് വേഗം കുറയുകയും യോഗീശ്വരൻ ഒരിക്കൽ പിന്നോക്കം തിരിഞ്ഞു നോക്കിയപ്പോൾ പാന്ഥനെ കുറേദൂരത്തായി കാണുകയും ചെയ്തു. അദ്ദേഹം ബുദ്ധിമാനാകയാൽ യുവാവിന്റെ വിചാരം പത്തിനഞ്ചു് കണ്ടറിഞ്ഞു് അവിടെനിന്നു് 'വേഗത്തിൽ വരൂ' എന്നു് വിളിച്ചു.

ഒരു സ്വപ്നത്തിൽനിന്നു് ഞെട്ടി ഉണർന്നതുപോലെ പാന്ഥൻ തല പൊങ്ങിച്ചുനോക്കി; തന്റെ അകാരണമായ ഭയം വിചാരിച്ചു് നാണം പൂണ്ടു് വേഗത്തിൽ നടന്നു് ഒപ്പം എത്തി. യോഗീശ്വരൻ ഭയമാസകലം നീങ്ങത്തക്കവിധത്തിൽ കനിവോടുകൂടി ചിലതു പറഞ്ഞപ്പോൾ പാന്ഥനു് മുമ്പത്തെ വിശ്വാസവും ബഹുമാനവും വീണ്ടും ജനിച്ചു. പിന്നെ യോഗീശ്വരൻ പാന്ഥനോടു് ഓരോന്നും ചോദിച്ചുകൊണ്ടു്മനോരാജ്യങ്ങൾക്കു് ഇടകൊടുക്കാതെയും, വഴിയുടെ ബുദ്ധിമുട്ടു് അറിവാൻ അയയ്ക്കാതെയും, കുറേ നേരം മല കയറിയപ്പോഴേക്കു് ഭവനത്തിൽനിന്നു് വെളിച്ചം കണ്ടു തുടങ്ങി.

'അതാ എന്റെ ഭവനം' എന്നു് യോഗീശ്വരൻ പറഞ്ഞു.

'വേറെ എത്ര ഭവനങ്ങൾ സമീപം ഉണ്ടു്?' എന്നു് പാന്ഥൻ [31] ഉടനെ ചോദിച്ചപ്പോൾ 'എന്റെ വാസം വളരെ ഏകാന്തമായിട്ടാണു്. അഞ്ചാറു നാഴികയ്ക്കുള്ളിൽ വേറേ ഒരു ഭവനവും ഇല്ല. എന്നു തന്നെയല്ല, ഈ പ്രദേശത്തു് മനുഷ്യരെത്തന്നെ കാണുകയില്ല' എന്നുത്തരം പറഞ്ഞു.

രണ്ടുപേരും കൂടി ഭവനത്തിന്റെ ഉമ്മരത്തു് എത്തിയപ്പോഴേക്കു് പാർവതി ഒരു പായ കൊണ്ടുവന്നു നീർത്തി. കുറച്ചുനേരം അവിടെ കാററുകൊണ്ടു് ഇരുന്നശേഷം, യോഗീശ്വരൻ അകത്തേക്കുപോയി. പുതുതായി വന്ന ആളെക്കുറിച്ചു് കുന്ദലതയോടു് അല്പം സംസാരിച്ചു് വേഗത്തിൽ പുറത്തേക്കുതന്നെ വന്നു. 'നമുക്കു് ഒട്ടും താമസിയാതെ കുളിക്കുവാൻ ഉത്സാഹിക്ക' എന്നു് യോഗീശ്വരൻ പറഞ്ഞപ്പോൾ അതിഥി തന്റെ വസ്ത്രങ്ങളും ഭാണ്ഡവും മറ്റും അഴിപ്പാൻ തുടങ്ങി. 'ഞാനും അല്പം ചില മാററങ്ങൾ ഉണ്ടാക്കട്ടെ' എന്നു പറഞ്ഞു് യോഗീശ്വരൻ തന്റെ ജടയും താടിയും അഴിച്ചു. അതിഥി അതിവിസ്മയത്തോടുകൂടി നോക്കി. എങ്കിലും മുഖത്തിന്റെ സൗമ്യത കണ്ടപ്പോൾ വിസ്മയത്തേക്കാൾ അധികം സന്തോഷമാണുണ്ടായതു്. 'ഇനി വല്ല മാററവും ഉണ്ടാക്കാനുണ്ടോ? എന്നു് അതിഥി ചോദിച്ചു. യോഗീശ്വരൻ മന്ദസ്മിതത്തോടുകൂടി ഇല്ലെന്നുത്തരം പറഞ്ഞു് വിളക്കെടുത്തു് ചോലയുടെ സമീപത്തേക്കു നടന്നു തുടങ്ങി. സുഖമായി കുളി കഴിഞ്ഞു് ഉമ്മരത്തേക്കു എത്തിയപ്പോഴേക്കു് ഈറൻ വിഴുക്കുവാൻ പുതിയ ശുഭ്രങ്ങളായ വസ്ത്രങ്ങളും ഒരു തമലയിൽ ജലവും വച്ചിട്ടുണ്ടായിരുന്നു. ഈറൻ വിഴുത്തു് അകായിലേക്കു കടന്നപ്പോഴേക്കു് അത്താഴത്തിന്നു് ഒക്കെയും തയ്യാറായിരുന്നു. യോഗീശ്വരനും അതിഥിയും കൂടി ഭക്ഷണം കഴിച്ചു് ഉമ്മരത്തുതന്നെ രണ്ടാളുകൾക്കും കിടക്ക വിരിച്ചിട്ടുണ്ടായിരുന്നതിനാൽ കിടക്കുകയും ചെയ്തു. ക്ഷീണമുണ്ടാകയാൽ അതിഥി ഉറങ്ങികൊള്ളട്ടെ എന്നു വിചാരിച്ചു് യോഗീശ്വരൻ ഒന്നും സംസാരിച്ചില്ല. അതിഥി 'വിചാരിച്ചതുപോലെയൊന്നുമല്ല. വളരെ സുഖമായിട്ടുള്ള ഗൃഹം, ഇദ്ദേഹവും അതി ഉദാരൻ, കഷ്ടം! ഞാൻ വേറേ ചിലതൊക്കെയും അബദ്ധമായി ശങ്കിച്ചുവല്ലോ, എന്നിങ്ങനെ ചിലതു വിചാരിച്ചു് വഴിനടന്നു ക്ഷീണം കൊണ്ടും മൃഷ്ടമായി ഭക്ഷിച്ചിരുന്നതിനാലും

താമസിയാതെ ഉറക്കമായി. അതിഥി ഉറങ്ങി എന്നു തീർച്ചയായശേഷം, അകത്തേക്കു പോയി, അതിഥിയെക്കുറിച്ചു് കുന്ദലതയോടുകൂടി അല്പം സംഭാഷണം ചെയ്തു് യോഗീശ്വരനും ഉമ്മരത്തു വന്നു കിടന്നു. അദ്ദേഹം അതിഥിയുടെ ഊരും പേരും മറ്റും സൂക്ഷ്മമായി ചോദിക്കയുണ്ടായില്ല. എല്ലാംകൂടി യോഗ്യനായ ഒരു യുവാവാണെന്നു് തനിക്കു് തൃപ്തിപ്പെട്ടതിനാലും അദ്ദേഹത്തിന്റെ ആവശ്യം പ്രത്യേകം ഒരു ദിക്കിലേക്കു പോകണമെന്നും മറ്റും ഇല്ലെന്നറിഞ്ഞതിനാലും, തന്റെ ഒരുമിച്ചു് കൂട്ടിക്കൊണ്ടുപോന്നതാണ്. പക്ഷേ, തന്റെ ഒരു സഹായകനും സ്നേഹിതനുമായി തന്റെ ഭവനത്തിൽ താമസി [32]പ്പാൻ തക്കവിധം ഏതു പ്രകാരത്തിലെങ്കിലും വഴിപ്പെടുത്തേണമെന്നും മററും പല മനോരാജ്യങ്ങളോടുകൂടി യോഗീശ്വരന്നും സുഷുപ്തിയെ പ്രാപിച്ചു.

7.വരൈരൊഗി

പ്രാതാപചന്ദ്രനും സ്വർണമയീദവേിയും തമ്മിൽ ബാല്യത്തിൽത്തനന്നയെുണ്ടായിരുന്നു സഖിത്വം അവർക്കു താരുണ്യം വനന്നപ്പഴോൾ മുഴുത്തഅനുരാഗമായിത്തീർന്നു. വിവാഹംചയെയ്യാൻ അവർ രണ്ടു പരേും തമ്മിൽ തീർച്ചയാക്കിയ വിവരം മുമ്പു പറഞ്ഞാല്ലഴോ. അവരുടെ ആ നിശ്ചയം അഘഴോരനാഥനയേും കലിംഗമഹാരാജാവിനയേും അറിയിച്ചു. അഘഴോരനാഥനെ അറിയിച്ചതു് രാജകുമാരൻതന്നയൊയിരുന്നു.തങ്ങളുടെ നിശ്ചയം പ്രസിദ്ധമാക്കാൻ തീർച്ചയാക്കിയതിന്റെ പിററദേിവസം രാജകുമാരൻ അഘഴോരനാഥന്റെ ആസ്ഥാനമുറിയിലകേ്കു കടന്നുചന്നെു. അഘഴോരനാഥൻ ആദരവഴോടുകൂടി രാജകുമാരനു് ആസനം നല്ലിയിരുത്തിവിശഷേിച്ചഴോ എഴുന്നരുളിയതാ എന്നു ചഴോദിച്ചു. രാജകുമാരൻ:അധികം പണിത്തിരക്കില്ലങ്കെിൽ ഒരു കാര്യത്തകെ്കുറിച്ച് എനിക്ക് അല്പം പറവാനുണ്ടായിരുന്നു. അഘഴോരനാഥൻ:പണിത്തിരക്കു് എത്രയുണ്ടായാലും ഇവിടുത്തെ കാര്യം കഴിഞ്ഞശഷേം മററല്ലൊം. രാജകുമാരൻ: ഞാനും ദവേിയും തമ്മിലുള്ള സ്നഹേത്തിന്റെ സ്വഭാവത്തിനു് ഈയ്യിടയിൽ അല്പം ഒരു മാററം സംഭവിച്ചിരിക്കുന്നതു് അങ്ങയെ അറിപ്പാൻ വന്നതാണു്. അഘഴോരനാഥൻ:എനിക്കു് ഈ വർത്തമാനം കർണപീയൂഷമായി ഭവിക്കുന്നു.വളരകെ്കാലം അവളെ രക്ഷിച്ചു വളർത്തിയ എന്റെ പ്രയത്നം സഫലമായി. എന്റെ ആഗ്രഹവും ഇങ്ങനയൊയാൽ കൊള്ളമന്നൊയിരുന്നു,അവൾക്കും നല്ല സമ്മതംതന്നയൊണല്ലഴോ? രാജകുമാരൻ: നല്ല സമ്മതമാണു്. വണേമങ്കെിൽ ചഴോദിച്ചാൽ അറിയാമല്ലഴോ? രാജകുമാരൻ:അതിനു ഞാൻ തക്കതായ ഒരാളെ ഇന്നലെ തന്നെ അയച്ചിരിക്കുന്നു.

അഘഴോരനാഥൻ: എന്നാൽ ഇനി അധികം താമസിക്കണന്നില്ല;രണ്ടു മാസത്തിലകത്തുതന്നെ കഴിഞ്ഞഴോട്ടെ.

രാജകുമാരൻ:രണ്ടു മാസമഴോ? എന്തിനിത്ര വളരെ താമസിക്കുന്നു? ഞങ്ങൾ തമ്മിൽ തീർച്ചയാക്കീട്ടുതന്നെ രണ്ടു മാസത്തിലധി [34]കമായി. പത്താംനാൾ ഒരുമുഹൂർത്തമുണ്ടന്നെറിയുന്നു.അന്നുതന്നെ കഴിയണം. ദവേിക്കും അതുതന്നയൊണ് താല്പര്യം.

അഘഴോരനാഥൻ: (ചിരിച്ചുകൊണ്ട്)ഈശ്വരാ! ഈ ചറെുപ്പക്കാരുടെ ക്ഷമയില്ലായ്മ . അന്ന് മുഹൂർത്തമുണ്ടങ്കെിൽ അന്നുതന്നെ കഴിയട്ടെ. എനിക്കു യാതൊരു തരക്കടേും തഴോന്നുന്നില്ല.

രാജകുമാരൻ പുഞ്ചിരിച്ചുകൊണ്ട് സ്വർണമയിയെ വർത്തമാനം അറിയിക്കുവാൻ പുറത്തകേ്കു പഴോയി. അപ്പഴോൾത്തന്നെ അഘഴോരനാഥൻ സ്വർണമയിയെ വിളിക്കുവാൻ ഒരു ഭൃത്യനെ അയച്ചു. താമസിയാതെ, സ്വർണമായി വളരെ ലജ്ജയഴോടുകൂടി അഘഴോരനാഥന്റെ മുമ്പാകെ വന്നു മുഖം താഴ്ത്തി നിന്നു.

അഘോരനാഥൻ:ലജ്ജിക്കണ്ട, അവസ്ഥയൊക്കയെയും ഞാൻ അറിഞ്ഞിരിക്കുന്നു. നല്ലവണ്ണം ആലോചിച്ചിട്ടുതന്നെയൊണല്ലോ ദേവി ഇതിന്നു സമ്മതിച്ചത് എന്നു മാത്രമേ എനിക്ക് അറിയണ്ട ആവശ്യമുള്ളു. വിവാഹംകൊണ്ടുണ്ടാകുന്ന ഫലങ്ങളെയും ആലോചിച്ചു പ്രവർത്തിക്കാഞ്ഞാൽ അതുകൊണ്ടുണ്ടാകുന്ന അവസാനമില്ലാത്ത ദോഷങ്ങളെയും ഞാൻ വിസ്തരിച്ചു പറഞ്ഞുതന്നിട്ടുണ്ടല്ലോ.ആകയാൽ എല്ലാം സംഗതികളും ഒരിക്കൽക്കൂടി ആലോചിച്ച് എന്നോടു തീർച്ച പറയണം .

സ്വർണമയി:ഞാൻ അറിഞ്ഞേടത്തോളം രാജകുമാരന്റെ സ്വഭാവം വളരെ ബോദ്ധ്യമായിട്ടാണ്. അദ്ദേഹത്തിന് എന്റെ മേൽ ദൃഢമായ അനുരാഗം ഉണ്ടെന്നു ഞാൻ തീർച്ചയറിഞ്ഞിരിക്കുന്നു. ആയതു് നിലനിൽക്കാതിരിപ്പാൻ യാതൊരു സംഗതിയും കാണുന്നതുമില്ല. അതുകൊണ്ടു് ഈ സംബന്ധം ഞങ്ങൾ രണ്ടാളുകൾക്കും കല്യാണമായി ഭവിക്കുമെന്നു് ഞാൻ പൂർണമായി വിശ്വസിക്കുന്നു.

അഘോരനാഥൻ:എല്ലാംകൊണ്ടും ഞാനും അങ്ങനെതന്നെയൊണു് വിചാരിക്കുന്നതു്. രാജാവിന്റെ സമ്മതംകൂടി കിട്ടിയാൽ താമസിയാതെ വിവാഹംകഴിക്കാം

സ്വർണമയി:രാജാവിന്റെ സമ്മതം കിട്ടി. അവിടുത്തേക്ക് വളരെ സന്തോഷമാണെന്നും എന്നെ ഇപ്പോൾത്തന്നെ അങ്ങോട്ടുകൂട്ടിക്കൊണ്ടു ചെല്ലണമെന്നും രാജകുമാരനെ അറിയിക്കുവാൻ ഒരു ആൾ വന്നിട്ടുണ്ടു്. ആ വിവരത്തിന്നു തന്നെയായിക്കുമെന്നു തോന്നുന്നു. എളയച്ഛനു് ഒരു എഴുത്തുണ്ടു്.

'ദേവിക്കു് ഒരു മഹാരാജാവിന്റെ പട്ടമഹിഷിയാവാൻ സംഗതി വരുമെന്നു വിചാരിച്ച് എനിക്കു വളരെ സന്തോഷമുണ്ടു്. ഭർത്താവോടുകൂടി വളരെക്കാലം ദീർഘായുസ്സായി സുഖിച്ചിരിക്കാൻ സംഗതി വരട്ടെ എന്നു് ഈശ്വരനെ പ്രാർത്ഥിക്കുന്നു. കഷ്ടം! എന്റെ ജ്യേഷ്ഠൻ ഇല്ലാതായല്ലോ ഈ സന്തോഷം അനുഭവിപ്പാൻ'എന്നു പറഞ്ഞു് അഘോരനാഥൻ അവളെ മൂർദ്ധാവിൽ അനുഗ്രഹിച്ചു മടക്കി അയയ്ക്കുകയുംചെയ്തു. [35]അഘോരനാഥന് എഴുത്തുവന്നിരുന്നത് രാജധാനിയിലേക്ക് പ്രതാപചന്ദ്രനെയും സ്വർണമയിയെയും വേഗത്തിൽ കൂട്ടികൊണ്ട്ചെന്ന് അടുത്തമുഹൂർത്തത്തിന്നുതന്നെ അവരുടെ വിവാഹംകഴിപ്പിക്കുവാൻ മഹാരാജവിന്റെ കല്പനയായിരുന്നു. പല കാരണങ്ങളെക്കൊണ്ടും അഘോരന് രാജധാനിയിലേക്ക് പോകാൻ അത്ര സുഖം ഉണ്ടയിരുന്നില്ല എങ്കിലും സ്വർണമയിയുടെവിവാഹകാര്യമാകയാൽ വേഗത്തിൽ പോയി ആ മംഗള കർമ്മം വളരെ ആഘോഷത്തോടുകൂടി കഴിച്ചു. രാജാവിനും പൗരന്മാർക്കും അനന്ദം വായ്ക്കുമാറു് ആ ദമ്പതിമാരെ രാജധാനിയിൽതന്നെ താമസിപ്പിച്ചു.താൻ ചന്ദനോദ്യാനത്തിലേക്കു മടങ്ങുകയും ചെയ്തു.

വിവാഹത്തിന് താരാനാഥൻ ഇല്ലാതിരുന്നാൽ രാജകുമാരനും സ്വർണമയിക്കും വളരെ വിഷാദമുണ്ടായി.കുറെ ദിവസം മുമ്പെ ചന്ദനഘോദ്യാനത്തിൽവച്ചെച്ച് താരാനാഥൻ അല്പം സുഖക്കേടോയിട്ടു് അവരോടു പിരിഞ്ഞതിൽപ്പിന്നെ അയാളെ എവിടെയും കാണുകഉണ്ടായിട്ടില്ല.ഒടുക്കത്തെ ദിവസം താരാനാഥൻ കിടന്നിരുന്ന അകത്തു് ഒരു എഴുത്തു കിടക്കുന്നത്കണ്ടു.അതു്താരാനാഥൻ എഴുതിവച്ചു പോയതാണ്. ഞാൻചുരുക്കത്തിൽ ഒരു തീർഥയാത്രയ്ക്കു പോകുവാൻ തീർച്ചയാക്കിയിരിക്കുന്നു.ഒരു മാസത്തിലകത്തു്മടങ്ങിവരും. ഞാൻ പോകുന്ന സ്ഥലം ആരെയും അറിയിക്കുവാൻ വിചാരിക്കുന്നില്ല.ഞാൻ പോകുന്നതു കൊണ്ടു് ആർക്കും വിഷാദവും അരുതു് എന്നാണു് എഴുത്തിലെ വാചകം. ആ എഴുത്തു് കിട്ടിയതു് വിവാഹത്തിനു ദിവസവും മുഹൂർത്തവും നിശ്ചയിച്ചശേഷമാണ്.കത്തു കിട്ടിയ ഉടനെ അഘോരനാഥൻ ചില ദിക്കുകളിലേക്കു് അന്വേഷണം ചെയ്യുവാൻ ആളുകളെ അയച്ചുവെങ്കിലും താരാനാഥൻ ഇന്ന ദിക്കിലാണെന്നു് അറിവാൻ കഴിഞ്ഞില്ല. വിവാഹസമയത്തു് പല സന്തോഷങ്ങളുടെയും ഇടയ്ക്ക്ദമ്പതിമാർക്കു് താരാനാഥൻ ഇല്ലാത്തതിനാൽ ഒരുകുണ്ഠിതം മനസ്സിൽനിന്നും വേർപെടാതെ ഉണ്ടായിരുന്നുതാനും.

വിവാഹനന്തരം പ്രതാപചന്ദ്രനും സ്വർണമയിയുംകൂടി സുഖമായ് വാഴുംകാലം ഒരു ദിവസം വൈരാഗിവേഷം ധരിച്ച ഒരു ദിവ്യനായ ഒരാൾ രാജധാനിയുടെ ഗോപുരവാതിൽൽക്കൽ വന്നിരിക്കുന്നുവെന്നു് ഒരു അമാത്യൻ പ്രതാപചന്ദ്രനെഅറിയിച്ചു. ആയാളെ വിളിക്കുക എന്നു് രാജകുമാരൻ കല്പിച്ച ഉടനെ ആ അമാത്യൻ ആയാളെ കൂട്ടികൊണ്ടുവന്നു് രാജകുമാരനും സ്വർണമയിയും ഇരിക്കുന്ന മാളികയുടെ മുൻഭാഗത്തുള്ള ഒരു നടപ്പുരയിൽ മുകളിൽ നിന്നു് അവർക്കു കാണത്തക്കവണ്ണം ഒരു സ്ഥലത്തു്കൊണ്ടുപോയിരുത്തി കൂടെയുണ്ടായിരുന്ന രണ്ടു ശിഷ്യന്മാരും ആയാളുടെ ഒരുമിച്ചു ഇരുവശത്തും ഇരുന്നു.

വൈരാഗി വെള്ളികൊണ്ടു കുടയുള്ള മെതിയടി കാലിന്മേൽ ഇട്ടിട്ടുണ്ടു്. ജടകൂടിയ കേശഭാരം ഓരോകെട്ടുകളായി പിൻഭാഗ [36] ത്തേക്കുതൂങ്ങുന്നു.ശരീരംമുഴുവൻ ഒരു കാവിവസ്ത്രംകൊണ്ടു മൂടിയിരിക്കുന്നു.ചുമലിൽഒരു പൊക്കണം തൂക്കീട്ടുണ്ടു്. രോമങ്ങൾ ഒട്ടും നരച്ചിട്ടില്ല. കണ്ണുകൾ എങ്ങനെയോ ചുവപ്പിച്ചിരിക്കുന്നു. മുഖം മുഴുവനും ഭസ്മംകൊണ്ടു മൂടിയിരിക്കുന്നു. തലയിൽ ഒരു കൂമ്പൻ തൊപ്പിയും രുദ്രാക്ഷമാലയും ധരിച്ചിട്ടുമുണ്ട്.ആയാളെ നല്ലവണ്ണം പരിചയമുള്ളവർക്കും ആ വേഷത്തോടുകൂടി കണ്ടാൽ അറിവാൻ പ്രയാസമായിരിക്കും. മൗനവ്രതവും ഉണ്ടത്രെ. ആരെങ്കിലും വല്ലതും ചോദിച്ചാൽ കൈകൊണ്ടു ചില ആംഗ്യങ്ങൾ അതിനുത്തരമായി കാണിക്കും. ഉടനെ കൂടെയുള്ള ശിഷ്യർ അർത്ഥം ഇന്നതാണെന്നു പറയുകയും അതു ശരിതന്നെയെന്ന് തലകുലുക്കുന്നതുകൊണ്ട് സ്ഥിരപ്പെടുത്തുകയുംചെയ്യും. ഇങ്ങനെയൊണ് ആ ദിവ്യന്റെ കോപ്പുകൾ. ദിവ്യത്വത്തിന്റെ ദൃഷ്ടാന്തമായി പല അത്ഭുതകർമങ്ങളും അയാൾ ചെയ്തിട്ടുള്ളത്

ശിഷ്യരോട് ചോദിച്ചാൽ അവർ പറഞ്ഞുകൊടുക്കും.തന്റെ യോഗ്യതകൾ ആരെയും അറിയിക്കരുതെന്നാണ് സ്വാമിയാരുടെ കൽപ്പന എന്നു സകലവും പറഞ്ഞുകൊടുത്തതിന് ശേഷം സ്വകാര്യമായി പറയുകയുംചെയ്യും. ആ ദിവ്യന് ചെയ്യാൻ കഴിയുന്ന അത്ഭുത കർമങ്ങളിൽ ഒന്ന് നഷ്ടപ്രശ്നം പറയുകയാണ്. അതിന് ലഗ്നത്തിന്റെ മുഖം മാത്രം നോക്കിയാൽ മതി.ഭാവിയായിട്ടുള്ളതിൽ സാമർഥ്യം കുറയും. എങ്കിലും ഭൂതവർത്തമാനങ്ങൾ സൂക്ഷ്മമായി പറഞ്ഞൊപ്പിക്കും. ചന്ദനോദ്യാനത്തിൽനിന്നു രണ്ടു നാഴിക ദൂരത്തു കുറെ ശൂദ്രരുടെ വീടുകളും കുശവന്മാരുടെ പുരകളും മററും ഉള്ള സങ്കേതപുരി എന്നൊരു കുഗ്രാമം ഉണ്ടു. അവിടെയാണത്രെ ആ ദിവ്യനെ ഒരു ദിവസം കണ്ടെത്തിയതു. അവിടെ ആയാളുടെ യോഗ്യത കേട്ടു കേട്ടുകേൾപ്പിച്ചു നാലു ദിവസത്തിലധികം അനവധി ജനങ്ങൾ ആയാളെ കാണ്മാൻ വരികയുണ്ടായി. എല്ലാവരോടും അവർക്കു ഇത്ര ജ്യേഷ്ഠാനുജന്മാരുണ്ടു. ഇന്ന ആൾ ഇന്നാളുമായിട്ട് ചാർച്ചയോ,വഴേ്ചയോ ഉണ്ടു, വീടിന്റെ പടി ഇന്ന ഭാഗത്തേക്കാണു ,ഇത്ര വാതിലുകൾ ഉണ്ടു, എന്നീ മാതിരി വിവരങ്ങൾ ശരിയായി പറഞ്ഞൊപ്പിച്ചു ആ ദിക്കുകാർക്കു ഒക്കെയും ആയാളുടെ ദിവ്യത്വം വളരെ വിശ്വാസമായി ത്തീർന്നിരിക്കുന്നു. അവരെല്ലാവരും പറഞ്ഞു നിഷ്കർഷി ച്ചിട്ടാണു പോൽ രാജകുമാരനെ കാണ്മാൻ വന്നതു. ദ്രവത്തിനും മററും കാംക്ഷ അശേഷംപോലുമില്ല. എന്നാൽ, ആരെങ്കിലും വല്ലതും ഭിക്ഷയായിട്ടോ, വഴിപാടായിട്ടോ മുമ്പാകെ തിരുമുൽക്കാഴ്ചയായി വണങ്ങിയാൽ സ്വീകരിക്കുവാൻ അപ്രിയമില്ലതാനും. സ്വർണ്ണമയി ആ സന്ന്യാസിയുടെ വേഷം ആകപ്പാടെ കണ്ടപ്പോൾ 'ഇങ്ങനെത്തെ പകക്കാർ സാധാരണയായിവഞ്ചകന്മാരും ദുരാത്മാക്കളുമാണു,ഇതത്രയും വ്യാജമാണു,പരമാത്ഥമാവാൻ പാടില്ല'എന്നു പറഞ്ഞു. അപ്പോൾ അടുത്തു നിന്നിരുന്ന ഒരു ഭൃത്യൻ പറഞ്ഞു: അങ്ങനെ മാത്രം അരുളിച്ചെയ്യരുതെ തമ്പുരാട്ടി. ഇദ്ദേഹത്തിന്റെ പെരുമ, [37]അടിയന്റെ ഈ കണ്ണു രണ്ടാലേണ്ടും കണ്ടിരിക്കുന്നതല്ലെ? മററൊരു ഭൃത്യൻ ചോദിക്കണ്ടേതാമസമേയുള്ളു മറുപടി പറവാൻ. പറഞ്ഞാൽ അതിൽതെല്ലപോലു് പിഴച്ചുപോകയില്ല. മായം ഏന്തുല്ലന്േറ തമ്പുരാട്ടി, തനിച്ച നരേുതന്നെ' എന്നു പറഞ്ഞു. സ്വർണ്ണമയി ആഭാസന്മാരായ അവരുടെ സംസാരം കേട്ടിടിട്ടു അല്പം ഹാസ്യരസത്തോടുക്കൂടി ഭർത്താവിന്റെ മുഖത്തേക്കുനോക്കി.

രാജകുമാരൻ, 'ഇവർ പറഞ്ഞതല്ലപരമാർത്ഥം ഏന്നു എന്താനിശ്ചയം? സൂക്ഷ്മം എങ്ങനെയെന്നു നമുക്കു ഇപ്പോൾഅറിയാമല്ലോ? എന്നുപറഞ്ഞു ആ വൈരാഗിയോടു ചില ചോദ്യങ്ങൾ ചോദ്യപ്പാൾതുടങ്ങി. മിക്ക ചോദ്യങ്ങൾക്കും ഏകദേശം ശിയെ ഉത്തരം പറഞ്ഞപ്പോൾ രാജകുമാരനു മററു കണ്ടുനിൽക്കുന്നവരും വളരെ വിസമയപ്പെട്ടു.

രാജകുമാരൻ: 'ഒന്നുകൂടി ചോദിക്കാം' എന്നു പറഞ്ഞു:' എന്റെ ഭാര്യയ്ക്ക് എത്ര സഹോദരിമാരുണ്ടു് എന്നു ചോദിച്ചു.

വരൊഗി സ്വർണമയിയുടെ മുഖം നോക്കി ഇല്ല എന്നറിയിപ്പാൻ തലകുലുക്കി.

രാജകുമാരൻ: സഹോദരന്മാരുണ്ടോ? ' എന്നു ചോദിച്ചു.

വരൊഗി ചൂണ്ടാണിവിരൽകൊണ്ട് ഒന്നു് എന്നു കാണിച്ചു.

രാജകുമാരൻ:അയാൾ ഇപ്പോൾ ഇവിടെയുണ്ടോ?

വരൊഗി 'ഇല്ല' എന്നു കാണിച്ചു. പിന്നെ കൈകൊണ്ടും തലകൊണ്ടും മററു ചില ആംഗ്യങ്ങൾ കാണിച്ചതിനു, സമീപം ഒരു ദിക്കിൽ സുഖമായിരിക്കുന്നു എന്നർത്ഥമാണന്നെന്നു് ശിഷ്യർ വ്യാഖ്യാനിച്ചു. അപ്പോൾ രാജകുമാരൻ കുറെ പ്രസന്നതയോടുകൂടി സ്വർണമയിയുടെ മുഖത്തേക്കു നോക്കി.

അടുക്കെ നിന്നിരുന്ന ഒരു ബ്രാഹ്മണൻ 'അതു ശരിയായവൻ സംഗതിയുണ്ട്.നായാട്ടിനു വളരെ സമർത്ഥനായ ഒരു ചെറുപ്പക്കാരൻ അവന്തിരാജ്യത്തു ചെന്നിട്ടുണ്ടെന്നും അവിടെ ഈയിടെ അഭിഷേകം കഴിഞ്ഞ യുവരാജാവിന്റെ ചങ്ങാതിയായി താമസിച്ചുവരുന്നുവന്നെന്നും ഒരു വർത്തമാനം ഞാൻ കേൾക്കയുണ്ടായി' എന്നറിയിച്ചു.

രാജകുമാരൻ: അതു് താരാനാഥനാണന്നെന്നുള്ളതിനു് ആക്ഷേപവുമുണ്ടോ? വേഗേത്തിൽ ആളെ അങ്ങോട്ടു് അയച്ചു് ആയാളെ വരത്തണം എന്നു പറഞ്ഞു.

സ്വർണമയി,' ഞാൻ ഒരു ചോദ്യം ചോദിക്കട്ടെ' എന്നു പറഞ്ഞു 'എന്റെ സഹോദരന്നു് എത്ര വയസ്സായി' എന്നു ചോദിച്ചു.

വരൊഗി: അല്പം ആലോചിച്ചു് 'ഇരുപത്തിമൂന്നു്' എന്നകാണിച്ചു്.

സ്വർണമയി: ആശ്ചര്യം, അതു ശരിതന്നെയെല്ലോ. ആകട്ടെ എന്റഅെച്ഛന്നു് എത്ര വയസ്സായി ? [38]വരൊഗി: അമ്പത്തിനാലു് എന്നു കണിച്ചു.

സ്വർണമയി: ഇനി എത്ര കാലം ഇരിക്കും അച്ഛൻ?

വരൊഗി: വളരെക്കാലം കീർത്തിമാനായി ഇരിക്കും എന്നുകാണിച്ചു. സ്വർണമയി,' മതി, മതി. വളരെക്കാലം മുമ്പെ അന്തരംവന്നു പോയ എന്റഅെച്ഛൻ ഇനിയും ദീർഘായുസ്സായിരിക്കുമന്നെന്നല്ലേഇവൻപറഞ്ഞതു്? 'മതി.' ഇനി, എനിക്കുച്ചോദ്യം ഒന്നും ഇല്ല. വല്ലതും കൊടുത്തു് വേഗേത്തിൽ ഇവിടുന്നയച്ചാൽ നന്നായിരുന്നുവന്നെന്നു് ഭർത്താവിനോടുപറഞ്ഞു.

രാജകുമാരൻ:'അതിൽ ഒന്നുമാത്രമല്ലെ തെറ്റിപ്പോയുള്ളു. എത്രയോഗ്യന്മാരും പറഞ്ഞതു മുഴുവനും ശരിയായിരിക്കുകയില്ല. ദിവ്യനല്ലങ്കെിലും സാമാന്യനല്ലന്നെു തീർച്ചതന്നെ'എന്നു തന്റഅെടുത്തു് നിന്നിരുന്നവരോടായിട്ടു പറഞ്ഞു. അതിനിടയിൽ വരൊഗി, മടക്കി, മുദ്രമച്ചു് , ഭദ്രമാക്കിയ ഒരു ഓല കയ്യിൽ എടുത്തു്

ചില ആംഗ്യങ്ങൾ കാണിച്ചുതുടങ്ങി. ആ എഴുത്തിൽ ഈശ്വരകല്പിതം എഴുതിയിരിക്കുന്നവന്നെു ആയതു് വാങ്ങി ഭദ്രമായി സൂക്ഷിച്ചു് മൂന്നാം ദിവസം ചുരുക്കത്തിൽ ഒരു പൂജകഴിച്ചു് വിപ്രനക്കൊണ്ടു കെട്ടഴിപ്പിച്ചു നോക്കിയാൽ അതിൽ ഈശ്വരകല്പിതം മനുഷ്യഭാഷയിൽ പ്രത്യക്ഷമായി എഴുതിയിരിക്കുന്നതു കാണാമന്നെും, അതു പ്രകാരം അനുഷ്ഠിച്ചാൽ അപരിമിതമായ അഭ്യുദയം രാജകുമാരന്നു സംഭവിക്കുമന്നെുമാണു് സ്വാമി പറയുന്നതു് എന്നു ശിഷ്യർ വ്യാഖ്യാനിച്ചതിനെ വരൊഗി ശിരഃ കമ്പനംകൊണ്ടു സ്ഥിരപ്പടുത്തി. ആ ഓലയുംകുറെ സിന്ദുവാരപ്പൊടിയുംക്കുടി ഒരു ഇലയിലാക്കി ആരാജകുമാരൻെറ കയ്യിൽ കൊടുത്തു, രാജകുമാരൻ അതു ഭക്തിപൂർവം സ്വീകരിച്ചു് വരൊഗിക്കുചില സമ്മാനങ്ങൾ കൊടുത്തു്, താമസിയാതെ മടങ്ങിവരുന്നതു് സന്തോഷമാണന്നെും മററും നല്ല വാക്കിനെ പറഞ്ഞു് സന്തോഷമാക്കി അയയ്ക്കകയും ചയെതു.

8.ഗൂഢസന്ദർശനം

കുലിംഗമഹാരാജാവു് പുത്രനായ പ്രതാപചന്ദ്രന്നു വിവാഹംകഴിഞ്ഞതിന്നുശേഷം അധികം താമസിയാതെ, ഒരു ദിവസം അഘോരനാഥനെ വരുത്തുവാൻ ആളെ അയച്ചു തനിക്കു വാർദ്ധക്യം ഹേതുവായിട്ടു് ബുദ്ധിക്കു മന്ദതയും കാര്യങ്ങളിൽ അലസതയും ഉള്ളവിവരം അദ്ദേഹത്തിന്നുതന്നെ അറിവില്ലായ്കയല്ല. ബാലനായിരുന്നപ്രതാപചന്ദ്രന്നു് കുറക്കൂടി പ്രായമാകട്ടെ എന്നു വിചാരിച്ചു് അത്രനാളും കഴിഞ്ഞു. ഇപ്പോൾ രാജകുമാരന്നു് ഇരുപത്തഞ്ചു വയസ്സ്പ്രായമായി, രാജ്യഭാരം വഹിക്കുവാൻ ശക്തനായി. വിവാഹവും കഴിഞ്ഞു. അതുകൊണ്ടു് പ്രതാപചന്ദ്രന് അഭിഷേകം കഴിഞ്ഞു് അഘോരനാഥനെ പ്രധാനമന്ത്രിയായി നിശ്ചയിച്ചു്, അവരെ സകലവും ഭരമേല്പിച്ചു് തനിക്കു രാജ്യം വിട്ടു് വിശ്വവിശ്രുതയായ മണികർണികയിങ്കൽ പോയി ആ പുണ്യഭൂമിയിൽ ശേഷം ജീവകാലം കഴിച്ചു്, മരിക്കുമ്പോൾ സാക്ഷാൽ ഈശ്വരങ്കിൽ നിന്നു് താരകബ്രഹ്മം ഉപദേശം വാങ്ങി സായൂജ്യം സമ്പാദിക്കണേമന്നു വളരെ കാലമായി താൻ വിചാരിച്ചുപോന്നിരുന്ന ആഗ്രഹം സാധിക്കുവാൻ നല്ല തരം വന്നുവെന്നു നിശ്ചയിച്ചു് അഘോരനാഥൻ വന്ന ഉടനെ തന്റെ അഭിലാഷം ഒക്കയെയും തുറന്നു പറഞ്ഞു് 'ഞാൻ സംസാരസാഗരത്തിൽ നിയമഗ്നനായി ഇഹത്തിലേക്കും പരത്തിലേക്കും കൊള്ളാതെ ഇങ്ങനെ കഷ്ടമായി കാലക്ഷേപംചെയ്തു വരുന്നതിനാൽ വളരെ വ്യസനമുണ്ടു്. വാർദ്ധക്യം കൊണ്ടു് ബുദ്ധിമന്ദിച്ചിരിക്കയാൽ എന്റെ പ്രവൃത്തികളെകൊണ്ടു് പ്രജകൾക്കു ക്ഷേമംവഴിപോലെ ഉണ്ടാവില്ലന്നുതന്നയെല്ല, മേലാൽ വിചാരിക്കാതകെണ്ടുള്ള സങ്കടങ്ങൾ നേരിടുവാനും, ദുഷ്ടൻമാർക്കു് ശിക്ഷിക്കപ്പെടുമെന്നുള്ള ഭയംകൂടാതെ അധികമായ അന്യായങ്ങൾ പ്രവർത്തിപ്പാനും മറ്റും പല പല ദോഷങ്ങൾക്കും ഇടയുണ്ടാകുന്നതാണു്. അതുകൊണ്ടു് കഴിയുന്നവേഗത്തിൽ നമ്മുടെ കുമാരന്റെ അഭിഷേകത്തിനു് ഒരുക്കുകൂട്ടുകതന്നെ വേണം'.

അഘോരനാഥൻ മുഖപ്രസാദത്തോടുകൂടി കല്പിക്കും പ്രകാരം ചെയ്യാമെന്നുത്തരം പറഞ്ഞു. പിന്നെ അഭിഷേകത്തിന്റെ സംഗതിയെക്കുറിച്ചു് രാജാവും മന്ത്രിയുംകൂടി സംസാരിച്ചുകൊണ്ടിരിക്കെ രാജകുമാരൻ അവിടെക്കെയത്തി. രാജാവു തന്റെ നിശ്ചയത്തെ പുത്രനേയും അറിയിച്ചു.

രാജകുമാരൻ: ആശ്ചര്യം! ഈശ്വരകല്പിതം ഇത്ര സൂക്ഷ്മമായി അറിയാമല്ലോ എന്നു പറഞ്ഞു.

രാജാവ്: എന്താ ഈശ്വരകല്പിതം അറിഞ്ഞതു്? എന്നു ചോദിച്ചു.

രാജകുമാരൻ: രണ്ടു ദിവസം മുമ്പെ ഒരു വൈരാഗി ഇവിടെ വന്നിരുന്നു. അയാൾ എന്റെ പക്കൽ ഒരു എഴുത്തു തന്നിട്ടുണ്ടായിരുന്നു. ആയാൾ പറഞ്ഞപ്രകാരം ഇന്നു് അതു

പരൊളിച്ചു നോക്കിയപ്പോൾ ഛൻ പറഞ്ഞ കാര്യംതന്നെയാണു് അതിലും കണ്ടതു് അച്ഛനോടു് ആ വിവരം ആരങ്കിലും പറയുകയുണ്ടായോ?

രാജാവ്: എന്നോടു് ആരും പറഞ്ഞിട്ടില്ല. എനിക്കു വളരെ കാലമായുണ്ടായിരുന്ന മനോരാജ്യം താമസിയാതെ സഫലമാക്കണമെന്നു നിശ്ചയിച്ചു് ഞാൻ അഘോരനാഥനെ വിളിച്ചു പറഞ്ഞതാണ്. എന്താണ് ആ ഓലയിൽ കണ്ടതു്. അതു വായിക്കുക.

രാജകുമാരൻ: 'താമസിയാതെ അഭിഷേകം കഴിച്ചു് ചിരകാലകീർത്തിമാനായി വാഴുക' എന്നു സംസകൃതത്തിൽ എഴുതിയിരു [40]ന്നതു വായിച്ചു. അപ്പോൾതന്നെ അഘോരനാഥൻ ആ ഓല വാങ്ങി നോക്കി.

രാജാവ് : ദൈവകല്പിതം ഇങ്ങനെ അറിവാടവന്നതുതന്നെ അത്ഭുതം. എന്റെ മനോരഥവും ഇതിനോടു് അനുകൂലിച്ചതു് അധികം അത്ഭുതം. ഏതങ്കിലും ഇനി കാലവിളംബം ഒട്ടും അരുതു്.

അഘോരനാഥൻ എന്തോ ഒരു ശങ്ക തോന്നിയതുപോലെ ആ ഓലയിൽ എഴുതിതു് കുറെ നേരം സൂക്ഷിച്ചു നോക്കി. ഇതു് ഇപ്പോൾ എന്റെ പക്കൽ ഇരിക്കട്ടെ എന്നു പറഞ്ഞു് രാജാവിനോടു വിടവാങ്ങി ഓലയും കൊണ്ടു പോയി.

രാജാവു് പ്രതാപചന്ദ്രനെ സമീപത്തിരുത്തി, തന്റെ മനോരാജ്യങ്ങളെ ഒക്കെയും അറിയിച്ചശേഷം രാജധർമത്തെയും രാജ്യപരിപാലനത്തെയും സംബന്ധിച്ച പല സാരമായ ഉപദേശങ്ങളെ പറഞ്ഞുകൊടുക്കുകയും ചെയ്തു.

അഘോരനാഥൻ രാജാവിന്റെ തിരുമുമ്പാകനിന്നു പോന്ന ഉടനെ, ആ ഓല രാജകുമാരന്റെ പക്കൽ കൊടുത്തു് സന്ന്യാസിയെ എവിടുനിന്നങ്കിലും കണ്ടുപിടിച്ചുകൊണ്ടുവരണമെന്നു പറഞ്ഞു് ഏല്പിച്ചു് പല വഴിക്കും ആളുകളെ അയച്ചു് ചന്ദനോദ്യാനത്തിലേക്കു പോയി. അവിടെ എത്തി തന്റെ ആസ്ഥാനമുറിയിൽ ചെന്നു് അഭിഷേകത്തിന്നു വേണ്ടുന്നവരെ ഒക്കെയും വരുത്തുവാൻ എഴുത്തുകൾ എഴുതുമ്പോൾ, ഒരു ഭൃത്യൻ കടന്നുചെന്നു.

അഘോരനാഥൻ എന്തിന്നു വന്നൂ, എന്നു ചോദിക്കും ഭാവത്തിൽ അവന്റെ മുഖത്തേക്കു നോക്കി.

ഭൃത്യൻ:ഇന്നലെ രാത്രി സന്ധ്യമയങ്ങിയ ഉടനെ ശരീരവും മുഖവും മുഴുവനും മറച്ചു് ഒരു മനുഷ്യൻ ഇവിടുത്തെ കാണണമെന്നു പറഞ്ഞുകൊണ്ടു് ഇവിടെ വന്നിരുന്നു. അടിയന്തരമായി ഒരു കാര്യം പറവാനാണന്നും പറഞ്ഞു.

അഘോരനാഥൻ: എവിടുന്നാണു് എന്നു് മററും വിവരം ചോദിച്ചുവോ? ഭൃത്യൻ: അതു ഞങ്ങൾ ചോദിക്കായ്കയില്ല. ഞങ്ങളോടു യാതൊന്നും പറഞ്ഞില്ല ചോദിച്ചതു മാത്രം ശേഷിച്ചു.

അഘോരനാഥൻ: ഇനി എപ്പോൾ വരുമെന്നു പറഞ്ഞതു്?

ഭൃത്യൻ:അതും പറക ഉണ്ടായില്ല. ഞാൻ അദ്ദേഹത്തെ എവിടെവെച്ചെങ്കിലും കണ്ടു ക്കൊള്ളാം എന്നു മാത്രം പറഞ്ഞുപോയി.

അഘോരനാഥൻ' ഇനി വരുന്നതറിയട്ടെ ' എന്നു മാത്രം പറഞ്ഞു് ഭൃത്യനെ അയച്ചു് തന്റെ പണി നോക്കിത്തുടങ്ങുകയും ചെയ്തു. അന്നുതന്നെ നാലഞ്ചു നാഴിക രാച്ചെന്നപ്പോൾ ദൂരത്തുനിന്നു് ഒരു കുതിരയെ ഓടിക്കുന്നതു കേട്ടു. ആ സമയത്തു് ഉദ്യാനത്തിലേക്കു വന്നതായിരിക്കുമെന്നു് അഘോരനാഥൻ ആലോചിച്ചു കൊണ്ടിരിക്കെ ഒരു ഭൃത്യൻ ഓടിക്കൊണ്ടുവന്നു്, ഇന്നലെ വന്ന [41]ആൾ തന്നെയൊന്നു തോന്നുന്നു. ഇന്നലത്തെപ്പോലെ തന്നെയെല്ലാവേഷം. ഇന്നു വിശേഷിച്ചു് കുതിരയും ഉണ്ടു് ' എന്നു പറഞ്ഞു അഘോരനാഥൻ: 'ആ ആളോടു് എന്റെ മന്ത്രശാലയിലേക്കു വരുവാൻ പറക ' എന്നു പറഞ്ഞു് താൻ മുമ്പെമന്ത്രശാലയിലേക്കു നടന്നു. മന്ത്രശാലയിൽ ചെന്നിരുന്നപ്പോളേക്കു് ആ മനുഷ്യനും എത്തി, ആഘോരനാഥനെ തന്റെ കൃത്രിമമുഖത്തെ നേത്രങ്ങളുടെ സൂക്ഷിച്ചു നോക്കി ആൾ മാറീട്ടില്ലെന്നു നല്ലവണ്ണം തീർച്ചയായശേഷം തന്റെ അടിക്കുപ്പായത്തിന്റെ ഉറയിൽ കയ്യിട്ടു് ,അതിൽനിന്നു് ഒരു എഴുത്തു് എടുത്തു്, ഒന്നും പറയാതെ അഘോരനാഥൻ കയ്യിൽ കൊടുത്തു. അഘോരനാഥൻ അയാളുടെ സ്വരൂപവും പ്രച്ഛന്നവേഷവും മററും കണ്ടപ്പോൾ കുറച്ചുനേരം അന്ധനായി നിന്നുവെങ്കിലും എഴുത്തു കിട്ടി വായിച്ചപ്പോൾ സംഭ്രമം ഒക്കയെും തീർന്നു സന്തോഷംകൊണ്ടായിരിക്കാമെന്നു തോന്നുന്നു, അദ്ദേഹത്തിനുകണ്ണുനീർ തന്നാലെപൊടിഞ്ഞു. ആ എഴുത്തു് ഒരിക്കൽക്കൂടി വായിച്ചു. കണ്ണുനീർ തുടച്ചു പിന്നെയും വായിച്ചും അതിന്റശേഷം ആ എഴുത്തു് കയ്യിൽ നിന്നു വെക്കാതെ ആ നിലയിൽ തന്നെ നിന്നു് ഒരു രണ്ടുമൂന്നു നാഴിക നേരം രഹസ്യമായി ആ മനുഷ്യനോടുസംസാരിച്ചു് അയാളെ പുറത്തേക്കു കൊണ്ടു വന്നു്,ഭക്ഷണവും മററും വേണ്ടതു പോലെകഴിപ്പിക്കുവാൻ ഭരത്യന്മാരെ ഏല്പിച്ചു് താൻ ആസ്ഥാനമുറിയിലേക്കുതന്നെ മടങ്ങിപ്പോവുകയും ചെയ്തു. അപ്പോഴേക്കു് രാജധാനിൽനിന്നു രണ്ടു കിങ്കരന്മാർ എത്തി. അഘോരനാഥന്റെ മുമ്പിൽ വന്നു വണങ്ങി. അതിൽ ഒരുവൻ പറഞ്ഞു:ഞങ്ങൾ ആ സന്ന്യസിയെ തിരിഞ്ഞു് പല ദിക്കിലും പോയി. കാണ്മാൻ കഴിഞ്ഞില്ല. ആയാളുടെ കൂടെയുണ്ടായിരുന്ന ഒരു ശിഷ്യനെ കണ്ടെത്തി. ആ ശിഷ്യനും സന്ന്യാസിയും വേറെ ഒരു ശിഷ്യനുംകൂടി മിനിഞ്ഞാന്നു് രാത്രി ഒരുമിച്ചു് ഒരു വഴിയമ്പലത്തിൽ കിടന്നിരുന്നുവത്രെ. പുലർച്ചെ എഴുനീററു് നോക്കയപ്പോൾ ആസന്ന്യാസിയകെണ്ടില്ലെന്നും, നാടുവിട്ടുപോയി എന്ന തോന്നുന്നു എന്നും ആ ശിഷ്യൻ പറഞ്ഞു. ഞങ്ങൾ ഇനി ഏതു ദിക്കിൽ തിരയണ്ടു എന്നറിയാതെ മടങ്ങിപ്പോന്നതാണു്. അഘോരനാഥൻ, 'നല്ലതു്, നിങ്ങൾ ഇനി അതിനായിട്ടു് യത്നിക്കണ്ട. ആ വൈരാഗി ശിഷ്യരെ വെടിഞ്ഞുപോയതു്

ഓർക്കുമ്പോൾ, ഞാൻവിചാരിച്ചിരുന്നതുപോലെ വിശിഷ്ടനെന്നാണെന്നുതോന്നുന്നില്ല. അതുകൊണ്ടു് ഇനി ആയാളെ കാണണമെന്നില്ല' എന്നുപറഞ്ഞു് അവരെ മടക്കി അയച്ചു അതിനിടയിൽ ഭൃത്യന്മാർ തമ്മിൽ മററൊരേടത്തുവച്ചു് ആ വന്ന വികൃതരൂപനാരായിരിക്കാമെന്നു് ആലോചിച്ചുതുടങ്ങി. അവരിൽ അധികം പഴമയുള്ള ഒരു ഭൃത്യൻ തന്റെ വിവരണം [42]കൊണ്ടു് മററവരുടെ ശങ്കാപരിഹാരം വരുത്തി. 'ഇങ്ങനെ അപൂർവം ചിലർ ചിലപ്പോൾ വരുമാറുണ്ടു്.പക്ഷേ,ഇത്ര കെട്ടിമൂടികൊണ്ടും മുഖം കാണിക്കാതയേും മററുമല്ല. ഈ മാതിരിക്കാരെ ചാരന്മാരെന്നാണു് പറയുക. ഓരോ രാജ്യങ്ങളിൽ, ഓരോ വേഷം ധരിച്ചു്, ഓരോ പേരും പറഞ്ഞു്, അവിടവിടെ കഴിയുന്ന വർത്തമാനങ്ങൾ ഓരോന്നു് ഒററുനിന്നറിഞ്ഞു് നമ്മുടെ സ്വാമിയെ സ്വകാര്യമായി വന്നറിയിക്കുക, ഇതാണുപോലും ഈ കൂട്ടരുടെപണി; മൊരം കള്ളന്മാരാണു് എന്നു് പഴക്കമേറിയ ഒരു ഭൃത്യൻ മററവരോടു പറഞ്ഞു. മററൊരു ഭൃത്യൻ: അതു് ഒട്ടും ഇല്ലാത്തതല്ല. ഇവനും അമ്മാതിരിക്കാരൻ തന്നെയായിരിക്കണം. അല്ലങ്കിൽ ഇങ്ങനെ വരേണ്ട ആവശ്യം എന്തു് ? ആ വിദ്വാന്റെ കുപ്പായവും കാലൊറയും കെട്ടും, പൂട്ടും എല്ലാം പാടേ കണ്ടപ്പോൾ ഇതാരെടൊ! എന്നു് വിചാരിച്ചുവല്ലോ ഞാൻ! അതല്ലടൊ! ഇക്കള്ളന്മാർ നമ്മുടെ നാട്ടിൽ കഴിയുന്ന വർത്തമാനം എല്ലാം മററങ്ങാനും പോയി പറഞ്ഞാലോ? അതു് നോക്കു് ദോഷമല്ലേ? മൂന്നാമതു് ഒരു ഭൃത്യൻ: അങ്ങനെ ഏതാനും ചെയ്താൽ നമ്മുടെ യജമാനൻ ഇവനെ വെച്ചേക്കുമോ? രണ്ടാമതു്പറഞ്ഞ ഭൃത്യൻ: ഈ കൂട്ടരെ എങ്ങനെ വിശ്വസിക്കും? അങ്ങനെ വല്ലതും ചെയ്താൽതന്നെ ഇവരെ പിടിക്കാൻ കിട്ടാനോ? പതിനെട്ടടവും പമ്പരംപാച്ചിലും പടിച്ചവരല്ലേ? ഇങ്ങനെയെല്ലാം പറഞ്ഞുവെങ്കിലും യജമാനന്റെ കല്പനയ്ക്കനുസരിച്ചു് അവർ പുതുതായി വന്ന ആ മനുഷ്യനു് വേണ്ടതു് ഒക്കയെും കൊടുത്തു് സൗഖ്യമായി ഭക്ഷണം കഴിപ്പിച്ചു. ഉമ്മാൻ ഇരിക്കുമ്പോൾ അയാളുടെ മുഖം നോക്കുവാൻ അവർ ശ്രമിച്ചു. ഇരുട്ടത്തിരുന്നാണു് ഉണ്ണുന്നത് എന്നു പറയുകയാൽ അതിന്നു് തരമുണ്ടായില്ല. രാത്രി കിടക്കുമ്പോഴും അകത്തു്ഒരു വാതിൽ അടച്ചു താഴിട്ടാണു് കിടന്നതു്. ആയതുകൊണ്ടു് മുഖം കാണ്മാൻ അപ്പോഴും തരമായില്ല. ഏകദേശം അഞ്ചുനാഴിക പുലരാനുള്ളപ്പോൾ അഘോരനാഥൻ തന്നെ എഴുന്നേററു് വിളക്കു കൊളുത്തി. ആ മനുഷ്യനെ വിളിച്ചു്അയാളുടെ പക്കൽ ഒരു എഴുത്തു കൊടുത്തു. അതു് അപ്പോൾത്തന്നെ അടിക്കുപ്പായത്തിന്റെ കീശയിൽ സൂക്ഷിച്ചുവെച്ചു്, തന്റെ കുതിരപ്പുറത്തു കയറി ഒട്ടും താമസിയാതെ യാത്രപറഞ്ഞു പോകയുംചെയ്തു.

9.അഭിഷേകം

അഭിഷേകത്തിന്നു നിശ്ചയിച്ച ദിവസം വന്നപ്പോഴേക്കു് വൈദികന്മാർ, കർമ്മികൾ , പുരോഹിതന്മാർ, അഗ്നിഹോത്രികൾ,സോമയാജികൾ മുതലായ മഹാബ്രാഹ്മണരും അനവധി ജനങ്ങളും എത്തിക്കൂടി. മുഹൂർത്തസമയത്തു് പ്രതാപചന്ദ്രനെയും ഇടത്തുഭാഗത്തു് സ്വർണ്ണമയീദേവിയേയും സിംഹാസനങ്ങളിന്മേൽ ഇരുത്തി, വളരെ മന്ത്രങ്ങളെക്കൊണ്ടു് പരിശുദ്ധമായ ജലത്തെ അവരുടെ തലയിൽ അഭിഷേകംചെയ്കയും പുരോഹിതൻ അവരുടെ പരദേവതയെക്കുറിച്ചു് ചില മന്ത്രങ്ങൾ അവർക്കു് ഉപദേശിക്കുകയും കിരീടം തലയിൽ വെക്കുകയും ചിത്രരഥമഹാരാജാവു് രാജ്യഭരണചിഹ്നമായ വാൾ പുത്രന്റെ പക്കൽ ഏല്പിച്ചുകൊടുക്കയും മററും ക്രിയകൾ വഴിപോലെ കഴിഞ്ഞു. അന്നു വൈകുന്നേരംതന്നെ യുവരാജാവും രാജ്ഞിയുംകൂടി നഗരപ്രവേശംചെയ്തു. കലിംഗരാജാവിന്റെ പ്രധാനനഗരത്തിൽ രാജവീഥി എന്നുപേരായി വളരെ വിസ്തീർണ്ണമായ ഒരു വീഥിയുണ്ടു്. രാജധാനിയുടെ വടക്കെ ഗോപുരത്തുടെ പുറത്തേക്കു കടന്നാൽ ആ വീഥിയിലേക്കാണു് ചെല്ലുക. ആ വീഥി ഏകദേശം ഒരു കലച്ചവില്ലിന്റെ ആകൃതിയിൽ രാജധാനിയുടെ കിഴക്കുപുറത്തുകൂടി തെക്കെ ഗോപുരത്തിലോളം ഉണ്ടു്. നഗരവാസികൾ ആ വീഥിയെ അതിമനോഹരമായി അലങ്കരിച്ചു് ദീപങ്ങളെക്കൊണ്ടു് പ്രകാശിപ്പിച്ചിരുന്നു. ഭാവങ്ങളുടെ മുൻഭാഗം കലവാഴകളെക്കൊണ്ടും ഈന്തിൻ പട്ടകളെക്കൊണ്ടും കുരുത്തോലകളെക്കൊണ്ടും ചുവപ്പുശീലകളെക്കൊണ്ടും വളരെ കൗതുകമാകുംവണ്ണം അലങ്കരിച്ചിരുന്നതിനുപുറമെ, വീഥിയിൽ വിലങ്ങനെ വളരെ തോരണങ്ങൾ തൂക്കുകയും ഇടയ്ക്കിടയ്ക്കു് 'യുവരാജാവും രാജ്ഞിയും ജയിക്കട്ടെ', ' പ്രതാപചന്ദ്രനേയും സ്വർണ്ണമയീദേവിയേയും ദൈവം കടാക്ഷിക്കട്ടെ' യുവരാജാവും രാജ്ഞിയും ദീർഘായുസ്സായിരിക്കട്ടെ' എന്നീവിധം ആശീർവ്വാദങ്ങൾ, വലിയ അക്ഷരങ്ങളായി വെള്ളശ്ശീലകളിൽ കസവുകൊണ്ടുതുന്നിപ്പിടിപ്പിച്ചു്, എല്ലാവരും കാണുമാറു് സൗധാഗ്രങ്ങളിലും സ്തംഭങ്ങളിന്മേലും, വീഥിയിൽ പലേടങ്ങളിലും വെച്ചുകെട്ടി ഉണ്ടാക്കിയ കമാനങ്ങളിന്മേലും പതിച്ചിട്ടുമുണ്ടായിരുന്നു. അസ്തമനശേഷം ഉത്തരഗോപുരത്തൂടെ എഴുന്നരുളത്തു്പുറപ്പെട്ടു.ആ മഹോത്സവം കാണ്മാൻവേണ്ടി വിശേഷവസ്ത്രങ്ങളും കുറികളും ധരിച്ചു മോടിയോടുകൂടി വന്നിരുന്ന അനവധി ജനങ്ങൾ എല്ലാററിലും മുമ്പിൽ തിക്കിത്തിരക്കി നടക്കുന്നു. അവരുടെ വഴിയെ തിരക്കൊഴിപ്പാനായി അശ്വാരൂഢന്മാരായ ഭടന്മാർ പലരും അങ്ങുമിങ്ങും നടന്നു് തങ്ങിനിൽക്കുന്ന പുരുഷാരത്തെ ക്രമേണ മുന്നോട്ടു തള്ളി [44]ക്കൊണ്ടു് എഴുന്നെരുളത്തു് പോവാൻ വഴിയുണ്ടാക്കുന്നു. അവരുടെ പിന്നിൽ വീഥിക്കു വിലങ്ങനെ നാലഞ്ചുവരിയായി നിരന്നുനിന്നിട്ടുണ്ടായിരുന്ന പലവിധ വാദ്യക്കാർ, സാവധാനത്തിൽ മുന്നടേട്ടു നീങ്ങിക്കൊണ്ടിരിക്കുന്ന ആ ബഹുജനങ്ങളുടെ കൂട്ടത്തെ താങ്ങളുടെ പാടവം കണ്ടു കൊണ്ടാടുവാൻവേണ്ടി

താമസിപ്പിക്കുകയോ എന്നുതോന്നുംവണ്ണം, എഴുന്നരുളത്തിന്നിടയിൽ അവിടവിടെ കുറച്ചു നിന്നു് അതാതുവിധം വാദ്യക്കാർ, താന്താങ്ങളുടെ വാദ്യത്തിന്നു മെച്ചം കിട്ടണേമെന്നുവെച്ചു് ഏകകോപിച്ചു മത്ധരിക്കുംപോലെ എല്ലാവിധം വാദ്യക്കാരും അവരവരുടെ വാദ്യത്തെ അത്യുത്സാഹത്തോടും അതിവിദഗ്ദ്ധതയോടുകൂടി പ്രയോഗിക്കുന്നു. വാദ്യക്കാരുടെ പിന്നാലെ പൊന്നണിഞ്ഞ നൂറു കൊമ്പനാനകളെ അകലമിട്ടു് രണ്ടു വരിയായി വിലങ്ങാനെ നിർത്തിയിട്ടുള്ളവയുടെ പുറത്തു് വെൺകൊറ്റക്കുടകൾ, തഴകൾ, വെൺചാമരങ്ങൾ, ആലവട്ടങ്ങൾ എന്നീ മാതിരി രാജഹ്നങ്ങളെ ഉയർത്തിപ്പിടിച്ചിട്ടുണ്ടു്. അവയുടെ പിന്നിൽ വാളും പരിചയും എടുത്ത പല അത്ഭുതമായ അടവുകളും വിരുതുകളും കാണിച്ചുകൊണ്ടു്ഒരുകൂട്ടം മല്ലന്മാർ വരുന്നു.വഴിയെ,കടയും തലയും സ്വർണംകൊണ്ടു കെട്ടിച്ച് രാജചിഹ്നങ്ങളായ വലിയ വെള്ളിവടികളെ പിടിച്ചുകൊണ്ട് വലിയ വെള്ളത്തലക്കെട്ടുള്ള കുറെ ഹരികാരന്മാർ വീഥിയുടെ ഇരുവശത്തും ഓരോ അണിയായി നിരന്ന്,നടു മുഴുവനും ഒഴിച്ചിട്ടുകൊണ്ടുവരുന്നു.അവരുടെയും പിന്നിലാണു് യുവരാജാവും രാജ്ഞിയും കയറിയ പല്ലക്കു്. മണിമായമായ ആ പല്ലക്കു് പൂമാലകളെക്കൊണ്ടു് അതിവിശേഷമാകുംവണ്ണം അലങ്കരിച്ചിരുന്നു. പല്ലക്കിന്റെ വഴിയെ പ്രഭുക്കന്മാർ, സചിവന്മാർ, സനേനായകന്മാർ,സ്തൂതിപാഠകന്മാർ, ഗായകന്മാർ മുതലായവരും, മററും അനവധി പുരുഷാരവും ഉണ്ടു്. മേൽപറഞ്ഞവയുടെ എല്ലാററിന്റെയും ഇരുഭാഗത്തും വേലി കെട്ടിയ പോലെ ആയുധപാണികളായ ഭടന്മാരെ അണിയായി നിർത്തിയിരിക്കുന്നു. പല ദിക്കുകളിലും ദീപട്ടികളും ഇടയിൽ മത്താപ്പുകളും ഉണ്ടായിരുന്നതിനാൽ ആ പ്രദേശത്തു് ഇരുട്ടു് ലേശം പോലും ഇല്ലെന്നുതന്നെയല്ല, ജനങ്ങളുടെ മുഖത്തിന്നു് പ്രസന്നതയും, എല്ലാ വസ്തുക്കളുടെയും രമ്യതയും, സ്വതേയുള്ളതിൽ തുലോം അധികമായി തോന്നി. പല്ലക്കിന്റെ ഇരുഭാഗത്തും അല്പം അകലെ മത്താപ്പുകൾ ഇടവിടാതെ കത്തിക്കുകയാൽ, കാണികൾക്കെല്ലാവർക്കും യുവരാജാവിന്റെയും രാജ്ഞിയുടെയും ആഹ്ലാദകരമായ മുഖയുഗളങ്ങൾ ഒന്നിച്ചുദിച്ചിരിക്കുന്ന രണ്ടു ചന്ദ്രബിംബങ്ങളെപ്പോലെ വർദ്ധിച്ച കാന്തിയോടുംകൂടി കാണ്മമാറായിരുന്നു. ഇങ്ങനെ ആഘോഷത്തോടുകൂടിയ ആ ഘോഷയാത്ര സാവധാനത്തിൽ നടന്നു് ഒരോ ഗൃഹങ്ങളുടെ മുമ്പാകെ എത്തുമ്പോൾ, പ്രജകൾ താംബൂലമാല്യാദികൾ തട്ടുകളിലാക്കി ഉപചാരം ചെയ്യുന്നതിനെ പ്രീതിപൂർവം യുവരാജാവു് സ്വീകരിക്കുകയും പ്രധാനിക [45]ളായ പ്രജകളോടൊക്കെയും പ്രീതിസൂചകമായി തല കുമ്പിടുകയും അപൂർവം ചിലരോട് ഒന്ന് രണ്ട് വാക്ക് സംസാരിക്കുകയുംചെയ്യുംചെയ്തു് , പത്തു നാഴിക രാച്ചെല്ലുന്നതിന്നു മുമ്പായി തെക്കേ ഗോപുരത്തൂടെ രാജധാനിയിലേക്കു മടങ്ങിയെത്തുകയുംചെയ്തു. അഭിഷേകം കഴിഞ്ഞതിന്റെ അടുത്തനാൾതന്നെ അഘോരനാഥന്നു് പ്രധാനമന്ത്രിയുടെ പട്ടം പ്രസിദ്ധമായി രാജസഭയിൽ

വച്ചുകൊടുത്തു. അദ്ദേഹത്തിന്നു ഇതുകൊണ്ട് സ്ഥാനമാനങ്ങൾ അധികമായി എന്നല്ലാതെ പ്രവൃത്തിക്ക് യാതൊതു വ്യത്യാസവും ഉണ്ടായില്ല. കപിലനാഥനോട് വലിയ രാജാവു് കോപിച്ചതിൽപിന്നെ പ്രധാനമന്ത്രിയുടെ ഉദ്യോഗം നടത്തിവന്നിരുന്നത് അഘോരനാഥൻതന്നെയായിരുന്നു. പക്ഷേ, അതിന്നു മുമ്പിൽ ഭണ്ഡാരാധിപന്റെ സ്ഥാനമുണ്ടായിരുന്നതിനാലും പ്രധാനമന്ത്രിയുടെ സ്ഥാനം മുറപ്രകാരം കൊടുക്കായ്കയാലും അഘോരനാഥനെ ഭണ്ഡാരാധിപൻ എന്നുതന്നെയാണ് എല്ലാവരും പേർ പറഞ്ഞു വന്നിരുന്നത്. തന്റെ പ്രാപ്തിക്കുതകുന്നതും പണ്ടുതന്നെ തനിക്ക് കിട്ടുവാൻ അവകാശമുള്ളതും ആയ പ്രധാനമന്ത്രിയുടെ മാന്യസ്ഥാനം ലഭച്ചതിനാൽ അഘോരനാഥന്നു് സന്തോഷമുണ്ടായി കുറെ കാലമായി പ്രതിബന്ധപ്പെട്ട് ക്ലിഷ്ടമാർഗങ്ങളിൽ പ്രവേശിച്ചിരുന്ന ബഹുമാനമാകുന്ന നദി, ഇപ്പോഴെങ്കിലും വേണ്ടുന്നടേത്തേക്ക് പ്രവഹിച്ചുവല്ലൊ എന്നു വിചാരിച്ച് പ്രജകൾക്ക് അധികം സന്തോഷമുണ്ടായി. എന്നാൽ ,അഘോരനാഥന്റെ സന്തോഷം,തന്റെ ജ്യേഷ്ഠൻ വളരെ കാലം ഭരിക്കേണ്ടതായിരുന്നു ആ ഉദ്യോഗം എന്നു് മനസ്സിൽ തോന്നുമ്പോഴുണ്ടാകുന്ന ദുഃഖത്തോടു മിശ്രിതമായിരുന്നതിനാൽ പൂർണമായി എന്നു പറഞ്ഞുകൂടാ. ജ്യേഷ്ഠന്റെമേൽ വലിയ രാജാവിന്നു് നീരസമുണ്ടാവാനുള്ള സംഗതികളും ജ്യേഷ്ഠന്റെ അകാരണമായ അധഃപതനവും വിചാരിച്ച് വളരെക്കാലത്തേക്കു അഘോരനാഥൻ ഒരു മൗനവ്രതക്കാരനെപ്പോലെ ആരോടും മിഥ്യാലാപവും ,മനസ്സിന്ന് ഒരു ഉന്മേഷലും കുടാതെ സ്വതേയുള്ള തന്റെ പ്രസന്നതയും ഉത്സാഹവും മങ്ങി, ഒരു അരസികനെപ്പോലെയാണ് കഴിഞ്ഞുവന്നിരുന്നത്. മുമ്പത്തെ അധ്യായത്തിൽവിവരിച്ചഗുഢസന്ദർശനംകഴിഞ്ഞതിൽപ്പിന്നെ ആ അവസ്ഥയ്ക്കു വളരെ ഭേദം വന്നു. ഇപ്പോൾ പ്രധാനമന്ത്രയുടെ സ്ഥാനംകൂടി ലഭിക്കയാൽ മനസ്സ് ഏകദേശം സ്വസ്ഥിതിയിൽത്തന്നെയായി. വൈമനസ്യം കേവലം അസ്തമിച്ച്, സ്വഭാവം തളിഞ്ഞു അധികം പ്രീതികരമായിത്തീരുകയുംചെയ്തു്. അഘോരനാഥന്നു് പ്രധാനമന്ത്രിയുടെ പട്ടം കൊടുത്തുകഴിഞ്ഞശേഷം കിഴുക്കടെ കഴിഞ്ഞുവന്നിട്ടുള്ളസമ്പ്രദായപ്രകാരം യുവരാജാവു സിംഹാസനാരൂഢനായി ,പത്നീസമതേനായി, ആസ്ഥാനമണ്ഡപത്തിൽ ഇരുന്ന് കലിംഗരാജാവിന്നു് കപ്പം കൊടുക്കുന്നവരായ ഉപരാജാക്കന്മാരോടും നാട്പ്രഭുക്കന്മാരോടും തിരുമുൽ [46] കാഴ്ചകൾ സ്വീകരിച്ച്, അവരോട് രണ്ടു നാലു വാക്കു സംസാരിച്ച്, താരതമ്യംപോലെ ചില സമ്മാനങ്ങൾ കൊടുത്തയയ്ക്കകയും ഉണ്ടായി അങ്ങനെ തിരുമുൽക്കാഴ്ചയ്ക്കു വന്നിരുന്നവരിൽ ഒരാളെക്കുറിച്ചു പ്രത്യേകിച്ചു പറയേണ്ടിയിരിക്കുന്നു. അയാൾ വടേർക്കരചൻ ആണ്. വടേർ കലിംഗരാജ്യത്തിന്ന് സമീപമുള്ള വനപ്രദേശങ്ങളിൽ വസിച്ച് , വേട്ടകൊണ്ടും കായ്കനികളെക്കൊണ്ടും ഉപജീവനം കഴിച്ചുവരുന്ന ഒരു താണ ജാതിക്കാരാണ്. അസ്ത്രപ്രയോഗത്തിൽ അവർക്ക് അസാമാന്യമായ

നപൈുണ്യം ഉണ്ടു്. സ്വതേ അല്പം ഹ്രസ്വഗാത്രന്മാരാണെങ്കിലും എപ്പോഴും വട്ടേയാടുകയാൽ ആയവർ കൃശോദരന്മരും വാനരജാതികൾക്കുള്ളതിൽ വളരെ കുറയാതെ അംഗലാഘവം ഉള്ളവരുമായിരുന്നു. അവരിൽ ചിലർക്കു കാട്ടാനയെ വട്ടേയാടി കൊല്ലുവാൻ പ്രത്യകേ സാമർത്ഥ്യം ഉണ്ട്. അത് എങ്ങനെയെന്നു മുമ്പൊരേടത്ത് വിസ്താരമായി പ്രസ്താവിച്ചിട്ടുണ്ടല്ലൊ. വടേർക്കരചനും ഭാര്യയും മക്കളും ഒരു ആനപ്പുറത്തമ്പാരിയിലാണു വന്നിരുന്നത്. തിരുമുൽക്കാഴ്ചയ്ക്കു കാട്ടിൽനിന്നു കിട്ടുന്ന ദുർലഭങ്ങളായ സാധനങ്ങളും കൊണ്ടുവന്നിരുന്നു സ്വർണമയിദവേി വടേർചരകനയെും വടേരയെും അടുത്തു കാണണമന്നെു് ആവശ്യപ്പടെ്ടു. യുവരാജാവ് സ്വർണമയിയോടുകൂടി ആസ്ഥാനമണ്ഡപത്തിൽനിന്നു പുറത്തകേ്കിറങ്ങി അവിടെ ഒരൊഴിഞ്ഞ സ്ഥലത്ത് രണ്ടാളുകളും ചന്നെിരുന്നു്, വടേർക്കരചനെ സമീപം വരുത്തുവാൻ കല്പിച്ചു. അരചൻ വളരെ സന്തോേത്തോടുകൂടി വന്ന് യുവരാജാവിന്റയെും രാജ്ഞിയുടയെും മുമ്പാകെ സാഷ്ടാംഗം നമസ്കരിച്ചു. യുവരാജാവ് അവനെ ഉടനെ എഴുന്നല്േപിച്ച്അടുക്കെ ഉണ്ടായിരുന്ന ഒരു ആസനത്തിന്മേൽ ഇരിക്കാമന്നെ് കാണിച്ചു. അരചൻ 'അടിയങ്ങൾ തിരുമുമ്പാകെ ഇരിക്കുക പതിവല്ലെ'ന്നു പറഞ്ഞു. അപ്പോഴക്കെു ആളുകൾ ചുററും വന്നുകൂടി അരചനെ കശേദിപാദം നോക്കിത്തുടങ്ങി. അരചന്റെ ശരീരം ഏകദശേം നീലച്ചമ്േപിന്റെ നിറമാണ് . കുറെ എകരം കുറയുമങ്കെിലും തന്റെ സ്ഥിതിക്കനുസരിച്ച് യോഗ്യത നല്ലവണ്ണം ഉണ്ട്. വസ്ത്രംഅരയിൽ ചുറ്റീട്ടുള്ളതു് ഒന്നു മാത്രമെ ഉള്ളു. ഓരോ കുരുക്കൾ കൊണ്ടും മൃഗങ്ങളുടെ കൊമ്പുകൾ കൊണ്ടും മററുമുണ്ടാക്കിയ ആഭരണങ്ങൾ വളരെ അണിഞ്ഞിട്ടുണ്ട്. വിസ്തതമായ മാറിടം, ചുരുങ്ങിയ വയറു്, ഹ്രസ്വങ്ങളാണങ്കെിലും മാംസളങ്ങളായി വ്യായാമകഠിനങ്ങളായ കരചരണങ്ങൾ, ഇതുകൾക്കുപുറമേ വട്ടമൊത്ത ഒരു മുഖവും, അല്പം ചമ്പിച്ച താടിയും മീശയും ചറിയതാണങ്കെിലും വളരെ തീക്ഷ്ണങ്ങളായ ലോചനയുഗളവും, നീണ്ടു് അല്പം അകത്തോട്ടു വളഞ്ഞ മൂക്കും, ആകുന്നു ആസ്വരൂപത്തിന്റെ പ്രധാന ഭാഗങ്ങൾ. അരചന്റെ ആ സ്വരുപവും കുലുക്കമില്ലാത്ത ഒരു നിലയും കണ്ടാൽ കാട്ടിൽ ഉണ്ടായിവളർന്നവനാണങ്കെിലും വളരെ ആർജ്ജവവും തനിക്കുതാൻപോരിമയും [47]ഔദാര്യവും ഉള്ളതാണന്നെു തോന്നും. രാജാവും രാജ്ഞിയും അരചനെ നല്ലവണ്ണം നോക്കി വിസ്മയം പൂണ്ടു. രാജ്ഞി, 'ഇവരുടെ സ്ത്രീകളും ചിലരു വന്നിട്ടുണ്ടന്നെു തോന്നുന്നു, ആ നിൽക്കുന്നവർ ആരാണന്നെു്' യുവരാജാവിനോടായിട്ടു ചോദിച്ചു. അരചൻ അതു കടേ്ടു് , ' എന്റെ പൊന്നുതമ്പുരാട്ടി! അതു് എന്റെ വടേത്തിയും കുട്ടികളുമാണു് എന്നു പറഞ്ഞു. രാജ്ഞി, 'അവരെ ഇങ്ങോട്ടു വരുത്തുവാൻ ആളെ അയയ്ക്കു ' എന്നു യുവരാജാവിനോടു് ആവശ്യപ്പടെ്ടു. യുവരാജാവു് ' ദവേിക്കു തന്നെ ആളേ അയയ്ക്കരുതേ? ഈ കാണുന്ന അനവധി ജനങ്ങളും ഞാൻതന്നയെും ദവേിയുടെ ഹിതത്തെ ചയ്യൊൻ തയ്യാറായിട്ടുള്ളവരാണന്നെു് അറിവില്ലേ ? ' എന്നുത്തരം

പറഞ്ഞു. രാജ്ഞി, ഭർത്താവിന്റെ സ്നേഹപുരസ്സരമായ വാക്കിനാൽ ധൈര്യപ്പെട്ടു് അടുത്തു് നിന്നിരുന്ന ഒരു സചിവനെ വിളിച്ചു് കുറെ സങ്കോചത്തോടുകൂടി തന്റെ ആവശ്യം പറഞ്ഞു. അപ്പോഴെക്കു് ആ സചിവൻ വേഗത്തിൽ പോയി അവരെ കൂട്ടികൊണ്ടുവന്നു. രാജ്ഞി വളരെ കൗതുകത്തോടുകൂടി അവരെ കുറേ നേരം നോക്കിയ ശേഷം എഴുനീററു് അനുജ്ഞയ്ക്കു് അപേക്ഷിക്കും പോലെ ഭർത്താവിന്റെ മുഖത്തേക്കു് ഒന്നു നോക്കി. അരചന്റെ പത്നിയുടെ അടുക്കൽ ചെന്നു് അവളോടു് കുലശപ്രശ്നംചെയ്തു സംസാരിച്ചുതുടങ്ങി. പിന്നെ, കുട്ടികളുടെ കറുത്ത കുഞ്ഞിക്കൈയുകൾ പിടിച്ചു് ചിരിച്ചുകൊണ്ടു് അവരുടെ ആഭരണങ്ങളെയും മററും സൂക്ഷിച്ചുനോക്കി. കാണികളായ മഹാജനങ്ങൾ, അതു കണ്ടപ്പോൾ രാജ്ഞിയുടെ ഔദാര്യത്തേയും നന്മയെയും ദയയേയും കുറിച്ചു് വളരെ പ്രശംസിച്ചു. അരചന്റെ അപ്പോഴത്തെ സന്തോഷം പറഞ്ഞാൽ തീരുന്നതല്ല. രാജ്ഞി അരചന്റെ ഭാര്യയോടും കുട്ടികളോടും സംസാരിച്ചു കൊണ്ടിരിക്കെ അരചൻ തിരുമുൽക്കാഴ്ചയ്ക്കുള്ള ദ്രവ്യങ്ങൾ എടുത്തു കൊണ്ടു വരുവാൻ തന്റെ കിങ്കരന്മാരോടു് ആംഗ്യം കാണിച്ചു. അപ്പോഴെക്കു വേടർ പലരുംകൂടി സാമാനങ്ങൾ ഒരോന്നായിതാങ്ങിപ്പിടിച്ചു് എടുത്തുകൊണ്ടുവന്നുതുടങ്ങി. ഒന്നാമതായിട്ടു വലിയ രണ്ടു് ആനക്കൊമ്പുകൾ യുവരാജാവിന്റെ തിരുമുമ്പാകെ വച്ചു. അരചൻ ' ഉണ്ണിത്തമ്പുരാനോടേണഞ്ഞ കൊമ്പന്റെയൊണിതു് ' എന്നു പറഞ്ഞു. യുവരാജാവു് ആ വിവരം രാജ്ഞിയെ അറിയിച്ചു. രാജ്ഞി , ' ജ്യേഷ്ഠനെ രക്ഷിച്ച വേടർ ഈ കൂട്ടത്തിൽ ഉണ്ടോ? ' എന്നു ചോദിച്ചു. അരചൻ അടുത്തുതന്നെയുണ്ടായിരുന്ന അവനെ വിളിച്ചു് ഉടനെ മുമ്പിൽ നിർത്തി. രാജ്ഞി കണ്ണിൽ വെള്ളം നിറച്ചുകൊണ്ടു് തന്റെ വിരലിന്മേൽ ഉണ്ടായിരുന്ന അനർഘമായ ഒരു വൈരമോതിരം ഊരി അപ്പോൾത്തന്നെ അവനു് സമ്മാനിച്ചു. അപ്പോൾ അതു കണ്ടുനിന്നിരുന്ന മററു് വേടർ ഒക്കെയും സന്തോഷംകൊണ്ടു് ആർത്തു വിളിച്ചു. രാജാവും അവന്നു നല്ല ഒരു സമ്മാനം കൊടുത്തു. [48]രാജ്ഞി പിന്നെയും അരചന്റെ ഭാര്യയോടു സംസാരിപ്പാൻ തുടങ്ങി. യുവരാജാവു കാഴ്ചദ്രവ്യങ്ങൾ ഒക്കെയും ഒന്നു നോക്കി താൻ സ്വീകരിച്ചതിനടയാളമായി കൈകൊണ്ടൊന്നു തൊട്ടു. പിന്നെ അരചനും വേടർക്കും പരക്കെ സമ്മാനം കൊടുക്കുവാൻ തുടങ്ങി. സമ്മാനം കൊടുത്തുകഴിഞ്ഞു് അവർ വിടവാങ്ങാറായപ്പോൾ രാജ്ഞി തന്റെ കഴുത്തിൽ കിടന്നിരുന്ന ഒരു വിലയേറിയ മുത്തു മാല എടുത്തു് അരചന്റെ പത്നിക്കു സമ്മാനിച്ചു. കുട്ടികൾക്കൊക്കെയും തരംപോലെ ചില കളിസാധനങ്ങളും സമ്മാനം കൊടുത്തു. എല്ലാവരും തമ്മിൽ പിരിയാറായപ്പോൾ രാജ്ഞി തന്റെ ഭർത്താവിനോടു സ്വകാര്യമായി അരചന്റെ ഭാര്യയുടെ കഴുത്തിൽ കിടക്കുന്ന ആ മാലപോലെ ഒരു മാല തനിക്കു് ഉണ്ടാക്കിച്ചയയ്ക്കാൻ അരചനോടപേക്ഷിക്കണമെന്നു പറഞ്ഞു. രാജ്ഞിക്കു് അത്ര കൗതുകം തോന്നിച്ച ആ മാല ഏതോ മരത്തിന്റെ കുരു തുളച്ചു ചരടിന്മേൽ കോർത്തിട്ടുണ്ടാക്കിയതാണു് , കുരുവിന്റെ മിനുപ്പും ശ്യാമളിമാവും കണ്ടാൽ കൗതുകം

തോന്നാതിരിക്കില്ലാതാനും . യുവരാജാവു് ആ മാല നോക്കി പൊട്ടിച്ചിരിച്ചു് , അടുത്തു നിന്നിരുന്ന അരചനോടു് എന്റെ രാജ്ഞിക്കു് അസാദ്ധ്യമായ ഒന്നിൽ ആശ കടന്നുകൂടിയിരിക്കുന്നു. അതു് സാധിപ്പിക്കാമോ? ' എന്നു ചോദിച്ചു. അരചൻ– ' അടിയങ്ങളാലാവതാണെങ്കിൽ മാനത്തു നില്ക്കുന്ന അമ്പിളിയെ പിടിപ്പാനുംകൂടി അടിയങ്ങൾ തയ്യാറാണെ , തമ്പുരാട്ടി' എന്നു പറഞ്ഞു് രാജ്ഞിയെ നോക്കി കുമ്പിട്ടു. യുവരാജാവു് , ' ഇതിന്നു് അത്ര വളരെ പ്രയാസമില്ല. രാജ്ഞിക്കു കഴുത്തിലേക്കാഭരണങ്ങൾ തരത്തിൽ ഒന്നും ഇല്ലാത്തതിനാൽ അരചന്റെ കെട്ടിയവളുടെ കഴുത്തിൽ കിടക്കുന്നമാലപോലെഒരുമാലതാമസിക്കാതെഉണ്ടാക്കിച്ചാൽ നന്നു് ' എന്നു പറഞ്ഞു. രാജാവു് ഇങ്ങനെ നേരംപോക്കായി പറഞ്ഞപ്പോൾ കേട്ടുനിന്നവർ ഉൾച്ചിരിക്കൊണ്ടു. രാജ്ഞി ഭർത്താവിനെ പഴിക്കുമ്പോലെ ഇടക്കണ്ണിട്ടു നോക്കി നാണം കൊണ്ടു് അല്പം തലതാഴ്ത്തി. അപ്പോഴെക്കു് അരചന്റെ ഭാര്യ രാജ്ഞിയുടെ ആവശ്യം മനസ്സിലാക്കി വേഗത്തിൽ ആ മാലതന്നെ തന്റെ കഴുത്തിൽ നിന്നെടുത്തു് രാജ്ഞിയുടെ അടുക്കൽ കൊടുക്കുവാൻ കൊണ്ടുചെന്നു. രാജ്ഞി , ' ഇതു് ഞാൻ വാങ്ങുന്നില്ല, താമസിക്കാതെ ഉണ്ടാക്കിച്ചു് അയച്ചാൽ മതി 'എന്നു പറഞ്ഞു. രാജ്ഞി തന്നോടു് ആ മാല സ്വീകരിക്കയ്കയാൽ അരചന്റെ ഭാര്യയ്ക്കു് അല്പം സുഖക്കേടുണ്ടെന്നു കണ്ടപ്പോൾ രാജ്ഞി മനസ്സലിഞ്ഞു് രാജാവിന്റെ സമ്മതം കിട്ടുവാനായിട്ടു മുഖത്തേക്കൊന്നു നോക്കി. രാജാവു് , ' ഒട്ടും തെറ്റില്ല അതുതന്നെ വാങ്ങിക്കൊള്ളൂ ' എന്നു പറഞ്ഞപ്പോൾ രാജ്ഞി സന്തോഷത്തോടുകൂടി കൈ കാണിച്ചു അരചന്റെ ഭാര്യ ഒട്ടും മടിക്കാതെ അതു് രാജാഞിയുടെ കഴുത്തിൽതന്നെ അണിയിച്ചു.അപ്പോൾ കണ്ടു നിൽക്കുന്നവരൊ [49]ക്കയും കൊണ്ടാടിച്ചിരിച്ചു . അരചൻ തന്റെ കഴുത്തിൽ ഉണ്ടായിരുന്ന ഒരു മാല രാജാവിന്നു സമ്മാനിക്കുവാൻ സമ്മതം ചോദിച്ചു.'ദേവി എനിക്കും ഒരു മാല കിട്ടി'എന്നു പറഞ്ഞുയുവരാജാവു് ആ മാല തന്റെ കഴുത്തിൽ ചാർത്തുവാൻ തല താഴ്ത്തിക്കൊടുത്തു . അപ്പോൾ കണ്ടുനില്ക്കുന്നവരെല്ലാവരും രാജ്ഞിയുടെയും രാജാവിന്റെയും ബുദ്ധിഗുണത്തേയും താഴ്മയേയും കണ്ടു് ആനന്ദനിമഗ്നരായി, 'ഇവർ വളരെക്കാലം വാഴുമാറാകണെ ഈശ്വരാ'എന്നു മനസ്സുകൊണ്ടു നിർവ്യാജമായി പ്രാത്ഥിച്ചു. അരചൻ,'തമ്പരാനും തമ്പരാട്ടിയും ഇന്നു് അടിയങ്ങളോടു കണിച്ച തിരുമനസ്സിനു് അടിങ്ങൾപകരമായി എന്തു ചെയ്പാൻ കഴയുമോ എന്നറിയുന്നില്ല, ഇതുപോലതെന്നെ തമ്പരാന്റെ തിരുമനസ്സു് എപ്പോഴും അടിയങ്ങളുടെ മേലുണ്ടായിരിക്കട്ടെ എന്നു പറഞ്ഞു സന്തോഷാശ്രുക്കളോടുകൂടി താനും ഭാര്യയും രാജാവിന്റെയും രാജ്ഞിയുടെയും കൽക്കൽ സാഷ്ടാംഗം വീണു് , എഴുന്നീററു പിന്നെയും അവരെ തൊഴുതു വിടവാങ്ങിപ്പോകയുംചെയ്തു.

10.ശിഷ്യൻ

യോഗീശ്വരനും അതിഥിയും ഇതിന്നിടയിൽ അന്യോന്യം വളരെ സ്നേഹവിശ്വാസമുള്ളവരായി തീർന്നു. അതിഥി യോഗീശ്വരന്റെ ഭവനത്തിൽ കാലക്ഷേപംചെയ്വാനുള്ള സുഖവും, യോഗീശ്വരന്റെ അപരിമിതമായിരിക്കുന്ന വിജ്ഞാനവും, വിസ്മയനീയനായ ബുദ്ധിചാതുര്യവും, ലൗകികവിഷയങ്ങളിലെ പരിചയവും ശീലഗുണവും കണ്ടു് ഒരു ദിവസം സവിനയം പറഞ്ഞു:

രാമകിശോരൻ: വിരോധമില്ലെങ്കിൽ ഞാൻ അങ്ങേടെ ശിഷ്യനായി കുറെക്കാലം ഒരുമിച്ചു താമസിച്ചതിന്റെ ശേഷമേ എന്റെ രാജ്യത്തേക്കു മടങ്ങിപ്പോകാൻ വിചാരിക്കുന്നുള്ളു.

യോഗീശ്വരൻ: എനിക്കും അതുതന്നെയാണു വളരെ സന്തോഷം. അധികം കാലം ഉത്സാഹത്തോടുകൂടി ഗുരുശുശ്രൂഷചെയ്തും താല്പര്യത്തോടുകൂടി പരിശ്രമിച്ചും സമ്പാദിച്ചിരിക്കുന്ന എന്റെ വിദ്യയാകുന്ന ധനം, ഈ വിഗ്രഹത്തിനു പരിണാമംവന്നതിനുശേഷവും, പരോപകാരത്തിനു കാരണമായി അനേകം സംവത്സരം ക്ഷയിക്കാതെ നിൽക്കേണമെന്നാണു് എന്റെ മോഹം. എന്നാൽ, ആയതു സൽപാത്രങ്ങളിൽ നിക്ഷേപിക്കേണമെന്നു് ഒരു ശാഠ്യം ഉള്ളതിനാൽ ഇതുവരെ ആ മോഹം സാധിപ്പാൻ സംഗതി വന്നില്ല. ഇപ്പോൾ എനിക്കു് ഒരു നിധി കിട്ടിയ പോലെ, യദൃച്ഛയായി രാമകിശോരനെ കണ്ടെത്തിയതു് എന്റെ [51]ഭാഗ്യം തന്നെയാണു്. അതിനു ഞാൻ ജഗദീശ്വരനെ ഇതാ വന്ദിക്കുന്നു . രാമകിശോരൻ:ഞാൻ അങ്ങനെയെല്ലാ വിചാരിക്കുന്നതു്. വളരെ ഭാഗ്യശാലികൾക്കല്ലാതെ സത്സമാഗമത്തിന്നു് ഇടവരുന്നതല്ല. ഞാൻ ആശ്രമത്തിൽവെച്ചു് അങ്ങേന്നുമായി കാണ്മാൻ ഇടവരുന്നില്ലെങ്കിൽ, ഓരോ ദിക്കുകളിൽ സഞ്ചരിച്ചു വൃഥാ കാലക്ഷേപം ചെയ്തുപോകുന്നതായിക്കുന്നു . അതു കൂടാതെ ഇങ്ങനെ ദുർല്ലഭമായിരിക്കുന്ന സത്സകാശത്തിന്നു സംഗതി വന്നതു് എന്റെ ഭാഗ്യം എന്നല്ലാതെ ഞാൻ ഒന്നും പറവാൻ കാണുന്നില്ല. യോഗീശ്വരൻ:നമ്മുടെ സഹവാസം പരസ്പരം പ്രീതികരമാണെന്നു നമുക്ക പരമാർത്ഥമാണല്ലോ . ഈ ലകേത്തിൽ പലവിധക്കാരായ അനേകം ജനങ്ങൾ ഉണ്ടെങ്കിലും, അവരിൽ ബുദ്ധിവൈശിഷ്യംകൊണ്ടും , ശീലഗുണംകൊണ്ടും കൃത്യാകൃത്യപരിജ്ഞാനംകൊണ്ടും സഖ്യത്തിന്നു് അനുരൂപന്മാരായവർ എത്രയോ ചുരുക്കം. ഉള്ളവരിൽതന്നെ ഓരോരുത്തരുടെ ഗുണങ്ങളെ തമ്മിൽ തമ്മിൽ അറിയുവാനുള്ള അവസരങ്ങൾ വളരെ ദുർല്ലഭമായിരിക്കയാൽ അന്യോന്യം വിശ്വാസവും ബഹുമാനവും ഉണ്ടായിത്തീർന്നു. മൈത്രി എന്ന ബന്ധത്തിൽനിന്നു് ഇടവിടാതെ ഉളവാകുന്ന സാമ്യമില്ലാത്ത ആനന്ദത്തെ അനുഭവിപ്പാൻ പ്രായേണ ദേവികൾ പ്രാപ്തന്മാരാകുന്നില്ല. നമ്മുടെ സംഭാഷണവും സഹവാസവും പരസ് പരം പ്രീതികരമാണെന്നുള്ള് ഒരലവസ്ഥ നിഷ്കളങ്കമായ മൈത്രീയുടെ നിസ്സംശയമായ ഒരു ലക്ഷണമാകയൽ ആ സംഗതികൊണ്ടും നാം രണ്ടുപേരും ഭാഗ്യവാന്മാരാണെന്നു

ഞാൻ അഭിപ്രായപ്പെടുന്നു രാമകിശോരൻ :അങ്ങുന്നു പറഞ്ഞതിന്റെ പരമാർത്ഥം എന്റെ ചുരുങ്ങിയ പരിചയം കൊണ്ടുതന്നെ ആലോചിക്കുന്നേടത്തോളം മനിക്കു് അനുഭവമായി തോന്നുന്നു. എന്നാൽ, ലകേത്തിൽ സ്നേഹിതന്മാർ എന്നു പറയപ്പെട്ടവരും അന്യോന്യം അപ്രകാരം വിളിച്ചുവരുന്നവരും ആയ ജനങ്ങൾ വളരെ വളരയുണ്ടു്. അതു ആശ്ചര്യമായ ഒരു സംഗതിതന്നെ. യോഗീശ്വരൻ :ലോകം , അതിന്റെ രീതി വഴിപോലെ പരിചയമില്ലാത്തവരെ അത്യന്തം വഞ്ചിക്കന്നതാകുന്നു. ജനങ്ങളെ അവരുടെ പ്രവൃത്തികൊണ്ടല്ലാതെ വാക്കുകളകൊണ്ടു ഗണിക്കുന്നതു പോലെ അബദ്ധം മാററൊന്നില്ല. ഓരോ സ്വാർത്ഥങ്ങളെ സാധിക്കാൻ വേണ്ടിയോ , അസംഗതിയായോ തമ്മിൽ ഇടവിടുവാൻ സംഗതി വരുമ്പോൾ ജനങ്ങൾ തങ്ങളുടെ ആ സംബന്ധത്തെ സ്നേഹം എന്നു പറഞ്ഞുപോരുന്നതു് ഒരു ലൗകികാവസ്ഥയാവന്നു്. ആയതു് യഥാർത്ഥമായ സ്സഹേണന്നെു് ആദിയിൽ തറെറായി ധരിക്കുന്ന ശുദ്ധന്മാർക്കു് മായമാണന്നെു ലോകത്തിൽ അല്പം പരിചയിക്കുമ്പോൾ ബോദ്ധ്യപ്പെടുകയും ചെയ്യും. [52] രാമകിശോരൻ:അങ്ങുന്നു പറഞ്ഞതു മുഴുവൻ ആലോചിച്ചുനോക്കുമ്പോൾ സ്വാർത്ഥത്തിന്റെ ലാഞ്ചനപോലും ഉണ്ടങ്കിൽ ആ മൈത്രി നിഷ്കളങ്കമാണന്നെു പറവാൻ പാടില്ലന്നെു തോന്നുന്നു. യോഗീശ്വരൻ:അതെ, സ്വാർത്ഥത്തോടു വേർപെട്ടു നിൽക്കുന്നേടത്തോളം മൈത്രി നിലനിൽക്കുന്നതാകുന്നു. എന്നാൽ, സ്വാർത്ഥത്തെ കവേലം നിരസിച്ചു പ്രവർത്തിക്കുന്നവർ ലോകത്തിൽ ഇല്ലന്നെുതന്നെ പറയാം. ധർമവിഷയമാണന്നെും ഈശ്വര വിഷയമാണന്നെും സാധരണ പറഞ്ഞുവരുന്ന പ്രവർത്തികൾ കൂടി ഓരോന്നായി പരിശോധനയ്ക്കുവേണ്ടി ശാണഘർഷണം ചെയ്താൽ ആവയിൽ സ്വാർത്ഥസമ്മിശ്രമല്ലാത്തവ എത്രയോ ചുരുങ്ങിക്കാണുമന്നെുതീർച്ചയാണ്.ഞങ്ങൾപറയുന്നതിന്റെ താല്പര്യം സ്വാർത്ഥത്തിനുമാത്രം വേണ്ടി സമ്പാദിക്കുന്ന സ്നേഹത്തിന്നു സ്നേഹം എന്നു പറഞ്ഞുകൂടാ എന്നും സ്വാർത്ഥം സാധിക്കുവാൻ വേണ്ടി ഉതകുമാറാകുന്ന സ്നേഹം അസ്ഥിരമാണന്നെും ആകുന്നു. ഇങ്ങനെ രണ്ടുപേരും തമ്മിൽ ഏതാണ്ടു ഗുരുശിഷ്യന്മാരുടെ നിലയിൽ ആയി എങ്കിലും സ്നേഹിതന്മാരെപ്പോലെ ചിലപ്പോൾ പല ധർമ്മങ്ങൾ പറയുമന്നെുതന്നയെല്ല ഒരിക്കലും തമ്മിൽ പിരിയാതയെുമായി. രാമകിശോരൻ തന്റെകൂടെ ശിഷ്യനായി താമസിപ്പാൻ തീർച്ചയാക്കിയതിന്റശെഷേം തന്റെ ഗൃഹത്തിലുള്ള എല്ലാവരയെും യോഗീശ്വരൻ രാമകിശോരന്ന് പറഞ്ഞുപരിചയമാക്കി കൊടുത്തു. ഒരു ദിവസം രണ്ടുപേരുംകൂടി ഉമ്മറത്ത് തിണ്ണയിന്മേൽ ഇരിക്കുമ്പോൾ യോഗീശ്വരൻ കുന്ദലതയെ വിളിച്ചു. കുന്ദലത തന്റെ പതിവുപോലെ വേഗത്തിൽ വന്ന് ഉമ്മറത്തേക്കു കടന്നപ്പോൾ പുതുതായി വന്ന ആൾ അവിടെ ഇരിക്കുന്നതു കണ്ടു് ഉടനെ അല്പം സങ്കോചത്തോടുകൂടി അകത്തേക്കുതന്നെ പിൻവാങ്ങി.

രാമകിശോരൻ വന്നിട്ടു നാലഞ്ചു ദിവസമായി എങ്കിലും, കുന്ദലത രാമകിശോരനെ അതുവരെ അടുത്തു കണ്ടിട്ടുണ്ടായിരുന്നില്ല. രാമകിശോരൻ കുന്ദലതയെ അതിന്നു മുമ്പിൽ കണ്ടിട്ടുതന്നെയുണ്ടായിരുന്നതുമില്ല. അതുകൊണ്ടു് കാന്തിയേറിയ അവളുടെ ശരീരം തടിൽപ്രഭപോലെ ക്ഷണമാത്രംകൊണ്ടു് കാണാതായപ്പോൾ രാമകിശോരൻ അത്യന്തം വിസ്മയിച്ചു. യോഗീശ്വരൻ 'തെറ്റിയില്ല, ഇങ്ങോട്ടു വരാം' എന്നു പറഞ്ഞു് പിന്നെയും വിളിച്ചപ്പോൾ കുന്ദലത വളരെ ശങ്കിച്ചുംകൊണ്ടു് പുറത്തേക്കു കടന്നു് യോഗീശ്വരന്റെ അരികെ ചെന്നിരുന്നു തലതാഴ്ത്തിക്കൊണ്ടു് പുതുതായി വന്നാളുടെ വേഷത്തെ സൂക്ഷിച്ചുനോക്കിത്തുടങ്ങി. ലജ്ജകൊണ്ടു് അയാളുടെ മുഖത്തേക്കു മാത്രം നോക്കുവാൻ കഴിഞ്ഞില്ല.രാമകിശോരനും തന്റെ താരുണ്യം നിമിത്തം യുവതിയായ കുന്ദലതയുടെ മുഖത്തേക്കു നേരിട്ടു നോക്കുവാൻ കഴിയാതെ ഉന്നമ്രമുഖനായിയ്ക്കൊണ്ടിരുന്നതേയുള്ളു. [53] യോഗീശ്വരൻ,'ഇദ്ദേഹം ഇന്നുമുതൽ എന്റെ ശിഷ്യനാവാൻ നിശ്ചയിച്ചിരിക്കുന്നു. മലോൽ നമ്മുടെ ഭവനത്തിൽതന്നെയാണ് ഇദ്ദേഹത്തിന്നു സ്ഥിരവാസം. നമ്മുടെ ഭാഗ്യംകൊണ്ടാണ് സഹവാസത്തിന്നു് ഇങ്ങനെ ഒരാളെ കിട്ടുവാൻ സംഗതി വന്നത്. രാമകിശോരൻ എന്നാണ് പേരു് 'എന്നു് കുന്ദലതയോടായിട്ടു് പറഞ്ഞു. പിന്നെ രാമകിശോരനെ നോക്കി, 'ഈ കുമാരിക്ക് കുന്ദലത എന്നാണു പേര്. ഇവളുടെ അമ്മ മരിച്ചിട്ടു കുറെ കാലമായി. അമ്മയെ ഇവൾക്ക് ഓർമയുണ്ടോ എന്നുതന്നെ സംശയമാണ്.അത്ര ചെറുപ്പത്തിൽന്നെ അമ്മയില്ലാതായിരിക്കുന്നു' എന്നു പറഞ്ഞപ്പോൾ രാമകിശോരൻ പണിപ്പെട്ടു് കുന്ദലതയുടെ മുഖത്തേക്കു നോക്കി ഉടനെ മുഖം താഴ്ത്തി. അപ്പോഴാണ് അവർ മുഖത്തോടു മുഖം കണ്ടതു്. രാമകിശോരൻ കുന്ദലതയുടെ മുഖത്തേക്ക് ഒന്നു നോക്കിയപ്പോൾതന്നെ ഗുരുപുത്രിയാകയാൽ വിനയത്തോടുകൂടി കലശസൂചകമായി അല്പം തലതാഴ്ത്തി. അവളെക്കുറിച്ച് തന്റെ പ്രീതിയും ബഹുമാനവും പ്രകാശിപ്പിച്ചു. കുന്ദലത അതു കഴിഞ്ഞ ഉടനെ അനുമതിക്കായി യോഗീശ്വരന്റെ മുഖത്തേക്ക് ഒന്നു നോക്കി ഒന്നും സംസാരിക്കാതെ അകായിലേക്കുതന്നെ പോവുകയുംചെയ്തു. യോഗീശ്വരൻ ഇനി നമ്മുടെ ഗൃഹഭരണം ഒക്കെയും കഴിക്കുന്നവളായി പാർവ്വതി എന്നൊരു സ്ത്രീയുണ്ടു്. അവളെ കണ്ടിരിക്കുന്നുവല്ലോ. അതു കൂടാതെ എനിക്ക് ഒരു ഭൃത്യനും ഉണ്ടു്. അതാ ആ തോട്ടത്തിൽ പണിചെയ്യുന്നവൻതന്നെയാണ്. രാമദാസൻ എന്നാണു് പേരു്. അവനെ ഞാൻ ഇയ്യിടെ ഒരു ദിക്കിലേക്ക് അയച്ചിരുന്നു, ഇന്നലെയാണു് എത്തിയതു്' എന്നു പറഞ്ഞു് രാമദാസനെ വിളിച്ചു മൂന്നാളുംകൂടി തോട്ടത്തിൽ കുറേ നേരം നടന്നതിന്റെ ശേഷം യോഗീശ്വരനും ശിഷ്യനുംകൂടി കുളിക്കുവാൻ പോവുകയുംചെയ്തു. അതിന്നുശേഷം യോഗീശ്വരൻ എപ്പോഴും രാമകിശോരനെ ഒരുമിച്ചുകൊണ്ടുനടക്കും. പല സംഗതികളെക്കുറിച്ചും സംസാരിക്കുമ്പോൾ ഒന്നാമതു് രാമകിശോരന്നു് ആ സംഗതികളെക്കുറച്ചു് ഗ്രഹിതം ഇത്രയുണ്ടെന്നറഞ്ഞു് അതിൽ അബദ്ധത്തെ പറഞ്ഞു്

മനസ്സിലാക്കുകയും സുബദ്ധങ്ങളായിട്ടുള്ളവയെ ധരിപ്പിക്കുകയും ചെയ്യും. ഈ വിധം സംഭാഷണങ്ങളും വിവാദങ്ങളും ഇടയ്ക്കിടയ്ക്ക് ഉണ്ടാവുമ്പോൾ യോഗീശ്വരൻ കുന്ദലതയയേയുംവിളിക്കും.എന്നാൽ,രാമകിശോരനെക്കുറിച്ചുള്ള പരിചയക്കേടുനിമിത്തം കുന്ദലത ഒന്നും സംസാരിക്കുകയാകട്ടെ തന്റെ സംശയങ്ങൾ ചോദിച്ചുതീർക്കയാകട്ടെ ചെയ്കയില്ല. എങ്കിലും യോഗീശ്വരൻ പറയുന്നത് രാമകിശോരൻ ഗ്രഹിക്കുന്നതുപോലെതെന്നെ തെളിവായും സൂക്ഷ്മമായും ഗ്രഹിക്കുകയുംചെയ്യും. ചിലപ്പോൾ കുന്ദലതയ്ക്ക് മുമ്പു് യോഗീശ്വരൻ പറഞ്ഞുകൊടുത്തിട്ടുള്ള സംഗതി [54] കളെക്കുറിച്ചാണ് സംഭാഷണം ഉണ്ടായതു് എങ്കിൽ അദ്ദേഹം കുന്ദലതയോടു നേരിട്ടു ചോദിക്കും. അപ്പോൾ അവൾ വളരെ സ ങ് കോ ച ത് തോ ടു കൂ ടീ ട് ടാ ണെ ങ് കി ലും അക്ഷരവ്യക്തിയോടുകൂടി മിതമായി ഖണ്ഡിതമായ സമാധാനങ്ങൾ പറഞ്ഞു് യോഗീശ്വരനെ സന്തോഷിപ്പിക്കുകയും, രാമകിശോരനെ അത്യന്തം വിസ്മയിപ്പിക്കുകയും ചെയ്യും ഒരു ദിവസം മൂന്നുപേരുംകൂടി രാത്രി അത്താഴം കഴിഞ്ഞെയുടനെ നക്ഷത്രം നോക്കിക്കൊണ്ടു് മുറ്റത്ത് നടന്നുകൊണ്ടിരിക്കെ രാമകിശോരൻ ചോദിച്ചു 'ഈ കാണുന്നതേജഃപുഞ്ജങ്ങൾഅവയുടെഗതിഭേദങ്ങളെക്കൊണ്ടു മനുഷ്യരുടെ സുഖദുഃഖാവസ്ഥ നിർണയിക്കുന്നുണ്ടെന്നു ചില യോഗ്യന്മാർകൂടി വിശ്വസിച്ചുവരുന്നവരിൽ പരമാർത്ഥം എത്രത്തോളമുണ്ടു്? അതിന്റെ സൂക്ഷ്മം മനസ്സിലാവാൻ കഴിയാതെ ഞാൻ പലപ്പോഴും അന്ധാളിച്ചിട്ടുണ്ട്.' യോഗീശ്വരൻ : ഛീ! ഛീ! ആ വിശ്വാസത്തെക്കാൾ അധികമായ ഒരു ഭോഷത്വം ഉണ്ടെന്നു് എനിക്കു തോന്നുന്നില്ല. അജ്ഞാനതിമിരാന്ധന്മാരായ അനവധി ജനങ്ങൾ നിത്യത പറഞ്ഞുവരുന്ന പല നിരർത്ഥകങ്ങളായ വാക്കുകളും ചെയ്തുവരുന്ന നിഷ് പ്രയോജനങ്ങളായ ബഹുകർമ്മങ്ങളും പ്രായേണ ആ അബദ്ധമായ വിശ്വാസത്തിൽ നിന്നുളവാകുന്നതാണെന്നു നിർവിവാദമാണു്. ഈ തേജഃപുഞ്ജങ്ങൾ എത്രയോ വലിയ ഗോളങ്ങൾ നമ്മുടെ ഈ ഭൂമി അതിൽ ചില ഗോളങ്ങളുടെ ശതാംശം വലിപ്പമില്ല.അങ്ങനെയുള്ള ഗോളങ്ങളുടെ മഹിമയെ വിചാരിച്ചു നോക്കുമ്പോൾ എത്രയോ നിസാരമായി തോന്നുന്ന ഈ ഭൂമിയിൽ, അതിനിസാന്മാരായിരിക്കുന്ന ഈ മനുഷ്യരുടെ ഇച്ഛരങ്ങളായ സുഖദുഃഖങ്ങളെ ക്രമീകരിക്കുവാനാണ് ആ മഹിയസ്സുകളായ തേജപ്പുഞ്ജങ്ങൾ സഞ്ചരിക്കുന്നതു് എന്നു ചില മൂഢാത്മാക്കൾ വിശ്വസിക്കുന്നതിന്നു കാരണം, ഒന്നാമതു് ഏറ്റവും ദൂരസ്ഥന്മാരായിരിക്കുന്ന ആ ഗോളങ്ങളുടെ സൂക്ഷ്മമായ വലിപ്പത്തെ അറിയാത്തതിനാലുള്ള തുച്ഛഭ്രമം; രണ്ടാമതു പ്രപഞ്ചത്തിൽ കാണുന്നതത്രയും മനുഷ്യരായ നമ്മുടെ സുഖത്തിന്നും പ്രയോജനത്തിന്നും വേണ്ടി സ്രഷ്ടിച്ചതാണെന്നുള്ള അതിനിന്ദ്യമായ തന്നിഷ്ടവിചാരം, ഇതുകളാകുന്നു. അതിന്നു് ഒരുദാഹരണം പറയാം, സമുദ്രത്തിൽ അനവധി വലിയ കപ്പലുകൾ അങ്ങോട്ടുംമിങ്ങോട്ടും പോകുന്നതിന്റെ ഗതിഭേദംകൊണ്ടു്, ചുവട്ടിൽ

തുള്ളിക്കളിക്കുന്ന മീനുകളുടെ സുഖദുഃഖാവസ്ഥയെ ഗണിക്കാമെന്നു് ആ ക്ഷുദ്രജീവികൾ വിചാരിക്കുന്നുവെങ്കിൽ എത്ര അബദ്ധമാണു് അവയുടെ വിചാരം എന്നു നമുക്കു് ഉടനെ തോന്നുന്നില്ലേ? ദേഹികളുടെ സുഖദു:ഖങ്ങൾ പലപ്പോഴും അവരുടെ പ്രവൃത്തിയിൽനിന്നുതന്നെ ഉത്ഭവിക്കുന്നവയാണെന്നു നമുക്കു് അനുഭവമാണല്ലോ. അങ്ങനെയിരിക്കെ മർത്ത്യന്മാർ ദ്യുതം, മദ്യപാനം, ചോരണം, മാരണം, [55]എന്നിങ്ങനെ ഓരോ ദുഷ്കർമ്മങ്ങളിൽ നിരതന്മാരായി തജ്ജന്യങ്ങളായ കഷ്ടതകളെയോ, തൽഫലങ്ങലായ ദണ്ഡനകളെയോ അനുഭവിക്കനുമ്പോൾ അടുത്തിരിക്കുന്ന അവരുടെ പ്രത്യക്ഷമായ ഹേതുക്കളെ ഗണിക്കാതെ ആ ഫലങ്ങളോടുയാതൊരു സംബന്ധവുമില്ലാത്ത ദൂരത്തങ്ങൊനുമുള്ള ഗ്രഹങ്ങളുടെ ഗതിഭേതങ്ങളാണ് അവയുടെ ഹേതുക്കളന്നു ഭ്രമിച്ച് നിരപരാധികളായ ആ ഗ്രഹങ്ങളുടെമെൽ ദോഷാരോപണംചെയ്യുന്നത് , ഹേതുഫലങ്ങൾ തമ്മിലുള്ള സംബന്ധത്തെ സൂക്ഷമമായി അന്വഷിച്ചറിയുവാൻ ബുദ്ധിശക്തിയില്ലാത്തവരും അവ്യുല്പന്നന്മാരുമാ ബഹുജനങ്ങളുടെ സ്വഭാവമാകുന്നു.: രാമകിശോരൻ: എന്റെ സംശയങ്ങൾ മിക്കതും നീങ്ങി. എന്നാൽ, സോമസൂര്യന്മാരുടെ ഗ്രഹണം മുൻകൂട്ടി ഗണിക്കുന്നത് എങ്ങനെ എന്നു തെളിവാകുന്നില്ല. യോഗീശ്വരൻ:ഗ്രഹങ്ങൾ സൂര്യമണ്ടലത്തിന്നു ചുററും ഗമിക്കുന്നതിന് ഒരിക്കലും വ്യത്യാസം വരുന്നതല്ല. അവ ഇത്രനേരംകൊണ്ടു് ഇത്ര ദൂരം സഞ്ചരിക്കുമെന്നുള്ളതിന്ന് നല്ല നിശ്ചയമുണ്ട്. അതിന്നു് ഒന്നുകൊണ്ടും ഒരു വ്യത്യാസം വരുന്നതു് അസംഭവമാണ്. ആകയാൽ ഒരു ഗ്രഹം മററൊന്നിന്റെ ഛായയിൽ പടുവാൻ എത്ര കാലം വണേമെന്നു് നമുക്കു് ഗണിപ്പാൻ പ്രയാസമില്ല. ഗ്രഹങ്ങൾ ഒക്കയും ഇപ്പോഴത്തേപ്പോലതെന്നെ പോയ്കൊണ്ടിരുന്നാൽ, മേലാൽ ഏതങ്കിലും ഒരു കാലത്തിനുള്ളിൽ ഇത്ര ഗ്രഹണങ്ങൾ ഉണ്ടാകുമെന്നും ഇന്ന സമയത്ത് എന്നും ഇപ്പോൾ തന്നെ വണേമങ്കിൽ ഗണിക്കാം അതിന്നു് ഈഷൽഭേദം പോലും വരികയില്ലതാനും.

ഇതുപോലദുർഘടങ്ങളും ഭിന്നാഭിപ്രയങ്ങളും ഉള്ള സംഗതികളിൽ,

യോഗീശ്വരൻ ചിലപ്പോൾ രാമകിശോരൻ പറയുന്ന അഭിപ്രയത്തിന്നു വിരോധമായ അഭിപ്രയം പറഞ്ഞു ചില ന്യായങ്ങളെക്കൊണ്ടു് അതിനെ പിൻതാങ്ങി കുറേനേരം വാദിച്ചശേഷം ഓരോരുത്തരുടെവാദത്തിന്റെസാമർത്ഥ്യത്തെയും ന്യൂനതകളെയും കാണിച്ചും, മററും പല പ്രകാരത്തിലും രാമകിശോരന്റെ ലോകവ്യുല്പത്തിയെ ശുദ്ധിവരുത്തുകയും, വക്സാമർത്ഥ്യത്തെ പ്രബലപ്പെടുത്തുകയും മതികമലത്തെ വികസിപ്പിക്കുകയും, ഉപദേശം കൊണ്ടു മനസ്സിന്റെ നിർമലതയെ വർദ്ധിപ്പിക്കുകയും ചെയ്തുകൊണ്ടിരുന്നു. അങ്ങനെയിരിക്കുന്ന കാലം ഒരു ദിവസംവ്യായാമം ഒന്നു ഇല്ലാത്തതിനാൽ രാമകിശോന്റെ ശരീരത്തിന്ന് അൽപം കടുതലുണ്ടന്ന് യോഗീശ്വരൻ അറിഞ്ഞു്, ദിവസനേ രണ്ടാളുകളും കൂടി പുറത്തേക്കു നടക്കാൻ

പഠോവുക പതിവായി. മിക്ക ദിവസവും ധർമപുരിയിൽ ചലെല്ലും. ഒരു ദിവസം ധർമപുരിയിൽ ചനെ്നിരി [56]ക്കുമ്പഠോൾ രണ്ടുനാലു കുതിരകളഠ ചന്തയിലഠക്കുകണ്ടു പഠോകുന്നത് അവർ കണ്ടു. രാമകിശഠോരൻ;അശ്വം അത്ത്യത്തമമായ മൃഗം,മനുഷ്യന്ന്ഇതിലതികം നല്ല വാഹനം കിട്ടുവാൻ പ്രയാസമാണ് യഠോഗീശ്വരൻ;അശ്വത്തിന്റെ ലക്ഷണങ്ങൾ അറിയാമഠോ? രാമകിശഠോരൻ;എനിക്കറിഞ്ഞുകൂടാ. എന്നാൽ, ശീലഗുണമുള്ള ഒരു അശ്വത്ത കിട്ടിയാൽ അധികം പ്രയാസം കുടാതെ പുറത്തു കയറി ഓടിക്കാം യഠോഗീശ്വരൻ അശ്വങ്ങളുടെ ലക്ഷണം അറിയണ്ടേത് ആവശ്യമാണെന്നു പറഞ്ഞ് അശ്വങ്ങളഠ നിർത്തിട്ടുള്ളടിത്ത് ചനെ്ന്, അതിനഠക്കുറിച്ച് കുറച്ചു് രാമകിശഠോരന് ദൃഷ്ടാന്തസഹിതം പറഞ്ഞു കഠൊടുത്തു. ഈ കുതിരകളിൽ രണ്ടണ്ണെം അധികം ദൂഷ്യമില്ല;പ്രായവും ചറെുപ്പമാണ് എന്നു പറഞ്ഞു. രാമകിശഠോരൻ;ഒന്നിനെ വാങ്ങിയാൽ നമ്മുക്കു വ്യായാമത്തിനു വളരെ ഉപകാരമായിരുന്നു. നമ്മെ പഠോലെ നിർദ്ധനന്മാരായുള്ളവർക്ക് അശ്വത്തെ വാങ്ങുവാനും മറ്റും സാധിക്കുന്നതല്ലല്ലഠോ യഠോഗീശ്വരൻ അവയുടെ വില ചഠോദിച്ചു രണ്ടാളുകളും കുടി പിന്നയും ചിലടങ്ങളിൽ സഞ്ചരിച്ചു സന്ധ്യക്കു മുമ്പേ തങ്ങളുടെ ഗൃഹത്തിലഠക്കു മടങ്ങുകയും ചയ്തു. പിറ്റേ ദിവസം നടക്കുവാൻ പതിവായടട്ടു പഠോകുന്ന നരേമായപ്പഠോഴക്കു നല്ലവയാണന്നെു യഠോഗീശ്വരൻ തലേ ദിലസം പറഞ്ഞ രണ്ടു കുതിരകളയെും കഠൊണ്ട് രാമദാസൻ എത്തി.രാമകിശഠോരൻ ഒട്ടും താമസിയാതെ ഉൽസാഹത്തഠോടുകൂടി ഒന്നിനെ ചനെ്നു പഠൊത്തിപിടിച്ചു പുറത്തു കയറി. അല്പം നടത്തിയശഷേം യഠോഗീശ്വരനഠോട് വളരെ വിസ്മയത്തഠോടു കൂടി 'ഇവയെ നമ്മുക്ക് എങ്ങനെ കിട്ടി'? എന്നു ചഠോദിച്ചു. ഈ കുതിരകളഠ നമ്മുക്കായിട്ടിന്നു ചന്തയിൽ നിന്നു വാങ്ങി.രാമകിശഠോരന്നു് ഇങ്ങനെ ഒന്നിൻ മലേ് താല്പര്യംഉണ്ടന്നറിഞ്ഞാൽ എന്റെ അരിഷ്ട്ടിച്ചു സമ്പാദിച്ച പണം കഠൊണ്ടങ്കിലും വാങ്ങുകയന്നെല്ലേ വരികയുള്ളു'എന്നു പറഞ്ഞു.എന്തായി വില ?എന്നു പിന്നെ രാമദാസനഠോടു ചഠോദിച്ചു രാമദാസസൻ;'ചുവന്നതിന്നു് ഒരു നൂറു പണവും മറ്റതിന്നു തഠൊണ്ണൂരുപണവും കഠൊടുത്തു'എന്നു പറഞ്ഞു. രാമകിശരേൻ;കഷ്ടം ഞാൻ പ്രിയം ഭാവിക്കുകകഠൊണ്ടല്ലേ അങ്ങക്കി പണമഠൊക്കയും വറെുതെ ചിലവായത്?നമ്മെ പഠോലുള്ളവർക്ക് ഇത്ര പണം സമ്പാദിപ്പാൻ എത്ര കാലം വണേം. എന്റെ അല്പനരേത്ത സന്തഠോഷത്തിനുവണ്ടേി ഇത്ര വളരെ ദ്രവ്യം ചിലവായല്ലഠോ,ഞാൻ വ്യസനിക്കുന്നു യഠോഗീശ്വരൻ;ഈ ദ്രവ്യം വറെുതെ പഠോയിപ്പഠോയാൽ തന്നെ നമു [57]ക്ക് അധികം വ്യസനിക്കണ്ടേതില്ലല്ലഠൊ. ദ്രവ്യംകഠൊണ്ടു നമുക്കു മറ്റന്തെഠൊരു കർത്തവ്യമാണുള്ളത്? ഇങ്ങനെ നമുക്കു വിനഠോദത്തിനുവണ്ടേി കുറേ ചിലവുചയ്തത് വ്യർത്ഥമായി എന്നു് എനിക്കു തഠോന്നുന്നില്ല. ആയതുകഠൊണ്ട് അവയെ വണ്ടേതുപഠോലെ രക്ഷിച്ച് ഉപയഠോഗപ്പടെുത്തികഠൊള്ളുകയേ വണ്ടേൂ. ദ്രവ്യം ചിലവായതിനഠക്കുറിച്ചു യാതഠൊരു ചിന്തയും വണ്ടേൂ. രാമകിശഠോരൻ യഠോഗീശ്വരന്നു തന്നഠക്കുറിച്ചുള്ള ആന്തരമായ സ്നഹേത്തെ വിചാരിച്ച് സന്തഠോഷിച്ചുംകഠൊണ്ടു

താമസിയാതെ തന്റെ കുതിരയെ പുറത്തേയ്ക്കു പായിപ്പിക്കുവാൻ തുടങ്ങി. 'ചെറുകാലത്തു കുതിരപ്പുറത്തു കയറുവാൻ ഞാനും ശീലിച്ചിട്ടുണ്ടായിരുന്നു, അതു് ഒക്കെയും മറന്നുവോ എന്നു നോക്കട്ടെ' എന്നു് പറഞ്ഞു് യോഗീശ്വരൻ മറ്റേ കുതിരയുടെ പുറത്തും കയറി. ഇത്ര സ്വാധീന ഗുണം തികഞ്ഞിരിക്കുന്ന ഇദ്ദേഹത്തിനു് ഈ വകകളിലേക്കും പരിചയമുള്ളതു് ആശ്ചര്യം ! എന്ന് രാമകിശോരൻ വിചാരിച്ചു. രണ്ടാളും കൂടി ഓടിപ്പാനും തുടങ്ങി. കുതിരസവാരിക്ക് തനിക്ക് വളരെ സാമർത്ഥ്യമുള്ള വിവരം യോഗീശ്വരനെ കുറഞ്ഞൊന്നു മനസ്സിലാക്കണമെന്നുള്ള വിചാരത്തോടുകൂടി രാമകിശോരൻ തന്റെ കുതിരയെ അപകടമുള്ള ഇറക്കുകളിലും തൂക്കമുള്ള ചരിവുകളിലുംക്കൂടി പായിച്ചു. യോഗീശ്വരന്ന് അഭ്യസം കുറയുമെന്നാണ് രാമകിശോൻ വിചാരിച്ചിരുന്നത്. എന്നാൽ,അദ്ദേഹവും ആ മാർഗ്ഗങ്ങളിൽക്കൂടിതന്നെ തന്റെ കുതിരയേയും പായിപ്പിച്ചു.അപ്പോൾ രണ്ടാളുകൾക്കും പരസ്പരമുണ്ടായ വിസ്മയം തമ്മിൽ പറയാതെ മനസ്സിൽ ഒതുക്കി. അതിൽപിന്നെ പല ദിവസങ്ങളിലും രണ്ടുപേരുംകൂടി സവാരിക്കു പോവുക പതിവായി. പക്ഷേ, യോഗീശ്വരൻ ധർമ്മപുരിയിലേക്കും അതിന്നു സമീപം ദിക്കുകളിലേക്കും മാത്രം കുതിരപുറത്തു പോവുകയില്ല. ഒരു ദിവസം രണ്ടുപേരുംകൂടി മടങ്ങിവരുമ്പോൾ രാമകിശോരൻ കയറിയിരുന്ന കുതിരയുടെ കാൽ ഒരു ഉരുണ്ട പാറപ്പുറത്തു കൊണ്ടു് വഴുതി കുതിരയും രാമകിശോരനും വീണു. യോഗീശ്വരൻ ഉടനെ രാമകിശോരനെ എടുത്തു പൊങ്ങിച്ചപ്പോൾ എടത്തെ തുടയുടെ എടത്തുഭാഗത്തുനിന്ന് രക്തം ധാരാളമായി ഒലിക്കുന്നതുകണ്ടു. ക്ഷതം സാമാന്യമായി നല്ല ആഴമുണ്ടയിരുന്നു. ഉടനെ യോഗീശ്വരൻ തന്റെ ഉത്തരീയവസ്ത്രം എടുത്തു് രക്തം വരാതിരിക്കത്തക്കവണ്ണം മുറുക്കെ കെട്ടി. അതിന്നിടയിൽത്തന്നെ അധികം രക്തം പോവുകയാൽ രാമകിശോരൻ മോഹാലാസ്യപ്പെട്ടു മേലാസകലം വിയർത്തു. യോഗീശ്വരൻ ഒട്ടും പരിഭ്രമം കൂടാതെ വേഗത്തിൽ കുതിരകളെ മരത്തോടണച്ചുകെട്ടി. രാമകിശോരനെ എടുത്തു ചുമലിലിട്ടു ഭവനത്തിലേക്കുകൊണ്ടുവന്ന് കാറ്റ് നല്ലവണ്ണം കിട്ടുന്ന സ്ഥലത്തു കിടത്തി.കുറേ തണുത്ത വെള്ളം മുഖത്തു [58]തളിച്ചു് വിശറികൊണ്ടു വീശിയപ്പോൾ പതുക്കെ കണ്ണുമിഴിച്ചു: അപ്പോഴാണു് എല്ലാവർക്കും മനസ്സിന്നു കുറച്ചു സമാധാനമായത്. യോഗീശ്വരൻ തോപ്പിൽനിന്നു ഒരു പച്ചമരുന്നു പറിച്ചു് അരയ്ക്കുവാൻ തുടങ്ങിയപ്പോഴേക്കു് കുന്ദലത അച്ഛന്റെ സഹായത്തിന്നുചെന്നു. അദ്ദേഹം അകത്തു പോയി പതുക്കെ മുറി കെട്ടഴിച്ചു് , കുന്ദലത അപ്പോഴേക്കു് അരച്ചുകൊണ്ടു വന്ന മരുന്നു മുറിയിന്മേൽ പിരട്ടി വേറൊരു ശീലകൊണ്ടു മൂടിക്കെട്ടുകയുംചെയ്തു. കുറച്ചു വെള്ളം കുടിച്ചപ്പോഴേക്കു് രാമകിശോരന്നു നല്ലവണ്ണം സ്വമേധയുണ്ടായി, അടുക്കെ നിൽക്കുന്നവരെ അറിയുമാറായി. യോഗീശ്വരൻ, 'ഒട്ടും ധൈര്യക്കേടു വേണ്ട, താമസിയാതെ ആശ്വാസമാവും' എന്നു പറഞ്ഞു് രാമകിശോരനെ ധൈര്യപ്പെടുത്തി, അദ്ദേഹത്തിന്നു വേണ്ടതു് ഒക്കെയും അന്വേഷിക്കുവാനായിട്ട് പാർവതിയേയും കുന്ദലതയേയും പ്രത്യേകിച്ചു പറഞ്ഞേൽപ്പിക്കുകയുംചെയ്തു.

11.ശുശ്രൂഷകി

കുന്ദലതയും രാമകിശോരനും ആറേഴു മാസത്തോളമായി ഒരേ ഗൃഹത്തിൽത്തന്നെ പാർത്തുവന്നിരുന്നു എങ്കിലും യോഗീശ്വരൻ അവർക്കു സ്വൈരസല്ലാപത്തിന്നു് ഒരിക്കലും ഇടകൊടുത്തിട്ടുണ്ടായിരുന്നില്ല. അവർ തമ്മിൽ കാണ്മാൻ ഇടവരുമ്പോഴൊക്കെയും യോഗീശ്വരൻ കൂടെയുണ്ടാവാതിരുന്നിട്ടില്ല. അദ്ദേഹം വല്ലേടത്തേക്കു പോകുമ്പോൾ രാമകിശോരനെയും കൂടെ കൊണ്ടുപോവുകയുമായിരുന്നു പതിവു്. ആകയാൽ രാമകിശോരന്നു് അതുവരെ ഒരിക്കലെങ്കിലും കുന്ദലതയോടു് നേരിട്ടു സംസാരിപ്പാൻ സംഗതി വന്നിട്ടുണ്ടായിരുന്നുവെങ്കിൽത്തന്നെ ആ ചെറുപ്പക്കാർ തമ്മിൽ സംസാരിക്കുന്നതല്ലായിരുന്നു. കുന്ദലത ഗുരുപുത്രിയാകയാൽ അവളെക്കുറിച്ചുള്ള ബഹുമാനം ഹേതുവായിട്ടും താരുണ്യംകൊണ്ടുള്ള ലജ്ജ ഹേതുവായിട്ടും രാമകിശോരന്നു് അവളോടു നേരിട്ടു സംസാരിപ്പാൻ വളരെ സങ്കോചമുണ്ടായിരുന്നു. രാമകിശോരൻ വിശിഷ്ടനായ ഒരു ബ്രഹ്മചാരിയാണെന്നും വിദ്യാസമ്പാദനമാകുന്ന ഏകകാര്യത്തിൽമാത്രം നിരാതനാണെന്നുമാത്രമാണു് കുന്ദലത ധരിച്ചിരുന്നതു്. യോഗീശ്വരനെയും രാമദാസനെയും അല്ലാതെ വേറെ യാതൊരു പുരുഷനെയും ബുദ്ധിവെച്ചതിനുശേഷം അവൾ കാണുകയുണ്ടായിട്ടില്ല. സുഭഗനും ലക്ഷണയുക്തനുമായ രാമകിശോരനെ കുന്ദലത ഒന്നാമതു കണ്ടപ്പോൾ വില്വാദ്രിയിൽ അധിവാസമുണ്ടെന്നു പറയുന്ന ഗന്ധർവ്വന്മാരാരെങ്കിലും അച്ഛന്റെകൂടെ വരികയോ എന്നാണ ശങ്കിച്ചതു്.അച്ഛൻ പറഞ്ഞതുകൊണ്ട് ഒരു മനുഷ്യൻതന്നെയാണെന്നു തീർച്ചയാക്കി എങ്കി [60]ലും രാമകിശോരനെ വളരെ വണക്കത്തോടും ആദരവോടുകൂടിയും തന്റെ ഗുരുവിനെ പോലെയുമാണു് കുന്ദലത വിചാരിച്ചുവന്നിരുന്നതു്.

ആപത്തുണ്ടാവുന്ന സമയങ്ങളിൽ മനസ്സിന്നു് കരുതൽ വിട്ടു മറ്റു സമയങ്ങളിൽ നമ്മെക്കൊണ്ടു് മറച്ചുവെക്കുവാൻ കഴിയുന്ന ചില വികാരങ്ങൾ നമ്മുടെ അറിവുകൂടാതെ പ്രകാശിപ്പിക്കുന്നതു് അസാധാരണയല്ലല്ലോ. രാമകിശോരന്റെ പരമാർത്ഥം മുഴുവനും കുന്ദലത അറിവാൻ ഇടവന്നിട്ടുണ്ടായിരുന്നുവെങ്കിൽ അവളുടെ മനസ്സിൽ അവളുടെ അറിവോടുകൂടിതന്നെ ജനിച്ചു് യഥേഷ്ടം വളരുവാൻ അവൻ സമ്മതിച്ചിരുന്ന ചില വികാരങ്ങൾ, അവളുടെ അറിവുകൂടാതതെന്നെ അവിടെ ജനിച്ചിട്ടുണ്ടായിരുന്നു. അനർഹങ്ങളായ വിഷയങ്ങളിൽ മനസ്സിനെ സഞ്ചരിപ്പാനയയ്ക്കുന്നതു കഷ്ടമാണല്ലോ എന്നുവെച്ചു്, കുന്ദലത തന്റെ ആ വികാരങ്ങളെ ധിക്കരിച്ചു്,ഒട്ടും പ്രകാശിപ്പിക്കാതെ കഴിച്ചുപോന്നിരുന്നു. ആ വികാരങ്ങൾ രാമകിശോരനു് ഈ ആപത്തു വന്നപ്പോൾ താനേ വെളിപ്പെട്ടു. രാമകിശോരനെ ശുശ്രൂഷിപ്പാൻ, യോഗീശ്വരൻ കുന്ദലതയെ ഏല്പിച്ചതിനാൽ ആ വികാരങ്ങളെ പ്രദർശിപ്പിക്കാൻ നല്ല

ഒരു അവസരവും ആയി.രാമകിശോരനെക്കുറിച്ച് കന്ദലതയ്ക്ക് ഒന്നാമതായി ഒരു ആശ്ചര്യമാണു് ഉണ്ടായതു്. അതിൽനിന്നു് താമസിയാതെ ദൃഢമായ ഒരു സ്നേഹവും ഉളവായി. അതു ഹേതുവായിട്ടു് രാമകിശോരന്റെ ആ അവശസ്ഥിതിയിൽ കുന്ദലത തന്റെ സ്നേഹത്തെ സ്പഷ്ടമയി കാണിച്ചു. രോഗികളെ ശുശ്രൂഷ ചെയ്‌വാൻ വശമുണ്ടായിരുന്നെങ്കിലും, രാമകിശോരന്നു് തല്ക്കാലം വേണ്ടുന്നതിനെ അറിഞ്ഞു പ്രവർത്തിപ്പാൻ വേഗത്തിൽ ശീലമായി. ബുദ്ധിയുള്ളവർ താല്പര്യത്തോടുകൂടി മനസ്സിരുത്തിയാൽ എന്തൊന്നാണു വശമാക്കുവാൻ കഴിയാത്തത്? അവൾ എപ്പോഴും രാമകിശോരന്റെ സമീപത്തുതന്നെ വിട്ടുപോകാതെ നില്ക്കും. ആവശ്യം ഇന്നതെന്നറിഞ്ഞുപ്രവർത്തിക്കും. അനിഷ്ടമായിട്ടുള്ളതിനെ നിവാരണംചെയ്യും. പക്ഷെ, ശരീരസ്ഥിതിയെക്കുറിച്ചോ മറ്റോ രാമകിശോരനോടു വല്ലതും ചോദിച്ചറിയണമെങ്കിൽ ആയതു് പോറ്റമ്മയോടു സ്വകാര്യമായി പറഞ്ഞു ചോദിപ്പിക്കുകയല്ലാതെ, താൻ ചോദിച്ചുവെന്നോ, ചോദിപ്പിച്ചുവെന്നോ രാമകിശോരനറിവാൻ സംഗതി വെക്കുകയുമില്ല.

ഇങ്ങനെ വർദ്ധിച്ചിരിക്കുന്ന സ്നേഹത്തിനു പുറമെ കുന്ദലതയുടെ ഹൃദയത്തിന്നു സഹജമായിട്ടുള്ളതും, രാമകിശോരന്റെ ആ ദൈന്യാവസ്ഥയിൽ വെളിപ്പെടുത്തപ്പെട്ടതുമായ കരുണരസവും ബലമായി ഉണ്ടായിരുന്നു. സ്നേഹത്തെ പ്രബലപ്പെടുത്തുവാൻ ഇത്ര നന്നായിട്ടു് കരുണയെപ്പോലെ മാറ്റൊന്നുംതന്നെയില്ലല്ലൊ. വഹ്നി മാരുതനെക്കൊണ്ടു് എന്നപോലെ കാരുണ്യത്തോടു് സമ്മിശ്രമായിരിക്കുന്ന കുന്ദലതയുടെ സ്നേഹം വളരെ മുഴുത്തു വശമായി. [61]തന്റെ ആ അവസ്ഥയെക്കുറിച്ച് ചിലപ്പോൾ കുന്ദലതതന്നെ വിചാരിക്കും:

'പണ്ട് ഇദ്ദേഹത്തെ അറിവും പരിചയവും ലേശംപോലും ഇല്ല- എന്നോട് ഇതുവരെ ഒരു വാക്കെങ്കിലും സംസാരിച്ചിട്ടും ഇല്ല-എന്നു മാത്രമല്ല,എന്നെക്കൊണ്ടു് ഇദ്ദേഹത്തിന് എന്തു തോന്നീട്ടുണ്ടോ എന്നും എനിക്ക് നിശ്ചയമില്ല- അങ്ങനെയിരിക്കുന്ന ഈ തരുണനോട് എനിക്ക് എങ്ങനെ ഇത്ര ആർദ്രത സംഭവിച്ചു?-ആശ്ചര്യം തന്നെപ്പോലെ ഒരാൾ കഷ്ടത്തിൽ അകപ്പെട്ടിരിക്കുന്നതു കണ്ടാൽ,വ്യസനം തോന്നുന്നതും അവരെ യഥാശക്തി സഹായിപ്പാനാഗ്രഹമുണ്ടാകുന്നതും മാനുഷഹൃദയത്തിന്റെ വൈശിഷ്ട്യമായിരിക്കാം-എന്നാൽ,വേറോരാൾ ഈ അവസ്ഥയിൽത്തന്നെയായിരുന്നാൽ എനിക്ക് ആയാളെക്കുറിച്ച് ഈ വിധം ഒക്കെയുംതോന്നുമോ?- അതു സന്ദേഹം- ദയ തോന്നാതിരിക്കയില്ല, നിശ്ചയംതന്നെ-പ്രേമമോ?- അതിനെന്തു കാരണം?പ്രേമം മറ്റൊരുത്തനോട് അസംഗതിയായി തോന്നുന്നതല്ലല്ലോ-എന്തോ-മനുഷ്യഹൃദയത്തിന്റെ വികൃതികൾ!

അച്ഛനും എന്നെപ്പോലതെന്നെ ഈ യുവാവിന്റെമേൽ

പ്രതിപത്തി കാണ്മാനുണ്ട്.ഈ ആപത്തിന്നുശേഷം അധികവും ഉണ്ട് ഇതിനന്തു കാരണം? ഇദ്ദേഹവും ഞാൻ മാത്രമായി അച്ഛനന്ന് ഇപ്പോൾ അധികം സ്നേഹം ആരയൊണന്നു പറവാൻ പ്രയാസം. അച്ഛനന്ന് വളരനേരം ഇദ്ദേഹത്തിന്റെ ഒരുമിച്ചു കഴിഞ്ഞിട്ടും അച്ഛനെക്കുറിച്ച് ഇദ്ദേഹം വളരെ സ്നേഹവും ആഭിമുഖ്യവും കാണിക്കയാലും ഇദ്ദേഹത്തോട് ഇത്ര മമതയുണ്ടായതു് അത്ഭുതമല്ല-എനിക്കോ?--ഇതിനൊന്നിനും സംഗതിയുണ്ടായിട്ടില്ലല്ലോ. എന്റെ പ്രേമമോ-അതിവിപുലം! മറച്ചുവക്കുവാൻ പ്രയാസം-പണ്ടിങ്ങനയുണ്ടായിട്ടില്ല-ജന്മാന്തരവാസനയോ?-അതല്ല-അതു മായമന്ന് അച്ഛൻ പറഞ്ഞിട്ടുണ്ടല്ലോ-പരമാർത്ഥം ഈശ്വരനറിയാം.ഏതങ്കിലും ഇദ്ദേഹത്തിന്റെ ദീനം വേഗത്തിൽ ആശ്വാസമായി,മുമ്പത്തെ ഓജസും മുഖപ്രസാദവും രണ്ടാമതും ഉണ്ടാകട്ടെ ഈശ്വരാ!

ഇങ്ങനയുള്ള വിചാരത്തോടുകൂടി, കുന്ദലത വേറെ യാതൊന്നിന്നും ശ്രദ്ധവക്കാതെ രാമകിശോരനെ ശുശ്രൂഷചെയ്യും. യോഗീശ്വരന്നും കുന്ദലതയുടെ ഔത്സുക്യം കണ്ടിട്ടു് അല്പം മന്ദസ്മിതത്തോടുകൂടി നോക്കി ഉള്ളിൽ സന്തോഷിക്കും. രാമകിശോരനെ വഴിപോലെ ശുശ്രൂഷിക്കുന്നുണ്ടലോ എന്നുമാത്രം ചിലപ്പോൾ കുന്ദലതയോടു ചോദിക്കുകയും ചെയ്യും.

ഒരു മാസാർദ്ധത്തിൽപുറം അങ്ങനെ ചികിത്സയായി കഴിഞ്ഞ ശേഷമാണു് മുറി ഉണക്കം തുടങ്ങിയതു്. മുറിക്കു് അധികം ആഴം ഉണ്ടായിരുന്നതിനാൽ ഒരിക്കൽ അല്പം പനിയുണ്ടായി പഴുപ്പു കയറുമോ എന്നുകൂടി രണ്ടു ദിവസം എല്ലാവരും ഭയപ്പെട്ടു. [62]വേദനയുടെ വർദ്ധന നിന്നതിന്റെ ശേഷമാണ് രാമകിശോരൻ തന്റെ അവസ്ഥയെക്കുറിച്ചു വിചാരിപ്പാൻ തുടങ്ങിയതു്. താൻ വീണതും യോഗീശ്വരൻ പിടിച്ചു എഴുനല്പിച്ചതും മാത്രമേ തനിക്ക് ഓർമയുള്ളു.പിന്നെ പ്രജ്ഞയുണ്ടാകുന്നവരെ ഉണ്ടായതത്രയും വിവരമായി യോഗീശ്വരൻ പറഞ്ഞറിഞ്ഞു അപ്പോൾ രാമകിശോരൻ കൃതജ്ഞതയോടുകൂടി യോഗീശ്വരന്റെ നന്മയെ സ്മരിച്ചു. അധികം താമസിയാതെ, കുന്ദലത തനിക്കു വേണ്ടി ചെയ്യുന്നതൊക്കെയും കണ്ടറിഞ്ഞപ്പോൾ, രാമകിശോരന്നു് അവളെക്കുറിച്ചുണ്ടായ വിചാരങ്ങൾ പറയുന്നതിനേക്കാൾ വിചാരിച്ചറിയുകയാണ് എളുപ്പം.'ഈശ്വരാ! ഈ ഭാഗ്യം അനുഭവിപ്പാൻതക്കവണ്ണം ഞാൻ എന്തൊരു സുകൃതംചെയ്തു! ഭഗ്യശാലിനിയായിരിക്കുന്ന ഈ സ്ത്രീ എന്നെ ഇത്ര താല്പര്യത്തോടുകൂടീ പരിചരിക്കുവാൻ തക്കവണ്ണം ഞാൻ ഇവൾക്കുവേണ്ടി എന്തൊന്നു ചെയ്തു! ഇത്ര കാരുണ്യം ഇവൾഎന്റെ നേരെകാണിച്ചതിന്ന് എന്റെ കൃതജ്ഞതാസൂചകമായിട്ട് എന്തൊന്നു ചെയ്യേണ്ടു?അതുവരെയായിട്ടും ഇവളുടെ ഈകാരുണ്യം ഞാൻ അറിയുന്നുണ്ടങ്കിലും ഇവളെ ബോധിപ്പിച്ചിട്ടില്ലല്ലോ. ഗുരുപത്രിയാകയാലും അവളുടെ അധികമായ മന്ദാക്ഷത ഹേതുവായിട്ടും എനിക്ക് അങ്ങോട്ടു കടന്നു സംസാരിപ്പാൻ മടിയുണ്ടു്.ഏതങ്കിലും ഈ അവസ്ഥയിൽ എന്റെ പ്രസാദപിശൂനങ്ങളായ ചില വാക്കുകളെ

പറയുകയങ്ങെങ്കിലും ചെയ്തിട്ടില്ലങ്ങെങ്കിൽ ഞാൻ ഒരു മഹാപാപിയായിരിക്കും'എന്നിങ്ങനെ വിചാരിച്ചു് ഒരു ദിവസം ഭക്ഷണം കഴിഞ്ഞ ഉടനെ രാമകിശോരൻ വറേെ ആരും ഇല്ലാത്ത സമയം നോക്കി കുന്ദലതയോട് ഇപ്രകാരം പറഞ്ഞു:

രാമകിശോരൻ:എന്റെ ദീനം രണ്ടു ദിവസമായി ആശ്വാസം തന്നെയാണ്. എന്റെ പുണ്യാപൂരം പറഞ്ഞാൽ തീരുന്നതല്ല.ഇത്ര സുകൃതിനിയായിരിക്കുന്ന ഭവതി എന്റെ ഈഅവശസ്ഥിതിയിൽ എന്നോടു കാണിച്ച ദയഹേതുവായിട്ടു് എനിക്കുണ്ടായ സന്തോഷംതന്നെയാണ്,ഇത്ര വഗേത്തിൽ എന്റെ ദീനം ആശ്വാസമാക്കിയത്. ഇതിന്നു് ശതാംശമായിട്ടങ്ങെങ്കിലും ഒരു പ്രത്യുപകാരം ചെയ് വാനായി എന്നെക്കൊണ്ട് കഴിയണേമേ എന്നു ഞാൻ ദവൈത്തെ പ്രാർത്ഥിക്കുന്നു.

കുന്ദലത,രാമകിശോരൻ പറവാൻ തുടങ്ങിയപ്പോൾ തന്നോടാവുകയില്ലല്ലോ,എന്നുവിചാരിച്ചു,വറേആരങ്ങെങ്കിലും സമീപംഉണ്ടോഎന്നുനാലുപുറത്തകേ്കുംഒന്നുനോക്കി;പിന്നെ തന്നോടു തന്നെയാണന്നെറിഞ്ഞപ്പോൾ, നാണംകൊണ്ടു വഗേത്തിൽ തല താഴ്ത്തിനിന്നു. അപ്പോൾ ക്ഷണനരേംകൊണ്ടു പല വിചാരങ്ങളും തന്റെ മനസ്സിൽക്കൂടി ഓടുകയാൽ ഹൃദയം ഊക്കോടുകൂടി മിടിക്കുന്നത് തനിക്കുതന്നെ കേൾക്കുമാറായി. ഒരു ദീർഘനിശ്വാസം അയച്ചു.ഒന്നും ഉത്തരം പറവാൻ കഴിഞ്ഞതുമില്ല. [63]രാമകിശോരൻ;ദുർലഭമായിരിക്കുന്ന ഈ മഹാഭാഗ്യം അനുഭവിപ്പാൻ തക്കവണ്ണം ഞാൻ എന്തൊരു സൽക്കർമംചെയെതു? കുന്ദലത: യോഗ്യനായിരിക്കുന്ന അങ്ങേയ്ക്കു് തുച്ഛമായ ഈ ഉപകാരമങ്ങെങ്കിലും ചെയ്യുവാൻ സംഗതി വന്നതിനാൽ എനിക്കു വളരെ സന്തോഷമുണ്ട്. എന്നാൽ അങ്ങുന്നു കൊണ്ടാടിയതിനു തക്കവണ്ണം അധികം ഒന്നും ഞാൻ ചെയ്തിട്ടില്ല. അങ്ങേക്കുവണേ്ടി ചെയ്താൽ കൊള്ളാമന്നെുള്ള എന്റെ ആഗ്രത്തെക്കുറിച്ചായിരുന്നു അങ്ങേടേ ഈ അതിശയോക്തി എങ്കിൽ വളരെ പിഴച്ചിട്ടില്ല. രാമകിശാരൻ:ഭവതിയുടെ ക്രിയയ്ക്ക് അനുരൂപമായ ഈ മധുരവാക്കുകൾ എനിക്കു പരമാനന്ദകരമായി ഭവിക്കുന്നു. കുന്ദലത:എന്നാൽ,എന്റെ കാംക്ഷിതം സഫലമായി, അങ്ങേടേ പ്രീതിയെ കാംക്ഷിച്ചുകൊണ്ടിരിക്കുന്ന ഞാൻ കൃതാർത്ഥയായി. പക്ഷേ,എന്റെ മനോരഥം ഇത്ര അനായാസനേ സാധിക്കുവാൻ സംഗതിവന്നതിനാൽ മാത്രം അത്ഭുതപ്പെടുന്നു. രാമകിശോരൻ: പ്രിയ കുന്ദലതേ, ഭവതിയുടെ ക്രിയകൾക്കും വിചാരത്തിന്നും സദൃശമായ ഒരു പ്രത്യുപകാരം എന്നെക്കൊണ്ടു ചെയ് വാൻ കഴിഞ്ഞല്ലാതെ ഞാൻ കൃതകൃത്യനാവുന്നതല്ല. കുന്ദലത വിചാരിച്ചു രാമകിശോരൻ:പ്രിയ കുന്ദലതേ, എന്നല്ലേ എന്നെ വിളിച്ചതു് ?-പ്രിയ കുന്ദലതാ-ഞാൻ ചെയ്തതിനെക്കുറിച്ചുളള സന്തോഷംകൊണ്ടായിരിക്കും- അല്ലാതെ എനിക്ക് അങ്ങോട്ടുള്ളതു പോലെ ഇങ്ങോട്ടും പ്രമേം ഉണ്ടാവുകയാലായിരിക്കുമോ- അതല്ല- എന്റമൈമേൽ ഇത്ര യോഗ്യനായിരിക്കുന്ന ഇദ്ദഹേത്തിന്നു പ്രമേം ജനിക്കുവാൻ സംഗതിയന്തെു് ?അതുപോലെ അദ്ദഹേന്റെ

കുതിരയും അദ്ദഹേത്തിനു് പ്രിയമായിട്ടുള്ളതുതന്നെ-വാളും പ്രിയമായിട്ടുള്ളതുതന്നെ-പറഞ്ഞ സ്വരം കൊണ്ടും മുഖഭാവംകൊണ്ടും പ്രിയശബ്ദത്തിന്നു് അതിലധികം അർത്ഥം കരുതീട്ടുണ്ടെന്നു തോന്നുന്നില്ല. രാമകിശോരൻ: എന്റെ പ്രിയ കുന്ദലതെ, ഭവതിയുടെ ക്ഷേമത്തിനും അഭ്യുദയത്തിന്നും സദാ ആഗ്രഹിച്ചുകൊണ്ടിരിക്കുന്ന ഒരു സുഹൃത്താണെന്നു് എന്നെ കരുതി ഭവതിയുടെ അക്ഷീണമായ കാരുണ്യത്തിനും സുദൃഢമായ സ്നഹേവിശ്വാസങ്ങൾക്കും എന്നെ ഒരു പാത്രമാക്കിക്കൊള്ളണേമേ. കുന്ദലത:ഈ അപേക്ഷ ഞാൻ അങ്ങോട്ടു ചെയ്യണേ്ടതായിരുന്നു. എന്റെ ലജ്ജകൊണ്ടു് ചെയ് വാൻ കഴിയാഞ്ഞതാണ്. അങ്ങുന്നു് ബുദ്ധിമാനാകയാൽ പറഞ്ഞതിന്റെ അർത്ഥം മാത്രമല്ലല്ലോ ഗ്രഹിക്കുകയുള്ളു എന്നു വിചാരിച്ചു് എന്റെ വാക്കുകൾ ചുരുങ്ങിയതിന്മേൽ ഞാൻ ഒട്ടും വ്യസനിക്കുന്നില്ല.രാമകിശോരൻ: എനിക്കു ഭവതിയെക്കുറിച്ചുള്ള സ്നഹേവും ബഹുമാനവും നാം തമ്മിൽ കണ്ടന്നേ തുടങ്ങീട്ടുണ്ട്.ഇപ്പോൾ അവ [64]കൃതജ്ഞതയോടു സമ്മിശ്രമായി വളരെ ദ്രഢമാകുംവണ്ണം എന്റെ മനസ്സിൽ വേരൂന്നിയിരിക്കുന്നു. അവയ്ക്ക് ഈ ദഹേദഹേികൾ വേർപെടുന്നതുവരെ യാതൊരു കുലുക്കവും തട്ടുന്നതുമല്ല.

ഇങ്ങനെ രാമകിശോരൻ പറഞ്ഞതു മനഃപൂർവമായിട്ടാണെന്നു് കുന്ദലതയ്ക്ക് പൂർണവിശ്വാസം വരികയാൽ അവളുടെ മുഖം ഏറ്റവും പ്രസന്നമായി. രാമകിശോരനും തന്റെ അന്തർഗതങ്ങൾ ഒക്കെയും കുന്ദലതയെ വണേ്ടതുപോലെ ഗ്രഹിപ്പിക്കാൻ സംഗതിവന്നതിനാൽ അധികമായ സന്തോഷത്തോടുകൂടി കുന്ദലതയുടെ മനോഹരമായ സംഭാഷണത്തെയും അവളുടെ പല വൈഭവങ്ങളെയും വിചാരിച്ചുകൊണ്ടു് കുറനേരേം കഴിഞ്ഞശേഷം ഉറക്കമാകയുംചെയ്തു.

12.ദൂത്

ഇനി നമ്മുടെ കഥ ഇതുവരെ പ്രസ്താവിക്കാത്തതായ ഒരു സ്ഥലത്തു വെച്ചു തുടങ്ങേണ്ടിയിരിക്കുന്നു.

കലിംഗരാജ്യത്തിന്റെ വടക്കു പടിഞ്ഞാറു ദിക്കിൽ കുന്തളം എന്നൊരു രാജ്യമുണ്ട്. കുന്തളരാജാക്കന്മാർ പണ്ടു് സ്വതന്ത്രന്മാരായിരുന്നുവെങ്കിലും ഈ കഥയുടെ കാലത്തിന്നു് ഏകദേശം ഒരു നൂററാണ്ടു് മുമ്പെ, ശക്തനായ ഒരു കലിംഗരാജാവു് വിക്രമാദിത്യൻ എന്നു ലോകപ്രസിദ്ധനായ മാളവരാജാവിനോടു സഖ്യംചെയ്തു്, കുന്തളേശനോടു പടവെട്ടി ജയിച്ചു് കപ്പം വാങ്ങി തുടങ്ങിയിരുന്നു. കുന്തളരാജ്യത്തു് പ്രബലന്മാരായ രാജാക്കന്മാർ ആരും അതിന്നുശേഷം കുറേ കാലത്തേക്കു് ഉണ്ടാകായ്കയാൽ കുന്തളേശന്മാർ അനാദിയായിട്ടുള്ള തങ്ങളുടെ സ്വാതന്ത്ര്യത്തെ വീണ്ടുകിട്ടുവാൻ ശ്രമിക്കാതെ, കലിംഗരാജാക്കന്മാരുടെ ശാസനയിൻകീഴിൽ ഒതുങ്ങി അവർക്കു കപ്പം കൊടുത്തുകൊണ്ടു് അവരുടെ മേക്കോയ്മയോടുകൂടിയാണു് തങ്ങളുടെ രാജ്യം ഭരിച്ചുവന്നിരുന്നതു്. ചിത്രരഥൻ എന്ന കലിംഗമഹാരാജാവിന്റെ ചെറുപ്പകാലത്തു് അന്നത്തെ കുന്തളേശൻ താൻ കപ്പം കൊടുക്കുകയില്ലന്നെും കലിംഗാധീശന്നു തന്നോടു കപ്പം വാങ്ങുവാൻ അവകാശമില്ലന്നെും മററും തർക്കിക്കുകയാൽ,യുദ്ധംചെയ്തു് കലിംഗാധീശൻ പണിപ്പെട്ടു് കുന്തളേശനെ ഒതുക്കി, രണ്ടാമതും കപ്പം വാങ്ങി.ആ അപജയം പ്രാപിച്ചു് കുന്തളേശൻ പുരുഷപ്രജകൾ കൂടാതെ മരിച്ചു. കൃതവീര്യൻ എന്ന അദ്ദേഹത്തിന്റെ പ്രബലനായ അനുജനു് രാജ്യം കിട്ടി. ഏകദേശം ഇരുപത്തഞ്ചു വയസ്സു പ്രായമായപ്പോഴാണ് പട്ടം കിട്ടിയതു്. അതിൽ പിന്നെ അദ്ദേഹം ഒരു പന്തീരാണ്ടു കാലം വളരെ ശുഷ്കാന്തിയോടും പ്രാപ്തിയോടുംകൂടി തന്റെ രാജ്യം ഭരിച്ചു.[66]

കൃതവീര്യൻ വളരെ ഗംഭീരനും പരാക്രമിയും രാജ്യതന്ത്രങ്ങളിൽ നിപുണനും ആയിരുന്നു. അദ്ദേഹത്തിന്നു് ഈ കഥയുടെ കാലത്തു് പ്രായം നാല്പതു വയസ്സിന്നടുത്തിരുന്നുവെങ്കിലും ദേഹം സ്ഥൂലിപ്പാനുള്ള ഭാവം ലേശംപോലും ഉണ്ടായിരുന്നില്ല. ഒരു ഒത്ത ആളോളം മാത്രമേ ഏകരം ഉണ്ടായിരുന്നുള്ളു. എങ്കിലും ആദ്ദേഹത്തിന്റെ നടത്തം പാടുള്ളേടത്തോളം നിവർന്നു് തല പൊക്കിയും മാറിടം അൽപ്പം മുന്നോട്ടു തള്ളിയും ആകയാൽ, കാഴ്ചയ്ക്ക് ഉള്ളതിൽ അധികം വലിപ്പമുള്ളാളാണന്നെു തോന്നും. മുഖം ചെറുപ്പകാലങ്ങളിൽ അല്പം ശ്രംഗാരരസം ഉള്ളതായിരുന്നുവെങ്കിലും ഇപ്പോൾ ആയതു് കേവലം പോയി വീരരസപ്രധാനമായി തീർന്നിരിക്കുന്നു. ചിലപ്പോൾ രൗദ്രവും പകർന്നുകാണാം. വെളുത്തു് രക്തപ്രസാദമുള്ള ആ മുഖത്തെ അലങ്കരിക്കുന്നതായ ഏററവും പ്രസരിപ്പും ചൈതന്യവുമുള്ള ലോചനയുഗളം അന്തരംഗത്തിന്റെ അടക്കമില്ലായ്മയേും ഉന്നതഭാവത്തയെും വിളിച്ചു പറയുന്നുവോ എന്നു തോന്നും.

കൃതവീര്യന്റെ സ്വഭാവം വർണ്ണിക്കുവാൻ എളുപ്പമല്ല. ആയതു് ചെറുപ്പത്തിലുണ്ടായിരുന്ന സചിവന്മാരുടെ ദുർബോധനയാലും പാർശ്വസേവികളുടെ മുഖസ്തുതിയാലും ചീത്തയാക്കപ്പെട്ടിരുന്നു എങ്കിലും മനസ്സിന്നു് ജാത്യാലുള്ള ആർജവംമാത്രം വിട്ടുപോയിട്ടുണ്ടായിരുന്നില്ല. ബാല്യത്തിൽ അമിതമായി ലാളിച്ചുവളർത്തുകയാലും താൻ നിത്യത കാണുന്നവരിൽ അധികം ജനങ്ങളും അടിമകളെപ്പോലെ താഴ്മയായി നിൽക്കുന്നതു കണ്ടു പരിചയിക്കയാലും തന്റെ ഹിതത്തിന്നുവിപരീതമായി ആരെങ്കിലും പ്രവർത്തിച്ചതായിട്ടോ അഭിപ്രായത്തിന്നു് മറുത്തു പറഞ്ഞതായിട്ടോ ഓർമയില്ലായ്കയാലും രാജാക്കന്മാർക്കു് അസാധാരണയില്ലാത്ത ദുരഭിമാനം ദുശ്ശാസനം മുതലായ ദുർഗുണങ്ങൾ അദ്ദേഹം അറിയാതെ അദ്ദേഹത്തിന്റെ മനസ്സിനെ ബാധിച്ചിരുന്നു. ഗർവവും പ്രൗഢിയും മൂർത്തീകരിച്ചിരിക്കുകയോ എന്നു തോന്നും. താഴ്മയോ, വിട്ടൊഴിച്ചിലോ ലേശംപോലും ഇല്ല. കോപവും സാമാന്യത്തിൽ അധികം ഉണ്ടു്. രാജധാനിയിൽ ഉള്ള സകല അമാത്യന്മാർക്കും ഭൃത്യന്മാർക്കും വളരെ പഴക്കമുള്ള മന്ത്രിമാർക്കുംകൂടി രാജാവിന്റെ പുരികക്കൊടി അൽപം ചുളിഞ്ഞു കണ്ടാൽ അകത്തു് ഒന്നു കാളാതിരിക്കയില്ല. എന്നാൽ , സാധാരണ എല്ലാ രാജാക്കന്മാർക്കും ഇല്ലാത്ത ചില വിശേഷഗുണങ്ങളും കൃതവീര്യന്നുണ്ടായിരുന്നു. രാജ്യപരിപാലനത്തിങ്കൽ അലസത ലേശംപോലും ഉണ്ടായിരുന്നില്ലെന്നു മുമ്പുതന്നെ പ്രസ്താവിച്ചുവല്ലോ. തന്റെ പ്രജകൾക്കു് പരിഷ്കാരം വർദ്ധിക്കണമെന്നും തന്റെ സൈന്യം ഭീമബലമുള്ളതായി തീരണേമെന്നും തന്റെ ഭണ്ഡാരം എപ്പോഴും നിറഞ്ഞിരിക്കണേമെന്നും ആയിരുന്നു അദ്ദേഹത്തിന്റെ മോഹങ്ങൾ. ആയവ സാധിക്കണേ്ടതിന്നുള്ള വഴികളും പ്രകാരങ്ങളും താൻ വഴിപോലെ ഗ്രഹിച്ചിട്ടും ഉണ്ടായിരുന്നു. തന്റെ കീഴിലുള്ള സകല ഉദ്യോഗസ്ഥന്മാരുടെയും [67]നിത്യത ചെയ്യുന്ന പ്രവർത്തിയാൽ അദ്ദേഹത്തിന്റെ ദൃഷ്ടിയും പരിശോധനയും ഉണ്ടാവും. ഒരുവന്റെ പക്കൽ ആകൃത്യമായിട്ടോ, തെറ്റായിട്ടോ വല്ലതും കണ്ടാൽ അപ്പോൾ രാജാവിന്റെ ചൂരൽ അവന്റെ പുറത്തു വീണു. രാജാവു് വരുന്നു എന്നു കേട്ടാൽ കിടുകിടെ വിറയ്ക്കാത്തവർ വളരെ ജാഗ്രതയോടും വകതിരിവോടുകൂടി തങ്ങളുടെ പണി നടത്തുന്നവർ മാത്രമെയുണ്ടായിരുന്നുള്ളും. താൻ കാര്യത്തിന്നു നല്ല പ്രാപ്തിയുള്ളാളാകയാൽ ഒട്ടും മുഖം നോക്കാതെ പണിക്കുപോരാത്തവരെ താഴ്ത്തുകയും, പ്രാപ്തന്മാരെ തിരഞ്ഞെടുത്തു് വലിയ സ്ഥാനങ്ങളിൽ വയ്ക്കുകയുംചെയ്യും. അതുകൊണ്ടു് മര്യാദക്കാർക്കൊക്കയെും രാജാവിനെ സ്നേഹവും, മറ്റുള്ളവർക്കു് ഭയവും രാജ്യഭരണത്തിനുള്ള പ്രാപ്തിയെ സംബന്ധിച്ചേടത്തോളം എല്ലാവർക്കും ബഹുമാനവും ഉണ്ടായിരുന്നു.

ഒരു നാൾ കൃതവീരൻ തന്റെ വിഖ്യാതന്മാരായ ചില മന്ത്രിപ്രവീരന്മാരെ ആളയച്ചു വരുത്തി,താനും അവരുംകൂടി മന്ത്രശാലയിൽ എത്തിക്കൂടി, ഏറ്റവും മുഖ്യമായ ചില

രാജ്യകാര്യങ്ങളെക്കൊണ്ടു ആലോചന തുടങ്ങി:

കൃതവീര്യൻ:പ്രിയ സചിവന്മാരെ! നാം വളരെക്കാലമായി ആലോചിച്ചിരുന്ന ചില കാര്യങ്ങൾ ഇപ്പോൾ പ്രവൃത്തിപ്പാൻ നല്ല തക്കം വന്നിരിക്കുന്നുവെന്നു് നമുക്കു തോന്നുകയാൽ നമ്മുടെ അഭിപ്രായങ്ങളെ വിവരമായി നിങ്ങളെ ഗ്രഹിപ്പിച്ചു് അധികം അറിവും, പഴമയും, ആലോചനശക്തിയും, നമ്മെക്കുറിച്ചു് കൂറും ഉള്ള നിങ്ങളുടെ അഭിപ്രായം എങ്ങനെയെന്നു് അറിവാനാകുന്നു നിങ്ങളെ എല്ലാവരെയും ഇന്നു് ആലോചനസഭയിലേക്കു വരുത്തിയതു്. ആ കാര്യങ്ങൾ പല സംഗതികളെക്കൊണ്ടും ഇത്ര നാളും, അതിവിശ്വാസയോഗ്യന്മാരും,ആപ്തന്മാരുമായ നിങ്ങളെപ്പോലും അറിയിക്കാതെ രഹസ്യമായി വെക്കേണ്ടിവന്നതിനാൽ സമചിത്തന്മാരായ നിങ്ങൾക്കു് അപ്രിയം തോന്നുകയില്ലെന്നു വിശ്വസിക്കുന്നു. നമ്മുടെ പൂർവന്മാർ സ്വതന്ത്രന്മാരായിരുന്നു എന്നും കലിംഗാധീശന്റെ അതിക്രമം ഹേതുവായിട്ടു് നമ്മുടെ കുലമഹിമ ഇങ്ങനെ മങ്ങിക്കിടക്കുന്നതാണെന്നും, പൂർവവൃത്താന്തം അറിവുള്ള നിങ്ങളോടു വിസ്തരിച്ചു പറവാൻ ആവശ്യമില്ലല്ലോ. പിന്നെ നമ്മുടെ ഓർമയിൽത്തന്നെ നമ്മുടെ ജ്യേഷ്ഠൻ ഞങ്ങളുടെ സ്വാതന്ത്ര്യം തിരികെ കിട്ടുവാൻ ചെയ്ത ശ്രമം നിങ്ങളാൽ ചിലരുടെ ആലോചന പിഴയ്ക്കയാലും, നമ്മുടെ ബലം കുറകയാലും അത്യന്തം അപമാനമായി കലാശിച്ചതു് വിചാരിച്ചുനോക്കുമ്പോൾ നമ്മുടെ മനസ്സുരുകുന്നു. ('നിങ്ങളാൽ ചിലരുടെ'എന്നു പറഞ്ഞതോടുകൂടൂ സഭയിൽ ഇരുന്നിരുന്ന രണ്ടു മന്ത്രിമാരുടെ മുഖത്തേക്കു് ഇടക്കണ്ണിട്ടൊന്നു നോക്കി).

ഇപ്പോൾ കലിംഗരാജ്യത്തു് ചിത്രരഥരാജാവു വളരെ വൃദ്ധനായി. അദ്ദേഹം ഉള്ളതും ഇല്ലാത്തതും കണക്കൊന്നു തന്നെ. [68] പിന്നെ ഈയിടെ അഭിഷേകം കഴിഞ്ഞതു് പ്രതാപചന്ദ്രൻ എന്ന ബാലനാണു്.അയാൾ വസ്ത്രാഡംബരത്തോടുകൂടി രാജകുമാരൻ എന്ന പേരും പറഞ്ഞു് പല്ലക്കിൽ കൊണ്ടുനടപ്പാൻ നല്ല ഒരു പണ്ടമാണു്. കല്യാണം,അഭിഷേകം മുതലായവ അടിയന്തരങ്ങൾ കഴിക്കുകയാൽ അവരുടെ ക്ഷീണിച്ചിരിക്കുന്ന ഭണ്ഡാരം ഇപ്പോൾ അധികം ക്ഷീണിച്ചിരിക്കുന്ന സമയമാണു്. പ്രാപ്തന്മാരായ സേനാനായകന്മാർ ആരും അവർക്കില്ല. സൈന്യങ്ങളും വളരെ അമാന്തരസ്ഥിതിയിലാണു്. എന്നാൽ, ഇതിനെല്ലാററിനേക്കാളും നമുക്കു വലിയ ഒരു ഗുണം ഉള്ളതു്, കലിംഗാധീശന്റെ പ്രധാനമന്ത്രിയും സേനാധിപനും ആയിരുന്ന കപിലനാഥൻ എന്ന ആ മഹാശക്തൻ മരിച്ചു പോയതുതന്നെയാണു്. കഴിഞ്ഞ യുദ്ധത്തിൽ ജ്യേഷ്ഠനു വന്ന അപജയം മുഴുവനും അയാൾ ഒരാളുടെ സാമർത്ഥ്യംകൊണ്ടാണെന്നു സംശയമില്ല. അയാളോടു തോൽക്കുന്നതു് അത്ഭുതമല്ലതാനും, പുരുഷകുഞ്ജരൻ' എന്നു പറയുന്നതു് അയാളാണ്. എത്രയും ഉദാരൻ, അതിഗംഭീരൻ ഒരുകുറി അയാൾ ഇവിടെ വന്നിരുന്നു. നമ്മുടെ അസ്താനമണ്ഡപത്തിൽ സിംഹാസനത്തതിന്റെ മുൻഭാഗത്തുള്ള ആ വലിയ സ്തംഭത്തിന്റെ സമീപം ഒരു ഉന്നതമായ ആസനത്തിന്മേൽ ജ്യേഷ്ഠന്റെ

മുമ്പാകെ ഇരുന്നു് രാജ്യകാര്യത്തെക്കുറിച്ചു് സംസാരിച്ചതു് നാം അന്നു ബാലനായിരുന്നുവെങ്കിലും നമ്മുക്കു് ഈയിടെ കഴിഞ്ഞതുപോലെ ഓർമ തോന്നുന്നു. ആയാൾ ഒരു സഭയിൽ ഉണ്ടായാൽ വക്താവ് അയാളും മററെല്ലാവരും ശ്രോതാക്കളും അങ്ങനെ വരികയയേയുള്ളു. അതിധീരൻ, അയാളും മരിച്ചുവല്ലോ.

ഇനി നമ്മുടെവിഭവങ്ങളാണ് ആലോചിക്കേണ്ടതു്. നമുക്കു് കലിംഗരാജാവിന് ഇപ്പോൾ ഉള്ളതിനേക്കാൾ ആന, തേർ, കുതിര കാലാൾ ഇവയോരോന്നും അധികമുണ്ടു്. സൈന്യാധിപന്മാരും അസാരന്മാരല്ല. നമ്മുടെ രാജ്യത്തിൽ പ്രജകൾ തമ്മിൽതന്നെയുണ്ടായിരുന്ന ഛിദ്രങ്ങളൊക്കയെും അടങ്ങി, ഇപ്പോൾ സമാധാനവും സുഭിക്ഷവും ഉള്ള കാലമാണു്.അന്യശത്രുക്കളുടെ ഉപദ്രവവും ഇപ്പോൾ ഭയപ്പെടുവാനങ്ങുമില്ല. എന്തിനേറേ പറയുന്നു; ഇന്നു് കലിംഗാധീശനെ അദ്ദഹേത്തിന്റെ പുരയിൽവച്ചുതന്നെ തോല്പിക്കുവാൻ ദൈവം നമുക്കു് വളരെ പ്രതികൂലമല്ലങ്കിൽ കുറച്ചുപോലുംപ്രയാസമുണ്ടന്നു്നമ്മുക്കുതോന്നുന്നില്ല. ഇങ്ങനെയാണു് നമ്മുടെ അഭിപ്രായങ്ങൾ. ഇനി നിങ്ങൾ വഴിപോലെ ആലോചിച്ചു് നമ്മുടെ നോക്കു് പോരായ്കയാൽ നാം കാണാതെ വല്ല തടസ്ഥവും ഉണ്ടങ്കിൽഅതിനെ ആരാഞ്ഞു കണ്ടു പറഞ്ഞു തരണേം. ഇതാകുന്നൂ നമ്മുട ആവശ്യം.

രാജാവു് ഇങ്ങനെ പറഞ്ഞതിനെ വളരെ ശ്രദ്ധയോടുകൂടി കേട്ട മന്ത്രിമാർ കുറച്ചുനേരം ആലോചനയോടുകൂടി നിശ്ശബ്ദന്മാരായിരുന്നു. ക്രതവീര്യൻ കാര്യത്തെക്കുറിച്ചുള്ള തന്റെ പ്രസംഗം കഴിഞ്ഞ ഉടനെ ആസനത്തിന്മലേക്കു പിന്നോക്കം ചാരി, കാലിന്മേൽ [69]കാലേററി ഒരു കൈകൊണ്ടു തന്റെ വലിയ മീശ പിടിച്ചു തിരിച്ചുംകൊണ്ടു് താനും ആലോചനയായിരുന്നു. മന്ത്രിമാർ തങ്ങളുടെ ആലോചന കഴിഞ്ഞു മുഖത്തോടു മുഖംഎല്ലാവരും നോക്കി, അവരിൽ അധികം പ്രായംചെന്ന ഒരാൾഎഴുനീററു് ഇപ്രകാരം പറഞ്ഞു:

'എനിക്കു തോന്നിയതു് ഞാൻ ഉണർത്തിക്കാം. ഇവിടുന്നു് അരുളിച്ചെയ്തതൊക്കയെും യഥാർത്ഥമാണു്. ഇത്ര നല്ല തക്കം നമുക്കു് ഇനി ഒരിക്കൽ കിട്ടുവാൻ പ്രയാസം. പക്ഷേ, യാതൊരു കാരണവും കൂടാതെ നാം അങ്ങോട്ടു് അതിക്രമിക്കുവാൻ പോകുന്നതു്അത്രനല്ലതോഎന്നുസംശയിക്കുന്നു.ഇവിടത്തെ ഭാഗ്യംകൊണ്ടും യുദ്ധവൈദഗ്ദ്ധ്യം കൊണ്ടും ജയം കിട്ടുവാൻ നല്ല സംഗതിയുണ്ടു്. എന്നാൽ, ഞങ്ങളുടെ സാമർത്ഥ്യം പോരായ്കയാലൊ, പ്രജകളുടെ ഭാഗ്യംദോഷംകൊണ്ടോ നാം വിചാരിക്കുന്നതിനു വിപരീതമായിട്ടാണു് ഈ ആരംഭത്തിന്റെ അവസാനം എങ്കിൽ, നമ്മുടെ ശത്രുക്കൾക്കും മററു രാജാക്കന്മാർക്കും നാം ഒരു പരിഹാസപാത്രമായി ഭവിക്കുമന്നെുള്ളതിനു സംശയമുണ്ടോ?ഇങ്ങനെയൊരെ തടസ്സം മാത്രമേ എനിക്കു തോന്നുന്നുള്ളു.

രണ്ടാമൻ ഒരു മന്ത്രി: അതു ഞാൻ ഒരു തടസ്സമായിട്ടു

വിചാരിക്കുന്നില്ല. തങ്ങളകൊണ്ടു കഴിയുമ്പോൾ തങ്ങളുടെ സ്വതന്ത്ര്യം വീണ്ടുകൊള്ളുവാനായി ,ആംവണ്ണം യത്നിക്കുന്നതിനു് യാതൊരു ഭംഗികടേും ഇല്ല. നാം വൃഥാവിൽ അവരെ അങ്ങോട്ടു് അതിക്രമിക്കുവാൻ തുടങ്ങുകയല്ലല്ലോ. നമ്മുടെ പക്കൽനിന്നു് അപഹരിച്ചതിനെ തിരികെ കിട്ടുവാനല്ലെ നമ്മുടെ ശ്രമം? പക്ഷേ, കപിലനാഥൻ ഇല്ലല്ലൊ എന്നു വിചാരിച്ചു നാം അത്ര ധൈര്യപ്പടെണ്േട. കപിലനാഥന്റെ അനുജനായ അഘോരനാഥനാണു് ഇപ്പോഴത്തെ പ്രധാനമന്ത്രി. അദ്ദഹേത്തിന്നു് കപിലനാഥനപ്പോലതെന്നെ ബുദ്ധികൗശലം ഇല്ലങ്കെിലും അതിസമർത്ഥനായ ഒരു യോദ്ധാവാണു്. ആ ഒരാൾക്ക് തുല്യനായിട്ടു് ഇവിടുന്നൊഴികെ നമ്മുടെ ഇടയിൽവറേെ ഒരു ആളുണ്ടന്നു് എനിക്കു തോന്നുന്നില്ല.

'ഇവിടുന്നൊഴികെ' എന്നു പറഞ്ഞപ്പോൾ രാജാവു് അല്പം ഒന്നു പുഞ്ചിരിച്ചുകൊണ്ടു.

മൂന്നാമൻ ഒരു മന്ത്രി: അഘോരനാഥൻ അതിനിപുണനായ ഒരുയോദ്ധാവുതന്നെ. അതുകൊണ്ടു് നാം അടങ്ങിയിരിക്കുവാൻ പാടുണ്ടോ? തിരിഞ്ഞുനോക്കിയാൽ നമ്മുടെ കൂട്ടത്തിലും അ അതുപോലയെുള്ളവർ അപൂർവം ചിലരുണ്ടാകില്ലന്നെില്ല. ഒരു സമയം ഇല്ലന്നെുവച്ചോൽത്തന്നെ, മഗധശേനുമായി നാം സഖ്യത്തിലിരിക്കുന്ന അവസ്ഥയ്ക്ക്, ഇവിടത്തെ അഭിലാഷം അല്പം ഒന്നു് അങ്ങോട്ടു് അറിയിച്ചാൽ അദ്ദഹേം ഒരു യവനസൈന്യത്തതെന്നെ അയച്ചുതരുവാൻ മടിക്കുകയില്ല. യവനന്മാരായിട്ടു് [70]ഇപ്പോഴത്തെ മഗധശേ്വരന്നും സഖ്യത്തിൽത്തന്നയൊണന്നൊണു് അറിയുന്നതു്.

കൃതവീര്യന്: അതു ഞാൻ അത്ര വിശ്വസിക്കുന്നില്ല. മഗധശേ്വരനും യവനന്മാരും തമ്മിൽ ആന്തരമായിട്ടു് അല്പം സ്പർദ്ധയുണ്ടന്നൊണു് ചാരന്മാരോടന്വഷേിച്ചതിൽ അറിയുന്നതു്. അല്ല, താല്പര്യമായിട്ടാണങ്കെിൽത്തന്നെ, നാം അങ്ങോട്ടു് വലിയ ഉപകാരം യാതൊന്നും ചയെ്തിട്ടില്ലാത്തതിനാൽ ആ ദിക്കിൽ നിന്നു് അത്ര വലിയ ഒരു സഹായം കിട്ടുന്നതു് തീർച്ചയാക്കി കൂട്ടിക്കൂടാ. അപകേഷിപ്പാൻ അഭിമാനം നമ്മെ സമ്മതിക്കുന്നതും ഇല്ല.

രണ്ടാമൻ മന്ത്രി: അഘോരനാഥൻ ഉള്ളതുകൊണ്ടു് നാം അടങ്ങിയിരിക്കണമന്നെല്ല ഞാൻ ബോധിപ്പിച്ചതിന്റെ താല്പര്യം. നമുക്കു വിജയം അത്ര എളുപ്പത്തിൽ സമ്പാതിപ്പാൻ ആവുന്നതല്ലന്നെു മാത്രമാണു്.

മൂന്നാമൻ മന്ത്രി : ദുർബലന്മാരോടു് ഏററു്, പ്രയാസം കൂടാതെ ജയം കൊള്ളുന്നതിൽഎന്തൊരു മഹിമയാണുള്ളതു്? വൈരികൾ പ്രബലന്മാരായിരുന്നാൽ സംഗരം ഘോരമായി തീരുമങ്കെിലും വിജയം അതിനു തക്കവണ്ണം പുകൾ പൊങ്ങുകയും ചയെ്യും. യുദ്ധം ഘോരമാകുമന്നെുതന്നയൊണു കരുതണേ്ടതു്. അങ്ങനയെോയാൽത്തന്നെ നമ്മുടസൈനേകൾ ജയിപ്പാൻ മതിയായിട്ടുള്ളവരോ എന്ന ഏക സംഗതി മാത്രമേ തീർച്ചയാക്കണേ്ടതുള്ളു.

രാജാവു്: (അല്പം ബദ്ധപ്പെട്ടു്) ആ സംഗതിയെപ്പറ്റി രണ്ടു് അഭിപ്രായം ഉണ്ടാവാൻ പാടുണ്ടോ?

മൂന്നാമൻ മന്ത്രി: ഇല്ല. നമ്മുടെ സൈന്യത്തിന്നു് കലിംഗാരധീശന്റെ സൈന്യത്തെക്കാൾ പരാക്രമം കൂടുമെന്നുള്ള സംഗതി നിർവിവാദമാണു്. അതുകൊണ്ടനാം ഈ അവസരം കൈവിട്ടുപോവാനയയ്ക്കാതെ വേണ്ടുംവണ്ണം ഉദ്യോഗിച്ചാൽ നമ്മുടെപൊയ്പോയ സ്വാതന്ത്ര്യം വീണ്ടും കിട്ടുവാൻ സാധിക്കുമെന്നു വളരെ കാലമായി നമ്മെവെടിഞ്ഞിരിക്കുന്ന ജയലക്ഷ്മി ഇക്കുറി നമ്മെ കടാക്ഷിക്കാതിരിക്കയില്ലന്നും ആകുന്നൂഎന്റെ മനോഗതം.

രാജാവു് ആ അഭിപ്രായം കേട്ടു് അല്പം ഒരു മന്ദസ്മിതത്തോടുകൂടി രണ്ടാമൻ മന്ത്രിയുടെ മുഖത്തേക്കു് ആയാളുടെ അഭിപ്രായം ഖണ്ഡിച്ചു പറയണമെന്നു് ആജ്ഞാപിക്കും പോലെ ഒന്നു നോക്കി.

രണ്ടാമൻ മന്ത്രി : ഇപ്പോൾ നാം കലിംഗരാജ്യത്തേക്കു് അതിക്രമിക്കുവാൻ പോകുന്നതു് അല്പം അവിവേകമാണെന്നും ആയതുകൊണ്ടു് ആ മാർഗം കേവലം നിരസിക്കേണ്ടതാണെന്നും ആകുന്നു. ഈ സഭയിൽ എനിക്കു് ഏററവും വണക്കത്തോടുകൂടി ബോധിപ്പിപ്പാനുള്ളതു്. ആദിയിൽ സുഗമമാണെന്നു തോന്നുന്ന കാര്യങ്ങൾ സാധിക്കുവാൻ ശ്രമിക്കുമ്പോൾ അസാദ്ധ്യമാണെന്നു പ്രതീക്ഷപ്പെടുന്നതു് അസാധാരണയല്ലല്ലോ. കലിംഗാധീശൻ നമ്മുടെ രാജ്യത്തേക്കു് അതിക്രമിക്കുന്നതായാൽ അപ്പോൾ നമ്മുടെ പരാക്ര [71] മം വഴിപോലെ കാണിക്കേണ്ടതും ആയതിന്നു് സംഗതിവന്നാൽ അദ്ദേഹം പരാജയംപ്രാപിക്കുമെന്നു് ഏതാണ്ടു് തീർച്ചയും ആകുന്നു. എന്നാൽ, നമുക്കു് ജീവഹാനിയും ദ്രവ്യനഷ്ടവും എത്രയോ കുറയും, എന്നുതന്നയല്ല നമ്മുടെ മനോരഥം സാധിക്കുകയും, ശത്രുക്കളുടെ ദർപ്പം ശമിക്കുകയും എല്ലാവർക്കും നമ്മുടെ പ്രവൃത്തി സമ്മതപ്പെടുകയും ചെയ്യും.

രാജാവു്: ശത്രുക്കൾ ഇങ്ങോട്ടു് അതിക്രമിപ്പാൻവിചാരിക്കുന്നില്ലങ്കിലോ?

രണ്ടാമൻ മന്ത്രി: അതിനു് എളുപ്പത്തിൽ ഒരു ഉപായം ഉണ്ടു് നാം അവരുമായി ചെയ്ത ഉടമ്പടിയെ ലംഘിച്ചാൽ അവർ നമ്മോടു് അതിനെക്കുറിച്ചു് ആക്ഷേപിക്കാതിരിക്കയില്ല. ആ ആക്ഷേപത്തെ നാം അലക്ഷ്യമാക്കിയാൽ നമ്മോടു് യുദ്ധം കൂടാതെ കഴിപ്പാൻ അവർക്കു് നിവൃത്തിയില്ലാതായിത്തീരുകയും ചെയ്യും. അഥവാ,അവർ നമ്മുടെ പ്രാബല്യം ഓർത്തു് സ്വസ്ഥന്മാരായിരിക്കുവാൻ തീർച്ചയാക്കുന്നതായാൽ അവരുടെ ഛത്രാധിപത്യത്തെ നമുക്കു് പരസ്യമായി പരിത്യജിക്കാവുന്നതും, എന്നാൽ, നമ്മുടെ സ്വാതന്ത്ര്യം അനായാസനേ തിരികെ കിട്ടുന്നതും ആണല്ലോ.

ഒന്നാമത്തെ മന്ത്രി: ഈ മാർഗം അംഗീകരിക്കുന്നതിനു് യാതൊരു തടസ്ഥവും കാണുന്നില്ല. എന്റെ അഭിപ്രായവും

ഇതിനോടു യോജിക്കുന്നു. നമ്മുടെ സ്വാതന്ത്ര്യം തിരികെ കിട്ടുവാൻ ഇങ്ങനെ സൗമ്യമായ ഒരു പ്രതിവിധി ഉണ്ടായിരിക്കെ, അധികം കർശനമുള്ളതും ഇത്രതന്നെ തീർച്ചയില്ലാത്തതുമായ ഒരു മാർഗത്തിൽ പ്രവേശിപ്പാൻ ഞാൻ ഇവിടുത്തെ ഉപദേശിക്കുകയില്ല.

രാജാവു്, സവേ പറവാൻ ശീലമില്ലാത്ത ഇദ്ദേഹത്തിന്റെ കളങ്കമില്ലാത്ത അഭിപ്രായം കേട്ടപ്പോൾ തന്റെ മനസ്സുറപ്പു് അല്പം ഒന്നയഞ്ഞു് ആന്തരമായി തനിക്കു് അധികം ബഹുമാനവും താല്പര്യവും ഉള്ള നാലാമത്തെ മന്ത്രിയുടെ മുഖത്തേക്കു് ഒന്നു നോക്കി.

നാലാമൻ മന്ത്രി: ഞാൻ ആലോചിച്ചിടത്തോളം കലിംഗരാജ്യത്തേക്കു് അതിക്രമിക്കുന്നതിന്നു പറയത്തക്ക തടസ്ഥങ്ങൾ യാതൊന്നു കാണുന്നില്ല. ഇപ്പോൾ സഭയിൽ വെച്ചുപ്രസ്താവിച്ചു കേട്ട മാതിരി ചില ചില്ലറ തടസ്ഥങ്ങൾ എപ്പോഴും ഉണ്ടായിരിക്കഌണ്ടിരിക്കും. അതുകൂടി ഇല്ലാതകണമെന്നു വിചാരിച്ചു് നാം കാത്തിരിക്കുന്നതായാൽ എന്നേയ്ക്കും കാത്തിരിക്കുകയേ വേണ്ടു. എന്റെ പക്ഷം ഇപ്പോൾത്തന്നെ കാലതാമസം ഒട്ടും കൂടാതെ ഉത്സാഹിച്ചാൽ നമുക്കു നിശ്ചയമായും ജയം കിട്ടുമെന്നാണു. എനിക്കു് വേറെ ഒരു മോഹംകൂടിയുണ്ടു് . മുമ്പത്തേ യുദ്ധത്തിൽ ഇവിടുത്തേക്കും , അമാത്യന്മാരായ ഞങ്ങൾക്കും വ്യസനത്തിന്നും അവമാനത്തിന്നും കാരണമായിത്തീർത്ത കലിംഗരാജാവിന്റെ ആ ക്രിയയ്ക്കു തക്കതായ ഒരു പ്രതിക്രിയ ചെയ് വാൻ നാം ഒരിക്കലും മറക്കരുതു്. ഇനി കാണിനേരം പോലും താമസിക്കുകയും അരുതു്. മന്ത്ര [72]ഗോപനത്തിന്റെ വൈഭവം ക്രിയാസത്വരതകൊണ്ടല്ലാതെ ശോഭിക്കുകയില്ല.

കൃതവീരൻ ആ അഭിപ്രായവും കേട്ടപ്പോൾ ശിരഃകമ്പനംകൊണ്ടു തന്റെ അഭിപ്രായവും അതുതന്നെയൊണെന്നു സൂചിപ്പിച്ചു. പിന്നെ മന്ത്രിമാർ പറഞ്ഞതൊക്കയെും ആലോചിച്ചു ചിലതുകൂടെ പറയുവാൻ തുടങ്ങുമ്പോഴേക്കു്, മന്ത്രശാലയുടെ പുരോഭാഗത്തു് കാവൽനിന്നിരുന്ന ആയുധപാണികളായ ഭടന്മാരിൽ ഒരുവൻ കടന്നുവന്നു സഭയുടെ മുമ്പാകെ കുമ്പിട്ടു.

കൃതവീരൻ 'എന്തു് 'എന്നുചോദിച്ചു.

ഭടൻ: കലിംഗമഹാരാജാവു് അയച്ച ഒരു ദൂതൻ വന്നിട്ടുണ്ടു്. അടിയന്തിരമായ ഒരു കാര്യത്തെപ്പറ്റി ഇവിടുത്തെ കണ്ടു സംസാരിക്കണേമെന്നും വന്ന വിവരം ഇ്വിടെ ഉണർത്തിച്ചുകാണ്മാൻ സമ്മതം വാങ്ങി വരണേമെന്നും ആവശ്യപ്പെടുന്നു.

കൃതവീരൻ, 'മറുപടി പറവാൻ വിളിക്കാം. പുറത്തു നില്ക്കൂ' എന്നു പറഞ്ഞു് അവനെ പുറത്തേക്കയച്ചു്, അതിനെക്കുറിച്ചു് മന്ത്രിമാരോടു് കുറെ നേരം ആലോചിച്ചശേഷം, ആ ഭടനെ തിരികെവിളിച്ചു് 'നാളെ രാവിലെ രണ്ടര നാഴിക പുലരുമ്പോഴേക്കു് നമ്മുടെ സഭയിൽ നാമും മന്ത്രിമാരും കൂടിയിരിക്കും, അപ്പോൾ

നമ്മെ കാണ്മാൻ സമയമാണെന്നു പറക' എന്നും മറുപടി പറഞ്ഞയച്ചു. കുറെ നേരംകൂടി രാജാവും മന്ത്രിമാരും തമ്മിൽ പിന്നെയും ആലോചന കഴിഞ്ഞശേഷം, സഭ പിരിയുകയും ചെയ്തു.

നിശ്ചയിച്ച പ്രകാരം പിററദിവസം ക്രത്യമായി രണ്ടര നാഴിക പുലർന്നപ്പോഴേക്കു് കുന്തളേശൻ കിരീടകണ്ഡലാദികളെക്കൊണ്ട് അലംകൃതനായി ആലവട്ടം, വെഞ്ചാമര മുതലായ രാജചിഹ്നങ്ങളോടും അധികം പരിവാരങ്ങളോടുംകൂടി തന്റെ പ്രതാപത്തെമുഴുവനും കാണിച്ചുകൊണ്ടു സഭയിൽ എത്തി;ഉന്നതമായ തന്റെ സിംഹാസനത്തിന്മേൽ വളരെ ഗാംഭീര്യത്തോടുകൂടി വന്നിരുന്ന രാജാവ് സഭയിലേക്കെത്തിയപ്പോഴേക്കു്, ഒന്നൊന്നായി എഴുന്നേററുനിന്നിരുന്ന സഭക്കാരും, രാജാവു് ഇരുന്ന ഉടനെ ഇരുന്നു. സഭ നിശ്ശബ്ദമായി. സഭയുടെ മുൻഭാഗത്തു് രണ്ടു വരിയായി കുഞ്ചുകികൾ നില്ക്കുന്നവരുടെ നടുവിൽക്കൂടി ആ സമയത്തുതന്നെ കലിംഗരാജാവിന്റെ ദൂതനും വന്നെത്തി. എത്തിയ ഉടനെ വളരെ താഴ്മയോടുകൂടി കുന്തളേശനെയും സഭക്കാരെയും കുമ്പിട്ടു. കുന്തളേശൻ ചൂണ്ടികാണിച്ച ഒരു ആസനത്തിന്മേൽ ഇരിക്കുകയുംചെയ്തു.

ദൂതനു പ്രായം കുറയുമെങ്കിലും വളരെ വിനയവും ഔചിത്യവുമുള്ളവനായിരുന്നു. സഭയിലേക്കു കടന്ന ഉടനെതന്നെ അരക്ഷണം കൊണ്ടു് തല ചുററും തിരിച്ചു് ഒന്നു നോക്കിയപ്പോഴേക്കു് രാജാവിനെയും പ്രധാനികളായ സഭക്കാരെയും അവരുടെ മുഖരസങ്ങളെയുംകൂടി തന്റെ വിമലമായ മതിദർപ്പണത്തിൽ പ്രതിഫലിപ്പു് കാണുമാറാക്കി. ഒരു പരിചയമുള്ള മുഖം എങ്ങുംതന്നെ കാണ്മാനി [73]ല്ലാത്ത ആ രാജസഭയുടെ നടുവിൽ താൻ ഒരുവൻ, എല്ലാവരുടെയും നോക്കുകൾക്കു് ലാക്കായി നില്ക്കണ്ടേിവന്നുവെങ്കിലും ദൂതനു് ഒട്ടുംതന്നെ ഒരു ചാഞ്ചല്യമുണ്ടായില്ല. ആസനത്തിന്മേൽ ഇരുന്ന ഉടനെ താൻ വന്ന കാര്യം പറവാൻ സമ്മതമുണ്ടോ എന്നു ചോദിക്കും പ്രകാരം വളരെ വിനയത്തോടുകൂടി രാജാവിനു് അഭിമുഖനായി. കുന്തളേശൻ മന്ത്രിമാരുടെ മുഖത്തു് ഒന്നു നോക്കി വന്ന കാര്യം പറയാമെന്നു കല്പിച്ചു.

ദൂതൻ എഴുന്നേററു രാജാവിനെയും സഭക്കാരേയും രണ്ടാമതും വന്ദിച്ചു്, ഇപ്രകാരം വ്യക്തമായി ഉച്ചത്തിൽ പറഞ്ഞു:സാർവഭൗമനെന്നു സ്ഥാനമുടയ, ഏകച്ഛത്രാധിപതിയായ ശ്രീ പ്രതാപചന്ദ്ര കലിംഗ മഹാരാജവവർകൾ അദ്ദേഹത്തിന്റെ ദൂതനായ എന്റെ മുഖനേ കൃതവീര്യൻ എന്ന നാമധേയമായ കുന്തളരാജാവിനോടു് പറയുന്നതാവിതു്:കുന്തളേശൻ നമ്മുടെ ഛത്രത്തിൻകീഴിൽ വളരെ കാലമായി സമാധാനത്തോടുകൂടി നമുക്കു് കപ്പം തന്നു കൊണ്ടു് രാജ്യം ഭരിച്ചുവന്നിരുന്നതും, പതിനെട്ടു സംവത്സരം മുമ്പേ നമ്മോടു് മത്സരിച്ചു ജയിപ്പാൻ കഴിയാതെ നമ്മുടെ ശാസനയിൻ കീഴിൽ ഒതുങ്ങിയതും, അന്നു് നിശ്ചയിച്ച പുതുതായ ഉടമ്പടിക്കനുസരിച്ചു് ഇതുവരെ

കഴിഞ്ഞുപോയിട്ടുള്ളതും നല്ല നിശ്ചയമുണ്ടായിരിക്കെ, നമുക്കു് അഭിഷേകം കഴിഞ്ഞിട്ടു് ആറു മാസത്തോളമായിട്ടും നമ്മെ വന്നു കാണുകയാകട്ടെ, കിഴുക്കടപ്രകാരം നമുക്കു് ഉപചാരം ചെയ്യുകയാകട്ടെ. ചെയ്തിട്ടില്ലാത്തതിന്നും നമുക്കു് കാലംതോറും വീഴ്ചകൂടാതെ എത്തിച്ചുകൊള്ളാമെന്നു വെച്ചിട്ടുള്ളതും, അപ്രകാരം എത്തിച്ചുപോന്നിരുന്നതും, ആയ കാഴദ്രവ്യം ഇക്കുറി എത്തിക്കാത്തതിന്നും മതിയായ കാരണം വല്ലതും ഉണ്ടോ? ഇല്ലന്നെുവരികിൽ കുന്തളശേൻ ഇപ്രകാരം ചെയ്തതിനെക്കുറിച്ചു് നമ്മോടു് തക്കതായ സമാധാനം, താമസിയാതെ പറഞ്ഞിട്ടില്ലങ്കിൽ കുന്തളരാജ്യം നമ്മുടെ സ്വന്തം രക്ഷയിൽ ആക്കുകയും, കുന്തളശേന്റെ രാജ്യഭരണം അവസാനിപ്പിക്കുകയും ചെയ്യണ്ടേിവരുമെന്നു് കൃതവീര്യൻ എന്ന നാമധേയമായ കുന്തളശേൻ അറിയണ്ടേതാണു്.'

ദൂതൻ ഇങ്ങനെ ഒട്ടും സഭാകമ്പം കൂടാതെ ഉച്ചത്തിൽ പറയുമ്പോൾ നിശ്ശബ്ദമായിരുന്ന ആ സഭ, സംസാരം അവസാനിച്ചപ്പോഴേക്കു്, സംസാരിച്ച കാര്യത്തെക്കുറിച്ചും, മറ്റും ജനങ്ങൾ അന്യോന്യം ക്ഷമകൂടാതെ ഓരോന്നു് ചെവിയിൽ മന്ത്രിക്കുവാൻ തുടങ്ങുകയാൽ അഗാധമായ വാഹിനികളുടെ അടിയിൽനിന്നു ചിലപ്പോൾ കേൾക്കാവുന്ന മാതിരി ഒരു എരമ്പംകൊണ്ടു മുഴങ്ങി.ദൂതിന്റെ താല്പര്യം മനസ്സിലായപ്പോൾത്തന്നെ ഭാവം പകർന്നിരുന്ന കൃതവീര്യൻ കർണകഠോരങ്ങളായ ആ ഒടുവിൽ പറഞ്ഞ വാക്കുകൾ കേട്ടപ്പോൾ ഏററവും ക്രോധപരവശനായി കുറച്ചു നേരത്തേക്കു് എന്തു പറയണ്ടേു എന്നുണ്ടായില്ല പിന്നെ അരിശം സഹിയാതെ [74]പാദപീഠത്തെ ചവിട്ടിമറിച്ചു്, വളരെ ഘനമുള്ള സിംഹാസനം ശബ്ദത്തോടുകൂടി പിന്നോട്ടു നിരങ്ങത്തക്കവണ്ണം ഊക്കോടുകൂടി എഴുനീററു് 'ഇനി വല്ലതും പറവാനുണ്ടോ?' എന്നു് ഇടിവെട്ടുമ്പോലെ അതിരൗദ്രതയോടുകൂടി ചോദിച്ചു. അപ്പോഴാണു് ആ സഭ രണ്ടാമതും നിശ്ശബ്ദമായതു്. കണ്ണുകൾ ഉരുട്ടി പുരികക്കൊടികൾ വളഞ്ഞു്, രൂദ്രമൂർത്തിയെപ്പോലെ കൃത്യവീരൻ നില്ക്കുന്നതു കണ്ടപ്പോൾ സഭയിൽ ഉണ്ടായിരുന്നവരെല്ലാവരും, ധൈര്യശാലിയായ ദൂതൻ തന്നെയും ഒന്നു നടുങ്ങി. ദൂതൻ തന്റെ ഭീതിയെ ഒട്ടും പ്രകാശിപ്പിക്കാതെ 'ഇല്ല' എന്നു മാത്രം ശാന്തതയോടുകൂടി മറുപടി പറഞ്ഞു. കൃത്യവീരൻ: പുരാതനമായി നമ്മുടെ പൂർവന്മാർ ഭരിച്ചുവന്നിരുന്ന ഈ രാജ്യം കലിംഗാധീശന്നു് കൈവിട്ടു കൊടുക്കയോ, നിന്റെ സ്വാമിയെ ചെന്നു കാണാത്തതിന്റെ പരിഭവം തീർക്കയോ ചെയ്യണ്ടേതു് എന്നു് ആലോചിച്ചു് നിന്റെ സ്വാമിയെ വഴിയെ അറിയിക്കാമെന്നു പറക. ദൂതൻ: ഇവിടുത്തെ തീർച്ചയായ മറുപടി അറിഞ്ഞല്ലാതെ മടങ്ങി ചെല്ലരുതെന്നാണു് എന്റെ സ്വാമിയുടെ കല്പന. പക്ഷേ, ആലോചന കഴിയുംവരെ ഞാൻ ഇദ്ദിക്കിൽത്തന്നെ താമസിക്കാം. കൃത്യവീരൻ: എന്നാൽ ഈ പറഞ്ഞതു് രണ്ടും ഉണ്ടാവില്ലന്നെു് നിന്റെ സ്വാമിയോടറിയിക്കുക. ദൂതൻ: വളരെ കാലത്തോളം സമാധാനമായി കഴിഞ്ഞുവന്നിരുന്ന ഈ രാജ്യങ്ങൾ തമ്മിൽ കലഹങ്ങൾ തുടങ്ങുവാനും വളരെ വീരന്മാർ നശിക്കുവാനും കാരണമാകുന്ന ഈ മറുപടി കൊണ്ടുപോകുവാൻ എനിക്കു

സംഗതി വന്നതു വിചാരിച്ചു് വളരെ വ്യസനമുണ്ടു്. മറുപടി ഭദ്രപ്പെടുത്തുവാൻ ഭാവമില്ലാത്തപക്ഷം ഇതു തന്നെ കൊണ്ടുപോകയല്ലാതെ നിവൃത്തിയില്ലല്ലാ ദൂതൻ ഒടുവിൽ പറഞ്ഞതു കേട്ടു് എന്ന ഭാവംതന്നെ കുന്തളേശൻ ഭാവിച്ചില്ല. പറഞ്ഞതു് ഇളക്കുകയില്ലെന്നു മനസ്സിലാവുകയാൽ ദൂതൻ, യാത്ര പറയുന്നമാതിരിയിൽ രാജാവിനെയും സഭാവാസികളെയും ഒന്നു നോക്കി കുമ്പിട്ടു്, രാജസഭയിൽനിന്നു് ഇറങ്ങി, അപ്പോൾതന്നെ കുതിരപ്പുറത്തു കയറി മടങ്ങിപ്പോവുകയും ചെയ്തു.

13.ദുഃഖ നിവാരണം

പ്രതാപചന്ദ്രനന്നു് പട്ടം കിട്ടിയതിൽപിന്നെ അദ്ദേഹം മിക്കവാറും എല്ലാ ദിവസങ്ങളിലും രാജസഭയിൽചെന്നു് കുറെ നേരം ഇരുന്നു് പ്രജകളുടെ ഹരജികളെ വായിച്ചു കേൾക്കുകയും, അവരുടെ സങ്കടങ്ങൾ കേട്ടു് മറുപടി കല്പിക്കുകയും, അവരുടെ യോഗക്ഷേമത്തിനുവേണ്ടി പല കാൎയ്യങ്ങളും ആലോചിക്കുകയും ചെയ്യുന്നതിന്നു പുറത്തു് [76]ആലോചനാസഭയിൽചെന്നു്, അവിടെ കഴിയുന്ന കാൎയ്യങ്ങളെയും അറിയുക പതിവായിരുന്നു. ആ ആലോചനാസഭയിൽ പ്രധാനമന്ത്രിയൊഴികെ, ശേഷമുള്ളവർ മിക്കപേരും ചെറുപ്പക്കാരും, കാൎയ്യങ്ങളിൽ പഴക്കം കുറഞ്ഞവരും പ്രതാപചന്ദ്രന്റെ കുട്ടികാലത്തെ പരിചയക്കാരാണെന്നുള്ള ഒരു ഗുണം ഒഴികെ വിശേഷിച്ചു് യോഗ്യതയില്ലാത്തവരുമായിരുന്നു. മുഖ്യമായ രാജ്യകാൎയ്യങ്ങളിൽ വല്ലതും ആലോചിക്കേണ്ടതുണ്ടായാൽ അന്നു് അഘോരനാഥനും ഉണ്ടാവും. അഘോരനാഥൻ സഭയിലില്ലാത്ത ഒരു ദിവസം പ്രതാപചന്ദ്രനു് അഭിഷേകം കഴിഞ്ഞതിൽപിന്നെ തന്നെ പതിവുപോലെ വന്നു കാണാത്തവരും കോഴ ബാക്കി നിർത്തീട്ടുള്ളവരും ആയ പ്രഭുക്കന്മാരുടെയും ഉപരാജാക്കന്മാരുടെയും അടുക്കലേക്കു് അതിന്റെ കാരണം ചോദിക്കുവാനായിട്ടു് ഓരോ ദൂതന്മാരെ അയയേക്കണമെന്നു് ഒരു സചിവൻ സഭയിൽവച്ചു പ്രസ്താവിക്കയുണ്ടായി. രാജാവും അതിനെ അഭിനന്ദിച്ചു് അതു വേണ്ടതുതന്നെയൊണെന്നരുളി, പോകേണ്ട ദൂതന്മാരെ നിശ്ചയിക്കുകയും ചെയ്തു.

അങ്ങനെ കോഴ ബാക്കി നിർത്തീട്ടുള്ള മിക്ക പ്രഭുക്കന്മാരും ബലഹീനന്മാരായിരുന്നതുകൊണ്ടു് അവരോടു് സമാധാനം ചോദിക്കുവാൻ ആളെ അയയ്ക്കുന്നത് അത്ര വലിയ കാൎയ്യമായിരുന്നില്ല. കുന്തളേശനോടു് സമാധാനം ചോദിക്കുന്നതു് ചില്ലറ കാൎയ്യമായരുന്നില്ലതാനും. പ്രധാനമന്ത്രിയുടെ അറിവുകൂടാതെയും കുന്തളേശന്റെ ശക്തിയറിയാതെയുമാണു് കഴിഞ്ഞ അദ്ധ്യായത്തിൽ വിവരിച്ച ദൂതു് അയച്ചത്. ദൂതനെ അയച്ചു രണ്ടു ദിവസം കഴിഞ്ഞതിനു ശേഷം, യുവരാജാവ് അഘോരനാഥനോടു് പല രാജ്യകാൎയ്യങ്ങളെക്കുറിച്ചും സംസാരിക്കുന്നതിനിടയിൽ യദൃച്ഛമായി ആ വിവരം പറഞ്ഞു. ആയതു കേട്ടപ്പോൾ ഉടനെ അദ്ദേഹം ഒന്നു ഞെട്ടി.നെറ്റിയിന്മേൽ കൈവെച്ചുംകൊണ്ടു് വളരെ വിചാരത്തോടുകൂടി മുഖം താഴ്ത്തി നാലു നിമിഷം ഇരുന്നശേഷം, കുന്തളേശനോടു് പറവാൻ പറഞ്ഞയച്ചതു് എന്താണെന്ന് സൂക്ഷ്മമായി അറിവാൻവേണ്ടി ചോദിച്ച് അത് ഇന്നതെന്ന് രാജാവ് അറിയച്ച ഉടനെ, കോപത്തോടും വ്യസനത്തോടുംകോടി ദീർഘമാകുംവണ്ണം നിശ്വസിച്ച് പെട്ടന്നെഴുനീററ് ‘ഇവിടുന്നു് ചെയ്തതിന്റെ ഫലം നമുക്കു് അധികം താമസിയാതെ അനുഭവിക്കാം. സർപ്പത്തിന്റെ വാലിന്മേലോണു ചവിട്ടിയതു്’ എന്നു മാത്രം പറഞ്ഞു. പിന്നെ ആരോടും ഒന്നും പറയാതെയും ഒരുത്തന്റയേും മുഖത്തു നോക്കാതെയേും, തന്റെ കുതിരപ്പുറത്തു കയറി കഴിയുന്ന

വേഗത്തിൽ ഓടിച്ച് ചന്ദനോദ്യാനത്തിൽ എത്തുകയുംചെയ്തു.

അറിവാൻ പ്രയാസമായ അഘോരനാഥന്റെ ആ വാക്കും പ്രവൃത്തിയും കണ്ടപ്പോൾ, യുവരാജാവിന്നു മനസ്സിൽ ഉണ്ടായ പരിതാപം പറഞ്ഞാൽ തീരുന്നതല്ല. മൃതശരീരം നടന്നുപോകുമ്പോലെ [77]തന്റെ മുറിയിൽ പോയി ഒരു കട്ടിലിൻമേൽ വീണു-കിടന്നു എന്ന് പറഞ്ഞുകൂടാ--വിചാരം തുടങ്ങി:

'കഷ്ടം! ഞാൻ ഇത്ര ആലോചനക്കുറവോടുകൂടി പ്രവർത്തിച്ചുവല്ലോ അനിർവഹനീയമായ വല്ല തെറ്റും ഉണ്ടങ്കിലല്ലാതെ അഘോരനാഥൻ ഇങ്ങനെ ഒന്നും പറവാനും പ്രവർത്തിപ്പാനും സംഗതിയില്ല—ധൈര്യവും അഭയദായികവും അധികമുള്ള അഘോരനാഥൻകൂടി ഇങ്ങനെ ത്രസിക്കണമെങ്കിൽ കുന്തളേശൻ വളരെ പ്രബലനായിരിക്കണമെന്നു തീർച്ചതന്നെ--ഇത് അവിവേകിയായല്ലോ ഞാൻ--അച്ഛൻ അതിവൃദ്ധൻ--മൃതപ്രായൻ എനിക്ക് പട്ടം കിട്ടിയത് ഇന്നലെ ! യുദ്ധവൈദഗ്ദ്ധ്യം എനിക്കില്ല—ബലവും ശിഥിലം--പ്രബലന്മാരായ ബന്ധുക്കളും ആരുമില്ല. എന്റെ രാജ്യഭാരം തുടങ്ങിയപ്പോഴേക്കുതന്നെ ശാന്തമായിരിക്കുന്ന ഈ രാജ്യത്തേക്ക് എന്റെ ജളത്വംകൊണ്ടു യുദ്ധത്തിന്റെ നിഷ്ഠുരതകളെ ഞാൻ വലിച്ചിട്ടുവന്നെന്നല്ലേ മഹാജനങ്ങൾ പറയുക-- കഠിനം ! കഠിനം! കുന്തളേശൻ ബലവാനാണെങ്കിൽ ജയം അയാൾ കൊണ്ടുപോകും--അപമാനം എനിക്കു ശേഷിക്കുകയുംചെയ്യും. ഇതാണ് എന്റെ സൂക്ഷ്മാവസ്ഥ—ദൈവമേ ! അനാഥനായ ഈ ബാലനെ കാരുണ്യലേശത്തോടുകൂടി ഒന്നുകടാക്ഷിക്കണമേ 'എന്നിങ്ങനെ വിചാരിച്ചുക്കൊണ്ട്, ഇടക്കിടെ നെടുവീർപ്പോടുകൂടി പ്രതാപചന്ദ്രൻ കണ്ണുകൊണ്ടു കിടക്കുമ്പോൾ സ്വർണമയി അടുക്കൽ ചെന്നു. ഭർത്താവും ഇളയച്ഛനും തമ്മിൽ സന്തോഷമായി സല്ലാപം ചെയ്തുകൊണ്ടിരിക്കെ ഇളയച്ഛൻ ഭാവം പകർന്നു ക്ഷോഭത്തോടുകൂടി പോയതും പോകുമ്പോൾ പറഞ്ഞ വാക്കും, താൻ സൂക്ഷ്മമായി അന്വേഷിച്ചറിഞ്ഞു്, ഭർത്താവ് വ്യസനിക്കുന്നുണ്ടങ്കിൽ സമാധാനപ്പെടുത്താമല്ലോ എന്നു വിചാരിച്ചാണ് അവിടേക്കു ചെന്നതു്. ഭർത്താവ് കഠിനമായി വ്യസനിക്കുന്നത് കണ്ടപ്പോൾ തന്റെ ധൈര്യം ജലരൂപേണ കണ്ണിൽ നിന്നൊലിച്ചു. ഭർത്താവിന്റെ അരികത്തിരുന്ന് താൻ വന്നതു് അറിയിക്കുവാനായിട്ടു്, സ്വർണ്ണമയി തന്റെ വലതു കൈ ഭർത്താവിന്റെ മാറിൽ വെച്ചു. അപ്പോൾ പ്രതാപചന്ദ്രൻ ആ കൈ തന്റെ കൈകളെകൊണ്ടു പിടിച്ചു മാറത്തേക്കമർത്തി, 'നാം ഈ വ്യസനം അനുഭവിക്കുമാറയല്ലോ 'എന്നു പറയും വിധത്തിൽ സ്വർണ്ണമയിയുടെ മുകത്തേക്കു് ഒന്നു നോക്കി,ഒന്നും പറയാതെ ഒരു ദീർഘനിശ്വാസം അയച്ചു് ,തിരിഞ്ഞു കിടന്നു. സ്വർണ്ണമയി പലതും പറവാൻ വിചാരിച്ചിട്ടായിരുന്നു വന്നിരുന്നതു് എങ്കിലും തല്ക്കാലം ഒന്നും പറവാൻ തോന്നിയതുമില്ല. കുറേ നേരം ഭർത്താവിന്റെ അരികെ ഒന്നും സംസാരിക്കാതെ ദുഃഖിച്ചുകൊണ്ടിരുന്നിശേഷം

സാവധാനത്തിൽ ഭർത്താവിന്റെ മാറത്തുനിന്നു തന്റെ കയ്യെടുത്ത്, പുറത്തേക്കു പോകുകയും ചെയ്തു.

അഘോരനാഥൻ ചന്ദനോദ്യാനത്തിൽ എത്തിയ ഉടനെ ഒരു വിനാഴികപോലും താമസിയാതെ, ചില എഴുത്തുകൾ എഴുതി [78]വിശ്വാസയോഗ്യൻമാരായ ചില ദൂതന്മാരുടെ പക്കൽ കൊടുത്തയച്ചു. പിന്നെ സൈന്യങ്ങളുടെ അവസ്ഥ ആലോചിച്ചപ്പാൻ തുടങ്ങി. പ്രധാനികളായ സേനാനാഥന്മാരെ അടിയന്തിരമായി ആളയച്ചു വരുത്തി നാലഞ്ചു ദിവസത്തിനുള്ളിൽ കഴിയുന്നിടത്തോളം നല്ലതായ ഒരു സൈന്യത്തെ ശേഖരിക്കുവാനും ഉള്ള സൈന്യങ്ങളെയും ആയുധങ്ങളെയും യുദ്ധത്തിനു തയ്യാറാക്കുവാനും,അവരെ ഏല്പിച്ചു. വേറേ ചില സചിവന്മാരെ വരുത്തി രാജധാനിയുടെ ചുററുമുള്ള ചിത്രദുർഗത്തിന്റെ ഭിത്തികൾ അല്പം കേടുവന്നിട്ടുണ്ടായിരുന്നതു നന്നാക്കുവാനും കിടങ്ങുകൾദുസ്തരമാക്കുവാനും വാതിലുകൾ ബലപ്പെടുത്തുവാനും മററു് അററകുററങ്ങൾ ഉടനെ തീർപ്പാനും കല്പന കൊടുത്തു. കുന്തളരാജ്യത്തേക്കും അതിനു സമീപം ദിക്കുകളിലേക്കും ചില ചാരന്മാരെയും രണ്ടു രാജ്യങ്ങളുടെയും അതിരിൽ ഉള്ള ചില പുരാതനമായ കോട്ടകളിലേക്കു കുറേ സൈന്യത്തെയും അയച്ചു. സൈന്യങ്ങൾക്കു ഭക്ഷണസാധനങ്ങളുംകന്നിലയ്ക്കുപടകുടികൾകെട്ടുവാനുള്ള സാമാനങ്ങളും ശേഖരിക്കുവാനും മററും യുദ്ധത്തിനു വേണ്ടുന്ന സകല ഒരുക്കുമാനങ്ങളും കൂട്ടുവാനും മതിയായ ആളുകളെ കല്പിച്ചാക്കുകയുംചെയ്തു.

ഒരു പത്തു നാഴികയ്ക്കുള്ളിൽ ഇതൊക്കെയും കഴിച്ചു്, തിരക്കു് അല്പം ഒഴിഞ്ഞതിന്റെ ശേഷം ഭക്ഷണം കഴിക്കുവാൻ പോയി. ഭക്ഷണം കഴിഞ്ഞു് ആസ്ഥാനമുറിയിലേക്കു മടങ്ങിവരുമ്പോൾ, സ്വർണമയി ബദ്ധപ്പെട്ടുവന്നു കരഞ്ഞുംകൊണ്ട് അഘോരനാഥന്റെ കാക്കൽ വീണു. അദ്ദേഹം അവളെ ഉടനെ എഴുന്നേല്പിച്ചു്, 'ദേവീ, ഇതെന്തൊരു കഥയാണ്?' എന്നു ചോദിച്ചു. സ്വർണമയി അഘോരനാഥന്റെമെൽ, ചാരിക്കൊണ്ടുനിന്നു കരഞ്ഞതേയുള്ളു. കുറച്ചു നേരത്തേക്കു് ഒന്നും സംസാരിച്ചില്ല. പിന്നെ അഘോരനാഥൻ വളരെ ശാന്തതയോടുകൂടി കാരണം ചോദിച്ചപ്പോൾ ഉത്തരീയംകൊണ്ടു് അശ്രുക്കൾ തുടച്ചു് ഇടത്തൊണ്ട വിറച്ചുകൊണ്ടു പറഞ്ഞുതുടങ്ങി.

സ്വർണ്ണമയി : അങ്ങുന്ന് എന്റെ ഭർത്താവിനോട് ഭാവിച്ചതുപോലെ എന്നോടും പാരുഷ്യം ഭാവിക്കയില്ലല്ലോ?

അഘോരനാഥൻ: എന്താണിങ്ങനെ ചപലസ്ത്രീകളെപ്പോലെ പറയുന്നത്? ഞാൻ ദേവിയോട് എപ്പോഴെങ്കിലും പൗരുഷ്യം ഭാവിച്ചത് ഓർമ്മ തോന്നുന്നുണ്ടോ? ദ്വേഷ്യത്തോടുകൂടി ഒരു വാക്കുപോലും ഞാൻ ദേവിയോട് ഒരിക്കലും പറഞ്ഞിട്ടില്ലല്ലോ.

സ്വർണമയി: അങ്ങുന്നു പണ്ടു ചെയ്യാത്തവിധം ചിലതു ചെയ്തതായി കേട്ടു. അതുകൊണ്ടു് ഈ വിധം ഞാൻ

ശങ്കിക്കാനിടയുണ്ടായതാണു്. എനിക്കു് ഒരു അപേക്ഷയുണ്ടു്.

അഘോരനാഥൻ: എന്നെക്കൊണ്ടു് കഴിയുന്നതാണെങ്കിൽ ദേവിയുടെ ആവശ്യം സാധിപ്പിപ്പാൻ പറയേണ്ട താമസമേയുള്ളു. എന്നാൽ, അസാധ്യമല്ലല്ലോ?[79]

സ്വർണമയി: അങ്ങുന്നു ഭർത്താവുമായിട്ടു് ചിലതു സംസാരിച്ചുകൊണ്ടിരിക്കെ ഭർത്താവിനോട് ചില പരുഷവാക്കുകൾ പറഞ്ഞു് ധൃതിപ്പെട്ടു് പോന്നതിനാൽ ഭർത്താവ് വലിയ വ്യസനത്തിൽ അകപ്പെട്ടിരിക്കുന്നു. എന്തുതന്നെയുണ്ടായാലും വേണ്ടതില്ല, അങ്ങുന്ന് ഇപ്പോൾ എന്റെ കൂടെതന്നെ പോന്നു് ,ഭർത്താവിന്റെ സന്താപം എങ്ങനെയെങ്കിലും തീർത്തുതരണേ.(എന്നിങ്ങനെ പറഞ്ഞുകഴിഞ്ഞപ്പോഴേക്കു് , കുറച്ചുനേരം ഒഴിഞ്ഞുനിന്നിരുന്നു, അശ്രുക്കൾ രണ്ടാമതും അവളുടെ കണ്ണിൽ നിറഞ്ഞു).

അഘോരനാഥൻ: എന്റെ പരുഷവാക്കുകളല്ല യുവരാജാവിന്റെ വ്യസനത്തിനു കാരണം, അദ്ദേഹം ആലോചനകൂടാതെ ചെയ്ത ചില പ്രവൃത്തികളാണ്. ആ പ്രവൃത്തികളുടെ ഭവിഷ്യത്തു് എന്റെ വാക്കുകളെക്കൊണ്ടായിരിക്കാം അദ്ദേഹത്തിന്നു പ്രത്യക്ഷമായതു് . ഏതെങ്കിലും ഇനി വ്യസനിക്കുവാൻ ആവശ്യമില്ല. അപകടം വരാവുന്നേടത്തോളം ഒക്കെയും വന്നുകഴിഞ്ഞു . നമുക്കു് ഇപ്പോൾതന്നെപ്പോയി അദ്ദേഹത്തിന്റെ വ്യസനം തീർക്കുവാൻ ശ്രമിക്കാം.

എന്നിങ്ങനെ പറഞ്ഞു് അഘോരനാഥൻ രണ്ടുപേർക്കും ഡോലികൾ കൊണ്ടുവരുവാൻ കല്പിച്ചു. ഉടനെ ഡോലിയിൽ കയറി താനും സ്വർണ്ണമയിയും രാജധാനിയിൽ മടങ്ങിയെത്തുകയും ചെയ്തു.

രാജ്ഞി അകമ്പടിയൊന്നുംകൂടാതെ ധൃതിപ്പെട്ടുപോയി. പ്രധാനമന്ത്രിയെ കൂട്ടിക്കൊണ്ടുവന്നതും, രാജാവിന്നു ഒട്ടും സുഖമില്ലാത്ത അവസ്ഥയും, രാജാവും അഘോരനാഥനും തമ്മിലുണ്ടായ സംഭാഷണവും പുരവാസികൾ അറിഞ്ഞു്, ഇതിന്നെല്ലാം കാരണമെന്തെന്ന് അന്യോന്യം രഹസ്യമായി ചോദിക്കുവാനും ഊഹിച്ച് ഓരോന്നും പറവാനും തുടങ്ങി. അഘോരനാഥൻ ആരോടും ഒന്നും സംസാരിക്കാതെ സ്വർണ്ണമയിയുടെ ഒരുമിച്ചുപോയി വ്യസനിച്ചു് കൊണ്ടുതന്നെ കിടന്നിരുന്ന പ്രതാപചന്ദ്രനെ സാവധാനത്തിൽ പിടിച്ചെഴുനീല്പിച്ചിരുത്തി താഴെ പറയും പ്രകാരം പറഞ്ഞുതുടങ്ങി.

അഘോരനാഥൻ: എന്റമേൽ ഇവിടുത്തേയ്ക്ക് അപ്രിയം തോന്നുവാൻ ഞാൻ സംഗതിയുണ്ടാക്കീട്ടുണ്ടെങ്കിൽ എനിക്കു് മാപ്പുതരണേ.എനിക്കു് കാര്യത്തിന്റെ വസ്തുതയും, ഇവിടുന്ന് പ്രവർത്തിച്ചതിന്റെ ഭവിഷ്യത്തും മനസ്സിൽ തോന്നിയ ഉടനെ എന്നെതന്നെമറന്നുപോയി. പാരുഷ്യമാണെന്ന് തോന്നത്തക്കവണ്ണം ഞാൻ

വല്ലതും,പറയുകയോ,ചെയ്യുകയോ ചെയ്തിട്ടുണ്ടെങ്കിൽ അതിന്റെ ഓർമ്മ ഇപ്പോൾത്തന്നെ ഇവിടുത്തെ മനസ്സിൽ നിന്നും തള്ളിക്കളയണം.നമുക്ക് വ്യസനിക്കുവാൻ ഇതല്ല സമയം. കാര്യത്തിന്റെ ഗൗരവം ഞാൻ ഗ്രഹിച്ചതുപോലെ ഇവിടുന്നുകൂടി [80]ഗ്രഹിച്ചിട്ടുണ്ടായിരുന്നുവെങ്കിൽ ഞാൻ പറഞ്ഞതിനെക്കുറിച്ചു് ഒട്ടും വ്യസനിപ്പാൻ സംഗതിയുണ്ടായിരുന്നില്ല.

പ്രതാപചന്ദ്രൻ: ഞാൻ അങ്ങുന്നു് പറഞ്ഞതിനെക്കുറിച്ചു് അല്പംപോലും വ്യസനിച്ചട്ടില്ല. അങ്ങനെ തെറ്റുതരിക്കരിക്കരുതേ. അങ്ങുന്ന് പറഞ്ഞതിനാൽ എനിക്കു് പ്രത്യക്ഷമായ എന്റെ അബദ്ധമാണു് എന്നെ ദുഃഖിപ്പിക്കുന്നതു്. (അതു പറഞ്ഞപ്പോൾ അഘോരനാഥൻ സ്വർണമയിയുടെ മുഖത്തേക്കു് ഒന്നു നോക്കി) ഇനി ഈ ദുർഘടത്തിൽനിന്നു് അപമാനം കൂടാതെ നിവൃത്തിക്കുവാൻ, അങ്ങേടെ ബുദ്ധികൗശലമല്ലാതെ എനിക്കു് യാതൊരു ആധാരവും ഇല്ല. ഞാൻതന്നെ ചന്ദനോദ്യാനത്തിലേക്കു് അങ്ങേ കാണാൻ വരണേമെന്നു തീർച്ചയാക്കിയിരുന്നു. അപ്പോഴേക്കാണു് അങ്ങുന്നു് ദൈവംതന്നെ അയച്ചു വന്നപോലെ എന്റെ സഹായത്തിന്നു് എത്തിയതു്.

അഘോരനാഥൻ: എന്നെ സ്വർണമയിയാണു് കൂട്ടികൊണ്ടുപോന്നതു്. അല്ലെങ്കിൽ ഞാൻ ഇപ്പോൾ ഇങ്ങോട്ടുവരുന്നതല്ലായിരുന്നു. അവളുടെ വ്യസനം കണ്ടിട്ടാണു് ഞാൻ എന്റെ പണികൂടി നിർത്തിവെച്ചു പോന്നതു്. ആകട്ടെ, അതിരിക്കട്ടെ ഇവിടുന്നു് പ്രവൃത്തിച്ചതിന്റെ ഭവിഷ്യൽഫലങ്ങൾ ഇവിടുന്നു് നല്ലവണ്ണം അറിവാൻ സംഗതിയില്ല; അറിഞ്ഞിരിക്കണ്ടേതു് ആവശ്യവുമാണു്. ഒട്ടും പരിഭ്രമിക്കരുതു്. വരുന്നതു വരട്ടെ. ധൃഷ്ടതയാണു് പുരുഷന്മാർക്കു് ഈ വക സമയങ്ങിൽ അത്യാവശ്യം.

പ്രതാപചന്ദ്രൻ: നിവൃത്തിമാർഗം ആലോചിക്കുന്നതിന്നു് മുമ്പായി പ്രവൃത്തിയുടെ ദോഷം ഇത്രത്തോളമുണ്ടെന്നു് അറിഞ്ഞിരിക്കണ്ടേതു് ആവശ്യമാണല്ലൊ. ഞാൻ ആയതു് സൂക്ഷ്മമായി ഇനിയങ്കിലും അറിയട്ടെ, പറയൂ.

അഘോരനാഥൻ: കൃതവീര്യൻ എന്ന ഇപ്പോഴത്തെ കുന്തളശേൻ അതിധീരനും, പരാക്രമശാലിയും ദുരഭിമാനിയുമാണു്. ആയുധവിദ്യശിക്ഷയിൽഅഭ്യസിച്ചിട്ടുമുണ്ടു്.അദ്ദേഹത്തിന്നു് സമനായ ഒരു യോദ്ധാവു് ഇന്നു് നമ്മുടെ രാജ്യത്തിൽ ഉണ്ടോ എന്നു സംശയമാണു്. അത്രയുമല്ല, അദ്ദേഹം മനസ്സിൽ ഇന്നതൊന്നു് ചെയ്യണമെന്നു നിരൂപിച്ചിട്ടുണ്ടെങ്കിൽ അതു് എങ്ങനെയെങ്കിലും ചെയ്തല്ലാതെ അടങ്ങുന്ന ആളല്ല. ചെയ്വാൻ ത്രാണിയുമുണ്ട്.

കുന്തളരാജ്യമോ--ഒരു മുപ്പതു് സംവത്സരത്തിന്നിപ്പുറം, ആ രാജ്യം വളരെ ഐശ്വര്യവതിയായിതീർന്നിരിക്കുന്നു. ഭണ്ടാരം തടിച്ചിരിക്കുന്നു--സേനകൾ അനവധി--പ്രബലന്മാരായ സേനാധിപന്മാർ--ബുദ്ധിമാന്മാരായ മന്തികൾ--ധനികന്മാരും

രാജ്യഭക്തിയുമുള്ള പ്രജകൾ--ബഹുവർത്തകം നടന്നുവരുന്ന പട്ടണങ്ങൾ--കള്ളന്മാരുടെ ഉപദ്രവമില്ലാത്ത ചെത്തുവഴികൾ--യന്ത്രപ്പാലങ്ങൾ--വിദ്യാശാലകൾ--വൈദ്യശാലകൾ--എന്നുവേണ്ട പരി [81]ഷ്കാരസൂചകങ്ങളായ പലതും ഉണ്ട്. ഈ കുന്തളശേന്റെയും ഇദ്ദേഹത്തിന്റെ ജ്യേഷ്ഠനായ മുമ്പത്തെ കുന്തളശേന്റെയും ബുദ്ധികൗശലം കൊണ്ടുതന്നെ, കുന്തളരാജ്യം ഇപ്പോൾ പശ്ചിമഭാരതത്തിന്നു് ഒരു തൊടുകുറിയായി തീർന്നിരിക്കുന്നു. കുന്തളശേന്റെ രാജലക്ഷ്മിക്ഷേമവും സുഭിക്ഷവുമാകുന്ന സഖിമാരോടുകൂടി ദിവസനേ നൃത്തമാടുന്നു.

എന്റെ ജ്യേഷ്ഠൻ പ്രധാനമന്ത്രിയായിരിക്കുമ്പോൾ അദ്ദേഹത്തിന്റെ ബുദ്ധിവൈഭവംകൊണ്ടും പൗരുഷംകൊണ്ടും കുന്തളശേനെ ഒരുവിധം ഒതുക്കിവെക്കുവാൻ കഴിഞ്ഞതാണ്. വിശേഷിച്ച്, ജ്യേഷ്ഠൻ അല്പം ഒരു കഠിനകയ്യും പ്രവൃത്തിച്ചിട്ടുണ്ട്. കുന്തളശേന്റെ വൃദ്ധനായ അച്ഛനെ പിടിച്ച് കാരാഗൃഹത്തിൽ ആക്കി, വളരെ ദ്രവ്യം പുത്രനോടു വാങ്ങീട്ടാണു് വിട്ടയച്ചതു്. ജ്യേഷ്ഠൻ സാമദാനഭേദങ്ങൾ പ്രയോഗിച്ചിട്ടും കുന്തളശേൻ വഴിപ്പെടൊൻപറഞ്ഞപ്പോൾവരെ വഴി കാണായ്കയാൽ അദ്ദേഹം അങ്ങനെ ചെയ്തതാണ്. വഴിപ്പെട്ടതിന്റെ ശേഷം,ആ ദ്രവ്യംഅങ്ങോട്ടുതന്നെ മടക്കിക്കൊടുക്കുകയും ചെയ്തിരിക്കുന്നു എങ്കിലും കൃതവീര്യൻ അതു ഹേതുവായിട്ടുണ്ടായ വ്രണം ഇപ്പോഴും ഉണക്കാതെ വെച്ചുകൊണ്ടിരിക്കുന്നുണ്ടാകും. അദ്ദേഹം വൈരം മറന്നുകളയുന്ന മാതിരിയല്ല; ഇപ്പോൾ അയൽവക്കക്കാരായ ചേദി, അവന്തി, ഈ രാജ്യങ്ങളിലെ രാജാക്കന്മാരായിട്ടും അല്പം ബന്ധുതയുമുണ്ടായിട്ടുണ്ടു്. എന്നാൽ അവർ പണ്ടേക്കു പണ്ടേ നമ്മോടുമൈത്രിയുള്ളവരാകയാൽ കുന്തളനോട് ചേർന്ന് നമ്മുടെ നേരെ തിരിയുവാൻ സംഗതി പോരാ. ഈ അവസ്ഥയിൽ അവർ നിരായുദ്ധന്മാരായിരുന്നാൽ തന്നെ ആയത് നമ്മുടെ ഭാഗ്യമാണെന്നു വിചാരിക്കണം.

വിശേഷിച്ച് കുന്തളശേൻ മഗധരാജാവുമായിട്ടു് സഖ്യത്തിലാണു്. മഗതരാജാവിന്നുയവനന്മാർപണ്ടുതന്നെമമതയായിട്ടാണെന്ന് അറിയാമല്ലോ അതുകൊണ്ടു് കുന്തളശേൻ കുഴങ്ങിയാൽ മഗധരാജാവു് യവനസൈന്യംതന്നെ അദ്ദേഹത്തിന്റെ സഹായത്തിന്നു് അയയ്ക്കുവാനും മതി. ജ്യേഷ്ഠന്റെ കാലം കഴിഞ്ഞു് ഞാൻ രാജ്യകാര്യം ഏറ്റതിൽ പിന്നെ,ഇതുവരെയും മനസ്സിൽനിന്നും വിട്ടുപോകാതെയുണ്ടായിരുന്ന ഒരു പേടി കുന്തളരാജ്യത്തെ ആ അഗ്നിപർവതം എപ്പോഴാണ് പൊട്ടിത്തെറിക്കുന്നത് എന്നായിരുന്നു. എന്തു ചെയ്തിട്ടെങ്കിലും അതു കൂടാതെ കഴിക്കണമെന്നും കഴിയുമെങ്കിൽ കുന്തളശേനെ സാമദാനങ്ങളെക്കൊണ്ട് ഇണക്കി പാട്ടിലാക്കണമെന്നായിരുന്നു എന്റെ മനോരാജ്യം. ഇവിടുന്ന് ഇതൊന്നും അറിയാതെ, അല്പനേരംകൊണ്ടു് വളരെക്കാലമായി ഞാൻ ഭയപ്പെട്ടിരുന്നതത്രയും സംഭവിക്കുമാറാക്കിയല്ലോ. കടന്നൽക്കൂട്ടിലേക്ക്

കല്ലിടുകയാണ് ചെയ്തത്. കുന്തളേശന്റെ സ്വഭാവം എനിക്കു നല്ല നിശ്ചയമുണ്ട് .ഒട്ടും താമസിയാതെ കുന്തളേശനും പടയും നമ്മുടെ ചിത്രദുർഗത്തെയും രാജധാനിയെയും വന്നു വളഞ്ഞാൽ [82]ത്തന്നെ ഞാൻ വിസ്മയപ്പെടുകയില്ല എന്നാൽ നമ്മുടെ പരാജയവും തീർച്ചതന്നെ.

ഇങ്ങനെയെല്ലാമാണു് കാര്യത്തിന്റെ സൂക്ഷ്മാവസ്ഥ. പക്ഷേ ഇപ്പോഴാണ് നമ്മുടെ ഉത്സാഹവും പൗരുഷവും ആപദ്ധൈര്യവും കാണേണ്ടത്. അതിസാഹസമായി യത്നിച്ചാൽ ദൈവാനുകൂലം കൊണ്ടു് നമുക്കു് ദോഷംവരാതെ കഴിയുവാനും മതി. യുദ്ധത്തിന്റെ കലാശം വിചാരിച്ചപോലെയൊവുകയില്ല. കുന്തളേശന്റെ അതിക്രമത്തെ ഒരു വിധത്തിൽ തടുപ്പാൻ വേണ്ടുന്ന ഏർപ്പാടുകൾ ഒക്കെയും ഞാൻ ചെയ്തിട്ടുണ്ട്. ഞാൻ ചന്ദനോദ്യാനത്തിലേക്കു് ബദ്ധപ്പെട്ടു പോയത് അതിനുവേണ്ടിയായിരുന്നു (ഇതു കേട്ടപ്പോൾ യുവരാജാവിന്റെ വാടിയിരുന്നമുഖംഅല്പംപ്രസന്നമായി).നമുക്കു്സഹായത്തിനു ചിലർ വരുമെന്നു് ഞാൻ വിചാരിക്കുന്നുണ്ടു്. അവർ എത്തിയാൽ എനിക്കു് ധൈര്യം വർദ്ധിക്കുമായിരുന്നു. കഷ്ടം! നമ്മുടെ താരാനാഥൻ ഇനിയും വന്നില്ലല്ലോ, അവനുണ്ടെങ്കിൽ എനിക്കു് ഒരു വലിയ സഹായമായിരുന്നു.

പ്രതാപചന്ദ്രൻ: അതും എന്റെ വലിയ നിർഭാഗ്യംതന്നെ. താരാനാഥന്റെ അത്ഭുതമായ പരാക്രമം ഈ ആപത്തിൽ നമുക്കു് വലിയ സഹായമായിരുന്നു.

സ്വർണ്ണമയി: നമുക്കു് ഇങ്ങനെ ഒരാപത്തു വന്നിരിക്കുന്നുവെന്നറിഞ്ഞാൽ , ജ്യേഷ്ടൻ എവിടെയായിരുന്നാലും നമ്മുടെ സഹായത്തിനു് എത്താതിരിക്കുമോ?

പ്രതാപചന്ദ്രൻ, 'ഞങ്ങളുടെ പുരാണപ്രസിദ്ധമായ ഈ സ്വരൂപത്തിന്റ മഹിമ പോകാതെ നിർത്തി രാജ്യം രക്ഷിക്കുവാൻ അങ്ങുന്നല്ലാതെ വേറെ ആരും ഇല്യ' എന്നു പറഞ്ഞു് ആഘോരനാഥനോടുകൂടി യുദ്ധത്തിന്നു വേണ്ടുന്ന ഒരുക്കുകൾ പൂർത്തിയാക്കുവാൻ പുറത്തേക്കു പോകയും ചെയ്തു.

14.അനുരാഗവ്യക്തി

കുന്തലതയും രാമകിശോരനും തമ്മിൽ പരിചയമായ വിവരം മുമ്പു് ഒരേടത്തു് പറഞ്ഞുവല്ലോ? അവർ തമ്മിൽ സംസാരിക്കുന്നതും അന്യോന്യമുള്ള ഔത്സുക്യവും കണ്ടിട്ടു് യോഗീശ്വരൻ ആന്തരമായി സന്തോഷിക്കും. രാമകിശോരന്റെ ദീനം നല്ലവണ്ണം ഭേദമായി, ശരീരം മുമ്പത്തെ സ്ഥിതിയിൽ ആയി എങ്കിലും, യോഗീശ്വരൻ പുറത്തേക്കു് പോകുമ്പോഴൊക്കെയും രാമകിശോരനെക്കൂടി വിളിച്ചുകൊണ്ടു പോകുമാറുണ്ടായിരുന്നതു മാററി. കുന്ദലതയോടുകൂടെ ആരാമത്തിൽ നടന്ന ഓരോ സംഗതികളെക്കുറിച്ചു സംസാരി [84]ക്കുന്നതിൽ താല്പര്യം തോന്നുകയാൽ രാമകിശോരന്നു് അതുകൊണ്ട് ഒട്ടും സൗഖ്യക്കേടുണ്ടായതുമില്ല. അവർ തമ്മിൽ ഇണക്കം വർദ്ധിക്കണേമന്നായിരുന്നു യോഗീശ്വരന്റെയും മനോരഥം എന്നു തോന്നും. എന്തുകൊണ്ടെന്നാൽ, താൻ പുറത്തേക്കു പോകാത്ത ദിവസങ്ങളിലും രാമകിശോരനും, കുന്ദലതയും– നടക്കുന്ന ദിക്കിലേക്കു ചെല്ലുകയാകട്ടെ അവരെ തന്റെ അടുക്കലേക്ക് വിളിക്കുകയാകട്ടെ ചെയ്കയില്ല. പക്ഷേ, അവർ തമ്മിൽത്തന്നെ സംസാരിക്കുമ്പോൾ വല്ല സംഗതിയെക്കുറിച്ചും ഭിന്നാഭിപ്രായം ഉണ്ടായാൽ യോഗീശ്വരനോടു ചെന്നു് ചോദിക്കുകയും അപ്പോൾ തന്റെ അഭിപ്രായം പറഞ്ഞുകൊടുക്കുകയുംചെയ്യും. എന്നാൽ, രാത്രിയിൽ രാമകിശോരനും യോഗീശ്വരനും തമ്മിൽ പതിവുപോലെയുള്ള സംഭാഷണത്തിന്ന് ഒരിക്കലും മുടക്കംവരികയില്ല. അത്താഴം കഴിഞ്ഞു് കുന്ദലതയും പാർവതിയുംകൂടി അകത്തു് വാതിൽ അടച്ച് കിടന്ന ശേഷം, ഉമ്മറത്തു് കിടന്നു് ഉറക്കം വരുന്നതുവരെ ഗുരുവും ശിഷ്യനും കൂടി വളരനേരം സംസാരിക്കുകയുംചെയ്യും.

ഇങ്ങനെ കഴിഞ്ഞുപോരുന്ന കാലം ഒരു ദിവസം രാമകിശോരനും കുന്ദലതയുംകൂടി തോട്ടത്തിൽ നടക്കുമ്പോൾ രാമദാസൻ അവിടെ പണി എടുക്കുന്നതു കണ്ടു.

കുന്ദലത:'അച്ഛൻ എവിടെയാണ്' എന്നു് അവനോടു ചോദിച്ചു.

രാമദാസൻ: പുലർച്ചെ എഴുനീററു പുറത്തേക്കു പോകുന്നതു കണ്ടു.

കുന്ദലത: അപൂർവമായിട്ടു് ചിലപ്പോൾ അച്ഛൻ രാവിലേയും പുറത്തേക്ക് പോവുക പതിവുണ്ട്.

രാമകിശോരൻ: ഇയ്യിടെ പുറത്തേക്കു പോകുമ്പോൾ എന്നെ വിളിക്കാത്തതു് എന്താണെന്ന് എനിക്ക് അറിഞ്ഞുകൂടാ.

കുന്ദലത: അതുള്ളതുതന്നെ. അങ്ങേടെ ദീനം ഭേതമായശേഷം ഒന്നോ, രണ്ടോ കുറിയല്ലാതെ അച്ഛന്റെ ഒരുമിച്ചു് പുറത്തു പോവുകയുണ്ടായിട്ടില്ല.

രാമകിശോരൻ: ഒരു ദിവസം ഞാനും പഠേരാമനെന്നു പറഞ്ഞു് കൂടെ ചെന്നു. 'അപ്പോൾ ക്ഷീണം നല്ലവണ്ണം തീരട്ടെ. അതിനു മുമ്പെ പുറത്തിറങ്ങീട്ടു് തരക്കേട് വരണ്ടേ്' എന്നു പറഞ്ഞു് എന്നെ മടക്കിയയച്ചു.

കുന്ദലത: അതാവില്ല. ക്ഷീണം നല്ലവണ്ണം തീർന്നു് ദേഹം സ്വസ്ഥമായിട്ടു് എത്ര നാളായി .അച്ഛന്റെ അന്തർഗതം എന്താണെന്നറിയുവാൻ എളുപ്പമല്ല.

രാമകിശോൻ:അദ്ദേഹത്തിന്റെ ഹൃദയം അഗാധമാണ്. എനിക്കു് നല്ല പരിചയമുണ്ട്. എന്തങ്ങെിലും അച്ഛൻ ഇങ്ങനെ പറഞ്ഞതുകൊണ്ടു് എനിക്കു് ഒട്ടും സുഖക്കേടുണ്ടായില്ല.

കുന്ദലത:(അല്പം പുഞ്ചിരിയോടുകൂടി) അതെന്തുകൊണ്ട്?[85]

രാമകിശോരൻ: നമുക്കു തമ്മിൽ സ്വൈരമായി സല്ലാപം ചെയ്യാമല്ലൊ എന്നു വിചാരിച്ചാണു് .അച്ഛൻ നമ്മുടെ കൂടെയുണ്ടായാൽ നാം പറയുന്നതു്അദ്ദേഹത്തോടായിരിക്കും. നമ്മുക്കു തമ്മിൽ നേരിട്ടു് ഒന്നും പറവാൻ ഇടവരുകയുമില്ല .

കുന്ദലത: അതങ്ങനെതന്നെ അച്ഛൻ അങ്ങേ ചിലപ്പോൾ കൂട്ടിക്കൊണ്ടു പോയാൽ എനിക്കും ഒട്ടും സൗഖ്യമുണ്ടാവാറില്ല. പതിവുപോലെ സംസാരിപ്പാൻ ആരുമില്ലായ്കയാൽ മനസ്സിനു് ഒരു മൗഢ്യം വന്നു ബാധിക്കും. അങ്ങുന്നു് അച്ഛന്റെകൂടെ പോകേണ്ട എന്നു പറവാനും എനിക്കു മടിയുണ്ടു് അങ്ങേയ്ക്ക് അച്ഛന്റെ ഒരുമിച്ചു നടന്നാൽ പലതും ഗ്രഹിക്കുവാനുണ്ടാകുന്നതാണു്. എന്റെ ഇഷ്ടത്തിന്നു് ഇവിടെ ഇരുന്നാൽ എന്തു ലാഭം?

രാമകിശോരൻ:ഞാൻ അങ്ങനെയെല്ല വിചാരിക്കുന്നതു്. അച്ഛന്റെ കൂടെ നടന്നാൽ പലതും ഗ്രഹിപ്പാനുണ്ടന്നു പറഞ്ഞതു ശരി തന്നെ. എന്നാൽ, പരമാർത്ഥം കുന്ദലതയുമായി സംഭാഷണം ചെയ്ത് ആ മധുരമായ വാക്കുകളെ ആസ്വദിക്കുവാനാണു് എനിക്ക് അധികം സന്തോഷം

കുന്ദലത:എന്റെ പ്രായത്തിലുള്ള ആളുകളെതിൻ കീഴിൽ എനിക്കു കാണ്മാനിടവരാത്തതിനാൽ അങ്ങുന്നുമായുള്ള സല്ലാപത്തിൽ എനിക്കു് കൗതുകം തോന്നുന്നതു് അത്ഭുതമല്ല. പല ദിക്കുകളിലും സഞ്ചരിപ്പാനുംവളരെ ജനങ്ങളെ കാണ്മാനും അവരുമായി സംസാരിപ്പാനും സംഗതി വന്നിട്ടുള്ള അങ്ങേയ്ക്ക് ഈ പ്രാകൃതയായ എന്നോടു് സംസാരിക്കുന്നതിലാണു് അധികം സന്തോഷം എന്നു പറഞ്ഞതു് എന്നെ മുഖസ്തുതിചെയ്യുകയല്ലല്ലോ?

രാമകിശോരൻ:കഷ്ടം! എന്നോടിത്ര നിർദയ കാണിക്കരുതേ .വളരെ ജനങ്ങളെ കണ്ടിട്ടുണ്ടങ്കെിലും ഞാൻ ഒരു കുന്ദലതയെ മാത്രമേ കണ്ടിട്ടുള്ളൂ. ദർശനം ചെയ്യണമെന്നു് വളരെ കാലമായി ആഗ്രഹിച്ചുവരുന്ന ഒരു പുണ്യസ്ഥലത്തു് ഏററവും പണിപ്പെട്ടു് എത്തിയ തീർത്ഥവാസികൾക്കു തോന്നും പോലെ ഭവതിയെ ഒന്നാമതായി കണ്ടപ്പോൾ എനിക്കു ഒരു

കൃതകൃത്യതയാണു തോന്നിയതു്. പിന്നെ ഭവതിയുടെ ദയാപൂരം കൊണ്ടു് എന്റെ സ്നേഹം വർദ്ധിച്ചതും വിശ്വാസം ജനിച്ചതും. നാം തമ്മിൽ ഒന്നാമതായി സംഭാഷണമുണ്ടായ ദിവസം ഞാൻ വ്യക്തമായി പറഞ്ഞുവല്ലോ. അന്ന ഞാൻ പറഞ്ഞതു് മറന്നിട്ടില്ലെങ്കിൽ ഈ വിധം സംശയങ്ങളെക്കൊണ്ടു് എന്നെ വ്യസനിപ്പിക്കയില്ലായിരുന്നു.

കുന്ദലത:എന്നെക്കുറിച്ച്ദയയോടുകൂടിപറഞ്ഞആവാക്കുകൾ ശിലാരഖേപോലെ എന്റെ മനസ്സിൽ പതിഞ്ഞിട്ടുള്ളതു് ഇതാ ഇപ്പോൾക്കൂടിഎനിക്ക്പ്രയാസംകൂടാതെവായിക്കാം.എങ്കിലും അങ്ങടേ വസ്തുത സൂക്ഷ്മമായി അറിയായ്കയാൽ ആ വാക്ക്[86] കൾ അങ്ങോടെ അവശസ്ഥിതിയിൽ ഞാൻ കുറഞ്ഞൊരുപകാരം ചെയ്തതിനെക്കുറിച്ചു് കൃതജ്ഞത ഹേതുവായിട്ടുമാത്രം പറഞ്ഞതായിരിക്കുമോ എന്നു ശങ്കിരിച്ചു.

രാമകിശോരൻ: അയ്യോ! ഈ ശങ്കകൾക്കു് എന്തു കാരണം? നമ്മിലെ അനുരാഗം നാം തമ്മിൽ വാക്കുകളെകൊണ്ടു് പറഞ്ഞിട്ടില്ലെങ്കിലും നമ്മുടെ ഹൃദയങ്ങൾ അനുരാഗോൽഭരതങ്ങളായ പല ചേഷ്ടകളെകൊണ്ടും അന്യോന്യം പ്രദർശിപ്പിച്ചിട്ടില്ലേ? എന്റെ പ്രേമഭാരം അനിർവചനീയമാകയാൽ വാക്കുകളെകൊണ്ടു് അധികം വ്യക്തമാക്കുവാൻ എനിക്കു് കഴിയാഞ്ഞതാണു്.

കുന്ദലത: അങ്ങയേക്കു് എന്റമെൽ അനുരാഗമുണ്ടെന്നു തോന്നുമ്പോൾ സന്തോഷവും പിന്നെ അങ്ങടേ പരമാർത്ഥം അറിയായ്കയാൽ വല്ല സംഗതികൊണ്ടും ആശാഭംഗം വന്നുപോകുമോ എന്നുള്ള ഭയവും, രണ്ടിനെക്കുറിച്ചും സംശയവും എന്റെ മനസ്സിൽ ഇടകലർന്നുകൊണ്ടാണു് ഇത്ര നാളും കഴിഞ്ഞതു്. അയ്യോ! ദൈവമേ, എന്റെ ഹൃദയം ഈ വേദനകൾ അനുഭവിക്കണ്ടേതല്ലേ! എന്നിങ്ങനെ പലപ്പോഴും ഞാൻ ചിന്തിക്കാറുമുണ്ടു്. അങ്ങുമിങ്ങും ഉഴന്നുകൊണ്ടും ഒരടേത്തും ഉറച്ചുനിൽക്കുവാൻ വഴിയില്ലാതെയും എത്ര അദ്ധ്വാനിച്ചു ഈ ഹൃദയം! കഷ്ടം!

രാമകിശോരൻ, `എന്റെ പ്രിയതമയായ കുന്ദലതേ! എന്റെ അനുരാഗം മുഴുവനും ഭവതിയുടമെൽ നിക്ഷിപ്തമായിരിക്കുന്നു. ഭവതി എന്റെ പ്രാണനായകിയാണ്. ഇനിയെങ്കിലും ആ ബാഷ്പധാരയെ നിർത്തി അങ്ങുമിങ്ങും സഞ്ചരിച്ചു് വളരെ വേദനയനുഭവിച്ച ആ ഹൃദയം ഇവിടെ വിശ്രമിക്കട്ടെ' എന്നു പറഞ്ഞു് കുന്ദലതയുടെ മാറിടം തന്റെ മാറിടത്തോണച്ചു്, ധാരാളമായി വന്നിരുന്ന കണ്ണുനീർ തുടച്ചുകൊണ്ട് യോഗീശ്വരനെക്കൂടി അറിയിക്കാത്ത തന്റെ ചില ചരിങ്ങളെ ഏറ്റവും ഗോപ്യമായി രാമകിശോരൻ കുന്ദലതയോടു പറഞ്ഞു.

അപ്പോൾ കുന്ദലത വളരെ മുഖപ്രസാദത്തോടുകൂടി രാമകിശോരന്റെ മുഖത്തേക്കു നോക്കി, ` ഇനി എന്റെ പ്രിയ രാമകിശോരാ എന്നു വിളിക്കാമല്ലോ എന്നു പറഞ്ഞു് ഒരു ദീർഘനിശ്വാസം അയച്ചു. ` എന്റെ മനസ്സിൽനിന്നു് ഒരു ഭാരം ഇറങ്ങിയപോലെ തോന്നുന്നു.

ശ്വാസോച്ഛ്വാസങ്ങൾക്കുക്കൂടി സൗകര്യം വർദ്ധിച്ചതുപോലെയിരിക്കുന്നു' പറഞ്ഞ് രാമകിശോരനെ ആശ്ലേഷിക്കുകയും ചെയ്തു.

രാമകിശോരൻ: ` ഞാൻ ഒരു കാര്യം പറയാൻ മറന്നു. ' കുന്ദലതയ്ക്ക് മുഖപ്രസാദം മങ്ങിക്കണ്ടു `അതു് എന്തു്? ' എന്നു ചോദിച്ചു.

രാമകിശോരൻ: എന്റെ പ്രിയ കുന്ദലതേ, ഭവതിയുടെ സവേനപ്രകാരം എന്നെ ഭർത്താവാക്കി വരിച്ചാൽ അച്ഛൻ യാതൊന്നും മറുത്തു പറകയില്ലായിരിക്കാം. എങ്കിലും ഭവതി എന്നെ ഭർത്താവായി വരിക്കുന്നതിന്നുമുമ്പായി ഒരു കാര്യം ആലോചിക്കണ്ടേതുണ്ട്. [87]തുണ്ട്. ഭവിഷ്യത്തിനെ വഴിപോലെ ആലോചിക്കാതെ പ്രവർത്തിക്കുന്നവരെക്കുറിച്ച് എനിക്കു് അല്പം പോലും ബഹുമാനമില്ല. എന്നെയെല്ലാതെ വേറേ ഒരു ചെറുപ്പക്കാരനെയും കുന്ദലതക്ക് കാണ്മാൻ സംഗതി വന്നിട്ടില്ലല്ലോ. മേലാൽ ഓരോ രാജ്യങ്ങളെയും ജനങ്ങളെയും സഞ്ചരിച്ചു കാണുവാൻ കുന്ദലതയ്ക്ക് തന്നെ സംഗതിവന്നാൽ, എന്നെക്കാൾ ഗുണോൽക്കർഷം ഉള്ളവരും കുന്ദലതയ്ക്ക് അധികം അനുരൂപന്മാരുമായ പുരുഷന്മാരുണ്ടായിരിക്കെ ഈ അസാരനായ എന്നെ വരിച്ചതു അബദ്ധമായി എന്നൊരു പശ്ചാത്താപം ലേശംപോലും തോന്നുവാൻ ഇടവക്കെരുതെ. ഭഗവതി എന്റെ ഭാര്യയായി എന്നുവരികിൽ എനിക്കു ജന്മസാഫല്യം വന്നു.എങ്കിലും സ്വർത്ഥത്തെ മാത്രം കാംക്ഷിച്ചു ഭവിഷ്യത്തുകളായ ദോഷങ്ങളെ എന്നാൽ മുൻകൂട്ടി കാണാൻ കഴിയുന്നേടത്തോളമെങ്കിലും, ഭവതിയെ അറിയിക്കാതെ കഴിക്കുന്നതു ഏററവും പാപകരമാണ്. ആയതുകണ്ട്, ജീവാവസാനംവരെ നിൽക്കണ്ടേതായ നമ്മിലെ ഈ ശാശ്വതമായ സംബന്ധത്തെ തീർച്ചപ്പെടുത്തുന്നതിന്നു മുമ്പായി ഒരിക്കൽക്കൂടി ഗുണദോഷങ്ങളെ വഴിപോലെ ആലോചിക്കണമെ.

കുന്ദലത: അങ്ങുന്നു പറയുമ്പോലെ വേറേ ഒരു പുരുഷനെ വരിക്കാമായിരുന്നുവന്നെ് എനിക്കു തോന്നുന്നതാകയാൽത്തന്നെ, [ഈശ്വരാ! ഇങ്ങനെ തോന്നുന്ന കാലത്ത് എന്റെ ഈ ഹൃദയം നശിക്കട്ടെ] ഇപ്പോൾ സമർപ്പിച്ചിരിക്കുന്നേടത്ത് എന്റെ അനുരാഗത്തെ തിരികെ എടുക്കുവാൻ എന്നാൽ അശക്യമാണ്. ആയതുകൊണ്ട് ഇനി ആ വിധം ആലോചനകൾ നിഷപ്രയോജനമന്നെു തീർച്ചതന്നെ. നന്മയായാലും തിന്മയായാലും വേണ്ടതില്ല. ഇനി മേലാൽ ഞാൻ അങ്ങടേ കുന്ദലത, അങ്ങുന്നു എന്റെ പ്രിയ രാമകിശോരൻ; ഇതിന്നു യാതൊരു ഇളക്കവും ഇല്ല. കാലദേശാവസ്ഥകളെക്കണ്ടു ഭേദപ്പെടാതെ, സമ്പത്തിലും, വിപത്തിലും ആപത്തിലും അരിഷ്ടതയിലും, ഒരുപോലെ ജീവാവസാനപര്യന്തം അങ്ങേ ദൃഢമാകുംവണ്ണം സ്നേഹിക്കുവാൻ നിശ്ചയിച്ചിരിക്കുന്ന ഈ ഹൃദയത്തെയും എന്നെയും, അഖിലചരാചര ഗുരുവായ ജഗദീശ്വരൻ സാക്ഷിയാകെ അങ്ങയേക്കായതുകൊണ്ട് ഇതാ ദാനംചെയ്യുന്നു.

എന്നിങ്ങനെ പറഞ്ഞു വീഴുവാൻ ഭാവിക്കുമ്പോഴേക്കു, രാമകിശോരൻ ഹർഷാശ്രുക്കളോടുകൂടി പിടിച്ചു നിർത്തി രണ്ടുപേരും അന്യോന്യം ഗാഢമാകുംവണ്ണം ആശ്ലിഷ്ടന്മാരായി, കുറെ നേരത്തേക്കു തങ്ങളുടെ മറ്റു സകല അവസ്ഥകളും വിചാരങ്ങളും മറന്ന്, ആനന്ദാർണവത്തിൽ നിമഗ്നന്മാരായി നിന്നു.

പിന്നെ ദീർഘാശ്വാസത്തോടുകൂടി തമ്മിൽ വേർവിട്ടു് രണ്ടാമതും സംഭാഷണം തുടങ്ങി.[88]

രാമകിശോരൻ: നേരം ഞാൻ വിചാരിച്ചതുപോലെ അത്ര അധികമായിട്ടില്ല.

കുന്ദലത: നാം നടക്കാൻ തോട്ടത്തിലേക്കു വന്നതിൽപ്പിന്നെ ഈ അല്പനേരംകൊണ്ടു നമ്മുടെ മനസ്സിൽ എന്തെല്ലാം മാതിരി വിചാരങ്ങളാണു് ഉണ്ടായതു്. അധികം നേരമായി എന്നു തോന്നിയതു് അതുകൊണ്ടായിരിക്കണം.

രാമകിശോരൻ: ഈ അല്പനേരംകൊണ്ടു്, നമ്മുടെ വിചാരങ്ങളും സ്ഥിതിയും എത്ര ഭേദംവന്നു! ഏതെല്ലാം ആശകൾ സാധിച്ചു; ഏന്തെല്ലാം ശങ്കകൾ നശിച്ചു; എത്രയെല്ലാം മോഹങ്ങൾ ജനിച്ചു; നമ്മുടെ മോദഖേദങ്ങൾ അത്രയും നമ്മുടെ ചിത്തവൃത്തികളെ ആശ്രയിച്ചവയാണെന്നു നമ്മുടെ ഇപ്പോഴത്തെ അനുഭവംതന്നെ ദൃഷ്ടാന്തപ്പെടുത്തുന്നുവല്ലോ! ആശ്ചര്യം!

കുന്ദലത: നമ്മുടെ ഇപ്പോഴത്തെ ഈ അവസ്ഥ അകൃതസുകൃതന്മാർക്ക് അസുലഭം തന്നെ.

രാമകിശോരൻ: പക്ഷേ,നിരുപമമായ ഈ സന്തോഷം അധികനേരം നിൽക്കുമെന്നു മാത്രം വിചാരിക്കേണ്ട.മനുഷ്യർക്ക് ദുഃഖ സമ്മിശ്രമല്ലാതെ സുഖം ദുർല്ലഭം.വരുവാൻ പോകുന്ന ഒരു സുഖക്കേടു ഇതാ ഇപ്പോൾ തന്നെ എന്റെ മനസിൽ നിഴലിച്ചിരിക്കുന്നു.ആലോചിക്കുന്നിടത്തോളം.ആ നിഴൽ അധികം ഇരുളുകയും ചെയ്യുന്നു.കഷ്ടം!

കുന്ദലത:അത് എന്ത് ?'. എന്നു ചോദിക്കുമ്പോലെ,സങ്കടത്തോടുകൂടി രാമകിശോരന്റെ മുഖത്തേക്കു നോക്കി.

രാമകിശോരൻ: എനിക്ക് എന്റെ സോദരിയെകൊണ്മാൻ വൈകിരിക്കുന്നു.എന്നെ ഇതു വരെയായിട്ടു കാണ്മാതായാൽ അവൾ ഇപ്പോൾതന്നെ വ്യസനിക്കുന്നുണ്ടാവും. പോയി വേഗത്തിൽ മടങ്ങിവരാമെന്നുതോന്നുന്നുണ്ട് .എങ്കിലും കുന്ദലതയെ പിരിയുന്നു എന്നു വിചാരിക്കുമ്പോൾതന്നെ എനിക്കു വിഷാദമാകുന്നു.സോദരിയെ കാണ്മാതിരിക്കുന്നതോ,അതും വിഷമം എന്തുചെയ്യണോം എന്നറിഞ്ഞില്ല.

കുന്ദലത: കഷ്ടം!മനുഷ്യരുടെ സുഖം,മിന്നൽപിണരുപോലെ

ക്ഷണമാത്രം പ്രകാശിച്ച്,അതാ,നോക്കു!എന്നു പറയും മുമ്പു് ദു:ഖമാകുന്ന അന്ധകാരം ഗ്രസിച്ചുകഴിയുന്നുവല്ലോ!

രാമകിശോരൻ: ഞാൻ കുന്ദലതയെയും എന്റെ ഒരുമിച്ച് കൊണ്ടുപോയാലോ?

കുന്ദലത: വളരെ സന്തോഷം തന്നെ പക്ഷേ–

രാമകിശോരൻ: പക്ഷേ അച്ഛൻ സമ്മതിക്കുമോ എന്നാണു സംശയം.അല്ലേ?

കുന്ദലത: നമ്മുടെ രണ്ടാളുടെയും ഇഷ്ടം ഇന്ന പ്രകാരമെന്നറിഞ്ഞാൽ അച്ഛൻ അതിനു മറുത്തു് ഒരു വാക്കുപോലും പറകയില്ല. അദ്ദേഹം അത്ര നല്ലാളാണ്. പക്ഷേ, എന്നെക്കുറിച്ചിത്രയും ഇത്രയും [89]വാത്സല്യവും ദയയും ഉള്ള അദ്ദഹത്തെ വിട്ടു പോകാൻ എനിക്കു ധൈര്യം മതിയാകുന്നില്ല.

രാമകിശോരൻ: അദ്ദഹേത്തെ വിട്ടുപോവാൻ മനസ്സില്ലായ്മ എനിക്കും കുന്ദലതയേക്കാൾ ഒട്ടും കുറവില്ല. വഗേത്തിൽ മടങ്ങിവരാമല്ലോ എന്നു വിചാരിച്ചു് സമാധാനപ്പെടുകയാണു് ഞാൻ ചെയ്യുന്നതു്.

കുന്ദലത: അച്ഛനോടു നമ്മുടെകൂടെ പോരണേമന്ന് അപേക്ഷിച്ചാലോ?

രാമകിശോരൻ: അതുണ്ടാവുമന്നെു് എനിക്കു തോന്നുന്നില്ല. അദ്ദഹേത്തിന്റെ ഈ വിജനവാസവും മറ്റും കണ്ടതുകൊണ്ടു് എനിക്ക് ഊഹിക്കാം. അതുകൊണ്ടു് നാം അങ്ങനെ ചെയ്യണമന്നെ് അപേക്ഷിച്ച് അദ്ദഹേത്തിന് മനസൗഖ്യമില്ലാതാക്കിതീർക്കുന്നതുനന്നല്ല.കുന്ദലതയുടെ സമ്മതം ഉണ്ടങ്കെിൽ, ഞാൻ പോയി നാലു ദിവസം എന്റെ സോദരിയുടെ ഒരുമിച്ചു് താമസിച്ചു് വഗേത്തിൽ മടങ്ങിവരാം. കുന്ദലതയെ കാണായ്കയാലുള്ള വ്യസനം ഒരു ശൃംഖലപോലെ ഞാൻ പോകുന്നടേത്തൊക്കയെും എന്നെ ബന്ധിക്കും. കുന്ദലതയെ കാണ്മാനുള്ള ആഗ്രഹം ഇങ്ങോട്ടക്കേ് എന്നെ സദാ ആകർഷിക്കുകയും ചെയ്യും. ആയതുകൊണ്ട് ഞാൻ പോയിവരുവാൻ സമ്മതിക്കണേ.

കുന്ദലത: [കണ്ണിൽ അശ്രുബിന്ദുക്കൾ പൊടിഞ്ഞുകൊണ്ടു്] അങ്ങുന്നു പോയാൽ വഗേത്തിൽ വരുമല്ലോ; പോയി വന്നാട്ടെ. സോദരിയെ കാണ്മാൻ താല്പര്യംകൊണ്ടല്ലേ, എന്നും മററും എനിക്കു തന്നെ തോന്നുന്നുണ്ടു്. പക്ഷേ, തമ്മിൽ പിരിയുക എന്നും പോകാനുള്ള രാജ്യത്തിന്റെ ദൂരവും വിചാരിക്കുമ്പോഴുണ്ടാകുന്ന വ്യസനം അടക്കുവാൻ ഞാൻ സമർത്ഥയാകുന്നില്ല.

രാമകിശോരൻ കണ്ണുനീർ തുടച്ചു് കുന്ദലതയെ സമാധാനപ്പെടുത്തുവാൻ തുടങ്ങുമ്പോൾ കുന്ദലത വ്യസനം സഹിയാതെ രാമകിശോരന്റെ മാറിടത്തിലേക്കു തല ചായിച്ചു്.

അശ്രുധാരകൊണ്ട് രാമകിശോരനെ കുളിപ്പിച്ചു.

രാമകിശോരൻ, ‘ ഇങ്ങനെ വ്യസനിക്കുന്നതായാൽ ഞാൻ കുന്ദലതയെ പിരിഞ്ഞു് എങ്ങും പോകുന്നില്ല. നിശ്ചയംതന്നെ. സഹോദരിയെ കാണ്മാൻ എങ്ങനെയെങ്കിലിലും ഞാൻ വഴിയുണ്ടാക്കിക്കൊള്ളാം. ഏതായാലും ഒങ്ങനെ വ്യസനിക്കരുതേ’ എന്നു പറഞ്ഞു.

ആ നിലയിൽത്തന്നെ രണ്ടുപേരുംകൂടി നിൽക്കുമ്പോൾ യോഗീശ്വരൻ പിൻഭാഗത്തുകൂടി കടന്നുവരുന്നത് അവർ കണ്ടില്ല. രാമകിശോരന്റെ ഒടുക്കത്തെ വാക്കുകൊണ്ട് യോഗീശ്വരൻ വസ്തുത സൂക്ഷ്മമായി ഊഹിച്ചു. പിന്നെ അവർ അത്ര കഠിനമായി വ്യസനിക്കിന്നതു കണ്ടപ്പോൾ, സാവധാനത്തിൽ അവരുടെ മുൻഭാഗത്തു് വന്നു നിന്നു. രാമകിശോരന്നു് യോഗീശ്വരനെ കണ്ടപ്പോൾ അല്പം [90]പരിഭ്രമമുണ്ടായി. യോഗീശ്വരൻ അതു കണ്ടുവന്നെന്നു ഭാവിക്കാതെ കുന്ദലതയെ പതുക്കെ തന്റെ മലേക്കേണച്ചു് ‘എന്തിനിങ്ങനെ വ്യസനിക്കുന്നു’ എന്നു ചോദിച്ചു. കുന്ദലത യോഗീശ്വരന്റെ മുഖത്തേക്കു് ഒന്നു തല പൊങ്ങിച്ചു നോക്കി. അപ്പോൾ വ്യസനം അധികമായതേയുള്ളു. അദ്ദേഹത്തിന്റെ സ്വഭാവഗുണം വളരെ പരിചയമുള്ളതായിരുന്നതുകൊണ്ടു് അവൾക്കു് ഒട്ടും പരിഭ്രമം ഉണ്ടായില്ല.

യോഗീശ്വൻ: ‘എന്തായാലും വണ്ടേതില്ല നിങ്ങളുടെ വ്യസനത്തിന്റെ കാരണം എന്നോടു പറഞ്ഞാൽ ഞാൻ നിവൃത്തിയുണ്ടാക്കാം. നിങ്ങൾ വ്യസനിക്കുന്നതു കണ്ടിട്ടു് എനിക്കും വളരെ വ്യസനമുണ്ടാകുന്നു’ എന്നു പറഞ്ഞു.

സ്നേഹത്തോടും വളരെ ദയയോടുംകൂടി പറഞ്ഞ ആ വാക്കുകൾ കേട്ടപ്പോൾ, രാമകിശോരൻ കുന്ദലത കഠിനമായി വ്യസനിക്കുന്നതിന്റെ കാരണം ചുരുക്കത്തിൽ പറഞ്ഞു. അതുതന്നെ തനിക്കും വ്യസനകാരണമായിരിക്കുന്നു എന്നും അറിയിച്ചു.

‘ഇതിന്നുവണ്ടേതീട്ടാണു് ഈ കാറും മഴയും? താമസിയാതെ നമുക്കെല്ലാവർക്കുംകൂടിത്തന്നെ രാമകിശോരന്റെ നാട്ടിലേക്കു പോയി സഹോദരിയെക്കണ്ടു് മടങ്ങിവരാമല്ലോ. അതല്ല നാം രണ്ടു പേരും അവിടെത്തന്നെ താമസിച്ചേ കഴിയൂ എന്നാണു് രാമകിശോന്റെ ആവശ്യം എങ്കിൽ അങ്ങനെ ചെയ്യുന്നതിന്നും തരക്കേടേന്തു്? ഏതായാലും ഇങ്ങനെ വ്യസനിക്കുവാനാവശ്യമില്ലല്ലോ’ എന്നിങ്ങനെയോഗീശ്വരൻ പറഞ്ഞപ്പോഴേക്കു് കുന്ദലതയുടെ മുഖത്തു നിന്നു കാറും മഴയും നീങ്ങി മുഖം മുമ്പത്തെപ്പോലെ പ്രസന്നമായി.

രാമകിശോരൻ: ഞങ്ങളുടെ ആവശ്യം ഇതുതന്നെയായിരുന്നു അങ്ങേ അറിയിക്കുവാൻ മടിച്ചതാണു്. ഇന്നു് എല്ലാംകൊണ്ടും ഒരു സുദിനമാണു്. അങ്ങേയ്ക്കു് അപ്രിയമല്ലാത്തവിധം ഞങ്ങളുടെ മനോരഥം സാധിച്ചുവല്ലോ.

യോഗീശ്വരൻ: 'എനിക്കും സുദിനമാണെന്നു പറയാം. ഞാൻ രാവിലെ നടക്കാൻപോയതു് വൃഥാവിലായില്ല. എനിക്കു് പണ്ടത്തെ ശിഷ്യരിൽ ഒരാൾ അയച്ചുതന്ന ഈ പട്ടു് കാണണ്ടേ?' എന്നു പറഞ്ഞു തന്റെ കയ്യിൽ ഉണ്ടായിരുന്ന ഒരു ചെറിയ പെട്ടിയിൽനിന്നു് ഒരു പട്ടെടുത്തു് അവരെ കാണിച്ചു.

കുന്ദലത അതു് എടുത്തു നൂർത്തിനോക്കി 'നല്ല പട്ടു്' എന്നു പറഞ്ഞു്, അതിൽ ഉണ്ടായിരുന്ന ചില സുവർണരേഖകളെ കണ്ട് ആശ്ചര്യപ്പെട്ടു.

രാമകിശോർ: ഇതു് അയച്ച ശിഷ്യൻ ഏതാണു്? ധനികനാണെന്നു തോന്നുന്നു. എങ്ങനെ കിട്ടി?

യോഗീശ്വരൻ: 'എനിക്കു തരുവാനായി ധർമപുരിയിൽ എനിക്ക് പരിചയക്കാരനായ ഒരു ബ്രാഹ്മണന്റെ പക്കൽ ഇന്നലെ കൊടുത്തതാണത്രേ. ആരയച്ചതാണെന്നു സൂക്ഷ്മം വഴിയെ അറിയിക്കാംഎന്നുപറഞ്ഞു്രാമകിശോരനെയുംകുന്ദലതയെയും [91]അകത്തേക്കു പറഞ്ഞയച്ചു്, താൻ രാമദാസനോടു ചിലതു പറഞ്ഞേല്പിച്ചു്അവനെയും എങ്ങോണ്ടോരേടത്തേക്കു് അയച്ചു.

വളരെ വിചാരമുള്ളമാതിരിയിൽ ആരോടും സംസാരിക്കാതെ ഉമ്മരത്തു്, ഉലാത്തിക്കൊണ്ടും ഇരുന്നുകൊണ്ടും നേരം കഴിക്കുന്നതു കണ്ടു് കുന്ദലത പറഞ്ഞു, 'അച്ഛൻ നമ്മുടെ സംഭാഷണത്തെക്കുറിച്ചും നമ്മെക്കുറിച്ചുംതന്നെയായിരിക്കണം ആലോചിക്കുന്നതു് സംശയമില്ല.'

രാമകിശോരൻ: അങ്ങനെതന്നെയായിരിക്കണം. നമ്മുടെ മുമ്പത്തെ പരിചയക്കേടും ലജ്ജയും, ഇപ്പോഴത്തെ ഈ സ്ഥിതിയും കൂടി ഓർത്തുനോക്കുമ്പോൾ നമ്മെക്കൊണ്ടു് എന്തുതോന്നും, അത്ഭുതം തോന്നാതിരിക്കില്ല.

കുന്ദലത:നമ്മെക്കൊണ്ടു് അനിഷ്ടമായിട്ടു് ഒന്നും തോന്നീട്ടില്ലന്നെു തീർച്ചതന്നെ. ഉണ്ടെങ്കിൽ ഒരു വിനാഴികപോലും നമ്മോടു് പറയാതെ ആയതു് അച്ഛൻ മനസ്സിൽ വെക്കുകയില്ല എന്നു് എനിക്കു നിശ്ചയമുണ്ടു്. അതുകൊണ്ടു നമ്മുടെ അവസ്ഥ മുഴുവൻ അദ്ദേഹം അറിഞ്ഞു എന്നും എല്ലാം അദ്ദേഹത്തിനു പഥ്യമാണെന്നും നമുക്കു് അനുമാനിക്കാം.

ഇങ്ങനെ അവർ തമ്മിൽ യോഗീശ്വരനെക്കുറിച്ചു് ഓരോന്നു പറഞ്ഞുകൊണ്ടും യോഗീശ്വരൻ വളരെ ചിന്താപരനായിട്ടും ഇരിക്കെ നേരം വൈകി.സൂര്യൻ അസ്തമിക്കയുംചെയ്തു.

15.നിഗൂഹനം

കലിംഗരാജ്യത്തിൽ യുദ്ധത്തിന്നു വളരെ ജാഗ്രതയോടുകൂടി കോപ്പു കൂട്ടിവരുന്ന സമയത്തു്, കുന്തളരാജ്യത്തേക്കു് അയച്ചിരുന്ന ആ ദൂതൻ മടങ്ങിയെത്തി.അപ്പോഴാണു യുദ്ധംകൂടാതെ കഴികയില്ലെന്നു് എല്ലാവർക്കും ബോദ്ധ്യമായതു്. അതിന്നു മുമ്പായിത്തന്നെ, യുദ്ധം അടുത്തിരിക്കുന്നു എന്നറിഞ്ഞു വേണ്ടുന്ന ഒരുക്കങ്ങൾ ഒക്കയും കൂട്ടി തയ്യാറാകയാൽ പ്രധാനമന്ത്രിയുടെ മുൻകാഴ്ചയെക്കുറിച്ചു് എല്ലാവരും പ്രശംസിച്ചു. ദൂതൻ എത്തിയതിന്റെ നാലാം ദിവസംതന്നെ രണ്ടാളുകൾ കുന്തളരാജ്യത്തിന്റെ അതിരിൽനിന്നു് അതിവേഗത്തിൽ പാഞ്ഞെത്തി കുന്തളേശനും പടയും വരുന്ന വിവരം അഘോരനാഥനെ അറിയിച്ചു.അദ്ദേഹം ആ ചാരന്മാരോടു്, 'നിങ്ങൾ എന്തു കണ്ടു' എന്നു ചോദിച്ചു.'ഞങ്ങൾ അജ്ഞാതന്മാരായി കുന്തളരാജ്യത്തിൽ ചെന്നപ്പോൾ കുന്തളേശന്റെ സൈന്യത്തിന്റെ വലിയൊരു ഭാഗം ഇങ്ങോട്ടു പുറപ്പാടു തുടങ്ങിയിരിക്കുന്നു. അതിന്റെ ഉമക്കോടുകൂടിയ പുറപ്പാടു് കണ്ടപ്പോൾ ഞങ്ങൾ ഒട്ടും താമസിയാ [93]തെ സ്വാമിയെ ഉണർത്തിപ്പാൻ മുമ്പിട്ടു് ഓടിപ്പോന്നതാണു് 'എന്നു് ആ ചാരന്മാർ പറഞ്ഞു.

അഘോരനാഥൻ, 'നിങ്ങൾ കണ്ടു എന്നു തീർച്ചയാണല്ലൊ? എന്നു ചോദിച്ചതിനു് ചാരന്മാർ, 'സ്വാമി ഞങ്ങൾ ജീവിച്ചിരിക്കുന്നു എന്നുള്ളതുപോലെ പരമാർത്ഥമാണു്.' എന്നുത്തരം പറഞ്ഞു. അപ്പോൾ അഘോരനാഥൻ ശത്രുക്കൾ വരുന്നുവെന്നു മുൻകൂട്ടി അറിവു തന്നെ അവരെ സമ്മാനിച്ചയയ്ക്കുകയുംചെയ്തു.

പ്രധാന സേനാനാഥന്റെ സ്ഥാനം വഹിക്കുവാൻ തക്കവണ്ണം യോഗ്യന്മാരായ സേനാധിപന്മാർ ആരും ഇല്ലാതിരുന്നതിനാൽ അഘോരനാഥൻ തന്നത്താൻ പ്രധാന സേനാനാഥനായി നിയമിച്ചു. തനിക്കു സഹായിപ്പാൻ പതിന്നാറു സേനാപതിമാരേയും തിരഞ്ഞെടുത്തു. രാജധാനിയേയും അതിന്നു ബലമായി ചുററുമുള്ള ദുർഗത്തെയും രക്ഷിച്ചുനിന്ന കുന്തളേശന്റെ അതിക്രമത്തെ തടുക്കുകയല്ലാതെ, അപ്പോൾ ഉള്ള സൈന്യങ്ങളെക്കൊണ്ടു ശത്രുസൈന്യത്തിന്റെ ഭയങ്കരമായ വരവിനെത്തന്നെ തടുക്കുവാൻ പ്രയാസമാണെന്നുകണ്ടു്,ചിത്രദുർഗത്തിന്റെ നാലു ഗോപുരങ്ങളിലും ഓരോ സേനാപതിമാരെയും ഓരോ ആയിരം ഭടന്മാരെയും ചുററും രണ്ടുവരി കുതിരച്ചേവകരെയും നിർത്തി. ശേഷം സൈന്യത്തെ രണ്ടായി പകുത്തു് ഏകദേശം മൂവായിരം കാലാളുകളും കുറെ കുതിരച്ചേകവരും ഉള്ള ഒരു പകുതിക്കു് യുവരാജാവിനെ നായകനാക്കി, കുന്തളേശൻ വരുവാൻ തരമുള്ളതാണെന്നു തോന്നിയ ഒരു വഴിയിൽ നിർത്തി. അപ്രകാരമുള്ള മറെറാരു സൈന്യത്തിന്റെ മറെറാരു പകുതിയോടുംകൂടി പ്രധാന സേനാനാഥനായ അഘോരനാഥനും പാളയമടിച്ചു. ഇങ്ങനെ സൈന്യങ്ങളെ ഓരോ ദിക്കിൽ ഉറപ്പിച്ചു്

അവിടവിടെ കണ്ണിനേലയ്ക്കു കുടികളും കെട്ടി കുന്തളശേനും സൈന്യവും ഇതാ എത്തി! ഇതാ എത്തി! എന്നു വിചാരിച്ചുകൊണ്ടു്, അസ്തമനംവരെ എല്ലാവരും കാത്തുകൊണ്ടിരുന്നു. പിന്നെ രാത്രിയിൽ ഊഴമിട്ടു കാവൽ കാക്കുന്ന തവണക്കാർ ഒഴികെ മററെല്ലാവരും വേഗത്തിൽ ഉറങ്ങിക്കൊള്ളട്ടെ. എന്നു പ്രധാന നേതൻകല്പിച്ചപ്രകാരം ഭടന്മാരും സേനാപതിമാരും നേരത്തെ ഉറക്കമാവുകയുംചെയ്തു.

ഇങ്ങനെ കലിംഗരാജാവിന്റെ സൈന്യം ശത്രുസൈന്യത്തെ നേരിടുവാൻ തയ്യാറായിക്കൊണ്ടിരിക്കെ, അതേ സമയത്തു് ചന്ദനോദ്യാനത്തിന്റെ സമീപമുള്ള സങ്കേതപുരിയിൽ ഒരു വീട്ടിൽ നിരൂപിക്കാത്ത ഒരു സന്തോഷം സംഭവിച്ചതു നാളുകളായി കഥയോടു വളരെ സംബന്ധമുള്ളതാകയാൽ ആ ചെറിയ സംഭവം ഇവിടെ തന്നെ പറയേണ്ടിയിരിക്കുന്നു.

ആ വീട്ടിൽ ഒരു പ്രായം ചെന്ന സ്ത്രീയും അവളുടെ ഒരു മകനും മാത്രമേ ഉണ്ടായിരുന്നുള്ളൂ. വേറെയൊരും ഉണ്ടായിരുന്നില്ലെങ്കിലും [94]വിളിപ്പാടിനുള്ളിൽ മററു പല വീടുകളും ആളുകളും ഉണ്ടായിരുന്നു. പുലരുവാൻ ഒരു മൂന്നു നാഴികയുള്ളപ്പോൾ ആ വീടിന്റെ പടിവാതില്ക്കൽ ആരോ ചിലർ വിളിക്കുന്നതു കേട്ടിട്ടു് തള്ളതന്നെ വിറച്ചുകൊണ്ടു്, ഒരു കൈവിളക്കോടുകൂടി പടിക്കലേക്കു പോയി വാതിൽ തുറന്നു, അപ്പോൾ മുഴുവനും കറുത്ത വസ്ത്രംകൊണ്ടു മൂടിയ നാലാളുകൾ അകത്തേക്കു കടന്നു. അതിൽ ഒരുവൻ കൂടെ വന്നിട്ടുണ്ടായിരുന്ന ചിലരെ പറഞ്ഞയച്ചു വേഗത്തിൽ എല്ലാത്തിനും മുമ്പിൽ വന്നു. മുഖം മൂടിയത് എടുത്തു കളഞ്ഞു. 'നിങ്ങൾ എന്നെ അറിഞ്ഞുവോ' എന്നു തള്ളയോടു ചോദിച്ചു തള്ള അവർ എന്തൊരു കൂട്ടം ആളുകളാണ്, എന്തിനു വന്നവരാണു എന്നും മററും അറിയായ്കയാൽ പരിഭ്രമിച്ചിരുന്നുവെങ്കിലും അവൻ ചോദിച്ചതു കേട്ടപ്പോൾ തന്റെ വിളക്കു് ഉയർത്തിപ്പിടിച്ചു്,തലപൊങ്ങിച്ച് കുറേ നേരം അവന്റെ മുഖത്തേക്ക് നോക്കി. 'ഞാൻ അറിഞ്ഞില്ലേ' എന്നു പറഞ്ഞു കണ്ണുതിരുമ്മി പിന്നെയും നോക്കി.അപ്പോഴേക്ക് അമ്മ വരുവാൻ ഇത്ര താമസമെന്തെന്നറിയായ്കയാൽ, മകളും പടിക്കലേക്കെത്തി. 'നീ എന്നെ അറിഞ്ഞുവോ?' എന്നു് അവൻ അപ്പോൾമകളോടുംചോദിച്ചു.അവൾകുറച്ചുനേരംമുഖത്തേക്കു സൂക്ഷിച്ചുനോക്കി. 'എന്റെ ഏട്ടനല്ലേ ഇതു്' എന്നു പറഞ്ഞു വിസ്മയംകൊണ്ടും സന്തോഷംകൊണ്ടും തന്നെത്താൻ മറന്നു് ഉടനെ അവനെ കെട്ടിപ്പിടിച്ചു കരഞ്ഞു. 'എന്റെ കുട്ടീ, നീയ് മരിച്ചുപോയീ എന്നല്ലേ ഞങ്ങൾ എല്ലാവരും വിചാരിച്ചതു്?' എന്നു പറഞ്ഞു തള്ളയും അവനെ കെട്ടിപ്പിടിച്ചു. മൂന്നുപേരും കൂടി വളരെ സന്തോഷിച്ചു.പിന്നെ തള്ള പല പഴമകളും പറഞ്ഞു കണ്ണുനീർ ഒലിപ്പിച്ചു് അന്ധയായി നിന്നു.

അതിന്റെ ശേഷം അവൻ തന്റെകൂടെ വന്നിരുന്ന മററു മൂന്നാളുകളെയും അകായിലേക്കു കൂട്ടിക്കൊണ്ടുപോയി ഉള്ളതിൽവച്ചു നല്ല ഒരു അകത്തു് ഒരു കട്ടിലിന്മേൽ ഇരുത്തി. കുറച്ചുനേരം അവരോടു രഹസ്യമായി ചിലതു പറഞ്ഞു

പുറത്തേക്കു കടന്നു് അമ്മയയേും പൺേങ്ങളയെും വിളിച്ചു് 'അമ്മേ എന്നെ ചത്തുപോകാതെ ഇത്രനാളും രക്ഷിച്ചതു് ഇവരാണു കിട്ടോ. പരെുത്തു നല്ലോരാണമ്മേ ഇവരു്. ഇവർക്കു വണ്ടേുന്ന സൽക്കാരങ്ങളലെല്ലാം നിങ്ങൾ ചെയ്യണം. പക്ഷേ, അവരോടു് ഊരും പരേും ഏതും ചോദിക്കാതിരിക്കട്ടേ. എന്നുതന്നെയെല്ല, മററാരങ്കെിലും ഇവിടെ വന്നാൽ ഇവരുള്ള വർത്തമാനം മാത്രം മുണ്ടിപ്പോകരുതു്. അവരു് ഇവരകെ്കണ്ടു എന്നും വന്നുപോകരുത്. അതു നല്ലവണ്ണം കരുതിക്കൊള്ളുവിൻ. ഞാൻ അന്തിയാവുമ്പോഴക്കേു് മടങ്ങിവരും. വർത്തമാനം എല്ലാം അപ്പോൾ പറയാം.എന്നാൽ, പറഞ്ഞവണ്ണം എല്ലാം ഒരു തോരക്കു് വ്യത്യാസം കൂടാതെ നടന്നോളിൻ. തെറ്റിന്നും വന്നു, എന്നു മഷിവച്ചു നോക്കിയാൽകൂടി നിങ്ങൾക്കു കാൺമാൻ കഴിയില്ല. അതു് നല്ലവണ്ണം ഓർമ്മയുണ്ടായിരുന്നോട്ടെ!' എന്നും പറഞ്ഞു് അവൻ തള്ളയുടെ പക്കൽ ഒരു സഞ്ചി പണവും കൊടുത്തു്, പുറത്തേക്കു [95]കടന്നു.. അപ്പോഴക്കേു് അകത്കത്തിരുന്നവരിൽ ഒരാൾ ക്കൂടി പുറന്നേക്കുവന്നു. അവർ രണ്ടുപരേുംകൂടി,തമ്മിൽ ഒന്നും സംസാരിക്കാതെ ബദ്ധപ്പാടോടുകൂടി വഗേത്തിൽ പടികടന്നു പോകയുംചെയെ്തു.

16.യുദ്ധം

മുമ്പത്തെ അദ്ധ്യായത്തിൽ വിവരിച്ച പ്രകാരം ഉറങ്ങിക്കിടക്കുന്നസൈന്യങ്ങൾ യുവരാജാവിന്റെ പാളയത്തിൽനിന്നു് പ്രഭാതസമയത്തു് കാഹളശബ്ദവും ഭേരീനിനാദവും കോലാഹലവും കേൾക്കുകയാൽ ഉണർന്നു് ഉടുപ്പിട്ട് ആയുധപാണികളായി. ആ കോലാഹലം ഉണ്ടായതു് കുന്തളശേന്റെ സൈന്യം ദൂരത്തു വരുന്നതു കണ്ടതിനാലായിരുന്നു. ആ സൈന്യത്തെ കണ്ട ദിക്കിന്റയേും യുവ രാജാവിന്റെ പാളയം അടിച്ചതിന്റയേും മദ്ധ്യത്തിൽ ഒരു ചെറിയകുന്നും അതിന്നു.ചുററും നല്ല കാടും ഉണ്ടായിരുന്നതിനാൽ കുന്തളശേന്റെ സൈന്യം എത്ര വലിയതാണന്നെറിവാൻ പ്രയാസമായിത്തീർന്നു ആ കാട്ടിൽ യുവരാജാവിന്നു് യാതരൊു തോലിയും വരരുതന്നെുള്ള കരുതലോടും അദ്ദഹേത്തിന്റെ ദഹേരക്ഷയിങ്കൽ വളരെ താൽപര്യത്തോടുംകൂടി, വടേർ നിന്നിരുന്ന സ്ഥലം കുറേ ഉയർന്നതായിരുന്നതിനാൽ അതു് അവർ ഓരോ മരങ്ങളുടയേും പൊന്തകളുടയെും പിന്നിൽ തങ്ങളുടെ ശരീരത്തെ മറച്ചാണു നിന്നിരുന്നതു്. അതുകൊണ്ടുംസ്വതെ കറുത്ത അവരുടെ ശരീരം അധികഭാഗം നഗ്നമായിരുന്നതിനാലും ശത്രുക്കൾ വടേരെ കാണാതയെും അവരുടെ വളരെ അരികത്തു് ,പട്ടെന്നു് ചെന്നെത്തി എത്തണേ്ട താമസമയേുണ്ടായുള്ളു, അപ്പോഴക്കേു് കാട്ടിൽ ഒളിഞ്ഞിരുന്നിരുന്ന വടേർ ഒന്നായി എഴുനീററു്,അതിവിദഗ്ദ്ധതയോടുകൂടി ശത്രുസൈന്യത്തിന്മലേ് കഠിനമായ അമ്പുമാരി തുടരത്തെുടരെ തൂകി. ഒട്ടും ഓർക്കാതെ ഇങ്ങനെ ഒരടി കിട്ടിയപ്പോൾ, ഹുങ്കാരംത്തോടുകൂടി പോയിരുന്ന ആ് സൈന്യത്തിന്റെ ദ്രുതഗതി പൊടുന്നനെ നിന്നു് കുഴപ്പമോടുകൂടി അല്പനരേം പരിഭ്രമിക്കുകയാൽ വടേന്മാരുടെ ഇടവിടാതയെുള്ള അസ്ത്രപ്രയോഗം കൊണ്ടു് അതിനുവലുതായ നാശം നരേിടും ശത്രുസൈന്യത്തിൽ വില്ലാളികൾ ഇല്ലാതിരുന്നതിനാൽ അതിന്റെ സനോപതി, വടേരോടു യാതൊന്നും പകരംചയെ്വാൻ ശ്രമിക്കാതെ, ശഷേിച്ച സൈന്യത്തെ വഗേത്തിൽ മുന്നോട്ടു നടത്തി യുവരാജാവിന്റെ വ്യൂഹത്തോടടുപ്പിച്ചു അപ്പോൾ വടേർക്കു് എയ്യുവാൻ തരമില്ലാതായി. നിരന്ന സമ [97]ത്തക്കേിറങ്ങി കുന്തളശേന്റെ കുതിരപ്പടയോടു്നരേിടുവാൻ കുതിരയില്ലാത്തതിനാൽ വടേർക്കു് സാമർത്ഥ്യവുംപോരായിരുന്നു.ആകയാൽഅവർയുവരാജാവിന്നു കഴിയുന്ന സഹായം ചയെ്വാൻ വണേ്ടി കുന്നിന്റെ വറേൊരു ഭാഗത്തുകൂടി കീഴ്പോട്ടിറങ്ങി ആ സൈന്യത്തിന്റെ വലത്തെ പാർശ്വത്തയേ്ക്കണയുകയുംചയെ്തു .

അതിന്നിടയിൽ അഘോരനാഥനും യുവരാജവിന്റെ രക്ഷയ്ക്ക് തന്റെ സ്ഥാനം വിട്ടു് ഓടി എത്തി. ആകാരദാരുണനായ അദ്ദഹേത്തിന്റെ ഉന്നതഘോണംകൊണ്ടു് ശോഭിതമായ മുഖം എല്ലാററിന്റയേും മീതെ പൊങ്ങിക്കാണുമാറായപ്പോഴക്കേു് യുവരാജാവിനും സൈന്യത്തിനും ധൈര്യവും ഉത്സാഹവും വർദ്ധിച്ചു. യുവരാജാവിന്റെ സൈന്യം സന്തോഷംകൊണ്ടു്

ആർത്തുവിളിച്ചു അദ്ദഹേം എത്തിയ ഉടനെ തന്റെ നീണ്ട വലിയ വാൾ ഊരിപ്പിടിച്ചു് ശത്രു സൈന്യത്തിലുള്ള പ്രധാനികളെ ഓരോരുത്തരെയും സൂക്ഷിച്ചുനോക്കിത്തുടങ്ങി. അതിന്റെ ആവശ്യം കൃതവീര്യനെ കണ്ടുപിടിപ്പാനായിരുന്നു. കൃതവീര്യനോടു നേരിട്ടു പൊരുതി അദ്ദഹേത്തെ തോല്പിച്ചാൽ ശത്രുക്കൾ ഉടനെ തോറ്റോടിപ്പോകുമെന്നും എന്നാൽ, അധികം ജീവനാശംകൂടാതെ യുദ്ധം അവസാനിപ്പിക്കാമെന്നുമായിരുന്നു അഘോരനാഥന്റെ നോട്ടം.അദ്ദഹേത്തോടു നേരിടുവാൻ തന്റെ സൈന്യത്തിൽ തന്നെപ്പോലെ അത്ര ബലവും അഭ്യാസവും ഉള്ള ആളുകൾ വേറെ ആരും ഇല്ലെന്നും അഘോരനാഥന് നല്ല നിശ്ചയമുണ്ടായിരുന്നു. അഘോരനാഥൻ കൃതവീര്യനെ തിരയുന്നതിടയിൽ യുവരാജാവിന്റെ സൈന്യവും ശത്രുസൈന്യവും തമ്മിൽ ഏറ്റുമുട്ടി, ഘോരമായ സമരം ആരംഭിക്കുകയും ചെയ്തു

രാജധാനിയുടെ കിഴക്കു ഭാഗത്തു് കുന്തളശേന്റെ സൈന്യം ഭയങ്കരമായി അങ്ങനെ പൊരുതുവാൻ തുടങ്ങിയപ്പോഴക്കേു്, ഏകദേശം അത്രതന്നെ വലുതായ മറ്റൊരു സൈന്യം ആരും വിചാരിക്കാത്ത ദുർഘടമായ ഒരു സ്ഥലത്തുകൂടി കടന്നുവന്നു് അധികം ശബ്ദങ്ങളും കോലാഹലവുംകൂടാതെ രാജാധാനിയുടെ പശ്ചിമഗോപുരത്തിന്നു് സമീപം എത്തി.എത്തിയ ഉടനെ അവിടെ നിർത്തിയിരുന്ന ചെറിയ സൈന്യത്തോടു് ചുരുക്കത്തിൽ ഒന്നു് ഏറ്റു.അവരുടെ എണ്ണം കുറകയാലും സാമർത്ഥ്യം പോരായ്മയാലും ശത്രുക്കൾക്ക് രാജാധാനിക്കുള്ളിൽ കടക്കുവാൻ അധികം പ്രയസമുണ്ടായില്ല. ഉള്ളിൽ കടന്നതിന്റശെഷേമാണു് കുന്തളശേൻ എത്തിയ വിവരം അഘോരനാഥനെ അറിയിക്കുവാൻ ആൾ പോയതു്. ആ സൈന്യത്തിന്റെഅധിപതികൃതവീര്യൻതാൻതന്നെയായിരുന്നു.

അദ്ദഹേം രാജധാനിക്കുള്ളിൽ കടന്ന ഉടനെ ഒരു നിമിഷം പോലും കളയാതെ വൃദ്ധനായ കലിംഗരാജാവിന്റെ അരമനയുടെ മുകളിലക്കേു കയറിച്ചെന്നു. ദുർബലന്മാരായ രക്ഷിജനം കുന്തളശേനും ഭടന്മാരും വരുന്ന കണ്ടപ്പോൾ വ്യാഘ്രത്തെക്കണ്ട ശ്വാക്കളപ്പോലെ [98]ലെ അവരുടെ സ്ഥാനം വിട്ടു മണ്ടിത്തുടങ്ങി.കുന്തളശേൻ മഹാരാജാവിന്റെ മുൻമ്പിൽ എത്തിയ ഉടനെ കൂടെ കൊണ്ടുവന്നിട്ടുണ്ടായിരുന്ന ഉറപ്പുള്ള ഒരു ഡോലി തിരുമുമ്പാകെ വപ്പെിച്ചു് 'തിരുമനസ്സുകൊണ്ടു് അതിൽ കയറി ഇരിക്കണം' എന്നു് ഉറപ്പിച്ചു് പറഞ്ഞു. വൃദ്ധൻ വസ്തുത മുഴുവനും ഗ്രഹിയാതെ 'എന്തിന്നു്'? എന്നു ചോദിച്ചു.'അതു ഞാൻ വഴിയെ ഉണർത്തിക്കാം' എന്നു പറഞ്ഞു് കൃതവീര്യൻതന്നെ വൃദ്ധനായ മഹാരാജാവിനെ പതുക്കെ താങ്ങിപ്പിടിച്ചു് എടുത്തു വണക്കത്തോടുകൂടി ഡോലിക്കുള്ളിൽ വച്ചു് വാതിലടച്ചു. ഡോലിക്കാരോടു വഗേത്തിൽ കൊണ്ടുപോകുവാൻ അടയാളം കാണിക്കുകയുംചെയ്തു. ഡോലിക്കാർ ഗോപുത്തിൽ എത്തിയപ്പോഴക്കേു് അവരുടെ രക്ഷയ്ക്കു് കുന്തളശന്റെ ഭടന്മാരിൽ ഒരു മുപ്പതു ആളുകളും അവരുടെ മധോവിയും കൂടെ കൂടി കഴിയുന്ന വഗേത്തിൽ അവർ കുന്തളരാജ്യത്തിന്റെ നേരിട്ടു്

ഡാലിയുംകൊണ്ടുപോകയും ചെയ്തു.

ഈ കാര്യം അര നാഴികക്കുള്ളിലാണു് കുന്തളശേൻ സാധിപ്പിച്ചതു്.അതിനിടയിൽപശ്ചിമഗോപുരംരാജധാനിക്കുള്ളിൽ ഭണ്ഡാരശാല മുതലായ പല പല മുഖ്യമായ സ്ഥലങ്ങളും കുന്തളശേന്റെ സൈന്യം കൈവശമാക്കി. താമസിയാതെ രാജധാനി മുഴുവനും കുന്തളശേൻ കരസ്ഥമാക്കുമെന്നു തീർച്ചയായിത്തുടങ്ങിയപ്പോഴേക്കു് കിഴക്കുഭാഗത്തുകൂടി വന്നിരുന്ന ശത്രസൈന്യം മിക്കതും അഘോരനാഥന്റെയും വടേർക്കരചരന്റെയും അത്ഭുതമായ പരാക്രമം കൊണ്ടു് ഒടുങ്ങിതുടങ്ങി. ആ സമയത്തുതന്നെയാണു് കൃതവീര്യനും സൈന്യവും പടിഞ്ഞാറെ ഗോപുരത്തിലൂടെ അകത്തേക്കു് കടന്ന വിവരം ഒരുവൻ ഓടിച്ചെന്നു് അഘോരനാഥനെ അറിയച്ചതു്.ഇടിവെട്ടിയതുപോലെ അദ്ദേഹം ഒന്നു്നടുങ്ങി, അര വിനാഴിക നേരം ആ നിലയിൽ നിന്നുതന്നെ ആലോചിച്ചു് ഉടനെ മനസ്സുറച്ചു് അശ്വാരൂഢന്മായി തിരഞ്ഞെടുക്കപ്പെട്ട അഞ്ഞൂറു ഭടന്മാരോടുകൂടെ കിഴക്കേ ഗോപുരത്തിന്നു്നേരിട്ടു പോകയുംചെയ്തു .

(മൂന്ന് യവനന്മാർ)

രാജധാനിയുടെ സമീപം യുദ്ധം ഇങ്ങനെ ഭയങ്കരമായി മുറുകിക്കൊണ്ടിരിക്കെ അവിടെനിന്നു് രണ്ടു നാഴിക വഴി വടക്കു് ഒരു വഴിയമ്പലത്തിനു സമീപം സാമാന്യത്തിൽ അധികം വലിയ ഒരു കറുത്ത അറബിക്കുതിരയുടെ പുറത്തുകയറി ഒരാൾ ഇരിക്കുന്നതു് കാണായി. അയാളുടെ മുഖം അതിശൈത്യമുള്ള യവനരാജ്യങ്ങളെപ്പോലെ വെളുപ്പും മഞ്ഞയും കൂടികലർന്ന മനോഹരമായ ഒരു നിമിഷമായിരുന്നു. മുഖമൊഴികെ ശരീരം മുഴുവനും കറുത്ത കുപ്പായവും കാലൌറയുംകൊണ്ടു് ല്ലവണ്ണം മൂടിയിരുന്നു. തലക്കെട്ടും കറുത്തതുതന്നെ. [99] തന്നെ. കറുത്തു നീണ്ടു്അതിനിബിഡമായ താടി---നീണ്ടു തടിച്ച വളരെ ബലമുള്ള ശരീരം--- തീപ്പൊരികൾ പറക്കുന്നു എന്നു തോന്നതക്കവണ്ണം ഉജ്ജ്വലത്തുക്കളയ നേത്രയുഗങ്ങൾ---ഇങ്ങനെയൊണു് ആ യവനന്റെ സ്വരൂപം.കുതിരയുടെ ജീനിന്മേൽ ഒരു വലിയ കുന്തം തിരുകിയിട്ടുണ്ടു്. അരയിൽനിന്നു് അതിദീഘമായ ഒരു വാൾ ഉറയോടുകൂടി തൂങ്ങുന്നുണ്ടു്. കയ്യിൽ ഒരു വലിയ വെണ്മഴുവും ഉണ്ടു്. എല്ലാംകൂടി കണ്ടാൽ ഒരു നല്ല യോദ്ധാവാണന്നു തോന്നും.

ആ യവനയോദ്ധാവും ഒരു കൈകൊണ്ടു് തന്റെ നീണ്ട താടി ഉഴിഞ്ഞുകൊണ്ടും, മറേറക്കയ്യിൽ ആവലിയ വെണ്ണെണ്മഴു എടുത്തു ചുഴററിക്കൊണ്ടു് ഒരാളെ കാത്തുനിൽക്കുന്നതുപോലെ ഒരു ദിക്കിലേക്കുതന്നെ നോക്കിക്കൊണ്ടു് കുറച്ചുനേരം നിന്നപ്പോഴേക്ക്, ആ ദിക്കിൽനിന്നു് വേറൊരുയവനയോദ്ധാവു് കുതിരപ്പുറത്തു് അതിവേഗേത്തിൽ ഓടിച്ചകൊണ്ടുവരുന്നതു കാണാറായി.അയാളുടെ മുഖവും വേഷവും മററും മേൽ വിവരിച്ചമാതിരിതന്നെ. പക്ഷേ, വേഷം ആസകലം ധവളവർണ്ണമാണ്. താടിയും വെളുത്തതുതന്നെ.വെണ്മഴു ഇല്ല,

വാളാന്ന് അയുധം ,മറ്റും വ്യത്യാസം ഒന്നും ഇല്ല .

ആ വെളുത്ത താടിയുള്ള യവനൻ വേഗത്തിൽ വന്നു, ബദ്ധപ്പാടോടുകൂടി ചിലതു് കറുത്ത താടിയുടെ ചെവിയിൽ മന്ത്രിച്ചപ്പോൾ അയാൾ തന്റെ പക്കൽ ഉണ്ടായിരുന്ന ഒരു ചെറിയ കുഴൽ എടുത്തു് കൂകി വിളിക്കുമ്പോലെ ഉച്ചത്തിൽ വിളിച്ചു് കിഴക്കോട്ടേക്കു നോക്കി നിന്നു. അരനിമിഷത്തിനുള്ളിൽ ആ ദിക്കിൽനിന്നും വേറൊരു യവനയോദ്ധാവു് ഓടിച്ചുവന്നു.അയാളുടെ വേഷവും മുഖവും മേൽപറഞ്ഞവരുടെ മാതിരി തന്നെയൊണു്.പക്ഷേ, വസ്ത്രങ്ങൾ ഒക്കെയും രക്തവർണമായിരുന്നു.താടിയും അല്പം ചെമ്പിച്ച നിറമായിരുന്നു. കയ്യിൽ ഒരു വലിയ കുന്തം പിടിച്ചിരിക്കുന്നു. അരയിൽനിന്നു ഒരു വാൾ തൂക്കിയിട്ടും ഉണ്ടു്.

മൂന്നുപേർക്കും അല്പം വിശേഷവിധികൂടിയുണ്ടു്. വെള്ളത്താടിക്കു് കറുത്തതും, കറുത്ത താടിക്കു് ചുവന്നതും ചുവന്ന താടിക്കു് വെളുത്തതും ആയ ഓരോ പട്ടുറുമാൽ പിൻഭാഗത്തുനിന്നു് വിശദമായി കാണത്തക്കവണ്ണം , മടക്കി ചുമലിൽ ഒരു ഭഗത്തേക്കായിട്ടു് കെട്ടിട്ടുണ്ടായിരുന്നു. ഇങ്ങനെ വേഷംകൊണ്ടു് ഏകാകൃതികളാണെങ്കിലും ഉടുപ്പിന്റെ വർണത്താൽ വ്യത്യാസപ്പെട്ടിരുന്ന ആ യവനന്മാരുടെ സ്വരൂപങ്ങൾ, സമാനവർണങ്ങളായ താടികളാൽ അധികം വ്യത്യാസപ്പെട്ടവരായി തോന്നുകയുംചെയ്തിരുന്നു .

യവനന്മാർ മൂവരും എത്തികൂടിയ ഉടനെ വെള്ളത്താടി വന്ന വഴി ദക്ഷിഭാഗത്തേക്കു് അയളെത്തന്നെ മുമ്പിലാക്കി മൂന്നു പേരുംകൂടി അല്പം ഓടിച്ചപ്പോഴേക്കു്, കലിംഗമഹാരാജാവിനെ എടുത്തുകൊണ്ടുപോകുന്ന ഡോലിക്കാരും, അവരുടെ കൂടെ രക്ഷയ്ക്കു [100]പോന്നിട്ടുള്ള ഒരു കൂട്ടം ഭടന്മാരും ദൂരെ ഒരു വഴിക്കു് പോകുന്നതായി കാണായി. അവർ യവനന്മാരെ കണ്ടില്ല. യവനന്മാർ അവരുടെ ഏതാണ്ടു് അടുത്തെത്തിയപ്പോൾ, ചില മരങ്ങളുടെ മറവിൽ ഒട്ടും അനങ്ങാതെ അല്പനേരം നിന്നു. അപ്പോഴേക്കു ഡോലിക്കാരും പകുതി ഭടന്മാരും രണ്ടു കുന്നുകളുടെ നടുവിൽകൂടിയുള്ള ഒരു ഇടുക്കിന്റെ അങ്ങേ ഭാഗത്തേക്കു കടന്നതു് കണ്ടു് യവനന്മാർ ആ സ്ഥലത്തേക്കു തക്കമറിഞ്ഞു് ഓടിച്ചെത്തി. കറുത്ത താടി മുമ്പിൽ കടന്നു് തന്റെ വലിയ വെണ്മഴു ഓങ്ങികൊണ്ടു്, ആ കുടുങ്ങിയ സ്ഥലത്തിന്റെ മീതെ ചെന്നുനിന്നു് 'അവിടെ വെക്കുവിൻ കള്ളന്മാരെ! നിങ്ങൾ ആരാണെന്നു പരമാർത്ഥം ഇപ്പോൾ പറഞ്ഞിട്ടില്ലെങ്കിൽ നിങ്ങളുടെ അവസാനം അടുത്തിരിക്കുന്നുവെന്നു് കരുതിക്കൊൾവിൻ'! എന്നു് അതിനിഷ്ഠുരതരം പറഞ്ഞപ്പോൾ ഡോലിക്കാർ ഉടനെ ഡോലി താഴത്തുവെച്ചു. ഭടന്മാർ പുറത്തേക്കു പോകുന്നതിനെ തടുക്കുവാൻവേണ്ടി, ചുവന്ന താടിയും വെള്ളതാടിയും അതിനിടയിൽ , ആ കുടങ്ങിയ വഴിയുടെ മുമ്പിലും പിമ്പിലും പോയി നിന്നു് വഴിയടച്ചു. ഇങ്ങനെ പെട്ടന്നു തങ്ങളെ, കാലതുല്യന്മാരായ ആ യവനന്മാർ കടുഭാഷണംകൊണ്ടു് ഭീഷണിപ്പെടുത്തിയപ്പോൾ ഭടന്മാർ നാലു പുറത്തും നോക്കി

തങ്ങളുടെ അപകടത്തെ മനസ്സിലാക്കി നിർവാഹമില്ലെന്നു നിശ്ചയിച്ചു, പരമാർത്ഥം മുഴുവനും സമ്മതിച്ചു. 'നല്ലതു്.നിങ്ങൾ പരമാർത്ഥം പറഞ്ഞതു നന്നായി. നിങ്ങൾക്കു് പ്രാണനെ കൊതിയുണ്ടെങ്കിൽ ഡോലിയെടുത്തവരൊഴികെ ശേഷമുള്ളവർ ഒരുത്തനെങ്കിലും പിൻതിരിയാതെ, ഇപ്പോൾ ഞങ്ങൾ നോക്കിനില്ക്കതന്നെ കുന്തളരാജ്യത്തേക്കു പോകണം. താമസിച്ചാൽ മരണം നിശ്ചയം. ഡോലിക്കാരെ ഞങ്ങൾ വേണ്ടും പോലെ രക്ഷിക്കും' എന്നു് കറുത്ത താടി പിന്നെയും പറഞ്ഞു. ഭടന്മാർ യവനന്മാരുടെ അധികമായ പൗരുഷം കണ്ടു് ഭയപ്പെട്ടു്, അങ്ങനെതന്നെയെന്നു് സമ്മതിച്ചു്, അപ്പോൾതന്നെ കുന്തളരാജ്യത്തേക്കു വേഗം മടങ്ങിപ്പോവുകയും ചെയ്തു.

യവനന്മാർ ഭടന്മാരെ കാണാതാകുന്നതുവരെ നോക്കിക്കൊണ്ടുനിന്നശേഷം രാജാവിനെ എടുപ്പിച്ചുകൊണ്ടു വേറൊരു വഴിയായി പോയി. തെക്കടേു് ഒന്നും കൂടാതെ ഒരു ദിക്കിൽ എത്തി, രാജാവാണെന്നു പറഞ്ഞു്, അവിടെ ചിലരെ ഏല്പ്പിച്ചു് ബദ്ധപ്പെട്ടു് അല്പം ഭക്ഷണം കഴിച്ചു് ഉടനെ യുദ്ധം നടക്കുന്നിടത്തേക്കു് ഓടിക്കുകയുംചെയ്തു.

(കാരാഗൃഹം)

ഇതൊക്കെയും നാഴികക്കുള്ളിലാണു് യവനന്മാർ സാധിച്ചതു്. അവർ രാജധാനിയുടെ സമീപം എത്തിയപ്പോൾ ഉള്ളിൽ നിന്നു് അതിഘോരമായ സമരം നടക്കുന്നതിന്റെ കോലാഹലം കേൾക്കു [101]മാറായി. യവനന്മാർക്കു് ക്ഷമയില്ലാതായി. അവരുടെ പടക്കുതിരകളും അവരെപ്പോലെതന്നെ യുദ്ധത്തിന്റെ നടുവിലേക്കു് എത്തുവാൻ താല്പര്യത്തോടുകൂടി ഹേഷാരവം മുഴക്കി, മുന്നോട്ടു് കുതിച്ചുതുടങ്ങി. പശ്ചിമഗോപുരത്തിന്റെ സമീപമാണ് അവർ ഒന്നാമതു ചെന്നതു്.അതിന്റെ മൂർദ്ധാവിൽ കുന്തളേശന്റെ കൊടിപാറുന്നതു കണ്ടു് അതിലൂടെ കടപ്പാൻ എളുതല്ലെന്നു തീർച്ചയാക്കി, ദക്ഷിണഗോപുരത്തിന്റെ നേരേ ചെന്നു. അവിടെ കലിംഗരാജാവിന്റെ കൊടി കണ്ടപ്പോൾ അതിലൂടെ കടപ്പാൻ തുടങ്ങി. അവിടെ നിന്നിരുന്ന ഭടന്മാർ വിരോധം ഭാവിച്ചപ്പോൾ,കറുത്ത താടി 'നിങ്ങൾ ഞങ്ങളെ തുടക്കേണ്ട.ഞങ്ങൾ കലിംഗരാജാവിന്റെ ബന്ധുക്കളാണു് ,സത്യം'എന്ന് ഉച്ചത്തിൽ പറഞ്ഞു.ഭടന്മാർ യവനന്മാർ പറഞ്ഞത് വിശ്വസിക്കയാലോ,ഭയങ്കരമായ അവരോടു് നേരിടുവാൻ ധൈര്യം പോരായ്കയാലോ,അവരെ ഒട്ടും തടുത്തില്ല. എന്നുതന്നെയല്ല,യുദ്ധംദ്ധ്യത്തിങ്കലേക്കു ചെല്ലുന്ന യവന്മാരുടെ പിന്നാലെതന്നെ,അവരുടെ സഹായത്തിനായിട്ടു് വളരെ ഭടന്മാരെ കൂടെ പോകുകുയും ചെയ്തു.

അഘോരനാഥനും സൈന്യവും കിഴക്കു ഭാഗത്തുനിന്നു പൊരുതുന്നു. കുന്തളേശനും തന്റെ അനവധി ഭടന്മാരും പടിഞ്ഞാറെ ഭാഗത്തുനിന്നു് വളരെ ശൗര്യത്തോടും പരാക്രമത്തോടുംകൂടി അവരെ എതൃത്തു പൊരുതുന്നു. കുന്തളേശനും അഘോരനാഥനും തമ്മിൽ നേരിടുക മാത്രം കഴിഞ്ഞിട്ടില്ല. അഘോരനാഥന്റെ ചെറിയ സൈന്യം വേഗത്തിൽ

അധികം ചെറുതാകുന്നു. കുന്തളശേന്റെ സൈന്യത്തിന്നു മദം വർദ്ധിക്കുന്നു. അങ്ങനെയിരിക്കുമ്പോഴാണ് യവനന്മാർ പോർക്കളത്തിൽ എത്തിയതു്. അവരെകണ്ടപ്പോൾ കുന്തളശേന്റെ സൈന്യം സന്തോഷിച്ചു് ആർത്തു വിളിക്കുകയും അഘോരനാഥന്റെ സൈന്യം ഭയപ്പെടുകയും ചെയ്തു. ആ വസ്തുത കറുത്ത താടി അറിഞ്ഞ ഉടനെ, തന്റെ ചുമലിൽ കെട്ടിയിരുന്ന ഉറുമാൽ അഴിച്ചു് മേൽപ്പോട്ടു് വലിച്ചെറിഞ്ഞു. അതു കണ്ടപ്പോൾ അഘോരനാഥൻ 'അവർ നമ്മുടെ രക്ഷിതാക്കന്മാർ , ഒട്ടും ഭയപ്പെടെരുത്, ഭയപ്പെടെരുത് ' എന്നു് ഉച്ചത്തിൽ പറഞ്ഞു് തന്റെ വിഹ്വലമാനസന്മാരായ സേനാനായകന്മാരയേും ഭയപരവശന്മാരായ സൈന്യങ്ങളെയും ധൈര്യപ്പെടുത്തി. യവനന്മാർ ഒട്ടും നേരം കളയാതെ അവരുടെ ആയുധങ്ങളെ പ്രയോഗിക്കുവാൻ തുടങ്ങി. കറുത്ത താടിയുടെ സമീപത്തേക്കു് കുന്തളശേന്റെ ഭടന്മാർ സ്മരിക്കുന്നതയേില്ല. അയാൾ ഒരു സംഹാരരുദ്രനെപ്പോലെ, ശത്രുക്കളെ അതിവേഗത്തിൽ കൊന്നൊടുക്കുന്നു. വലത്തേക്കാൽ അങ്കവടിയിൽ ഊന്നി വലത്തോട്ടു ചെരിഞ്ഞു്, തന്റെ വലിയ വണ്മഴുകൊണ്ടു് ഊക്കോടുകൂടി വെട്ടുമ്പോൾ അതിൽ തകർന്നപോകാതെ ഒന്നും തന്നെയില്ല. അയാളുടെ കൊത്തുകൊണ്ടു മുറിയുന്ന ഭടന്മാരും കുതിരകളും അനവധി--മുറിയു [102]ന്ന ആയുധങ്ങൾ അനവധി അങ്ങനെ നിസ്തുല്യനായ ആ യവനൻ ജൃംഭിച്ചടുക്കുന്നടുത്തുനിന്ന് ശത്രുക്കൾ പ്രാണരക്ഷയ്ക്കായി ഓടിയൊഴിച്ചുതുടങ്ങി. കുന്തളശേൻ വളരെ വിസ്മയവും വിസ്മയത്തേക്കാൾ അധികം ഭയവും ഉണ്ടായി,'ഇവരാരു്? മഗധശേ്വരന്റെ കൂട്ടുകാരാവാൻ പാടില്ല. എന്നാൽ, എന്റെ പ്രതികൂലികളാവുന്ന തല്ലായിരുന്നു. അഘോരനാന്റെ മുൻകാഴ്ചകൊണ്ട് എവിടന്നോ വരുത്തിയവരാണ്. ഏതണ്ടെിലും എന്നാൽ, കഴിയുന്നതു് ചെയ്യണം' എന്നിങ്ങനെ അദ്ദേഹം കുറച്ചുനേരം വിചാരിച്ചു് രണ്ടാമതും വർദ്ധിച്ചിരിക്കുന്ന പരാക്രമത്തോടുകൂടി പൊരുതുവാൻ തുടങ്ങി.

കുന്തളശേന്റെ പരക്രമവും അല്പമല്ല.ശരിരവും മുഖവും മുഴുവൻ ഇരുമ്പുചട്ടകൊണ്ട് മൂടിയിരിന്നതിനാൽ, ശത്രുക്കളുടെ വെട്ടും കുത്തും അദ്ദേഹത്തിന്ന് അല്പംപോലും തട്ടുന്നില്ല. എന്നുതന്നെയല്ല, അദ്ദേഹത്തിന്റെ ഇടത്തുകൈയിൽ പിടിച്ചിരുന്ന ഒരു ചെറിയ ഇരുമ്പുപരിചകൊണ്ട് വെട്ടുകൾ അതിവിഗദഗ്ദ്ധതയോടുകൂടി തടുക്കുന്നതുമുണ്ട്. കവചങ്ങളെ കൊണ്ട് സുരക്ഷിതനായ തനിക്ക് അപായംവരുവാൻ വഴിയില്ലന്നെുള്ള ധൈര്യത്തോടുകൂടി ശത്രുസൈന്യത്തോടണഞ്ഞു പോരുതി, കുന്തളശേൻ അനവധി ഭടൻമാരെ തരെുതരെെ തന്റെ വാളിന്നൂണാക്കുകയും ചെയ്തിരുന്നു.

അങ്ങനെ രണ്ടുഭാഗത്തും ഭടൻമാർ മരണംകൊണ്ടും മുറുകൊണ്ട് വീണുവീണ് ഒഴിഞ്ഞുതുടങ്ങിയപ്പോഴേക്ക് ഉത്തരഗോപുത്തിൽ നിന്ന് ഒരു കോലാഹലം കേൾക്കുമാരായി, ആയത് കുന്തളശേന്റെ സഹായത്തിന്ന് അദ്ദേഹത്തിന്റെ

സംശപ്തകസൈന്യം വരികയായിരുന്നു. അവർ മുന്നൂറ് അശ്വാരൂഢന്മാരായ ഭടന്മാർ– ആയുധവിദ്യയിൽ അതിനുപുണന്മാർ– സമരോത്സവത്തിൽ അതികുതുകികൾ– തങ്ങളുടെ പ്രാണനെ ഉപേക്ഷിക്കുവാൻ ലേശംപോലും മടിക്കാത്തവർ–ജയത്തോടുകൂടിയല്ലാതെ ശത്രുവിന്റെ മുമ്പിൽ നിന്ന് ഒഴിയാത്തവർ– നീർക്കുമിളപോലെ അനിത്യമായ മാനത്തെ അസിധാരയിങ്കൽനിന്ന് പൊത്തിപ്പിടിക്കുന്നവർ– അങ്ങനെയിരിക്കുന്ന ആ ചെറിയ സൈന്യം എത്തിയപ്പോഴേക്ക് കുന്തളേശന്റെ ശേഷിച്ചിരിക്കുന്ന സൈന്യം സന്തോഷം കൊണ്ടാർത്തുവിളിച്ച് അവരുടെ സമയോചിതമായ വരനെ അഭിവാദ്യം ചെയ്യുകയുംചെയ്തു.

അവരുടെ സമാരംഭം എങ്ങനെയെന്നറിയുവാൻ വേണ്ടി ,അവർ എത്തിയ ഉടനെ യവനന്മാർ മൂന്നുപേരും ഒന്നായിക്കൂടി അന്യോന്യം രഹസ്യമായി ചിലതു് പറഞ്ഞുകൊണ്ടിരിക്കുമ്പോഴേക്ക്,ആ സംശപ്തകന്മാർ ക്ഷാമംപിടിച്ചിരിക്കുന്ന ഒരു കൂട്ടം ചെന്നായിക്കളപ്പോലെ ഒട്ടും തന്നെ ക്ഷമകൂടാതെ വൈരിനിഗ്രഹത്തിന്ന് മുതിർന്ന അവരുടെ ശൂരതയും അടക്കമില്ലായ്മയും ആയുധം ഉപയോഗിക്കുന്നതിലുള്ള പടുത്വവും കണ്ട്, യവനന്മാർ അല്പനേരം എന്തുചെയ്യേണ്ടു എന്നുതീർച്ചയാക്കാതെ പിൻവാങ്ങി സ്വസ്ഥന്മാരായി ഒതുങ്ങി [103]നിന്നു. യവന്മാർ എത്തിയ ഉടനെ കുന്തശന്റെ ജയത്തെക്കുറിച്ച് സംശയം തോന്നീട്ടുണ്ടായിരുന്നതത്രയും അപ്പോൾ തീർന്നു. കലിംഗാധീശന്റെ പരാജയം കണ്ടല്ലാതെ അന്ന് സൂര്യൻ അസ്തമിക്കയില്ലെന്നു ജനങ്ങൾ മിക്കവരും തീർച്ചയാക്കി. അഘോരനാന്റെ സൈന്യം നിരാശപ്പെടുവാനും തുടങ്ങി.

അങ്ങനെയിരിക്കെ ചുവന്ന താടിയെ മുമ്പിലാക്കി അല്പം വഴിയെ ഇടത്തും വലത്തും മറ്റ് രണ്ട് യവനന്മാരും നിന്ന്, സംശപത്കന്മാരോടു മൂന്നുപേരും കൂടി ഒന്നായി നേരിട്ടു. അപ്പോൾ മുക്കോൺ വടിയിൽനിന്നും ഏകോപിച്ചു പൊരുതുന്ന ആ യവനന്മാരോടു ജയിക്കുവാനോ ,അവരെ മുറില്പിക്കുവാനോ സംശപ്തമാർക്കു തരമില്ലാതായി . ചുവന്ന താടിയുടെ കുന്തം കുതിരയുടെ കഴുത്തിൽതറക്കുമ്പോഴേക്കു പുറത്തിരിക്കുന്നുവന്ന് ഒരു ഭാഗത്തുനിന്ന് കറുത്തതാടിയുടെ വെണ്മഴുകോണ്ടോ, മറ്റേ ഭാഗത്തുനിന്ന് വെള്ളത്താടിയുടെ വാൾകൊണ്ടോ വെട്ടുകിട്ടി താഴത്തു വിഴുകയും ചെയ്യും . അങ്ങനെ സംശപ്തകസൈന്യവും യവനല്മരും തമ്മിൽ രൂക്ഷതരമാകും വണ്ണം വാശിപിടിച്ച്പോർതുടങ്ങിയപ്പോഴേക്ക് കിഴക്കെ ഗോപുരത്തിൽ കൂടി യുവരാജാവും വർേക്കരചനും . കുന്തളേശന്റെ ആദ്യം വന്നസൈന്യത്തെ മുഴുവനും നശിപ്പിച്ചു. തങ്ങളുടെ ശേഷിച്ച ഭടന്മാരേയും കൊണ്ട് എത്തിയതിനാൽ അഘോരനാഥന്റെ സൈന്യം കാർമേഘത്തെ കണ്ട ചാതപങ്ങളപ്പോലെ വളരെ സന്തോഷിച്ചു, ആർത്തുവിളിച്ചു.

അഘോരനാഥൻ ഉടനെ യുവരാജാവിന്റെയും

വർേക്കരചന്റയും അടുക്കൽചെന്ന് 'ആ കാണുന്ന യവനന്മാർ നമ്മെ രക്ഷിക്കുവാൻ വന്നവരാണ്,' അവരുടെ പരാക്രമം നോക്കികോൾക' എന്നുമാത്രം പറഞ്ഞു സംശപ്തസൈന്യത്തെ വേഗത്തിൽ മുടിക്കുവാൻ വേണ്ടി, താനും യവനന്മാരുടെ സഹായത്തിന്നു ചെന്നു. അപ്പോൾ വെള്ളത്താടി തന്റെ സ്ഥാനത്തുനിന്നു് ഒഴിഞ്ഞു അവിടെ നിന്നുകൊൾവാൻ അഘോരനാഥനോട് ആംഗ്യം കാണിച്ചു പടിയുടെ പിൻഭാഗത്തേക്കു പോയി വെള്ളം കുടിച്ച് അല്പം ക്ഷീണം തീർത്തശേഷം, സൈന്യത്തിന്റെ നടുവിൽനിന്നു പോരുതുന്ന കുന്തളേശനെ കണ്ടുപിടിച്ചു് അദ്ദേഹത്തെ പോർക്കുവിളിച്ചു. വളരെ സാമർത്ഥ്യത്തോടുകൂടി രണ്ടുമൂന്നു പ്രാവശ്യംകുന്തളേശന്റെ നേരിട്ടു ഉടനെയുടനെ കുതിരയെ ചാടിക്കുകയാൽ,കുന്തളേശനെ അദ്ദേഹത്തിന്റെ സൈന്യത്തിൽനിന്നു വേർതിരിച്ച് ഒറ്റപ്പെടുത്തി. അതുകഴിഞ്ഞപ്പോളേക്കാണ്അദ്ദേഹം തന്റെ അപകടസ്ഥിതിയെ അറിഞ്ഞത്. ഉടനെ യുവരാജാവും വടേർക്കരചനും വെള്ളക്കാടിയുടെ സഹായത്ക്കിനെത്തി കുന്തളേശനെ വളഞ്ഞു. അദ്ദേഹത്തിന്റെ സഹായത്തിനു വരുവാൻ ശ്രമിച്ച ഭടൻമാരെ തങ്ങളുടെ ഭടന്മാരെകൊണ്ട് തടുത്തുനിർത്തിച്ചു. ഇങ്ങനെ ഒറ്റയായി ശത്രുക്കളുടെ ഇടയിൽ പെട്ടുപോയി എങ്കിലും ,കുന്തളേശൻ ഒട്ടും പരിഭ്രമം [104]കൂടാതെ വെള്ളത്താടിയെ ചെറുക്കുന്നതിനിടയിൽ അടുത്തു നിന്നിരുന്ന യുവരാജാവിന്റെ കുതിരയെ വെട്ടിത്താഴ്ത്തി. അപ്പോൾ അരചന്റെ കുതിരയെ യുവരാജാവിന്നു കൊടുത്ത് വേറൊരു കുതിരപ്പുറത്തു കയറി. വെള്ളത്താടി രാജകുമാരന്നു് തരക്കേടു് ഒന്നും വന്നില്ലല്ലൊ എന്നു നോക്കുമ്പോഴേക്ക് കുന്തളേശൻ ആ തക്കം പാർത്ത് പിൻവാങ്ങി തന്റെ സൈന്യത്തോടു രണ്ടാമതും ചേർന്നു. ആ സൈന്യമോ, കറുത്ത താടിയുടേയും ചുവന്ന താടിയുടെയും അഘോരനാഥന്റെയും അതിസാഹസമായ പ്രയത്നം കൊണ്ടു് കുറച്ചുനേരത്തിന്നുള്ളിൽ ശിഥിലമായിത്തുടങ്ങി. സംശപ്തകന്മാരുടെ പരാക്രമംകൊണ്ടു് ചുവന്ന താടി മൂന്നു പ്രാവിശ്യം കുതിരയെ മാറ്റണ്ടിവന്നു. ശൂരന്മാരായ അവർ കൂട്ടുംകൂട്ടമായി യവനന്മാരോടു് ഏറ്റുചെന്ന് അഗ്നിയിൽ ശലഭങ്ങൾ എന്നപോലെ ഒന്നൊഴിയാതെ എല്ലാവരും പൊരുതി മരിച്ചു.

പിന്നെ കുന്തളേശനും, കുറ്റുകാരായ ചില അമാത്യന്മാരും, ഇരുനൂറിൽ ചില്വാനം ഭടന്മാരും മാത്രം ശേഷിച്ചു. അങ്ങനെയിരിക്കെ കറുത്ത താടി കുറഞ്ഞൊന്നു പിൻവാങ്ങി അഘോരനാഥനോടു് അല്പം ഒന്നു് ചെകിട്ടിൽ മന്ത്രിച്ചു. അപ്പോൾത്തന്നെ അഘോരനാഥൻ കാഹളം വിളിപ്പിച്ച് 'പട നിൽക്കട്ടെ ' എന്നു പോർക്കളത്തിൽനിന്നു് ഉച്ചത്തിൽ വിളിച്ചുപറയിച്ചു. ആയുധങ്ങളുടെ ഝണഝണ ശബ്ദം നിന്നപ്പോൾ 'കുന്തളരാജാവിന്റെ സൈന്യത്തിൽ കീഴടങ്ങുവാൻ മനസ്സുള്ളവരുണ്ടങ്കിൽ അവരെ നിഗ്രഹിക്കുന്നില്ല' എന്നു രണ്ടാമതും ഉച്ചത്തിൽ പറഞ്ഞതിന്നു് 'ഞങ്ങളുടെ സ്വാമി കീഴടങ്ങാത്തപക്ഷം, ഞങ്ങൾ അദ്ദേത്തിനുവേണ്ടി മരിക്കുവാൻ തയ്യാറായവരാണു്

‘ എന്നു സചിവന്മാരിൽ പ്രധാനിയായ ഒരാൾ ഉത്തരം പറഞ്ഞു. കുന്തളശേൻ അത് കേട്ടു എങ്കിലും കീഴടങ്ങുവാൻ വിചാരിക്കാതെ വള്ളത്താടിയുമായി രണ്ടാമതും പോരാടുവാൻ തുടങ്ങിയപ്പോഴേക്കു്, കറുത്തതാടി അവിടേയ്ക്കെത്തി. ഒരു അന്തകനെപ്പോലെ അയാൾ തന്റെ മുമ്പിൽ വന്നു നിന്നപ്പോൾ, കുന്തളശേനുണ്ടായ നിരാശയും ഭയവും വ്യസനവും പറയുന്നതിനേക്കാൾ വിചാരിച്ചു് അറിയുകയാണ് എളുപ്പം. കറുത്തതാടി കുന്തളശേന്റെ സഹായത്തിനു് എത്തുവാൻ ശ്രമിച്ച ചില കുറുള്ള അമാത്യന്മാരെ അഘോരനാഥനും വള്ളത്താടിയുംകൂടി തടുത്തുനിർത്തുകയും ചെയ്തു.

കറുത്തത്താടി: കീഴടങ്ങാമെന്നുണ്ടെങ്കിൽ നമുക്കു രണ്ടാൾക്കും കുറെക്കാലംകൂടി ജീവിച്ചിരിക്കാം. ഇല്ലെങ്കിൽ നമ്മിൽ ഒരാളുടെ ആയുസ്സ് എങ്കിലും ഇപ്പോൾ അവസാനിക്കേണ്ടിവരുമെന്നു് തീർച്ചതന്നെ.

കൃത്യവീരൻ: അവമാനത്തോടുകൂടി ഇരിക്കുന്നതിനേക്കാൾ ധീരതയോടുകൂടി [105]പ്രാണത്യാഗംചെയ്യുകയാണല്ലോ. വീരന്മാരുടെ ധർമ്മം, എന്റെ ജീവനെക്കുറിച്ചു വിചാരപ്പെടേണ്ട.

കറുത്തതാടി: ധൈര്യശാലികളും സ്വാമിഭക്തിയുള്ളവരും ആയ ഈ കാണുന്ന ആളുകളുടെയും, ഇവിടുത്തെ വിലയേറിയ ജീവനെ അനാവശ്യമായി, ദുരഭിമാനം വിചാരിച്ചു് അപമൃത്യുവാൽ നശിപ്പിക്കുവാൻ ഒരുങ്ങുന്നതിനെക്കാൾ അധികമായ അവമാനം എന്തുണ്ട്? അങ്ങുന്നോ ഇത്ര നിർഘുണനാകേണ്ടതു്? തന്റെ പ്രതിയോഗിയുടെ യുക്തിയുക്തമായ ആ വാക്കു കേട്ടു്,

കുന്തളശേൻ അല്പനേരം ആലോചിച്ചശേഷം വളരെ പണിപ്പെട്ടു കീഴടങ്ങാമെന്നു സമ്മതിച്ചു. കറുത്തതാടി ‘എന്നാൽ, കുതിരപ്പുറത്തുനിന്നു് ഇറങ്ങി ആയുധം താഴെ വെക്കണം’ എന്നു പറഞ്ഞു. അഘോരനാഥനെ വിളിച്ചു് ആ വിവരം അറിയിച്ചു. അഘോരനാഥൻ ‘യുദ്ധം നിൽക്കട്ടെ !’ എന്നു രണ്ടാമതും ഉച്ചത്തിൽ പറഞ്ഞു. കുന്തളശേൻ അത്യന്തം വ്രീണാപരവശനായി തന്റെ ഏററവും വാടിയ മുഖം താഴത്തിക്കൊണ്ടു കുതിരപ്പുറത്തുനിന്നു് ഇറങ്ങി ആയുധം വെച്ചു്, ആ നിലയിൽത്തന്നെ ഒരു ചിത്രത്തിൽ എഴുതിയപോലെ നിശ്ചേഷ്ടനായി നിന്നു, കഷ്ടം!

ആയതു കണ്ടപ്പോൾ അദ്ദേഹത്തിന്റെ കൂടെയുള്ളവരൊക്കെയും ഏററവും ഖിന്നന്മാരായി തങ്ങളുടെ ആയുധങ്ങളേയും വച്ചു. അഘോരനാഥൻ പ്രധാനമന്ത്രിയുടെ നിലയിൽ അവരുടെ മുമ്പാകെ ചെന്നു നിന്നു് ‘കൃത്യവീരനെന്ന നാമധേയമായ കുന്തളരാജാവും, അദ്ദേഹത്തിന്റെ ഈ കാണാനാകുന്ന ആൾക്കാരും, ശ്രീ പ്രതാപചന്ദ്രകലിംഗ മഹാരാജാവവർവകളോട് പട വെട്ടി തോററു കീഴടങ്ങുകയും, മേല്പറഞ്ഞ കുന്തളരാജാവിനെയും ആൾക്കാരെയും ഇന്നുമുതൽ രണ്ടാമതു് കല്പനയുണ്ടാകുന്നതുവരെ, ദുന്ദുഭീദുർഗത്തിൽ തടവുകാരാക്കി പാർപ്പിക്കുവാൻ മഹാരാജാവവർകൾ കല്പിക്കുകയും ചെയ്തിരിക്കുന്നുവെന്നു്

കലിംഗ രാജാവവർകളുടെ പ്രജകളായ മഹാജനങ്ങൾ ഇതിനാൽ അറിയുമാറാക' എന്നു വളരെ ഉച്ചത്തിൽ വിളിച്ചുപറഞ്ഞു പടഹമടിപ്പിച്ചു. പിന്നെ വിനയത്തോടുകൂടി കുന്തളശേന്റെ അടുത്തുചെന്നു. 'മറുപ്രകാരം ഇങ്ങനെ പറയണ്ടേതാകയാൽ പറഞ്ഞതാണു്. ഇതിൽ കയറി എഴുന്നരുളാം' എന്നു പറഞ്ഞു വിശേഷമായി ചായം കയററിയ ഒരു ഡോലി അദ്ദേഹത്തിന്റെ മുമ്പാകെ വെപ്പിച്ചു.

കുന്തളശേൻ, വാഹനാവശ്യമില്ലെന്നു പറഞ്ഞു് എങ്ങോട്ടാണു പോകണ്ടേതു് എന്നു ചോദിക്കുമ്പോലെ അഘോരനാഥന്റെ മുഖത്തേക്കു നോക്കി. ആയുധപാണികളായ ഭടന്മാർ രണ്ടു വരികളായി നില്ക്കുന്നതിന്റെ നടുവിൽ സേനാപതി കുന്തളശനേ കൂട്ടിക്കൊണ്ടുപോകുവാൻ ഒരുങ്ങിനിൽക്കുന്നതിനെ കാണിച്ചുകൊടുത്തപ്പോൾ അദ്ദേഹം തല പൊങ്ങിച്ചു നോക്കാതെ അയാളുടെ പിന്നാലെ നടന്നു പോയിത്തുടങ്ങി. വാഹനത്തിൽ കയറാമെന്നു് രണ്ടു പ്രവിശ്യം [106] അഘോരനാഥൻ പിന്നെയും പറഞ്ഞു .കുന്തളശേൻ വണ്ട എന്ന് കൈകൊണ്ട് വിലക്കി.എങ്കിലും ഒടുവിൽ അഘോരനാഥന്റെ അപേക്ഷ സമ്മതിച്ചു ഡാലിയിൽ കയറി.അഘോരനാഥൻ അനുയാത്രയായി കുറെ വഴി ഒരുമിച്ചു പോയി ഏററവും വണക്കത്തോടു കുടി വിടവാങ്ങി പോരുകയും ചെയ്തു.

യുവരാജാവും വടേർകരചനും യവനന്മാരോടു വളരെ ആദരവോടുകൂടി ഓരാ വൃത്താന്തങ്ങൾ ചേദിച്ചറിയുമ്പോഴേക്കും അഘോരനാഖൻ കുന്തളശേനെ ദുന്ദുഭീദുർഗത്തിലേക്കയച്ചു മടങ്ങി എത്തി.രാജധാനിയെ രക്ഷിക്കാൻ വണ്ടുന്ന ഏർപ്പാടുകൾ അത്രയും ചെയ്ത്,സ്ഥലങ്ങളെല്ലാം വെടിപ്പു വരുത്തി ശുദ്ധിചെയ്ത് മുൻ സ്ഥിതിയിൽ ആക്കുവാനും,യുദ്ധത്തിൽ നുറിവേറ്റവർക്ക് വണ്ടുന്ന ചിത്സകൾ ചെയ്യുവാനും, കന്തളശേനെ വളരെ വണക്കത്തോടുകൂടിയും മാന്യപദവിയായിട്ടു ദുന്ദുഭീയുൽ താമസിപ്പിക്കുവാനും,മററും കീഴുദ്യോഗസ്ഥന്മാർക്കും പലപല കൽപ്പകൾ താരതന്യംപോലെ കൊടുത്തു്,സകലവും അവരെയും സേനാപതിമാരയേും ഭരമേൽപ്പിച്ചു യവനന്മാരും യുവരാജാവും നിൽക്കുന്നിടത്തേക്കു ചെന്നു.ചുവന്ന താടിക്കും വടേർചരകനും ഒന്നു രണ്ടു ചെറിയ മുറിവുകൾ ഏററിട്ടുണ്ടായിരുന്നത് നല്ലവണ്ണം വച്ചുകെട്ടിച്ചശേഷം, അസ്തമനത്തിനു നാലഞ്ചു നാഴികയുള്ളപ്പോൾ അവരെല്ലാവരും ചന്ദനോദ്യാനത്തിലേക്കു പോവുകയും ചെയ്തു.

17.അഭിഞ്ജാനം

യുവരാജാവും യവനന്മാരും അഘോരനാഥനും വടേർക്കരചനുംകൂടി ചന്ദനോദ്യാനത്തിലത്തേിയപ്പോൾ വൃദ്ധനായ കലിംഗരാജാവും,സ്വർണമയിദവേിയും ഉണ്ടായിരുന്നു. യവനന്മാർ രാവിലെ കലിംഗരാജാവിനെ ചന്ദനോദ്യാനത്തിലക്കേു കൊണ്ടുചെന്നതു്.അവിടെ പരിചാരകന്മാർ രാജാവിനെ കണ്ടറിഞ്ഞപ്പോൾ അവർക്ക് വളരെ അത്ഭുതവും സന്തോഷവുമായി.സ്വർണമയിദവേി യുദ്ധം തുടങ്ങുന്നതിനു രണ്ടു ദിവസം മുമ്പു തന്നെ ചന്ദനോദ്യാനത്തിലക്കേു പാർപ്പു മാററിയിരുന്നു.പരാജയമായി കലാശിച്ചു വന്നെന്നും,യുവരാജാവിന് അപകടങ്ങൾ ഒന്നും വന്നിട്ടില്ല എന്നും മററുംമുള്ള വിവരം ഒരു ഭൃത്ത്യൻ സ്വർണമയിദവേിയെ അറിച്ചിട്ടുണ്ടായിരുന്നു. അതുകൊണ്ട് അവൾ രാജാവിന്റയെും ഇളയച്ചന്റയെും വരവ് കാത്തു കൊണ്ടിരിക്കുമ്പോഴക്കേ് അവർ രണ്ടാളുകളും, രണ്ടു യുവനന്മാരയെും വടേർചരകനയെും കൂട്ടികൊണ്ടുവരുന്നതു കണ്ടുതുടങ്ങി. ചുവന്ന താടിയെ ചന്ദനോദ്യാനത്തിലക്കേു എത്തിയപ്പോഴക്കേും കാണ്മാനില്ലാതായി. [108]എവിടയെന്നെു യുവരാജാവു ചോദിച്ചപ്പോൾ താമസിയാതെ വരുമന്നെ് വള്ളെത്താടി ഉത്തരം പറഞ്ഞു.

ശഷേമല്ലൊവരും ഉദ്യാനത്തിൽ എത്തിയ ഉടനെ, മാളികയുടെ മുകളിൽ മുമ്പൊരടേത്തു വിവരിച്ചിട്ടുള്ള ആ വലിയ ഒഴിഞ്ഞ അകത്തു് എല്ലാവരുംകൂടി ഒരു വട്ടമശേയുടെ ചുററും ഇരുന്നു ചില ഭോജ്യപയോദികളകെ്കൊണ്ടു് ക്ഷീണം തീർത്തുക്കൊണ്ടിരിക്കെ, യവനന്മാർ ചെയ്ത ഉപകാരത്തപെ്പററി അഘോരനാഥൻ ശ്ലാഘിച്ചു പറയുന്നതിനിടയിൽ വലിയ രാജാവിനെ അന്നു രാവിലെ മോചിച്ചുക്കൊണ്ടു വന്ന വിവരവും പറഞ്ഞു. അപ്പോൾ യുവരാജാവിനുണ്ടായ വിസ്മയവും സന്തോഷവും ഇത്ര എന്നു പറഞ്ഞുകൂടാ. അദ്ദഹേം തന്റ സന്തോഷത്തയെും കൃതഞ്ജതയയേും കുറിച്ചു യവനന്മാരോടു കുറഞ്ഞൊന്നു പറഞ്ഞു് അതിന്റശെഷേം അഘോരനാഥൻ കറുത്തതാടിയുടെ ചെവിയിൽ അല്പം ഒന്ന് മന്ത്രിച്ചു് അയാളെ മററൊരു അകത്തക്കേു കൂട്ടിക്കൊണ്ടുപോയി. വള്ളെത്താടിയും മനസ്സിനു സ്വസ്ഥതയില്ലാത്തതുപോലെ താഴത്തക്കേിറങ്ങി പടിക്കൽ പോയി നിൽക്കുമ്പോൾ രണ്ടു ഡോലികൾ ഉദ്യാനത്തിലക്കേു വരുന്നതു കണ്ടു. അതിന്റ പിന്നിൽ ചുവന്ന താടിയും ഉണ്ടായിരുന്നു. ഡോലികൾ അകത്തക്കേു കടത്തി അതിൽനിന്നു രണ്ടാളുകൾ പുറത്തക്കേിറങ്ങി. ഭവനത്തിന്റ ഇടത്തു ഭാഗത്തുള്ള ഒരു കോണിയിന്മേൽകൂടി മുകളിലക്കേു കയറിപ്പോകയും ചെയ്തു.

യുവരാജാവു് അതിനിടയിൽ അച്ഛന് തരക്കടേു് ഒന്നും ഇല്ലല്ലൊ എന്നു് അറിവാനും അരചനെ അച്ഛന്റ മുമ്പാകെ കൊണ്ടുപോയി. അയാൾ തനിക്കു ചെയ്ത ഉപകാരത്തകെ്കുറിച്ചു് അച്ഛനോടു പറയുവാനുംവണേ്ടി

വലിയ രാജാവിന്റെ സമീപത്തേക്കു പോയി. സ്വർണ്ണമയി വലിയ രാജാവിന്റെ സമക്ഷത്തിങ്കൽ തന്നെയുണ്ടായിരുന്നു. ഭർത്താവു വരുന്നതു കണ്ടപ്പോൾ അവൾ വേഗം അടുക്കലേക്കു ചെന്നു്, യുദ്ധത്തിൽ ആപത്തുകൾ ഒന്നും സംഭവിക്കാതെ ജയിച്ചുപോന്നതിനെക്കുറിച്ചു രണ്ടുപേരും തമ്മിൽ പറഞ്ഞു സന്തോഷിച്ചു. അരചൻ രാജ്ഞിയേയും വലിയ രാജാവിനെയും താണുതൊഴുതു വിനീതനായി നിന്നു. രാജാവു് അരചനോടും പ്രതാപചന്ദ്രനോടും യുദ്ധത്തെക്കുറിച്ചു് ഓരോ വർത്തമാനങ്ങൾ ചോദിച്ചപ്പോൾ അവർ രണ്ടുപേരും ഒരുപോലെ യവനന്മാരുടെ സഹായത്തെക്കുറിച്ചു വളരെ പ്രശംസിച്ചു പറഞ്ഞു.

പ്രതാപചന്ദ്രൻ: ആ യവനന്മാർത്തന്നെയാണു്, കുന്തളൻ ഇന്നു്, അച്ഛനെ ആരും അറിയാതെ കൊണ്ടുപോകുമ്പോൾ തടുത്തു നിർത്തി ഇവിടെ കൊണ്ടുവന്നാക്കിയതു്. അവർ, നമുക്കു ചെയ്ത സഹായത്തിനു നാം ഒരിക്കലും തക്കതായ ഒരു പ്രത്യുപകാരം ചെയ്വാൻ കഴിയുകയില്ല. അവർ വന്നിട്ടില്ലെങ്കിൽ നമ്മുടെ കുലമഹിമ ഇന്നു സൂര്യൻ അസ്തമിക്കുന്നതോടുകൂടി മേലാൽ [109]ഉദിക്കാത്തവണ്ണം അസ്തമിക്കുന്നതായിരുന്നുവെന്നു് നിർവ്യാജം പറയാം.

രാജാവു്: ആർത്തത്രാണപരായണനായിരിക്കുന്ന ഈശ്വരൻതന്നെ അശരണന്മാരായ നമ്മുടെ സഹായത്തിനു് അവരെ അയച്ചുതന്നിരിക്കയോ! ഇത്ര യോഗ്യന്മാരായ അവരെ എനിക്കു വേഗത്തിൽ കാണണം. അവർ എവിടെയാണു്?

പ്രതാപചന്ദ്രൻ: അവർ ഈ മന്ദിരത്തിൽത്തന്നെയുണ്ടു്. അഘോരനാഥനോടു സംസാരിച്ചുകൊണ്ടിരിക്കയാണു്. അദ്ദേഹം ആ യവനന്മാരെ എവിടുന്നോ, സഹായത്തിനു ക്ഷണിച്ചുവരുത്തിയിരിക്കയാണു്.

രാജാവു്: 'അവരെ വേഗത്തിൽ കൂട്ടിക്കൊണ്ടുവരട്ടെ' എന്നരുളിച്ചെയ്തു ഉടനെ, അവരെ വിളിച്ചുകൊണ്ടു വരുവാൻ ആൾ പോയി. അല്പനേരം ഇരുന്നപ്പോഴേക്കു് അഘോരനാഥൻ രാജാവിന്റെ മുമ്പാകെ വന്നു കൂപ്പി. 'ഇവിടുത്തെ ഭാഗ്യാതിരേകംകൊണ്ടു് ഈ വിധം ഒക്കെയും കലാശിച്ചു' എന്നുണർത്തിച്ചു.

രാജാവു്: സംശയമില്ല, എന്റെ ഭാഗ്യംതന്നെയാണു്, എനിക്കു് ഇത്ര യോഗ്യനായ ഒരു മന്ത്രിയുണ്ടാവാൻ സംഗതിവന്നതു്.

അഘോരനാഥൻ: (മന്ദസ്മിതത്തോടുകൂടി) എന്നെക്കുറിച്ചാണു് ഇവിടുന്നു് അരുളിച്ചെയ്യുന്നതു് എങ്കിൽ എന്നെക്കൊണ്ടു വിശേഷവിധിയായി ഒന്നും ചെയ്വാൻ കഴിഞ്ഞിട്ടില്ലെന്നു്, പോർക്കളത്തിൽത്തന്നെയുണ്ടായിരുന്ന ഇവരോടു ചോദിച്ചാൽ അറിയാം. സകലവും മൂന്നു യവനന്മാരുടെ പ്രയത്നത്താലാണു സാദ്ധ്യമായതു്.

പ്രതാപചന്ദ്രൻ: അവരെക്കുറിച്ചുതന്നെയാണു് ഞങ്ങളും

ഇതുവരെ അച്ഛനോടു പറഞ്ഞിരുന്നതു്.

രാജാവു്: അവരെ വഴിയെ ഇങ്ങോട്ടു കൂട്ടികൊണ്ടുവരിക. എനിക്കു ക്ഷമയില്ലാതായി. അവരെ ഞാൻ കാണട്ടെ.

അഘോരനാഥൻ ഉടനെ മറ്റേ അകത്തേക്കു കടന്നു്, തന്നെപ്പോലെത്തന്നെ വേഷമായ ഒരാളെ കൂട്ടികൊണ്ടുവന്നു് രാജാവിന്റെ മുമ്പാകെ നിർത്തി. 'ഇന്നു രാവിലെ ഇവിടുത്തെ ശത്രുക്കളുടെ പക്കൽ നിന്നും വീണ്ടുകൊണ്ട ആൾ ഇദ്ദേഹമാണു് ' എന്നു പറഞ്ഞു അപ്പോൾത്തന്നെ അദ്ദേഹം രാജാവിനെ വളരെ വിനയത്തോടുകൂടി തൊഴുതു കുമ്പിട്ടു. അവിടെ ഉണ്ടായിരുന്നവർ എല്ലാവരും അതിവിസ്മയത്തോടുകൂടി തജോമയനായ അദ്ദേഹത്തെത്തന്നെ ജമച്ച മിഴികൂടാതെ നോക്കിത്തുടങ്ങി.

രാജാവു്: അവർ യവനന്മാരാണന്നെല്ലേ ഉണ്ണി പറഞ്ഞതു്. അവർ എവിടെ? യവനന്മാർ എവിടെ? എന്നെയും രാജ്യത്തെയും രക്ഷിച്ച യവനന്മാർ എവിടെ?

അഘോരനാഥൻ: യവനവേഷം ധരിച്ചിരുന്നു, അത്രമാത്രമെയുള്ളു, [110]ഇദ്ദേഹം തന്നെയാണ് ഇവിടുത്തെ ശത്രുക്കളിൽനിന്ന് വീണ്ടത്. വിഷശേിച്ച്–

രാജാവു്: വിഷശേിച്ച് എന്താ?

അഘോരനാഥൻ: വിശഷേിച്ച് ഇദ്ദേഹം വളരെക്കാലം ഇവിടത്തെ പ്രധാനമന്ത്രിയായിരുന്ന കപിലനാഥനാണു്. എന്റെ ജ്യഷേ്ഠനാണു്.

കപിലനാഥന്റെ സൂക്ഷ്മാവസ്ഥയെ ഇപ്രകാരം വളിെപ്പടുത്തിയപ്പോൾ അവിടെ കൂടീട്ടുണ്ടായിരുന്നവരുടെ ആശ്ചര്യം വാക്കുകളെകൊണ്ടു് വർണിക്കുവാൻ പ്രയാസം. അവരിൽ നിന്ന് ആശ്ചര്യസൂചകങ്ങളായ പല ശബ്ദങ്ങളും വാക്കുകളും പെട്ടന്നെു് അവരുടെ അറിവുകൂടാതെ പുറപ്പെട്ടു. 'എന്റെ അച്ഛനോ!' എന്നു പറഞ്ഞ് സ്വർണമയീദവേി പിതൃസ്നഹേംകൊണ്ടു വിവശയായി കപിലനാഥനെ കെട്ടിപ്പിടിച്ചു. അദ്ദേഹം ഉടനെ തന്റെ പുത്രിയെ മുറുകെത്തഴുകി ഹർഷാശ്രുക്കളോടുകൂടി മൂർദ്ധാവിൽ പല പ്രാവശ്യം ചുംബിച്ചു.

രാജാവ് 'കപിലനാഥൻ' എന്ന ശബ്ദം കേട്ടപ്പോൾ അസാരം നരേം നിശ്ചഷേ്ടനായി ഇരുന്നു. പിന്നെ ഹർഷാശ്രുപ്ളുതനായി രോമാഞ്ചത്തോടുകൂടി 'ഈശ്വരാ! എന്റെ ഈ അവസ്ഥ ജാഗ്രത്തോ, സ്വപ്നമോ? സ്വപ്നമാവാനേ സംഗതിയുള്ളു' എന്നു ഗൽഗദാക്ഷരമായി പറഞ്ഞു് ആസനത്തിന്മേൽനിന്നു് എഴുന്നീറ്റു വേപിതാംഗനായികൊണ്ടു തന്റെ മുമ്പിൽ സാഞ്ജലിയായി നിൽക്കുന്ന കപിലനാഥനെ ഗാഢമായി ആശ്ളഷേംചെയ്തു: 'ഉണ്ണീ' എന്നു് പ്രതാപചന്ദ്രനെ വിളിച്ചു്, 'ഉണ്ണിയെ വളരെ ചെറുപ്പത്തിൽ വിദ്യാഭ്യാസം ചെയ്യിപ്പിച്ച ഗുരുനാഥനാണിത്! വന്ദിക്കൂ!' എന്നു പറഞ്ഞ ഉടനെ പ്രതാപചന്ദ്രൻ അദ്ദേഹത്തിന്റെ അടുക്കെ ചെന്നു വന്ദിച്ചു.

പ്രതാപചന്ദ്രനെയും കപിലനാഥൻ ആശ്ളേഷിച്ചു. അടുത്തു നിന്നിരുന്ന സ്വർണമയിയേയും മാറത്തണച്ചുകൊണ്ടു് തന്റെ ആനന്ദബാഷ്പത്താൽ രണ്ടുപേരെയും പുതുതായി അഭിഷേകം ചെയ്കയുംചെയ്തു.

രാജാവു്: (കണ്ണുനീർ തുടച്ചുകൊണ്ടു്) ഈ മഹാപാപിയായ എന്നെ രണ്ടാമതും കാണണമെന്നു് തോന്നിയത് കപിലനാഥന്റെ ബുദ്ധിഗുണംകൊണ്ടുതന്നെയാണു്. എന്റെ അല്പബുദ്ധികൊണ്ടു് അങ്ങേയ്ക്ക് അനിഷ്ടമായി ഞാൻ പറഞ്ഞതും പ്രവർത്തിച്ചതും സകലവും ക്ഷമിക്കണം എന്നു മാത്രം ഈ വൃദ്ധന്നു് ഒരു അപേക്ഷയുണ്ടു്.

കപിലനാഥൻ: എന്റെ സ്വാമിയുടെ ആജ്ഞ ഇഷ്ടമെങ്കിലും, കഷ്ടമെങ്കിലും, അതിനെ ലംഘിച്ചു രാജ്യത്തെയും സ്വാമിയെയും വെടിഞ്ഞുപോവാൻ തോന്നിയത് എന്റെ അവിവേകം കൊണ്ടാണു്. അതിനെക്കുറിച്ച് ഇവിടുത്തേക്കു് എന്റെമേൽ ഇനിയെങ്കിലും സുഖക്കേടു് തോന്നാതിരിപ്പാൻ യാചിക്കുന്നു.

രാജാവു്: ദുഷ്ടന്മാരായ ചില സചിവന്മാരുടെ ഉപദേശത്തിന്മേൽ [111]എന്റെ മൂഢതക്കൊണ്ട് ആ കഠിനമായ കല്പന കല്പിച്ചുപ്പോയതാണ്. കപിലനാഥൻ പോയതിൽ പിന്നെ ഞാൻ ചെയ്തതിനെക്കുറിച്ചുണ്ടായ പശ്ചാതാപംതന്നെ എനിക്കു തക്കതായ ഒരു ദണ്ഡനയായിരിക്കുന്നു. ഇനി ആ കഥയെ രണ്ടാമതും ഓർമപ്പെടുത്തി എന്നെ വ്യഥപ്പെടുത്താതിരിക്കണേ.

കപിലനാഥൻ: ഇവിടുത്തെ ദാസനു് ഒരു യാചനകൂടിയുണ്ടു്.

രാജാവു്: ഞാൻ എത്രതന്നെ വലിയ ഒരു വരപ്രദാനംചെയ്താലും അത് കപിലനാഥൻ എനിക്ക് ചെയ്തിട്ടുള്ളതിന്നു തക്കതായ ഒരു പ്രത്യുപകാരമാവാൻ പാടില്ല. അതുക്കൊണ്ടു് എന്തുതന്നെ ആയാലും വേണ്ടതില്ല, ചോദിക്കാം.

കപിലനാഥൻ: എന്റെ നൈരാശ്യംകൊണ്ടും തത്സമയത്തെ കോപംകൊണ്ടും നാടുവിട്ടുപോകുന്ന സമയം ഇവിടുത്തേക്ക് അത്യന്തം വ്യസനകരമായ ഒരു കാര്യം ഞാൻ പ്രവർത്തിച്ചിട്ടുണ്ട്. എന്റെ സ്വാമിയെ ആ കഠിനമായ ദുഃഖത്തിനു പാത്രമാക്കുവാൻ എനിക്കു തോന്നിയത് വിചാരിച്ചുനോക്കുമ്പോൾ എന്നെപ്പോലെ ഇത്ര നിഷ്കണ്ടകനായ ഒരു സ്വാമിദ്രോഹി പണ്ടുണ്ടായിട്ടില്ലെന്നു പ്രത്യക്ഷമാകും.

രാജാവു്: ഏററവും വിശ്വാസത്തോടും സ്വാമിഭക്തിയോടും കൂടിയും, രാജ്യകാര്യങ്ങൾ നടത്തിവരുന്ന ഒരു ഉത്തമ സചിവന്റെ ഗുണങ്ങൾ ലേശംപോലും അറിവാൻ കഴിയാതെ അനർഘമായ ഒരു രത്നം കയ്യിൽ കിട്ടിയ വാനരനെപ്പോലെ, ആ സചിവശിരോമണിയെ ഉപദ്രവിക്കാൻ തുനിഞ്ഞ എന്നെ വ്യസനിപ്പിക്കാൻ എന്തുതന്നെ ചെയ്താലും ആയത് അവിഹിതമായി എന്ന് ഒരു കാലത്തും വരികയില്ല.

കപിലനാഥൻ ഏററവും പ്രീതിപൂണ്ട്, 'എന്റെ അപരാധങ്ങൾക്കു്

മാപ്പുതന്നരുളണേം' എന്നപേക്ഷിച്ചു. ഉടനെ മററേ അകത്തേക്കു കടന്നുപോയി.

രാജാവും കപിലനാഥനുംകൂടി സംസാരിച്ചുകൊണ്ടിക്കെ ചന്ദനോദ്യാനത്തിലും അതിനു സമീപവും ഉള്ള ആളുകൾ നാലു വശത്തും വന്നുനിറഞ്ഞു. വളരെ സന്തോഷത്തോടുക്കൂടി കപിലനാഥനെ നോക്കി നിന്നിരുന്നു. അദ്ദേഹത്തിന്റെ ഭൃത്യന്മാരോ, ആശ്രിതന്മാരോ, അദ്ദേഹത്തിന്റെ ഔദാര്യത്തെ വല്ല പ്രകാരത്തിലും ആസ്വദിച്ചവരോ അല്ലാതെ ആരുംതന്നെ ആ ദിക്കിലങ്ങും ഉണ്ടായിരുന്നില്ല. കപിലനാഥൻ രാജാവിന്റെ മുമ്പാകെ തന്റെ സ്വതയെുള്ള വഷേത്തോടുകൂടി ചെന്നുനിന്നപ്പോഴേക്കു കുറച്ചുനേരത്തിനുള്ളിൽ കേട്ടു കേൾപ്പിച്ച ഉദ്യാനത്തിലും അതിനു സമീപമുള്ള ആളുകൾ അവരവരുടെ പണിയെ വിട്ട് ഓടിയെത്തീട്ടുണ്ടായിരുന്നു. കപിലനാഥൻ മരിച്ചിരിക്കുന്നുവന്നൊയിരുന്നു എല്ലാവരുടെയും പരക്കെയുള്ള വിശ്വാസം. അതിനാൽ അധികം അത്ഭുതമുണ്ടായി. അവിടുത്തെ വാതില്ക്കലും കിളിവാതിലുകളിൽക്കൂടെയും കപിലനാഥനെ [112]കാണുവാൻവേണ്ടി ക്ഷമകൂടാതെ തിക്കിത്തിരക്കി നോക്കിക്കൊണ്ടു നില്ക്കേ അവർക്കു നയനാനന്ദകരനായിരിക്കുന്ന ആ കപിലനാഥൻ ദിവ്യമായിരിക്കുന്ന വസ്ത്രാഭരണങ്ങളെക്കൊണ്ടു് അതിമനോഹരമാകുംവണ്ണം അലംകൃതമായി, ഏററവും സൗഭാഗ്യവതിയായ ഒരു കന്യകാരത്നത്തിന്റെ കയ്യെും പിടിച്ചുകൊണ്ടു രാജാവിന്റെ മുമ്പിൽ വന്നുനിന്നു. രാജാവും കണ്ടുനിന്നിരുന്ന മററല്ലൊവരും അല്പനേരം അത്യാശ്ചര്യം കൊണ്ടു പാവകളെപ്പോലെ അനിമീലിതനേത്രന്മാരായി.

കപിലനാഥൻ 'കുന്ദലതേ, ഇനി മലോൽ എന്നെ അച്ഛാ എന്നുവിളിക്കണേട്.അച്ഛൻകലിംഗമഹാരാജാവായ ഇദ്ദേഹമാണ്, വന്ദിക്കൂ!' എന്നു പറഞ്ഞു. അപ്പോൾ കുന്ദലതയ്ക്കുണ്ടായ അത്ഭുതവും രാജാവിനുണ്ടായ സന്തോഷവും എല്ലാവരുടെയും വിസ്മയവും ആരെക്കൊണ്ടു പറവാൻ കഴിയും! കുന്ദലത അച്ഛന്റെ മുൻപാകെ സാഷ്ടാഗം നമസ്കരിച്ചു. രാജാവ് സംഭ്രമത്തോടുകൂടി പുത്രിയെ എഴുനീൽപ്പിച്ചു തന്റെ മാറത്തേക്കണച്ചു സന്തോഷപരവശനായി പിന്നോക്കം ചാരിയിരുന്നു്, കുറനെരേം ഒന്നും സംസാരിക്കാതെ കണ്ണുനീർ വാർത്തു. പിന്നെ കുന്ദലത, 'അച്ഛാ, എന്നെ അനുഗ്രഹിക്കണേമേ!' എന്നു മധുരതരമാകുംവണ്ണം പറഞ്ഞപ്പോൾ,രാജാവു് ആ ആനന്ദമൂർച്ഛയിൽനിന്നുണർന്നു് കുന്ദലതയെ ഗാഢമായി പിന്നെയും പിന്നെയും ആശ്ലഷിച്ച്, മൂർദ്ധാവിൽപലവുരുചുംബിച്ചശേഷം രണ്ടുകൈകെളക്കൊണ്ടും തല തൊട്ടനുഗ്രഹിക്കുകയുംചെയ്തു.

രാജാവു്: ഈശ്വരൻ ഇന്ന് എന്നെ സന്തോഷം കൊണ്ടു കൊല്ലുവാൻ നിശ്ചയിച്ചിരിക്കുന്നുവോ? ഈ മോദഭാരം വഹിക്കുവാൻ എനിക്ക് ഒട്ടും ശക്തി പോരാ. ഇനി എനിക്കു ഗംഗാതീരത്തേക്കും മററും പോകാനാഗ്രഹമില്ല. ഈ സന്തോഷം

അനുഭവിച്ചുകൊണ്ടു തന്നെ പരലോകപ്രാപ്തിക്കു സംഗതിവന്നാൽ മതിയായിരുന്നു. ഇത്ര അപരിമിതമായ സന്തോഷം ഇതിൻകീഴിൽ ഉണ്ടായിട്ടില്ല, നിശ്ചയം. മലോൽ എത്ര കാലം ഇരുന്നാലും, എവിടത്തെന്നെ പോയാലും, എന്തുതന്നെ ചെയ്താലും ഈ വിധം സന്തോഷം ഉണ്ടാകുന്നതും അല്ല.

കപിലനാഥൻ: ഇവിടുത്തെ ആഗ്രഹം സാധിക്കുന്നതാകയാൽ അതു ഞങ്ങൾക്കു വലിയതൊരിച്ഛാഭംഗത്തിന്നു കാരണമാണു്. ദയാപയോധിയായിരിക്കുന്ന അങ്ങുന്നു്, ഞങ്ങളുടെ ഇടയിൽ രാകാസുധാകരനെപ്പോലെ ആഹ്ലാദകരനായി ഇനിയും ചിരകാലം ഇരിക്കണേമന്നൊണ് ഞങ്ങളുടെ പ്രാർത്ഥന.

പിന്നെ കപിലനാഥൻ 'ഇതു ജ്യഷ്ഠനാണു്' എന്നു പറഞ്ഞ് കുന്ദലതയ്ക്ക് പ്രതാപചന്ദ്രനെ കാണിച്ചുകൊടുത്തു. അവർ തമ്മിൽ തങ്ങളുടെ സ്നേഹത്തെ കാണിച്ച ശേഷം, കപിലനാഥൻ കുന്ദലതയെ മറ്റെല്ലാവരുടെയും അടുക്കൽ കൊണ്ടുപോയി.ഓരോരുത്തരെ വെവ്വേറേ വിവരംപറഞ്ഞ് കാണിച്ചു. കുന്ദലതയ്ക്കു പണ്ടു താൻ കാണാത്ത ആളുകളേയും സ്ഥലങ്ങളെയും സാധനങ്ങളേയും [113]കാണുകയാൽ ഒരു പുതിയ ലോകത്തു വന്നതുപോലെ തോന്നി. നാലു ഭാഗത്തേക്കും വിസ്മയത്തോടുകൂടി നോക്കികൊണ്ടു സ്വർണമയീദവിയുടെ സമീപത്തു പോയി ഇരുന്നു. കുറച്ചുനേരംകൊണ്ടുതന്നെ സ്വർണ്ണമയിയും കുന്ദലതയും തമ്മിൽ ഊഢമായ സൗഹാർദം സംഭവിക്കുകയാൽ, പ്രതാപചന്ദ്രനും കപിലനാഥനും വളരെ സന്തോഷമാകയും ചെയ്തു.

അഘോരനാഥൻ രണ്ടാളുകളെക്കൂടെ രാജാവിന്റെ മുമ്പാകെ കൊണ്ടുവന്നു നിർത്തി. യവനന്മാരുടെ വേഷം ധരിച്ചിരുന്ന മറ്റുരണ്ടാളുകൾ ഇവരാണെന്നുർത്തിച്ചു.

രാജാവു്: (അവരുടെ മുഖത്തേക്കു സൂക്ഷിച്ചുനോക്കി) 'ഇതു് താരാനാഥനല്ലേ?' എന്നു ചോദിച്ചു.

അഘോരനാഥൻ: അതെ, താരാനാഥൻ തന്നെ. ഇവിടനിന്നു പോയിട്ടു് ഒരു സംവത്സരത്തോളമായി. ദൈവാനുകൂലംകൊണ്ടു് ആപത്തൊന്നും കൂടാതെ ആപത്തൊന്നും കൂടാതെ പല ദിക്കുകളിൽ സഞ്ചരിച്ചു്, ജ്യഷ്ഠന്റെ അടുക്കൽത്തന്നെയൊണു് ഒടുവിൽ ചെന്നെത്തിയതു്.

രാജാവു്:അത്ഭുതം!പ്രകൃതാദേഹികൾ തമ്മിലുള്ള സ്നേഹം അവരുടെ അറിവുകൂടാതെയും അവരെ അന്യോന്യം ആകർഷിക്കുമോ! മറ്റേ ആളെഎനിക്കു മനസ്സിലായില്ല.

അഘോരനാഥൻ: ഇവൻ ജ്യഷ്ഠന്റെ ഭൃത്യനാണു്. മുപ്പതു സംവത്സരത്തിൽ പുറമായി ജ്യഷ്ഠന്റെ കൂടത്തെന്നെ താമസിച്ചു വരുന്നു. വളരെ വിശ്വാസയോഗ്യനാണു്. ജ്യഷ്ഠന്റെ ഗൂഢവാസത്തിലും കൂടെയുണ്ടായിരുന്നു. രാമദാസൻ എന്നാണു് പേരു്.

രാജാവു് രാമദാസനോടും തന്റെ സന്തോഷം കാണിച്ചു.

താരാനാഥൻ രാജാവിനോടു് സംസാരിച്ചു് കഴിഞ്ഞപ്പോഴേക്കു, അയാളെ പ്രതാപചന്ദ്രൻ കൈ പിടിച്ചു വേറൊരുത്തിടത്തേക്കു കൂട്ടികൊണ്ടു പോയി. അവിടേക്കു് സ്വർണമയിയും എത്തി. പ്രതാപചന്ദ്രൻവളരെ സ്നേഹത്തോടുകൂടി താരാനാഥനെ ആശ്ളേഷം ചെയ്തു. താരാനാഥനും, അവരുടെ കല്യാണം കഴിഞ്ഞതിനെക്കുറിച്ചും മറ്റും തന്റെ സന്തോഷത്തെ പ്രദർശിപ്പിച്ചു. കുന്ദലത അടുക്കനിന്നു് അതൊക്കെയും അതൊക്കെയും കണ്ടു് അതൊക്കെയും കണ്ടു് സന്തോഷത്തോടുകൂടി താരാനാഥനെ കടാക്ഷിക്കുകയുംചെയ്തു.

പ്രതാപചന്ദ്രൻ: എന്റെ പരുഷവാക്കുകൊണ്ടു സുഖക്കേടായിട്ടാണു് താരാനാഥൻ പോയതു്, അല്ലേ? ഞാൻ തല്ക്കാലത്തെ കോപം കൊണ്ടു വല്ലതും പറഞ്ഞുപോയിട്ടുണ്ടെങ്കിൽ അത് ക്ഷമിക്കണേമേ.

താരാനാഥൻ: എന്റെ പ്രവൃത്തികൊണ്ട് അങ്ങനെ ശങ്കിപ്പാൻ വഴിയുണ്ടായിരിക്കാം. എന്നാൽ, വസ്തുത അങ്ങനെയല്ലതാനും. അതു നിങ്ങളെ അറിയിക്കുന്നതിനും വിരോധമില്ല. നിങ്ങളിരണ്ടുപേരും കൂടി എന്നെ കൂട്ടാതെ ഓരോന്നു പറയുകയും നടക്കുകയും ചെയ്താലും എനിക്കു സല്ലാപത്തിനും സഹവാസത്തിനും വേണ്ട [114]ആരും ഇല്ലാതിരുന്നതിനാലും, കുണ്ഠിതം തോന്നി ആരോടും പറയാതെ എങ്ങോട്ടെങ്കിലും പോകുവാൻ നിശ്ചയിച്ചതാണു്. അല്ലാതെ നിങ്ങളുടെ നേരെ നീരസം തോന്നുകയാലാണെന്നു് ഒരിക്കലും നിങ്ങൾക്കു തോന്നരുതു്. മേലിൽ നിങ്ങൾ അങ്ങനെ ചെയ്യുന്നതിനു് എനിക്കു് ഒട്ടും ഖേദം ഉണ്ടാകാൻ അവകാശമില്ലതാനും.

പ്രതാപചന്ദ്രൻ: താരാനാഥൻ പോയതിൽ പിന്നെ ഇതാ, ഇപ്പോൾ തമ്മിൽ അറിഞ്ഞു കണ്ടു സംസാരിച്ചവരെയും എന്റെ വാക്കുകളായിരിക്കുമോ താരാനാഥന്റെ പ്രവൃത്തിക്കു കാരണം എന്നൊരു ശല്യം എപ്പോഴും വിട്ടുപോകാതെ ഞങ്ങളുടെ മനസ്സിലുണ്ടായിരുന്നു.

മേൽപ്രകാരം താരാനാഥനുണ്ടായിരുന്നുവെന്നു വിചാരിച്ചിരുന്ന സുഖക്കേടു പറഞ്ഞുതീർത്തതിൽ പിന്നെ താരാനാഥൻ ഒരോ ദിക്കുകളിൽ സഞ്ചരിച്ചതും, കുന്ദലതയെയും കപിലനാഥനെയും കണ്ടെത്തിയതും മറ്റും വിശേഷങ്ങൾ സഹോദരീസഹോദരന്മാർ നാലുപേരും കൂടിയിരുന്നു സംഭാഷണംചെയ്യുന്നതു കണ്ട കപിലനാഥനും അഘോരനാഥനും വളരെ സന്തോഷിച്ചു.

അതിന്റശേഷം കപിലനാഥൻ തന്റെ പണ്ടത്തെ ഭൃത്യന്മാരെയും സമീപംദിക്കുകളിൽനിന്നു്തന്നെകൊണ്മാനായിവന്നിരുന്നവരും തന്റെ ആശ്രിതന്മാരുമായ മറ്റു പലരെയും കണ്ടു് കുശലം ചോദിപ്പാനായി അവരുടെ മുമ്പിലേക്കു് ചെന്നു. അപ്പോൾ അവർക്കുണ്ടായ സന്തോഷം ഇത്ര എന്നു പറഞ്ഞുകൂടാ. അദ്ദേഹം കണ്ടറിഞ്ഞതിൽ മന്ദസ്മിതത്തോടുകൂടി എല്ലാവരെയും പ്രത്യേകം പ്രത്യേകം നോക്കി മിക്കവരോടും ഒന്നുരണ്ടു വാക്കു് സംസാരിച്ചു. ചിലർ കാൽക്കൽ വീണിട്ടും,

ചിലർ കരഞ്ഞിട്ടും മററു പ്രകാരത്തിലും അവർ തങ്ങളുടെ ആന്തരമായ സ്നേഹത്തയേും ഭക്തിയയേും കൃതിജ്ഞതയയേും സന്തോഷത്തയേും വളിെപ്പടുെത്തി. അസാരന്മാരാണങ്കെിലും അവരുടെ മനഃപൂർവമായും ഏററവും നിർവ്യാജമായും ഉള്ള ആ സ്നേഹസൂചകങ്ങളെ കണ്ടപ്പോൾ വളരെ ദയാലുവായ കപിലനാഥൻ മനസ്സലിയുകയുംചയ്െതു.

അന്നത്തെ രാത്രി ഉദ്യാനത്തിൽ എല്ലാവരും പുതുതായി വന്നവരോടു സംഭാഷണംചയ്െതുകൊണ്ടും, അവരുടെ ഓരോ കഥകളെ കേട്ടുകൊണ്ടും തന്നെ, നേരം കഴിച്ചു. ഭൃത്യന്മാരുടെ ഇടയിലും സന്തോഷത്തിനു് ഒട്ടും കുറവുണ്ടായിരുന്നില്ല. രാമദാസന്റെ അമ്മയും പങ്ങെളും ഒരേടത്തു് അവനെ അരികത്തിരുത്തി അവൻ പോയതിൽ പിന്നയെുണ്ടായതത്രയും ചോദിച്ചറിഞ്ഞു. മററൊരേടത്തു് തങ്ങളുടെ ചറെിയമ്മയായ പാർവതിയോട് വർത്തമാനങ്ങൾ ചോദിച്ചു. വേറേ പല ദിക്കുകളിലും രണ്ടും നാലും ആളുകളായി കൂടിയിരുന്നു് യവനന്മാരുടെ പരാക്രമത്തയെും, കുന്തളേശന്റെ അപജയത്തയെും, വടേർക്കരചന്റെ കൂറിനയേും, [115]മററും പല സംഗതികളക്കെുറിച്ചും പറഞ്ഞു രസിച്ചുകൊണ്ടിരുന്നു. എന്നാൽ, കപിലനാഥന്റെ യോഗ്യതയയേും കുന്ദലതയുടെ സൗഭാഗ്യഗുണങ്ങളയെും പിന്നയെും പിന്നയെും പറഞ്ഞു് അതിശയപ്പടൊത്തവർ ആരുംതന്നയെുണ്ടായിരുന്നതുമില്ല.

18.വിവരണം

പിറേറന്നാൾ എല്ലാവരുടെയും സ്നാനഭോജനാദികൾ കഴിഞ്ഞു. രാജാവും കപിലനാഥനും കൂടി സംസാരിച്ചുകൊണ്ടിരിക്കെ മററെല്ലാവരെയും വിളിക്കുവനായി രാജാവു് കല്പിച്ചു.അപ്പോൾ സ്വർണമയീദേവിയും, കുന്ദലതയും, പ്രതാപചന്ദ്രനും, താരാനാഥനും രാജാവിന്റെ മുമ്പാകെ വന്നിരുന്നു. രാമദാസനേയും വിളിക്കുവാൻ രാജാവു് കല്പിക്കുകയാൽ അവനും വന്നു. അഘോരനാഥൻ ചില രാജ്യകാര്യങ്ങൾ അന്വേഷിപ്പാൻ പുലർച്ചെ രാജധാനിയിലേക്കു പോയിരുന്നു. അദ്ദേഹവും അപ്പോഴേക്കു മടങ്ങിയെത്തി. അങ്ങനെ എല്ലാവരും എത്തിക്കൂടിയപ്പോൾ കപിലനാഥൻ പോയതിൽ പിന്നെ ഉണ്ടായ ചരിത്രം മുഴുവനും വിവരമായി അറിയണമെന്നു് രാജാവു് ആവശ്യപ്പെട്ടു. കപിലനാഥൻ, താൻ നാടു വിട്ടു പോയി വില്വാദ്രിയുടെ മുകളിൽ ചെന്നു് അവിടെ ഒരു ഭവനം ഉണ്ടാക്കി താനും കുന്ദലതയും അവിടെ താമസിച്ചപ്രകാരവും മററും സംക്ഷേപമായി പറഞ്ഞു.

പ്രതാപചന്ദ്രൻ: അങ്ങുന്നും എന്റെ സഹോദരിയും മരിച്ചുവെന്നാണല്ലോ ഞങ്ങൾ എല്ലാവരും വിശ്വസിച്ചിരുന്നതു്?

കപിലനാഥൻ: ഞാൻ പോകുന്നിടത്തേക്കു് ആരും തിരഞ്ഞു വരാതിരിപ്പാൻവേണ്ടി, ഞാൻ ഒരു ഉപായം പ്രവൃത്തിച്ചതുകൊണ്ടായിരിക്കണം ആ വിശ്വാസം ഉളവായതു്. എന്നെ കാരാഗൃഹത്തിലാക്കുവാൻ കല്പിച്ച ദിവസം രാത്രിതന്നെ ഞാൻ കുന്ദലതയെ ആരും അറിയാതെ രാമദാസന്റെ പക്കൽ കൊടുത്തയച്ചു കാട്ടിൽ ഒരേടത്തു് ഒരു കോഴിയെ അറുത്തു് രക്തം ഒലിപ്പിച്ചു് അതിനരികത്തു് കുന്ദലതയുടെ ഒരു അങ്കവസ്ത്രം വെച്ചേക്കുവാൻ പറഞ്ഞിട്ടുണ്ടായിരുന്നു. അതുപ്രകാരം രാമദാസൻ ചെയ്കയാൽ ആയിരിക്കണം കുന്ദലതയെ കള്ളൻമാർ കൊണ്ടുപോയി കൊലപ്പെടുത്തി എന്നൊരു സംസാരം ഉണ്ടായത്. പിന്നെ കുന്ദലതയെ കാണാതായി, എല്ലാ ദിക്കിലും തിരച്ചിൽ തുടങ്ങിയന്നു രാത്രി ഞാനും രാജധാനിയിൽനിന്ന് ഗോപ്യമ്യായി പുറപ്പെട്ടുപോയി. പോകുമ്പോൾ ഞാൻ പ്രാണത്യാഗം ചെയ്യുവാൻ നിശ്ചയിച്ചിരിക്കുന്നു എന്ന് ഒരു എഴുത്ത് ഇവിടെ എഴുതിവെച്ചിരുന്നതു കൂടാതെ പോകുന്ന വഴിക്ക് കാട്ടിൽ ഒരു വലിയ ചിത കൂട്ടി അതിനു തീ [117] കൊളുത്തി, അതിനരികെ എന്റെ ഒരു ഉത്തരീയവസ്ത്രവും, ചില താക്കോലുകളും , എന്റെചില കത്തുകളും വലിച്ചെറിഞ്ഞിട്ടുണ്ടായിരുന്നതിനാൽ ആ എഴുത്തിൽ കണ്ടപ്രകാരം ഞാൻ ആത്മഹത്യ ചെയ്തിരിക്കുന്നു എന്നു് ജനങ്ങൾ വിശ്വസിച്ചതായിരിക്കണം.

സ്വർണമയി: അച്ഛൻ ഞങ്ങളെ എല്ലാവരെയും വെടിഞ്ഞു. കാട്ടിൽ ഏകാന്തമായ സ്ഥലത്തു പാർക്കുമ്പോൾ ചിലപ്പോഴെങ്കിലും ഞങ്ങളെ വിചാരിച്ചു വ്യസനിക്കുകയില്ലേ?

കപിലനാഥൻ: ആ ഒരു വലിയ വ്യസനത്തിനു പുറമെ ആദിയിൽ എനിക്കു വറേയെും വ്യസനകാരണങ്ങൾ ഉണ്ടായിരുന്നു. ഘോരവനം–ഞാനുംപാർവ്വതിയുംരാമദാസനും–കരഞ്ഞുകൊണ്ടു് കുന്ദലത എന്റെ കയ്യിലും–വറേ സമീപം മനുഷ്യർ ആരും ഇല്ലാതയെും, അങ്ങനയെുള്ള സ്ഥിതിയിൽ ചോർച്ചകൂടാതെ ഒരു ചറെിയ പുര വച്ചെുകട്ടെിയുണ്ടാക്കുന്നതുവരെ ഞങ്ങൾക്കല്ലൊവർക്കും വ്യസനവും ഭയവുമുണ്ടായി.

കുന്ദലത: കഷ്ടം ! ഞാൻ അപ്പോൾ അച്ഛനെ എത്ര ബുദ്ധിമുട്ടി ച്ചിട്ടുണ്ടായിരിക്കും.

കപിലനാഥൻ: അങ്ങനയെല്ലെ! കുന്ദലത എന്റെ പരിതാപപ്രശമനത്തിനു് ഒരു സിദ്ധൗഷധമായിരുന്നു– എന്റെ ജീവധാരണത്തിനു് ഏകകാരണമായിരുന്നു– കുന്ദലതയുടെ മന്ദസ്മിതങ്ങൾ എനിക്കു ധൈര്യവർദ്ധനങ്ങൾ– കുന്ദലതയുടെ കളവചനങ്ങൾ എനിക്കു് ആമോദദായകങ്ങൾ– ഇങ്ങനയെൊണു് കഴിഞ്ഞു വന്നിരുന്നതു്. കുന്ദലത എന്റെ ഒരുമിച്ചുണ്ടായിരുന്നില്ലങ്ങെിൽ, ഞാൻ എഴുതിവച്ചെു പോയിരുന്നപ്രകാരം ചയെ്‌വാൻതന്നെ സംശയിക്കില്ലായിരുന്നു–ഞാൻ പോകുന്നതു് ആരയെും അറിയിച്ചിട്ടില്ലന്നെില്ല. മരിച്ചിട്ടില്ലന്നെുമാത്രം അഘോരനാഥനെ അറിയിച്ചിട്ടുണ്ടായിരുന്നു. ഇന്ന ദിക്കിലാണന്നെും മററും വിവരം ഈയിടയൊണു് അറിയിച്ചതു്.

അഘോരനാഥൻ: യുവരാജാവിനു് അഭിഷകേമുണ്ടായതിന്റെ അല്പം മുമ്പായി ഒരു വൈരാഗി വന്നിരുന്നതു് ഈ രാമദാസനായിരുന്നു. അവൻ ഇവിടെ കൊടുത്ത എഴുത്തു കണ്ടപ്പോൾ തന്നെ എനിക്കു ജ്യഷ്ഠേന്റെ കയ്യെക്ഷരമാണന്നെു സംശയം തോന്നി.

ഇതു കടേ്ടപ്പോൾ എല്ലാവരും വളരെ വിസ്മയിച്ചു. രാമദാസൻ പുഞ്ചിരിച്ചുകൊണ്ടു തല താഴ്ത്തി.

സ്വർണമയി: അതത്രയും ഭോഷ്ക്കാണന്നെു ഞാൻ അന്നുതന്നെ പറയുകയുണ്ടായി. എന്റെ അച്ഛനക്കെുറിച്ചു പറഞ്ഞതു് എങ്കിലും ഞാൻ വിശ്വസിച്ചില്ലല്ലോ, കഷ്ടം! നഷ്ടപ്രശ്നം പറഞ്ഞതു് ഇത്ര സൂക്ഷ്മമായി ഒക്കുക ഇതിൽകീഴിൽ ഉണ്ടായിട്ടില്ല, അമ്പത്തു നാലു വയസ്സ്! ഹാ! എത്ര കൃത്യം![118]

പ്രതാപചന്ദ്രൻ: (സംശയം തീരായ്കയാൽ) 'രാമദാസ ! നീ തന്നയെോ വൈരാഗിവഷേം ധരിച്ചു വന്നതു്?' എന്നു ചോദിച്ചു.

രാമദാസൻ: വളരെ പണിപ്പട്ടെു് 'അതെ 'എന്നു സമ്മതിച്ചു.

പ്രതാപചന്ദ്രൻ: എന്റെ സംശയം തീർന്നു. സകൈതപുരിയിലാണു് ഇവനെ ആദിയിൽ കണ്ടത്തെിയതു്. അവിടെ നഷ്ടപ്രശ്നംകൊണ്ടു് പലരയെും വിസ്മിയപ്പിച്ചിട്ടാണത്രെ രാജധാനിയിലകേ്കു വന്നതു്.

രാമദാസൻ: ഞാൻ വഷേച്ഛന്നനായിരുന്നു എന്റെ

വീട്ടിൽത്തന്നെയൊണു് ഒന്നാമതു ചെന്നത്. സമീപം ആളുകളെയും സ്ഥലങ്ങളെയും എനിക്കു നല്ല പരിചയമുണ്ടാകയാൽ ഞാൻ നഷ്ടം പറഞ്ഞതു മിക്കതും ശരിയായി. എല്ലാവരും ഞാൻ ഒരു ദിവ്യൻ തന്നെയൊണന്നെു തീർച്ചയാക്കി, പല വീടുകളിൽനിന്നും എനിക്കു ഭിക്ഷയും ദക്ഷിണയും മററും ഉണ്ടായി. ആ വിധം ഉപജീവനമായവർക്കും നാൾ കഴിപ്പാൻ ഒട്ടും സ്വല്ലയില്ലന്നെും തോന്നി.

അഘോരനാഥൻ: 'വിശഷേതസ്സർവവിദാംസമാജെ വിഭൂഷണം മൗനപപണ്ഢിതനാം' എന്ന സുഭാഷിതന്റെ സാരം ഗ്രഹിക്കുകയാലായിരിക്കുമോ, രാമദാസൻ മൗനവ്രതം അനുഷ്ഠിക്കുവാൻ തീർച്ചയാക്കിയതു്?

പ്രതാപചന്ദ്രൻ: കഷ്ടം! വിശിഷ്ടനായ ഒരു വൈരാഗിയാണെന്നെല്ലെ ഞാൻ വിശ്വസിച്ചതു്? ആളുകളെ ചതിക്കുവാൻ ഇത്രഎളുപ്പമുണ്ടല്ലോ! അത്ഭുതം! എല്ലാ വൈരാഗിമാരും ഇങ്ങനത്തവരല്ലന്നൊരറിഞ്ഞു!

കപിലനാഥൻ: ഞങ്ങൾക്കല്ലൊവർക്കുംകൂടി ഇങ്ങോട്ടു വരണ്ടേതിനു വിരോധമുണ്ടോ എന്നു തീർച്ചയാക്കണ്ടേതിലക്കേു് ഇവിടുത്തെ വിവരങ്ങൾ മുഴുവനും അറിയണ്ടേതു് ആവശ്യമാകയാൽ രാമദാസനെ ഇങ്ങോട്ടു് അയച്ചതാണു്. എന്റെ ഗുഢവാസം പ്രസ്താവമാവാതെ കഴിവാൻ വണ്ടേി, അവന്റെ യുക്തംപോലെ വഷേം മാററി പോകണേമന്നെു് രാമദാസനോടു് പറഞ്ഞിട്ടുണ്ടായിരുന്നു. വഷേം മാറിയനിലയിൽ അവന്നു് അഘോരനാഥനോടു സ്വകാര്യമായി സംസാരിപ്പാൻ തക്കം കിട്ടണ്ടേതിനു് ഉപകാരമായിത്തീരുമന്നെു് രാമദാസൻ പറകയാൽ അവന്റെ ആവശ്യപ്രകാരം ആ ഓല ഞാൻ എഴുതിക്കൊടുത്തു.

അഘോരനാഥൻ: ആ എഴുത്തു ഞാൻ കണ്ട ഉടനെ വൈരാഗിയെ കണ്ടുപിടിക്കുവാൻ പല ദിക്കിലക്കേും ആളെ അയച്ചു. അപ്പോഴക്കേു് രാമദാസൻ എന്നെ കൊണ്മാൻ ഇങ്ങോട്ടുതന്നെ വന്നു. അതും വഷേപ്രച്ഛന്നനായിട്ടാകയാൽ ഇവിടെ മററാർക്കും അവനെ അറിവാൻ കഴിഞ്ഞതുമില്ല.

കപിലനാഥൻ: ഞാൻ താമസിച്ചിരുന്ന വനത്തിനു സമീപം ഉള്ള ധർമപുരി എന്ന ഗ്രാമത്തിൽനിന്നു് ഒരു വഴിപോക്കനെ കണ്ടു സംസാരിച്ചപ്പോഴാണു് പ്രതാപചന്ദ്രനു വിവാഹം നിശ്ചയിച്ചിരിക്കുന്നൂ എന്നറിഞ്ഞത്. [119]അതിന്റെ സൂക്ഷമം അറിവാനും രാമദാസനെ ഏല്പിച്ചിട്ടുണ്ടായിരുന്നു. അവൻ ഇങ്ങോട്ടു പോന്നിരിക്കുമ്പോൾ താരാനാഥൻ അവിടെ എത്തി. ധർമപുരിയിൽവച്ചു ഞങ്ങൾ തമ്മിൽ യദൃച്ഛയായി കണ്ടത്തെി. ഞാൻ എന്റെ ഭവനത്തിലക്കേു് കൂട്ടിക്കൊണ്ടുപോയി താമസിപ്പിച്ചു.

താരാനാഥൻ: ഞാൻ എന്റെ പരമാർത്ഥം അപ്പോൾതന്നെ അറിയിച്ചിരുന്നുവങ്കെിൽ, അച്ഛനു് എത്ര സന്തോഷമുണ്ടായിരുന്നു.

കപിലനാഥൻ: എന്റെ സന്തോഷത്തിനു് ഒട്ടും കുറവുണ്ടായിരുന്നില്ലെന്നുതന്നെ പറയാം. താരാനാഥനെ കണ്ടപ്പോൾതന്നെ എനിക്കു സംശയം തോന്നി. പിന്നെ രാമദാസൻ മടങ്ങിവന്നപ്പോൾ കൊണ്ടുവന്ന അഘോരനാഥന്റെ എഴുത്തുകൊണ്ടും മിക്കതും തീർച്ചയായി. അതിനുശേഷം ഒരു ദിവസം താരാനാഥൻ കുതിരപ്പുറത്തുനിന്നു വീണപ്പോഴാണു് എനിക്കു നല്ല തീർച്ചയായതു്. അരയിൽ കുട്ടിക്കാലത്തുതന്നെ അവനു് ഒരു മറു ഉള്ളതു് എനിക്കു സൂക്ഷിച്ചുനോക്കി കാണ്മാൻ; വീണു മോഹാലസ്യപ്പെട്ടു കിടക്കുമ്പോൾ തരംവന്നു. അതു കണ്ടപ്പോൾ സംശയം ഒക്കെയും തീരുകയും ചെയ്തു.

കുന്ദലത: രാമകിശോരൻ കുതിരപ്പുറത്തുനിന്നു വീണതിൽ പിന്നെ, അച്ഛന് രാമകിശോരനെക്കുറിച്ചു പ്രതിപത്തി അധികമായി കണ്ടു. അതിന്റെ കാരണം ഇപ്പോഴാണു് എനിക്കു മനസ്സിലായതു്.

താരാനാഥൻ: (ചിരിച്ചുകൊണ്ടു്)രാമകിശോരൻ എന്നു്, എന്റെ അജ്ഞാതവാസകാലത്തെ പേരാണു്. ഇപ്പോൾ ഞാൻ പണ്ടത്തെ താരാനാഥൻതന്നെയായി, എന്നു പറഞ്ഞപ്പോൾ എല്ലാവരും ഒന്നു ചിരിച്ചു. കുന്ദലത അല്പം നാണംപൂണ്ടു.

രാജാവു്: ഇവരുടെ ചരിത്രം ആശ്ചര്യംതന്നെ. ഇതൊക്കെയും എഴുതിവച്ചാൽ വായിക്കുന്നവർക്കു വളരെ നേരംപോക്കുണ്ടാകും, അജ്ഞാതവാസവും-- പ്രച്ഛന്നവേഷവും--കന്യാമോഹവും--ചിത്രം!ചിത്രം!

കപിലനാഥൻ: താരാനാഥനും ഞാനും ഗുരുശിഷ്യന്മാരുടെ നിലയിലായിരുന്നു. ഇങ്ങോട്ടു പോരുന്നതിന്റെ തലേന്നാളാണു് താരാനാഥനോടു് എന്റെ വസ്തുത അറിയിച്ചതു്.

താരാനാഥൻ: കഷ്ടം! അതുവരെയും അച്ഛൻ എന്നെ പരമാർത്ഥം അറിയിക്കാതെ കഴിച്ചുവല്ലോ. എങ്കിലും എനിക്കു് അതുകൊണ്ട് അധികം വ്യസനിക്കുവാനില്ല. അച്ഛനാണെന്നു് അറിഞ്ഞിട്ടില്ലെങ്കിലും എന്റെ സ്നേഹത്തിനും ബഹുമാനത്തിനും ഒട്ടും കുറവുണ്ടായിട്ടില്ല. പക്ഷേ, വസ്തുത മുൻകൂട്ടി അറിഞ്ഞാൽ എനിക്കു വളരെ സന്തോഷവുംകൂടെയു ണ്ടാകുന്നതായിരുന്നു.

കപിലനാഥൻ: താമസിയാതെ അറിയിക്കണമെന്നുതന്നെയായിരുന്നു എന്റെ വിചാരം. കുന്ദലതയ്ക്കു് യൗവനമായി. എന്റെ [120]സ്വാമിക്കു് സ്വർഗപ്രാപ്തി വരുന്നതിനു മുമ്പായി. കുന്ദലതയെ തിരുമുമ്പാകെ കൊണ്ടുവന്നു തന്നു്. എന്റെ അപരാധങ്ങളെ ഒക്കെയും ക്ഷമിക്കുവാൻ അപേക്ഷിക്കണമെന്നും, അതിന്നു് ഇങ്ങോട്ടു മടങ്ങിവരുവാൻ ഒരു സംഗതിയുണ്ടാകണമെന്നും, ഉണ്ടായശേഷം താരാനാഥനെ വസ്തുത ഒക്കെയും അറിയിക്കാമെന്നും, ആലോചിച്ചുകൊണ്ടിരിക്കുമ്പോഴാണു് യുദ്ധമുണ്ടാവുമെന്നുള്ള വർത്തമാനം അറിഞ്ഞതു്.

പ്രതാപചന്ദ്രൻ: അതങ്ങെങ്ങനെ അറിഞ്ഞു?

അഘോരനാഥൻ: കുന്തളരാജ്യത്തേക്കു ദൂതനെ അയച്ചു് വിവരം ഇവിടുന്നു് എന്നോടു പറഞ്ഞപ്പോൾത്തന്നെ, ഒട്ടും താമസിയാതെ ഞാൻ രാജധാനിയിൽനിന്നു് ഇവിടെ വന്നു് ഒന്നാമതു ചെയ്തതു് ജ്യേഷ്ഠനെ വിവരം അറിയിക്കുവാൻ ഒരു ദൂതനെ എഴുത്തും കൊടുത്തു് അയയ്ക്കുകയാണു്.

സ്വർണമയി: ആ ദൂതനും അച്ഛനെ കണ്ടിട്ടറിഞ്ഞില്ലേ?

കപിലനാഥൻ: അവൻ എന്റെ പക്കൽ നേരിട്ടു് എഴുത്തു തരികയല്ല. ധർമപുരിയിൽ എന്റെ പരിചാരകനായ ഒരു ബ്രഹ്മണന്റെ പക്കൽ ഒരു പെട്ടി കൊണ്ടുപോയി കൊടുക്കുവാനാണു് അഘോരനാഥൻ അവനെ അയച്ചിരുന്നതു്. ആ പെട്ടി പിറ്റേദിവസംതന്നെ അദ്ദേഹം എനിക്കു തന്നു. അതിൽ എനിക്കു് ഒരു എഴുത്തും ഒരു പട്ടുറുമാലും ഉണ്ടായിരുന്നു. പട്ടുറുമാൽ ഞാൻ വേഷച്ഛന്നനായി വരുന്ന സമയം കണ്ടറിവാൻ അടയാളത്തിന്നു വേണമെന്നു കരുതി അഘോരനാഥൻ അയച്ചുതന്നതു വളരെ ഉപകാരമായിത്തീർന്നു.

താരാനാഥൻ: അച്ഛാ! നമുക്കു കുതിരകളേയും ആയുധങ്ങളും കിട്ടിയതോ?

കപിലനാഥൻ: അഘോരനാഥന്റെ ദീർഘദൃഷ്ടിയുടെ വൈഭവം വേറെ ഒരു സംഗതിയിലാണു് എനിക്കു് അനുഭവമായതു്. ഞങ്ങൾ ഇങ്ങോട്ടു വരുമ്പോൾ എനിക്കും താരാനാഥന്നും ഓരോ കുതിരയുണ്ടായിരുന്നു. ധർമപുരിക്കു സമീപമുള്ള ഒരു കൊല്ലനെക്കൊണ്ടു പണിയിച്ച ചില ബലം കുറഞ്ഞ ആയുധങ്ങളുംഎന്റെപക്കൽഉണ്ടായിരുന്നു.അഘോരനാഥന്റെ എഴുത്തിൽ കണ്ടപ്രകാരം, രാജധാനിയിൽ നിന്നു് ഏഴട്ടു കാതം വടക്കായി ഞങ്ങൾക്കു പോരേണ്ടുംവഴിക്കു് ഒരേടത്തു് ഒരുവനെ കണ്ടു് ആ പട്ടുറുമാൽ അടയാളം കാണിച്ചപ്പോൾ, അകത്തുപോയി അവന്നും ഒരു ഉറുമാൽ എടുത്തുകൊണ്ടുവന്നു നേർത്തി നോക്കിയപ്പോൾ രണ്ടും ഒരിണയാണെന്നു ബോദ്ധ്യംവന്നയുടനെഅവൻഞങ്ങളെകൂട്ടിക്കൊണ്ടുപോയി, അഞ്ചു കുതിരകളെയും പല ആയുധങ്ങളേയും കാണിച്ചുതന്നു് ആവശ്യമുള്ളതു് എടുക്കാമെന്നു പറഞ്ഞു. അവയിൽ ഏറ്റവും മേത്തരമായ ഒരു കുതിരയെ ഞാൻതന്നെ എത്തു. വേറെ നല്ല രണ്ടു കുതിരകളെ താരാനാഥന്നും രാമദാസനും [121]ഞാൻ തന്നെ തിരഞ്ഞെടുത്തു കൊടുത്തു. വേണ്ടുന്ന ആയുധങ്ങളെയും ഞങ്ങൾ എടുത്തുക്കൊണ്ടുപോരികയുംചെയ്തു. ഇതു് അഘോരനാഥൻ ചെയ്തിട്ടില്ലെങ്കിൽ ഞങ്ങൾ പോർക്കളത്തിൽ ചെയ്തതിന്റെ പകുതിപോലും ഞങ്ങളെക്കൊണ്ടു ചെയ്യാൻ കഴികയില്ലായിരുന്നു.

പ്രതാപചന്ദ്രൻ: നമ്മുടെ കപിലനാഥന്റെ വേണ്മഴുവിനാൽ എത്ര വീരന്മാരാണു് നശിച്ചതെന്നും പറയുവാൻ പ്രയാസം. ഇദ്ദേഹം പോർക്കളത്തിൽ ചെയ്ത പരാക്രമം കണ്ടിരുന്നാൽ ഇദ്ദേഹത്തിന്നു് ഇത്ര പ്രായമായി എന്നു്

ഒരിക്കലും തഌേന്നുകയില്ല. ചണ്ഡപ്രതാപനായ കുന്തളനെ കീഴടങ്ങ്ങുവാൻ താരാനാഥനും, വടേർക്കരചനും ഞാനുംകൂടി അധികനേരം ശ്രമിച്ചു. അയാളുടെ ബാഹുബലംകൊണ്ടും ശിക്ഷാവവൈഭവത്താലും ഞങ്ങ്ങൾക്കു സാധിച്ചില്ല. പിന്നെ കപിലനാഥനെ, മൂർത്തീകരിച്ചിരിക്കുന്ന മൃത്യുവിനെപ്പോലെ പുരോഭാഗത്തിങ്കൽ കണ്ടപ്പോഴാണു് അയാളുടെ അതിദുസ്സഹമായ ഗർവം ശമിച്ചു തല താണതു്.

രാജാവു്: ഉണ്ണി! പുരുഷശിരോമണികളായ ഈ രണ്ടു സഹോദരന്മാർ നമ്മുടെ സചിവന്മാരാവാൻ സംഗതി വന്നതാണു് നമ്മുടെ വലിയഭാഗ്യം. നമ്മുടെ രാജ്യം ഇങ്ങ്ങനെ ഐശ്വര്യവതിയായി നിൽക്കുന്നതും, പ്രബലന്മാരായ ശത്രുക്കളുടെ ദുർമഹോഹം നമ്മോടു ഫലിക്കാത്തതും, നമ്മുടെ കുലമഹിമ ഉജ്ജ്വലിക്കുന്നതും ഈ രണ്ടു സഹോദരന്മാരുടെ ബുദ്ധികൗശലംകൊണ്ടാണു്. നമ്മുടെ രാജ്യത്തിൽ പുഷ്ടി വർദ്ധിച്ചതും ഇവരുടെ ദാക്ഷണ്യംകൊണ്ടു്--നമ്മുടെ പ്രജകളുടെ ആർത്തി അസ്തമിച്ചതും ഇവരുടെ ഉത്സാഹംകൊണ്ടു്--നമ്മുടെ കീർത്തി വിസ്തരിച്ചതും, ഇവരുടെ ഓജസ്സുകൊണ്ടു്--ഇവർ നമമുടെ രാജ്യമാകുന്ന ഗൃഹത്തിൽ രണ്ടു പ്രധാന ദീപങ്ങ്ങൾ--ഇവർ നമ്മുടെ രാജലക്ഷ്മിയുടെ അധിഷ്ഠാനമണ്ഡപങ്ങ്ങൾ--ഇവർ നമ്മുടെ പ്രതാപനലന്റെ ബാഹുയുഗളങ്ങ്ങൾ. നാം എന്തുതന്നെ ചെയ്താലും ഇവർ നമുക്കു ചെയ്തതിന്നു് ഒരു തക്കതായ പ്രതിഫലമാവുകയില്ല.

കപിലനാഥൻ: സ്വാമിക്കു് ഞങ്ങ്ങളെക്കുറിച്ചുള്ള കൃപതന്നെയാണു് ഈ വാഗ്ദ്ധോരണിക്കു കാരണം. ഇവിടുത്തെ പിതാവ് ഞങ്ങ്ങളെ ബാല്യകാലത്തു വിദ്യാഭ്യാസംചെയ്യിച്ചു സന്മാർഗങ്ങ്ങളിൽ കൂടിത്തന്നെ നടത്തി വളരെ നിഷ്കർഷയോടുകൂടി വളർത്തുകയാൽ ഇപ്പോൾ ഞങ്ങ്ങൾ ഇവിടുത്തേക്കു് ഉപകാരമായിത്തീർന്നുവങ്കിൽ ഇവിടുത്തെ പിതാവിന്റെ പ്രയത്നം വളരെ നിഷ്ഫലമായില്ല എന്നല്ലാതെ എന്താണു പറവാനുള്ളതു്? ഞങ്ങ്ങൾ ഉത്തമ സചിവന്മാർ ചെയ്യണ്ടേതിനെ ചെയ്വാൻ ഞങ്ങ്ങളാൽ കഴിയുന്നേടത്തോളം ശ്രമിച്ചിട്ടുണ്ടു്. അതിന്നു ഞങ്ങ്ങളുടെ സ്വാമിയായ ഇവിടുത്തെ പ്രീതിയും ഞങ്ങ്ങളുടെ മനസ്സാക്ഷിക്കുണ്ടാകുന്ന സമാധാനവുമല്ലാതെ എന്തൊരു പ്രതിഫലമാണു ഞങ്ങ്ങൾ [122] കാംക്ഷിക്കുക? അതുകൊണ്ട് ഇപ്പോൾ സ്വാമിക്കു ഞങ്ങ്ങളുടെ മേലുള്ള പ്രീതി മേൽക്കുമേൽ വർദ്ധിച്ചിരിക്കത്തക്കവണ്ണം ഓരോ ക്രിയകൾ ഞങ്ങ്ങളെക്കൊണ്ടു മേലാലും ഞങ്ങ്ങളുടെ ദേഹപദനാവധി വരേയ്ക്കും ചെയുവാൻ സംഗതി വരുമാറാകട്ടെ എന്നാണു ഞങ്ങ്ങൾ ഈശ്വരനെ പ്രാർത്ഥിക്കുന്നത്.

പ്രതാപചന്ദ്രൻ: അച്ഛാ! താരാനാഥന്റെ പെരാക്രമവും അല്പമല്ല. താരാനാഥൻ ഒരിക്കൽ കുന്തളശേനെ അയാളുടെ സൈന്യത്തിൽ നിന്നു വേർതിരിച്ച് ഒറ്റപ്പെടുത്തി ഭയങ്കരനായിരിക്കുന്ന അയാളെകൂടി ഒന്നു ഭയപ്പെടുത്തി, പിന്നെ എന്റെ കുതിരയ്ക്കു വെട്ടുകൊണ്ടു ഞാൻ താഴത്തു വീണ തക്കത്തിലാണ് കുന്തളശേൻ താരാനാഥന്റെ മുമ്പിൽ നിന്നു ഒഴിച്ചത്.

അഘോരനാഥൻ: അത് താരാനാഥൻ ചെയ്തതു കുറെ സാഹസമായിപ്പോയി. ആ യവനൻ താരാനാഥനാണെന്നും ഞാൻ അപ്പോൾ അറിഞ്ഞിരുന്നുവെങ്കിൽ അവനെ അതിന്നു സമ്മതിക്കുകയില്ലായിരുന്നു.

രാജാവ്:അച്ഛന്റെ ഗുണങ്ങൾ മക്കളിൽ പ്രതിബിംബിക്കുന്നത് അത്ഭുതമല്ലല്ലോ താരാനാഥനെ ഇന്നുമുതൽ നമ്മുടെ പ്രധാന സനോപധിയായി നിശ്ചയിച്ചിരിക്കുന്നു.

മഹാരാജാവിന്റെ ആ കല്പന എല്ലാവർക്കും വളരെ സന്തോഷകരമായി. കപിലനാഥനും അഘോരനാഥനും തങ്ങൾക്ക് താരാനാഥന്റെ പ്രായത്തിൽ ആ വിധം വലിയ സ്ഥാനമാനങ്ങൾ കിട്ടുവാനിടവന്നിട്ടില്ലെന്നും പറഞ്ഞ് അനുമോദത്തോടുകൂടി താരാനാഥനെ ആശ്ലേഷം ചെയ്തു. മററവേർ വറേെ പ്രകാരത്തിൽ തങ്ങളുടെ സന്തോഷത്തെ കാണിക്കുകയും പറയുകയുംചെയ്തു.

അതിന്റശേഷം കപിലനാഥൻ യുദ്ധമുണ്ടാവുമെന്ന് അറിഞ്ഞ ഉടനെ, തന്റെ വനഭവനത്തെ ശൂന്യമാക്കി വിട്ടേച്ച് എല്ലാവരും കൂടി വഗേനേ, പുറപ്പെട്ടുപോന്നതും, ധർമപുരിയിൽ എത്തി ഒരു വാഹനം സമ്പാദിച്ചതും, വഴിയിൽ ഓരോ താവളങ്ങളിൽ അല്പാല്പം താമസിച്ചു യുദ്ധം തുടങ്ങുന്നതിന്റെ തലേ ദിവസം രാജധാനിയുടെ വടക്കുഭാഗത്ത് ഒരു വഴിമ്പലത്തിൽ എല്ലാവരുംകൂടി അന്നത്തേ രാത്രി അവിടെ കഴിച്ചതും, പുലർച്ചെ രാമദാസനെയും താരാനാഥനെയും ഏല്പിച്ച് കുന്ദലതയയേും പാർവതിയയേും, മററും വിവരമായി പറഞ്ഞു.

താരാനാഥൻ താനും രാമദാസനും കൂടി സകേതപുരിയിൽ രാമദാസന്റെ വീട്ടിലെത്തി കുന്ദലതയെയും പാർവതിയയേും ഒരു അകത്തു കൊണ്ടുപോയിരുത്തിയതും, രാമദാസനെ കണ്ടറിഞ്ഞപ്പോൾ അവന്റെ അമ്മയ്ക്കും പെങ്ങൾക്കും ഉണ്ടായ സന്തോഷവും, പിന്നെ തങ്ങൾ കപിലനാഥന്റെ ഒരുമിച്ചുകൂടി യവനവഷേം ധരിച്ചതും മററും വിസ്തരിച്ചു പറഞ്ഞു.

കുന്ദലതയും ഒന്നും പറഞ്ഞില്ലെന്നില്ല. തനിക്ക് രാമദാസന്റെ [123]അമ്മയും പെങ്ങളും വളരെ ദയകാണിച്ച വിവരവും,വകൈുന്നരേം രാമദാസൻ യവനവഷേത്തോടുകൂടി മടങ്ങിചെന്നു.തന്നെയും പാർവ്വതിയയേും ഡോലിയിൽ കയററിയപ്പോൾ രാമദാസന്റെ അമ്മയയോേും പെങ്ങളയേും കൂടെ കൊണ്ടുപോരണേമന്നു താൻ ആവശ്യപ്പെട്ടപ്രകാരം അവരെ വറേൊരു ഡാലിയിൽ തന്റെ കൂടെ കൊണ്ടുവന്നതും മററും പറഞ്ഞു.

ഇങ്ങനെ എല്ലാവരും ഈ വർത്തമാനങ്ങൾ അത്രയും കട്ടേു അത്ഭുതപ്പെട്ടു.അന്യാന്യം പറഞ്ഞ്സന്തോഷിച്ചും,നാലഞ്ചു ദിവസം ചന്ദനോദ്യാനത്തിൽ താമസിച്ചു.വടേക്കരചൻ യുവരാജാവിനു ചെയ്ത ഉപകാരങ്ങൾക്കുവണേ്ടി വലിയ രാജാവ് അയാൾക്കു വളരെ സമ്മാനങ്ങളും വടേർക്കരചർക്കു പണ്ടില്ലാത്ത ചില സ്ഥാനമാനങ്ങളും കൊടുത്തു, വളരെ സന്തോഷമാക്കി പറഞ്ഞയക്കുകയും ചെയ്തു.

19.വിമോചനം

കലിംഗമഹാരാജാവും യുവരാജാവും കപിലനാഥൻ മുതലായവരും ചന്ദനോദ്യാനത്തിൽ നിന്നു പുറപ്പെട്ടു രാജധാനിയിലേക്കു എത്തുമാറായപ്പോഴെക്കു പൗരന്മാർ അനവധി ജനങ്ങൾ സന്തോഷത്തോടുകൂടി എഴുന്നരുളത്തിനെ എതിരേറ്റു. തോരണങ്ങളകൊണ്ടും മററും അഴകിൽ അലങ്കരിച്ചിരുന്ന രാജവീഥിയുടെ ഇടത്തുഭാഗത്തുള്ള സൗധങ്ങളിലും വീഥിയിലും കുന്ദലതയെയും,കപിലനാഥനെയും കാണ്മാൻ ജനങ്ങൾ തിക്കിതിരക്കി നിന്നിരുന്നു.പലടേങ്ങളിൽ നിന്ന് ജനങ്ങൾ അവരെ പുഷ്പവൃഷ്ടി ചെയ്തുകൊണ്ടും ജനങ്ങളുടെ കോലാഹലശബ്ദത്തോടും വാദ്യാഘോഷത്തോടും കൂടി താമസിയാതെ എല്ലാവരും രാജധാനിയിൽ എത്തി.

ആ രാജധാനിയാകട്ടെ, യുദ്ധം കഴിഞ്ഞതിൽ പിന്നെ വളരെ ശുദ്ധിവരുത്തി, കേടുതീർത്തു മനോഹരമാകുംവണ്ണം അലങ്കരിച്ചിരുന്നു. എല്ലാവരും ചെന്നിറങ്ങി,രാജധാനിയുടെ വിലാസമായ പൂമുഖത്തു അല്പംനേരം നിന്നശേഷം കപിലനാഥൻ കുന്ദലതയുടെ കയ്യെും പിടിച്ച് രാജധാനിക്കുള്ളിൽ ഓരോ സ്ഥലങ്ങൾ പറഞ്ഞു കാണിച്ചു കൊടുപ്പാൻ തുടങ്ങി. ആസ്ഥാനമണ്ഡപത്തിന്റെ സമീപത്ത് ചെന്നപ്പോൾ പണ്ട് വളരെ കാലം കപിലനാഥന്റെ ആജ്ഞയിൻ കീഴിൽ ഉദ്യാഗം ഭരിച്ചിരുന്ന പല ഉദ്യാഗസ്ഥന്മാരും ഏററവും പ്രീതിയോടുകൂടി, അദ്ദേഹത്തിന്റെ കീഴിൽ പണിയെടുത്തിരുന്ന നല്ല കാര്യങ്ങളെ സ്മരിച്ചുകൊണ്ടും, തങ്ങളുടെ മധോവിയായിരുന്ന കപിലനാഥനെ വന്നു വണങ്ങി. കപിലനാഥൻ അവരോടെല്ലാവരോടും സന്തോഷമാകുംവണ്ണം അല്പം സംസാരിച്ചു. പിന്നെക്കാണാമെന്നു പറഞ്ഞ് കുന്ദലതയയേും കൊണ്ടു [125]മററ് ദിക്കുകളിലേക്ക് പോയി,ഓരോന്നായി പ്രധാനപ്പെട്ട സ്ഥലങ്ങൾ ഒക്കയെും അവൾക്കു കാണിച്ചുകൊടുക്കുകയും ചെയ്കു.

കപിലനാഥൻ രാജധാനിയിൽ എത്തി രണ്ടു ദിവസം കഴിഞ്ഞ ശേഷം കുന്തളേശനെ ഒട്ടും താമസിക്കാതെ വിട്ടയക്കുകയാണ് നല്ലതന്നെും പ്രബലന്മാരുടെ വൈരം അപൽക്കരമാണന്നെും രാജാവിനെ പറഞ്ഞ്ബോദ്ധ്യംവരുത്തി അതിനു അനുജ്ഞ വാങ്ങി, താരാനാഥനെയും കൂട്ടികൊണ്ടു ദുന്ദുഭീദുർഗത്തിലേക്കു പോയി രണ്ടു പേർ കാണ്മാൻ വന്നിരിക്കുന്നു എന്ന് കുന്തളേശനെ അറിച്ചു. കാണ്മാൻ സമ്മതം വാങ്ങി, അടുത്ത് ചെന്ന് വന്ദിച്ചു. കുന്തളേശൻ രണ്ടുപേരേയും സൂക്ഷിച്ചു നോക്കി.'ഞാൻ കപിലനാഥനെയല്ലേ എന്റെ മുമ്പാകെ കാണുന്നതു? എന്നു ചോദിച്ചു

കപിലനാഥൻ: അതെ അയാളെ തന്നെ, ആശ്ചര്യം.

കൃതവീര്യൻ: മററ മുഖം എനിക്കു പരിചയമില്ല.

കപിലനാഥൻ: ഇത് എന്റെ പുത്രനായ താരാനാഥനാണ്.അങ്ങുന്നു

അറിവാൻ സംഗതിയില്ല.

കൃതവീര്യൻ: കപിലനാഥനെ തന്നെ ഞാൻ ഒരിക്കലെ കണ്ടിട്ടുള്ളു. അതും ഇരുപതോളം സംവത്സരം മുമ്പാണ്. എങ്കിലും കണ്ടപ്പോൾ അറിവാൻ പ്രയാസം ഒന്നും ഉണ്ടായില്ല.

കപിലനാഥൻ: കുറേ കാലമായിട്ടു ഞാൻ നാടു വിട്ടുപോയിരുന്നു. ഈ ഈയിടെ യുദ്ധമുണ്ടാവുമെന്നെറിഞ്ഞിട്ട് എന്റെ സ്വാമിക്ക് എന്നെ കൊണ്ടു കഴിയുന്ന സഹായം ചെയ്യാൻ വേണ്ടി മടങ്ങി വന്നതാണ്.

കൃതവീര്യൻ: ഞാൻ കീഴടങ്ങിയതു അങ്ങേക്കുതന്നെയോ എന്നറിവാൻ എനിക്ക് ആഗ്രഹം പെരികെയുണ്ട്.

കപിലനാഥൻ: എന്റെ അപേക്ഷപ്രകാരമാണ് ഒടുവിൽ അങ്ങ് യുദ്ധം നിർത്തിയതു. കീഴടങ്ങി എന്ന് പറവാൻ നാം തമ്മിൽ ഏൽക്കുകതന്നെ ഉണ്ടായിട്ടില്ലല്ലോ.

കൃതവീര്യൻ: ആവൂ!ഇപ്പോൾ എന്റെ വിഷാദവും ദൈന്യവും പകുതിയിലധികം നശിച്ചു. ഇത്ര വലിയ ഒരു യോദ്ധാവിനു കീഴടങ്ങേണ്ടിവന്നതുകൊണ്ട് എനിക്കു ലേശംപോലും ലജ്ജതോന്നുന്നില്ല. ഇതുവരെയും എങ്ങാനും കിടക്കുന്ന ഒരു യവനനോടു ഞാൻ തോററുവല്ലൊ എന്നു വിചാരിച്ച് വിഷണ്ണനായി എന്റെ പൗരുഷത്തെ ഞാൻ വൃഥാവിൽ വളരെ ധിക്കരിച്ചു. എനിക്കു ഒന്നുകൂടെ അറിവാൻ കൗതുകമുണ്ട്. എന്നെ ഒരിക്കൽ വ്യുഹമദ്ധ്യത്തിങ്കൽനിന്നു വേർപ്പെടുത്തി കുറച്ചുനേരം തടുത്തുനിർത്തിയ അങ്ങേടെ ആ വിരുതനായ സഖാവ് ആരാണ്?

കപിലനാഥൻ: (മന്ദസ്മിതത്തോടുകൂടി)അതു ഈ നിൽക്കുന്ന താരാനാഥനാണ്.

കൃതവീര്യൻ: (താരാനാഥനോട്)അങ്ങെയുടെ യുദ്ധ വൈദഗ്ദ്ധ്യത്തെക്കണ്ടു ഞാൻ ആശ്ചര്യപ്പെടുന്നു. [126]
കപിലനാഥൻ: ഞാൻ ഒരു കാര്യം ഇവിടെ പറവാനായിട്ടു രാജാവ് അറിയിച്ചിട്ടു വന്നതാണ്.

കൃതവീര്യൻ ഉടനെ ലജ്ജകൊണ്ട് തല താഴ്ത്തി പറയാമെന്നു മന്ദാക്ഷരമായിട്ടു പറഞ്ഞു.

കപിലനാഥൻ: ഇവിടുന്നു സ്വരാജ്യത്തിലേക്കു പോകുന്നതിനു മുമ്പായി എന്റെ സ്വാമിയോട് രഞ്ജിപ്പായി പിരിയണോമെന്നും. മേലാൽ കുന്തള–കലിംഗ രാജ്യങ്ങൾ തമ്മിൽ വൈരൊര്യമാല്ലാതെ കഴിയണമെന്നും, എന്റെ സ്വാമിക്ക് ഒരു വാഞ്ഛിതം ഉള്ളത് ഇവിടെ അറിയിച്ച്, രാജധാനിയിലേക്ക് പോരേണേമെന്ന് ഇവിടുത്തോട് അപേക്ഷിക്കാനാണ് എന്നെ അയച്ചിരിക്കുന്നത്

കൃതവീര്യൻ: ഞാൻ സ്വരാജ്യത്തിലേക്ക് പോകുന്നത് എന്ന്?ഇപ്പോൾ ഞാൻ കലിംഗ രാജാവിന്റെ കാരാഗൃഹത്തിലല്ലേ?

കപിലനാഥൻ: യുദ്ധത്തിന്റെ ശേഷം മുഖ്യമായ ചില

രാജ്യകാര്യങ്ങളിൽ ദൃഷ്ടിവെക്കേണ്ടവരികയാണ്. ഇവിടുത്തേ യാത്രയാക്കുവാൻ അല്പം വൈകിയതാണ്. ഇവിടുത്തെ കാരാഗൃഹത്തിൽ താമസിപ്പിക്കുവാൻ എന്റെ സ്വാമിക്ക് ഒട്ടും മനസില്ല. ഇവിടുത്തേ കുന്തളരാജ്യത്തേക്കയക്കുവാൻ പ്രധാനമന്ത്രിയായ അഘോരനാഥൻ അകമ്പടിയോടുകൂടി ഇപ്പോൾ ഇവിടെ എത്തും. അതിനു മുമ്പായി ഇവിടുന്നു രാജധാനിയിൽ വന്നു തമ്മിൽ കണ്ടു പിരിയണമെന്നാണ് സ്വാമിയുടെ ആഗ്രഹം.

കൃതവീര്യൻ: ഞാൻ അദ്ദേഹത്തിനു ചെയ്ത ദ്രോഹങ്ങൾ ഓർക്കുമ്പോൾ അദ്ദേഹത്തിന്റെ പക്കൽ നിന്നും ഇത്ര ദയ അനുവദിക്കേണ്ടവനല്ല. എന്റെ അവിവേകംകൊണ്ട് ചില അബദ്ധങ്ങൾ ഞാൻ പ്രവർത്തിച്ചുപോയതൊക്കെയും പൊറുക്കാനായി അങ്ങുന്ന് തന്നെ എന്റെ പേർക്ക് അദ്ദേഹത്തോട് യാചിക്കണം കൃതവീര്യനോട് ഇന്നു കാണിച്ച ഈ ഔദാര്യം അയാൾ ഒരിക്കലും മറക്കില്ല. ഈ ദൈന്യസ്ഥിതിയിൽ എന്നെ രാജധാനിയിൽ വരുവാൻ മാത്രം ആവശ്യപ്പെടരുത്. പക്ഷേ താമസിയാതെ ഒരിക്കൽ രാജാവിനെ വന്നു കണ്ട്, എന്റെ കൃതജ്ഞതയെ വഴിയെ വന്നു കാണിക്കുവാൻ ഞാൻ സംഗതി വരുത്തിക്കൊള്ളാം. ഇപ്പോൾ തന്നെ വന്നു കാണാത്തത്, എന്റെ കാലുഷ്യംകൊണ്ടാണെന്ന് തോന്നുകയും അരുത്. ഈ വിവരം രാജാവിനെ അറിക്കണം.

കപിലനാഥൻ: സകലതും ഇവിടുത്തെ ഹിതംപോലെ, സ്വരാജ്യത്തേക്കു പോവുക എന്നതാണു തീർച്ചയാക്കിയതു എങ്കിൽ പുറപ്പെടുവാൻ ഇവിടുന്നു ഒരുങ്ങേണ്ടതാമസമേയുള്ളു.

കൃതവീര്യൻ: എന്റെ ആൾക്കാരും എന്റെ ഒരുമിച്ചു തന്നെ എല്ലാവരും പോരുകയില്ലേ?

കപിലനാഥൻ: ഇവിടുന്നു പുറപ്പെട്ടാൽ ആൾക്കാർ ഒന്നൊഴിയാതെ കൂടെ ഉണ്ടാകും.

കൃതവീര്യൻ: (അൽപ്പം പുഞ്ചിരിയോടുകുടി) എനിക്ക് ഒരു അപേക്ഷയുണ്ട്. അങ്ങുന്നും താരാനാഥനും താമസിയാതെ ഒരിക്കൽ എന്റെ പുരിയിൽ വന്നു കാണ്മാൻ സംഗതി വരുത്തണേം.

കപിലനാഥൻ: അങ്ങനെ തന്നെ. ഞങ്ങൾക്കും അതു വലിയൊരു ബഹുമാനവും വളരെ സന്തോഷവുമാണ്. ഇവുടുത്തെ ആശ്രിതന്മാരായ ഈ ഞങ്ങളെക്കുറിച്ചും സ്മരണ പ്രത്യേകമുണ്ടായിരിക്കണേമെന്നാണു ഞങ്ങളുടെ അപേക്ഷ.

ഇങ്ങനെ പറഞ്ഞു് കപിലനാഥൻ കുന്തളേശനെ വളരെ വണക്കത്തോടുകൂടി പല്ലക്കിൽ കയറ്റി കാരാഗൃഹത്തിൽ കിടന്നിരുന്ന അദ്ദേഹത്തിന്റെ ആൾക്കാരെയും അകമ്പടിക്ക് കലിംഗരാജാവിന്റെ നൂറു ഭടൻമാരേയും അഘോരനാഥൻ ഒരുമിച്ചുയാത്രയാക്കി.കപിലനാഥനും അനുയാത്രയായി കുറേ ദൂരം ഒരുമിച്ചുപോയി.കുന്തളേശൻ തന്നെക്കുറിച്ചു പണ്ടേയുണ്ടായിരുന്ന ബഹുമാനത്തെയും വിശ്വാസത്തെയും അധികം ദൃഢമാക്കി തമ്മിൽ പിരിയുകയുംചെയ്തു.

20.കല്യാണം

കുന്ദലതയും കപിലനാഥനും രാജധാനിയിൽ എത്തിയശേഷം രാജാവിന്റെ ഇഷ്ടപ്രകാരം അദ്ദേഹത്തിന്റെ മന്ദിരത്തിൽതന്നെയാണ് അവർ താമസിച്ചുവന്നിരുന്നത്. താരാനാഥൻ പ്രധാന സേനാപതിയാകയാൽ അയാൾക്കു് പ്രത്യേകിച്ചു് ഒരു മന്ദിരവും ഉണ്ടായിരുന്നു. ഇങ്ങനെ കുന്ദലതയും താരാനാഥനും വെവ്വേറേ മന്ദിരങ്ങളിലാണ് താമസിച്ചിരുന്നത്. എങ്കിലും,രാജാവിന്റെ മന്ദിരത്തിൽവച്ചോ,യുവരാജാവിന്റെ മന്ദിരത്തിൽവച്ചോ ദിവസേന അവർ തമ്മിൽ കണ്ടു കുറേ നേരം ഒരുമിച്ച് കഴിക്കുക പതിവായി.

ഏകദേശംനാലുമാസത്തോളംഅങ്ങനെകഴിഞ്ഞശേഷംഅവർക്കു തങ്ങളുടെ സൂക്ഷ്മാവസ്ഥയെ വെളിപ്പെടുത്തണമെന്ന് ആഗ്രഹം തോന്നിത്തുടങ്ങി. പക്ഷേ, അതിനു മുമ്പു കാണാത്ത ചില തടസ്സങ്ങൾ ഉണ്ടായിതീർന്നു. കുന്ദലതയുടെയും താരാനാഥന്റെയും സ്ഥിതികൾക്ക് ഇതിനിടയിൽ വളരെ അന്തരംവന്നു. കുന്ദലത രാജസ്ത്രീയുടെപദവിലായി. താരാനാഥന് എത്രതന്നെ ബഹുമാനവും വലിപ്പവും ഉണ്ടെങ്കിലും രാജാവിന്റെ ഒരു സചിവൻ എന്നല്ലാതെ വരികയില്ലല്ലോ. ആകയാൽ താരാനാഥൻ കുന്ദലതയുടെ പാണിഗ്രഹണത്തിനു രാജാവോടു് അനുജ്ഞയ്ക്കപേക്ഷിക്കുവാൻ ഭംഗി പോരാതെയായി. കുന്ദലത സ്ത്രീയാകയാൽ തന്റെ ആ അഭിലാഷം താൻതന്നെ ഒരുവനോടു പറയുന്നതും ഉചിതമാവുകയും ഇല്ല. എങ്കിലും ആ തടസ്സങ്ങളെ ഇല്ലാതാക്കുവാൻ കുന്ദലത വേഗത്തിൽ വഴി കണ്ടു. ഒരു ദിവസം താൻ സ്വർണമയിയുമായി സംസാരിക്കുമ്പോൾ വളരെ സാമർത്ഥ്യത്തോടുകൂടി തന്റെ വിവാഹ സംഗതിയെക്കുറിച്ചു ചോദിക്കുവാൻ സംഗതി വരുത്തുകയും, ചോദിച്ചപ്പോൾ വസ്തുത ഒക്കെയും സ്വർണമയിയോടു തുറന്നു പറയുകയും ചെയ്തു. സ്വർണമയിക്കു ഏറ്റവും സന്തോഷകരമായ ആ വർത്തമാനം ഒട്ടും താമസിയാതെ പ്രതാപചന്ദ്രനോടറിയിച്ചപ്പോൾ 'എന്റെ സോദരിക്ക് ഇതിലധികം യോഗ്യനായ ഒരു ഭർത്താവിനെ കിട്ടുവാൻ പ്രയാസമാണ്. അവളുടെ ഹിതം സാധിപ്പിക്കുവാൻ ഞാൻതന്നെ വേണമെങ്കിൽ ഉദ്യോഗിക്കാമല്ലോ' എന്നു പറഞ്ഞു് സ്വർണമയിയെ ധൈര്യപ്പെടുത്തി.

സ്വർണമയി: അങ്ങുന്നല്ലാതെ അവരുടെ അഭിലാഷം സാധിപ്പിക്കുവാൻ അത്ര തരത്തിൽ ആരെയും എനിക്കു തോന്നുന്നില്ല.അങ്ങേടെ സഹായം ഇപ്പോൾ അവൾക്കു വളരെ ആവശ്യവുമായിരിക്കും.

പ്രതാപചന്ദ്രൻ: താരാനാഥൻ എന്റെ സോദരിക്കു് ഏറ്റവും അനുരൂപൻതന്നെ

സ്വർണമയി: കുന്ദലതയുടെ അവസ്ഥ വിചാരിച്ചു നോക്കിയാൽ ജ്യേഷ്ഠനെക്കാൾ വളരെ അധികം ആഭിജാത്യവും മഹിമയും ഉള്ള ഒരാൾ അവളെ വിവാഹംചെയ്യേണ്ടതാണെന്നു് ജനങ്ങൾ

പറയുമായിരിക്കാം കുന്ദലതയുടെ സ്വയംവരം ഉണ്ടന്നെന്നു് പ്രസിദ്ധപ്പെടുത്തിയാൽ അവളുടെ പാണിഗ്രഹണത്തെ കാംക്ഷിച്ചു വരാത്ത കിരീടപതിരാജാക്കന്മാർ ഉണ്ടന്നെന്നും തോന്നുന്നില്ല

പ്രതാപചന്ദ്രൻ: അച്ഛനെന്നു് ആ വക മോഹങ്ങൾ ഒന്നും ഉണ്ടന്നെന്നു തോന്നുന്നില്ല. അഥവാ ഉണ്ടങ്കിൽത്തന്നെ കപിലനാഥന്റെ മനോരഥത്തെ തെറ്റി നടക്കുകയുമില്ല.

സ്വർണമയി: അച്ഛൻ ജ്യേഷ്ഠന്നുവേണ്ടി ഒന്നും ഈ കാര്യത്തിൽ പറയുകയില്ല, നിശ്ചയം തന്നെ. രാജാവിന്നു കുന്ദലതയെ ഒരു രാജപത്നിയായി കാണണേമന്നെന്നുതന്നെ ആഗ്രഹമുണ്ടന്നെന്നുവരികിൽ, ഇനി ജ്യേഷ്ഠനെ ഒരു രാജാവാക്കുകയല്ലാതെ ഒരു നിർവാഹവുമില്ല.

പ്രതാപചന്ദ്രൻ: (വിസ്മയത്തോടുകൂടി) അതെന്തുകൊണ്ട്?

സ്വർണമയി: കുന്ദലത ജ്യേഷ്ഠനെ വരിച്ചിരിക്കുന്നു. അത് അവർ വില്വാദ്രിയുടെ മുകളിൽനിന്നുതന്നെ കഴിച്ചിരിക്കുന്നുപോൽ. ഇനി അവരുടെ അന്തരംഗം അറിഞ്ഞു കല്യാണം നിശ്ചയിച്ചിട്ടില്ലങ്കിൽ കുന്ദലതതന്നെ രാജാവിനോടു പറയുവാൻ നിശ്ചയിച്ചിരിക്കുന്നു എന്നും, അവൾ തന്നെയോണു എന്നോടു പറഞ്ഞതു്.

പ്രതാപചന്ദ്രൻ അതുകേട്ട് ഉടനെ കുന്ദലതയെ ചെന്നു കണ്ടു് വിവരം അത്രയും ചോദിച്ചറിഞ്ഞു. അധികം താമസിയാതെ തന്റെ സോദരിയുടെ മനോരഥം അച്ഛനെയും അറിയിച്ചു

രാജാവ്: ഇത് ഞാൻ ഒട്ടും ഓർത്തില്ല. താമസിയാതെ കുന്ദലതക്കു സ്വയംവരം നിശ്ചയിക്കണേമന്നായിരുന്നു എന്റെ മനോരാജ്യം. അതു് ഒന്നും കൂടാതെ കഴിഞ്ഞു. രാജകന്യകമാർക്കു രാജകുമാരന്മാരങ്ങകിലും വേണേമന്നെന്നുതന്നെയായിരിക്കും അധികം ജന

[127]ങ്ങളുടെ അഭിപ്രായം. ആയത് അധികം മാന്യതയുള്ളതാണന്നെന്ന് ധരിച്ചും, അയൽ രാജാക്കന്മാരുടെ മൈത്രിയെ കാംക്ഷിച്ചും, ആചരിച്ചു പോരുന്ന ഒരു പഴയ നടപ്പാണ്. അവരെല്ലാവരുടെയും മൈത്രിയെക്കാൾ മന്ത്രിപ്രവരന്മാരുടെ മൈത്രി തന്നെയോണ് നമുക്ക് അധികം വലുതായിട്ടുള്ളത്, എന്നു തന്നെയുമല്ല താരാനാഥനെ പോലെ ഇത്ര പൗരുഷവും ഓജസ്സും ബിദ്ധിശക്തിയും മറ്റു് ഗുണങ്ങളും തികഞ്ഞിട്ടുള്ള മറ്റ് രാജാക്കന്മാർ വളരെ ദുർബലവുമാണ്. അതുകൊണ്ട് ഈ ശുഭകർമത്തിന് ഒട്ടും താമസിയരുത്.

എന്നു പറഞ്ഞ് കുന്ദലതയെയും താരാനാഥനെയും ആളയച്ചു വരുത്തി ഏററവും, സന്തോഷത്തോടുകൂടി തന്റെ അനുജ്ഞയും, ആശിസ്സും നൽകി കപിലനാഥനെയും വിവരം അറിച്ചു. കപിലനാഥന് ആ സംയോഗം സംഭവിക്കുമെന്നെന്ന് തീർച്ചയായിരുന്നു. എങ്കിലും രാജാവിന്റെ അനുമതിയോടുകൂടി വിവാഹം നിശ്ചയിച്ചുവന്നെന്നറിഞ്ഞപ്പോൾ വളരെ പ്രമോദമുണ്ടായി.

കാലതാമസം കൂടാതെ അഘോരനാഥൻ ജാഗ്രതയായി രാജാവാന്റെ കല്പനപ്രകാരം കുന്ദലതയുടെ വിവാഹോത്സവത്തിനു ഒരുക്കുകൾ കൂട്ടിത്തുടങ്ങി. കലിംഗരാജ്യത്തെ പ്രഭുക്കന്മാരും നാടുവാഴികളും പടനായകരും സ്ഥാനികളും ആയ വളരെ ആളുകൾ കല്ല്യാണത്തിനു വേണ്ട സംഭാരങ്ങളുമായി എത്തി തുടങ്ങി. കുന്ദലതയുടെയും കപിലനാഥന്റെയും ആശ്ചര്യ ചരിതം കലിംഗരാജ്യത്തിനു സമീപമുള്ള പല രാജ്യങ്ങളിലും ദൂരപ്രദേശങ്ങളിലുംകൂടി അഞ്ചാറുമാസം കൊണ്ടു പ്രസിദ്ധമായിത്തീർന്നിരുന്നു. ആയതുകൊണ്ട് കുന്ദലതയുടെ അനുപമമായ ബുദ്ധിവൈശിഷ്യത്തെയും ലാവണ്യാദിഗുണങ്ങളെയും കേട്ട്, ആ കമനീയരത്നത്തെയും, അവളുടെ ഭാഗ്യശാലിയായ കമിതാവിനെയും കണ്ടു നയന സാഫല്യം വരുത്തുവാൻ ആഗ്രഹത്തോടുകൂടി പല ദിക്കുകളിളിൽ നിന്നും ജനങ്ങൾ വന്നുകൂടി.

ജനബാഹുല്യത്തെ ഭയപ്പെട്ടു രാജധാനിയുടെ പുറത്തുഭാഗത്തു തന്നെ ഒരു മൈതാനത്തിൽ അഘോരനാഥൻ മൂന്ന് വലിയ നടുമ്പുരകൾ കെട്ടിച്ചിരുന്നു. വളരെ ജനങ്ങൾ ഒന്നായിട്ടിരുന്നു കാണത്തക്കവിധത്തിൽ ചുറ്റും മഞ്ചങ്ങളും പീഠങ്ങളും വെച്ചുകെട്ടി. അതു വളരെ കൗതുകമാകം വിധത്തിൽ അലങ്കരിച്ചിട്ടുണ്ടായിരുന്നു. ഔന്നത്യം കൊണ്ട് സമീപമുള്ള എല്ലാ മന്ദിരങ്ങളെയും നീചങ്ങളാക്കിത്തീർത്തിരുന്ന ആ ഉത്തുംഗമായ നടുമ്പുര വിവിധ വർണങ്ങളായ പവനോദ്ധൂളിതങ്ങളായിരിക്കുന്ന പതാകാശതങ്ങളെകൊണ്ട് ഭൂഷിതയായിനിൽക്കുന്നത്കണ്ടാൽഅതിന്റെഅന്തർഭാഗത്തിൽ വച്ചു സംഭവിക്കാൻ പോകുന്ന ഉദ്വാഹമഹോത്സവം സ്വർഗലോകത്തില്വെച്ചു കഴിയണ്ടേതാണെന്നുറച്ച് അതിനു വേണ്ടി മേല്പെട്ടു് പറക്കാൻ ചിറകുകൾ വിരുത്തി തയ്യാറായി [128]നിൽക്കുകയോ എന്നു തോന്നും അങ്ങനെ ഇരിക്കുന്ന ആ വലിയ വടുമ്പുരയിൽ വിവാഹത്തിനു നിശ്ചയിച്ച ദിവസം, മുഹൂർത്തത്തിനു നാലു നാഴിക മുമ്പായിട്ടു മഹാജനങ്ങൾ വാതിലുകളിൽക്കൂടി തിക്കിത്തിരക്കി കടന്നു. കടുകിട്ടാൽ ഉതിരുവാൻ പഴുതില്ലാതെ നിറഞ്ഞിരുന്നു. നടുവിൽ മഹാരാജാവും, കപിലനാഥൻ മുതലായവരും പുരോഹിതന്മാരും വിശിഷ്ടന്മാരായ ബ്രാഹ്മണരും മാന്യന്മാരായ മറ്റു് ജനങ്ങളും മണിമയങ്ങളായ ആസനങ്ങളിന്മേൽ വന്നിരുന്നു.

അങ്ങനെ ആ സദസ്സുനിറഞ്ഞു. മുഹൂർത്തസമയം സമീപിച്ചപ്പോൾ സ്വർണമയമായ ഒരു പല്ലക്കിൽ കുന്ദലതയും മറ്റു രണ്ടു പല്ലക്കുകളിൽ അഘോരനാഥന്റെ പത്നിയും സ്വർണമയിദേവിയും വന്നിറങ്ങി. കുന്ദലതയെ നടുവിലാക്കി മൂന്നു പേരും കൂടി നടന്ന് സഭയുടെ ഇടത്തുഭാഗത്തുള്ള മണ്ഡപത്തിൻ മീതെ രത്നഖചിതങ്ങളായ ആസനങ്ങളിന്മേൽ ചെന്നിരുന്നു. കുന്ദലതയും തോഴിമാരും എത്തിയപ്പോഴേക്കും, വീണാവേണുമൃദംഗാദികളുടെ മഞ്ജുളനാദം കൊണ്ടും മറ്റും അതുവരെ ശബ്ദായമാനമായിരുന്ന ആ സദസ്സ് ഏറ്റവും നിശബ്ദമായി. രാജകുമാരിയുടെ അസീമമായ കോമളിമാവു് കാണ്മികളായ മഹാജനങ്ങളുടെ കണ്ണുകൾക്കു പീയുഷമായി

ഭവിച്ചു. ആ കണ്ണ്ണുകളാവട്ടെ മധുപാനകളിയിങ്കൽ ആസക്തിയോടും കൂടി സാദ്ധ്യസംഫുല്ലങ്ങളായ പ്രസൂനനിചയങ്ങളിൽ പ്രവേശിച്ചിരിക്കുന്ന ഭ്രമരപടലികളെപ്പോലെ ആയതിനെ പിന്നെയും പിന്നെയും ആദരവോടുകൂടെ ആസ്വദിച്ചിട്ടും തൃപ്തിയെ പ്രാപിച്ചില്ല.

കുന്ദലത ആസനത്തിൻമേൽ വന്നിരുന്ന ഉടനെ ചുറ്റും ഇരിക്കുന്ന മഹാജനങ്ങളെ വിസ്മയത്തോട് കൂടി നോക്കി കണ്ടു. ചില പ്രധാനികളെ അഘോരനാഥന്റെ പത്നിയോട് ചോദിച്ചറിയുമ്പോഴേക്ക് ദൂരത്ത് നിന്ന് ചിലർ കുതിരപ്പുറത്ത് കയറി വരുന്ന ശബ്ദം കേൾക്കുമാറായി. എല്ലാവരും സശ്രദ്ധന്മാരായി വരുന്നവരെ കാത്തിരിക്കെ താരാനാഥനും യുവരാജാവും അഘോരനാഥനും രപ്പുറത്ത് നിന്നിറങ്ങി താരാനാഥനെ നടുവിലാക്കിയിട്ടും മൂന്ന്പേരും സഭയിലേക്ക് കടന്നു. ഏറ്റവും ചർച്ചയുള്ള കാഷണീഷണങ്ങൾക്കു പുറമെ, ഉണ്ടായ യുദ്ധത്തിൽ തന്റെ പരാക്രമം കണ്ടു സന്തോഷിക്കുകയാൽ യുവരാജാവിനാൽ രാജസഭയിൽ വച്ചെ് കുറെ ദിവസം മുൻപ് സമ്മാനിക്കപ്പെട്ടതും, മരതക വൈഡൂര്യദികങ്ങളെ കൊണ്ട് ഉചിതമായ ചന്ദ്രകലയുടെ ആകൃതിയും ദീപ്തി കലർന്നതുമായ ഒരു കീർത്തി മുദ്ര താരാനാഥൻ മാറിടത്തിൽ ഇടത്തു ഭാഗത്ത്ധരിച്ചിട്ടുണ്ടായിരുന്ന മുഖം സ്വതേ രക്തപ്രസാദമുള്ളതാകായാലും അപ്പോൾ കുതിരപ്പുറത്ത് ഓടിച്ച്വന്നതാകായാലും താരാനാഥൻ കാണുന്നവർക്ക്ഏറ്റവും തീയാകൃതിയായി തോന്നി. മൂന്ന് ആളുകളും കൂടി സഭയിലേക്ക് കടന്നപ്പോൾ വാദ്യഗാനങ്ങളുടെ ഘോഷവും മറ്റും നിന്നു. സഭ രണ്ടാമതും നിശബ്ദമായി താരാനാഥൻ മഹാജനങ്ങൾക്കു തന്റെ [129]വന്ദനത്തെ കാണിപ്പാൻ രണ്ടു മൂന്നു പ്രാവശ്യം തല കുമ്പിട്ടു അഘോരനാഥനും യുവരാജാവും ഒരുമിച്ച് സഭയുടെ വലത്തു ഭാഗത്ത്അലങ്കരിച്ചുവച്ചിരിക്കുന്ന ആസനങ്ങളിമേൽ കുന്ദലതക്ക് അഭിമുഖനായി ഇരിക്കുകയും ചെയ്തു.

മുഹൂർത്തത്തിനു രണ്ടു വിനാഴികകൂടി ഉണ്ടായിരുന്നതിനാൽ, താരനാഥനും കുന്ദലതയും തങ്ങളുടെ പാണിഗ്രഹണമഹോൽസവത്തെ കാണ്മാൻ വന്നവരായ മഹാജനങ്ങളെ നോക്കി വിസ്മയിച്ചുകൊണ്ടും അവരുടെ നതേ്രാവലിയെ തങ്ങളുടെ രൂപമാധുര്യത്താൽ കുളിർപ്പിച്ചുകൊണ്ടും ഇരുന്നു. ആ മഹാജനങ്ങളും കുന്ദലതാ താരനാഥന്മാരുടെ സൗഭാഗ്യത്തെയും ദമ്പതിമാരാകാൻ പോകുന്ന അവരുടെ അന്യാന്യമുള്ള ചർച്ചയെയും മറ്റു് ഗുണങ്ങളെയും കുറിച്ചു വളരെ കൊണ്ടാടി സ്തുതിക്കുകയുംചെയ്തു.

മുഹൂർത്തസമയത്തു പുരോഹിതൻ അഗ്നിസാക്ഷിയായി താരാനാഥനും കുന്ദലതയും തമ്മിൽ പാണിഗ്രഹണം ചെയ്യിച്ചു. അപ്പോൾ തന്നെ പുറത്തുനിന്ന് പല മംഗളശബ്ദങ്ങളും മുഴങ്ങി. മേഘനിസ്വനം പോലെ അതിഗംഭീരമായ ശംഖദ്ധ്വനി എല്ലാറ്റിനും ഉച്ചത്തിൽ കേൾക്കുമാറായി. എല്ലാ ജനങ്ങൾക്കും ആ അവസ്ഥയുടെ ഗൗരവം നല്ലവണ്ണം മനസിൽ തോന്നി.

മുമ്പു തന്നെ ഹൃദയങ്ങൾ തമ്മിൽ ഐക്യം പ്രാപിച്ചിട്ടുള്ള ആ സ്ത്രീപുരുഷൻമാർക്ക് ഈ ലൗകികമായ പാണിഗ്രഹണം എന്ന മംഗലക്രീയകൊണ്ട് അല്പ്പം പോലും അധികമായ ഒരു സംബന്ധം ഉണ്ടാവാനില്ല. എങ്കിലും അവർ ലോകമര്യാദയെ അനുസരിച്ച് അന്യോന്യം പാണിഗ്രഹണം ചെയ്തു നിൽക്കുമ്പോൾ അവർ പ്രാപിച്ചിരിക്കുന്ന ആ നിരന്തരമായ സംബന്ധത്തിന്റെ ഗൗരവം മുഴുവനും അവർക്ക് അനുഭവമായി. ആ സമയം അന്തരംഗത്തിൽ താങ്ങിവിങ്ങുന്നതായി പലവിധ വികാരം ഹേതുവായി പുളകിതമായിരിക്കുന്ന ഗാത്രങ്ങളോടും അല്പം ഉന്നമ്രമായിരിക്കുന്ന വദനാരവിന്ദങ്ങളോടും കൂടി പരസ്പരം പാണിഗ്രഹണം ചെയ്തുകൊണ്ട് നിൽക്കുന്ന ആ ദമ്പതിമാരുടെ തലയിൽ പലപ്രാവശ്യം പുഷ്പവൃഷ്ട്ടി ചെയ്യുകയും, ശംഖനാദം പിന്നെയും പിന്നെയും മുഴക്കുകയും കാണികൾ പലവിധമായ മംഗളവാദ്യങ്ങളെ ഘോഷിക്കുകയും ചെയ്തു.

പാണിഗ്രഹണം കഴിഞ്ഞ് അഗ്നികുണ്ഠത്തെയും സഭയിൽ അഗ്രാസനാസീനന്മാരായ യോഗ്യന്മാരെയും പ്രദക്ഷിണം ചെയ്ത ശേഷം ആ ജയാപതിമാരായ യുവാക്കളെ മഹാരാജാവും കപിലനാഥനും മറ്റും ആശിർവാദം ചെയ്തു. പിന്നെ പലവിധ വാദ്യഗാനങ്ങളോടും മഹാജനങ്ങൾ ജയ ശബ്ദംഘോഷിച്ചുകൊണ്ടും കുന്ദലതയും താരനാഥനും രണ്ടു പുറത്തും ഉറ്റുനിൽക്കുന്ന പട്ടണവാസികൾ കാൺകെ രാജധാനിയിലേക്ക് മടങ്ങിപ്പോവുകയും ചെയ്തു.

KERALOLPATTI

(THE ORIGIN OF MALABAR)

കേരളോല്പത്തി

൧ പരശുരാമന്റെ കാലം.

കൃത, ത്രേതാ, ദ്വാപര, കലി എന്നിങ്ങിനെ നാലു യുഗത്തിങ്കലും അനേകം രാജാക്കന്മാർ ഭൂമി വഴി പോലെ വാണു രക്ഷിച്ചതിന്റെ ശേഷം, ക്ഷത്രിയകുലത്തിങ്കൽ ദുഷ്ടരാജാക്കന്മാരുണ്ടായവരെ മുടിച്ചു കളവാനായിക്കൊണ്ടു ശ്രീ പരശുരാമൻ അവതരിച്ചു. എങ്കിലൊ പണ്ടു ശ്രീ പരശുരാമൻ ഇരുപത്തൊന്നു വട്ടം മുടി ക്ഷത്രിയരെ കൊന്ന ശേഷം വീരഹത്യാദോഷം പോക്കേണം എന്നു കല്പിച്ചു, കർമ്മം ചെയ്വാന്തക്കവണ്ണം ഗോകർണ്ണം പുക്കു, കന്മലയിൽ ഇരുന്നു, വരുണനെ സേവിച്ചു തപസ്സു ചെയ്തു, വാരാന്നിധിയെ നീക്കം ചെയ്തു, ഭൂമി ദേവിയെ വന്ദിച്ചു, നൂറ്ററുപതു കാതം ഭൂമിയെ ഉണ്ടാക്കി, മലയാളഭൂമിക്ക് രക്ഷവേണം എന്നു കല്പിച്ചു, ൧൦൮ ഈശ്വരപ്രതിഷ്ഠ ചെയ്തു. എന്നിട്ടും ഭൂമിക്കിളക്കം മാറിയില്ല എന്നു കണ്ടശേഷം ശ്രീ പരശുരാമൻ നിരൂപിച്ചു ബ്രാഹ്മണരെ ഉണ്ടാക്കി, പല ദിക്കിൽ നിന്നും കൊണ്ടുവന്നു കേരളത്തിൽ വെച്ചു. അവർ ആരും ഉറച്ചിരുന്നില്ല; അവർ ഒക്കെ താന്താന്റെ ദിക്കിൽ പൊയ്ക്കളഞ്ഞു. അതിന്റെ [3]ഹേതു കേരളത്തിൽ സർപ്പങ്ങൾ വന്നു നീങ്ങാതെ ആയി പോയി; അവരുടെ പീഡകൊണ്ടു ആർക്കും ഉറച്ചു നില്പാൻ വശമല്ലാഞ്ഞതിന്റെ ശേഷം നാഗത്താന്മാർ കുറയ കാലം കേരളം രക്ഷിച്ചു, എന്റെ പ്രയത്നം നിഷ്ഫലം എന്ന് വരരുത് എന്നു കല്പിച്ചു, ശ്രീ പരശുരാമൻ ഉത്തര ഭൂമിയിങ്കൽ ചെന്നു, ആർയ്യപുരത്തിൽനിന്നു, ആർയ്യബ്രാഹ്മണരെകൊണ്ടുപോന്നു. ആർയ്യബ്രാഹ്മണർ നടെ അഹിഛത്രം ആകുന്ന ദിക്കിന്നു പുറപ്പെട്ടു സാമന്തപഞ്ചകം ആകുന്ന ക്ഷേത്രത്തിൽ ഇരുന്നു, ആ ക്ഷേത്രത്തിന്നു കുരുക്ഷേത്രം എന്ന പേരുണ്ടു; അവിടെ നിന്നു പരശുരാമൻ ൬൪ ഗ്രാമത്തെയും പുറപ്പെടീച്ചു കൊണ്ടുവന്നു നിരൂപിച്ചു, പരദേശത്ത് ഓരോരൊ അഗ്രഹാരങ്ങൾ ഗ്രാമം എന്നു ചൊല്ലിയ ഞായം അതു വേണ്ട എന്നു കല്പിച്ചു; ൬൪ ഗ്രാമം ആക്കി കല്പിച്ചു ൬൪ലിന്നും പേരുമിട്ടു.

അതാകുന്നത്: ഗോകർണ്ണം, ഗൊമകുടം, കാരവള്ളി, മല്ലൂർ, എപ്പനൂർ, ചെപ്പനൂർ, കാടലൂർ, കല്ലന്നൂർ, കാർയ്യച്ചിറ, പയ്യെൻചിറ, ഇങ്ങിനെ ഗ്രാമം പത്തും തൃക്കണി, തൃക്കടട്ട, തൃക്കണ്പാല, തൃച്ചൊല, കൊല്ലൂർ, കൊമലം, വെള്ളോര,

വങ്ങ്ങാടു, വണ്ക്കടം, ചങ്ങ്ങൊടു, ഇങ്ങ്ങിനെ ഗ്രാമം പത്തും; കൊടീശ്വരം, മഞ്ചീശ്വരം, ഉടുപ്പു, ശങ്കരനാരായണം, കൊട്ടം, ശിവവള്ളി, മൌറ, പഞ്ച, വിട്ടൽ കുമാരമംഗലം, അനന്തപുരം, കണ്ണപുരം ഇങ്ങ്ങിനെ ൧൦ ഗ്രാമം ഇങ്ങ്ങിനെ ൩൨ ഗ്രാമം എന്നു കല്പിച്ചു. പയ്യെനൂർ, പരിഞ്ചല്ലൂർ, കരിക്കാടു, ഈശാനമംഗലം, ആലത്തൂർ, കരിന്തൊളം, തൃശ്ശിവപെരൂർ, പന്നിയൂർ, ചൊവരം, ശിവപുരം, ഇങ്ങ്ങിനെ [4]പത്തും; പറപ്പൂർ, ഐരാണിക്കുളം, മൂഷികക്കുളം, ഇരിങ്ങാടിക്കോടു, അടപ്പൂർ, ചങ്ങ്ങനാടു, ഉളിയനൂർ, കഴുതനാടു, കഴച്ചൂർ, ഇളിഭ്യം, ചമുണ്ഡ, ആവടിപുത്തൂർ, ഇങ്ങ്ങിനെ പന്ത്രണ്ടും; കാടുകറുക, കിടങ്ങ്ങൂർ, കാരനല്ലൂർ, കവിയൂർ, എറ്റുളനിയൂർ, നില്മണ്ണ, ആണ്മണി, ആണ്മളം, തിരുവല്ലായി, ചങ്ങ്ങനിയൂർ, ഇങ്ങ്ങിനെ ൬൪ ഗ്രാമം എന്നു കല്പിച്ചു.

അവരെ ഗോകർണ്ണത്തിൽ വച്ചു, തലമുടി ചിരച്ചു മുമ്പിൽ കുടുമ വപ്പിച്ചു "പൂർവ്വശിഖ പരദശേത്തു നിഷിദ്ധം എന്നു ചൊല്ലി, മുമ്പിൽ കുടുമ വച്ചാൽ പിന്നെ അങ്ങ്ങു ചെന്നാൽ സ്വജാതികൾ അംഗീകരിക്ക ഇല്ല" എന്നിട്ടത്രെ മുമ്പിൽ കുടുമ വച്ചത്, അതിന്റെ ശഷം ആറുപതുനാലിന്നും പൂവും നീരും കൂട "ബ്രഹ്മക്ഷത്രമായി നിങ്ങ്ങൾ അനുഭവിച്ചു കൊൾക" എന്നു പറഞ്ഞു കൊടുക്കയും ചെയ്തു. ആ കൊടുത്തതു ഏകോദകം.

അതിന്റെ ശഷം ഭൂമി രക്ഷിക്കണം എന്ന് കല്പിച്ചു "നിങ്ങ്ങൾക്ക് ആയുധപ്രയോഗം വണമെല്ലൊ അതിന്നു എന്നോട് ആയുധം വാങ്ങ്ങി കൊൾക" എന്ന ൬൪ ലിലുള്ളവരോട് ശ്രീപരശുരാമൻ അരുളിചെയ്താറെ, എല്ലാവരും കൂടെ നിരൂപിച്ചു കല്പിച്ചു, "ആയുധം വാങ്ങ്ങിയാൽ രാജാംശമായ്വരും തപസ്സിൻ കൂറില്ലാതെ പൊം; വദോച്ചാരണത്തിന്നു യോഗ്യമില്ല, ബ്രാഹ്മണരാകയും അനകേം കർമ്മങ്ങ്ങൾക്കൊക്കയും വകൈല്യവുമുണ്ടു എന്നു കല്പിച്ചു, ൬൪ ലിൽ പരിഞ്ചല്ലൂർ ൩൦൦൦, പയ്യെനൂർ ൨൦൦൦, പന്നിയൂർ ൪൦൦൦, പറപ്പൂർ ൫൦൦൦, ചങ്ങ്ങന്നിയൂർ ൫൦൦൦, ആലത്തൂർ ൧൦൦൦, [5]ഉളിയനൂർ ൫൦൦൦, ചങ്ങ്ങനാടു ൫൦൦൦, ഐരാണിക്കുളം ൪൦൦൦, മൂഷികക്കുളം ൧൦൦൦, കഴുതനാടു ൧൦൦൦ ഇങ്ങ്ങിനെ പത്തരഗ്രാമത്തിൽ ൧൮ ഗോത്രത്തിൽ ചിലരെ അവരോധിച്ചു ൩൬൦൦൦ ബ്രാഹ്മണരെ കല്പിച്ചു; ൩൬൦൦൦ ബ്രാഹ്മണരും കൂട ചെന്നു, ൬൪ ഗ്രാമത്തിന്റെ കുറവു തീർത്തു, അവരുടെ സംവാദത്താൽ ശ്രീപരശുരാമനോട് ആയുധം വാങ്ങ്ങി, അവൻ ആയുധപ്രയോഗങ്ങ്ങളും ഗ്രഹിപ്പിച്ചു കൊടുത്തു. കന്യാകുമാരി ഗോകർണ്ണപർയ്യന്തം കരേളം ൧൬൦ കാതം ഭൂമി വാണു രക്ഷിച്ചു കൊൾക" എന്നു പറഞ്ഞു, വാളിന്മേൽ നീർ പകർന്നു കൊടുക്കയും ചെയ്തു. അവർ ൩ വട്ടം കൈ നീട്ടി നീർ വാങ്ങ്ങുകയും ചെയ്തു. ഭരദ്വാജഗോത്രത്തിലുള്ളവർ ശ്രീ പരശുരാമനോടു "ശസ്ത്രഭിക്ഷയെ ദാനം ചെയ്ക" എന്ന ആയുധം വാങ്ങ്ങി എല്ലാവരുടെ സമ്മതത്താൽ കൈ കാട്ടി വാങ്ങ്ങിയ്തു, ശ്രീ പരശുരാമന്റെ അരുളപ്പാടാൽ വാളും ഭൂമിയും വാങ്ങ്ങുക ഹതേുവായിട്ട വാഴുവർ എന്നവരെ പരേും ഇട്ടു; അവർ ഒരുത്തരെ കൊല്ലുവാനും ഒരുത്തരെ സമ്മതിപ്പിക്കണ്ട.

(മുമ്പിനാൽ ആയുധം വാങ്ങിയതു: ൧ ഇടപ്പള്ളി നമ്പിയാതിരി, പിന്നെ ൨ വെങ്ങനാട്ട നമ്പിയാതിരി, ൩ കനിത്തലപ്പണ്ടാല, ൪. പുതുമനക്കാട്ടു നമ്പിയാതിരി, ൫, ഇളമ്പയിലിണ്ടാല, ൬. പുന്നത്തൂർ നമ്പിടി, ൭. തലയൂർ മൂസ്സതു, ൮. പിലാന്തോളി മൂസ്സതു, ൯ ചൊഴത്ത ഇളയതു, ൧൦. കുഴിമണ്ണു മൂസ്സതു, ൧൧. കല്ലുക്കാട്ട, ഇളയതു, ൧൨. പൊന്നിനിലത്തു മുമ്പിൽ ഇങ്ങിനെ പന്ത്രണ്ടാൾ മുമ്പാക്കി കല്പിച്ച) "തങ്ങൾ" എന്നു പറ [6] വാൻ കാരണം തപശ്ശക്തി എന്നു ചിലർ നിരൂപിച്ചിരിക്കുന്നു, അതങ്ങിനെ അല്ല ശസ്ത്രഭിക്ഷയെ തങ്ങളുടെ ഗോത്രം വാങ്ങുകയാൽ "വാൾ നമ്പി" ആയ കാരണം വാൾ തങ്ങളുടെയെ കയ്യിലുണ്ടെന്ന സിദ്ധാന്തം ഇങ്ങിനെ ഭൂമി രക്ഷിപ്പാൻ ൩൬൦൦൦ ബ്രാഹ്മണരെ ആയുധപാണികളാക്കി കല്പിച്ചു.

അനന്തരം ൬൪ ഗ്രാമത്തെയും കൂടെ വരുത്തി "നടെ നടെ പീഡിപ്പിച്ച സർപ്പങ്ങൾക്ക് എല്ലാടവും ഓരൊ ഓഹരി ബ്രഹ്മസ്വത്താൽ കൊടുത്തു. നിങ്ങൾക്ക് അവർ സ്ഥാന ദൈവവും പരദേവതയുമായിരുന്നു രക്ഷിക്കേണം എന്നു കല്പിച്ചു, അവർക്ക് ബ്രഹ്മസ്വത്താൽ ഓരൊ ഓഹരി കൊടുത്തു, പ്രസാദത്തെയും വരുത്തി, അവർക്ക് ബലിപൂജാകർമ്മങ്ങളെ ചെയ്തു പരിപാലിച്ചു കൊൾക എന്നരുളി ചെയ്തു. അവരെ സ്ഥാനദൈവമാക്കി വെച്ചു; കേരളത്തിൽ സർപ്പപീഡയും പോയി. അതിന്റെ ശേഷം ആയുധപാണികൾക്ക് കേരളത്തിൽ ൧൦൮ നാല്പത്തീരടി സ്ഥാനം ഉണ്ടാക്കി, അനേകം കളരിപ്പരദേവതമാരെയും സങ്കല്പിച്ചു, അവിടെ വിളക്കും പൂജയും കഴിപ്പിച്ചു, സമുദ്രതീരത്തു ദുർഗ്ഗാദേവിയെയും പ്രതിഷ്ഠിച്ചു, മലയരികെ ശാസ്താവിനെ പ്രതിഷ്ഠിച്ചു, നാഗവും ഭൂതവും പ്രതിഷ്ഠിച്ചു, ഭൂമിയിൽ കനകചൂർണ്ണം വിതറി, അമർത്തു കനകനീർ സ്ഥാപിച്ചു, രാശിപ്പണം അടിപ്പിച്ചു നിധിയും വെച്ചു, അങ്ങിനെ ഭൂമിക്കുള്ള ഇളക്കം തീർത്തു മാററി ഇരിക്കുന്നു.

അതിന്റെ ശേഷം "ആർയ്യബ്രാഹ്മണർ മലയാളത്തിൽ ഉറച്ചിരുന്നു പോൽ" എന്ന് കേട്ടു മുമ്പിൽ സർപ്പ [7]ഭീതി ഉണ്ടായിട്ടു പോയ പരിഷയും പൊന്നു വന്നു, അവർ ഒക്കയെയും പഴനൂളുവർ ആയിപ്പോയി. അവരെ തുളുനാട്ടിൽ തുളുനമ്പിമാർ എന്നു പറയുന്നു; അവർ ൬൪ലിൽ കൂടിയവരല്ല.

അതിന്റെ ശേഷം ശ്രീ പരശുരാമൻ ൬൪ ഗ്രാമത്തെയും വരുത്തി, വള്ളപ്പനാട്ടിൽ കൊണ്ടുവന്നു വെച്ചു. ൬൪ ഗ്രാമത്തിന്നും ൬൪ മഠവും തീർത്തു, ൬൪ ദേശവും തിരിച്ചു കല്പിച്ചു. ഒരൊരൊ ഗ്രാമത്തിന്നു അനുഭവിപ്പാൻ വെവ്വേറെ ദേശവും വസ്തുവും തിരിച്ചു കൊടുത്തു. ഒരു ഗ്രാമത്തിനും വള്ളപ്പനാട്ടിൽ വസ്തുവും തറവാടും കൂടാതെ കണ്ടില്ല. അവിടെ എല്ലാവർക്കും സ്ഥലവുമുണ്ടു, ൬൪ ഗ്രാമത്തിന്നും വള്ളപ്പനാടെ പ്രധാനം എന്നു കല്പിച്ചു.

പെരുമനഗ്രാമത്തിന്നു ചിലർക്കു പുരാണവൃത്തി കല്പിച്ചു കൊടുത്തു; രണ്ടാമത്തെ വന്ന പരിഷയിൽ ചിലർക്ക് തന്ത്രപ്രവൃത്തി കൊടുത്തു, ൬൪ ഗ്രാമത്തിനും തന്ത്രപ്രവൃത്തി

കല്പിച്ചിട്ടില്ല; ന്നർ ഗ്രാമത്തിലുള്ള ഇരിങ്ങാട്ടികൂടു, തരണനല്ലൂർ, കവൈട്ടക എടുത്തു തുടങ്ങി വട്ടകം വൃത്തി നാലു ആറു ഗ്രാമത്തിന്നു കല്പിച്ചിരിക്കുന്നു. പയ്യന്നൂർ ഗ്രാമത്തിന്നു നമ്പികൂറു എല്ലാടവും കല്പിച്ചു കൊടുത്തു. അനന്തരം ന്നർലിലുള്ളവരോടരുളി ചെയ്തു "ഇനി കരേളത്തിങ്കൽ ദവേതകൾ പലോന്നു വന്നു മനുഷ്യരെ പീഡിപ്പിച്ചു ദവേതഉപദ്രവം വർദ്ധിച്ചാൽ അപമൃത്യു അനുഭവിക്കും; അതു വരരുത" എന്ന് കല്പിച്ചിട്ട് ന്നർലിൽ ആറു ഗ്രാമത്തിൽ ൧൨ ആളും കല്പിച്ചു, ൧൨ ആൾക്ക് മന്ത്രോപദശേവും ചെയ്തു. അതാകുന്നതു: മുൻപിനാൽ പരെുഞ്ചല്ലൂർ ഗ്രാമ [8]ത്തിൽ "അടികച്ചരെി" "കാളകാട്ടു" അങ്ങിനെ രണ്ടാൾ കല്പിച്ചു, മലയിൽ നിന്നു വരുന്ന ദുർദ്ദവേതകളെ തടുപ്പാൻ ദുർമ്മന്ത്രം സവേിച്ചു ദുർദ്ദവേതകളെ തടഞ്ഞു നിർത്തുക എന്നും ആപല്കാലത്തിങ്കൽ ഭദ്രനെ സവേിച്ചു ആപത്തുകളെ നീക്കുക എന്നും അരുളി ചെയ്തു. ബ്രാഹ്മണരുടെ കർമ്മങ്ങൾക്ക് വകൈല്യമുണ്ടന്നെു കണ്ടു രണ്ടാമത കാളക്കാട്ടിന്നു കല്പിച്ചിതു: സമുദ്ര തിരത്തിങ്കന്നു വരും ജലദവേതകളെ തടുത്തു നിർത്തുവാൻ സന്മന്ത്രങ്ങളെ സവേിച്ചു സൽകർമ്മമൂർത്തിയെ പ്രസാദിപ്പിച്ചു ആപല്കാലത്തിങ്കൽ ദുർഗ്ഗയെ സവേിച്ചാൽ ആപത്തു നീങ്ങും എന്നുമരുളി ചെയ്തു. പിന്നെ കരികാട്ടു ഗ്രാമത്തിൽ "കാണിയൊട കാട്ടുമാടം ഇങ്ങിനെ രണ്ടാൾക്കും ദുർമ്മന്ത്രവും സന്മന്ത്രവും" കല്പിച്ചു കൊടുത്തു. പിന്നെ ആലത്തൂർ ഗ്രാമത്തിൽ "കക്കാടു, കുഴിമന" ഇങ്ങിനെ രണ്ടാളോടും ദുർമ്മന്ത്രം കൊണ്ടും സന്മന്ത്രം കൊണ്ടും ജയിച്ചോളുക എന്നു കല്പിച്ചു. പിന്നെ ചൊവരത്തിൽ പുതുക്കൊടു, പുതുമന എന്നവരയെും പരെുമനഗ്രാമത്തിൽ കല്ലകാടു, കക്കാട്ടുകൊളം" എന്നിരുവരയേും ഇരിങ്ങാടിക്കുടഗ്രാമത്തിങ്കൽ "ചുണ്ടക്കാടു, മൂത്തമെന" ഇങ്ങിനെ രണ്ടാളയേും കല്പിച്ചു. മലയിൽനിന്നും വരുന്ന ദുർദ്ദവേതകളെ തടുത്തു നിർത്തുവാൻ ആറാളെ ദുർമ്മന്ത്രമൂർത്തിയെ സവേിപ്പാനും സമുദ്രത്തിങ്കൽ വരുന്ന ദവേതകളെ തടുത്തു നിർത്തുവാൻ ആറാളെ സന്മന്ത്രമൂർത്തിയെ സവേിപ്പാനും ആക്കി ഇങ്ങിനെ ഉത്തമത്തിലും മദ്ധ്യമത്തിലും പന്ത്രണ്ടാളുകളെ കരേളത്തിൽ സമ്പ്രദായികൾ എന്നു കല്പിച്ചു. അതിന്റെ ശഷേം ശ്രീ പരശു [9]രാമൻ അരുളി ചെയ്തു, "എന്റെ വീരഹത്യാദോഷം ആർ കൈ ഏല്ക്കുന്നു" എന്നതുകടേ്ടു, ഭരദ്വാജഗോത്രത്തിൽ ചിലർ വീരഹത്യാദോഷം കൈ ഏല്പൂതുഞ്ചെയ്തു. അവർ രാവണനാട്ടുകരെ ഗ്രാമത്തിലുള്ളവർ ഈരിലെ പരിഷ എന്നു പരേുമിട്ടു "നിങ്ങൾക്ക് ഒരീശ്വരൻ പ്രധാനമായ് വരണെമല്ലൊ അതിനു സുബ്രഹ്മണ്യനെ സവേിച്ചു കൊൾക എന്നാൽ നിങ്ങൾക്കുണ്ടാകുന്ന അല്ലലും മഹാവ്യാധിയും നീങ്ങി, ഐശ്വര്യവും വംശവും വളരെ വർദ്ധിച്ചിരിക്കും. വാളിനു നമ്പിയായവരെ വിശഷേിച്ചും സവേിച്ചു കൊൾക" എന്നരുളി ചെയ്തു വളരെ വസ്തുവും കൊടുത്തു. ഇക്കരേളത്തിൽ എല്ലാവരും മാതൃപാരമ്പര്യം അനുസരിക്കണേം എനിക്കും മാതൃപ്രീതി ഉള്ളു എന്ന് ന്നർലിലുള്ളവരോട് കല്പിച്ചപ്പോൾ, എല്ലാവർക്കും മനഃപീഡ വളരെ ഉണ്ടായി എന്നാറെ, പയ്യെന്നൂർ

ഗ്രാമത്തിലുള്ളവർ നിരൂപ്പിച്ചു, പരശുരാമൻ അരുളി ചെയ്ത പോലെ അനുസരിക്കേണം എന്നു നിശ്ചയിച്ചു, മാതൃപാരമ്പര്യം അനുസരിക്കയും ചെയ്തു. ചില ഗ്രാമത്തിങ്കന്നു കൂട അനുസരിക്കേണം എന്നു കല്പിച്ചു അതിന്റെ ശേഷം ആരും അനുസരിച്ചില്ല. പിന്നെ പരദേശത്തുനിന്നു പല വകയിലുള്ള ശൂദ്രരെ വരുത്തി. അവരെക്കൊണ്ടു മാതൃപാരമ്പര്യം വഴിപോലെ അനുസരിപ്പിച്ചു, അവർ ൩൨ ഗ്രാമത്തിന്നും അകമ്പടി നടക്കേണം എന്നും അവർക്ക് രക്ഷ ബ്രാഹ്മണർ തന്നെ എന്നും കല്പിച്ചു.

ഇങ്ങിനെ ശ്രീ പരശുരാമൻ കർമ്മഭൂമി മലയാളം ഉണ്ടാക്കി, ൬൪ ഗ്രാമത്തിൽ ബ്രാഹ്മണർക്ക് ഉദകദാനം [10]ചെയ്തു. മുമ്പിൽ ൬൪ ഗ്രാമത്തിന്നും ഒരുമിച്ചു പൂവും നീരും കൊടുത്തതു അനുഭവിപ്പാൻ ജന്മം എന്നു പറയുന്നു. ആ കൊടുത്തതു ഓരോ ഗ്രാമത്തിലുള്ള തറവാട്ടുകാർക്ക് ഒരുമിച്ചു കൊടുത്ത ഏകോദകം പിന്നെ ആറു പത്തു ഗ്രാമത്തിൽ ഏർ ഗോത്രത്തിൽ ൩൬000 ബ്രാഹ്മണർക്കു വാളിന്മേൽ നീർ പകർന്നു കൊടുത്തതു രാജാംശം അവർക്ക് എന്റെ ജന്മം എന്നു ചൊല്ലി വിരൽ മുക്കാം; മറ്റവെർക്കും "എന്റെ ജന്മം" എന്നു വിരൽ മുക്കരുത്; അവർക്കേ അനുഭവത്തിന്നെ മുക്കുള്ളു അവരന്യോന്യം മുക്കുമ്പോൾ "എനിക്കനുഭവം" എന്നു ചൊല്ലി വിരൽ മുക്കേണം ഇതറിയാതെ ജന്മത്തിനു വിരൽ മുക്കിയാൽ വിരൽ നേരെ വരികയില്ല; മുപ്പത്താറായിരത്തിലുള്ളവർക്ക് കൊടുത്തതു ഏകോദകമല്ല; ഭൂമിയെ രക്ഷിപ്പാൻ അവരെ ആയുധപാണികളാക്കി കല്പിച്ചു.

ഇക്കേരളത്തിങ്കൽ വാഴുന്ന മനുഷ്യർ സ്വർഗ്ഗവാസികളോട് ഒക്കും ദേവലോകത്തിന്നു തുല്യമായ്വരേണം എന്നും സ്വർഗ്ഗാനുഭൂതി അനുഭവിക്കേണം എന്നു വെച്ചു ശ്രീ പരശുരാമൻ ദേവേന്ദ്രനെ ഭരം ഏല്പിച്ചു. തപസ്സിന്നാമാറു എഴുന്നെള്ളുകയും ചെയ്തു. ആറുമാസം വർഷം വേണം രാജ്യത്തിങ്കൽ അനേകം അനേകം സസ്യാദികൾ ഉണ്ടാകേണം, അന്നവും പൂവും നീരും പുല്ലും വഴിപോലെ വേണം, ഐശ്വര്യം ഉണ്ടായിരിക്കേണം, ഐശ്വര്യം ഉണ്ടായിട്ട ംരംശ്വരസേവ വഴിപോലെ കഴിക്കേണം, ദേവപൂജയും പിതൃപൂജയും കഴിക്കേണം, അതിന്നു പശുക്കൾ വളരെ ഉണ്ടാകേണം അവറ്റിന്നു പുല്ലും [11] തണ്ണീരും വഴിക്കെ ഉണ്ടായ്വരേണം, എന്നിട്ടു ദേവേന്ദ്രനെ ഭരം ഏല്പിച്ചിരിക്കുന്നു. അതുകൊണ്ടു വേനിൽ കാലത്ത് ആറു മാസം വർഷം ആകുന്നതു. ദേവാലയങ്ങളും ദൈവത്തിൻ കാവുകളും ഐയപ്പൻ കാവുകളും ഭദ്രകാളിവട്ടത്തും ഗണപതികാവിലും മറ്റും പല ംരംശ്വരന്മാരെ കുടിവെച്ച കാവല്പാടുകളിലും സ്ഥാനങ്ങളിലും, ഊട്ടും പാട്ടും കഴിപ്പാനും ഉത്സവം, വേല, വിളക്ക, തീയാട്ടം, ഭരണിവേല, ആറാട്ടു, കളിയാട്ടം, പൂരവേല, ദൈവാട്ടം, തെയ്യാട്ടു, ദൈവമാറ്റു, തണ്ണിരമൃതം, താലപ്പൊലി, പയൊവിശാഖം, മാഹാമഖ, മാമാങ്ങവേല എന്നിങ്ങനെ ഉള്ള വേലകൾ കഴിപ്പാനായ്ക്കൊണ്ടു, ആറു മാസം വേനിൽ വിളിച്ചവും കല്പിച്ചിരിക്കുന്നു.

ഇങ്ങിനെ ശ്രീ പരശുരാമൻ പടക്കെപടെട്ടൊരു കർമ്മഭൂമിയിങ്കൽ

ഭൂദേവന്മാർ പുലർകാലെ കുളിച്ചു നന്നായിരുന്നു കൊണ്ടു തങ്ങൾക്കുള്ള നിയമാദി ക്രിയകൾ ഒക്കയും കഴിച്ചു മറ്റും മഹാ ലോകർക്കും വരുന്ന അല്ലലും മാഹാ വ്യാധികളും ഒഴിപ്പാൻ ചെയ്യണ്ടേും ഈശ്വരസേവകൾ, ഹോമവും ധ്യാനവും ഭഗവതി സേവ, പുഷ്പാഞ്ജലി, അന്ത്യനമസ്കാരം, ത്രികാലപൂജ, ഗണപതിഹോമം, മൃത്യുഞ്ജയം, മൂന്നു ലക്ഷം സഹസ്രനാമം, ധാന്വന്തരം, ഗ്രഹശാന്തി, സഹസ്രഭോജനം എന്നിങ്ങനെ അനേകം ഈശ്വരസേവകൾ കഴിച്ചു സുകൃതം വർദ്ധിപ്പിക്ക എന്നു ശ്രീപരശുരാമൻ വേദബ്രാഹ്മണരോടെ അരുളിചെയ്തും "ഈവണ്ണം" എന്നു വേദബ്രാഹ്മണരും കൈ ഏൽക്കുകയും ചെയ്തു. അങ്ങിനെ ഇരിക്കുമ്പോൾ, കേരളത്തിങ്കൽ [12] വാഴുന്ന മനുഷ്യർ സ്വർഗവാസികൾക്കു തുല്യം പോൽ എന്നു കേട്ടു, പല ദിക്കിൽ നിന്നും പല പരിഷയിലുള്ള ബ്രാഹ്മണരും കേരളത്തിൽ പോന്നു വന്നതിന്റെ ശേഷം, ശ്രീ പരശുരാമൻ അവരെ പല ദിക്കിലും കല്പിച്ചിരുത്തി, പല ദേശത്തും പല സ്ഥാനങ്ങളും കൽപ്പിച്ചു കൊടുത്തു. വേദബ്രാഹ്മണർ അർദ്ധബ്രാഹ്മണരെക്കൊണ്ടു ഭൂമിദാനം വാങ്ങി, അവരുടെ പേർക്ക് ഓരൊ ദേശമാക്കി ദേശത്തിൽ ഓരോരു ക്ഷേത്രം ചമച്ചു, പ്രതിഷ്ഠ കഴിച്ചു, ബിംബത്തിങ്കൽ പൂജയും ശിവേലിയും കഴിച്ചു, നിറമാലയും ചാർത്തി, തങ്ങൾക്ക് ഗ്രാമത്തിൽ സ്ഥാനദൈവത്തയേും സ്ഥലപരദേവതമാരെയും കുടിവെച്ചു, ഊർപ്പള്ളിദൈവത്തെ കുടിവെച്ചു. അവിടവിടെ ചെയ്യിപ്പിക്കണ്ടേും വേലയും വിളക്കും ഊട്ടും തിറയും കൊടുപ്പിച്ചു, പലദിക്കിൽ നിന്നും ശൂദ്രരെ വരുത്തി ഇരുത്തി, അവർക്ക് പല മര്യാദയും കൽപ്പിച്ചു കൊടുത്തു; ദേശത്തെ അടിമയും കുടിമയും ഉണ്ടാക്കി, അടിയാരെയും കുടിയാരെയും രക്ഷിച്ചു, തറയും സങ്കേതവും ഉറപ്പിച്ചു, തറയകത്ത് നായന്മാരെ കല്പിച്ചു, അവരെ കൊണ്ട് ഓരൊ കണ്ണും കൈയും കല്പനയും കല്പിച്ചു, അവകാശത്തിന്നു താഴ്ചയും വീഴ്ചയും വരാതെ പരിപാലിച്ചു, കുടിയാർക്ക് കീഴായ്ക്കൂറും തങ്ങൾക്ക് മേലോയ്ക്കൂറും മേലോഴിയും കുടിയാർക്ക് കാണവും തങ്ങൾക്ക് ജന്മവും കല്പിച്ചു, കാണജന്മമര്യാദയും നടത്തി, ബ്രാഹ്മണാചാരവും ശൂദ്രമര്യാദയും കല്പിച്ചു, ഊരിൽ ഗ്രാമങ്ങളിലുള്ള ബ്രാഹ്മണരുടെ ഇല്ലവും തീർപ്പിച്ചു, തങ്ങൾക്കുള്ള ദേവപൂജയും പിതൃപൂജയും കല്പിച്ചു, നേരും ന്യായവും നടത്തി, ന്നൂർ ഗ്രാമത്തിലുള്ള [13]വേദബ്രാഹ്മണരെ ആനന്ദിപ്പിച്ചു, ദാനധർമ്മങ്ങളും ചെയ്തു, അങ്ങിനെ ഇരുപ്പു മുപ്പത്താറായിരത്തിലുള്ളവർ അർദ്ധബ്രാഹ്മണർ ഭൂമിദാനം വാങ്ങുകകൊണ്ടും വീരഹത്യാദോഷത്തെ പരിഗ്രഹിക്ക കൊണ്ടും പാതിബ്രാഹ്മണത്വം കുറഞ്ഞു പോയിരിക്കുന്നു. അർദ്ധബ്രാഹ്മണർ ആയുധപാണികളായി പാടു നടക്കയും പടകൂടുകയും അകമ്പടി നടക്കുകയും ചെയ്യും; അതുകൊണ്ടു വാൾ നമ്പിയായതു. പട്ടിണി നമ്പിയ്ക്ക് ശംഖും കുടയും അല്ലാതെ, മറ്റൊരായുധമില്ല; അവന്നു ഒരു സങ്കടം ഉണ്ടായാൽ കുളക്കടവിൽ ചെന്നു കൊഞ്ഞനം കാട്ടിയാലും കൊന്നാലും ശംഖും വിളിച്ചു പട്ടിണി വെച്ചു പാർക്കുകെ ഉള്ളൂ; വാൾനമ്പിയെ കൂടെ സമീപത്തിൽ നിർത്തുകയും ചെയ്യും.

ഇനി മലേൽ ബ്രാഹ്മണർ തങ്ങളിൽ അന്യോന്യം ഓരോരോ കൂറു ചൊല്ലിയും സ്ഥാനം ചൊല്ലിയും വിവാദിച്ചു, കർമ്മവൈകല്യം വരുത്തി, കർമ്മഭൂമി ക്ഷയിച്ചു പോകരുത എന്നു കല്പിച്ചു.ന്നർ ലിനയെും പരിഞ്ഞ്ചല്ലൂരിൽ നിന്നുള്ള മുവ്വായിരം തൊട്ടു ന്നന്ന000ത്തിലുള്ളവരയെും പല ദിക്കിൽ നിന്നും പല പരിഷയിൽ പോന്നു വന്ന ബ്രാഹ്മണരയെും ഒരു നിലയിൽകൂട്ടി, അവരോടരുളി ചെയ്തു."ഇനി സ്വല്പകാലം ചെല്ലുമ്പോൾ, അന്യോന്യം പിണങ്ങും അതു വരരുത" എന്നു കല്പിച്ചു, ന്നർ ഗ്രാമത്തിന്റെ കുറവും തീർത്തു നടപ്പാൻ നാലു കഴകത്തെ കല്പിച്ചു. അതാകുന്നതു: മുൻപിനാൽ പരിഞ്ഞ്ചല്ലൂർ, പിന്നെ പയ്യെനൂർ പിന്നെ പറപ്പൂർ, പിന്നെ ചെങ്ങനിയൂർ, മുപ്പത്താറായിരത്തിലുള്ളവർ വളരെ കാലം രാജ്യം രക്ഷിച്ചതിന്റെ [14]ശേഷം ഓരോരോ കൂറു ചൊല്ലിയും ദശേം ചൊല്ലിയും തങ്ങളിൽ വിവാദിച്ചു, നാട്ടിൽ ശിക്ഷാരക്ഷ കുറഞ്ഞു കാൺക ഹതേുവായിട്ട്, ബ്രാഹ്മണർ എല്ലാവരും കൂടി നിരൂപിച്ചു കല്പിച്ചു, നാലു കഴകത്ത് ഓരൊരുത്തർ രക്ഷാപുരുഷരായിട്ട മൂവ്വാണ്ടക്കേ് മൂവ്വാണ്ടക്കേ് അവരോധിപ്പാൻ ഈ നാലു കഴകവും കൂടിയാൽ മതി എന്ന വ്യവസ്ഥ വരുത്തി, നാലു കഴകവും അകലത്താകകൊണ്ടു കാര്യത്തിന്നു കാലവിളംബനമുണ്ടന്നെറിക; നാലു കഴകത്തിന്റെ കുറവു തീർത്തു നടപ്പാൻ പരിഞ്ഞ്ചല്ലൂർ ഗ്രാമത്തിൽ ർ ദശേത്തെ നാലാൾ തന്നെ കല്പിച്ചു. ഈ നാലിൽ ചെങ്ങനിയൂർ ന്നൂർ ഗ്രാമത്തിൽ കൂടാ എന്നു ചിലർ പറയുന്നു. ആ പറയുന്ന ജനം വഴിപോലെ അറിഞ്ഞതുമില്ല. ഇതു പറവാൻ കാരണം: ചെങ്ങനിയൂർ കഴകത്തിലുള്ളവർ ഒക്കത്തക്ക ഒരു കല്പന ഉണ്ടായാൽ ന്നൂർ ലിന്നും കൂട ക്ഷതേ്രസംബന്ധം കൊടുത്തു. അവിടെ ചില തമിഴർ വന്നു നിറഞ്ഞു. ആ വന്ന തമിഴരും അവിടയെുള്ള ബ്രാഹ്മണരും തമ്മിൽ ഒരു ശവം ദഹിപ്പിക്ക കൊണ്ടു തങ്ങളിൽ ഇടഞ്ഞു, തമിഴർക്ക് സംസ്കരിക്കായതുമില്ല. അതിന്റെ ശഷേം തമിഴർ ഒക്കത്തക്ക നിരൂപിച്ചു അവിടെ ഉള്ള ജനത്തയേും അറുപതുനാലിൽ ക്ഷതേ്രസംബന്ധം കൊടുത്തിട്ടുള്ളവരയെും കൂട്ടികൊണ്ടുപോയി, ശവം പുഴയിൽ വലിച്ചിട്ടു കളകയും ചെയ്തു. അതുകൊണ്ടു ചെങ്ങനിയൂർ കഴകത്തിലുള്ളവരെ ന്നൂർ കൂട്ടുക ഇല്ല എന്നു ചിലർ പറയുന്നു; തമിഴരായതു എങ്ങിനെ എന്നും അവർക്ക് ബ്രഹ്മഹത്യാ ഉണ്ടായ്ക എങ്ങിനെ എന്നും ഈശ്വരന്നു അറിഞ്ഞു കൂടും. [15]വിശഷേിച്ച് ഈ കല്പിച്ച നാലു കഴകത്തിലും ഓരൊരുത്തൻ മൂവാണ്ടക്കേ് മൂവാണ്ടക്കേ് രക്ഷാപുരുഷനായിട്ട് രക്ഷിപ്പാനാകുമ്പോൾ രക്ഷാപുരുഷനും അവനോട കൂട നടക്കുന്നവർക്കും അനുഭവത്തിന്നായി കൊണ്ട എല്ലാവരുടെ വസ്തുവിന്മലേ് ഷൾഭാഗത്തെ ഉണ്ടാക്കി കൊടുക്കയും ചെയ്തു. അങ്ങിനെ വളര കാലം കഴിഞ്ഞശഷേം അന്നന്നു അവരോധിച്ചു നടക്കുന്നവർ അവരോധനമ്പി എന്നു ചൊല്ലുന്നു. അവരോധനമ്പിയാകുന്നതു: കാഞ്ഞൂർ കിണാങ്ങാടു കരിങ്ങം വള്ളി എന്നിങ്ങിനെ തക്കെു വടക്കു വസ്തുവുള്ള പരിഷ പലരുമുണ്ടു. അതല്ലാതെ തക്കെും വടക്കും തങ്ങളുടെ സ്വന്തങ്ങൾ കൊണ്ടുണ്ടാക്കീട്ടുമുണ്ടു.

ഇങ്ങിനെ അവരോധിച്ചു നടക്കും കാലങ്ങളിൽ "തനിക്ക്

തനിക്ക് മൂവ്വാണ്ടക്കേകല്ലഒ ഉള്ളൂ അതിന്നിടക്കെക്ക് വസ്തു ഉണ്ടാക്കുക അത്രെ വണ്ടേുവത" എന്നു കല്പിച്ചു നാട്ടിലുള്ള പ്രജകളെ ഉപദ്രവിച്ചു തുടങ്ങി, കഴേ കഒണ്ടു അർത്ഥം തടിപ്പിക്കയും നിധി സൂക്ഷിക്കയും ചയെ്തു മുഴുത്തു. ഇങ്ങിനെ സ്വല്പകാലം ചലെ്ലുമ്പഴോൾ "ഈ അവരഝേിച്ച പരിഷക്കെ്കായ്പഴേകും തകെ്കുവടക്കുള്ള വസ്തു ഒക്കയും അതു വരരുത എന്നു കല്പിച്ചു ഐകമത്യപ്പടെ്ടു, നാം ഓരഝേരഒ രാജാവിനെ ഉണ്ടാക്കുമാറു എന്നു കല്പിച്ചു. ഈ അവരഝേിച്ച നമ്പികൾക്ക് ജന്മത്തിനു ജന്മം ചഒല്ലി, വിരൽ മുക്കണേം എന്നു വരികിൽ അവർക്ക്ജന്മത്തിന്നു കഴിവില്ല; മററയെവർക്ക് മുക്കിയാൽ അതു കണ്ടു നടക്കെ ഉള്ളു.

[ബ്രാഹ്മണർ തിരുനാവായി മണപ്പുറത്തു കൂടി ഒരു സഭയായി നിരൂപിച്ചു, ഇനി മലേിൽ പത്തര [16]ഗ്രാമത്തിൽ ഓരഒരുത്തർ പന്തീരാണ്ടു പന്തീരാണ്ടു നാടു പരിപാലിക്ക എന്നു നിശ്ചയിച്ചു, തൃക്കാരിയൂർ തൃക്കഒട്ടിന്നും രക്ഷാപുരുഷന്മാരായി വാൾ എടുപ്പാൻ അവരഝേിച്ചു കല്പിച്ചപ്പഴോൾ, ഞാൻ എന്നും ഞാൻ എന്നും തമ്മിൽ വിവാദിച്ചതിന്റെ ശഷേം എല്ലാവരും കൂടി നിരൂപിച്ചു, ഇനിമലേ ബ്രാഹ്മണർ നാടു പരിപാലിച്ചാൽ നാട്ടിൽ ശിക്ഷാരക്ഷ ഉണ്ടാകയില്ല. ഇനി നാടു പരിപാലിപ്പാൻ ഒരു രാജാവു വണേം എന്നു നിശ്ചയിച്ചു, രാജാവിനെ ഉണ്ടാക്കുവാൻ ന്നൂർ ഗ്രാമത്തിന്റെ കുറവു തീർത്തു; പന്നിയൂർ, പറപ്പൂർ, പരിഞ്ഞചലെ്ലൂർ, ചങ്ങെനിയൂർ ഈ നാലു കഴകം കൂടിയാൽ മതി എന്ന വ്യവസ്ഥ വരുത്തി, ർ കഴകവും ഒരു സഭയായിരുന്നു നിരൂപിച്ചു പുറപ്പടെ്ടു, പരദശേത്തുചന്നെു, കയൊപുരത്തിങ്കൽനിന്നു കയെപരുമാളെ കൂട്ടിക്കഒണ്ടു പഴേന്നു, കരേളം എന്ന പ്രദശേത്തുവചെ്ചു വാഴിച്ചു].

൨. പെരുമാക്കന്മാരുടെ കാലം

൧. ആദ്യ പെരുമാക്കന്മാർ

അനന്തരം രാജാവിനെ ഉണ്ടാക്കുവാൻ അവർ ഒക്കത്തക്ക പരദേശത്തു ചെന്നു, ഒരു ക്ഷത്രിയനെയും ക്ഷത്രിയ സ്ത്രീയെയും കൂട്ടിക്കൊണ്ടു പോന്നു. ക്ഷത്രിയസ്ത്രീയെ ബ്രാഹ്മണർ വിവാഹം ചെയ്തിരിപ്പു. അതിലുണ്ടാകുന്ന സന്തതി ക്ഷത്രിയരത്രെ ആകുന്നത എന്നൊരുമിച്ചു സമയം ചെയ്തു. ആ പെരപ്പു കുറ [18]ഞ്ഞോന്നു പറവാനുണ്ടു: അതു വേണ്ടാ വിശേഷിച്ചു അന്നു കൊണ്ടുവന്ന ക്ഷത്രിയന്നു ചേരമാൻ-കേരളൻ പെരുമാൾ എന്ന പേരാകുന്നതു. ഇത് മലനാട്ടിലെ രാജാവ്. ചോഴമണ്ഡലത്തിലെ രാജാവു ചോഴപ്പെരുമാൾ, പാണ്ടിമണ്ഡലത്തിലെ രാജാവ് പാണ്ടിപ്പെരുമാൾ എന്നും കുലശേഖരപ്പെരുമാൾ എന്നും ചൊല്ലുന്നു ഇങ്ങിനെ പെരുമാക്കന്മാരാകുന്നതു മലനാടു കൊണ്ടു ൪ ഖണ്ഡം. ഗോകർണ്ണത്തിൽ നിന്നു തുളുനാട്ടിൽ പെരുമ്പുഴയോളം തുളുരാജ്യം. പെരുമ്പുഴക്കെക്കൽനിന്നു പുതുപട്ടണത്തോളം കൂവരാജ്യം. പുതുപട്ടണത്തിൽ[1] നിന്നു കന്നറ്റിയോളം കേരളരാജ്യം. കന്നറ്റിയിൽ നിന്നു കന്യാകുമാരിയോളം മൂഷികരാജ്യം ഇങ്ങിനെ ൪ ഖണ്ഡത്തിന്റെയും പേർ. കേരളത്തിൽ ൧൧ അനാചാരം, പരദേശത്തു ൨൨ അനാചാരം.

മുമ്പിനാൽ രാജാവിനെ കൊണ്ടുവന്നു വെക്കുമ്പോൾ, ബ്രാഹ്മണർ കൈ പിടിച്ചു സമയം ചെയ്തു ഇപ്രകാരം "ഞങ്ങളാൽ സാദ്ധ്യമല്ലാത്തതിനെ സാധിപ്പിച്ചു രക്ഷിച്ചു വെപ്പൂ. ഞങ്ങൾ അന്യായപ്പെട്ടാലൊ ആപത്തുകൾ ഉണ്ടായാലൊ അന്നു ഞങ്ങൾ രാജ്യകാര്യങ്ങൾ തന്നെ വ്യാപരിക്കുംപോൾ, അത് എന്ത് നിങ്ങൾ എന്നെ കല്പിച്ചതിന്റെ ശേഷം നിങ്ങൾ തന്നെ വ്യാപരിക്കുന്നു എന്നു രാജാ പറക മാത്രം ഉണ്ടു. ബ്രാഹ്മണരോട് ചോദ്യം വേണ്ട" എന്നിട്ട് ഇന്നും ഓരൊ അപരാധങ്ങൾ ഉണ്ടായാൽ "നിങ്ങൾ തന്നെ വ്യവഹരിക്കുന്നു എന്തു നിങ്ങൾ [19]നമ്മോട് അന്യായപ്പെടൊഞ്ഞു" എന്നു പറക മാത്രം ഉണ്ടു. അതു നടയത്തെ സമയകാരണം മറ്റുള്ള രാജ്യത്തിങ്കൽ രാജാവെ അന്വേഷിച്ചു പോകേണ്ടു; കേരളത്തിൽ ഇതൊക്കയും ഉദ്ധരിച്ചിട്ട് എല്ലാവരും രാജാവിന്നു അനുഭവിപ്പാൻ വസ്തു കൊടുക്ക ചെയ്തതു. അഹിഛത്രത്തിലിരുന്നു ൪ ഗോത്രത്തിങ്കലെ ബ്രാഹ്മണർ കൂടി നൽവീഴ്ത്തി (നീർ വീഴ്ത്തി നല്ല വൃത്തികൊടുത്തു; അത് ഇന്നും വിരുത്തിവൃത്തിഎന്നു ചൊല്ലുന്നു. രാജഭോഗം ചില ദിക്കിൽ കൊടുത്തതു ചില ദിക്കിൽ ബ്രാഹ്മണർ തങ്ങൾക്കു തന്നെ എന്നു കല്പിച്ചു, ചില ദിക്കിൽ ക്ഷേത്രം പ്രധാനമായി രാജാവിന്നു അനുഭവം. രാജാവിന്നു അരയിരിക്ക സ്ഥാനവും കൊടുത്തു; അല്ലൂർ കൊടുങ്ങല്ലൂർ പെരുങ്കോവിലകം എന്നു കല്പിച്ചു.

കയേപരേുമാളും ബ്രാഹ്മണരുമായി അന്യോന്യം കൈ പിടിച്ചു പല സമയവും സത്യവും ചെയ്തിട്ടത്രെ മലനാടു വാഴുവാൻ കല്പിച്ചതു. പിന്നെ മലനാട്ടിൽ അപ്പെരുമാൾക്ക് രാജഭോഗം വിരുത്തിയും കല്പിച്ചു കൊടുത്തു. പെരുമാൾക്ക് എഴുന്നള്ളി ഇരിപ്പാൻ തളിപ്പറമ്പിന്നു വടക്ക് തലയൂർ എന്ന പ്രദേശത്ത് ഒരു കോവിലകം തീർത്തു, പരശുരാമൻ ഭൂമി കേരളം വഴിപോലെ പരിപാലിക്കേണം എന്നു കല്പിച്ചു, പന്തീരാണ്ടു വാഴുവാൻ കേയപ്പെരുമാളെ കൈപിടിച്ചിരുത്തി, ഭൂമൌ ഭൂപോയം പ്രാപ്യ എന്ന കലി. [2]ർൻർ൧ കലി, ൨൧ന്ന ക്രിസ്താബ്ദം. ആ പെരുമാൾ വ്വ സംവത്സരം ർ മാസവും നാടു പരിപാലിച്ചശേഷം ആ പെരുമാളുടെ സ്വർഗ്ഗാരോഹണം പന്തീരാണ്ടു [20] കഴിഞ്ഞശേഷം അപ്പെരുമാളും ബ്രാഹ്മണരുമായി അടിയന്തരം കല്പിച്ചു. ഇങ്ങിനെ കേയപ്പെരുമാളുടെ വാഴ്ച കഴിഞ്ഞു, സ്വർഗ്ഗത്തിന്നു എഴുന്നള്ളിയ ശേഷം ചൊഴമണ്ഡലത്തിങ്കൽ നിന്നു ചൊഴപ്പെരുമാളെ കൂട്ടിക്കൊണ്ടു പോന്നു, കേരളത്തിങ്കൽ ൧൨ ആണ്ടു വാണു പരിപാലിപ്പാൻ കല്പിച്ചു വാഴ്ച കഴിച്ചു, പെരുമാൾ എഴുന്നള്ളി ഇരിപ്പാൻ ചൊഴക്കര എന്നൊരു കോവിലകവും തീർത്തു) ൧0 സംവത്സരവും ൨ മാസവും വാണതിന്റെ ശേഷം ചോഴമണ്ഡലത്തിങ്കലേക്ക് എഴുന്നള്ളുകയും ചെയ്തു. അതിന്റെ ശേഷം പാണ്ടിപ്പെരുമാളെ കൂട്ടി കൊണ്ടു പോന്നു പാണ്ടിവമ്പന എന്ന പ്രദേശത്ത് കൈ പിടിച്ചിരുത്തി വാഴ്ച കഴിച്ചു. ആ പെരുമാൾ ആകട്ടെ അവിടെ ഒരു കോട്ടപ്പടിയും തീർത്തു. ൻ സംവത്സരം നാടു വാണശേഷം, പാണ്ടിമണ്ഡലം രക്ഷിപ്പാനാളില്ല" എന്നു കല്പിച്ചു പാണ്ഡി മണ്ഡലത്തിൽ നിന്നു ആൾ പോന്നു വന്നതിന്റെ ശേഷം ആ പെരുമാൾ പാണ്ടിമണ്ഡലത്തിന്ന് എഴുന്നള്ളുകയും ചെയ്തു.

മുമ്പിൽ ഭൂതരായ പാണ്ഡ്യപ്പെരുമാൾ എന്ന ഒരാൾ കേരളം വാണിരുന്നു, അയ്യാളുടെ ശരീരരക്ഷയ്ക്കും ഭൃത്യപ്രവൃത്തിക്കും രണ്ടു ഭൂതങ്ങൾ ഉണ്ടായിരുന്നു; ഈ പെരുമാൾ രാജ്യഭാരം ചെയ്തു പോരുന്ന കാലത്ത് ബ്രാഹ്മണർക്ക് ഇദ്ദേഹത്തോടു വൈരം വർദ്ധിച്ചു വശമായി, ഇദ്ദേഹത്തെ ഏതുപ്രകാരം എങ്കിലും കുല ചെയ്യണേം എന്നു വിചാരിച്ചു, അവർ ആഭിചാരം ചെയ്തു നോക്കിയതിൽ, ഈ ഭൂതങ്ങളുടെ സഹായം [21]ഉണ്ടായിരിക്കുമ്പോൾ ആ പെരുമാളെ കൊന്നുകൊൾവാൻ പ്രയാസം തന്നെ എന്നു കണ്ടു, ആ ഭൂതങ്ങളെ അകറ്റേണ്ടതിനു ഒരു ചതി പ്രയോഗം ചെയ്യണേം എന്നു നിശ്ചയിച്ചു. ഒരു ഭട്ടത്തിരി ഞാൻ ചെന്നു ഭൂതങ്ങളെ അകറ്റി കൊന്നേച്ചു വരാം എന്നു ശപഥം ചെയ്തു പുറപ്പെട്ടു, പെരുമാളുടെ അടുക്കെ ചെന്നു, ചതുരംഗം വെച്ചു, പെരുമാളെ തോൽപ്പിച്ചു, ഓരൊരുവാതു വെച്ചു ജയിച്ചു തുടങ്ങി. അങ്ങിനെ ഒരു വരെക്ക് ഈ ഭൂതങ്ങൾ രണ്ടും ഇദ്ദേഹത്തിന്റെ ദാസ്യ പ്രവൃത്തി ചെയ്യത്തക്കവണ്ണം അടിമയായി എടുത്തു, ആ ഭൂതങ്ങളോട് "നിങ്ങൾ ചെന്നു സമുദ്രത്തിൽ എത്ര തിര വരുന്നുണ്ടു എന്നു നോക്കി കണക്കു കൊണ്ടു വരുവിൻ" എന്നു പറഞ്ഞയക്കയും ചെയ്തു. ഭൂതങ്ങൾ സമുദ്രകരയിൽ ചെന്നു തിര എണ്ണി ഒടുക്കം കാണാതെ അവിടെ തന്നെ നിന്നുപോയി, പിന്നെനോക്കി വന്നതുമില്ല. അന്നു വൈകുന്നേരം

പെരുമാളെ കുല ചെയ്യണേം എന്നു ശേഷം ബ്രാഹ്മണരെ അറിയിച്ചാറെ, ബ്രാഹ്മണർ ൧0 ഗ്രാമക്കാരും തികഞ്ഞ ആയുധപാണികളായി കോവിലകത്തു ചെന്നെതിന്റെ ശേഷം ഈ ഭട്ടത്തിരി വധിക്കയും ചെയ്തു. പിന്നെ "ഹിംസചെയ്ത ദോഷം ഉണ്ടല്ലോ" എന്നു വിചാരിച്ചു നാം പടിമലേിരുന്നു കൊള്ളാം എന്നു പറഞ്ഞു വറേ ഒരു പടിമൽേ കുത്തിയിരുന്നു; അന്നു തുടങ്ങി നമ്പിടി എന്ന പരോകയും ചെയ്തു. ആയതത്രെ കക്കാട്ടുകാരണപ്പാടു എന്ന നമ്പിടി ആകുന്നത്).

ഭൂതരായർ എന്ന പരേ വരുവാൻ സംഗതി കരേളമാഹാത്മ്യം അദ്ധ്യ.൯0 പറഞ്ഞിരിക്കുന്നു. പാണ്ഡ്യ. [22] ഭൂപസ്സമാഗത്യസനൊഭിർഭൂതസങ്കുലെ ഇത്യാദി. ആ പാണ്ഡ്യൻ മലയാളത്തെ ഭൂതസൈന്യങ്ങളോട് വന്നാക്രമിച്ച് ഭൂതനാഥൻ എന്ന അമ്പലത്തയേും അങ്ങാടിയയേും നിർമ്മിച്ചുണ്ടാക്കുമ്പോൾ, പരശുരാമൻ അവനോടു, യുഷ്മാകഞ്ചതുമൽഭൂമാവവേം ആഗമനം വൃഥാ എന്നും ആദിത്യായ മയാ ദത്താ. ഞാൻ ആദിത്യവർമ്മൻ എന്ന തകെ്കെ രാജാവിന്നു കൊടുത്തിരിക്കുന്നു എന്നും കോപിച്ചു പറഞ്ഞശഷേം യുദ്ധം ഉണ്ടായിട്ടു ഭൂതങ്ങൾ തോറ്റു ഭൂതപാണ്ടി എന്ന സ്ഥലം നാടതിരായ്യമാകയും ചെയ്തു.

കലിയുഗത്തിന്റെ ആരംഭം തുടങ്ങി ദുഷ്ടന്മാർ വന്നതിക്രമിക്കയാൽ, ൬൪ ഗ്രാമത്തിലുള്ളവർ ഓരൊരൊ രാജാവിനെ കല്പിക്കണേം എന്നു ശ്രീ പരശുരാമനോട് ഉണർത്തിച്ചാറെ, ശ്രീ നാവാക്ഷതേ്രത്തിങ്കൽ തിരുനാവായി ഭഗവാന്റെ ഉത്സവത്തിന്നായ്ക്കൊണ്ടു ഗംഗാദവേി എഴുന്നള്ളും ദിവസം സ്നാനം ചെയ്തു, ഭൂമിക്കു ഷൾഭാഗവും കൂടാതെ നിങ്ങൾക്ക് തളിഞ്ഞ ആളെ രാജാവാക്കി, പെരൊറ്റിലെ വെള്ളം കൊണ്ടഭിഷകേവും ചെയ്തുകൊള്ളുക എന്നരുളിച്ചെയ്തു. ശഷേം ശത്രുസംഹാരത്തിനും ക്ഷതേ്രരക്ഷയ്ക്കും പരശുരാമൻ ഭദ്രകാളിയുടെ വാൾ വാങ്ങി, ബ്രാഹ്മണരുടെ പക്കൽ കൊടുപ്പൂതും ചെയ്തു. അവർ എല്ലാവരും കൂടി ചോഴ മണ്ഡലമാകുന്ന രാജ്യത്തിങ്കൽ ചെന്നു കരേളൻ എന്ന പരോയിരിക്കുന്ന തുളുനാട്ടിൽ പറയുന്ന വൃത്താന്തം ഭൂതാളപാണ്ടി എന്നൊരു ധനവാൻ ഭൂതസഹായം കൊണ്ടു തുളുനാട്ടിൽ കപ്പൽ വഴിയായി പോയി വന്നു, പറെക്കൂരിൽ രാജാവായ ശഷേം. ജനൈരിൽ [23]൧൨ കന്യകമാരെ പരിഗ്രഹിച്ചു. അവരുടെ മക്കൾക്ക് തുളുരാജ്യം വിഭാഗിച്ചുകൊടുത്തു; മരുമക്കത്തായം എന്ന അനാചാരത്തെ കല്പിക്കയും ചെയ്തു.

രാജാവിനെ കൂട്ടിക്കൊണ്ടു വന്നു കർക്കടകവ്യാഴം മാഘമാകുന്ന കുംഭമാസത്തിൽ പൂയത്തുനാൾ പരോറ്റിൽ സ്നാനം ചെയ്തു. അഗസ്ത്യമഹർഷിയുടെ ഹോമ കുണ്ഡത്തിൽനിന്നു തീർത്ഥം ഒഴുകി, സമുദ്രത്തിൽ കൂടിയിരുപ്പൊരു പുണ്യ നദിയാകുന്ന പരോറ്റിങ്കര നാവാക്ഷതേ്രത്തിൽ ഇരുന്നു. പാകയൂർ ആസ്ഥാന മണ്ഡപത്തിന്മൽേ ഇരുത്തി, ശ്രീ പരശുരാമൻ ദാനം ചെയ്ത ഭൂമിക്ക് രാജാവാക്കി അഭിഷകേവും ചെയ്തു. അങ്കവും, ചുങ്കവും, വഴിപിഴയും, അമ്പവാരിയും,

ഐമ്മുലമുമ്മുല, ചങ്കൊമ്പുകടകൻ, പുള്ളിനരിവാൽ, കിണററ്റിൽപന്നി, ആററുതിരുത്തുക, കടൽവാങ്ങിയ നിലം, തലപ്പുംകടൽ ചുങ്കവും ഇക്കരേളത്തിൽ ഉണ്ടാകുന്നതിൽ ശിലവും മുളവും ഈ വകകൾ എപ്പരേപ്പടെട്ടതും പരശുരാമൻ ക്ഷതേ്രത്തിങ്കൽ സാക്ഷിപ്പടെട്ടരുളിയ ഭദ്രകാളി തങ്ങളുടെ പക്കൽ തന്ന വാളും കൊടുത്തു. തങ്ങളുടെ ദാസന്മാരെ കൊണ്ടു ചകെവും ചകിെപ്പിച്ചു. തൃക്കടമതിലകത്ത രാജധാനി ഉണ്ടാക്കി. അവിടെ ഇരുന്നു കരേളവും വഴിപോലെ ൧൨ ആണ്ടു രക്ഷിച്ചു, തന്റെ രാജ്യത്തിലേക്കു പോകയും ചയെ്തു. ആ രാജാവിന്റെ ഗുണാധിക്യം കൊണ്ടു കരേളം എന്നു പരേുണ്ടായി. പിന്നെ ബ്രാഹ്മണർ പാണ്ടിരാജ്യത്തിങ്കൽ ചനെ്നു പാണ്ടിയൻ എന്ന ചങ്ങെർ ആകുന്ന രാജാവിനെ കൂട്ടികൊണ്ടുവന്നു, മുമ്പിലത്തെ പോലെ അഭിഷകേവും ചയെ്തു. ആ രാജാവ് ൧൨ [24]ആണ്ടു രക്ഷിച്ചു കഴിഞ്ഞതിന്റെ ശഷേം, കണക്കു പറയിച്ചു വാളും വപെ്പിച്ചു, രാജാവിനെ പാണ്ടിരാജ്യത്തിങ്കൽ കൊണ്ടാക്കി. ചോഴമണ്ഡലത്തിൽ ചനെ്നു ചൊഴിയൻ എന്ന പരോകും രാജാവിനെ കൂട്ടിക്കൊണ്ടു വന്നു, ആ രാജാവ് ൧൨ ആണ്ടുകാലംകരേളംരക്ഷിച്ചു.പിന്നെപൊണ്ഡ്യരാജ്യത്തിങ്കൽ കുലശഖേരനനെ്നു പരേുണ്ടായ പരെുമാൾ.

ഇങ്ങിനെ മലനാടു രക്ഷിപ്പാൻ കല്പിച്ച അനന്തരം രാജാവു സ്വല്പകാലം ചലെ്ലുമ്പോൾ ആക്രമിച്ചു പോകും അതു വരാതെ ഇരിപ്പാൻ കരേളത്തിൽ ൧൬൦ കാതം നോക്കി കണ്ടു. ൧൬൦ കാതംകൊണ്ടു ൧൭ നാടാക്കി, അതുകൊണ്ടു രാജകാര്യങ്ങൾ കൂടി നിരൂപിച്ചെ ഉള്ളൂ. താൻ തന്നെ വ്യാപരിക്കരുത് എന്നു കൽപ്പിച്ചു. നിത്യ കാര്യങ്ങൾ രാജാവോട് കൂടി പ്രവൃത്തിച്ചു, കോവിലകത്തിൻ സമീപത്തു തന്നെ, ർ കഴകത്തിന്നു കൽപ്പിച്ച പരിഷകെ്കു ഇരിപ്പാൻ ർ തളിയും തീർത്തു. മതേ്തളി, കീഴ്ത്തളി, നടിെയത്തളി, ചിങ്ങപുരത്തളി ഇത്തളിയിൽ ഇരുന്നു രക്ഷിക്കുന്നത് തളിയാതിരിമാർ എന്നു പരേുള്ളവർ; കീഴ്ത്തളി, ഐരാണിക്കുടത്തിന്നു, ചിങ്ങപുരം, ഇടിങ്ങാടിക്കുടത്തിന്നു നടിെയത്തളി, പറവൂർ, മൽേത്തളി, മൂഷികകക്കുളം ഇങ്ങിനെ ർ തളി ആകുന്നു. പന്നിയൂർ, പരിെഞ്ചലെ്ലൂർ, ചങ്ങെനിയൂർ, ഇവ ഒക്ക തങ്ങളിൽ അകലത്താകയാൽ, പറവൂരുടെ സമീപത്തുള്ള ഐരാണിക്കുടത്തും മൂഷികകക്കുളത്തും ഇരിങ്ങാണിക്കുടത്തും പറവൂരൊട് കൂടി ർ കഴകം എന്നു പരേുണ്ടായി. ഇത് നാലും പരെുമാക്കന്മാർ രക്ഷിക്കും കാലത്തു കല്പിച്ചതു മററെ കഴകം പരശു [25]രാമന്റെ കാലത്തുണ്ടായ്തു. തളിയാതിരിമാർ കാലത്ത് തീട്ട് എഴുതണേ്ടുംപൊൾ തളിയാതിരിത്തീട്ട് എന്നു എപ്പോഴും എഴുതണേ്ടു. തളിയാതിരി അവരോധവും പുക്കു തോന്നിപ്പോയതു: കരിങ്ങമ്പുള്ളിസ്വരൂപവും കാർയ്യമുക്കിൽ സ്വരൂപവും കാരിമുക്ക ഇളമ്പര കോട്ടസ്വരൂപവും. ഇച്ചൊല്ലിയ സ്വരൂപങ്ങളിൽ ഇളമയായിരിക്കുന്നവർ തളിയാതിരിമാരായ കാരണം: രാജാവിന്നു മലനാട്ടിൽ ഷൾഭാഗം കൊടുത്തിട്ടില്ല, വൃത്തിയെ കൊടുത്തിട്ടുള്ളു: എല്ലാവരുടെ വസ്തുവിന്മലേും ഷൾഭാഗം രക്ഷാപുരുഷന്മാർ അനുഭവിച്ചു. രണ്ടാമത് തളിയാതിരിമാർ അനുഭവിച്ചു. പിന്നെ ചാത്തിരർക്കായി കല്പിച്ചു വകെ്കയാൽ ഇന്നും ചാത്തിരർക്ക്[3] ആയതുണ്ടു.

ഇങ്ങിനെ രാജാവും തളിയാതിരിമാരുമായി രക്ഷിച്ചു സ്വല്പകാലം കഴിഞ്ഞ ശേഷം, പയസ്വനി പെരുമ്പുഴക്ക് വടക്ക് ൩൨ ഗ്രാമവും, അതിന്റെ തെക്ക് ൩൨ ഗ്രാമവും തങ്ങളിൽ കൊള്ളക്കൊടുക്കയും മുറിച്ചു. തെക്ക് ൩൨ ആകുന്നത്: കരുമാൻ പുഴയ്ക്കു വടക്ക ഗ്രാമം ൧൦. അതിന്നു വിവരം. ൧.പയ്യന്നൂർ, ൨.പെരിഞ്ചല്ലൂർ, ൩.കരിക്കാട്ടു, ൪. ഈശാനിമംഗലം, ൫.ആലത്തൂർ, ൬.കരിന്തൊളം, ൭[4].തൃശ്ശിവപേരൂർ, തൃച്ചമ്പരേൂർ, ൮.പെരുമാനം, ൯.പന്നിയൂർ, ൧൦.ചൊവ്വരം, കരുമാൻ പുഴക്ക് തെക്ക് പുണ്യാറ്റിന്നു വടക്ക് ഗ്രാമം ൧൨ അതാകുന്നത്: ൧.പറവൂർ, ൨.ഐരാണിക്കുളം, ൩.മൂഷികക്കുളം, ൪.ഇരിങ്ങാണിക്കുടം, ൫.അടവൂർ, ൬.ചെങ്ങനാടു, ൭.ഉളിയന്നൂർ, ൮.കഴുതനാടും, ൯. [26]കുഴയൂർ ൧൦. ഇളിഭ്യം, ൧൧. ചാമുണ്ട, ൧൨. ആവട്ടിപ്പുത്തൂർ ഇങ്ങിനെ ഗ്രാമം ൧൨ പുണ്യാറ്റിന്നു തെക്ക് കന്യാകുമാരിക്ക് വടക്ക് ഗ്രാമം ൧൦: ൧. കിടങ്ങൂർ, ൨. കാടുകറുക, ൩. കാരനല്ലൂർ, ൪. കവിയൂർ, ൫. ഏറ്റുമാനൂർ, ൬. നിർമ്മണ്ണു, ൭. ആണ്മണി, ൮. ആണ്മലം, അമ്മളം, മംഗലം, ൯. ചെങ്ങനിയൂർ, ൧൦. തിരുവില്വായി ഇങ്ങിനെ ഗ്രാമം ൧൦. ആകെ ൩൨. ശേഷിച്ച ൩൨ ഗ്രാമം പഞ്ചദ്രാവിഡന്മാരിൽ പോയിക്കളഞ്ഞ് വന്ന പഴന്തുളുവർ എന്നും തുളു നമ്പികൾ എന്നും പേരുള്ളവർ അവരും അതിൽ കൂടി ചേർന്നവരും പണി ചെയ്തു "ഞാൻ ഞാൻ മുപ്പത്തു രണ്ടിൽ കൂടും" എന്നിട്ടു പരദേശത്താചാരങ്ങളെ നടത്തി, അവരുമായി കൊള്ളക്കൊടുക്കയും തുടങ്ങി, പരദേശത്തെ രാജാക്കന്മാരെ അടക്കി, അവരുടെ കോയ്മ നടന്നു പോയി, ഒരൊ ഗ്രാമമാക്കി കല്പിച്ചിട്ടുമുണ്ടു, പല പല ഗ്രാമങ്ങളിൽ വന്ന ഓരൊ പേരുമിട്ടു. ഇങ്ങിനെ ഗ്രാമം എന്നു വേണ്ട; ബഹു വിധമായുണ്ടു സത്യം ഇങ്ങിനെ ആകുന്നതു.

൨. ബൌദ്ധനായ പെരുമാൾ.

അനന്തരം കലിയുഗം സ്വല്പം മുഴുത്തകാലം ബ്രാഹ്മണർ പരദേശത്തു ചെന്നു, ബാണപുരത്തിൽനിന്നു ബാണപ്പെരുമാളെകൂട്ടികൊണ്ടു പോന്നു. അല്ലൂർ പെരുങ്കൊയിലകത്തു കൈ പിടിച്ചിരുത്തി. ആ പെരുമാൾ വാഴുന്ന (കാലത്തു) ബൌദ്ധന്മാർ വന്നു പെരുമാളെ കണ്ടു. ബൌദ്ധശാസ്ത്രത്തിന്റെ പ്രാമാണ്യം ആക കേൾപ്പിച്ചതിന്റെ ശേഷം "ഇതത്രെ [28]നേരാകുന്നത്" എന്ന് പെരുമാൾക്ക് ബോധിച്ചു, അനന്തരത്തെ പെരുമാൾ ബൌദ്ധമാർഗ്ഗം ചേരുകയും ചെയ്തു. ആ പെരുമാൾ ബ്രാഹ്മണരെ വരുത്തി ബ്രാഹ്മണരോട് ചോദ്യം തുടങ്ങി, ഈ മലനാട്ടിലേക്ക് എല്ലാവരും ഈ മാർഗ്ഗം അനുഷ്ഠിക്കണ്ണം എന്നു കല്പിച്ച ശേഷം, എല്ലാവരും ബുദ്ധികെട്ട് [1]തൃക്കാരിയൂർക്ക് വാങ്ങുകയും ചെയ്തു. ഒരുമിച്ചു തൃക്കാരിയൂർ ഇരുന്ന ഗ്രാമങ്ങളിൽ വലിയ പരിഷകൾ എല്ലാവരെയും ഭരിപ്പിക്കും കാലം പലരെയും സേവിച്ചിട്ട് നിത്യവൃത്തി കഴിക്കുമ്പോൾ ശുദ്ധാശുദ്ധി വർജ്ജിച്ചുകൊൾവാനും വശമല്ലാഞ്ഞു, മനഃപീഡ പാരം ഉണ്ടായതിന്റെ ശേഷം ഈശ്വരാനുഗ്രഹം കൊണ്ട് ഒരു മഹർഷി അവിടേക്കെഴുന്നള്ളി, ജംഗമൻ എന്ന പേരാകുന്നതു. ആ മഹർഷിയോട് അവിടെയുള്ള ബ്രാഹ്മണർ എല്ലാവരും കൂടി ഒക്കത്തക്ക ചെന്നു, സങ്കടം ഉണർത്തിച്ചതിന്റെ ശേഷം, മഹർഷി അരുളിച്ചെയ്തു "ഈ വെച്ചുകൂട്ടുന്നടെത്തുണ്ടാകുന്ന അശുദ്ധിദോഷം പോവാൻ ഞാൻ ഒരു പ്രായശ്ചിത്തം നിങ്ങൾക്ക് ഗ്രഹിപ്പിച്ച് തരാം; അതാകുന്നതു: അസ്തമിച്ചാൽ ഒരു വിളക്കു വെച്ചു ബ്രാഹ്മണർ ദീപപ്രദക്ഷിണം ചെയ്തു കൊൾവൂ" ദീപപ്രദക്ഷണം ചെയ്‌വാൻ മഹർഷി ഒരു ഗാനവും ഉപദേശിച്ചു കൊടുത്തു: ബ്രഹ്മസ്തുതിയാകുന്നതിഗ്ഗാനം "ഇതിന്നു നിങ്ങൾക്ക് ഒരു ദേവൻ പ്രധാനമായി ഗാനം ചെയ്തു കൊൾവാൻ തൃകാരിയൂരപ്പൻ തന്നെ പരദേവേത" എന്നുമരുളിച്ചെയ്തു. നിത്യം ഇതു ഗാനം ചെയ്തുകൊണ്ടാൽ നിങ്ങളുടെ സങ്കടങ്ങൾ ഒക്കവെ[29]പോവാൻ കഴിവു വരും എന്നിങ്ങിനെ അരുളിച്ചെയ്തു മഹർഷി എഴുന്നള്ളുകയും ചെയ്തു. അനന്തരം ബ്രാഹ്മണർ അസ്തമിച്ചാൽ ഒരു വിളക്കും വെച്ചു, ദീപപ്രദക്ഷിണം ചെയ്തു തുടങ്ങുമ്പോൾ , പരദേശത്തുനിന്ന് ആറു ശാസ്ത്രികൾ വന്നു, ഒന്നു ഭാട്ടാചാര്യൻ, ഒന്നു ഭാട്ടബാണൻ, ഒന്നു ഭാട്ടവിജയൻ, ഒന്നു ഭാട്ടമയൂരൻ, ഒന്നു ഭാട്ടഗോപാലൻ, ഒന്നു ഭാട്ടനാരായണൻ. ഇങ്ങിനെ ന്ന ശാസ്ത്രികൾ വന്നപ്പോൾ, അവിടെ ഉള്ള ബ്രാഹ്മണരോട് പറഞ്ഞു, "നിങ്ങൾക്ക് ബൌദ്ധന്മാരെ കൊണ്ടുള്ള സങ്കടങ്ങൾ ഞങ്ങൾ പോക്കുന്നുണ്ട്, നിങ്ങൾ ഏതും ക്ലേശിക്കണ്ട" എന്ന് പറഞ്ഞപ്പോൾ, ബ്രാഹ്മണർ പ്രസാദിച്ചു, ശാസ്ത്രികളുമായി ഒക്കത്തക്ക ചെന്നു, മാർഗ്ഗം പുക്ക പെരുമാളെ കണ്ടു ശാസ്ത്രികൾ പറഞ്ഞു, "അല്ലയോ പെരുമാൾ എന്തീയബദ്ധം കാട്ടിയതു"എന്നു പറഞ്ഞു, പല വഴിയും പെരുമാളോടെ കല്പിച്ചതിന്റെ ശേഷം "ഇതത്രെ നേരാകുന്നത്" എന്നു പറഞ്ഞാറെ, ശാസ്ത്രികൾ കലിച്ചു "എന്നാൽ, ബൌദ്ധന്മാർ

ഞാങ്ങളും കൂടി ഈ ശാസ്ത്രം കൊണ്ട് വിവാദിച്ചാൽ, ഞാങ്ങൾ തോറ്റുവെന്നു വരികിൽ ഞാങ്ങളെ നാവു മുറിച്ചു നാട്ടിൽ നിന്നു കളവൂ. എന്നിയെ ബൌദ്ധന്മാർ തോറ്റുവെന്നു വരികിൽ, അവരുടെ നാവു മുറിച്ചു അവരെ നാട്ടുന്നു ആട്ടിക്കളവൂ " എന്നു കേട്ടാറെ " അങ്ങിനെ തന്നെ " എന്നു പെരുമാൾ സമ്മതിച്ചു .ശാസ്ത്രികളും ബൌദ്ധന്മാരുമായി വാദം ചെയ്തു, ബൌദ്ധന്മാരുടെ ഉക്തി വീണു, അവർ തോല്ക്കുകയും ചെയ്തു. പെരുമാൾ അവരുടെ നാവു മുറിച്ചു ശേഷമുള്ളവരെ നാട്ടിൽനിന്നു [30]കളവൂതും ചെയ്തു"ഇനി മലേിൽ ബൌദ്ധന്മാർ വന്നു വിവാദിക്കുമ്പോൾ, വാദിച്ചുകൊണ്ടാലും എന്നെ രാജാവു പറയാവു, പിന്നെ വദോന്തിയോട് അവരെ ശിക്ഷിച്ചു കളയാവു എന്നെ"പിന്നെ വാണ പെരുമാളെക്കൊണ്ടു സമയം ചെയ്യിപ്പിച്ചു, മാർഗ്ഗം പുക്ക പെരുമാൾക്ക് വസ്തുവും തിരിച്ചു കൊടുത്തു, വേറേ ആക്കുകയും ചെയ്തു. "ബൌദ്ധശാസ്ത്രം ഞാൻ അനുസരിക്കകൊണ്ടു എനിക്ക് മറ്റൊന്നിങ്കലും നിവൃത്തി ഇല്ല എന്നു കല്പിച്ചു, അപ്പെരുമാൾ ആസ്ഥാനത്തെ മറ്റൊരുത്തരെ വാഴിച്ചു, ഇങ്ങനെ നാലു സംവത്സരം നാടു പരിപാലിച്ചു, മക്കത്തിന്നു തന്നെ പോകയും ചെയ്തു. ബൌദ്ധന്മാർ ചേരമാൻ പെരുമാള മക്കത്തിന്നത്രെ പോയി, സ്വർഗ്ഗത്തിന്നല്ല എന്നു പറയുന്നു. അതു ചേരമാൻ പെരുമാളല്ല; പള്ളിബാണപെരുമാളത്രെ; കേരളരാജാവു ചേരമാൻ പെരുമാൾ സ്വർഗ്ഗത്തിന്നത്രെ പോയതു. ശേഷം നാലു പെരുമാക്കൾ വാഴ്ച കഴിഞ്ഞ് അഞ്ചാമത് വാണ പെരുമാൾ ചേരമാൻ പെരുമാൾ.

൧. കുലശേഖരനോളം വാണ പെരുമാക്കന്മാർ.

ബ്രാഹ്മണർ പരദേശത്തു ചെന്നു ഉത്തരഭൂമിയിങ്കൽനിന്നു തുളഭൻ പെരുമാളെ കൂട്ടിക്കൊണ്ടു പോന്നു, ആ പെരുമാൾ ഗോകർണ്ണത്തിൽനിന്നു തുടങ്ങി പെരുമ്പുഴയോളമുള്ള നാടു കണ്ടപ്പോൾ, ഈ രാജ്യം തന്നെ നല്ലു എന്നു വിചാരിച്ചു, കോടീശ്വരം എന്ന പ്രദേശത്തു എഴുന്നള്ളി, ആ ഗ്രാമത്തിലുള്ള ബ്രാഹ്മണരോടിരിക്കയും ചെയ്തു. അവിടെ വാഴുക കൊണ്ടു [32]തുളുനാടു എന്നു പറവാൻ കാരണം, ൬ സംവത്സരം പരിപാലിച്ചതിന്റെ ശേഷം, ആ പെരുമാളുടെ സ്വർഗ്ഗാരോഹണം. പിന്നെ ഇന്ദ്രപെരുമാളെ കൂട്ടിക്കൊണ്ടു പോന്നു വാഴ്ച കഴിച്ചു, അല്ലൂർ പെരിങ്കോവിലകം എന്നു കല്പിച്ചു, അവിടെ സമീപത്തു ४ കഴകത്തിന്നും നാലു തളിയും തീർത്തു, ആ പെരപ്പുമുമ്പെ ൧ എഴുതിയതു: തളിയാതിരിമാർ പെരുമാളുമായി കൂടി പല തളിയിലും അടിയന്തരമായിരുന്നു, പന്തീരാണ്ടു നാടു പരിപാലിച്ചതിന്റെ ശേഷം ഇന്ദ്രൻ ആസ്ഥാനത്തു മറ്റൊരുത്തരെ വാഴിപ്പാൻ കൽപ്പിച്ചു, പരദേശത്ത് എഴുന്നള്ളുകയും ചെയ്തു. പിന്നെ ആർയ്യപുരത്തിങ്കൽ നിന്നു ആർയ്യപ്പെരുമാളെ കൂട്ടിക്കൊണ്ടു വന്നു വാഴ്ച കഴിച്ചു, ആർയ്യപ്പെരുമാൾ കേരളരാജ്യം ൧൬൦ കാതം നാടു നടന്നു നോക്കി കണ്ടെടുത്തു, ഗോകർണ്ണം തുടങ്ങി തുളുനാട്ടിൽ പെരുമ്പുഴയോളം തുളുരാജ്യം എന്നു കല്പിച്ചു. പുതുപട്ടണം തുടങ്ങി കന്നെറ്റിയോളം മൂഷികരാജ്യം എന്നു കല്പിച്ചു. കന്നെറ്റി തുടങ്ങി കന്യാകുമാരിയോളം കൂവളരാജ്യം എന്നു കല്പിച്ചു, ഇങ്ങനെ ആ നാടു കൊണ്ടു ४ ഖണ്ഡം ആക്കി, അതു കൊണ്ടു ൧൭ നാടാക്കി, ൧൭ നാടുകൊണ്ടു ൧൮ കണ്ടം ആക്കി, ഓരോരോ ദേശത്തിന്ന് ഒരോ പേരുമിട്ട്, ഓരോരോ ദേശത്ത് ദാനവും ധർമ്മവും കല്പിച്ചു. ബ്രാഹ്മണരെ ആനന്ദിപ്പിച്ചു, നാലു കഴകത്തു ४ തളി തീർത്തു. ४ തളിയാതിരിമാരുമായി അടിയന്തരം ഇരുന്നു; നാടു പരിപാലിച്ചശേഷം, ൧൨ ആണ്ടു ചെല്ലുമ്പോൾ, സ്വർഗ്ഗത്തിങ്കൽ നിന്നു ദേവകൾ [33]വിമാനം താഴ്ത്തി, പെരുമാൾ സ്വർഗ്ഗത്തിങ്കൽ എഴുന്നള്ളുകയും ചെയ്തു. ബ്രാഹ്മണർക്കു മനഃപീഡ വളരെ ഉണ്ടായതിന്റെ ശേഷം, ബ്രാഹ്മണർ പരദേശത്തു ചെന്നു കുന്ദൻ പെരുമാളെ കൂട്ടി കൊണ്ടുപോന്നു വാഴ്ചകഴിച്ചു. അപ്പെരുമാൾ കന്നെറ്റി സമീപത്തിങ്കൽ വന്ദിവാകക്കോവിലകം തീർത്തു. ४ ആണ്ടു വാണ ശേഷം പരദേശത്തു തന്നെ എഴുന്നള്ളുകയും ചെയ്തു. പിന്നെ കോട്ടി പെരുമാളെ കൂട്ടി കൊണ്ടു പോന്നു വാഴ്ച കഴിച്ചു, ആ പ്രദേശം കോട്ടിക്കൊല്ലം എന്ന പേരുണ്ടായി, ഒരു സംവത്സരം നാടു പരിപാലിച്ചു സ്വർഗ്ഗാരോഹണമായതിന്റെ ശേഷം.

മാട പെരുമാളെ കൂട്ടി കൊണ്ടു പോന്നതിന്റെ ശേഷം൧൧ സംവത്സരം വാഴുമ്പോൾ, അവിടെ ഒരു കോട്ടപ്പടി തീർക്കണം എന്നു കല്പിച്ചു, തന്റെ അനുജൻ എഴിപ്പെരുമാളെ വരുത്തി

പരദേശേത്ത് എഴുന്നള്ളിയ ശേഷം, എഴിപ്പെരുമാൾ അവിടെ ഒരു കോട്ടപ്പടി തീർത്തു മാടയഴികോട്ട എന്നും പേരിട്ടു. ൧൨ ആണ്ടു വാണ ശേഷം ആ പെരുമാളുടെ സ്വർഗ്ഗാരോഹണം പരദേശേത്തു തന്നെ എഴുന്നള്ളുകയും ചെയ്തു.

കൊമ്പൻ പെരുമാളെ കൂട്ടി കൊണ്ടു പോന്നു വാഴ്ച കഴിച്ചു, ആ പെരുമാൾ നയ്യൂര എന്ന പുഴയുടെ കരക്കൽ ൩ സംവത്സരവും ൩ മാസവും കൂടാരം കെട്ടി വാണു പിന്നെ വിജയൻ പെരുമാൾ വിജയൻ കൊല്ലത്തു കോട്ടയെ തീർത്തു, പാണ്ഡവന്മാരിൽ അർജ്ജുനൻ വളരെ കാലം ആ പ്രദേശേത്തു ഇരുന്നിരിക്ക കൊണ്ടു അതു സത്യഭൂമി എന്നു കല്പിച്ചു. ൧൨ സംവത്സരം വാണ ശേഷം മററൊരുത്തരെ [34]വാഴിപ്പാൻ കല്പിച്ചു, വിജയൻ പരദേശേത്തഴെുന്നള്ളുകയും ചെയ്തു.

ബ്രാഹ്മണർ പരദേശേത്ത് ചെന്നു വളഭൻ പെരുമാളെ കേരളാധിപതിയാക്കി വാഴ്ച കഴിച്ചു. ആ പെരുമാൾ നയ്യൂര എന്ന പുഴയുടെ കരമേൽ ശിവശൃംഗൻ എന്ന പേരുടയ മഹർഷി പ്രതിഷ്ഠിച്ച ശിവപ്രതിഷ്ഠയും കണ്ടു, മററും പല ശംഖ്വരത്വവും കണ്ടു, ക്ഷേത്രവും പണി തീർത്തു, മററും ചില പരദേവതമാരെയും സങ്കല്പിച്ചു, അവിടെ ഒരു കോട്ടപ്പടിയും തീർത്തു സിംഹമുഖം എന്ന പേരുമിട്ട്, ക്ഷേത്രത്തിന്നു ശിവശ്വേരം എന്ന പേരുമിട്ട്. വളഭൻ പെരുമാൾ കല്പിച്ചു തീർത്ത കോട്ട വളഭട്ടത്തുകോട്ട എന്ന പേരുണ്ടായി. ഇനിമേൽ കേരളത്തിങ്കൽ വാഴുന്നവർക്ക് കുലരാജധാനി ഇതന്നെു കല്പിച്ചു. അവിടെ പല അടുക്കും ആചാരവും കല്പിക്കണം എന്ന് നിശ്ചയിച്ചു. ൧൧ സംവത്സരം വാണ ശേഷം ആ പെരുമാളുടെ സ്വർഗ്ഗാരോഹണം.

അതിന്റെ ശേഷം കൊണ്ടു വന്ന ഹരിശ്ചന്ദ്രൻ പെരുമാൾ പുരളിമലയുടെ മുകളിൽ ഹരിശ്ചന്ദ്ര കോട്ടയെ തീർത്തപ്പോൾ വനദേവതമാരുടെ സഞ്ചാരം ആ കോട്ടയ്ക്കകത്തു വളര കാൺകകൊണ്ടു ശേഷം മനുഷ്യർക്ക് ആ കോട്ടയിൽ ചെന്നു പെരുമാളെ കണ്ടു ഗുണദോഷം വിചാരിച്ചു പോരുവാനും വശമല്ലാതെ, ആയതിന്റെ ശേഷം ഇതിൽ മനുഷ്യ സഞ്ചാരമില്ല എന്നു കണ്ടു, ഒക്കയും ഈശ്വരമയം എന്നു തിരുമനസ്സിൽ നിശ്ചയിച്ചു കുറയ കാലം വാണതിന്റെ ശേഷം പെരുമാളെ ആരും കണ്ടതുമില്ല. [35]കാണാഞ്ഞതിന്റെ ശേഷം ബ്രാഹ്മണർ മല്ലൻ പെരുമാളെ കൂട്ടികൊണ്ടു പോന്നപ്പോൾ, ആ പെരുമാൾ മൂഷികരാജ്യത്തിങ്കൽ മല്ലൂരുമല്ലൻ കോട്ട എന്ന കോട്ടപ്പടി തീർത്തു, ൧൨ ആണ്ടു വാണു പരദേശേത്തഴെുന്നള്ളുകയും ചെയ്തു.

അനന്തരം വാണ പെരുമാൾ പാണ്ഡ്യരാജ്യത്തിങ്കൽ കുലശേഖരപ്പെരുമാൾ. അവനെ കൂട്ടി കൊണ്ടു പോരുമ്പോൾ മഹാ ഭാരതഭട്ടത്തിരിയും വാസുദേവഭട്ടത്തിരിയും പെരുമാളെ കണ്ടു ബഹുമാനിച്ചു പെരുമാൾക്ക് അനുഗ്രഹവും കൊടുത്തു; ആ പെരുമാൾ മൂഷികരാജ്യത്തിങ്കൽ ചിത്രകൂടം തീർത്തു, അവിടെ എഴുന്നള്ളി ഇരിക്കയും ചെയ്തു. ആ പെരുമാൾ വ്യാപരിച്ച അവസ്ഥകൾ: നല്ല ക്ഷത്രിയർ വേണം എന്നു വെച്ചു, പല

ദിക്കിൽനിന്നും ക്ഷത്രിയരയെും സാമന്തരയെും വരുത്തി, അവർക്ക് ഐങ്കാതം ഐങ്കാതം ഖണ്ഡം നാടു ഖണ്ഡിച്ചു കൊടുത്തു, അതിൽ ൫ വഴി ക്ഷത്രിയരും ൮ വഴി സാമന്തന്മാരും ആകുന്നതു അതിന്നു കാരണം: ഇനി ഒരിക്കൽ ബൌദ്ധന്മാരുടെ പരിഷ വന്നു രാജാവിനെ ഭ്രമിപ്പിച്ചു സമയം പുലമ്പിച്ചു എന്നു വരികിൽ ബ്രാഹ്മണർ പരദേശത്തു പോകേണ്ടി വരും. അത് വരരുത് എന്നു കല്പിച്ചു എല്ലാവർക്കും ഐങ്കാതം വെച്ചു തിരിച്ചു കൊടുത്തു; ഒരുത്തന്നു നേരുകേടുണ്ടെങ്കിൽ അയൽവക്കത്ത് തന്നെ മറ്റൊരിടത്തു വാങ്ങി ഇരിക്കുമാറാക്കേണം. ഈ കർമ്മ ഭൂമി ക്ഷയിച്ചു പോകും പുറപ്പെട്ടു പോകാതിരിക്കേണം എന്നു കാരണം. ശേഷം കുലശേഖരപ്പെരുമാൾ വ്യാപരിച്ച അവസ്ഥഃ വന്ന ശാസ്ത്രികളിൽ [36]ഭട്ടാചാർയ്യരയെും ഭട്ടബാണനെയും അഴിവിന്നുകൊടുത്തിരുത്തി, മലയാളത്തിലുള്ള ബ്രാഹ്മണർക്ക് ശാസ്ത്രം അഭ്യസിപ്പാൻ, മുമ്പിനാൽ ശാസ്ത്രാഭ്യാസമില്ലായ്കകൊണ്ടു, അന്നു പരദേശത്തുനിന്നു ഒരു ആചാർയ്യൻ ഭട്ടാചാർയ്യനോട് കൂടെ വന്നു വായിച്ചു. അതു പ്രഭാകരഗുരുക്കൾ, പ്രഭാകരശാസ്ത്രം ഉണ്ടാക്കിയതു. മറ്റുള്ള ആചാർയ്യന്മാർ പഠിച്ചു പോയ ശേഷം ഈ ശാസ്ത്രം അഭ്യസിക്കുന്ന പരിഷെക്ക് പ്രയോജനം വേണം എന്നിട്ടു കുലശേഖരപ്പെരുമാൾ ഒരു സ്ഥലം തീർത്തു, ഈ വന്ന ശാസ്ത്രികൾക്കു കൊടുത്തു. അവിടെ അവരെ നിറുത്തി, മലയാളത്തിലുള്ള ബ്രാഹ്മണരും ശാസ്ത്രം അഭ്യസിക്കയും ചെയ്തു. ശാസ്ത്രികളുടെ സ്ഥലമാകകൊണ്ടു ഭാട്ടം എന്നു ചൊല്ലുന്നു. ൬൪ ഗ്രാമത്തിലുള്ള ബ്രാഹ്മണരിൽ ശ്രേഷ്ഠന്നു ഈ സ്ഥലം എന്ന വ്യവസ്ഥയും ഉണ്ടു. ഭട്ടാചാർയ്യരുടെ ശിഷ്യനായ പ്രഭാകരഗുരുക്കളുടെ മതിയടി അവിടെ ഉണ്ടെന്നു പ്രസിദ്ധമായി പറയുന്നു. കുലശേഖരപ്പെരുമാളോട് ൬000 കലം വസ്തുവും ഉദയതുംഗൻ എന്ന ചേട്ടിയോടു ൫000 കലം വസ്തുവും പൂവും നീരും വാങ്ങി ഇപ്പന്തീരായിരം വാങ്ങിയതു ഭട്ടാചാർയ്യരല്ല; പ്രഭാകരഗുരുക്കൾ അതിനെ വാങ്ങുക കൊണ്ടു ഭാട്ടപ്രഭാകരവ്യാകരണത്തിന്നു കിഴിഉള്ളു. ശാസ്ത്രികൾ ബ്രഹ്മസ്വം പകുക്കുമ്പോൾ വേദാന്തശാസ്ത്രത്തിന്നു പകുപ്പില്ല എന്നു കല്പിച്ചു) ൰൨000 കലത്തിന്നു ഓഹരി വേദാന്തികൾക്ക് ഇല്ല. പ്രഭാകരഗുരുക്കൾ വേദാന്തികൾക്ക് കൊടുത്തില്ലായ്ക കൊണ്ടു, തൃക്കണ്ണാപുരത്തു ഭാട്ടപ്രഭാകരവ്യാകരണത്തിന്നു കിഴിഉള്ളു. വേദാന്തികൾ വേദാന്തം [37]വായിച്ചാലും ഭാട്ടപ്രഭാകരവ്യാകരണം മൂന്നാലൊന്നിൽ വേണം. തൃക്കണ്ണാപുരത്ത് കിഴിയിടയിൽ രണ്ടാമത് പലരും ഉണ്ടാക്കീട്ടും ഉണ്ടു. ശാസ്ത്രത്തിന്നു, അതിൽ വേദാന്തിക്കു കൂടെ ഉണ്ടു താനും. പ്രഭാകരഗുരുക്കൾ വാങ്ങിയതു ബ്രഹ്മസ്വത്തിൽ ഇല്ല. കുലശേഖരപ്പെരുമാൾ ൰൮ സംവത്സരം വാണത്തിന്റെ ശേഷം ഉടലോടു സ്വർഗ്ഗം പുക്കു. അന്നത്തേതെ കലിപുരുധിസമാശ്രയം എന്ന പേർ. തിരുവഞ്ചക്കുളം മുക്കാൽ വട്ടം ഉണ്ടായതും കലി മലേഴെുതിയതു തന്നെ ആകലി ൩൩൩ ക്രിസ്താബ്ദം.

൪. രക്ഷാപുരുഷന്മാരും ബ്രാഹ്മണരും വാഴുന്ന പ്രകാരം.

ശേഷം പെരുമാൾ സ്വർഗ്ഗത്തിന്നു പോയപ്പോൾ “രക്ഷിച്ചു കൊൾവാൻ ദണ്ണമത്രെ, ബ്രാഹ്മണർക്ക് ബ്രാഹ്മണർ തങ്ങളുടെ കയ്യിൽ ഉറപ്പുണ്ടായെ മതിയാവു” എന്നു കല്പിച്ചു രക്ഷയ്ക്കായ്ക്കൊണ്ടു ൬൪ ഗ്രാമത്തിൽ ഉള്ള ബ്രാഹ്മണരും ഐകമത്യപ്പെട്ട ൧൦|| ഗ്രാമത്തെ അവരോധിപ്പിച്ചു. വാൾ എടുപ്പാൻ ആ ൧൦|| ഗ്രാമം പെരുമനം, ഇരിങ്ങാടിക്കൊട, ചൊവര, ആലത്തൂർ, കരിക്കാട്ടു, പയ്യന്നൂർ, തിരുവില്വായി, ത്രിശ്ശിവപേരൂർ, ഐരാണിക്കുളം, മൂഷികക്കുളം, കഴുതനാടു പാതിയും. ഇങ്ങിനെ ത്രിക്കാരിയൂർ തൃക്കൊട്ടിലിങ്കൽനിന്നു ൬൪ ഗ്രാമവും ഒരു നിഴലായി കൂടി യോഗം തികഞ്ഞു അവരോധനം കഴിച്ചശേഷം അവർ രക്ഷാപുരുഷന്മാരായി ശാസ്ത്രികൾ എന്ന പേർ.

വാൾ തൊടുവാൻ ആകെ ൪ മണ്ഡലത്തിലകമെ കുറിച്ചു, ഒരു മണ്ഡലത്തിൽ അങ്ങിക്കൽ എത്തി, [39]ആയുധം എടുക്കയും ചെയ്തു. വ്വ || ഗ്രാമം ഒരുമിച്ചു എടുത്തതെ ഉള്ളു. ആവട്ടിപുത്തൂരും എറ്റുമാനൂരും അവരോധത്തിന്നു കൂടി മദിച്ചു. രണ്ടാമത് മടേിച്ചു എല്ലാവരും എടുത്താറെ, തങ്ങളും എടുത്തുകൊണ്ടു, വിശേഷിച്ചു ൬൪ ഗ്രാമവും സമയം ചെയ്യുന്നപ്പോൾ “ഈ ആയുധം തൊട്ടവർ കർമ്മത്തെ ചെയ്യിപ്പിച്ചു ധർമ്മത്തെ രക്ഷിച്ചിരിപ്പു. ആയുധം എടുക്കകൊണ്ടു ഒഴിച്ചു കൊൾവാൻ കൂടി ഊണും പുണ്യാഹവും ജാതി കാര്യ്യവും ചെയ്തിരിപ്പു” എന്ന സമയം ഈ ൧൦|| ഗ്രാമത്തിലുള്ളവരെ ഒക്കയും ആയുധപാണികളാക്കി, അവരോധിച്ചു കിടക്കുന്നു. ഈ പത്തു ഗ്രാമത്തെ ചാത്തിരർ എന്നു ചൊല്ലുന്നു. ശാസ്ത്രത്തിൽ ചൊല്ലിയ കർമ്മത്തെ ദാനം ചെയ്കകൊണ്ടു ശാസ്ത്രരൻ. രക്ഷിപ്പാൻ വാൾ കയ്യിലുണ്ടു, അതിൽ ആ ഗ്രാമങ്ങൾ ഒഴിഞ്ഞു, ൩ ഗ്രാമങ്ങളിൽ ആയുധക്കാർ എന്നു നടക്കുന്നവർ ഒക്കയും നിരായുധവർ കൂടി ശാസ്ത്രത്തിൽ പണ്ടെന്നതു ഗ്രാമത്തിൽ ഉള്ളവരിൽ ആയുധക്കാരെ നിരായുധവർ ഒന്നിച്ചുകൂടി സംഗസംഘം ഈ അവരോധിച്ച നേരം ക്ഷത്രിയൻ ആയിരുന്നതു ഐരുൾ കോവിലകത്ത് സാക്ഷ ചാത്രരായത് എട്ടു ഗ്രാമവും ഈ ആയുധം എടുപ്പാൻ അവരോധിച്ചതിൽ ആയുധം എടുത്തവരും അവരോധിക്കപ്പെട്ടിരിക്കുന്നു. ആയുധം എടാതെ ശൌര്യ്യം [1] പൊഴിത്തിക്കും പുറപ്പെടാതെ ഇരിക്കുന്ന പരിഷ നിരായുധവരുടെ സ്ഥാനത്തിരിക്കുന്നു, ഏതാനും ചിലർ പുറപ്പെടാതെ ഇരിക്കുന്നു, യാഗാദി കർമ്മങ്ങളെ ഉപേക്ഷിയാതെ ഇരിപ്പാൻ [40]എടുത്തവർ ചെയ്യിപ്പിപ്പാൻ ചെയ്തഫലം അവർക്കുണ്ടു താനും. ഇരിക്കുന്നവർ ഒന്നിച്ചു പുണ്യാഹകലം പിടിക്കയും വേണം ഒഴിഞ്ഞുള്ള ഗ്രാമങ്ങളും ൧൦ ഗ്രാമത്തിലുള്ളവരും ഒരുമിച്ചു കൈപിടിച്ചു കിടക്കുന്നു. ആയുധം എടുത്തവർ കർമ്മം ഇടവിടും; ശൌചം ഇടവിടും; ഉണ്ടാകുന്ന അവസ്ഥകളിൽ ഒക്കയും രക്ഷിതാവു മേൽകോയ്മയായിജ്ജനം

തന്നെ. അതിങ്കൽ രക്ഷിച്ചു കൂടാ എന്ന് വരുമ്പോൾ പ്രാണത്യാഗം ചെയ്യുമാറു ബുദ്ധിപൂർവ്വമായി മരിച്ചു, എന്നിട്ടു രക്ഷിച്ചു, എന്നിട്ടു മന്ത്രസംസ്കാരം ചെയ്യാതെ ഇരിക്കരുതു; ചെയ്യേണം; നിരായുധാക്കൾ ഇപ്രകാരം അരുതു. തൃക്കണ്ണാകഴകത്തിങ്കൽ ൭൨ ആഢ്യന്മാർ മരിച്ചു. ഇരിങ്ങാണികൂടെ കഴകത്തിങ്കൽ പുഷ്കരപ്പാടു, മാത്തടെത്ത വനത്തിന്നു വള്ളികുട മരിച്ചതിൽ കൂടും. ചിങ്ങമാസത്തിൽ പുണർതത്തിന്നാൾ മരിച്ചു. അന്നു ഗ്രാമത്തോടെ ശ്രാദ്ധം ഉണ്ടു. അന്നു അവരെ മന്ത്രസംസ്കാരം ചെയ്തു. പത്തരയിൽ ചിലർ മരിക്ക ഹേതു അത് ഇന്നും തൃക്കണ്ണാപുരത്തെ ൭൨ ഒഴിഞ്ഞു എന്നും പറയുന്നതു, ഈ ആയുധം എടുത്ത് ഗ്രാമത്തിൽ അംശം പകെക്കിക്കും പുറപ്പെടാതെ ഗൃഹത്തിൽ ഇരിക്കുന്ന പരിഷ, ഇനി നാമും പടുമാറു എന്നു കല്പിച്ച് എന്നു വരികിൽ നടെ പുറപ്പെടാത പരിഷ പുറപ്പെടുംപോൾ ഈവണ്ണം യോഗം വന്നു ഇന്നടെത്തു പുറപ്പെടെണ്ടു എന്നുണ്ടു. അവർ നടാനടെ പുറപ്പെടുമ്പോൾ ഒത്തവണ്ണമരുത്; അതായുധം എടുത്തു നടക്കുന്നതു; മററുള്ള നിരായുധക്കാരിൽ ഒന്നു എന്നെ ഉള്ളു. ശേഷം സർവ്വം നടക്കയാൽ ഒന്നെ ഉള്ളു. അശസ്ത്ര [41] ങ്ങളുടെ കകൈക്കാരെ തറവാട്ടുപേർ ശാസ്ത്രർക്കും പരോയി. ശാസ്ത്രികൾക്ക് അനുഭവം പ്രഭാകരഗുരുക്കൾ വാങ്ങിയതു. ചാത്തിരർക്ക് നടെ കരേളരക്ഷയ്ക്ക് രക്ഷാപുരുഷന്മാർ അനുഭവിപ്പാൻ ന്നൂർ ഗ്രാമവും കൂടി കൊടുത്ത ഷൾഭാഗം തന്നെ അനുഭവം. അതിൽ മുമ്പായ മങ്ങാട്ടകൂററിലെ പ്രഭാകരന്മാർ: പനിച്ചിക്കാട്ടും കാരമംഗലവും, പുതുവായും, മനയും മങ്ങാട്ടുകൂററിൽ ഭട്ടന്മാർ: ഔവനിക്കട, വണ്മണിയച്ചി, യാമനം, വ്യാകരണം, പുതുവാ, നടുന്തിരുത്തി, പാലക്കെടെട്ടു, വള്ളാങ്ങല്ലൂർ കൂററിൽ പ്രഭാകരന്മാർ: വണ്മണി, വടിയൂർ, അതിലെ ഭാട്ടം: പുതുവാ, പാലക്കെക്കാട്ടു, കാരമംഗലം, അതിലെ വളുെള്ളൂർ, കാരമംഗലത്ത് കരഭാഗത്തു, ഭാട്ടവ്യാകരണം അടിയ, മനച്ചെക്കാട്ടു, താഴപ്പള്ളി ഇതിലവെടക്കന്മങ്ങാട്ടു കൂററിലെ പ്രഭാകരൻ വാരവക്കത്ത ഭാട്ടം: നന്മണി, നിതാമരം, ചെവ്വരം, പുല്ലു കണ്ട പുളിവ്യാകരണം മററും വളരെ പറവാനുണ്ടു.

രക്ഷാപുരുഷന്മാർക്കു ൪ വസ്തു പ്രധാനം: കണം, കളിക്കൂട്ടം, സംഘലക്ഷണം, അതു ൩ മുമ്പെ ഉണ്ടു. തിരുനാവായെ കൊടിനാട്ടുക നാലാമതായുണ്ടായി, കളിക്കൂട്ടം നാലു വർണ്ണവും കൂടി വേണ്ടു, കളിക്കൂട്ടം കിടാക്കൾ പ്രദക്ഷിണം ചെയ്യുമ്പൊൾ, ഒരു ബ്രാഹ്മണൻ ചർമങ്ങലം പിടിച്ചു പ്രദക്ഷിണം ചെയ്യേണ്ടു, തളിയാതിരിമാർ ൩ വർണ്ണത്തോടും സമയം ചെയ്യുംപോൾ, അവർ ചെയ്യുംകർമ്മം കൂട ചെയ്യുമാറു എന്നു സമയം ചെയ്തു. ശേഷം രക്ഷാപുരുഷന്മാർ സമയം ചെയ്തപ്പോൾ ബ്രാഹ്മണർ ചെയ്യുന്ന കർമ്മത്തിങ്കൽ മററ [42]൩ വർണ്ണവും ചെയ്യാം, എന്നു ൨ വട്ടം ഉണ്ടന്നെും ൩ വർണ്ണത്തോടും സമയം ചെയ്തു; ൨ കൂടിയെ തികയും. പറവു വൈശ്യകഴകം അവിടെ വൈശ്യനോടും ക്ഷത്രിയകഴകമാകുന്ന മൂഷികകക്കളത്ത് ക്ഷത്രിയനോടും, യാഗത്തിനുള്ള ഇരിങ്ങാണിക്കൂടയിൽ ബ്രാഹ്മണനോടും, ശൂദ്രകഴകമാകുന്ന ഐരാണിക്കുളത്ത് ശൂദ്രനോടും, സമയം

ചെയ്യും. അതിന്നാധാരമാകുന്ന ശൂദ്രൻ ബ്രാഹ്മണന്റെ ബലിക്കൂറ്റിൽ കൂട ബലി ഇടേണം. എന്നിട്ടു രക്ഷാപുരുഷന്മാർ തിരുനാവായക്കെഴുന്നള്ളി, വിളിച്ചു ചൊല്ലിയപ്രകാരം, തട്ടു കയറി കൊടി നാട്ടി കൊടിക്കൽ പാട്ടു പാടി, തട്ടിന്മേൽ നിന്നു വലൊൽ ശുദ്ധമായ പ്രകാരം വിളിച്ചു ചൊല്ലി കൊടിക്കൽ പാട്ടാകുന്നതു, "സഭ്യാഃശ്രാവത പണ്ഡിതാഃ കവികളെ, മാന്യാഃമഹാലോകരെ, വിപ്രാഃസജ്ജനസംഘരെ, ശപതയാഃ പ്രൌഢാശ്ച ഭൂപാലരെ, ചൊല്ലുന്നങ്ങളെ തൂരുപൂരടതെന്ന എന്നിങ്ങിനെ എല്ലാവരും ചെവി തന്നു കേൾക്ക നിതരാം, എല്ലാർക്കും ഏഷൊഞ്ജലിഃ" ഈ കൊടിക്കൽ പാട്ടു ബഹുളധൂളി എന്ന രാഗത്തിൽ പാടേണ്ടു, രക്ഷാപുരുഷന്മാർ പുറപ്പെടുമ്പോൾ, പൂണുനൂൽ ഇറക്കേണം ആയുധമെടുക്കുമ്പോൾ, ശേഷം കണം ഇരിക്കും പ്രകാരം പറയുന്നു, കണമിരിപ്പാൻ മറ്റൊരു സമ്പത്തിന്നും കൂടി സ്വർത്ഥമുള്ള ക്ഷേത്രത്തിന്നരുതു. ൩ സംഘത്തിൽ ഒന്നു കണമിരുന്നു എന്നു കേട്ടു അന്യസംഘം ക്ഷണിപ്പാൻ ഭാവിക്കുമാറില്ല; കണമിരിപ്പാൻ തുടങ്ങുംപോൾ രക്ഷാപുരുഷന്മാരോട് കൂടി അരങ്ങും അടുക്കളയും സംശയമുള്ളവർ കൂടെ ഇരിക്കുമാറില്ല. [43]കണമിരിപ്പാൻ പുറപ്പെടുമ്പോൾ തന്റെ തന്റെ കണപ്പുറത്ത കണത്തിന്ന് അധികാരികളായവരെ ഓരടെത്തു യോഗം വരുത്തി, തന്റെ യജമാനന്മാരെയും കൂറ്റുകാരെയും പ്രഭുക്കളെയും അറിയിച്ചു, അവരുടെ സമ്മതത്താൽ കണപ്പുറത്തുള്ളവർ ഒർക്ക വേണം. അരങ്ങടുക്കള സംശയമുള്ള ആളുകളെ ഒഴിച്ചുള്ള ആളുകൾ ഇന്ന ദിവസം ഇന്ന ക്ഷേത്രത്തിൽ കണമിരിക്കുന്നു എന്ന വ്യവസ്ഥ വരുത്തിയാൽ മറ്റൊരിടത്തു തലനാളെ രാവു വന്നു സംഘമുടയ യജമാനൻ വിളക്കു വെച്ചു ഓരോരുത്തനെ വേറേ ഇരുത്തി വരിച്ചു കൈപിടിച്ചു ഒക്കത്തക്ക കുളിച്ചുണ്ടു ചന്ദനവും തേച്ചു കച്ചയും തലയിൽ കെട്ടും കെട്ടി വാദ്യങ്ങളും അടിപ്പിച്ചു, വിളക്കു പിടിപ്പിച്ചു, കണമിരിക്കും ക്ഷേത്രത്തിങ്കൽ പോകേണം. പോകുന്ന വഴിയിൽ പിടിച്ചകളി, പടക്കളി ഇത്യാദികളും വേണം. ക്ഷേത്രത്തിന്നു ൩ പ്രദക്ഷിണം പിന്നെ അകത്തൂട്ടു ചെന്നു ആയുധവും വച്ചു, ദേവനെ തൊഴുതു ദിവസം രാവെ അമ്പലത്തിന്നു എഴുനീറ്റു കുളിച്ചുത്തൂ അകത്തൂട്ടു ചെന്നു പൂജകൾ തുടങ്ങിപ്പൂ; ശീവേലി മുമ്പെ ഇല്ല എന്നു വരികിൽ, അന്നാളിൽ വേണം. ശ്രീഭൂതവലി കൂടി വേണം എന്നാകുന്നു; പൂജകൾ ഇവ്വണ്ണം കഴിച്ചെ ഇരിക്കാവു. ചാത്തിരം തലനാളെ തുടങ്ങി ദേഹശുദ്ധിയോടു കൂടി ഇരിക്കയും വേണം. വെറ്റില തിന്നാം ചന്ദനം തേക്കാം ഇരുന്ന കണം കഴിവോളം ക്ഷൌരമരുത; സ്ത്രീ സംഗവുമരുത; തറ്റുടുക്കേണം, നിർമ്മാല്യം പകലത്തേത് എന്നിവ വർജ്ജിക്കേണം. പൂജകഴിഞ്ഞിട്ട, അമ്പലത്തിൽ ഒരു നില [44]വിളക്കും ഗണപതിയും വെച്ചു നെൽപറയും അരിപറയും വെച്ചു, വിളക്കിന്നു ചുറ്റും വട്ടത്തിലിരുന്നു, അന്നേരം രക്ഷാശിക്ഷാ എന്നും, ധ്യാനിച്ചു രക്ഷിപ്പാനുള്ള ഐകമത്യവും വിശേഷങ്ങളും ഒരിടത്തിരുന്നു ചോദിച്ചറികയും, രണ്ടാമത് പൊക്കിയപ്രകാരവും ബ്രാഹ്മണരുടെ കർമ്മങ്ങൾ വിഘ്നം വരാതെ ഇരിപ്പാനുള്ള കഴിവും ഒരിടത്ത് ഒരു ദോഷം

ഉണ്ടന്നെു വരികിൽ ആ ശങ്ക ഉണ്ടായതു പരിഹസിക്കയും ഇത് എല്ലാം ഐകമത്യം ഒരിടത്തിരുന്നു ചിന്തിക്ക, ചൊല്ക, അതിന്നായിട്ടിരിക്ക. വച്ചെ വിളക്കു കണം കഴിവോളം കെട്ടു പോകരുത; സംബന്ധമുള്ള ജനം തപ്പും ചർമ്മങ്ങലവും കൂടി വിളക്കത്ത് വെച്ചിരിക്കാവു, താനും അവിടനിന്നു ഒക്കത്തക്ക അനുവാദം മൂളി എഴുനീററു നില്പു എന്നു കച്ചയും തലയിൽ കെട്ടും കെട്ടി ചന്ദനവും തച്ചേു, ഊരത്ത് കയ്യിലും പിടിച്ചു, ദ്വാരത്തിങ്കൽ ചോരകെക്ക് നന്നായിരിക്ക എന്നിവ നില്പോളം നിൽക്കയും വേണം. ദീക്ഷ ധരിക്കരുത; അമ്പലവാസിസ്പർശനം അരുത; ഉണ്മാൻ ഇരിക്കുമ്പോൾ, ക്ഷത്രിയന്ന് ഒരു വിളക്കു വേറേ വെച്ചു ഇലവാട്ടി വെച്ചു സമ്മാനിച്ചു വിളമ്പുകയെയുള്ളു. വേറേ വെച്ചു കൊള്ളുകയും വേണം. വിളമ്പുമ്പോൾ, പന്തിയിൽ ഒരില വപ്പൊൻ ഒഴിച്ചു അമ്പലത്തിന്നു പുറത്ത് ഒരു ശാല കെട്ടിക്ക. സദ്യക്ക അതു സ്ഥലം പോര എന്നു വരികിൽ പുറത്ത് ഒരു പുര കെട്ടി നിത്യാഭ്യാസം അഭ്യസിപ്പൂ, ആയുധം എടുത്തു പിടിക്കയും യോഗ്യസംഗീതം കളിക്കൊട്ടിവ അഭ്യസിക്കാം പ്രബന്ധം നോക്കാം. ദവിക്കൊട്ടും വശേിയാട്ടും അരുത; മഹാരായർ [45]പൂണുനൂൽ ഇറക്കാതെ ചെയ്യാം, പൂണുനൂൽ ഇറക്കി ഒന്നും വ്യാപരിക്കരുത; ദീപപ്രദക്ഷിണം സർവ്വപ്രായശ്ചിത്തം. സന്യാസിയുടെ ചാതുർമ്മാസ്യം തന്നെ ദിവസത്തിന്റെ സംഖ്യ. ചാതുർമ്മാസ്യം തുടങ്ങുന്ന ദിവസം തുടങ്ങണേ്ടു; ബുദ്ധി പൂർവമായി ശൂദ്രനെ സ്പർശിക്കരുത; അടിച്ചു തളിക്കാരും മാരയാരും അല്ലാതെ ഉള്ള ശൂദ്രർ ക്ഷേത്രത്തിങ്കൽ കടക്കരുത; ബ്രാഹ്മണക്ഷേത്രത്തിൽ കണമുള്ളു, പുലയിൽ കണമരുത; കണത്തിന്നു തെക്കും, വടക്കും, വിശേഷമില്ല; സമയം ചെയ്ത നിരായുധക്കാരിൽ ആയുധക്കാർ കുറയും.

അതിന്റെ ശേഷം ഗ്രാമങ്ങളുടെ വകഭേദങ്ങളെ തിരിച്ചു കല്പിച്ചു, മലയാളക്ഷേത്രങ്ങളിൽ ഗോകർണ്ണം, തൃശ്ശിവപേരൂർ, തിരുനാവായി, തൃക്കാരിയൂർ, തൃക്കണ്ണാപുരത്തു, തിരുവഞ്ചിക്കുളത്തു, ഇരിങ്ങാണികൂട, ഐരാണിക്കുളത്ത, വെള്ളപ്പനാട്ടിൽ, മണ്ഡലത്തിൽ, അങ്ങിക്കൽ ഇങ്ങിനെ ൧൦ സ്ഥാനത്തിന്നകത്തു, സമയം സോമാഹുതി ൧൧ ഗ്രാമത്തിന്നുണ്ടു ചോവരം, പെരുമാനം, ഇരിങ്ങാണികൂട, ആലത്തൂർ, മൂഷികക്കുളം, ഉളിയന്നൂർ, ചെങ്ങനോടു, പെരിഞ്ചെല്ലൂർ, കരിക്കാട്ടു, പയ്യെനൂർ: ഇവർക്ക് സോമാഹൂതി ഉള്ളു. ഇതിൽ സോമാഹൂതിക്ക് മുമ്പു: പെരിഞ്ചെ, കരിക്ക, ആല, പെരുമ, ചൊവ, ഇരിങ്ങ, ഇത് ആറും ഒരുപോലെ സമ്മതം. മററെ വക ഭദേങ്ങളിൽ ഊരിലെ പരിഷക്ക് മുഖ്യത, ദശേത്തിലുള്ളവർക്ക് യജനം അദ്ധ്യാപനവും ഓത്തും, ഭിക്ഷയും, ദാനവും, പ്രതിഗ്രഹവും എന്ന ഷൾകർമ്മങ്ങളെ കല്പിച്ചു. ഇതുള്ള ആളുകൾക്ക് ൬ ആചാര്യസ്ഥാനമുണ്ടു. അവർക്ക് അമ്പല സംബ [46]ന്ധവും കരേളത്തിൽ പിതൃകർമ്മത്തിന്നു മുമ്പും ദശേികൾ എന്നു പരേും കല്പിച്ചു കൊടുത്തു. പിന്നെ സഭയിലുള്ളവർക്ക് കന്യാകുമാരി ഗോകർണ്ണത്തിന്റെ ഇടയിൽ പ്രധാനക്ഷേത്രങ്ങളിൽ പാട്ടവും സമുദായവും, [2] ശാന്തിയും, അരങ്ങും, അടുക്കളയും, അമ്പലപ്പടി, ഊരായ്മയും ഇത് ആറു

പ്രാധാന്യം (പെരിയ നമ്പിസ്ഥാനവും കല്പിച്ചു കൊടുത്തു). അറുപത്തുനാലിന്റെ വിധികർത്തൃത്വത്തിന്നു ൨ ആളെ കല്പിച്ചു. പെരിഞ്ച്ചല്ലൂർ ഗ്രാമത്തിൽ പുളിയംപടപ്പുഗൃഹത്തിങ്കൽ ഒരാളെ ന്നർലിന്നും പ്രഭുവന്നെും നായക എന്നും പേരും ഇട്ടു, ന്നർലിലും അടക്കവും ഒടുക്കവും കല്പിച്ചു കൊടുത്തു. പിന്നെ ന്നർലിന്നും കല്പിച്ച നിലക്കെും നിഷ്ഠക്കും തങ്ങളിൽ വിവാദം ഉണ്ടായാൽ വിവാദം തീർത്തു നടത്തുവാൻ ആലത്തൂർ ഗ്രാമത്തിങ്കൽ ഒരാളെ കല്പിച്ചു. ആഴുവാഞ്ചരി സാമ്രാജ്യം കല്പിച്ചു, സാമ്പ്രാക്കൾ എന്ന പേരുമിട്ടു, ബ്രാഹ്മണർക്കു വിധികർത്താവന്നെും കല്പിച്ചു. ഇവർ ഇരുവരും കരേളത്തിങ്കൽ ബ്രാഹ്മണശ്ശ്രഷേ്ഠന്മാർ. ശഷേം അവരവർ അവടവിടെ വിശഷേിച്ചു പറയുന്നു, ഒന്നു പോലെ നടപ്പില്ല, മഹാക്ഷതേ്രങ്ങളിൽ കുറുമ്പനാട്ട ന്ന ഗ്രാമത്തിലും ഏറ കാണുന്നു ന്ന ദശേത്തുള്ളവർക്ക് ഏറ ആകുന്നതു, കുറുമ്പനാട്ടു ന്ന ഗ്രാമവും ർ ദശേവും കൂടി ഒന്നായി കുളമ്പടിയും, രാമനല്ലൂർ, കാരുശ്ശരേി, ചാത്തമങ്ങലം, ഇത് ഒന്നായി, ഒഴിയടി, ഉഴുതമണ്ണൂർ, തലപ്പരുെമൺ, ഇത് ഒന്നു, കൂഴക്കോടു, നല്ലേിക്കാടു, ചാലപ്പുരം, ചാത്തനല്ലൂർ, ചറെുമണ്ണൂർ, പറപ്പൂർ, ചറെുമാം, മണപ്പുറം, ഇത് ഒന്നായി.

൫. കൃഷ്ണരായരുടെയും ചേരമാൻ പെരുമാളുടെയും കഥ

ഇങ്ങനെ ൬൪ ഗ്രാമത്തിൽ ബ്രാഹ്മണരും പെരുമാക്കളും കൂടി സ്വല്പകാലം രക്ഷിച്ചു വന്നതിന്റെ ശേഷം ൬൪ ഗ്രാമവും കൂടി യോഗം തികഞ്ഞു, തൃക്കാരിയൂർ ക്ഷേത്രത്തിൽ തിരുനാവായി മണപ്പുറത്ത കൂടി തല തികഞ്ഞു അടിയന്തരസഭയിങ്കന്നു നിരൂപിച്ചു "ഈവണ്ണം കല്പിച്ചാൽ മതി അല്ല; നാട്ടിൽ ശിക്ഷാരക്ഷ ഇല്ലാതെ പോം. ബ്രാഹ്മണർ നാടു പുറപ്പെട്ടു പോകേണ്ടിവരും; ഒരു രാജാവു വേണം" എന്നു കല്പിച്ചു ഐകമത്യപ്പെട്ടു പരദേശത്തു ചെന്നു (ആനകുണ്ടി കൃഷ്ണരായരുമായി കണ്ടു, പന്തീരാണ്ടു ൧൨ ആണ്ടു കേരളം പരിപാലിപ്പാൻ ഒരുത്തരെ അയക്കണം എന്ന അവധി പറഞ്ഞു, പല സമയവും സത്യവും ചെയ്തു) ഒരു പന്തീരാണ്ടു വാഴുവാൻ ആദി രാജാ പെരുമാളെയും; പിന്നെ പാണ്ടിപ്പെരുമാളെയും കല്പിച്ച അയക്കയും ചെയ്തു. അവരുടെ വാഴ്ച കഴിഞ്ഞ ശേഷം ക്ഷത്രിയനായ ചേരമാൻ പെരുമാളെ കല്പിച്ചു നിശ്ചയിച്ചു. അങ്ങനെ ചേരമാൻ പെരുമാളെ കൂട്ടി കൊണ്ടുപോരുമ്പോൾ, വാസുദേവഭട്ടതിരിയെ ശകുനം കണ്ടു, നടകൂടി കൊണ്ടു പോന്നു തൃക്കാരിയൂർ പൊന്മാടത്തിങ്കീഴ് അടിയന്തരം ഇരുന്നു. ൬൪ ഗ്രാമത്തിൽ ബ്രാഹ്മണർ കേരളരാജ്യം ൧൬൦ കാതം അടക്കി, വാഴുവാന്തക്കവണ്ണം ആനായതീട്ടു കൊടുത്തു, ഏകഛത്രാധിപതിയായി അവരോധിച്ചു കൊൾവാന്തക്കവണ്ണം പൂവും നീരും കൊടുത്തു, ചേരമാൻ പെരുമാൾ കേരളരാജ്യം, ൧൬൦ കാതം നീർ വാങ്ങുകയും ചെയ്തു. [48]അന്നു കലി, സ്വർഗ്ഗസന്ദേഹപ്രാപ്യം ക്രിസ്താബ്ദം ൪൨൮.

അതിന്റെ ശേഷം ചേരമാൻ പെരുമാൾ ആകട്ടെ ൧൬൦ കാതം നാടു നടന്നു നോക്കി കണ്ടെടുത്തു തൃക്കാരിയൂരും തിരുനാവായി മണപ്പുറവും വളർഭട്ടത്തുകോട്ടയും ഈ മൂന്നു ദേശവും സത്യഭൂമി എന്നു കല്പിച്ചു, വളർഭട്ടത്തു കോട്ടയുടെ വലത്തു ഭാഗത്തു ചേരമാൻ കോട്ടയും തീർത്തു, പിന്നെ ൧൭ അഴിമുഖവും നോക്കി കണ്ടെടുത്ത് തിരുവഞ്ചാഴി മുഖം പ്രധാനം എന്നു കണ്ടു, തിരുവഞ്ചക്കുളം എന്ന ക്ഷേത്രവും തീർത്തു, പല പെരുമാക്കന്മാരും അടിയന്തരമായിരുന്ന മഹാ ക്ഷേത്രങ്ങളിൽ ചേരമാൻ പെരുമാളും ബ്രാഹ്മണരുമായി അടിയന്തരം ഇരുന്നു. ഇങ്ങിനെ ൧൨ ആണ്ടു വഴിപോലെ പരിപാലിച്ച ശേഷം പെരുമാളുടെ ഗുണാധിക്യം വളരെ കാൺക കൊണ്ടു, ൧൨ ആണ്ടു വാഴുവാന്തക്കവണ്ണം അവധി പറഞ്ഞിട്ടല്ലൊ കൃഷ്ണരായർ ചേരമാൻ പെരുമാളെ കല്പിച്ചതു പ്രമാണം അല്ല" എന്നു ബ്രാഹ്മണർ കല്പിച്ചു, പിന്നെയും ൧൨ ആണ്ടു നാടു പരിപാലിപ്പാൻ ചേരമാൻ കോട്ടയിൽ രാജലക്ഷ്മിയും വീര്യലക്ഷ്മിയും ഏറ പ്രകാശിക്കുന്നു എന്നു കണ്ടു, അവിടെ തന്നെ എഴുന്നള്ളി, ഒരു കട്ടിലയും നാട്ടി, ചേരമാൻ കട്ടിലക്കകത്തു പല അടുക്കും ആചാരവും കല്പിച്ചു, പരദേശത്തുനിന്നു കൊണ്ടുപോന്ന

രാജസ്ത്രീയെ ബ്രാഹ്മണനെക്കൊണ്ടു വിവാഹം കഴിപ്പിച്ചു, അതിലുണ്ടാകുന്ന സന്തതി ക്ഷത്രിയൻ എന്നും കല്പിച്ചു. ഃരം കേരളത്തിൽ നല്ല സൂർയ്യക്ഷത്രിയരെ [49]വണേം എന്നു ബ്രാഹ്മണരും വെച്ചു, വസ്തു തിരിച്ചു കൊടുക്കയും ചെയ്തു. അങ്ങിനെ ആ ക്ഷത്രിയസ്ത്രീയെ മൂഷികരാജ്യത്തിങ്കൽ കുലശേഖരപ്പെരുമാൾ വാണ ചിത്രകൂടത്തിന്റെ സമീപത്ത് ഒരു കോയിലകം തീർത്തു, അവിടെ തന്നെ ഇരുത്തി, അതിൽ ഢ പുരുഷന്മാരുണ്ടായി, ജ്യേഷ്ഠനെ ചിത്രകൂടത്തിങ്കലും അനുജനെ തുളുനാട്ടിലും കല്പിക്കയും ചെയ്തു. ചേരമാൻപെരുമാൾ ചേരമാൻ കോട്ടയിൽ വാഴുന്ന കാലത്തു ഉത്തര ഭൂമിയിങ്കൽ മാലിനി എന്ന ഒരു നദീതീരത്തിൽ ഇരുവർ വെള്ളാളസ്ത്രീകളും ഒരു രാജസ്ത്രീയും കൂടി നീരാട്ടത്തിന്നു വന്നതിന്റെ ശേഷം, പുഷ്പത്തിൻ സുഗന്ധം കേട്ടു, പുഷ്പം പറിപ്പാൻ മൂവരും തോണിയിൽ കയറീട്ടു, തോണിയുടെ തല തെറ്റി, സമുദ്രത്തിങ്കലകപ്പെട്ട്, ഏഴിമലയുടെ താഴ വന്നടുക്കയും ചെയ്തു. അവർ മൂവരും തോണിയിൽ നിന്നിറങ്ങി, മലയുടെ മുകളിൽ കരയേറിനില്ക്കയും ചെയ്തു. ആ വർത്തമാനം ചേരമാൻ പെരുമാൾ അറിഞ്ഞപ്പോൾ, അവരെ കൂട്ടിക്കൊണ്ടുവരുവാൻ അരുളിച്ചെയ്തു, പരവതാനിക്കൊട്ടിൽ ഒരു വിളക്കും പലകയും വെച്ചു, പൊന്നിന്തളികയിൽ അരിയുമിട്ടു നില്ക്കുമ്പോൾ, മൂവരും ചേരമാൻ കോട്ടയുടെ അകത്തുകടന്നു, അതിൽ ഒരു സ്ത്രീ ആസ്ഥാനമണ്ഡപത്തിന്നു നേരിട്ടു ചെന്നു, ഒരു കാൽ എടുത്തു വെപ്പാൻ ഭാവിച്ചു, പരവതാനിക്കൊട്ടിൽ കരേറാതെ, തമ്പുരാൻ എഴുന്നള്ളിയതിന്റെ വലത്തു ഭാഗത്ത് നിൽക്കയും ചെയ്തു. മറ്റെ സ്ത്രീ തമ്പുരാൻ എഴുന്നള്ളിനിന്നതിന്നു നേരേ പടൊതെ ചുഴന്നു തമ്പുരാന്റെടെത്തു ഭാഗത്തു ചെന്നു നിന്നു. മൂന്നാ [50]മതു രാജസ്ത്രീ തമ്പുരാന്റെ നേരെ വന്നു, ആസ്ഥാന മണ്ഡപത്തിൽ കരേറി, വഴി പോലെ വന്ദിച്ചിരിക്കുകയും ചെയ്തു. അതു കണ്ടു പെരുമാൾ പൊന്തളികയിൽ അരിവാരി മൂന്നു വട്ടം തൃക്കൈ കൊണ്ടു ചാർത്തി ഇവളിലുണ്ടാകുന്ന സന്തതി ഏഴിഭൂപൻ എന്നരുളിച്ചെയ്തു, അവർക്കീ രാജ്യത്തിനവകാശം എന്നും കല്പിച്ചു, തമ്പുരാട്ടിക്ക് എഴുന്നള്ളി ഇരിപ്പാൻ ഏഴിമലയുടെ താഴെ എഴോത്ത കോയിലകവും പണി തീർത്തു. നേരിട്ടു വന്നതു നേർപ്പെട്ടസ്സ്വരൂപം ചുഴന്നതു ചുഴലിസ്സ്വരൂപം പിന്നെ മലയാളത്തിൽ ഥവ്വ അഴിമുഖത്തുനിന്നും കച്ചോടം ചെയ്യേണം എന്നു കല്പിച്ചു, പല വർത്തകന്മാരെയും ചോനകരെയും വരുത്തി ഇരുത്തി. പെരുമാൾ ജനിച്ചുണ്ടായ ഭൂമി ആർയ്യപുരത്ത വള്ളോപുരം എന്ന നഗരത്തിങ്കന്നു ഒരു ചോനകനെയും ചോനകസ്ത്രീയേയും വരുത്തി, ആർയ്യപ്പടിക്കൽ ഇരുത്തി, ഇവരെ ഇരുത്തേണ്ടും നല്ല പ്രദേശം നാട്ടിന്നു ഒരു കണ്ണാക കൊണ്ടു കണ്ണനൂർ എന്നും വള്ളോപുരം എന്നും പേരുമിട്ടു. ചോനകനെ അഴിരാജാവെന്നും സ്ത്രീയെ ഉമ്മ എന്നും കല്പിച്ചു. അരിയും ഇട്ടിരുത്തുകയും ചെയ്തു. ശേഷം പെരുമാളുടെ ഗുണാധിക്യം ഏറ കാൺക കൊണ്ടു ബ്രാഹ്മണർക്ക് ചേരമാൻ പെരുമാളെ പിരിഞ്ഞു കൂടാ എന്നു കല്പിച്ചു.

അങ്ങിനെ ചേരമാൻ എന്ന രാജാവു ന്ധന്വ കാലം വാണതിന്റെ ശേഷം ബ്രാഹ്മണർ പരദേശത്തു ചെന്നതുമില്ല. ചേരമാൻ

പെരുമാളെ കണ്ടതുമില്ല എന്നു കല്പിച്ചു, കൃഷ്ണരായർ മലയാളം അടക്കുവാൻ തക്കവണ്ണം പട കൂട്ടുകയെല്ലാം ചെയ്തതു. [51]ശേഷം ബ്രാഹ്മണർ ചോഴമണ്ഡലത്തിങ്കൽ ചെന്നു, ചേരമാൻ എന്ന രാജാവിനെ കൂട്ടിക്കൊണ്ടുവന്നു പട്ടാഭിഷേകം ചെയ്തു, ൧൨ ആണ്ടു നാടു രക്ഷിച്ച ശേഷം. കലിയുഗത്തിന്റെ ആരംഭം വർദ്ധിക്കകൊണ്ടു ബ്രാഹ്മണരും അവിടെ പെട്ട പ്രജകളും രണ്ടു പക്ഷമായി വിവാദിച്ചു, ചേരമാൻ പെരുമാളുടെ ഗുണങ്ങൾ കൊണ്ടു ശ്രീ പരശുരാമൻ അരുളി ചെയ്ത മര്യാദയെ ഉപേക്ഷിച്ചു, പിന്നെയും ചേരമാൻ പെരുമാൾ തന്നെ കേരളം രക്ഷിപ്പാന്തക്കവണ്ണം അനുവദിക്കുകയും ചെയ്തു. പരശുരാമമര്യാദയെ ഉപേക്ഷിക്ക കൊണ്ട് ൬൪ ഗ്രാമവും ഒന്നിച്ചു കൂടാതെ പോകയും ചെയ്തു. അങ്ങിനെ ചേരമാൻ പെരുമാൾ രക്ഷിക്കും കാലം പാണ്ടിരാജാവായിരിക്കും രായർ ഒപ്പം രക്ഷിക്കണ്ടേടുന്ന മലയാളം ചോഴമണ്ഡലരാജാവ് അടക്കുക എന്നും വച്ചാൽ കേരളം പാതി ഇങ്ങടക്കണം എന്നും കല്പിച്ചു. ആനമല കയറി കാനത്തിൽ കിഴിഞ്ഞു, കോട്ട ഇട്ടുറപ്പിക്കയും ചെയ്തു. അപ്രകാരം ചേരമാൻ പെരുമാൾ കേട്ടശേഷം കേരളത്തിലുള്ള തന്റെ ചേകവന്മാരെ എല്ലാവരെയും അതിൽ പ്രധാനപ്പെട്ട പടനായകന്മാരെയും തൃക്കടമതിലകത്ത് വരുത്തി യോഗം തികച്ചു തരവൂർ നാട്ടിൽ എഴുന്നെള്ളി, രായരുടെ കോട്ട കളയണം എന്നു കല്പിച്ചു, പല പ്രകാരം പ്രയത്നം ചെയ്തിട്ടും രായരുടെ കോട്ട കളവാൻ സംഗതി വന്നതുമില്ല; ചേരമാൻ പെരുമാൾ ക്ലേശിപ്പൂതും ചെയ്തു.

അനന്തരം ബ്രാഹ്മണരും പെരുമാളും തൃക്കാരിയൂർ പൊന്മാടത്തിങ്കീഴിൽ ശ്രീ നാവാക്ഷേത്രത്തിൽ [52] അടിയന്തരസഭയിന്ന് നിരൂപിച്ച് ൧൭ നാട്ടിലുള്ള പുരുഷാരത്തെ എത്തിച്ചു, പടയിൽ ജയിപ്പാന്തക്കവണ്ണമുള്ള ംശ്വരസേവകളും ചെയ്യിപ്പിച്ചു കൊണ്ടു ദിഗ്വിജയം ഉണ്ടായിട്ടാരുള്ളു എന്നു അന്വേഷിച്ച ശേഷം, ക്ഷത്രിയസ്ത്രീയുടെ മകനായ കരിപ്പത്തു കോവിലകത്ത് ഉദയവർമ്മൻ എന്ന തമ്പുരാന്നു ദിഗ്ജയം ഉണ്ടെന്നു കണ്ടു പൂനൂറയിൽ മാനിച്ചൻ എന്നും [1]വിക്കിരൻ എന്നും [2] ഇരിവർ എറാടിമാർ അവരെ കൂട്ടി കൊണ്ടു പോന്നാൽ പട ജയിക്കും എന്നു കണ്ടു, കൂട്ടി കൊണ്ടു പോരുവാൻ ആര്യ ബ്രാഹ്മണരുടെ കയ്യിൽ അടയാളം എഴുതി അയക്കയും ചെയ്തു. അവർ പൂനൂറയിൽ ചെന്നു അന്വേഷിച്ചാറെ, എഴുത്തു പള്ളിയിൽ എന്നു കേട്ടു. അവിടെ ചെന്നു കണ്ടു, ഇരിവർ എറാടിമാരെയും എഴുതിക്കും എഴുത്തച്ഛൻ തൊടുവക്കളത്ത ഉണ്ണിക്കുമാരനമ്പിയാരെയും കണ്ടു എഴുതി വിട്ട അടയാളവും കൊടുത്തു അവസ്ഥയും പറഞ്ഞു. അത് എല്ലാവരും കൂടി പോരുമ്പോൾ വഞ്ചോലപ്പറമ്പത്ത് പെരൊലനടക്കാവിൽ കാഞ്ഞിരത്തിൻ ചുവട്ടിൽ കുടയും മലർത്തി വച്ചു, കിഴക്കോട്ട് തിരിഞ്ഞിരിക്കുന്ന ആഴുവാഞ്ചേരി തമ്പ്രാക്കളും അവിടത്തെ ദിഗ്വാര നമ്പൂതിരിയും കണ്ടു നമസ്കരിച്ചാറെ, അവരോട് ചോദിച്ചു, തമ്പ്രാക്കൾ "നിങ്ങൾ എവിടെ പോകുന്നു" എന്നു കേട്ടവാറെ, എഴുത്തച്ഛൻ "അടിയങ്ങൾ തൃക്കാരിയൂർ അടിയന്തരസഭയിന്നു അയച്ച ആര്യബ്രാഹ്മണരോടു

കൂടി അവിടെക്ക് വിട കൊ [53]ള്ളുന്നു" എന്നതു കേട്ടു തമ്പ്രാക്കളും "ഞങ്ങളും അവിടെക്ക് തന്നെ പുറപ്പെട്ടു" എന്നു പറഞ്ഞു ദണ്ഡനമസ്കാരം ചെയ്തപ്പോൾ പ്രസാദിച്ചു "നിങ്ങൾക്ക് മേലാൽ നന്മ വരുവൂതാക! നിങ്ങൾ ലോകുന്ന കാര്യ്യം സാധിപ്പിച്ചു തരുന്നുണ്ടു എന്നു സമയം ചെയ്തു. അവിടെനിന്നു പുറപ്പെട്ടു പോകുന്ന വഴിക്ക് ൭ പശുക്കൾ ചത്തു കിടക്കുന്നു. അതിൽ ഒരു പശുവിന്റെ അണയത്തു ൫ർ കഴുക്കൾ ഇരുന്നിരുന്നു. മറ്റൊന്നിനെയും തൊട്ടതില്ല. തമ്പ്രാക്കൾ ആയതു കണ്ടാറെ "ഹെ കഴുകളെ! ൭ പശു ചത്തുകിടക്കുന്നതിൽ ആറിനെയും നിങ്ങൾ തൊടാതെ ഇരിപ്പാൻ എന്തൊരു സംഗതി ആകുന്നു" എന്നു ചോദിച്ചാറെ, ഒരു മുടകാലൻ പൂവൻ കഴുവ് ചിറകു തട്ടിക്കുടഞ്ഞ് ഒരു തൂവൽ കൊത്തി എടുത്തു കൊടുത്തു, അതു കൈയിൽ എടുത്തു ൬ം പശുക്കളെ നോക്കിയാറെ, അവറ്റിൽ ഒന്നിനെ മാത്രമെ പശുജന്മം പിറന്നിട്ടുള്ളൂ; മറ്റെല്ലാം ഓരോ മൃഗങ്ങളെ ജന്മമായി കണ്ടു, ഇരിവർ ഏറാടിമാരെയും നമ്പിയാരെയും മനുഷ്യജന്മമായ്ക്കണ്ടു. ആ തൂവൽ തമ്പ്രാക്കൾ നമ്പ്യാരുടെ കയ്യിൽ കൊടുത്തു. ഏറാടിമാരും നമ്പിയാരും തമ്പ്രാക്കളുടെ കാക്കൽ നമസ്കരിച്ചു. അനുഗ്രഹവും വാങ്ങി. അതു ഹേതുവായിട്ട് ഇന്നും ആഴുവാഞ്ചേരി തമ്പ്രാക്കളെ കണ്ടാൽ കുന്നലക്കോനാതിരി രാജാവു തൃക്കൈ കൂപ്പേണം. അവിടെനിന്നു പുറപ്പെട്ടു, തൃക്കാരിയൂർ അടിയന്തരസഭയിൽ ചെന്നു വന്ദിച്ചു. "ഞങ്ങളെ ചൊല്ലിവിട്ട കാര്യ്യം എന്ത് എന്നു ബ്രാഹ്മണരോടും ചേരമാൻ പെരുമാളോടും ചോദിച്ചാറെ" [54]ആനെകുണ്ടി കൃഷ്ണരായർ മലയാളം അടക്കുവാൻ സന്നാഹത്തോടും കൂടി പടെക്ക് വന്നിരിക്കുന്നു. അതിന്നു ൧൭ നാട്ടിലുള്ള പുരുഷാരത്തെയും എത്തിച്ചു പാർപ്പിച്ചിരിക്കുന്നു; അവരുമായി ഒക്കത്തക്ക ചെന്നു പട ജയിച്ചു പോരേണം എന്നരുളിച്ചെയ്തപ്പോൾ, അങ്ങിനെ തന്നെ എന്നു സമ്മതിച്ചു സഭയും വന്ദിച്ചു പോന്നു. ചേരമാൻ പെരുമാൾ ഭഗവാനെ സേവിച്ചിരിക്കും കാലം അർക്കവംശത്തിങ്കൽ ജനിച്ച സാമന്തരിൽ പൂന്തുറ എന്നഭിമാനവീരന്മാരായ സാമന്തർ ഇരിവരും കൂടി രാമേശ്വരത്ത് ചെന്നു സേതു സ്നാനവും ചെയ്തു, കാശിക്കു പോകുന്ന വഴിയിൽ ശ്രീ നാവാക്ഷേത്രത്തിങ്കൽ ചെന്നു. അവിടെ ഇരിക്കുമ്പോൾ തോലൻ എന്ന് പ്രസിദ്ധനായി പെരുമാളുടെ ഇഷ്ടമന്ത്രിയായിരിക്കുന്ന ബ്രാഹ്മണർ വഴിപോക്കരായി വന്ന സാമന്തരോടു ഓരോ വിശേഷങ്ങൾ പറഞ്ഞിരിക്കുന്റെ ഇടയിൽ, രായർ മലയാളം അടക്കുവാൻ കോട്ടയിട്ട പ്രകാരവും ചേരമാൻ പെരുമാൾ യുദ്ധത്തിൽ മടങ്ങിയ പ്രകാരവും പറഞ്ഞപ്പോൾ, മാനവിക്രമന്റെ സത്യംകൊണ്ടും ശീലത്വം കൊണ്ടും വളരെ പ്രസാദിച്ചു. പിന്നെ ബ്രാഹ്മണരും പെരുമാളും വള്ളത്തിൽ ഏറിയതിന്റെ ശേഷം രായരോട് ജയിപ്പാൻ പോകുന്ന പ്രകാരം കല്പിക്കകൊണ്ട് അവരോടു പറഞ്ഞാറെ, സാമന്തർ ഇരിവരും കൂടി നിരൂപിച്ചു ഞങ്ങളെ കൂടെ അയച്ചാൽ യുദ്ധം ചെയ്തു രായരുടെ കോട്ട ഇളക്കാം എന്ന് ബ്രാഹ്മണരോട് പറകയും ചെയ്തു. അപ്രകാരം പെരുമാളെയും ഉണർത്തിച്ചതിന്റെ ശേഷം ഇരിവരെയും കൂട്ടിക്കൊണ്ടു [55]വന്നു ബഹുമാനിച്ചിരുത്തി,

പല ദിവസവും അന്യോന്യ വിശ്വാസത്തിന്നായ്ക്കൊണ്ടും പരീക്ഷിച്ചടെത്ത്. സാമന്തർ യുദ്ധകൗശലത്തിങ്കൽ ശക്തന്മാർ എന്നറിഞ്ഞിട്ടു കാലതാമസം കൂടാതെ പുരുഷാരത്തെ വരുത്തി യോഗം തികച്ചു കൂട്ടി, പെരുമാളും തന്റെ പടനായകന്മാർ ൧൮൮ പേരും അവരോട് കൂടി ഒമ്പതു നൂറായിരം ചേകവരും കാരായ്മയായിരിക്കുന്ന ഈ ശരീരം അനിത്യം എന്നുറച്ചു, സാമന്തരോടും കൂടി കണക്ക് എഴുതുവാൻ തക്കവണ്ണം കീഴൂർ ഉണ്ണിക്കുമാരമേനോനെയും പരക്കൽ ഉറവിങ്കൽ പാറചങ്കരനമ്പിയെയും കല്പിച്ചയക്കയും ചെയ്തു. പടെക്ക് പോകുന്ന വഴിക്കൽ രാത്രിയിൽ പടയാളികൾ ഉറങ്ങുന്നിടത്തു സാമന്തർ ചെന്നു, പുരുഷാരം ൩ പ്രദക്ഷിണം വെച്ചു, കഴുവിന്റെ തൂവൽ കയ്യിൽ വെച്ചു മനുഷ്യജന്മം പിറന്നിട്ടുള്ളവർക്കും വെള്ളികൊണ്ടു ഓരോ അടയാളമിട്ടനെനോക്കിയാറെ, ൧൦൦൦൦ നായർ മനുഷ്യജന്മം പിറന്നവരുണ്ടായിരുന്നു. ൩൦൦൦൦ ദേവജന്മം പിറന്നിട്ടും ശേഷമുള്ള പുരുഷാരം അസുരജന്മമായ്ക്കണ്ടു. ൧൦൦൦൦ നായർക്ക് മോതിരം ഇടുവിച്ചു പോരികയും ചെയ്തു. ഉറക്കത്ത് ശൂരന്മാരായിരിക്കുന്നവരെ ലക്ഷണങ്ങൾ കൊണ്ടറിഞ്ഞ് അവരുടെ ആയുധങ്ങളിൽ ഗോപികൊണ്ടും ചന്ദനം കൊണ്ടും അടയാളം ഇട്ടു, ആരും ഗ്രഹിയാതെ കണ്ടു യഥാസ്ഥാനമായിരിപ്പതും ചെയ്തു. ഈ ൧൦൦൦൦ നായരും നമ്പിയാരും കൂടെ വലത്തെ കോണിൽ പട ഏററു, പെരുമാളുടെ കാര്യ്യക്കാരിൽ പടമലനായർ ഒഴികെ ഉള്ള കാര്യ്യക്കാരന്മാർ ൧൧ പേരും കൂടി ഇടത്ത് കോണിൽ പട [56]ഏററു, എടത്ത കോൺ പട ഒഴിച്ചു പോന്നു വല്തെ കോണിന്നു പട നടന്നു മലയാളം വിട്ടു. പരദേശത്തു ചെന്നു പോർക്കളം ഉറപ്പിച്ചു. മാററാനെ മടക്കി പൊരുതു ജയിച്ചു പോന്നിരിക്കുന്നു. സാമന്തർ വില്ലും ശരങ്ങളും കൈക്കൊണ്ടിരിക്കുന്ന ൩൦൦൦൦ നായരെ മുമ്പിൽ നടത്തി, അവരുടെ പിന്നിൽ ൧൮ ആയുധങ്ങളിലും അഭ്യസിച്ച മേൽ കിരിയത്തിൽ ഒരുമയും ശൂരതയും നായ്മസ്ഥാനവും ഏറി ഇരിക്കുന്ന ൧൦൦൦൦ നായരെയും നടത്തിച്ചു, ൩൮ പടനായകന്മാരോടും കൂട ചെന്നു രായരുടെ കോട്ടക്ക് പുറത്ത് ചെന്നു വെച്ചിരിക്കുന്ന പാളയത്തിൽ കടന്നു, അന്നു പകൽ മുഴുവൻ യുദ്ധം ചെയ്തു. വളരെ ആനകൾക്കും കുതിരകൾക്കും കാലാൾക്കും തട്ടുകേടും വരുത്തി, പാളയം ഒഴിപ്പിച്ചു കോട്ടയുടെ ഉള്ളിൽ ആക്കുകയും ചെയ്തു. രാത്രിയിൽ മാനച്ചനും വിക്രമനും കൂടി വിചാരിച്ചു, കോട്ടയുടെ വടക്കെ വാതിൽക്കൽ ൧൦൦൦൦ നായരെ പാതിയാക്കി നിർത്തി, ശേഷമുള്ളവരെ ർ ഭാഗത്തും നിർത്തി ഉറപ്പിച്ചു, ൩ ദിവസം രാപ്പകൽ യുദ്ധം ചെയ്തു രായരെ ഒഴിപ്പിച്ചു, കോട്ട പിടിക്കയും ചെയ്തു. അന്നു പെരുമാൾ എല്ലാവർക്കും വേണ്ടുന്ന സമ്മാനങ്ങളെ കൊടുത്തു, പുരുഷാരത്തെയും പിരിച്ചു. സാമന്തരിൽ ജ്യേഷ്ഠനെ തിരുമടിയിൽ ഇരുത്തി, വീരശൃംഖല വലത്തെ കൈക്കും വലത്തെ കാല്ക്കും ഇടീപ്പതും ചെയ്തു. ൧൦൦൦൦ നായർക്ക് കേരളത്തിൽ അത്യന്തം തെളിഞ്ഞ നാട്ടിൽ ഇരിപ്പാന്തക്കവണ്ണം കല്പിച്ചു. പൊലനാട്ടിൽ ഇരിക്കേണമെന്ന് മന്ത്രികൾ പറഞ്ഞിട്ട് അവിടെ ഉള്ള പ്രജകളെ അവിടുന്നു വാങ്ങിച്ചു നാട്ടിലുള്ള നഗരങ്ങളെ ഒഴി [57]പ്പിച്ചു. അവർ കെട്ടുന്നതും മാററി ഒരു കൂട്ടത്തെ എടക്കഴി നാട്ടുതറയിൽ

ഇരുത്തി, അട്ടത്തിൽ ഉള്ള നായരെ ഇരിങ്ങാടിക്കോട്ടും തെരിഞ്ഞ നായരിൽ പ്രധാനന്മാരെ കൊഴിക്കോട്ടു ദേശത്തും ആക്കി ഇരുത്തിയ പ്രകാരവും മന്ത്രികൾ പെരുമാളെ ഉണർത്തിക്കയും ചെയ്തു. മാനവിക്രമന്മാരെ തിരുമുമ്പിൽ വരുത്തി, നിങ്ങൾ ഇരിവരെയും അനന്തരവരാക്കി വാഴ്ച ഇവിടെ തന്നെ ഇരുത്തണ്ണേം എന്നു കല്പിച്ചിരിക്കുന്നു എന്നരുളിച്ചെയ്താറെ ഞങ്ങൾ കാശിക്ക് പോയി ഗംഗാസ്നാനവും ചെയ്തു കാവടിയും കൊണ്ടു രാമശേ്വരത്തു ചെന്നു ഇരിവരും ഇങ്ങു വന്നാൽ ചെയ്യും വണ്ണം ചെയ്തു കൊള്ളൂന്നതുമുണ്ടു. ഇതുവണ്ണം ഉണർത്തിച്ചു കാശിക്ക് പോവൂതും ചെയ്തു.

൬. ശങ്കരാചാൎയ്യർ കല്പിച്ച കുല ക്രമ വിവരം.

പട ജയിച്ചിരിക്കും കാലം ശ്രീമഹാദവേന്റെ [1]പുത്രനായി എത്രയും പ്രസിദ്ധനായിട്ടു ഒരു ദിവ്യനുണ്ടായി, അതാർ പിന്നെ ശങ്കരാചാൎയ്യർ ആയതു. അതുണ്ടായതു ഏതുപ്രകാരം എന്നു കേട്ടുകൊൾക ഒരു ബ്രാഹ്മണസ്ത്രീക്ക് വൈധെവ്യം ഭവിച്ചശേഷം അടുക്കള ദോഷം ശങ്കിച്ചു നില്ക്കുംകാലം അവളെ പുറന്നീക്കി വെച്ചു ശ്രീ മഹാദവേൻ വന്നുല്പാദിക്കയും ചെയ്തു. ഭഗവാന്റെ കാരുണ്യത്താൽ അവൾക്ക് പുത്രനായി വന്നവതരിച്ചു. ശൃംഗരി ശങ്കരാചാൎയ്യർ അവൻ വിദ്യ കുറഞ്ഞൊന്നു പഠിച്ചകാലം തന്റെ അമ്മ മരിച്ച [59]വാറെ, ആ ഊഴത്തിൽ ക്രിയകൾക്ക് ബ്രാഹ്മണർ എത്തായ്കകൊണ്ടു തന്റെ ഗൃഹത്തിങ്കൽ ഹോമകുണ്ഡം ചമച്ചു മലേരി കൂട്ടി അഗ്നിയെ ജ്വലിപ്പിച്ചു ശവം ഛേദിച്ചു ദഹിപ്പിച്ചിരിക്കുന്നു. അനന്തരവൻ ചെയ്യേണ്ടും ക്രിയകൾ ശൂദ്രനെ കൊണ്ടു ബ്രാഹ്മണൎക്കടുത്തവനെക്കൊണ്ടു ചെയ്യിപ്പിച്ചു. അങ്ങിനെ താൻ ദഹിപ്പിക്കകൊണ്ടു ബ്രാഹ്മണൻ കൂടാതെ ശൂദ്രനും ഒരു ക്രിയയില്ല; ശൂദ്രൻ കൂടാതെ ബ്രാഹ്മണന്നും ഒരു ക്രിയയില്ല എന്നു കല്പിച്ചു, ശങ്കരാചാൎയ്യൎക്കു വിദ്യ അനേകം ഉണ്ടായവാറെ അവന്നു ശരി മറ്റാരുമില്ല ബ്രാഹ്മണരും നിൽക്കാതെ ആയി. സകല വിദ്യകളും ഗ്രഹിച്ചു പ്രസിദ്ധനായി സൎവ്വജ്ഞ പീഠം ഏറി ഇരിക്കുംകാലം ഗോവിന്ദസന്യാസിയുടെ നിയോഗത്താൽ കേരളഭൂമിയിങ്കലെ അവസ്ഥാ ൨൪000 ഗ്രന്ഥമാക്കി ചമച്ചു. ൬൪ ഗ്രാമത്തെയും വരുത്തി അടുക്കും ആചാരവും നീതിയും നിലയും കുലഭേദങ്ങളും മൎയ്യാദയും യഥാക്രമവും എച്ചിലും വീഴ്പും തീണ്ടലും കുളിയും കുഴി വരഞ്ഞ് നീർ കോരുവാനും കലം വരഞ്ഞ് വെച്ചുണ്മാനും അവരവൎക്കു ഓരോരൊ പ്രവൃത്തികളും ആചാരങ്ങളും ഭാഷകളും അതാത് കാലത്തിന്നു തക്കവണ്ണം കല്പിക്കയും ചെയ്തു. നാലു വൎണ്ണം കൊണ്ടു ൧൮ കുലം ആക്കി അതുകൊണ്ടു ൬൪ കുലവൎണ്ണം എന്നും ൭൨ കുലം എന്നും കല്പിച്ചു.

അപ്പറയുന്ന കുലപ്പേരുകൾ വെവ്വേറെ കേട്ടുകൊൾക; ബ്രാഹ്മണാദി നാലു വൎണ്ണമുള്ളതെ തന്നെ അനേകം പേരുണ്ടു ബ്രാഹ്മണരിൽ തന്നെ അനേകം പേരുണ്ടു. ഓത്തന്മാർ, മന്ത്രവാദികൾ, സ്മാൎത്തന്മാർ [60]ശാസ്ത്രാംഗക്കാർ, പിതൃകൎമ്മക്കാർ ഗ്രന്ഥികൾ, ജ്യോതിഷക്കാർ, ഷാരികൾ, വ്യാകരണക്കാർ, ശാന്തിക്കാർ ശാസ്ത്രികൾ, വേദാന്തികൾ, വൈദികന്മാർ, ഗൃഹസ്ഥന്മാർ, സന്ന്യാസികൾ. ബ്രാഹ്മണ സ്ത്രീകൾ അകത്തുനിന്നു പുറപ്പെടാതെ ഇരിക്കുന്നനവരാകകൊണ്ടു അന്തൎജ്ജനങ്ങൾ എന്നും അകത്തമ്മമാർ എന്നും പേരായി. ബ്രാഹ്മണരുടെ ബാലന്മാർ ഉണ്ണി എന്നും ബാലമാർ തങ്ങപ്പിള്ളമാർ എന്നും പറയുന്നു. ആൎയ്യാവൎത്തത്തിങ്കൽ നിന്നുവന്ന ബ്രാഹ്മണർ നമ്പൂതിരിമാർ നമ്പൂരിപ്പാടു എമ്പ്രാന്മാർ എമ്പ്രാന്തിരി എന്നും അവരിൽ പ്രമാണികളെ [2]തിരുമുൽപാടന്മാർ എന്നും

ഭട്ടത്തിരിപ്പാടെന്നും വന്ദനാൎത്ഥം പറയുന്നു. ഓരൊ യാഗാദി കൎമ്മളെ ചെയ്കകൊണ്ടു, സോമാതിരിമാർ അഗ്നിഹോത്രികൾ എന്നിങ്ങിനെ ചൊല്ലുന്നു. പരദേശബ്രാഹ്മണർ ഭട്ടന്മാർ പട്ടർ തന്നെ. ഇവർ വൈദികന്മാർ നമ്പിടിക്ക ഓത്തില്ലായ്കകൊണ്ടു മുക്കാൽ ബ്രാഹ്മണൻ അതിൽ പ്രമാണികക്കാട്ട് കാരണപ്പാടു എന്ന നമ്പിടി ആയുധം എടുത്ത അകമ്പടി ചെയ്ത പിതൃപൂജെക്ക് ദൎഭയും സ്രുവവും ചമതക്കോലും വരുത്തിയ വെങ്ങനാട്ടിൽ നമ്പിടി ബ്രാഹ്മണ സഭയിൽ ഒന്നിച്ച ആവണപ്പലക ഇട്ടിരിക്കുന്ന പ്രഭു ഇതിൽ താണതു കറുകനമ്പിടി നമ്പിടിക്ക് മരുമക്കത്തായം ഉണ്ടു. പിന്നെ അന്തരാളത്തിൽ ഉള്ളവർ, അമ്പലവാസികൾ ശൂദ്രങ്കൽ നിന്നു കരേറിയവർ ബ്രാഹ്മണങ്കൽ നിന്നു കിഴിഞ്ഞവർ. അതിൽ പൊതുവാന്മാർ രണ്ടു വകക്കാർ: അകപ്പൊതുവാൾ ശിവബലിക്ക് തിടമ്പു [61] എഴുന്നെള്ളിക്ക, ദേവസ്വം ക്ഷേത്രം ദേവനേയും പരിപാലിച്ചു സൂക്ഷിക്ക. സോമാനം കഴുക പുറപ്പൊതുവാൾ വഴിപാടു വാങ്ങി കൊടുക്ക, ഇല വിറകു പാൽ തൈർ നെയ്യിത്യാദി ഒരുക്കുക. ഭഗവതി സേവയിൽ ശക്തിപൂജ ചെയ്യുന്നവർക്കു പിടാരന്മാർ പിഷാരകന്മാർ എന്നും അടിയാന്മാര അടിമൾ എന്നും ഓരൊ പേരുണ്ടു. പുഷ്പകൻ നമ്പിയച്ചനും ദേവന്നു പൂകൊടുക്ക, മാലകെട്ടുക, ക്ഷേത്രപ്രവൃത്തി ചെയ്തു കൊള്ളുക, അവന്റെ ഭാൎയ്യക്ക് ബ്രാഹ്മിണി എന്നു പേർ. ഗൃഹത്തെ പൂമഠം എന്നും പാദോദകം എന്നും അവനെ പൂനമ്പി എന്നും ചൊല്ലുന്നു. ബ്രാഹ്മിണിക്ക് വെളിച്ചടങ്ങു പാടുക തന്നെ ജീവിതം. പിഷാരോടിക്ക് സന്യാസിയുടെ ആചാരവും ക്ഷേത്രത്തിങ്കൾ അടിച്ചു തളിയും മാലകെട്ടും കല്പിച്ചു, കൈലാസവാസിയെ ക്ഷേത്രപ്രവൃത്തിക്കു കല്പിച്ചു, അവന്റെ പക്കലാക്കിയ സ്ത്രീക്കു അടിച്ചു തളി പ്രധാനമാക്കി വാരിയത്തി എന്നു പേരും വാരിജാതിക്ക ക്ഷത്രിയരുടെ പുലയും പുണ്യാഹവും പുഷ്പകന്റെ പ്രവൃത്തിയും കല്പിച്ചു. ഇതിൽ പെറ്റും പിറന്നും ഉണ്ടായവർ ഒക്കയും ആഴുവാഞ്ചേരിതമ്പ്രാക്കളുടെത് എന്നു പറയുന്നു. ശ്ലാഘ്യാരിൽ പുരുഷന്നു ചാക്യാർ എന്നും സ്ത്രീക്കു നങ്ങ്യാർ എന്നും പേർ. ഈശ്വരകഥകളെ പ്രകടിച്ചു പറക, വ്യാകരണം നാടകപുരാണങ്ങളും വായിക്ക, കൂത്താടുക കൂത്തു പറയിക്ക, അവർക്ക് പല കൎമ്മങ്ങൾക്കായിട്ടും ചാർന്നവർ എന്ന ഒരു കൂട്ടത്തെ കല്പിച്ചു; അവർ നമ്പിയാർ, അതിൽ ഇളയതു ശ്രദ്ധർക്കു ശ്രാദ്ധത്തിന്നു ചോറുവെപ്പിച്ചു വാങ്ങുക. മൂസ്സതു ഊരിലെ പരിഷ [62]തങ്ങന്മാർ പരശുരാമദോഷം ഏല്ക്കുകകൊണ്ടു ബ്രാഹ്മണകൎമ്മം ഒന്നും ഇല്ല. ഇവരോടു കൂടുന്ന ചെലമ്പാണ്ടികൾ തിരുവന്തപുരത്ത് ഭഗവാന്റെ അടിയാർ, ശാസ്താവിങ്കൽ കൂത്താടുവാൻ തീയാടിനമ്പി എന്നൊരു പരിഷയും കല്പിച്ചു, തൈയമ്പാടി എന്നൊരു ചാർന്ന പരിഷയും ഉണ്ടു. അവർ കളം എഴുതി ദൈവം പാടുന്നവർ; ഭദ്രക്കാളി അടിയാന്മാരുടെ പൂജ ഉള്ളേടേത്ത് കഴകപ്പൊഴുതിക്കായിട്ട് ചാർന്നവർ എന്ന മാനാരി പുത്തില്ലം അങ്ങിനെ രണ്ടു കൂട്ടത്തെ കല്പിച്ചു. ഇവരും ഉണിത്തിരിമാരും അമ്പലവാസികളിൽ കൂടിയവർ, മാരയാർ അമ്പലവാസികളിൽ കൂടുക ഇല്ല; അവർ വാദ്യ പ്രയോഗക്കാർ കൊട്ടുമാരയാർ അസ്ഥികുറച്ചി, അസ്ഥിവാരി,

ശവസംസ്കാരത്തിൽ പരിചാരം ചെയ്തുകൊണ്ടു പരിയരത്തവരിൽ ആകുന്നു. ഇവർ ഒക്ക നാലു വർണ്ണത്തിൻ ഇടയിൽ പടെട്ട അന്തരജാതികൾ.

ക്ഷത്രിയരിൽ സൂര്യവംശവും സോമവംശവും രണ്ടു വകയിൽ മൂഷികക്ഷത്രിയനും മുടിക്ഷത്രിയനും സാമന്തരും ഉണ്ടു. ഏറാടിയും നടെുങ്ങാടിയും വള്ളൊടിയും അവരിൽ താണ പരിഷ എന്നും അടിയോടികൾ എന്നും പറയുന്നു. മയൂരവർമ്മൻ മലയാളം തൗളവം വാണതിൽ പിന്നെ ഉണ്ടായ രാജാക്കന്മാരുടെ നാമധയോന്ത്യത്തിങ്കൽ ഒക്കയും വർമ്മൻ ശർമ്മൻ എന്നുള്ള പരേ കൂടുന്നു.

വൈെശ്യന്മാർ മലയാളത്തിലുണ്ടു എന്നും ഇല്ല എന്നും പറയുന്നു; വയനാട്ടിലുണ്ടു.

ബ്രാഹ്മണർക്ക് വദേശാസ്ത്രങ്ങളും യാഗാദികർമ്മ [63]ങ്ങളും ജപഹോമാദിശാന്തികളും ക്ഷത്രിയർക്ക് രാജത്വം രക്ഷാശിക്ഷ പ്രജാപരിപാലനവും. വൈെശ്യന്നു കൃഷി ഗോരക്ഷ വാണിഭവും. ശൂദ്രന്നു പട നായാട്ടു മൂന്നാഴിപ്പാടു കാവൽ ചങ്ങാതം അതിൽ കിഴിഞ്ഞവർക്ക്താളി പിഴിഞ്ഞു കുളിപ്പിക്ക, തണ്ടടെുക്ക, ചുമടു കടെട്ടുക, എള്ളിടുക, പുഞ്ചലേ മുക്കുക, മററും കൂലി ചകേവും ഉണ്ടു.

ശൂദ്രജാതികൾ പലപ്രകാരവും പറയുന്നു അതിൽ വള്ളാളസ്സ്വരൂപത്തിൽ പരേുകൾ തങ്ങൾ എന്നും കമ്മൾ എന്നും കുറുപ്പന്നെും പണിക്കർ എന്നും നായകൻ നായർ എന്നും അടിയോടി നമ്പിയാർ ചല്ലെടന്മാർ തലച്ചണ്ണൊർ തലപ്പണ്ണൊർ മനോേക്കി മനോൻ അപ്പൻ എന്നും അമ്മൊന്മാർ അമ്മാവൻ എന്നും ഓരോസ്വരൂപത്തിങ്കൽ ഓരൊ പരേ പറയുന്നു. ഈ തറവാട്ടുകാർ ഒക്കയും ൧൧[3] കിരിയത്തിൽ ഉളവായുള്ളവരാകുന്നു ൧. മുതുക്കിരിയം, ൨. ഇളങ്കിരിയം, ൩. അടുങ്കുടിക്കിരിയം, ൪. അമയങ്ങലത്തുകിരിയം, ൫. എടത്തു കുടികി, ൬. നല്ലെുളികി, ൭. നീലഞ്ചരെികി, ൮. ഇടിമകി, ൯. മമ്പാടുകി, ൧൦. തിരുമങ്ങലത്തുകി, ൧൧. പുത്തൂർകി ഇതിൽ കിഴിഞ്ഞു പോയ പരിഷകൾ ചാർന്നു പരിഷകൾ നാലുവർണ്ണത്തിൽ ചാർന്നവർ ഉണ്ടു: സാമന്തർക്കും ചാർന്നവരുണ്ടു എന്നു പറകകൊണ്ടു ൫ എന്നും നാലന്നെും പറയുന്നു. അകത്തു ചാർന്നവർ, പുറത്തുചാർന്നവർ, പരപ്പൂവർ, പ്രഭുസവേകർ പള്ളിച്ചകേവർ, പള്ളിച്ചാന്മാർ, മടവർ എന്നിങ്ങിനെ ഉള്ളവർ ക്ഷതേ്രത്തിലും എടത്തിലും മടത്തി [64]ലും മാടത്തിലും കൊയിലത്തും നിന്നു വലേ ചെയ്യണേ്ടും പരിഷകൾ അവർ ഉള്ളാളർ, ഉള്ളാട്ടിൽനായർ, ഉള്ളകത്തു നായന്മാർ എറനാട്ടിലും മററു കൂലിച്ചകേവർ, പള്ളിച്ചാന്മാർ പണ്ടടെ തെളിയാതിരിമാരുടെ പള്ളി തണ്ടു എടുത്തവർ.

അതിൽ കീഴപടെട്ടുള്ള ജാതികൾ വളുെത്തടേൻ, ംരംരങ്കൊല്ലി, വണ്ണത്താൻ, അലക്കി പിഴിഞ്ഞു കൊടുക്ക തിരപുടാടഞെറിക വിളക്കത്തറവൻ വളിഞ്ചിയൻ, ക്ഷൗരം കഴിക്ക, പിതൃകർമ്മം. കുശവൻ കുലാലൻ, കൊയപ്പൻ ആന്ത്രൂൻ. മൺകലം നിർമ്മിക്ക. ഊരാളി കല്ലരെിനായർ മനയാളികൾ ഏരുമാൻ

മതിൽ മാടുക, മച്ചു പടുക്ക, കുന്നിടിക്ക, കുഴിതൂർക്കുക, കളങ്കിണറു കുഴിക്ക, കൂലിക്കു കുത്തുക. വട്ടക്കാട്ടവൻ (വാണിയൻ പതിയാരും ചക്കാല വാണിയന്നും എൾആട്ടി പിഴിക) എന്നിങ്ങിനെ ദ്ര ജാതിയും. പിന്നെ കുടുമ്പർ കടുപ്പട്ടർ ചുമടു കെട്ടുക ഉപ്പും മീനും വിൽക്ക. കച്ചരേിനായർ പീടിക കെട്ടി വാണിഭം അവനും വട്ടക്കാട്ടവനും ഒന്നു തന്നെ. നായിക്കന്മാർ കൊട്ടി കൂടും കുറിക്ക കൂട്ടാൻ നായർ, കണ്ടത്തിൽ നായർ ക്ഷതേ്രത്തിൽ അരികുത്തുക, പാത്ര തകേ്ക, ഗോപുരം കാക്കുക ഇവർ ചാർന്ന പരിഷയിൽ നിന്നു കിഴിഞ്ഞവർ. അകത്തൂട്ടു പരിഷ കച്ചരേിചെട്ടിയാൻ ഒഴികെ ന്ന കച്ചോടക്കാർ: രാവാരി യാവാരി വ്യാപാരി കപ്പലോട്ടം പാണ്ടിശാല കെട്ടിവാണിഭം ചരക്കുകൾ ഓട്ടക്കാർക്ക് കൊടുത്തുംകൊണ്ടും കച്ചോടം ചെട്ടി പൊൻവാണിഭം, കമ്മട്ടത്തിൽ പണം അടിപ്പിച്ചാൽ പൊൻ മാറുക, തുറമരക്കാരെ മക്കത്തു കപ്പൽ വെപ്പിക്ക, ഓട്ടവൊഴുക്കവും കച്ചോടം [65]കണക്കഴെുത്തും ചോനകർ ബൌദ്ധന്മാർ അസുര വംശത്തിങ്കലുണ്ടായവർ. കച്ചോടം കപ്പോലോട്ടം പിന്നെ ചീനർ, കുഞ്ചരാത്തിക്കാർ, പൌരവർ ഇവർ ഓരൊരു ദ്വീപിങ്കൽ നിന്നു കപ്പിലിൽ കൂടി വന്നു മലയാളത്തിൽ ഇരിപ്പുണ്ടു. ഇതിൽ കൊങ്ങിനിയർ, ചെരിപ്പുകുത്തി, നസ്രാണി, ഒത്താന്മാർ, പൌരൻ ഇത്യാദി ദ്രവ്യ വംശം ഉണ്ടു. പറുങ്കി, ലാന്താ, പരിന്തിരീസ്സ്, ഇങ്കിരിസ്സ് എന്നിങ്ങിനെ നാലു വട്ടത്തൊപ്പിക്കാർ അതാത് ദ്വീപുകളിൽ കടന്നിരുന്നു കോട്ടയിട്ടുറപ്പിച്ചു, കച്ചോടം തുടങ്ങി ഇരിക്കുന്നു. ചാലിയർ പരദശേത്തു നിന്നു വന്നു, തെരു കെട്ടി നെയ്തു തുടങ്ങിയവർ ചെട്ടിയാർ, ചെടെർ ംരംഴവരും [4] തീയരും[5]ംരംഴംഎന്നദ്വീപിങ്കന്നു വന്നവർമരംകയററ്റുംരംർച്ച മൂർച്ചയും കാച്ചും വാണിഭവും അവരിൽ തണ്ടായ്മസ്ഥാനമുണ്ടു. കാവുതിയൻ ക്ഷുരകൻ അവരോട് കൂട മുകർവർ മുകയർ പുഴയിൽ മീൻ പിടിക്ക. മുക്കുവരും കടവർ വല കെട്ടി മീൻ പിടിക്ക, തോണി കടത്തുക, കെട്ടടെുക്ക ംരംഴത്തെനിന്നു വന്നവർ എന്നു പറയുന്നു. കമ്മാളർ കർമ്മാളർ ഐവർ ഐങ്കുടി എന്നും നാൽവർ എന്നും പറയുന്നു. അതിൽ ബ്രാഹ്മണൻ ആചാരി ആശാരി മരംവെട്ടി കുറക്കെ്ക. ക്ഷത്രിയൻ തട്ടാൻ പെരുന്തട്ടാൻ ആഭരണവും വിഗ്രവും ഉണ്ടാക്കുക. ചൊഴിതട്ടാൻ കമ്മട്ടം പുക്കു പണമടിക്ക, പൊൻവാണി ചക്രകുത്തിയാർക്കു കുത്തുപണി. വൈശ്യൻ മൂചാരി മൂശാരി ഓട്ടു പണി, പൂജാപാത്രങ്ങൾ മററ്റും വാർത്തുണ്ടാക്കുക. [66]ശൂദ്രൻ കൊല്ലൻ പെരുംകൊല്ലൻ ഇരിമ്പു പണി. ചെമ്പുകൊട്ടി ചെമ്പൊട്ടി ചെമ്പു പണി. കമ്മാളരിൽ നിന്ന് പിരിഞ്ഞു കഴിഞ്ഞു പോയവർ നാല് കൊല്ലർ, അതിൽ തീകൊല്ലൻ, കരുവാൻ, അമ്പുകെട്ടിക്കൊല്ലൻ, പടക്കുറുപ്പു, വില്ലുഴിക,അമ്പുകെട്ടുക, പയററ്റിക്ക. പലിശക്കൊല്ലൻ, കിടാരൻ പലിശ എടുത്തു കൊടുക്ക, തോല്പണി. വാൾകൊല്ലൻ(കടച്ചകൊല്ലൻ) ആയുധം വളെുപ്പിക്ക, എടുത്തുകൊടുക്ക, കൂലിച്ചകേം ഇല്ലാത്ത നാലു കുറുപ്പും ഉണ്ടു: വടികുറുപ്പു കുന്തവടി തീർക്ക. പരകുറുപ്പ് കുമ്മായം ഉണ്ടാക്കുക. പരവൻ കാട്ടുക്കുറുപ്പു, വലേക്കുറുപ്പു. വലേൻ, പറേ്റി, ചികിത്സ, ംരംററ്റെടുക്ക, ശസ്ത്രപ്രയോഗവും സൂതികാകർമ്മവും. പാണർ മുന്നൂററ്റൻ, അഞ്ഞൂററ്റൻ,

വലേൻ, പരവൻ, മരം ഏറുക, കളം മനിയുക, കടെട്ടിയാട്ടം, കുളി അടക്കുക, ഒടി തീർക്ക, മന്ത്രവാദം. കമ്മാളർക്കു അടിമയായി നിൽക്കുന്നു.അതിൽ ർ വക മൺകുത്തി, മരം കയറി, കൊടഞ്ചി, കൊട്ടമുട്ടി ഇവർ ഒന്നു തന്നെ. വണ്ണാൻ മണ്ണാൻ, പരുവണ്ണാൻ. ഏററും മാററും കടെട്ടിയാട്ടം ചാഴിയും പുഴുവും വിലക്കുക മന്ത്രവാദം കുത്തുപണി. പിന്നെ കണിശൻ കണിയാൻ ജ്യോതിശാസ്ത്രം, മന്ത്രവാദം, നാല്പതീരടിസ്ഥാനത്തിൽ ആയുധം എടുത്തുകൊടുക്ക, കളരിയിൽ ആചാര്യസ്ഥാനം, കൂട്ടം ബാധതിരിക്ക. വടേട്ടുവർക്കു ഉപ്പു വിളകെക്കുക, മണ്പണി. പുള്ളുവന്നും (ഔഷധക്കാരൻ) വള്ളുവന്നും കൂലിപ്പണി. പിന്നെ കുന്നുവാഴികൾ മ്നന്ന വംശം എന്ന് പറയുന്നു. പുളിയർ (ഇവർക്ക് കുറുമ്പിയാതിരി കുന്നിൻകൂർ വാഴ്ച വടെട്ടിയടക്കം, കടെട്ടിപാച്ചൽ നായാട്ടു, പട, കൂലിച്ചകേം, [67]ംരം അവകാശങ്ങൾ കൊടുത്തു. മലയിൽ പണിയന്മാർ (പയററുക) പണിയർ, കാടർ, കാട്ടുവർ, കുറിച്ചിയപണിക്കർ, മാവിലവർ, കരിമ്പാലർ, തുളുവർ, കുളുവർ കാട്ടുവാഴ്ച, നായാട്ടു, വല്ലിപ്പപൊഴുത്തി, ഇറയവൻ, എറവാളൻ, തന്േ കുറുമ്പർ, മലയർ, കള്ളാടിമാർ (ഏറവകളി കടെട്ടിയാട്ടം കൂളിയടക്കം) ആളർ പരൊളർ, ഉള്ളാളർ, ഉള്ളവർ മലയാളർ, കുറുമ്പർ, പല വിത്തുകളും എടുക്ക. മൂത്തൊരൻ (നായാട്ടു വലകടെട്ടുക ഉറി മിടക) കുറവൻ വിഷം കിഴിക്ക, പാമ്പാട്ടം, ചപ്പിടിക്കളി, കൈനോക്കുക, കാക്കമാംസം ഭക്ഷിക്ക, പുല്പായിടുക. പറയൻ (പറയിപററ് പന്തീരുകുലം വായില്ലാകുന്നിലപ്പൻ പരദവേത, കുടയും മുറവും കടെട്ടുക, ഒടിക്ക, മാട്ടുക, പശുമാംസം ഭക്ഷിക്ക. ചറുമരിൽ കയറിയവർ ഇരുളർ, എരളൻ, കണക്കരും, ഒടുക്കം പുലയരും പായുണ്ടാക്കുക നായാടികളും നായടിച്ചു തിന്നുക.

ഇങ്ങിനെ ൭൨ കുലത്തിന്നും ചിലർ തമ്മിൽ തമ്മിൽ തൊട്ടുകുളി തീണ്ടിക്കുളി എന്നുള്ള ക്രമങ്ങൾ അടുക്കും, ആചാരം, നീതിയും, നിലയും, തളിയും, കുളിയും, പുലയും, പുണ്യാഹവും, ഏററും, മാററും, ദിനവും, മാസവും എന്നിങ്ങനെ ഉള്ളത് എല്ലാം ശങ്കരാചാര്യ്യർ ൬൪ ഗ്രാമം ബ്രാഹ്മണരയെും മററു ഊരും ഗ്രാമവും സ്വരൂപവും നാനാവർണ്ണങ്ങളും നിറയപ്പടെട്ടിരിപ്പൊരു സമയം കർക്കടവ്യാഴം പുക്കു വരുന്ന കുംഭമാസത്തിൽ വന്ന മഹാ മഖത്തിൽ പിററെ നാൾ തിരുന്നവായെ പരോററിൽ മണപ്പുറത്തനിന്നു മഹാരാജാവായി മലയാളത്തിൽ ൧൭ നാടു മടക്കി വാഴും പരുമാളയെും നമ്പിമാടമ്പിസ്മാർത്തൻ മററും പല പ്രഭുക്കന്മാരയെും [68]വരുത്തി ബോധിപ്പിച്ചു, സർവ്വജ്ഞരായിരിപ്പോരു ശങ്കരാചാര്യ്യർ എന്നറിക. ഈശ്വരന്നു ആരിലും ഒരു കുലഭദേവിമില്ല. പരദശേികൾ ഒരു ജാതിക്കും തീണ്ടിക്കുളിയുമില്ല; ഏകവർണ്ണിച്ചിരിക്കുമത്രെ; അതു പോരെ ഈ കർമ്മഭൂമിയിൽ ഭൂമിക്ക് കർമ്മംകൊണ്ട ശുദ്ധി വരുത്തുകെ ഉള്ളു. ജ്ഞാനഭൂമിയാകുന്ന രാജ്യങ്ങളിൽ ഒന്നിച്ചു നടക്കാം. കർമ്മഭൂമിയിങ്കൽ കർമ്മം കൊണ്ടു ഗതി വരുത്തി കൂടും അതു കൊണ്ടീവണ്ണം കല്പിച്ചുറപ്പിച്ചിരിക്കുന്നു. അതിനു വിഘ്നം വരുത്തുന്നവർക്ക് ദാരിദ്ര്യവും മഹാവ്യാധിയും അല്ലലും മനോദുഃഖവും ഒരിക്കലും തീരുകയില്ല. അതുകൊണ്ട അതിന്നു നീക്കം വരുത്തിക്കൂടാ എന്നു ൬൪ ഗ്രാമവും ശങ്കരാചാര്യ്യരും രാജാക്കന്മാരും പല ദിവ്യജനങ്ങളും മഹാലോകരും കൂടിയ സഭയിങ്കൽനിന്നു കല്പിച്ചു.

൭. ചേരമാൻ പെരുമാൾ കേരളത്തെ വിഭാഗിച്ചു കൊടുത്തതു.

ചേരമാൻ പെരുമാൾ ഇങ്ങിനെ സ്വൈരമായി വാഴും കാലത്ത് തിരുമനസ്സകൊണ്ടു നിരൂപിച്ചു കല്പിച്ചു. ഈ ഭൂമിയെ ബ്രാഹ്മണർക്കല്ലൊ പരശുരാമൻ ഉദകദാനം ചെയ്തതു, വളരെ കാലം ഞാൻ അനുഭവിച്ചതിന്റെ ശേഷം പരിഹാരത്തിന്ന് എന്തു കഴിവുള്ളു എന്നു നിരൂപിച്ചതിന്റെ ശേഷം, പല ശാസ്ത്രികളും ആറു ശാസ്ത്രത്തിങ്കലും ൩ വേദത്തിങ്കലും ഒരു [1]പ്രായശ്ചിത്തം കാണ്മാനില്ല; നാലാം വേദത്തിങ്കൽ തന്നെ അതിന്നു നിവൃത്തി ഉള്ളു [70]എന്നുണർത്തിച്ചു. അക്കാലം ചേരമാൻ പെരുമാൾ അകമ്പടിക്കാരനായ പടമലനായരെ പിടിച്ചു ശിക്ഷിക്കയേയുള്ളൂ "എന്ന പെൺചൊൽ" കേട്ടു നിശ്ചയിച്ചു. അതിന്റെ കാരണം പെരുമാളുടെ ഭാര്യ ആ മന്ത്രിയെ മോഹിച്ചു കാമവാക്കുകൾ പറഞ്ഞിട്ടും സമ്മതിപ്പിച്ചതുമില്ല. അതുകൊണ്ടു നിന്നെ തപൂതലൈത്തിൽ പാകം ചെയ്കേ ഉള്ളൂ എന്നാണെയിട്ടു കൌശലത്താൽ പെരുമാളെ വശമാക്കുകയും ചെയ്തു. അഴിയാറ എന്ന പുഴയിൽ കൊണ്ടു നിർത്തി ശിക്ഷിപ്പാന്തുടങ്ങുമ്പോൾ എന്റെ ജീവിതം തന്നെ എന്നെ കൊല്ലാവൂ എന്ന് പടമല നായർ പറഞ്ഞു, അവന്റെ ജീവിതം അടക്കി കൊടുക്കൂ എന്ന് ചേരമാൻ പെരുമാൾ അരുളിചെയ്തു . പടമല നായരുടെ മുണ്ടിന്മൂടരിഞ്ഞു പുഴയിൽ കാട്ടി , മടിപിടിച്ചു നാളും കോളും തീർത്തു ജീവിതം അടക്കി കൊടുത്തു. അരിയളവും കഴിച്ചു, അന്നഴിയാറെന്ന പുഴയ്ക്ക് അരിയാറെന്ന പേരുണ്ടായി. ശിക്ഷിപ്പാന്തുടങ്ങുമ്പോൾ, സ്വർഗ്ഗലോകത്തിൽ നിന്നു വിമാനം താഴ്ത്തി "വിമാനത്തിന്മേൽ കയറികൊൾക" എന്ന്ദേവകൾ പറഞ്ഞു "എന്റെ അകമ്പടിസ്ഥാനം നടത്തി കൊൾക" എന്നു പടമലനായർ പതിനായിരത്തോടും പറഞ്ഞു. വിമാനത്തിന്മേൽ കരേറി പോകുമ്പോൾ "എനിക്ക് എന്തു ഗതി" എന്നു പെരുമാൾ അപേക്ഷിച്ചതിനു ശേഷം "ആശുവിങ്കൽ ഹജ്ജ് ചതുരപുരത്തു വേദ ആഴിയാർ എന്ന ഒരു ചോനകൻ ഉണ്ട്, അവനെ ചെന്ന് കണ്ടാൽ നാലാം വേദമുറപ്പിച്ചു അടയാളം കാട്ടി തരും. അതിന്നീവേദക്കരരെ ഒലമാരികപ്പൽ വെപ്പിച്ചു [71]തിരുവഞ്ചാഴിമുഖത്ത് കരക്കെത്തിച്ചു മാർഗ്ഗം വിശ്വസിപ്പിച്ചു അവരുമായി അശുവിനു പോയി കൊണ്ടാൽ പാതി മോക്ഷം കിട്ടും എന്നും പറഞ്ഞു. പടമലനായർ സ്വർഗ്ഗം പൂക്കു. അതിന്റെ ശേഷം ബ്രാഹ്മണരും പെരുമാളും കൂടി മഹാ മഖത്തിന്നാളത്തെ മഹാ തീർത്ഥമാടും കാലം വേദിയരാൽ വേദം കൊണ്ടിടഞ്ഞു, ബൌദ്ധരുമായി അശുവിനു പോകണം എന്നുറച്ചു ചേരമാൻ പെരുമാൾ എന്ന തമ്പുരാൻ വാർദ്ധക്യമായതിന്റെ ശേഷം തന്റെ രാജ്യം തനിക്ക് വേണ്ടപ്പെട്ട ജനങ്ങൾക്ക് പകുത്തു കൊടുക്കണം എന്നു കല്പിച്ചു. കന്യാകുമാരി ഗോകർണ്ണത്തിന്റെ ഇടയിൽ കന്നെറ്റി പുതുപട്ടണത്തിന്റെ നടുവിൽ തെക്കെ ചെങ്ങല പുരത്തഴിയും വടക്ക പുതുപട്ടണത്തഴിയും കിഴക്ക് ഥവ്വ ചുരത്തിൻ കണ്ടിവാതിലും പടിഞ്ഞാറെ, കടല്ക്കു ഥവ്വ അഴിമുഖവും, വടക്കു പടിഞ്ഞാറ് മൂല അഗ്നികോണ്, വടക്കു കിഴക്ക ഐശാനകോണ്,

തക്കെക്കകിഴക്ക മൂല വടപുറായി മൂല, തക്കെക്കപടിഞ്ഞാറ, മൂല ചമ്പെുറായി മൂല, ഇതിനിടയിൽ ചരേമാൻ നാടു, പരശുരാമഭൂമി, ൧൬൦ കാതം വഴിനാടും ർർർവ്വ ദവേപ്രതിഷ്ഠയും, ൧൦വ്വ ദുർഗ്ഗാലയവും, ൩൬൦ ഭൂതപ്രതിഷ്ടയും, ൧൦൦വ്വ നാല്പത്തീരടിയും, ൬ർ ഗ്രാമവും, ൻ൬ നഗരവും, ൧വ്വ കഠോട്ടപ്പടിയും, ൧൭ നാടും, തുളുനാടു, കഠോലത്തുനാടു, പഠെലനാടു, കുറുമ്പനാടു, പുറവഴിനാടു, ഏറനാടു, പറപ്പനാടു, വള്ളുവന, രാവണനാടു, വടെട്ടത്തുനാടു, തിരുമാശ്ശരേിന, പരെിപടപ്പുന, നടെുങ്ങനാടു, വങ്ങെന, മുറിങ്ങെന, ഓണന, വണേനാടു, അണഞ്ഞ ൫ നാടു: പാണ്ടി, കഠെങ്ങു, തുളു, വയനാടു, [72]പുന്നാടും എന്നു പറയുന്നു. കരേളവും, കഠെങ്കണവും, കഠെടകും കൂടാതെ ൫൬ രാജ്യമുണ്ടന്നെു കൾേപുണ്ടു.

ഇങ്ങിനെ ഉള്ള ചരേമാന്നാട്ടിൽ ഉദയവർമ്മൻ കഠോലത്തിരി വടക്കമ്പരെുമാൾ കിരീടപതിയും, കരേളാധിപതിയും, എന്നു കല്പിച്ചു. തഠെള്ളായിരത്തനാല്പത്തുനാല ഇല്ലത്തിൽ ൩൫൦൦൦൦ നായർ വളഭട്ടത്ത് കഠോട്ടയുടെ വലതു ഭാഗത്ത മുതുകുനിവിർന്നു ചുരിക കടെ്ടി, ചകെിച്ചു സവേിച്ചു കാണ്മാന്തക്കവണ്ണം കല്പിച്ചു, പരെുമാളുടെ കട്ടാരവും കഠെടുത്തു. വന്തെൃക്കഠോവിലപ്പന്റെ അംശം മലേ്പടെുക്കണേം എന്ന് കൽപ്പിച്ചു, പരെിഞ്ചല്ലെൂർ പുളിയപ്പടമ്പ് ഗൃഹത്തിൽ നായകനമ്പൂതിരിപ്പാട്ടിലെ വരുത്തി, ദവേന്റെ അംശം നടത്തുവാനാക്കി, ദവേന്റെ അരിയും ചാർത്തി രാജ്യാഭിഷകേം കഴിപ്പിച്ചു. കഠോലസ്വരൂപത്തിന്റെ മാടമ്പികളായ ചുഴന്നകമ്മൾ ചുഴലി എന്നും നരേവടെ്ടകമ്മൾ എന്നും രണ്ടു നമ്പ്യാർക്ക് ൧൨ കാതം വഴി നാട്ടിൽ ഇടവാഴ്ച സ്ഥാനവും ആയിരത്തിരുനൂറീത് നായരയെും കഠെടുത്തു. ഉദയവർമ്മനെ അനുഗ്രഹിച്ചു "വരുവിൽ ഇളങ്കൂറു വരായ്കിൽ ചരേമാൻ പട്ടം മൽേക്കഠോയ്മ സ്ഥാനവും" എന്നരുളി ചയ്തെു "ഇങ്ങിനെ മൽേപ്പടെ്ടു ൧൦൦ കഠെല്ലം വാഴ്ച വാണഠോളുക പിന്നെ വമ്പനു വാഴുവാനവകാശം" എന്നും കൽപ്പിച്ചു. തക്കെ് കുലശഖേരന്റെ സ്വരൂപമായ വണെ്ണാടടികൾക്ക് ൩൫൦൦൦൦ നായരെ കൽക്കുളത്തകഠോട്ടയുടെ വലതുഭാഗത്തു ഓമന പുതിയകഠോവിലകത്ത് ചുരിക കടെ്ടി, ചകെിപ്പാന്തക്കവണ്ണം നാടുകഠോയ്മ സ്ഥാനവും ഒണനാടും വണെനാടഠോട് ചരേ്ത്തും കല്പിച്ചു കഠെടുത്തു. കഠോലസ്വരൂ[73]പത്തിൽ നീ തുണയായിനിന്നു അർത്ഥം ചിലവിട്ടുകഠെൾക എന്നരുളിചയ്തെു കൂവളരാജ്യത്തിങ്കൽ വാഴുവാൻ കല്പിക്കുകയും ചയ്തെു. രണ്ടു സ്വരൂപത്തിന്നും ഇന്നും തമ്മിൽ പുലസംബന്ധമുണ്ടു. വളരെ വസ്തുവും കഠെടുത്തു ചിത്രകൂടം രക്ഷിപ്പാനും കൽപ്പിച്ചു. പിന്നെ സൂര്യക്ഷത്രിയന്നു ൫൨ കാതം നാടും വളരെ പുരുഷാരവും ൧വ്വ മാടമ്പികളും ർവ്വ കാര്യ്യക്കാരയെും കല്പിച്ചുകഠെടുത്തു, പരെിമ്പടപ്പ എന്ന പരേും വിളിച്ചു. കാര്യ്യക്കാരിൽ ബാല്യത്തച്ചൻ മുമ്പൻ എന്നറിക; അവർ യുദ്ധത്തിന്ന് ഒട്ടും കുറകഇല്ല.

അവന്റെ അനുജനായ കവിസിംഹമരറെ തമ്പുരാനെ തുളുനാട് രക്ഷിപ്പാൻ കല്പിച്ചു. പരെിമ്പുഴക്കെ് വടക്ക് മലേ്ക്കഠോയ്മസ്ഥാനവും കഠെടുത്തു. പരമ്പർനന്ദവാരിലെ

ബംഗർ, അജലർ, സവിട്ടർ, മുഡുബിദ്രിയിലെ ചൗടർ, സാമന്തരെറു മുളുക്കിയിലെ സാമന്തർ എന്നിങ്ങനെ ർ പ്രഭുക്കന്മാരും കവിസിംഹമരെറക്കു തുണ എന്നും കല്പിച്ചു. മികച്ച നാടാകുന്ന പൊലനാടും മനുഷ്യജന്മം പിറന്നനായർ ൧0000വും അതിൽ ൩ കൂട്ടവും ൯൨ തറയും അഞ്ചകമ്പടിയും എന്നിങ്ങനെ മുക്കാതം നാട് പെറളാതിരി രാജാവിന്നു കൊടുത്തു. മല്ലൂർകോയിലകത്ത് എഴുന്നള്ളി ൧൭ ആചാരവും നടത്തുവാൻ കല്പിച്ചു. അതാകുന്നതു: തോലും, കാലും, കണയും, കരിമ്പടവും, അങ്കവും, വിരുത്തിയും, ചുങ്കവും, ഏഴയും, കൊഴയും, ആനയും, വാളും, വീരചങ്ങലയും, വിരുതും, വാദ്യം, നിയമവടി, നറെറിപ്പട്ടം പടപീഠം, പറക്കും, കൂത്തു, മുന്നിൽ തളി, ചിരുതവിളി, എന്നിങ്ങനെ ൧൭ പല [74]നാട്ടാചാരം ശേഷം കുറുമ്പാതിരി രാജാവിനു ൩൬ കാതം നാടും ദേവജന്മം പിറന്ന നായർ ൩൦0000വും അവർക്ക് ൧൨00 തറയും കൊടുത്തു. പിന്നെ കൊല്ലം മുക്കാതം നാടുവാഴാൻ കൊല്ലത്തു രാജാവിനും വണെനാടും ഒണനാടും കൂടിയ നടുവിൽ ഐങ്കാതം വഴിനാടു പന്തളം രാജാവിനും കൊടുത്തു. പറപ്പൂസ്വരൂപം, വടെട്ടത്തസ്വരൂപം കായങ്കുളത്തെ ചെറായി സ്വരൂപവും മററും കല്പിച്ചു. ഒടുക്കം മഹാമഖവലേ ആചരിച്ചു നടത്തുവാൻ വള്ളുവക്കോനാതിരി രാജാവിനു തിരുനാവായി മണൽപുറവും നാടും൧0000 നായരും കല്പിച്ചു കൊടുത്തു. ആറങ്ങാട്ടു ആർങ്ങെട്ടൂർ സ്വരൂപം എന്നരുളി ചെയ്തു, സ്വരൂപം രക്ഷിപ്പാൻ ചെവ്വരക്കൂററിൽ തിരുമാനാംകുന്നത്ത് ഭഗവതിയെ സ്ഥാനപര ദേവതയാക്കി കല്പിക്കുകയും ചെയ്തു. ഇങ്ങനെ ൧൮ നാടും ൧൭ രാജാക്കന്മാർക്ക് കൊടുത്തു, ൧൭ അചാരവും കല്പിച്ചു. പന്നിയൂരും ചോവരവും ൨ കൂറും പരവുകൂറും ഇങ്ങിനെ മൂന്നു ഭാട്ട പ്രഭാകര വ്യാകരണം ഈ മൂന്നു കൂററിൽ ആറാറു ൧൭ സംഘവും അവർക്കു കല്പിച്ചു. അതിന്റെ പേരുകൾ ഭാട്ടകൂററിൽ, നനെ്മിനി, ചോവരം, ആട്ടിചുണ്ട, നാട്ടി ഇങ്ങിനെ ആറും പ്രഭാകരകൂററിൽ പാലവാക്ക, വിതി, വള്ളേം, തിട്ടുചാഴി ഇതാറും വ്യാകരണകൂററിൽ തത്തവഴെുവും, വല്ലുകണ്ട, ഇതാറും ഇങ്ങിനെ ൧൭ സംഘം ഓരോരുത്തനെ ഓരോരു നാട്ടിൽ വാഴ്ച ചെയ്തു ചേരമാൻ പെരുമാൾ എന്ന രാജാവ്.

പെരുമാൾരാജ്യംഅംശിച്ചുകൊടുത്തുകഴിഞ്ഞുഎന്നുംമക്കത്ത് അശുവിനു പുറപ്പാടായന്നെും കേട്ടു [75]പൂന്തുറക്കോനും (ഇരിവർ ഏറാടിമാരും) മാനിച്ചൻ കൃഷ്ണരായരോട് പട ഏററു മരിച്ചു എന്നു കേട്ടിരിക്കുന്നു. മങ്ങാട്ടുണ്ണിക്കുമാരമനേോനും (തൃക്കാരിയൂർ ചിത്രകൂടത്തിൽ) ചെന്നു പെരുമാളെ കാണും പോഴക്കെ്, രാജ്യം വേണ്ടപ്പെട്ട ജനങ്ങൾക്ക് പകുത്തു കൊടുത്തു പോയല്ലൊ ഇനി എന്തു വേണ്ടതു എന്നു വിചാരിച്ചു, ഇനി കോഴി കൂക്കുന്ന ദേശവും ചുള്ളിക്കാടും ഉണ്ടു, അതു നിങ്ങൾക്ക് തരാം (നിങ്ങൾ കുറഞ്ഞൊന്നു മുമ്പെ വന്നില്ലല്ലോ) എന്നു പെരുമാൾ അരുളിച്ചെയ്കാറെ, അതു മതി എന്നു നിശ്ചയിച്ചതിന്റെ ശേഷം ചേരമാൻ പെരുമാൾ വള്ളുവ കോനാതിരിയെ കൂട നിർത്തി പൊൻ ശംഖിൽ വെള്ളം പകർന്നു ശേഷിപ്പുണ്ടായിരുന്ന കോഴിക്കോടും ചുള്ളിക്കാടും ആനക്കോലാൽ മുക്കോൽ വഴിയും (കാതിയാർ മുതലായ ജോനകരയേും മക്കത്തെ കപ്പൽ ഓടിപ്പാനും മാമാങ്ങവലേ

പാലിപ്പാനും വാളും വാളിൻ (മുന)മേൽ നീരും പകർന്നു കൊടുത്തു. "നിങ്ങൾ ചത്തും കൊന്നും അടക്കി കൊൾക" എന്നാജ്ഞയും "ഈ മനനാട്ടിൽ മുഴുവനും ഞാനിയായിട്ടു മേൽകോയ്മ സ്ഥാനം നടത്തി കോൾക" എന്നനുജ്ഞയും കൊടുത്ത ശേഷം, കണ്ണെിറയെ വാങ്ങി പൂന്തുറകോനാതിരിരാജാവു വഴിഞ്ഞ നീർ മുമ്പിനാൽ കുടിച്ചു കൊണ്ടാൻ. തൊടുവിക്കളത്ത് ഉണ്ണിക്കുമാരനമ്പിയാർ, അന്നരേം പെരുമാൾ തിരുനാവാൽ മങ്ങാട്ടരയരച്ചൻ മനേോൻ എന്നും കുന്നല കോനാതിരിക്ക ഇളങ്കൂറുനമ്പിയാതിരി തിർമുല്പാടന്നെും അരുളിചെയ്തു. അന്നു പരമധാനിയും പതാനി പള്ളിമാറടിയും വെങ്കൊററ കുടപിടിപ്പിക്ക, വെള്ളിക്കാളം വിളിപ്പിക്ക, ആലവട്ടം [76]വെഞ്ചാമരം വീശിക്ക, കള്ളരയേും ദുഷ്ടരയേും ശിക്ഷിക്ക, പശുക്കളയേും ബ്രാഹ്മണരയേും ആനന്ദിപ്പിക്ക, പെണ്ണുംപിള്ളയും രക്ഷിക്ക, നാട്ടടക്കവും ൧വ്വ ആചാരവും കുത്തുവിളക്കു, പന്തക്കിഴയും, മുത്തുക്കുടയും, പച്ചത്തഴയും, അനുപമകൊടി, നടവെടി ഇങ്ങിനെ ഉള്ള രാജഭോഗങ്ങളും കൊടുത്തു "അറയും തുറയും തളയും ആമവും കഴുവും തീർത്തു തളിയും സങ്കതേവും രക്ഷിച്ചു രാജ്യാലങ്കാരത്തോടും കൂടി ഏകഛത്രാധിപതിയായി ആഴിചൂഴും ഊഴിയിങ്കൽ കുമാരി ഗോകർണ്ണം പര്യന്തം അടക്കി വാണുകോൾക" എന്നരുളിച്ചെയ്തു. നരപതിയംശത്തോട കൂടി ആറെട്ടു വട്ടം കടേ്ടി വാഴുവാന്തക്കവ്വണ്ണം മാനിച്ചന്നു വാളും വിക്രമന്നു നീരും കൊടുത്തു. അതു കണ്ടപ്പോൾ വള്ളുവകോനാതിരി ചേരമാൻ പെരുമാളോടുണർത്തിച്ചു "വെട്ടി ജയിച്ചു കൊൾക എന്നിട്ടല്ലോ വാൾകൊടുത്തതു. ഇനി എനിക്കൊരു രക്ഷ കല്പിക്കണേം" എന്നാറെ, പെരുമാൾ ആകട്ടെ "തടുത്തുനിന്നു കൊൾക" എന്നു കല്പിച്ചു, വള്ളുവകോനാതിരിക്ക് പലിശയും കൊടുത്തു, പലിശക്കു മൂന്നു വെട്ടും കൊടുത്തു. ജയിപ്പാനായിട്ട് വാളും തടത്തു രക്ഷിപ്പാനായി പലിശയും കൊടുത്തു പോകകൊണ്ടു ഇന്നും വള്ളുവകോനാതിരിയോട് പടകൂടിക്കൂടാ. വേണോടടികളം കോലത്തിരിയും ഇവർ ഒഴികെ ഉള്ള രാജാക്കന്മാരോട് എശുപെട്ടു കൊൾക എന്നും അരുളിചെയ്തു (നെടിയിരിപ്പു) നിടിവിരിപ്പിൻ സ്വരൂപം എന്നും കല്പിക്കയും ചെയ്തു. ഇങ്ങിനെ ൧൭ നാട്ടിലും ൧വ്വ രാജാക്കന്മാരെ വാഴിച്ചതിന്റെ ശേഷം നമ്പി, നമ്പിടി, നമ്പൂരി, നമ്പിയാതിരി എന്നിങ്ങിനെ ഉള്ള [77]വർക്ക് ഓരൊ ദേശം കൊടുത്തു. അവർ ഓരോ സ്വരൂപത്തിങ്കൽനിന്നു മാടമ്പിയായി കല്പിച്ചു. വെള്ളാളർക്കും പല നാട്ടിലും ഇടവാഴ്ചസ്ഥാനവും വാഴും വാഴുന്നൊർ കർത്താ, കമ്പമ്മികികൾ, നായർ, മനേോൻ, പിള്ള, പണിക്കർ എന്നിങ്ങിനെ ഉള്ള പേരുകളും കല്പിച്ചു. ൧൭ നാട്ടിലും കല്പിച്ച നീതിക്കും നിലെക്കും വാട്ടം വരാതെ നടത്തണേം എന്നും മര്യ്യാദയും ആചാരവും പട്ടോലപ്പെടുക്കണേം എന്നും ർ ആളോടു കല്പിച്ചു. ൧ വേണെനാട്ടു തൃപ്പാസ്വരൂപത്തിങ്കൽ കല്ക്കുളത്ത്. ഓമന പുതിയ കോവില്ക്കൽ പണ്ടാരപ്പിള്ള, ൨ പെരിമ്പടപ്പിൽ വാലിയത്തു മനേോൻ. ൩ ഏറനാട്ടു, നെടിവിരിപ്പിൽ മങ്ങാട്ടുരയരച്ചമനേോൻ, ർ കോലത്തിരി സ്വരൂപത്തിൽ പുതിശ്ശേരി നമ്പിയാർ, നാട്ടധികാരി, കണക്കപിള്ള. മങ്ങാട്ടച്ചന്നു പ്രഭുത്വം കൂട കല്പിക്കകൊണ്ടു ശേഷം

ന്ന ആളും മനേഴോന്നു വഴക്കം ചെയ്യണേം. കർക്കട വ്യാഴം മകരമാസത്തിൽ വരുന്ന സൽപൂയത്തിന്നാൾ തിരുനാവായി മണല്പുറത്ത് ഈ നാലു പടട്ഓലക്കാരരും ഒരു നിലയിൽ കൂടി ഇരുന്നു. ർ പടട്ഓലയും നിവിർന്നു കന്യാകുമാരി ഗോകർണ്ണത്തിന്നകത്ത് അഴിയുന്ന മര്യ്യാദയും അടുക്കും ആചാരവും മലേപ്പടുത്തു, ബ്രാഹ്മണരയേും മാടമ്പികളയേും പ്രജകളയേും പ്രഭുക്കന്മാരയെും ബോധിപ്പിച്ചും വള്ളുവകോനിൽ തൃക്കകൈകുടകെക്കു വലേയായി ൧൭ നാട്ടിലെ പ്രജകൾക്ക് ഒക്കയും അലങ്കാരമായ ഒരു മഹാ മഖ വലേ നടത്തണേം എന്നു കല്പിച്ചു. പതിനഴേു നാട്ടിലുള്ള മാടമ്പികളും നാടടക്കി, വളർഭട്ടത്തകോട്ടയിൽ പുരുഷാന്തരത്തിങ്കൽ രാജ്യഭിഷകേത്തിന്നു കടെട്ടും കിഴിയും [78]ഒപ്പിച്ചപേപ്പൂ എന്നും കോലത്തിരി വടക്കമ്പരെുമാളുടെ തൃക്കാലു കണ്ടു വഴക്കം ചെയ്വു എന്നും അരുളിച്ചെയ്തു.

ഇങ്ങനെ എല്ലാം കല്പിച്ചു തിരുനാവായി മണല്പുറത്തു നിന്നു തിരുപഞ്ചക്കളത്തിന്നു വദേക്കാരരെ കപ്പലിൽനിന്നു കരക്കെകത്തെിച്ചു, അശുവിന്നു എഴുന്നള്ളുവാൻ കൊടുങ്ങല്ലൂർ കോയിൽ എഴുന്നള്ളുകയും ചെയ്തു. വദേക്കാരുമായി ഒക്കത്തക്ക കപ്പലിൽ കരേറി ചരേമാൻ പരെുമാൾ മക്കത്തിന്നു എഴുന്നള്ളുകയും ചെയ്തു. ചരേമാൻ ദശേപ്രാപ്യഃ എന്ന കലി. ക്രിസ്താബ്ദം ൩൫൫.

മാപ്പിളമാർ പറയുന്ന പഴമ കടേട്ാലും: ചരേമാൻ പരെുമാൾ കൊടുങ്ങല്ലൂർ തുറമുഖത്തുനിന്നു കപ്പലിൽ ഗൂഢമായി കയറി കൊയിലാണ്ടി കൊല്ലത്തിന്റെ തൂക്കിൽ ഒരു ദിവസം പാർത്തു, പിറ്റെ ദിവസം ധർമ്മപട്ടണത്ത് എത്തി ന്ന ദിവസം പാർത്തു, ധർമ്മപട്ടണത്തുകോവിലകംരക്ഷിപ്പാൻതാമൂതിരിയഏൈല്പിച്ചു, കപ്പലിൽ കയറി പോയതിന്റെ ശഷേം, കൊടുങ്ങല്ലൂർ നിന്നു കപ്പല്ക്കാരുംമറ്റുംപോയിപരെുമാൾകയറിയകപ്പല്ക്കാരുമായി വളരെ യുദ്ധമുണ്ടായി പിടികൂടാതെ സഹെർമുക്കല്ഹ എന്ന വന്തരിൽ ചെന്നിറങ്ങുകയും ചെയ്തു. അപ്പോൾ മഹമ്മതനബെി വിജിദ്ധ എന്ന നാട്ടിൽ പാർത്തുവരുന്നു; അവിടെ ചെന്നു തങ്ങളിൽ കണ്ടു മാർഗ്ഗം വിശ്വസിച്ചു, താജുദ്ദീൻ എന്ന പരേുമായി, മാലിക്ക ഹബിബദീനാറന്നെ അറവിൽ രാജാവിന്റെ പങ്ങെളായ റജിയത്ത എന്നവളെ കടെട്ി, ൫ വർഷം പാർത്തതിന്റെ ശഷേം, മൽ പറഞ്ഞ രാജാവും മക്കൾ പതിനഞ്ചും പരെുമാളും കൂടി സഹെർ [79]മുക്കല്ഹ എന്ന നാട്ടിൽ വന്നു വിശാലമായ വീടും പള്ളിയും ഉണ്ടാക്കി, സുഖനേ പാർത്തുവരുമ്പോൾ മലയാളത്തിൽ വന്നു ദീൻ നടത്തണേ്ടതിനു യാത്ര ഭാവിച്ചു ഒരുങ്ങി ഇരിക്കുമ്പോൾ, ശീതപ്പനി പിടിച്ചു വലഞ്ഞതിന്റെ അനന്തരം, മലയാളത്തിലെ രാജാക്കന്മാർക്ക് കത്തുകളോടും കൂടി പറഞ്ഞ രാജാവെ പുത്രരോടും കൂടെ പുറപ്പടെീച്ചതിന്റെ ശഷേം, താജുദ്ദീൻ കഴിഞ്ഞു താനുണ്ടാക്കിയ പള്ളിയിൽ തന്നെ മറ ചെയ്കയും ചെയ്തു. ആ രാജാവു പരെുമാളുടെ മുദ്രയും എഴുത്തുകളും എടുത്തു, ഭാര്യാപുത്രാദികളോടും കൂടി ൨ കപ്പലിലായി കയറി ഓടിയപ്പോൾ, ഒരു കപ്പൽ മധുരയുടെ തൂക്കിലത്തെി, നാലാം മകനായ തകയുദ്ദീനും മറ്റും ഇറങ്ങി

പള്ളിയും മററും എടുത്തു പാർക്കയും ചെയ്തു. മററെ കപ്പൽ കൊടുങ്ങല്ലൂരിൽ എത്തി, രാജസമ്മതത്താലെ അവിടെ ഒരു പള്ളി ഉണ്ടാക്കിച്ചു, മുഹമ്മതകാദിയായ്പാർത്തു. ൩ആമത കൊയിലാണ്ടിക്ക് സമീപം കൊല്ലത്തു പള്ളി അസൻകാദി, ൪ മാടായി പള്ളി അബിദുരഹമാൻകാദി, ൫ വാക്കന്നൂർപള്ളി, ഇബ്രാഹീംകാദി,൬മകൈക്കളത്തപള്ളിമൂസക്കാദി,൭കൊഞ്ഞരോട്ട മാലിക്കകാദി,൮ ശിറവുപട്ടണത്തു പള്ളി ശിഹാബുദ്ദീൻകാദി,൯ ധർമ്മപട്ടണത്തുപള്ളി ഉസൈൻകാദി, ൧൦ പന്തലാനിയിൽപള്ളി സദൈുദ്ദീൻകാദി, ൧൧ ചാലിയത്തു സനൈുദ്ദീൻകാദി ഇങ്ങിനെ അറവിൽ നിന്നു കൊണ്ടുവന്ന കരിങ്കല്ല് ഓരോന്നിട്ട് ൧൧ പള്ളികളെ എടുത്തു രാജാവും മററും വന്നു മലയാളത്തിൽ എല്ലാടവുംദീൻനടത്തിച്ചു സുഖമായിരിക്കുമ്പോൾ, ദീനം പിടിച്ചു [80]കഴിഞ്ഞു. കൊടുങ്ങല്ലൂർ പള്ളിയിൽ തന്നെ മറ ചെയ്കയും ചെയ്തു. പെരുമാളുമായി കാണുമ്പോൾ നവിക്ക് ൫൭ വയസ്സാകുന്നു.

൩. തമ്പുരാക്കന്മാരുടെ കാലം

൧. താമൂതിരി പാലനാടടക്കിയതു.

മലയാളഭൂപതിമാരിൽ വിശേഷം പ്രതി കുന്നല കോനാതിരി രാജാവ് കുന്നിന്നും ആലുക്കും അധിപതി എന്നു മല വഴിയും വരുന്ന ശത്രുക്കളെ നിർത്തുക കൊണ്ടത്രെ പറയുന്നതു. കുന്നലകോനാതിരി പാലനാട്ട് ലോകരെയും തനിക്കാക്കി കൊൾവാൻ എന്ത് ഒരുപായം എന്ന് നിരൂപിച്ചു, പന്നിയങ്കര വാതിൽ മാടത്തിൽ ഇരുന്നു, ചരവക്കൂറ്റിലും പുതുക്കോട്ട കൂറ്റിലും ഉള്ള ഇടപ്രഭുക്കന്മാരെ എഴുതി അയച്ചു വരുത്തി, നിങ്ങൾ ഞങ്ങൾക്ക് ബന്ധുവായിരിക്കണേം (തുണയായി നില്ക്കയും വണേം) എന്നാൽ അങ്ങിനെ തന്നെ എന്നു കൈ പിടിച്ചു സമയം ചെയ്തു ചരവക്കൂറ്റിൽ മുല്പട്ട വെട്ടമുടയ കോവിൽ പാട്ടിനു(൫000 നായർക്ക് പ്രഭു) പയ്യനാട്ട നമ്പിടിക്ക് ൫000നായർ, മങ്ങാട്ട് നമ്പിടിക്ക് ൧൨നായർ, മുക്കടക്കാട്ട് ൩ താവഴിയിലും കൂടി ൫00 നായർ (൫000), പരിയാണ്ട മുക്കിൽ കിഴക്കെ നമ്പിക്ക് ൧000 നായർ ഇത് ഒക്കയും കൂട്ടക്കടവിന്നു പടിഞ്ഞാറെ ചറവക്കൂറായിട്ടൂള്ളത്. ഇനി പുതുക്കോട്ട കൂറ്റിൽ കാരണപ്പട്ടെ തിരുമലശ്ശേരി നമ്പൂതിരി പാട്ടിന്നു ൩000നായർ, മാണിയൂർ [82]നമ്പിടിക്ക് ൧00, കൊഴിക്കൊല്ലി നായർക്ക് ൩00, പരിയാണ്ടുമുക്കിൽ പടിഞ്ഞാറെ നമ്പിടിക്ക് ൫00, കൊട്ടുംമ്മൽ പടനായകൻ ൩00, ഇരിക്കാലിക്കൽ അധികാരൻ ൩00, ഇതൊക്കയെും കൂട്ടകടവിന്നു പടിഞ്ഞാറെ പുതുക്കോട്ടക്കൂറ്റിലുള്ളതു. നടുങ്ങനാടുമീത്തൽ തകെക്കും കൂറ്റിൽ കർത്താവു ൧00 നായർ, കാരക്കാട്ടു മൂത്ത നായർ ൧000, വീട്ടിയക്കാട്ടു പടനായർ ൩00, വീട്ടിക്കാട്ടെ തകെക്കനായർ ൧00, ഇതും തകെക്കും കൂറു കൂട്ടുകടവിന്നു കിഴക്കെ നടുങ്ങനാട്ടിന്നു മീത്തൽ വടക്കൻ കൂറ്റിൽ കർത്താവു ൧00, കരിമ്പുഴ ഇളമ്പിലാശ്ശേരി നായർ ൩00, കണ്ണനൂർ പടനായർ ൫00, നടുങ്ങനാടു പടനായർ ൩00, തകെക്കങ്കൂറ്റിൽ വടക്കന്നായർ ൩00, മുരിയലാട്ട നായർ ൩00, ചെരെങ്ങാട്ടു കുളപ്പള്ളി നായർ ൩00, മുളഞ്ഞ പടനായർ ൩00, മങ്കര ൫00, വണ്ണമണ്ണൂർ വെള്ളൊട്ടു അധികാരൻ ൧00, കുഴൽ കുന്നത്തു പുളിയക്കോട്ടു മൂത്തനായർ ൫00, കൊങ്ങശ്ശേരി നായർ ൧00, ആലിപ്പറമ്പിൽ മനോൻ ൧00, മലേതെലപാർക്കും കളെനല്ലൂർ തലപാർക്കും കൂടി ൫00, അതുവും കൂടി കുതിരപട്ടത്തനായർ ൫000, വങ്ങനാട്ട് നമ്പിടി ൧000, മാച്ചുറ്റിരാമൻ ഉള്ളാടർ ൧000, വടകരെ കൂറ്റിൽ പിലാശ്ശേരിനായർ ൫0, ഇങ്ങിനെ ഉള്ള ഇടപ്രഭുക്കന്മാരും മാടമ്പികളും പുരുഷാരവും അന്നു കൂടി ചരവകൂറായുള്ളവർ താമൂതിരി തൃക്കൈക്കുടക്കീഴ്, വലേയാക്കി, പുതുക്കോട്ടകൂറ്റിൽ ഉള്ളവർ (എറനാട്ടു) ഇളങ്കൂറുനമ്പിയാതിരി തിരുമുല്പാട്ടിലെ തൃക്കൈക്കുടക്കീഴ് വലേയാക്കി, പുരുഷാരവും അടുപ്പിപ്പൂതും ചെയ്തു. പന്നിയങ്കര ഇരുന്നരുളി നാലു പന്തീരാണ്ടു കാലം പൊരളാതിരി രാജാവോട് കുന്നല [83] കോനാതിരി പട കൂടുകയല്ലൊ ചെയ്തു. പാലനാടു മുക്കാതം വഴി

൭൨ തറയും ൧൦൦൦൦ നായരും അതിൽ ൩ കൂട്ടവും ൩൨ തറവാട്ടുകാരും ൫ അകമ്പടിജനവും (ഒരമ്മ പെറ്റ മക്കൾ, ഒരു കൂലിച്ചകേം, ഒരു ചമ്പിലെ ചോറ്, ഒരു കുടക്കീഴിൽ വലേ) ഇങ്ങിനെ അത്രെ പൊരളാതിരി രാജാവിന്നാകുന്നതു.

അവരോട് കുന്നലകോനാതിരി പട വട്ടി ആവതില്ലാഞ്ഞ് ഒഴിച്ചുപോയതിന്റെ ശഷേം, ശ്രീപോർക്കലെില്ലിക്ക് എഴുന്നള്ളി, ൩ മാസം ഭഗവതിയെ സവിേച്ചു പ്രത്യക്ഷമായാറെ, ഞാൻ ചല്ലെുന്ന ദിക്ക് ഒക്കെ ജയിപ്പാന്തക്കവണ്ണം നിന്തിരുവടി കൂടി എന്റെ രാജ്യത്തകേ്ക് എഴുന്നള്ളുകയും വണേം എന്നുണർത്തിച്ചാറെ, അപ്രകാരം തന്നെ എന്ന വരവും കൊടുത്തു,വാതിലിന്മൽേമറഞ്ഞിരുന്നതുകണ്ടിട്ട്ഭഗവതിയുടെ, വാതിലിന്മൽേ മറഞ്ഞിരുന്നതു കണ്ടിട്ട് ഭഗവതിയുടെ നിത്യ സാന്നിദ്ധ്യം വാതിലിന്മൽേ തന്നെ ഉണ്ടു എന്നു നിശ്ചയിച്ചു. വാതിൽ കൂടെ കൊണ്ടു പോരുവൂതും ചയ്തെു. ഇങ്ങു വന്നു മാനവിക്രമന്മാരും വട്ടെമുടയ കോവിലും കൂട വിചാരിച്ചിട്ട്, അകമ്പടിജനം പതിനായിരത്തയേും സ്വാധീനമാക്കണെം എന്നു കല്പിച്ചു, ഉണ്ണിക്കുമാരമനേവനയേും പാറചങ്കരനമ്പിയയെും അകമ്പടി ജനവുമായി കണ്ടു പറവാന്തക്കവണ്ണം പറഞ്ഞയച്ചാറെ, അവർ ഇരുവരും കൂടി ചന്നെു പ്രധാനന്മാരുമായി കണ്ടു പറഞ്ഞു, ഗണപതിയുടെ നിത്യ സാന്നിദ്ധ്യമുള്ള പരിെമ്പിലാക്കൽ എന്നു കുറിച്ചു അയക്കുകയും ചയ്തെു. ഉച്ചതിരിഞ്ഞിട്ടു മാന വിക്രമന്മാരും ബ്രാഹ്മണരും വരേൻ പിലാക്കലകേ്ക് ചന്നെപ്പോൾ, അകമ്പടി ജനത്തിൽ പ്രധാനമായി [84]രിക്കുന്നവരെ കണ്ടു സന്തോഷിച്ചു. അന്യോന്യം കീഴിൽ കഴിഞ്ഞ വൃത്താന്തങ്ങൾ എപ്പർേപട്ടെതും പഞ്ഞു. പൊറളാതിരിയെ ഒഴിപ്പിപ്പാൻ പ്രയത്നം ചയ്യെുന്നതിന്ന് ഞങ്ങൾ വിപരീതമായ്വരിക ഇല്ല എന്നും പറഞ്ഞാറെ, നമ്മുടെ സ്ഥാനവും നിങ്ങളെ സ്ഥാനവും ഒരു പോലെ ആക്കി വച്ചെകേ്കുന്നുണ്ടു എന്നു സമയം ചയ്തെു. പിന്നെ പൊറളാതിരിക്ക് ഇഷ്ടനായി കാര്യക്കാരനായിരിക്കുന്ന മനേോക്കിയെ കൂട്ടികൊണ്ടു വിചാരിച്ചു യുദ്ധം ചയ്യോതെ, പൊറളാതിരിയെ പിഴുക്കി അന്നാടു കടത്തിയാക്കി. പൊനാടു സ്വാധീനമാക്കി തന്നാൽ ഞങ്ങൾക്ക് ഈ രാജ്യം ഉള്ളന്നെും ഏറക്കുറാവില്ലാതെ സ്ഥാനങ്ങൾ കൂട്ടി തരുന്നതിനെ സമയം ചയ്താൽ ഒഴിപ്പിക്കണേ്ടുന്ന പ്രകാരവും പറഞ്ഞാറെ, മനേോക്കിയോടു ഇളമയാക്കിയകേ്കുന്നുണ്ട് ൨ കൂറായറെ നാട വാഴ്ചയായി, പാതി കോയ്മസ്ഥാനവും നാടും ലോകരയെും തന്നകേ്കുന്നുണ്ടു എന്നു സമയം ചയ്തെു. നാലർ കാര്യക്കാർ (൧ അച്ചനും ൨ ഇളയതും ൩ പണിക്കരും ൪ പാറനമ്പിയും) കൂടി നിരൂപിച്ചു. (നായികിയായിരിക്കുന്ന ചാലപ്പുറത്തമ്മ) നാലകത്തൂട്ടമ്മയകെണ്ടു(ഇങ്ങുബന്ധുവായിനിന്നുകൊണ്ടു) കോട്ട പിടിപ്പാന്തക്കവണ്ണം ഒരുപായം ഉണ്ടാക്കി, (ഒരു ഉപദശേം) തരണെം എന്നാൽ ൪ ആനയും ൪൦൦൦൦ പണവും തന്നകേ്കുന്നുണ്ടു; അതു തന്നയെല്ല, കോട്ടവാതിൽ തുറന്നു തന്നു എന്നു വരികിൽ ൪ വീട്ടിൽ അമ്മസ്ഥാനവും തന്നു, നാലാം കൂറാക്കി വാഴിച്ചകേ്കുന്നതുമുണ്ടു എന്നു സമയം ചയ്തെു. സമ്മതിച്ചു ചന്നെതിന്റെ ശഷേം, പൊറളാതിരി [85]ജ്യഷേ്ഠനെ

കാണ്മാൻ അനന്തരവരായിട്ടുള്ള തമ്പുരാക്കന്മാരെയും തമ്പുരാട്ടിമാരെയും കോലത്തുനാട്ടിലേക്ക് എഴുന്നള്ളിച്ചു, താൻ പോലൂരെ കോട്ടയിൽ ഇരിപ്പൂതും ചെയ്തു. അപ്രകാരം കോഴിക്കോട്ടേക്ക് എഴുതി അയച്ചാറെ, മാനവിക്രമന്മാരും മറ്റും എല്ലാവരും ശ്രമിച്ചു പുലർകാലെ പൈറളാതിരി ഉലപ്പണ്ണേചാർത്തി, മറക്കുളങ്ങരക്ക് എഴുന്നള്ളിയ നരേം കോട്ട വാതിൽ തുറന്നു കൊടുത്തു, നടിയിരിപ്പു കോട്ടക്കകത്തു കടന്നിരുന്നു മൂന്നു കുറ്റി വെടിയും വെപ്പിച്ചു. വെടി കേട്ടാറെ, ചതിച്ചിതൊ എന്നെന്നു പൈറളാതിരി രാജാവരുളിച്ചെയ്തു, നീരാട്ടുകുളി കഴിയാതെ കണ്ടു കാലടി കോലോടി കോവിലകേക്ക് എഴുന്നള്ളുകയും ചെയ്തു. അവിടുന്നു നീരാട്ടുകുളി കഴിഞ്ഞു കായക്കഞ്ഞി അമറത്തേും അമൃതം കഴിഞ്ഞ് കീഴലൂരും കുരുമ്പട്ടൂരും ഉള്ള ലോകരെ വരുത്തി അരുളിച്ചെയ്തു. "പോലൂരും ചെറുപറ്റയും ആൺ പെറാതെ (പിറക്കാതെ) ഇരിക്കട്ടെ ആൺ പിറന്നു എങ്കിലും ഉചിതം നടത്താതെ ഇരിക്കട്ടെ. നമ്മുടെ നാട്ടിൽ പുരമേല്പുരയും പിരിയൻ വളയും വീരാളിപട്ടുടുക്കയും പോത്തു കൂട്ടി ഉഴുകയും കറക്കയും അരുത്. നിങ്ങൾ എനിക്ക് തുണയായി നില്ക്കയും വേണം (തുണയായിരിക്കട്ടെ) നാട്ടിൽ ശിക്ഷാരക്ഷയ്ക്ക ചെതിന്യത്തിന്നു ഏറക്കുറവു കൂടാതെ (വന്നു പോകാതെ) ഇരിക്ക എന്നാൽ നിങ്ങൾക്ക് ഒരു താഴ്ചയും വീഴ്ചയും വരാതെ കണ്ണിനും കൈക്കും മുമ്പു മുൻകൈസ്ഥാനവും അവകാശം നാട്ടിൽ നിങ്ങൾക്കായി ഇരിക്കട്ടെ" എന്നു പൈറളാതിരി രാജാവ് അനുഗ്രഹിച്ചരുളിച്ചെയ്തു. അങ്ങിനെ തന്നെ ഉണർത്തിപ്പൂതും [86]ചെയ്തു. അകമ്പടി നടന്നു തുറശ്ശേരി കടത്തി വിട്ടു വണങ്ങി പോന്നു കീഴലുർ നായന്മാർ എന്നു കേട്ടിരിക്കുന്നു. തുറശ്ശേരി കടന്നെഴുന്നള്ളുകയും ചെയ്തു. നീരാട്ട്കുളിക്ക് എഴുന്നള്ളുംപോൾ, ആയിരംനായർ കോട്ട വളഞ്ഞ പ്രകാരം അറിഞ്ഞിട്ട് വേഗേനേ കോട്ടക്കുള്ളിൽ എഴുന്നള്ളി, മനേോക്കിയയെയും ചാലപ്പുറത്ത് നായകിയെയും തിരുമുമ്പിൽ വരുത്തി, നിങ്ങൾ ഇരുവരും മുമ്പിനാൽ പറഞ്ഞ സത്യം തന്നെ എന്നു നമുക്ക് വഴിപോലെ ബോധിക്കയും ചെയ്തു. മരിക്കയൊ രാജ്യം ഒഴിഞ്ഞു പോകയൊ വേണ്ടു എന്നു നിങ്ങൾ വിചാരിച്ചു പറയണം എന്നരുളിച്ചെയ്യാറെ, യുദ്ധം ചെയ്തു രാജാവ് മരിക്കുമ്പോൾ, ഞങ്ങൾ കൂടെ മരിക്കേണ്ടിവരും എന്നു കല്പിച്ചു, മാനവിക്രമന്മാരോട് യുദ്ധം ചെയ്തു ജയിപ്പാൻ പണിയാകുന്നു; അതുകൊണ്ടു രാജ്യം ഒഴിഞ്ഞു പോകുന്നത് നല്ലതാകുന്നു എന്നുണർത്തിച്ചാറെ, നമ്മുടെ ലോകരെ കൂട്ടിവരുത്തി, യുദ്ധം ചെയ്യിച്ചു നില്ക്കുകയും വേണം. അപ്പോൾ ഞാൻ വേഷം മാറി പൊയ്ക്കൊള്ളുന്നതുമുണ്ടു. അപ്രകാരം ചെയ്തു. പൈറളാതിരി കോട്ട ഒഴിഞ്ഞു പോകയും ചെയ്തു.

പൈറളാതിരി രാജ്യഭ്രഷ്ററനായി യുദ്ധത്തിൽ തോറ്റു പുറപ്പെട്ടു ചെന്നു, ആ സ്വരുപത്തിങ്കൽ വിശ്വസിച്ചിട്ടുള്ള കോലത്തിരിയെ കണ്ടാറെ, മുഖ്യസ്ഥാനത്തിന്നു മുക്കാതം നാടും ൩൦൦൦ നായരെയും കൊടുത്തു, നാട്ടടി എന്ന (അടിയൊടി) പേർകൊടുത്തിരുത്തുകയും ചെയ്തു. ആ വംശമത്രെ കടുത്തനാട്ട തമ്പുരാനാകുന്നതു. കുറുമ്പിയാതിരി രാജാവുടെ സംവാദത്താൽ

കോലത്തിരി കൊടുത്തിരിക്കുന്നു; പൊറളാതിരി രാജാവിന്നു [87]കടത്തനാടു മുക്കാതം വഴിനാടും പുതിയ കോയിലകത്തു വാഴുന്നോലും ഇളങ്കുളം കുറുപ്പും തോട്ടത്തിൽ നമ്പിയാരും, നാരങ്ങോളി നമ്പിയാരും, പോർക്കാട്ടുശ്ശേരി നമ്പിയാരും, ചെമ്പറ്റകുറുപ്പും ൩000 നായരും, കാവിൽ ഭഗവതിയും, ഇങ്ങിനെ കവിയടക്കം.

delet [88]കോവിൽ ഇരുത്തൂ " തലച്ചണ്ണോർ എന്ന് കല്പിച്ചു "നാട്ടിൽ വഴിപിഴക്കെക്ക് വരും മുതൽ തളിയിൽ ദേവന്നു നയ്യെമൃതം മുട്ടാതെ കഴിച്ചു കൊള്ളു" എന്നു കല്പിച്ചു; ലോകരേയും ബോധിപ്പിച്ചു, കാരണരെ കല്പിക്കയും, ചെയ്തു. ശേഷം ൧0000വും രാജാവും തമ്മിൽ വഴക്കം ചെയ്തു. അവർക്ക് ഓരോരു സ്ഥാനവും മേനിയും അവകാശവും കല്പിച്ചു. തന്റെ ചേകവരാക്കി ചേകവും കല്പിച്ചു, അച്ചന്നും ഇളയതിന്റെയും കുടക്കീഴ് വേലയാക്കി വേരൻ പിലാക്കീഴ് യോഗം ഒരുമിച്ചു കൂട്ടം ഇരുത്തി, അച്ചനും ഇളയതും നിഴൽ തലക്കൽ ചെന്നു നിഴൽ ഭണ്ഡാരവും വെച്ചു, തിരുവളയനാട്ടു ഭഗവതിയെ നിഴൽ പരദേവതയാക്കി രാജാവിന്റെയും ലോകരുടെയും സ്ഥാനവും മേനിയും പറഞ്ഞു, കോട്ടനായന്മാരെ വരുത്തി, കൂട്ടവും കൊട്ടികുറിച്ചു പാറനമ്പിയെ കൊണ്ടു പള്ളിപ്പലക വെപ്പിച്ചു ലോകർക്കു ശീലവിന്നും നാളും കോലും കൊടുപ്പാന്തക്കവണ്ണം കല്പിച്ചു. മേലേമര്യ്യാദയും കീഴ്മര്യ്യാദയും അറിവാൻ മങ്ങാട്ടച്ചൻ പട്ടോലയാക്കി എഴുതിവെച്ചു, ലോകർക്ക് പഴയിട പറവാനും എഴുതി വെച്ചു. അങ്ങിനെ ലോകരും വാഴ്ചയും കൂടി ചേർന്നു ൧0000വും ൩000വും ൩0000വും അകത്തൂട്ട് പരിഷയും പയ്യനാട്ടിങ്കര ലോകരും കൂടി നാടു പരിപാലിച്ചിരിക്കും കാലം ഇടവാഴ്ചയും നാടുവാഴ്ചയും തമ്മിൽ ഇടഞ്ഞു. ഇടവാഴ്ചക്കൂറ്റിൽ പക്ഷം തിരിഞ്ഞ വടക്കം പുറത്തെ ലോകരും നാട്ടുവാഴ്ചക്കൂറ്റിലെ പക്ഷം തിരിഞ്ഞ കിഴക്ക് പുറത്തെ ലോകരും തമ്മിൽ വെട്ടിൽക്കൊല്ലിപ്പാന്തക്കവണ്ണം കച്ചിലയും കെട്ടി, ചന്ദനവും തേച്ചു, ആയുധം ധരിച്ചു, വടക്കമ്പുറത്ത് ലോകർ [89]താമൂരി കോയിലകത്ത് കടന്നുമരിപ്പാൻ വരുമ്പോൾ, കിഴക്കമ്പുറത്ത് ലോകരും ആയുധം ധരിച്ചു, കോയിലകത്തിൻ പടിക്കലും പാർത്തു. അതുകണ്ടു മങ്ങാട്ടച്ചൻ "ഇവർ തമ്മിൽ വെട്ടിമരിച്ചു, സ്വരൂപവും മുടിക്കും" എന്നു കണ്ടു അവരുടെ മുമ്പിൽ ചെന്നു, കാര്യ്യബോധം വരുത്തി, ഇടർച്ചയും തെളിയിച്ചു, ലോകർ തമ്മിൽ കൈ പിടിപ്പിച്ചു "തൊഴുതു വാങ്ങിപ്പോയി കൊൾവിൻ എന്നാൽ നിങ്ങൾക്ക് എന്നേക്കും കൂലിച്ചേകമര്യാദയായി നിൽക്കും" എന്നു മങ്ങാട്ടച്ചൻ പറഞ്ഞു, രാജാവിൻ തിരുമുമ്പിൽനിന്നു ലോകരെക്കൊണ്ടു അവ്വണ്ണം വേലയും ചെയ്യിപ്പിച്ചു. പിന്നെ ലോകരുമായിട്ട് പല നിലത്തും കളിയും ഒലെരി പാച്ചിൽ ഇങ്ങിനെയും നടത്തി തുടങ്ങി. ശേഷം ആയമ്പാടി കോവിലകത്ത് തമ്പുരാട്ടിയായിരിക്കുന്ന അമ്മയെ വാഴ്ച കഴിച്ചു. ൨ കൂറു വാഴ്ചയും ൨ കോയിലകവും ചമച്ചു. പരദേവതമാരെയും കുടിവെച്ചു. അവ്വണ്ണം തന്നെ ഇടവാഴ്ചക്കൂറ്റിലേക്ക് "൨ കൂറു വാഴ്ചയായി നടത്തിക്കൊള്ളു" എന്നു വാളും പുടവയും കൊടുത്തു "തണ്ടും പള്ളിച്ചാനെയും പണ്ടികളേയും മുന്നിത്തളിയും ചിരുത വിളിയും അകമ്പടി സ്ഥാനവും ചെയ്തു കൊള്ളൂ" എന്നു കല്പിച്ചു കൊടുത്തിരിക്കുന്നു കുന്നിന്നു കോനാതിരി.

൨. കോഴിക്കോട്ട് നഗരം കെട്ടിയതു.

അതിന്റെ ശേഷം കോഴിക്കോട്ട് വളോപുറത്തു കോട്ടയും പണിതീർത്തു, അറയും തുറയും അടക്കി, ആലവട്ടവും വെഞ്ചാമരവും വീശിപ്പൂതും ചെയ്തു. കിഴക്കെ [91] സമുദ്രതീരത്തിങ്കൽ ഇരുന്നൊരു ചെട്ടി, കപ്പൽ കയറി മക്കത്തക്കേക് ഓടി, കച്ചവടം ചെയ്തു, വളരെ പൊന്നുകൊണ്ട്, കപ്പൽ പിടിപ്പതല്ലാതെ കയറ്റുക കൊണ്ടുകപ്പൽ മുങ്ങുമാറായി, കോഴിക്കോട് തുറക്ക് നേരേ വന്നതിന്റെ ശേഷം കരെക്കണച്ചു, ഒരു പടിട്ടിയിൽ പൊന്നെടുത്തു കൊണ്ടു താമൂരി തിരുമുമ്പിൽ തിരുമുല്ക്കാഴ്ച വെച്ചു. വൃത്താന്തം ഉണർത്തിപ്പുതുഞ്ചെയ്തു.അതുകേട്ടരാജാവ്നീതന്നെപൊന്നു ഇവിടെ സൂക്ഷിച്ചു കൊൾവൂ എന്നരുളിച്ചെയ്തുവാറെ, ആ ചെട്ടി താമൂതിരി കോയിലകത്തു ഒരു കരിങ്കല്ല് പണിചെയ്തുവാറെ, സമ്മാനങ്ങൾ വളരെ കൊടുത്തു, അറയും കയ്യെറേറ്റു, കപ്പൽ പിടിപ്പതുകണ്ടു നിർത്തി. ശേഷം പൊന്നുകൾ ഒക്കയും കൊണ്ടുവന്നു തിരുമുമ്പിൽ വെച്ചു സംഖ്യയും ബോധിപ്പിച്ച് നല്ലൊരു പൊഴുതിൽ ആ ധനം കല്ലറയിൽ വെച്ചടച്ചു യാത്ര ഉണർത്തിച്ചു. കപ്പൽ കയറി പോകയും ചെയ്തു. അങ്ങിനെ കാലം സ്വല്പം ചെന്നവാറെ, അവൻ സൂക്ഷിച്ച ദ്രവ്യം കൊണ്ടുപോവന്തക്കവണ്ണം വന്നു തിരുമുല്ക്കാഴ്ച വെച്ച് അവസ്ഥ ഉണർത്തിച്ചശേഷം, കല്ലറ തുറന്നു വെച്ച ദ്രവ്യം എടുത്തു തിരുമുമ്പിൽ കാണ്കെ സംഖ്യ ബോധിപ്പിച്ചു രണ്ടാക്കി പകുത്തു ഒരേടം രാജാവിന്നും ഒരേടം തനിക്കും എന്നു പറഞ്ഞപ്പോൾ, "നിന്റെ ദ്രവ്യം നീ തന്നെ കൊണ്ടുപോയി കൊൾക" എന്നരുളിച്ചെയ്തതു കേട്ടാറെ, "ഇത്ര നേരുള്ള രാജാവും സ്വരൂപവും ഉണ്ടായീല" എന്നവന്നു ബോധിച്ചു, "ഈ തുറയിൽനിന്നു കച്ചോടം ചെയ്വാന്തക്കവണ്ണം എനിക്ക് ഏകി തരികയും വേണം എന്നു മങ്ങാട്ടച്ചനോട് കേൾപ്പിച്ചപ്പോൾ [92]അപ്രകാരം ഉണർത്തിച്ചു തിരുമനസ്സിൽ ബോധിച്ച്, അങ്ങിനെ തന്നെ എന്നു രാജാവും അരുളിച്ചെയ്തു. പിന്നെ തക്ഷന്മാരെ വരുത്തി, കടപ്പുറത്തു നഗരം കെട്ടുവാൻ കോവിലകത്തു നിന്നു മറി തീർത്തു, നൂൽ പിടിച്ചു അളന്നു സ്ഥാനം നോക്കി കുററി തറെച്ചു, നല്ലൊരു പൊഴുതിൽ കല്ലിട്ട് കെട്ടി, തൂൺനാട്ടി തെരു കെട്ടുകയും ചെയ്തു. ചെട്ടി അവിടെ ഇരുന്നു ദാനധർമ്മങ്ങളെ ചെയ്തു, ഓട്ടവൊഴുക്കവും കച്ചോടങ്ങളും തുടങ്ങി, അംബരശേൻ എന്നവന്നു പേർ. അവൻ കൊയിലകത്തു പണിചെയ്തതു അംബരശേൻ കെട്ട് എന്ന് ഇന്നും പറയുന്നു. നഗരം കെട്ടി തുടങ്ങിയ ഇടം ചെട്ടിത്തെരു. പലരും തെരുകെട്ടി വാണിഭം തുടങ്ങി, തുറമറക്കാരും മക്കത്തു കപ്പൽ വെപ്പിക്കയും ഓട്ടവൊഴുക്കവും കണക്കെഴുത്തും വരവും ശിലവും വഴിയും പിഴയും കച്ചോടലാഭങ്ങളും ഇതു പോലെ മററൊരു നാടും നഗരവും കോയ്മയും ലോകത്തില്ല എന്നു പലരും പറയുന്നു. നഗരപ്പണിക്ക് ഊരാളികൾ പ്രധാനം. മുമ്പെ തൃച്ചമ്മരത്തു ഭഗവാനു കാലി കെട്ടിക്കറന്നു പാലും നെയ്യും കൊടുത്തു, ഗോപാലന്മാർ എന്ന ഞായം. കോലത്തിരി രാജാവ് അവരെ ദ്വേഷിക്കകൊണ്ട് അവിടെ ഇരിക്കരുതാഞ്ഞു,

നാട്ടിൽനിന്നു വാങ്ങിപ്പോന്നു, പറപ്പു കോയിൽ അകത്തു വന്നു രാജാവെ കണ്ടിരുന്നു ദിവസവൃത്തികഴിപ്പാൻ ഓരോ പ്രവൃത്തികൾ തുടങ്ങി ഇരിക്കും കാലത്തു, കോഴിക്കോട്ടു നഗരപ്പണി തുടങ്ങി; അന്നു കടപ്പുറത്തു ചുള്ളിക്കാടു വെട്ടി കോരുവാൻ ഇവരെ വരുത്തി, ഇങ്ങനെ നീളെ നടന്നു പണി എടുക്കും കാലത്തു കുന്നലകോനാതിരിയുടെ [93]നിയോഗത്താൽ മങ്ങാട്ടച്ചൻ അവരെക്കൊണ്ടു, തളിയിൽ ഊരാളരായിരുന്ന ന്നാ0 നമ്പിമാരെ വെട്ടിക്കൊല്ലിച്ചു വലിച്ചു നീക്കിക്കളയിച്ചു. അതിന്നു അവരുടെ ജന്മവും തറവാടും തളിയിൽ ഊരായ്മയും അവർക്കു കൊടുക്കയും ചെയ്തു. രാജാവ് പതിനായിരത്തിൽ കൂലിച്ചെകവും നടത്തി ഇരിക്കുന്നു.

൩. വള്ളുവകോനാതിരിയെ ജയിച്ചതു.

കൊല്ക്കുന്നത്തു ശിവാങ്ങൾ (ശിവയോഗികൾ ശിവമയൻ) എന്ന സന്യാസിയുടെ അരുളപ്പാടാൽ തളിയിൽ കർമ്മദാനങ്ങൾ ചെയ്തു, ബ്രാഹ്മണരുടെ അനുഗ്രഹത്തോടും കൂടി തളിയും സങ്കേതവും രക്ഷിച്ചു, മക്കത്ത് കപ്പൽ വെപ്പിച്ചു, തിരുനാവായി മണപ്പുറത്ത് നിന്ന് മഹാ മകവേലേ രക്ഷിച്ചു നടത്തുവാൻ കല്പിച്ച (ആറങ്ങോട്ടു സ്വരൂപത്തെ വെട്ടി ജയിച്ചു നടിയിരിപ്പിൽ സ്വരൂപം അടക്കി നടത്തി) വള്ളുവകോനാതിരി രാജാവിനെ നീക്കം ചെയ്തു, നേരും ന്യായവും നടത്തി, ൧൭ നാടും അടക്കി, ൧൮ കോട്ടപ്പടിയും അടുപ്പിച്ചു, അങ്ങിനെ ഇരിക്കുന്നു നടുവിരിപ്പിൽ സ്വരൂപം.

മസ്ക്കിയത്ത ദ്വീപിങ്കൽ ഇരുവർ പുത്രന്മാർ ജനിച്ചുണ്ടായി, ഒരു ബാപ്പയ്ക്ക് പിറന്നവർ ഇടഞ്ഞപ്പോഴെ അവരുടെ ബാപ്പാ മൂത്തവനോട് പറഞ്ഞു "നിങ്ങൾ തമ്മിൽ മത്സരിച്ചു മററയെവൻ നിന്നെ വധിക്കും; എൻറെ ശേഷേത്തിങ്കൽ അതുകൊണ്ട് നിങ്ങൾ ഇരുവരും ഇവിടെ ഇരിക്കണ്ടോ. നീ വല്ല ദ്വീപാന്തര [95] ത്തിങ്കൽ പോയി, നിന്റടേം കഴിക്ക അത്രെ നിണക്ക് നല്ലതു. അതിന്നു നിണക്ക് പൊറുപ്പാൻ മാത്രം പൊന്നു തരുന്നുണ്ടു എന്നു പറഞ്ഞു, ഒരു കപ്പലിൽ പിടിപ്പതു ദ്രവ്യം കൊടുത്തു അവനെ അയച്ചു. അവൻ അനേകം രാജ്യങ്ങളിൽ ചെന്നു, അവിടവിടെ വാഴും രാജാക്കന്മാരെ കണ്ടു, തിരുമുല്ക്കാഴ്ച വെച്ചാൻ. അതൊ എന്തല്ലൊം കാഴ്ചവെച്ചു, അച്ചാറു പൂശി പെട്ടിയിൽ പൊന്നും വെച്ചടച്ചു, അച്ചാറന്നു പറഞ്ഞ് വെക്കും. അങ്ങിനെ വെപ്പാൻ കാരണം: അവരവരുടെ നേരും നേരുകേടും തിരിച്ചറിഞ്ഞ് വിശ്വസിപ്പാനായിട്ട് (നേരുള്ളിടത്ത് തനിക്കിരിപ്പാൻ) അവരവരെ പരീക്ഷിപ്പാൻ തന്നെ ഇങ്ങിനെ വെച്ചു കണ്ടതു. രാജാക്കൾ ആരും അതിനു നേരേ പറഞ്ഞില്ല. പിന്നെ പൂന്തുറക്കോനെ കണ്ടു വെച്ചവാറെ, പറഞ്ഞു, ഇതാ ഇതു നിന്നോടു പകർന്നു പോയി ഇതച്ചാറല്ല, സ്വർണ്ണം (ആകുന്നു) "എന്നു പറഞ്ഞവാറെ, വിശ്വസിപ്പാൻ നന്നു" എന്നു വന്നു ബോധിക്കയും ചെയ്തു. ഇങ്ങിനെ കോഴിക്കോട്ടെ കോയ (കൊശ) വന്ന പ്രകാരം. ഒരു നാൾ വില്വമംഗലത്തു ശിവാങ്ങൾ (ശിവമയന്മാർ) വടക്ക്നിന്നു രാമശേ്വരത്തിന്നാമാറ് എഴുന്നള്ളുമ്പോൾ, കോഴിക്കോട്ട് തളിയിൽ പൂന്തുറക്കോൻ തന്റെ വർത്തമാനം കേൾപ്പിച്ച നേരം ശിവാങ്ങൾ അരുളിച്ചെയ്തു, "ഠരം സ്ഥലത്തിന്നും ഠരം സ്വരൂപത്തിന്നും വരുന്നോരനർത്ഥം പോവാനായ്ക്കൊണ്ട് ദാനധർമ്മാദികളും ഠരംശ്വരസേവകളും ചെയ്യിപ്പിക്കയും വേണം" എന്നാറെ, "അതൊ എങ്ങിനെ" എന്നും "എന്തല്ലൊം വേണ്ടുവത്" എന്നും ഉണർത്തിച്ച [96]വാറെ, ശിവാങ്ങൾ അരുളിച്ചെയ്തു: "ദാനമാകുന്നതു ഠരം ക്ഷേത്രത്തിങ്കൽ ആണ്ടൊന്നിന്നു തുലാമാസത്തിൽ രേവതി തുടങ്ങി ൭ ദിവസം എത്തിയ ജനത്തിന്നു (സദ്യ) ഭക്ഷണവും കൊടുത്തു, നൂറ്റൊന്നു

സ്മാർത്തന്മാർക്ക് ൧൦൧ പണം കെട്ടി ദാനം ചെയ്തു, തുലാഭാരം, ഹിരണ്യഗർഭം, മഹാമൃത്യുഞ്ജയം, പറക്കുംകൂത്തു, കൂടിയാട്ടം, ഭാരതം വായിപ്പിക്ക എന്നിങ്ങിനെ രാജാക്കന്മാർക്കായിട്ടുള്ള ക്രിയകളും വലുതായ ഗണപതി ഹോമവും ഭഗവതി സേവയും ഇവ ഒക്കെയും കഴിപ്പിച്ചു. താന്താൻ പരിപാലിക്കേണ്ടുന്നതും ഇങ്ങും അടക്കിയതും കുതം ഇല്ലാഞ്ഞ കൂടം വീഴുന്നതും അടക്കി രക്ഷിച്ചു. അവിടവിടെ പൂജാനിവേദ്യാദികളും വഴിപോലെ കഴിപ്പിച്ചു ***** **** ******** എന്നരുളിച്ചെയ്തു. അപ്പോൾ, അങ്ങോട്ടുണർത്തിച്ചു, അതിന്നു ദ്രവ്യം ഇല്ല" എന്ന കേട്ടവാറെ, അതിന്നതേും വേണ്ടതില്ല, കടം വാങ്ങിച്ചെയ്തുകൊള്ളുമ്പോൾ നിനയാത്ത (നരേം) മുതൽ തനിക്കുണ്ടായ്‌വരും; പിന്നെ കണക്ക് എഴുതി ചിലവിട്ടു കൊൾക. നിത്യദാനവും വയറു വഴികയും സ്വർണ്ണാലേപനവും ചെയ്തിരിക്ക എന്നാൽ ശ്രീ നിൽക്കും. ശ്രീ മദം ഏറിവരികിൽ ശ്രീ വിളിപ്പിക്കാം "മുന്നിൽ തളിപ്പിക്കാം എച്ചിൽ പാത്രത്തിൽ" എന്നിങ്ങനെ സ്വരൂപമര്യാദകളും കല്പിച്ചു, അനുഗ്രഹിച്ചു മഹാ സന്യാസി, അക്കാലം വിശ്വാസത്തോട് അങ്ങിനെ ചെയ്തു തുടങ്ങി. അന്നീവന്നവൻ (ചോനകൻ) വളരെ പൊന്നും കൊടുത്തു ൟ സ്വരൂപത്തിങ്കൽ വിശ്വാസത്തോട് വീടെടുത്തു, അവിടെ ഇരിക്കും കാലം, കർക്കടകവ്യാഴം കുംഭമാസത്തിൽ [97]ഉണ്ടല്ലോ മഹാമകം; അന്നാൾ തിരുനാവായി പേരാറ്റിൽ തീർത്ഥം ; അവിടെ ൟ കേരളത്തിങ്കൽ ചൊവരക്കൂറ്റിലുള്ള രാജാക്കന്മാർക്ക് നിലപാടും സ്ഥാനമാനങ്ങളുമുണ്ടല്ലോ. അതിനെ കാണ്മാൻ കോയ പുറപ്പെട്ടു, രാജാവിനെ കേൾപ്പിച്ചു, മഹാ മകവും കണ്ടു വരികയും ചെയ്തു. "എങ്ങനെ" എന്നവാറേ, "ൟ മഹാമകത്തിന്നു ദിവ്യതീർത്ഥം ഒഴുകുക എന്നിയെ മറ്റെന്തെല്ലാം അലങ്കാരം ഉള്ളു" എന്നരുളിച്ചെയ്തവാറെ, "അവിടെ ഉള്ള അലങ്കാരാധികൾ ഒക്കവെ അറിയിച്ചു എന്നല്ല; ൟ സ്ഥലങ്ങൾ ഒക്കവെ നമ്മുടെ സ്വരൂപത്തിങ്കൽ അത്രെ വിധി ആകുന്നത്" എന്നുണർത്തിച്ചവാറെ അരുളിച്ചെയ്തു മഹാ രാജാവ്. "അതിന്നു നമ്മാൽ കർത്തവ്യമില്ല" എന്നു കേട്ടാവാറെ, പറഞ്ഞു; ൟ സ്ഥാനം ഇങ്ങു വേണം എന്നു വരികിൽ അടിയൻ പിടിച്ചടക്കി തരുന്നുണ്ട് എന്നു കേട്ടുവാറെ പൂന്തുറക്കോൻ. "എങ്കിൽ നിന്നെ വലത്തു ഭാഗത്ത് നിർത്തിടുന്നുണ്ട് എന്നു കേട്ടപ്പോൾ, അവൻ കടലിലൂടെയും മറ്റുള്ളവർ കരയൂടെയും തെക്കോട്ടെക്ക് പട കൂടി ജയിച്ചു ഓരോരോ നാടും നഗരങ്ങളും ഗ്രാമങ്ങളും ക്ഷേത്രങ്ങളും അടക്കിക്കൊണ്ട് വ്യാഴവട്ടം തികയും പോഴേക്ക് തിരുനാവായിൽ എത്തി ഇരിക്കുന്നു (ആ സ്ഥാനങ്ങളും അടക്കി,) അവനന്നു മികവിനാലെ കമ്പവെടിയും കല്പലയും (കപ്പലോട്ടവും? തീർത്തു, പണ്ടാരും കണ്ടിട്ടില്ലാത്ത വിശേഷം എന്നെക്കും കുറവു വരാതെ ഇരിപ്പാൻ മുതലും വെച്ചു, "അങ്ങു കോഴിക്കോട്ട് കോയ" എന്നു പേരും വിളിച്ചു, അനേകം സ്ഥാനങ്ങളും കൊടുത്തു, വലഭാഗത്തു നിർത്തുകയും ചെയ്തു. അതുപോലെ [98]പ്രതിയോഗി ഇല്ല എന്നു ശംഖും കുടയും പിടിച്ചു ശാന്തസ്സ്വാമിയെ അരികെ നിർത്തിക്കുന്നു. അന്നു ചോവരക്കൂറ്റിൽ ഉള്ള സ്ഥാനം പന്നിയൂർക്കൂറ്റിലെ അടങ്ങി ഇരിക്കുന്നു. ആ പരിഭവത്തിന്നു

അന്ന് തുടങ്ങി, തിരുമാനംകുന്നത്ത് ഭഗവതിയുടെ ആജ്ഞയാലെ ഇന്നും (അങ്കപ്പോരുണ്ടായി) മരിക്കുന്നു ആർങ്ങൊട്ടൂർ (ആറങ്ങൊട്ടു) സ്വരൂപത്തിലുള്ള ചകേവർ എന്നറിക. അന്നു പത്തു കുറയ ൪൦൦ തണ്ടും, ൧൨൦൦ (നടിയ) കുടയും കൊടുത്തിട്ടുണ്ടു ആർങ്ങൊട്ടൂർ സ്വരൂപത്തിലെ മേല്ക്കോയ്മ വിട്ടു, നടേയിരിപ്പു സ്വരൂപത്തിലെക്കടങ്ങി ഇരിക്കുന്നു. അന്നു തുടങ്ങി അവർക്ക് രാത്തണ്ടേലും മററയെവർക്ക് പകൽ തണ്ടേലും ആയ്‌വന്നു. ഓരൊരൊ നാടും നഗരവും പിടിച്ചടക്കിത്തുടങ്ങി. അന്നീ സ്വരൂപത്തിങ്കൽ ഏല്ക്കും മാററാനില്ലാതെ ആയി.

വള്ളപ്പനാട്ടുകരെ പ്രവൃത്തിക്കായ്ക്കൊണ്ട് തറക്കൽ ഇട്ടുണ്ണിരാമവാരി ചുന്നക്കാടു തലചണ്ണൊരായി വാളും പുടവയും കൊടുത്തു. ൧൦൦൦ നായർക്ക് യജമാനനായിട്ടു, പിന്നെ ചുള്ളിയിൽ ശങ്കരനമ്പിയന്നൊരു തിരുവുള കാർയ്യക്കാരൻ വള്ളുവകോനാതിരിപ്പാട്ടിലെ നാടു മലപ്പുറം മുക്കാതം പിടിച്ചടക്കി, അതുകൊണ്ടു ആ സ്ഥാനത്തെക്ക് അവനായ്ക്കൊണ്ടു കണ്ണും മുകവും തിരിയും കൊടുത്തിരിക്കുന്നു. അതുകൊണ്ടു മലപ്പുറത്ത് പാറനമ്പി എന്നു പറവാൻ കാരണം.

൨. കോഴിക്കോട്ടു മഹത്വം

മലയാളത്തിൽ കുന്നലകോനാതിരി രാജാവ് മഹാരാജാവ് എന്നു സിദ്ധാന്തം അന്നു തുടങ്ങി തകെക്ക് [100]വണോടടികളും വടക്ക് കോലത്തിരിരാജാവും ഇവർ ഒഴികെ ഉള്ള രാജാക്കന്മാരോട് അന്നന്നു ചെന്നു ഏല്ക്കും; എടവപാതി കഴിവോളം "എടവപാതി കഴിഞ്ഞാൽ വരേൻ പിലാക്കീഴ് കൂടി കൊട്ടിൽ കുറിച്ചു, ലോകർക്ക് ശിലവിന്നും കൊടുത്തു, അച്ചനും ഇളയതും മുന്നടന്നു, പടകൂടുംപോൾ, ചോവരക്കൂററിൽ എഴുതിയയച്ചെ ഏല്ക്കും. "മങ്ങാട്ടച്ചനു ചതിപ്പടയില്ല" എന്നതിന്റെ കാരണം കൂടിനിന്നുപോകിലും താഴ്ച ആകിലും കാണാം എന്നറിയിക്കും. "നരേുകൊണ്ടു ജയിച്ചു വർദ്ധിച്ചിരിക്കുന്നു" നടിയിരിപ്പുസ്വരൂപം എന്നറിക.

പരദശേങ്ങളിലുള്ള രാജാക്കന്മാർ പുന്നാടൻ, മയിസൂരാൻ, മയിലൊമ്പൻ, ചടക്കരൻ, മുകിളൻ, മൂക്കുപറിയൻ, ഇക്കറിയാൻ, മുളുക്കി, അമ്മാശി, കൊങ്ങൻ, പാണ്ടിയൻ, പാലറിയാൻ, സതേുപതി, കാശി രാജാവു, പാർശാവു, ചോഴരാജാവു, പലിച്ചയെൻ, പരിന്തിരീസ്സു ഇങ്കിരീസ്സ് പറുങ്കി, ലന്താ, ദ്വീപാഴി, പുതുക്കരാജാവാദിയായുള്ളവരും പടയും പണ്ടു കടലൂടയെും കരയൂടയെും വന്ന് എതിർക്കും. ഈ ഭൂമി അടക്കുവാൻ അവരയെും മടക്കി, മാററാർ ഒരുത്തരും നരേെ നില്ലാതയൊയി. ഈ ഭൂമിയിങ്കൽ ൧൦൮ വൈഷ്ണവങ്ങളും ൧൮ നഗരങ്ങളും തികവായുണ്ടല്ലൊ. അതിൽ കളേിമികച്ചതു കോഴിക്കോടു ഒരു കാലം താഴ്ചയും ഇല്ല, ഒരു കാലം അനർത്ഥവുമില്ല. "അതിന്റെ കാരണം: ചെമ്മങ്ങാട്ട ഔവ്വായി (ചെങ്ങൊട്ട അവയൻ) എന്ന ഒരു ചോനകൻ ശ്രീഭഗവതിയെ സവേിച്ചു, അവനുമായി തമ്മിൽ സമയം ചെയ്തു, പിററെ നാൾ രാവിലെ കാന്തപറമ്പിൽ ആകട്ടെ എന്ന് പറഞ്ഞു അവിടെ [101]കണ്ടില്ലയാകിൽ, ഉച്ച തിരിഞ്ഞാൽ നഗരത്തിൽ ആകട്ടെ എന്നു പറഞ്ഞു, പിന്നെ അവിടെ കണ്ടില്ല എന്നു വരികിൽ, മൂവന്തിനരേം മുക്കാടിയിലാകട്ടെ എന്നു പറഞ്ഞു, അവിടെ കണ്ടില്ലാഎന്നുവരികിൽ, എന്നെ കാണ്മോളം ൩ം മൂന്നു സ്ഥാനത്തും പാർപ്പു എന്നു പറഞ്ഞു സമയം ചെയ്തു. അവനന്നു മരിച്ചു കളകയും ചെയ്തു. അതു കൊണ്ടു ഭഗവതിക്ക് അവിടെ നിന്നു ഒരു കാലം വാങ്ങിപ്പോയി കൂടുക ഇല്ല." അന്നു തുടങ്ങി വീരാടപുരം പോലെ വണേ്ട പദാർത്ഥങ്ങൾ ൩ം പുരത്തിങ്കൽ ഉണ്ടായ്വന്നു, അനകേം വസ്തുക്കൾ വന്നു നിറഞ്ഞു തുടങ്ങി, പുരുഷാരവും നിറഞ്ഞു തുടങ്ങി "എത്രയും തജേസ്സോടുംകൂടിയ ഭഗവതിയെ ചോനകൻ കാണ്മാനുള്ള സംഗതി: "ബൗദ്ധന്മാർക്കത്രെ നഞ്ഞെിന്നുറപ്പുള്ളൂ" എന്നിട്ട് ൩ംശ്വരൻ തന്നെ ഇപ്രകാരം കല്പിച്ചതു.

ശഷേം താമൂരിപ്പാട്ടുന്നു തീപ്പടെ്ടാൽ തിരുവന്തളി കഴിവോളം ആ സ്ഥാനത്തേക്ക്മങ്ങാട്ടച്ചൻ ഉടയതായി തിരുവന്തളി കഴിഞ്ഞാൽ വഴിമൂപ്പിൽ രാജാക്കന്മാരെ പട്ടം കടെ്ടിപ്പാൻ തക്കവണ്ണം ഊരിന്നും ഗ്രാമത്തിന്നും മററും പല പ്രഭുക്കന്മാരും എത്തി, തിരുവളയനാട്ടമ്മയെ എഴുന്നള്ളിച്ചു. "ബ്രഹ്മൻ വിഷ്ണു

മഹശെ്വരൻ" എന്നു കല്പിച്ചു പൊൻ വിളക്കും നിറപറയും വച്ചെു, നിലമണിഞ്ഞു വിതാനിച്ചു പള്ളിമാറടി എഴുന്നള്ളിച്ചു, ചരേമാൻ വാളും പിടിച്ചു സിംഹാസനത്തിന്മേൽ വള്ളയും കരിമ്പടവും വിരിച്ചു, വീരചങ്ങലയും ധരിച്ചു തിരുമുടിവട്ടം കടെ്ടി, അഴലൂർ (അയലൂർ) ശാർക്കര രണ്ടു വഴിയിൽ മൂവാറു ൧൮ [102]സംഘവും കൂടി എത്തി, "ചരേമാന്നാടു ൧൭൦ വഴിനാട്ടിലും കഴേ്മസ്ഥാനം നടത്തി, പശുബ്രാഹ്മണരയെും ദവേന്മാരയെും രക്ഷിച്ചു, പണെ്ണുംപിള്ളയും ആനന്ദിപ്പിച്ചു വഴിപിഴ തീർത്തു; മഹാ രാജാവായിരുന്നു വാഴുക" എന്നു കല്പിച്ചു, ബ്രാഹ്മണരും വടെ്ടത്തു കോവിലും തിനയഞ്ചരേി ഇളയതും ആഴുവാഞ്ചരേി തമ്പ്രാക്കളും കൂടി തിരുമുടി പഴയരി ചാർത്തി, ധർമ്മഗുണത്തു പണിക്കർ ഉടവാൾ അണച്ചു, പണ്ഡാരഭൂമുഖത്തിരുന്നരുളി, ൫000 നായർ പ്രഭുകർത്താവു തഴെുതു ചകേിച്ചു. പിന്നെ ൧൦൦൦ത്തിന്റെ ചകെവു കഴിഞ്ഞു. നല്ല നരേം കണ്ടെു കഴേിക്കടോട്ടകേ്ക് എഴുന്നള്ളുമ്പോൾ ൧൮ വാദ്യവും അടിപ്പിച്ചു. മുത്തുകടയും (വണ്കെറ്റെക്കുട) രത്നത്തയെും പിടിപ്പിച്ചു. പള്ളിത്തണ്ടിന്മേൽ ഇരുന്നള്ളി, വള്ളിക്കാളാഞ്ചിയും പൊന്നിൻ കാളാഞ്ചിയും പിടിപ്പിച്ചു പൊന്നും വള്ളിയും കടെ്ടിയ പലിശക്കാരകെ്കണ്ടെു അകമ്പടി തട്ടുംതട്ടിച്ചു നടവടിവപെ്പിച്ചു കതെ്തേക്കിൻ പുരുഷാരത്തോടും കൂടി പന്നിയങ്കര എഴുന്നള്ളി, ദുർഗ്ഗാദവേി തൃക്കൺ പാർത്തു, ൫൦൦൦ പ്രഭുകർത്താവും കഴേിക്കടെ്ട് തലച്ചണെ്ണാരേും കശേയും കാതിയാരും തണ്ടിന്മേൽ അകമ്പടി നടന്നു, ൧൦൦൦൦ത്തിൽ മുപ്പത്തരണ്ടിലുള്ളവർ കച്ചയും തലയിൽ കടെ്ടുംകടെ്ടി, ൧൦൦൦൦ ലകേരും കൂടി കല്ലായ്ക്കൽ ചന്നെു "മുമ്പിൽ മാറ്റാൻ" എന്നു കല്പിച്ചു, മൂനാം ചുവട്ടിൽ കളിച്ചു വഴക്കം ചയെ്തു അകമ്പടി നടന്നു പൂവാട വിരിച്ചു കാൽനട എഴുന്നള്ളി ആയമ്പാടി കോവിലകം പൂക്കു, അമ്മ വന്ദിച്ചു തിരുമുടി പഴയരി ചാർത്തി, അനുഗ്രഹവും കണെ്ടി തളിയിൽ ഭഗവാനെ തൃക്കൺ പാർത്തു [103]തിരുവളയനാട്ടും പരക്കലും എഴുന്നള്ളി, ഓശവടെിയും വപെ്പിച്ചു വരേൻപിലാക്കീഴ് ൧൦000ത്തിന്റെ കൂട്ടം വിരുന്നുസ്ഥാനവും മാനവും മനേിയും പറഞ്ഞു പഴമയും പറഞ്ഞു, സ്വരൂപത്തിലെ പട്ടോലകെ്കും പഴനടകെ്കും പഴയ മുനിമാർ വചനത്തിന്നും മറിവും പിഴയും വരാതെ കണ്ടു, അനുവാദം കടെുപ്പിച്ചു, ശിലവിന്നു (നാളും കോളും അതിന്നും പണയം പിടിപ്പാൻ അറയും തുറയും) കല്പിച്ചു. പുരുഷാരപ്പാടും മുമ്പിൽ കല്പിച്ചം ശംശ്വര സവേകളും കഴിപ്പിച്ചു. ഭട്ടത്തിരിമാർക്ക് കിഴി വച്ചെു നമസ്കരിച്ചു അനുഗ്രഹവും വാങ്ങി നാടും നഗരവും തുറയും കച്ചോടവും തളിയിപ്പിച്ചു വളോത്ത പണെ്ണിനെ വളേ്പിച്ചു, ഉപനയിക്കാത്ത ഉണ്ണിയെ ഉപനയിപ്പിച്ചു, ക്ഷതേ്രങ്ങളും കാവുകളും ഓട്ടുപൊളി തീർത്തു. കലശം കഴിപ്പിച്ചു മുതലും വച്ചെു ആളയെും കല്പിച്ചു, ബ്രാഹ്മണർക്ക് കർമ്മം കഴിപ്പാൻ മുതലില്ലാത്തവർക്ക് മുതലും ദാനം ചയെ്തു. നാടുകളെ വഴിപോലെ രക്ഷിപ്പാൻ അവിടവിടെ ആളുകളയെും കല്പിച്ചു മുതലും വച്ചെു. മങ്ങാട്ടച്ചൻ ഇളയതു പണിക്കരും തിരുവുള്ള കാര്യ്യക്കാരും കൂടി സ്വരൂപകാര്യ്യം വിചാരിച്ചിരിക്കും കാലം മഹാമകം വന്നണഞ്ഞു, മഹാ

മകവലേ കഴിപ്പാനായികൊണ്ടു തിരുനാവായ്ക്കഴെുന്നള്ളി ഇരിക്കുന്നു. മഹാ രാജാവായിരിക്കുന്ന കന്നലകോനാതിരി. പിന്നെ ർ കാര്യ്യക്കാർ എന്നു പറയുന്നതിൽ മുമ്പിൽ എഴുത്തച്ചനായ മങ്ങാടട്ടച്ചൻ, പിന്നെ നാടുവാഴിയെ വാഴിപ്പാൻ ദശേവാഴിയാക്കി കല്പിച്ചിട്ടുള്ള തിനയഞ്ചരെി ഇളയതും, ധർമ്മഗുണത്തുപണിക്കർ ഉടവാൾ അണച്ചു. തിരുമനേി വിയർപ്പിച്ചു [104]ഴിവാനയ്ക്കൊണ്ട് രാജായ്മസ്ഥാനവും സമ്പ്രദായവും കല്പിച്ചു, സ്വരൂപകാര്യ്യക്കാരനായി, ശഷേം പാറനമ്പിയെ പള്ളിയറപ്രവൃത്തിക്കകൊണ്ടു വച്ചെു അറ പലകയും കിഴിയും കൊടുത്തിരിക്കുന്നു.

ന. പറങ്ക്കി വന്ന്നിട്ട് കുറുമ്പിയാതിരി ബന്ധുവായതു.

അങ്ങ്ങിനെ ഇരിക്കുമ്പോൾ പറങ്ക്കി വന്നണങ്ങ്ങി കോഴിക്കോട്ട് കോട്ടയിട്ടുറപ്പിച്ചു കച്ചോടം ചെയ്തിരിക്കും കാലം, (പാണ്ടിപരദശേിയായഒരുവട്ടത്തെപ്പിക്കാരൻഅറയിൽകുറിയൻ എന്നൊരുകപ്പിത്താൻഅവനോട്യുദ്ധംചെയ്തു) കോഴിക്കോട്ട് പിടിച്ചടക്കി, കരപററിൽ ചില നാശങ്ങ്ങളും തുടങ്ങ്ങി, അന്നു തിനയഞ്ചേരി ഇളയതു ഒഴികെ ഉള്ളവർ തെക്കോട്ടേക്ക് പടകെക്കു പോയിരുന്നു, ആ അവസരത്തിങ്കൽ അടക്കിക്കൊണ്ടു, അവൻ അന്നു കുറുമ്പിയാതിരി സ്വരൂപത്തിങ്കലേക്ക് എഴുതി അയച്ചു, അവരെ വരുത്തി (വടേക്കരുമകൻ നിയോഗത്താൽ) അവനെ വെട്ടി ഒഴിപ്പിച്ചു(നീക്കി) കോട്ടപിടിച്ചു കൊടുത്തിരിക്കുന്നു. അന്നു വളരെ മുതലും, പണ്ടവും, ചരക്കും, കാളന്തോക്കും, കിട്ടി എന്നു കടേട്ടിരിക്കുന്നു. കിട്ടിയ മുതല്ക്കും ചരിക്കിന്നും, അററമില്ല എന്നു പറയുന്നു. വടേക്കരുമകന്റെ വിലാസം കാൺകകൊണ്ടു അന്നു തുടങ്ങ്ങി ൬ം സ്വരൂപത്തിൻറെ പരദവേതയാക്കി കുടിവെച്ചു, കോഴിക്കാവിലും വിലാത്തിക്കുളങ്ങ്ങറയും കോവിലകത്തും തളിയിലും തിരുവളയനാടും മററും അനകേം കാവൽപാടുകളിലും കുടിയിരുന്നു, തിരുവളയാട്ടമ്മ എന്നും വടേക്കരുമകൻ എന്നും, ൨ പരദവേതമാർ, അക്കാലം കുറു [106] മ്പിയാതിരിയെ ബന്ധുസ്വരൂപമാക്കി തലക്കുളത്തൂർമതിലകത്തു കുന്നലകോനാതിരിയും കുറുമ്പയാതിരിയും കൂടി കാഴ്ചകഴിച്ചു "മാമാങ്ങ്ങവലേ കഴിഞ്ഞു വരുവോളം പ്രജകൾ പരവശപ്പെടെട്ടപോകാതെ, രക്ഷിച്ചു കൊള്ളണേം" എന്നുറപ്പിച്ചു, ചില സ്ഥാനങ്ങ്ങളും അങ്ങ്ങോട്ടും ഇങ്ങ്ങോട്ടും പകർന്നു വചെ്ചു.

കുറുമ്പിയാതിരി സ്വരൂപത്തിങ്കൽ ന൦000 നായരും (ർ)ന്ന എടവകയും ൨൨ കാരണവരും, പാലശ്ശരേി കോട്ടയിൽ വടേക്കരുമകനും കുറുമ്പ്രനാട്ടു സ്വരൂപവും, ന൨ കുറുപ്പന്മാരും, ർ നാല്പാടിമാരും, ചമെ്പറ നടെുമ്പറ ൨ ഇല്ലം വാഴുന്നോലും(ന്നവരും) തുയ്യാട്ടു മലേക്കുളശ്ശരേി ൨ താവഴിയിയിൽ രാജാക്കന്മാരും, കല്ലാറ പരെിങ്കുഴിമുററം വീയ്യൂർ വങ്ങ്ങളക്കൽ നലെ്ലൂളി നിലഞ്ചരേി ആട്ടുങ്കുടി അമയമങ്ങ്ങലം കൂക്കൊളം കൊണ്മിയത്തൂർ മററു പുളിയൻ നമ്പിയാരും ഇങ്ങ്ങിനെ കവിയടക്കം

ർ എടവകയും മററും ഉണ്ടാവാൻ കാരണം: ദവേജന്മം ജനിച്ചുള്ളവർ ന൦000 നായരെ ചരേമാൻ പരെുമാൾ കുറുമ്പിയാതിരിയുടെ ചകേവരാക്കി കുറുമ്പ്രനാട്ടു കൊണ്ടുവകെ്കയല്ലെ ചെയ്തതു. ശഷേ ന്നർ ഗ്രാമത്തിലുള്ളവർ പൊലനാടു വാങ്ങ്ങണേം എന്നു മുമ്പിനാൽ കുറുമ്പിയാതിരിയോടു കല്പിച്ചു. അനന്തരം കുന്നലകോനാതിരിക്ക് കൊടുക്കണേം എന്നു കല്പിച്ചു യോഗത്തിന്നു ർ നായന്മാരെ കൽപ്പിച്ചയക്കയും ചെയ്തു. അവർ ചന്നെു അവസ്ഥ പറഞ്ഞു കുറുമ്പിയാതിരിയെ തടുത്തു

പാർത്തതിന്റെ ശേഷം അവരെ തന്റെ വിധേയന്മാരാക്കി, അവർക്ക്ർ എടവകയും [107]കല്പിച്ചു കൊടുത്തു, കോയ്മ സ്ഥാനവും കൊടുത്തു; ഒന്നു പയർമ്മല എടവക (പയ്യെർമല മുക്കാതം വഴിനാടും, ൩00 നായരും മുന്നില്ലം വാഴുന്നവരും(ന്നേലും) പയ്യർ മലസ്വരൂപവും ൬0 തറയും ൩ മനയും ൩ കുളവും) പിന്നെ ഉള്ളൂർ എടവക പിന്നെ നിടിയനാട്ട് എടവക, പിന്നെ പുഴവായിടവക എന്നിങ്ങനെ അവർ അങ്ങുചെല്ലാഞ്ഞതിന്റെ ശേഷം, നാലെട്ടു ൬൨ ആളെ കല്പിച്ചയച്ചു. അവരും ചെന്നു കറുമ്പിയാതിരിയെ തടുത്തു പാർത്തതിന്റെ ശേഷം,അവർക്കും ഓരോ സ്ഥാനവും വസ്തുവും കൊടുത്തു. (൬൨ തറവാട്ടുകാരാക്കി) അവരും അങ്ങു ചെല്ലാത്തതിന്റെ ശേഷം ൧൨00 ആളെ (നാശം ചെയ്തു) മരിപ്പാന്തക്കവണ്ണം കല്പിച്ചു യോഗത്തിങ്കന്നു, അവരെയും വിധേയമാക്കി അവർക്കു "൧൨00 തറയിൽ നായർ വാഴ്ചയായിരുന്നുകൊള്ളു" എന്നു കല്പിച്ചു കൊടുത്തു, കറുമ്പിയാതിരി, "ഇനി എന്തുവേണ്ടു" എന്ന് വിചാരിച്ചു പ്രഭാകരക്കൂറ്റിൽ കിഴിനിയാരെ (കൂഴിനിയാരെ) ബ്രാഹ്മണ യോഗനേ കല്പിച്ചയക്കയും ചെയ്തു. അവരും ചെന്നു പാർത്തു നീരാട്ടുകളി മുട്ടിച്ചതിന്റെ ശേഷം, മുപ്പത്താറു കാതത്തിലും മറു സംഘം വേണ്ടാ. നിങ്ങൾ അടക്കി ക്കൊണ്ടു ഇങ്ങ് രക്ഷയായിരിക്കേണം എന്നു കല്പിച്ചു നിർത്തുകയും ചെയ്തു. അതുകൊണ്ടു കറുമ്പ്രനാട്ടു മറു സംഘമില്ല എന്നു പറയുന്നു.

അവർക്ക് വടേക്കരുമകൻ പരദേവതയായിവന്ന കാരണം പൂന്തുറക്കോൻ പോലനാടടക്കം ചെയ്തതിന്റെ ശേഷം കറുമ്പനാടടക്കം ചെയ്‌വാനായിക്കൊണ്ട് യുദ്ധം ചെയ്തിരിക്കും കാലം നടേയിരിപ്പോടാവ [108]തില്ല എന്നു കല്പിച്ചു തളിപ്പറമ്പത്തു ചെന്നു ഭഗവാനെ ഭജിച്ചിരുന്നു. അന്നു കുറുമ്പിയാതിരിക്ക് ഭഗവാന്റെ ദർശനമുണ്ടായി "രാജാവ് ഇനി ഒട്ടും വൈകാതെ പോക വേണ്ടും, നിടിയിരിപ്പോട് തടുത്തു നില്പാന്തക്കവണ്ണം ഇങ്ങുന്നു ഒരു ആളെ വരികയും ചെയ്യും. ആളെ മുന്നിർത്തിനടത്തിക്കൊണ്ടാൽ മാററാനെ നൃത്തി നാടും സ്വരൂപവും കാത്തുരക്ഷിച്ചുകൊള്ളും" എന്ന ദർശനം കാട്ടി അയക്കയും ചെയ്തു. ഇങ്ങു വന്നു തിരുമൂപ്പു കിട്ടി കാട്ടി അയക്കയും ചെയ്തു. ഇങ്ങുവന്നു തിരുമൂപ്പു കിട്ടിവാഴ്ച കഴിഞ്ഞു (വലം വെച്ചു) അരി അളപ്പാന്തുടങ്ങുമ്പോൾ, ചേകവനായി ചെന്നു മടിപിടിച്ചു, അരിവാങ്ങി കാരാകോറനായരെ കൈ പിടിച്ചു മുമ്മൊഴി ചൊല്ലിച്ചു പാലച്ചേരിക്കോട്ടയിൽ കുടിയിരിക്കുന്ന നാടും സ്വരൂപവും കാത്തുരക്ഷിച്ചു, മഹാലോകർക്ക് വരുന്ന അല്ലലും മഹാവ്യാധിയും ഒഴിച്ചു സംഘത്തെ പരിപാലിച്ചു വഴിപോക്കർക്ക് അന്നദാനവും ചെയ്തിരിക്കുന്ന ഒരു വടേക്കരുമകൻ എന്നറിക.

പുഴവായിടവക മുക്കാതം വഴിനാടും ൩000 നായരും മതിലാഞ്ചേരി സ്വരൂപത്തിൽ ൧0 അമ്മോന്മാരും, ൭൨ ഇല്ലത്തിൽ മൂത്തോൽ എഴുവരും ചാത്തിമംഗലത്തപ്പനും മൂവ്വന്തിക്കാളിയും അറയിൽ ഭഗവതിയും ഇരഞ്ഞോൻ, വള്ളുവശ്ശേരി, ൨ ഇല്ലം വാഴുങ്കത്താർക്കന്മാരും തെക്കിടം വടക്കിടം ൨ താവഴിയിൽ കർത്താക്കന്മാരും (പൂന്തുറയിൽ അമ്മവാഴ്ചയും

അടിപരത്തി ഇടവും) ഇങ്ങിനെ ഉള്ള പുഴവായിൽ നിന്നു ചാലയിൽ ഭഗവതിക്ക് വിളക്കിന്നും ചിലവിന്നും മുതൽ വരണ്ടേടുന്നതു വരായ്ക്ക കൊണ്ടു "വിളക്കും ചിലവും മുട്ടി പാർത്തിരിക്കുന്നു" എന്നു കല്പിച്ചു, കോയ്മയിൽ നിന്നു ആളെ [109]അയച്ചു. പുഴവായിടവകയിൽ മേൽകോയ്മ ചൊല്ലി(ഇടഞ്ഞപ്പോൾ) വിലക്കി നാശം ചെയ്തവാറെ, ചെന്നു മുടക്കി അവരെ വെട്ടിക്കൊന്നു അന്നു എരുമത്തടത്തിൽ ഉണിത്തിരിയും ഏതാനും ചേകവരും "നാടടക്കി യോഗ്യം വേണം" എന്നിട്ട് അവർ മദിച്ചു കൂടി. അന്നു ൧വ്വ എടപ്പാട്ടിലും യോഗ്യായോഗ്യം കഴിച്ചു. അനന്തരം വടക്കും തലക്കാർ എത്തി പുരപ്പുല്ലിട്ടു (കാണ) കൾക്കാകുന്നടെത്തോളം ചുട്ടു, അതു ഹേതുവായിട്ടുണ്ടായിരിക്കുന്നു; കണ്ടൻപാലത്തു കണ്ടിയിൽ പട അന്നു ഇടവകയിൽ ലോകരും കർത്താക്കന്മാരും ഒരുമിച്ചു നിരൂപിച്ചു ൧0000ത്തെ കണ്ടു ചേർന്നിരിക്കുന്നു. അന്നു വരേൻപിലാക്കുന്നു കപ്പൈിടിച്ചു കൂട ഇരുത്തി, അതു കൊണ്ട് ൧0000ത്തിൽ മുവ്വായിരമാകുന്നു. ആ ൩000 വടക്കമ്പുറത്തെ ലോകരും തങ്ങൾക്ക് വിധേയമാക്കി കിഴക്കമ്പുറത്ത് ലോകരും മുവ്വായിരത്തിന്റെ പക്ഷം തിരിഞ്ഞു പോർനിലത്തേക്കു ബന്ധുവായിരിക്കുന്നു. അതു കൊണ്ടു കണ്ടമ്പാലത്തു കണ്ടിയിൽ പടക്ക് വ പക്ഷവും നിന്നു വലേ ചെയ്യുന്നു. ൧0000ത്തിലുള്ള ലോകർ എന്നറിക; (അങ്ങിനെ തന്നെ ഓരോരു നാടു പിടിച്ചവാറെ, ഇങ്ങമർന്നു, അതു കൊണ്ടു ൩000 ഉണ്ടായി.

താമരച്ചേരിരാജാവു എന്ന് പറവാൻ കാരണം, പുഴവായിടവകയും കറുമ്പിയാതിരിയും കൂടി ഇടഞ്ഞു പല നാശങ്ങളും വന്നതിന്റെ ശേഷം പുഴവായി കമ്മന്മാരും ൩000 നായരും മൂത്തൊൽ എഴുവരും മററും കൂടി ഒരുമിച്ചു കുതിരവട്ടത്ത് ഇല്ലത്തെ കണ്ടു, കോട്ടയകത്ത് രാജാവായ പുറവഴിയാകോവിലെ [110] കൂട്ടിക്കൊണ്ടുവന്നു താമരശ്ശേരി ഇടമരം എന്ന രണ്ടില്ലത്ത് നമ്പൂതിരിമാർ തങ്ങടെ ദേശം കൊടുത്തു, രാജാവിന്നു താമരശ്ശേരി രാജാവായി അരി ഇട്ടു വാഴ്ച കഴിച്ചു. ൫00 നായർക്ക് അരിയളന്നു ചേകവരായി കോട്ടയിൽ ഭഗവതിയും കണ്ണിക്കരുമകനും ഇവരെ നാട്ടു പരദേവതമാരായി കുടിവെച്ചു, പുഴവായ്ക്ക് രക്ഷയായി ഇങ്ങോട്ടും താമരച്ചേരിക്കു രക്ഷയായി അങ്ങോട്ടും ഏകീകരിച്ചു സ്ഥാനങ്ങളും കല്പിച്ചു. ൧000ത്തിൽ ചിലർക്കും ഐയ്യായിരം പ്രഭുകർത്താവിന്നും ചങ്ങാതവും കല്പിച്ചു രക്ഷയായിട്ടിരിക്കുന്നു.

പിന്നെ പയ്യനാടു ൻ്റ കാതം നാടും, ർ കൂട്ടം (വള്ളിയിന്നൂർ കൂട്ടം, തച്ചോളി കൂട്ടം, വീയ്യൂർ കൂട്ടം, മൂട്ടാടികൂട്ടം) ഇങ്ങിനെ ർ കൂട്ടായ്മക്കാർ, ൩ കുറുമ്പടി, (അകമ്പടിയും) ൮000(൩0000) നായരും കുറുമ്പർ നാടാകുന്നതു. ഇപ്പോൾ പൂന്തുറക്കോൻ കടക്കൽ വലേയുള്ളവർ അവരും വരേമ്പിലാക്കീഴവരി ഒപ്പിച്ചു നിഴലിൽ പലിശകമിഴ്ത്തി ഇരിക്കുന്നു. കോരപ്പുഴ കടന്നു തുറശ്ശേരിക്ക് ഇപ്പുറത്തെ നാട്ടുകോയ്മസ്ഥാനവും ലോകരും കുറുമ്പിയാതിരി കൊടുത്തിരിക്കുന്ന നടിയിരിപ്പിൽ സ്വരൂപത്തിങ്കലേക്ക് പണ്‍വാഴ്ചയിൽ (പണ്‍ വഴിയിൽ) കൊടുത്തു കിട്ടി അടങ്ങിയ നാടും ലോകരും എന്നു പറയുന്നു.

൪. മറ്റെ മൂന്നു സ്വരൂപങ്ങളുടെ അവസ്ഥ.

൮. പിന്നെ ഏറനാടും പെരിമ്പടപ്പും തമ്മിൽ പണ്ടു പടയുണ്ടല്ലൊ എന്നാൽ പെരിമ്പടപ്പു സ്വരൂപത്തിൽ ചേകവരായിട്ടു വളരെ ആൾ ഉണ്ടു. ൬൰ [112]കാതം ൮൰ മാടമ്പികൾ, ൪൰ കാൎയ്യക്കാരും അതിൽ ബാല്യത്തച്ചൻ മുമ്പൻ.

പറവൂർ എന്ന കോവിലും മാടത്തിങ്കൽ കോവിലും കൊച്ചിയിൽ ഇളയ കോവിലും അങ്ങിനെ ഇരിക്കും കാലത്ത് കൊച്ചിയിൽ നടുമുറ്റത്ത് ഒരു ചെറു നാരകം ഉണ്ടു, നാരങ്ങ കാച്ച് മൂത്താൽ ഇളയതാവഴിയും ആളുകളും കൂടിവന്നു പറിച്ചു കൊണ്ട് പോയ്ക്കളയും. അക്കാലം രേവതി പട്ടദാനം കഴിഞ്ഞ ഒരു പട്ടത്തിരി അവിടേക്കു എഴുന്നള്ളി, രേവതി പട്ടദാനത്തിന്റെ ഊട്ടും സംഭാരവും ചോദിച്ചു, മൂത്ത താവഴിയിന്നു ഊട്ടും സംഭാരങ്ങളും പറഞ്ഞു നാരങ്ങക്കറിയുടെ യോഗങ്ങളും കേൾപ്പിച്ചു “ഈ ചെറുനാരങ്ങ മൂപ്പിച്ചു എനിക്കു തരേണം” എന്നരുളിച്ചെയ്തു ഭട്ടത്തിരി, നാരങ്ങ മൂത്താൽ ഇളയതാവഴിയും ആളുകളും കൂട വന്നു പറിച്ചു പോയിക്കളയും അതിന്നൊരുപദേശം ഉണ്ടെന്നരുളിച്ചെയ്തു ഭട്ടത്തിരി, “താമൂതിരിയുടെ ആളെ പാർപ്പിച്ചാൽ നാരങ്ങ മൂത്തു കിട്ടും എന്നാൽ ഒരാളെ കൂട പാർപ്പിച്ചു പോകേണം” എന്നരുളിച്ചെയ്തു മൂത്തതാവഴിയിന്നു എന്നാറെ തന്റെ വാല്യക്കാരനെ കൂടി നിൎത്തി “വെട്ടിക്കൊന്നുപോയാൽ ചോദ്യം എന്ത്” എന്നു അവൻ ചോദിച്ചു. “വെട്ടിക്കൊന്നു പോയാൽ താമൂതിരിയെ കൊണ്ടു കൊച്ചിക്കോട്ടയുടെ ഓടു ചവിട്ടിച്ചേക്കുന്നുണ്ടു എന്നു ഭട്ടത്തിരി അരുളിച്ചെയ്തു അവനെ പാർപ്പിച്ചു എഴുന്നള്ളി. എന്നാറെ നാരങ്ങ മൂക്കുകയും ചെയ്തു. ഇളയ താവഴിയും ആളുകളും വന്നു നാരങ്ങ പറിപ്പന്തുടങ്ങിയപ്പോൾ “നാരങ്ങ പറിക്കരുത്” എന്നവൻ പറഞ്ഞു അതു കേളാതെ [113]നാരങ്ങ പറിച്ചു തുടങ്ങി, എന്നാറെ നൊമ്പടെ തമ്പുരാന്റെ തൃക്കാലനെ ഇട്ടു ആണ കേളാതെ നാരങ്ങ പറിച്ചു; എന്നാറെ, പറിച്ചവന്റെ കയ്യെയും വെട്ടി അവനെയും കൊന്നു. അതു കേട്ട ഭട്ടത്തിരി കൊച്ചിയിൽ എഴുന്നള്ളി ൩ ഓട് എടുത്തു തന്നുടെ ഇല്ലത്തെ വന്നു വീരാളിപ്പട്ടിൽ പൊതിഞ്ഞു താമൂതിരികോവിലകത്ത് എഴുന്നള്ളി നൊമ്പടെ തമ്പുരാൻ തിരുമുൽകാഴ്ച വെച്ചു “ഇത് എന്ത്” എന്ന് അരുളിച്ചെയ്തു തമ്പുരാൻ “ബ്രാഹ്മണർക്ക് സത്യം പറകയാവു അസത്യം പറയരുത് താമൂതിരിയുടെ ആളെ കൊച്ചിക്കോട്ടയിന്നു കൊച്ചിയിൽ ഇളയവതാഴിയും ആളുകളും കൂടി വെട്ടിക്കൊന്നു അതിന്നു കൊച്ചിക്കോട്ടയുടെ ഓടാകുന്നിതു: തൃക്കാലടി എടുത്തു ചവിട്ടിക്കളകേ വേണ്ടു” എന്നു ഭട്ടത്തിരി ഉണർത്തിച്ചു നൊമ്പടെ തമ്പുരാൻ തൃക്കൺ ചുവന്നു തിരുമേനി വിയർത്തു തിരുവിൽ ചിറക്കലേക്കു എഴുന്നള്ളി, ൩൦൦൦൦ത്തിനും ൮൦൦൦൦ത്തിന്നും പയ്യനാട്ടു ലോകർക്കും തിരുവെഴുത്ത് എഴുതി വരുത്തി, ലോകർക്കു ചിലവിന്നും വെച്ചു. അച്ചനും ഇളയതും ഉണ്ടയും മരുന്നു

കടെട്ടിച്ചു, കൊച്ചിക്കോട്ടക്കു നേരെ കൂട്ടി കോട്ടയും തച്ചു തകർത്തു പോന്നിരിക്കുന്നു എന്നു മുമ്പിലുള്ളവർ പറഞ്ഞു കേട്ടിരിക്കുന്നു.

൨. തക്കേക്ക് വണോാട്ടടികളോടു കൂടി ജയിച്ചു കപ്പം വാങ്ങി ചേർത്തിരിക്കും കാലം എന്നക്കെക്കും മാറിവരാതെ ഇരിപ്പാൻ കാഴ്ചയായി മഹാ മകത്തിന്നു ഒരു കൊടിയും കൊടുത്തു വിട്ടു. ആ കൊടി വണോററിൻ കൊടി എന്നു പറയുന്ന ഞായം. പിന്നെ ചങ്ങെന്നിയൂർമതിലകത്തുള്ളിൽ കോയ്മയും കൊടുത്തു, ആസ്ഥാന [114]ത്തക്കേക്ക് തിരുമനച്ചേരി നമ്പൂതിരിപ്പാട്ടിന്നു മാനുഷ്യമായി ഇന്നും നടക്കുന്നു.

വണോാടടികളുടെ കൂലിച്ചേകക്കാരിൽ ഒരുത്തൻ കന്നേററിക്കടവിൽ നിന്നു ഒരു ബ്രാഹ്മണനെ കുളിയും ഊക്കയും മുടക്കി (മുട്ടിച്ചു) തടുത്തു പാർപ്പിച്ചിരിക്കുന്നു. അന്നു മൂന്നാം കൂറായ (പാടായ) തമ്പുരാൻ യഥായോഗം അവിടെക്കെഴുന്നെള്ളി, അവനെയും വെട്ടിക്കൊന്നു ബ്രാഹ്മണന്റെ കുളിയും ഊക്കയും കഴിപ്പിച്ചു എഴുന്നെള്ളി ഇരിക്കുന്നു. അതിന്നു വണോാടടികൾ പരിഭവിച്ചു പുരുഷാരത്തെ കല്പിച്ചു "ചേററുവായിൽ തെക്കോട്ട് നെമ്പെടെ തമ്പുരാന്റെ മേൽകോയ്മ സ്ഥാനം നടക്കരുത്" എന്നു കല്പിച്ചു അക്കാലം നെമ്പെടെ തമ്പുരാൻ തിരുവുള്ളത്തിൽ ഏറി യോഗം തികച്ചു ചേറ്റുവായി കടന്നു കാഞ്ഞൂർ പുഴ കടന്നു വപ്പെിയൂടെ കൊച്ചി അഴി കടന്നു കൊച്ചിയിൽ കൂട പുറപ്പെട്ടു, ചിരങ്ങനാട്ടു കരപ്പുരത്തു കൂടി പയററുക്കാട്ടു പാലം കടന്നു ആലപ്പുഴെക്ക് പുറപ്പെട്ടു തൃക്കുന്നത്തു പുഴെക്ക് കൂടി കാർത്തികപ്പള്ളി കടന്നു ഉടയനാട്ടു കരക്ക് എഴുന്നെള്ളുമ്പോൾ, വണോാടടികളും വന്നു നെമ്പെടെത് തൃക്കാൽക്കൽ അഭയം ചൊല്ലി, നെമ്പെടെ അഴിഞ്ഞ അർത്ഥവും വടക്കോട്ട് തിരിച്ചു വച്ചു, കാളം തോക്കും പിഴ പോക്കുവാനായിട്ട് ആനയും ഇരുത്തി. അന്നു ദിഗ്ജയം കൊണ്ടു വീരമദ്ദളം അടിപ്പിച്ച് ആനക്കഴുത്തിൽ ഏറി, വടക്കോട്ട് എഴുന്നെള്ളി തിരുവനന്തപുരത്തു ഭഗവാനു വായിത്തരം (വൈചിന്ത്ര്യം, ഉത്തരം) കെട്ടിയ ദശേങ്ങളും കല്പിച്ചു, മഹാരാജാവും കുന്ദല കൊനാതിരി എന്നു കേട്ടിരിക്കുന്നു. കൊല്ലം ൮൦൨ കുംഭഞ്ഞാ [115]യറു ൩൦ തിയ്യതി ബുധനാഴ്ച തൃക്കാവിൽ കോവിലകത്ത് നിന്നു തിരുമുടിപ്പട്ടം കെട്ടിതിരുനാടു വാണു ർ000 പ്രഭുക്കന്മാരും ചേകിച്ചു.

൩. ശേഷം കോലത്തിരിയോട് കൂടി ജയിപ്പാൻ പടകൂടിയപ്പോൾ, നെമ്പെടെ തമ്പുരാന്റെ തിരുനേററിക്ക് നേരേ ൩൫൨000 പ്രഭു കോലത്തിരിയും കല്പിച്ചിട്ടില്ല; അക്കാലം പരിഞ്ചല്ലൂർ ഗ്രാമക്കാരെ മുന്നിർത്തി തളിപ്പറമ്പത്ത് മതിലകത്തു കോലത്തിരികോയ്മയും കല്പിച്ചു കൊടുത്തു, മഹാരാജാവു. അവിടെ ഇന്നും പന്നിയൂർ കൂറായി നടക്കുന്നു. തളിപ്പറമ്പത്തപ്പൻ എന്നു വരെുന്ത്യക്കോലപ്പന്നു വഴക്കം ചെയ്തു, അവന്റെ അംശം നടത്തി സ്ഥാനങ്ങളും കല്പിച്ചു കുന്നല കോനാതിരി.

കോലത്തിരി തമ്പുരാൻ വളർഭട്ടത്തു കോട്ടയിൽ മുപ്പത്തവെർ പരദവേതമാരെ പരിപാലിച്ചു,൫0000 നായരെയും തല തികച്ചു ഒരു കോല്ക്കടക്കി, അവരെ കൊണ്ടു ഒരോരോ വകഭദേങ്ങളും തിരിച്ചു, അകത്തു ചാർന്നവർക്കും പുറത്തു ചാർന്നവർക്കും അടുക്കും ആചാരവും ഒരു പോലെ കല്പിച്ചു. തക്കെുംകൂറ്റിൽ മുരിക്കഞ്ചരേിക്കാരിഷത്തിന്നു മുമ്പന്നെല്ലോ കല്പിച്ചുതു, മുണ്ടയോടൻ കാരിഷത്തിന്നു പിമ്പന്നെും കല്പിച്ചു, ർ ഇല്ലത്തിലും ചങ്ങെുനി മുരിക്കഞ്ചരേി അകത്തു അതിൽ ചങ്ങെുനിക്ക് പിമ്പു, ചോമടവൻ മുണ്ടയോടൻ പുറത്ത് അതിൽ ചോമടവന്നു പിമ്പു. ഇന്നാൽ ഇല്ലത്തിന്നും കൂടി ഒരാചാരം തക്കെുംകൂറ്റിൽ കാരിഷം എന്നും അതിൽ ചങ്ങെുനിക്കും മുരിക്കഞ്ചരേിക്കും മുമ്പും കയ്യെും എന്നും ചൊമടവന്നു പിമ്പും കല്പനയും [116]എന്നും കല്പിച്ചു. മാടായിക്കോട്ടയിൽ ശിക്ഷാരക്ഷ നടത്തുവാൻ വടക്കും കൂറ്റിൽ കാരിഷവും അതിന്നു ചണേിച്ചരേിക്ക് വായും കയ്യെും മുമ്പും കല്പനയും അവകാശവും മാവില ഇല്ലത്തിന്നും കൂട ഒരാചാരവും കല്പിച്ചു കൊടുത്തു. തക്കെുന്നു വരുന്ന മാററാനെ തടുപ്പാനായിട്ടു കുന്നിവാകക്കോയിലകത്തു ഇരയ വർമ്മനെ തക്കെിളങ്കൂറു തമ്പുരാൻ എന്നു കല്പിച്ചു, മുക്കാതം നാടും കൊടുത്തു. കാഞ്ഞിരോട്ടഴി സമീപത്തു വിജയങ്കൊല്ലത്തു കോട്ടയിൽ കളേവർമ്മനെ വടക്കിളങ്കൂറു തമ്പുരാൻ എന്നു കല്പിച്ചു, കുടയനാടും ഐെയർ പരദവേതമാരയെും കൊടുത്തു, ഇരുവരും രണ്ട് എതിർത്തലയും രക്ഷിച്ചു വന്നതിന്റെ ശഷേം, കരുവള്ളൂർ കോവിലകത്തു രാമവർമ്മനെ നാലാം കൂർത്തമ്പുരാൻ എന്നു കല്പിച്ചു സമീപത്തിരുത്തുകയും ചയ്തെു. ഏഴിമലയുടെ മുകളിൽനിന്നു എഴുന്നള്ളിയ തമ്പുരാട്ടിയെ ഏഴൊത്ത കോയിലകത്തിരുത്തി വസ്തുവും വറേ തിരിച്ചു കൊടുത്തു താൻ കരിപ്പത്തു കോയിലകത്ത് എഴുന്നള്ളുകയും ചയ്തെു. അനന്തരം ൧൮ ദ്വീപും അടക്കുവാന്തക്കവണ്ണം ഒരു ചോനകനെ കല്പിച്ചു, ദ്വീപിങ്കൽ ഒരു പട്ടവും കടെ്ടി, ദ്വീപുരാജാവന്നെു കല്പിച്ചു. ൧൮ ദ്വീപടക്കി ൧൮൦൦൦ പണം കാലത്താൽ വളർഭട്ടത്ത് കോട്ടയിൽ ഒപ്പിപ്പാന്തക്കവണ്ണം കല്പിച്ചയക്കയും ചയ്തെു ഉദയവർമ്മൻ എന്ന കോലത്തിരി തമ്പുരാൻ.

നടെിയിരിപ്പുസ്വരൂപത്തിങ്കൽനിന്നു ഒരു രാജസ്ത്രീയെ കണ്ടു മോഹിച്ചു, ആരും ഗ്രഹിയാതെ രാത്രിയിൽ കൊണ്ടുപോയി കോലത്തിരി തമ്പുരാൻ ഭാര്യയായിവച്ചെുകൊണ്ടിരുന്നു. "ആ സ്ത്രീയെ അങ്ങൊട്ട് [117]തന്നെ അയച്ചുകളയാം എന്നുവച്ചൊൽ നടേിയിരിപ്പു തമ്പുരാക്കന്മാർ സമ്മതിക്കുകയില്ല" എന്നു വച്ചെു മക്കസ്ഥാനത്തിന്നു നീലശ്േവരം മുക്കാതം നാടും ൩,000 നായരയേും കല്പിച്ചു കൊടുത്തു. ആയതത്രെ നീലശ്േവര രാജവംശം ആകുന്നതും. ഇന്നും നീലശ്േവരത്തു രാജാക്കന്മാരും നടെിയിരിപ്പു രാജാക്കന്മാരും തമ്മിൽ ചത്താലും പററാലും പുല ഉണ്ടു.

൭. ശഷേം കരേളാവസ്ഥ ചുരുക്കി പറയുന്നു

ചരേമാന്നാട്ടിൽ ൧൭ നാടും ൧൮ രാജാക്കന്മാരും ഉണ്ടു. കോലത്തിരി,

വണോാടു, പെരിമ്പടപ്പു, ഏറനാടു ഇങ്ങനെ നാലു സ്വരൂപം ബൌദ്ധൻമാർ വന്നു ബലവീർയ്യം നടത്തി കർമ്മഭൂമി ക്ഷയിച്ചു പോകാതെ ഇരിപ്പാൻ, വണോാട്ടക്കരെ തൃപ്പാസ്വരൂപത്തിങ്കൽ ഐശ്വർയ്യവും, പെരിമ്പടപ്പിൽ യാഗാദി കർമ്മവും, നെടിയിരിപ്പിൽ വാൾ പൂജയും, കോലസ്വരൂപത്തിങ്കൽ കീഴിൽ വാണ പെരുമാക്കൻമാരുടെ സേവയും കല്പിച്ച പ്രകാരം ചെയ്താൽ ഗുണം കാണാം. ചേരമാന്നാട്ടിൽ മൂവർ രാജാക്കന്മാർ തിരുപട്ടം കെട്ടി തണ്ടിൽ കയറി അരി ഇട്ടു വാണിരിക്കുന്നു; അതിൽ ഗജപതി വണോാടടികൾ ൩൫0000 അശ്വപതി കോലത്തിരി ൩൫0000 നായർ, നരപതി നെമ്പടെ തമ്പുരാൻ മഹാ രാജാവു, അകമ്പടി ജനം ൧0000 ചുരിക കെട്ടി ചേകം എന്നു കേട്ടിരിക്കുന്നു. അതിൽ കോലസ്വരൂപത്തിന്നു മുമ്പും കല്പനയും എന്നും ശേഷം നാടും ഒക്കെയും കോലത്തിന്നു അവയവങ്ങൾ എന്നു ചേര [119]മാൻ പെരുമാളുടെ അരുളപ്പാടു. രാജാക്കൻമാരിൽ എണ്മർ സാമന്തർ അഞ്ചവകയിൽ കോവിൽ രാജാക്കൻമാർ ൫ വഴി "ക്ഷത്രിയർ അയലൂർ, ശാർക്കര, പറപ്പൂർ, പടിഞ്ഞേറ്റേടം, മാടത്തിങ്കീഴ്. നാലു(ആറു) വക വെള്ളാളർ ആകുന്നതു. പത്തു കുറയ നാന്നൂറ് പ്രഭുക്കന്മാരും ഉണ്ടു. അവരുടെ രാജധാനികൾ എടം, മടം, കോവിലകം, കോട്ട, കോട്ടാരം എന്നിങ്ങിനെ അതത് പേരുമുണ്ടു.

മികെച്ചനാടു പൊലനാടു, പൊലനാട്ടഴിഞ്ഞമർയ്യാദ ഇടനാട്ടിൽ നടത്തുന്നു; മുന്നാഴിപ്പാടു എല്ലാടവും നടപ്പാകുന്നു; അതിന്നു ൧൮ ആചാരം ഉണ്ടു, നടുവർകൂടുന്നടം പലപ്രകാരം പറയുന്നു; പടക്കൂട്ടം, നടുക്കൂട്ടം, നായാട്ടുകൂട്ടം, നിഴൽക്കൂട്ടം, (യോഗ്യക്കൂട്ടം) ഇങ്ങിനെ ർ കൂട്ടമുണ്ടു. കൊള്ളക്കൊടുക്ക മർയ്യാദയും കാണജന്മമർയ്യാദയും ർ പാടും ർ തോലും ആറു നായാട്ടും നായാട്ടു പരദേവതമാരും എന്നിങ്ങിനെ ഉള്ളവ വളരെ പറവാൻ ഉണ്ടു.

ഗോകർണ്ണം കന്യാകുമാരിക്കിടയിൽ ൩ ക്ഷേത്രങ്ങൾ കാലും തലയും വയറും ഉണ്ടല്ലൊ; അതിൽ കാൽ പെരിഞ്ചല്ലൂർ, തല ത്രിശ്ശിവപേരൂർ, വയറു തൃക്കളയൂർ, പിന്നെ തിരുനാവായി, തൃപ്പങ്ങോട്ടു, തിരുവനന്തപുരം, തൃച്ചമ്രം, തിരുവില്വാമല, ഗുരുവായൂർ, തിരുപഞ്ചക്കുളം, ആലത്തൂർ, മണ്ണൂർ, പോലൂർ, പേരൂർ, പന്നിയൂർ, പറവൂർ, പെരുമനം, തളിയിലും, തളിപ്പറമ്പു, കുഴിയൂർ, നല്ലൂർ, ഐരാണിക്കര, തിരു, മണ്ണൂർ, പെരുമണ്ണൂർ, പന്തലൂർ, പന്നിയങ്കര, മരുതൂർ, മണ്ണിയൂർ, കല്ലൂർ, തലക്കുളത്തൂർ, ചെളെങ്ങൂർ, തൃക്കട, തൃക്കാരിയൂർ, [120]കാഞ്ഞിരങ്ങാട്ടു, കരിങ്കട, കൊടീശ്വരം, ഉടുപ്പു, ശങ്കരനാരായണം, ഗോകർണ്ണം. പിന്നെ ഭദ്രകാളിവട്ടങ്ങൾ കുന്നത്തും, കോട്ടിക്കുന്നത്തും, പരക്കൽ, മഞ്ചേരി, വെട്ടത്തും, കോട്ടയകത്തും, കൊടുങ്ങല്ലൂർ, കുറുങ്ങല്ലൂർ, ഇന്തിയന്നൂർ, പോർകോട്ടച്ചേരി, മാടായി, ചിറക്കൽ, നീലമ്പറ, നീലശ്വേരം, മടപ്പള്ളി, പുതുപട്ടണം, പുത്തൂർ, കുഴല്ക്കുന്നത്തു, ചെറുകുന്നത്തു, കടലുണ്ടി, തിരുവളയാട്ട എന്നിങ്ങിനെ ഉള്ള കാവില്പാട്ടിൽ കേരളത്തിൽ വന്നു ഉലങ്കിഴിഞ്ഞൊരു ഭഗവതിയും തമ്പുരാട്ടിമാരും ദേവൻമാരും വാണരുളും കാലം കേരളത്തിൽ വസിക്കും മാനുഷർക്കു വരുന്ന

അല്ലലും മഹാവ്യാധിയും ഒഴിച്ച്ചു രക്ഷിച്ച്ചുവരുന്നു. ഓരൊ ബന്ധനേ ശ്രീ മഹാദവേങ്കൽനിന്നുണ്ടായ മൂർത്തികൾ: അയ്യപ്പൻ, ഉച്ചമഹാകാളൻ, മാളൻ, അന്തിമഹാകാളൻ, മുണ്ടിയൻ, ബ്രഹ്മരാക്ഷസൻ, കരുവില്ലി, പൊട്ടൻ, ഭ്രാന്തൻ, പുള്ളിപ്പുലിയൻ, കരുന്തിരുകണ്ടൻ, മലയുടവൻ, ദണ്ഡൻ, കയറൻ, ഗുളികൻ, കുട്ടിച്ച്ചാത്തൻ, (ശാസ്താവ്) ക്ഷത്രേപാലൻ, ചാമുണ്ഡി ഇങ്ങിനെ ഉള്ള പരദവേതമാരും വനദവേതമാരും ഗണാപന്മാരും ഭൂമിയിൽ നിറയപ്പടെട്ടിരിക്കുന്ന പരശുരാമക്ഷത്രേത്തിങ്കൽ വസിക്കുകയും ചയ്യുന്നു.

ഇങ്ങിനെ മഹാരാജാവാകുന്ന കുന്നലകോനാതിരി ൫0000, വള്ളുവകോനാതിരി ൫0000, പൊറളാതിരിരാജാവ്, കോലത്തിരിരാജാവ് ൩൬0000, കോട്ടയകത്തു പുറവഴിരാജാവു ൭൨000, വടെട്ടത്തുമന്നൻ ൬000, തിരുമലശ്ശരേി ൩000, പരിെമ്പടപ്പും, അയലൂർ, ശാർക്കര, ചറുെക്കര പറപ്പൂർരാജാവു ൩000, പടിഞ്ഞാററിടം, മാടത്തിങ്കീഴ്, [121]പരോേത്ത, നടെുങ്ങനാടു, തകെ്കുങ്കൂറു, വടക്കുങ്കൂറു, കക്കാടും, പുന്നത്തൂരും, ആയിനിക്കൂറും, മണക്കുളത്തും, വണ്ടെങനാടൂം, ഒണനാടും, അമ്പലപ്പുഴ, ചമെ്പകച്ചരിെ, പരെളൊത്തു, മുറിങ്ങനാടും, പയെനാടും, കോട്ടൂർ, ഇരിക്കാലിക്കൽ, കുതിരവട്ടത്തുനായരും, ഏരനാട്ടുമനോേൻ ൬000, പുഴവായിമുതുക്കുറു മാണകമ്മേൾ, പൂക്കളയൂർനമ്പിയാർ, നാലാങ്കൂറുടയനായർ, മൂന്നാം കൂറുടയനായർ, അത്തിമണ്ണിലം, പറിച്ചത്തും പൊററയും, പറച്ചാമ്പററെ കുറിച്ച്ചിയാത്തും പണ്ഡലനായർ, കോഴിക്കോട്ടുകമ്മളും ചരെങ്ങാടു തലച്ചണെ്ണനായർ, എറനാട്ടുനായർ, ആലിപ്പറമ്പിൽ മനോേൻ, തിട്ടത്തിങ്കൽ അടിയോടി മുരിക്കഞ്ചരേിനായർ, പനൊയ്ക്കോട്ട തലച്ചണെ്ണനായർ, എറനാട്ടുക്കര എഴുമൂന്നും പതിനൊന്നു താവഴിയിൽ തിരുമുല്പാടന്മാരും, മങ്ങാട്ടച്ചൻ തിനയഞ്ചരേി ഇളയതു, തലയൂരിൽ മൂസ്സതും, കോഴിക്കോട്ടൂ കോശയും, അഴിരാജാവാകുന്ന മമ്മാലിക്കടാവും ഇങ്ങിനെ കോലം തുടങ്ങി വണോാട്ടോടിടയിലുള്ള രാജാക്കന്മാരും ഇടപ്രഭുക്കന്മാരും തങ്ങടെ തങ്ങടെ രാജധർമാദികൾ രക്ഷിച്ച്ചു പോന്നിരിക്കുന്നു. മററും പലപല പരപ്പും പരമാർത്ഥവും പറവാൻ എത്രയും പണിയുണ്ടു.

ഇവ ഒക്കയും കലിയുഗത്തിങ്കൽ അല്പബുദ്ധികളായിരിക്കുന്ന മാനുഷർക്ക് വഴിപോലെ ഗ്രഹിപ്പാന്തക്ക വണ്ണം തുഞ്ചത്തു രാമാനുജൻ ചൊന്ന കരേളനാടകം ഉപദശേമായി സംഗ്രഹിച്ച്ചു, സാരന്മാർ അറിഞ്ഞുകൊൾകയും ചയ്ക.

ൃഷ്ണഗാഥ

ഭഗവാൻ ശ്രീകൃഷ്ണന്റെ ജീവിതകഥയെ അടിസ്ഥാനമാക്കി ചെറുശ്ശേരി രചിച്ച കാവ്യമാണ് കൃഷ്ണഗാഥ. രണ്ടു ഭാഗങ്ങളായാണ് കൃഷ്ണഗാഥ രചിച്ചിട്ടുള്ളത്. ശ്രീകൃഷ്ണന്റെ ജനനവും ബാലലീലകളും ഒന്നാംഭാഗത്തിൽ പ്രതിപാദ്യവിഷയമാകുന്നു. അവതാരലക്ഷ്യത്തിനായി പുറപ്പെടുന്നതു മുതൽ സ്വർഗ്ഗാരോഹണം വരെയുള്ള കാര്യങ്ങളാണ് രണ്ടാംഭാഗത്തിൽ വർണ്ണിക്കുന്നത്.

കൃഷ്ണഗാഥ/ഒന്നാം ഭാഗം

1.കൃഷ്ണോല്പത്തി

ഇന്ദിരാതന്നുടെ പുഞ്ചിരിയായൊരു
ചന്ദ്രികാ മെയ്യിൽ പരക്കയാലെ
പാലാഴിവെള്ളത്തിൽ മുങ്ങിനിന്നീടുന്ന
നീലാഭമായൊരു ശൈലംപോലെ
മേവിനിന്നീടുന്ന ദൈവതംതന്നെ, ഞാൻ
കൈവണങ്ങീടുന്നേൻ കാത്തുകൊൾവാൻ
കീർത്തിയെവാഴ്ത്തുവാനോർത്തുനിന്നീടുമെൻ
ആർത്തിയെ തീർത്തു തുണയ്ക്കേണമേ.
ദേശികനാഥൻതൻ പാദങ്ങളെന്നുമേ
പ്പേശലമായൊരു രണ്ടുലകേശം
ക്ലേശങ്ങളെന്നുമേ പാശങ്ങളെയോയ്‌വാൻ
ആശയംതന്നുള്ളിലാക്കുന്നേൻ ഞാൻ
വാരണവീരൻതന്നാനനം കൈക്കൊണ്ടു
പൂരിച്ച വന്മദവാരി മെയ്യിൽ
നിന്നു വിളങ്ങുന്ന ദൈവതംതൻ കനി
വെന്നും വിളങ്ങുകയെന്നിൽ മേന്മേൽ;
ഭാരതീദേവിതൻ ഭൂരിയായുള്ളോരു
കാരുണ്യപൂരവും വേറിടാതെ
നന്മധുവോലുന്ന നന്മൊഴി നൽകുവാൻ
തണ്മകളഞ്ഞു വിളങ്ങുകെന്നിൽ
ഭാരതമായൊരു പീയൂഷരാശിക്കു
കാരണമായൊരു വാരിധിയായ്
വ്യാസനായുള്ളോരു മാമുനിതൻ കൃപ
ദാസനാമെന്നിൽ പുലമ്പേണമേ.

മൂഢതകൊണ്ടു ഞാനതോന്നുമുണ്ടിന്നു
കാടായിച്ചൊല്ലുവാൻ ഭാവിക്കുന്നു;
ഭൂരികളായുള്ള സൂരികളല്ലാരും
ചീറാതെ നിന്നു പൊറുക്കണേമേ
സംസാരമോക്ഷത്തിൻ കാരണമായതോ
വൈരാഗ്യമെന്നല്ലോ ചൊല്ലിക്കേൾപ്പൂ
എന്നതുതന്നെ വരുത്തിനിന്നീടുവാൻ
ഇന്നിതുതന്നെ ഞാൻ നിർമ്മിക്കുന്നു.
ബോധമില്ലാതെ ഞാനതുമേ വല്ലാതെ
ഗാഥയായ് ചൊല്ലുന്നു ഭാഷയായി
നിർഗ്ഗുണനായുള്ളൊരീശനെക്കൊണ്ടല്ലോ
നിർഗ്ഗുണമായതു ചേരുമപ്പോൾ
കാടായിച്ചൊല്കിലും കൈടഭവൈരിതൻ
നീടാർന്നുനിന്നുള്ള ലീലയല്ലോ
എന്നതുകൊണ്ടെനിക്കുള്ളിലില്ലതുമേ
മന്ദതയിന്നിതു നിർമ്മിക്കുമ്പോൾ
മാധവനാമമരപ്രഭുവെന്നതോ
മാപാപം പോക്കുന്നോനെന്നു കേൾപ്പൂ
എന്നതുകൊണ്ടു ഞാൻ വന്ദ്യരായുള്ളോരെ
വന്ദിച്ചുകൊണ്ടിതു നിർമ്മിക്കുന്നു.
പാലാഴിമാതുതാൻ പാലിച്ചുപോരുന്ന
കോലാധിനാഥനുദയവർമ്മൻ
ആജ്ഞയച്ചെയ്കയാലജ്ഞനായുള്ള ഞാൻ
പ്രാജ്ഞനെന്നിങ്ങനെ ഭാവിച്ചിപ്പോൾ,
ദേവകീസൂനുവായ്മേവിനിന്നീടുന്ന
കേവലൻതന്നുടെ ലീലചൊൽവാൻ
ആവതല്ലെങ്കിലുമാശതാൻ ചെല്കയാൽ
ആരംഭിച്ചീടുന്നനോയവണ്ണം.

ശ്രീപത്മനാഭൻതൻ ജായയന്നിങ്ങനെ
പരേപറ്റുനിന്നൊരു മദിനിതാൻ,
ദുഷ്ടരായുള്ളൊരു മന്നവരെല്ലാരും
ഒട്ടേറേപ്പൈപ്പോന്നു പിറക്കയാലേ,
അന്തമില്ലാതൊരു ഭാരംകൊണ്ടേറുന്ന
സന്താപംപൂണ്ടു തളർന്നു മന്മേൽ
ധനുവായ് ചെന്നു വിരിഞ്ചനോടെല്ലാംതാൻ
വദേനയോതിനാൾ കാതരയായ്;
"കഷ്ടരായുള്ളൊരു ദുഷ്ടരെ സൃഷ്ടിച്ച
തൊട്ടേറിപ്പോകുന്നു തമ്പുരാനേ!
ഭാരത്തെക്കൊണ്ടു ഞാൻ പാതാളലോകത്തു
പാരാതെ വീഴുന്നതുണ്ടു നേരേ
ഇണ്ടലത്തൂകുന്ന വൻഭാരമിങ്ങനെ
ഉണ്ടായീലന്നുമേ പണ്ടെനിക്കോ.
കുമ്പിട്ടുനിന്നൊരു കൂർമ്മവും ചെഞ്ചമ്മെ
തൺപടെട്ടുപോകുന്നതുണ്ടു പാർത്താൽ
ഊക്കനായ് നിന്നൊരു പന്നഗനാഥനു
ശൂൽക്കാരമേറുന്നൂതിന്നിന്നെല്ലാം.
ആനകളെല്ലാമേ ദീനങ്ങളായിത്ത
ന്നാനനം താഴ്ത്തിത്തളർന്നുകൂടി
മാമയനായോനേ! ഭാരത്തെക്കൊണ്ടു ഞാൻ
നാമാവശഷേയായ്പോകുംമുമ്പെ
പാരാതകെണ്ടന്നെപ്പൈപാലിച്ചുകൊള്ളണം
കാരുണ്യക്കാതലേ! കതൈഴുന്നന്നേ."
വദേനപൂണ്ടൊരു മദിനിയാലിതു
വദിതനായ വിരിഞ്ചനപ്പോൾ,
വാനവർ ചൂഴുറ്റു മദിനിതാനുമായ്
വാർതിങ്ങൾമൗലിതന്നാലയത്തിൽ

81 പാരാതെ ചെന്നവർ ചൊല്ലിനാരെല്ലാരും

82 പാലാഴിതന്നിലും ചെന്നു പിന്നെ

83 വാരുറ്റുനിന്നൊരു വാക്കുകൊണ്ടന്നേരം

84 വാരിജനേത്രനേ വാഴ്ത്തിച്ചൊന്നാർ;

85 "ഈരേഴുപാരിനും കാരണമായൊരു

86 കാരുണ്യപൂരമാം വാരിരാശേ!

87 പാരിടം പൂരിച്ച ഭാരത്തെത്തീർത്തിന്നു

88 പാലിച്ചുകൊള്ളേണം പാരാതെ നീ

89 നിൻകനിവില്ലായ്കിലങ്ങേങ്ങളിന്നങ്ങനെ

90 സങ്കടംപോക്കുന്നു തമ്പുരാനേ!

91 വങ്കനിവാണ്ടങ്ങേങ്ങൾ സങ്കടം തീർക്കണം

92 പങ്കജലോചന! ശങ്കിയാതേ."

93 വാസവൻമുമ്പായ വാനവരിങ്ങനെ

94 വാഴ്ത്തിനനേരത്തു വാരിജാക്ഷൻ

95 പ്രത്യക്ഷനായിട്ടു ചൊല്ലിനിന്നീടിനാൻ

96 ഭക്തിയകെക്കാണുമ്പോഴന്നു ഞായം:

97 "മുന്നമതേന്നയെറിഞ്ഞു ഞാൻ പോരുന്നു

98 മന്നിടംചേരുന്ന ഭാരമെല്ലാം

99 ഇന്നിന്നു വന്നീടും നിങ്ങളന്നുള്ളതും

100 എന്നുള്ളംതന്നിലുണ്ടോർച്ചയന്നാൽ.

101 ഭൂഭാരംതന്നതെത്തളർപ്പതിന്നോരോരോ

102 വ്യാപാരം ചെഞ്ചമെമ്മേ ചെയ്‌വതിന്നായ്

103 മാനുഷനായിപ്പിറക്കുന്നതുണ്ടു ഞാൻ

104 ആനകദുന്ദുഭിസൂനുവായി,

105 മൂത്തവനായിപ്പിറന്നുനിന്നീടുമേ

106 മൂർത്തിവിശേഷമായ് ചേർത്തനന്തൻ

107 വാനവരെല്ലാരുമാദരവോടങ്ങു

108 യാദവന്മാരായിപ്പിറക്ക മന്നിൽ

109 മായയായ് മവേുന്ന ദവേിയും വന്നങ്ങു

110 മാനുഷിയായിപ്പിറക്കും പിന്നെ

111 വണേുന്ന കാര്യങ്ങൾ സാധിച്ചുകൊള്ളുവാൻ

112 ചണേുറ്റുനിന്നു തുണപ്പതിന്നായ്

113 പാരാതെ പിന്നെ ഞാൻ പാരിടം പൂരിച്ച

114 ഭാരത്തെത്തീർത്തു തളർത്തു നന്നായ്

115 മദേിനിതന്നുടെ വദേനപക്കുവാൻ

116 ഖദേിക്കവണേ്ടായിന്നിങ്ങളാരും."

117 വാനവരെല്ലാരുമന്നെതു കടേ്ടപ്പോൾ

118 വാരിജസംഭവന്താനുമായി

119 മദേിനിതന്നുടെ ഖദേത്തെത്തീർത്തുടൻ

120 മളേത്തിൽ പോയങ്ങു വിണ്ണിൽ പുക്കാർ.

121 ശ്രീമഥുരാപുരിയന്നെന്നൊരു നാമമായ്

122 ശ്രീമതിയായയൊരു രാജധാനി

123 യാദവന്മാർക്കെല്ലാമാഗാരമായിനി

124 ന്നാദിയിലുണ്ടായി പണ്ടു പാരിൽ

125 നാകികൾക്കെല്ലാമങ്ങാഗാരമായൊരു

126 നാകമഹാപുരിയന്നെപോലെ

127 സ്വർപ്പദംതന്നിലുള്ളശയുണ്ടായ്വരാ

128 അപ്പുരിതന്നിലിരിപ്പോർക്കന്നെും

129 നന്ദനംതന്നുടെ നിന്ദയച്ചെയ്യുമ

130 മ്മന്ദിരന്നേിന്നഴെും നിഷ്ക്കുടങ്ങൾ

131 നിർജ്ജരദീർഘികതന്നുള്ളിലറേുന്ന

132 ലജ്ജയച്ചേർക്കുമീ ദീർഘികകൾ

133 ധർമ്മിഷ്ഠരായൊരച്ചിന്തിച്ചുകാൺകിലോ

134 ധർമ്മജൻശീലവും തണ്മകോലും,.

135 ആയങ്ങൾ കാണുമ്പോൾ തോയാകരന്തന്നിൽ

136 പായുന്ന വൻനദീജാലംപോലെ.

സ്വർണ്ണൗഘംതന്നുടെ തിണ്മയക്കാണുമ്പോൾ
തിണ്ണമെന്നഞ്ചുമമ്മരുശൈലം
ദാനങ്ങൾ കാണുമ്പോൾ വാനവദാരുക്കൾ
ഹീനങ്ങളായ്വരും ദീനങ്ങളായ്,
വീരരായുള്ളോർതൻ വീരത കാണുമ്പോൾ
നരോയരിലില്ലയിപ്പാരിലാരും
വിദ്യകൾകൊണ്ടുള്ള വലേകൾ കാണുമ്പോൾ
വിസ്മയംകോലുമദ്ധൂർജ്ജടിയും,
അസ്ത്രങ്ങൾകൊണ്ടവരഭ്യസിച്ചീടുമ്പോൾ
*എത്രയും പാഴ്പടും ഭാർഗ്ഗവനും,
കാമുകന്മാരുടെ കാന്തിയക്കാണുമ്പോൾ
കാമനും ചഞ്ചമെമ്മയേഞ്ചുമറ്റേം,
മാമിനിമാരുടെ മാപിനക്കാകില
മ്മനേക ദീനയായ് നാണുമപ്പോൾ,
വണ്മാടം തന്നുടെ വണ്മയക്കാണുമ്പോൾ
കന്മഷംതാേന്നുമക്കൗമുദിക്കും,
അപ്പുരിതന്നിൽ വിളങ്ങിനിന്നീടുന്ന
ശില്പങ്ങളൊന്നൊന്നേ പാർത്തുകണ്ടാൽ
വാസവമന്ദിരം വായ്പോടു നിർമ്മിപ്പാൻ
മാതൃകയായിതന്നേു താേന്നും,
അപ്പുരിതന്നിലുള്ളത്ഭുതം ചൊല്ലുവാൻ
കല്പുള്ളോരാരുമില്ലന്നുവണ്ടോ
തത്സാരമോർക്കിലോ വസ്വൗകസായും
നിസ്സാരയായിട്ടേ വന്നുകൂടൂ.
യാദവവീരരുമപ്പുരിപാലിച്ചി
ട്ടാദരവോടു വസിക്കുംകാലം
ദവേകനാകുന്ന യാദവന്തന്നുടെ
ദവേകിയാകുന്ന കന്യകയെ

ശ്രീവസുദേവർക്കു നൽകിനാനമ്പോടു
ശ്രീപതിതന്നുടെയമ്മയാവാൻ.
വേട്ടുനിന്നീടുന്ന ശ്രീവസുദേവർതാൻ
വാട്ടമകന്നൊരു തേരിലേറി
ദേവകിയാകുന്ന ജായയും താനുമായ്
പോവതിന്നായിത്തുടങ്ങുംന്നേരം
ഉർപന്നമോദനായ് നില്പോരു ദേവകൻ
നല്പൊലിക്കാണവും നല്കിനാൻതാൻ
സോദരിതന്നുടെ തോഷത്തെച്ചെയ്‌വാനാ
യാദരവോടു മുതിർന്നു കംസൻ
ചാരത്തു ചെന്നങ്ങു വാരുറ്റ തേർപുക്കു
സാരത്ഥ്യവേലയുമാചരിച്ചാൻ.
നാനാജനങ്ങളുമായ് നടന്നങ്ങനെ
നാനാവിനോദവുമോതിയോതി
ആമോദിച്ചെല്ലാരുമാമന്ദം പോകുമ്പോൾ
വ്യോമത്തിൽനിന്നൊരു വാക്കുണ്ടായി:
"ദേവകിതന്നുടെ അഷ്ടമഗർഭത്തിൽ
മേവിനിന്നുണ്ടായ ബാലകന്താൻ
നിന്നുടെ കാലനായ്പോന്നുവന്നീടുന്നോൻ
എന്നതു ചിന്തിച്ചുകൊൾക കംസ!"
ഘോരനായുള്ളോരു കംസൻതാനന്നേരം
വീരതയായതിതെന്നു നണ്ണി
പാവകഭാവത്തെക്കേവലം പൂണ്ടുടൻ
ദേവകിതൻ കൊലചെയ്‌വതിന്നായ്
തൽക്കചംതന്നെപ്പിടിച്ചു വളർന്നൊരു
ഖഡ്ഗവും വാങ്ങിയങ്ങോങ്ങി നിന്നാൻ.
കണ്ടുനിന്നീടുന്ന മാലോകരെല്ലാരു
മിണ്ടലുംപൂണ്ടു ചമഞ്ഞാരപ്പോൾ,

കണ്ണടച്ചീടിനാർ, കണ്ണുനീർ തൂകിനാർ
* തിണ്ണമങ്ങോടിനാർ ഖിന്നരായി
കൈതിരുമ്മീടിനാർ, കൺചുവത്തീടിനാർ
കൈയെലച്ചീടിനാർ മെയ്യിലങ്ങെങ്ങും
കേസരിവീരൻതന്നാനനംതന്നിലായ്
കേവലം കേഴുന്നനേരമേണം പോലെ
മേവിനിന്നീടുന്ന ദേവകിദേവിതാൻ
ദൈവമേയെന്നങ്ങു ചൊല്ലിച്ചൊല്ലി
ഘോരനായുള്ളോരു കംസനെ നോക്കീട്ടു
പാരം വിറച്ചു നടുങ്ങുമപ്പോൾ
ചൂഴം നിന്നീടുന്ന ലോകരെ നോക്കീട്ടു
കോഴപൂണ്ടേറ്റവും കേഴും പിന്നെ.
ചങ്ങാതിമാരുടെ നന്മുഖം നോക്കിനി
ന്നിങ്ങനെയെൻ കർമ്മമെന്നും പിന്നെ.
അച്ഛനെത്തന്നെയും മെച്ചമേ നോക്കിനി
ന്നുച്ചത്തിൽ നീളവിളിച്ചു കേഴും;
നിർമ്മായപ്രേമംപൂണ്ടമ്മാമൻതന്നെയും
അമ്മയെത്തന്നെയുമവ്വണ്ണമേ
ആങ്ങളെത്തന്നെ വിളിച്ചുനിന്നീടുവാൻ
ഓങ്ങിനിന്നങ്ങു നടുങ്ങും പിന്നെ.
ആനകദുന്ദുഭിതന്നുടെയാനനം
ദീനയായ് മെല്ലവേ നോക്കി വീർക്കും
ദേവകിതൻ ഭയമിങ്ങനെ കാണുമ
ശ്രീവസുദേവർതാനന്നേരം
പെട്ടെന്നു ചെന്നു വിലക്കിനിന്നീടിനാൻ
പൊട്ടിനിന്നീടുന്നോരുള്ളവുമായ്
പാപനായുള്ളോരു കംസനോടായിപ്പി
ന്നാപത്തു പോക്കുവാനായിച്ചൊന്നാൻ:

“നിർമ്മലമാനസനായിനിന്നീടുമി
ന്നിന്മനമിങ്ങനെ വന്നതന്തെ?
ശങ്കയും കൈവിട്ടു പെങ്ങളെക്കൊലചെയ്കയോ
മംഗലനായ നിൻ വഴക്കേണമിപ്പോൾ?
ഭദ്രേമുണ്ടെന്നതിൽ കേവലം പണ്ണലല്ല
സോദരിയല്ലയോയിന്നാരിതാനും
വളികഴിഞ്ഞുള്ളോരുത്സവമല്ലയോയി
ക്കാലവുമെന്നതുമോർത്തു കാൺ നീ;
ഭ്രാതാവായ് നിന്നതും മാതാവായ് നിന്നതും
താതനായ് നിന്നതും നീതാനത്രേ.
നീയൊഴിഞ്ഞാരുമില്ലാശ്രയം കളിവൾ
ക്കാദരിച്ചീടുവാൻ ഭോജനാഥാ!
വീരനായുള്ള നീ ഘോരനായ് മേവുമീ
നാരിതൻ വങ്കൊല ചെയ്യൊല്ലാതെ.”
ഇത്തരമായുള്ളോരുക്തികളിങ്ങനെ
സത്വരം ചൊന്നവൻ ചൊന്നനേരം
പാപനായുള്ളോരു കംസന്റെ മാനസം
പാറയെപ്പോലയെങ്ങാകയാലെ
പിന്നയെും ചിന്തിച്ചു ചൊല്ലിനിന്നീടിനാൻ
*ഖിന്നനായ് നിന്നവനുണ്മയായി:
“ദേവകിയല്ലല്ലൊ നിന്നുടെ കാലനായ്
മേവുന്നതെന്നതോ വന്നുതല്ലൊ
അഷ്ടമനാകുന്ന ബാലകനല്ലോ നിൻ
കഷ്ടതയ്ക്കിന്നു നിമിത്ത,മെന്നാൽ
പെറ്റുപെറ്റീടുന്ന മക്കളയെല്ലാമേ
തെറ്റെന്നു നിൻ കയ്യെിൽ നൽകാമല്ലോ,
പിന്നെ നീ ചിന്തിച്ചു വേണ്ടതു ചെയ്താലും
നിന്നുടെ ഹാനി വരാതവണ്ണം.”

249 എന്നതു കേട്ടൊരു കംസന്റെ കോപവും
250 മന്ദമായ് വന്നുതേ മെല്ലെ മെല്ലെ.
251 മന്ത്രംകൊണ്ടീഷൽ തളർന്നുനിന്നീടുന്ന
252 പന്നഗവീരൻതൻ കോപംപോലെ
253 രോദിതയായൊരു സോദരിതന്നെയും
254 ആദരവോടങ്ങയച്ചാൻ പിന്നെ.
255 വമ്പുലിവായിൽനിന്നമ്പാലെ വീണ്ടുപോയ്
256 കമ്പത്തെപ്പൂണുന്നോരേണംപോലെ
257 മേവിനിന്നീടുന്ന ദേവകീദേവിതാൻ
258 കേവലം കംസനെ നോക്കിനിന്നാൾ.
259 ചൂഴവും നിന്നിട്ടു കേഴുന്നോരെല്ലാരും
260 കോഴയും തീർത്തുനിന്നൊന്നു വീർത്താർ
261 ചങ്ങാതിമാരായുള്ളയംഗനമാരെല്ലാം
262 മംഗലമാകന്നെന്നു ചൊല്ലിപ്പൂണ്ടാർ
263 ആനകദുന്ദുഭിതാനുമന്നേരത്തു
264 മാനിനിതാനുമായ് മന്ദിയാതെ
265 സുന്ദരമായുള്ള മന്ദിരം പൂകിനാൻ
266 വന്ദികൾ വാഴ്ത്തുന്ന വാർത്തയുമായ്
267 വേളിയതെത്തൊട്ടുള്ളൊരുത്സവംതന്നെയും
268 മേളമായ് പിന്നെയങ്ങാചരിച്ചാൻ.
269 പയേറ്റു നിന്നോരു ജായയും താനുമായ്
270 മായം കളഞ്ഞു വസിക്കും കാലം
271 സുഭ്രുവായുള്ളോരു ദേവകീദേവിക്കു
272 ഗർഭവുമുണ്ടായി മെല്ലെ മെല്ലെ
273 അത്ഭുതകാന്തിയായ് ദുർഭഗനല്ലാതൊ
274 രർഭകനുണ്ടായിതെന്നുവന്നു.
275 സൂനുവെക്കണ്ടു നിന്നാനന്ദിച്ചീടുന്നൊ
276 രാനകദുന്ദുഭി ദീനയായി

കണ്ണുനീർ തൂകുന്ന ദവേകിതന്നുടെ
കയ്യിൽനിന്നന്നരേം വാങ്ങി നരേേ
പടെ്ടന്നു കൊണ്ടുപോയ് കംസനു നല്കിനാൻ
പട്ടാങ്ങുചയ്യുന്നോരെന്നു ഞായം
എന്നതു കണ്ടോരു കംസന്താനന്നരേം
ചിന്തിച്ചു ചൊല്ലിനാനല്ലൽ നീക്കി:
“മലേിലുണ്ടാകുന്ന ബാലകനല്ലോയെൻ
കാലനായ് ചാരെ വരുന്നതന്നൊൽ
കൊല്ലുന്നനേല്ലയിപ്പതൈലയിന്നു ഞാൻ
അല്ലലും തീർത്തു വളർത്താലും നീ.”
ആനകദുന്ദുഭിതാനതു കടേ്ടപ്പോൾ
ദീനത കൈവിട്ടു മാനിച്ചുടൻ
ബാലനതെ്തന്നയെും ദവേകിക്കായിട്ടു
ചാല നല്കീടിനാൻ കൊണ്ടുപോയി.
പിന്നയെങ്ങലെ്ലാരും തന്നുടെ തന്നുടെ
മന്ദിരംതന്നിലിരിക്കുംകാലം
ആഗതനായൊരു നാരദൻ കംസനോ
ടാദരവോടു പറഞ്ഞാനപ്പോൾ:
“ബന്ധുവതെ്തന്നയെും വൈരിയതെ്തന്നയെും
ചിന്തിച്ചുവണേം നീയൊന്നു ചയ്വാൻ
നിന്നുടെ വൈരികളായി നിന്നീടുന്ന
വിണ്ണവരല്ലോയിപ്പാരിടത്തിൽ
വിഷ്ണുവിഞ്ചൊല്ലാലെ വന്നു പിറന്നിട്ടു
വൃഷ്ണികളായിച്ചമഞ്ഞെതിപ്പോൾ
പണ്ടയേിന്നിന്നുടെ വൈരിയായ് മവേുന്ന
കൊണ്ടൽനരേ്വർണ്ണന്താനിന്നു നരേേ
ദവേകിതന്നുടെ ഗർഭഗനായിട്ടു
മവേിനിന്നാശു പിറന്നു പിന്നെ

നിന്നെയും നിന്നുടെ ചേകവന്മാരെയും
കൊന്നീടുമെന്നതു തേറിനാലും
മാഴ്കാതെ നിന്നെ നീ കാത്തുകൊള്ളായ്കിലോ
ആകാതെപോകുമേ ഭോജനാഥ!"
നാരദനിങ്ങനെ ചൊന്നതുകേട്ടിട്ടു
ഘോരനായുള്ളൊരു കംസനപ്പോൾ
യാദവന്മാരോടു പോരു തുടങ്ങിനാൻ
വാനവരെന്നതു നണ്ണി നേരേ.
പീഡിതരായവരോരോരോ നാട്ടിലെ
ന്നാടും വെടിഞ്ഞു നടന്നാരെങ്ങും.
പിന്നെയെണ്ണഞ്ഞൊവനാനകദുന്ദുഭി
തന്നെയും ദേവകിതന്നെയും താൻ
ചങ്ങലകൊണ്ടു തളച്ചുനിന്നീടിനാൻ
തങ്ങളിലേശൊല്ലായെന്നു നണ്ണി.
ഉണ്ടായ ബാലകന്മാരെയും ചെഞ്ചെമ്മേ
കണ്ഠം പിരിച്ചു കഴിച്ചാൻ പാപി
ചീറിനിന്നീടുന്ന കംസനന്നിങ്ങനെ
ആറു കിടാങ്ങളെക്കൊന്നവാറേ
സപ്തമമാകുന്ന ഗർഭവുമുണ്ടായി
തുത്തമയാകുന്ന ദേവകിക്കോ.
ലക്ഷ്മീശൻതാനന്നു ചിന്തിച്ചു ചൊല്ലിനാൻ
അക്ഷണം തന്മായതന്നോടപ്പോൾ:
"പാരാതെ പോകേണം ഭൂതലംതന്നിൽ നീ
കാര്യങ്ങളോരോന്നേ സാധിപ്പാനായ്
ദേവകി തന്നുടെ ഗർഭഗനായിട്ടു
മേവിനിന്നീടുമനന്തനെ നീ
ഗോകുലംതന്നിൽ വസിച്ചുനിന്നീടുന്ന
രോഹിണിതന്നിലങ്ങാക്കവേണം.

333 ആനകദുന്ദുഭിതന്നുടെ സൂനുവായ്
334 ഞാനും പിറക്കുന്നതുണ്ടു നേരേ.
335 നന്ദവിലാസിനിനന്ദനയായിട്ടു
336 നന്നായിപ്പോന്നു പിറക്ക നീയും.
337 കൊല്ലുവാനോങ്ങുന്ന കംസനെ വഞ്ചിച്ചു
338 മല്ലവേ പോയിക്കൊണ്ടംബരത്തിൽ,
339 മാലോകർക്കല്ലേുന്നോരാപത്തപ്പോക്കുവാൻ
340 ഭൂലോകംതന്നിൽ വസിക്ക പിന്നെ.
341 ഭക്തിയപ്പൂണ്ടു ഭജിച്ചുനിന്നീടുന്നോ
342 ർക്കത്തലത്തീർത്തു തുണപ്പതിന്നായ്.
343 “മാലിയന്നീടുന്ന ഭൂലോകവാസികൾ
344 ക്കാലംബമായഴും മൂലതായേ!
345 കാൽത്താരിൽ കുമ്പിട്ടു കൈവണങ്ങീടുന്നേൻ
346 കാത്തുകൊള്ളണേമേ തമ്പുരാട്ടീ!”
347 ഇത്തരമോരോരോ നൽസ്തുതിയോതിനി
348 ന്നുത്തമമായൊരു ഭക്തിയുമായ്
349 വാഴ്ത്തിവണങ്ങുവരാസ്ഥപൂണ്ടോരോരോ
350 ധാത്രീസുരന്മാരും മറ്റുള്ളോരും.”
351 വൈക്ലബ്യം തീർക്കുന്ന വൈകുണ്ഠനിങ്ങനെ
352 വൈകാതെ പോകെന്നു ചൊന്നനേരം
353 ഇങ്ങനെ ചൊൽ കേട്ട് മായതാൻ പോയിച്ചെ
354 ന്നങ്ങനെയെല്ലാമങ്ങാചരിച്ചാൾ.
355 “ഇഷ്ടമായുണ്ടായ ഗർഭമോ ചഞ്ചമെ്മേ
356 നഷ്ടമായ്പോയിപോൽ ദേവകിക്കോ.”
357 എന്നൊരു വാർത്തയുമങ്ങുമേ പൊങ്ങിതാ
358 യന്നുതുടങ്ങിയന്നാട്ടിലങ്ങും.
359 “ആനകദുന്ദുഭിതന്നുടെ ജായയാം
360 മാനിനിയായുള്ള രോഹിണിക്കോ

സുന്ദരനായൊരു നന്ദനനുണ്ടായി”
എന്നൊരു വാർത്തയുമവ്വണ്ണമേ,
ഛിദ്രിച്ചുപോയൊരു ഗർഭവും ചിന്തിച്ചു
ദുഖിച്ചു ദേവകി മേവുംകാലം
ആഗമംതന്നുടെ കാതലിലായ് മറ
ഞ്ഞാരുമേ കാണാതെ നില്പോനപ്പോൾ
ദേവകിതന്നുടെ ഗർഭഗനായിട്ടു
മേവിനാൻ മേദിനിക്കല്ലൽ പോവാൻ.
കുപ്പിയിൽനിന്നൊരു നൽവിളക്കങ്ങനെ
കുപ്പിയച്ചാലെ *വിളക്കി ഞായം
ഗർഭഗമായുള്ള വൈഷ്ണവം ധാമമ
ഗ്ഗർഭിണിതന്നെയുമവ്വണ്ണമേ.
ഗർഭത്തിനുള്ളൊരു ചിഹ്നവും പോന്നവൾ
ക്കല്പമായ്ക്കാണത്തുടങ്ങി മെയ്യിൽ.
നേർത്തുനിന്നീടുന്ന ഗാത്രങ്ങളെല്ലാമേ
ചീർത്തുതുടങ്ങീതു നാളിൽനാളിൽ
ആണ്ണുപോയങ്ങാനും വീണ്ണോരു നാഭിയും
പൂർണ്ണമായ് തൂർണ്ണമഴെത്തുടങ്ങി.
സൂക്ഷ്മമായുള്ളൊരു മദ്ധ്യവും ചഞ്ചമെമ്മേ
വീക്ഷണഗോചരമായി വന്നു.
* മാന്യമായുള്ള വലിത്രയം മാഞ്ഞുപോയ്
ശൂന്യമായ്വന്നിതു മല്ലെ മല്ലെ.
ആനകദുന്ദുഭി മാനിക്കും കൊങ്കകൾ
ക്കാനനം ചാലക്കറുത്തുതപ്പോൾ
നന്ദനുണ്ടായാലങ്ങളെ സ്നേഹമി
ല്ലെന്നതു ചിന്തിച്ചിട്ടന്നെപോലെ.
ചാരുവായ് മേവുമമ്മാറോടു ചേരുന്നൊ
രാരവും പോയങ്ങു ദൂരമായി

ബാലകൻ വണേമിമ്മാറഠോടു ചരേുവാൻ
ഞാനിനി നീങ്ങ്ങണമന്നെപഠോലെ.
അന്യമായ് നിന്നുള്ള ഭൂഷണജാലവും
ഒന്നൊന്നേ പഠോയിച്ചുരുങ്ങ്ങീതായി.
ഈരഴേു പാരിനും ഭൂഷണമല്ലഠോയി
ന്നാരിയിൽനിന്നവനന്നെ്തു ചതേം.
മാനിനിമാരുടെ മൗലികയാമവൾ
ക്കാനനം ചാലെ വിളർത്തുകൂടി
ഗർഭഗനായുള്ളൊരർഭഗന്തന്നുടെ
നിർഭരഹാസം കൊണ്ടന്നെപഠോലെ.
അംഗവികാരങ്ങ്ങൾ പിന്നയെുമഠോരഠോന്നേ
പൊങ്ങ്ങിത്തുടങ്ങ്ങീതു മന്നേിതന്നിൽ.
വിശ്വമശഷേം തന്നുള്ളിലേ ചർേത്തൊരു
വിഷ്ണുവത്തെന്നുദരത്തിലാക്കി
മവേിനിന്നീടുന്ന ദവേകീദവേിതൻ
മന്നേമയപ്പെർക്കിലിന്നാർക്കു ചൊല്ലാം.
ഗർഭിണിയായയൊരു ദവേകിതന്നുടെ
അത്ഭുതകാന്തിയക്കെ്കണ്ടു കംസൻ
തന്നിലെ നണ്ണിനാൻ "എന്നുടെ കാലനായ്
വന്നവനിന്നിവനന്നെുതന്നെ
പണ്ടിവൾക്കിങ്ങ്ങനയെുള്ളൊരു കാന്തിയെ
ക്കണ്ടതില്ലന്നെതുകൊണ്ടു കാണാം,
എന്തിനി നല്ലതന്നെിങ്ങ്ങനെ ചിന്തിച്ചാ
ലതേുമേ തഠോന്നുന്നതല്ലയൊന്നും.
ഗർഭിണിതൻ കൊലചയെ്വതിന്നായിട്ടഠോ
കല്പെു പുലമ്പുന്നൂതല്ല ചമെ്മേ
പറെ്റങ്ങ്ങു വീഴുമ്പഠോൾ തറെ്റന്നെു ചന്നെു ഞാൻ
പറ്റാതൊന്നാകിലും പാർത്തിടാതെ

417 കൊന്നങ്ങു വീഴ്ത്തിനാലൊന്നിനും ബാധയി

418 ല്ലെന്നതേ ചിന്തിച്ചാൽ നല്ലതുള്ളൂ."

419 ഇങ്ങനെ നണ്ണിനോരകാവലുമാക്കിത്തന്മന്ദിരം പൂകിനാൻ

420 ആവിലമായുള്ളോരുള്ളവുമായ്.

421 ദേവകിതന്നുടെ ഗർഭഗനായൊരു

422 കേവലന്തന്നെയറിഞ്ഞു നേരേ

423 ചാരത്തു ചെന്നു പുകണ്ണുനിന്നീടിനാർ

424 വാരുറ്റുനിന്നുള്ള വാനോരെല്ലാം.

425 "മിഥ്യയെച്ചെഞ്ചെമ്മേ വേരറുത്തീടുന്ന

426 സത്യമായുള്ളോരു ബോധവുമായ്

427 നിത്യമായ്നിന്നൊരു തത്വമായ് മേവുന്നോ

428 രുത്തമരൂപനേ! കാത്തുകൊൾ നീ.

429 വേദങ്ങൾതന്നെപ്പണ്ടാരാഞ്ഞുഴന്നുള്ള

430 ഖേദങ്ങൾ തീർപ്പതിനെന്നപോലെ

431 മോദം കലർന്നൊരു മീനായവറ്റച്ചെ

432 തന്നെയെപ്പന്നിയായ്ക്കൊന്നതു പാർക്കുമ്പോൾ

433 നിന്നുടെ കാരുണ്യമെന്നേയോവൂ.

434 കാണായതെല്ലാമേ താനെന്നു തേറുവാൻ

435 തൂണു പിളർന്നു പുറത്തു ചെമ്മേ

436 കാണായെഴും നരസിംഹമെന്നുള്ളത്തിൽ

437 കാണായതല്ലോ പൊറുത്തതിന്നും

438 മാനവരെല്ലാരെപ്പോലെ നടന്നു നാം

439 മാനവും കൈവിട്ടു പോരുംകാലം

440 ദാനവന്തന്നെ നീ വഞ്ചിക്കകൊണ്ടല്ലോ

441 ദീനം കളഞ്ഞു തെളിഞ്ഞു ഞങ്ങൾ.

442 ഭൂപാലരാലുള്ള ഭൂഭാരം പോക്കുവാൻ

443 ദുഖങ്ങൾ തീർത്തു നീ പാലിച്ചുകൊൾവതി

444 ന്നിക്ഷണം നാമിതാ കണ്ടെ തൊഴുന്നനേൻ."
445 ഇങ്ങനയെഠരഠരഠ മംഗലവാക്കുകൾ
446 ഭംഗിയിൽച്ചൊല്ലിപ്പുകണ്ണു പിന്നെ
447 വാനിടം മുന്നിട്ടു പഠകത്തുടങ്ങിനാർ
448 വാനവരെല്ലാരും മല്ലെ മല്ലെ
449 മദിനീദവേിയുമാദരവഠടു തൻ
450 വദേന വറിെട്ടു നിന്നനരേം
451 മംഗല്യമാളുന്ന ദവേകിദവിേക്കു
452 ചിങ്ങമാം മാസവും പഠന്നുവന്നു.
453 അഷ്ടമിരഠഹിണി തങ്ങളിൽക്കൂടിനി
454 ന്നിഷ്ടമായുള്ളൊരു നൽ പഴെുതും
455 മംഗലജാലങ്ങൾ തിങ്ങിനിന്നങ്ങുെമ
456 പൊങ്ങിയഴെുന്നുതുടങ്ങീതപ്പഠൾ
457 ആരണർകുണ്ഡത്തിലഗ്നികളല്ലൊമ
458 പാതമഴെുന്നു വലം ചുഴന്നൂ
459 സ്വച്ഛങ്ങളായ്വന്നു തഠയങ്ങളല്ലൊമ
460 സജ്ജനമാനസമന്നെപഠലെ
461 താരങ്ങളായുള്ള ഹാരങ്ങൾ പൂണ്ടിട്ടു
462 പാരം വിളങ്ങി വിയത്തുമപ്പഠൾ.
463 മത്തങ്ങളായ്നിന്നു പാടിത്തുടങ്ങിനാർ
464 ചിത്തം തളിെഞ്ഞുള്ള ഭൃംഗങ്ങളും
465 മന്ദമായ് വന്നങ്ങു വീതുതുടങ്ങിനാൻ
466 സുന്ദരനായൊരു തന്നെൽതാനും.
467 ഇങ്ങനയെഠരഠരഠ നന്മകൾ പിന്നയെും
468 മംഗലഹതേുക്കളായി വന്നൂ.
469 കാത്തുനിന്നീടുന്ന കംസനിയഠഗികൾ
470 ചീർത്തഠരുനിദ്രയപെ്പൂണ്ടാരപ്പഠൾ
471 പാവനയായഠരു ദവേകീദവിേക്കു

നഭോവു തുടങ്ങ്ങീതു മല്ലെ മല്ലെ
വദേന വറേിട്ട്ടു മദേിനീദവേിക്ക്കു
മനേിയിൽ നഭോവു കുറഞ്ഞ്ഞുതപ്പഭോൾ
ചൊൽക്ക്കണ്ണിതന്നിലേ ദീർഗ്ഘങ്ങളായുള്ള
ശൂൽക്ക്കാരജാലവുമുണ്ടായപ്പഭോൾ
മൂർക്ക്വരത്തിണ്ണം ചുമന്നുള്ളനന്തനു
ശൂൽക്ക്കാരമീഷൽ തളർന്നതായി
ചീർത്തുനിന്നീടുന്നൊരീററുനഭോവാണ്ടവൾ
ആർത്തയായറേ്റവും മവേുന്നരേം
ഇന്ദ്രദിഗംഗനാചന്ദ്രനായുള്ളൊരു
നന്ദനന്തന്നയെും പററാളപ്പഭോൾ.
അംബരമായുള്ളഭോരങ്കണംതന്നിലേ
രിംഖണംചയെ്തവൻ നിന്നനരേം
കഭോമളയായൊരു രുക്മിണിതന്നുടെ
വാർമുലതന്നിലലങ്കരിപ്പാൻ
ദവേകിയായൊരു കൽപകവല്ലിമലേ്
മവേി നിന്നീടുന്ന ദിവ്യരത്നം
ഭൂതലംതന്നിലങ്ങായതു കാണായി
പൂതനായുള്ളൊരു താതന്നപ്പഭോൾ
കാർമുകിൽമാലകൾ കാൽപിടിച്ചീടുന്ന
കാന്തിയപെ്പൂണ്ടൊരു മയെ്യുമായി.
രമ്യമായുള്ളൊരു മൗലിയിൽ ചരേ്ന്നുണ്ടു
പൊന്മയമായൊരു നന്മകുടം
കാർമുകിൽമാലയിൽ പാതി മറഞ്ഞ്ഞൊരു
വാർമതിപ്പതൈൽതാനന്നെപഭോലെ
കുന്തളജാലംകൊണ്ടഞ്ചിതമാകയാൽ
ചന്തത്തകെ്കഭോലുന്ന ഫാലവുമായ്.
കമ്പത്തകെ്കൊണ്ടയേിപ്പാരിടംതന്നുടെ

സംഭവന്തന്നയെും പാലനവും
ഇല്ലായ്മതന്നയെുമാചരിച്ചീടുവാൻ
കല്യത വലെ്ലുന്ന ചില്ലിയുമായ്.
പങ്കജന്തന്നുടെ ഉന്മഷേന്തന്നയെും
സങ്കോചം തന്നയെും ചയെ്യിപ്പാനായ്
ദാക്ഷിണ്യംപൂണ്ടുള്ള വീക്ഷണദ്വന്ദ്വത്തിൽ
വീക്ഷണങ്കളൊണ്ടുള്ള കാന്തിയുമായ്
ഭംഗിയപെ്പൂണ്ടൊരു പഞ്ചൈ്കിളിച്ചുണ്ടോടു
സംഗത്തകെ്കോലുന്ന നാസികയും
മണ്ഡനമായുള്ള കണ്ഡലകാന്തിയാൽ
മണ്ഡിതമായുള്ള ഗണ്ഡവുമായ്.
കുന്ദത്തിൻ പൂവയെും ചന്ദ്രികാതന്നയെും
നിന്ദിച്ചുനിന്നൊരു മന്ദഹാസം
കമ്രമായുള്ളൊരു കംബുതൻ കാന്തിയെ
കണ്ടിച്ചു മണ്ടിക്കും കണ്ഠകാണ്ഡം
ചക്രംതുടങ്ങിയുള്ളായുധമോരോന്നേ
നല്ക്കരം നാലിലുമുണ്ടുതാനും.
ശ്രീവത്സകാന്തിയും കൗസ്തുഭകാന്തിയും
നരേ്തൊതു തങ്ങളിൽ കൂടുകയാൽ
കാളിന്ദിനീരോടു മളേിച്ചു മവേുന്ന
പാലാഴിത്തൂവള്ളെംതന്നിൽ ചമെ്മേ
മുങ്ങിനിന്നീടുന്നൊരഞ്ജനവദേിയെ
ന്നിങ്ങനെ തോന്നുമമ്മാറു കണ്ടാൽ
എണ്ണമറ്റീടുന്നൊരണ്ഡകടാഹങ്ങൾ
ക്കന്യൂനമായൊരു ഭാജനമായ്
മവേിനിന്നീടുന്ന നല്ലുദരത്തെ ഞാൻ
ഏവമന്നെങ്ങനെ ചൊല്ലിക്കൂടൂ.
മഞ്ഞൾപിഴിഞ്ഞൊരു കൂറയപെ്പൂണ്ടിട്ടു

മഞ്ജുളമായൊരു മദ്ധ്യദേശം
ഊരുക്കൾ ജാനുക്കൾ ജംഘകളെന്നിവ
ചാരുക്കളെന്നേ ഞാൻ ചൊല്ലവല്ലൂ.
തിങ്കൾതൻ കാന്തിക്കു ശങ്കയത്തെന്നുള്ളി
ലങ്കുരിപ്പിക്കുമത്തൂനഖങ്ങൾ
അംഗുലിയായ ദലങ്ങളക്കാണുമ്പോൾ
പങ്കജമത്രയേപ്പാദയുഗ്മം
ഉള്ളങ്കാൽതന്നുടെ മാർദ്ദവം ചിന്തിക്കിൽ
കല്ലന്നേ തോന്നുമപ്പല്ലവത്തെ
ഖദേങ്ങൾ പോക്കുന്ന വദേങ്ങൾ നാലിന്നും
കാതലായ്മവേുന്ന നാഥനപ്പോൾ
മംഗലം നൽകുവാൻ മാലോകർക്കായിക്കൊ
ണ്ടിങ്ങനെ പോന്നു പിറന്നനേരം
വിസ്മിതനായുള്ളൊരാനകദുന്ദുഭി
വിഷ്ണുവന്നിങ്ങനെ നണ്ണി നരേ
വാക്കുകൊണ്ടറേവും വാഴ്ത്തിനിന്നീടിനാൻ
വായ്പോടു കുമ്പിട്ടു കൂപ്പി നന്നായ്,
കവേലന്തന്നത്തൻ പുത്രനായ്ക്കണ്ടൊരു
ദവേകീദവേിയുമവ്വണ്ണമേ.
ഉത്തമയായൊരു ഭക്തിയപ്പൂണ്ടവർ
ചിത്തന്തളിഞ്ഞു പുകണ്ണനേരം
നാഥനായുള്ളവൻ പ്രീതനായ് ചൊല്ലിനാൻ
താതനോടായിട്ടും മാതാവോടും:
"പണ്ടുമിന്നിങ്ങൾക്കു സൂനുവായ് മവേിനേൻ
രണ്ടു ജന്മങ്ങളിലിങ്ങനെ ഞാൻ
നിങ്ങൾക്കിന്നനെ്നിലേ ഭക്തിയക്കണ്ടിട്ടു
നിങ്ങളിലുള്ളൊരു കാരുണ്യത്താൽ
ഇങ്ങനെയുള്ളൊരു രൂപത്തക്കാട്ടി ഞാൻ

556 നിങ്ങൾക്കു സന്തതം ചിന്തിപ്പാനായ്
557 ബന്ധത്തപെപ്പഴേക്കുന്നരൊരന്നെുടടെ ദഹേത്തെ
558 സ്സന്തതം ചിന്തിച്ചിരുന്നുകൊണ്ടാൽ
559 *പാപങ്ങൽ വരേററു പൂതന്മാരായ് വന്നൻ
560 പാദങ്ങൾതന്നോടു കൂടും നിങ്ങൾ
561 ഇന്നിലന്തന്നിൽനിന്നന്നെയും കൊണ്ടുപോയ്
562 നന്ദന്റെ മന്ദിരംതന്നിലാക്കി
563 ചാരത്തുകാണുന്ന ദാരികതന്നയെും
564 പാരാതെ കൊണ്ടിങ്ങു പോന്നുകൊൾവൂ."
565 മംഗലനായൊരു പങ്കജലോചനൻ
566 ഇങ്ങനെ ചൊന്നവരോടു പിന്നെ
567 താതനും മാതാവും നോക്കിനിന്നീടവേ
568 പൈതലായ്മവേിനാൻ കൈതവത്താൽ.
569 വിസ്മയം പൂണ്ടുള്ളൊരച്ഛനുമമ്മയ്ക്കും
570 വിഷ്ണുവന്നെുണ്ടായ ബോധമപ്പോൾ
571 എന്നുടെ പൈതലന്നെിങ്ങനെയുള്ളൊരു
572 നിർണ്ണയമായിച്ചമഞ്ഞുകൂടി
573 കോമളച്ചുണ്ടു പിളുക്കിനിന്നീടുന്നൊ
574 രോമനപ്പൈതെൽതാൻ പൈ തുടർന്നു
575 അമ്മിഞ്ഞിതാരായിന്നന്െതിനിക്കമ്മയെ
576 ന്നമ്മയെ നോക്കി മയങ്ങുന്നരേം
577 ധന്യയായുള്ള യശോദതൻ പുത്രിയായ്
578 മന്നിടം പൂകിനാൾ മായതാനും
579 കംസനപെ്പടേിച്ചുള്ളാനകദുന്ദുഭി
580 പൈതലത്തെന്നുടെ കയ്യിലാക്കി
581 അമ്പാടിതന്നിലേ പോവതിനായിക്കൊ
582 ണ്ടമ്പോടു ചാലെ നടന്നനരേം
583 തങ്ങളതേന്നേ തുറന്നതു കാണായി

ചങ്ങല പൂണ്ടുള്ള വാതിലല്ലാം.
വ്യഗ്രവും കൈവിട്ടു ദുർഗ്ഗവും പിന്നിട്ടു
നിർഗ്ഗമിച്ചങ്ങവൻ നിന്നനേരം
എന്നുടെ കാന്തിയകെക്കക്കുമിപ്പതെലേ
ഖിന്നനാക്കണേമിന്നന്നെന്നപോലെ
പാഴിടി പൂണ്ടുമക്കാർമുകിൽ വന്നിട്ടു
പാഴ്മഴ തൂകിത്തുടങ്ങീതപ്പോൾ
എന്നതു കണ്ടൊരു പന്നഗനായകൻ
തന്നുടയൊനനജാലകത്തെ
ഒക്കവേ ചാലപ്പരത്തിനിന്നങ്ങനെ
നൽക്കുടയാക്കി നടന്നു മീതെ
അമ്മഴതന്നതെത്തടുത്തുനിന്നീടിനാൻ
വണ്മയപ്പൂണ്ടുള്ളോരന്നു ഞായം.
ആനകദുന്ദുഭിതന്നുടെ ചണോഴും
പാണിയായുള്ളോരു യാനമറേ
വാരുററു നിന്നൊരു വാരിദനാദമാം
ഭരേിതൻ നാദവും പൂരിച്ചങ്ങും
വങ്കനിവാണ്ടൊരു പന്നഗനാഥനാം
വകുെടതന്നയെും ചൂടി നന്നായ്
ശമ്പയായുള്ളൊരു ദീപവും സംഭാവി
ച്ചമ്പാടി മുന്നിട്ടു പോവതിന്നായ്
കതൈവമാണ്ടു നൽപ്പതൈലായ്മവേുമ
ക്കടൈഭവരൈിതാൻ ചലെ്ലുന്നരേം,
മളേം കലർന്നൊരു കാളിമ പൂണ്ടു ന
ല്ലപോളങ്ങളാളുമക്കാളിന്ദിതാൻ
നൽവഴി നന്നായി നൽകിനിന്നീടിനാൾ
നല്ലവർക്കങ്ങനെ തോന്നി ഞായം.
പാദങ്ങൾപോലും നനഞ്ഞുനിന്നീടാതെ

612 പാഴ്പറമ്പറേ നടക്കുമ്പോലെ
613 ആനന്ദംപൂണ്ടുള്ളോരാനകദുന്ദുഭി
614 കാളിന്ദിതന്നയെും പിന്നിട്ടപ്പോൾ
615 അംഭോജലോചനൻതന്നയെും പൂണ്ടുകൊ
616 ണ്ടമ്പാടിതന്നിലും ചെന്നുപുക്കാൻ
617 ചെന്നൊരു നരേത്തു സുന്ദരിയായൊരു
618 നന്ദവിലാസിനിതന്നക്കെണ്ടാൻ
619 സൂതികൊണ്ടുണ്ടായ മോഹത്തപ്പൊണ്ടിട്ടു
620 ഭൂതലം തന്നിൽ കിടന്നതപ്പോൾ
621 മറ്റുള്ളോരെല്ലാരും നിദ്രയും പൂണ്ടിട്ടു
622 ചുറ്റും കിടന്നതും കണ്ടാൻ പിന്ന
623 നന്ദവിലാസിനിതന്നുട ചാരത്തു
624 നല്ലൊരു പൈതിള്ളതന്നക്കെണ്ടാൻ.
625 ബാലകന്മാരക്കൊണ്ടാകദുന്ദുഭി
626 വാണിഭംചയെ്യുന്നോനെന്നപോലെ
627 തന്നുട പൈതലക്കൊണ്ടുചെന്നങ്ങവൾ
628 തന്നുട ചാരത്തു ചേർത്തു പിന്ന
629 പെൺപിള്ളതന്നയെും മെല്ലവ കൊണ്ടുപോ
630 ന്നമ്പാടിതന്നയെും പിന്നിട്ടുടൻ
631 ഖിന്നത കൂടാത തന്നുട ഗേഹത്തിൽ
632 വന്നുനിന്നീടിനാനന്നുതന്ന.
633 അമ്പോടു പിന്നയെദ്ദവേകീചാരത്തു
634 പെൺപിള്ളതന്നയെും ചേർത്തു ചെമ്മേ
635 കഞ്ചനപ്പെടേിച്ചു മുന്നപ്പോല ചെന്ന
636 ച്ചങ്ങലതന്നയെും പൂണ്ടുകൊണ്ടാൻ.
637 ദവേകിതന്നുട ചാരത്തു ചരേുമ
638 ക്കവേലയായൊരു ദവേിയപ്പോൾ
639 മാറ്റൊലിക്കൊള്ളുമാറീറ്റില്ലംതന്നിൽനീ

ന്നറേ്റം കരഞ്ഞ്ഞു, കരഞ്ഞ്ഞുനിന്നാൾ;
ഞെട്ടിയുണർന്നുള്ള കംസനിയോഗികൾ
പെട്ടന്നു ചെന്നങ്ങു ചൊന്നാരപ്പോൾ.
വാളുമായ് ചഞ്ചമെമ്മ വന്നുനിന്നീടിനാൻ
കാലനു നേരായ കംസനപ്പോൾ,
കണ്ടൊരു നേരത്തു പണ്ടത്തേിലേറ്റവും
ഇണ്ടലും പൂണ്ടു വിറച്ചു പാരം.
കംസനോടന്നേരം മെല്ലവേ ചൊല്ലിനാൾ
കാതരയായൊരു ദേവകിതാൻ:
“പാമ്പന്നു ചിന്തിച്ചു ശങ്കിച്ചു നിന്നതോ
പാശമായല്ലൊതാൻ വന്നുകൂടി
പാപങ്ങളിന്നും നീയാചരിച്ചീടാതെ
പാരാതെ പോകണ്ടേകിലന്നവേണ്ടു
എന്നുടെ ശോകത്തിൻ കാരണമാക്കൊല്ലാ
യിന്നിനിയൻെപതൈൽതന്നയിപ്പോൾ
ഒന്നുരണ്ടല്ലല്ലൊ മുന്നം നീയന്നുടെ
നന്ദനന്മാരെക്കൊലപ്പെടുത്തു;
ഒന്നല്ലയാതൊരു പെപിള്ള തന്നെ നീ
ഇന്നനിക്കായി വഴങ്ങണേമേ.”
ഇങ്ങനെ ചൊന്നു തങ്കന്യകതന്നയെും
പൊങ്ങിനിന്നീടുന്ന ശോകത്താലെ
മാറോടു ചേർത്തങ്ങു പൂണ്ടുകൊണ്ടീടിനാൾ
മാപാപി വന്നു തൊടാതവണ്ണം.
സോദരിതന്നുടെ രോദനം കണ്ടിട്ടു
രോഷിതനായൊരു കംസനപ്പോൾ
ഓടിയണഞ്ഞു വലിച്ചുകൊണ്ടീടിനാൻ
ഓമലായ്മവേുമപ്പതൈൽതന്നെ
പാദം പിടിച്ചു വപൊറമൽ തല്ലുവാൻ

668 പാരം ചുഴററി നിന്നങ്ങേണ്ടുന്നരേം
669 കീഴ്പടെട്ടു തല്ലുവാനങ്ങേണ്ടിയനരേത്തു
670 മലേ്പടെട്ടുപഴേയതകെക്കണ്ടു പിന്നെ
671 ഈർഷ്യയും പൂണ്ടവൻ നഴേക്കിനാനന്നെപ്പഴേ്
672 ഈശ്വരിയാമവൾതന്നെ നരേ;
673 അംബരംതന്നിരേ ലംബിതയായിനി
674 ന്നംബികതന്നെയും കാണായപ്പഴേ്
675 നതേ്രങ്ങൾക്കതേുമ നഴേക്കരുതാതരൊരു
676 ദീപ്തിയപെ്പൂണ്ടരൊരു മയെ്യുമായി.
677 ദവേിതൻ മയെ്യുടെ ലാവണ്യം ചരൊൽവാനി
678 ന്നാവിന്നു വഭൈവം വന്നുകൂടാ;
679 പൂഞ്ചായൽതന്നുടെ കാന്തിയചെ്ചരൊല്ലുവാൻ
680 വാഞ്ഛയുണ്ടാകുന്നു കാകനിക്കഴേ
681 തുല്യതയില്ലാതെ തുല്യത ചരൊല്ലുമ്പഴേ്
682 വല്ലായ്മയന്നെതും വന്നുകൂടും
683 കണ്ടിയന്നെിങ്ങനെ കരൊണ്ടാടിച്ചരൊല്കിലഴേ
684 കരൊണ്ടൽതന്നുള്ളത്തിലിണ്ടലുണ്ടാം
685 അല്ലന്നെു ചരൊല്കിലഴേ നീലത്തഴകൾ വ
686 ന്നല്ലല്ലായന്നെങ്ങു പശേിക്കരൊള്ളും
687 മററരൊന്നു ചരൊൽകിൽ മനം കുലഞ്ഞീടുമ
688 ക്കുററമററീടും പനങ്കുലയ്ക്കും
689 എന്നതുമൂലമക്കൂന്തലെ വാഴ്ത്താതെ
690 മന്ദനായ് നിന്നു മടങ്ങുന്നനേ ഞാൻ.
691 അന്ധതകരൊണ്ടിനിച്ചന്തമാണ്ടീടുമ
692 ക്കുന്തളം വാഴ്ത്തുവാൻ ചിന്തിക്കുന്നനേ
693 ചായലായുള്ളരൊരു നായികതാൻ പററേ
694 ചാപലംപൂണ്ടുള്ള ബാലകന്മാർ
695 നററെിയായുള്ളരൊരു മുററത്തിലാമ്മാറു

696 *മുററത്തമിണ്ണുള്ള ലീലയല്ലഃ

697 ചിന്തിന കാന്തി കലർന്നുനിന്നീടുമ

698 ക്കുന്തളമായിട്ടു കണ്ടതിപ്പഃൾ

699 മൗലിയിലുള്ളൊരു വാർതിങ്ങ്കൾതന്നുടൽ

700 പാതിപൊളിഞ്ഞിങ്ങു വീണനരേം

701 ചില്ലി തടഞ്ഞിട്ടു വീഴരുതായ്കയാൽ

702 മല്ലവേ തങ്ങിയുറച്ചുതന്നേ

703 കാണുന്നഃർ കണ്ണിനു തഃേന്നുമാറുള്ളൊരു

704 കാന്തിയപ്പൂണ്ടൊന്നത്തൂനററിതാൻ

705 ആനനംതന്നഃേടു നരേൊത്തു പഃരുവാൻ

706 മാനിച്ചു തിങ്ങ്കളും പങ്കജവും

707 ഒക്കവേ ചന്നു പിണങ്ങിനനരേം ക

708 ണ്ടക്ഷണമാനനലക്ഷ്മി നരേ

709 "തിങ്ങ്കളേ നീയിതിൻമീതലേ നിന്നുകൊൾ

710 പങ്കജമയേിതിൻ താഴെ നീയും"

711 എന്നങ്ങു ചൊന്നൊരു സീമയിട്ടീടിനാൾ

712 എന്നതു ചില്ലിയായ്ക്കണ്ടതിപ്പഃൾ

713 ചില്ലികളായുള്ള കല്ലഃലംതന്നിലേ

714 മല്ലവേ ചന്നു കളിക്കയാലെ

715 ആനന്ദമാളുമക്കണ്ണിണതന്നയെഃ

716 മീനങ്ങളന്നല്ലഃ ചൊല്ലണ്ടുന്നു.

717 ആനനകാന്തിയായ്മവേിനിന്നീടുന്ന

718 മാനിനിക്കമ്പിനഃേടാടുവാനായ്

719 ഉല്ലസിച്ചീടുന്ന പൊന്നൂയലന്നയേ

720 മ്മല്ലക്കുഴകളച്ചൊല്ലുന്നു ഞാൻ

721 ചഃേരിവായായൊരു ചന്തൊണ്ടിതങ്കനി

722 ചാരത്തു കണ്ടതു കൊത്തുവാനായ്

723 മല്ലവേ ചൊല്ലുന്ന പൈങ്കിളിച്ചുണ്ടന്നേ

724 ചൊല്ലുവാനുതോന്നുമന്നാസി കണ്ടാൽ.
725 മണ്ഡനമായുള്ള കണ്ഡലക്ഷണ്ഡത്താൽ
726 മണ്ഡിതമായുള്ള ഗണ്ഡം കണ്ടാൽ
727 സ്വർണ്ണംകൊണ്ടുള്ളൊരു കണ്ണാടിതന്നുടെ
728 ഉണ്ണാഢി തിണ്ണം വിറയ്ക്കുമപ്പോൾ.
729 ചോരിവാതന്നോടു നരോയിച്ചന്നെപ്പോൾ
730 പാരാതെ തോറ്റൊരു ചെമ്പരുത്തി
731 മാലയന്നുള്ളൊരു കൈതവം കൈക്കൊണ്ടു
732 മാലുറ്റു ഞാലുന്നു കാണ്ക പാപം.
733 മാറത്തു ചേരുന്നൊരാരത്തകെക്കണ്ടിട്ടു
734 നേരിട്ടു ചൊല്ലൊല്ലായന്നു നണ്ണി
735 *ഓഷ്ഠങ്ങൾ രണ്ടുമ്മറച്ചു നിന്നീടുന്നു
736 വാട്ടമറ്റീടുമദ്ദന്തങ്ങളെ.
737 പുഞ്ചിരിയായതു ചന്ദ്രികായന്നെത
738 ങ്ങഞ്ചാതെ ചൊല്ലാമങ്ങെല്ലാരോടും;
739 ഏണാങ്കമൌലിതൻ നതേ്രചകോരങ്ങൾ
740 ക്കൂണായി മവേുമോ അല്ലയായ്കിൽ?
741 പൂർണ്ണനായുള്ളൊരു തിങ്കളെ മൌലിയിൽ
742 പൂണ്ടുനിന്നീടുന്നു ശൈവലിംഗം
743 എന്നതേ തോന്നുന്നുതാനനന്തൻകീഴേ
744 നിന്നുവിളങ്ങുമക്കണ്ഠം കണ്ടാൽ.
745 വാർമുലയായൊരു മാലയേക്കുന്നിൽനി
746 ന്നാമന്ദം പോന്നങ്ങിറങ്ങി നേരേ
747 പോകത്തുടങ്ങുന്ന ഭോഗികളെന്നത്രേ
748 ബാഹുക്കൾതന്നെ ഞാനുന്നിക്കുന്നു.
749 മത്തിയഴെുന്നൊരു യൌവനമാകുന്ന
750 മത്തഭേന്തന്നുടെ മസ്തകങ്ങൾ
751 കൊങ്കകളായിട്ടു കണ്ടതെന്നിങ്ങനെ

അങ്ക്കുരിച്ചീടുന്നുതന്നുള്ളത്തിൽ
ശ്യാമളയായയൊരു രോമാളിയാകുന്ന
കോമളത്തുമ്പിക്കൈ കാൺകയാലേ
ചൊൽക്കൊണ്ടു മവേുന്നു നാഭിയായുള്ളൊരു
പുഷ്കലമായയൊരു പുഷ്കരവും
പട്ടുടതന്നുടെ ചട്ടറും കാന്തി ഞാൻ
ഒട്ടേടം ചൊല്ലണ്ടോയന്നു നണ്ണി
ഒട്ടുമേ ചൊല്ലാതെ നിന്നുകൊണ്ടീടുന്നു
മുട്ടയോ ചൊല്ലുവാനോർക്കിലാർക്കാം?
ചീർത്തുനിന്നീടുന്നൊരല്ക്കീടം ചഞ്ചമ്മേ
തർേത്തടമന്നതു നിർണ്ണയിച്ചു
പണ്ടു തന്മനേയച്ചുട്ടുകളഞ്ഞതി
ലുണ്ടായ പോരായ്മ പോക്കുവാനായ്
ചമ്പൊൽത്താർബാണനിത്തരേൽക്കരറേിട്ടു
ശംഭുതൻ മനേി പകുപ്പിക്കയാൽ
കുംഭിതൻ തുമ്പിക്കൈ *തിൺതുട കണ്ടല്ലോ
കുമ്പിട്ടുപോരുന്നുതിന്നുമറേം
ചൊല്പറേു നിന്നൊരുശോഭയക്കൊണുമ്പോൾ
ചപ്പെന്നു ചൊൽവാനോ തോന്നുമല്ലോ
ഒപ്പില്ലയാതനിക്കൊപ്പിനച്ചൊന്നായെ
ന്നുൾപ്പൂവിൽ കോപിക്കും ജാനുവപ്പോൾ,
എന്നതുമൂലമജ്ജാനുക്കൾ വാഴ്ത്തുവാൻ
ഏതുമേ വല്ലാതെ നിന്നിതു ഞാൻ
ദവിേതൻ ചാരുകണങ്കഴൽ നരേൊത്തു
മവേിനിന്നീടണേമങ്ങൾ കണ്ഠം
എന്നങ്ങു ചിന്തിച്ചു ചന്ദ്രക്കലാധരൻ
തന്നുടെ സവേയച്ചെയ്വതിന്നായ്
നിർജ്ജനമായയൊരു കാനനംതന്നിൽ പോയ്

ഷൾജവും പാടി നൽക്കകേജാലം
കുററമററീടുന്ന നർത്തനമാടീടുന്നു
മററൊന്നു ചിന്തിച്ചിട്ടല്ല ചൊല്ലാം.
നൗകികൾമൗലിയിൽ താവിനിന്നീടുന്ന
നാകമഹാമണിജാലങ്ങളിൽ
പാരമുരുമ്മി മഴുത്തു നിന്നീടുമ
പ്പാദനഖങ്ങൾതന്നംശുജാലം,
മീതേ പരന്നു വഴിഞ്ഞതു കാണുമ്പോൾ
ശ്വേതമായുള്ളോരു കൂർമ്മമന്നേ
എന്മനം തന്നിലേ സന്തതം തോന്നുന്ന
തംബികതൻ പ്രപദങ്ങൾ രണ്ടും.
മഞ്ജീരംതന്നുടെ മഞ്ജുളമായൊരു
ശിഞ്ജിതമായുള്ള ഹംസനാദം
എപ്പോഴും കേൾക്കയാലപ്പാദം ചഞ്ചമ്മേ
ചൊല്പൊങ്ങും പങ്കജമന്നു വന്നു.
വാനവർക്കൈകെളാം വാരിജം ചഞ്ചമ്മേ
കാണുന്ന നേരത്തു കൂമ്പുകയാൽ
തിങ്കളന്നുള്ളൊരു ശങ്കയുമുണ്ടന്നി
ക്കങ്കുറിച്ചീടുന്നു പാരമുള്ളിൽ
ഉൾക്കൊമ്പിൽത്തന്നേ ചേർന്നുൾക്ലശേം നിന്നോർതൻ
ദുഃഖമാം കാന്താരം നീററുകയാൽ
അങ്കിയന്നുള്ളൊരു ശങ്കയുമുണ്ടന്നി
ക്കങ്കുറിച്ചീടുന്നു പിന്നയെുള്ളിൽ
ഭക്തരായുള്ളോർതൻ ചിത്തത്തിൻ മന്മേലേ
മേത്തുമിരുട്ടിനത്തെള്ളുകയാൽ
പങ്കജകാമുകനന്നൊരു ശങ്കയും
അങ്കുറിച്ചീടുന്നു പിന്നപ്പിന്നേ
ഇപ്പാദംതന്നിലപ്പൊൽപ്പൂപ്പരാഗത്തെ

808 മുൽപ്പാടതെ തണ്ടോടിത്താൻ കൊണ്ടുപോയി
809 വാരിജസംഭവൻ പാരിടമല്ലൊമേ
810 പാരാതതെ നിർമ്മിച്ചുവന്നെന്നു കൽപ്പൂ.
811 എന്നതുകൊണ്ടുപോൽ പന്നഗനായകൻ
812 ഊർജ്ജിതരൂപനായ് ഇപ്പാദന്തന്നിലതെ നില്പോരു മാനസം
813 കല്പോടതെ ചേർത്താൻ പണ്ടപ്പൗലസ്ത്യൻ
814 മുഗ്ദ്ധനേന്ദുശേഖരൻ മിത്രമന്നെനുള്ളതും
815 വിത്തകേനനെന്നും പരേന്നുണ്ടായി
816 ഉണ്മദംപൂണ്ടൊരു വന്മഹിഷാസുരൻ
817 തന്മദം തീർത്തിന്നോർക്കിലാർക്കാം
818 സുംഭനായ് നിന്നുള്ളോരുമ്പർകോൻവൈരിതൻ
819 ഡംഭത്തതെത്തീർത്തതുമവ്വണ്ണമേ.
820 ഓരോരോ ദാനവവീരരക്കൊന്നിട്ടി
821 പ്പാരല്ലൊം പാലിപ്പാൻ പാർക്കിലാർക്കാം,
822 ആഗമംതാനുമിപ്പാദങ്ങൾതന്നപ്പൊ
823 യാരാഞ്ഞു പോരുന്നുതിർന്നു,മന്നൊൽ
824 ഇങ്ങനെ മവേുമപ്പാദപയോജം ഞാൻ
825 എങ്ങനയിങ്ങനയെന്നു ചൊൽവൂ?
826 വായ്പോടു നിന്നിട്ടു പിന്നയെും പിന്നയെും
827 കൂപ്പുകയന്നെി മറ്റൊന്നുവല്ലനേ്
828 കവേലയായൊരു ദവേിയതെ വാഴ്ത്തുവാൻ
829 ആവതല്ലന്നെതു ചിന്തിയാതതെ
830 കാടായിച്ചൊല്ലുന്നതന്തെു നീയന്നെല്ലീ
831 മൂഢരായുള്ളോരിൽ മുമ്പുണ്ടല്ലോ
832 പാടവംകൂടാതതെ മൂഢരായുള്ളോരോ
833 കാടാകുമാറല്ലോ ചൊല്ലണ്ടുന്നൂ,
834 എന്നതുപാർക്കുമ്പൊഴിന്നു ഞാൻ ചൊന്നതു
835 നിന്ദ്യമല്ലന്നെതും വന്നുകൂടും

836 അങ്ങനെ പോകെത,ങ്ങംബരംതന്നിൽനി
837 ന്നിങ്ങനെയുള്ളൊരു ദേവിയപ്പോൾ
838 താഴെ നിന്നീടുന്ന കംസനോടായിട്ടു
839 കോഴ കളഞ്ഞു പറഞ്ഞു നിന്നാൾ:
840 "എന്നെ നീയെന്തിന്നു കൊല്ലുവാൻ കൂടുന്നു
841 നിന്നുടെ ഘാതകിയല്ല ഞാനോ.
842 സ്ഥാനങ്ങളോരോന്നേ മാനിച്ചു നല്കിനാർ
843 മാനവരെല്ലാരും ദേവിക്കപ്പോൾ
844 ആരണർ ചെയ്യുന്ന പൂജയെക്കൊണ്ടുകൊ
845 ണ്ടാദരവോടു തെളിഞ്ഞു മേന്മേൽ.
846 ഭൂലോകംതന്നിൽ വിളങ്ങിനിന്നീടിനാൾ
847 മൂലോകനായികയായ ദേവി.
848 അഞ്ചിതമായുള്ള ദേവിതഞ്ചൊല്ലലെല്ലാം
849 നെഞ്ചകം പൂകിന കഞ്ചനപ്പോൾ
850 വിശ്വസിച്ചീടിനാൻ വിസ്മയിച്ചീടിനാൻ
851 കെട്ടുപെട്ടീടുന്ന ദമ്പതിമാരെയും
852 പെട്ടെന്നു ചെന്നങ്ങഴിച്ചു പിന്നെ
853 ഓർച്ചയും പൂണ്ടു പറഞ്ഞു നിന്നീടിനാൻ
854 ചാർച്ചയും ചേർച്ചയും വേഴ്ച്ചയുമായ്.
855 "നിങ്ങൾക്കു സൂനുവായുള്ളവനല്ലപോ
856 ലെന്നുടെ ഘാതകൻ, അന്യനത്രേ!
857 എട്ടാമതുണ്ടായ ബാലകനെന്നതോ പ
858 ട്ടാങ്ങല്ലെന്നതും വന്നുകൂടി.
859 ഈശ്വരവാക്കിന്നു സത്യതയില്ലെന്ന
860 താശ്ചര്യമാകുന്നതോർത്തതോറും
861 ഓരാതെ വന്നിട്ടു ഘോരനായുള്ള ഞാൻ
862 ആറു കീടാങ്ങളെക്കൊന്നേനല്ലോ.
863 എന്നുടെ വൻപിഴയെല്ലാമെ നിങ്ങന്നി

864 ന്നുന്നിച്ചു കണ്ടു പറെുക്കണേമേ."

865 ഇങ്ങനെ ചൊന്നുടൻ തന്നുടെ മന്ദിരം

866 തന്നിലും പൂകിനാൻ ഖിന്നനായി.

867 പിററന്നാൾ നേരേ തന്നുററോരെയെല്ലാമേ

868 തെററന്നു ചാരത്തുകൊണ്ടു പിന്നെ

869 കടേ്ടു നിന്നീടുന്ന ദാനവരന്നപ്പോൾ

870 വാട്ടമകന്നൊരു വാർത്ത ചൊന്നാർ:

871 "ബാലനായുണ്ടു നിൻ കാലനായുള്ളവൻ

872 ഭൂലോകന്തന്നിലിന്നങ്കിൽ ഞങ്ങൾ

873 ഒക്കവേ ചാലപ്പുറപ്പെട്ടു ചെന്നോരോ

874 ദിക്കുകളങ്ങും നടന്നു പിന്നെ

875 കണ്ടുകണ്ടീടുന്ന ബാലകന്മാരയോ

876 കണ്ഠം പിരിച്ചു കഴിക്കാം ചെമ്മേ

877 ബാലകന്മാരന്ന വാർത്തകളന്നിയേ

878 ഭൂലോകന്തന്നിലില്ലാതവണ്ണം

879 കൊന്നുകൊന്നീടുന്ന ബാലരയെണ്ണുമ്പോൾ

880 ഒന്നിവനന്നതും വന്നുകൂടും.

881 പിന്നെ നമുക്കൊരു വൈരിയും കൂടാതെ

882 നന്നായിവന്നീടും കാലം മേലിൽ.

883 ദേവകളാകുന്ന വൈരികളന്നിയേ

884 കേവലമില്ല മററന്നു വന്നു.

885 ദേവകളന്നുള്ളതില്ലാതയാക്കുവാൻ

886 ആവതല്ലങ്കിലും വണേമത്രേ.

887 ദേവകൾക്കുള്ളൊരു വേർ പറിച്ചീടുന്ന

888 തേവമന്നിങ്ങനെ ചൊല്ലാമങ്കിൽ

889 വേരായി നിന്നിതിദ്ദേവകളല്ലാർക്കും

890 വീതനായ്പോരുമീന്നാരായണൻ

891 നാരായണൻതന്റെ വേരായിപ്പോരുന്ന

892 താരണരല്ലാരും, വേദങ്ങളും
893 സത്യവും, ധർമ്മവും, യജ്ഞവും, ഗോക്കളും
894 ഇത്തരം പിന്നെയുമുണ്ടു മററും
895 ആരണരല്ലോ കാ വേദങ്ങൾക്കെല്ലാമി
896 ന്നാധാരമായിട്ടു നിന്നതെന്നാൽ
897 ആരണരായോരെക്കൊന്നു നിന്നീടുമ്പോൾ
898 വേരോടെ പോമല്ലോ വേദങ്ങളും
899 ആജ്യത്തെക്കൊണ്ടല്ലോ യജ്ഞങ്ങൾ ചെയ്യുന്നൂ
900 താജ്യത്തിൻ കാരണം ഗോക്കളല്ലൊ,
901 ഗോക്കളെയെല്ലാമേ കൊന്നു നിന്നീടുമ്പോൾ
902 പോയ്ക്കൊടുമോരോരോ യജ്ഞങ്ങളും.
903 ആരാനുമുണ്ടോ തപസ്സിനെച്ചെയ്യുന്നു
904 പാരാതെ ചെന്നു ചെറുപ്പുവണ്ടെങ്കിൽ.
905 ഇങ്ങനെ ചെയ്യുമ്പോൾ വിഷ്ണവെന്നുള്ളതും
906 മങ്ങി മയങ്ങി മറഞ്ഞു മാറും
907 * ദേവകളും പോയ്വരണ്ടുപോമെന്നുമ്പോൾ
908 വേരോടു വേറായ ശാഖിപോലെ
909 ഇങ്ങനെ ചെയ്യുമ്പോൾ മേലിലെക്കാലമോ
910 മംഗലമായിട്ടേ വന്നുകൂടു,
911 മാഗധൻമുമ്പായ ബന്ധുക്കൾ ചൂഴുററു
912 മാന്യരായ് നിന്നു സുഖിക്കാം പിന്നെ.”
913 ഇങ്ങനെ ചൊന്നതു കേട്ടൊരു കംസൻതാൻ
914 അങ്ങനെയെന്നു തെളിഞ്ഞു ചൊല്ലി
915 പൂതനമുമ്പായ ദാനവയൂഥത്തെ
916 “ഭൂതലമെങ്ങും നടന്നു നിങ്ങൾ
917 ബാലകന്മാരുടെ ഹിംസയെച്ചെയ്ക”ന്നു
918 ചാല നിയോഗിച്ചകത്തു പുക്കാൻ.
919 സ്നാനം തുടങ്ങിന വേലയുമാചരി

ച്ചൂണും കഴിഞ്‌ഞു തളിഞ്‌ഞു പിന്‌നെ
വന്‌ദികൾ വാഴ്‌ത്‌തുന്‌ന വാർത്‌തയും കേട്‌ടോരോ
സുന്‌ദരമായുള്‌ള ഗീതങ്‌ങളും
നർത്‌തകന്‌മാരുടെ നൃത്‌തവും കണ്‌ടുക
ണ്‌ടുത്‌തമമായുള്‌ള മന്‌ദിരത്‌തിൽ
ബന്‌ധുക്‌കളായുള്‌ള മന്‌നരോരുമായിട്‌ടു
സന്‌തുഷ്‌ടനായി വിളങ്‌ങിനിന്‌നാൻ.

2.പൂതനാമോക്ഷം

നാകികൾനരേരൊത്ത ഗോപന്മാരല്ലാർക്കും
നാഥനായ് നന്നായി നിന്ന നന്ദൻ
സന്തതിയില്ലാഞ്ഞു സന്തതം വന്തുവര
ന്തന്തരാ ചിന്തയും പൂണ്ടകാലം
അത്ഭുതകാന്തി കലർന്നൊരു ജായയ്ക്കു
ഗർഭവുമുണ്ടായിവന്നുകൂടി.
എന്നതു കണ്ടിട്ടു നിന്നൊരു നന്ദന്താൻ
വന്നഴുന്നീടുന്ന മോദത്താലേ
പ്രാശ്നികന്മാരോടു ചോദിച്ച നരേത്തു
പ്രാശ്നികന്മാരിലൊരുത്തൻ ചൊന്നാൻ:
"ഇന്നിവൾതന്നുടര ഗർഭത്തിൽനിന്നതോ
കന്യകയന്നെതു നിർണ്ണയിച്ചു."
അന്യനായുള്ളവൻ ചൊല്ലിനിന്നീടിനാൻ
കന്യകയന്നെവൻ ചൊന്നനരേം:
"തമ്പോത കാന്തി കലർന്നുനിന്നീടുന്നൊ
രാപതെലുണ്ടാമിപ്പറേറിലിപ്പോൾ
കാണുന്ന നരേത്തു കന്യകയല്ലന്നെു
മാണന്നെുമുള്ളതു നിർണ്ണയിച്ചു."
അന്യനായുള്ളവൻ ചൊല്ലിനിന്നീടിനാൻ
പിന്നയെും നിന്നു വിചാരിച്ചുടൻ:
"ഇങ്ങനയെല്ലായ്കിലന്നെുടര ശാസ്ത്രം ഞാൻ
എന്നുമര തീണ്ടുന്നോനെല്ല മലേിൽ."
വായ്പൊരുൾകൊണ്ടവർ നരിേട്ട നരേത്തു
വായ്പോടു ചൊല്ലിനാൻ നിന്നൊരന്യൻ:
"ചമ്പെല്ലവാംഗിതൻ നല്പിള്ളയായതോ
പപിെള്ളയന്നെതും ചരേുമല്ലോ

27 മാപാർന്ന കാന്തിതൻ കാമ്പായിനിന്നുള്ളൊ

28 രാപത്തെലന്നെതും ചരേുമത്രേ.

29 ഇങ്ങ്ങനയെുള്ളൊരു സംഗതി ചരോയതെ

30 ന്നങ്ങ്ങനതെ നണ്ണി ഞാൻ മൗനമാണ്ടു.

31 എന്നുടതെ ചിന്തിതമാരുമേ കാണാലൊല്ലാ

32 യന്നെുണ്ടു ദവൈത്തിനന്നെതത്രെ

33 പ്രാശ്നികന്മാരായ ഞങ്ങ്ങളിന്നലെല്ലാരും

34 പ്രാകൃതരായിച്ചമഞ്ഞു,തന്നൊൽ

35 വന്നതു കണ്ടിട്ടു നിർണ്ണയിച്ചീടു നാം

36 എന്നതയേോർച്ചയിൽ ചർേച്ചയുള്ളു.

37 നന്ദനോടിങ്ങ്ങനതെ ചൊന്നവരലെല്ലാംതാൻ

38 മന്ദിരം നോക്കി നടന്നാർ പിന്നതെ

39 “നന്മയ േനല്കണേം ദവൈമേ! എന്നങ്ങു

40 നന്ദനും പ്രാർത്ഥിച്ചു നിന്നകാലം

41 മാസങ്ങ്ങൾ പോന്നു തികഞ്ഞു തന്മാനിനി

42 ക്കാസന്നമായ് വന്നു സൂതികാലം.

43 പാതിരാനരേത്തു പാരാതതെ പറെ്റാള

44 പ്പാഥോജലോചനാ പത്തെൽതന്നതെ.

45 സൂതികൊണ്ടുണ്ടായ മോഹത്തപെപ്പൂണ്ടവൾ

46 കാതരയായി നുറുങ്ങ്ങുനരേം

47 ചാരിക്കിടന്നങ്ങുണർന്നോരു നരേത്തു

48 ചാരത്തു നോക്കിനാൾ മന്ദ;മപ്പോൾ

49 കോമളനായ കുമാരനക്കൊണായി

50 കാർമ്മുകിൽ കാമിക്കും കാന്തിയുമായ്.

51 ആണന്നെു നിർണ്ണയിച്ചാനന്ദം പൂണ്ടുന്നോ

52 രണേവിലോചനമാരന്നെപ്പോൾ

53 നന്ദനു നല്ലൊരു കാഴ്ചയായ് നല്കിനാർ

54 നന്ദനനുണ്ടായിതന്നെിങ്ങ്ങനതെ.

ചിന്തയപ്പെപ്പൂണ്ടൊരു നന്ദനന്താനന്നപ്പോൾ
അന്തമില്ലാതൊരു സന്തോഷത്താൽ
ചേലകൾ നല്ലവ നല്കിനിന്നീടിനാൻ
ബാലകജന്മത്തച്ചൊന്നോർക്കലെല്ലാം
“പിന്നയെും പിന്നയെും ചൊല്ലുവിനന്നോടു
നന്ദനനന്നുള്ള നാമമിന്നും
അഞ്ചാതെ ചഞ്ചമ്മേ പിന്നയെും പിന്നയെും
എൻ ചെവി രണ്ടും കുളുർക്കുംവണ്ണം.”
ഇങ്ങനെ ചൊല്ലീട്ടു പിന്നയെും ചന്നോർക്കു
മങ്ങാതെ ചേലകൾ നൽകിനിന്നാൻ.
പാരാതെ ചെന്നങ്ങു പൈതലെക്കണ്ടിട്ടു
നീരാടിപ്പോന്നിങ്ങു വന്നു പിന്നെ
ആരണർ ചൊല്ലാലെ ജാതകർമ്മത്തയെു
മാചരിച്ചീടിനാനാദരവിൽ.
ദാനങ്ങൾകൊണ്ടവൻ വാനവർശാഖിക്കു
നാണത്തപ്പൈപ്പൂകിച്ചാൻമാനസത്തിൽ.
“നന്ദനു നല്ലൊരു നന്ദനനുണ്ടായി”
തന്നൊരു വാർത്ത പരന്നുതങ്ങെങ്ങും.
വരേ പാകിനിന്നൊരു വഴ്ചയപ്പൂണ്ടുള്ള
ഗോപാലന്മാരെല്ലാം വന്നു പിന്നെ
ബാലകനുണ്ടായ മോദത്തപ്പൂണ്ടിട്ടു
ചാലക്കെളിച്ചു പുളച്ചുനിന്നാർ
ആച്ചിമാരെല്ലാരും കാഴ്ചയുമായിട്ടു
പാച്ചിൽ തുടങ്ങിനാർ പാരമപ്പോൾ.
ബാലകന്തന്നുടയൊനനം കണ്ടിട്ടു
ചാല മുകർന്നു പുണർന്നുനിന്നാർ.
സന്തോഷംപൂണ്ടു തഴച്ചുനിന്നീടിനാർ
ബന്ധുക്കളായുള്ള ലോകരെല്ലാം.

ഗോഷ്ടികൾ കോലുന്ന ഗോപന്മാർ ചൂഴുറ്റു
വാട്ടമകന്നുള്ള ഗോഷ്ഠംതന്നിൽ
വത്സലനായൊരു വത്സനുണ്ടാകയാൽ
ഉത്സവംകൊണ്ടു നിറഞ്ഞുതങ്ങും.
അന്നു തുടങ്ങി വിളങ്ങുമന്നന്ദൻറെ
സുന്ദരമായുള്ള മന്ദിരത്തിൽ
ചെന്നുതുടങ്ങിനാൾ ചെന്താരിൽമങ്കയും,
ചെമ്മു വരുന്നനാളെന്നു ഞായം.
യത്നങ്ങൾകൂടാതെ ഗേഹങ്ങളെല്ലാമേ
രത്നങ്ങൾകൊണ്ടു നിറഞ്ഞുകൂടി.
ഗോക്കൾതൻ തിണ്മയെപ്പാർക്കുന്നതാകിലോ
വാക്കുകൊണ്ടേതും വചിച്ചുകൂടാ.
കന്നും കിടാക്കളുമന്നു തുടങ്ങിയ
മ്മന്ദിരംതന്നിൽ നിറഞ്ഞൊഴിഞ്ഞു,
മാന്യങ്ങളായിട്ടു മറ്റുള്ളതെല്ലാമെ
ധാന്യത്തിൻപുരവുമവ്വണ്ണമേ.
ഇങ്ങനെയെല്ലാരും പൊങ്ങിനിന്നീടുന്ന
മംഗല്യമാണ്ടു വസിക്കുംകാലം,
കല്പിച്ചുനിന്ന കരത്തെയക്കംസനാ
യൊപ്പിച്ചു പോരേണമെന്നു നണ്ണി
യാതനായ് മേവിനാനായന്മാർക്കെല്ലാം
നാഥനായ് നിന്നൊരു നന്ദനപ്പോൾ.
പാരാതെ ചെന്നൂ കരത്തെയും നല്കീട്ടു
പോരുവാനിങ്ങു തുടങ്ങുന്നേരം
ആനകദുന്ദുഭിതാനറിഞ്ഞിട്ടു
മാനിച്ചു ചെന്നവൻ ചാരത്തപ്പോൾ
പ്രേമത്തെ തൂകുന്ന തൂമൊഴികൊണ്ടുടൻ
വാർമെത്തുമാറു പറഞ്ഞുനിന്നാൻ.

നന്ദനും ചൊല്ലിനാ,നെന്നതു കേട്ടവൻ
വന്നതുകൊണ്ടുള്ള സന്തോഷത്താൽ:
“കാണണമെന്നു ഞാൻ കാമിച്ചനേരത്തു
കാണായിവന്നതും ഭാഗ്യമല്ലോ.
പണ്ടു കഴിഞ്ഞുള്ള ദീനങ്ങളോർക്കുമ്പോൾ
ഇണ്ടലുണ്ടാകുന്നു പാരമുള്ളിൽ.
എത്രയുമേറ്റം കൊതിച്ചുനിന്നല്ലൊ തൻ
പുത്രനെക്കാണുന്നു ലോകരെല്ലാം
അങ്ങനെയുണ്ടായ പുത്രരെയെല്ലൊയി
മ്മംഗലം വേറ്റ പാപി കംസൻ
പാരാതെ ചെന്നു പിറന്നങ്ങു വീഴുമ്പോൾ
പാറമേൽ തല്ലിക്കഴിച്ചുകൂട്ടി
നാളെയുമുണ്ടാമിപ്പൈതങ്ങളെന്നുള്ളൊ
രാശയ്ക്കൊലണ്ടായെന്നു വന്നു.
ഉണ്ടാകുന്നാകിലിക്കണ്ടൊരു കംസനോ
പണ്ടവനല്ലോതാ, നെന്തു കാര്യം?
പിന്നെപ്പിറന്നൊരു കന്യകയുണ്ടായി
തന്നെന്നതുമങ്ങനെ പോയിതായി.
വന്നുവന്നീടുന്നതെല്ലാമെ കാണ്മു നാം
ഒന്നിന്നും ഖേദിയായ്കെന്നേ വേണ്ടു.”
എന്നതുകേട്ടുള്ളൊരാനകദുന്ദുഭി
പിന്നെയും ചൊന്നാനന്നന്ദനോടായ്:
“ശാശ്വതവാക്കുകളാശ്രയിച്ചീടുന്നൊ
രീശ്വരൻതന്നുടെ ലീലയെന്നേ
വന്നതു വന്നതു നിർണ്ണയിച്ചിങ്ങനെ
മന്നിടം ചേരുന്നുതിന്നിന്നു ഞാൻ.
രോഹിണീസൂനുവാമെന്നുടെ നന്ദനൻ
ദ്രോഹവുംകൂടാതെ മേവുന്നോനോ?

139 എന്നുടെ ജീവനം നിന്നുടെ കയ്യിലു
140 മെന്നതോ ചൊല്ലേണ്ടതില്ലയല്ലോ.
141 പുത്രനില്ലായ്കയാലത്തലപ്പൂണ്ടു നിൻ
142 പുത്രനുണ്ടായതു കേൾക്കയാലെ
143 സന്താപം വന്നുള്ളതെല്ലാമേ പോയിട്ടു
144 സന്തോഷംചെയ്യുന്നു മാനസത്തിൽ.
145 വമ്പേറുമമ്പിനാൽ നിൻ പൈതൽതന്നെ ഞാൻ
146 എൻ പൈതലെന്നതു ചിന്തിക്കുന്നു.
147 എൻ പൈതലുണ്ടായ സന്തോഷമെല്ലാമി
148 ന്നിൻപൈതൽമൂലമിന്നുണ്ടായല്ലോ.
149 അങ്ങനെയൊകതു, നമ്മിലിന്നോർക്കുമ്പോൾ
150 മംഗലമാകന്നതല്ലോ വേണ്ടു.
151 കാരിയമെല്ലാമെ പൂരിച്ചുതായല്ലോ
152 പാരാതെ പോകേണം ഗോകുലത്തിൽ.
153 വമ്പൊടു മന്മേലേ തേപടുമല്ലലു
154 ണ്ടമ്പാടിതന്നിൽ വരുന്നുതിപ്പോൾ.
155 എന്നതിൻമുമ്പിലേ ചെന്നങ്ങു കൊള്ളേണം
156 നന്ദനന്തന്നെയും സൂക്ഷിക്കേണം"
157 എന്നതു കേട്ടൊരു നന്ദനുമന്നേരം
158 നന്ദനന്തന്നെയും നണ്ണി നണ്ണി,
159 ഗോകുലം മുന്നിട്ടു പോകത്തുടങ്ങിനാൻ
160 ആകുലമായുള്ളോരുള്ളവുമായ്.
161 ആനകദുന്ദുഭിതാനുമന്നേരത്തു
162 ദീനതതീർത്തു തെളിഞ്ഞു മന്മേൽ
163 തോയജലോചനന്തന്നെയും ചിന്തിച്ചു
164 പോയങ്ങു പൂകിനാൻ മന്ദിരത്തിൽ.
165 ....
166 കംസന്റെ ചൊല്ലിനാൽ കൈതവംപൂണ്ടുള്ള

വാസവവൈരികൾ പാരിലങ്ങെ്ങും
ചാലപ്പെ്പഴേയ് ചനെ്നഴേരഴേ ബാലകന്മാരയെും
കാലന്നു നല്കി നടന്നകാലം
പൂതനയന്നൊരു ഭൂസുരനാശിനി
ഭൂതലംതന്നിൽ നടന്നങ്ങെ്ങുമഴേ
സുന്ദരിയായയൊരു നാരിയായ് ചനെ്നിട്ടു
നന്ദഗൃഹത്തിലകത്തു പുക്കാൾ.
വാർകഴേലും കൊങ്കകൾ രണ്ടിലും ചഞ്ചെമെ്മഴേ
കാകഴേളം തഴേച്ചു ചമച്ചു നരഴേ
ബാലകമന്ദിരംതന്നുടനെ ചാരത്തു
ചാലപ്പെ്പഴേയ് ചനെ്നവൾ നഴേക്കുന്നരഴേം
ചലൊല്പറെ്റുനിന്നൊരു ശില്പം കലർന്നുനി
ന്നല്പമായുള്ളൊരു തല്പത്തിൻമഴേൽ
ചാലക്കിടന്നങ്ങു കപൊലിഞ്ഞീടുന്ന
ബാലകന്തന്നയെും കാണായ് വന്നു.
ദൂരത്തു നിന്നങ്ങു കണ്ടഴേരുനരഴേത്തു
ചാരത്തു ചനെ്നു ചതിച്ചു പുക്കാൾ
അണ്ഡജനായകന്തന്നുടനെ ചാരത്തു
കുണ്ഡലിതാൻ ചനെ്നു പൂകുംപഴേലനെ
ഓമനത്തുമുഖംതന്നിലഴേ നഴേക്കിക്കൊ
ണ്ടഴേർത്തുനിന്നീടിനാളൊട്ടുനരഴേം
ചീർത്തൊരു കഴേപംപൂണ്ടന്തകൻ വാരാഞ്ഞു
പാർത്തുനിന്നീടുന്നഴേളന്നെപഴേലനെ.
മലെ്ലവനെ ചനെ്നങ്ങു തൊട്ടുനിന്നീടിനാൾ
പല്ലവം വലെ്ലമപ്പൂവൽമനേി
രത്നമനെ്നിങ്ങനനെ തന്നിലനെ നണ്ണിനി
ന്നഗ്നിയനെ ചനെ്നു തൊടുന്നപഴേലനെ.
പാരാതനെ പിന്നയെടെുത്തു നിന്നീടിനാൾ

ആരാമേമൽപ്പൂങ്കനിപ്പതെൽതന്നെ
പാശമന്നെങ്ങനെ നിർണ്ണയംപൂണ്ടിട്ടു
പാമ്പിനച്ചെന്നങ്ങെടുക്കുമ്പോലെ
ഓമനപ്പൂവൽമെയ് മേനിയിൽ കണ്ടപ്പോൾ
കോൾമയിർ തിണ്ണമെഴുന്നു മെയ്യിൽ
ഉമ്പർകോൻനാട്ടിലപ്പൂതനതന്നക്കാൾ
മുമ്പിലേ പോവാനായന്നപോലെ
നീണ്ടുള്ള ബാഹുക്കൾകൊണ്ടവൾ പൂവൽമെയ്
പൂണ്ടുകൊണ്ടീടിനാളൊന്നു മെല്ലെ
പല്ലവമാണ്ടൊരു സല്ലകിയന്നിട്ടു
പാവകജ്വാല നല്ലാനപോലെ.
കമ്രമായുള്ളൊരു നന്മുഖംതന്നിലേ
ചുംബിച്ചു മേവിനാളൊന്നു മെല്ലെ
അംഗനമാരിലന്നന്മുഖം കാണുമ്പോൾ
അങ്ങനെതോന്നാതരേരില്ലയാരു
നൂതനനായൊരു പതെലുമന്നരേം
പൂതനതന്നയെും നോക്കിനിന്നാൻ
മസ്തകമേറിന കേസരിവീരന്താൻ
മത്തഭേന്തന്നുടൽ നോക്കുമ്പോലെ.
“ആരാനും പോന്നു വരുന്നതിന്മുമ്പിലേ
കാരിയമായതു സാധിക്കണം.”
എന്നങ്ങു നണ്ണിന പൂതനതാനപ്പോൾ
നന്ദകുമാരൻ വായിൽ നേരേ
ദുസ്തനംതന്നയെും നല്കിനിന്നീടിനാൾ;
ദുഷ്ടമാർക്കങ്ങനെ തോന്നി ഞായം.
കൈകളെക്കൊണ്ടു പിടിച്ചു നിന്നന്നരേം
കൈടഭസൂദനനായ ബാലൻ
അമ്മുലതന്നെക്കുടിച്ചു നിന്നീടിനാൻ

223 അമ്മതൻ നന്മുലയെന്നപോലെ
224 പാൽകൊണ്ടു ചെഞ്ചെമ്മേ പൈ കെട്ടുകൂടാഞ്ഞി
225 ട്ടാകുലനാകയാലെന്നപോലെ
226 കാറ്റേയും കൂടി കുടിച്ചുകൊണ്ടീടിനാൻ
227 താറ്റോലിച്ചങ്ങവൾ നൽകുമപ്പോൾ
228 ഏറ്റമെഴുന്നൊരു പീഡയെക്കൊണ്ടവൾ
229 ചീറ്റന്തി രണ്ടു കരഞ്ഞു പിന്നെ
230 ഭൂതലന്തന്നിൽ പതിച്ചുനിന്നീടിനാൾ
231 ചേതനയോടു പിരിഞ്ഞു നേരെ.
232 ഭാരമിയന്നൊരു ഭൈരവിതന്നുടൽ
233 ഘോരമായ് വന്നങ്ങു വീഴുകയാൽ
234 ഊഴിയുമെങ്ങും കുലുങ്ങിതായന്നേരം
235 ആഴിയും കിഞ്ചിൽ കലങ്ങീതായി.
236 ചാരത്തുനിന്നുള്ള ദാരുക്കളെല്ലാമെ
237 പാരം ഞെരിഞ്ഞു പതിച്ചുതെങ്ങും.
238 വേപത്തെപ്പൂണ്ടുള്ള ഗോപികമാരെല്ലാം
239 ഗോപാലന്മാരോടും കൂടിച്ചെമ്മെ,
240 കേടറ്റുനിന്നുള്ള ബാരകനുള്ളേട
241 ത്തോടിച്ചെന്നീടിനാർ പേടിയോടെ.
242 ഭൂതലംതന്നിൽ പതിച്ചുകിടന്നൊരു
243 പൂതനതന്നെയും കണ്ടാരപ്പോൾ
244 ഉമ്പർകോൻ ചെന്നിട്ടു പക്ഷമറുക്കയാൽ
245 വമ്പറ്റുവീണൊരു ശൈലംപോലെ.
246 ലീലയുംപൂണ്ടവൾ മാറിൽ കരേറിന
247 ബാലകന്തന്നെയും കണ്ടാർ പിന്നെ
248 വങ്കുന്നിലേറിക്കളിച്ചുനിന്നീടുന്ന
249 രങ്കുതമ്പൈതലയെന്നപോലെ.
250 കണ്ടൊരുനേരമക്കൊണ്ടൽനേർവർണ്ണനെ

251 കൊണ്ടിങ്ങു പോരുവാൻ മണ്ടിച്ചന്നൊർ
252 രത്നത്തക്കൊമിച്ചു ചത്തുകിടക്കുന്ന
253 സർപ്പത്തിൻ ചാരത്തു ചെല്ലുമ്പോലെ.
254 ലീലകൾ കോലുന്ന ബാലനച്ചെഞ്ചമ്മേ
255 താലോലിച്ചമ്പോടു കൊണ്ടുപോന്നാർ
256 ചതേന വറേിട്ടൊരാനമൽേനിന്നൊരു
257 കസേരിപ്പതൈലയെന്നപോലെ.
258 ദുർഗ്രഹശങ്കയാലഗ്ര്യനായുള്ളവൻ
259 വിഗ്രഹംതന്നിൽ ന്യസിച്ചു പിന്നെ
260 രക്ഷയച്ചെയ്തുതുടങ്ങിനാരെല്ലാരും
261 അക്ഷണം വന്നുള്ള വല്ലവിമാർ
262 ഗോമൂത്രംകൊണ്ടുകുളിപ്പിച്ചുനിന്നിട്ടു
263 ഗോധൂളിയൽേപിച്ചു മെയ്യിലങ്ങും
264 ഗോവിന്നുകീഴങ്ങു ന്നൂഴിച്ചു ചഞ്ചമ്മെ
265 ഗോപുച്ഛംകൊണ്ടങ്ങുഴിഞ്ഞു നന്നായ്.
266 ഗോമയംകൊണ്ടുള്ള ലപേവും പണ്ണിനാർ
267 ഗോശൃംഗംതന്നിലേ മണ്ണുകൊണ്ടും
268 ഗോമയമായുള്ള രക്ഷയച്ചെയ്താര
269 ഗ്ഗോപകുമാരനു ഗോപികമാർ.
270 വൈകുണ്ഠൻതന്നുടെ നാമങ്ങളോരോന്നെ
271 വൈകല്യം വാരാതെ ചൊല്ലിച്ചൊല്ലി
272 പച്ചേിതൻ വൻ പിണി പോക്കിനിന്നീടിനാർ
273 ആച്ചിമാരെല്ലാരും മെല്ലെ മെല്ലെ.
274 നന്ദനും വന്നങ്ങു മന്ദിരം പൂകിനാൻ
275 അന്നരേം വല്ലവന്മാരുമായി.
276 ഭൂതലംതന്നിൽ പതിച്ചുകിടക്കുന്ന
277 പൂതനതന്നുടൽ കണ്ടു പിന്നെ
278 ആനകദുന്ദുഭിതന്നുടെ ചൊല്ലിനെ

279 മാനിച്ചുനിന്നാനന്നന്ദനറേ്റം.

280 പിന്നെയങ്ങെല്ലാരും പൂതനതന്നുടെ

281 ഉന്നതമായുള്ള ദേഹംതന്നെ

282 ശസ്ത്രങ്ങൾകൊണ്ടു തറിച്ചുനിന്നങ്ങനെ

283 പത്തുനൂറായിരം ഖണ്ഡമാക്കി

284 ദൂരത്തുകൊണ്ടുപോയ് ചുട്ടുകളഞ്ഞുടൻ

285 നേരത്തുവന്നു കുളിച്ചു പിന്നെ

286 നാരാണൻതൻറെ നാമങ്ങൾ ചൊല്ലിക്കൊ

287 ണ്ടോരോരോ വേലയുമാചരിച്ചാർ.

3.ഉല്ലൂഖലബന്ധനം

1 വാടാതെ കാന്തി വളർക്കുമപ്പതൈൽതൻ

2 വീടായി മന്നേുമമ്മന്ദിരത്തിൽ

3 കടോയതതേുമേ കൂടാതെ ഗൂഢനായ്

4 ഊടാഭംചരേൻന്നങ്ങുറങ്ങുന്നരേം.

5 ചാടായി വന്നാനദ്ദാനവനങ്കിലും

6 ചാടായിവന്നീല മന്നേിതന്നിൽ

7 ഓടായിവന്നു നുറുങ്ങിനാനങ്കിലും

8 ഒടായിവന്നീല കഌെല്ലുന്നരേം.

9 കായാവിൻ പൂവഌെത്ത കാർവർണ്ണന്തന്നുടെ

10 തായായി നിന്ന യശഌേദ പിന്നെ

11 തന്മകൻതന്നയെും നന്മടിതന്നിൽവ

12 ച്ചുന്മഷേംപൂണ്ടു വസിക്കുന്നരേം

13 നന്നെ്മന്നേിപ്പൂവഌെത്തഌെരമ്മന്നേി ചഞ്ചേമെ്മെ

14 വന്മരേുക്കുന്നുതാനന്നെപഌേലെ

15 ചീർത്തുനിന്നറേ്റവുമാർത്തയായ് വന്നിട്ടു

16 പാർത്തലംതന്നിലെ ചരേത്തു പിന്നെ

17 ഓർത്തു നിന്നീടിനാൾ "എന്മകനന്നെ്തുപഌേൽ

18 ചീർത്തുനിന്നീടുന്നു" തന്നെ്നിങ്ങനെ

19 ആരായി മവേുന്നതിന്നിവനന്നെ്നുള്ള

20 താരാഞ്ഞു കാണണേമന്നെ്നു നണ്ണി;

21 ഈശ്വരനന്നെ്നുള്ളഌേരഌേർമ്മയുണ്ടായതു

22 മാച്ചുകളഞ്ഞാളമ്മായയപ്പഌേൾ.

23 "എന്നുടെ പതൈലെ" ന്നിങ്ങനയെുള്ളഌെരു

24 നിർണ്ണയം പണ്ണെിയടെുത്തു പിന്നെ

25 അംബുജം വലെ്ലുന്നഌെരമ്മുഖംതന്നിലെ

26 ചുംബിച്ചു മവേിനാളമ്മ ചമെ്മെ.

27 പൌൻമയമായൊരു തൊട്ടിൽതൻ മീതയെ
28 ച്ചിന്മയന്തന്നകെക്കിടത്തി നന്നായ്,
29 ദൃഷ്ടിയിലാക്കിത്തൻ കട്ടക്കിടാവുമായ്
30 തുഷ്ടിയായ് നിന്നാളങ്ങൊട്ടുനരേം.
31 കപൊലിഞ്ഞീടിനാനന്മകനന്നതും
32 വൻപലേും വാണിതാനുള്ളിൽ നണ്ണി
33 തറെ്റന്നു പോയിത്തന്നുറ്റോരുമായിട്ടു
34 മറ്റുള്ള വലേകളാചരിച്ചാൾ.
35 കാറ്റായി വന്നാനക്കംസന്റെ ചൊല്ലാലെ
36 മാറ്റാനായുള്ളൊരു മറ്റൊരുത്തൻ.
37 ആറ്റൽക്കിടാവിനെച്ചീറ്റവുംപൂണ്ടങ്ങു
38 തൂറ്റിനിന്നീടിനാനേറ്റമറേ്റം.
39 അംബരം പൂണാത പതൈലകെക്കൊണ്ടുപോ
40 യംബരം പൂകിച്ചാൻ ദാനവൻതാൻ.
41 "കൊന്നിവൻതന്നെ ഞാൻ തിന്നുകൊള്ളണേ" മി
42 ന്നന്നവൻതന്നിലെ നണ്ണുമപ്പോൾ
43 പാരിച്ചുനിന്നു കനത്തുതുടങ്ങീത
44 ങ്ങാരോമൽപതൈൽതൻ പൂവലംഗം.
45 കണ്ഠം പിടിച്ചു മുറുക്കിനിന്നീടിനാൻ
46 കൊണ്ടൽനരേ്വണ്ണനുമന്നേരം
47 വന്മലതാനന്നു തന്മനന്തന്നില
48 ന്നിർമ്മലംതന്നയെും നണ്ണി നണ്ണി
49 മലേ്പടെ്ടുപോകുന്ന ദാനവനന്നരേം
50 കീഴ്പടെ്ടായ് വന്നിതു യാനവഗേം.
51 പാരിച്ചുനിന്നങ്ങു വീഴുന്നനരേത്തു
52 പാറമലോയിതു ഭാഗ്യത്താലെ
53 വറേിട്ടുപോകാതെ പതൈലും പോന്നവൻ
54 മാറിടംതന്നിലുമായി വന്നു.

55 തള്ളിച്ചുഴന്നൊരു കാറ്റുമടങ്ങിതാ

56 യുള്ളിലക്കാറ്റുമങ്ങവ്വണ്ണമേ.

57 വഗേത്തിൽ പോന്നിങ്ങു വീണവൻ ദഹേവും

58 ഏകമായുള്ളതനകേമായി

59 മംഗലദവേതാതങ്ങുന്നപോൻ തൊട്ടുള്ള

60 തങ്ങനയെല്ലൊതാൻ വന്നു ഞായം.

61 പാറമേൽ വീണു മരിച്ച വൻകാറ്റിനു

62 മാററായിവന്നതോ ചരേുമല്ലൊ

63 മാറാതെ മവേുന്ന ബാലൻതൻ ലീലയ്ക്കു

64 മാററായി വന്നതും ചരേുവോന്നോ?

65 ദാനവപീഡകൊണ്ടാകുലരായുള്ള

66 വാനവർ കോലുന്ന താപത്തിനും

67 മാററായി വന്നുതപ്പതൈൽതന്നമ്മയ്ക്കു

68 മാറാതെ വീണൊരു കണ്ണുനീരും.

69 വാടാതെ നിന്നുള്ള മാല്യങ്ങളെല്ലാർക്കും

70 ചൂടായിവന്നിട്ടേ പണ്ടേ കാമൂ.

71 നീടാർന്ന നന്ദനു മാനസമന്നരേം

72 ചൂടായിവന്നുപോൽ കാക പിച്ച.

73 ഏററം ചുഴന്നുള്ള കാററാറായി വന്നൊരു

74 മാററാനോടറേം പഠിച്ചപോലെ

75 വട്ടത്തിൽ പാഞ്ഞങ്ങുഴന്നുതുടങ്ങിനാർ

76 കഷ്ടവും പൂണ്ടുള്ള വല്ലവിമാർ

77 പതൈലക്കാണാഞ്ഞു പാരമുഴന്നവർ

78 കതൈ തിരുമ്മീടിന നരേത്തപ്പോൾ

79 ദൂരവെ കാണായി പാറമേൽ വീണവൻ

80 മാറിടം ചരേുമപ്പതൈൽതന്നെ.

81 ഓടിയണഞ്ഞങ്ങെടുത്തുകൊണ്ടീടിനാർ

82 പടേിയും കവൈിട്ടു പപേ്പടൊതെ.

83 മാഴ്കാതെ വന്നിങ്ങു മാതാവിൻ കയ്യിലേ
84 മാനിച്ചു നൽകിനാർ പിന്നെ നേരേ.
85 അക്ഷതനായ കുമാരകന്തന്നുടെ
86 രക്ഷയും ചെയ്തു തളിഞ്ഞു പിന്നെ
87 ചുംബിച്ചു നിന്നവൻ നന്മുഖം തന്നിലേ
88 നന്മുല പിന്നെയും നല്കി നല്കി
89 വിജ്വരയായ യശോദയുമന്നേരം
90 വിസ്മിതയായി വിളങ്ങിനിന്നാൾ

. . . .

91 ഭർഗ്ഗപദാംബുജമുള്ളിലെ നണ്ണുന്ന
92 ഗർഗ്ഗമഹാമുനിയന്നൊരുനാൾ
93 ആനകദുന്ദുഭിതന്നുടെ ചൊല്ലിനാൽ
94 ആനായദേശത്തെഴുന്നള്ളിനാൻ.
95 കണ്ടൊരുനേരത്തു നന്ദനും ചെഞ്ചമ്മേ
96 കൊണ്ടാടിപ്പൂജിച്ചു നിന്നു ചൊന്നാൻ:
97 "ഉത്തമരായുള്ള നിങ്ങളിന്നിങ്ങനെ
98 നിത്യമായോരോരോ ഗേഹം തോറും
99 ആഗതരാകായ്കിൽ പാതകമാണ്ടവർ
100 പാവിതരാകുന്നതെങ്ങനെ ചൊൽ?
101 കണ്ണുകൊണ്ടിങ്ങനെ കണ്ടതുകൊണ്ടേ ഞാൻ
102 പുണ്യവാനെന്നതോ വന്നുവല്ലോ.
103 തീർത്ഥികനായ നിൻ കാരുണ്യമുണ്ടാകിൽ
104 പ്രാർത്ഥിക്കുന്നുണ്ടു ഞാനൊന്നു മല്ലെ.
105 പാരാതെ നമ്മുടെ പൈതങ്ങൾ രണ്ടിനും
106 പേരിട്ടുകൊള്ളണേമാകിലിപ്പോൾ."
107 ഇങ്ങനെ കേട്ടൊരു ഗർഗ്ഗനും ചൊല്ലിനാൻ:
108 "അങ്ങനെയൊമല്ലോ നിൻ നിനവേ
109 വാട്ടമറ്റീടുന്ന യാദവന്മാരുടെ

വാദ്ധ്യായനായ ഞാൻ പരേിടുമ്പോൾ.
ആനകദുന്ദുഭിതന്നുടെ സൂനുവെ
ന്നൂ നമറ്റോർക്കുമപ്പാപി കംസൻ,
കന്യക ചൊല്ലിന ചൊല്ലിനക്കെകൾക്കയാൽ
മുന്നമെയുണ്ടവനോർച്ച പാരം
മല്ലെവ വന്നവൻ കൊന്നുനിന്നീടിലോ
വല്ലായ്മയാമല്ലോ പാരമെന്നാൽ
പൂരിൽ നിന്നീടുന്നോരാരുമെ കാണാതെ
പരേിട്ടുകൊള്ളു നാമമെന്നേ വേണ്ടൂ."
ഇങ്ങനെ ചൊന്നവനങ്ങൊരു കോണിൽ പോയ്
മംഗലവാദവും ചെയ്തു ചെമ്മെ
നരേറ്റുനിന്നുള്ള ബാലന്മാർക്കന്നരേം
പരേിട്ടു മേവിനാൻ പടേി പോക്കി.
രാമനന്നുള്ളൊരു നാമത്തെച്ചൊന്നാന
മ്മാമുനി രോഹിണീസൂനുവിന്നായ്.
കൃഷ്ണനന്നുള്ളൊരു നാമവും ചൊല്ലിനാൻ
വൃഷ്ണികൾനാഥനായ് നിന്നവന്നും
പിന്നയെും ചൊല്ലിനാനന്യങ്ങളായ് നിന്നു
ധന്യങ്ങളായുള്ള നാമങ്ങളും
കൃഷ്ണനിലുള്ള ഗുണങ്ങളെയേന്നരേം
കൃൽസ്നമായ് ചൊന്നാനന്നന്ദനോടായ്:
"ഇപ്പതൈൽതന്നുടെ സൽഭാവം ചൊല്ലുവാൻ
ഇപ്പാരിലാരുമെയില്ലയിപ്പോൾ
വിസ്മയമാണ്ട ഗുണങ്ങളെയോർക്കുമ്പോൾ
വിഷ്ണുവന്നിങ്ങനെ ചൊല്ലാമത്രേ.
പങ്കജമങ്കയോ ശങ്കകൈവിട്ടിവൻ
തങ്കലയേന്നി വസിക്കയില്ലെ.
ഭൂമിപന്മാർക്കല്ലാം ഭൂതിദമായുള്ള

ഭൂമിയും പാർക്കിലിവന്നധീനം
ഇത്തരമായ ഗുണങ്ങളയൊളുന്ന
പുത്രനിന്നാർക്കുമയേത്തിക്കൂടാ
നിന്നുടെ പുണ്യങ്ങൽതന്നുടെ വൈഭവം
എന്നതേ ചൊല്ലാവൂതിന്നമുക്കോ
വന്നു വന്നീടുന്ന വൈരികളല്ലാർക്കും
വഹ്നിയായ് നിന്നു ദഹിക്കുമിവൻ
നിന്നുടെ ചിന്തിതമെല്ലാമേ സാധിക്കും
ഇന്നിവൻതന്നെ ലഭിക്കയാലെ.
പാലിച്ചുകൊൾകയിപ്പൈതലയേന്നാൽ നിൻ
പാരിച്ച സങ്കടം പോക്കുവാനായ്."
നന്ദനനോടിങ്ങനെ ചൊല്ലിന നന്മുനി
നന്ദിച്ചു പോയാന്തന്നിച്ഛയാലേ
നന്ദനൻതന്നുടെ വൈഭവം കേട്ടൊരു
നന്ദനും തന്നിലേ നന്ദിച്ചപ്പോൾ
ജായയോടെല്ലാം പറഞ്ഞുനിന്നീടുവാൻ
പോയകന്നീടുമകത്തു പൂക്കാൻ.......................
മംഗലജാലങ്ങൾ പൊങ്ങിവന്നങ്ങുമേ
തിങ്ങിനിന്നീടുന്ന ഗോകുലത്തിൽ
അംഗനമാരുമായങ്ങനയെല്ലാരും
ഭംഗിയിൽനിന്നു വിളങ്ങുമന്നാൾ
ഓമനയായി വളർന്നു നിന്നീടുന്ന
രാമനും പിന്നയെക്കാർവർണ്ണനും
ചന്തമെഴുന്നൊരു ചെന്തൊണ്ടിവാതന്നിൽ
ദന്തങ്ങൾ പോന്നുവന്നങ്കുരിച്ചു
പല്ലവം പൂണ്ടൊരു മുല്ലയാം വല്ലിമേൽ
ഉല്ലാസമൊട്ടുകളന്നെപോലെ.
നന്മുല നല്കുവാനമ്മമാർ ചെന്നങ്ങു

166 സമ്മോദം പൂണ്ടു വിളിക്കയാലേ
167 ചഞ്ചമെമ്മയേുള്ളൊരു പുഞ്ചിരി തൂകുമ്പോൾ
168 കിഞ്ചന കാണായിവന്നുകൂടി.
169 പാലുണ്ണുന്നേരമേപ്പോർമുല രണ്ടിനും
170 ചാലത്തെളിഞ്ഞങ്ങേറിയായ് വന്നു.
171 ദന്തങ്ങൾതന്നുടയെങ്കുരം കണ്ടിട്ടു
172 സന്തോഷം പൂണ്ടുള്ള വല്ലവിമാർ
173 വഗേത്തിൽ ചുംബിച്ച നേരത്തു നന്മുഖം
174 വർേവിടുത്തീടുവാൻ വല്ലീലാരും
175 വന്നുവന്നന്നന്നു കണ്ടുനിന്നീടുവോർ
176 കണ്ണിണതന്നയെുമവ്വണ്ണമേ.
177 മാലോകരുള്ളത്തിലാനന്ദമിങ്ങനെ
178 ചാല നല്കീടുന്ന ബാലകന്മാർ
179 ഭൂതലംതന്നിൽ തമിണ്ണുതുടങ്ങിനാർ
180 നൂതനമായൊരു കാന്തിയുമായ്.
181 പാലഞ്ചും പുഞ്ചിരി തൂകിനന്നങ്ങനെ
182 നാലഞ്ചു നാളങ്ങു ചെന്നവാറെ
183 മെല്ലമെല്ലന്നങ്ങിഴഞ്ഞുതുടങ്ങിനാർ
184 കല്ലിലും മുള്ളിലും പൂഴിയിലും.
185 ഓമനവായ്മലർതേറൽ വീണേറ്റവും
186 കോമളമാകുമമ്മാറുതന്നെ
187 ചാലപ്പുണർന്നു പുണർന്നുനിന്നീടിനാർ
188 നീലക്കണ്ണാരുമങ്ങമ്മമാരും.
189 മുട്ടുംപിടിച്ചങ്ങു നിന്നുതുടങ്ങിനാർ,
190 ഒട്ടുനാളങ്ങനെ ചെന്നവാറേ
191 മുട്ടും വടിഞ്ഞുനിന്നൊട്ടു നടക്കയും
192 പടെ്ടന്നു വീഴ്കയും കഴേുകയും
193 അമ്മമാർ ചെന്നങ്ങു തെറ്റെന്നെടുക്കയും

എന്മകൻ വാഴ്കെന്നു ചൊല്ലുകയും
പൂഴി തുടയ്ക്കയും മെയ്യിൽ മുകയ്ക്കയും
കേഴൊല്ലായെന്നങ്ങു ചൊല്ലുകയും
ഇങ്ങനെയോരോരോ വേലകളുണ്ടായി
മംഗലം പൊങ്ങുന്ന ഗോകുലത്തിൽ.
വല്ലവിമാരുടെ കണ്ണുകൾക്കീടുന്ന
പുണ്യങ്ങളായുള്ള ബാലകന്മാർ
അങ്കണംതന്നിൽ നടന്നുതുടങ്ങിനാർ
കിങ്കിണിതന്നൊലി പൊങ്ങപ്പിന്നെ.
ആസ്ഥയിൽനിന്നുള്ള ചങ്ങാതിമാരുമ
മ്മൂത്തവനായുള്ള രാമനുമായ്
ചാലക്കളിച്ചു പുളച്ചുതുടങ്ങിനാൻ
നീലക്കാർവർണ്ണനമ്മന്ദിരത്തിൽ
"വെണ്ണ കാണുണ്ണീ! നിനക്കെ"ന്നു ചൊല്ലുമ്പോൾ
പെണ്ണുങ്ങൾ ചാരത്തു തിണ്ണം ചെല്ലും.
വാഴപ്പഴത്തിൻറെ വർത്തയെക്കേൾക്കുമ്പോൾ
വായും പിളർന്നവൻ മുന്നിൽ ചെല്ലും
പാച്ചോറു കേൾക്കുമ്പോളാച്ചിമാർ പിന്നാലെ
പാച്ചൽ തുടങ്ങീടും പാരം പിന്നെ.
വെല്ലമെന്നിങ്ങനെ ചൊല്ലിനിന്നീടിലോ
വെള്ളമുറന്നെഴും വായിലപ്പോൾ.
മാധുര്യസാരത്തിൽച്ചെന്നു തുടങ്ങീതു
മാനസമിങ്ങനെ നാളിൽനാളിൽ
ആനായമാനിനിമാരുടെ മാനസം
മാനിച്ചവൻതങ്കലെന്നപോലെ.
വെണ്ണയും പാലുംതൊട്ടുള്ളൊരു വങ്കൊതി
തിണ്ണമെഴുന്നു തുടങ്ങുകയാൽ
ആച്ചിമാരോരോ വേലയ്ക്കു പോകുമ്പോൾ

ഓർച്ച തുടങ്ങ്ങീതു മല്ലെ മല്ലെ
പാൽവണ്ണ്ണ ചർേന്നുള്ള്ള ഭാജനമഞോരഞാന്നിൽ
പാഞ്ഞ്ഞുതുടങ്ങ്ങീതക്കണ്ണ്ണിണയും.
കണ്ണ്ണിണ ചല്ലെുന്ന നൽവഴി കണ്ടിട്ടു
കകൈകളും ചന്നെുതുടങ്ങ്ങി മല്ലെ.
പാൽവണ്ണ്ണതന്നിലക്കകൈകൾ പഞായ് ചല്കെയാൽ
നാവിന്നുമാനന്ദമായ്ത്തുടങ്ങ്ങി.
ഉണ്ണ്ണിവയറ്റിനു കിഞ്ഞ്ചന പഞെങ്ങ്ങുവാൻ
ഉള്ള്ളഞോരുഹതേുവുമുണ്ടായപ്പഞോൾ.
ഇങ്ങ്ങനയെഞോരഞോരഞോ മന്ദിരംതഞോറുമ
മ്മംഗലപ്പതൈെൽ നടന്നു നരേ
ചഞ്ഞ്ചലലഞോചനമാരുടലെ വണ്ണ്ണയും
നഞ്ഞ്ചകംതന്നയെുമഞ്ഞ്ചിടാതലെ
കകൈളകൊെണ്ടുമപ്പുഞ്ഞ്ചിരിത്തൂമയലെ
ക്കതൈെുടർന്നീടുമക്കണ്ണ്ണുകഞെണ്ടും
ചാതലക്കവർന്നു കളിച്ചുതുടങ്ങ്ങിനാൻ
ഓലക്കമാളുന്ന ബാലരുമായ്.
ആനന്ദം നല്കുവാൻ മാലഞോകർക്കായിക്കഞെ
ണ്ടാനായപ്പതൈെലാമാദിദവേൻ
സ്നാനത്തിനായിട്ടു മാതാവു പഞോകുന്ന
കാലത്തപ്പാർത്തുനിന്നന്നഞെരുനാൾ
വണ്ണ്ണയും പാലുംവച്ചുള്ള്ളകം പൂകിനാൻ
വഗേത്തിൽ നഞോക്കിക്കഞെണ്ടങ്ങ്ങുമിങ്ങ്ങും.
തൂക്കിന നല്ലുറിതങ്കീഴിൽ ചന്നെിട്ടു
നഞോക്കിനിന്നീടിനാനഞെട്ടുനരേം
ശബ്ദത്തിൽ ചർേന്നുള്ള്ളഞെരർത്ഥത്തകെ്കാണ്മാനായ്
ശാബ്ദികനഞോർത്തങ്ങ്ങു നില്ക്കുംപഞോലലെ.
പാരിച്ചു ഖദേിച്ചാൻ നീളമില്ലായ്കയാൽ

ഈരേഴു പാരുമളന്നവൻതാൻ.
എന്തിനി നല്ലതെന്നിങ്ങനെ തന്നിലേ
ചിന്തിച്ചുനിന്നു നുറുങ്ങുനേരം
ദൂരത്തുനിന്നൊരു പാഴുരൽ കൊണ്ടന്നു
ചാരത്തു ചാലക്കമഴ്ത്തിവച്ചാൻ
ഉന്നതി പോരാഞ്ഞു പിന്നെയതിന്മേലേ
ങ്ങുന്നതമായൊരു പീഠം വച്ചാൻ.
പടട്ടെന്നു പാഞ്ഞു കരേറിനാൻ തന്മീതെ
പൊട്ടനല്ലേതുമവറ്റിനെല്ലാം.
ചിത്തം തെളിഞ്ഞിട്ടു പുത്തനാം നല്ലുറി
എത്തിനിന്നങ്ങു പിടിക്കുന്നേരം
പീഠം പിരണ്ടു നിലത്തങ്ങു വീഴ്കയാൽ
ആടിത്തുടങ്ങിനാനങ്ങുമിങ്ങും.
ഭൂതലംതന്നിലേ തുള്ളിനിന്നീടുവാൻ
കാതരനായിട്ടു വന്നുകൂടി.
ചാലക്കരഞ്ഞുതുടങ്ങിനാൻ പിന്നെയോ
ബാലകന്മാരുടെ ശീലമല്ലോ.
രോദനം കേട്ടൊരു മാതാവുതാനപ്പോൾ
ഓടിവന്നീടിനാൾ പേടിയോടെ,
ബാലകൻതന്നുടെ വേലയെക്കണ്ടിട്ടു
ചാലച്ചിരിച്ചങ്ങു ചെന്നെടുത്താൾ.
രോദനംതന്നെയും പോക്കിനിന്നീടിനാൾ
ആദരിച്ചീടുന്ന വാർത്തയോതി
വ്യർത്ഥമായുള്ളൊരു വേലയെച്ചിന്തിച്ചു
ദുഃസ്ഥനായുള്ളൊരു ബാലൻ, പിന്നെ
“എന്തിതെൻ പൈതലേ നിന്നുടെ സാഹസം”
എന്നവൾ ചോദിച്ചനേരം, ചൊന്നാൻ:
“സ്നാനത്തിനായി നീ പോകുന്നനേരമി

278 പ്പാൽവെണ്ണ സൂക്ഷിച്ചു വച്ചായല്ലീ
279 എന്നതു നമുക്കെട്ടെ എന്നങ്ങു ചിന്തിച്ചനേ
280 എന്നിലേ, നീയങ്ങു പറയനേരം.
281 രാപ്പകലറ്റവും ദണ്ഡിച്ചുനിന്നു നീ
282 വായ്പോടു കാച്ച്യ പാൽ വെണ്ണയല്ലാം
283 പൂച്ചതാൻ വന്നു കുടിക്കരുല്ലായന്നുള്ളെ
284 രോർച്ചകണ്ടിങ്ങനെ ചെയ്തു ഞാനോ.
285 മുറ്റുമിപ്പാൽ വെണ്ണ സൂക്ഷിക്കയന്നിയേ
286 മറ്റൊന്നു ചിന്തിച്ചിട്ടല്ല ചൊല്ലാം.
287 നിശ്ചയമായി ഞാൻ ചൊല്ലുന്ന വാർത്തകൾ
288 വിശ്വസിച്ചീടുകേ വണ്ടുവമ്മേ!
289 വഞ്ചിക്കയന്നുള്ളതഞ്ചിത്തംതന്നുള്ളിൽ
290 തഞ്ചിനിന്നീടുവോന്നല്ല ചൊല്ലാം.
291 ഇല്ലാതതോർക്കിലോ പാപമുണ്ടായ്വരും
292 ചൊല്ലിനിന്നീടാമിന്നിന്നൊടിപ്പോൾ.
293 വെണ്ണ പാൽ കണ്ടു കൊതിക്കയില്ലിന്നും ഞാൻ
294 നിർണ്ണയിച്ചാലും നീയന്നേ വണ്ടു.
295 അപ്പാട്ടപ്പെതെങ്ങൾ കാട്ടുന്നപോലെ ഞാൻ
296 നല്പാലകൊണുമ്പോഴുണ്ടോ കാട്ടൂ.
297 നന്മടിതന്നിലങ്ങന്നെയും ചേർത്തിട്ടു
298 സമ്മാനിച്ചന്മനേ പുല്കുന്നരേം
299 "എന്മകനാകിലോ നല്ലൊരു ശീലമു
300 ണ്ടെ"ന്നല്ലോയന്നച്ഛൻ ചൊല്ലീതിന്നാൾ.
301 വഞ്ചനം മുമ്പായ ശീലക്കേടൊന്നുമേ
302 കിഞ്ചനയില്ലനിക്കന്നു വന്നു.
303 എന്നാലിപ്പാൽ വെണ്ണ കാത്തുനിന്നീടുവാൻ
304 എന്നോടു ചൊന്നാലുമന്നേ വണ്ടൂ.
305 ഈച്ചയ്ക്കുപോലും കൊടുക്കയില്ലന്നും ഞാൻ

പൃച്ചയ്ക്കന്നെുള്ളതോ പിന്നയെല്ലോ.
രാപ്പകലാരാനും കാത്തുകൊള്ളായ്കിലോ
കോപ്പായമായിപ്പോം വണ്ണയല്ലാം.
കള്ളങ്ങളായുള്ള മാർജ്ജാരക്കൂട്ടവും
പിള്ളരുമുണ്ടു ചതിപ്പതിന്നായ്.
കടേുവരുന്നുണ്ടിപ്പാൽവണ്ണയ്ക്കന്നിട്ടു
ഖദേമുണ്ടുള്ളിലനിക്കപ്പൊഴും
എന്നതുകൊണ്ടു ഞാനിങ്ങനെ ചൊല്ലുന്നു
നിന്നുടെ ദണ്ഡങ്ങളോർത്തുതാനും.
തന്നുനിന്നീടുന്ന വണ്ണ പാലന്നി മ
റ്റൊന്നുമേ വണ്ടീതില്ലിങ്ങനിക്കോ."
മൂലോകവാസികൾക്കാലംബമായുള്ള
ബാലകനിങ്ങനെ ചൊന്നനേരം
തന്നിലയോർത്തു ചിരിച്ചുനിന്നീടിനാൾ
ധന്യയായുള്ള യശോദയപ്പോൾ.
ബാലകന്തന്നയും മാനിച്ചു മറ്റുള്ള
വലേയ്ക്കു പിന്നത്തുനിഞ്ഞനേരം
പിന്നയും ചൊല്ലിനാൻ സുന്ദരനായുള്ള
നന്ദകുമാരകൻ മന്ദമപ്പോൾ:
"സ്നാനവുംചയ്തുനീ നീയാഗമിപ്പോളവും
പാലിച്ചനല്ലോയിപ്പാൽ വണ്ണ ഞാൻ
ഇങ്ങനയുള്ളനിക്കതേുമേ താരാതെ
എങ്ങു നീ പോകുന്നൂതന്നമ്മേ! ചൊൽ?"
ഓമനപ്പതൈൽതാനിങ്ങനെ ചൊല്ലിത്തൻ
കോമളച്ചുണ്ടു പിളുർക്കുന്നേരം
ഉണ്ണിക്കതൈന്നില വച്ചു നിന്നീടിനാൾ
വണ്ണയക്കൊണ്ടുപോന്നമ്മയപ്പോൾ
വണ്ണയക്കണ്ടൊരു കണ്ണന്താന്നരേം

വണ്ണ്ണിലാവഞ്ച്ചിച്ചിരിച്ച്ചു ചൊന്ന്നാൻ:
"ഒററക്കൈതെന്നിൽ നീ വണ്ണ്ണ വച്ചീടിനാൽ
മററക്കൈക്കണ്ട്ടിട്ട്ടു കഴേുമല്ല്ലൊ.
മൂത്ത്തവൻകൈയിൽ നീ വണ്ണ്ണ വച്ചീടിമ്പോൾ
ആർത്ത്തനായ് നിന്ന്നു ഞാൻ കഴേുംപോലെ."
ഇങ്ങ്ങനെ കേട്ട്ടവൾ വണ്ണ്ണയ്ക്ക്കു പിന്ന്നയും
അങ്ങ്ങു തിരിഞ്ഞ്ഞു നടന്ന്നനേരം
കൈയിലെ വണ്ണ്ണയപ്പെയ്യവേ വായിലി
"ട്ടയ്യോ!" യന്നെിങ്ങ്ങനെ ചൊല്ലി, ചൊന്ന്നാൻ:
"കള്ള്ളനായുള്ള്ളൊരു കാകൻതാൻ വന്ന്നിട്ടെൻ
കൈയിലേ വണ്ണ്ണയക്കൊണ്ട്ടുപോയി."
എന്ന്നതു കേട്ട്ടവളേറേംചിരിച്ച്ചു നൽ
വണ്ണ്ണയുംകൊണ്ട്ടിങ്ങ്ങു വന്ന്നു പിന്ന്നെ
വകൊതവണ്ണ്ണമക്കൈവെപ്പതെൽതൻ
കൈകെളിൽ രണ്ട്ടിലും വണ്ണ്ണ വച്ച്ചാൾ.
വണ്ണ്ണയക്കണ്ട്ടൊരു കണ്ണ്ണന്തന്ന്നാനനം
വണ്ണ്ണിലാവോലുന്ന്ന തിങ്ങ്കൾപോലെ
പുഞ്ച്ചിരിത്തൂമകൊണ്ട്ടഞ്ച്ചിതമാകയാൽ
ചഞ്ച്ചമ്മേ നിന്ന്നു വിളങ്ങ്ങീതപ്പോൾ.
വങ്കൊതി പൂണുന്ന്ന പങ്കജലോചനൻ
തങ്കൈയിൽ വച്ചെൊരു വണ്ണ്ണ നേരേ
വായ്മലർതന്ന്നിലങ്ങ്ങാക്കിയിന്ന്നാസ്വദി
ച്ച്ചാമോദം പൂണ്ട്ടു മിഴുങ്ങ്ങുന്ന്നരേം
മിഥ്യയായുള്ള്ളൊരു വാക്കിനെച്ചൊല്ലിനാൻ
സത്യമന്നെിങ്ങ്ങനെ തോന്ന്നുംവണ്ണ്ണം:
"നിത്യമായ് പണ്ട്ടു മിഴുങ്ങ്ങുന്ന്നവണ്ണ്ണമേ
സത്വരമിന്ന്നു മിഴുങ്ങ്ങുന്ന്നരേം
മാറിൽ തടഞ്ഞ്ഞു വിലങ്ങ്ങിച്ച്ചു പോയിതേ

362 മാനിച്ചു നീ തന്ന വണ്ണ്ണയമ്മേ!
363 ചാലത്തികന്നൊരു പാൽ കുടിച്ചനെന്നിയേ
364 താളുന്നതേന്നല്ലയിതന്നെന്നുവന്നൂ
365 പാരാതെ നല്കണേം പാൽ കുടിച്ചീടുവാൻ
366 പാരം മയങ്ങുന്നു മന്നേയല്ലാം
367 വീർക്കുന്ന വീർപ്പു വിലങ്ങിച്ചുപോകുന്നു
368 തേർക്കണേം കാലമിതല്ലയല്ലീ”
369 ഇങ്ങനെ ചൊല്ലിത്തൻ കണ്ണിണതന്നയെും
370 പൊങ്ങിച്ചു വമ്പിൽ മിഴിച്ചു നിന്നാൻ.
371 ഇങ്ങനെകൊകയാലുണ്മയന്നിങ്ങനെ
372 തന്നിലേ നണ്ണിനേരമ്മ ചമ്മേ
373 ഉൾപ്പടേിപൂണ്ടുനിന്നപ്പതെൽക്കായിട്ടു
374 നൽപ്പാലെ നല്കിനാളപ്പൊഴതോൻ
375 അപ്പാലുമുണ്ടവൻ നില്പേരു നരേത്ത
376 ങ്ങിപ്പൊഴേയന്നവൾ ചോദിച്ചപ്പോൾ
377 എപ്പൊഴുമമ്മതന്നുൾപ്പൂവെ വഞ്ചിപ്പാൻ
378 കല്പഴും പുഞ്ചിരി തൂകിച്ചൊന്നാൻ:
379 “ഇപ്പോൾ ഞാനിങ്ങനെ ചൊല്ലാഞ്ഞതാകിലോ
380 നല്പാൽ നീ നല്കുന്നോളല്ലയല്ലൊ
381 അപ്പൊഴോ ഞാൻ നിന്നയിങ്ങനെ വഞ്ചിപ്പൂ
382 വിപ്പൊഴന്നുള്ളം കുളുർത്തുതല്ലൊ.”
383 അമ്മയോടിങ്ങനെ സമ്മാനിച്ചന്നരേം
384 ഉണ്മയച്ചൊന്നുള്ളൊരംബുജാക്ഷൻ
385 ഓലക്കംചരേുന്ന ബാലകന്മാരുമായ്
386 ലീലയ്ക്കു ചാലെ നടന്നാൻ പിന്നെ.
387 ആച്ചിമാരാളുന്ന വീടുതോറും നല്ല
388 പാച്ചോറും വണ്ണ്ണയും കാച്ച്യ പാലും
389 രാപ്പകൽ ചന്നു കവർന്നുനിന്നങ്ങനെ

പപേപ്പടുത്തീടിനാൻ വായ്പിനഭോടേ
"പാഴായ്മയറ്റേുമിപ്പതൈല്ക്കു കണ്ടാലും
കഴേുമാറാകൂ നാമന്നെേ വണ്ടേൂ."
എന്നങ്ങു തങ്ങളിൽ ചൊന്നുനിന്നീടിനാർ
മന്ദിരേ നിന്നുള്ള സുന്ദരിമാർ.
"നിന്മകന്തന്നയെടക്കണേമന്നെു നാം
അമ്മയഭോടിപ്പഴെേ ചൊല്ക നല്ലൂ"
എന്നങ്ങു ചൊന്നുള്ള സുന്ദരിമാരല്ലൊം
ഒന്നത്തുകൂടി നടന്നു നരേരെ
നന്ദനൻ ചയ്തുള്ള പാഴമയഭോരഭോന്നേ
നന്ദവിലാസിനിയഭോടു ചൊന്നാർ.
"ആഴിമാതാളുമിന്നിന്നുടനെ പതൈല്ക്കു
പാഴമയറ്റേുന്നു പാരമിപ്പഭോൾ
പാൽ വണ്ണെ ചാലക്കവർന്നുകൊണ്ടാലും തൻ
ബാലകനന്നെുമ്പഭോൾ ചരേുമല്ലഭോ
ഭാജനംകൂടത്തെകർത്തുകളയുന്നഭോൻ
വദേനയാകുന്നതന്നെതത്ര
കാച്ചിയ പാൽ ചർേന്നുള്ള ഭാജനംതന്മൂട്ടിൽ
മൂർച്ചയറേീടുന്ന കഭോൽകൊണ്ടുടൻ
തഭോർത്തുകൊണ്ടണ്ണാന്നു വായും പിളർന്നുകൊ
ണ്ടാസ്ഥയിൽ നിന്നു നൽ പാൽ കുടിക്കും
കണ്ടുകൊണ്ടങ്ങേൾ തൽ പിമ്പപേഭോയ്ച്ചല്ലുമ്പഭോൾ
മണ്ടിനാനങ്ങൊനുമന്നെിരിക്കും.
പതൈല്ക്കു നല്കുവാൻ പായസം നിർമ്മിച്ചു
പതൈലത്തേടി ഞാൻ പഭോയനരേം
പായസമുണ്ടിട്ടു ഭാജനന്തന്നിലേ
ചാണകംകൊണ്ടു നിറച്ചു വച്ചൊൻ
അപ്പാട്ടെ വീട്ടിലയെച്ചരനു നല്കുവാൻ

418 അപ്പങ്ങൾ നിർമ്മിച്ചു നിന്നൊരുനാൾ
419 പാത്രത്തിലാക്കിയടച്ചങ്ങു ബന്ധിച്ചു
420 യാത്രയ്ക്കു പിന്നെ ഞാൻ പാർത്തനേരം
421 പിൻവാതിലൂടെയകത്തങ്ങു പൂകിനാൻ
422 പിള്ളരുമായിവന്നോടിയപ്പോൾ
423 തപ്പിനിന്നീടുമ്പഴപ്പങ്ങൾ കാണായ
424 തപ്പിള്ളർക്കല്ലാമേ നല്കി മുമ്പിൽ
425 താനുമെടുത്തുകൊണ്ടാസ്വദിച്ചീടിനാൻ
426 മാനിച്ചുനിന്നു മനം കുളുർക്കെ
427 ശുഷ്കങ്ങളായുള്ള ഗോമയലേശങ്ങൾ
428 ഒക്കവേ കൊണ്ടന്നപ്പാത്രന്തന്നിൽ
429 പൂരിച്ചു പിന്നെപ്പൊതിഞ്ഞുകെട്ടീടിനാൻ
430 ആരുമറിയാതെ മുന്നെപ്പോലെ
431 താനങ്ങു തന്നുടെ പിള്ളരുമായിട്ടു
432 യാനം തുടങ്ങിനാനൂനം നീക്കി
433 യാത്രയ്ക്കു കാലമണഞ്ഞൊരുനേരത്ത
434 പ്പാത്രവുമായി ഞാൻ മല്ലേ മെല്ലേ
435 അപ്പാട്ടെ വീട്ടിലകത്തങ്ങു പൂകിനേൻ
436 അപ്പങ്ങൾ നല്കുവാനച്ഛനായി
437 കൂരിരുട്ടായൊരു മച്ചകന്തന്നിലെ
438 പാരം കുരച്ചുള്ളോരച്ഛനപ്പോൾ
439 കച്ചകംതന്നിലും മെച്ചമേ ചെന്നു ഞാൻ
440 അച്ഛൻറെ മുമ്പിലപ്പാത്രംതന്നെ
441 മെല്ലവേ വച്ചിട്ടു ചൊല്ലിനിന്നീടിനേൻ
442 എല്ലാരും വന്നങ്ങു നിന്നനേരം
443 “വഴ്ചയിലതോനുമുണ്ടു ഞാൻ കൊണ്ടന്നു
444 കാഴ്ചയായ് നല്കുവാനച്ഛനിപ്പോൾ”
445 എന്നതു കേട്ടേവനേറിന മോദത്താൽ

നന്നായിതന്നെങ്ങു ചൊല്ലിപ്പിന്നെ
ഭാജനംതന്നെയെഴിച്ചുവച്ചമ്പോടു
ബാലകന്മാർക്കെല്ലാം നല്കി മുമ്പിൽ,
ചുറ്റത്തിൽ വന്നിട്ടു ചുറ്റും നിന്നീടുന്ന
മറ്റുള്ളോർക്കായിട്ടും തന്റെന്നപ്പോൾ
തന്നുടെ കയ്യിലും മൂന്നുനാലങ്ങന
നന്നായി വാരിപ്പിടിച്ചുകൊണ്ടാൻ.
കാതലായുള്ളൊരു കതൈവം പൂണുമ
പ്പതൈൽതാൻ ചെയ്തുള്ള വഞ്ചനത്തെ
കച്ചകമായിട്ടു കാണരുതായ്കയാൽ
അച്ഛനുമാരുമറിഞ്ഞതില്ലേ.
ചാണകം നാറുന്നൂതന്തിതന്നെല്ലാരും
ശങ്കിച്ചുനിന്നുടൻ വായിലാക്കി
വഗേത്തിൽ വച്ചു ചവച്ചോരുനരേത്തു
വറേന്നായ് വന്നു മുഖങ്ങളെല്ലാം
തൂമ കലർന്നൊരു തൂനഖംതന്നിലേ
തൂശി തറയ്ക്കുമ്പോഴന്നപോലെ.
തങ്ങളിൽ തങ്ങളിൽ നോക്കിത്തുടങ്ങിനാർ
കൊഞ്ഞൾ കാട്ടുന്നോരന്നപോലെ.
ആനനം കണ്ടാകിൽ തങ്ങളന്നോർത്തിട്ടു
വാനരഞ്ചന്നങ്ങു പൂണ്ടുതുംതാൻ.
ചിന്തയും പൂണ്ടുനിന്നന്നെയും നോക്കിക്കൊ
ണ്ടന്തിതന്നെല്ലാരും ചൊല്ലിപ്പിന്നെ
ഓക്കാനിച്ചെല്ലാരുമോടിത്തുടങ്ങിനാർ;
ഊക്കത്തുടങ്ങിനാരുണ്ട ചോറും
ബാലകന്മാർക്കുമങ്ങച്ഛനും ചഞ്ചമ്മെ
ആലസ്യമായിത്തുടങ്ങീതപ്പോൾ.
പിന്നയെങ്ങെല്ലാരും വന്നുനിന്നന്മുഖം

474 പിന്നയെയും പിന്നയെയും ചൂണ്ടിച്ചൂണ്ടി
475 കോപിച്ചു നിന്നങ്ങു വപേിച്ച മയെ്യുമായ്
476 പോ പറഞ്ഞീടിനാരായവണ്ണം
477 എല്ലാമേ കണ്ടു ചിരിച്ചുനിന്നീടിനാൻ
478 പിള്ളരുമായ് വന്നിക്കള്ളനപ്പോൾ.
479 ഖദേവും പൂണ്ടുനിന്നാനനം താഴ്ത്തി ഞാൻ
480 ഏതുമേ മിണ്ടാതെ പോന്നുകൊണ്ടേൻ.
481 ഇങ്ങനെ വന്നതിൻ കാരണമെന്തെന്ന
482 ങ്ങെന്നിലേ നണ്ണി ഞാൻ നിന്നനേരം
483 അഞ്ചനവർണ്ണൻറെ വഞ്ചനമെന്നതു
484 ചഞ്ചമെ്മെ കടേ്ടതപ്പിള്ളർ ചൊല്ലി.
485 “ഇങ്ങനെ പാഴമചയെ്തു തുടങ്ങിനാൽ
486 എങ്ങനെ ഞങ്ങൾ പുലർന്നുകൊൾവൂ?”
487 എന്നങ്ങുചൊന്നവൾ നിന്നൊരുനരേത്തു
488 മന്ദമായ് ചൊല്ലിനാൾ മററൊരുത്തി:
489 “അഞ്ചനവർണ്ണൻറെ വഞ്ചനംതൊട്ടുള്ളൊ
490 രഞ്ചൊല്ലു പൂകണേം നിഞ്ചവിെയിൽ.
491 അഞ്ചാതെ വന്നിവൻ വഞ്ചനം ചയെ്കയാൽ
492 നഞ്ചകം മാഴ്കുന്നു ചഞ്ചമെ്മതോൻ.
493 രാപ്പകലിങ്ങനെ കാത്തുനിന്നീടാമോ
494 വായ്പോടു കാച്ചിയ പാൽ വണ്ണെയല്ലാം?
495 കാത്തുനിന്നീടിലും കാരിയമില്ലതേും
496 ആസ്ഥയായ് വന്നിവൻ വഞ്ചിക്കുമ്പോൾ
497 കാററുതാൻപോലുമകത്തങ്ങു പൂകാതെ
498 മാററിനിന്നീടുമമ്മന്ദിരേ പോയ്
499 കാച്ചിയ പാൽ വണ്ണെ കവർന്നതു ചിന്തിച്ചാൽ
500 ഈശ്വരനന്നേ ഞാൻ ചൊല്ലവല്ലൂ
501 ഉണ്ണിക്കിടാങ്ങളുറങ്ങുന്നനരേത്തു

നുള്ളിയുണർത്തി വശംകടെുക്കും.
ഗോക്കളചെ്ചന്നെു കറന്നുനിന്നീടുന്ന
പാല്ക്കുഴ മല്ലെവേ തോേത്തുവയ്ക്കും.
തീപ്പൊലിച്ചീടിന പാല്ക്കലംതങ്കീഴിൽ
തീക്ഷ്ണമായ് ചഞ്ചെമ്മേ തീ കത്തിക്കും
ഇങ്ങനയെോരോരോ പാഴമ ചിന്തിച്ചാൽ
വിസ്മയമന്നെതേ ചൊൽവാനാവൂ.
ഇങ്ങനെ ചൊന്നവൾ മന്ദിച്ച നരേത്തു
മങ്ങാതെ ചൊല്ലിനാൾ മറ്റൊരുത്തി:
“മാനിനിമാരുടെ മൗലിയാം നിന്നോടു
ഞാനുമുണ്ടതോനും ചൊല്ലുന്നിപ്പോൾ
പാഥോജലോചനേ! പാരിച്ചുനിന്നൊരു
പാഴമയരേുന്നു പതൈൽക്കിന്നാൾ
അങ്ങൊരു വീട്ടിലകെ്കന്നിനകെ്കൊണ്ടുപോ
ന്നന്നെുടെ വീട്ടിലൊളിച്ചുവച്ചാൻ
കന്നിനക്കൊണാഞ്ഞു ഖിന്നയായ് വന്നിട്ട
മ്മന്ദിരേ മേവുന്ന സുന്ദരിതാൻ
ദൈവജ്ഞനകെ്കണ്ടു ചോദിച്ചനരേത്തു
ദൈവജ്ഞൻ ചൊല്ലിനാൻ മല്ലെയെപ്പോൾ
കള്ളരായുള്ളവർ കട്ടുകൊണ്ടാരിന്നി
ക്കന്നിനയേന്നെതു നിർണ്ണയിച്ചു.
ചാരത്തെ വീട്ടിലങ്ങങ്ങാനുമുണ്ടത്രെ
ആരാഞ്ഞു ചന്നൊലും കാണാമിപ്പോൾ.
എന്നവൻ ചൊന്നതു കട്ടേോളക്കന്നിനെ
എങ്ങുമേ തേടിനടന്നു പിന്നെ
എന്നുടെ വീട്ടിലും വന്നൊരുനരേത്ത
ക്കന്നൊന്നു മല്ലെക്കരഞ്ഞുതപ്പോൾ
എന്നുടെ കന്നിൻറയൈച്ചയന്നെിങ്ങനെ

നിർണ്ണയം ചൊന്നവൾ നോക്കുന്നേരം
കൂരിരുട്ടായൊരു കോണത്തു കാണായി
ദൂരത്തുനിന്നൊരാക്കന്നുതന്നെ.
ചുറ്റും നിന്നീടുന്ന തോഴിമാർ കേൾക്കവേ
ചുറ്റവും കൈവിട്ടത്തോഴിയപ്പോൾ
"എന്നുടെ കന്നിനെക്കെട്ടതു നീയത്രെ"
എന്നങ്ങു ചൊല്ലിനാളെന്നെ നോക്കി.
നാവും കടിച്ചുകൊണ്ടേതുമേ വല്ലാതെ
നാണവുംപൂണ്ടങ്ങു നിന്നു പിന്നെ
"നിന്നുടെ കന്നിനെക്കെട്ടതു ഞാനല്ല"
എന്നു ഞാൻ ചൊന്നതു കേട്ടതോറും
പേ പറഞ്ഞീടിനാൾ കൂ പറഞ്ഞീടിനാൾ
വാ പറഞ്ഞീടിനാൾ പാപിയെന്നെ.
ഓടിവന്നീടിനാൻ ബാലരുന്താനുമായ്
നീടെഴുന്നീടുമിപ്പൈതലപ്പോൾ
പുഞ്ചിരിത്തൂമയും ചെഞ്ചെമ്മേ തൂകി നി
ന്നഞ്ചാതെ ചൊല്ലിനാൻ കൊഞ്ചിക്കൊഞ്ചി:
"പേശിനിന്നിങ്ങനെ നിങ്ങളിലുള്ളൊരു
പേമൊഴി കേട്ടു ചിരിപ്പതിന്നായ്
കന്നിനെക്കൊണ്ടെ മറച്ചതു ഞാനത്രെ
കള്ളരെന്നുള്ളതു ചിന്തിക്കണ്ടോ"
ഇങ്ങനെ ചൊല്ലിത്തൻ പിള്ളരുമായിട്ടു
ഭംഗിയുംപൂണ്ടു നടന്നാൻ പിന്നെ.
പാഴനാമിന്നിവൻ പാഴമയ്ക്കേതുമൊ
ന്നാവതില്ലെന്നതു വന്നുകൂടി.
കോപിച്ചു ഞങ്ങൾ കയർപ്പതിന്നായിട്ടു
കോലുമായ് ചാരത്തു ചെല്ലുന്നേരം
കോമളച്ചുണ്ടു പിളുക്കിനിന്നീടുമ്പോൾ

558 ഓമനിച്ചീടുവാൻ തോന്നുമത്രേ.
559 കോപവും കോലും കളഞ്ഞുനിന്നങ്ങളോ
560 കോമളപ്പൂമനേ പൂണുമപ്പോൾ.
561 പുഞ്ചിരി കാണുമ്പോൾ വഞ്ചനമല്ലാമേ
562 ചഞ്ചമ്മേ ഞങ്ങൾ മറക്കുമത്രെ.
563 ശാസിച്ചിട്ടാകിലും യാചിച്ചിട്ടാകിലും
564 പാതിച്ചവണ്ണമടക്കണേം നീ
565 എന്നതേ ഞങ്ങൾക്കു ചൊല്ലിനിന്നീടാവൂ
566 തിന്നിവൻ ശീലങ്ങളോർത്തതേറും."
567 വല്ലവിമാരല്ലാമിങ്ങനയെോരോരോ
568 അല്ലലെ നിന്നു പറഞ്ഞനരേം
569 പതൈലചെ്ചന്നു കയർത്തുനിന്നീടുവാൻ
570 ഏതുമേ വല്ലീല അമ്മയ്ക്കപ്പോൾ.
571 വല്ലവിമാരോടു ചൊല്ലിനിന്നീടിനാൾ
572 എല്ലാരും ചഞ്ചമ്മേ കേൾക്കുംവണ്ണം:
573 "എന്മകന്തന്നകെ്കയർത്തുനിന്നീടു ഞാ
574 നങ്ങനെ ചൊല്ലുവിൻ തോഴിമാരെ?
575 കോപത്തകെ്കോലുമ്പോൾ പ്രമേത്തകെ്കൊണ്ടല്ലോ
576 കോൾമയിർക്കൊള്ളുന്നു മെയ്യിലങ്ങും
577 എന്മകനെന്നങ്ങു ചൊല്ലുവാനോങ്ങുമ്പോൾ
578 എന്മുല കാക ചുരന്നതന്നൊൽ
579 ശാസിപ്പൂവനെ്നതോ ദൂരത്തുതായല്ലൊ
580 താർഢിപ്പൂവനെ്നതോ പിന്നയെല്ലോ.
581 എമ്മകനോടു വറെുക്കൊല്ലായനെ്നാലി
582 ന്നമ്മമാരായുള്ള നിങ്ങളാരും
583 കാരിയക്കടേുകൾ വന്നതിന്നല്ലാമേ
584 പാരാതെ നല്കുവൻ ചൊന്നതല്ലാം
585 ഇപ്പതൈൽ വഞ്ചിച്ച പാൽ തയിർ വണ്ണെകൾ

586 ക്കിപ്പപൊഴെ നിങ്ങളിരട്ടി കൊൾവിൻ.
587 പാൽക്കുഴ തോർത്തതിന്നനെന്നുടെ നൽവള്ളി
588 പ്പാൽക്കുഴ കൊണ്ടാലും പാർക്കവണ്ടോ
589 മങ്കലം പോയെങ്കിൽ പൊങ്കലംതന്നയും
590 ശങ്കയക്കെക്കവിെട്ടു നല്കുവൻ ഞാൻ.
591 മങ്കിണ്ണം പോയെങ്കിൽ പൊങ്കിണ്ണം നല്കാമേ
592 മങ്കിണ്ടി പോയെങ്കിൽ പൊങ്കിണ്ടിയും.
593 മററന്തിപ്പതൈൽ മയക്കിനിന്നുള്ളതും
594 തറെറന്നു ചൊല്ലുവിൻ നല്കാമല്ലോ"
595 എന്നങ്ങു ചൊല്ലിന നന്ദവിലാസിനി
596 വന്നങ്ങു നിന്നുള്ളോരാച്ചിമാർക്കായ്
597 ചൊന്നതു ചൊന്നതു നല്കിനിന്നീടിനാൾ
598 നന്ദനന്തന്നിലുള്ളാസ്ഥയാലെ.
599 ദ്രവ്യങ്ങൾ വാങ്ങിന വല്ലവിമാരെല്ലാം
600 നിർവ്യഗ്രമാരായിപ്പോയിപിന്നെ
601 ഉണ്ണിയച്ചെനെന്നങ്ങെടുത്തു നിന്നല്ലാരും
602 തിണ്ണം തളിഞ്ഞു പുണർന്നു നന്നായ്.
603 ആശയം പാരം കുളുർക്കയാൽ പിന്നയെ
604 ങ്ങാശിയും ചൊല്ലിനാരായവണ്ണം
605 പിന്നയെങ്ങല്ലാരും തന്നുടെ തന്നുടെ
606 മന്ദിരം പൂകിനാർ വന്നവണ്ണം

. . . .

607 ചങ്ങാതിമാരായ ബാലകന്മാരുമ
608 മ്മങ്ങാതനിന്നുള്ള രാമനുമായ്
609 പൂഴിച്ചോറാടിക്കളിച്ചു നിന്നീടിനാൻ
610 ആഴിപ്പണ്ണൊളുമക്കാർവർണ്ണന്താൻ
611 മണ്ണു തിന്നീടിനാൻ കണ്ണനെന്നിങ്ങനെ
612 തിണ്ണംപോയ് ചനിെട്ടദ്ദാരകന്മാർ

മാതാവപ്പോടായിട്ടു ചൊല്ലിനിന്നീടിനാൻ
മാതാവുതാനതു കേട്ടനേരം
ഓടിച്ചന്നങ്ങവൻ ചാരത്തു ചെഞ്ചമ്മെ
പടിപ്പിച്ചീടുവാനായിച്ചൊന്നാൾ:
“മണ്ണുതിന്നീടുന്നൂതന്തെിന്നു ചൊല്ലുണ്ണീ
വണ്ണെയും പാലും ഞാൻ താരാഞ്ഞീടട്ടോ?
ചോറില്ലയാഞ്ഞോ മറ്റന്തെില്ലയാഞ്ഞു? നീ
ചൊൽവശനല്ലന്നെു വന്നു കൂടീ.
ശീലക്കേടിങ്ങനെ ചാല നീ കാട്ടുമ്പോൾ
കോലുകൊണ്ടയേിനിച്ചോദിക്കുള്ളൂ.”
അമ്മതാനിങ്ങനെ ചൊന്നതു കേട്ടുള്ളൊ
രംബുജലോചനൻതാനും ചൊന്നാൻ:
“വണ്ണെയും കൈവിട്ടു മണ്ണുതിന്നീല ഞാൻ
നിർണ്ണയിച്ചാലുമിച്ചൊന്നതമ്മേ!
ബാലന്മാർ ചൊന്നതു നിർണ്ണയമങ്കെിലോ
വാ പിളർന്നീടാം നിൻ മുമ്പിലേ ഞാൻ.”
“വാ പിളർന്നീടു നീ” എന്നവൾ ചൊല്കയാൽ
വാ പിളർന്നീടിനാൻ ബാലനപ്പോൾ.
മണ്ണിനെക്കാണ്മാനമ്മാതാവുതാനപ്പോൾ
കണ്ണൻതൻ വായിലേ നോക്കുംനേരം
മണ്ണെല്ലാമങ്ങവൻവായിലേ കാണായി
മണ്ണിനെയെല്ലവൾ വിണ്ണും കണ്ടാൾ.
വിണ്ണിനെക്കാണ്കയാൽ വിസ്മയംപൂണ്ടവൾ
പിന്നെയും ചെഞ്ചമ്മേ നോക്കുംനേരം
മറ്റുള്ള ലോകങ്ങളൊക്കവേ കാണായി
തെറ്റന്നപ്പതൈൽതൻ വായിൽത്തന്നെ
പാതാളലോകവും വതോളലോകവും
ധാതാവിൻ ലോകവും കൂടെക്കണ്ടാൾ

ആഴികൾ കാണായിതാശകൾതറോറുമു
ള്ളാനകൾതന്നയെും കാണായപ്പഴോൾ.
ആകാശം കാണായിതാദിത്യന്മാരയെും
കാർമുകിൽമാലയും താരങ്ങ്ങളും
മാമരേുമുമ്പായ ശലൈങ്ങ്ങളലെ്ലാമ
മ്മാമയപ്പതൈൽതൻ വായിൽ കണ്ടാൾ.
ബ്രഹ്മനക്കെ്കാണായി വിഷ്ണുവക്കെ്കാണായി
നന്മുനിമാരയെും കാണായ്വന്നു
ഇന്ദ്രനക്കെ്കാണായി ചന്ദ്രനക്കെ്കാണായി
തിന്ദ്രാണിതന്നയെുമവ്വണ്ണമ
രുദ്രനക്കെ്കാണായി ഭദ്രനക്കെ്കാണായി
രുദ്രാണിതന്നയെും കാണായ്വന്നു.
മന്ദാരം ചമെ്പകം ചന്ദനം ചരേ്ന്നുള്ള
നന്ദനംതന്നയെും കണ്ടാളപ്പഴോൾ.
ഗഴോകുലം കാണായി ഗഴോപികമാരയെും
ഗഴോപന്മാർ നിന്നതും കാണായപ്പഴോൾ.
ധന്യനായുള്ളഴൊരു നന്ദനക്കെ്കാണായി
തന്നയെും കാണായിതവ്വണ്മമ.
വായുംപിളർന്നു തൻ ചാരത്തു നിന്നഴൊരു
മാമയന്തന്നയെും കാണായപ്പഴോൾ.
അന്തകന്തന്നുടമെ മന്ദിരം കാണായി
തന്തകന്തന്നയെുമവ്വണ്ണമ.
അന്തകൻതന്നുടയൊനനം കണ്ടപ്പഴോൾ
അന്തമില്ലാതഴോളം പടേിയായി.
കണ്ണുമടച്ചു വിറച്ചുനിന്നീടിനാൾ
"കണ്ണാ കാവണേ്ടാ"യന്നെഴോതിയഴോതി
ചഴൊല്ലിനാൾ മലെ്ലയപെ്പതൈലഴോടന്നരേം
അല്ലൽപിണഞ്ഞുള്ളഴൊരുള്ളവുമായ്:

669 “പണ്ടന്നെും കാണാതപ്പാപിയക്കെക്കാണ്കയാൽ

670 ഇണ്ടൽ മുഴുക്കുന്നു പാരമുള്ളിൽ

671 വാമുറുക്കണേമന്റെ പതൈലേ നീയിപ്പഴോൾ

672 ചാകുന്നൂതുണ്ടു ഞാനല്ലയായ്കിൽ.”

673 എന്നതു കടേട്ടൊരു നന്ദകുമാരകൻ

674 മന്ദിച്ചുനില്ലാതെ വാ മുറുക്കി

675 അമ്മിഞ്ഞിക്കായിട്ടണഞ്ഞു ചന്നെീടിനാൻ

676 അമ്മതൻ ചാരത്തു കൊഞ്ചിക്കൊഞ്ചി.

677 വന്നണഞ്ഞീടുന്ന ബാലനക്കെണ്ടപ്പഴോൾ

678 നന്ദവിലാസിനി മന്ദിയാതെ

679 മല്ലന്നെടുത്തു പുണർന്നുനിന്നീടിനാൾ

680 പല്ലവം വല്ലുമപ്പൂവലംഗം.

681 ബാലകന്തന്നുടെ വായിലേ കണ്ടതോ

682 വാമുറുക്കീടുന്ന നരേത്തല്ലാം

683 സ്വപ്നമന്നെിങ്ങനെ നണ്ണി നിന്നീടിനാൽ

684 ഉല്പന്നജാഗരയങ്ങെിലും താൻ

685 “എന്മകന്താനിതെ”ന്നിങ്ങനയെുള്ളൊരു

686 വന്മോഹം മനേമലേ പൊങ്ങുകയാൽ

687 ആനനന്തന്നിൽ മുകർന്നുനിന്നറേിനോ

688 രാനന്ദമാണ്ടു തളിഞ്ഞു നിന്നാൾ

....

689 വിണ്ണവർനാട്ടിനെ വന്നെുനിന്നീടുന്ന

690 പുണ്യമിയന്നുള്ള ഗോകുലത്തിൽ

691 മാലോകർക്കലേുന്ന മാൽ കളഞ്ഞീടുമ

692 മ്മാമയപ്പതൈൽ വിളങ്ങുംകാലം

693 സുന്ദരിമാരുടെ മൗലിയായുള്ളൊരു

694 നന്ദവിലാസിനിയന്നൊരുനാൾ

695 കാലത്തുണർന്നു തൻ ദാസിമാരല്ലാർക്കും

വലേകളരോരോന്നേ ചൊല്ലിപ്പിന്നേ
വകൈാതേ കണ്ടിട്ടു മത്തുമായ് ചെന്നു താൻ
തൈർ കടഞ്ഞീടിനാൾ മെല്ലേ മെല്ലേ
കണ്ണനക്കൊണ്ടുള്ള പാട്ടെല്ലാമന്നേരം
തിണ്ണം തളിഞ്ഞങ്ങു പാടിപ്പാടി.
കാഞ്ചിയക്കൊണ്ടു മുറുക്കിനിന്നീടുന്ന
പൂഞ്ചലേതന്നുടേ കാന്തികൊണ്ടും
അമ്പിൽ ചുരന്നുള്ള കൊങ്കകൾതന്നുടേ
വമ്പുററ കമ്പത്തക്കൊണ്ടും പിന്നേ
മത്തു വലിക്കും കരങ്ങളിലാളുമ
ക്കങ്കണംതന്നുടേ രാവംകൊണ്ടും
ഗണ്ഡസ്ഥലങ്ങളച്ചുംബിച്ചുനില്ക്കുമ
ക്കുണ്ഡലഷണ്ഡത്തിൻ കാന്തികൊണ്ടും
തൂവിയർപ്പനേത്തിനരോനനം കൊണ്ടുമ
പ്പൂമലർ തൂകുന്ന ചായൽകൊണ്ടും
പാരം വിളങ്ങുമപ്പാഥോജലോചന
പാരിച്ചു തൈർ കടഞ്ഞീടുമപ്പോൾ
അമ്മിഞ്ഞിതായനിക്കന്നങ്ങു ചൊല്ലിക്കൊ
ണ്ടമ്മതൻ ചാരത്തു ചെന്നാൻ കണ്ണൻ:
“എന്തമ്മേ നീയനിക്കമ്മിഞ്ഞി താരാഞ്ഞ
തന്നേ നീയിന്നു മറന്നായോ ചൊൽ?
അമ്മിഞ്ഞി താരാതേ തൈർ കടഞ്ഞീടുകിൽ
ചെമ്മേ പിണങ്ങുമീ നമ്മിലിപ്പോൾ”
ഇങ്ങനേ ചൊല്ലിക്കരറിനാനന്നേരം
മംഗലംപൂണ്ടവൾതന്മടിയിൽ
ചേവടിതന്നിലച്ചേറേല്ലാമമ്മതൻ
ചേണുററ ചേലയിൽ തേച്ചു ചെമ്മേ
തന്മകൻ വന്നതു കണ്ടൊരുനേരത്തു

724 സമ്മോദം പൂണ്ടങ്ങുന്നൊരമ്മയപ്പോൾ

725 ചാലച്ചുരന്നുള്ള നന്മുല നല്കിനാൾ

726 ചാപലംപൂണ്ടു പുണർന്നു മന്മേൽ.

727 പല്ലവം വെല്ലുന്ന കാന്തി തഴച്ചുള്ള

728 മല്ലക്കരംകൊണ്ടു മെല്ലെ മെല്ലെ

729 അമ്മതൻ മാറിലലച്ചുകൊണ്ടങ്ങവൻ

730 നന്മുലയുണ്ടു ചിരിക്കുന്നേരം

731 പാകത്തിനായിട്ടു തീക്കൽച്ചോരു പാൽ

732 തൂകക്കണ്ടീടുന്നൊരമ്മയപ്പോൾ

733 നന്മുലയുണ്ണുന്ന നന്ദനന്തന്നെയും

734 ചെമ്മെയിരിഞ്ഞു വിടുത്തു നേരേ

735 വേഗത്തിൽ പോയപ്പോഴോമനപ്പൈതെല്ക്കു

736 വറേന്നായ് വന്നിതു ഭാവമെല്ലാം.

737 കോപത്തകെക്കോലുമക്കോമളപ്പൂമനേ

738 വപേത്തപ്പൂണ്ടുതുടങ്ങീതപ്പോൾ

739 “എന്നെ വെടിഞ്ഞുള്ളൊരമ്മയച്ചെഞ്ചമ്മെ

740 എന്തുകൊണ്ടിന്നിനിത്തോല്പിപ്പൂ ഞാൻ?”

741 ഇങ്ങനെ നണ്ണുമ്പോൾ ചെമ്മുള്ളോരമ്മിക്ക

742 ല്ലങ്ങൊരു കോണത്തു കാണായ് വന്നൂ

743 കണ്ടൊരു നേരത്തു മണ്ടിച്ചെന്നങ്ങതു

744 കൊണ്ടുപോന്നീടിനാൻ കൊണ്ടൽവർണ്ണൻ.

745 വങ്കലംതന്നിലെ ചാട്ടി നിന്നീടിനാൻ

746 വങ്കനംപൂണുമക്കല്ലുതന്നെ

747 പൂത്തനായ്ക്കൊണ്ടുള്ളൊരക്കലമന്നേരം

748 പത്തുനൂറുണ്ടായിതൊന്നുകൊണ്ടേ

749 ഭാജനം പോകയാൽ ഭൂതലം ചെഞ്ചമ്മേ

750 ഭാജനമായിട്ടു വന്നനേരം.

751 മീതേ പരന്നൊരു വെണ്ണയും വാരിയ

മ്മാധവൻ പോയൊരു കോണിൽ പുക്കാൻ.
പാരം തികന്നുള്ള പാലും തളർത്തമ്മ
പാരാതെ വന്നിങ്ങു നോക്കുന്നനേരം
ബാലകൻ ചെയ്തൊരു വേലയെക്കണ്ടിട്ടു
ചാലച്ചിരിച്ചു നുറുങ്ങു നിന്നാൾ.
എങ്ങിവൻ പോയിപോലെന്നതു കാണേണം
എന്നങ്ങു നണ്ണി നടന്നാൾ പിന്നെ
എങ്ങുമേ നോക്കി നടന്നുചെന്നീടുമ്പോൾ
അങ്ങൊരു കോണത്തു കാണായ്‌വന്നു.
വണ്ണംതിരണ്ടൊരു പാഴുരലേറീട്ടു
വെണ്ണയും വായിലിട്ടാദരവിൽ
പൂച്ചകൾക്കായിട്ടു നല്കി നിന്നീടിനാൻ
ഓർച്ചയിൽ നോക്കിക്കൊണ്ടങ്ങുമിങ്ങും
ചൂരക്കോൽ പൂണ്ടുള്ളോരമ്മയെക്കാണായി
ചാരത്തു വന്നതു കോപിച്ചപ്പോൾ,
കണ്ടോരുനേരത്തു മണ്ടിത്തുടങ്ങിനാൻ
മണ്ടിനാളമ്മയും തൻപിന്നാലെ.
വായ്പെഴുന്നീടുന്ന ശാസ്ത്രങ്ങൾ ചൂഴറ്റു
രാപ്പകൽ തേടുന്ന വേദങ്ങൾക്കും
തൊട്ടു നിന്നീടുവാൻ കിട്ടാതെയുള്ളോനെ
പ്പെട്ടെന്നു ചെന്നു പിടിച്ചാളമ്മ.
ചീറ്റം തിരണ്ടുള്ളൊരുള്ളവുംപൂണ്ടുനി
ന്നേറ്റം കയർത്തു പറഞ്ഞു പിന്നെ
കോഴയും പൂണ്ടിട്ടു കേഴുമപ്പൈതലേ
കോൽകൊണ്ടു തല്ലുവാനോങ്ങുന്നേരം
ഉച്ചത്തിലാമ്മാറു കേണുതുടങ്ങിനാൻ
അച്ഛ! എന്നിങ്ങനെ ചൊല്ലിച്ചൊല്ലി
കണ്ണന്റെ കണ്ണുനീർ വീണതു കാകയാൽ

തന്നിലേ നണ്ണിനാളമ്മയപ്പോൾ.
“തല്ലുവാൻ പോരാതെ പകൈതലത്തെല്ലിനാൽ
വല്ലായ്മയായിട്ടേ വന്നുകൂടു
പടിപ്പിച്ചീടണേമന്നതേ ചെയ്യാവൂ
പടെട്ടന്നതിന്നു പിടിച്ചുകടെട്ടു.”
എന്നങ്ങു തന്നിലെ നണ്മണിനോരമ്മയ
ന്നിന്നൊരു നല്ലുരലോടു ചേർത്തു
അല്പമായുള്ളൊരു പാശവും കൊണ്ടുപോ
ന്നപ്പതെൽതന്നുടൽ കടെട്ടുന്നേരം
അപ്പാശം കിഞ്ചന നീളമില്ലായ്കയാൽ
അപ്പഴേ മറ്റൊന്നിയച്ചാളമ്മ.
എന്നതുതന്നയെുമങ്ങനെ കാണായി
പിന്നയെും മറ്റൊന്നിയച്ചാളപ്പോൾ
പിന്നയെും പോരാഞ്ഞു പിന്നയെും മറ്റൊന്നു
പിന്നയെും മറ്റൊന്നതിൻ പിന്നാലെ
തന്നുടെ വീട്ടിലെ പാശങ്ങളിങ്ങനെ
ഒന്നൊന്നേ കൊണ്ടന്നു കടെട്ടിക്കടെട്ടി.
പിന്നയെും പോരാഞ്ഞിട്ടാച്ചിമാർവീട്ടിലും
നിന്നുള്ള പാശങ്ങൾ കൊണ്ടുപോന്നാൾ
ചാരത്തെ വീട്ടിലെപ്പാശങ്ങളെല്ലാമേ
ദൂരത്തെ വീട്ടിലെപ്പാശങ്ങളും,
ഒന്നഞ്ഞൂറായിരം പാശങ്ങൾ കൊണ്ടന്നു
കുന്നിച്ചു നിന്നങ്ങു കടെട്ടിനിന്നാൾ.
കണ്ടുനിന്നീടുന്ന വണ്ടലേുംചായലാർ
മിണ്ടുവാൻ വല്ലീലയാരുമപ്പോൾ;
ഊക്കു പൊഴിഞ്ഞൊരു വിസ്മയം പൂണ്ടിട്ടു
മൂക്കിന്മേൽ കൈവെച്ചു നോക്കിനിന്നാർ.
ദൂരത്തുനിന്നുള്ള വല്ലവിമാരയെും

808 ചാരത്തു ചാലവെ വിളിച്ചുകൊണ്ടു
809 കൎമ്മമായുള്ളൊരു പതൈലായ്മവേുമ
810 ബ്രഹ്മത്തിൻ വഭൈവം കാട്ടിനിന്നാൾ;
811 “ആച്ചിമാരവെ നിങ്ങളാശ്ചരിയം കാണ്മിൻ
812 ഈശ്വരനായനോനേ എന്മകൻതാൻ
813 പാശങ്ങൾക്കലെല്ലാമിമ്മനേിയോടശേുമ്പോൾ
814 നാശമേ കോണുന്നതന്നെിങ്ങനവെ?”
815 എന്നങ്ങു ചൊല്ലി നടുങ്ങിനിന്നീടുമ
816 ന്നന്ദവിലാസിനിക്കറേമപ്പോൾ
817 കയ്യെും തളർന്നിതു കാലും തളർന്നിതു
818 മയെ്യിലുമങ്ങെും വിയർത്തുകൂടി,
819 പാർത്തലംതന്നിൽ പതിച്ചുനിന്നീടിനാൾ;
820 ആർത്തി ചീർത്തറേവും വീർത്തു പിന്നവെ.
821 മാതാവിനുണ്ടായ ദീനത്തകെ്കണ്ടിട്ടു
822 മാധവൻ ചാലകെ്കനിഞ്ഞു മനേമേൽ
823 കടെ്ടുവാനായി വഴങ്ങിനിന്നീടിനാൻ
824 ഒട്ടുപോതിങ്ങനവെ ചന്നെവാറവെ
825 മാധവൻതന്നുടവെ കാരുണ്യപൂരത്തിൻ
826 ഭാജനമായുള്ളോരമ്മയപ്പോൾ
827 മുമ്പിനാൽ കൊണ്ടന്ന പാശത്തകെ്കൊണ്ടയേ
828 ത്തമ്പതൈൽതന്നയെും കടെ്ടിനിന്നാൾ
829 ഉണ്ണിക്കിടാവുമപ്പാഴുരൽ പൂണ്ടുകൊ
830 ണ്ടുള്ളം കലങ്ങിക്കരഞ്ഞു നിന്നാൻ.
831 കണ്മുന്നിൽ പിള്ളർ കളിക്കുന്നതും കണ്ടു
832 കണ്ണുനീർ മയെ്യിലൊഴുക്കി മനേമേൽ
833 മാതാവുതാനും മറ്റുള്ളവരലെ്ലാരും
834 മാഴ്കാതവെ പോയി മറഞ്ഞ നരേം
835 കാട്ടുമരങ്ങളവെ നോക്കിനിന്നീടിനാൻ

വാട്ടമകന്നഴെും ബാലകന്താൻ
ദൂരവേ കാണായി നീർമരുതായുള്ള
ദാരുക്കൾ രണ്ടുമിരട്ടയായി.
സൂക്ഷിച്ചു നോക്കിനിന്നുള്ളിലേ നണ്ണിനാൻ
സാക്ഷിയായ് മവ്വേുമമ്മഹോക്ഷദന്താൻ,
“കേവലം പഴേരുന്ന പാഴ്മരമല്ലിതു
ദേവർഷിതന്നുടയൊജ്ഞയത്രെ.
വിത്തേശൻതന്നുടെ പുത്രന്മാരായി ര
ണ്ടുത്തമരായുള്ള ഗൂഹ്യകന്മാർ
മദ്യവും സേവിച്ചു മാനിനിമാരുമാ
യുദ്യാനംതന്നിൽ കളിച്ചു പിന്നെ
താമരപ്പൊയ്കയിൽ ചെന്നങ്ങിറങ്ങീട്ടു
കാമവിനോദങ്ങൾ കോലുന്നേരം
നാരദൻ വന്നതു തെറ്റെന്നു കാണായി
നാരിമാരെല്ലാരും നാണിച്ചപ്പോൾ
തീരത്തു ചേർത്തുള്ള ചേലകളെല്ലാമെ
പാരാതെ ചെന്നങ്ങെയുത്തുടുത്താർ
ഗുഹ്യകന്മാരവരവ്വണ്ണമേ നിന്നാർ
ധിക്കരിച്ചമ്മുനി മുന്നിൽത്തന്നെ.
എന്നതു കണ്ടൊരു നാരദൻ നണ്ണിനാൻ:
“ഇന്നിവർതന്നെയെടക്കണേം ഞാൻ
നാളയെുമിങ്ങനെയൊചരിച്ചീടുമ്പോൾ
നാശമേ വന്നീടു നാളിൽ നാളിൽ
ശാപത്തെക്കൊണ്ടു മദത്തെയെടക്കും ഞാൻ
ആപത്തു മേലിൽ വരാതവണ്ണം”
എന്നങ്ങു നണ്ണിന നാരദൻ ചൊന്നാനേ
ന്നിന്നവർ തന്മുഖം നോക്കി നേരേ:
“പാപങ്ങളിങ്ങനെ ചെയ്കയാലിന്നിങ്ങൾ

864 പാഴ്മരമായ്പഭോകയിന്നുതന്നെ
865 നന്ദകുമാരകൻ വന്നുതഌടുന്നനാൾ
866 നന്നായി വന്നീടുകെ" ന്നും ചഌല്ലി
867 നാരദൻ പാരാതെ പഭോകത്തുടങ്ങിനാൻ
868 നാരായണായന്നെ്നു പാടിപ്പാടി.
869 അങ്ങനെയുള്ള മരങ്ങളിന്നിങ്ങനെ
870 അങ്ങതു കാണായതന്നെ്നാലിപ്പഭോൾ
871 നാരദൻ ചഌന്നതു പാരാതെ ഞാനിന്നു
872 കാരിയമാക്കണേം എന്നു നണ്ണി,
873 മയ്യോടു ചർേന്നഌരു പാഴുരൽതന്നയും
874 മല്ലെ വലിച്ചു നടന്നാൻ കണ്ണൻ
875 പാഴ്മരന്നിന്നതിഞ്ചാരത്തു ചന്നെതിൻ
876 പാഴിലേ നൂണു പുറപ്പടെ്ടപ്പഭോൾ
877 പാഴുരൽ നരേേ വിലങ്ങിച്ചുപഭോകയാൽ
878 പാരം വലിച്ചു നടന്നാൻ കണ്ണൻ
879 ഉണ്ണിക്കിടാവു വലിച്ചഌരു നരേത്തു
880 തിണ്ണം കുലഞ്ഞു ഞെരിഞ്ഞു പിന്നെ
881 അമ്മരമഌന്നങ്ങു പഌട്ടിനഭോരഌച്ചകഌ
882 ണ്ടംബരമങ്ങും നിറഞ്ഞുനിന്നു;
883 ഭൂതലംതന്നിൽ പതിച്ചുതായന്നരേം
884 ചതേന വറേിട്ട ദഹേംപഭോലെ
885 ദിവ്യജനങ്ങൾ മരങ്ങളിൽനിന്നപ്പഭോൾ
886 ഹവ്യവഹൽപ്രഭയന്നെപഭോലെ
887 ഉൽഗമിച്ചീടിനാരൂനവും നീക്കി നി
888 ന്നുൽഗദം പൂണ്ടവരൂഢമഭോദം
889 കടെ്ടുപടെ്ടീടുമപ്പതൈലക്കൊണ്കയാ
890 ലഌട്ടുപഭോൽ നഭോക്കിനാർ സൂക്ഷ്മമായി
891 കന്മഷവരൈിയക്കൊകയാൽ മാനസം

നിർമ്മലമായിട്ടു വന്നനേരം
നാരദൻ ചൊന്നൊരു ശാപവും മോക്ഷവും
മാനസംതന്നിലങ്ങായിതപ്പോൾ
മൂലോകനായകനായിനിന്നീടുന്ന
ബാലകൻതാനിതന്നുള്ളിൽ നണ്ണി
പുണ്യങ്ങൾ ചെയ്തുള്ള നാവുകൊണ്ടന്നവർ
കണ്ണനതെത്തിണ്ണം പുകണ്ണുനിന്നാർ:
"പാലാഴിമാതുതൻ വാർമുലതന്നിലെ
മാലയേച്ചാറൂറും മാറുള്ളോനേ
പാലിച്ചുകൊള്ളണം ഞങ്ങളയെന്നുമേ
നീലക്കാർവർണ്ണരേ കൈതൊഴുന്നേൻ.
നാരദൻതന്നുടെ ശാപവാക്കങ്ങൾക്കു
നേരേമേറിച്ചിന്നു വന്നുകൂടി
അല്ലായ്കിലുണ്ടോയിന്നിന്നുടെ ചെവേടി
ത്തല്ലിനെക്കൂപ്പുവാൻ കൈവെരുന്നൂ"
ഇങ്ങനെ ചൊന്നവർ വാഴ്ത്തിനനേരത്തു
മംഗലം പൊങ്ങുമമ്മാധവൻതാൻ
മെല്ലവേ ചൊല്ലിനാ "നങ്ങേകിലേ നിങ്ങളി
ന്നല്ലലും തീർത്തുടൻ നല്ലരായി
താവകമായുള്ള ദേശത്തെ നോക്കീട്ടു
പോവതിന്നായിത്തുടങ്ങിനാലും."
എന്നതു കേട്ടൊരു ഗുഹ്യകവീരന്മാർ
നന്ദകുമാരനെ വന്ദിച്ചപ്പോൾ
ഉത്തരയായുള്ള ദിക്കിനെ നോക്കിനി
ന്നത്തലും തീർത്തു നടന്നാർ ചെമ്മേ;
സ്വാവാസമായുള്ള മന്ദിരം തന്നിൽ പു
ക്കാവോളം ഭോഗങ്ങളാണ്ടു മന്മേൽ
ബന്ധുക്കളായുള്ള ലോകരുമായിട്ടു

920 സന്തുഷ്ടരായി വസിച്ചാർ പിന്നെ.
921 ദാരു ഞെരിഞ്ഞുള്ളൊരൊച്ചയങ്ങെല്ലാരും
922 ദാരുണമായിട്ടു കേട്ടനേരം
923 പേടിച്ചിതെന്തെന്നു ചൊല്ലിയുഴന്നിട്ടു
924 പപ്പേടെട്ടു നോക്കി നടന്നു നേരേ
925 ശാഖികൾ വീണൊരു ഭൂതലംതന്നിലെ
926 ചാടിക്കണ്ടെല്ലാരും ചെന്നു പിന്നെ
927 "കാററേതും കൂടാതെ പാഴ്മരം വീഴുവാൻ
928 കാരണമെന്തെന്നു ചൊല്ലുതിപ്പോൾ"
929 എന്നവർ ചൊന്നതു കേട്ടൊരു നേരമെ
930 ന്നിന്നൊരു പൈതങ്ങൾ ചൊന്നാരപ്പോൾ:
931 "കാർമുകിൽവർണ്ണനിക്കാനനംതന്നിലെ
932 പ്പാഴ്മരംതൻ പാഴിൽ പൂകുന്നേരം
933 നേരേ വിലങ്ങുമുരലിങ്ങു വാരാഞ്ഞു
934 പാരം വലിച്ചൊരു നേരത്തപ്പോൾ
935 എട്ടു ദിക്കങ്ങുമേ ഞെട്ടുമാറമ്മരം
936 പൊട്ടി നിലംതന്നിൽ വീണുടനെ;
937 അമ്മരംതന്നിൽനിന്നപ്പോഴിരുവരെ
938 ചെമ്മയേഴുന്നതും കണ്ടു ഞങ്ങൾ,
939 കണ്ണനും തങ്ങളുംകൂടിപ്പറഞ്ഞവർ
940 തിണ്ണം വിളങ്ങി നുറുങ്ങു നിന്നാർ.
941 നിങ്ങളിങ്ങെല്ലാരും വന്നോരുനേരത്തു
942 തങ്ങളങ്ങെങ്ങാനും പോയ്മറഞ്ഞാർ,"
943 ബാലന്മാരിങ്ങനെ ചാലപ്പറഞ്ഞപ്പോൾ
944 ഗോപന്മാരാരും ചെവിക്കൊള്ളാഞ്ഞാർ
945 ബാലന്മാർ ചൊല്ലലെല്ലാമുണ്മയായ് വന്നീടാ
946 ലീലയായ്പോമെത്രയെന്നു നണ്ണി.
947 ഈശനെന്നുള്ളൊരു ബോധമില്ലാതെയും

സംശയമായി ചിലർക്കു പിന്നെ.
"ഇങ്ങനെതെന്നയേിതല്ലയല്ലീ ചമ്മെ?"
എന്നവർ ചൊന്നതു കേട്ടേനരം
മറ്റുള്ള ഗോപന്മാരിങ്ങനെ ചൊല്ലിനാർ:
"മുറ്റുമിതിന്നു ചിരിക്കവേണ്ടോ്ടൂ.
ഭോഷത്വം നിങ്ങൾ പറഞ്ഞുതുടങ്ങിനാൽ
ശെഷിച്ചോരെല്ലാരും ഭോഷന്മാരാം
കാളയുണ്ടങ്ങൂട്ടു പറ്റുകിടക്കുന്നു
നീളമുണ്ടായൊരു പാശം കൊണ്ടാ"
എന്നങ്ങു ചൊല്ലുന്ന വലേയരോടൊക്കുമെ
യിന്നിങ്ങൾ ചിന്തിച്ചുരച്ചതെല്ലാം"
"പതൈങ്ങൾ ചൊന്നതു പട്ടാങ്ങായ്മവേുമോ
കതൈവമല്ലാതയെുണ്ടോ കാണ്മൂ"
മൂവാണ്ടു പൂകാതെ പതൈൽക്കിന്നിങ്ങനെ
ആവൊരു വലേയന്നെുണ്ടോ തോന്നി?
"ഇന്നിതിൻ കാരണം നന്ദകുമാരനെ
ല്ലന്നെതു ഞാൻതന്നെ തീർന്നുകൊള്ളാം."
തങ്ങളിലിങ്ങനെ ചൊല്ലിന ഗോപന്മാർ
തിങ്ങിനകൗതുകമാണ്ടു ചമ്മെ
വദേന വറിട്ടു വഗേത്തിൽ പോയങ്ങു
വണ്ണേുന്ന വലേകൾ മവേിനിന്നാർ.
അമ്മതാനന്നരേം തന്മകന്തന്നയെും
ചമ്മെയെടുത്തുകൊണ്ടങ്ങു പോവാൻ
ചാലത്തെുനിഞ്ഞോരുനരേത്തു ചൊല്ലിനാൾ
നീലക്കാർവണ്ണേിമാരെല്ലാരോടും:
"എന്മകന്തന്നക്കെയർക്കുന്നനേല്ല ഞാ
നന്നെുമയേിങ്ങനെ തോഴിമാരെ
ഇന്നു ഞാനന്നെ്മകൻതന്നക്കെയർത്തതോ

976 നന്നായെനിക്കു ഫലിച്ചുതല്ലോ.

977 ഇങ്ങനെയെന്മകൻതന്മേനി പൂണ്മൻ ഞാൻ

978 അങ്ങനെ ചെമ്മായാൽ പോരും ശീലം

979 ശീലമോ നന്നല്ല ബാലകനെന്നുള്ള

980 മാലോകർചൊല്ലലെല്ലാം ഞാൻ പൊറുപ്പൻ

981 ഇങ്ങനെയെന്മകൻതന്മുഖം കാണുമ്പോൾ

982 എങ്ങനെ തോഴി കയർപ്പു ചൊൽ നീ?”

983 ഇങ്ങനെ ചൊന്നവൾ തന്നുടെ പൈതലെ

984 പൊങ്ങിനോരാനന്ദം പൂണ്ടുപൂണ്ടു

985 മറ്റുള്ള മാതരും താനുമായങ്ങനെ

986 തെറ്റെന്നു ചെന്നു തൻ വീടു പുക്കാൾ.

4.വത്സസ്തേയം

1 ഓമനപ്പൈതൽതാനോരോരോ ലീലകൾ

2 തൂമ കലർന്നങ്ങു കാട്ടിക്കാട്ടി

3 ആനായനാരിമാർമാനസംതന്നയെ

4 ങ്ങാകുലമാക്കിനാൻ മല്ലെ മല്ലെ.

5 അച്ഛനപ്പേലയെുടുക്കുന്നനേന്നിട്ടു

6 നൽച്ചലേകൊണ്ടങ്ങുടുക്കും നന്നായ്

7 മാനിച്ചുനിന്നച്ഛൻ കുമ്പിടുന്നരേത്ത

8 ങ്ങാനകളിക്കും മുതുകിലറേി,

9 തവോരിക്കണേമിന്നച്ഛരായനിക്കു നീ

10 പൂവല്ലാം കൊണ്ടത്തോയന്നു ചൊല്ലും

11 അച്ഛനും താനുമായിച്ഛരയിലങ്ങനെ

12 നിച്ചലും നിന്നു പടകളിക്കും

13 “എൻ കണി കാണണന്നിങ്ങളിന്നല്ലാരും”

14 എന്നങ്ങു ചൊല്ലീട്ടു വീടുതോറും

15 കോഴികൾ കൂകുമ്പോൾ കോഴകൾ കൂടാതെ

16 ഗോവിന്ദൻ പാടിക്കൊണ്ടങ്ങുചല്ലും.

17 മാരി ചൊരിയുന്ന നരേത്തു കോടിയിൽ

18 നരേ പോയ് നീരല്ലാമലേക്കും മയ്യിൽ

19 കയ്യെപ്പേിടിപ്പാനാരായലേും ചല്ലുമ്പോൾ

20 “അയ്യോ!” എന്നിങ്ങനെ കൂട്ടും തിണ്ണം.

21 അത്ഭുതമായുള്ള പാവകളുണ്ടോരോ

22 ശില്പികൾ കൊണ്ടക്കൊടുത്തപ്പൊഴും

23 വാഴപ്പഴങ്ങൾ താൻ തിന്നുന്ന നരേത്തു

24 വായിൽ കോടുക്കുമപ്പാവകൾക്കും;

25 “അമ്മിഞ്ഞി നൽകമ്മേ” യന്നങ്ങു ചൊല്ലിക്കൊ

26 ണ്ടമ്മടേ കയ്യിൽ കൊടുക്കും പിന്നെ;

ചാലക്കിടന്നങ്ങ്ങുറങ്ങ്ങുന്ന നേരത്തു
ചാരത്തുതന്നെ കിടത്തിക്കൊള്ളും
നന്മണികൊണ്ടു പടുത്ത നിലന്തന്നിൽ
ബിംബിതനായിട്ടു തന്നെക്കണ്ടാൽ
അഞ്ചിതമാകിയ പുഞ്ചിരിതൂകീട്ടു
ചഞ്ചമെമ്മേ പായും പിടിച്ചുകൊൾവാൻ.
രത്നങ്ങ്ങളായുള്ള കമ്പങ്ങ്ങൾ തന്നിലു
മാദ്യനായുള്ളൊരു തന്നെക്കണ്ടാൽ
"ഉണ്ണിയപ്പൂണുന്നേ"നെന്നിട്ടു കമ്പത്തെ
ത്തിണ്ണം പിടിച്ചങ്ങ്ങു പൂണ്ടുകൊള്ളും
"കമ്പത്തിനുള്ളിലെക്കുട്ടിക്കെന്നമ്മേ! നീ
യമ്മിഞ്ഞി നൽകണേ"മെന്നു ചൊല്ലും:
വെണ്ണയും പാലും നൽവല്ലവുമെല്ലാമേ
ഉണ്ണിക്കു നല്കണേമെന്നും പിന്നെ.
ഓടിക്കൊണ്ടാച്ചിമാരോരോരോ വലേയ്ക്കു
പടേിച്ചു വീടരപ്പപോകുന്നേരം
നെഞ്ചകമെല്ലാമെ വഞ്ചനഞ്ചെയ്യുന്ന
പുഞ്ചിരി കിഞ്ചന തൂകിത്തൂകി
ദൂരത്തുനിന്നവർ ഗേഹേത്തിൽ ചെന്നവൻ
ചാരത്തു മെല്ലവേ നിന്നുകൊള്ളും;
ഓമനപ്പുഞ്ചിരി കാണുന്നനേരത്തു
കാമിനിമാരാരും പോകവല്ലാർ
തങ്ങ്ങൾ തുടങ്ങ്ങിന വലേ മറന്നുടൻ
മംഗലനാകിയ പതൈൽതന്നെ
പൂണ്ടുപൂണ്ടങ്ങ്ങനെ നിന്നുപോമെല്ലാരും
വേണ്ടുവോന്നാകയുമുണ്ടു പാർത്താൽ
ബാലികമാരായ നാരിമാരോരോരോ
ലീലകൾ കണ്ടു മയങ്ങ്ങുന്നേരം

പൂവില്ലുകണ്ടെവർ മനേിയിൽ മലെ്ലവേ
പൂവില്ലവൻ ചനെ്നു തൊട്ടു പോന്നാൻ
എന്നുപോലിന്നിവൻ യൗവനമാളുന്നു
തന്നെനൊരു ചിന്ത തുടങ്ങീതപ്പോൾ
കണ്ണിനു നല്ലൊരു പീയൂഷമായിട്ട
ക്കണ്ണൻതാനിങ്ങനെ മേവും കാലം
വൃദ്ധൻമാരായുള്ള ഗോപന്മാർതങ്ങളിൽ
ഒത്തങ്ങു കൂടീട്ടു ചൊന്നാരപ്പോൾ:
"വാട്ടംകളഞ്ഞു നാം കൂട്ടമായ് കൂടീട്ടു
ഗോഷ്ഠത്തിൻ കാരിയം ചിന്തിക്കണേം."
നന്ദൻ തുടങ്ങിന ഗോപന്മാരെല്ലാരും
ഒന്നെത്തുനിന്നു പറഞ്ഞാരപ്പോൾ:
"വാസത്തിനിന്നിലം നന്നല്ല പാർക്കുമ്പോൾ
ആപത്തകെ്കാണുന്നു നാളിൽ നാളിൽ
പൂതനയന്നെെനാരു ഭൈരവി വന്നിട്ടു
ചയ്തതോയെല്ലാരും കണ്ടുതല്ലോ.
കാററുതാൻ മലേപട്ടെു നൂററിക്കോലല്ലല്ലോ
തൂററിക്കളഞ്ഞതിപ്പതൈൽതന്നെ.
പാറമേൽ വീണൊരു പതൈലയോർക്കുമ്പോൾ
മാറുന്നൂതില്ലന്നെും കണ്ണുനീരോ.
ചാടുതാൻ വീണു തകർന്നൊരു നരേത്തു
ചാകാതകെണ്ടതോ നാമല്ലല്ലൊ.
നാരായണൻതൻറെ കാരുണ്യമില്ലായ്കിൽ
ആരിന്നിപ്പതൈലകെ്കാപ്പോരയ്യോ!
പാരിച്ചുനിന്നൊരു പാഴ്മരം വീഴുമ്പോൾ
പതൈൽതന്മനേിയിൽ കൊണ്ടില്ലല്ലോ
നല്ലൊരു നരേത്തിപ്പതൈൽ പിറന്നുതെ
ന്നല്ലോരും ചൊന്നതു പൊയ്യല്ലൊട്ടും.

എന്നുമയേിങ്ങ്ങനെ തണ്മ വരായ്വതി
ന്നനെത്തിനി നല്ലതന്നെന്നോർക്കണം നാം."
നന്ദനന്തന്നാനനംതങ്കൽനിന്നിങ്ങ്ങനെ
തന്മൊഴി തൂകിന നരേത്തപ്പോൾ
ബന്ധുവായ് നിന്നൊരു ഗോപാലൻ ചൊല്ലിനാൻ
ചിന്തിച്ചു നിന്നു നുറുങ്ങ്ങുനരേം:
"കല്പാർന്നു നിന്നുള്ളോരുല്പാതമോരോന്നി
ങ്ങിപ്പാടെ വന്നതിൻ മുപ്പാടെ നാം.
വൃന്ദാവനന്തന്നിൽ നന്നായിപ്പൂകണേ
മെന്നിച്ചു നിന്നുടനിന്നുതന്നെ"
എന്നങ്ങ്ങു ചൊന്നപ്പോൾ നിന്നോരു ഗോപന്മാർ
നന്നെന്നു ചൊല്ലിനാരെല്ലാരുമേ
ചാടെല്ലാം കൊണ്ടന്നു ചാരത്തുടൻ പിന്നെ
ചാലെ മുറുക്കിച്ചമച്ചാരപ്പോൾ
നീടുറ്റ ബാലകന്മാരുമമ്മാതരും
ചാടിൽ കരേറീട്ടു പാഞ്ഞാർ ചെമ്മെ
കന്നും കിടാക്കളും കാലികളും തമ്മിൽ
ഒന്നിച്ചു കൂടി നടത്തംകൊണ്ടാർ.
ചാപംതുടങ്ങ്ങിയുള്ളായുധമോരോന്നേ
ഗോപന്മാരെല്ലാരും കയ്യിലാക്കി
സന്നദ്ധരായിട്ടു നിന്നുടനന്നേരം
മുന്നിൽ നടന്നു തുടങ്ങ്ങിനാരേ.
നീടുറ്റ രോഹിണിതാനും യശോദയും
കടേറ്റ ചാടിൽ കരേറിച്ചെമ്മെ
ഓലക്കമാണ്ടുള്ള ബാലകന്മാരെയും
ചാലപ്പുണർന്നു വിളങ്ങ്ങി നിന്നാർ
ചൊല്പെറ്റു നിന്നുള്ള രത്നങ്ങൾ പൂണ്ടുള്ള
കല്പകവല്ലികളെന്നപോലെ.

111 "ചാടങ്ങ്ങു ചാടുമ്പപ്പോൾ പടേിച്ചു നിന്നതേും
112 ചാപലം കാട്ടടൊല്ലൊ പതൈങ്ങ്ങളെ"
113 പതൈങ്ങ്ങളോേടു പറഞ്ഞ്ഞുനിന്നിങ്ങ്ങനെ
114 പതൈങ്ങ്ങളതേുമറിഞ്ഞ്ഞീലൊട്ടും
115 ഇങ്ങ്ങനെ പോേയങ്ങ്ങു വൃന്ദാവനന്തന്നിൽ
116 ഭംഗിയിലല്ലാരും ചന്നെു പുക്കാർ
117 പുണ്യങ്ങ്ങൾ ചയ്തുള്ള മാനവന്മാരല്ലാം
118 വിണ്ണിലേ ചന്നെങ്ങ്ങു പൂകുമ്പപോേലെ
119 ദീനന്മാരായുള്ളോേരാനായന്മാരല്ലാം
120 അനന്ദംപൂണ്ടങ്ങ്ങു പുക്കനരേം
121 സുന്ദരമായുള്ള മന്ദിരമോേരോേന്നേ
122 നന്നായി നിർമ്മിച്ചാരന്നുതന്നെ.
123 നന്ദൻതുടങ്ങ്ങിന ഗോേപന്മാരല്ലാരും
124 മന്ദിരമോേരോേന്നിൽ ചന്നെു പുക്കാർ
125 സൂര്യൻ തുടങ്ങ്ങിന നൽ ഗ്രഹമോേരോേരോേ
126 രാശിയിൽ ചന്നെങ്ങ്ങു പൂകുംപോേലെ.
127 കാർവർണ്ണൻ താൻ ചന്നെു വിളങ്ങ്ങിന നരേത്ത
128 ക്കാനനമറ്േറം വിളങ്ങ്ങിനിന്നു
129 വാർതിങ്കൾ ചന്നെു വിളങ്ങ്ങിന നരേത്തു
130 കാർതങ്ങ്ങുമാകാശമന്നെപോേലെ.
131 "അച്ഛാ,യനിെക്കൊരു നൽകുഴലൂതുവാൻ
132 ഇച്ഛയുണ്ടെ" ന്നങ്ങ്ങു ചൊല്ലിപ്പിന്നെ
133 അച്ഛൻ കൊടുത്തോേരു നൽ കുഴലൂതിനി
134 ന്നിച്ഛയിൽ മവേിനാൻ മല്ലെ മല്ലെ.
135 പുഞ്ചിരി തൂകിയും കൊഞ്ചൽ തുടങ്ങ്ങിയു
136 മഞ്ചാറുമാസം കഴിഞ്ഞ്ഞേ കാലം
137 കന്നുകൾ മച്ചേു തുടങ്ങ്ങിൻ മല്ലവേ
138 നന്ദതനൂജനും രാമനുമായ്

ദൂരത്തു പോകാതെ ചാരത്തു നിന്നിട്ടു
നരേത്തെ പിള്ളരുമായിച്ചമ്മേ.
വത്സങ്ങളോടു കലർന്നുടൻ കൊല്ലുവാൻ
വത്സനായ് വന്നൊരു ദാനവനെ
മത്സരമാണ്ടങ്ങു മൃത്യുപുരന്തന്നിൽ
ഉത്സവമാക്കിനാനൂക്കുകൊണ്ടേ.
കള്ളനായുള്ളൊരു മററൊരു ദാനവൻ
പുള്ളായി വന്നിട്ടു നിന്നനരേം
തള്ളിയഴെുന്നൊരു കോപം കൊണ്ടങ്ങവൻ
തള്ളയ്ക്കു കണ്ണുനീർ നല്കിനാന്താൻ.
ഉഗ്രങ്ങളായുള്ള വ്യഗ്രങ്ങൾ തീർത്തു ത
ന്നഗ്രജനോടു കലർന്നു ചമ്മേ
ചാരത്തു നിന്നുടൻ കന്നുകൾ മയേ്പാനായ്
ദൂരത്തു പോകത്തുടങ്ങി മല്ലേ.
ആച്ചിമാരല്ലാരും കാഴ്ചയായ് നൽകിന
പാച്ചോറുതന്നയെുമുണ്ടു പിന്നെ
ചരേ്ച്ച തുടർന്നുള്ള പിള്ളരുമായിട്ടു
പാച്ചൽ തുടങ്ങിനാൻ കന്നിൻ പിമ്പെ
കന്നുമചേ്ചിങ്ങനെ നിന്നു വിളങ്ങിന
നന്ദതനൂജന്താനന്നൊരുനാൾ
കാനനം തന്നിലേ പോയിട്ടു വണേമേ
ഭോജനമിന്നനെിക്കന്നെു നണ്ണി
കാലത്തുണർന്നുടൻ ബാലകന്മാരയെും
മളേത്തിൽനിന്നു വിളിച്ചുണർത്തി
"കാനനംതന്നിൽ ചന്നൊനന്ദമായ് നിന്നു
വണേമിന്നൂണെ"ല്ലാമന്നെു ചൊല്ലി
താനങ്ങു തന്നുടെ കന്നുകൾ പിന്നാലെ
കാനനം നോക്കി നടന്നാൻ പിന്നെ.

എന്നതു കേട്ടൊരു ചങ്ങാതിമാരെല്ലാ
മങ്ങനെ വേണ്ടുന്നൂതെന്നു ചൊല്ലി
ഭോജനത്തിന്നുള്ള സാധനമോരോരോ
ഭോജനന്തന്നിലങ്ങാക്കിക്കൊണ്ട്
തന്നുടെ തന്നുടെ കന്നും തെളിച്ചതിൻ
പിന്നലെ തങ്ങളും മെല്ലെ മെല്ലെ
ചെന്നങ്ങു കണ്ണൻറെ കന്നിനോടെല്ലാരും
ഒന്നിച്ചു കൂട്ടിനാർ തങ്ങൾകന്നും
ബാലകന്മാർക്കുള്ള ലീലകളെക്കൊണ്ടു
ചാലക്കളിച്ചു നടന്നാർ പിന്നെ
കേകികൾ കൂകുമ്പോൾ കൂകത്തുടങ്ങിനാർ
കോകിലം പാടുമ്പോൾ പാടുകയും
പക്ഷികൾ പാറുമ്പോൾ ഛായ പിടിപ്പാനാ
യാക്കമെയെല്ലാരുമോടിയോടി;
അന്നങ്ങൾപോലെ നടന്നതിൻ പിന്നാലെ
അന്നലെപ്പോലെ കരഞ്ഞു പിന്നെ
തൻ നിഴൽതന്നോടും മാറ്റൊലിതന്നോടും
നിന്നു കളിക്കയും പേശുകയും;
വാനരം പാഞ്ഞു മരങ്ങളിലേറുമ്പോൾ
വാലേപ്പിടിച്ചു വലിച്ചും പിന്നെ
പുണ്യങ്ങൾ ചെയ്തുള്ള പൈതങ്ങളിങ്ങനെ
കണ്ണനുമായിക്കളിക്കുന്നേരം
കംസൻറെ ചൊല്ലാലെ വന്നൊരു ദാനവൻ
ഹംസങ്ങൾ ചാരത്തു കാകൻപോലെ.
ക്ഷ്വേളം നിറഞ്ഞൊരു വ്യാളമായന്നേരം
നീളത്തിൽ മെല്ലെക്കിടന്നുകൊണ്ടാൻ
ആയർകുമാരന്മാർ പായുന്നതിൻ നേരേ
വായും പിളർന്നു വഴിക്കുതന്നെ

ചണോർന്നു നിന്നൊരു പാതാളമയേന്നു
കാണുന്നോരെല്ലാർക്കും തോന്നുംവണ്ണം.
ലീലകളോരോന്നേ ചാലത്തിരഞ്ഞുള്ള
ബാലകന്മാരതു കണ്ടനേരം
പാതാളമയേന്നു നിർണ്ണയിച്ചെല്ലാരും
പാഞ്ഞവൻ വായിലേ ചെന്നു പുക്കാർ.
ആകാശംതന്നിലേ നിന്നുള്ള ദേവകൾ
ആകുലന്മാരായിച്ചൊന്നാരപ്പോൾ:
"കൈതവം പൂണ്ടൊരു ദൈതേയൻതാനെന്നി
പ്പൈതങ്ങളാരുമറിഞ്ഞതില്ലെ
കംസന്നു നല്ലൊരു കാലമായ് വന്നുതേ
സംശയമില്ലേതും ചൊല്ലാം ചെമ്മേ
മായയെന്നുള്ളതു നിർണ്ണയിച്ചല്ലല്ലീ
മാധവനങ്ങോ പോയ് നിന്നുകൊണ്ടു."
വിണ്ണവരിങ്ങനെ ചൊന്നൊരു നേരത്തു
കണ്ണനും ചെന്നങ്ങു മെല്ലെ മെല്ലെ
പൂകത്തുടങ്ങിനാൻ ദാനവൻവായിലെ
മേഘത്തിനുള്ളിൽ നൽ തിങ്കൾപോലെ.
കണ്ണനും ചെന്നവൻ വായിലേ പൂകുമ്പോൾ
വിണ്ണവർ തിണ്ണം മരിണ്ടു നിന്നൂ
"അയ്യോ!" എന്നിങ്ങനെ പിന്നെയും ചൊല്ലീട്ടു
കൈയും തിരുമ്മിയുഴന്നാർ ചെമ്മേ.
ബാലകന്മാരെല്ലാം വായിലേ വന്നപ്പോൾ
ദാനവന്തന്നിലെ നണ്ണിനാന്താൻ:
"ഇന്നു ഞാൻ കണ്ടൊരു നൽക്കണിതന്നെയേ
യെന്നുമേയിന്നുമകപ്പെടേണോം.
ആയർകുമാരന്മാരോടുംകൂടെന്നുടെ
വായിലേ വന്നിവൻ പുക്കാനല്ലോ.

223 ആരല്ലൊമിന്നിവൻതന്നയെങ്ങശേുവാൻ

224 ആരാഞ്ഞു നില്ലാതയെുള്ളൊേരിപ്പൊേൾ

225 പൂതനമുമ്പായി വന്നുള്ളൊേരല്ലൊരും

226 ചതേന കവൈിട്ടു പൊേയാരത്ര.

227 എന്നൊേളം ധന്യരില്ലാരുമിന്നൊേർക്കുമ്പൊേൾ

228 എൻ വായിലല്ലൊേതാൻ വന്നു പുക്കും

229 സ്വാമിക്കു വണേുന്നൊേരാരുമില്ലന്നൊേളം

230 പാർമലേന്നുള്ളതൊേ വന്നുകൂടി.

231 ഞാനിന്നിക്കാര്യത്ത സാധിച്ചു ചൊല്ലുമ്പൊേൾ

232 മാനിച്ചുചൊന്നതു നല്കും നാഥൻ

233 എന്തൊേന്നു നിന്നുള്ളിൽ വണേുന്നതന്നുമ്പൊേൾ

234 എന്തൊേന്നു ഞാൻ മുമ്പ ചൊല്ലിക്കൊൾവൂ?

235 ആനതുടങ്ങിന വാഹനമൊേരൊേന്ന

236 വണേുന്നതില്ലതേും പാർത്തു കണ്ടാൽ

237 ശൊേഭനമായങ്ങു ശൊേഭിച്ചു നിന്നുള്ളൊ

238 രാഭരണങ്ങളനിക്കുണ്ടല്ലൊേ

239 നാടങ്ങു വണേമനിക്കന്നു ചൊല്ലിനാൽ

240 നാശമയേുള്ളത നാളിൽ നാളിൽ.

241 ആയന്മാരല്ലാർക്കും നായകനായ് നിന്നാൽ

242 പയേില്ലയന്നുമയേന്നു തൊേന്നു.

243 പാൽ വണ്ണെയുണ്ടു സുഖിച്ചുകൊള്ളാമല്ലൊേ

244 പാർക്കുന്നനരേമിതന്ന നല്ലൂ

245 എൻ വായിലായുള്ള കന്നുകിടാക്കള

246 കൊല്ലാതകൊണ്ടാകിൽ നന്നായിതും

247 എന്നതിന്നതേുമുപായമില്ലൊേർക്കുമ്പൊേൾ

248 കന്നുകളിന്നും മറ്റുണ്ടല്ലൊേ താൻ

249 ഇന്നിവൻതന്ന ഞാൻ തിന്നാതയിങ്ങന

250 കൊന്നുകൊണ്ടന്നുടന നാഥന്മുമ്പിൽ

പ്രാഭൃതമായിട്ടു വച്ചു കൊടുക്കിലെൻ
പ്രാഭവമേറ്റവുമുണ്ടായിതും
കൂടപ്പിറന്നൊരു പൂതനതന്നെയും
കൂടപ്പിറന്ന ബകന്തന്നെയും
കൊന്നതിന്നോർക്കുമ്പോഴിന്നിവന്തന്നെ ഞാൻ
തിന്നു മുടിക്കിലേ കോപം തീരൂ."
ഇങ്ങനെ ചിന്തിച്ചു തന്നിലങ്ങേറ്റവും
പൊങ്ങുന്ന കോപത്തപ്പൂണ്ടു ചെമ്മെ
വായങ്ങു നേരേ മുറുക്കിത്തുടങ്ങുമ്പോൾ
ആയർകുമാരകൻ മെല്ലെ മെല്ലെ
കണ്ടങ്ങിരിക്കവേ പൊങ്ങിത്തുടങ്ങിനാൻ
പണ്ടു താൻ വാമനനെന്നപോലെ.
എന്നതു കണ്ടൊരു ദാനവനന്നേരം
നന്ദതനൂജനോടൊന്നു ചൊന്നാൻ:
"മായ നീയിങ്ങനെയൊവോളം കാട്ടിനാൽ
പോയിടാമെന്നു നിനയ്ക്ക വേണ്ടാ.
മായകൊണ്ടീയെന്നെ വെല്ലുവോരില്ലാരും
പയേല്ലാമതേുമേ കാട്ട വോണ്ടാ.
എന്നുടെ ജീവനമിങ്ങനെയുള്ള നാൾ
എന്നുമേ നിന്നെയെയയ്ക്കയില്ലേ.
മുന്നന്നീയങ്ങെങ്ങളെക്കൊന്നു നശിപ്പിച്ച
തിന്നു നിനക്കുമകപ്പടെട്ടുതേ.
എൻ വായിൽനിന്നു നീ ചാകയന്നെുള്ളൊരു
നിൻ പാപമോർക്കിലിന്നാർക്കൊഴിക്കാം."
പാപനായുള്ളൊരു ദാനവനിങ്ങനെ
കോപനനായിപ്പറഞ്ഞ നേരം
ശ്വാസങ്ങളെല്ലാമടങ്ങിത്തുടങ്ങിതേ
കാസങ്ങളും പോന്നു വന്നൂതപ്പോൾ

279 വാകകൊണ്ടു മിണ്ടുവാൻ വല്ലാതയായപ്പോൾ

280 വാൽകൊണ്ടു തല്ലിനാൻ ഭൂതലത്തിൽ.

281 കണ്ണനിലായിതു കോപിച്ചു മാനസം

282 കണ്ണിണ പാരം വിരിഞ്ഞു നിന്നു;

283 ആർത്തങ്ങളായിട്ടു പ്രാണങ്ങൾ വീങ്ങുമ്പോൾ

284 മൂർദ്ധാവു പെട്ടെന്നു പൊട്ടിച്ചമ്മെ

285 കണ്ടൊരു വാതിൽ പുറപ്പെട്ടു ജീവനും

286 മണ്ടിനടന്നു പുറത്തങ്ങായി.

287 ആകാശം തന്നിലേ കാണായിതന്നേരം

288 നാകികൾക്കെല്ലാർക്കും ദീപം പോലെ.

289 കണ്ണൻതാനന്നേരം പീയൂഷമാണ്ടൊരു

290 കണ്ണിണകൊണ്ടു കുളിർക്ക നോക്കി.

291 ആലസ്യം തീർത്ത തൻ ബാലകന്മാരുമ

292 കാകലിക്കിടാക്കളുമായിച്ചമ്മെ

293 വ്യാളത്തിൻ വായിൽനിന്നോടിപ്പുറപ്പെട്ടു

294 മളേത്തിൽ നിന്നു വിളങ്ങിക്കൊണ്ടാൻ

295 ആകാശം തന്നിലേ കാണായിനിന്നൊരു

296 നീകാശമന്നേരം താണുവന്നു

297 കണ്ണനോടൊന്നിച്ചു നന്നായി വന്നുതേ

298 വിണ്ണവരെല്ലാരും കണ്ടിരിക്കെ

299 എന്നതു കണ്ടൊരു വിണ്ണവരെല്ലാരും

300 നന്ദനംതന്നിലേപ്പൂക്കളെല്ലാം

301 നാരായണൻമെയ്യിൽ പാരാതെ തൂകിനാർ,

302 പാരം മുഴങ്ങിച്ചാർ ഭേരികളും.

303 ആമ്നായമോതിച്ചു നിന്നൊരു നാന്മുഖൻ

304 മന്മേലേ ഭേരിയക്കെടനേരം

305 എന്തെന്നു ചിന്തിച്ചു തന്നിലേ നണ്ണിനാൻ

306 നന്ദതനൂജന്റെ ലീലയെന്നേ.

307 ഓത്തു മുടിഞ്ഞതു പാർക്കരുതാഞ്ഞുത
308 ന്നാസ്ഥാനംതന്നിൽനിന്നഥോടി വന്നാൻ;
309 വാനവരെല്ലാരും ചൊന്നതു കടേ്കപ്പോൾ
310 ആനന്ദലീലനായ് നിന്നു ചൊന്നാൻ:
311 "ഇന്നിതു കണ്ടിട്ടു വിസ്മയിച്ചീടണ്ടേ
312 വൃന്ദാരകന്മാരേ കേൾപ്പിൻ നിങ്ങൾ
313 നന്ദകുമാരനായ് നിന്നോരിവന്തന്റെ
314 നല്ലൊരു പൂമനേയന്നപോലെ
315 പൊന്നുകൊണ്ടാകിലും മണ്ണുകൊണ്ടാകിലും
316 നന്നായി നിർമ്മിച്ച മെയ്യുണ്ടല്ലോ
317 എന്നതുതന്നയെുമുള്ളിലേ നണ്ണിനാ
318 ലന്നേ വരുത്താമേ മുക്തിതന്നെ.
319 ഇന്നിവൻതാനല്ലോ ദാനവനുള്ളിലേ
320 നിന്നു വിളങ്ങിനതന്തു പിന്നെ."
321 വാരിജസംഭവനിങ്ങനെ ചൊന്നതു
322 വാനവരെല്ലാരും കേൾക്കുന്നേരം
323 വാരിജലോചനൻ കാളിന്ദിതന്നുടെ
324 തീരത്തു ചന്നെുടൻ ചൊന്നാനപ്പോൾ:
325 "ചങ്ങാതിമാരേയെൻ ചാരത്തു പോരുവിൻ
326 ചന്തത്തിലുണ്ണണേം നാമെല്ലാരും
327 ഇന്നിലം കൈവിട്ടുപോകിലിന്നാമെല്ലാം
328 നന്നായിട്ടങ്ങുമേ വന്നുകൂടാ.
329 നല്ലോരു പുല്ലുള്ള ഭൂതലംതന്നിലേ
330 നന്നായി മേയട്ടെ കന്നുകളും."
331 എന്നതു കടേ്കൊരു ചങ്ങാതിമാരെല്ലാം
332 കന്നെല്ലാമൊന്നിച്ചുകൂട്ടിച്ചമ്മേ
333 തണ്ണീരും നല്കി നൽപ്പുല്ലുള്ള ഭൂതലം
334 തന്നിലങ്ങാക്കിനാർ മേച്ചൽപൂവാൻ.

335 വാരഴെും തങ്ങ്ങളും നാരായണൻചൂഴും
336 പാരാതെ ചെന്നങ്ങ്ങിരുന്നാർ പിന്നെ
337 വാരിജംതന്നുടെ കർണ്ണികതൻ ചൂഴും
338 നേരേ വിളങ്ങ്ങും ദളങ്ങ്ങൾപോലെ
339 പാച്ചോറുതന്നെയുമെല്ലാരുമോരോരോ
340 പാത്രങ്ങ്ങൾതന്നിലുമാക്കിപ്പിന്നെ
341 തന്നുടെ തന്നുടെ കായ്കനിയോരോന്നേ
342 മുന്നിലെടുത്തങ്ങ്ങു വച്ചുകൊണ്ടാർ
343 കാർമുകിൽവർണ്ണനും ഭോജനംപണ്ണുവാൻ
344 കാമിച്ചുനിന്നു മുതിർന്നാനപ്പോൾ.
345 നാഭിക്കലാമ്മാറു കോലക്കുഴൽതന്നെ
346 ചൂരക്കോൽക്കൊമ്പെല്ലാം കയ്യുടെ കീഴ്;
347 പാച്ചോറുതന്നെയുരുട്ടിച്ചമച്ചുതൻ
348 പാണിതലംതന്നിലാക്കിക്കൊണ്ടു
349 ഉണ്ണിവിരൽകൾതന്നുള്ളിലങ്ങ്ങാക്കിനാ
350 നൂണിനു വേണുന്ന കായ്കളെല്ലാം
351 ബാലകന്മാരുടെ ലീലകളോരോന്നേ
352 ചാലപ്പറഞ്ഞു ചിരിച്ചു തമ്മിൽ
353 ചോറങ്ങ്ങു വായിലിടുന്നോരുനേരത്തു
354 പാരം ചിരിപ്പിച്ചു പൈതങ്ങ്ങളെ
355 കാർമുകിൽ വർണ്ണൻതാനാമോദംപൂണ്ടു നൽ
356 കാനനന്തന്നിൽനിന്നുണ്ണുന്നേരം
357 ആകാശംതന്നിലേ വാനവരെല്ലാരും
358 ആമോദംപൂണ്ടങ്ങ്ങു നോക്കിനിന്നാർ,
359 വൃന്ദാരകന്മാർക്കു സുന്ദരമായൊരു
360 വൃന്ദാവനന്തന്നിൽ വന്നുനിന്ന്
361 നന്ദകുമാരൻറെ ലീലകൾ കാണ്കയാൽ
362 നന്ദനലീലയും വേണ്ടീലപ്പോൾ.

363 നാളീകജന്മാവു നാരായണൻതൻറെ
364 കളികൾ പിന്നെയും കാൺമതിന്നായ്
365 കുത്സിതമായൊന്നു വഞ്ചനമെങ്കിലും
366 വത്സങ്ങളെല്ലാമൊളിച്ചുവച്ചാൻ
367 ബാലകന്മാരെല്ലാമുണ്ണുന്ന നേരത്തു
368 കാലിക്കിടാങ്ങളെക്കാണാഞ്ഞപ്പോൾ
369 പേടിപൂണ്ടെല്ലാരും തേടുവാനായിട്ട
370 ങ്ങോടിത്തുടങ്ങുവാനോങ്ങുന്നേരം,
371 നീടുറ്റ ബാലകന്മാരോടു ചൊല്ലിനാൻ
372 കേടേറ്റ കേശവൻ പേടിപോവാൻ:
373 ഊണിന്നു വൈകല്യമേതുമേയോക്കൊല്ല
374 വേണുന്നതിന്നിന്നു ഞാനുണ്ടല്ലോ
375 കാട്ടിലകംപൂക്കു കന്നുകിടാക്കളെ
376 കൂട്ടമേ ഞാനോ മടക്കികൊൾവൻ."
377 കൊണ്ടൽനേർവർണ്ണൻതാനിങ്ങനെ ചൊന്നുടൻ
378 പിണ്ടവും കയ്യിൽ പിടിച്ചുകൊണ്ട്
379 മണ്ടിനാൻ കാനനമണ്ടലംതന്നിലേ
380 തണ്ടുവാൻ കന്നലെല്ലാമിണ്ടൽ നീക്കി.
381 ഭദ്രനായുള്ളോരു നാന്മുഖനന്നേരം
382 ഛിദ്രമിയന്നുടൻ പോന്നുവന്നാൻ
383 ആയർകുമാരകന്മാരെയും തന്നുടെ
384 മായയക്കൊണ്ടു മറച്ചുവച്ചാൻ.
385 നീലവലാഹകനേർനിറമാണ്ടുള്ളോൻ
386 നീളെ നടന്നാനക്കാടുതോറും.
387 കന്നുകളൊന്നുമേ കാണാഞ്ഞു പിന്നെയും
388 വന്നുടൻ നോക്കുമ്പോഴിങ്ങുതന്നെ
389 ബാലകന്മാരെയും കണ്ടുതോയില്ലല്ലൊ
390 "കാലിക്കിടാക്കളെ കാണാഞ്ഞിട്ട്

ആരാഞ്ഞുപോയോരേ"യന്നെങ്ങു നണ്ണീട്ടു
പാരം വിളിച്ചു നടന്നാനങ്ങെങ്ങും.
എന്നിട്ടുമങ്ങെങ്ങുമേ കാണാഞ്ഞു തന്നിലേ
എന്തിതന്നെന്നിങ്ങനെ ചിന്തിച്ചുടൻ
ഉള്ളിലക്കെകണ്ടു നോക്കിനാനന്നേരം
ഉള്ളോരുവണ്ണമേ കാണായപ്പോൾ
പുഞ്ചിരി തൂകിനാൻ നന്മുഖന്തന്നുടെ
വഞ്ചനലീലയക്കെക്കണ്ടു പിന്നെ.
"വഞ്ചിതമായതു വഞ്ചനം ചെയ്കിലോ
വഞ്ചകനാമല്ലൊ ഞാനുഞ്ചമെന്മെ"
നഞ്ചകംതന്നിലയിങ്ങനെ നണ്ണിനി
ന്നഞ്ചനവർണ്ണന്താനന്നെന്നേരം
അമ്മമാർക്കല്ലൊർക്കും മക്കളക്കെക്കണ്ടിട്ടു
സമ്മോദമുള്ളിലങ്ങുണ്ടാവാനായ്
കാലിക്കിടാങ്ങളെ താനങ്ങു നിർമ്മിച്ചാൻ;
ബാലകന്മാരെയുമവ്വണ്ണമേ.
കാലിക്കിടാങ്ങളും പാലകന്മാരായ
ബാലകന്മാരുമായ് കാലത്തതോൻ
അമ്പാടിതന്നിലകത്തങ്ങു പൂകുമ്പോൾ
അമ്മമാരെല്ലാരും തന്മക്കളേ
മാനിച്ചെടുത്തുതൻ നന്മുല നല്കിനാർ;
ധേനുക്കളും പിന്നയെവ്വണ്ണമേ.
സംശയമുണ്ടായീലാർക്കുമേ പാർക്കുമ്പോൾ
കൗശലമുള്ളവനല്ലോയിവൻ
വത്സങ്ങളായുള്ള തന്നയെുമിങ്ങനെ
വത്സന്മാരായുള്ള തന്നെക്കൊണ്ടേ
പാലിച്ചുനിന്നു വനത്തിലുമങ്ങുമായ്
കാലമങ്ങോരാണ്ടു ചെന്നുതായി.

ആണ്മതിരണ്ടരൊരു നാന്മുഖനന്നരം
കാണ്മാനായ് വന്നാനക്കാനനത്തിൽ.
കാലിക്കിടാക്കളും ബാലകന്മാരുമായ്
ചാല വിളങ്ങ്ങുന്നോൻ മുന്നപ്പോലെ
തന്നുടെ മായയാൽ വഞ്ചിതരായോരെ
അന്നിലംതന്നിലും നിന്നു കണ്ടാൻ.
പട്ടാങ്ങ്ങായുള്ളവരവേരന്നിങ്ങ്ങനെ
ഒട്ടുപോൽ ചിന്തിച്ചു വട്ടം പോന്നാൻ.
ആയർകുലത്തിനു നായകനായോൻതൻ
മായയെ നോക്കിനിന്നന്നന്നരം
വില്ലിനെ വെല്ലുന്ന നല്ലൊരു ചില്ലിതൻ
തല്ലൊന്നു മല്ലയിളക്കിനാൻ താൻ
എന്നതു കണ്ടൊരു മായതാനന്നപ്പോൾ
തന്നുടെ ലീലയെക്കാട്ടുന്നരം
ബാലകന്മാരുമക്കാലിക്കിടാങ്ങ്ങളും
നീലത്തെ വെന്ന നിറം ധരിച്ചു.
എന്തിതന്നിങ്ങ്ങനെ ചിന്തിച്ചു നാന്മുഖൻ
അന്ധതപൂണ്ടു നോക്കുന്നരം
നന്നാലു ബാഹുക്കളായിട്ടു കാണായി
നിന്നൊരു ബാലകന്മാരെയെല്ലാം
ശംഖു തുടങ്ങ്ങിയുള്ളായുധമോരോന്നേ
തങ്കരംതോറും ധരിച്ചു നന്നായ്
ശ്രീഭൂമിമാരായി മേവുന്ന ദേവിമാർ
ശോഭകലർന്നുണ്ടു രണ്ടുപാടും
മഞ്ഞൾ പിഴിഞ്ഞൊരു കൂറ ധരിച്ചുണ്ടു;
ശിഞ്ജിതമായുള്ള നൂപുരവും
അംഗദം കങ്കണം കാഞ്ചി തുടങ്ങ്ങിന
മംഗലഭൂഷണമുണ്ടു മെയ്യിൽ:

447 കന്നുകിടാക്കളുമവ്വണ്ണമായ്പോയി
448 തന്നെത്തന്നെ നാന്മുഖൻ നോക്കുന്നേരം.
449 കാനനംതന്നിലെ ദാരുക്കളോരോന്നേ
450 കാണായിതന്നേരമവ്വണ്ണമേ.
451 കണ്ണനായ് നിന്നതങ്ങാരെന്നു ചിന്തിച്ചു
452 തിണ്ണമുഴന്നങ്ങു നോക്കുന്നേരം
453 വിണ്ണവരെല്ലാരും നിന്നതു കാണായി
454 കണ്ണന്റെ കീർത്തിയെപ്പാടിപ്പാടി.
455 ആഴികളേഴുമേ കാണായിതന്നേരം
456 ഏഴുരണ്ടായുള്ള ലോകങ്ങളും
457 പുണ്യങ്ങൾ ചെയ്തുള്ള ധന്യരെക്കാണായി
458 വിണ്ണിലേ നിന്നു കളിക്കുന്നതും
459 പാപങ്ങൾ ചെയ്തോരെത്താപത്തിൽ കാണായി
460 പാഥോജസംഭവനന്നേരം.
461 ധന്യമായുള്ളൊരു തന്നുടെ ലോകവും
462 തന്നെയും കാണായി മുന്നെപ്പോലെ
463 കണ്ടൊരുനേരത്തു തങ്ങളിലിങ്ങനെ
464 മിണ്ടുവാനേതുമേ വല്ലീലപ്പോൾ
465 സത്യമായുള്ളൊരു ഞാനായതേവനെ
466 ന്നിത്തരം ചിന്തിച്ചുനിന്നുഴന്നാൻ.
467 ക്ഷീരാംബുരാശിയിൽ നേരേ വിളങ്ങുന്ന
468 നാരായണൻതന്നെക്കാണായപ്പോൾ.
469 അന്നവൻതന്നുടെ നാഭിസരോജത്തിൽ
470 നിന്നൊരു തന്നെയും കണ്ടാൻ പിന്നെ.
471 "നീയാരെ"ന്നിങ്ങനെ ചോദിച്ചാനന്നേരം
472 "മായവ"നായുള്ള നാന്മുഖൻതാൻ
473 "സ്രഷ്ടാവു ഞാനെ"ന്നു ചൊല്ലിനാനന്നേരം
474 പട്ടാങ്ങായ് നിന്നുള്ള നാന്മുഖനും

സ്രഷ്ടാവനെന്നിങ്ങനെ ചൊന്നതു കേട്ടപ്പോൾ
സൃഷ്ടനായ് നിന്നവൻ ചൊന്നാൻ പിന്നെ:
“സ്രഷ്ടാവായ് നിന്നതു ഞാനല്ലൊ നീയല്ല
പൊട്ടാ നീ “ഞാനെ”ന്നു ചൊന്നതെന്തേ?”
തങ്ങളിലിങ്ങനെ പേശുന്നനേരത്തു
തിങ്ങിന കോപമിയന്നു മുന്നിൽ.
കൈടഭൻ വന്നു കയർത്തതു കാണായി
പടിപൂണ്ടെന്നപ്പോളോടിനാൻ താൻ
കയ്യും തിരുമ്മിത്തിരുമ്മി വിറച്ചുനി
“ന്നയ്യോ!” എന്നിങ്ങനെ ചൊല്ലിച്ചൊല്ലി.
കൈടഭൻതാനുമന്നാന്മുഖൻപിന്നാലെ
ഓടിത്തുടങ്ങിനാൻ പിന്നെപ്പിന്നെ.
കൂരിരുട്ടായൊരു മന്ദിരംതന്നിലായ്
ആരുമൊരുത്തരം കൂടാതതൊൻ
വാതിലും കാണാതെ പാരമുഴന്നൊരു
ബാലകൻ ചെയ്യുന്ന വേലയെല്ലാം
കാട്ടിനാൻ നിന്നൊരു നാന്മുഖനന്നേരം
ഗോഷ്ഠിയെന്നല്ലാരും ചൊല്ലുന്നതും
നാന്മുഖൻതന്നുടെ ദീനത്തെക്കണ്ടപ്പോൾ
ആമ്നായമന്ദിരനായവൻതാൻ
മാനമഴുന്നതു പോയിതായെന്നിട്ടു
മായയേ മെല്ലെ മറച്ചുവച്ചാൻ.
ദുസ്ഥനായുള്ളൊരു നാന്മുഖനെന്നപ്പോൾ
സ്വസ്ഥനായ് നിന്നുടനൊന്നു വീർത്താൻ,
ഗർഭത്തിൽനിന്നു പുറത്തു പുറപ്പെട്ടൊ
രർഭദൻതാൻ നിന്നു വീർക്കുംപോലെ.
ഭീതി തഴച്ചുനിന്നാശകളോരോന്നേ
ആതുരനായിട്ടു നോക്കുന്നേരം

503 സുന്ദരനായൊരു നന്ദകുമാരനെ
504 വൃന്ദാവനംതന്നിൽനിന്നു കണ്ടാൻ
505 മേഘങ്ങൾ പോയാലങ്ങാകാശം തന്നിലേ
506 മേവുന്ന തിങ്കളയെന്നപോലെ.
507 ചെമ്മേയണഞ്ഞുതുടങ്ങിനാനന്നേരം
508 അമ്മയെക്കണ്ടുള്ള മക്കൾപോലെ.
509 കൈകളെക്കൂമ്പിച്ചു ഭൂതലംതന്നിലേ
510 കൈതവം കൈവിട്ടു വീണാൻ പിന്നെ.
511 മൂർദ്ധാവു നാലുമപ്പാദങ്ങൾ രണ്ടിലും
512 ചേർത്തുനിന്നീടിനാനൊട്ടുനേരം
513 പാംസുക്കളേറ്റിട്ടു ധൂസരമായുള്ള
514 പാദങ്ങൾ രണ്ടുമങ്ങാദരവായ്
515 ആനന്ദലോചനവാരികൊണ്ടന്നേരം
516 ക്ഷാളനം ചെയ്താനെ മെല്ലെ മെല്ലെ
517 മെല്ലെന്നെഴുനീറ്റു കണ്ണും തിരുമ്മീട്ടു
518 വല്ലഭീവല്ലഭൻ മുന്നിൽതന്നെ
519 കോൾമയിർക്കൊണ്ടുടനാനന്ദംതന്നുടെ
520 കോമരമായിട്ടു നിന്നു പിന്നെ.
521 ഗൽഗദയായൊരു ഗീരുകൊണ്ടന്നേരം
522 ചില്ഘനനായോനെ വാഴ്ത്തിനിന്നാൻ:
523 "കാർമുകിൽനേരൊത്ത കീന്തിയുമായ് നിന്നു
524 തൂമിന്നൽ നേരൊത്ത കൂറയുമായ്
525 പീലികൾകൊണ്ടും നന്മാലകളെക്കൊണ്ടും
526 ചാല നിറന്നോനെ കൈ തൊഴുന്നേൻ.
527 ഇക്കണ്ട രൂപത്തിൻ വൈഭവം വാഴ്ത്തുവാൻ
528 ഇക്കണ്ടോരാരുമില്ലെന്നു ചൊല്ലാം.
529 നിർഗ്ഗുണനായിട്ടു നിത്യനായ് നിന്ന നിൻ
530 ചിദ്രൂപം പാർക്കിലിന്നാർക്കറിയാം.

531 ആദ്യന്തശൂന്യങ്ങളായുള്ള വദേങ്ങൾ
532 ആരാഞ്ഞുപഴേയങ്ങും കണ്ടുതില്ലല
533 മൂഢനായ് നിന്നഴൊരു ഞാനിന്നു തണ്ടേണ്ട
534 ഗൂഢനായ് നിന്നഴൊരു നിന്നക്കൊണ്മാൻ.
535 നിന്മായമഴേർക്കിലിന്നാർക്കറിവാനാവൂ
536 ചിന്മയനായ് നിന്ന തമ്പുരാനേ.
537 പാരല്ലാമീരഴേും നിങ്കലഴുന്നതും
538 പാരാതെ നിങ്കലമങ്ങുന്നൂതും
539 പാവകജ്ജ്വാലകൾ പാരമഴുന്നിട്ടു
540 പാവകന്തങ്കലടങ്ങുമ്പഴേല
541 സൃഷ്ടിക്കു ഞാനിന്നു കർത്താവന്നുള്ളതും
542 പഴൊട്ടരായുള്ളവർ ചഴൊല്ലുന്നൂതും
543 എന്തു ഞാനിന്നിതിൻ കാരണമായ് നില്പാൻ
544 അന്ധനായ് നിന്നുള്ളഴേനങ്ങങ്ങാനും
545 ശാസ്ത്രങ്ങളല്ലാഞ്ഞാനഴേർത്തുടൻ മല്ലല നി
546 ന്നഴേർത്തല്ലാം ചിന്തിച്ചു പാർത്തു കണ്ടനേ;
547 നിയ്യായതിങ്ങനയന്നുള്ളതങ്ങുമേ
548 മായം കളഞ്ഞൂ ഞാൻ കണ്ടുതില്ലേ.
549 ഇങ്ങനയല്ലപഴേലങ്ങനയല്ലപഴേൽ
550 എങ്ങുമയേന്നതു കണ്ടു ഞാനഴേ
551 ഇങ്ങനെ നിന്നഴൊരു നിന്നെ ഞാൻ വല്ലുവാൻ
552 ഇന്നു മുതിർന്നു തുനിഞ്ഞു ചമ്മേ
553 ഉദ്യഴേതംകഴൊണ്ടു നൽ പ്രദ്യഴേതനന്തന്നെ
554 ഖദ്യഴേതം വല്ലുവാനന്നപഴേല
555 നീയായി നിന്നഴൊരു പീയൂഷവാരിയിൽ
556 നീളവേ മുങ്ങിനഴേരങ്ങളാരും
557 വല്ലുന്നൂതില്ലഴൊരു തുള്ളിയെ വായ്ക്കഴൊൾവാൻ
558 വല്ലാതതല്ലനിക്കത്ഭുതം താൻ

559 ദാഹത്തപ്പെപ്പഴക്കുവാൻ താപത്തതെത്തൂകുന്ന
560 മഴഹമാം വാരിയിൽ ചാടുന്നൂതും
561 അങ്ങനെ പഴകതു നിന്നുടെ വൈഭവ
562 മങ്ങുമേ കാണാവല്ലന്നേ വേണ്ടൂ
563 നാഥനായ് നിന്നതും താതനായ് നിന്നതും
564 മാതാവായ് നിന്നതും നീയല്ലൊതാൻ.
565 എങ്ങളിലുള്ളൊരു വമ്പിഴയല്ലൊം നീ
566 ഇങ്ങനെ നിന്നു പൊറുക്കയേുള്ളൂ;
567 ഗർഭസ്ഥനായുള്ള ബാലൻ ചവിട്ടിയാൽ
568 നിർഭർത്സിക്കുന്നതഴ മാതാക്കന്മാർ.
569 വിശ്വങ്ങളല്ലാമേ നിന്നുടയെുള്ളിലു
570 നിശ്ശങ്കമായ് നിന്നു ചൊല്ലാമിപ്പഴൾ
571 വിശ്വത്തിൽ ഞാനുമൊന്നനെന്നതു നിർണ്ണയം
572 നിശ്ചയമെൻ പിഴ നീ പൊറുപ്പൻ.
573 നാന്മുഖനായ് നിന്നു നാടുകളഴിലും
574 മന്മേയനിക്കതേും വേണ്ടീതില്ലേ.
575 ഉല്ലാസം പൂണ്ടൊരു വൃന്ദാവനംതന്നിൽ
576 പുല്ലായി മവേണമല്ലാനാളും
577 പല്ലവംപഴലെ പതുത്തുള്ള നിമ്പാദം
578 മല്ലവനേിന്നു ധരിക്കാമല്ലഴ."
579 ഇത്തരമഴരഴന്നേ ചൊല്ലിപ്പുകണ്ണിട്ടു
580 സത്വരം കുമ്പിട്ടു കൂപ്പിനിന്നാൻ.
581 ശങ്കിതനായൊരു പങ്കജജന്മാവു
582 തങ്കഴൽപ്പങ്കജം കൂപ്പുന്നരേം
583 നാലു മുഖങ്ങളുമമ്പഴടു നഴക്കീട്ടു
584 നീലക്കാർവർണ്ണൻ ചിരിച്ചു ചൊന്നാൻ:
585 "വൃദ്ധന്മാരായഴർ കളിച്ചുതുടങ്ങിനാൽ
586 മുഗ്ദ്ധരാം ഞങ്ങളിന്നനെന്തുവേണ്ടൂ?

587 ഇങ്ങനെ നിങ്ങൾ കളിച്ചുതുടങ്ങിനാൽ
588 എങ്ങൾക്കു സങ്കടമായിവരും
589 നാട്ടാരെ വീട്ടിലപ്പെതെങ്ങളെക്കൊണ്ടെ
590 ക്കാട്ടിക്കൊടുപ്പു ചെല്ലെങ്ങനെ ഞാൻ?
591 കന്നുകളാലൊന്നുകണ്ടുതില്ലെങ്കിലോ
592 അന്നടയേുണ്ടല്ലൊ തല്ലനിക്കോ;
593 തൽകൊണ്ടു ഞാൻ നിന്നു കണ്ടേതു കാണാമെ
594 ന്നല്ലല്ലീ ചിന്തിച്ചു വന്നതിപ്പോൾ.
595 ഈശ്വരനോടു പിഴച്ചുതില്ലതേും ഞാൻ
596 ആശ്രയമായതു മററൊന്നല്ലേ."
597 ആസ്ഥനായുള്ള വിരിഞ്ചനോടിങ്ങനെ
598 ഹാസ്യങ്ങളായുള്ള വാക്യങ്ങളേ
599 ചാലപ്പറഞ്ഞവൻ മോദത്തയെുണ്ടാക്കി
600 ക്കാലത്തെ പോകന്നെു ചൊന്നാൻ പിന്നെ.
601 മധോവിയായൊരു ധാതാവുതാനപ്പോൾ
602 മാധവന്തന്നുടെ പാദങ്ങളേ
603 മാനസംതന്നിലുറപ്പിച്ചുനിന്നുടൻ
604 ആനന്ദം പൂണ്ടു നടന്നാൻ പിന്നെ.
605 വാരിജജന്മാവു പോയൊരുനരേത്തു
606 വാരിജലോചനൻ കന്നുകളേ
607 ചാലതെ്തളിച്ചു നൽ കാളിന്ദീതീരത്തു
608 ബാലകന്മാരുടെ മുന്നിൽ ചന്നൊൻ.
609 മായയിൽ മുങ്ങിന ബാലന്മാരാരുമ
610 ക്കാലം കഴിഞ്ഞതറിഞ്ഞതില്ലേ.
611 "ദൂരത്തുപോയുള്ള കന്നും തളിച്ചിങ്ങു
612 വഗേത്തിൽ വന്നതു നന്നടൊ നീ
613 നീയിങ്ങു കന്നുമായ് വന്നതു പാർത്തിട്ടു
614 പയെും പൊറുത്തിതാ നിന്നു ഞങ്ങൾ."

615 ഇങ്ങനെ ചൊന്നുള്ള ബാലകന്മാരുമായ്

616 ഭംഗിയിൽനിന്നുടനുണ്ടു പിന്നെ

617 കന്നും തളിച്ചു തൻ ചങ്ങാതിമാരുമായ്

618 മന്ദിരംതന്നിലേ ചെന്നു പുക്കാൻ.

5.കാളിയമർദ്ദനം

1 ബാലകന്മാരുമായ് കന്നുമേച്ചിങ്ങനെ
2 നാലഞ്ചുമാസം കഴിഞ്ഞകാലം
3 ഗോവിന്ദരാമന്മാർ ഗോക്കളെ മേച്ചങ്ങു
4 മേവിത്തുടങ്ങിനാർ മെല്ലെ മെല്ലെ.
5 ഭൂമിക്കുഭൂഷണമായി വിളങ്ങുന്നൊ
6 രോമനച്ചവേടി രണ്ടുകൊണ്ടും
7 കാനനംതന്നിലെക്കല്ലിനും മുള്ളിനും
8 ആനന്ദമേറ്റം വളർത്തിനിന്നാർ.
9 ബാലകന്മാരുടെ യാചനം തന്നാലെ
10 താലവനന്തന്നിൽ ചെന്നു പിന്നെ
11 രാസഭനായ് വന്ന ധേനുകനായൊരു
12 വാസവവൈരിയെക്കൊന്നുടനെ
13 താലഫലങ്ങളബ്ബാലകന്മാർക്കുമ
14 മ്മാലോകരല്ലാർക്കുമായ്ക്കൊടുത്താർ.
15 കാലി തെളിക്കുന്ന ബാലകന്മാരുമായ്
16 ആലയംതന്നിലകത്തുപുക്കു
17 വല്ലവിമാരുടെ കണ്ണിനുമുള്ളിനും
18 ഉല്ലാസം നല്കിനാരല്ലൽ നീക്കി.
19 കാലികൾ മേപ്പാനക്കാനനം പൂകിനേ
20 ബാലകന്മാരല്ലാമന്നൊരു നാൾ
21 ആതപമേറ്റുള്ള താപംകൊണ്ടേറ്റവും
22 ദാഹിച്ചു ചെന്നു നൽ കാളിന്ദിയിൽ
23 കാളിയനായൊരു കാളഭുജംഗത്തിൻ
24 ക്ഷ്വേളമിയന്നൊരു വെള്ളംതന്നെ
25 കോരിക്കുടിച്ചു, തദ്ദാഹത്തെത്തീർത്തുടൻ
26 തീരത്തു ചെന്നങ്ങുനിന്നനേരം

27 ക്ഷ്വളേത്തിൽ വഗേത്താൽ വീണുതുടങ്ങ്ങിനാർ

28 കാലികളും പിന്നയെവ്വണ്ണമേ

29 കാർമുകിൽ വർണ്ണ്ണന്താൻ കാലിതളിച്ചു നൽ

30 കാനനകാന്തിയക്കെകണ്ടു കണ്ട്

31 മല്ലെവരേ വന്നിങ്ങ്ങു നിന്നൊരു നരേത്തു

32 വല്ലവബാലികന്മാരകെക്കണ്ടാൻ,

33 ജീവനും കൂടാതെ കവേലം ഭൂമിയിൽ

34 പാവകൾ വീണു കിടക്കുംപോലെ.

35 കണ്ടൊരു നരേത്തു കൊണ്ടൽനവേർണ്ണ്ണൻതാൻ

36 ഇണ്ടലായ് നിന്നു നുറുങ്ങ്ങു നരേം

37 വാമമായുള്ളൊരു ലോചനംകൊണ്ടു തൻ

38 ബാലകന്മാരകെക്കുളുർക്ക നോക്കി

39 പീയൂഷം കൊണ്ടു തളിച്ചു തളിച്ചു നി

40 ന്നായാസം പോക്കിനാൻ മല്ലെ മല്ലെ.

41 ബാലകന്മാരുമക്കാലിക്കുലങ്ങ്ങളും

42 ആലസ്യം നീക്കിയഴെുന്നനരേം

43 കാർമുകിൽവർണ്ണ്ണന്താനുള്ളിലേ ചിന്തിച്ചാൻ:

44 "കാളിയന്തന്നെ ഞാനിന്നുതന്നെ

45 കാളിന്ദിതന്നിൽനിന്നാട്ടിക്കളയായ്കിൽ

46 നാളയെുമിങ്ങ്ങനെ വന്നുകൂടും."

47 എന്നങ്ങ്ങു നണ്ണിനിന്നന്നരേംതന്നയെ

48 ന്നിന്നൊരു നീലക്കടമ്പുതന്മേൽ

49 പാഞ്ഞ്ഞുകരറേിനാൻ പാവനമായുള്ള

50 പാദങ്ങ്ങൾകൊണ്ടു ചവിട്ടിച്ചമെ്മെ,

51 പാരിച്ചു ചാടിനാൻ ചാരത്തെ വാരിയിൽ

52 വരേറ്റ മരേുക്കുന്നന്നെപോലെ.

53 കാമിനിമാരോടുകൂടിക്കളിക്കുന്ന

54 കാളിയൻതാനും തൻ പതെങ്ങ്ങളും

പെട്ടെന്നു ഞെട്ടിനാരെന്തെന്നു ചിന്തിച്ചു
വട്ടത്തിൽനിന്നങ്ങുഴന്നാർ പിന്നെ.
ഘോരനായുള്ളൊരു കാളിയനന്നേരം
പാരിച്ച കോപത്തെപ്പൂണ്ടു ചൊന്നാൻ:
"ആരിന്നു വന്നതെന്നാലയംതന്നിലേ
ധീരനായ് കേവലം ചാവതിന്നായ്"
ഇങ്ങനെ ചൊല്ലിത്തൻ മസ്തകമെല്ലാമേ
പൊങ്ങിച്ചുനിന്നങ്ങുയർന്നന്നേരം
ശ്വാസങ്ങളേറ്റു തികന്നു തുടങ്ങിതേ
ചാരത്തുനിന്നുള്ള വെള്ളമെല്ലാം
വാരിതൻ മീതേ നികന്നവൻ നോക്കുമ്പോൾ
ദൂരവേ കാണായി കണ്ണനെന്തന്നെ
മേളമെഴുന്നോരു മേചകവാരിയിൽ
നീളവേ നീന്തുന്നതെ,ന്നന്നേരം
തിങ്കളെക്കണ്ടൊരു രാഹുവെപ്പോലെ താൻ
ശങ്ക കളഞ്ഞങ്ങെടുത്തുപിന്നെ
അല്ലിത്താർമാതുതൻ മല്ലക്കരംകൊണ്ടു
മെല്ലെത്തലോടുന്ന പാദങ്ങളിൽ
പാരിച്ചു ദംശിച്ചാൻഅങ്ങനെയെല്ലൊ താൻ
പാപികളായോർക്കു തോന്നി ഞായം.
എന്നതിന്നേതുമേ പീഡയെക്കാണാഞ്ഞു
മുന്നതിലേറ്റം കതിർത്തുപിന്നെ
മർമ്മങ്ങൾതോറും കടിച്ചുതുടങ്ങിനാൻ
നിർമ്മലനായൊരു പൈതൽതന്നെ.
ഇത്തരമോരോരോ യുദ്ധങ്ങൾ ചെയ്തിട്ടു
മസ്തകം കൊണ്ടങ്ങടിച്ചു ചെമ്മേ.
വറ്റാത കാന്തി കലർന്നൊരു കണ്ണനെ
തെറ്റെന്നു ചുറ്റിനാൻ മുറ്റ മുറ്റെ.

83 കാളിയൻതന്നോടു നരേിട്ടു കാർവർണ്ണൻ

84 കാളിന്ദിതന്നിൽ കളിക്കുന്നരേം

85 നിച്ചലും ചലെല്ലുന്നനരേത്തു ചലെല്ലാഞ്ഞി

86 ട്ടച്ഛനുമമ്മയുമഓർത്തുനിന്നാർ:

87 "എന്മകനന്നെുപഓൽ വാരാഞ്ഞു തഓഴീ! ചഒൽ

88 ഇന്ന ലയിന്നരേം വന്നാനല്ലഓ.

89 കാലികൾ കാണാഞ്ഞു കാട്ടിൽ നടക്കുമ്പഓൾ

90 കാൽതന്നിൽ മുള്ളു തറച്ചില്ലല്ലി.

91 കായ്കളക്കൊള്ളുവാൻ പാഴ്മരമറേിട്ടു

92 കാനനംതന്നിലേ വീണാനഓതാൻ.

93 ചാലത്തടുത്തു തളിക്കുന്ന നരേത്തു

94 കാലികൾ കുത്തിക്കുതിർന്നില്ലല്ലി,

95 കാനനം തന്നിലേ നൽവഴി കാണാഞ്ഞു

96 ദീനനായ് നിന്നങ്ങുഴന്നാനഓ താൻ.

97 സഞ്ചരിച്ചീടുമ്പഓൾ വൻപുലിതന്നാലേ

98 വഞ്ചിതനായാനഓ ചഒല്ലു തഓഴീ!

99 പിള്ളരുമായിപ്പിടിച്ചു കളിക്കുമ്പഓൾ

100 അല്ലലായ് വീണു കിടന്നാനഓ താൻ.

101 ചഓറല്ലൊമാറിച്ചമഞ്ഞുതുടങ്ങുന്നു

102 നീറുന്നൂതുള്ളവും പിന്നപ്പിന്നെ

103 മക്കളപ്പെറ്റുള്ളഓരമ്മമാരാർക്കുമേ

104 ഉൾക്കാമ്പിൽ വദേനയന്നെിയില്ലേ.

105 പഓരായിപ്പണ്ടു കഴിഞ്ഞഒരു ജന്മത്തിൽ

106 വരൈംകലർന്നുള്ള ലഓകരല്ലൊം

107 മക്കളായ് വന്നു പിറന്നു ചമഞ്ഞിട്ടു

108 ദുഖമിയറ്റുന്നൂതന്നെു തഓന്നും;

109 വായ്പഓടു നിന്നഒരു കണ്ണനനെ നണ്ണി ഞാൻ

110 രാപ്പകൽ വകേുമാറായിതല്ലഓ.

111 കാലിക്ക്കഴുത്തിലെ നന്മണിയൊച്ചയും
112 ചാരത്തു കേൾക്ക്കായിതില്ലയേന്നും
113 പൂതനതന്നുടെ തോഴിമാരാരലേും
114 ചതേന പോേക്കിക്കളഞ്ഞോരോ താൻ.
115 കാളിന്ദിതന്നിൽ കളിക്കുന്ന നരേത്തു
116 കാളിയൻ ചെന്നു കടിച്ചാനോതാൻ”
117 എന്നങ്ങു ചൊല്ലുമ്പോഴംബരംതന്നിൽനി
118 “ന്നങ്ങനെ”യന്നൊരു വാക്കുണ്ടായി.
119 എന്നതു കടേ്ടുടനല്ലൊരും നോക്കുമ്പളേ
120 ദുർനിമിത്തങ്ങളും കാണായ്വന്നു.
121 അച്ഛനുമമ്മയും മറ്റുള്ള ലോകരും
122 തറ്റെന്നു ചാടിനാർ കാടുനോക്കി
123 കാർവർണ്ണന്തന്നുടെ കാൽച്ചുവടാരാഞ്ഞു
124 കാനനംതന്നൂടെ പാഞ്ഞു പാഞ്ഞു
125 കാളിന്ദിതന്നുടെ തീരത്തു ചല്ലുമ്പോൾ
126 കാണായി കഴേുന്ന ബാലന്മാരെ.
127 “എന്മകനങ്ങേനെ”ന്നിങ്ങനെ ചോദിച്ചാൾ
128 അമ്മതാൻ പതൈങ്ങളല്ലൊരോടും
129 എന്നതുകടേ്ടുള്ള ബാലന്മാരാരുമേ
130 ഏതുമേ മിണ്ടുവാൻ വല്ലീലപ്പോൾ.
131 കവേലം കണോുതുടങ്ങിനാർ പിന്നയും
132 ആവതോ മറ്റതേുമില്ലയല്ലോ
133 നീളെ വിളിക്കുന്നരോച്ഛനുമമ്മയും
134 കാളിന്ദിതന്നിലേ നോക്കുന്നരേം
135 കാളിയൻതന്നാലെ കടേ്ടുപടേ്ടുള്ളൊരു
136 കാർവർണ്ണന്തന്നയും കാണായപ്പോൾ.
137 മണ്ടിനാരന്നരേം വള്ളത്തിൽ തുള്ളുവാൻ
138 ഇണ്ടൽകൊണ്ടുള്ളിലേ മൂടുകയാൽ

139 പടേിയരെ വേർവിട്ട രോഹിണീനന്ദനൻ

140 ഓടിച്ചന്നെങ്ങു തടുത്താനപ്പോൾ

141 കടേുററുനിന്നൊരു നന്മൊഴികൊണ്ടവർ

142 പടേിയുമൊട്ടു തളർത്തുനിന്നാൻ

143 കാളിയന്തന്നോടുകൂടിക്കളിക്കുന്ന

144 കാർവർണ്ണൻ തിണ്ണമെഴുന്നുപിന്നെ

145 മസ്തകംതന്നിൽ ചവിട്ടിനിന്നന്നേരം

146 നൃത്തംതുടങ്ങിനാൻ മല്ലെ മല്ലെ.

147 വാനവരല്ലൊരും മാനിപ്പാനായിട്ടു

148 മാനത്തു വന്നു നിറഞ്ഞൊരപ്പോൾ.

149 വാദ്യങ്ങളല്ലാമങ്ങൊക്ക മുഴങ്ങിച്ചി

150 ട്ടാദ്യനായുള്ളോനെ വാഴ്ത്തിനിന്നാർ.

151 കാർവർണ്ണൻതന്നുടെ കോമളപാദങ്ങൾ

152 കാളിയന്മനേയിലലേക്കുന്നേരം

153 വമ്പുററുനിന്നൊരു വങ്കുന്നു വന്നിട്ടു

154 തങ്കലേ വീഴുന്നൂതന്നെു തോന്നി.

155 വീരനായുള്ളോരു കാളിയൻവായീന്നു

156 ചോര ചൊരിഞ്ഞുതുടങ്ങീതപ്പോൾ.

157 ക്ഷീണനായ് നിന്നങ്ങു കണ്ടേു തുടങ്ങിനാൻ

158 പ്രാണങ്ങൾ പോവോളമായിക്കൂടി.

159 വദേങ്ങളുള്ളിലെക്കാതലായ് നിന്നുള്ള

160 പാദങ്ങൾ തങ്കലങ്ങലേക്കയാലെ

161 ദുർമ്മദം പോയങ്ങു നിർമ്മലനായ് വന്നാൻ

162 കല്മഷം നീങ്ങിനാലന്നെു ഞായം.

163 ആരിതന്നെിങ്ങനെ പാരാതെ ചിന്തിച്ചു

164 നാരായണൻതാനന്നെുള്ളിൽ നണ്ണി

165 പാദങ്ങൾ കുമ്പിട്ടു "പാലിച്ചുകൊള്ളണേം

166 വദേത്തിൻ കാതലേ!" എന്നുചൊന്നാൻ

കാളിയൻതന്നുടെ കാമിനിമാരെല്ലാം
ബാലകന്മാരെയും കൊണ്ടുവന്നു
കേശവൻതന്നുടെ പാദങ്ങൾ കുമ്പിട്ടു
കേണുതുടങ്ങിനാർ വീണു ചെമ്മേ.
എന്നതു കണ്ടൊരു കാർവർണ്ണൻ ചൊല്ലിനാൻ:
"ഇന്നിലം കൈവിട്ടുപോകേണം നീ."
കാളിയന്താനുമക്കാർവർണ്ണൻതന്നോടു
ലാളിച്ചുചൊല്ലിനാനന്നേരം:
"എങ്ങളെക്കാണുമ്പോൾ കൊന്നുടനന്നേരം
തിന്നുമുടിക്കുമേ വൈനതേയൻ
എന്നുള്ള പേടികൊണ്ടിന്നിലംതന്നിലേ
എങ്ങൾവസിക്കുന്നു തമ്പുരാനേ.
സൗരഭിയായൊരു മാമുനിതന്നുടെ
ശാപംകൊണ്ടിങ്ങവൻ വാരായിന്നും."
കാളിയനിങ്ങനെ ചൊന്നതു കേട്ടൊരു
കാർമുകിൽവർണ്ണനും ചൊന്നാനപ്പോൾ:
"എന്നുടെ പാദംകൊണ്ടങ്കിതനാം നിന്നെ
വന്നിനിത്തീണ്ടുമോ വൈനതേയൻ?
വൈരിയായുള്ളൊരു വൈനതേയന്തന്നെ
വൈകാതെ ചെന്നിന്നു കണ്ടാലും നീ."
എന്നതു കേട്ടൊരു പന്നഗവീരന്താൻ
നന്ദകുമാരനെക്കുമ്പിട്ടുടൻ
ഉത്തമമായുള്ള രത്നങ്ങളെക്കൊണ്ടും
മുത്തുകളെക്കൊണ്ടും പൂജിച്ചപ്പോൾ,
മുഗ്ദ്ധവിലോചനൻതന്നെയും തന്നുടെ
മസ്തകംതന്നിലെടുത്തു മെല്ലെ
ദൂരത്തുനിന്നൊരു തീരത്തു ചേർത്തിട്ടു
നേരേ പോയാനക്കാളിയന്താൻ.

കണ്ണുനീർ വീഴ്ത്തിനരേച്ചരനുമമ്മയും
കണ്ണനെ വന്നതു കണ്ടനേരം
കണ്ണുനീർ പിന്നെയും തൂകിത്തുടങ്ങിനാർ
കണ്ണനെക്കണ്ടുള്ള സന്തോഷത്താൽ.
ഓടിയണഞ്ഞവൻ പൂമേനി തന്നുടെ
കെട്ടറ്റ മേനിയിൽ ചേർത്തു ചെമ്മെ
പൂണ്ടുതുടങ്ങിനാർ പിന്നെയും പിന്നെയും
നീണ്ടുള്ള വീർപ്പുകളാണ്ടു മേന്മേൽ.
പല്ലവംപോലെ പതുത്തൊരു പൂമേനി
വല്ലവിമാരെല്ലാം പൂണ്ടുപിന്നെ
അല്ലലേ നീക്കിനാർ തിങ്കളെപ്പൂണ്ടുപൂ
ണ്ടല്ലിനെ രാത്രികൾ നീക്കുമ്പോലെ.
ഒക്കവെ ചെന്നു തൻ ചങ്ങാതിമാരെല്ലാം
തിക്കു തുടങ്ങിനാർ പൂണ്ടുപൂണ്ടു.
കന്നുകിടാക്കളും നന്ദതനൂജനെ
ചുംബിച്ചുനിന്നു തുടങ്ങീതെല്ലാം.
വാരിയിൽനിന്നങ്ങു വന്നൊരു കാർവർണ്ണൻ
തീരത്തുനിന്നു വിളങ്ങുന്നേരം
വാരുറ്റുനിന്നൊരു സാഗരവാരിയിൽ
നേരേ പോയ് ചാടിനാൻ സൂര്യനപ്പോൾ
കാളിന്ദീതന്നുടെ നീരെല്ലാം പൊങ്ങീട്ടു
നീളപ്പരന്നു ചമഞ്ഞപോലെ
പാരിച്ചുനിന്നൊരു കൂരിരുട്ടന്നേരം
പാരിടമെങ്ങും പരന്നുകൂടീ.
പക്ഷികൾ കൂട്ടിലടങ്ങിതായന്നേരം
ദുഷ്ടമൃഗങ്ങൾ നടത്തംകൊണ്ടു,
ഗോകുലനാരിമാർ കേഴാതെനിന്നപ്പോൾ
കോകങ്ങൾ കേണുതുടങ്ങി ചെമ്മെ.

കൂമ്പിത്തുടങ്ങീതു ലോകർക്കു കണ്ണലെല്ലാം
ആമ്പലുമങ്ങെങ്ങും വിരിഞ്ഞുകൂടി.
നാരിമാർ നന്മുഖം നന്നായ് വിരിഞ്ഞപ്പോൾ
വാരിജം കൂമ്പിത്തുടങ്ങീതങ്ങെങ്ങും.
മുത്തുകൾ പൂണ്ടൊരു കാർവർണ്ണൻമെയ്‌തന്നോ
ടൊത്തങ്ങു നില്പാനായന്നെപോലെ
താരങ്ങളായൊരു ഹാരങ്ങൾ പൂണ്ടിട്ടു
പാരം വിളങ്ങി വിയത്തുമപ്പോൾ.
രാത്രിയക്കണ്ടൊരു ഗോപാലന്മാരെല്ലാം
യാത്രയ്ക്കു കാലമല്ലെന്നു ചൊല്ലി
കാളിന്ദിതന്നുടെ ചാരത്തുനിന്നൊരു
കാനനന്തന്നിലിരുന്നലെല്ലാരും
പാഥോജലോചനന്താനുമായോരോരോ
ഗാഥകളോതിനിന്നൊട്ടുനേരം.
ഭദ്രമന്മാരായുള്ള ഗോപന്മാരെല്ലാരും
നിദ്രയെപ്പൂണ്ടു കിടന്നനേരം
മുറ്റപ്പിടിച്ചൊരു കാട്ടുതീ കാണായി
ചുറ്റെ വരുന്നതു പറ്റപ്പറ്റി.
ബോധത്തെപ്പൂണ്ടുള്ള ഗോപന്മാരെല്ലാരും
ഭീതന്മാരായ് നിന്നു ചൊന്നാരപ്പോൾ:
"കണ്ണാ! നീ കാണയ്യോ! കാട്ടുതീ വന്നതു
വെണ്ണീറായ്‌പോയിതു നാമെല്ലാരും."
ഇച്ചൊന്ന വാക്കിനെക്കേട്ടൊരു നേരത്തു
വിശ്വങ്ങളുള്ളിൽ ധരിച്ചവൻതാൻ
ചാരത്തു വന്നൊരു പാവകന്തന്നെയും
നേരേ മിഴുങ്ങിനാൻ വെണ്ണപോലെ;
"ആച്ചിമാരന്നന്നു കാഴ്ചയായ് നൽകുന്ന
കാച്ചിയ പാൽ വെണ്ണ പചിപ്പിപ്പാനായ്

251 ജാഠരനായുള്ള പാവകനതേുമഭ

252 പാടവം പഔരാ തനിക്കുതന്നെ

253 ഇന്നിവൻ കൂടിത്തുണച്ചു കഔടുക്കണേം”

254 എന്നങ്ങു നണ്ണിനാനന്നെപഔലെ

255 ആപത്തു പഔയുള്ള ഗഔപന്മാരല്ലാരും

256 ആബദ്ധമഔദന്മാരായിപ്പിന്നെ

257 കാലം പുലർന്നുതുടങ്ങുന്നനരേത്തു

258 കാർവർണ്ണനഔടു കലർന്നു ചമ്മേ

259 ലീലകളഔരഔന്നേ ചാലപ്പറഞ്ഞുത

260 ന്നാലയേം പൂകിനാർ കാലിയുമായ്.

6.ഗ്രീഷ്മവർണ്ണനം

വല്ലവിമാരുടെ മാനസമായുള്ള
വല്ലികൾ ചേർന്നു പടർന്നു മന്മേൽ
ചാലത്തണുത്തൊരു പാദപമായ് നിന്നു
നീലക്കാർവർണ്ണൻ കളിക്കുംകാലം
ഊഷ്മതകൊണ്ടു വറട്ടിച്ചമച്ചങ്ങു
ഗ്രീഷ്മമായുള്ളൊരു കാലം വന്നു.
താപംകൊണ്ടെല്ലാരും വവ്വേറ്റു കാവിലും
വാപികാതീരത്തുമായ് തുടങ്ങീ.
നാരിമാരെല്ലാരും കാമുകന്മാരുമായ്
വാരിയിലായിതേ ലീലകളും.
ആലവട്ടങ്ങൾക്കു ചാലച്ചുഴന്നു നി
ന്നാലസ്യമായ് വന്നു നാളിൽ നാളിൽ.
വാതായനങ്ങൾക്കും പ്രാഭവമുണ്ടായി
സവേകൾ മന്മേലേ ചെയ്കയാലേ.
മാലയേച്ചാറെല്ലാം ബാലികമാരുടെ
ബാലപ്പോർകൊങ്കയിൽ ചേർച്ച പുക്കു
പാനീയശാലകൾ മാനിച്ചു നിന്നിതേ,
ദീനങ്ങളായ് വന്നു ചാതകങ്ങൾ.
ഉന്മേഷം പൂണ്ടൊരു നന്മനേിപ്പൂവിലെ
നന്മണമങ്ങും പരത്തി മന്മേൽ.
മന്ദിരംതോറും നടന്നുതുടങ്ങിനാൻ
മന്ദസമീരണനന്തിനേരം
“ഗാഢമായ് പൂണ്ടാലും കാന്തനേ നീയിപ്പോൾ
ചൂടെല്ലാം പോക്കുവാൻ ഞാനുണ്ടല്ലോ”
എന്നങ്ങു ചൊന്നുടൻ സുന്ദരിമാരോടു
വെവ്വേറേ ചൊല്ലുവാനെന്നപോലെ.

27 ഇച്ഛരതിരണ്ടുള്ള മച്ചകമെല്ലാമേ
28 കച്ചുതുടങ്ങീതു പിന്നെപ്പിന്നെ.
29 പച്ചോടമെന്നു പറഞ്ഞുതുടങ്ങുമ്പോൾ
30 ഉൾച്ചൂടു താനയെഴുന്നുകൂടും.
31 ഇന്ദുതൻ നന്മണികൊണ്ടു പടുത്തങ്ങു
32 സുന്ദരമായുള്ള ഭൂതലത്തിൽ
33 ചന്ദ്രികയേറ്റു കിടന്നുതുടങ്ങിനാർ
34 സുന്ദരിമാരും തൻ കാന്തന്മാരും
35 ആഹാരമായതിക്കാലത്തിന്നോർക്കുമ്പോൾ
36 നീഹാരമെന്നങ്ങു വന്നുകൂടും
37 നീഹാരമിന്നിന്നു കാണ്മുതില്ലേതുമേ
38 ആഹാരം കൂടാതയൊരുമില്ലെ.
39 ശീതമായുള്ളൊരു മാനിന്നു കസേരി
40 പ്പോതമായ് മേവുമക്കാലംതന്നെ
41 മാധവൻതന്നോടു കൂടിക്കലർന്നോർക്കു
42 മാധവമാസമയേന്നെന്നു തോന്നി.
43 കോലക്കുഴലുമായ് ലീലകൾ കോലുന്ന
44 ബാലകന്മാരുമായ്ക്കാലി പിമ്പേ
45 കാനനംതന്നിൽ കളിച്ചുതുടങ്ങിനാൻ
46 കാന്തികലർന്നൊരു കാർവർണ്ണന്താൻ
47 ദ്രോഹിപ്പാനായ് വന്നു നില്ക്കും പ്രലംബനേ
48 രോഹിണീനന്ദനൻ കൊന്നു പിന്നെ
49 ആപത്തെപ്പോക്കിനാൻ ബാലകന്മാർക്കെല്ലാം,
50 മോദത്തെ നല്കിനാൻ ദേവകൾക്കും.
51 കാലികൾ കാണാഞ്ഞു ബാലകന്മാർ പിന്നെ
52 ക്കാനനംതന്നിൽ നടക്കുന്നേരം
53 ഘോരമായുള്ളൊരു കാട്ടുതീ കാണായി
54 പാരം ചുഴന്നു വരുന്നതപ്പോൾ

പടേിച്ചുനിന്നുള്ള ബാലകന്മാരല്ലോം
ഓടിത്തുടങ്ങിനാർ നാലുപാടും.
പാേക്കിയല്ലാതെ ചമഞ്ഞോരു നരേത്ത
ങ്ങൂക്കനായ്നിന്നവനോടു ചൊന്നാർ:
“താവകന്മാരായ ഞങ്ങളയെല്ലാമേ
പാവകൻ വന്നു വിഴുങ്ങുന്നോനേ.”
എന്നതു കടേ്ടൊരു നന്ദകുമാരന്താൻ
ഏതുമേ പടേിയായ്കന്നെു ചൊല്ലി.
കണ്ണടച്ചീടുവിനന്നെങ്ങു ചൊന്നപ്പോൾ
കണ്ണടച്ചല്ലോരും നിന്നനരേം
കത്തിവരുന്നൊരു തീയെ വിഴുങ്ങിനാൻ
മുഗ്ദ്ധവിലോചനൻ മുന്നപ്പോലെ.
അന്തിയണഞ്ഞൊരു കാലം വരുന്നരേം
ചന്തമായ്പാടിക്കളിച്ചു പിന്നെ
ബാലകന്മാരുമായാലയം പൂകിനാൻ,
വാരിജകാമുകൻ വാരിയിലും.

7.പ്രാവൃഡ്വർണ്ണനം

പാൽക്കടൽമാനിനിതന്നുടെ കണ്ണിന്നു
പാൽക്കുഴമ്പായുള്ളൊരായർപൈതൽ
പാർക്കൊരു ഭൂഷണമായി വിളങ്ങുമ്പോൾ
കാർക്കാലം പോന്നിങ്ങു വന്നുതായി.
മേചകകാന്തി കലർന്നു തുടങ്ങിതേ
മേഘങ്ങളെല്ലാമേ മെല്ലെ മെല്ലെ
വല്ലവീവല്ലഭൻതന്നുടെ കാന്തിയെ
വെല്ലേണമിന്നു നാമെന്നപോലേ
ഡംബരമാണ്ടു മുഴങ്ങിത്തുടങ്ങീത
ങ്ങംബരംതന്നിലേ മെല്ലെ മെല്ലെ.
അംബുദജാലങ്ങളംബുധിതന്നിലും
അംബരംതന്നിലും പാകിനിന്നൂ.
ഹംസങ്ങൾ മെല്ലവേ പാഞ്ഞുതുടങ്ങിതേ
കംസന്തൻ ജീവിതമെന്നപോലെ.
പാരിച്ചു നിന്നൊരു പേമഴ തൂകീട്ടു
പാരിടമെങ്ങുമേ മുങ്ങിക്കൂടീ.
വർഷത്തെക്കണ്ടുള്ള കർഷകന്മാരെല്ലാം
ഹർഷത്തെപ്പൂണ്ടുതുടങ്ങീതെങ്ങും.
കാന്തപിരിഞ്ഞോർക്കു ശാന്തിയെ നല്കുവാൻ
കാന്തളുമെങ്ങും നിറഞ്ഞൂതായി.
കച്ചുകിടക്കുന്ന മച്ചകമോരോന്നിൽ
ഇച്ഛ തുടങ്ങീ പലർക്കുമപ്പോൾ,
പച്ചോടമില്ലാഞ്ഞിട്ടുൾച്ചൂടുമുണ്ടായി
പിച്ചയായുള്ളോന്നിക്കാലലീല
ചീർത്തുള്ള മേഘത്തിൻചാർത്തു പരന്നപ്പോൾ
മാർത്താണ്ഡബിംബം മറഞ്ഞുപോയി

മായയാൽ മൂടിന മാനസം തന്നിലേ
ജ്ഞാനം മറഞ്ഞെങ്ങു പോകുമ്പോലെ.
നീപങ്ങൾ പൂത്തതു കണ്ടൊരു വണ്ടുകൾ
നീളവേ പാഞ്ഞുതുടങ്ങി തന്നിൽ
നന്മകുറഞ്ഞൊരു നന്മേനി വണ്ടീല
കല്മഷമാണ്ടുള്ളോർക്കന്നയേയുള്ളൂ
വാരികലർന്നൊരു വാതം വരുന്നേരം
വാതിലടച്ചുതുടങ്ങീതങ്ങും
ജാള്യമാണ്ടിങ്ങനെ പോരുന്നോരെങ്ങുമേ
മാന്യരായന്നുമേ വന്നുകൂടാ.
ശോഷിച്ചുപോയുള്ള തോയങ്ങളല്ലാമേ
പോഷിച്ചുനിന്നുതായങ്ങുമപ്പോൾ
കാർമുകിൽനരോയ പതൈൽതാൻ ചന്നപ്പോൾ
ആനായദശേന്താനന്നപോലെ.
ചാതകമല്ലാമേ ജാതസുഖങ്ങളായ്
വീതവിഷാദങ്ങളായിനിന്നു.
കതേകിപ്പൂവിലേ നന്മണംകൊണ്ടങ്ങും
കഴേിച്ചു പാന്ഥരേ മേവുംകാലം
കാർമുകിലായൊരു നീലപ്പടംകൊണ്ട
തൂമകലർന്നു വിതാനിച്ചങ്ങും
ആക്കമിയന്ന വലാഹകളാകിയ
പൂക്കുല മളേത്തിൽ തൂക്കിച്ചമ്മേ
ശോഭകലർന്നൊരു തൂമിന്നലായുള്ള
ദീപങ്ങളങ്ങും കൊളുത്തി മന്മേൽ
പാഴിടിയായൊരു ഭരേിയുമങ്ങുമേ
പാരം മുഴങ്ങിച്ചു നിന്നു പിന്നെ
ഭൂതലമായൊരു തട്ടിലങ്ങിട്ടിട്ടു
ബാലശീലിന്ധ്രമാം വള്ളരിയും

55 കീർത്തിപൂണ്ടങ്ങുമേ കേകികളായുള്ള
56 വാഴ്ത്തികൾ വന്നങ്ങിരുന്നുതന്നിൽ
57 ലജ്ജ വെടിഞ്ഞുനിന്നുച്ചമെഴുംവണ്ണം
58 ഷഡ്ജമായുള്ളൊരു പാട്ടുതന്നെ
59 പാടിത്തുടങ്ങിനാർ; മന്മഥന്നല്ലാരും
60 ആടിത്തുടങ്ങിനാരന്നേരം
61 കാമിനിമാരുടെ പോർമുല വേറായ
62 കാമുകരല്ലാരും കോമരമായ്.
63 കാർക്കാലന്തന്നുടെ കാന്തിയെക്കണ്ടിട്ടു
64 ചീർക്കുന്ന മോദത്തെപ്പൂണ്ടു കണ്ണൻ
65 ഗോക്കളെ മേച്ചു നൽ കാനനംതന്നിലെ
66 വായ്ക്കുന്ന ലീലകളാണ്ടു നിന്നാൻ.
67 ജീവനമാകയാൽ പീയൂഷമായിട്ടു
68 മേവുന്ന തോയത്തെത്തൂകിപ്പിന്നെ
69 ലോകങ്ങൾക്കീടുന്ന താപങ്ങൾ തീർത്തു നൻ
70 മേഘങ്ങളല്ലാം തളർന്നു നിന്നു.

8.ശരദ്വർണ്ണനം

കാർമുകിൽമാലകൾ പോയൊരു നേരത്തു
തൂമകലർന്ന ശരത്തു വന്നു
"കണ്ണന്റെ കാന്തിയെ കൈതുടർന്നൂ നിങ്ങൾ
എന്നുടെ കാന്തിയോ വേണ്ടയല്ലോ"
രോഹിണീനന്ദനനിങ്ങനെ ചൊല്ലീട്ടു
രോഷിതനാകൊല്ലായെന്നപോലെ
നീലിമപൂണ്ടുള്ള മേഘങ്ങളെല്ലാമേ
ചാല വെളുത്തുചമഞ്ഞിതപ്പോൾ
ആതപം മേന്മേലേ ചൂടുതുടങ്ങിതേ
ആതുരർമാനസമെന്നപോലെ
വാരിയിൽനിന്നുള്ള മീനങ്ങളെല്ലാമേ
വാരികുറഞ്ഞതറിഞ്ഞുതില്ലേ
മായയിൽനിന്നുള്ള മന്ദന്മാരെല്ലാരും
ആയുസ്സു പോകുന്നതെന്നപോലെ.
കാലുഷ്യംപൂണ്ടുള്ള വാരികളെല്ലാമ
ക്കാലത്തു ചാലത്തെളിഞ്ഞു നിന്നൂ
ഗോവിന്ദൻതന്നുടെ ഭാവനം പൂണ്ടിട്ടു
മേവുന്ന മാനസമെന്നപോലെ
വാരിയിൽനിന്നുള്ള വാരിജമെല്ലാമേ
പാരം വിളങ്ങിത്തുടങ്ങീതെങ്ങും
വേണുന്ന കാന്തനെ കാണുന്നനേരത്തു
നാരിമാർനന്മുഖമെന്നപോലെ.
മുന്നമേ പോയുള്ളോരന്നങ്ങളെല്ലാമേ
പിന്നെയും പോന്നിങ്ങു വന്നുകൂടി
വീടരെപ്പേടിച്ചുപോയുള്ള ജാരന്മാർ
വീണ്ടിങ്ങു പിന്നെയും വന്നപോലെ

27 വഗേത്തിൽ പായുന്ന തഠേയങ്ങ്ങളല്ലാമേ
28 വഗേം കുറഞ്ഞ്ഞു ചമഞ്ഞ്ഞൂതപ്പഠോൾ
29 പ്രമേം കുറഞ്ഞ്ഞുള്ള കാമുകന്മാരല്ലാം
30 കാമിനിമാർവീട്ടിൽ പഠേകുമ്പഠോലെ.
31 താരങ്ങ്ങൾ ചൂഴുന്ന തിങ്കൾ വിളങ്ങ്ങിനാൻ
32 പാരമങ്ങ്ങാകാശംതന്നിലപ്പഠോൾ
33 ആനായപ്പിള്ളരാൽ ചൂഴുറ്റ കാർവർണ്ണൻ
34 കാനനംതന്നിൽ വിളങ്ങ്ങുംപഠോലെ.
35 വണ്ണിലാവാണ്ടുള്ള വണ്മാടമഠേരഠേന്നിൽ
36 പണ്ണുങ്ങ്ങളഠോടു കലർന്നുനിന്നു
37 ചൂതു തുടങ്ങ്ങിന ലീലകളഠേരഠേന്നിൽ
38 കൈതുടർന്നീടിനാർ കാമുകന്മാർ.
39 വണ്ടുകളല്ലാമെ മണ്ടിത്തുടങ്ങ്ങീത
40 ങ്ങിണ്ടലും കൈവിട്ടു പൊയ്കതഠോറും
41 കണ്ണൻ വിളങ്ങ്ങിന കാനനംതന്നിലേ
42 വിണ്ണവരല്ലാരും മണ്ടുംപഠോലെ
43 അംബുജകാമുകൻതന്നുടെ കാന്തികൊ
44 ണ്ടംബരമങ്ങ്ങും വിളങ്ങ്ങിനിന്നു
45 കൗസ്തുഭകാന്തി കലർന്നു വിളങ്ങ്ങിന
46 കൈടഭവൈരിതൻ മാറുപഠോലെ.
47 തിങ്കളക്കണ്ടു തൻ വണ്ണിലാവുണ്ടുണ്ടു
48 തിണ്ണം തളിഞ്ഞ്ഞു ചകഠോരങ്ങ്ങളും
49 കാർമുകിൽവർണ്ണന്തന്നാനനകാന്തിക
50 ണ്ടാനായനാരിമാരന്നപഠോലെ.
51 പൂരിച്ചുനിന്നൊരു ശീതത്തെ വറിട്ടു
52 പൂമണംതന്നിൽ കലർന്നു നന്നായ്
53 പൂങ്കാവിൽനിന്നു വരുന്നൊരു തന്നലെ
54 പ്പൂണ്ടു തുടങ്ങ്ങിനാരല്ലാരുമെ.

55 മളേമഴെുന്ന ശരത്തിനകെ്കണ്ടിട്ടു

56 നാളീകലോചനൻ ബാലരുമായ്

57 വണേുസ്വനംകൊണ്ടു മാനിനിമാരുടെ

58 മാനസമറേ്റം മയക്കിനിന്നാൻ.

59 മന്മഥന്തന്നുടെ ബാണങ്ങളലേ്ക്കയാൽ

60 തന്മനമലെ്ലാം മറന്നുനിന്നു

61 വണേുതൻ ഗാനത്തെ മാനിച്ചു പാടിനാർ

62 ആനായമാനിനിമാരന്നെപ്പോൾ.

9.ഹമേന്തവർണ്ണനം

ചൊല്ക്കൊണ്ടു നിന്നൊരു നല്ക്കാലമായുള്ളൊ
രക്കാലമങ്ങനെ പോയിതായി,
ശീതം തഴച്ചോരു ഹമേന്തകാലവും
ആമന്ദം പോന്നിങ്ങു വന്നുതപ്പോൾ.
പാലാഴിത്തൂവെള്ളം തൂകുന്നപോലെ നൽ
പ്രാലേയം തൂകിത്തുടങ്ങീതങ്ങും.
ചണ്ഡനായുള്ളൊരു പങ്കജനാഥന്തൻ
മണ്ഡലം മങ്ങിച്ചമഞ്ഞുകൂടി;
കല്പിലില്ലയാതോർക്കുമൊപ്പുണ്ടായ്മവേുകിൽ
കല്പറേെ വന്നെിടാമന്നെയേുള്ളൂ.
വാരുറ്റ കാന്തി കലർന്നൊരു വാരിജ
മോരോന്നേ മങ്ങിമയങ്ങീതപ്പോൾ;
കാന്തനു കാന്തി കുറഞ്ഞതു കാണുമ്പോൾ
കാന്തമാർകാന്തിയും മങ്ങുമല്ലോ.
ചീർത്തുനിന്നുള്ളൊരു ശീതത്തപ്പെൂണ്ടു നി
ന്നാർത്തന്മാരായിച്ചമഞ്ഞെല്ലാരും
കൈത്തലംകൊണ്ടു തന്മാറത്തു നന്നായി
സ്വസ്തികാബന്ധം തുടങ്ങിനാരേ
വായ്പാർന്നു നിന്നുള്ള കാർപ്പാസംകൊണ്ടോരോ
കൂർപ്പാസം മനേിയിൽ ചേർച്ച പൂക്കു.
ആദിത്യസവേയും പാവകസവേയു
മായിത്തുടങ്ങീ പലർക്കുമപ്പോൾ.
ഉദ്യാനംതന്നിൽ കളിപ്പതിന്നാർക്കുമ
ങ്ങുദ്യോഗമതേുമഴെുന്നീലപ്പോൾ,
വാതായനങ്ങളും വീതങ്ങളായിതേ
വാരിവിഹാരവുമവ്വണ്ണമേ.

ചന്ദനലേപവും മന്ദമായ് വന്നുതേ,
ചന്ദ്രികാസേവയോ പിന്നെയെല്ലോ.
സുന്ദരമായുള്ള ചന്ദ്രശിലാതലം
ഒന്നുമേ വേണ്ടീതില്ലാർക്കുമപ്പോൾ
സങ്കടമാണ്ടൊരു വൈധവ്യമാണ്ടുള്ള
മങ്കമാർ കൊങ്കകളെന്നപോലെ.
മാലയേം നീക്കി നൽ കുങ്കുമമാക്കിനാർ
ബാലികമാരെല്ലാം വാർമുലയിൽ;
നാരിമാരാർക്കുമേ വേണ്മ കണക്കല്ല
രാഗമുള്ളോരിലെ രാഗം ചെല്ലു.
മേതിൽ നിറഞ്ഞെങ്ങു മീതേ വഴിഞ്ഞൊരു
ശീതം പൊറുക്കരുതാഞ്ഞപോലെ
ആശകളെല്ലാമേ നീഹാരമായൊരു
നീരാശംപൂണ്ടങ്ങു നിന്നുതെങ്ങും.
കോകങ്ങളെല്ലാം പുലർന്നുതുടങ്ങിനാൻ
മാഴകുന്നു പിന്നെയുമൊട്ടുനേരം.
ഊരകം പൂകിന സൂകരമൊന്നുമേ
പോകുന്നതില്ല പുലർന്നുതെന്നാൽ,
മാരഭയാലഭിസാരികമാരായ
നാരിമാരെല്ലാം പുലർന്നുതാനാൽ
ദീനതകൂടാതെ പോയിത്തുടങ്ങിനാർ,
ജാരതപൂണ്ടോരുമവ്വണ്ണമേ.
ശീതത്തെത്തൂകുന്ന ഹേമന്തകാലമാം
ഭൂതത്തിൻ കോമരമെന്നപോലെ.
ഭൂതലംതന്നിലേ മാലോകരെല്ലാരും
ചാലെ വിറച്ചുതുടങ്ങീതപ്പോൾ.
ദന്തങ്ങളെക്കൊണ്ടു താളംപിടിച്ചിട്ടു
സന്ധ്യയെ വന്ദിച്ചിതന്തണരും

ബാലപ്പഴേർകഞങ്കകൾ വറോയിപ്പഴോകിലി
ക്കാലം പുലർന്നീടായന്നെു നണ്ണി
കാററിന്നു ചലെ്‌ലുവാൻ പാഴതേും കൂടാതെ
ചർത്തുതൻ മയെ്‌യഴോടു മയെ്‌യുമപ്പഴോൾ
കാമുകന്മാരലെ്‌ലാം കാമിനിമാരുടെ
വാർമുലതന്നിലങ്ങായിക്കൂടി.
മാനിനിമാരുടെ പഴേർമുല വറോയി
ദീനന്മാരായുള്ള മാവനന്മാർ
മാനസം വന്നെുവന്നൊനനം താഴ്ത്തു തൻ
ജാനുവും പൂണ്ടു കിടന്നാർ ചമെ്മെ
വണേ്ടാതെ നിന്നുള്ള കാമുകന്മാരയെും
പൂണ്ടുതുടങ്ങിനാർ കാമിനിമാർ.
വള്ളമന്നെിങ്ങനെ ചഞെല്‌ലിത്തുടങ്ങുമ്പഴോൾ
തുള്ളിത്തുടങ്ങീ വിറച്ചലെ്‌ലാരും
തിക്കും തന്നുള്ളിലേ തഴോന്നിത്തുടങ്ങീതേ
തീക്കായവണേമനെിക്കുമന്നെ്.
തള്ളിയഴെുന്നഞെരു ശീതത്തയെതേുമേ
എള്ളഴോളം കഞെള്ളാതയെുള്ളിലങ്ങെും.
വള്ളത്തിൽനിന്നു ജപിച്ചുതുടങ്ങിനാ
രുള്ളം തളിഞ്ഞുള്ള മാമുനിമാർ.

10.ഹമേന്തലീല

ഇങ്ങനയെുള്ളൊരു ഹമേന്തകാലത്തു
മുമ്പിലത്തെ മാനസത്തിലമ്പിനോടതെ
മായംകളഞ്ഞുനിന്നാര്യയസ്സേവിച്ചാ
രായർകുമാരികമാരതെല്ലാരും
കാലം പുലർന്നുതുടങ്ങുന്ന നരേത്തു
കാളിന്ദിതന്നിൽ കുളിച്ചു പിന്നതെ
നന്മണൽകൊണ്ടു പടുത്തങ്ങു ദവേിതൻ
നിർമ്മലമായൊരു ദഹേം തന്നതെ
തീർത്തുഭജിച്ചാരങ്ങാ "ത്തിതീർത്തങ്ങളതെ
ക്കാത്തുകൊൾവാനിതാ കതൈൊഴുന്നന്നേ.
കണ്ണനതെ ഞങ്ങൾക്കു കാന്തനായ് നല്കണേം
വിണ്ണവർനായികതേ മായികതേ ! നീ."
ഇങ്ങനതെ യാചിച്ചു പൂജിച്ചു കുമ്പിട്ടാർ
മംഗലമാരായ കന്യകമാർ.
നിത്യമായിങ്ങനതെ സവേിച്ചുപോരുന്ന
മുഗ്ദ്ധമാരതെല്ലാരുമന്നൊരുനാൾ
ദവേിയപ്പെൂജിച്ചു സവേയപ്പെൂരിച്ചു
പോവതിന്നായിത്തുടങ്ങുംനരേം
ശീതംകൊണ്ടതെല്ലാരുമാതുരമാരായി
ട്ടാതപമറേ്റു മണത്തിട്ടമതേ.
നിന്നു വിളങ്ങിനാർ ധന്യമാരായുള്ള
കന്യകമാരതെല്ലാം കാന്തിപൂണ്ട്
പശേലമായൊരു കശേമഴിച്ചുനി
ന്നശേുന്ന ശോഭ കലർന്നു നന്നായ്
മംഗല്യമാണ്ടൊരു ശൃംഗാരവല്ലിതൻ
മങ്ങാതപോതങ്ങളന്നെപോലതെ.

27 പുണ്യമിയന്നൊരു നാവുകളൊണ്ടല്ലാരും
28 കണ്ണനന്റെ ലീലയപ്പെപാടിപ്പാടി
29 ആതപമറേറങ്ങു ശീതം തഞ്ഞീടുന്നൊ
30 രാതങ്കം വറോയ നരേത്തപ്പപോൾ
31 ഏന്തുന്ന വീചികളാണ്ടൊരു വാരിയിൽ
32 നീന്തണേം നാമിപ്പഴെന്നു നണ്ണി.
33 പൂഞ്ചായലല്ലാം മുറുക്കി മണന്മൽതാൻ
34 പൂഞ്ചലേയല്ലാമഴിച്ചുവച്ച്
35 പൂന്തനേ വന്നുള്ള നന്മൊഴിമാരല്ലാം
36 നീന്തിത്തുടങ്ങിനാർ മല്ലെ മല്ലെ.
37 കാനനം പൂകിന കാർവർണ്ണനന്നരേം
38 കാളിന്ദീതീരത്തു ചന്നു മല്ലെ.
39 ചോരനായ് നിന്നു നൽക്കൂറകളല്ലാമേ
40 വാരിക്കൊണ്ടോടിനാൻ തീരമതോൻ
41 നീടുറ്റു നിന്നൊരു നീപത്തിന്മീതറേി
42 പ്പാടിത്തുടങ്ങിനാൻ പാരം പിന്നെ.
43 കാന്തി കലർന്നുള്ള കന്യകമാരല്ലാം
44 നീന്തിത്തളർന്നങ്ങു നിന്നനരേം
45 കാർമുകിൽവർണ്ണനേ വന്നതു കാണായി;
46 കാമിച്ചു നാണിച്ചാർ കണ്ടനരേം.
47 കൂറകൾചാരത്തു ചന്നതു കണ്ടപ്പോൾ
48 കൂശിത്തുടങ്ങിനാർ മല്ലെ മല്ലെ.
49 വാരുന്ന നരേത്തു വാ പിളർന്നീടിനാർ
50 വാരിയിൽനിന്നുള്ള ബാലികമാർ
51 ഓടുന്ന നരേത്തു മാനസംതന്നയെു
52 മോടിച്ചാർ കൂടതെ്തുടർന്നു പിമ്പേ
53 മാനസംതാൻ ചന്നു, കൂറയുംകൊണ്ടു നീ
54 പോകൊല്ലായന്നു ചറുെക്കാൻപോലെ

നീളന്തിരണ്ടൊരു നീപത്തിന്മലേറി
നീലക്കാർവ്വർണ്ണന്താൻ നിന്നനേരം
ചാപലം കാട്ടിനാർ കോപവും കാട്ടിനാർ
വർപാകിനിന്നൊരു വഴ്ചയേയും;
ക്ഷീണവും നാണവും കാമവും പ്രമേവും
ദീനവും മാനവും കാട്ടിനിന്നാർ.
എന്തു നാം നല്ലതെന്നിങ്ങനെ തങ്ങളിൽ
ചിന്തിച്ചുനിന്നു നുറങ്ങുനേരം
കാളിന്ദിതന്നിലെ നീരായി നിന്നൊരു
നീലമാം ചലേയുംപൂണ്ടു ചൊന്നാർ:
"പണ്ണുങ്ങൾ വീഴ്ത്തുള്ള വീഴ്പുകൾ വാരുവാൻ
കണ്ണ! നിനക്കന്തു തോന്നീതിപ്പോൾ
ആരലേും വന്നിങ്ങു കാണുന്നതാകിലോ
ആചാരമല്ലന്നു വന്നുകൂടും.
രഖേകൾ കാണുമ്പോൾ വീഴ്പുകൾ വാരുവാൻ
ഏകലില്ലതേുമിക്കകൈൾക്കന്നാൽ
ആകുലമാരായ ഞങ്ങൾക്കു പാരാതെ
ഗോകുലനായക! കൂറ താ നീ."
നാരിമാരിങ്ങനെ ചൊന്നൊരു നരേത്തു
ധീരനായ് നിന്നങ്ങുചൊന്നാൻ കണ്ണൻ:
"വീഴ്പുകൾ വാരുവതാചാരമല്ലല്ലൊ
വായ്പോടു നല്കു ചൊല്ലങ്ങെനെ ഞാൻ?
കൂറകൾ വണ്ടേുകിൽ നീരിൽനിന്നലല്ലാരും
പാരാതെ വന്നിങ്ങു വാങ്ങിക്കൊൾവിൻ"
മണ്ടുന്ന മാങ്കുലംവന്നടികുമ്പിടും
മല്ലവിലോചനമാരലല്ലാരും
ഇണ്ടൽപൂണ്ടിങ്ങനെ പിന്നയെും ചൊല്ലിനാർ
കൊണ്ടൽനരേവർണ്ണനാം കണ്ണനോട്:

83 “മാലോകരെല്ലാരും വന്നതു കാണയ്യോ!
84 ലീലയ്ക്കു കാലമിതല്ല ചൊല്ലാം;
85 ചാലച്ചതിയാതയെങ്ങളെയിങ്ങനെ
86 നീലക്കാർവർണ്ണരേ! കൂറ താ നീ.
87 മങ്കമാരായോരെ വഞ്ചിച്ചുപോരുന്ന
88 നിങ്കളവങ്ങളറിഞ്ഞീലല്ലൊ.
89 സങ്കടമങ്ങൾക്കു വന്നതു കാണയ്യോ!
90 പങ്കജലോചന! കൂറ താ നീ.
91 “ഭ്രാന്തുണ്ടിവർക്കെന്നു” ചൊല്ലുവർ ഞങ്ങളെ
92 പ്പാന്ഥന്മാരാരാനും കാണ്കിലിപ്പോൾ
93 നീന്തിത്തളർന്നു വശംകെടുന്നൂതയ്യോ
94 കാന്തവിലോചനാ, കൂറ താ നീ.
95 വണ്മകടേിങ്ങനെ കാട്ടിനാലെല്ലാരും
96 സന്മതിയല്ലെന്നു ചൊൽവർ നിന്നെ,
97 തണ്മ നിനക്കിന്നും വന്നതിന്മുമ്പിലെ
98 കാണ്മായുള്ളോനേ! കൂറ താ നീ.
99 നിഞ്ചതികണ്ടങ്ങൾ നെഞ്ചകമെല്ലാമേ
100 ചഞ്ചലമാകുന്നു മാഴ്കി മാഴ്കി.
101 പുഞ്ചിരികൊണ്ടിനി വഞ്ചന ചെയ്യാതെ
102 അഞ്ചനവർണ്ണരേ! കൂറ താ നീ.
103 കുറ്റമേ ചൊല്ലുവരെല്ലാരും കേൾക്കുമ്പോൾ
104 പറ്റാ നിനക്കിതു പാർത്തു കണ്ടാൽ.
105 വറ്റാതെൊരമ്പു പുലമ്പിനിന്നങ്ങൾക്കു
106 ചുറ്റത്തിൽ വന്നിങ്ങു കൂറ താ നീ.”
107 ധന്യമാരായുള്ള കന്യമാരിങ്ങനെ
108 ഖിന്നമാരായ് നിന്നു ചൊന്നനേരം
109 പിന്നെയും ചൊല്ലിനാൻ നന്ദകുമാരകൻ
110 മുന്നലെക്കന്യമാരെല്ലാരോടും:

“പറ്റായനെന്നിങ്ങനെ പത്തൂടെ ചൊല്കിലും
കറ്റച്ചിടയനോന്തൻ പാദത്താണ
നിങ്ങളിങ്ങെല്ലാരും വന്നനെന്നിയനെന്നുമേ
അങ്ങു വന്നനെന്നും ഞാൻ കൂറ നല്കനേൻ,
പേശിനിന്നിങ്ങനെ കാലം കളയാതെ
വാശി കളഞ്ഞു നൽകൂറ കൊൾവിൻ.”
ഇങ്ങനെ ചൊല്ലി നൽ പുഞ്ചിരി തൂകിനാൻ
അംഗനമാർമുഖം നോക്കി നോക്കി.
എന്നതു കേട്ടുള്ള കന്യകമാരെല്ലാം
ഏറിന നാണത്തെപ്പൂണ്ടു നിന്നാർ.
“കണ്ണനന്തൻ മുമ്പിലേ ചെല്ലൂ നാമെല്ലാരും”
എന്നങ്ങു തങ്ങളിൽ ചൊന്നു പിന്നെ
“നീ മുമ്പിൽ” “നീ മുമ്പിൽ” എന്നങ്ങു തങ്ങളിൽ
പേശിത്തുടങ്ങിനാരൊട്ടുനേരം.
നാഭിക്കു കീഴായ വാരിയിലാകുമ്പോൾ
നാണിച്ചു പിന്നെയും വാരിയിലേ.
ചാടിത്തുടങ്ങിനാർ നീടുറ്റ കണ്ണന്തൻ
കടേറ്റ കണ്മുന കാകയാലേ.
കണ്ണന്റെ കണ്ണിന്നു വൈരിയായ് വന്നിത
പ്പെണ്ണുങ്ങൾ പൂണുന്ന നാണമപ്പോൾ.
കാളിന്ദിതന്നുടെ വൈമല്യമെന്നപ്പോൾ
കാർവർണ്ണൻകണ്ണിന്നു ബന്ധുവായി.
നാണിച്ചു പിന്നെയും നാരിമാർ നിന്നപ്പോൾ
നാഭിക്കു മേലുള്ള വെള്ളംതന്നിൽ.
ആനായനായകൻ കാണ്മുനയന്നേരം
മീനങ്ങളായിതോയെന്നു തോന്നും
ഒട്ടുപോതിങ്ങനെ വട്ടം പോന്നെല്ലാരും
തിട്ടതിപൂണ്ടങ്ങു നിന്നു പിന്നെ

പാണിതലങ്ങ്ങളകെ്കൂറകളാക്കീട്ടു
നാണിച്ചുനിന്നു കരറേി മലെല്ല
വാരിന കൂറകൾ വാങ്ങ്ങുവതിന്നായി
വാരിജലഭാചനനഭാടു ചഌന്നാർ:
"ഇങ്ങ്ങുവരണേമയേന്നെങ്ങ്ങു ചഌന്നപ്പഭാ
ഉങ്ങെങ്ങളതിന്നു മടിച്ചിലല്ലല്ലഌ
എങ്ങങൾക്കു വന്നഌരു സങ്കടം കണ്ടിനി
മംഗലനായഭാേനേ ! കൂറ താ നീ.
വാവിട്ടു യാചിച്ചുനിന്നുള്ളഌരങ്ങെങ്ങള
ക്കവേലമിങ്ങ്ങനയൊക്കുമാറഭാ?
വാമൃഷ്ടംകഌണ്ടങ്ങെങ്ങൾ സങ്കടം പഌയ്ക്കൂടാ
വാരിജലഭാേചന ! കൂറ താ നീ.
ഇങ്ങ്ങനെ വന്നു നീ സങ്കടമാക്കിനാൽ
എങ്ങ്ങനെ ഞങ്ങ്ങൾ പുലർന്നുകഌൾവൂ?
നാളയെുമിങ്ങ്ങനെ സങ്കടമാക്കഌല്ലാ
നാളികലഭാേചനാ! കൂറ താ നീ.
ഇങ്ങ്ങനയെങ്ങെങ്ങളകെ്കാണുന്നനരേത്തു
മങ്ങെങ്ങുമഌരമ്പു പുലമ്പാതഭാേതാൻ,
അമ്മമാർ പഭാേന്നു വരുന്നതിൻ മുമ്പിലഭ
കണ്മായുള്ളഭാേനേ! കൂറ താ നീ.
അംഗജവരൈതിന്നംഘ്രികൾതന്നാണ
സങ്കടമാക്കാതെ കൂറ താ നീ."
നാരിമാരിങ്ങ്ങനെ പാരാതെ ചനെ്നിട്ടു
കൂറകൾ താവനെ്നു ചഌന്നനരേം
പൂരിച്ചുകൂടാങ്ങ്ഞു തന്നുടെ വാഞ്ഛിതം
വാരിജലഭാേചനനഌന്നു ചഌന്നാൻ:
"നിങ്ങ്ങൾ തുടങ്ങ്ങിന മംഗലകർമ്മത്തിൻ
ഭംഗമഭാേ വന്നുതഭ മങ്കമാരഭ!

167 കൂറകൾ കൂടാതെ പാവനമായഞൊരു

168 നീരിലിറങ്ങ്ങികളിക്കയാലേ

169 നിഷ്കൃതിയായിട്ടു ചൊല്ലുന്നനേനൊന്നു ഞാൻ

170 ദുഷ്കൃതി പോവാനായ് നിങ്ങ്ങൾക്കിപ്പോൾ

171 ഈശനെക്കൈകൂപ്പി നില്പിനങ്ങ്ങെല്ലാരും

172 കൂശാതെ കൂറയും വാങ്ങ്ങിനാലും"

173 ഒട്ടുപോൽ ചിന്തിച്ചു മട്ടോലും വാണിമാർ

174 പട്ടാങ്ങ്ങനെന്നിങ്ങ്ങനെ നണ്ണിപ്പിന്നെ

175 കൈകെളാലൊന്നിനെക്കൂറയായ് വച്ചിട്ടു

176 വൈകാതെ വായ്പോടു കൂപ്പിനിന്നാർ.

177 എന്നതു കണ്ടൊരു നന്ദകുമാരകൻ

178 തൻ നിനവതേുമേ വാരാഞ്ഞപ്പോൾ

179 മൂക്കിന്മൽ കൈവെച്ചു ചൊല്ലിനിന്നീടിനാൻ:

180 "മൂർഖന്മാരായോരേ! കേൾപ്പിൻ നിങ്ങ്ങൾ

181 ഒററക്കൈതെന്നകേക്കൊണ്ടീശനെ വന്ദിച്ചാൽ

182 മററകേക്കൈ ഛേദിപ്പൂതന്നെന്നു ഞായം

183 എന്നതിനിന്നിനിദണ്ഡമായ് നണ്ണിനി

184 ന്നൊന്നറേക്കൈകൂപ്പുവിൻ ധന്യമാരേ!"

185 വാരിജലോചനനിങ്ങ്ങനെ ചൊന്നപ്പോൾ

186 നാരിമാരെല്ലാരും മെല്ലെ മെല്ലെ

187 ആശയംതന്നിലങ്ങ്ങശേുന്നോരാശയാൽ

188 പശോതയൊശകൾ കൂറയാക്കി

189 നാണം വിലക്കവേ കണ്ണുമടച്ചുടൻ

190 പാണികൾ രണ്ടുമായ് കൂപ്പിനിന്നാർ.

191 വാർത്താരിൽബാണന്താൻ ചീർത്തോരു മോദംപൂ

192 ണ്ടാർത്തുതുടങ്ങ്ങിനാനന്നേരം.

193 ബാണങ്ങ്ങളെയ്തുമമ്മാനിനിമാരുടെ

194 നാണത്തപ്പോക്കുവാനായില്ലപ്പോൾ.

നാണിച്ചുനിന്നവർ കൂറയും കൂടാതെ
ദീനമാരാകയൊല്ലായന്നെപോലെ
രോമാഞ്ചമായൊരു കഞ്ചുകംകൊണ്ടവൻ
പൂമനേിയല്ലാം മറച്ചുവച്ചു.
കാർവർണ്ണൻകണ്ണായ കാർമുകിൽതാനപ്പോൾ
കാരുണ്യവാരിയപ്പെയ്തപോലെ
പൂവൽമെയ്തന്നിലകന്യമാരല്ലാർക്കും
തൂവിയർപ്പങ്ങേുമേ പൊങ്ങിനിന്നൂ.
കോപിച്ചുനിന്നൊരു വന്നെതയേന്തന്നെ
പ്പേടിച്ചുനിന്ന പാമ്പന്നെപോലെ
വമ്പുതാൻ കുമ്പിടും വാണിമാരല്ലാർക്കും
കമ്പവുമുണ്ടായി മെയ്യിലപ്പോൾ
നാണവും പ്രമേവും കൂടിക്കലർന്നൊരു
നാരിമാർ കണ്ണിണയന്നേനരം
സൂരനും തിങ്കളും ചാരത്തുനിന്നൊരു
വാരിജവല്ലേയപ്പൂണ്ടുനിന്നു
പാതി വിരിഞ്ഞൊരു പൂക്കളിൽ തനേുണ്ടു
പാരം വിളങ്ങുന്ന വണ്ടുതൻറെ
ലീലയപ്പൂണ്ടു പുളച്ചുതുടങ്ങീത
ന്നീലക്കാർവർണ്ണന്തൻ കണ്ണു രണ്ടും
നാരിമാർപാണികൾ നാഭിക്കൽ ചല്ലുേമ്പോൾ
"കൂറകൾ വാങ്ങുവി" നന്നു ചൊന്നാൻ.
"പാണികൾ കാട്ടാതെ നിങ്ങളിങ്ങാരുമേ
കൂറകൾ നല്കു ചൊല്ലങ്ങെനെ ഞാൻ?"
കൈകെളക്കാട്ടിന ബാലികമാരല്ലാം
"വകൈെല്ല" യന്നെപ്പൊളൊന്നു ചൊന്നാൻ.
"ദാരുതൻ കൊമ്പിന്മേൽ കട്ടിന കൂറകൾ
പാരം വലിച്ചങ്ങു കീറാമോതാൻ?

കൂറകളോരോന്നേ നേരേ തെരിഞ്ഞു ഞാൻ
പാരാതെ നല്കിനാൽ വാങ്ങിക്കൊൾവിൻ,
ഒക്കവേ വന്നിങ്ങു തിക്കത്തുടങ്ങിനാൽ
എക്കയ്യിൽ മുമ്പിൽ ഞാൻ കൂറ നൽകൂ?
വവ്വേറേ വന്നുനിന്നന്നെന്നുടെ ചാരത്തു
ചൊവ്വോടെ ചേലകൾ വാങ്ങിക്കൊൾവിൻ
എന്നുടെ കൂറ പകർന്നുകളഞ്ഞായെ
ന്നന്നോടു പിന്നെ വഴക്കാകൊല്ലാ.
നിന്നുടെ കൂറയിതന്നെന്നു നിനക്കുള്ളിൽ
നിർണ്ണയമുണ്ടങ്കിൽ വാങ്ങിക്കൊൾ നീ"
എന്നങ്ങു ചൊല്ലീട്ടു മറ്റൊരു കൂറയ
ക്കന്യകതന്മുന്നിൽ കാട്ടിനിന്നാൻ.
ഓരോരോ പാണികൾ കാട്ടീട്ടു പിന്നയെ
ന്നാരിമാർ നിന്നതു കണ്ടു ചൊന്നാൻ.
"ഓരോരോ കൈകളെക്കാട്ടിനാലങ്ങനെ
നേരേ ഞാൻ കയ്യിലേ കൂറ നൽകൂ?
കൈകളു രണ്ടുമുയർത്തീട്ടു കാട്ടിനാൽ
വൈകല്യമില്ലല്ലൊ ഒന്നിനും താൻ
നേരേ നമുക്കങ്ങു കൂറ തരുവാനും
പാരാതെ നിങ്ങൾക്കു വാങ്ങുവാനും
ഈരണ്ടു കൈകളുമൊക്കയെയുയർത്തീട്ടു
നേരേ നൽ കൂറകൾ വാങ്ങിക്കൊൾവിൻ.
നീടുററ ചേലേ നിലത്തങ്ങു ചാട്ടീട്ടു
പൂഴി പുരട്ടുവാൻ കൂട്ടല്ല ഞാൻ"
മംഗലമാരായ മങ്കമാരോടവൻ
ഭംഗികളിങ്ങനെ ചൊന്നു പിന്നെ
വാരിന കൂറകൾ പാരാതെ നല്കിനാൻ
വാരിജനേർമുഖിമാർകയ്യിലേ.

ചാഞ്ചല്യമാണ്ടുള്ള പൂഞ്ചായലാരലെല്ലാം
പൂഞ്ചലേപൂണ്ടങ്ങു നിന്നനരേം
വണ്ണെണ്ണിലാവുണ്ണുമ്പോൾ തിണ്ണമാക്കാർമുകിൽ
വതിങ്കൾതന്നെ മറയ്ക്കയാലേ.
അണ്ണാന്നുനിന്ന ചകോരത്തിൻവലേയെ
ക്കണ്ണന്റെ കണ്ണിണ പൂണ്ടുനിന്നു.
തേഞ്ചൊരിഞ്ഞീടിന തൂമൊഴികൊണ്ടവർ
വാഞ്ഛിതമെല്ലാമേ നല്കിപ്പിന്നെ
“പാരാതെ പോകണ്ടേകി” ലെന്നങ്ങു ചൊല്ലിനാൻ
വാരാളും ചായലാരലെല്ലാരോടും
നന്മൊഴികൊണ്ടവൻ നല്കിന വാഞ്ഛിതം
നന്നായി വാങ്ങിപ്പാനെന്നപോലെ
മാനസമന്നരേം കണ്ണനിലാക്കീട്ടു
മാനിനിമാരെല്ലാം മെല്ലെ മെല്ലേ
മാനംകൊണ്ടുണ്ടായ ദീനങ്ങളോരോന്നേ
മാനിച്ചു തങ്ങളിലോതിയോതി
പൊന്തിത്തുടങ്ങിന പന്തലേും കൊങ്കയും
ചന്തത്തിലാണ്ടു തൻ വീടുതന്നിൽ
ചെന്നങ്ങു പൂകിനാരിന്ദിരതന്നുടെ
മന്ദിരമായുള്ള സുന്ദരിമാർ.

11.വിപ്രപത്ന്യനുഗ്രഹലീല

ആയർകുമാരിമാർ പോയശേഷം നേരത്തു
മായം കലർന്നവൻ ബാലരുമായ്
വാരുറ്റുനിന്നൊരു കാവുതന്നൂടെ പോയ്
ദാരുക്കളോരോന്നേ വാഴ്ത്തി വാഴ്ത്തി
കാലം പകല്ക്കൊരു പാതിയായ് മേവുമ്പോൾ
കാളിന്ദീതീരത്തു ചെന്നനേരം
വല്ലികൊണ്ടുനിന്നുള്ള ബാലകന്മാരെല്ലാം
പൈകൊണ്ടു മാഴ്കിത്തളർന്നു ചൊന്നാർ:
"പൈകൊണ്ടു പാരം തളർന്നു ചമഞ്ഞുതേ
പൈതങ്ങളായുള്ള ഞങ്ങളെല്ലാം
അമ്പാടിതന്നേലം ചെന്നെത്തിക്കൊള്ളുവാൻ
വമ്പന്നേ തോന്നൂന്നു പിന്നെപ്പിന്നെ."
പൈതങ്ങളിങ്ങനെ ചൊന്നോരു നേരത്തു
കൈതവം കൂടാതെ ചൊന്നാൻ കണ്ണൻ:
"അജ്ഞന്മാരല്ലാതെ വിപ്രന്മാരുണ്ടിങ്ങു
യജ്ഞത്തെദ്ദീക്ഷിച്ചു നില്ക്കുന്നിപ്പോൾ:
ദീനന്മാരായുള്ള നിങ്ങളെക്കാണുമ്പോൾ
മാനിച്ചു നല്കുവർ ചോറു ചെമ്മേ."
എന്നതു കേട്ടുള്ള ബാലകന്മാരെല്ലാം
ചെന്നങ്ങു നിന്നിട്ടു ചൊന്നാരപ്പോൾ:
"കാളിന്ദീതീരത്തു കാലികൾ മേയ്ക്കുന്ന
കാർവർണ്ണൻചൊല്ലാലെ വന്നു ഞങ്ങൾ
ഖിന്നന്മാരായ് വന്നു മുന്നമേ പൈകൊണ്ടി
ങ്ങെന്നത്തെ നല്കേണം ധന്യന്മാരേ!"
എന്നതു കേട്ടുള്ള ഭൂദേവന്മാരെല്ലാം
ഏതുമേ മിണ്ടാതെ നിന്നമൂലം

ദീനന്മാരായുള്ള ബാലകന്മാരെല്ലാം
ആനനം താഴ്ത്തിനിന്നൊട്ടുനേരം;
കണ്ണന്റെ ചാരത്തു പാരാതെ വന്നിട്ടു
കണ്ണുനീരോലോലച്ചൊന്നാരെല്ലാം.
അഞ്ചനവർണ്ണൻതാനന്നതു കേട്ടപ്പോൾ
പുഞ്ചിരി പൂണ്ടുടൻ ചൊന്നാൻ പിന്നെ:
“പത്നിമാർ മേവുന്ന ശാലയിലെല്ലാരും
പാരാതെ ചെല്ലുവിൻ പൈതങ്ങളേ!”
കണ്ണൻതാനിങ്ങനെ ചൊല്ലിത്തുടങ്ങുമ്പോൾ
തിണ്ണം നടന്നുടൻ ബാലകന്മാർ
പത്നിമാർ മേവുന്ന ശാലയിൽ ചെന്നിട്ടു
മുഗ്ദ്ധരായ് ചൊല്ലിനാർ മുന്നെപ്പോലെ.
കണ്ണനന്നിങ്ങനെ ചൊന്നതു കേട്ടപ്പോ
ളെണ്ണമില്ലാതോളം സന്തോഷത്താൽ
ഭക്തിയെപ്പൂണ്ടുള്ള പത്നിമാരെല്ലാരും
ഒത്തങ്ങു കൂടിക്കലർന്നുടനെ
നൽച്ചോറുതന്നെയും നൽക്കറിതന്നെയും
വച്ചുകൊണ്ടോരോരോ ഭാജനത്തിൽ
പാഞ്ഞുതുടങ്ങിനാർ പാപങ്ങൾ വേറ്റു
പാവനമാരായിപ്പാരമപ്പോൾ;
കാളിന്ദീതീരത്തു ചെന്നോരു നേരത്തു
കാർവർണ്ണൻതന്നെയും കാണായ് വന്നു
കാർമുകിൽമാലകൾ കാമിച്ചുനിന്നൊരു
കോമളകാന്തി കലർന്നുനിന്നോൻ,
കാഞ്ചനംകൊണ്ടുള്ള കാഞ്ചികൊണ്ടീടഴും
പൂഞ്ചേലമീതേ മുറുക്കി നന്നായ്
അത്ഭുതമായുള്ള പുഷ്പങ്ങളെക്കൊണ്ടു
ചൊല്പെറ്റ കാന്തിയെക്കൈതൊടർന്നു

55 പീലികൾ കൊലിന മൗലിയുമാണ്ടുള്ളോൻ

56 പീതമായുള്ളൊരു കൂറയുമായ്,

57 പാണികളാലൊന്നു ബാലകന്തന്നുടെ

58 ചണ്ണോറ്റഴുന്ന കഴുത്തിൽ വച്ച്

59 മംഗല്യമാണ്ടൊരു മറ്റതിലങ്ങനെ

60 മങ്ങാതപ്പങ്കജം പൂണ്ടുനിന്നോൻ.

61 ഭദ്രനായുള്ളൊരു കണ്ണനെയിങ്ങനെ

62 പത്നിമാരല്ലാരും കണ്ടനേരം

63 ചാരത്തു ചന്നവൻ പാദങ്ങൾതൻ മുന്നൽ

64 ചാലപ്പോയ് വീണുകിടന്നു പിന്നെ

65 നൽച്ചോറുതന്നെയുമച്യുതന്തൻ മുന്നൽ

66 വച്ചങ്ങു കൂപ്പിനാർ വായ്പിനോടെ.

67 അച്ചുതന്താനപ്പോളിച്ഛയിൽ വച്ചൊരു

68 നൽച്ചോറുതന്നെയും വാങ്ങിപ്പിന്നെ

69 കാരുണ്യംപൂണ്ടൊരു കണ്ടൊണ്ടു നോക്കീട്ടു

70 പാരം കുളുർപ്പിച്ചാൻ മനേയല്ലാം

71 ദീനത പോക്കുന്ന നന്മൊഴികൊണ്ടവർ

72 മാനസംതന്നെയുമവ്വണ്ണമേ.

73 മുക്തിയക്കാമിച്ച പത്നിമാരന്നപ്പോൾ

74 മുഗ്ദ്ധവിലോചനനോടു ചൊന്നാർ:

75 "കാലൻവന്നങ്ങളെ കോപിച്ചുനിന്നങ്ങു

76 ചാലപ്പിടിച്ചു വലിക്കുന്നേരം

77 ആലംബമില്ല നിൻ പാദങ്ങളന്നിലേ

78 പാലിച്ചുകൊള്ളുവാൻ തമ്പുരാനേ!

79 അന്നന്നയേിങ്ങനെയെമ്മമാരുള്ളിലേ

80 നിന്നു പിറന്നും മരിച്ചും പിന്നെ

81 തിട്ടതി പൂണുന്നുതൊട്ടുനാളുണ്ടങ്ങൾ

82 ഒട്ടറേപ്പോകുന്നുതില്ലയോ ചൊൽ?

83 വൃക്ഷങ്ങളാകിലും പക്ഷികളാകിലും
84 മക്ഷികളാകിലും ഞങ്ങളെല്ലാം
85 നിമ്പാദമുള്ളിലേ സന്തതം തോന്നുവാൻ
86 നിങ്കനിവകേണം തമ്പുരാനേ!"
87 ഭക്തമാരായുള്ള പത്നിമാരിങ്ങനെ
88 തത്ത്വമറിഞ്ഞു പറഞ്ഞനേരം
89 മുക്തിദനായുള്ള മുഗ്ദ്ധവിലോചനൻ
90 പത്നിമാരോടു പറഞ്ഞാനപ്പോൾ:
91 "എന്നിലിന്നിങ്ങൾക്കു ഭക്തിയുണ്ടന്നെതു
92 മുന്നമതേന്നയെറിഞ്ഞുള്ളു ഞാൻ.
93 മത്ഭക്തിപൂണ്ടുള്ള മർത്ത്യന്മാരാരുമേ
94 ഗർഭത്തിൽ നൂഴുന്നോരല്ലയന്നെും
95 ഭക്തിയപ്പൂണ്ടിട്ടു ശുദ്ധമായുള്ളൊരു
96 ചിത്തത്തിലന്നെ നിനച്ചുകൊൾവിൻ.
97 നിർമ്മലമായുള്ളോരുണ്മയക്കാണുമ്പോൾ
98 ബ്രഹ്മമാമന്നെോടു കൂടും നിങ്ങൾ."
99 ഇങ്ങനെ ചൊന്നവരുള്ളത്തിലങ്ങുമേ
100 പൊങ്ങിന വമ്പ്ന്ന പൊങ്ങിപ്പിന്നെ
101 "വത്തൊനകർമ്മത്തിൻ വകൈല്യം വാരാതെ
102 വകൊതെ പോകേങ്കി"ലന്നെു ചൊന്നാൻ.
103 പത്നിമാരല്ലൊരുമന്നെതു കടേട്പ്പോൾ
104 പത്മവിലോചനൻപാദങ്ങളെ
105 ദുഷ്കർമ്മം വരേറ്റൊരുൾക്കാമ്പിലൂന്നി നി
106 ന്നൊക്കവേ പോയങ്ങു ശാല പുക്കാർ.
107 പത്നിമാർ വന്നതു കണ്ടൊരു നരേത്തു
108 വിപ്രന്മാരല്ലൊരുമപ്പൊഴുതേ
109 കണ്ണന്റെ യാചനം കൈക്കൊണ്ടുതില്ലന്നെു,
110 ഖിന്നന്മാരായ്നിന്നു പിന്നപ്പിന്നെ,

കാണ്മതിന്നാരുമേ കംസനെപ്പേടിച്ചു
ചാപദംപോലും നടന്നുതില്ലേ.
കാർമുകിൽവർണ്ണന്താൻ ബാലകന്മാരുമായ്
തൂമകലർന്നങ്ങിരുന്നു പിന്നെ
സ്വാദുവായ് നിന്നുള്ളോരോദനം തന്നെയും
ആദരപൂർവ്വമായുണ്ടു ചെമ്മെ
കടേറ്റു ചാടുന്ന ധേനുക്കൾപിന്നാലെ
ചാടിക്കുഴഞ്ഞുതൻ വീടു പുക്കാൻ.

12. ഗോവർദ്ധനോദ്ധരണം

കാർമുകിൽനേരൊത്ത കാന്തികലർന്നൊരു
കാരുണ്യപൂരമക്കാനനത്തിൽ
ബാലകന്മാരുമായ് കാലിയുംമേച്ചങ്ങു
ലീലകളാണ്ടു നടന്നകാലം
വിണ്ണവർനായകന്തന്നുടെ പൂജയ്ക്കു
തിണ്ണം മുതിർന്നുള്ള ഗോപന്മാരേ
കണ്ടൊരുനേരത്തു കാർമുകിൽവർണ്ണന്താൻ
മണ്ടിയടുത്തങ്ങു ചെന്നുപിന്നെ
ചോദിച്ചു നിന്നാനത്താതനോടെല്ലാംതാൻ
ഏതുമറിഞ്ഞീലയെന്നപോലെ:
ആരുടെ പൂജയ്ക്കു സാധനമിങ്ങനെ
യാരാഞ്ഞുകൊണ്ടന്നു താതനിപ്പോൾ?
എന്തിതുകൊണ്ടുള്ള കാരിയമെന്നതും
എന്നോടു ചൊല്ലണേമുള്ളവണ്ണം"
നന്ദനനിങ്ങനെ ചൊന്നൊരു നേരത്തു
നിന്നൊരു നന്ദന്താൻ ചൊന്നാനപ്പോൾ:
"ഉത്സവംകൊള്ളണം വിണ്ണവർനാഥനു
വത്സരംതോറുമെന്നുണ്ടു ഞായം.
വാനവർനായകൻതന്നുടെ ചൊല്ലാലേ
വാരിയെപ്പെയ്യുന്നു വാരിദങ്ങൾ
കാലത്തു വേണുന്ന വാരിയെപ്പെയ്യിച്ചു
പാലിച്ചുകൊള്ളുവാൻ പൂജിക്കുന്നു"
താതൻതാനിങ്ങനെ ചൊന്നൊരു നേരത്തു
താതനുമെല്ലാരും കേൾക്കെച്ചൊന്നാൻ:
"അച്ഛനെന്തിങ്ങനെയോരലേും ചൊന്നതു
നിശ്ചയംകൂടാതെ ചെയ്യുന്നിപ്പോൾ?

വർഷത്തിൻ കാരണം വാസവനന്നെുണ്ടോ
വർഷത്തിന്നുള്ളത്തിൽ തോന്നീതിപ്പോൾ?
നന്ദനംതന്നിലെ സുന്ദരിമാരുമായ്
മന്ദനായുള്ളോമ്പോലങ്ങങ്ങാനും;
ഇഷ്ടമായുള്ളൊരു വൃഷ്ടിയെ പെയ്യിച്ചു
പുഷ്ടിക്കു കാരണമിന്ദ്രനല്ലേ;
ഭൂലോകവാസികൾ ചെയ്യുന്ന കർമ്മങ്ങ
ളാലംബമന്നെതേ വന്നുകൂടു.
ഉണ്മയെ ചൊല്കിലോ തന്നുടെ തന്നുടെ
കർമ്മത്തപ്പൊജിപ്പുവന്നെ വേണ്ടു.
ഗോവർദ്ധനത്തിൻറെ താഴ്വരമേൽനിന്നു
ഗോരക്ഷ നമ്മുടെ കർമ്മമിപ്പോൾ,
ഗോവർദ്ധനത്തെയും ഗോക്കളെത്തന്നെയും
പൂജിപ്പൂ നാമിപ്പൊളന്നെ വേണ്ടൂ.
എന്മതം ചൊല്ലിനനേല്ലാരും ചിന്തിച്ചു
സമ്മതിയായതു ചെയ്വിൻ നിങ്ങൾ"
മായം കലർന്നൊരു ബാലകനിങ്ങനെ
പയ്യിെല്ലയാതെ പറഞ്ഞനേരം
ആയന്മാരല്ലൊരുമങ്ങനതെന്നയെ
ന്നാദരവോടു മുതിർന്നാരപ്പോൾ.
വാസവൻതന്നുടെ പൂജയ്ക്കു കൊണ്ടന്ന
സാധനമല്ലാമേ വല്ലവന്മാർ
ഗോവർദ്ധനംതന്നപ്പൊജിപ്പാനാക്കിനാർ
ഗോവിന്ദന്തന്നുടെ ചൊല്ലിനാലെ.
ഭേരിതൻ നാദംകൊണ്ടാശാഗജങ്ങൾക്കു
പയ്യെപ്പൊങ്ങിച്ചാരങ്ങു പിന്നെ.
നൽക്കൊടി തോരണമന്നുള്ളതല്ലാമ
ങ്ങൊക്കവേ നന്നായ് നിവർത്തീതങ്ങും

ഗോക്കളെക്കൊണ്ടന്നു ചാലെക്കുളിപ്പിച്ചു
പൂക്കളുംചൂടിച്ചമച്ചു പിന്നെ
തുംഗമായുള്ളൊരു മംഗലശലൈംത
ന്നംഗത്തിലാക്കിനാർ ഭംഗിയോടെ.
ബ്രാഹ്മണരെല്ലാരും കാണ്മതിന്നായിട്ടു
മന്മേലെ വന്നുതുടങ്ങീതപ്പോൾ.
ക്ഷീരം തുടങ്ങിന ഗോരസമോരോന്നേ
പൂരിച്ചു കാണായിതോരോ ദിക്കിൽ
കാമദന്മാരായ ഭൂദവേന്മാരെല്ലാം
ഹോമം തുടങ്ങിനാരങ്ങുമിങ്ങും
പായസം മന്മേലെ നിർമ്മിച്ചാരന്നെപ്പോ
ളായാസം പോയുള്ള ഗോപാലന്മാർ
ധൂമങ്ങൾ ദീപങ്ങളന്നുതുടങ്ങിന
സാധനമോരോന്നേ വന്നുകൂടീ.
മാലയേച്ചാറല്ലാം പൂരിച്ചു മന്മേലേ;
മാലകൾ ചാലത്തൊടുത്താർ പിന്നെ.
ബന്ധുരമായൊരു സാധനം കണ്ടിട്ടു
സന്തുഷ്ടന്മാരായി പിന്നെപ്പിന്നെ
പൂതന്മാരായുള്ള ഭൂസുരന്മാരെല്ലാം
പൂജയെപ്പൂരിച്ചു നില്ക്കുന്നേരം
കാർവർണ്ണൻതാനപ്പോൾ കാണുന്നോരെല്ലാർക്കും
കാരിയമയേന്നു തോന്നുംവണ്ണം
വണ്ണംതിരണ്ടൊരു രൂപത്തെപ്പൂണ്ടിട്ടു
വന്നങ്ങു "ശൈലം ഞാനെ"ന്നു ചൊന്നാൻ.
കാദളമോദകപായസജാലത്തെ
ഖാദനംചെയ്തങ്ങു നിന്നാൻ പിന്നെ.
എന്നതു കണ്ടിട്ടു വിസ്മയിച്ചെല്ലാരും
ചൊന്നങ്ങു കുമ്പിട്ടു കൂപ്പിനിന്നാർ.

പശേലമാരായ ഗഃഽപികമാരല്ലൊം
കശേവന്തന്നുടരെ ചഃഽല്ലിനാലരെ
മളേത്തിൽ വന്നങ്ങ്ദു ശലൈത്തിന്മലേറി
നീളക്കെ്കളിച്ച്ചങ്ങ്ദു പാടിനിന്നാർ.
കള്ളംകളഞ്ഞ്ഞുള്ള വല്ലവന്മാരല്ലൊം
ഉള്ളംതളിെഞ്ഞ്ഞങ്ങ്ദു നിന്നു പിന്നരെ;
മായംകളഞ്ഞ്ഞുള്ള ഭൂദവേന്മാരല്ലൊം
പായസംതൂകിനാരായവണ്ണം.
മൃഷ്ടമായല്ലൊരും ഭഃഽജനം പണ്ണീെട്ടു
തുഷ്ടന്മാരായങ്ങ്ദു നിന്നു പിന്നരെ.
അക്ഷണം വന്നുള്ള ഭൂദവേന്മാർക്കല്ലൊം
ദക്ഷിണ നല്കീട്ടു നിന്നനരേം
ഭൂദവേന്മാരല്ലൊമാശിയും ചഃഽല്ലീട്ടു
മഃഽദിതന്മാരായിപ്പഃഽയാരപ്പഃഽൾ.
ആരണരല്ലൊരും പഃഽയഃഽരുനരേത്തു
നാരദനാമവൻ നന്മുനിതാൻ
തിണ്ണം നടന്നുടൻ വിണ്ണിലരേ ചരെന്നിട്ടു
വിണ്ണവർനാഥനരെക്കണ്ടു ചഃഽന്നാൻ:
“കാണ്മതിന്നായിക്കഃഽതിച്ചിട്ടു വന്നു ഞാൻ
ആണ്മ കളഞ്ഞഃഽരു നിന്നരെയിപ്പഃഽൾ
നാളരെയുമിങ്ങ്ദനരെ വന്നിങ്ങ്ദു നില്ക്കുമ്പഃഽൾ
കാണുമഃഽന്നുള്ളതറിഞ്ഞ്ഞില്ലല്ലഃഽ.
എങ്ങ്ദിനിപ്പഃഽകുന്നു വിണ്ണിനരെക്കവൈിട്ടി
ട്ടരെന്നുള്ളതഃഽർക്ക നീയരെന്നരേ വണ്ടേൂ,
ആപത്തും സമ്പത്തും കൂടിക്കലർന്നുള്ളൂ
താപത്തായുള്ളതു കാലമിപ്പഃഽൾ
ദാനവരാരലേുമിങ്ങ്ദനരെ ചയെ്തങ്കേിൽ
ദീനതയരെന്നുള്ളിൽ വാരാഞ്ഞ്ഞിതും;

ദുർബ്ബലന്മാരായ മാനവന്മാരല്ലൊ
ധിക്കരിക്കുന്നതിന്നിന്നയിപ്പോൾ
തങ്കനിവുള്ളോർക്കു ഭംഗംവരുന്നേരം
സങ്കടമെന്നുള്ളതുണ്മ ചെമ്മേ.
കലൈാസംതന്നിലേ പോകണമെന്നപ്പോൾ
കാലെഴുന്നീലല്ലോ കാണനിക്കോ"
എന്നതു കേട്ടൊരു വിണ്ണവർനായകൻ
"എന്തെ"ന്നു കേട്ടതു കേട്ടു ചൊന്നാൻ:
"ഒന്നൊത്തുകൂടിന ഗോപന്മാരെല്ലാരും
നിന്നെപ്പിഴുക്കിനാരിന്നു ചെമ്മേ;
ഗോവർദ്ധനന്തന്നെ വാസവനാക്കിനാർ
ആബദ്ധഗർവ്വന്മാരായിപ്പിന്നെ.
നിന്നുടെ പൂജയ്ക്കു കൊണ്ടന്ന സാധനം
എന്നുടെ മുമ്പിലേ വമ്പിനാലേ
പർവതപൂജയ്ക്കു സർവവുമാക്കിനാർ
ഉർവിയിൽനിന്നുള്ള വല്ലവന്മാർ."
എന്നതു കേട്ടൊരു വിണ്ണവർനാഥന്തൻ
കണ്ണു ചുവന്നുതുടങ്ങീതപ്പോൾ.
പെട്ടെന്നെഴുന്നേറ്റു ഭൂതലംതന്നിലേ
കട്ടിച്ചു നിന്നാനങ്ങൊട്ടുനേരം;
വജ്രമായ്നിന്നുള്ളൊരായുധംതന്നെയും
ഉച്ചത്തിലാമ്മാറുയർത്തിച്ചൊന്നാൻ:
"കാട്ടിൽ കിടന്നിട്ടു കാലിയും മേച്ചുള്ള
കാട്ടാളർ കാട്ടിന കോട്ടിക്കു ഞാൻ
കണ്ടു കതിർത്തവർ കണ്ഠങ്ങൾ കണ്ടിച്ചു
തുണ്ടിച്ചുനിന്നുടനിണ്ടലാക്കി
ഘോരമാമെൻ വാൾക്കു നല്കുന്നതുണ്ടു നൽ
ചോരകൊണ്ടുള്ളൊരു പാരണത്തെ

മാനുഷനായൊരു കണ്ണ്ണനെക്കണ്ടല്ലൊ
വാനവർ നിന്ദയച്ചെയ്തതിപ്പോൾ.
പണ്ടില്ലയാതൊരു വലേയച്ചെയ്യുമ്പോൾ
കൊണ്ടൽനരേർവർണ്ണ്ണനുമോർക്കവേണം.
എന്നതിനിന്നിനി വന്നൊരു ദീനത്തെ
നിന്നവന്താനും പൊറുത്തുകൊള്ളും."
ഇങ്ങനെ ചൊന്നുടൻ ചിന്തിച്ചുനിന്നിട്ടു
പിന്നെയും ചൊല്ലിനാൻ വിണ്ണവർകോൻ:
"മാരിയപ്പെയ്യിച്ചു ഗോകുലമെല്ലാമേ
വാരിധിതന്നിലങ്ങാക്കി നരേ
ക്ഷുത്തു പൂണ്ടീടുന്ന മത്സ്യങ്ങൾക്കെല്ലാമ
ങ്ങുത്സവമാക്കുന്നതുണ്ടു ചെമ്മേ.
പൂജിച്ചുവച്ചൊരു പർവ്വതംതാൻ വേണം
പാലിച്ചുകൊള്ളുവാനിന്നിവരെ."
ഇങ്ങനെ ചൊല്ലിനിന്നംബുദജാലത്തെ
അംബരംതന്നിലഴിച്ചുവിട്ടാൻ.
താനങ്ങു തന്നുടെ വാരണന്തന്മീതെ
മാനമേ പോവതിന്നായ്തുനിഞ്ഞാൻ.
ശൈലത്തെപ്പൂജിച്ചു ഗോപന്മാരെല്ലാരും
ആലയംതന്നിലേ പൂകുന്നേരം
മുപ്പാരിതപ്പെരും മുക്കുവാൻ കെല്പാർന്ന
കല്പാന്തമേഘങ്ങൾ പോന്നുവന്നു.
"കാലമല്ലാതൊരു കലത്തു കണ്ടാലും
നീലവലാഹകൾ വന്നതിപ്പോൾ.
എന്തിതെ"ന്നിങ്ങനെ കണ്ടുള്ളോരെല്ലാരും
ചിന്തിച്ചു തങ്ങളിൽ നിന്നനേരം
പാരിച്ചുനിന്നൊരു പാഴിടിനാദത്താൽ
പാരിടമങ്ങെങ്ങും കുലുങ്ങിച്ചുടൻ

167 വിണ്ണവർവാരണന്തന്നുടെ കയ്യെപ്പോളം

168 വണ്ണമഴെുന്നുള്ള തുള്ളികളും

169 തൂകിത്തുടങ്ങീതങ്ങാകാശംതന്നിലേ

170 പാകിനിന്നീടിന മേഘമല്ലാം.

171 പാഴിടി കട്ടേിട്ടു പത്തെങ്ങളല്ലാമേ

172 പാരം കരഞ്ഞുതുടങ്ങീതപ്പോൾ.

173 ഒന്നിനോടൊന്നു കലർന്നങ്ങു നിന്നൊരു

174 കന്നുകിടാക്കളുമവ്വണ്ണമേ.

175 വൻകാററു വന്നങ്ങു വീതു തുടങ്ങീട്ടു

176 വൻകുന്നുകൂടക്കുലുങ്ങിച്ചമ്മെ

177 കാലികളല്ലാമേ ചാല വിറച്ചങ്ങു

178 നീലക്കാർവർണ്ണനെ നോക്കിനിന്നു.

179 ആനായനാരിമാർ തന്മുഖമല്ലാമേ

180 ദീനങ്ങളായ്വന്നു പിന്നപ്പിന്നെ.

181 നന്ദന്തുടങ്ങിന വൃദ്ധന്മാരല്ലാരും

182 നിന്നുപൊറുക്കരുതാഞ്ഞു ചമ്മേ.

183 മെയ്യും വിറച്ചു തങ്കയ്യെും തിരുമ്മിനി

184 "ന്നയ്യോ!" യന്നിങ്ങനെ ചൊന്നുഴന്നാർ.

185 "പാലിച്ചുകൊള്ളണേം കണ്ണാ!" എന്നിങ്ങനെ

186 വാവിട്ടു ചൊല്ലിനാരല്ലാരുമേ,

187 വിണ്ണവർനാഥന്തങ്കോപത്തക്കണ്ടിട്ടു

188 തിണ്ണം ചിരിച്ചുള്ള കണ്ണനപ്പോൾ

189 തന്നെയെവന്നുള്ളോരല്ലാരുമിങ്ങനെ

190 ഖിന്നന്മാരായതു കണ്ടനേരം.

191 കോരിച്ചൊരിഞ്ഞൊരു മാരിയക്കണ്ടീട്ടു

192 കോഴപ്പെടായ്വിനിന്നന്നു ചൊന്നാൻ.

193 "ഗോവർദ്ധനത്തോടു യാചിച്ചുനില്പിന

194 ങ്ങാപത്തു പോക്കുവാൻ നിങ്ങളല്ലാം

വാനവർനായകന്തന്നുടെ പൂജയെ
മാനിച്ചുകൊണ്ടതിവന്താനല്ലൊ
ഇണ്ടലെപ്പോക്കീട്ടു പാലിച്ചുകൊള്ളും താൻ
കണ്ഠത്തയൊണ്ടവൻ പിണ്ടത്തിന്നും."
എന്നങ്ങു ചൊന്നുള്ള നന്ദകുമാരന
ക്കുന്നോടു ചെന്നങ്ങണഞ്ഞു പിന്നെ.
പെട്ടന്നു ചെന്നവൻ മുഷ്ടി ചുരുട്ടീട്ടു
മുട്ടിനാൻ കുന്നിനെയൊന്നു മെല്ലെ.
കട്ടക്കിടാവുതൻ കൈത്തലംകൊണ്ടുള്ള
മുഷ്ടിയെത്തന്മെയ്യിലേറ്റനേരം
ഞെട്ടിനിന്നുള്ളൊരു കുന്നുതാനെന്നപ്പോൾ
വട്ടംതിരിഞ്ഞുതുടങ്ങി ചെമ്മേ.
വൃക്ഷങ്ങളെല്ലാം ഞെരിഞ്ഞുതുടങ്ങീത
പ്പക്ഷികളെല്ലാം പറന്നുതെങ്ങും.
ശാഖികൾ ചേർന്നുള്ള വാനരയൂഥങ്ങൾ
ചാടിത്തുടങ്ങീതു കാടുതോറും.
തിട്ടതിപൂണ്ടുള്ളോരെട്ടടിമാനെല്ലാം
വട്ടത്തിൽനിന്നങ്ങുഴന്നുതെങ്ങും.
കന്ദരംതന്നിലേ മന്ദിരമായുള്ള
കിന്നരരെല്ലാരും ഖിന്നരായി.
ഒന്നിച്ചുനിന്നുള്ള പന്നികളെല്ലാമ
ക്കുന്നിലേ ചാടിക്കുറുട്ടിനിന്നു.
കമ്പത്തെപ്പൂണ്ടുള്ള വമ്പുലിക്കൂട്ടങ്ങൾ
സംഭ്രമിച്ചോടിതേയങ്ങുമിങ്ങും
വേട്ടയ്ക്കു വന്നുള്ള കാട്ടാളരെല്ലാരു
മാട്ടിത്തുടങ്ങിനാരെന്നു നണ്ണി
കാട്ടുപോത്തെല്ലാമേ ചാട്ടംതുടങ്ങീത
മ്മാട്ടിന്നു മൂട്ടിലേ കാട്ടികളും.

223 കാട്ടാനക്കൂട്ടങ്ങൾ കൂട്ടംപിരിഞ്ഞുനി
224 ന്നോട്ടം തുടങ്ങീതക്കാട്ടിലപ്പോൾ
225 ചേണുറ്റുനിന്നുള്ളൊരേണക്കിടാക്കളും
226 ദീനങ്ങളായങ്ങു പാഞ്ഞുചെന്ന്
227 ശാർദ്ദൂലംതന്നോടു ചേർച്ച തുടങ്ങീതു
228 ശാർദ്ദൂലപോതങ്ങളേണത്തോടും.
229 മുഷ്ടിയേറ്റുള്ളൊരു നോവുകൊണ്ടന്നേരം
230 നിർഝരമായൊരു കണ്ണുനീരും
231 പാരം ചൊരിഞ്ഞിട്ടു സിംഹങ്ങൾതന്നുടെ
232 ഘോരമായുള്ളൊരു നാദത്തിൻറെ
233 മാറ്റൊലികൊണ്ടൊരു കന്ദരവാകൊണ്ട
234 ങ്ങേറ്റം കരഞ്ഞാനക്കുന്നുമപ്പോൾ.
235 ഇങ്ങനെ കണ്ടൊരു നന്ദകുമാരകൻ
236 പൊങ്ങിച്ചുനിന്നാനക്കുന്നു മെല്ലെ.
237 വാമമായുള്ളൊരു പാണിതലംകൊണ്ടു
238 വാരുറ്റുനിന്നങ്ങ്ഹുയർത്തിച്ചൊന്നാൻ:
239 “എങ്കൈയിലുള്ളൊരു വൻകുന്നിൻകീഴിലേ
240 വന്നിങ്ങു നൂഴുവിൻ നിങ്ങളെല്ലാം”
241 വല്ലവന്മാരെല്ലാമെന്നതു കേട്ടപ്പോൾ
242 വല്ലവിമാരോടും കൂടിച്ചെമ്മേ
243 ബാലകന്മാരെയും പൂണ്ടുകൊണ്ടങ്ങനെ
244 ചാലെ നടന്നതിൻകീഴിൽപ്പൂക്കാർ.
245 കന്നുകിടാക്കളും കാലിയും മറ്റെല്ലാം
246 കുന്നിന്നു കീഴിലങ്ങായനേരം
247 താനങ്ങു തന്നുടെ പൊൽക്കുഴലൂതിനി
248 ന്നാനന്ദഗാനം തുടങ്ങിനാനേ.
249 മാനിനിമാരെല്ലാം ഗാനത്തെക്കേട്ടപ്പോൾ
250 ആനന്ദലീനമാരായി നിന്നാർ;

ഉറ്റവരായിട്ടു ചുറ്റും വിളങ്ങിന
മറ്റുള്ളോരെല്ലാരുമവ്വണ്ണമേ
പകൈകൊണ്ടു മവേുന്ന ദീനത്തയെന്നരേം
പതൈങ്ങൾപോലുമറിഞ്ഞതില്ലേ.
“വൻകുന്നു ചൂടീട്ടു വന്മഴ പയ്യെുമ്പോൾ
തൻകുലം കാക്കുന്ന തമ്പുരാനേ!
നിങ്കനിവകേിനിന്നങ്ങേ്കൽ നീയന്നെുമേ
സങ്കടം പോക്കുവാൻ കുമ്പിടുന്നേൻ.
മാരി വരുന്നരേം നൽകുട ചൂടുവാൻ
ആരുമൊരുത്തരം താരാഞ്ഞാരോ?
കന്നു ചുമന്നിട്ടു വണ്ണെ ചുമന്നുള്ളോ
രുണ്ണിക്കളെ നോകുന്നുതില്ലയോ ചൊൽ?
കുന്നു ചുമക്കണേമന്നെങ്ങു ചിന്തിച്ചോ
വണ്ണെ ചുമന്നിട്ടു ശീലിച്ചു നീ?
വണ്ണെയന്നെോർത്തിട്ടു കുന്നിനത്തെന്നയെും
മലേ്ലവ വായിലങ്ങാക്കൊല്ലാതെ.
പതൈലായുള്ളൊരു കണ്ണൻറെ ചൊൽ കടേ്ടു
പതൈങ്ങളോടു കലർന്നല്ലൊരും
കുന്നിന്നു കീഴിലേ നൂണൊരു നിങ്ങളി
ക്കുന്നുതാൻ വീഴുമന്നെോർക്കണ്ടാതേ”
തുംബുരുനാരദൻ മുമ്പായരോല്ലൊരും
വന്നുടനിങ്ങനെ വാഴ്ത്തിനിന്നാർ.
വാനവർനായകൻ വല്ലവന്മാരുടെ
ദീനത കാണ്മാനായ് വന്നാനപ്പോൾ.
മാധവന്തന്നയെും വല്ലവന്മാരയെും
ബാധകൾകൂടാതെ കാകയാലേ
തള്ളിയഴെുന്നൊരു കോപമടങ്ങിനി
ന്നുള്ളം തളിഞ്ഞുടൻ നിന്നനരേം

“മാരിയപ്പെയ്യിച്ചു മാധവനോടല്ലോ
നേരിട്ടു നിന്നു ഞാൻ” എന്നു നണ്ണി,
ദീനതപൂണ്ടു തന്മാനസംതന്നിലേ
നാണവും പൂണ്ടങ്ങു നിന്നു പിന്നെ,
മേഘങ്ങളെല്ലാമേ പോകെന്നു ചൊല്ലിനാൻ
നാകികൾനായകനാകുലനായ്.
മന്നിലങ്ങൂന്നിന പാദങ്ങളൊന്നുമേ
പിന്നെ മറിച്ചു ചലിപ്പിയാതെ
ഏഴുനാളിങ്ങനെ പേമഴ പെയ്യുമ്പോൾ
കോഴകൾ കൂടാതെ നിന്നാൻ കണ്ണൻ.
മേഘങ്ങൾ വേറായി മേളം കലർന്നുള്ളൊ
രാകാശം കണ്ടുടൻ കണ്ണൻ ചൊന്നാൻ:
“നിർഗ്ഗമിച്ചാലുമിന്നിങ്ങളിന്നെല്ലാരും
വ്യഗ്രമായുള്ളതു പോയിതായി.”
കുന്നിന്നു കീഴായോരെല്ലാരുമന്നപ്പോൾ
കന്നുകിടാക്കളും കാലിയുമായ്
ഒക്കവേ നിന്നു പുറത്തു പുറപ്പെട്ടു
ദിക്കുകളെല്ലാമേ നോക്കിനിന്നാർ.
നന്ദകുമാരനും കുന്നിനെയെന്നേരം
മന്ദമിറക്കിത്തൻ കൈയിൽനിന്ന്
ഭൂതലംതന്നിലേ മെല്ലവയോക്കിനാൻ
ഭൂതങ്ങളെല്ലാമേ കണ്ടിരിക്കെ.
എന്നതു കണ്ടൊരു ഗോപന്മാരെല്ലാരും
എന്തിതന്നെന്നിങ്ങനെ ചിന്തിച്ചപ്പോൾ
ആനായർകോനായ കാർമുകിൽവർണ്ണനെ
മാനുഷനല്ലന്നെന്നു സംശയിച്ചാർ
വാനവർകോനായ വാസവനന്നപ്പോൾ
ദീനനായ് നിന്നു നുറുങ്ങുനേരം

307 കാർമുകിൽവർണ്ണൻതൻങ്കോമളമായൊരു

308 കാലിണതങ്കലേ വീണു പിന്നെ

309 ലജ്ജയായുള്ളൊരു വാരിതൻ പൂരത്തിൽ

310 മജ്ജനം ചെയ്തങ്ങു നിന്നു ചൊന്നാൻ:

311 "വന്മദമായൊരു കല്മഷം പൂണ്ടുനി

312 ന്നന്നെന്മനമങ്ങേങ്ങുമേ മങ്ങുകയാൽ

313 നിൻ പാദമങ്ങേങ്ങുമേ കാണാഞ്ഞു നിന്നിട്ടു

314 വമ്പു തുടങ്ങിനനേ്തമ്പുരാനേ!

315 ഉന്മത്തരായവർ പേ പറഞ്ഞോരന്നു

316 സമ്മതരായവരുണ്ടോ ചൊൽവൂ?

317 എൻ പിഴ നീയുമിന്നിങ്ങനെ നണ്ണിനി

318 ന്നമ്പിനേ നല്കണേം തമ്പുരാനേ!

319 "എന്നുടെ ദാസനായുള്ളോരു ദാരകൻ

320 എന്നോടു നരേിട്ടാനന്നേ്തുചതേം"

321 എന്നതു വണേമേ സന്തതം തോന്നുവാൻ

322 നന്ദതനൂജനാം തമ്പുരാനേ!

323 നന്നല്ലയിന്നിവനന്നോടു ചെയ്യുന്ന

324 തന്നോവു തോന്നുന്നുതങ്ങേ്കിലയ്യോ

325 നീ വളർത്തീടുന്ന പൈതങ്ങളാലൊന്നു

326 കവേലമില്ലന്നേ വന്നുകൂടു"

327 വാസവനിങ്ങനെ വാഴ്ത്തിനനരേത്തു

328 വാരുറ്റു ചൊല്ലിനാൻ വാസുദവേൻ:

329 "വന്മദം പൂണ്ടു നീ സന്മതി വറോയി

330 നമ്മെ മറക്കൊല്ലായന്നേു നണ്ണി

331 നിന്നുടെ പൂജയ്ക്കു ഭംഗത്തചെ്ചയ്തു ഞാൻ

332 എന്നുള്ളതുള്ളത്തിൽ തറേിനാലും

333 ഐശ്വര്യംകൊണ്ടു തിമിർത്തുതുടങ്ങിനാൽ

334 "ഈശ്വര"നന്നേു നിനയ്ക്കയില്ലേ;

335 ഈശ്വരചിന്തയെ കൈവെടിഞ്ഞീടിനാൽ
336 ശാശ്വതമായതും വന്നുകൂടാ.
337 ദുസ്മൃതി കൂടുകിൽ മൽസ്മൃതിതന്നിലേ
338 വിസ്മൃതി വന്നങ്ങു കൂടുമെന്നാൽ
339 ദുസ്മൃതിയെല്ലാമേ വച്ചുകളഞ്ഞിട്ടു
340 മൽസ്മൃതി വേണം നീ കൈക്കൊള്ളുവാൻ."
341 പൂണ്യമിയന്നൊരു വിണ്ണവർകോനോടു
342 കണ്ണന്താനിങ്ങനെ ചൊന്നനേരം
343 ഗോമാതാവായൊരു ദേവിതാൻ വന്നപ്പോൾ
344 പൂമാതിൻകാന്തനെക്കണ്ടു ചൊന്നാൾ:
345 "നാന്മുഖൻചൊല്ലാലേ വന്നു ഞാനിങ്ങനെ
346 നാഥനായുള്ളൊരു നിന്നെക്കാണ്മാൻ."
347 എന്നങ്ങു ചൊല്ലിന ദേവിതാനെന്നപ്പോൾ
348 തന്നുടെ പാൽകൊണ്ടു മെല്ലമെല്ലെ.
349 കാർവർണ്ണന്തന്നഭിഷേകത്തെച്ചെയ്തിട്ടു
350 ഗോവിന്ദനെന്നൊരു പേരും ചൊന്നാൾ.
351 ദേവകളെല്ലാരും പാരാതെ വന്നിട്ടു
352 പൂവുകൾ തൂകിനാരന്നേരം
353 ഭേരിതൻ നാദംകൊണ്ടാശകളെല്ലാമേ
354 പൂരിച്ചു വാഴ്ത്തിനാർ വന്ദികളും.
355 മാമുനിമാരുമങ്ങാനന്ദംപൂണ്ടിട്ടു
356 മാനിച്ചു മേന്മേലേ വാഴ്ത്തിനിന്നാർ
357 വല്ലവീവല്ലഭൻചൊല്ലാലെയെല്ലാരും
358 അല്ലലെക്കൈവിട്ടു പോയനേരം
359 വിണ്ണവർനാഥനും കണ്ണന്തൻ ചൊല്ലാലെ
360 തിണ്ണം തെളിഞ്ഞുടൻ വിണ്ണിൽ പുക്കാൻ.
361 ജംഭാരിതന്നെയും സംഭാവിച്ചീടിനോ
362 രംഭോജലോചനന്താനും പിന്നെ

അൻപുകലർന്നുള്ളോരെല്ലാരുമായിത്ത
ന്നമ്പാടിതന്നിൽ വിളങ്ങിനിന്നാൻ.

13.നന്ദമോക്ഷം

നോററുകിടന്നൊരു നന്ദന്താന്മല്ലെമെ
ല്ലാററിലേ മുങ്ങുവാൻ പോയനേരം
കാലം പുലർന്നുതുടങ്ങുന്നതിൻമുമ്പേ
ചാലപ്പോയ്ചെന്നതു കണ്ടുകൊണ്ട്
പാശിതൻ ദൂതനായുള്ളൊരു ദാനവൻ
പാരാതെ ബന്ധിച്ചു കൊണ്ടുപോയാൻ
നന്ദനെക്കാണാഞ്ഞു നിന്നൊരു ഗോപന്മാർ
നന്ദനനാകിയ കണ്ണനോട്
ചെന്നങ്ങു ചൊല്ലിനാർ "മുങ്ങിന നേരത്തു
നന്ദനെക്കണ്ടില്ല"യെന്നിങ്ങനെ
അച്യുതന്താനും തന്നച്ഛനെക്കാണ്മാനാ
യിച്ഛപൂണ്ടന്നേരം കാളിന്ദിയിൽ
വേഗത്തിൽ ചെന്നങ്ങു തേടിത്തുടങ്ങിനാൻ
വേദത്തെപ്പണ്ടുതാനെന്നപോലെ
വാരിയിലങ്ങുമേ കാണാഞ്ഞനേരത്തു
വാരിധിപാലകനുള്ളിടത്തും
നേരേ പോയ്ചെന്നു തുടങ്ങിനാൻ മെല്ലവേ
കാരുണ്യവാരിധിയായവന്താൻ
വാരിജലോചനൻ വന്നതു കണ്ടപ്പോൾ
വാരിധിപാലകൻ പാരാതെതാൻ
മുമ്പിലേ നല്കിനാൻ നന്ദനെത്തന്നെയും
കുമ്പിട്ടുകൂപ്പിനിന്നമ്പിൽ ചൊന്നാൻ:
"നിന്നുടെ ചേവടി ചാരത്തു കാണ്മാനായ്
നന്ദനെ ഞാനിങ്ങു കൊണ്ടുപോന്നു

അച്ഛരനെക്കൊണ്ടുപോന്നത്തൽപിണച്ചായെ
ന്നിച്ഛര പിഴയ്ക്കൊല്ലാ തമ്പുരാനെ!”
ഇങ്ങനെ ചൊല്ലി നന്മുത്തുകളെക്കൊണ്ടും
പൊങ്ങിന രത്നങ്ങൾകൊണ്ടും പിന്നെ
പൂജിച്ചുനിന്നവനുള്ളിലെ മോദത്തെ
പ്പൂരിച്ചാൻ പാശിയുമായവണ്ണം.
പൂജിതനായൊരു ദേവകിനന്ദനൻ
പോവതിനായിത്തുനിഞ്ഞു പിന്നെ.
അച്ഛരനും താനുമായാദരവോടുടൻ
ഇച്ഛരയിൽ പോന്നിങ്ങു വന്നനേരം
ഗോപന്മാരെല്ലാരുമത്ഭുതമായ് നന്ദ
ഗോപരെച്ചെന്നങ്ങു കണ്ടാരപ്പോൾ.
ദീനയായുള്ള യശോദയുമന്നേരം
മാനിച്ചു നോക്കിനാൾ നന്ദന്തന്നെ
തോയത്തിൽ കണ്ടുള്ളവസ്ഥകളോരോന്നേ
തോയശേന്തന്റെ സമൃദ്ധിയേയും
വല്ലവനാഥനാം നന്തന്താൻ നന്നായി
ചൊല്ലിനാന്മല്ലെമെല്ലെല്ലാരോടും
വിഘ്നമകന്നുള്ള ഗോപന്മാരെല്ലാരും
വിസ്മയമാണ്ടുനിന്നൊട്ടുനേരം
കാർവർണ്ണന്തന്നോടു കൂടിക്കലർന്നുതൻ
കാരിയമോരോന്നിൽ കതൈതുടർന്നാർ

14.വേണുഗാനം

1 നന്ദനം വനെന്നൊരു വൃന്ദാവനംതന്നിൽ

2 നന്ദസുതൻ പണ്ടു നിന്നകാലം

3 അന്നൊരുനാളങ്ങു പങ്കജവല്ലഭൻ

4 മന്ദം മറഞ്ഞങ്ങു പോകുന്നരേം

5 മണ്ഡലംതാനങ്ങു മന്ഥരമായൊരു

6 മണ്ഡനമായി വിളങ്ങീതപ്പോൾ

7 പശ്ചിമദിങ്നാരി കച്ചണിക്കൊങ്കയിൽ

8 ഇച്ഛയിലിട്ടൊരു താലിപോലെ.

9 അന്തണരെല്ലാരുമാദരവോടങ്ങു

10 സന്ധ്യയെ വന്ദിച്ചു നിന്നാരപ്പോൾ.

11 പാന്ഥന്മാരോരോ പൂരിലകംപൂവാൻ

12 പാരം നടന്നു തുടങ്ങീതങ്ങും

13 ധേനുക്കൾ തങ്ങളെപ്പാലിക്കുന്നോരുമാ

14 യാലയ്ക്കലാമ്മാറു ചെന്നു പൂക്കു.

15 പ്രേമംതഴച്ചുള്ള കാമുകന്മാരുമ

16 ങ്ങാമോദംപൂണ്ടു തെളിഞ്ഞുനിന്നാർ.

17 ജാരന്മാരെല്ലാരും നാരിമാർവീട്ടിന്നു

18 ചാരത്തെക്കാടകം തേടിനാരെ.

19 ദൂതിമാരങ്ങുടൻ ദൂതന്മാരിങ്ങുടൻ

20 ദൂരെ നടന്നു തൂടങ്ങീതങ്ങും.

21 മാലകളോരോന്നേ ചേടിമാരെല്ലാരും

22 ചാലത്തൊടുത്തു തുടങ്ങീതപ്പോൾ.

23 പക്ഷികൾ തങ്ങളിൽ കൂകിവിളിച്ചോരൊ

24 വൃക്ഷവരങ്ങളിൽ ചെന്നു പുക്കു

25 കോകങ്ങളെല്ലാമേ ഗോപതിമണ്ഡലം

26 കോപിച്ചു നോക്കിയിരുന്നുടനെ

തൂമ തിരണ്ടൊരു പടേമുഖംതന്നെ
പ്രമേമിയന്നങ്ങു നോക്കും ചെമ്മെ
താമരനൂലങ്ങു കൊത്തിവലിച്ചു തൻ
കാമിനിക്കായി കൊടുക്കും മെല്ലെ.
നീലിമകോലിന വലേയകെക്കണ്ടിട്ടു
നീളെ നെടുതായി വീർക്കും പിന്നെ
വാപികതന്മറുതീരത്തെ നോക്കീട്ടു
മാഴ്കിത്തളർന്നൊന്നു കൂകും മെല്ലെ.
പക്ഷതികൊണ്ടു തൻ പക്ഷിണിതന്നെയും
അക്ഷമനായിത്തഴുകി നിന്ന്
നെഞ്ചകംതന്നിലേ പഞ്ചശരം നട്ടു
ചഞ്ചുപുടംതന്നെ വായ്ക്കൊണ്ടുടൻ
"പോകുന്നനേങ്കിൽ ഞാ"നെന്നങ്ങു ചൊല്ലീട്ടു
തൂകിത്തുടങ്ങീതു കണ്ണുനീരും.
കസ്തൂരികൊണ്ടുള്ള പത്തിക്കീററമ്പോടു
പുത്തൻമുലതന്നിൽ ചേർത്തു ചെമ്മേ
കാന്തൻ വരുംവഴി നോക്കിത്തുടങ്ങിനാർ
പൂന്തേന്മൊഴികളും മെല്ലെ മെല്ലെ.
അസ്താചലന്തന്നിൽ മെത്തിയിരുന്നൊരു
പുത്തന്നിറമാണ്ട ചെമ്പരുത്തി
ഒക്കെ വിരിഞ്ഞു ചമഞ്ഞുകണക്കയെ
ദ്ദിക്കു ചുവന്നുചമഞ്ഞുതപ്പോൾ,
തിണ്ണം നടന്നുടനർക്കന്തൻ തേരുമായ്
അർണ്ണവംതന്നിൽ പതിക്കുന്നേരം
ബാഡവനാകിന പാവകന്തന്നിലെ
വേഗത്തിൽ പോയ് ചെന്നു വീഴ്കയാലെ
ജ്വാലകൾ മാലയായ്ക്കത്തിയെഴുന്നിട്ടു
ചാലവെ വന്നുതോയെന്നു തോന്നും

ചാലപ്പതിതനാം മാർത്താണ്ഡൻതന്നോട
ക്കാലത്തു സംഗമമത്തെുകയാൽ
താരങ്ങളാകിന മുദ്രധരിച്ചിട്ടു
പോകത്തുടങ്ങിനാൾ സന്ധ്യ മല്ലെ.
സന്ധ്യയായുള്ളൊരു ബന്ധുരഗാത്രിതാൻ
ചന്തമായ് പോയി മറഞ്ഞനേരം
രാത്രിയായുള്ളൊരു താർത്തൻമൊഴി വന്നു
ചീർത്തൊരു കശേമഴിച്ചു ചമ്മെ
നീളെ വിരിച്ചുതായന്നെകണക്കയെ
ക്കാളിമകൊണ്ടു നിറഞ്ഞുതങ്ങും
മന്മഥന്താൻ പല ബന്ധുക്കളുണ്ടാവാൻ
അംബരമായ കഴനിതന്നിൽ
അന്തിച്ചുവപ്പായ പൊന്നിങ്കരുവികൊ
ണ്ടുന്തിയുഴുതു ചമച്ചു ചമ്മെ
സുന്ദരമായുള്ളൊരിന്ദുവിത്തമ്പോടു
മന്ദം വിതച്ചു ചമച്ചപോലെ
കോരകമായൊരു താരകപൂരകം
നരേ വിയത്തിൽ വിളങ്ങീതപ്പോൾ.
ചന്തമെഴുന്നൊരു സന്ധ്യയക്കെണ്ടിട്ടു
ചന്തൊമരക്കണ്ണനോർത്തുനിന്നു:
“ഇന്നു ഞാനന്നുടെ വല്ലവിമാരുമായ്
നന്നായ് രമിക്കണേ”മന്നുറച്ചാൻ.
തന്മനമായി വിളങ്ങിനോരിന്ദുതാൻ
അന്നിനവല്ലാമറിഞ്ഞു ചമ്മെ
സ്വാമിയായ്മവേിന കാമനച്ചെന്നങ്ങു
കോമളമായ് നിന്നു കതെൊഴുതു
“ഗോവിന്ദന്തന്നുടെ ഗോപികമാരുമായ്
മവേിക്കളിക്കുന്നോനന്നു തോന്നൂ.

83 വൃന്ദാവനംതന്നിലിന്നഴെുന്നള്ളണോം"
84 എന്നൊരു വാർത്തയുണർത്തിനിന്നാൻ.
85 നിന്നങ്ങു ചൊന്നതു കട്ടോരു നരേത്തു
86 സുന്ദരനാകിന മന്മഥന്താൻ
87 മനേിയിൽ മവേിന മാനിനിതന്നയെും
88 മാനിച്ചു നീക്കിയഴെുന്നററേപ്പോൾ
89 ചാലത്തിരണ്ടൊരു ഭക്തി തഴച്ചുടൻ
90 വലേപ്പകൊന്തനക്കെകതൈൊഴുതാൻ.
91 "എന്നുപോലന്നെുടെ സവേ തഴപ്പിപ്പാൻ
92 ചമെ്മുള്ള കാലമകപ്പടെുന്നു
93 എന്നതേ സന്തതം ചിന്തിച്ചുനിന്നുള്ളോ
94 രന്നെുള്ളമിന്നു കുളുർത്തുതായി"
95 എന്നങ്ങു ചൊന്നുള്ള മന്മഥന്താനുടൻ
96 മന്ദം മറിഞ്ഞൊന്നു നോക്കി മലെ്ലലെ
97 കല്യനായുള്ളൊരു നല്ല വസന്തത്തെ
98 മലെ്ലലെ വിളിച്ചങ്ങടുത്തുകൊണ്ട്
99 "ഇന്നു നമുക്കൊരു മംഗലയാത്രയു
100 ണ്ടന്നൊലതിന്നുമുതിർക്ക"യന്നെോൻ
101 സമ്മതയായുള്ള വല്ലഭതന്നയെും
102 കണ്മുനകൊണ്ടു തളച്ചു മലെ്ലലെ
103 ചാല വലിച്ചു തൻ ചാരത്തുകൊണ്ടിട്ടു
104 ദൂരത്തു നീക്കിനാനല്ലലലെ്ലാം.
105 കാർകൊണ്ടിരുണ്ടൊരു വാർകൊണ്ടൽനരേകൊണ്ട
106 വാർകൂന്തൽതന്നയെും ചീന്തിച്ചീന്തി
107 കുന്ദനിര വന്നു കുമ്പിട്ടു നില്ക്കുന്ന
108 മന്ദസ്മിതംതന്നിൽ മുങ്ങിനിന്നു
109 ചട്ടററ കകൈൊണ്ടു മലെ്ലത്തെലോടീട്ടു
110 വട്ടൊത്ത കൊങ്കകൾ രണ്ടും പിന്ന

"ഗോകുലനായകൻ മേവും വനംതന്നിൽ
പോകയോ നാമങ്ങെ്കി"ലെന്നു ചൊന്നാൻ.
അംഗജനിങ്ങനെ ചൊന്നൊരു നേരത്തു
മംഗലയാകിയ മാനിനിതാൻ
യാത്രയ്ക്കു വേണുന്ന കോപ്പുകളെല്ലാം തന്നുടെ
ഗാത്രത്തിൽ ചേർത്തങ്ങു മുന്നിൽ നിന്നാൾ.
കുന്തളമാകിന വണ്ടിൻനിരതന്നെ
ച്ചന്തത്തിൽ ഞാണായി മീതേ ചേർത്തു
ചില്ലിക്കൊടിയായ വില്ലോടു ചേർത്തങ്ങു
മല്ലക്കകോണമായമ്പുമമ്പും
മേളമെഴുന്നൊരു വേണിയായ് മേവുന്ന
നീലത്തഴയും പിടിച്ചു ചെമ്മേ
താലിയായുള്ളോരു താലത്തിൽ വച്ചങ്ങു
ബാലസ്മിതമായ വെള്ളരിയും
അൽക്കിടമാകിന തേർത്തടംതന്നെയും
നല്കി നൽക്കാലത്തപ്പൊർത്തു നിന്നാൾ.
ഉള്ളംതെളിഞ്ഞുള്ളൊരംഗജന്താനപ്പോൾ
തള്ളിയെഴുന്നുള്ളൊരമ്പു പൂണ്ട്
മാനിനിതന്മുഖം മാനിച്ചു നോക്കിക്കൊ
ണ്ടാനന്ദനായിനിന്നൊട്ടുനേരം
കൊങ്കകൾ രണ്ടും തന്മാറിലണച്ചങ്ങു
സങ്കടം പോക്കിനാൻ മെല്ലെ മെല്ലെ.
തിങ്കൾതാനങ്ങതു കണ്ടു മയങ്ങിനാൻ
തങ്കലെഴുന്നൊരു കോഴപൂണ്ടു
രോഹിണിതന്മുല ചാലപ്പുണർന്നിട്ടു
മോഹം പുലമ്പി നുറുങ്ങിനിന്നാൻ
അംഗജന്തന്നുടെ മംഗലയാനത്തി
ന്നംഗമായ് വന്നുടൻ ഭംഗിപൂണ്ട്

വണ്ടിണ്ടയന്നെനുമകമ്പടി ചന്തത്തിൽ
മണ്ടിനടന്നുതുടങ്ങീതപ്പോൾ.
ഹസ്തതലംതന്നിലത്ഭുതമായൊരു
പുത്തൻകരിമ്പുവിൽ ചേർത്തു ചമ്മേ,
കല്പുകലർന്നുനിന്നിപ്പാരടക്കുന്ന
പുഷ്പശരങ്ങളുമപ്പരിചെ.
ആസ്ഥ തിരണ്ടൊരു താർത്തന്നെലാകിന
തേർത്തടംതന്നിൽ കരേറിച്ചമ്മേ
കോകിലനാദമാം കാളം വിളിപ്പിച്ചു
പോകത്തുടങ്ങിനാനംഗജന്താൻ.
ബന്ധുവായ് മേവിന നല്ല വസന്തവും
ചന്തമായ് പിമ്പേ നടന്നാനപ്പോൾ.
വണ്ണ്മതിരണ്ടങ്ങു മറ്റുള്ളൃതുക്കളും
തന്മരം തന്മരം പൂപ്പിച്ചുടൻ
ദേവകീനന്ദനൻ മേവും വനംതന്നിൽ
സേവിപ്പാനായങ്ങു ചെന്നുപുക്കു.
മാധവമാസവും മന്മഥൻപിന്നാലെ
മാധവനുള്ളിടം ചെന്നണഞ്ഞു.
ഇന്ദുതാനംബരംതന്നിലേ പോയങ്ങു
മന്ദം നടന്നു കിഴക്കു പുക്കാൻ.
ഇന്ദ്രദിഗംഗന ചന്ദ്രനെഗ്ഗർഭിച്ചു
നിന്നതു ചൊല്ലീതങ്ങെല്ലാരോടും
ചാലെ വിളർത്തുചമഞ്ഞൊരു തന്മുഖം
ചാരുസ്മിതമാണ്ടു നിന്നപോലെ
എൻ വരവിന്നങ്ങു കാലമിതായിതോ
എന്നങ്ങറിവാനായന്നെപോലെ
നല്ലൊരുദയഗിരിതൻ മുകളേറി
മെല്ലവേ നോക്കിനിന്നെല്ലാടവും

167 രാഗവാനായുള്ള രോഹിണീവല്ലഭൻ

168 വേഗവാനായി വെളിച്ചപ്പെട്ടാൻ.

169 തിങ്ങിയിരുന്നോരിരുട്ടിൻനിരയെല്ലാം

170 മങ്ങിമയങ്ങിച്ചമഞ്ഞുടനേ

171 ആയാസംപൂണ്ടങ്ങു പാതാളലോകത്തു

172 പോയങ്ങു മിക്കതും പുക്കുതായി.

173 അംബുധിപോലെയങ്ങംബുജലോചനൻ

174 തന്മനമൊന്നങ്ങു പൊങ്ങീതപ്പോൾ.

175 അംഗജൻതാനും തൻ ബന്ധുക്കളുമായി

176 വൃന്ദാവനത്തിലകത്തു പുക്കു

177 മാകന്ദംതന്മധുവുണ്ടങ്ങു നിന്നിട്ടു

178 കൂകത്തുടങ്ങീതേ കോകിലവും

179 ചെമ്പകം തൻ പൂവും ചാലെപ്പൊഴിപ്പിച്ചു

180 കമ്പംവരുത്തീതു കണ്ടോർക്കെല്ലാം.

181 നാരികൾപാദത്തിൻ താഡനംകൂടാതെ

182 നന്നായിപ്പൂത്തിതശോകങ്ങളും

183 ബാലവസന്തശ്രീതന്നുടെ കോമള

184 നീലമിഴിമുനയെന്നപോലെ

185 മത്തങ്ങളായുള്ള ഭൃംഗങ്ങൾ ചെന്നപ്പോൾ

186 പുത്തൻതിലകങ്ങൾ പൂത്തു നിന്നൂ.

187 വല്ലികൾ ചെന്നങ്ങു നല്ല മരങ്ങളെ

188 മെല്ലെത്തഴുകി മയക്കിച്ചെമ്മെ

189 തൊത്തായ കൊങ്കയും പുത്തൻതളിരായി

190 മെത്തുന്ന ചോരിവാ നല്കിനിന്നൂ.

191 ഉന്മാദമാണ്ടു വരുന്നൊരു ഗോപികൾ

192 നന്മനേപോലെ പകുത്തു ചെമ്മെ

193 നെന്മനേയാകിന വന്മരം പൂത്തുടൻ

194 ചെമ്മേ വിരിഞ്ഞുതുടങ്ങീതപ്പോൾ

കതേകീവാടികൾ നീളെ വിരിഞ്ഞ്ഞങ്ങ്ങു
പഞേതകമായ കടമ്പുകളും
ചൂതവാർകഞ്ഞ്കകൽ വറോയി നിന്നഞേർക്കു
ജാതകത്തിന്നന്തമാക്കിനിന്നു
കുന്ദനിരയല്ലൊം നന്നായ് വിരിഞ്ഞിട്ടു
നന്ദസുതന്മുന്നൽ കാണായപ്പഞേൾ
അഞ്ചാതെ നിന്നിട്ടു വണ്മ പയററുവാൻ
പുഞ്ചിരിതന്നഞേടങ്ങ്ങന്നെപഞേലെ
ഏന്തുമിരഞ്ഞിമലർതന്മധുതന്നിൽ
നീന്തിനടന്നു നൽ തന്നെലല്ലൊം
ലഞേദ്ധ്രങ്ങ്ങളായ മരങ്ങ്ങളും പൂത്തുടൻ
ആർദ്രങ്ങ്ങളായി നൽ തന്റേ ചഞെരിഞ്ഞു
വല്ലഭമാരുടൽതന്നപെപ്പിരിഞ്ഞുള്ളഞേ
ർക്കല്ലലിയററുവാനുള്ളിലണ്ങ്ങും
മല്ലികയും നല്ല മുല്ലനിരകളും
മല്ലെ വിരിഞ്ഞുതുടങ്ങ്ങീതപ്പഞേൾ.
ജ്യഞേൽസ്നയായുള്ളഞെരു സുന്ദരി ചന്നെുടൻ
ആസ്ഥയായ് നിന്നു തഴുകുന്നരേം
നീളക്കെുരുക്കുത്തിമുല്ലകൾ മല്ലെവഭേ
മളേത്തിൽ പൂത്തു തുടങ്ങ്ങീതണ്ങ്ങും.
ഇച്ഛര തിരണ്ടഞെരു പിച്ചകംതൻപൂവും
അച്യുതൻ കാഴ്ചയായ് വന്നുനിന്നു
കാമന്തനിക്കുള്ളിൽ പ്രമേം തഴപ്പിക്കും
ചമേന്തിക്കൂട്ടവും പൂത്തുനിന്നൂ.
തിങ്കൾതാനുണ്ടല്ലഞേ നന്മുഖംതന്നഞേടെ
ങ്ങ്ങങ്കംതഞെടുത്തിപ്പഞേളന്നെു നണ്ണി
ഗഞേകുലനാരികൾ ചാല വരുന്നരേം
വാർകഞെങ്കതന്നഞേടങ്ങ്ങഞെത്തുനില്പാൻ

223 തൻേപാതെ നിന്നുള്ള താമരപ്പൂവെല്ലാം
224 കൂമ്പിച്ചമഞ്ഞുതുടങ്ങീതപ്പോൾ.
225 ഉത്തമയാകിയ രോഹിണിതന്മുല
226 ക്കസ്തൂരി മയ്യെിൽപ്പിരണ്ടപോലെ
227 നീലിമപൂണ്ടു വിളങ്ങിന തിങ്കളും
228 ചാലേ മുളച്ചങ്ങുയർന്നുതപ്പോൾ.
229 അംബരമായ വിതാനത്തിൽ തൂക്കിന
230 നിർമ്മലമുല്ലതൻ മാലപോലെ
231 രശ്മികൾ താണു നിലത്തു പരന്നുടൻ
232 കശ്മലമായതു പോക്കിനിന്നു.
233 മുഷ്കുതുടർന്നൊരു പത്മിനീകാന്തൻ ചെ
234 ന്നൊക്കവേ മൂപ്പിച്ചുനില്ക്കയാലേ
235 ഊമ്പലുറഞ്ഞങ്ങു കൂമ്പിമയങ്ങിനോ
236 രാമ്പൽനിരകളും മല്ലെ മല്ലെ
237 തങ്കരംകൊണ്ടുടനമ്പിൽ തലോടീട്ടു
238 സങ്കടമായതു പോക്കിനിന്നാൻ
239 കാന്തൻകരംകൊണ്ടു തന്നത്തൊടുന്നേരം
240 താന്തയായ് നിന്ന കുമുദ്വതിതാൻ
241 ഏന്തിയഴുന്നുള്ളോരാമോദംപൂണ്ടുടൻ
242 പൂന്തനോം കണ്ണുനീർ വാർത്തുനിന്നാൾ
243 ഈവണ്ണമുള്ളോരവസ്ഥയക്കണ്ടിട്ടു
244 കവേലനാകിലും ഗോവിന്ദന്താൻ
245 തായായി ലോകർക്കു നിന്നൊരു മായയിൽ
246 പോയങ്ങു പുക്കുടൻ മവിനാനേ.
247 ബാലത പോയിട്ടു യൗവനം വന്നപ്പോൾ
248 ചാലത്തൻ മനേയിൽ മവിതായി.
249 ഇങ്ങനയെുള്ളതു വിസ്മയമല്ലതാൻ
250 അങ്ങനയെുള്ളുതൻ മായാബലം:

ആയർകുലത്തിൽ തഴപ്പിച്ചുവച്ചത
മ്മായതാനല്ലയോ പണ്ടിവനേ?
യൗവനമിന്നണ്ടെങ്കിൽ മുമ്പിലേ നല്കീട്ടു
വൈഭവംകാട്ടിനാനന്നേതുചേതം
ഓർക്കിലൊരുവർക്കും മായതൻ വൈഭവം
ആർക്കുമറിയാവോന്നല്ല ചൊല്ലാം.
അങ്ങനെ പോകതന്നന്ദതനൂജന്താ
നിങ്ങനെ നിന്നൊരവസ്ഥതന്നിൽ
മംഗലമായൊരു ശൃംഗാരംതാനങ്ങു
ഭംഗിപൊഴിഞ്ഞൊരു മേനിയുമായ്
വന്നുനിറന്നുതോ എന്നകണക്കെ താൻ
നിന്നുവിളങ്ങിനാൻ സുന്ദരനായ്.
ചാല നിറന്നുള്ളൊരാലിൻമുരടങ്ങു
കോലക്കുഴലുമായ് ചെന്നുടനേ
മേളത്തിൽ പായിനാൻ കോലക്കുഴൽതന്നെ
ത്താളത്തിൽ ചേർത്തു വിളിച്ചാൻ പിന്നെ.
രാഗങ്ങളോരോന്നേ ഗോകുലനായകൻ
മേളം കലർന്നങ്ങു പാടുന്നേരം
വൃന്ദാവനംതന്നിലുള്ളൊരു ജീവികൾ
നന്ദിച്ചുനിന്നുതേ മന്ദം മന്ദം.
ഷഡ്പ്പദമാലകളത്ഭുതമായൊരു
പുഷ്പരസത്തെ വെടിഞ്ഞുടനെ
ഗാനമായ് മേവിന തേനേക്കുടിപ്പാനായ്
ആനനംതങ്ങ്കലേ ചെന്നു പുക്കൂ.
കോകിലജാലങ്ങൾ കോലക്കുഴൽ കേട്ടു
മൂകങ്ങളായങ്ങു നിന്നുപോയി
ചേണുറ്റ വേണുതൻ തേനുറ്റ നാദത്തെ
ത്തന്നുറ്റനാദത്തിന്മീതേ കേട്ട്

വലേപ്പടൊതതൊൻ മാനിച്ചു നിന്നിട്ടു
ചാലപ്പറിപ്പാനായന്നെപോലെ.
കകേിനിരകളും വഗേത്തിൽച്ചന്നെിട്ടു
കൂകി, കുഴഞ്ഞൊരു കണ്ഠവുമായ്;
നീലത്തഴയായ പീലിപ്പുറംതന്നെ
ച്ചാലപ്പരത്തി വിരിച്ചു ചമ്മെ
പാടിത്തുടങ്ങുമ്പോൾ നീടുററ താളത്തിൽ
ആടിത്തുടങ്ങീതു മല്ലെ മല്ലെ.
പുണ്യതമങ്ങളായുള്ള മരങ്ങളും
കണ്ണൻകുഴൽവിളി കടേ്ടനരേം
തനേുററു വീഴുന്ന പൂക്കൾ ചൊരിഞ്ഞുടൻ
മാനിച്ചു കൊമ്പല്ലൊം താഴ്ത്തി നിന്നു.
കഞ്ചന്തൻ നഞ്ചിനോടൊത്ത കരിങ്കല്ലും
അഞ്ചിതമായൊരു പാട്ടു കടേ്ടു
ഉദ്ധവർമാനസമന്നെകണക്കെ നി
ന്നത്ഭുതമായിച്ചമഞ്ഞുതപ്പോൾ.
വഗേത്തിൽ പോകുന്ന കാളിന്ദിതാനങ്ങു
രാഗത്തകെ്കടേ്ടൊരു നരേത്തപ്പോൾ
ഏറിന വീചികജാലമകന്നുട
നതേുമനങ്ങാതെ നിന്നുപോയി.
ആനായർകോന്തൻറെ ഗാനത്തകെ്കടേ്ടപ്പൊ
ളാനന്ദംപൂണ്ടങ്ങു മീനങ്ങളും
മല്ലെക്കെരയറേി നല്ലൊരു വാൽ മിന്നി
ച്ചല്ലെത്തുടങ്ങീതമ്മുന്നിലപ്പോൾ.
മാൺപഴെുന്നു ചില മാമ്പടേകളല്ലൊം
ചാമ്പിമയങ്ങിന കണ്മിഴിയും
ഒട്ടൊട്ടു ചിമ്മിക്കൊണ്ടിഷ്ടത്തിലമ്പോടു
വട്ടത്തിൽ മവേിതപേടെ്ടന്നപ്പോൾ

മന്ഥരമായഒരു കന്ധരംതന്നയെും
മന്ദം നുറുങ്ങ്ു തിരിച്ചുയർത്തി
ചില്ലികളാലഒന്നു മല്ലെന്നുയർത്തീട്ടു
വല്ലഭീവല്ലഭൻതന്നെ നഒേക്കി.
കർണ്ണങ്ങളാലഒന്നു തിണ്ണം കലമ്പിച്ചു
കർണ്ണം കുഴല്ക്കു കഒടുത്തു ചമ്മെ.
വായ്ക്കഒണ്ട പുല്ലല്ലാം പാതി ചവച്ചങ്ങ്ു
വായ്ക്കുന്ന മയെ്യിലഒഴുക്കിനിന്ന്
കതൈവമറ്റുതാൻ കതൈുടർന്നൂ ചിലർ
പതൈങ്ങ്ളയേും മറന്നു ചമ്മെ.
ചിത്രത്തിൽ ചർേത്തു ചമച്ചകണക്കയെ
ന്നിശ്ചലമായഒരു മയെ്യുമായി
തന്നേുറ്റ ഗാനത്തകെ്കടേ്ടുതുടങ്ങീത
ങ്ങാനന്ദബാഷ്പമഒഴുക്കി മല്ലെ.
മുല്ലതുടങ്ങീന വല്ലികളഒേരഒേന്നെ
വല്ലവീവല്ലഭൻ പാടുന്നരേം
മല്ലെന്നിറങ്ങി മരങ്ങളിൽനിന്നങ്ങ്ു
പല്ലവമാണ്ടു തന്മുന്നൽച്ചന്നെു.
കഒേകങ്ങളല്ലാമ മാഴ്കിത്തളർന്നങ്ങ്ു
കൂകുമ്പഒേൾ പാട്ടിനകെ്കടേ്ടമൂലം
പടേ പിരിഞ്ഞ്ുള്ള വദേന വറോയി
നീടഴുമാനന്ദംപൂണ്ടുനിന്നു.
സിംഹത്താൻ കഒേപിച്ചങ്ങാനതൻ മസ്തകം
ആഹനിച്ചങ്ങ്ു പഒളിപ്പതിന്നായ്
കയ്യഒന്നുയർത്തുമ്പഒേൾ പാട്ടിനകെ്കൾേക്കയാൽ
അവ്വണ്ണമതേന്നെ നിന്നുപഒേയി.
മൂഷികമ്പിന്നാലെ പാഞ്ഞഒരു പാമ്പുതാൻ
മൂഷികന്തന്നത്തെഒടുന്നനരേം

335 ദോഷമകന്നൊരു ഗാനത്തെക്കേൾക്കയാൽ
336 ഊഷനായങ്ങനെ നിന്നുപോയി.
337 ഹംസംതാൻ താമരനൂലങ്ങു കൊത്തീട്ടു
338 ഹംസീമുഖത്തു കൊടുക്കുന്നേരം
339 പശേലഗാനം കടേട്ടങ്ങനെ നില്ക്കയാൽ
340 പശിവലിക്കുന്നായന്നെു തോന്നും
341 വ്യാഘ്രവരന്താനങ്ങണേക്കിടാവിനെ
342 ശീഘ്രതരം ചന്നെു വായ്ക്കൊണ്ടപ്പോൾ
343 പാട്ടങ്ങു കൾേക്കയാൽ തമ്പതൈലപ്പോലെ
344 വാട്ടംവരുത്താതെ ചർേത്തുനിന്നാൻ.
345 വാർമത്തെും ഗാനമപ്പങ്കജയോനിക്കു
346 സാമത്തിൻഗാനമായ്മവേിനിന്നു.
347 മുക്തന്മാരായോർക്കു നിത്യമായ് നിന്നൊരു
348 തത്ത്വമന്നെിങ്ങനെ തോന്നീതപ്പോൾ,
349 ഭക്തന്മാരായോർക്കു ചിത്തം മതൃപ്പിക്കും
350 നൽത്തൻേകുഴമ്പായി മവേിനിന്നു.
351 ദോഹളമായിതു പൂമരങ്ങൾക്കല്ലൊം
352 കാഹളമായിതു കാമന്നപ്പോൾ.
353 വാഹനമായിതങ്ങത്ഭുതങ്ങൾക്കല്ലൊം
354 മോഹനമായിതേ ലോകങ്ങൾക്കും.
355 നാരിമാരല്ലൊർക്കും മാരൻ ജപിക്കുന്ന
356 മാരണമന്ത്രമായ് നരേേ വന്നൂ.
357 ആക്കമിയന്നവൻ പാട്ടിനേ വാഴ്ത്തുവാ
358 നോർക്കിലൊരുവർക്കുമാവൊന്നല്ലേ.
359 ആയിരമാനനമാളുമനന്തനും
360 പയോയ് വരുമത്രെ വാഴ്ത്തുന്നേരം;
361 മുറ്റുമിതിന്നു കൊതിക്കയൊഴിച്ചിന്നു
362 മറ്റൊന്നു വണേ്ടതില്ലങ്ങളിപ്പോൾ.

15.ഗോപികാദുഃഖം

അമ്പാടിതന്നിലേ വമ്പോലും വാണിമാർ
സംഭ്രമിച്ചോരോരോ വീടുതോറും
ഇമ്പമിയന്നുള്ളോരന്തിമയക്കില
ങ്ങമ്പിനാരോരോ വലേകളിൽ
കണ്ണനിലുള്ളൊരു കാമം തഴയ്ക്കയാൽ
തിണ്ണം തളർന്നൊരു മെയ്യുമായി.
പാൽക്കുഴതന്നെയെടുത്തങ്ങു ചെന്നിട്ടു
ഗോക്കളെ നിന്നു കറന്നാരപ്പോൾ.
ആക്കമിയന്നുള്ള ചേൽക്കണ്ണിമാർ ചിലർ
പാൽക്കലമൊക്കവേ തീക്കൽവച്ച്
ബാലകന്തന്നുടെ ലീലകൾ പാടീട്ടു
പാലു തികത്തിനാർ മെല്ലെ മെല്ലെ
തന്മകന്തന്നെയെടുത്തങ്ങു ലാളിച്ചു
നന്മുല നല്കിനാളങ്ങൊരുത്തി
ഭ്രാതൃജനങ്ങളിരുന്നവർമുന്നല
ങ്ങോദനം തന്നെയുമാദരവായ്
ഭോജനഭാജനം തന്നിൽ പകുത്തങ്ങു
യോജനംചെയ്താളേ മറ്റൊരുത്തി.
വണ്ണുന്ന കാമുകന്താനുമായമ്പിനോ
ടൂണു തുടങ്ങിനാളങ്ങൊരുത്തി.
മോഹനമന്ദിരംതന്നിലകംപുക്കു
മോദമിയന്നങ്ങു നിന്നു പിന്നെ
ശില്പമെഴുന്നൊരു തല്പം വിരിച്ചിട്ടു
നല്പരിചാക്കിനാൾ മറ്റൊരുത്തി.
ഉറ്റോരുമായിട്ടു കട്ടിൽകരേറീട്ടു
വെറ്റില തിന്നുതുടങ്ങി ചിലർ.

അംഗജനുള്ളൊരു ശൃംഗാരപൂജത
ന്നംഗങ്ങളായുള്ള സാധനങ്ങൾ
ഇച്ഛര തിരണ്ടൊരു മച്ചകംതന്നിലേ
പച്ചപ്പടുമ്മാറു വച്ചു ചമ്മെഃ
പുഷ്പങ്ങളും മററു ചന്ദനം കുങ്കുമം
തല്പസമീപത്തിൽ വച്ചുടനെ
മല്ലികാമാലയും മുല്ലതൻ മാലയും
നല്ല വിതാനത്തിൽ തൂക്കി മെല്ലെ.
കസ്തൂരിതന്നപ്പെപനിനീരിൽ ചാലിച്ചു
കട്ടിൽക്കാലൊക്കതെത്തളിച്ചു ചമ്മെ;
ദീപിച്ചു നിന്നൊരു ദീപവും വച്ചുടൻ
ധൂപിച്ചാളങ്ങകംതന്നിലങ്ങും.
പാക്കും പഴുക്കയുമാപാദിച്ചമ്പോടു
പാർത്തിട്ടു നിന്നാളെ മററൊരുത്തി.
ഉൾച്ചരേും കാമുകന്താനുമായമ്പോടു
മച്ചകംതന്നിലടച്ചുകൊണ്ട്,
കച്ചണിക്കൊങ്കയും നല്കി മയങ്ങി നി
ന്നിച്ഛരയിൽ മവേിനാളങ്ങൊരുത്തി.
ചാന്തലേും കൊങ്കയിൽ കാന്തനചെ്ചരേത്തങ്ങു
താന്തമാരായിക്കിടന്നു ചിലർ.
ഏററമുവന്നൊരു കാന്തനും താനുമായ്
ചീററംതിരണ്ടറേം നില്ക്കയാലേ
വഗേത്തിൽ പഠേയങ്ങു വറേ കിടന്നിട്ടു
വദേന കാട്ടിനാൾ മററൊരുത്തി.
പഞ്ചശരങ്ങൾ തൻനഞ്ചെകം പൂകയാൽ
കിഞ്ചിലഴിഞ്ഞൊരു നീവിയുമായ്
അഞ്ചാതെ ചന്നെു തൻകാമുകൻമയെ് ചരേന്നു
കൊഞ്ചിത്തുടങ്ങിനാളങ്ങൊരുത്തി.

55 കണ്ണൻമയെ് തന്നെ നിനച്ചു കിടക്കയാൽ
56 തിണ്ണമഴലുള്ളിൽ പെരെങ്ങിപ്പെരെങ്ങി
57 എണ്ണമില്ലാതെരൊരു പഞ്ചശരം നട്ടു
58 കണ്ണുനീർ വീഴ്ത്തിനാൾ മററെരൊരുത്തി.
59 കണ്ണൻനിറമാണ്ട കായാവിൻപൂവിനെ
60 പുണ്യമിയന്നെരൊരു കണ്ണുകരൊണ്ട്
61 നൊക്കിനിന്നമ്പൊടു ദീർഘമായങ്ങനെ
62 വീർത്തുതുടങ്ങിനാളങ്ങെരൊരുത്തി.
63 കണ്ണുമടച്ചങ്ങുറങ്ങുന്ന നരേത്തു
64 കണ്ണന്മയെ് തന്മയെ്യിൽ ചരേർത്തുകണ്ടു
65 കണ്ണനനെ്നൊർത്തു തങ്കാമുകൻതന്നയെും
66 തിണ്ണം തഴുകിനാൾ മററെരൊരുത്തി.
67 സംഗമിയന്നെരൊരു കാമുകൻ മനേിചരേ
68 ന്നംഗജനാടകമാടുന്നരേം
69 പുണ്യമിയന്നെരൊരു കണ്ണന്മയെ് ചിന്തിച്ചു
70 തിണ്ണം മയങ്ങിനാളങ്ങെരൊരുത്തി.
71 തൂമുത്തുലാവിനെ കരൊങ്കയിൽ ചരേർത്തു തൻ
72 പ്രരേമത്തെ തൂകുന്ന കാന്തനയേും
73 വാർമതെ്തും കാമക്കൂത്താടുമ്പൊൾ കണ്ണന്തൻ
74 നാമത്തചെ്ചരൊല്ലി വിളിച്ചുടനെ
75 നാവുംകടിച്ചുംകരൊണ്ടതേുമനങ്ങാതെ
76 നാണിച്ചുനിന്നാളരേ മററെരൊരുത്തി
77 അത്തൽ പരൊറാഞ്ഞുടൻ ചിത്രമഴെുതീട്ടു
78 ഭിത്തിമലേങ്ങവൻമനേിതൻറെ
79 അംബുജംവനെ്നെരൊരു കമ്രമുഖംതന്നിൽ
80 ചുംബിച്ചുനിന്നാളയേങ്ങെരൊരുത്തി.
81 കണ്ണിനു നല്ലെരൊരു തങ്കേുഴമ്പായെരൊരു
82 കണ്ണന്മയെ്തന്നിലെ പിന്നപെ്പിന്നെ

സംഗമിയന്നവൾ ചെയ്യുന്ന വലേകൾ
ഇങ്ങ്ങനയെന്നതു ചൊല്ലവല്ലന്നേ.
ഗോകുലനാരികൾ ഓരോരോ വലേയിൽ
ആകുലമാരായി നില്ക്കുന്നേരം
ഉച്ചമെഴുന്നൊരു ഗാനംപോയ് ചെന്നവർ
നൽച്ചവിതന്നിലകത്തു പുക്ക്
ഊനമകന്നൊരു മാനസംതന്നയെ
ങ്ങ്ങാനന്ദിപ്പിച്ചു നുറുങ്ങ്ങുനിന്ന്
“പോരിങ്ങ്ങു നീ” എന്നു ചൊല്ലി വലിച്ചിട്ടു
നേരേ നടത്തിത്തുടങ്ങ്ങീതപ്പോൾ.
കാമന്താനന്നേരം ഗാനംതൻ പിന്നാലെ
കാമിനിമാരുള്ളിൽ ചെന്നു പുക്ക്
കോമളനായ്നിന്നക്കാമിനിമാരെത്തൻ
കോമരമാക്കിനാനൂക്കിനാലേ.
ഊന്മേൽ മുളച്ച കുരുപോലെ സങ്കടം
മന്മേലേ പൊങ്ങ്ങിന തന്മൊഴിമാർ
കൈയും മറന്നാരെ മെയ്യും മറന്നാരെ
പയ്യും മറന്നാരങ്ങ്ങപ്പൊഴുതേ.
താന്താനെടുക്കുന്ന വലേയും കൈവിട്ടു
മാന്താർശരഭ്രാന്തിൽ നീന്തിച്ചെമ്മെ
കാന്തനായുള്ളൊരു കണ്ണ്ണൻ മരുവിന
കാന്താരം നോക്കിയങ്ങ്ങോടിനാരേ.
ലോചനമൊന്നങ്ങ്ങു ലോലമെഴുതീട്ടു
കാചന മറ്റതെഴുതുംമുമ്പെ
ചാരു മഷിക്കോലും ചാരെപ്പിടിച്ചിട്ടു
ചാടിത്തുടങ്ങ്ങിനാളങ്ങ്ങു നോക്കി.
കർണ്ണ്ണങ്ങ്ങളാലൊന്നിൽ കുണ്ഡലം ചേർക്കുമ്പോൾ
കണ്ണ്ണന്റെ പാട്ടിനെക്കേട്ടൊരുത്തി

മററതു ചരേൎക്കും നിലമങ്ങറിയാതെ
തപ്പിത്തുടങ്ങിനാൾ മെയ്യിലങ്ങെങ്ങും
ഗാത്രികതന്നെയും ചാൎത്തിയരതന്നിൽ
ചരേൎത്തു തൻകൊങ്കയിൽ കൂറതന്നെ
ചീൎത്തൊരു കൊങ്ക പൊറുത്തു വിയൎത്തങ്ങു
വീൎത്തുകൊണ്ടോടിനാളങ്ങൊരുത്തി.
തൂമുത്തുമാലകൾ കാൽച്ചിലമ്പാക്കിനി
ന്നോമൽച്ചിലമ്പിനത്തോൾവളയായ്
മെയ്യിലണിഞ്ഞു ചമഞ്ഞുതുടങ്ങിനാൾ
പയ്യവെ പോവാനായ് മററൊരുത്തി.
സന്മതനാകിന കാന്തനും താനുമായി
മന്മഥക്കൂത്തിനണഞ്ഞു ചമ്മെ
ചാലെ മുലക്കച്ച കാചിലഴിക്കുമ്പോൾ
കോലക്കുഴൽവിളി കേട്ടു പാഞ്ഞാൾ
വീടികാ കൈക്കൊണ്ടു വീടന്മുഖംതന്നെ
ത്തേടിക്കൊടുപ്പാന്തുടങ്ങുംനേരം
ചാടിക്കളഞ്ഞുടൻ ചാലപ്പുറപ്പെട്ടെ
ങ്ങോടിത്തുടങ്ങിനാൾ മററൊരുത്തി.
അംഗജന്തന്നുടെ സംഗരം തങ്ങൾക്കു
സംഗമിച്ചങ്ങുടൻ നിന്നനേരം
ഭംഗികലൎന്നൊരു പാട്ടിനെക്കേട്ടവൾ
അങ്ങനെ മണ്ടിനാളങ്ങു നോക്കി.
കാന്തന്മാരാൎക്കുമക്കാന്തമാരുള്ളിലെ
ബ്ഭ്രാന്തിന്മരുന്നതും തോന്നീതില്ലേ.
മാതൃജനങ്ങളും ഭ്രാതൃജനങ്ങളും
ഓതിനാർ പോകൊല്ലായെന്നുതന്നെ.
ബന്ധുക്കളായുള്ള മററുള്ള ലോകരും
എത്തിത്തുടങ്ങുന്നതെന്നു ചൊല്ലി

ചാരത്തു ചന്നെിടട്ടിന്നാരിമാർപഠോക്കിന്ന
നരേരേ തടുത്തങ്ങ്ു നിന്നാരപ്പഠോൾ.
ആർക്കുമഠെരുവർക്കും പഠോക്കുതടുപ്പാനാ
യൂക്കു പുലമ്പീലയന്നെേ വണ്ടേു
പഠോക്കു തടുക്കുന്ന ബന്ധുക്കളക്കെ്കാള
ങ്ങ്ൂക്കനല്ലഠോ അങ്ങ്ു നിന്നവൻതാൻ.
വാട്ടമന്നഠെരു കാട്ടുമരങ്ങ്ള
പ്പാട്ടിനക്കെ്കൾക്കയാലങ്ങ്ു നഠോക്കി
ചാഞ്ഞ്ു ചരിഞ്ഞ്ഠെരു നൽവഴിയൂടവെ പഠോയ്
പാഞ്ഞ്ുതുടങ്ങ്ിനാർ പാൽമഠെഴിമാർ
പ്രമേം തഴയ്ക്കയാൽ മയെ്യിലഴെുന്നഠോരു
രഠോമാഞ്ചകഞ്ചുകമാണ്ടു ചമ്മെ
തന്േതുള്ളിജാലങ്ങ്ളന്േതിവിളങ്ങ്ിന
സാന്ദ്രസരഠോരുഹമന്നെപഠോല
സ്വദേമിയന്നുള്ളഠോരഠോമൽമുഖംതന്നിൽ
തൂമകലർന്നഠെരു കാന്തിയുമായ്.
ചന്തെളിർപഠോല ചുവന്നു പതുത്തങ്ങ്ും
ചന്തമിയന്നുള്ള പാദങ്ങ്ളും
“ഞാന്മുമ്പിൽ, ഞാന്മുമ്പി”ലന്നെങ്ങ്ു തങ്ങ്ളി
ലാണ്മ തിരണ്ടങ്ങ്ു പശേുകയാൽ
മൂർത്തു ചമഞ്ഞ്ുള്ള കല്ലിലും മുള്ളിലും
ചർേത്തങ്ങ്ു മണ്ടിനാരാത്തവഗേം.
മാരന്തൻ വീട്ടിന്നു പഠെൽക്കമ്പമായ് നിന്നു
ചാരുക്കളായുള്ളഠോരൂരുക്കളും
ചാലത്തളർന്നങ്ങ്തതേുമറിയാത
നീലക്കാർവണിേമാരഠോടിയഠോടി
കണ്ണന്മരുവിന കാന്താരംതന്നിലേ
ചല്ലെത്തുടങ്ങ്ിനാരല്ലലഠോട.െ

167 തൂമകലർന്നുള്ള പൂമരമോരോന്നേ
168 കാമിനിമാരങ്ങ്ങു ചലെല്ലുംനരേം
169 മനേിയിൽ മവിേന പൂവുകൾ പൂണ്ടിട്ട
170 ങ്ങ്ങാനായമാതർതന്മുന്നിൽനിന്ന്
171 കൂകുന്ന കോകിലനന്മൊഴികൊണ്ടപ്പോൽ
172 സ്വാഗതമന്നെങ്ങ്ങു ചൊല്ലിപ്പിന്നെ
173 പൂമലരായുള്ള ജാലങ്ങൾതന്നയെും
174 കാമിനിമാർമയെ്യിൽ തൂകിത്തൂകി
175 പുന്തനോയ് മവേുന്നൊരർഘ്യജലംകൊണ്ടു
176 കാന്തമാർക്ലാന്തിയപെ്പോേക്കിനിന്നു.
177 നാരിമാരന്നരേം നാഥനായുള്ളവൻ
178 ചാരത്തു ചന്നെുടൻ നിന്നു മല്ലെ
179 ലോേചനദീധിതിജാലമതാകിന
180 മാലകൾ ചാർത്തിനാർ മയെ്യിലങ്ങെും.
181 കാർവർണ്ണന്തന്നുടനെ കമുനയന്നരേം
182 കാമിനിമാർമുഖംതന്നിൽ ചന്നെു
183 മളേമിയന്നുള്ള താമരപ്പൂക്കളിൽ
184 നീളെ നടക്കുന്ന വണ്ടുപോലെ,
185 നന്മൊഴിയാകിന തനേ്തുള്ളികൊണ്ടവർ
186 കർണ്ണങ്ങളല്ലൊം നിറച്ചാൻ പിന്നെ.
187 "ചാരത്തു പോരികനെ നാരിമാരല്ലൊരും
188 ദൂരത്തു നില്ക്കുന്നിതനെ്തിങ്ങ്ങനെ?
189 ഇന്നല്ലോയനെ കണ്ണു ചാലക്കുളുർക്കുന്നു
190 തിന്നെല്ലോയന്നെുള്ളം വീർത്തുനിന്നു.
191 നിങ്ങ്ങളിക്കാനനംതന്നിലേ വന്നതു
192 മംഗലമായ് വന്നിതങ്ങെങ്ങൾക്കിപ്പോൾ.
193 നിങ്ങ്ങളയെിങ്ങ്ങനെ ചാരത്തു കാണ്മാനായ്
194 എങ്ങ്ങൾക്കോ വങ്കൊതിയുണ്ടല്ലോതാൻ.

195 നിങ്ങൾക്കുമങ്ങനയെുണ്ടാകിലയേല്ലോ
196 യങ്ങേങ്ങൾ കൊതിക്കുന്നതുണ്മയാവൂ."
197 ഇങ്ങനെ ചൊന്നവർ വന്നതിൻമൂലംതാ
198 നതേുമറിഞ്ഞീലയന്നെപോലെ
199 പിന്നയെും ചൊല്ലിനാൻ വല്ലവിമാരോടു
200 ഖിന്നതയുള്ളത്തിൽ ചർേക്കുംവണ്ണം:
201 "അമ്പാടിതന്നിലിന്നാരുമൊരുവർക്കും
202 തപടെുമാറതേും വന്നില്ലല്ലീ?
203 ഘോരമായുള്ളൊരു രാവന്തെു നിങ്ങളി
204 പ്പോരുവാനിങ്ങനെ നാരിമാരേ!
205 കാട്ടി, കടുവാ,യും കാട്ടാനക്കൂട്ടവും
206 കാട്ടിൽ നിറഞ്ഞങ്ങേുമുണ്ടല്ലോതാൻ;
207 വീട്ടിന്നുതന്നയെും പടേിക്കും നിങ്ങളി
208 ക്കാട്ടിലേ പോന്നിങ്ങു വന്നതന്തെേ?
209 കാന്തമായുള്ളൊരു കാന്താരംതന്നുടെ
210 കാന്തിയക്കൊണ്മാനായന്നെിരിക്കാം.
211 എങ്കിലോ കണ്ടാലും പൂമരമോരോന്നേ
212 തങ്കൽ പൊഴിഞ്ഞുള്ള പൂക്കളുമായ്.
213 ഇമ്പം വളർക്കുന്ന ചമെ്പകംതന്നുടെ
214 കൊമ്പലെല്ലാം കണ്ടാലും പൂത്തതങ്ങേും.
215 തന്മോവു പൂത്തതും മന്മേലേ കണ്ടാലും
216 ചാമൽേ നിടുതായ കണ്ണുകൊണ്ടേ
217 വല്ലരിജാലങ്ങൾ നല്ല മരങ്ങളെ
218 മല്ലെപ്പെിടിച്ചങ്ങു പൂണുന്നതും
219 കോമളനായൊരു രോഹിണീവല്ലഭൻ
220 തൂമകലർന്നു വിളങ്ങുകയാൽ
221 ജ്യോൽസ്നയായുള്ളൊരു പാൽക്കളികൊണ്ടുട
222 നാർദ്രമായുള്ളൊരു ഭൂതലവും.

223 കോകിലം പാടുന്ന പാട്ടലെല്ലാം കേട്ടാലും
224 കോകങ്ങൾ തങ്ങളിൽ കൂകുന്നതും.
225 വണ്ടുന്നതലെല്ലാമേ വെവ്വേറെകണ്ടങ്ങു
226 വേഗത്തിൽ പോകണമല്ലോതാനും.
227 ബന്ധുക്കളെല്ലാരും നിങ്ങളെക്കാണാഞ്ഞി
228 ട്ടന്തേന്നോ ചെയ്യുന്നോരെന്നവേണ്ടൂ.
229 ഗോപന്മാരെല്ലാരും കാണുന്ന നേരത്തു
230 കോപിച്ചു ചെയ്യുന്ന വേലയെന്തേ?
231 വൈകല്യമൊന്നിനും വാരാതെകണ്ടങ്ങു
232 വൈകാതെ പോകണം നിങ്ങളെല്ലാം."
233 കണ്ണന്താനിങ്ങനെ ചൊന്നൊരു നേരത്തു
234 പെണ്ണുങ്ങളെല്ലാരും കണ്ണുനീരാൽ
235 കൊങ്കകൾ രണ്ടിലും തങ്കിയിരുന്നൊരു
236 കുങ്കുമച്ചാറെല്ലാം പോക്കിനിന്നു
237 ദീനതപൂണ്ടുള്ളൊരാനനംതന്നെയും
238 ദീർഘമായ് വീർത്തങ്ങു വീഴ്ത്തിപ്പിന്നെ
239 കാൽനഖംകൊണ്ടു നിലത്തു വരച്ചങ്ങു
240 കാർവർണ്ണന്തന്നോടു മെല്ലെച്ചൊന്നാർ:
241 "കണ്ടാലുമിന്നിപ്പൊഴുണ്ടായൊരത്ഭുതം
242 പണ്ടങ്ങളിങ്ങനെ കണ്ടീലങ്ങും
243 തന്മാവുതാനിങ്ങു കാഞ്ഞിരക്കായ്കളെ
244 മന്മേലേ കോച്ചതു കണ്ടിരിക്കെ
245 മാനസംതന്നെ നീ മാനിച്ചുവച്ചല്ലൊ
246 ദീനത ചേർക്കുന്നൂതങ്ങൾക്കിപ്പോൾ.
247 പോവതിന്നോർക്കുമ്പോൾ വേലല്ലൊ മേവുന്നൂ
248 താവതോ കേവലമില്ലയല്ലൊ."
249 കണ്ടുതുടങ്ങിനാർ കേശവൻമുന്നലേ
250 വീണുടനിങ്ങനെ വല്ലവിമാർ.

കണ്ണന്തൻമാനസം പെണ്ണുങ്ങൾകണ്ണിലെ
ക്കണ്ണുനീർ കണ്ടപ്പോൾ ഖിന്നമായി.
ഓടിച്ചെന്നങ്ങവർ കണ്ണുനീർ പോക്കിനാൻ
നീടുറ്റ കൈകളെക്കൊണ്ടു ചെമ്മെ.
"ഞാനിന്നു ലീലയായ് ചാലപ്പറഞ്ഞതി
നൂനപ്പെട്ടിങ്ങനെ കേഴാമോ താൻ?
കോമളമായുള്ളൊരോമൽമുഖമെല്ലാം
തൂമ കെടുമാറങ്ങാക്കൊല്ലായേ.
എന്മുന്നൽ വന്നുള്ള നിങ്ങളെപ്പോക്കുവാ
നെന്നുണ്ടോ നിങ്ങൾക്കു തോന്നീതിപ്പോൾ!
നിങ്ങൾക്കെന്നിലുള്ളമ്പിനെക്കാണ്മാനായ്
ഇങ്ങനെ ചൊല്ലി ഞാൻ നിങ്ങളാണെ.
ചാരത്തു പോന്നുവരുന്നൊരു നിങ്ങളെ
പ്പോരൊല്ലായെന്മോളും ധീരനോ ഞാൻ?
ഏണാങ്കൻതന്നോടു നേരൊത്തു നിന്നുള്ളൊ
രാനനംതന്നെയിന്നിങ്ങളുടെ
കാണാഞ്ഞുനിന്നുള്ളിൽ വേദനപൊങ്ങി ഞാൻ
കണ്ണേതോ നിങ്ങളറിഞ്ഞില്ലല്ലൊ."
തൂമ തിരണ്ടുനിന്നിങ്ങനെ ചൊല്ലീട്ടു
കോമളക്കണ്ണനന്നാരിമാരെ
കേവലം പാടിനിന്നാടിച്ചുപോരുന്ന
പാവകളാക്കിനാൻ വാക്കുകൊണ്ട്.
കാമിനിമാരെല്ലാം കാർവർണ്ണന്തന്നുടെ
കോമളവാക്കുകൾ കേട്ടനേരം
നീറുമാറുള്ളത്തിലേറിന വേദന
വേർവിട്ടു മേവിനാർ തെറ്റെന്നപ്പോൾ.
പിന്നെയും ചൊല്ലിനാൻ നല്ലൊരു തേനിലേ
മുന്നമേ മുങ്ങിന വാക്കുകൊണ്ട്:

“കണ്ണുനീർ വീണു നുറുങ്ങു മയങ്ങിതി
ന്നിങ്ങൾ മുഖമന്നെു തന്നെുംനരേം
തൂമകലർന്നൊരു രോഹിണീവല്ലഭൻ
കോമളനായങ്ങു നിങ്ങളുടെ
ആനനംതന്നോടു നരേത്തുനില്പാനായ്
മാനിച്ചു വന്നതു കാണണമേ.
ആനനംതന്നോടും ലോചനംതന്നോടും
മാനിച്ചുനിന്നൊരു താനും മാനും
ഏറ്റൊരു നരേത്തു തോറ്റങ്ങു തങ്ങളിൽ
ചരേ്ച്ച തുടർന്നതു ചരേുവോന്നെ.
പിന്നയെും പോന്നിങ്ങുവന്നതങ്ങോർക്കുമ്പോൾ,
എന്നുള്ളിലൊന്നുണ്ടു തോന്നുന്നുതേ
നരിേട്ടു നിന്നിങ്ങു പോരു തുടങ്ങിനാൽ
നരേത്തു നില്ക്കാമന്നെോർക്കവണ്ടേ്
ചുറ്റത്തിലിങ്ങനെ ചരേ്ച്ച തുടങ്ങിനാൽ
മറ്റുണ്ടിവന്നൊരു തങ്കമിപ്പോൾ
കാനനംതന്നിലുന്നിങ്ങളിന്നല്ലൊരും
കാലമിവൻതനിക്കുള്ളതത്രെ
ആനനകാന്തി കവർന്നങ്ങുകൊള്ളുവാൻ
ആരുമറിയാതയെല്ലയല്ലീ?
കൗടില്യമുണ്ടിവനന്നെുള്ളതങ്ങെുമേ
മൂഢന്മാരായോർക്കും പാഠമല്ലോ.”
ഇങ്ങനെ ചൊന്നവരുള്ളത്തിൽ കൗതുകം
പൊങ്ങിച്ചു പിന്നയെും ചൊല്ലിനാൻതാൻ:
“കാലമോ പോകുന്നു യൗവനമിങ്ങനെ
നാളയെുമില്ലന്നെതോർക്കണേമേ.
മറ്റുള്ളതല്ലൊമേ വച്ചുകളഞ്ഞിപ്പോൾ
ചുറ്റത്തിൽ ചരേ്ന്നു കളിക്കണം നാം.

307 കാനനം തന്നുടെ കാന്തിയക്കെക്കണ്ടിട്ടു
308 മാനിച്ചു നില്ക്കയും വണോമല്ലഌ"
309 ഇത്തരമിങ്ങ്ങനെ മററും പറഞ്ഞവർ
310 ചിത്തം കുലച്ചു മയക്കുംനരേം
311 പണ്ണുങ്ങ്ങളല്ലാരും കള്ളം കളഞ്ഞുടൻ
312 കണ്ണനഌടുള്ളമിണങ്ങ്ങിച്ചമ്മെ
313 കയ്യെഌടു കയ്യുമമ്മയ്യഌടു മയ്യയ്യും
314 പയ്യവ ചേർത്തു കളിച്ചുനിന്നാർ.
315 രാത്രിയായുള്ളൊരു നാരിതൻ നററിമേൽ
316 ചേർത്ത തഌടുകുറിയന്നെപഌല
317 നിർമ്മലനായഌരു വണ്മതിതന്നുടെ
318 തണ്മ തിരണ്ട നിലാവു കണ്ട്
319 ഒക്കെ മദിച്ചു പുളച്ചുതുടങ്ങ്ങിനാർ
320 ദുഃഖമകന്നുള്ള മക്കെക്കണ്ണിമാർ.
321 നീടുററ പൂവല്ലാം നീളപ്പെറിച്ചുടൻ
322 ചൂടിത്തുടങ്ങ്ങിനാരല്ലാരുമേ.
323 കടേററ രാഗങ്ങ്ങൾ പാടിത്തുടങ്ങ്ങിനാർ:
324 ആടിത്തുടങ്ങ്ങിനാരാദരവിൽ
325 ഓടിത്തുടങ്ങ്ങിനാർ ചാടിത്തുടങ്ങ്ങിനാർ
326 വാടിത്തുടങ്ങ്ങിനാരങ്ങ്ങുടനെ.
327 നന്ദതനൂജനും നാരിമാരല്ലാരും
328 ഒന്നഌത്തുകൂടിക്കലർന്നു ചമ്മെ
329 വൃന്ദാവനംതന്റെ വണ്മയക്കാണ്മാനായ്
330 മന്ദമായങ്ങ്ങും നടന്നാരപ്പഌൾ
331 മുല്ല തുടങ്ങ്ങിന വല്ലരിജാലത്തെ
332 മല്ലവെ ചേർത്തു തന്മയ്യിലങ്ങ്ങും
333 ശാഖികളാകിന പാണികളക്കഌണ്ടു
334 ചാലപ്പെിടിച്ചു തഴുകുന്നരേം

335 മെയ്യിലഴെുന്ന വിയർപ്പുകളപ്പോലെ
336 പയ്യവേ തേൻതുള്ളി തൂകിത്തൂകി.
337 ചാരുക്കളായങ്ങു ചാല നിറന്നുള്ള
338 ദാരുക്കളോരോന്നേ കണ്ടുകണ്ട്,
339 പൂമണം തങ്ങിന തന്നെൽക്കിടാവിനേ
340 തൂമകലർന്നുള്ളിൽ കൊണ്ടുകൊണ്ട്,
341 കോകപ്പിടകളും കകോനിരകളും
342 കൂകുന്നതങ്ങുമേ കേട്ടുകേട്ട്,
343 വണ്ടിണ്ട തങ്ങളിൽ കൂടിക്കലർന്നുടൻ
344 മണ്ടുന്നതങ്ങുമേ നോക്കി നോക്കി
345 കൂകുന്ന കോകിലംതന്നോടു നേരിട്ടു
346 ഗീതങ്ങൾ നീതിയിൽ പാടിപ്പാടി
347 തന്നേുറ്റ പൂവുകൾ മെല്ലപ്പറിച്ചുടൻ
348 മാനിച്ചു വേണിയിൽ ചൂടിച്ചൂടി,
349 നെഞ്ചിൽ നിറഞ്ഞൊരു കൗതുകംതന്നാലെ
350 പുഞ്ചിരി സന്തതം തൂകിത്തൂകി,
351 അന്നത്തിമ്പടേയ്ക്കു മെല്ലെ നടത്തംകൊ
352 ണ്ടല്ലലയുള്ളത്തിൽ നല്കി നല്കി,
353 മാരന്തൻ വങ്കണ മാറിൽ തറച്ചങ്ങു
354 പാരം നൊന്തുള്ളത്തിൽ വീർത്തു വീർത്ത്
355 മത്തഭേമസ്തകമൊത്ത മുല കന
356 ത്തത്തൽ മുഴുത്തുള്ളിൽ ചീർത്തു ചീർത്ത്,
357 മാധവന്തന്നുടെ മാറു തങ്കൊങ്കയിൽ
358 മാനിച്ചു നിന്നുടൻ ചേർച്ചു ചേർത്ത്,
359 കുന്തളം കണ്ടു തൻ കൂട്ടരെന്നോർത്തിട്ടു
360 മണ്ടിവരുന്നൊരു വണ്ടിനത്തേ
361 ലീലയ്ക്കു കങ്കയ്യിൽ ചേർത്തൊരു താമര
362 പ്പൂവുകൊണ്ടങ്ങുടൻ പോക്കിപ്പോക്കി,

363 ഹാരമായുള്ളൊരു നിർഝരവാരിതൻ
364 പൂരമിയന്നുള്ള കൊങ്കകളേ
365 കുന്നനെന്നു നണ്ണീട്ടു ചെന്നങ്ങു ചാരത്തു
366 നിന്നുടൻ നോക്കുന്ന മാൻകുലംതാൻ
367 കമുന കണ്ടുതൻ ചങ്ങാതിയെന്നോർത്തു
368 ചെമ്മേ കേളിച്ചുതുടങ്ങുംനേരം
369 ചേണുറ്റ വമ്പുല്ലു ചാലപ്പറിച്ചുടൻ
370 പാണിതലംകൊണ്ടു നല്കി നല്കി
371 കാർമുകിൽവർണ്ണനോടൊത്തങ്ങു കൂടിനാർ
372 കാർവേണിമാരെല്ലാം മെല്ലെ മെല്ലെ.
373 ഇങ്ങനെ പോയങ്ങു ഭംഗികളേറ്റുമേ
374 തങ്ങിന പൂങ്കാവിൽ പൂകുന്നേരം
375 മെല്ലവേ ചൊല്ലിനാൻ വല്ലവീനായക
376 നല്ലലേും ചായലാരെല്ലാപരോടും:
377 "പൂമണമായൊരു കാഴ്ചയും കൈക്കൊണ്ടു
378 തൂമകലർന്നൊരു തെന്നലിവൻ
379 സേവിപ്പാനായിങ്ങു വന്നതു കണ്ടാലും
380 മേവുമിപ്പൂങ്കാവുതന്നിലൂടെ
381 സേവയ്ക്കിവന്നിപ്പോൾ കാലം കൊടുക്കേണം
382 നാമിപ്പോളെല്ലാരും നാരിമാരേ!"
383 എന്നങ്ങു ചൊന്നതു കേട്ടൊരു നേരത്തു
384 മന്ദം നടന്നുടൻ മാനിനിമാർ
385 മന്മേകലർന്നൊരു തേന്മാവിൻകൂട്ടത്തിൽ
386 മേളത്തിൽ ചെന്നുടൻ നിന്നെല്ലാരും
387 വിദ്രുമംകൊണ്ടു പടുത്തു ചമച്ചൊരു
388 പുത്തന്തറതന്മേൽ പുക്കു ചെമ്മെ,
389 ആയർകുമാരകന്തന്നുടെ ചൂഴവും
390 ആദരമോടങ്ങിരുന്നനേരം

ചാല വിളങ്ങിനാരരോലക്കമാണ്ടുള്ള
നാലക്കാപ്വണ്ണിമാരെല്ലാരുമേ
കാർമുകിൽതന്നുടെ ചൂഴും വിളങ്ങിനോ
രോമനത്തൂമിന്നലെന്നപോലെ.
മന്ദമായ് വന്നൊരു തെന്നലയെല്ലാരും
നന്ദിച്ചുനിന്നുടനലേക്കുംനരേം
നർമ്മമായുള്ളൊരു നന്മൊഴി ചൊല്ലിനാൻ
നന്ദസുതൻ നല്ലാരെല്ലാരോടും:
“ജാരനായ് നിന്നുടനാരുമറിയാതെ
പോരുമിത്തെന്നലേ ഞാനറിഞ്ഞേൻ.
ചന്ദലക്കുന്നിന്മേൽ ചാലേ മറഞ്ഞിട്ടു
ചന്തമായ് നിന്നാനങ്ങന്തിയോളം,
മാലാമയക്കായ കാലം വരുന്നേരം
മാലയേംതന്മണം മെയ്യിൽ പൂശി
മെല്ലെന്നിറങ്ങിനാൻ ചന്ദനക്കുന്നിൽനി
ന്നല്ലലെല്ലാം പോന്നു പരന്നനേരം.
പൊയ്കയിൽ പോയ് ചെന്നങ്ങാമ്പൽതൻ പൂമ്പൊടി
വൈകൊതവണ്ണമങ്ങൂത്തു പിന്നെ
വട്ടംതിരിഞ്ഞുടന്തർപ്പിച്ചുനിന്നാന
ങ്ങിഷ്ടമായുള്ളൊരു നന്മണത്തെ.
കാട്ടിലകംപുക്കു മെല്ലവെ നൂണുടൻ
വാട്ടമകന്ന നടത്തവുമായ്,
ഉള്ളിൽ നിറഞ്ഞുള്ളൊരാമോദംതന്നിലെ
കൊള്ളാഞ്ഞു മന്മേലേ തൂകിത്തൂകി.
വൃക്ഷങ്ങളേറിന സർപ്പങ്ങൾക്കിന്നു ഞാൻ
ഭക്ഷണമാകൊല്ലായെന്നപോലെ
ഭൃംഗമായുള്ളൊരു കണ്മിഴികൊണ്ടങ്ങും
ഭംഗികലർന്നുടൻ നോക്കി നോക്കി,

ദൂരത്തുനിന്നങ്ങു നിങ്ങളെക്കൺടിട്ടു
ചാരത്തു പോന്നിങ്ങു വന്നുടനെ
കൂന്തലഴിച്ചു മയക്കിച്ചമച്ചിട്ടു
ചീന്തിത്തുടങ്ങിനാന്മല്ലെ മല്ലെ
മുത്തരി പൊങ്ങിന മുഗ്ദ്ധമുഖംതന്നിൽ
അത്തൽകളഞ്ഞങ്ങടുത്തു പിന്നെ
ചോരിവാതന്നെയും നേരേ പെരുകിനാൻ
ചോരനായ് വന്നിവൻ മല്ലെ മല്ലെ.
കാന്തികലർന്ന കഴുത്തോടു ചേർന്നിവൻ
കാന്തന്മാരാരെയും പേടിയാതെ
പന്തൊത്ത കൊങ്കയും പുൽകിത്തുടങ്ങിനാൻ
ചന്തത്തിൽ നിന്നുടനന്നേരം
ധൂർത്തതതന്നെയിത്താർത്തന്നെലോമി
ന്നോർത്തോളം മററങ്ങും കണ്ടുതില്ലേ.
ചാരത്തു നിന്നൊരു നന്മയെുമതേുമേ
ശങ്കിക്കുന്നോനല്ല മങ്കമാരേ!
നീവിയുള്ളടേം തലോടിത്തുടങ്ങിനാൻ
നീതിയിൽനിന്നുടൻ മല്ലെ മല്ലെ.
മാനിച്ചു നിങ്ങൾതന്മാനസംതന്നില
ഞ്ഞാനന്ദമറേവും നല്കിനാനേ.
കോമളമായൊരു മനേിയിൽ നിങ്ങൾക്കു
കോൾമയിർക്കൊണ്ടിതാ കാണാകുന്നു.
വാർത്തകൊണ്ടുള്ളത്തിലാസ്ഥ തഴപ്പിച്ചു
താർത്തന്നെലറേറേു നിന്നനേരം
വണ്ടിണ്ട കണ്ടങ്ങു കൊണ്ടാടിനിന്നാനെ
കൊണ്ടൽനിറമാണ്ട കോമളന്താൻ
കണ്ടാലും വണ്ടിണ്ട കണ്ടൊരു പൂക്കളിൽ
മണ്ടിനടക്കുന്നതങ്ങുമിങ്ങും.

താർത്തന്റേ നുകർന്നരൊരു വണ്ടിൻകുലംതന്നെ
വാഴ്ത്തുവാനരോർക്കിലിന്നാർക്കിതാവൂ?
അന്തരിയാദിയായുള്ളരൊരു രാഗങ്ങൾ
ചന്തമായ് നിന്നങ്ങു പാടിപ്പാടി;
കോമളമാരായ കാമിനിമാരുമായ്
തൂമ കലർന്നു കളിച്ചു ചമ്മേ,
പുത്തനായ്മവേിന പുഷ്പങ്ങൾതന്നിലേ
നൽത്തനേരൊഴിഞ്ഞതേുമുകയില്ലേ.
തനേററ പൂക്കളകെ്കാമിച്ചു പിന്നയെും
കീഴുററു ചൽകയില്ലന്നെുമേ താൻ.
തനേുററ പൂക്കളചെ്ചാരത്തു കാകിലോ
നാണിച്ചുനില്ക്കയുമില്ലയതേും
വാരുററ പൂക്കൾതൻ ചാരത്തു ചന്നെിട്ടു
യാചിച്ചുനില്ക്കയുമില്ലയന്നെും
തനേുണ്ണുന്നരേത്തു പീഡിച്ചു പൂക്കളിൽ
ദീനത ചരേക്കയില്ലതേുമതോൻ
മാനിച്ചു നിന്നങ്ങു തനേുണ്ടു പോരുമ്പോൾ
തനേുററപൂക്കൾതന്നുള്ളിലങ്ങെും
നാളയെുമിങ്ങനെ വന്നു കളിച്ചിവൻ
മളേത്തിൽ മവേണേമന്നെേ തോന്നൂ
വീരനായുള്ളോരു മാരന്നു നരോയി
പ്പാരിടം വല്ലെുന്ന വില്ലിനുടെ
ചണേഴെുമ്മാറുള്ള ഞാണായി നിന്നിട്ടു
മാനം വളർക്കുന്നതിന്നിതല്ലൊ
വാരുററ നാരിമാർ കുന്തളംതന്നോടു
നരേിട്ടു നില്പാനും മററൊന്നല്ലേ.
പാഴററ രോമാളിതന്നയെും കഴേിച്ചു
കോഴകളെള്ളുന്നതും മററൊന്നല്ലേ.

താമരപ്പൂവിലത്താർമങ്കതന്നോടു
കൂടിയിരിപ്പതും മററൊന്നല്ലേ.
ഇച്ഛരയിൽ നിന്നതു തന്നേ നുകർന്നപ്പൊഴും
എച്ചിലായുള്ളൊരു പുഷ്പമല്ലൊ
ദേവകൾപൂജയ്ക്കു സാധനമായങ്ങു
മേവിയിരുന്നതും പണ്ടുപണ്ടേ.”
കല്മഷവൈരിയാം കണ്ണന്താനിങ്ങനെ
നർമ്മങ്ങളോരോന്നേ ചൊന്നനേരം
മാരശരങ്ങൾ നട്ടങ്ങെളിലിന്നിവൻ
പാരം വശംകെട്ടാനെന്നു നണ്ണി
മാനിനിമാർക്കെല്ലാം മാനസംതന്നിലേ
മാനം വളർന്നു തൂടങ്ങീതപ്പോൾ.
“എങ്ങളോടൊപ്പുള്ള മാതരിപ്പാരിൽ മ
റ്റെങ്ങുമൊരേടത്തുമില്ല”യെന്നേ
ഉള്ളിൽ നിറഞ്ഞു വഴിഞ്ഞുതുടങ്ങിതേ
തള്ളിയെഴുന്ന തിമിർപ്പിനാലേ.
“പൂമാതിനും പണ്ടു നാരാണൻതൻറെ
തൂമാറിടമൊന്നേ നേരേ കിട്ടി
പാർവ്വതീദേവിക്കു പാരാതെ തൻകാന്തൻ
പാതിയേ മേനിയിൽ പണ്ടു നല്കി
ഇന്നിവൻ തന്നുടലൊക്കവേ നല്കിനാൻ
എങ്ങളിലുള്ളൊരു മോഹം കൊണ്ടേ”
ഇങ്ങനെ ചിന്തിച്ചു ചിന്തിച്ചന്നാരിമാർ
പൊങ്ങും മദംകൊണ്ടു മൂടുകയാൽ
തങ്ങളെയുംകൂടി നന്നായ്മറന്നുടൻ
അങ്ങനെയായിച്ചമഞ്ഞുതപ്പോൾ.
എന്നതുകൊണ്ടൊരു നന്ദതനൂജനും
ചിന്തിച്ചാനിങ്ങനെ തന്നിൽ മെല്ലെ:

503 "ഉണ്മയപ്പൊർക്കിൽ നുറുങ്ങ്ങറേപ്പഴേയിവ
504 ർക്കന്നെമ്മൂലമുണ്ടായ വന്മദംതാൻ
505 ഏറെ മദിച്ചു തുടങ്ങ്ങിനാലിങ്ങ്ങനെ
506 വറേന്നെയാകുമിക്കാരിയമേ.
507 ആപത്തിൻമൂലമഹങ്കാര മന്നുള്ള
508 താരുമറിയാതിന്നാരിമാരേ;
509 ദീനത പേന്നിവർക്കത്തുന്നതിന്മുമ്പേ
510 ഞാനിമ്മദംതന്നെ പോക്കവണേം.
511 കാരുണ്യമിന്നിവർമൂലമനിക്കതേും
512 പേരുന്നൂതില്ലന്നേ തോന്നുന്നിപ്പോൾ.
513 എന്നതിന്നിന്നിമ്മദത്തയെടക്കിനാൽ
514 നന്നായ്വരും മേലിൽ" എന്നു നണ്ണി
515 ധന്യമാരായുള്ള തന്വിമാരോടൊത്തു
516 മുന്നതേിലറേ്റം കളിപ്പതിന്നായ്
517 കൊണ്ടൽനർേവർണ്ണൻ മറഞ്ഞ്ങ്ങുകൊണ്ടാനേ
518 വണ്ടലേുംചായലാർ കണ്ടിരിക്കേ.
519 മുമ്പിലിരുന്നൊരു മംഗലദീപംതാൻ
520 വമ്പുററ കാററേറ്റു പോയപോലെ
521 കാർമുകിൽവർണ്ണൻ മറഞ്ഞൊരുനരേത്തു
522 കറൈേടു വറോമ്മണികൾപോലെ
523 വല്ലവിമാരല്ലൊം തങ്ങ്ങളിൽ നോക്കീട്ടു
524 വല്ലാതെ നിന്നാരങ്ങ്ങൊട്ടുനരേം
525 "നിന്നുടെ പിന്നിലോ"യന്നെങ്ങ്ങു തങ്ങ്ങളിൽ
526 അന്യോന്യം നോക്കിത്തുടങ്ങ്ങിനാരെ.
527 കണ്ണനായുള്ളൊരു നൽവിളക്കങ്ങ്ങനെ
528 തിണ്ണം മറഞ്ഞ്ങ്ങു പോയനരേം
529 ദുഃഖമായുള്ളോരിരുട്ടു വന്നുള്ളത്തിൽ
530 ഒക്കവയേങ്ങ്ങു പരന്നുതായി.

531 പ്രമേമിയന്നൊരു കോപവുമുള്ളില

532 ക്കാമിനിമാർക്കു നുറുങ്ങുണ്ടായി.

533 ചാരത്തു നിന്നൊരു കാർമുകിൽ വർണ്ണനെ

534 ദൂരത്തുമങ്ങുമേ കാണാഞ്ഞപ്പോൾ

535 ധീരതകൈവിട്ടു തങ്ങളിലിങ്ങനെ

536 ദീനതപൂണ്ടു പറഞ്ഞുനിന്നാർ:

537 "അയ്യോയെന്തോഴീ! ചൊല്ലന്തിമ്മറിമായം

538 പൊയ്യല്ലയെന്നതോ കണ്ടുതല്ലൊ.

539 എന്തൊന്നു ചൊൽവൂ ഞാനയ്യോ പണ്ടിങ്ങനെ

540 കണ്ടുതില്ലന്നുമേ തോഴിമാരെ!

541 മാനിച്ചു നമ്മയെറുകൊല കുത്തീട്ടു

542 മാപാപിയങ്ങാനും പോയാനത്രെ.

543 നമ്മയിക്കാട്ടിലറിഞ്ഞു കളഞ്ഞിട്ടു

544 ചെമ്മേ നടപ്പോളം ധീരനോതാൻ.

545 പറ്റുവളർത്തുള്ളൊരമ്മയത്തെന്നയെും

546 മുറ്റച്ചതിക്കും ചതിയനിവൻ

547 നമ്മക്കെക്കൊണ്ടന്തൊരു കാരിയമിന്നിവ–

548 ന്നുന്മ പറകിലൻ തോഴിമാരേ!

549 വണ്ടിണ്ടതന്നയെപ്പൂമലർ താഞ്ചന്നു

550 തണ്ടി നടക്കുമാറുണ്ടോ കണ്ടു.

551 ചങ്ങാതമില്ലാതെ നമ്മയിന്നിങ്ങനെ

552 ചാലച്ചതിപ്പോളം ചഞ്ചലനോ?

553 ചങ്ങാതമുണ്ടന്നു കണ്ടതിൽപിന്നവ–

554 നങ്ങാനുമിങ്ങനെ പൊയ്ക്കൊണ്ടുതാൻ

555 കാട്ടിലെ വമ്പുലിക്കൂട്ടവും പന്നിയും

556 കാട്ടിയുമുണ്ടല്ലോ ചങ്ങാതമായ്.

557 നാമിപ്പോൾ തമ്മിൽ പറഞ്ഞിങ്ങുനില്ലാതെ

558 നാരായണന്തന്നയൊരായണേം.

പൂപ്പറിപ്പാൻ മല്ലെ നമ്മോടു ചൊല്ലാതെ
തോപ്പിലകം പുക്കാനെന്നിരിക്കാം.
പ്രാണങ്ങളായതോ പോയല്ലൊ നമ്മുടെ
നാണം കെട്ടങ്ങനെ നാം നടപ്പൂ”
“ഒല്ലാതതിങ്ങനെ ചൊല്ലാതെ തോഴി നീ
നില്ലു നുറുങ്ങു പൊറുത്തുമല്ലെ.
കാടകമങ്ങുമേ തേടിനടക്കുമ്പോൾ
കാണാമിക്കണ്ണന്റയെങ്ങാനുമേ
എന്നതു കേട്ടൊരു നന്മൊഴി മാരെല്ലാം
ഏറ്റമുഴറ്റോടെഴുന്നേറ്റപ്പോൾ
കണ്ണാ കണ്ണാ എന്നു തിണ്ണം വിളിച്ചൂടൻ
കണ്ണുനീർ കൊണ്ടു കുളിച്ചുചമ്മെ.
ചാരുത്വമാണ്ടുള്ള ദാരുക്കളോടും തൻ
ചാരത്തുചേർന്നൊരു വല്ലിയോടും
കോകങ്ങളോടും നൽകോകിലം
തന്നോടും കൂകുന്ന കേകികളോടും പിന്നെ
ചോദിച്ചുചോദിച്ചു നീളെ നടന്നാരേ
ചൊക്കൊള്ളുമേണങ്ങൾ തങ്ങളോടും:
“മാകന്ദമേ! ചൊല്ലു മാധവന്തന്നെ നീ
പോകുന്നതെങ്ങാനും കണ്ടില്ലല്ലീ?

മാരന്നു ഞങ്ങളതെത്തീനിട്ടു മല്ലവെ നേരേതോനെങ്ങാനും പൊയ്ക്കൊണ്ടാനോ

പുന്തേനോയുള്ളോരു കണ്ണുനീർ വാർത്തിട്ടു കാന്തനെ ഞാനെങ്ങും കണ്ടുതില്ലേ’ കാറ്റുകൊണ്ടാടും തലകൊണ്ടു നീയിപ്പോൾ പോറ്റികളെങ്ങളോടെന്നോ ചൊൽവു? “കോകിലമേ! ചൊൽ നീ ഗോകുലിനാഥനെ പോകുന്നതീവഴി കണ്ടില്ലല്ലീ? ഓലക്കമാണ്ടവൻ കോലക്കുഴലോടു ചാലപ്പറിച്ചായ് നീയെന്നുതോന്നും ചെമ്പകമേ! നീ ചൊല്ലംബുജലോചനൻ ചന്തത്തിൽ പോകുന്നതുണ്ടോ കണ്ടു?

കാമിച്ചു പായുന്നോരെങ്ങളെയിങ്ങനെ കാട്ടിലറിഞ്ഞച്ചു പൊയ്ക്കൊണ്ടാനേ. പിച്ചകമേ! നീ ചൊല്ലച്യുതൻ

വന്നുനി– ന്നിച്ഛരയിൽ നിന്നതെഴുകിനാനഹോ? മൊട്ടുകളാകിന
കോൾമയിർക്കൊണ്ടിതാ വട്ടത്തിൽ നിന്മെയിൽ കാണാകുന്നു.
മല്ലികയേ! നീയമ്മല്ലവിലോചനൻ മെല്ലെ വരുന്നതു
കണ്ടില്ലല്ലീ? അഞ്ചിതമായ നിൻ പൂക്കളിലിന്നവൻ
പുഞ്ചിരിതൂകിനാനന്നു തോന്നും.

മുല്ലേ! ഞാൻ നിന്നോടു മെല്ലെപ്പറഞ്ഞാലെ ന്നല്ലൽ
കെടുമ്മാറുചൊല്ലണം നീ വല്ലവീനായകനങ്ങളെയിങ്ങനെ
കൊല്ലാതെ കൊന്നുടനല്ലലാക്കി മെല്ലെ
മറഞ്ഞുകൊണ്ടങ്ങാനും പോയാനേ വല്ലായ്മയങ്ങളിലില്ല
ചൊല്ലാം. നിന്നുടെ ചാരത്തു വന്നാനന്നുള്ളതു
നിർണ്ണയമങ്ങൾക്കു പാർത്തുകണ്ടാൽ വാക്കിന്മണവും
നന്മാധുര്യവും നിന്റെ വായ്ക്കുന്ന പൂക്കളിലാക്കിനാൻതാൻ.

കണ്ടില്ലയാഞ്ഞല്ലീ മിണ്ടാതെ നിന്നു നീ? ഇണ്ടൽ
മുഴുക്കുന്നുതങ്ങളുള്ളിൽ ഭൃംഗങ്ങളേ! ഞങ്ങൾ
സംഗിച്ചുപോരുന്ന മംഗലകാന്തനെക്കണ്ടുതില്ലേ?
ഭംഗിയിൽനിന്നു കുഴലൂം വിളിച്ചുകൊ– ണ്ടിങ്ങളും വന്നതു
കണ്ടില്ലല്ലീ?

617 മന്താരമേ! നീ ചൊൽ ചെന്താമരക്കണ്ണൻ ചന്തമായ്
പോകുന്നതുണ്ടോ കണ്ടു? അഞ്ചാറുനാഴികനേ രമുണ്ടങ്ങളെ
വഞ്ചിച്ചു പോയിതാനങ്ങങ്ങാനും.

കായാവേ! നീയങ്ങൾ കാന്തനെക്കണ്ടായോ? മായം
കളഞ്ഞിപ്പോൾ ചൊല്ലണേമെ, തമ്പുമെയ്ക്കാന്തിക്ക്
ചങ്ങാതമാകയാൽ നിമ്പൂവിലിന്നവനമ്പു ണ്ടല്ലൊ.
കോലക്കുഴൽ വിളികൊണ്ടവനങ്ങളെ ക്കോഴപ്പെടുത്തുടൻ
മുന്നൽകൊണ്ടാൻ, 'ആടിക്കളിച്ചു പുളച്ചങ്ങിരിക്കവേ.
ഓടിക്കളഞ്ഞാനങ്ങങ്ങാനും താൻ. നീളെ വിരിഞ്ഞുനിന്നുള്ള
പൂവുകൾ ആളുമിരഞ്ഞി! വിരഞ്ഞിന്നിപ്പോൾ

നാളീകലോചനനുള്ളടമങ്ങൾക്കു നാളയെന്നെണ്ണാതെ
ചൊല്ലണം നീ. അശ്വത്ഥമേ! നീയങ്ങച്യുതനപ്പൊഴും
വിശ്വസ്തനായല്ലൊ പണ്ടയേുള്ളൂ. വല്ലവിമാരെ
നീയല്ലൽപടുക്കുന്ന തൊല്ലായന്നിങ്ങനെ ചൊല്ലണേമെ.
പ്ലക്ഷമായുള്ളാരു വൃക്ഷമേ കേളങ്ങൾ പക്ഷമിയന്നൊരു
കണ്ണാന്തന്നെ. വൃക്ഷങ്ങളോടങ്ങൾ ചോദിച്ചുപോരുന്നു
പക്ഷേ നീ മുമ്പിലേ ചൊല്ലണേമേ.

അത്തിയേ! കേളേങ്ങൾ ചിത്തം മയക്കുന്നോ രത്തീരനങ്ങളെ
കൈ വെടിഞ്ഞാൻ

അത്തിയേ സന്തതം കത്തിയഴെുന്നിട്ട

ങ്ങത്തീയയോയിതു മനേിയല്ലോം. പരോലേ! നീയിപ്പോൾ
പാരാതെ ചൊല്ലണേം നാരായണന്തന്നെക്കണ്ടുതാകിൽ.
പോരായ്മ വാരാ നിനക്കിന്നു ചൊല്ലിനാൽ
നാരിമാരല്ലൊയിഞ്ഞങ്ങളന്നാൽ,

ആരാമ്'മങ്ങെങ്ങുമയോരാഞ്ഞുപമോയങ്ങെങ്ങ-

ളാരുമമൊരുത്തരും കണ്ടുതില്ലമ.

കുന്ദമേ! നീയെന്തു കുമ്പിട്ടുനില്ക്കുന്നു നന്ദസുതൻ നിന്നെ നിന്ദിക്കാനമോ.

654 പുഞ്ചിരിതന്നോടു തമോറ്റതൊഴിച്ചു നിൻ നെഞ്ചിൽ വെറുപ്പുമറ്റില്ലയല്ലീ? കാനകനാറീ! നീ മാനമിയന്നുള്ളമോ രാനായർ കമോൻതന്നയെയുണ്ടമോ കണ്ടു? കാനനംതന്നിലിഞ്ഞങ്ങളിരിക്കവമേ താനങ്ങു മല്ലെമ മറഞ്ഞുകൊണ്ടാൻ. എങ്ങളെ ഇങ്ങനെ ചാലച്ചതിക്കുമാ റങ്ങെങ്ങുമൊരുനാളു 'മമോർത്തില്ലങ്ങെങ്ങൾ

ഏണങ്ങളയേന്തു നൂനങ്ങു പായുന്നു ബാണങ്ങളല്ലയിഞ്ഞങ്ങൾ ചൊല്ലാം. ക്ഷീണങ്ങളങ്ങെങ്ങൾക്കു വന്നതു ചൊല്ലുവാൻ കണ്ണേങ്ങളിങ്ങനെ പായുന്നിപ്പമോൾ, പ്രാണങ്ങളായൊരു കണ്ണൻ വടികയാൽ ആണുങ്ങൾ കൂടാതയൊയി ഞങ്ങൾ നാണങ്ങൾ കൈവിട്ടു നീളവിളിച്ചങ്ങെങ്ങും വീണങ്ങെങ്ങൾ ചാകുമാറായിതയ്യമോ!

വണ്ടേുതൻഗാനത്തകെക്കൾപ്പാനായിങ്ങനെ വഗേത്തിൽ പമോകുന്നതങ്ങെകിൽ നിങ്ങൾ വദേനപൂണ്ടങ്ങൾ വകേുന്നതിങ്ങനെ വറേ പേറയണം പമോകുന്നരേം, കകേികളേ! നിങ്ങൾ ഞങ്ങളു വന്നൊരു കശേവൻതന്നയെിന്നുണ്ടമോ കണ്ടു? പീലികൾ കമോലുവാൻ ചാലക്കളിച്ചവൻ ബാലകന്മാരുമായ് വന്നില്ലല്ലീ? എങ്ങാനുമിങ്ങനെ കണ്ടാകിലിന്നിങ്ങൾ 680 എങ്ങളമോടമ്പമോടു ചൊല്ലണേമേ.

681 ഇണ്ടൽതിരണ്ടങ്ങൾ തണ്ടിച്ചുകൊണ്ടങ്ങും തണ്ടിനടന്നതൊ കണ്ടുതല്ലൊ. ഗമോകുലനായകൻ പമോകുന്നതിങ്ങങ്ങെങ്ങും കമോകങ്ങളേ! നിങ്ങൾ കണ്ടില്ലല്ലീ? ഖദേിച്ചു പമോയുടൻ നീളേ നടന്നങ്ങെങ്ങൾ ചമോദിച്ചിതങ്ങെങ്ങുമേ കണ്ടുതില്ലേ? കമോഴപൂണ്ടിങ്ങനെ കഴേുന്നതന്തെിന്നു

കവേലം കണ്ടില്ലയന്നേ വണ്ടേു.

അന്നലേ! നീയെന്തു സന്തതം കഴേുന്നു

690 നന്ദസുതൻതന്നകെക്കാണാഞ്ഞല്ലീ?

എന്തങ്ങു ചയെ്യുന്നമോനന്നെതറിയാതെ ചിന്തപൂണ്ടങ്ങളുമുണ്ടിങ്ങനെ. ചമേന്തികേ! നല്ല പൂമരങ്ങൾക്കിന്നു സീമന്തമായതു നീയല്ലാതാൻ; ഹമേന്തകാലത്ത് വാരിജംപമോലയൊയ് നാമന്തികേ വന്നു നിന്നതും കാൺ. പ്രമം തഴച്ചുള്ളാരങ്ങെങ്ങളുവന്നവൻ കാമം തഴപ്പിച്ചു നിന്നു പിന്നെ. ആമന്ദം വന്നങ്ങെങ്ങൾ മാനസം വരേമോടെ

തൂമന്ദഹാസം പെയ്തങ്ങുകൊണ്ടാൻ,

ദീനതചേർത്തങ്ങു താൻ പിന്നെ മെല്ലവേ കാനനംതന്നിൽ
മറഞ്ഞുകൊണ്ടാൻ. എന്തിനി നല്ലതെന്നേതുമറിയാതെ.
വന്നെതുവന്നെതിങ്ങനെയായി ഞങ്ങൾ. പരോലവൻ കണ്ണൻ
വറ്റുപാടാകാതെ നേരേയൊരുത്തിയുണ്ടങ്ങുകൂടെ
അർദ്ദിക്കപോവാനായങ്ങെങ്ങൾ തുടങ്ങുന്നു തദ്ദിക്കേ
പോയവനെന്നു ചൊൽ നീ. താഴാതകാന്തികലർന്നൊരു
കണ്ണനെ ഞാഴലേ! നീയങ്ങെങ്ങും കണ്ടില്ലല്ലി?

കോഴപൂണ്ടിങ്ങനെ നീളെ നടന്നങ്ങെങ്ങും
കഴേുമാറാക്കിനാനങ്ങെങ്ങളെയോ കൈതേ! ഞാൻ നിന്നോടു
മല്ലെന്നു ചോദിച്ചാൽ കൈതവം കൈവിട്ടു ചൊല്ലണം നീ.
എങ്ങളുവന്നുള്ളാരോമനക്കാന്തനെ ഇങ്ങു വരുന്നതു
കണ്ടില്ലല്ലീ? കാർമുകിൽപോലെയെവന്നു നിറംതന്നെ
കാർകുഴലൊട്ടുണ്ടു കെട്ടിച്ചമ്മേ

കയ്യിൽ കുഴലുണ്ടു കാലിൽ ചിലമ്പുണ്ടു

മയിലമ്മാൺപുറ്റ പൂൺപുമുണ്ടു

മഞ്ഞൾ നിറന്തോഞ്ഞ കൂറയുടുത്തുണ്ടു
മഞ്ജുളമായമൊഴിയുമു ണ്ടേ നെറ്റിമേൽ താണ
കുരുൾനിരയുമുണ്ടു നേരില്ല യാതൊരു കാന്തിയുണ്ടേ

കുങ്കുമം കൊണ്ടു തൊടുകുറിയിട്ടുണ്ടു കങ്കണമുണ്ടു
കരങ്ങളിലും പണ്ണുങ്ങൾ നഞ്ചേകം തന്നെപ്പിളർക്കുന്ന
പുഞ്ചിരിയുണ്ടുടൻ കൂടക്കൂടെ 'ഉള്ളിലിണങ്ങിനേൻ' എന്നങ്ങു
ചൊല്ലുന്ന കള്ളനോക്കുണ്ടയ്യോ മെല്ലമെല്ലെ

കണ്ടുതില്ലെങ്കിലും കണ്ടുതില്ലെന്നതു മിണ്ടാല്ലാ
ഞങ്ങളോടിങ്ങനെ നീ ഇണ്ടൽപൂണ്ടങ്ങൾക്കു നഞ്ചിൽ
വരുന്നല്ലൽ കണ്ടാൽ നിനക്കു പൊറുക്കരുതേ."
ഇങ്ങനെയോരോരോ ദാരുക്കളോടെല്ലാം അംഗജവേദന
പൊങ്ങുകയാൽ ചോദിച്ചു നീളെ നടന്നുതുടങ്ങിനാർ
ഖേദിച്ചുനിന്നുള്ള നല്ലാരെല്ലാം. ദാരുക്കളോടവർ
ചോദിച്ചതിങ്ങനെ ചേരുവോന്നാകയുമുണ്ടു പാർത്താൽ

ദാരുക്കളുള്ളിലും ജീവനായ് നിന്നതി ക്കാർമുകിൽ
നേർവർണ്ണൻ താനല്ലയോ? പണ്ണുങ്ങളുള്ളിലെ
മാനമടക്കുവാൻ കണ്ണൻ മറഞ്ഞങ്ങു പോകുന്നേരം
നീളയായുള്ളാരു നാരിയെക്കൈക്കൊണ്ടു നീളെ
നടന്നാനക്കാടു തോറും, നർമ്മങ്ങളായുള്ള നൽവചനങ്ങളെ-
ച്ചമ്മെ പറഞ്ഞു പറഞ്ഞുടനെ പൂക്കൾ പറിച്ചവൾ ചൂഡയിൽ
ചൂടിനാൻ വായ്ക്കുന്ന കൊങ്കകൾ പുൽകിപ്പുൽകി.

കാട്ടിൽ നിറന്നുള്ള പൂമരമോരോന്നേ
കാട്ടിനിന്നമ്പോടുചൊല്ലിനാൻതാൻ: "ചൂതങ്ങൾ
പൂത്തങ്ങു നീളെ വിരിഞ്ഞങ്ങും കേതകീവാടിയും
കണ്ടായോ നീ? മാരനിപ്പാരിടം നേരേ ജയിക്കുന്ന

ബാണങ്ങളല്ലായിക്കാണായത്. നിർമ്മലമായുള്ളാരുമ്മത്തം
തന്നുടെ വൺമതിരണ്ടഴെഴുംപ്പൂവിതളഴെ നാളികബാണനന്നു
വള്ളികഴൊണ്ടീടഴെും കാളംചമച്ചങ്ങുവച്ചപഴോല.

761 പാടലംതന്നുടപൊടലമായുള്ള നീടുറ്റ പൂവുകൾ
കാണണമമ കാമനന്നു വൺമയിൽ പഴൊന്മയമായുള്ള കാളാഞ്ചി
നീളപ്പിടിച്ചപഴോലെ തനേ്തുള്ളി കണ്ടാലും താംബൂലംതന്നുടെ
തമേ്പാതയെുള്ള രസം കണക്കെ" ഇങ്ങനയെഴോരഴോരഴോ ഭംഗി
പറഞ്ഞവൾ– ക്കംഗജമാലങ്ങു പഴൊങ്ങിച്ചുള്ളിൽ ചമെ്മുള്ള
ശഴോകത്തിമ്പൂക്കൾ പറിച്ചവൾ ധർമില്ലം തന്നിലെ ചേർത്തു
മലെ്ലെ.

കാന്തികലർന്നുനിന്നിങ്ങനെ ചഴൊല്ലിനാൻ: "കാന്ത
ന്മാരുള്ളിനച്ചീന്തുന്നരേം ശഴോണിതം തഴോഞ്ഞുള്ള
ബാണങ്ങളാണ്ടാരു തൂണീരമായിതു മാരനന്നിപ്പഴോൾ.
കണ്ണനഴോടിങ്ങനകൂെടിക്കലർന്നവൾ തിണ്ണം തളിഞ്ഞു
കളിക്കുന്നരേം മാനസംതന്നിലഴെുന്നു തുടങ്ങീതു
മാനമില്ലാതഴൊരുമാനമപ്പഴോൾ: "മറ്റുള്ളനാരിമാരല്ലൊരിലും
വച്ചു 780മുറ്റുമിവനന്നെവെണ്ടേീതിപ്പഴോൾ

നാരിമാരായഴൊരു വാരിധിതഴോയത്ത നരേ കടഞ്ഞു
കടഞ്ഞു ചമെ്മ നൂനമടെുത്തഴൊരുപീയൂഷമായിതേ
ഞാനിന്നിവനിപ്പഴൊഴന്നെു വന്നു.
എന്നഴോടുകൂടിക്കളിപ്പതിന്നായല്ലഴെ
തന്നയെുവന്നഴോരകെ്കെ വടിഞ്ഞു.
എന്നിലഴെുന്നഴൊരുമന്മഥമാൽകഴൊണ്ടു
തന്നയെുംകൂടമെറന്നാനിവൻ എഞ്ചാല്ലഴൊഴിഞ്ഞതേും
കൾക്കയില്ലിന്നിവൻ നഞ്ചെകമങ്ങെലതേഞ്ചുകയാൽ,

ഇങ്ങനെ തന്നിലെ ചിന്തിച്ചുനിന്നവൾ പഴൊങ്ങിന
മാനംമികുത്തു ചഴൊന്നാൾ:

"കല്ലിൽ നടന്നിട്ടു കാലലെല്ലാം നഴോകുന്നു
മലെ്ലനീയനെ്നയെടുക്കവണേം;

795 വഗേത്തിലിങ്ങനെ നീളെ നടപ്പതി–
ന്നാകുന്നുതില്ലനെ്നു തറേിനാലും കലൈാസവാസിയും
കാമിനിതന്നതെ്തൻ മൗലിയിലല്ലയഴോവച്ചുകഴൊൾവൂ."
നീളതാനിങ്ങനചെഴൊന്നഴൊരുനരേത്തു 800
നീലക്കാർവർണ്ണന്താനഴോർത്താനപ്പഴോൾ.

എങ്ങുമയെുള്ളഴോന്നിമ്മങ്കമാർക്കിങ്ങനെ
തങ്ങളയെൊണ്ടഴോനേ മേൽമണ്ടണം കീഴറ്റു ചൂഴറ്റു
നാമങ്ങു ചനെ്നഴോളം കഴോഴപ്പടെു'പ്പരേ നാളിൽ
നാളിൽ താഴത്തുവയ്പാനായ് നാമിത്തുടങ്ങുകിൽ
കഴേത്തുടങ്ങുവരഴൊന്നും വല്ലാർ."
ഇങ്ങനനെണ്ണിയന്നാരീമുഖം നഴോക്കി– ത്തന്നിലെ
മലെ്ലചെ്ചിരിച്ചു ചഴൊന്നാൻ: "എങ്കഴുത്തിങ്ങനനെിൽക്കുന്നു
നിന്നുടെ സങ്കടംപഴോക്കുവാനല്ലയഴോതാൻ"

ഇങ്ങനെ ചൊല്ലി നിലത്തു വണങ്ങീട്ടു
നിന്നാനമേല്ലെക്കഴുത്തുയർത്തി. എന്നങ്ങു ചൊന്നതു
കേട്ടൊരു നീളതാൻ മുന്നതേിലേറ്റംഞെളിഞ്ഞൊളപ്പപോൾ
ചേലയുടുത്തതുചാലെച്ചുരുക്കീട്ടു കാലും കവച്ചങ്ങുനിന്നു
മെല്ലെ. മേളമിയന്ന കഴുത്തിൽ കരേറുവാൻ തോളേങ്ങു തപ്പിട്ടു
കാണാഞ്ഞപ്പപോൾ തിണ്ണം മറിഞ്ഞങ്ങു നോക്കുന്ന
നേരത്തു കണ്ണനെയെങ്ങുമേ കണ്ടതില്ലേ.

"എന്നുടെ കണ്ണ! നീയന്നെത്തിത്തുടങ്ങുന്നു –
തന്നെയെയുംകൂടെച്ചതിയ്ക്കുന്നായോ? നിന്നുടെ പിന്നാലെ
നീളനടക്കാമേ നിന്നെയെയുംകൂടെയെടുത്തുകൊള്ളാം. ഏറെ
ഞെളിഞ്ഞൊരു നീളയക്കെക്കൊണ്ടുപോയ് വരേ ചതിച്ചാനേ
വണ്ടുവോളം മറ്റുള്ളമങ്കമാരന്നെക്കെക്കൊണ്ടിങ്ങനെ
മുറ്റെച്ചിരിക്കുമാറാക്കൊല്ലാതെ.

കാട്ടിലെറിഞ്ഞേച്ചു പോകാതെ നീയന്നെ ക്കാർവർണ്ണ!
കണ്ണ! വെളിച്ചത്തു വാ

നീളതാനിങ്ങനെ നീളെ വിളിച്ചങ്ങും
നീളന്നെടന്നോരുനേരത്തപ്പപോൾ കണ്ണനെച്ചോദിച്ചു
തിണ്ണം നടക്കുന്ന പെണ്ണുങ്ങളങ്ങതു കേട്ടു ചൊന്നാർ:
"നീളതൻ തൂമൊഴിയന്നെ കണക്കിനെ മേളത്തിലങ്ങിതാ
കേൾക്കാകുന്നു. ചാരത്തു മേവിന കണ്ണനുമായിട്ടു ചാലപ്പു
ളയ്ക്കുന്നോളന്നിരിക്കാം. എന്തൊരുമാനിനിച്ചെയ്തൊരു
പുണ്യത്തി– ന്നന്തമില്ലന്നെതോനിർണ്ണയം താൻ.

താനേ പോയങ്ങാനും ദാമോദരൻമെയ് തൻ
മേനിയിൽ ചേർത്തല്ലൊ മേവുന്നിപ്പപോൾ എന്തതു
ചിന്തിച്ചു സന്തതമിങ്ങനെ വന്നെതുവന്നെതുള്ളമോ
നീറുന്നുതേ നന്നിതു നാമിപ്പിറന്നോരു രാശി
ചൊ– ല്ലൊന്നായിവന്നവാറങ്ങനതൊൻ?
തങ്ങളിലിങ്ങനെകൂടിപ്പറഞ്ഞവർ അങ്ങനെ പോയങ്ങു
ചൊല്ലുന്നേരം നീതിയിൽനിന്നൊരു നീളയക്കെക്കാണായി
നീളനെടുതായി വീർത്തുകൊണ്ടു.

എന്നതു കണ്ടാരു നമ്മൊഴിമാരല്ലാം
ഏറ്റമുഴറ്റോടെടുക്കും നേരം നീളതാൻ ചെന്നു
തഴുകിനിന്നമ്പോടു നീലക്കാർവ്വർണ്ണന്തൻ വാർത്ത
ചൊന്നാൾ: " എന്നെയുവന്നതു മുന്നതേിലേറുമേ
നിന്നെയുംകൂടിച്ചതിച്ചാനോതാൻ

•തൻേകൊണ്ടു പൂവിലക്കെക്കാർവ്വണ്ടു പിന്നെയും

താൻ ചെന്നു പൂവിലന്നെുണ്ടു ഞായം

എങ്കിലുമിന്നവൻ തങ്കലഴിഞ്ഞ നിൻ കൊങ്കകൾ വറേിട്ടു
പോകൊല്ലാഞ്ഞു,

മറ്റുള്ളതാരകജാലങ്ങളച്ചെമ്മെ മുറ്റവെടിഞ്ഞങ്ങു
പോകിലും താൻ രോഹിണിതന്നുടെ പോർമുല വേറായി

പഠഏകയില്ലതേുമത്തിങ്കളന്നെും.

എന്നതുകടേട്ടാെരു നീളതാൻ ചൊല്ലിനാൾ:
“എന്തതുകൊണ്ടു പറഞ്ഞിനി നാം വന്നെതുവന്നെതുള്ളമഠേ
നീറുന്നൂതയ്യഠേ കാ– ണനെതിനി നല്ല നാം തഠേഴിമാരഠേ,
കാളിന്ദിതന്നുടഠെ തീരത്തു പഠേകയഠേ കാലം കളയാതഠെ
നാമല്ലൊരും

നീർമ്മലേമേനേമല്ലേുള്ളൂർമ്മികളിൽപ്പാഞ്ഞു നർമ്മയിൽ
വന്നഠെരു തന്നെലറേറാൽ തള്ളിയഴെുന്നഠേരു
ചൂടങ്ങുപഠേക്കാമഠെ– ന്നുള്ളിലനിെക്കുണ്ടു
തഠേന്നുന്നിപ്പഠേൾ. ‘എന്നങ്ങു ചൊന്നതു
കടേട്ടഠേരുനരേത്തു നിന്നഠെരു നാരിമാരല്ലൊരുമഠേ
കാളിന്ദിതന്നുടഠെ ചാരത്തുനിന്നഠെരു കാവിലകം പുക്കു
കാന്തിയഠേടഠെ മുല്ലതുടങ്ങിന വല്ലികളക്കൊണ്ടു നല്ലഠെരു
പന്തലായ് നിന്നുമീതഠേ

ഉല്ലസിച്ചുള്ളൊരു ഭൂതലംതന്നിലഠെ മല്ലവഠെ ചന്നെങ്ങു നിന്നു
പിന്നഠെ; വട്ടത്തിലല്ലൊരുമഠെക്കയിരുന്നിട്ടു വട്ടക്കൺ
വിട്ടു തുടങ്ങിനാരഠെ കണ്ണനും തങ്ങളും കൂടിക്കലർന്നിട്ടു

•തിണ്ണംതളിഞ്ഞുകളിച്ചതല്ലൊം
വീർത്തുനിന്നഠേർത്തഠേർത്തു മുന്നതേിലറേറവും
ചീർത്തുതുടങ്ങീതങ്ങാർത്തി മനേമൽ. വീരനായുള്ളൊരു
മാരനന്നരേത്തു

നാരിമാർ ചാരത്തു ചന്നെുപുക്കാൻ.

മന്മഥന്തന്നുടഠെ മന്ത്രികളാകിന മന്ദസമീരണനാദിയായി
ചമെ്മുള്ള വീരന്മാരല്ലൊരുമഠെന്നഠെത്തു
ചണേുറ്റകാവിലഠേ ചന്നെുപുക്കാർ, സ്വാമിയിമ്മാതരിൽ
പഠേരുതുടങ്ങുമ്പഠേൾ നാമഠെത്തുനിൽക്കണേമന്നെപഠേലഠെ.
നീടുറ്റചൂതങ്ങൾതഠേറുമിരുന്നുതൻ പടേകളഠേടു കലർന്നു
ചമെ്മ അഞ്ചിതമായഠെരു പഞ്ചമരാഗത്തഠെ

ക്കഠെഞ്ചിത്തുടങ്ങീതു കഠേകിലങ്ങൾ.

കൂകുന്ന കകേികൾ ‘കകേകളക്കൊണ്ടു
കൂകിത്തുടങ്ങീതക്കാവിലങ്ങും പാരാവതങ്ങൾതൻ
പടേകളഠേടഠെത്തു നരേകേളിച്ചു തുടങ്ങീതപ്പഠേൾ
വട്ടംതിരിഞ്ഞുതിരിഞ്ഞു മയങ്ങീട്ടു പടെ്ടന്നെു
കാന്തതൻ മുന്നിൽ ചന്നെ് അഞ്ചിതമായഠെരു
ചഞ്ചുപുടംതന്നഠെ അഞ്ചാതഠെ മല്ലവഠേ വായ്ക്കൊണ്ടുടൻ
ആനനം’താഴ്ത്തുമുയർത്തിയുമമ്പഠേടു ദീനത കവൈിട്ടു
കൂകിക്കൂകി

ഏണങ്ങൾതങ്ങളിൽക്കൂടിക്കലർന്നുതൻ
പ്രാണങ്ങളാകിനകാന്തതന്നഠെ കമെ്പുകൊണ്ടമ്പിൽ
കഴുത്തിലുരുമ്മീട്ടു ചുംബിച്ചുനിന്നു തുടങ്ങീതങ്ങും
വണ്ടിണ്ട തങ്ങളിൽ കൂടിക്കലർന്നുടൻ മണ്ടിനടന്നഠേരഠേ

പൂവുതഴേറും കാന്തയും താനുമായഞെന്നഞെത്തു നിന്നിട്ടു
പൂന്തൻേ നുകർന്നു തുടങ്ങീതങ്ങേും. പക്ഷങ്ങളാലഞെന്നു
ചാലപ്പരത്തിതൻ "പക്ഷിയെ മലെല്ലത്തെഴുകിനിന്ന്

നന്മധു വായ്ക്കഞെണ്ടു മലെല്ലവേ നിന്നവൻ നൻമുഖം തന്നിലേ
നൽകിനൽകി കാന്തൻ കഞെടുത്തതു താനും നുകർന്നിട്ടു
കാന്തികലർന്നു കളിച്ചു പിന്നെ മത്തങ്ങളായ്നിന്നു
പാടിത്തുടങ്ങീതേ ചിത്തമഴിഞ്ഞു കുഴഞ്ഞു ചമ്മേ.
കതേകിതന്നുടെ പൂമ്പഞെടികഞെണ്ടങ്ങും മീതേ വിതാനം
ചമച്ചുപിന്നെ നൂതനമായഞെരു വാതവും വന്നപ്പഴോൾ

930 വീതു തുടങ്ങീതെ മലെല്ലമെല്ലെ.

931 ഉത്കണ്ഠയാകിനഴേരിന്ധനം കഞെണ്ടങ്ങേും
ഒക്കപ്പെഞെതിഞ്ഞു പുകഞ്ഞുചമ്മേ

ഉള്ളിലിരുന്നഞെരു മന്മഥപാവകൻ
തള്ളിയഴെുന്നുതുടങ്ങീതപ്പഴോൾ അംഗജവദേന പഞെങ്ങിന
ഗഴോപികൾ തങ്ങളിൽ കൂടിക്കലർന്നു പിന്നെ

937 പുണ്യമിയന്നഞെരു കണ്ണനന്മയ്തന്നുടെ വർണ്ണനം
ചയെ്തു തുടങ്ങിനാരേ. "കാർവർണ്ണൻതന്നുടെ
കാന്തികലർന്നഞെരു കാർകുഴൽ തഴോന്നുന്നുതന്നെുള്ളിലേ.?

അന്യയായുള്ളവൾ ചഞെല്ലിനാളന്നെപ്പഴോൾ തന്നിലേ
ചിന്തിച്ചുനിന്നു നന്നായ്: "ലഴോകങ്ങളായുള്ള
ചാതകങ്ങൾക്കെല്ലാം താപങ്ങൾ പഴോക്കുവാനാക്കമാണ്ട്.
തൂമകലർന്നഞെരു കാർമ്മുകിൽമാലതൻ
കഴോമളമനേ്യത്തഴോന്നുന്നുതെ." കന്ദർപ്പനന്നെപ്പഴോൾ
'തന്ദർപ്പമുള്ളിലേ സന്ദർപ്പിച്ചാനങ്ങു മലെല്ലമെല്ലെ.
"സന്തതമന്നെുള്ളിൽ ചന്തമഴെുന്നവൻ

950 കുന്തളകാന്തിയത്തെഴോന്നുന്നുതേ'

"നാരികൾ മാനസമായി വിളങ്ങുന്ന

വാരണന്തന്നത്തെളപ്പതിന്നായ്
മംഗലവാസവനീലംകഞെണ്ടുള്ളാരു ചങ്ങലതന്നയായ്
തഴോന്നുന്നുതേ. ചാരത്തുനിന്നഞെരു മാരനന്നരേത്തു
മൂരിനിവർന്നുതുടങ്ങിനാനേ. "വാരുറ്റവന്തന്റെ
തൂനറെ്റിതന്നയെൻ മാനസംതന്നിലേ തഴോന്നുന്നുതേ.'
"കാർകുഴലായഞെരു കൂരിരുട്ടാകിയ വരെിയകെ്കണ്ടു
നടുങ്ങുകയാൽ

അംബരംതന്നിലേ പഴോകരുതാത്തഞെരു
തിങ്കൾതമ്പതെിലതേ്തഴോന്നുന്നുതേ.
അല്ലിത്താർബാണനന്നല്ല വസന്തത്തെ
മലെല്ലവനേഴോക്കിച്ചിരിച്ചാനപ്പഴോൾ. 'വല്ലവീനായകന്തന്നുടെ
നല്ലഞെരു ചില്ലികൾതഴോന്നുന്നുതന്നെുള്ളിലേ.
കാന്തയായുള്ളാരു കാളിന്ദിതന്നിലെ

968നീന്തുന്ന വീചികൾ തോന്നുന്നുതേ.

969മുപ്പാരിതപ്പെപ്പരേുമപ്പെപ്പോഴും വലെല്ലുന്ന

കലെപ്പറേും വില്ലു കുലച്ചാൻ മാരൻ.

"കർണ്ണങ്ങളോടേങ്ങിണങ്ങിക്കുളിക്കുന്ന കണ്ണിണതോന്നുന്നതന്നെുള്ളിലേ ഈരഴേുലോകങ്ങളങ്ങെും വിളങ്ങുന്ന 'മാരന്തൻ ബാണങ്ങൾ തോന്നുന്നുതേ ചണ്ടേറ്റ വീരന്തൻ ബാണത്തിന്റെചൊവ്വലെല്ലാം മാനിച്ചു നോക്കിനാൻ മാൺപിനോടെ. "ഇച്ഛയിൽമവിനോരച്യുതന്തന്നുടെ നൽച്ചവിതോന്നുന്നുതന്നെുള്ളിലേ. ' "ഓടിയണഞ്ഞൊരു കാലനക്കെണ്ടിട്ടു പടേിതഴച്ചുള്ള ലോകരുടെ

"പാഹി'യന്നെുള്ളാരു ഭാരതി താഞ്ചന്നെു പൂകുന്ന ഗഹേമായ് തോന്നുന്നുതേ.' മല്ലികാബാണന്താനന്നെതു കടേട്പ്പോൾ മലെല്ലത്തെലയും കുലുക്കി നിന്നാൻ.

"നാഥനായുള്ളാരു നാരായണന്തന്റെ നാസിക തോന്നുന്നു തന്നെുള്ളിലേ' കണ്ണിണയാകുന്ന മീനങ്ങളക്കെണ്ടു തിണ്ണമണഞ്ഞു പിടിപ്പതിന്നായ് നറെ്റിയായുള്ളാരു കുന്നിന്മേൽ നിന്നങ്ങു പറ്റിയിഴിഞ്ഞങ്ങു പാഞ്ഞനരേം

ചില്ലികളാകിന വള്ളികളൂടെ പോയ് തള്ളിനിലമറേച്ചലെല്ലുകയാൽ മീനങ്ങളങ്ങെുമേ കാണാഞ്ഞമൂലം ത-ന്നാനന്നനംതന്നയെുയർത്തുനിന്ന് തുമ്മിത്തുമയ്ക്കുന്ന പാമ്പല്ലീ തോഴി കൾ എന്മനം തന്നിലേ തോന്നുന്നുതേ. പുഷ്കരബാണന്നു ദക്ഷിണമാകുന്നോ രക്ഷിയുമാടിത്തുടങ്ങീതപ്പോൾ. "പുത്തൻനിറം തന്നയെത്തെുമവൻതൻ ക– 1000 വിൾത്തടംതോന്നുന്നുതന്നെ് നുള്ളിലേ.'

'ഉല്പലംകൊണ്ടു ചമച്ചങ്ങുവച്ചൊരു ദർപ്പണംതന്നയെോയി തോന്നുന്നുതേ.'

മാൺപറേും മാരന്തൻ മാന്തളിർനരേത്തെ പൂന്തുകിൽ നന്നായ് മുറുക്കിനിന്നാൻ. 'നരേറ്റകാന്തികലർന്നൊരു കണ്ണന്തൻ ചോേരി വാ തോന്നുന്ന തന്നെുള്ളിലേ ചന്തത്തിൽ നല്ല പവിഴത്താൽ നിർമ്മിച്ചു ചന്തെളിർകൊണ്ടു പൊതിഞ്ഞുചമ്മെ നല്ലൊരു പീയൂഷ മപ്പെപ്പൊഴും വീഴ്ത്തുവാൻ 1010 ഉള്ളാരു ഭാജനം തോന്നുന്നുതേ.'

അഞ്ചലരമ്പൻ തന്മാനിനിതന്മുഖം വഞ്ചിച്ചു നോക്കിനാനൊന്നുമല്ലെ. "അഞ്ചിതമായുളെള്ളാരഞ്ചനവർണ്ണന്തൻ പുഞ്ചിരി നഞ്ചിലേ തോന്നുന്നുതേ' 'വാണിയായുള്ളൊരു മാലതി തന്നുടെ ചണ്ടേറ്റ പൂവലെല്ലാം തോന്നുന്നുതേ' കാന്തനമ്മാരന്തൻ കാന്തമായുള്ളാരു കൂന്തൽ മുടിഞ്ഞു മുറുക്കിനിന്നു. 'നിർമ്മലനായൊരു നന്ദജന്തന്നുടെ നൻമുഖം തോന്നുന്നു തന്നെുള്ളിലേ.'

“പുഞ്ചിരിയാകിന ഗംഗതന്തഌയത്തിൽ കഞ്ചം
വിരിഞ്ഞതു തഌന്നുന്നുതേ. നാളീകബാണന്തൻ
ചണ്ണേുററഴെുന്നഌെരു തൂണിരം മനേയിൽ ചേർത്താനപ്പഌൾ
തങ്ങളിലിങ്ങനെ നിന്നു പറഞ്ഞവർ തിങ്ങിന വദേന
പങ്ങുകയാൽ കണ്ണന്മുഖംതന്നിലുള്ളമുറപ്പിച്ചു
നിന്നുവിളങ്ങിനാരല്ലൊരുമേ. ഉന്നിദ്രനായഌെരു
മന്മഥന്താനപ്പഌൾ 1030 സന്നദ്ധനായ് നിന്നാൻ
പഌർക്കുചമ്മെ എന്നുടെ മാനിനിതന്നുടെ കാന്തിയെ
വന്നെങ്ങു നിന്നാരി മ്മാതരല്ലൊം എന്നഌെരു കഌപംകഌണ്ട
ന്നമ്മടവാരേ നന്നായടക്കുവാനന്നെപഌലെ കൈച്ചെരടും
തൻവിരൽ ച്ചരടും പിന്നെ യിച്ഛയിൽനിന്നു മുറുക്കി നന്നായ്

കണ്ണന്റെ കണ്ണിണതന്നുടെ കാന്തിയെ
ത്തിണ്ണം തളിഞ്ഞുടൻ കവൈണങ്ങി
ഉല്പലമാകുന്നഌെരദ്ഭുതബാണത്തെ 1040 കൽപുകലർന്നു
തഌടുത്തുവിട്ടാൻ.

മാനിനിമാരുള്ളിൽ ചന്നെു തറച്ചപ്പഌൾ മാധവന്തന്നുടെയൊണ
ചഌന്നാർ. വാരുററവന്തന്റെ ചഌരിവാതന്നുടെ
നരേറകാന്തിയക്കെണ്ണെങ്ങി കങ്കേളി തന്നുടെ പൂവായ
ബാണത്തെ ശ്ശങ്കകളഞ്ഞു തഌടുത്തുപിന്നെ മാറത്തുതന്നെ
ചുഴിച്ചുകഌടുത്താനേ മാപാപിയാകിന മാരൻ നരേ.

പുഞ്ചിരിതന്നുടെ വണ്മ്മ യതെ്തന്നെ തൻ-

നഞ്ചെകംതന്നിലേ നണ്ണിനണ്ണി

മുല്ലതൻ പുവായ നല്ലഌെരുബാണത്തെ മല്ലെന്നെടുെത്തു
തഌടുത്തു പിന്നെ വല്ലവിമാരുള്ളിൽതന്നെ തറപ്പിച്ച
ങ്ങല്ലൽ*പഌഴിച്ചാനയോയവണ്ണം കാർമുകിൽ
വർണ്ണന്തന്നാനനം തന്നുടെ കഌമളകാന്തിയക്കെവൈ
ണങ്ങി അംബുജമാകിയ ചമ്മെുള്ള ബാണത്ത വമ്പുകലർന്നു
വലിച്ചു വിട്ടാൻ മാനിനിമാരുള്ളിൽ ക്ഷീണത ചേർപ്പാനായ്
ബാണങ്ങൾ നാലുമിയററിപ്പിന്നെ

മാകന്ദംതന്നുടെ പൂവായ ബാണത്ത മാനിച്ചെടുപ്പാൻ
തുടങ്ങും നരേം മാനിനിമാരപ്പഌൾ നരേ വിലക്കിനാർ “മാപാപീ!
കഌല്ലഌല്ലാ’ എന്നുതന്നെ. ചീർത്തുതഴച്ചുള്ളാരാർത്തിപി
ണഞ്ഞുള്ള താർത്തന്മോഴികളങ്ങുള്ളിലങ്ങെും മൂർത്തുള്ള
ബാണങ്ങളേ റ്റുടനന്നരേം മൂർച്ഛനപൂണ്ടു തുടങ്ങി നാരേ
കാർവർണ്ണന്തന്നുടെ കാമിനീമാരല്ലൊം

കാമശരം നട്ടു വീണനരേം

കാനനംതന്നിലെ ദവേത മാരല്ലൊം ദീനതപൂണ്ടു വളിച്ച
പ്പട്ടൊർ

ഓടിയണഞ്ഞവർ നീടുററ മന്നെിൽ കടേററ കൈകളക്കെഌണ്ടു
ചമ്മെ ചാലത്തണുത്തപനിനീരിൽ തഌച്ച നീ-
രഌലത്തലഌടിനാർമല്ലെ മല്ലെ ചന്തെളിർതന്നപ്പെറിച്ച

ങ്ങുകളൊണ്ടന്നു ചന്തത്തിൽ നീളെ വിരിച്ച തിന്മേൽ അല്ലൽ
പിണഞ്ഞുള്ള വല്ല വിമാരയെും മല്ലെന്നടുെത്തു കിടത്തി
നന്നായ്

മാലയേവും നല്ല കർപ്പൂരം തന്നയെും
പ്രാലയേതഴേയത്തിലാക്കിച്ചമെമ്മ. മാഴ്കിത്തളർന്ന മുഖങ്ങളി
ലങ്ങുമേ മാനിച്ചുനിന്നു തളിച്ചാർ പിന്നെ. മുത്തുകൾ
കൊണ്ടന്നു പുത്തൻ മുലകൾതൻ മദ്ധ്യത്തിലാക്കിനാരത്തൽ
പോവാൻ പുത്തൻ മൃണാളങ്ങൾ കൊണ്ടന്നമ്മാറിലെ
പൂരിച്ചുനിന്നാരെ മല്ലെ മല്ലെ. താമരതന്നില
കൊണ്ടന്നു മല്ലവേ തുമകലർന്നങ്ങു വീതുവീതെ

"ആശ്വസിപ്പിൻ നിങ്ങൾ' എന്നങ്ങു ചൊല്ലിനി–

ന്നാശ്വസിപ്പിച്ചുതുടങ്ങിനാരെ. മത്തെയായങ്ങു
വിരിച്ചു ചമച്ചുള്ള പുത്തന്തളിരല്ലാം വാടി വാടി.
പർണ്ണങ്ങളായിച്ചമഞ്ഞു തുടങ്ങീത– പ്പണ്ണുങ്ങൾ
മയ്യിലച്ചൂടു കൊണ്ട് മാറിലിരുന്നൊരു താമര നൂലല്ലാം
പാരം നരച്ചു വറണ്ടുകൂടി. മോഹമിയന്നുള്ള മാനിനി മാരുടെ

ദേഹത്തിലുള്ളാരു ദാഹ ത്താലെ

മാറിലിരുന്നൊരു മുത്തുകളല്ലാമേ ലാജങ്ങൾപോലെ *പൊരി
ഞ്ഞുതപ്പോൾ. എണ്ണമില്ലാതൊരു മന്മഥ മാൽകൊണ്ട–
പ്പണ്ണുങ്ങളല്ലാം മയങ്ങു കയാൽ ഈശ്വരിമാരായ
ദവേതമാ രല്ലാം ആശ്വസിപ്പിച്ചു തുടങ്ങു ന്നരേം വല്ലവി
മാരല്ലാമുള്ളിലഴുന്നുള്ളോ രല്ലലെ നീക്കിയുണർന്നെ
ഴുന്നാർ.

പണ്ടന്നും കാണാത മാതരകെ്കാൺകയാൽ

മിണ്ടാതെ നിന്നു നുറുങ്ങു നരേം

•ചോദിച്ചാർ നിങ്ങളാരന്നതു കടേ്ടിട്ടു

നീതിയിൽ നിന്നുള്ള മാതരല്ലാം ഉണ്മയായുള്ളതു
ചൊന്നൊരുനരേത്തു മന്മഥമാൽകൊണ്ടു മൂടുകയാൽ
ചന്ദനച്ചാറല്ലാംമേനിയിലലേ്കവേ ചിന്തുന്ന ചൂടു
പൊഴിഞ്ഞു ചൊന്നാർ: "തീക്കനൽ കൊണ്ടങ്ങൾ
മനേിയിലന്തിനി ന്നൂക്കുന്നുനിങ്ങളിന്നമ്മമാരേ!"
കാനനദവേതമാരതുകടേ്ടപ്പോൾ കാരുണ്യംപൂണ്ടു ചിരിച്ചു
ചൊന്നാർ:

"മന്മഥന്തന്നുടബൊണങ്ങളറേ്റുണ്ടു തന്മകളഞ്ഞൊരു
നിങ്ങൾ മയ്യിൽ ഇന്നവ വന്തെങ്ങുനീറായി
പ്പോകെണം എന്നതുകൊണ്ടങ്ങൾതീച്ചൊരിഞ്ഞു."
മന്മഥനന്നുള്ളനാമത്തക്കടേ്ടപ്പോ–
ളുന്മദംപൂണ്ടുള്ളനന്മഴേിമാർ മന്മഥന്തന്നെ വിളിച്ചങ്ങു
ലാളിച്ചു ചമ്മേ മുതിർന്നുപറഞ്ഞാര പ്പോൾ: "നിന്നുടെ
ബാണങ്ങൾമുന്നമയേിങ്ങനെ.

1130 തന്നയെഴോയുള്ളു ചൊൽ താർശരാ! നീ.

എന്നിയഞ്ഞേങ്ങളകെക്കഒന്നുമുടിപ്പാനാ– യിന്നിതു നിർമ്മിച്ചങ്ങുണ്ടാക്കയഴോ? താരമ്പനന്നന്തു ചൊല്ലുന്നതല്ലോരും താരമ്പനല്ലൊട്ടും കൂരമ്പൻ നീ വജ്രങ്ങളല്ലനിൻബാണങ്ങൾ പൂവങ്ങെകിൽ നിശ്ചയമുണ്ടങ്ങൾക്കൊന്നു ചൊല്ലാം. മുല്ലകൾ മല്ലികയന്നു തുടങ്ങിന വല്ലികളൊന്നിന്റപൂവുമല്ലഭ ഘോരങ്ങളായുള്ളദാരുക്കളുണ്ടല്ലോ നരേവേഷംതന്നതൂകിത്തൂകി

നൂനമവററിന്റ പൂവുകൾ നിൻബാണം പ്രാണങ്ങൾ പോക്കുവാൻ മററൊന്നില്ലഭ.

1143 പൺപടയായുള്ള ഞങ്ങളോടന്തിനി– ന്നൻപുവടിഞ്ഞു കയർക്കുന്നു നീ? വില്ലാളിമാരാരും പൺകാല ചെയ്തീലെ ന്നുള്ളതു നിന്നുള്ളിലില്ല യഴോതാൻ? വീരനന്നല്ലോരും നിന്നപ്പുകണ്ണുതു നരേമേറിച്ചായിതങ്ങങ്ങൾമൂലം നിന്നുടകൊന്തി പഴിച്ചു കിഴിച്ചതേ തന്നുടെ കാന്തിയാൽ കണ്ണനല്ലൊ

കണ്ണനഴോടന്തു കയർക്ക രുതതേുമേ പണ്ണേുങ്ങളോടേ നിനക്കി ന്നാവു. മൂലഴോകനായകന്മാരായിനിന്നുള്ള മൂർത്തികൾ മൂവരുമഴോ ർത്തുകണ്ടാൽ നിന്നുടെ ചൊല്ലിങ്കലല്ലയഴോ നില്ക്കുന്നു നിന്നോടു നരോയഴോരാരി പ്പാരിൽ അങ്ങനയെുള്ള നിനക്കു പടയ്ക്കിന്നു ഞങ്ങൾ മറുതലയായി തല്ലഴോ. നാരിമാരഴോടുപിണങ്ങുമ്പോളിങ്ങനെ

1160നാണമില്ലാതവൊറങ്ങെനെ! ചൊൽ,

നറെിത്തിരുക്കണ്ണിൽ തീകൊണ്ടു നിന്മനേി കററച്ചടെയഴോന്താൻ ചുട്ടുതല്ലഴോ, അന്നങ്ങെുപഴോയിതഭ താവകം ചവേകം ഇന്നങ്ങെങ്ങൾമൂലമിക്കണ്ടതല്ലോം എങ്ങളോടിന്നതു വന്നു കൊള്ളാമിപ്പഴോ ളങ്ങാടിത്തഴോലിയങ്ങമ്മയഴോടായ്. എപ്പൊഴഭ ഞങ്ങളെ കൈ വടിഞ്ഞു കണ്ണൻ അപ്പൊഴഭ ഞങ്ങളഴോ നിന്നടിയാർ ഞങ്ങളകെക്കൊണ്ടിനി വണ്ടേതു ചെയ്താലും ഇങ്ങനെ നിന്നു *മുഷിക്കവണ്ടേ.

കഴോഴപൂണ്ടിങ്ങനെ കേഴുന്ന നരേത്തു കഴോകിലനാദത്തകെക്കടേ്ടു ചൊന്നാർ: “മാകന്ദംതന്നുടതെനേുണ്ടു മല്ലേവഭ. മാഴ്കാതെ കൂകുന്ന കഴോകിലമേ! കണ്ണനും ഞങ്ങളും കൂടിക്കലർന്നു പ– ണ്ടുള്ളമിണങ്ങിക്കളിക്കും നരേം പഞ്ചമരാഗത്തപെ്പാടുന്ന നീയന്തു

1178നഞ്ചു നിറയ്ക്കുന്നുതൻ ചവിയിൽ. “

പൂക്കൾവിരിഞ്ഞവ നഴോക്കുന്ന നരേത്തു നഴോക്കരുതാഞ്ഞിട്ടു ചൊന്നാർ പിന്നെ

"മുല്ലപ്പൂ മല്ലികപ്പൂവല്ലോ മന്തെയഹോ ചൊല്ലുവിൻ
തീക്കനലാ യതിപ്പഹോൾ തുമകലർന്നൊരു വണ്ടിണ്ട
കണ്ടാലും ധൂമമായ് നിന്നങ്ങഴു ന്നതിപ്പഹോൾ."
ചൊല്ലിനാരന്നെതു കടേ്ടൊ രുനരേത്തു മല്ലെവ കോനനദവേത
മാർ: "പാലിക്കുമീശൻവിരുദ്ധനായ് നില്ക്കുമ്പഹോൾ പാലും
വിഷംതന്നയോയി ക്കൂടും, പാരാതനിന്നവർ പാലിച്ചു
പഹോരുമ്പഹോൾ പാലായിമവേുമക്കാകഹോളവും

അങ്ങനയുെള്ളാന്നുദവൈത്തിൻ വഭൈവ- മങ്ങും
തടുക്കാവനൊന്നല്ല ചൊല്ലാം." പൂന്തന്നെലറേറേറു
താന്തമാരായുള്ള കാന്തമാർ പിന്നയെുംചൊന്നാരപ്പഹോ
ൾ: "തന്നെലായുള്ളാരുവാരണവീരനെ
വന്നതുകണ്ടാലുമല്ലൊരുമേ ചന്ദനമീടിന
കുന്നിന്മൽ നിന്നുള്ള നന്മരമല്ലാമചേർന്നുരുമ്മി
നന്മണമാകുന്നവന്മദംകൊണ്ടുള്ളിൽ ചമ്മെ
നിറഞ്ഞുവഴിഞ്ഞു പിന്നെ

പൊയ്കകൾതഹോറുമിറങ്ങിക്കളിക്കയാൽ നീർകലർന്നുള്ളാരു
മയ്യെുമായി. മണ്ടിനടന്നൊരു വണ്ടിണ്ട ചൂഴവും കണ്ടാലും
മാനിച്ചുപാടി പ്പാടി പാപനായുള്ളാരുപൂബാണൻചൊല്ലാലെ
പാന്ഥന്മാരായഹോരക്കൊന്നുകൊണ് മന്ദമന്ദം
നടന്നിങ്ങവൻ വന്നിട്ടു മാഴ്കിത്തളർന്നുള്ളഹോരങ്ങ
ൾമയ്യെിൽ "വമ്പിലണഞ്ഞവനറേപെപ്പൊരുന്നയ്യഹോ
കമ്പംവരുത്തുമാറുള്ളിലങ്ങും
ആരുമൊരുത്തർചെറുക്കുന്നഹോരില്ലയഹോ പാരം തളർന്നു വശം
കെടുന്നു. "

എന്നതു കടേ്ടൊരു നരേത്തു ചൊല്ലിനാർ വല്ലവിമാരഹോടു
മാനിനിമാർ: "ഈ വന്ന വാരണന്തന്നെ യടക്കുവാൻ
ആവഹോരില്ലാരുമീ ഞങ്ങളിലഹോ, ആയിരമാനകളൂക്കുതിരണ്ടുള്ളാ
രാനയുണ്ടല്ലൊയക്കംസൻവീടിൽ
ആരിന്നവൻമദത്തയെടക്കുവാൻ
പഹോരുവഹോരുള്ളതിപ്പാരിലഹോർത്താൽ

മുറ്റുമവന്നചേറുക്കാവുതിന്നിപ്പഹോൾ മറ്റാരും
വന്നുചെറുപ്പഹോ രില്ലേ ചൂടുതഴച്ചുപൊറുക്കരുതായുന്നു,
കടേു വരുന്നുണ്ടിന്നമ്മ മാരേ!" എന്നതു കടേ്ടിട്ടു പിന്നയെും
ചൊല്ലിനാർ നിന്നൊരുകാനനദവേതമാർ: "തിങ്കളെ
നഹോക്കുവിൻ മങ്കമാരേ! നിങ്ങൾ കൺകുളുർത്തീടുമേ
കണ്ടതഹോറും എന്നതുകടേ്ടുടൻ തിങ്കളെ നഹോക്കിനാർ
എല്ലാരും മല്ലെവ വല്ലവിമാർ

ശ്യംഗാരംതന്നുടജെീവനായ് നിന്നൊരു
മംഗലനാകിയതിങ്കൾതന്നെ.
കണ്ടാരുനരേത്തുകാമത്തീയുള്ളിലെ
കത്തിത്തുടങ്ങികണക്കിലറേം
മാരമാലുള്ളത്തിൽചരേുമന്നാരിമാർ പാരം
തളർന്നുപറഞ്ഞാരപ്പഹോൾ: "നട്ടുച്ചനരേത്തു
പടെ്ടൊരു വയെലറേു ചുട്ടുപൊരിഞ്ഞങ്ങിരിക്കും

നരേം ചൂടു തളർത്തുവാൻതീക്കുഴിതന്നിലേ ചാടിനാൽ
ചൂടുതളർത്താമഠോതാൻ?

മാപാപിയാകിനതിങ്കളിന്നങ്ങെങ്ങളെ
ക്കഠോപിച്ചുകഠൊല്ലുന്നഠോനന്നുവന്നു നരേിട്ടുനിന്നവൻ
വന്മദം പഠോക്കുവാൻ

പാരിടം തന്നിലിന്നാരുമില്ലേ.

രാഹുവിൻകണ്ഠമഠോ നാരായണൻ പണ്ടെ
നരേതെറിച്ചുകളഞ്ഞാണല്ലൊ.

വാരിധി പണ്ടു കടഞ്ഞൊരു നരേത്തു ബാഡവപാവകൻതങ്കൽ
നിന്നു സാരമായുള്ളാരു പിണ്ഡമഴെുന്നിവൻ
വാരുറ്റ മണ്ഡലമായിപ്പിന്നെ മറ്റങ്ങെുമാർക്കും
പൊറുക്കരുതാഞ്ഞിട്ടു കറ്റച്ചടെയഠോന്താനന്നുടനെ
ക്രൂരമായുള്ളാരു കാളകൂടത്തയെും ഘഠോരനായുള്ളാരു
തിങ്കളയെും മളേമഴെുന്ന കഴുത്തിലും ഗംഗതൻ
'ഓളംതുളുമ്പുന്ന മൗലിയിലും ചണ്ടുറ്റഴെുന്നൊരു
ഭൂഷണമായിട്ടു ചവെ്വഠോടുനിന്നു ധരിച്ചുകൊണ്ടു
ദീധിതിമാലയാം ജ്വാലകളറേ്റേു ലഠോകങ്ങളെല്ലാമെ
വന്തെനരേം ശ്വതേിമപൂണ്ടാരു ഭൂതിപഠോയങ്ങെുമെ
മീതെ പരന്നു ചമഞ്ഞതല്ലഠോ വണ്മെതിരണ്ട
നിലാവായിനിന്നിട്ടു ചമെ്മ നിറഞ്ഞങ്ങെും
കണ്ടതിപ്പഠോൾ നീലമായ് നിന്നവന്മനേിയിൽ കണ്ടതഠോ
ചാലക്കളങ്കമല്ലന്നെു ചൊല്ലാം. ക്ഷ്വഠോളമിയന്നൊരു
കാളഭുജംഗത്തെ ലാളിച്ചുവച്ചതിക്കാണായതേ,
തങ്കരംകൊണ്ടുടനന്നെതുകൊണ്ടല്ലൊ എങ്കൽ
വിഷംതന്നേ തൂകുന്നിപ്പഠോൾ തീപ്പൊരിതന്നെ
വിഴുങ്ങിച്ചകഠോരങ്ങൾ 'സാധിച്ചുനിന്നുതേ പണ്ടുപണ്ടേ,

തീക്ഷ്ണത പൂണ്ട നിലാവിനയെല്ലായ്കിൽ

വായ്ക്കൊണ്ടു നിൽക്കുമാറങ്ങെനേ താൻ
? മാപാപിത്തിങ്കൾ മറയുന്നഠോനല്ലന്നെും
മാപാപമന്തെിനിച്ചയെ്തയ്യാ!" തങ്ങെളിലിങ്ങെനെ നിന്നു
പറഞ്ഞവർ തിങ്കളഠോടായിപ്പറഞ്ഞാൽ പിന്നെ: "രാഹു കാൺ
വന്നതാ നിന്നെ വിഴുങ്ങുവാനഠോടിമറഞ്ഞുകൊൾ തിങ്കളേ! നീ
പൊയ്യല്ല ഞങ്ങെളിന്നിന്നഠോടു ചൊന്നതു മയെ്യന്നുതന്നെ
നീ തറേിനാലും

മുക്കണ്ണൻമൗലിയിൽ നില്ക്കുന്ന നിന്നുടെ
മുഗ്ധനായുള്ളഠോരു പതൈൽതന്നെ. സർപ്പങ്ങെളാലൊന്നു
ചന്നെു വിഴുങ്ങീത– ങ്ങിപ്പൊളന്നെുണ്ടാരു വാർത്തകടേ്ടു.
വഗേത്തിൽ ചന്നെു നിപതെലേ വീണ്ടുകൊൾ നാഗത്തിൻ
വായിൽ നിന്നായവണ്ണം, മകൈ്കണ്ണിതന്നുടതെകൈ്കൊങ്ക
പുൽകുമ്പഠോൾ മുക്കണ്ണരതേുമറികയില്ലേ

പന്നഗവായിലപെ്പതെലേ മീണ്ടുകൊൾ പിന്നയെുമാമല്ലൊ
ഞങ്ങെളഠോട് കാച്ചൽപിണഞ്ഞുള്ളഠോ രങ്ങെൾമലേിങ്ങെനെ

തീച്ചൊരിഞ്ഞാലുമിന്നായവണ്ണം. പിന്നയെയുംഞങ്ങളക്കൊ
ൽകന്നിയില്ലതേും തിന്നുന്നതുണ്ടോ ചൊൽ തിങ്കളേ! നീ."
പടേപറഞ്ഞാരൊട്ടിങ്ങനെ തിങ്കളെ,

പ പേ പറഞ്ഞാർ പിന്നയൊയവണ്ണം

സങ്കടമാണ്ടുള്ളമങ്കമാരിങ്ങനെ
തിങ്കളനെ‌ാക്കിപ്പറഞ്ഞനരേം

കാളിന്ദിനീരിൽനിഴലിച്ചുകാണായി
മളേമഴെുന്നൊരുതിങ്കൾതന്നെ.
ആപന്നമാരായഗോപികമാരല്ലാം
കോപിച്ചുനിന്നുടനന്നേനരേം പാറകൾകൊണ്ടങ്ങെറിഞ്ഞു
തുടങ്ങിനാർ പാരമന്നീരിലതെത്തിങ്കൾതന്നെ.
കണ്ണാടിതന്നിലുംകാണായി തിങ്കളെ
ക്കണ്ണാടിതന്നയെുമന്നേനരേം കല്ലുമടെുത്തുടൻകുത്തിത്
തുടങ്ങിനാർ പല്ലും കടിച്ചുള്ളകോപത്താലെ

ഇങ്ങനയെോരോരോവലേകൾ ചയെ്തതാരെ
മന്മഥമാൽ കൊണ്ടു മൂടുകയാൽ. "കാരുണ്യമൂർത്തി
നുറുങ്ങേറിപ്പോകുന്നു കാരുണ്യമുണ്ടാവാൻ
കാലമായി" കാർമ്മുകിൽവർണ്ണനോടിങ്ങനെ ചൊല്ലീട്ടു
കാനനദവേതമാരല്ലാരും കാമിനിമാരല്ലാംകാണവെ ചണേുറ്റ
കാനനം തന്നിൽമറഞ്ഞു കൊണ്ടാർ.

അമ്മമാരായുള്ളദവേതമാരല്ലാം ചമെ്മേ മറഞ്ഞങ്ങു
പോയനരേം

ദീനതപൂണ്ടുള്ളാരാനായമാതര ക്കാനനംതന്നിലിരുന്നല്ലാരും
ആയർകോന്തന്നപെ്പുകണ്ണങ്ങു പാടിനാർ മായം
*"കളഞ്ഞപ്പളൊയവണ്ണം: "കാർവ്വർണ്ണ കണ്ണ!
കടൽവർണ്ണ! കാണയ്യോ കാരുണ്യമാണ്ടോനേ!
കാരണനേ! എങ്ങളിലുള്ളാരുകാരുണ്യമിന്നിപ്പോൾ
എങ്ങാനുംപോയിതറിഞ്ഞായോ നീ "കാർവർണ്ണന്തന്നുടെ
മാനസമിന്നിന്നു കാരുണ്യമില്ലാതയൊയിതല്ലൊ'

മാലോകരല്ലാരും നിന്നകെ്കൊണ്ടിങ്ങനെ
ചാലപ്പറയുമാറാക്കൊല്ലാതെ,
അണ്ണാന്നുനിന്നുകൊണ്ടാകാശം നോക്കീട്ടു
കണ്ണുനീരോലോലെ മലേ മലേ. കണ്ണേുകിടക്കുന്നവഴോമ്പൽ
പോലയൊയ് വീണുമറുകുന്നുതങ്ങളയോ നീരോടുവറോ
യിപ്പാഴ്പ്പറമ്പറീട്ടു നീന്തുന്നമീനങ്ങളന്നെപോലെ
കണ്ടാലുമങ്ങെളുഴയ്ക്കുന്നതിങ്ങനെ
മണ്ടിവരണേമകേൊണ്ടൽവർണ്ണ! നിന്നുടെ
ദാസിമാരായുള്ള ഞങ്ങളെ വില്ലാലെ തല്ലുന്നൻ
മുല്ലബാണൻ, പോരായ്മയിന്നതിലതേുമയേില്ലയോ
വീരനായുള്ളനിന്നുള്ളിലിപ്പോൾ എന്തന്റെ കണ്ണ! നീ
പോയതിങ്കാരണ– മതേുമേ ഞങ്ങൾക്കു തോന്നീതില്ലേ.,
ഏററം തളിഞ്ഞു കളിക്കുന്ന നരേത്തു ചീററമുണ്ടാവാനോ

ഞായമില്ലേ. കോപം കൊണ്ടല്ലല്ലീമല്ലേ മറഞ്ഞു നീ
താപത്തത്തെതൂകുന്നുതങ്ങളുള്ളിൽ

കോപത്തിന്നതേുമേ ഞായമില്ലോർക്കുമ്പോ
ളാപത്തിൻകാലമിതന്നേ വേണ്ടു. രക്ഷിച്ചുപോരുന്ന നീയിന്നു
ഞങ്ങളെ ഭക്ഷിക്കു മാറല്ലോവന്നുതിപ്പോൾ

പോരായ്മഞങ്ങളിലതോന്നുമുണ്ടങ്കിൽ പാരാതെ
വല്ലായ്മചൊല്ലാമല്ലൊ, ചുററത്തിലിങ്ങനെ ചേർന്നു
കളിക്കുമ്പോൾ മററതേുമില്ലന്നു ചൊല്ലാം ചെമ്മേ.
തുമതിരണ്ടനിന്നോമേൽമുഖം തന്നെ ക്കാമിച്ചു
നോക്കിയിരിക്കുന്നനേരം

എന്നുടെ കണ്ണിമ തങ്ങളിൽ കൂടി തൊ എങ്കിൽ
നുറുങ്ങു'വറുെത്താലും നീ. കാലികൾപിന്നാലെ കാലം
പുലരുമ്പോൾ ബാലകന്മാരുമായ്പോകും നേരം പിന്നാലെ
വന്നങ്ങൾനിന്നുടെ പൂമനേി തന്നിലനൊക്കിക്കൊതിക്കും
നേരം

കാടുമറഞ്ഞേങ്ങുപോമ്മുമ്പേ നിമ്പിമ്പേ
ചാടുന്നകണ്ണുമടങ്ങീതോതാൻ നേരേററകാന്തി കലർന്നൊരു
നീ മല്ലെ - ച്ചാരത്തുവന്നുനിന്നങ്ങൾ മെയ്മേൽ

കോമളക്കൈകൊണ്ടു തൊട്ടൊരുനേരത്തു
കോൾമയിർക്കൊള്ളാതെയുണ്ടോ കണ്ടു? അമ്പോടു നമ്മിൽ
തഴുകുന്ന നേരത്തു മുമ്പിലെൻകയ്യെക്കളയഞ്ഞുതോ
താൻ! നന്മയിൽ നമ്മിലേചുംബിക്കും നേരത്തു
നിന്മുഖമിങ്ങേറേവെന്നുതോ താൻ?" പ്രേമം
നിറഞ്ഞുവഴിഞ്ഞുള്ള വാക്കുകൾ കാമുകനോടുപറഞ്ഞിങ്ങനെ
കോപം കൊണ്ടല്ലന്നു സാധിച്ചു നമ്മുടെ പാപമേ കാരണം
എന്നു ചൊല്ലി

കീഴിൽ കഴിഞ്ഞുള്ള 'പാഴമയോരോന്നേ കീർത്തിച്ചു പാടിനാർ
വറേെ വറേെ. "ആമ്പാടിതന്നിൽനിന്നിന്നാളൊരുനാൾ നാം
അന്തിമയക്കിലിരുന്നു മല്ലെ പൂഞ്ചലേകിഞ്ചിലയച്ചുചമച്ചു
നീ കാഞ്ചിയുള്ളടേം തലോടും നേരം അമ്മ വരുന്നതു
കണ്ടുടൻ ചൊല്ലിനാൻ സമ്മതിയായൊരു നന്മാഴി നീ
ഇല്ലാതതിന്നിവളന്നെപ്പേറയുന്നോൾ വല്ലായ്മ ഞാനതേും
ചെയ്തതില്ലേ.

"വണ്ണെ കവർന്നു നീയന്നെന്നെചെചാല്ലിനോ-
ളിന്നിവൾപോകൊല്ലാ'യന്നു ചൊല്ലി ചേലത്തലയും
മുറുക്കിപ്പിടിച്ചിട്ടു വലേപ്പൺകാന്തൻതന്നാണ
ചൊല്ലി കണ്ണുനീർ കാട്ടിന നിങ്കളവോർക്കുമ്പോൾ
തിണ്ണംനടുങ്ങുന്നൂതുള്ളമിപ്പോൾ.

ആററിൽകുളിക്കണേമന്നങ്ങു നാമന്നാൾ പോററീ
പറഞ്ഞാഞ്ഞു പോയ നേരം തറെറന്നുചല്ലാഞ്ഞുപടേിച്ചു
കൊണ്ടമ്മ പട്ടെന്നു പോന്നങ്ങു വന്നനേരം

ഏററമുഴററോടുചൊല്ലിനാനല്ലൊ നീ
തറേ്റംവരുംവണ്ണമമ്മയ്ക്കപ്പോൾ “വദേന വന്നതു
കളേമേ! ചമ്മേ നീ പതൈലായുള്ളൊരുകോൾമുതല
പടെ്ടന്നെ്നു വന്നിവൾ മനേിയിൽ ചര്േന്നിട്ടു
തിട്ടതിയാക്കികണക്കിലറേ്റം. അമ്മിഞ്ഞിമലേുംകഴുത്തിലും
കാണമ്മേ! പുൺപടെ്ടുമാഴ്കുന്നതീയഗതി.
കണ്ണിണ കണ്ടാലുംമാഴ്കിച്ചമഞ്ഞതു തിണ്ണം
തളർന്നുതമേനേിയലെ്ലാം.

കോഴ*പൂണ്ടിന്നും നുറുങ്ങുവിറയ്ക്കുന്നു
കോൾമയിർക്കൊണ്ടതു പോയില്ലിന്നും
നീളത്തിലുള്ളാരു വീർപ്പിനകെ്കണ്ടാലും ആലസ്യമതേുമേ
പോയിതില്ലേ. മാലോകരലെ്ലാമിറങ്ങും നിലംവിട്ടു
മാപാപിയിങ്ങന്നകെ്കൊണ്ടുപോന്നാൾ പടേിച്ചു
ഞാനുംവശംകടെ്ടു മായ്ക്കുന്നു പയോയിപ്പോകുന്നു
വാർത്തയലെ്ലാം ആരാനുമിങ്ങു വരുന്നവരുണ്ടോയെ
ന്നാരാഞ്ഞുനോക്കിയിരുന്നന്േ ഞാനോ.

നീയിങ്ങു നോക്കി വരുന്നതു കണ്ടല്ലൊ
പോയങ്ങുനീങ്ങീതപ്പാഴനിപ്പോൾ. ‘അയ്യോ എന്നമ്മയ്ക്കു
തോന്നുമാറുള്ളത്തിൽ പൊയ്യായിച്ചോന്നമൊഴികൾകൊണ്ടേ

തറേ്റം വരുത്തിയ നിങ്കളവോർക്കുമ്പോൾ
ഏററംനടുങ്ങുന്നുതുള്ളമയ്യോ.

ഇങ്ങനെ നിന്നുടെ ലീലകളോർക്കുമ്പോൾ എങ്ങനെ ഞങ്ങൾ
പൊറുപ്പൂതിപ്പോൾ? മളേമായന്തിക്കുകോലക്കുഴലൂതി-
ക്കാലികൾപിന്നാലെ നീ വരുമ്പോൾ

മുട്ടവെരുന്നതുപാർക്കരുതാഞ്ഞി
ട്ട- ങ്ങോട്ടടേംവന്നല്ലോഞങ്ങൾ കാണൂ
ഇങ്ങനെ നിന്മുഖം കാണാതയെിന്നിപ്പോൾ
ഏങ്ങൾപൊറുക്കുമന്നെ്നോർക്കവണേ്ട. വല്ലികൾ
നല്ലവയുണ്ടിങ്ങു ചൂഴവും നല്ലമരങ്ങളുമുണ്ടരികെ; അല്ലലെ
പ്പോക്കുവാനാരാഞ്ഞുപോകണേ്ട- തില്ലങ്ങൾക്കന്നെതും
തറേിനാലും. ആരെ നിനച്ചങ്ങൾ ജീവിച്ചു കൊൾവൂ തെ-
ന്നാരോമൽ കാന്താ! നീ കവൈെടിഞ്ഞാൽ?

അച്ഛനുമമ്മയുംകൂടിപ്പിറന്നോരും ഇച്ഛയിൽ
മവേിനകാന്തന്മാരും മചെ്ചമേ ഞങ്ങളെ
കവൈെടിഞ്ഞൂ ഞങ്ങൾ ഇച്ഛയല്ലാതതു
ചയെ്കയാ ലേ.. അച്ഛനായിനിന്നതുമമ്മയായ്
നിന്നതും നിശ്ചലനാകിനനീതാനത്രേ
നീയിന്നുഞങ്ങളകെ്കവൈെടൈിഞ്ഞായാകിൽ
പോരൊല്ലായന്നെുമിക്കാലമിപ്പോൾ
നിങ്കഴൽപങ്കജംതന്നോടു വര്േപടെ്ട
സങ്കടംമനേ്മലേപൊങ്ങുമങ്ങൾ

നിങ്കനിവില്ലായ്കിലങ്ങനെ ജീവിപ്പു

പങ്കജലോചനാതമ്പുരാനേ! ആപത്തുവന്നവയാരൊന്നേ
പോക്കീട്ടു 'പാലിച്ചായല്ലോ നീ പണ്ടു നമ്മെ.
പാതിരാനേരത്തികാട്ടിലെറിഞ്ഞേച്ചു നാഥ! നീ
പോകാതെ നമ്മയിപ്പോൾ ചെന്തളിർപോലെ പതുത്തുള്ള
നിമ്പാദം ചന്തത്തിൽമല്ലെന്നെടുത്തു ഞങ്ങൾ
കൊങ്കയിൽചേർക്കുമ്പോൾ വാടുമെന്നിങ്ങനെ
ശങ്കിച്ചുചേർക്കയില്ലെന്നുമതോൻ

വയ്പോടു ഞങ്ങൾ മുകയ്ക്കുന്ന നേരത്തു
വീർപ്പുകളേല്ക്കുമ്പോൾ വാടുമല്ലൊ

അപ്പാദം കൊണ്ടല്ലൊ കല്ലിലും മുള്ളിലും ഇപ്പോൾ
നടക്കുന്നു നീളെ നീയോ നിങ്കാലിലല്ലതേും മുള്ളു
തറയ്ക്കുന്നു സങ്കടമാണ്ടുള്ളാരങ്ങേളുള്ളിൽ. പങ്കജം
ശംഖുകളാകിന രഖേകൾ തങ്കൽ വിളങ്ങിനനിമ്പാദങ്ങൾ
കൊങ്കകൾ രണ്ടിലും കൊണ്ടന്നെുചേർത്തങ്ങൾ
സങ്കടംപോക്കണം തമ്പുരാനേ!

നന്മാഴിയാകിനനന്മധുകൊണ്ടു നീ ചെമ്മെ വളിച്ചത്തു
വന്നുടനെ നേറ്റുകിടക്കുന്നൊരങ്ങേൾചെവികളിൽ
പോറ്റീനിറയ്ക്കണേമറേ്റമറേ്റം ചിത്തത്തിലങ്ങേൾക്കു
ചതേംവരുംവണ്ണം കത്തുന്ന കാമക്കൊടുന്തീതന്നെ
നേരേറ്റചോരിവാതന്നുടെ തന്‍േകൊണ്ടു കോരിച്ചൊരിഞ്ഞു
തളർത്തണമേ. എങ്ങാനുംപോകുമ്പോളങ്ങേളെ നോക്കീട്ടു
പുഞ്ചിരിതൂകി നീ നിന്നതല്ലോം.

ദീർഘമായ് വീർത്തുവീർത്തോർക്കുന്നുതങ്ങേളോ
മൽക്കണ്ണുമിട്ടിപ്പോളായവണ്ണം അങ്ങിനിച്ചല്ലുെമ്
പോളങ്ങേളയെല്ലാരു മിങ്ങിനിപ്പോരൊല്ലായന്മെരല്ലോ
ആരിനിഞങ്ങളെപ്പാലിപ്പോരുള്ളതെൻ ആരോമൽകാന്താ നീ
കവൈെടിഞ്ഞാൽ? നീയന്നെിയാരുള്ളതങ്ങേൾക്കങ്ങോർക്കു
മ്പോൾ ആയർകോനായിന്ന തമ്പുരാനേ! എങ്ങളെക്കൊണ്ടിരി
ക്കഴേിക്കയൊല്ലാതെ ചങ്ങാതമായ് മുമ്പിൽ കാണണമേ.

ഇങ്ങനെ നിന്നുടനമ്പോടു നാരിമാർ പൊങ്ങിനവദേനപൂണ്ടു
ചെമ്മേ ഉച്ചത്തിലല്ലോരുമൊച്ചകൊള്ളുംവണ്ണം മചെ്ചമേ
കണ്ണേുതുടങ്ങിനാരേ മാറിലഴെുന്നൊരു ചൂടില്ലയാഞ്ഞാകിൽ
മാറാതെ വീണാരു കണ്ണുനീരാൽ നീറുമന്നാരിമാർ നിന്നൊരു
കാനനം 1498 ആറായിപ്പോയിതു മല്ലെമെല്ലെ.

16.രാസക്രീഡാ

1 നീളയായുള്ളൊരു നാരിയെ വഞ്ചിച്ചു

2 മളേത്തിൽ പോയൊരു കാർവർണ്ണന്താൻ

3 വല്ലവിമാരുടയെല്ലലെക്കണ്ടിട്ടു

4 മല്ലെവേ നിന്നാൻ മറഞ്ഞു ചമ്മേ.

5 അത്തൽ പിണഞ്ഞുള്ളൊരായനാരിമാർ

6 ഭക്തി പൊഴിഞ്ഞങ്ങു പാടുംനരേം

7 ചിത്തമഴിഞ്ഞുതുടങ്ങി നുറുങ്ങുടൻ

8 പൌൽത്താരിൽമാനിനീകാന്തന്നപ്പോൾ

9 ഞാനങ്ങു ചന്നെു വളിച്ചത്തു പൂകുന്ന

10 കാലം വരുന്നത്രേ”യന്നെു നണ്ണി

11 ചിത്തമുറപ്പിച്ചു പടെട്ടന്നെു നിന്നാനേ

12 മുഗ്ദ്ധവിലോചനനന്നെനരേം.

13 സ്നഹേമായുള്ളൊരു ദൂതൻ പോയ് ചന്നെവർ

14 മോഹത്തക്കെണ്ടു മടങ്ങിവന്നാൻ;

15 വകൈൊല്ലാ വകൈൊല്ലാ ചൊൽവതിനതേുമേ

16 ഗോകുലനായക! തമ്പുരാനേ!

17 എന്നങ്ങു ചൊല്ലിയുഴറ്റിത്തുടങ്ങിനാൻ

18 നന്ദകുമാരനപെ്പിന്നപെ്പിന്നെ.

19 ആനായമാനിനിമാരുടെ ദീനത

20 മാനിച്ചു പിന്നയെും കണ്ടനരേം

21 എന്നും ഞാൻ നിങ്ങളെ വഞ്ചിക്കുന്നോനല്ലേ?

22 എന്നങ്ങു ചൊല്ലുവാനന്നെപോലെ

23 കാരുണ്യതോയത്തിൽ മുങ്ങിത്തുടങ്ങീത

24 ക്കാർവർണ്ണന്മാനസം മല്ലെ മല്ലെ.

25 മാനസംതന്നുടെ കാഠിന്യമല്ലൊയി

26 മ്മാതരെ വഞ്ചിപ്പാൻ മൂലമന്നൊൽ

27 ഇന്നിതിതന്നയെുടച്ചുടൻ ചയെ്യണോം”

28 എന്നങ്ങു നണ്ണിനാനന്നെപഠോലെ

29 താരിൽപകൊന്തൻറെ മാനസമന്നരേം

30 നീരായി വന്നിതലിഞ്ഞിട്ടപ്പഠോൾ

31 ഞാനങ്ങു ചഠൊൽവാൻ നുറുങ്ങിന്നും പാർത്തിട്ടു

32 വണേമന്നെഠേർത്തവൻ പാർത്തനരേം

33 “എന്നുടെ കണ്ണാ! വാ” യന്നെങ്ങു കടേ്ടപ്പഠോൾ

34 തന്നെ മറന്നൊന്നു മൂളിനാന്താൻ.

35 പിന്നയെും മാനസംതന്നയെുറപ്പിച്ചു

36 നിന്നു വിളങ്ങിനാനന്നെനരേം

37 കാരുണ്യംതന്നുടെ കഠോമരമായ് നിന്നു

38 കാർമുകിൽവർണ്ണൻ നടന്നാനപ്പഠോൾ

39 ഇണ്ടൽപിണച്ചതിനിന്നറേ ഞാനിപ്പഠോൾ

40 തണ്ടെപ്പടൊമല്ലൊയന്നെപഠോലെ.

41 പ്രമേമായുള്ളൊരു വാരണവീരനെ

42 ത്തുമകലർന്നു നടത്തി മുമ്പിൽ

43 വല്ലവീവല്ലഭൻ ചലെ്ലുന്നനരേത്തു

44 വല്ലവിമാർക്കലെ്ലാം മലെ്ലെ മലെ്ലേ

45 വാമമായുള്ളൊരു ലഠോചനവും തഠോളും

46 വാമമല്ലാതയെനങ്ങീതപ്പഠോൾ.

47 എന്തിതിൻ കാരണമന്നെലെ്ലാമലെ്ലാരും

48 ചിന്തിച്ചു നിന്നൊരു നരേത്തപ്പഠോൾ

49 ശ്യാമളമായൊരു കാന്തിയക്കൊണായി

50 കഠോമളമായ വനത്തിലങ്ങും.

51 വണ്മ തിരണ്ട നിലാവലെ്ലാം തിങ്കൾതൻ

52 കല്മഷകാന്തി കലർന്നപഠോലെ.

53 പിച്ചകംനരോയ പച്ചനിറം പൂണ്ടു

54 പിച്ചയായ് നിന്നു വിളങ്ങീതപ്പഠോൾ

വാരെഴും വാസവനീലംകൊണ്ടുള്ളൊരു
ഭാജനംതന്നിലെപ്പാൽകണക്കെ.
ചന്തമെഴുന്നൊരു കാന്തിയെക്കണ്ടപ്പോൾ
ശങ്കിച്ചു ചൊല്ലിനാർ വല്ലവിമാർ:
“കണ്ണൻമെയ്തന്നുടെ കാന്തിയെപ്പോലെ കാ
തിണ്ണം വിളങ്ങുന്നതെന്തിത്തോഴി?
അല്ലലെപ്പോക്കുവാനംബുജലോചനൻ
മല്ലെ വരുന്നോനെന്നല്ലയല്ലീ?”
എന്നവൾ ചൊല്ലുമ്പോൾ നന്ദതനൂജന്താൻ
ഏറ്റം വിരഞ്ഞു വെളിച്ചപ്പെട്ടാൻ;
അഞ്ചിതമായൊരു പുഞ്ചിരികൊണ്ടവർ
നെഞ്ചകംകൂടെക്കുളുർപ്പിക്കുന്നോൻ
അഞ്ചനക്കുന്നിന്മേൽ നിന്നു വിളങ്ങുന്ന
കുഞ്ചമനോരമനെന്നപോലെ;
തൂമ കലർന്ന കിരീടംകൊണ്ടേറ്റവും
കോമളകാന്തിയെ കൈതുടർന്നോൻ
നീലക്കൽകൊണ്ടു പടുത്തു ചമച്ചിട്ട
ങ്ങോലക്കമാണ്ടൊരു ഭിത്തിതന്മേൽ
മാപുറ്റ കാഞ്ചനംകൊണ്ടു ചമച്ചൊരു
ശാംഭവലിംഗം വിളങ്ങുമ്പോലെ;
ഗോരോചനംതന്നാലുള്ള കുറികൊണ്ടു
പാരം വിളങ്ങുന്നോൻ നെറ്റിതന്നിൽ;
ആയിരം തിങ്കൾതങ്കാന്തിയെ വെന്നുള്ളൊ
രാനനംതന്നുടെ കാന്തികൊണ്ടേ
ഈരേഴെന്നെണ്ണം പെറ്റീടുന്ന പാരെല്ലാം
പാരം മയക്കുന്നോൻ മാഴ്കുംവണ്ണം
ആനനമായൊരു താമരപ്പൂവുതൻ
നാളമായുള്ള കഴുത്തുടയോൻ;

ഗോപികൾകണ്ഠത്തിൽ കോപിച്ചുള്ളന്തകൻ
പാശങ്ങൾ വീശൊല്ലായെന്നു നണ്ണി
എപ്പൊഴും ചെന്നു കഴുത്തൊടു ചേർന്നിട്ടു
നില്പൊരു പാശങ്ങളെന്നപോലെ
മേവുന്ന ബാഹുക്കൾ രണ്ടിലും താമര
പ്പൂവും കുഴലും ധരിച്ചു നില്പോൻ;
വല്ലവിമാരുടെ കമുനയായുള്ള
ബാണങ്ങളേറ്റു പുളയ്ക്കയാലേ
ഉള്ളിൽ നിറഞ്ഞൊരു കാരുണ്യപീയൂഷം
തള്ളിപ്പുറത്തു പുറപ്പെട്ടുതോ?
എന്നങ്ങു തോന്നുമാറുള്ളൊരു ഹാരംകൊ
ണ്ടേറ്റം വിളങ്ങിനോൻ മാറിലങ്ങും.
പാല്ക്കടലെന്നച്ചെച്ചുമന്നൊരു പാഴ്ക്കടം
തീർക്കണേമിന്നു ഞാനെന്നപോലെ
നൽപ്പാൽകൊണ്ടെപ്പോഴും പൂരിച്ചു പൂരിച്ചു
കല്പോടു നില്പോരുദരമുള്ളോൻ;
"വല്ലവിമാരുടെ പൂമനേയായൊരു
വല്ലിയേ വെല്ലുവാനിന്നെനിക്കോ
ലാവണ്യമില്ലെന്നു നിർണ്ണയമെന്നാൽ ഞാ
നാവോളം ചെന്നു തലപ്പെടേണ്ട
എന്നതു തല്ലതെനിക്കു നിനയ്ക്കുമ്പോൾ
എന്നങ്ങു നണ്ണിയുറച്ചുതന്നിൽ
തൂമിന്നൽതന്നുടെ കാമുകനായൊരു
കാർമുകിൽ മെയ്പ്പൂണ്ടു നിന്നപോലെ
പീതമായുള്ളൊരു കൂറയുടുത്തിട്ടു
നൂതനകാന്തി കലർന്നുനിന്നോൻ;
വല്ലവീവല്ലഭൻതന്തുടകൾക്കു ഞാൻ
തുല്യതയേതുമേ ചൊല്ലവല്ലേൻ

തുമ്പിക്കയെന്നുമ്പോൾ കമ്പം വറുത്തീടും
രംഭയോ വാതംകൊണ്ടാകുലംതാൻ.
"ഗോപികൾമാനസമന്മയിലായല്ലൊ
ഗോപിച്ചുകൊള്ളണേമിമ്മറേ ഞാൻ"
എന്നങ്ങു ചിന്തിച്ചു നീലക്കൽകൊണ്ടുടൻ
നന്നായി നിർമ്മിച്ച ചെപ്പുപോലെ
നരേ നിറന്നുള്ള ജാനുക്കളക്കൊണ്ടു
പാരം വിളങ്ങി വിളങ്ങി നിന്നോൻ;
കണ്ണൻകണങ്കഴൽതന്നുടെ കാന്തിയെ
പ്പുണ്യമിയന്നുള്ള ലോകരെല്ലാം
മന്മഥൻതൂണിയന്നിങ്ങനെ ചൊല്ലുന്നോർ
ചെമ്മുള്ള കതൈപ്പൂവന്നും പിന്നെ;
കൂകിക്കുഴഞ്ഞു തളിഞ്ഞു വിളങ്ങുന്ന
കകേിക്കഴുത്തന്നേ ഞാൻ ചൊല്ലുന്നു.
ഗോവിന്ദൻമനോയായുള്ളൊരു മന്ദരം
ഗോപികൾ മാനസവാരിധിയിൽ
മുങ്ങിക്കിടന്നതു പൊങ്ങിച്ചുകൊൾവാൻ തു
ടങ്ങുന്ന കൂർമ്മങ്ങളന്നപോലെ
ചാലേ നിറന്ന പുറവടിതന്നുടെ
മേളംകൊണ്ടേറ്റം വിളങ്ങിനിന്നോൻ;
ഗോവിന്ദൻപാദത്തോടൊത്തങ്ങു നില്പൊരു
ലാവണ്യമില്ല നിനക്കന്നുമേ
മാർദ്ദവംകൊണ്ടു ഞെളിഞ്ഞിങ്ങു പോരണ്ട
ഓർത്തുകാണന്നുടെ മന്മേയല്ലാം."
"അന്തി വരുന്നേരം നിന്നുടെ മന്മേ ഞാൻ
ആയിരം നാളല്ല കണ്ടറിഞ്ഞു"
പങ്കജം ചന്തെളിർ തങ്ങളിലിങ്ങനെ
യങ്കംതൊടുപ്പിക്കും പാദമുള്ളോൻ.

139 ലാവണ്യസാരമായുള്ളൊരു പീയുഷ
140 സാഗരവാരി കടഞ്ഞു ചമെ്മ
141 മല്ലനെ്നഴുന്നൊരു വല്ലവിമാരുടെ
142 പൂണ്യമായുള്ളൊരു മനേിയുള്ളോൻ.
143 കണ്ണനന്മയെ്തന്നുടെ കാന്തിയെ വാഴ്ത്തുവാൻ
144 മണ്ണിലും വിണ്ണിലുമാരുമില്ലേ;
145 അന്ധതകൊണ്ടു ഞാനിങ്ങനെ വാഴ്ത്തിനൻേ
146 അന്ധനനെ്നുള്ളൊരു പരേ കൊള്ളുവാൻ.
147 ശ്യാമളകാന്തിയകെ്കണ്ടൊരുനരേത്തു
148 കാമിനിമാരല്ലാമങ്ങുമിങ്ങും
149 അംബരംതന്നിലുമനെ്തിതനെ്നിങ്ങനെ
150 സംഭ്രമിച്ചങ്ങുമേ നോേക്കുംനരേം
151 കണ്ണിന്നിണങ്ങിയ കാന്തികലർന്നോനെ
152 ക്കമുന്നിലാമ്മാറു കാണായപ്പോൾ
153 തിട്ടതിപൂണ്ടുള്ള മട്ടോലുംവാണിമാർ
154 പടെ്ടനെ്നു കണ്ണനകെ്കണ്ടനരേം
155 പ്രാണങ്ങൾ വന്നുള്ള ദഹേങ്ങളപെ്പോലെ
156 വീണ നിലത്തുന്നഴുന്നറേ്റപ്പോൾ
157 "കണ്ണനകെ്കാണെ"ന്നു തങ്ങളിലല്ലാരും
158 തിണ്ണം പറഞ്ഞുള്ളൊരൊച്ച പൊങ്ങി.
159 വാരുറ്റ നാരിമാർ കമുനയല്ലാമേ
160 നരേറ്റ കണ്ണനന്മയെ്തന്നിൽച്ചാടി
161 ഭംഗികലർന്നുള്ളൊരുല്പലംതന്മീതേ
162 ഭൃംഗങ്ങൾ മനേ്മലേ ചാടുമ്പോലെ.
163 ചനെ്തീചൊരിഞ്ഞുള്ള മന്മഥമാൽകൊണ്ടു
164 വനെ്തങ്ങു നീറുന്ന മാതരല്ലാം
165 സന്തോഷമായൊരു പീയൂഷതോയത്തിൽ
166 ചന്തമായല്ലാരും മുങ്ങിനിന്നാർ.

167 ഓടിയണഞ്ഞുതുടങ്ങിനാർ കണ്ണനെ

168 ക്കടേറ്റ നാരിമാർ പാരം പിന്നെ

169 വേഗമെഴുന്നുള്ള വെള്ളങ്ങളെല്ലാമേ

170 സാഗരംതന്നിലേ ചെല്ലുംപോലെ.

171 കാർവർണ്ണന്താനപ്പോൾ തൂമകലർന്നുള്ള

172 കാമിനിമാരങ്ങു ചെന്നനേരം

173 മന്മഥപാവകധൂമങ്ങളേൽക്കയാൽ

174 മങ്ങിയിരുന്നവർ മേനിയെല്ലാം

175 കണ്ണിൽനിറഞ്ഞൊരു കാരുണ്യപീയൂഷം

176 തന്നാലെ മെല്ലെക്കഴുകിനിന്നാൻ.

177 കാർവർണ്ണന്തന്മുഖപങ്കജം തന്നിലേ

178 താവുന്ന ലാവണ്യപീയൂഷത്തെ

179 കകൊണ്ടു കോരിക്കുടിച്ചുതുടങ്ങിനാർ

180 മങ്കമാരെല്ലാരും മെല്ലെ മെല്ലെ.

181 കോമളമാരായ കാമിനിമാർമെയ്യിൽ

182 കോൾമയിർക്കൊണ്ടു തുടങ്ങീതപ്പോൾ.

183 കാമത്തീയേറ്റു കരിഞ്ഞു ചമഞ്ഞീടും

184 പ്രാണങ്ങളെല്ലാമേ മെല്ലെ മെല്ലെ

185 പീയൂഷംകൊണ്ടു കുളുർത്തപ്പോളായാസം

186 പോയി മുളയ്ക്കുന്നൂതെന്നപോലെ.

187 കാമൻറെ കാമിനിതന്നുടെയുള്ളിലും

188 കാമശരങ്ങൾ തറച്ചു മേന്മേൽ

189 കാമത്തീ തിണ്ണമെഴുന്നുതുടങ്ങീതേ

190 കാർവർണ്ണങ്കാന്തിയെക്കണ്ടതോറും

191 തന്നുടെ മാനിനിയെന്നുള്ളതേതുമേ

192 തന്നുള്ളിലോർത്തില്ല മാരനപ്പോൾ

193 വീരന്മാരായോർക്കു തന്നുടെ കീർത്തിയെ

194 പ്പാരിൽപ്പരത്തേണമെന്നേയുള്ളു.

195 വണ്ണിയഴിഞ്ഞു കുഴഞ്ഞു തുടങ്ങിതേ

196 വറേൊന്നായ് വന്നുതേ ഭാവമല്ലൊം.

197 സ്വദേങ്ങൾ മന്നേയിൽ പൊങ്ങിത്തുടങ്ങിതേ;

198 ഖദേങ്ങളുള്ളിലുമവ്വണ്ണമേ.

199 ഇഷ്ടത്തിൽച്ചേർത്ത മുലക്കച്ച പട്ടെന്നു

200 പൊട്ടിപ്പിളർന്നതു കഷ്ടമല്ലേ

201 കാഞ്ചി മുറിഞ്ഞു കണക്കുത്തു മല്ലവേ

202 കാൽമലേ താണതങ്ങോർക്കുമപ്പോൾ.

203 കോമളരാമവർമന്നേയിലിങ്ങനെ

204 കോഴകൾ പിന്നയെും കാണായ് വന്നു.

205 നാരികൾക്കിങ്ങനെ മാരമാൽ വന്നതോ

206 ചേരുവോന്നല്ലൊതാനോർത്തുകണ്ടാൽ;

207 മാരന്നുമുള്ളത്തിൽ മാരമാലുണ്ടായി

208 മാധവകാന്തിയക്കെണ്ടനേരം.

209 "എന്നുടെ ബാണങ്ങളേറ്റുള്ള ലോകർക്കു

210 മിങ്ങനെ വദേന"യന്നെു നണ്ണി.

211 "മന്മഥനന്നെുള്ള നാമമിന്നിപ്പൊഴു

212 തുണ്മയാ വന്നുതേ"യന്നെു ചൊന്നാൻ.

213 മാരന്നു വന്നതു പോരായ്മയല്ലതും

214 ദാരുക്കളുള്ളിലുമവ്വണ്ണമേ

215 മുല്ലകളാദിയായുല്ലസിച്ചുള്ളൊരു

216 വല്ലികളുള്ളിലും മല്ലേ മല്ലേ

217 അല്ലിത്താർബാണമാൽ പൊങ്ങിത്തുടങ്ങിതേ

218 വല്ലവീവല്ലഭൻ വന്നനേരം

219 നരേറ മായതൻ വഭൈവമോർക്കുമ്പോൾ

220 ചേരാതയെുള്ളതിതന്നെതൊന്നതോൻ?

221 നാരിമാരല്ലൊരും നാരായണൻതൻറെ

222 ചാരത്തു നിന്നൊരു നേരത്തപ്പോൾ

ഓടിച്ചെന്നമ്പോടു നീടുററവന്തൻറെ
കടേററ പാദമെടുത്തു ചെമ്മെ
മാറത്തു ചേർത്തുടൻ തന്നുടെ ചൂടല്ലാം
ദൂരത്തു നീക്കിനാൾ നിന്നൊരുത്തി.
മാഴ്കിത്തളർന്നിട്ടു മററൊരു മാനിനി
മാധവന്മുമ്പിലേ നിന്നനേരം
"ദീനത പൂണ്ടുള്ളൊരങ്ങെങ്ങളെയിന്നു നീ
കാനനംതന്നിൽ കളഞ്ഞൊനല്ലോ
എന്നും ഞാൻ നിന്മേനി തീണ്ടുന്നനേല്ലിനി"
എന്നൊരു കോപം പൊഴിച്ചു മേന്മേൽ
ചാരത്തുനിന്നുടൻ ദൂരത്തു പോയങ്ങു
വേറിട്ടു വേഗത്തിൽ നിന്നുകൊണ്ടാൾ.
മററൊരു മാനിനി മാധവതന്നുടെ
കുററമകന്നൊരു മേനിതന്നെ
കണ്ണിണകൊണ്ടു വലിച്ചുടനുള്ളത്തിൽ
തിണ്ണമുറപ്പിച്ചു പോന്നു പിന്നെ
കണ്ണുമടച്ചുകൊണ്ടെ"ന്നുള്ളിൽനിന്നവൻ
എന്നുമേ പോകൊല്ലാ" യന്നെു നണ്ണി
ഭാവനകൊണ്ടവൾ ചെയ്തുള്ള വേലകൾ
ആവതല്ലേതുമെനിക്കു ചൊൽവാൻ.
"എങ്ങളെച്ചാലച്ചെതിച്ചു നിന്നിങ്ങനെ
യങ്ങെു നീ പോയി മറഞ്ഞു മല്ലേ
ഇന്നു ഞാൻ നിന്നെയും നന്നായിത്തോല്പിപ്പൻ"
എന്നങ്ങു ചൊല്ലുന്നോളന്നെപോലെ
കണ്മുനചാലച്ചുവത്തിയൊരുത്തിയെ
ക്കണ്ണൻമുഖംതന്നെ നോക്കി നിന്നാൾ.
"കോപിച്ചുനിന്നിനിക്കാലംകളയാതെ
ഗോവിന്ദനോടിനി ചേർച്ച നല്ലൂ"

251 എന്നങ്ങ്ങു ചിന്തിച്ചു മററൊരു മാനിനി
252 നന്ദസുതന്മനേ പൂണ്ടുകൊണ്ടാൾ.
253 പിന്നയെയൊരുത്തിയമ്മല്ലവിലോചനൻ
254 തന്നുടടെ ചാരത്തു ചന്നെു നിന്ന്
255 ദീനത തന്നുള്ളിൽ വന്നതങ്ങ്ങ്ങളെല്ലാമേ
256 മാനിച്ചു ചൊല്ലണേമനെന്നു നണ്ണി
257 "എന്നെ നീയിങ്ങ്ങനെ" എന്നങ്ങ്ങു ചൊല്ലുമ്പോൾ
258 കണ്ണുനീർ തിണ്ണമഴെത്തുടങ്ങ്ങി
259 ഇണ്ടൽ തിരണ്ടപ്പോൾ തൊണ്ട വിറച്ചിട്ടു
260 മിണ്ടരുതാതയെങ്ങ്ങായിപ്പോയി.
261 "എന്നെ നീ വഞ്ചിച്ചു നിന്നയെും ഞാനിപ്പോൾ
262 നന്നായി വഞ്ചിപ്പൻ" എന്നു നണ്ണി
263 ചാരുവായുള്ളൊരു ദാരുതൻ ചാരത്തു
264 നരേയേൊരുത്തി മറഞ്ഞ്ഞുകൊണ്ടാൾ.
265 "എന്നുടയെുള്ളത്തിലുണ്ടായ ചൂടലെല്ലാം
266 ഇന്നിവനുള്ളിലുമുണ്ടാകണേം"
267 എന്നങ്ങ്ങു ചൊല്ലിനിന്നറേമുഴററോടെ
268 നന്ദസുതന്നു മുകർപ്പതിന്നായ്
269 മുല്ലപ്പൂവലെല്ലാം പറിച്ചു കുടുന്നയിൽ
270 മലെല്ലവെ കാട്ടിനാൾ മററൊരുത്തി.
271 ദൂരത്തുനിന്നൊരു മാനിനി മാധവൻ
272 ചാരത്തു ചന്നെുടൻ നിന്നു മലെല്ലെ
273 "എന്നുടെ മാനസംതന്നകെ്കവർന്നുകൊ
274 ണ്ടങ്ങ്ങാനും പോയൊരു കള്ളനിവൻ
275 കള്ളരായുള്ളോരകെ്കാണുന്ന നരേത്തു
276 തള്ളിപ്പിടിച്ചങ്ങ്ങു കടെ്ടവണേം."
277 ഇങ്ങ്ങനെ ചൊന്നവൾ തങ്ങ്ങിന നന്മണം
278 എങ്ങ്ങുമേ പൊങ്ങ്ങിന മാലകൊണ്ട്

279 മാധവൻതന്നുടെ പൂമേനി ബന്ധിച്ചാൾ
280 മാതാവു പണ്ടുതാനന്നെപോലെ
281 മാതാവിനന്നു നുറുങ്ങു മുടങ്ങിതേ
282 മാനിനിക്കന്നതും കണ്ടുതില്ലേ.
283 പ്രേമം മികയ്ക്കയാലിങ്ങനെയോരോരോ
284 കാമിനിമാരുടെ വേലയെല്ലാം
285 ചാന്തിച്ചു കാണുമ്പോൾ വിസ്മയമെന്നൊഴി
286 ച്ചന്ധനായുള്ള ഞാനെന്തു ചൊൽവൂ.
287 ബാലികമാരെല്ലാമിങ്ങനെയോരോരോ
288 വേലകൾ ചെയ്തങ്ങു നിന്നനേരം
289 പുഞ്ചിരി തൂകിനിന്നഞ്ചനവർണ്ണന്താൻ
290 കൊഞ്ചിത്തുടങ്ങിനാൻ കോമളനായ്.
291 നന്മധു തൂകിന നന്മൊഴികൊണ്ടവൻ
292 ചെമ്മേ മയക്കിനാനെല്ലാരെയും
293 കാളിന്ദിതന്നുടെ തൂമണത്തിട്ടമേൽ
294 മേളത്തിൽ പോകയോ നാമെല്ലാരും"
295 എന്നങ്ങു ചൊല്ലിന നന്ദതനൂജന്തൻ
296 ഇന്ദുമുഖിമാരോടൊത്തുകൂടി
297 മേളമെഴുന്നൊരു കാളിന്ദിതന്നുടെ
298 കാന്തി കലർന്ന മണൽത്തിട്ടമേൽ
299 നിന്നു വിളങ്ങിനാൻ നീതി തഴച്ചുള്ള
300 നീലക്കാർവേണിമാർ ചൂഴവേതാൻ.
301 കൊങ്കയിലിടിന കുങ്കുമംകൊണ്ടങ്ങും
302 അങ്കിതമായുള്ളൊരുത്തരീയം
303 ചാലവേ മടിഞ്ഞു ചമച്ചുടൻ നാരിമാർ
304 നീലക്കാർവർണ്ണന്നിരിപ്പതിന്നായ്
305 മെല്ലവേ വച്ചതിന്മീതേയിരുന്നിട്ടു
306 വല്ലവീനാഥൻ വിളങ്ങിനാന്താൻ.

307 ആനായനാരിമാരുത്തരീയത്തിന്നു
308 മാനന്ദന്തങ്ങിന വദ്രങ്ങൾക്കും
309 ആനായർകോൻതന്നിരിപ്പിടമാകയാൽ
310 ആകുന്നനേല്ല ഞാൻ ഭദ്രം ചൊൽവാൻ.
311 ഭംഗിപൊഴിഞ്ഞുള്ളോരംഗജസനേയാ
312 മംഗനമാരോടുകൂടിച്ചമ്മേ
313 ഇച്ഛയിൽ പാടിനാനച്യുതൻതാനപ്പോ
314 ളുച്ചമെഴുംവണ്ണം പിച്ചയായി.
315 ആയർകോന്തന്നുടെ ചൂഴവും നിന്നുള്ളൊ
316 രായർവിലാസിനിമാരെല്ലാരും
317 പട്ടെന്നു പാടിനാരച്യുതൻപിന്നാലേ
318 പയേില്ലയാതൊരു നാദംകൊണ്ട്,
319 സ്ഥാനങ്ങളേഴുമൂന്നിപ്പിഴിയാതെ
320 യാനന്ദം പൊങ്ങുമാറുള്ളിലെങ്ങും
321 ഗ്രാമങ്ങൾകൊണ്ടും നൻ മൂർച്ഛനംകൊണ്ടുമായ്
322 ആനന്ദമാമ്മാറു പാടിപ്പാടി
323 ആനംഗനായോരു പാവകന്തന്നയെ
324 ങ്ങാനായമാതരിൽ ചേർത്താൻ കണ്ണൻ
325 കാന്തി കലർന്നോരു കണ്ണന്മുഖത്തെയും
326 കാന്തനായുള്ളൊരു തിങ്കളെയും
327 കണ്ടുകണ്ടമ്പോടു കണ്ണും കുളുർപ്പിച്ചു
328 കാമിനിമാരെല്ലാം പാടിനിന്നാർ
329 വാരുറ്റ നാരിമാർ നരേറ്റ രാഗങ്ങൾ
330 ഓരോന്നേ പാടിക്കളിക്കുന്നേരം
331 മെല്ലവേ ചൊല്ലിനാൻ വല്ലവിമാരോട
332 മ്മല്ലവിലോചനനെല്ലാരോടും:
333 "രാസമായുള്ളൊരു ലീല കളിക്കണേം
334 നാമിപ്പോളെല്ലാരും നാരിമാരേ!"

335 ഇങ്ങനെ ചൊല്ലുമ്പോൾ തന്മുമ്പിൽ കാണായി
336 പൊന്മയമായൊരു ശംഖുതന്നെ;
337 വട്ടം തിരണ്ടു വിളർത്തുമെഴുത്തെങ്ങും
338 ഇഷ്ടമായുള്ളോന്നു കണ്ടതോറും
339 പന്തിരണ്ടംഗുലം പൊങ്ങുമാറങ്ങതു
340 ചന്തത്തിൽ മെല്ലെക്കുഴിച്ചു നാട്ടി
341 ആനായർകോനുമന്നാരിമാരെല്ലാരും
342 മാനിച്ചതിന്മുകളേറി നിന്നാർ.
343 കാന്തമായുള്ളൊരു കൂന്തലും കാഞ്ചിയും
344 കാന്തമാരെല്ലാരും മുറുക്കിപ്പിന്നെ
345 കൈകളെ വീതുമക്കാൽകളുമങ്ങനെ
346 കൗതുകമാണ്ടു തുടങ്ങിനാരേ.
347 ഇഷ്ടത്തിലെല്ലാരുമൊന്നൊത്തു നിന്നിട്ടു
348 വട്ടത്തിൽ നിന്നു വിളങ്ങുന്നേരം
349 പാരം വിളങ്ങും വിളക്കിന്മേൽനിന്നോരോ
350 ദീപം കൊളുത്തിപ്പരത്തുംപോലെ
351 ആയർകോൻതന്നുടൽ ഭിന്നമായമ്പോടു
352 മായയെക്കൊണ്ടു ചമച്ചുവച്ചാൻ
353 മാനിനിമാരുടെ സംഖ്യയുള്ളോളവും
354 മാധവൻമനേയുമുണ്ടായപ്പോൾ.
355 ഈരണ്ടുഭാഗത്തുമോരോരോ നാരിമാർ
356 നേരേ വിളങ്ങുമാറങ്ങു ചെമ്മെ
357 നിന്നു വിളങ്ങിനാൻ നന്ദകുമാരകൻ
358 ഇന്ദുനേരാനനമാർനടുവേ.
359 കെയ്യും പിടിച്ചവൻ ചാരത്തെ നാരിമാർ
360 മെയ്യോടുമെയ്യുമുരുമ്മുംവണ്ണം
361 ലീല തുടങ്ങിനാൻ ബാലികമാരുമായ്
362 വലേപ്പെ കാമിച്ച കാന്തിയുള്ളോൻ.

താളത്തിലീടിക്കളിച്ചു തുടങ്ങിനാർ
മളേത്തിൽനിന്നുള്ള നാരിമാരും;
പാദങ്ങൾ താളത്തിലൊത്തിനാർ മളേത്തിൽ
ഗീതങ്ങളോരന്നേ പാടിപ്പാടി
വല്ലിയവെന്നൊരു പൂമനേതന്നയെും
അല്ലൽപടുത്തുനിന്നായവണ്ണം
കൊങ്കകൾ ചീർത്തു തളർന്നൊരു മല്ലിട
സങ്കടമാണ്ടൊടിഞ്ഞീടുംവണ്ണം
കണ്ണാടി വന്നെ കവിൾത്തടംതന്നിലേ
തിണ്ണം വിയർപ്പുകൾ പൊങ്ങുംവണ്ണം
കാലിൽ കലർന്ന ചിലമ്പൊലി പൊങ്ങവേ
കാഞ്ചി നൽക്കങ്കണംതന്നൊലിയും
സ്ഥാനം കലർന്നൊരു ഗാനംകൊണ്ടുള്ളത്തിൽ
ആനന്ദം മന്മേലേ പൊങ്ങുംവണ്ണം
ലീലകൾകൊണ്ടു തളർന്നൊരു മാനിനി
നീലക്കാർവർണ്ണൻകഴുത്തുതന്നെ
കൈകൾകൊണ്ടു മുറുക്കിപ്പിടിച്ചുടൻ
കൈവം കൈവിട്ടു പൂണ്ടുകൊണ്ടാൾ.
ബാലികമാർക്കു കവിൾത്തടംതന്നിലെ
ചാലപ്പൊടിഞ്ഞ വിയർപ്പുകളെ
പല്ലവംപോലെ പതുത്തൊരു കൈകൊണ്ടു
മല്ലെത്തലോടിക്കളഞ്ഞാൻ കണ്ണൻ.
കണ്ണൻതൻ പാട്ടിനു പിന്നാലെ പാടുവാൻ
തിണ്ണമൊരുത്തി തുനിഞ്ഞ നേരം
ചുംബനത്തിന്നുമുഖത്തയെണച്ചിട്ടു
ചമ്മല്ലയാതയങ്ങാക്കിനാന്താൻ.
തിണ്ണം തളിഞ്ഞൊരു കണ്ണന്മുഖംതന്നെ
പ്പണ്ണുങ്ങൾ നോക്കി മയങ്ങുന്നേരം

391 താളം പിഴപ്പിച്ചു നിന്നു വിളങ്ങിതേ

392 താരമ്പൻ പാരം വറെുപ്പിച്ചപ്പോൾ

393 മാരന്തൻ വങ്കണ മാറിൽത്തറയ്ക്കയാൽ

394 മാധവൻമാറിൽ മയങ്ങി വീണാർ

395 ആയാസം പോക്കിനാർ ചോരിവാതങ്കലെ

396 പ്പീയൂഷംകൊണ്ടു കുളുർപ്പിച്ചുള്ളം;

397 പിന്നയെും മല്ലെന്നെഴുന്നറേന്നാരിമാർ

398 മുന്നമപേപ്പോലെ കളിച്ചു നിന്നാർ

399 കാഞ്ചിയയഞ്ഞു കണക്കുത്തു താണതു

400 കാചന പൊങ്ങിപ്പാൻ നിന്ന നരേം

401 കയെും മുറുക്കിപ്പിടിച്ചുടൻ കണ്ണന്താൻ

402 കതൈവം പൂണ്ടു കളിച്ചുകൊണ്ടാൻ.

403 ചിന്നി വിരിഞ്ഞൊരു കാർകുഴൽ ബന്ധിപ്പാൻ

404 പിന്നയെൊരുത്തി തുടങ്ങുംനരേം

405 കയെും വിരിഞ്ഞങ്ങയച്ചുകളഞ്ഞവൾ

406 മയ്യിലേ മല്ലെവ നോക്കി നിന്നാൻ.

407 പുണ്യങ്ങൾ തടേുമപ്പണ്ണുങ്ങളല്ലൊരും.

408 കണ്ണനോടീടിക്കളിക്കുംനരേം

409 വന്ദികൾ ചന്നെിട്ടു വാനിലകംപൂകി

410 ട്ടിന്ദ്രനോടന്നെതു ചൊല്ലി നിന്നാർ.

411 എന്നതു കടേ്ടൊരു നന്ദനനായകൻ

412 നന്ദിച്ചു നിന്നു നുറുങ്ങുനരേം

413 "നന്ദതനൂജനന്നാരിമാരുംകൂടി

414 നന്നായ്ക്കളിക്കുന്നോനന്നെു കടേ്ടു

415 വൃന്ദാവനംതന്നിലിന്നു നാം പോകണം"

416 എന്നങ്ങു ചൊല്ലിനാനല്ലൊരോടും.

417 വാനവരല്ലൊരുമന്നെതു കടേ്ടപ്പോൾ

418 ആനന്ദമാണ്ടു ചിരിച്ചു നിന്നാർ

419 ഉമ്പർകഠോന്തന്നുടെ യാത്രകഠൊണ്ടങ്ങെുമഠ
420 സംഭ്രമഘഠോഷവുമുണ്ടായപ്പഠോൾ.
421 വാരുററ ലഠോകങ്ങൾ പൂരിച്ചു ഭരേതൻ
422 പാരിച്ച നാദവും കൾേക്കായപ്പഠോൾ.
423 ഭരൈവരൂപനായ് വാരണവീരനാം
424 എരൊവതംപഠോന്നു വന്നാനപ്പഠോൾ
425 ദുഷ്കരമായുള്ള ഭൂതലം കാണ്മാനായ്
426 പുഷ്ക്കരംകഠൊണ്ടങ്ങെുമൂന്നിയൂന്നി,
427 ഗണ്ഡത്തിൽ തഠോയുന്ന വന്മദതഠോയത്താൽ
428 മണ്ഡിതനായി മദിച്ചു നില്പഠോൻ,
429 കർണ്ണങ്ങൾ ചഠെന്നു കവിൾത്തടംതന്നിലഠ
430 തിണ്ണമടിക്കുമാറങ്ങു ചമ്മെഠ
431 ഭൃംഗങ്ങൾ നീങ്ങുമാറങ്ങനഠെ നിന്നുടൻ
432 ഭംഗിയിൽ വീയുന്നഠോൻ മഠെല്ലഠെ മഠെല്ലഠെ,
433 സ്വർണ്ണംകഠൊണ്ടുള്ളഠൊരു ചങ്ങല പൂണ്ടിട്ടു
434 തിണ്ണം വിളങ്ങും നടുവുടയഠോൻ.
435 ഉല്ലാസമാണ്ടഠൊരു വഠെള്ളിയാൽ നിർമ്മിച്ച
436 നല്ലഠൊരു കമ്പത്തഠെ വഠെന്നു ചമ്മെഠ
437 അന്തകന്തന്നുടഠെ ദണ്ഡഠെന്നപഠോലയെ
438 ദ്ദന്തങ്ങൾ നാലുമങ്ങാണ്ടുനിന്നഠോൻ
439 നാസികതന്നുടഠെക്കഠൊണ്ടഠൊരു കാററുകഠൊ
440 ണ്ടാസന്നന്മാരയെറിഞ്ഞുനില്പഠോൻ,
441 ദാനവന്മാരഠെന്ന നാമത്തഠെക്കൾേക്കുമ്പഠോൾ
442 നാദംകഠൊണ്ടാശകൾ പൂരിപ്പഠോൻതാൻ
443 ക്രുദ്ധതപൂണ്ടുള്ള യുദ്ധങ്ങളില്ലാഞ്ഞി
444 ട്ടുദ്ധതനായുള്ളഠോൻ പിന്നപ്പെിന്നഠെ,
445 നരേറ്റു നിന്നഠൊരു വാരണവീരന്താൻ
446 ചാരത്തു ചഠെന്നുടൻ നിന്നു നന്നായ്

447 തുമ്പിക്കതൈതെന്നയെുയർത്തിനിന്നമ്പോടു
448 ജംഭാരിതമ്പദം കുമ്പിട്ടാനെ.
449 അമ്പു പുലമ്പിന ജംഭാരിതാനപ്പോൾ
450 കൊമ്പു പിടിച്ചുടൻ സംഭാവിച്ചാൻ.
451 ചമ്പൊൽക്കരംകൊണ്ടു തുമ്പിക്കരംതന്നെ
452 യമ്പിൽ തലോടിനിന്നുമ്പർകോൻതാൻ
453 മളേമഴെുന്ന കഴുത്തിൽ കരയറേി
454 ച്ചാലതെ്തുനിഞ്ഞാനെ യാനത്തിന്നായ്
455 വീണകൾ വേണുക്കൾ താളങ്ങളന്നുെള്ള
456 ചണ്േുററ വാദ്യങ്ങൾ കകൈക്കൊണ്ടപ്പോൾ
457 വാഴ്ത്തിത്തുടങ്ങിനാർ വന്ദികളലെ്ലാരും
458 കീർത്തികളോരോന്നേ പാടിപ്പാടി.
459 ആധിക്യമാണ്ടുള്ളൊരാദിത്യന്മാരലെ്ലാം
460 വാദിത്രം കേട്ടു പുറപ്പട്ടോരേ.
461 തണ്മ കളഞ്ഞുള്ളൊരണ്മർ വസുക്കളും
462 വണ്മ തിരണ്ടു നടന്നാരപ്പോൾ.
463 രുദ്രന്മാരലെ്ലാരും ഭസ്മവും ധൂളിച്ചു
464 ഭദ്രന്മാരായി നടത്തംകൊണ്ടാർ.
465 അച്യുതന്തന്നുടെ ലീലകൾ കാണ്മാനായ്
466 അശ്വികളാദരംപൂണ്ടു വന്നാർ.
467 മററുള്ള വാനവർ കുററംകളഞ്ഞോരോ
468 പററിലേ ചേർന്നു നടന്നാരപ്പോൾ.
469 വിഖ്യാതരായുള്ള വിദ്യാധരന്മാര
470 ങ്ങൊെക്കവയേന്നരേമോടിവന്നാർ.
471 അക്ഷതരായുള്ള യക്ഷന്മാരലെ്ലാരും
472 യക്ഷികൾതന്നോടും പോന്നുവന്നാർ.
473 അന്ധത തടോേത ഗന്ധർവന്മാരലെ്ലാം
474 ബന്ധുരവഷേന്മാരായി വന്നാർ.

ബാദ്ധ്യന്മാരല്ലെന്നു ബോദ്ധ്യന്മാരായുള്ള
സാദ്ധ്യന്മാരെല്ലാരും വന്നണഞ്ഞാർ.
സ്നിഗ്ദ്ധന്മാരായുള്ള സിദ്ധന്മാരെല്ലാരും
പദ്ധതിയൂടെ നടന്നാരപ്പോൾ.
ചാരണന്മാരെല്ലാം ചാടി നടന്നുടൻ
വാരണന്തന്നുടെ പിമ്പേ ചെന്നാർ.
സംഭ്രമിച്ചോരോരോ കിമ്പുരുഷന്മാരും
ജംഭാരിതന്നുടെ മുമ്പിൽ ചെന്നാർ.
ഖിന്നന്മാരല്ലാത കിന്നരന്മാരെല്ലാം
പിന്നാലെ ചെന്നങ്ങു കൂടിനാരേ,
ജംഭാരിതന്നുടെ വമ്പോലും വാണിയും
രംഭ തുടങ്ങിന നാരിമാരും
കണ്ണൻ കളിക്കുന്ന ലീലയെക്കാണ്മാനായ്
തിണ്ണം മുതിർന്നാരേ വിണ്ണിൽനിന്ന്;
ഗംഗയിൽ ചെന്നു കുളിച്ചുതുടങ്ങിനാർ
ഭംഗിയിലോരോരോ മാനിനിമാർ
നേർത്തു പതുത്തു മെഴുത്തുള്ള ചേലകൾ
ചാർത്തിനാരെല്ലാരുമാർത്തി നീക്കി.
“നന്ദതനൂജനെക്കാണുന്ന നേരത്തു
നന്നായിരിക്കേണം നാമെല്ലാരും”
എന്നങ്ങു ചൊന്നൊരു നാരിമാർ തങ്ങളിൽ
ഇങ്ങനെയുള്ളൊരു വാർത്ത പൊങ്ങി:
“എന്നുടെ ചേലേ ഞെറിഞ്ഞു തരേണം നീ
പിന്നെയൊമല്ലൊ നിനക്കു തോഴി!”
“പട്ടുനൂൽച്ചേലയെത്തെന്നെയുടുക്കിലി
ന്നൊട്ടും പൊരുന്നാ നിനക്കു തോഴി!”
“ഒപ്പൊരു കൈകൊണ്ടു ചാലെ മുളം വച്ചാൽ
മുപ്പതു വേണമെനിക്കു ചെമ്മേ.”

503 "കാങ്കിയായുള്ളൊരു ചലേയചെ്ചാർത്തിനാൽ

504 കാന്തി നിനക്കറേറമുണ്ടു തോഴീ!"

505 "വള്ളെയായുള്ളൊരു ചലേയുടുക്കിലേ

506 ഉല്ലാസമുള്ളൂതനിെക്കു ചൊല്ലാം."

507 "കണ്ടിക്കൻചലേയുടുത്തു നടക്കിലോ

508 പണ്ടും പൊരുന്നാ നിനക്കു തോഴീ!"

509 "കയ്യഴെുത്തൻചലേ പയ്യവേ കാകിലോ

510 അയ്യോയെന്നെുളളത്തിൽ തോന്നും തോഴീ !"

511 "എന്നുടെ ചലേയോ ചാല വിളക്കമി

512 ല്ലനെ്നാൾ നീയൊന്നനെ്നും തന്നെ പോരൂ."

513 "കോമെപ്പട്ടാകിലോ ഞാനിന്നുടുപ്പതു

514 കോമെളമാകിലോ രണ്ടുമുണ്ടേ."

515 "നീലം പിഴിഞ്ഞ്ിട്ടു നാലുണ്ടു ചലേകൾ

516 നീയൊന്നുടുത്താലും വണ്ടേുന്നാകിൽ."

517 "എന്നുടെ ചൊല്ലിങ്കൽ നില്ക്കുന്നൂതാകിലോ

518 പൊന്നഴെുത്തൻചലേ വണ്ടേതിപ്പോൾ."

519 പൊന്നഴെുത്തനെ്നൊരു കുററമുണ്ടനെ്തോഴീ!

520 മിന്നൽ നുറുങ്ങ്ു കുറഞ്ഞുപോയി."

521 "കസ്തൂരിക്കണ്ടങ്കി നീയിന്നു ചാർത്തിനാൽ

522 ഒത്തൊരു കാന്തിയുണ്ടനെ്നു ചൊല്ലാം."

523 "മഞ്ഞൾ പിഴിഞ്ഞതോ ചലേയുടുപ്പു ഞാൻ

524 മാന്തളിരായതോ ചൊല്ലു തോഴീ!"

525 "വപെട്ടു കണ്ടാലും പുപടെ്ടു നിന്നിട്ടു

526 തപടെ്ടു പോയതനിെക്കു തോഴീ!"

527 "ചനെ്തുലുക്കൻചലേ ചന്തത്തിൽ ചാർത്തുവാൻ

528 എന്തിന്നു തോഴീ! മടിക്കുന്നു നീ?"

529 "മാന്തളിർനരേൊത്ത പൂഞ്ചലേ ചാർത്തിനാൽ

530 കാന്തിയനിെക്കോയില്ലനെ്നു തോന്നും!"

“മററൊരു ചേലയെ ഞാനിന്നുടുക്കിലോ
കുററമേ ചൊല്ലുവായ് നീയും പിന്നെ.”
“മാന്തളിർചേലയെ മാനിച്ചുടുക്കിലും
കാന്തിയെനിക്കേയില്ലെന്നുകൊണ്ടും.”
“കല്പകശാഖിയോടിപ്പൊഴേ യാചിച്ചു
മുപ്പതു വാങ്ങ്ങുവൻ നല്പുടവ.”
“നിങ്കണ്ണിലഞ്ചനം കിഞ്ചിൽ പരെുതായി
തങ്കണ്ണിലങ്ങ്ങനെ ചൊല്ലു തോഴീ!”
“താലിക്കുമീതെയിത്താവടം ചേർത്തതു
ചാലപ്പൊരുന്നുന്നു പിന്നെപ്പിന്നെ.”
“പാടകം ചേർത്തതയഞ്ഞുകിടക്കുന്നു
പാദത്തിന്മേൽനിന്നു വീഴൊല്ലാതെ.”
“തോടകൾ കാതിലണിഞ്ഞുനടക്കുമ്പോൾ
വീടുററ കാന്തി നിനക്കുണ്ടേററം.”
“താടങ്കമങ്കാതിൽ ചേരുന്നുതില്ലെന്നി
ട്ടാതങ്കമുള്ളിലെനിക്കുണ്ടല്ലോ.”
“കാഞ്ചി നിനക്കു പൊരുന്നുന്നൂതേററവും
പൂഞ്ചേലതന്നോടു ചേരുകയാൽ.”
“ഹാരങ്ങ്ങൾ മാറിലണിഞ്ഞതുകൊണ്ടിപ്പോൾ
പാരം വിളങ്ങ്ങിനിന്നാനനംതാൻ.”
“പുത്തനായുള്ളൊരു കസ്തൂരികൊണ്ടല്ലോ
പത്തിക്കീററേററം നിറപ്പൂ ചൊല്ലാം.”
“തോൾവള കൂടുകിലേററം നിറന്നൂതും
തോടയല്ലോ കാതിൽ കണ്ടു തോഴീ!”
“പല്ലു വെളുപ്പിച്ചു പാർക്കുന്നുതന്നെിന്നു
വല്ലായ്മയായ് വരും ചൊല്ലാം ചെമ്മെ.”
“മനേകേ! നീയെന്തു വൈകിച്ചുകൊള്ളുന്നു
ഞാനങ്കിൽ മുമ്പു നടക്കുന്നുണ്ട്.”

559 "ഉർവ്വശിതാനിന്നും വന്നില്ലയഹോ തോഴീ!

560 ഗർവ്വിച്ചുനിന്നവൾ പാരോളന്നെന്നും."

561 "കന്ദർപ്പമാലിക തങ്കയിൽ കണ്ടാലും

562 സുന്ദരമായുള്ളോരിന്ദീവരം."

563 "നിന്നൊരു നന്ദിനി നന്നായി നിർമ്മിച്ചാൾ

564 മന്ദാരംതന്നുടനെ പൂവുകനൊണ്ട്

565 നന്ദിച്ചുനിന്നുടൻ നാല്പതു മാലകൾ

566 ഒന്നകേക്കാളന്നെതിസുന്ദരമായ്."

567 "ശൃംഗാരമഞ്ജരി വന്നുതുടങ്ങിനാൾ

568 ഭംഗിയിൽ ചടേിമാരോടുംകൂടി."

569 "സുഭ്രുവായുള്ളൊരു ബഭ്രൂ വിലാസിനി

570 വിഭ്രമംകനൊണ്ടു കുളിക്കുന്നോളേ."

571 "മാലതിതാൻ നിന്നു മാല തൊടുക്കുന്നോൾ

572 ലീലാവതിക്കതേും വകൈതിില്ലേ."

573 "ഹമേമണിഞ്ഞതു പാരേുന്നുതില്ലതേും

574 തൂമ കലർന്നൊരു ഹമേയ്ക്കിന്നും."

575 "കാഞ്ചനശാലിനി വന്നതു കണ്ടാലും

576 കാഞ്ചിയും കകൈ്കനൊണ്ടു താങ്ങിത്താങ്ങി."

577 "പശേലവാദിനീ! നീയിങ്ങു പാരേിപ്പോൾ

578 പശേുന്ന കാലമിതല്ല ചനൊല്ലാം."

579 "സാഹിത്യകളേിക്കിന്നാധിക്യമുണ്ടല്ലൊ

580 സാധിച്ചാളല്ലൊ താൻ ചനൊന്നതലെ്ലാം."

581 സംഗീതലീലതൻ ഭംഗികൾക്കതേുമേ

582 ഭംഗംവരുത്തൊല്ലാ മങ്കമാരേ!"

583 "ആനന്ദലീലയ്ക്കു ദീനതയന്നെതുള്ളിൽ

584 ആനന്ദമതേും തളിഞ്ഞതില്ലേ?

585 "സീമന്തവണേിതാൻ കാമിച്ചുനിന്നതഹോ

586 ചമേന്തിപ്പൂവിനപെ്പിന്നപെ്പിന്നെ."

587 “കൺങ്കകൾ രണ്ടിലും കുങ്കുമമാണ്ടു നൽ
588 പങ്കജമാലിനി വന്നതു കാ
589 ബാലാതപംകൺണ്ടു ചാലച്ചുവന്നുള്ള
590 ശലൈങ്ങളാണ്ടൊരു വല്ലിപലൈ.”
591 “അംഗനമാരിലിന്നംഗജമാലിക
592 യ്ക്കംഗങ്ങൾ നല്ലുതര ഭംഗി കണ്ടാൽ.”
593 “ഉല്പലലീലയ്ക്കു ശില്പം കലർന്നുള്ള
594 ചപ്പെുകൾ മുപ്പതുമിപ്പൾ വന്നു.”
595 “ആശ്ചര്യവണിക്കു മാത്സര്യമുണ്ടന്നെ
596 തീശ്വരാനാണ ഞാൻ ചൊല്ലീതില്ല.”
597 “കുങ്കുമം നല്കാഞ്ഞിട്ടുള്ളിൽ വറെുപ്പുണ്ടു
598 പങ്കജലീലയ്ക്കു നമ്മൊടല്ലാം.”
599 “പരെന്നു ചൊല്ലാഞ്ഞു കാരുണ്യവല്ലിതാൻ
600 പരുന്നളെല്ലപലന്നു കടേ്ടു.”
601 “മാലയേലീലയ്ക്കു ചലേകൾ പരാഞ്ഞു
602 മാലുള്ളിലുണ്ടന്നെു കടേ്ടുതിപ്പൾ.”
603 “കർപ്പൂരവാണിയും കസ്തൂരിവണിയും
604 മുല്പാടര പനോർപലന്നു കടേ്ടു.”
605 “ശംഖിനിയടു വറെുക്കണ്ട തഴി! നീ
606 തങ്കയൈയേല്ല തനിക്കുതകൂ.”
607 “കസ്തൂരിമഞ്ജരിക്കുൾത്താരിലുണ്ടറേ്റം
608 ധിക്കാരമിന്നിന്നു നമ്മയെല്ലാം.”
609 “സാരസ്യകളിേക്കു സാരസ്യം തൂകി നി
610 ന്നാലസ്യമാകുന്നതുണ്ടു നരേ.”
611 “മാലയേകാമിനി കീലാലലീലയാം
612 ബാലയുമായിട്ടു വന്നതു കാ.”
613 “ചന്ദ്രികര! നീയന്നെു മന്ദമായ് നിന്നചേ്ചു
614 വൃന്ദാവനത്തിന്നു പകണ്ടാത?”

“നന്മണം പൊങ്ങീടിന കസ്തൂരി, കർപ്പൂരം
നന്നായ് പൊടിച്ചുള്ള ചൂർണ്ണമെല്ലാം
പടൈ്ടകംതന്നിൽ നിറച്ചിട്ടു കൊണ്ടുവാ
ഒട്ടേടം ഞാൻ പിന്നെ നീയടെുപ്പൂ.”
“പുഷ്പങ്ങളൊന്നും മറക്കൊല്ലാ തോഴീ! നീ
ചെപ്പകംതന്നിൽ ഞാൻ വച്ചതെല്ലാം.”
“ചാന്തുകോലെന്തു നീ ചാട്ടിക്കളഞ്ഞുതേ
ഭ്രാന്തുണ്ടോ തോഴീ! നിനക്കിന്നിപ്പോൾ.”
“ശാരികപ്പൈതലേ! കൈവിട്ടുപോകൊല്ല
ചാരത്തു പോരിങ്ങു ദൂരത്തെന്തേ?”
“അന്നക്കിടാവിന്നു പാൽ കൊടുക്കണേമേ
പിന്നയൊമന്നൊലിടങ്ങുറേണ്ടാം.”
“കോകിലപാതകം കുകുന്നുതില്ലതേും
കോഴയായ് നിന്നു പൈയിച്ചല്ലല്ലീ.”
“ഏണത്തിമ്പൈതലെ ക്ഷീണമാക്കൊല്ലാതെ
വേണുന്നതെല്ലാം കൊടുത്തായല്ലീ?”
“കകേിക്കിടാവിനെക്കൂടിയടെുത്തുകൊൾ
കൂകി നിൻ പിന്നാലെ വന്നതു കാ.”
തങ്ങളിലിങ്ങനെ നിന്നു പറഞ്ഞോരോ
ഭംഗികലർന്നുള്ളൊരംഗനമാർ
വ്യോമത്തിലീടിന യാനത്തിന്മേലേറി
പ്പോകത്തുടങ്ങിനാർ വേഗത്താലേ.
വാനവരെല്ലാരും വാനിലേ മാതരും
വാനവർകോൻതന്നോടൊത്തുകൂടി
ലീലകൾകൊണ്ടു കളിച്ചു പുളച്ചോരോ
മേളം കലർന്നങ്ങു പോകുന്നേരം
ദൂരത്തുനിന്നു വരുന്നതു കാണായി
നാരദനാമവാൻ നന്മുനിയെ.

നാരായണാ! കൃഷ്ണാ! എന്നു തുടങ്ങിന
നാമങ്ങളോരോന്നേ പാടിപ്പാടി
ചാരത്തു ചെന്നിട്ടു ചോദിച്ചനരേത്തു
നാരദൻ ചൊല്ലിനാരല്ലോരോടും:
“വല്ലവീവല്ലഭൻ വല്ലവിമാരുമായ്
അല്ലൽ കളഞ്ഞു കളിക്കുന്നോന്താൻ.
എന്നതു നിങ്ങളോടിങ്ങനെ ചൊല്ലുവാൻ
ഏററമുഴററോടു വന്നുതിപ്പോൾ
കൈലാസവാസിയും മാമലപ്പെണ്ണുമായ്
ലീലകലർന്നിതാ പോയിതിപ്പോൾ.
മംഗലനായൊരു പങ്കജയോനിയും
മാമുനിമാരുമായ് വന്നു കണ്ടാൻ
നാമിനിയല്ലാരും കാലത്തെപ്പാരാതെ
നാഥനുള്ളേടത്തു പോകവേണം.”
നാരദനിങ്ങനെ ചൊന്നതു കേട്ടുള്ള
വാനവരല്ലാരും പോകുന്നേരം
കല്പകപ്പൂമണംതന്നെയും വെന്നുനി
ന്നത്ഭുതമായൊരു തെന്നൽ വന്നു.
പാച്ചൽ തുടങ്ങിന വാനവരന്നപ്പോൾ
ആശ്ചര്യമാണ്ടുടൻ നിന്നല്ലാരും
നാരദന്തന്നോടു പാരാതെ ചോദിച്ചാർ
വാരാളും തെന്നൽതൻ കാരണത്തെ.
“ഇങ്ങനെയുള്ളൊരു തെന്നലയേങ്ങൾ പ
ണ്ടന്നുമൊരേടത്തു കണ്ടുതില്ലേ.
നന്ദനംതന്നിൽ കളിക്കുന്ന നരേത്തു
സുന്ദരിമാരോടു കൂടിച്ചമ്മെ
താമരപ്പൊയ്കയിൽ ചെന്നങ്ങിറങ്ങീട്ടു
താർമധു മല്ലവേ കൊണ്ടുകൊണ്ട്

671 ചൊല്പറെറ്റു നിന്നൊരു കല്പകശാഖികൾ
672 പുഷ്പങ്ങൾതോറും കളിച്ചു പിന്നെ
673 വാമവിലോചനമാരുടെ കൊങ്കയിൽ
674 വാർമെത്തും ചന്ദനച്ചാററിൽ നീന്തി
675 വാരണവീരൻകവിൾത്തടംതന്നിലേ
676 ചേരും മദാംഭസ്സിൽ മുങ്ങി മുങ്ങി
677 മന്ദമായ് വന്നൊരു തെന്നലുമിങ്ങനെ
678 യെന്നുമയേങ്ങളോ കണ്ടുതില്ലേ.”
679 ശോഭകലർന്നൊരു നാരദൻ ചൊല്ലിനാൻ
680 ചോദിച്ച വാനവരെല്ലാരോടും:
681 “ആനായർകോനും തൻ മാനിനിമാരുമായ്
682 ആനന്ദംപൂണ്ടു കളിക്കുന്നേരം
683 ആയർകോന്തന്നുടെ പൂവൽമെയ്തന്നിലേ
684 തൂവിയർപ്പുണ്ടായി മവേിതല്ലോ.
685 തൂവിയർപ്പീടിന പൂമേനിതന്നിലേ
686 താവി വരുന്നൊരു തെന്നലിവൻ
687 എന്നതുകൊണ്ടല്ലോ മററുള്ള തെന്നലേ
688 വന്നുള്ള വണ്മയിവന്നുണ്ടായി.
689 “കാർതൊഴുംവേണിമാരോടു കലർന്നുടൻ
690 കാർമുകിൽവർണ്ണൻ കളിക്കുന്നോനേ”
691 എന്നതു നമ്മോടു ചൊല്ലുവാനായ്ക്കൊണ്ടു
692 വന്നുതാനിങ്ങിവനന്നു തോന്നും.”
693 നാരദനിങ്ങനെ ചൊന്നൊരു നേരത്തു
694 വാനവരെല്ലാരും വിസ്മയിച്ചാർ.
695 നേരേററുനിന്നൊരു ഗാനത്തെക്കേൾക്കായി
696 ദൂരത്തുനിന്നുടനന്നേരം.
697 കാൽച്ചിലമ്പൊച്ചയും കേട്ടൊരു നേരത്തു
698 പാച്ചൽ തുടങ്ങിനാരെല്ലാരുമേ.

ആനായർനാഥൻ കളിക്കുന്നതിന്മീതെ
വാനവരെല്ലാരും ചന്നെു നിന്നാർ
വല്ലവിമാരുടെ പുണ്യമായുള്ളൊരു
വല്ലരി കാച്ചൊരു നൽഫലത്തെ
മല്ലെവേ നിന്നുടൻ ചൊല്ലേറും വാനവർ
എല്ലാരുമേ കണ്ടാർ കകുളുർക്കേ.
ഓലക്കമാണ്ടുള്ള മാണിക്കക്കൽകളിൽ
നീലക്കൽ നിന്നു വിളങ്ങ്ുംപോലെ
ഈരണ്ടുപാടുമങ്ങോരോരോ നാരിമാർ
വാരുറ്റു നിന്നു തൻ കൈ പിടിച്ചാർ.
മുറ്റെ നിന്നുള്ളൊരു തൂവിയർപ്പനേ്തിനെ
നറെ്റിമേൽ പററവേ കുന്തളങ്ങൾ
കോലക്കുഴൽതന്നെ മേളേത്തിലൂതി നൽ
ത്താളത്തിൽ ചേർത്തുടൻ മെല്ലെ മെല്ലെ
കല്ലുകളെല്ലാമലിഞ്ഞു വരുംവണ്ണം
വല്ലവിമാരുമായ് പാടിപ്പാടി
നാഥനായുള്ളൊരു പൂതനവൈരിതാൻ
നൂതനലീലകൾ കോലുന്നേരം
വാനവരെല്ലാരും വാനിലെപ്പൂവെല്ലാം
മന്നേയിൽ തൂകിനാർ മെല്ലെ മെല്ലെ.
വാരുറ്റുലാവിന ഭേരികളെല്ലാമേ
പാരിച്ചുനിന്നുടനൊച്ചകൊണ്ടു
കൊമ്പുകൾ കാളങ്ങൾ ശംഖുകൾ ചിഹ്നങ്ങൾ
വൻപിൽ മുനനന്നു തുടങ്ങീതപ്പോൾ.
ലാവണ്യമാണ്ടുള്ള ലാസികമാരെല്ലാം
ലാളിച്ചു ലാസ്യം തുടങ്ങിനാരേ.
ബന്ധുരന്മാരായ ഗന്ധർവന്മാരെല്ലാം
ചന്തമായ്പാടിനാരാടുംനേരം

727 മാമുനിമാരല്ലാം നാന്മുഖനോടൊത്തു

728 സാമത്തിൻ ഗാനത്തച്ചെയ്താരപ്പോൾ

729 വന്ദികളല്ലാരും വാഴ്ത്തിത്തുടങ്ങിനാർ

730 നന്ദതനൂജനപ്പിന്നപ്പിന്നെ.

731 സൂതന്മാർ മാഗധർ ചാരണർ കിന്നരർ

732 നൂതനമായിപ്പുകണ്ണുനിന്നാർ.

733 പൂത്തൂകിനിന്നുള്ള വാനവരല്ലാർക്കും

734 പൂർത്തിയായില്ലതേും കണ്ടുതോറും.

735 വിണ്ണവർനായകനിങ്ങനെ ചൊല്ലിനാൻ

736 കണ്ണൻ്റെ കാന്തിയക്കണ്ടനരേം:

737 "ആയിരം കണ്ണനെിക്കുണ്ടായതോർക്കുമ്പോൾ

738 ആയതിയായ്‌വന്നു ചൊല്ലാമിപ്പോൾ."

739 വാനവർകോൻതൻ്റെ കാമിനിയായൊരു

740 മാനിനിതാനും മറ്റുള്ളോരല്ലാം

741 മാധവൻതന്നുടെ കാന്തിയക്കണ്ടപ്പോൾ

742 മാരമാലാണ്ടുടൻ മാഴ്കിനിന്നാർ.

743 ഓരോരോ നാരിയപ്പുണുന്നതല്ലാമേ

744 ചാരത്തുനിന്നുടൻ കണ്ടതോറും

745 പാരമായ് വന്നുതേ മാരമാലുള്ളത്തിൽ

746 ഓരോരോ വാനവനാരിമാർക്കോ.

747 കാമൻ്റെ കോമരമായി വിളങ്ങുന്ന

748 വാമവിലോചനമാരല്ലാരും

749 കാർവർണ്ണന്തങ്കളി കാണുമ്പൊഴിങ്ങനെ

750 കാമം പൊഴിഞ്ഞു പറഞ്ഞുനിന്നാർ:

751 "വല്ലവിമാരുടെ പുണ്യവിലാസത്തെ

752 വല്ലീലയല്ലോ നാം പൂണ്ടുകൊൾവാൻ

753 ഇണ്ടൽ തിരണ്ടു നിന്നന്നെതുകൊണ്ടല്ലൊ

754 കണ്ടു കൊതിക്കുമാറായിതിപ്പോൾ.

755 പങ്കജലോചനൻ തങ്കരംകൊണ്ടൊരു
756 മങ്കമുഖംതന്നിൽ മലെല്ല മലെല്ല
757 സ്വദേങ്ങൾ പോമ്മാറു നിന്നു തലോടീട്ടു
758 ഖദേങ്ങൾ തീർത്തതു കണ്ടായോ നീ?"
759 "കണ്ടനേ കണ്ടനേ കകുളുർക്കുംവണ്ണം
760 ഇണ്ടലാകുന്നുതേ കണ്ടതോറും"
761 "മററൊരു മാനിനിതന്മുഖംതന്നിൽ തൻ
762 കുററമകന്ന മുഖത്തെ വച്ച്
763 പാതി മതിഞ്ഞൊരു താംബൂലം തന്നുടെ
764 വാകൊണ്ടു നല്കിനാൻ കണ്ടായോ നീ?"
765 "കൊല്ലാതെ കൊല്ലാതെ തോഴി നീയങ്ങളെ
766 ക്കണ്ടാലിതേതും പൊറുക്കരുതേ."
767 "നൃത്തം കൊണ്ടറേം തളർന്നൊരു നാരിതാൻ
768 പൊൽത്താരിൽമാതുതൻ കാന്തനുടെ
769 തോളിൽ മുഖംവച്ചു നിന്നതു കാണുമ്പോൾ
770 ഓളമടുക്കുന്നൂതന്നെന്നുള്ളിലേ."
771 "ചാരത്തു നിന്നൊരു മാനിനിതന്നുടെ
772 നരേററ കുന്തളം ചീന്തിച്ചീന്തി
773 വണ്മ തിരണ്ടൊരു നന്മുഖംതന്നിലേ
774 ചുംബിച്ചുനിന്നതു കാക തോഴീ!"
775 "ചാലത്തളന്നൊരു മാനിനിതന്നുടെ
776 ബാലപ്പോർകൊങ്ക തലോടിപ്പിന്നെ
777 മളേത്തിൽനിന്നൊരു രോമാളിതന്നുടെ
778 മൂലത്തെത്തടുന്ന കൈ കണ്ടായോ?"
779 "ആലസ്യമാണ്ടൊരു മാനിനിതന്നതെത്തൻ
780 മാറത്തുചേർത്തുകൊണ്ടാസ്ഥയോടെ
781 ചലേത്തലകൊണ്ടുമലെല്ലവേ വീതുവീ
782 താലസ്യം പോക്കിനതുണ്ടോ കണ്ടു?"

783 “കോമളനായൊരു കാർമുകിൽവർണ്ണന്തൻ
784 വായ്മലർതന്നേയുണ്ടു മെല്ലെ മെല്ലെ
785 തന്നെ മറന്നു കിടന്നതു കണ്ടാലും
786 ധന്യയായുള്ളൊരു വല്ലവിതാൻ.”
787 “ചാരത്തുനിന്നൊരു മാനിനി മാധവൻ
788 മാറു തന്മാറിലേ ചേർത്തു ചെമ്മേ
789 മാനിച്ചു മാനിച്ചു മാപാപി പൂണ്ടുനി
790 ന്നാനന്ദയായതു കണ്ടായോ നീ?”
791 “മാധവൻതന്നുടെ മാറത്തു കണ്ടാലും
792 മാനിനിതന്മുലക്കുങ്കുമത്തേ
793 വല്ലവിമാർമൂലമുള്ളിലേ രാഗന്താൻ
794 മെല്ലെപ്പുറത്തു പരന്നപോലെ.”
795 വാനിലെ നാരിമാർ തങ്ങളിലോരോരോ
796 വാർത്തകളിങ്ങനെ ചൊല്ലുന്നേരം
797 വാസവനന്മണിനേരൊത്ത നാഥനും
798 രാസമായുള്ളൊരു ലീലതന്നെ
799 മാനിച്ചുനിന്നു കളിച്ചു ചിരംനേരം
800 മാതരുമായിത്തളർന്നുനിന്നാൻ.
801 ചൂഴവും മാനിനിമാരുമായന്നേരം
802 പാഴറ്റ ഭൂതലം ചേർന്നിരുന്നു
803 ചാല വിളങ്ങിന താരകജാലങ്ങൾ
804 ചൂഴും വിളങ്ങിന തിങ്കൾപോലെ.
805 കാളിന്ദിതന്നുടെ ദൂതനായുള്ളൊരു
806 വാർതെന്നൽ വന്നുടനന്നേരം
807 “സ്വേദങ്ങളാണ്ടൊരു നിങ്ങളെന്തിങ്ങനെ
808 ഖേദങ്ങളാണ്ടിങ്ങുനിന്നുകൊണ്ടു
809 നേരേറ്റു നിന്നൊരു കാളിന്ദിതന്നെയി
810 ച്ചാരത്തു നിന്നതറിഞ്ഞില്ലയോ?”

811 എന്നങ്ങ്ടു ചൊല്ലുന്നനേരനെന്നകണക്കതോൻ

812 മന്ദമായ് ചെന്നു തലോടിനിന്നാൻ

813 വാർതന്നെൽലറേറെരു നരേത്തന്നാരിമാർ

814 കാർവർണ്ണനനോടൊത്തു മല്ലമെല്ല

815 "കാളിന്ദിതന്നിലിറങ്ങ്ങിക്കളിക്കണേം

816 മളേം കലർന്നുനാ"മന്നു ചൊല്ലി.

817 പോകത്തുടങ്ങ്ങിനാർ പോർകൊങ്ക ചീർത്തിട്ടു

818 മാഴ്കുന്ന മല്ലിടയോടുംകൂടി.

819 തീരത്തുനിന്നൊരുനരേത്തു കാണായി

820 വാരുററ കാളിന്ദിതന്നചെച്ചമ്മേ

821 കാളിമകൊണ്ടുടൻ കൂടിപ്പിറന്നൊരു

822 കാലനത്തെന്നയെും വന്നെു നിന്നോൾ.

823 നീലക്കരിങ്ങ്കണ്ടിയായൊരു കൂന്തലും

824 നീളെ വിരിച്ചു ചമച്ചു ചെമ്മെ.

825 സന്തതം പൂമധുവുണ്ടൊരു വണ്ടായ

826 കുന്തളംകൊണ്ടു വിളങ്ങ്ങിനിന്നോൾ.

827 വീചികളാകിന ചില്ലികൾ തന്നുടെ

828 ലീലകൾ ചാലക്കലർന്നു നിന്നോൾ.

829 ചാടുന്ന മീനങ്ങ്ങളായൊരു കണ്മിഴി

830 ചാലേ മഴററിയറിഞ്ഞു ചെമ്മെ.

831 ഫനേങ്ങ്ങളായൊരു പുഞ്ചിരിതന്നെക്കൊ

832 ണ്ടാനന്ദമുള്ളിൽ തഴപ്പിക്കുന്നോൾ.

833 കമ്രമായ് നിന്നങ്ങ്ടു കംബുവായുള്ളൊരു

834 കണ്ഠംകൊണ്ടറേം വിളങ്ങ്ങിച്ചമ്മേ.

835 കോരകമാകിന കൊങ്കകളക്കൊണ്ടു

836 കോമളകാന്തി കലർന്നു നിന്നോൾ.

837 ആവർത്തമായി വിളങ്ങ്ങിന നാഭികൊ

838 ണ്ടാബദ്ധകാന്തി കലർന്നുനിന്നോൾ

ഓളമായുള്ളൊരു ചലേയത്തെന്നയെും
ഒട്ടൊട്ടു മല്ലെവ നീക്കി നീക്കി
തന്നിലിരുന്നു നിരന്നുടൻ കൂകുന്നൊ
രന്നങ്ങളായൊരു കാഞ്ചിതന്നാൽ
അങ്കിതമായ മണൽത്തിട്ടയാകിനോ
രൽക്കിടമൊട്ടൊട്ടു കാട്ടിക്കാട്ടി
സുന്ദരിയായിട്ടു നിന്നു വിളങ്ങിനാൾ
നന്ദതനൂജൻതൻ മുന്നൽച്ചമ്മേ.
കാളിന്ദിതന്നുടെ കാന്തിയക്കണ്ടപ്പോൾ
കാർമുകിൽവർണ്ണന്തന്നുള്ളിൽ ചമ്മേ,
“ഇന്നിവൾ തന്നിലേ മഗ്നനായ് നിന്നു ഞാൻ
നന്നായ് രമിക്കണേ”മന്നു തോന്നി.
ശോഭ കലർന്നുള്ള ഗോപികമാരെല്ലാം
ഗോവിന്ദന്തന്മുഖം നോക്കിപ്പിന്നെ
ഓടിച്ചന്നെല്ലാരും കടേററ വള്ളത്തിൽ
ചാടിത്തുടങ്ങിനാർ ചൂടു പോവാൻ.
നീന്തിത്തുടങ്ങിനാർ താന്തമാരായുള്ള
കാന്തമാരല്ലൊരും കാന്തനുമായ്.
പാരിച്ച വള്ളത്തിൻ കീഴേ പോയല്ലൊരും
ദൂരത്തു ചന്നു നികന്നുടനെ.
തകേിത്തുടങ്ങിനാർ തങ്ങളിലല്ലൊരും
മാഴ്കിത്തുടങ്ങിനാർ കൈ തളർന്നു.
“എന്നത്തൊടൊല്ലാ നീ”യന്നങ്ങു തങ്ങളിൽ
ഒന്നൊത്തു നീന്തിനാർ നീളെ നീളെ.
ആഴമുള്ളടേമറിഞ്ഞങ്ങു മുങ്ങീട്ടു
പൂഴിയും വാരി നികന്നു പിന്നെ.
നീടുററ നാരിനാർ കണ്ണനോടൊന്നൊത്തു
കൂടിക്കലർന്നു കളിക്കുന്നരേം

867 മാറത്തു ചാടണേമമന്നെങ്ങു തങ്ങളിൽ
868 വീരത്വമാണ്ടു പറഞ്ഞു ചമ്മെ.
869 ഏടത്താർമാനിനി ഗൂഢം വസിക്കുന്ന
870 നീടുറ്റ മാറിലമ്മാതരല്ലൊം
871 ഓടിച്ചന്നെമ്പപ്പോടു ചാടിത്തുടങ്ങിനാർ
872 കടേറ്റ രാഗം തഴയ്ക്കയാലേ.
873 കണ്ണനു ചാടുവാൻ മാറിടം കാട്ടീട്ടു
874 നിന്നു വിളങ്ങിനാർ നാരിമാരും.
875 ഈരഴേു ലോകങ്ങളൊക്കച്ചെുമന്നോന
876 മ്മാറിടംതന്നിലേ ചാടുംനരേം
877 നല്ലൊരു നന്മനേിതന്നുടെ പൂവപ്പോൾ
878 മല്ലവേ വീണുതായന്നു തോന്നി.
879 വാർകൊണ്ട വീചികളോരോന്നേ ചന്നിട്ടു
880 പോർകൊങ്ക തന്നിലലയ്ക്കുന്നരേം
881 തങ്കൽ കലങ്ങിന കുങ്കുമച്ചാറുകൊ
882 ണ്ടങ്കിതമായൊരു നരേത്തപ്പോൾ
883 ശോണമായുള്ളൊരു ശോണമന്നിങ്ങനെ
884 കാണുന്നോരല്ലാർക്കും തോന്നിച്ചമ്മേ.
885 കണ്മിഴിതന്നിലണിഞ്ഞുള്ളോരഞ്ജനം
886 ചമ്മേ കലങ്ങിച്ചമഞ്ഞനരേം
887 പണ്ടതേിലറിന കാളിമ പിന്നയും
888 ഉണ്ടായി വന്നുതേ കണ്ടിരിക്കെ.
889 കാർമുകിൽവർണ്ണന്താൻ മുങ്ങിന നരേത്തു
890 കാമിനിമാർക്കു കവിൾത്തടത്തിൽ
891 തൂമ കലർന്നൊരു പുഞ്ചിരി മിന്നീട്ടു
892 കോൾമയിർക്കൊണ്ടുടൻ കാണായപ്പോൾ
893 ആണ്മ പറഞ്ഞുടനേ ചിലരന്നരേം
894 മന്മേലേ നീന്തിത്തളർന്നുടനേ

നീൾക്കണ്ണാരലെല്ലാരും നിന്നു വിളങ്ങിനാർ
ആകണ്ഠമായൊരു തോയംതന്നിൽ.
വണ്ടിണ്ടയലെല്ലാമന്നാരിമാർനന്മുഖം
കണ്ടൊരു നരേത്തു വാരിതന്നിൽ
താമരപ്പൂക്കൾ വിരിഞ്ഞുതന്നെന്നോർത്തിട്ടു
താർമധുതന്നെ വടിഞ്ഞു ചെമ്മെ.
ചാല വിളങ്ങിയുള്ളാനനമോരോന്നിൽ
ചാടിത്തുടങ്ങിതേ പാടിപ്പാടി
തോയത്തിലീടിന ലീലകളോരോന്നേ
മായംകളഞ്ഞു കളിച്ചു പിന്നെ
ആയർകോൻതാനുമന്നാരിമാരലെല്ലാരും
തോയത്തിൽനിന്നങ്ങു തീരത്തായാർ.
ചാരുവായുള്ളൊരു കൈത്തണ്ടമീതേ തൻ
നീരോലും കൂന്തലും ചേർത്തു ചെമ്മെ
ഈഷൽ കിഴിഞ്ഞൊരു നീവിയെത്തന്നെയും
ഊഷത്വമാകാതെ താങ്ങിത്താങ്ങി
മന്ദമായ്പോയങ്ങു നിന്നു വിളങ്ങിനാർ
നന്ദജന്തന്നുടെ സുന്ദരിമാർ.
ഹംസങ്ങളോടു പിണങ്ങേണ്ട നാമെന്ന
സംസാരമോർത്തല്ലോ നൂപുരങ്ങൾ
ഏതുമേ മിണ്ടാതെ നിന്നുതന്നരേത്ത
പ്പാഥോജലോചനമാർ പോകുമ്പോൾ
നേർത്തുള്ള ചേലകളാർദ്രങ്ങളായപ്പോൾ
ചീർത്തുള്ളൊരൽക്കിടം കാണായ്വന്നു.
എന്നതുകൊണ്ടുള്ള നാണത്തെപ്പൂണ്ടല്ലീ
ഏതുമേ മിണ്ടാഞ്ഞു കാഞ്ചിയപ്പോൾ?
വല്ലവിമാരലെല്ലാം വെള്ളത്തിൽനിന്നുടൻ
മെല്ലെക്കരയേറി നിന്നനേരം

923 ചാരുവായുള്ളൊരു പാരിജാതം വന്നു
924 നാരിമാരല്ലാർക്കും കൂറ നല്കി.
925 കുററമകന്നുള്ള കൂറകളോരോന്നേ
926 തെററന്നെ വാങ്ങിനാർ വല്ലവിമാർ.
927 നേരേററ കൂറകളോരോന്നേ നാരിമാർ
928 വാരുററു നിന്നുടൻ ചാർത്തുംനേരം
929 കാർമുകിൽവർണ്ണൻതൻ കണ്മുനതാനപ്പോൾ
930 പാരം തളർന്നുതേ പാഞ്ഞു പാഞ്ഞ്.
931 കസ്തൂരി ഗോരോചനാദികൾ ചന്ദനം
932 കർപ്പൂരം കൂട്ടിയരച്ചു ചെമ്മെ
933 വ്യോമത്തിൽനിന്നുടൻ വന്നതു കാണായി
934 വാർമത്തെും ഭാജനമോരോന്നിലേ.
935 മാലതികൊണ്ടു തൊടുത്തുള്ള മാലകൾ
936 ചാല വരുന്നതും കാണായപ്പോൾ
937 വണ്മ കലർന്നു വിളർത്തു ചമഞ്ഞുള്ള
938 താംബുലജാലവും വന്നുതായി.
939 കാമ്യങ്ങളായുള്ളതല്ലാമെ പിന്നെയും
940 കാണ്മാറു മന്മേലേ വന്നുതായി.
941 ചൊല്ലിയന്നുള്ളൊരു വല്ലവിമാരല്ലാം
942 നല്ലൊരു ഭൂഷണമാണ്ടാരപ്പോൾ.
943 ശൃംഗാരംതന്നുടെ രംഗമായ് നിന്നൊരു
944 മംഗലപ്പൂങ്കാവിൽ പുക്കു പിന്നെ
945 ഭംഗിയിൽ മവേിനാരംഗനമാരല്ലാം
946 പങ്കജലോചനനോടുംകൂടി
947 വട്ടമിട്ടല്ലാരും മട്ടോലുംവാണിമാർ
948 ഇഷ്ടമായ്മല്ലന്നെിരുന്നനേരം
949 പൂങ്കാവുതന്നുടെ കാന്തിയക്കെണ്ടിട്ടു
950 പൂതനവൈരിതാൻ ചൊന്നാനപ്പോൾ:

"രാവന്നെു ചൊല്ലുകിൽ പോരായ്മയില്ലതേും
കാവായി നില്ക്കുമിക്കാനനത്തെ,
തിങ്ങിവിളങ്ങിന പാദപജാലംകൊ
ണ്ടങ്ങുമേ പൊങ്ങിയുണ്ടന്ധകാരം.
ചാലവേ വിരിഞ്ഞുള്ള പൂവുകളാകിന
താരകജാലവുമുണ്ടു ചെമ്മെ
തൂമകലർന്നുള്ള പൂമകരന്ദമാം
കോമളമഞ്ഞുനീർ വീണുമുണ്ട്.
ദുഃഖമായുള്ളൊരു പുഷ്ക്കരവല്ലഭൻ
മുറ്റുമിതിൽത്തന്നയെസ്തമിച്ചു.
ചേണുറ്റ നിങ്ങൾതന്നാനനമാകുന്നൊ
രേണാങ്കബിംബങ്ങളുണ്ടുതല്ലോ.
മന്നേമതിരണ്ടൊരിപ്പൂങ്കാവിൽനിന്നിപ്പോൾ
മദ്ദുരയായൊരു രാത്രിയക്കൊ!"
വാഴ്ത്തിനാനിങ്ങനെ വാർത്താരിൽമാതുതാൻ
ആസ്ഥയിൽ പൂണുന്ന മാറുടയോൻ.
വല്ലവിമാരുടെ നന്മുഖംതന്നിലേ
മല്ലവേ നോക്കിനിന്നൊട്ടുനേരം
വാഴ്ത്തിനിന്നുള്ളൊരു വാർത്തയെച്ചൊല്ലിനാൻ
പാർത്ഥനു സാരഥിയാകും വീരൻ:
"വൃന്ദാവനംതന്നെ വന്നെങ്ങു നിന്നുതേ
സുന്ദരമായൊരു നിങ്ങൾമുഖം.
ചില്ലികളാകിന വല്ലരിജാലങ്ങൾ
ഉല്ലസിച്ചിങ്ങിതാ കാണാകുന്നു.
ചോരിവായായുള്ള പല്ലവംതന്നയെും
നേരേ നിറന്നൊണ്ടു കാണാകുന്നു
തഞ്ചിയിരുന്നൊരു പുഞ്ചിരിയാകുന്നൊ
രഞ്ചിതമുല്ലതൻ പൂവുമുണ്ട്.

979 കൊഞ്ചലായുള്ളൊരു കോകിലംതന്നുടെ
980 പഞ്ചമരാഗവുമുണ്ടു ചെമ്മെ.
981 കുന്തളമാകിന വണ്ടിങ്കുലങ്ങളും
982 ചന്തമായ് നിന്നു കളിച്ചുണ്ടല്ലൊ.
983 ദന്തങ്ങൾതന്നുടെ പന്തികളായുള്ള
984 സുന്ദരകുന്ദംതൻ മൊട്ടുണ്ടല്ലൊ
985 ശ്വാസമായുള്ളൊരു വാതവും മന്ദമായ്
986 വീതുതുടർന്നുള്ളോനപ്പൊഴുതും
987 മെചേകവേണിയാം കേകികൾതന്നുടെ
988 പീലികൾ നീളത്തിൽ ചാരത്തുണ്ടേ.
989 മേദുരയായൊരു ഛായയുണ്ടിങ്ങിതിൽ
990 പാദപമൊന്നോടുംകൂടാതതൊൻ."
991 മംഗലനായൊരു പങ്കജലോചനൻ
992 ഇങ്ങനെ ചൊന്നുടൻ നിന്നനേരം
993 നാരിമാരെല്ലാർക്കും നല്ലൊരു പുഞ്ചിരി
994 ചോരിവാമീതേ പരന്നുതപ്പോൾ
995 വിദ്രുമവേദിക തന്നുടെ മീതേ നൽ
996 പുത്തൻനിലാവു പരന്നപോലെ.
997 പുഞ്ചിരി കണ്ടൊരു നേരത്തു ചൊല്ലിനാൻ
998 അഞ്ചനവർണ്ണൻതാൻ കൊഞ്ചിക്കൊഞ്ചി:
999 "പുഞ്ചിരിയായൊരു പൂവിതാ കാണായി
1000 ചെഞ്ചമ്മെ ചോരിവാച്ചെന്തളിർമേൽ
1001 അത്ഭുതമിന്നിതു തൽഫലം കണ്ടാലും
1002 കല്ക്കണ്ണിലായതു മങ്കമാരേ !
1003 ഇങ്ങനെ ചൊന്നുടൻ പിന്നെയും ചൊല്ലിനാൻ
1004 നല്ലൊരു ചോരിവാതന്നെ നോക്കി :
1005 "ചാലച്ചുവന്നൊരു തൊണ്ടിപ്പഴം തന്നെ
1006 ച്ചാരത്തുനിന്നതു കണ്ടു ചെമ്മേ

1007 പാഴനായുള്ളൊരിളങ്കിളി കണ്ടാലും
1008 ച്ചൂഴവും നോക്കിത്തുടങ്ങിനാനേ.
1009 പട്ടെന്നു വന്നിതു കൊത്തുന്നുതുണ്ടിപ്പോൾ
1010 ഇഷ്ടമായുള്ളതവന്നിതല്ലൊ."
1011 നിന്നൊരു നാരിമാരന്നതു കേട്ടപ്പോൾ
1012 നന്ദതനൂജന്മുഖത്തെ നോക്കി
1013 ലജ്ജപൂണ്ടീടിനോരാനനം താഴ്ത്തിനി
1014 ന്നിച്ഛയിലെല്ലാരും മെല്ലെച്ചൊന്നാർ :
1015 "മുല്ലകൾ കണ്ടാലും നല്ലൊരു തനേപൊഴി
1016 ഞ്ഞുല്ലസിച്ചുള്ളൊരു പൂവുതന്നേ
1017 മറ്റൊരു വണ്ടിന്നു നല്കാതെ നിന്നു ത
1018 ന്നുറ്റോരു വണ്ടിനപ്പൊത്തർതിപ്പോൾ."
1019 ഇങ്ങനെ ചൊല്ലുമ്പൊളംഗജൻചൊല്ലാലെ
1020 കണ്മുന തങ്ങളിൽ കൈപിടിച്ചു
1021 ലജ്ജതാൻ ചെന്നു ചെറുത്തുതുടങ്ങിനാൾ;
1022 പിച്ചയായ് വന്നിതത്തായമൊട്ടോ?
1023 പങ്കജനേർമുഖിമാരുടെ കൊങ്കക
1024 ളമ്പോടു പിന്നത്തെലോടുംനേരം
1025 വണ്ണെ കവരുവാൻ മുന്നമുറിതന്നിൽ
1026 മെല്ലവേ ചെല്ലുന്ന കൈതൊനപ്പോൾ
1027 നീവിതൻ ചാരത്തങ്ങാരുമേ കാണാതെ
1028 മേവിത്തുടങ്ങീതു മെല്ലമെല്ലെ;
1029 നല്ലാർതൻ മെയ്യിലഴുന്നുള്ള രോമങ്ങൾ
1030 ചൊല്ലിത്തുടങ്ങീതങ്ങളെല്ലാരോടും
1031 പയ്യവേ നിന്നൊരു നീവിതാനന്നേരം
1032 കൈയുടെ വലേയപ്പോക്കിച്ചമ്മേ.
1033 കൂറുകൾ വാരിപ്പണ്ടോടിയൊളിച്ചനാൾ
1034 ദാഹം കെടൊഞ്ഞൊരു കണ്ണിണതാൻ

1035 പൂരിച്ചു തന്നുടെ പാരിച്ച വാഞ്ഛിതം
1036 പാരം കളിച്ചു പുളച്ചുതപ്പോൾ
1037 പൂവില്ലോൻതന്നുടെ പൂവില്ലടുത്തുടൻ
1038 ചവേകം കാട്ടിനാനായവണ്ണം.
1039 കൂരമ്പുകൾണ്ടയ്ത താരമ്പൻതന്നോടു
1040 പാരംപിണഞ്ഞൊരു വരൈമപ്പോൾ
1041 പീയുഷമായ് വന്നു കാമിനിമാർക്കല്ലാം
1042 കായാവിൻനരോത്തകണ്ണൻമൂലം.
1043 വല്ലവിമാരോളമണ്ണമുണ്ടാമ്മാറു
1044 മല്ലവ തന്നപ്പകുത്തു പിന്ന
1045 ഹമേന്തകാലത്തു ദവിയപ്പൂജിച്ചു
1046 കാമം തഴച്ചുള്ള കാമിനിമാർ
1047 കാമിച്ചതല്ലാമ കാണി കുറയാത
1048 കാമൻറ മുമ്പിലേ നല്കിനാൻതാൻ.
1049 മാനിനിമാരപ്പോളാനംഗമായുള്ളൊ
1050 രാനന്ദവാരിയിൽ മുങ്ങുകയാൽ
1051 നിന്നൊരു ദശേവും വന്നൊരു വലേയും
1052 തന്നയും കൂടി മറന്നുനിന്നാർ
1053 മയ്യോടു ചർേന്നൊരു കാന്തനത്തന്നയും
1054 പൊയ്യല്ലയതും മറന്നാർ ചമ്മെ.
1055 മാന്മഥമായൊരു കണ്മായമന്നരേം
1056 മന്േമലേഴുന്നുതുടങ്ങീതപ്പോൾ
1057 ചണ്ണേുറ്റഴുന്നൊരുപങ്കജംതന്മീത
1058 കാണായി വന്നു നൽ തൂണീരങ്ങൾ,
1059 അഞ്ചിതമായൊരു പൊല്ക്കമ്പം തന്മീത
1060 ചഞ്ചലമായ മണൽത്തിട്ടയും.
1061 ആകാശവുംതന്മീതേ ചന്ദനക്കുന്നിണ
1062 വഗേത്തിൽ നിന്നു കളിക്കുന്നതും.

1063 കംബുതന്നുള്ളിലഴെുന്നൊരു നാദംതാൻ
1064 ചമ്മെ നൽ വീണതൻനാദമായി.
1065 പങ്കജംതങ്കലേ ചനെ്തളിർ കാണായി
1066 പാതി വിരിഞ്ഞ കുവലയവും
1067 പതൈലായുള്ളൊരു നയെ്തൽപൂനാഥന്തൻ
1068 മീതേ കളിക്കുന്ന വണ്ടിണ്ടയും.
1069 കൂരിരുട്ടിങ്കൽനിന്നാവോളം കാണായി
1070 താരജാലകം തൂകുന്നതും
1071 ഓർക്കാവല്ലതേുമക്കണ്മായന്തന്മായം
1072 കാർക്കാലം കാണായി പാർക്കുന്നരേം
1073 കാർമുകിൽതന്നോടിണങ്ങിക്കളിക്കുന്നൊ
1074 രോമെൽ വലാഹകൾ കാണായപ്പോൾ
1075 ചണ്ഞേുറ്റുലാവുന്ന വീചികൾതന്നോടു
1076 ചരേ്ന്നു കളിക്കുന്ന മീനങ്ങളും
1077 വാരുറ്റഴെുന്നൊരു നിർഝരവാരിതൻ
1078 പൂരങ്ങൾ ചരേുന്ന ശലൈങ്ങളും
1079 ലാളിത്യമാണ്ടു ചുഴന്നതു കാണായി
1080 ചണേഴെുമ്മാറുള്ള നീർച്ചുഴിയും
1081 കമ്പം കലമ്പിയുടനുടനമ്പുന്ന
1082 രംഭകൾ കോലുന്ന ലീലകളും
1083 എന്നതുതന്നയെല്ലന്നരേമുണ്ടായി
1084 പിന്നയെും ചൊല്ലാമേ കൗതുകങ്ങൾ
1085 തിങ്കതൻ ചാരത്തു ചല്െലുന്നതോറും നൽ
1086 പങ്കജം മനേ്മൽ വിളങ്ങിനിന്നു
1087 ചനെ്തളിർ തങ്ങളിൽ ചരേ്ന്നുതുടങ്ങീതേ
1088 ചന്തമഴെും മാറു മലെ്ലെ മലെ്ലെ.
1089 പുത്തനായുള്ളൊരു വിദ്രുമന്തന്മീതേ
1090 മുത്തുകൾ ചരേ്ന്നങ്ങമിണ്ണു പിന്നെ.

1091 പങ്കജംതാൻ ചന്നെു ശംഖോടു ചരേുമ്പോൾ
1092 ശംഖിന്മേൽ കാണായി നൽ പവിഴം
1093 പങ്കജകോരകംതങ്കലഭ കോണായി
1094 തിങ്കൾകിടാക്കൾതന്നങ്കുരങ്ങൾ.
1095 രംഭകൾതന്നുടെ സുന്ദരമായൊരു
1096 കന്ദത്തിൽ കാണായി തിങ്കൾതന്നെ.
1097 കണ്മായമിങ്ങനെ കാണായനരേത്തു
1098 പണ്മൌലിമാരായ വല്ലവിമാർ
1099 തങ്ങളകെ്കവിെട്ടു ചയ്തൊരു വലേതൻ
1100 ഭംഗികൾ ഞാനതേും ചൊല്ലവല്ലൻ.
1101 എന്തൊരു വല്ലവിമാരുടെ പൗരുഷം
1102 ചിന്തിച്ചതോറുമങ്ങത്ഭുതം താൻ.
1103 ശ്രീകണ്ഠൻതന്നുടെ കോദണ്ഡദണ്ഡമ
1104 ങ്ങാകുലമായി വിറച്ചുതല്ലൊ
1105 മന്മേകലന്നൊരു നാന്മുഖംതന്നില്ലം
1106 മന്മേൽ മയങ്ങിച്ചമഞ്ഞുതായി
1107 നാരായണങ്കയ്യിൽനിന്നഴെുമായുധം
1108 നരേേ മുനന്നു തുടങ്ങീതപ്പോൾ.
1109 നീർക്കോഴിക്കൂട്ടമിക്കൾേക്കായതന്തെന്നു
1110 നോക്കിത്തുടങ്ങീതങ്ങലെ്ലാടവും
1111 അന്നക്കിടാങ്ങളും കാല്ക്കൽ കളിച്ചുടൻ
1112 ചലെ്ലത്തുടങ്ങീതു മലെ്ലെ മലെ്ലെ.
1113 ചാരത്തു നിന്നുള്ള ശാരികപ്പതൈങ്ങൾ
1114 ചാടുക്കളോതിത്തുടങ്ങിചമ്മെ.
1115 പാരാവതങ്ങൾക്കു പണ്ടതേിലറേ്റവും
1116 ചാരുവായ് വന്നുതേ കൂകുന്നതും
1117 മംഗലനായുള്ളൊരംഗജനന്നരേം
1118 ഒന്നഞ്ഞൂറായിരം വില്ലൊടിഞ്ഞു.

1119 ഭംഗിയിൽനിന്നനൊരു സംഗരവും പിന്നെ
1120 മങ്ങിത്തുടങ്ങീതു മല്ലേല മല്ലേല.
1121 ചാപങ്ങളല്ലാം തളർന്നു കുലഞ്ഞുതേ
1122 ശരോണങ്ങളായ് വന്നു ബാണങ്ങളും.
1123 ചലേതെത്തുമാറുള്ള നീലത്തഴകളും
1124 ചാലത്തളർന്നു വിരിഞ്ഞുതപ്പരോൾ.
1125 ചണേലും ഞാണായിനിന്നുള്ള വണ്ടിണ്ട
1126 കാണായിതന്നരേം ചിന്നുന്നതും.
1127 വാരുറ്റു നിന്നനൊരു തരേുമന്നരേത്തു
1128 പാരം തളർന്നു മയങ്ങിനിന്നു.
1129 ആനന്ദവാരിയിലാണ്ണു കിടന്നുള്ളൊ
1130 രാനായനാരിമാരന്നെനരേം
1131 മല്ലന്നെഴുന്നു നികന്നു തുടങ്ങിനാർ
1132 അല്ലിത്താർബാണൻ വഴങ്ങുകയാൽ.
1133 ചാമ്പിക്കലങ്ങി മയങ്ങിത്തളർന്നുടൻ
1134 കൂമ്പിക്കുഞ്ഞൊരു കണ്ണിണയും
1135 നാലന്നിലറേവും തഞ്ഞേു ചമഞ്ഞിട്ടു
1136 ചാലവിളർത്തനൊരു ചരോരിവായും
1137 വമ്പിലഴുന്നുള്ള വീർപ്പുകളകൊണ്ടു
1138 കമ്പമിയന്നുള്ള കൊങ്കകളും
1139 ഖിന്നതപൂണ്ടുള്ളൊരൽക്കിടം തന്നയെും
1140 തിണ്ണം തളർന്നുള്ള തിതുടയും
1141 ചാലദ്ധരിച്ചുടൻ നിന്നു വിളങ്ങിനാ
1142 രാലേക്കമാണ്ടുള്ള ബാലികമാർ.
1143 പാർശ്വവ്രണങ്ങളിൽ പറ്റുന്ന കശേങ്ങൾ
1144 ആശ്വസിച്ചന്നൊന്നേ നീക്കി നീക്കി
1145 പാെട്ടിത്തറിച്ചുള്ള ഭൂഷണജാലങ്ങൾ
1146 ഒട്ടാെട്ടു കകൈകൊണ്ടു മല്ലേല മല്ലേല.

1147 തിങ്ങിയഴെുന്നൊരു നാണവും പ്രമേവും
1148 തങ്ങിന കമുനകൊണ്ടു ചമെ്മ.
1149 കാമുകനാകിന കാർവ്വർണ്ണന്തന്മുഖം
1150 കാമിച്ചു പിന്നയെും നോക്കി നോക്കി
1151 നിന്നു വണങ്ങുന്ന കാമിനിമാർമുഖം
1152 മല്ലവരേ നോക്കി ചിരിച്ചു നന്നായ്
1153 വാരിജലോചനൻ ചൊല്ലിനാനന്നരേം
1154 വാരുററ നാരിമാരല്ലാരോടും:
1155 "അന്ത്യമായുള്ളൊരു യാമമണഞ്ഞുതേ
1156 ചിന്ത പുലമ്പുന്നുതുള്ളിലിപ്പോൾ
1157 ഇന്നിനി നമ്മിലേ ലീലകൾ നിന്നുതായ്
1158 എന്നാലിന്നിങ്ങളോ മങ്കമാരേ!
1159 അമ്പാടിതന്നിലേ വകൊതെ പോകണം
1160 കിം ഫലമിന്നിങ്ങുനിന്നിനി നാം?
1161 കാന്തന്മാരല്ലാരും കാണാഞ്ഞു നിങ്ങളെ
1162 താന്തന്മാരായല്ലോ മവേുന്നിപ്പോൾ."
1163 മല്ലവിലോചനനിങ്ങനെ ചൊന്നപ്പോൾ
1164 മല്ലവിലോചനമാരല്ലാരും.
1165 കടേ്ടുതില്ലതേുമയേന്നൊരു ഭാവത്തെ
1166 ക്കാട്ടിയങ്ങല്ലാരും നിന്നുകൊണ്ടാർ.
1167 പുഞ്ചിരിതൂകിനിന്നഞ്ചനവർണ്ണന്താൻ
1168 ചഞ്ചമെ്മേ ചൊല്ലിനാനന്നരേം
1169 "നാളയെുമിങ്ങനെ കൂടിക്കലർന്നിനി
1170 മളേത്തിൽനിന്നു കളിക്കാമല്ലൊ
1171 ഇന്നിനിയൊന്നിനും വകൈല്യം വാരാതെ
1172 നിങ്ങൾ വിരഞ്ഞങ്ങു പോക നല്ലു."
1173 എന്നതു കടേ്ടുള്ള വല്ലവിമാരല്ലാ
1174 ഒന്നൊെത്തുകൂടിക്കലർന്നുടനേ

നാളയെന്നിങ്ങനെ ചൊന്നതിൻ കീഴുള്ള
നാഴികയെണ്ണിത്തുടങ്ങിനാരേ.
എന്നതു കണ്ടപ്പോൾ പുഞ്ചിരിതൂകിനാൻ
നന്ദതനൂജൻതാൻ മെല്ലെ മെല്ലെ.
ചൂതങ്ങൾതോറുമിരുന്നുള്ള കോഴികൾ
ആതങ്കം പെയ്തു തുടങ്ങീതപ്പോൾ.
എന്നതു കേട്ടുള്ള വല്ലവിമാരെല്ലാം
ഏറിന താപമിയന്നു ചൊന്നാർ:
"കോഴികളെന്തയ്യോ കാലംവരും മുമ്പേ
കൂകിത്തുടങ്ങീതെൻ തോഴിമാരേ !
കാട്ടിലെക്കോഴിക്കു ഞായമില്ലേതുമേ
വീട്ടിലെക്കോഴിക്കേ ഞായമുള്ളു :
എന്തൊരു ഞായമിപ്പാതിരാനേരത്തു
സന്തതമിങ്ങനെ കൂകിനില്പാൻ ?
തീക്കനൽ കൊണ്ടന്നു ചഞ്ചുപുടംതന്നിൽ
ആക്കുന്നൊരാരുമങ്ങില്ലയോതാൻ? "
കോഴിയോടിങ്ങനെ കോപിച്ചുനിന്നുടൻ
കൂകുന്ന കോകങ്ങളോടു ചൊന്നാർ :
"നിങ്ങൾക്കു നല്ലൊരു കാലമണഞ്ഞുതായ്
എങ്ങളോ നിങ്ങളായ് വന്നുതിപ്പോൾ.
എങ്ങൾക്കു വന്നൊരു വേദന കണ്ടല്ലീ
ഇങ്ങനെ കേഴുന്നുതന്നലേ ! നീ ?
തന്റെ പെയ്തു നിന്നുള്ളൊരാമ്പലേ ! നീയെന്തി
ന്നൂമ്പലുറഞ്ഞു തുടങ്ങീതിപ്പോൾ?
നിന്നുടെ കാന്തനുന്നിന്നെ വെടിഞ്ഞാനോ
എന്നുടെ കാന്തനിന്നെന്നപോലെ?
വണ്ടുകളേ! എന്തു താമരപ്പൊയ്കയിൽ
മണ്ടിത്തുടങ്ങുന്നൂതിപ്പൊഴേ ചൊൽ?

1203 താമരപ്പൂവു വിരിഞ്ഞു തുടങ്ങുന്ന
1204 കാലമിങ്ങതേുമണഞ്ഞുതില്ലേ,
1205 ആദിത്യദവോ ! നിനക്കു തൊഴുന്നങ്ങൾ
1206 വാദിച്ച ദശേമേ പൊയ്ക്കൊള്ളണേം.
1207 വൃന്ദാവനംതന്നിലിന്നഴെുന്നള്ളായ്കിൽ
1208 നന്നായിരുന്നതുമങ്ങൾക്കിപ്പോൾ :
1209 ആനായർകോൻതൻറെ പൂമനേി ദൂരവ
1210 ച്ചാകുന്നൂതില്ലതേും പോവാനയ്യോ !
1211 സൂര്യനു സൂതനാം വീരനേ ! നിന്നോടു
1212 വറേയുണ്ടൊന്നങ്ങൾ ചൊല്ലുന്നിപ്പോൾ:
1213 "മാർത്താണ്ഡദവേനേ വൃന്ദാവനംതന്നിൽ
1214 ഓർത്തിട്ടുവണേമഴെുന്നള്ളിപ്പാൻ:
1215 ഗോകുലനാഥന്നു ലീല കഴിഞ്ഞീല
1216 കോപമുണ്ടാകിലാമന്നേതറിവൂ?
1217 ഞങ്ങളറിഞ്ഞതു ചൊല്ലണേമല്ലൊതാൻ
1218 എന്നിട്ടു നിന്നോടു ചൊല്ലീതിപ്പോൾ."
1219 വറേുപാടോർത്തുള്ള നാരിമാരിങ്ങനെ
1220 വദേന പൂണ്ടു പറഞ്ഞു പിന്നെ :
1221 "കണ്ണനെക്കാണാതെയുണ്ടോ പൊറുക്കാവൂ
1222 കണ്ണിനന്നേുള്ളതു പാർക്കണം നാം"
1223 എന്നങ്ങുതങ്ങളിൽക്കൂടിപ്പറഞ്ഞിട്ടു
1224 കണ്ണുമടച്ചു നുറുങ്ങു നിന്നാർ.
1225 ഗർഭത്തിൽ നൂണുള്ള വദേനയന്നരേം
1226 അല്പമായ് വന്നിതവർക്കു ചമ്മേ
1227 "ആയിരം നാളുണ്ടു കണ്ണനെക്കാണാതെ
1228 യായിച്ചമഞ്ഞു നാം" എന്നപോലെ
1229 കണ്ണു തുറന്നുടൻ കണ്ണനേ നോക്കിനാർ
1230 തിണ്ണമഴെുന്നൊരു കൗതുകത്താൽ.

1231 “പൈവതിന്നതേുമേ വകൈെെല്ലാ നിങ്ങളെ
1232 ന്നീവണ്ണം ചൊല്ലുന്നൂതന്നെപോലെ
1233 വൃക്ഷങ്ങൾചരേൻന്നുള്ള പക്ഷിഗണങ്ങളും
1234 അക്ഷണം കൂകിത്തുടങ്ങി ചമെ്മേ;
1235 വല്ലവിമാരെല്ലാമന്നെതു കടേ്ടപ്പോൾ
1236 വല്ലാതെ നിന്നു നുറുങ്ങുനരേം
1237 പൈവതിനായിത്തുനിഞ്ഞുത്തുടങ്ങിനാർ
1238 പൂബാണൻ ചമെ്മേ വഴങ്ങാതയെും.
1239 തങ്ങളങ്ങങ്ങൊനും പോകുമ്പോൾ കണ്ണന്നു
1240 ചങ്ങാതമായ് നില്പാനന്നെപോലെ
1241 മാനസമെല്ലാരും കണ്ണനു നല്കീട്ടു
1242 ദീനമാരായി നടന്നാർ ചമെ്മെ.
1243 “എങ്ങളക്കെവൈിട്ടു പോന്നൊരു മാനസം
1244 തങ്ങിയുറച്ചതിന്നിങ്കലല്ലൊ
1245 ഇന്നിതുതന്നെ നീ പാലിച്ചുകൊള്ളണേം
1246 എന്നങ്ങു ചൊല്ലന്നോരന്നെപോലെ
1247 പിന്നയെും പിന്നയെും മന്ദം മറിഞ്ഞുടൻ
1248 നന്ദതനൂജനെ നോക്കി നോക്കി
1249 ആകുലമാരായിപ്പോകുന്ന ഗോപിമാർ
1250 ഗോകുലം തന്നിലകത്തു പുക്കാർ.
1251 വാതിലും തള്ളിയകത്തങ്ങു ചെന്നിട്ടു
1252 പാതിയൊഴിഞ്ഞൊരു ശയ്യതന്നിൽ
1253 തൂമ കലർന്നുകിടന്നുടനെല്ലാരും
1254 കാമുകന്മാരയെും പൂണ്ടുകൊണ്ടാർ.
1255 കാമുകന്മാരും തൻ കാമിനിമാരുടെ
1256 കോമളമനേി കലർന്നനരേം
1257 കോൾമയിർക്കൊണ്ടൊരു മനേിയുമായിത്തൻ
1258 കാമിനിമാരപെ്പുണർന്നുനിന്നാർ :

1259 മുന്നമയേന്നുടനെ മെയ്യോടു ചേർന്നിവൾ

1260 ഇങ്ങനെ മേവിനാളെന്നു തോന്നി.

1261 കാന്താരം തന്നിലേ പാഞ്ഞവർ പോയത

1262 ക്കാന്തന്മാരാർക്കുമേ തോന്നീതില്ലേ.

1263 വല്ലവിമാരെല്ലാം വല്ലഭന്മാരെത്തൻ

1264 മല്ലത്തടക്കൺകതന്നിലാക്കി

1265 മെല്ലവേ പൂണ്ടിനിന്നുള്ളിലെഴുന്നുള്ളൊ

1266 രല്ലലേ നീക്കിത്തെളിഞ്ഞു നിന്നാർ.

17.കംസമന്ത്രം

കാർവർണ്ണനായൊരു പാദപംതങ്ക്കീഴേ
മേവി വിളങ്ങ്ങിന നൽ തണലിൽ
നിന്നു വിളങ്ങ്ങുന്ന ഗോപാലരെല്ലാരും
ഒന്നൊത്തുകൂടിനിന്നന്നൊരുനാൾ
ദേവിയെ പൂജിക്കവേണമെന്നെന്നിട്ടു
കാവിലകംപൂക്കാർ കാന്തിയോടെ
പൂജയ്ക്കു വേണ്ടുന്ന സാധനമോരോന്നേ
പൂരിച്ചു പൂരിച്ചു വന്നനേരം
അംബികതന്നുടെ പൂജ തൂടങ്ങ്ങിനാർ
അംബുജലോചനനോടുംകൂടി.
ദാനങ്ങ്ങളെക്കൊണ്ടു ഭൂദേവന്മാരുടെ
ദീനത പോക്കിനാരായവണ്ണം.
അംബികാപൂജ കഴിഞ്ഞ്ഞുതുടങ്ങ്ങുമ്പോൾ
അന്തിയായ് വന്നിതക്കാലം നേരേ.
അന്നു രാവെല്ലാമക്കാനനംതന്നിലേ
നിന്നു വിളങ്ങ്ങിനാർ വല്ലവന്മാർ.
പാതിരാനേരത്തുറങ്ങ്ങിനിന്നീടുമ്പോൾ
പാപിയായുള്ളോരു പാമ്പു വന്ന്
നിദ്രയെപ്പൂണ്ടുള്ള നന്ദനന്തൻ പാദത്തെ
സത്വരം ചെന്നു വിഴുങ്ങ്ങീതപ്പോൾ.
നന്ദന്റെ രോദനം കേട്ടുള്ള ഗോപന്മാർ
സന്നദ്ധരായങ്ങ്ങുണർന്നുടനെ
കൊള്ളികൊണ്ടെല്ലാരും പാമ്പിനെത്തല്ലിനാർ
തള്ളി വിടുർപ്പതിന്നായീലാർക്കും.
അച്ഛന്റെ രോദനം കേട്ടൊരു നേരത്ത
ങ്ങച്യുതന്താനുമങ്ങ്ങോടിച്ചെന്നാൻ.

പാവനമായയൊരു പാദംകണ്ടൊണ്ടന്നരേം
പാമ്പിനച്ചെന്നു ചവിട്ടിനാൻ താൻ
പാപമായുള്ളോരു കൂരിരുട്ടിന്നൊരു
ദീപമായ്നിന്നൊരു പാദം മെയ്യിൽ
തട്ടിയനരേത്തു പട്ടെന്നപ്പാമ്പുതാൻ
മറ്റൊരു രൂപത്തപ്പൂണ്ടു നിന്നു.
"ആർ നീ"യന്നെത്തിങ്ങനെ ചോദിച്ചുനിന്നൊരു
കാർവർണ്ണൻതന്നോടു ചൊന്നാൻ പിന്നെ:
"മുന്നം ഞാൻ നല്ലൊരു വിദ്യാധരനായി
മന്നിടമങ്ങെങ്ങും നടന്നകാലം
മാമുനിമാരര വരുന്നതു കണ്ടിട്ടു
മാപാപമൽപ്പാൻ ചിരിച്ചനേറ്റം.
"എല്ലും ഞരമ്പുമഴുന്നുനിന്നങ്ങനെ
യല്ലൊയിന്നമ്മുടെ മനേിയുള്ളു
എന്നതു കണ്ടു ചിരിക്കയോ ചെയ്യുന്നൂ
തിന്നിവനെ"ന്നങ്ങു ചൊല്ലിപ്പിന്നെ
മാപാർന്നുനിന്നുള്ള മാമുനിമാരല്ലൊം
"പാമ്പായിപ്പോക നീ" എന്നു ചൊന്നാർ.
അന്നുതുടങ്ങിയിക്കാനനംതന്നിൽ ഞാ
നിങ്ങനെ നിന്നു കഴിച്ചേൻ കാലം.
ഇന്നു നിൻ കാൽപ്പൊടി മനേിയിലേക്കയാൽ
നന്നായിവന്നതും കണ്ടേൻ നാഥാ!
ശാപംപിണഞ്ഞതു നന്നായിവന്നിതൻ
പാപങ്ങൾ വരേറ്റുപോയിതല്ലോ:
നിന്നുടെ കാൽപ്പൊടിയലേക്കതിന്നല്ലായ്കിൽ
പുണ്യം നമുക്കുണ്ടോ വന്നുകൂടൂ?
കവേലനായ് നിന്നു മവേുന്ന നിന്നുടെ
ചവേടിപ്പൂമ്പൊടിയലേക്കയാലെ

55 ഏററം പുളച്ചുള്ള പാപങ്ങളല്ലാമേ
56 തേററുടനേടിനാരന്നൊടന്നാൽ
57 എന്നുടെ ലോകത്തു പോവാൻ തുടങ്ങുന്നന്നേ”
58 എന്നങ്ങു ചൊല്ലി മുതിർന്നു പിന്നെ.
59 കണ്ണന്റെ ചേവടി കുമ്പിട്ടു പിന്നെയും
60 വിണ്ണിനെ നോക്കി നടന്നാൻ തിണ്ണം.
61 വല്ലവന്മാരല്ലാമന്നു രാവങ്ങനെ
62 മല്ലെക്കിടന്നു പുലർന്നനേരം
63 ദേവിതൻ ചേവടി കുമ്പിട്ടു നിന്നിട്ടു
64 പോവതിനായിത്തുനിഞ്ഞു പിന്നെ
65 മാനിച്ചുനിന്നോരോ ഗാഥകളോതിക്കൊ
66 ണ്ടാനായച്ചേരിയിൽ ചെന്നു പുക്കാർ.
67 പിന്നയൊരുദിനം കണ്ണനും രാമനും
68 പെണ്ണുങ്ങളോടു കലർന്നു നന്നായ്
69 ദീനത കൈവിട്ടു മാനിച്ചുനിന്നു നൽ
70 ക്കാനനംതന്നിൽ കളിക്കുംനേരം
71 വിത്തേശന്തന്നുടെ ഭൃത്യനായുള്ളൊരു
72 വീരന്താൻ വന്നു കതിർത്തുടനെ
73 കാട്ടിലകംപുക്ക കാമിനിമാരത്തൊ
74 നാട്ടിയരട്ടി നടന്നാൻ ചെമ്മെ.
75 കാമിനിമാരുടെ ദീനത കണ്ടിട്ടു
76 കാർവർണ്ണന്താനും കതിർത്തുനിന്നു.
77 ഓടിയണഞ്ഞവൻ ദേഹത്തപ്പീഡിച്ചേ
78 കടേുവരുത്തിനാൻ കേശവന്താൻ.
79 ഗാഢം പിടിച്ചു ഞെരിച്ചുടനക്ഷണം
80 ഗൂഢമായ്പിന്നയുമൊന്നു ചെയ്താൻ
81 മൂർദ്ധാവിൽനിന്നൊരു രത്നത്തക്കൊണ്ടന്നു
82 മൂത്തവൻകയ്യിൽ കൊടുത്തുടനെ

കോകിലവാണിമാരോടു കലർന്നുതാൻ
ഗോകുലംതന്നിലകത്തു പുക്കാൻ.
മാനിനിമാരുടെ മാനസമായൊരു
മാനസത്തിന്നൊരു ഹംസമായി
നന്ദഗൃഹംതന്നിൽ നിന്നു വിളങ്ങിന
നന്ദകുമാരകനന്നൊരുനാൾ
കാലിയെ മേപ്പാനായ്ക്കാലം പുലർന്നപ്പോൾ
കാനനംതന്നിലേ പോയനേരം
വല്ലവിമാരെല്ലാം കണ്ണൻ പിരിഞ്ഞുള്ളൊ
രല്ലലപ്പോക്കുവാനൊത്തുകൂടി
വാരിജലോചനൻവേണുവിൻഗാനത്തേ
വാഴ്ത്തിനാരെല്ലാരും മെല്ലെ മെല്ലേ:
“വാമമായുള്ള കവിൾത്തടംതന്നെയും
വാമമായ്മേവിന തോളിൽ വച്ച്
വാരുറ്റെഴുന്നൊരു വേണുവത്തന്നെയും
ചോരിവാതന്നോടേണച്ചു ചെമ്മെ
തൂമ കലർന്നുള്ള രന്ധ്രങ്ങളോരോന്നിൽ
കോമളക്കൈവിരൽ ചേർത്തുകൊണ്ട്
ഉല്ലസിച്ചുള്ളൊരു ചില്ലികളെക്കൊണ്ടു
മെല്ലവേ താളമായെത്തിയെത്തി
നാഥനായുള്ളൊരു പാഥോജലോചനൻ
നാദത്തെക്കൊണ്ടുകൊണ്ടൂതുംനേരം
അംബരംതന്നിൽ നടന്നു വിളങ്ങിനോ
രംബുജലോചനമാരെല്ലാരും
കേട്ടോരു നേരത്തു കാമശരം നട്ടു
വാട്ടം തുടങ്ങി മയങ്ങിച്ചെമ്മെ
വേണിയഴിഞ്ഞതും നീവി കിഴിഞ്ഞതും
കോൾമയിർക്കൊണ്ടതു തൂവിയർപ്പും

111 ഒന്നുമങ്ങോരാതെ പാവകളപ്പോലെ

112 നിന്നല്ലീ മേവുന്നു നീള നീളെ?

113 നാമല്ലോമിങ്ങനെ കാമിക്കുന്നൂതന്നു

114 നാണിക്കവേണമോ? നാരിമാരെ!"

115 ഇങ്ങനെയോരോന്നേ ചൊന്നുടൻ വാഴ്ത്തിനാർ

116 മംഗലമാരായ മാനിനിമാർ.

117 കാർമുകിൽവർണ്ണനും കാമിനിമാരുടെ

118 കാമത്തെപ്പൂരിച്ചു നിന്നു പിന്നെ

119 കാളയായ് വന്നൊരു ദാനവൻതന്നെയും

120 കാലപുറംതന്നിലാക്കിനാൻതാൻ.

121 നാരദനന്നേരം ഭോജഗൃഹംതന്നിൽ

122 പാരാതെ പോയ് ചെന്നു കംസനോട്

123 ചൊല്ലിത്തുടങ്ങിനാൻ മെല്ലമെല്ലുള്ളത്തിൽ

124 അല്ലലും കോപവും പൊങ്ങുംവണ്ണം:

125 "കംസാ! നിൻമാനസം വറ്റൊന്നായ്പോയിതോ

126 സംസാരിയന്നല്ലൊ ചൊൽവൂ നിന്നെ.

127 ഉണ്മയായുള്ളതു കേട്ടീലയാഞ്ഞല്ലീ

128 തണ്മ വരുന്നതു കാണായിന്നു?

129 കേട്ടുകൊള്ളണ്ടെങ്കിൽ ഞാൻ ചൊൽവതു പാരാതെ

130 കേട്ടിട്ടു വേണ്ടതു ചെയ്ക പിന്നെ.

131 നിന്നുടെ വൈരിയായുള്ളൊരു കാർവർണ്ണൻ

132 നിന്നു വിളങ്ങുന്നോനമ്പാടിയിൽ

133 ദേവകിതന്നുടയെഷ്ടമഗർഭത്തിൽ

134 മേവിപ്പിറന്നതിവന്താനത്രെ.

135 പേടിച്ചു നിന്നെയെന്നാനകദുന്ദുഭി

136 കേടേറ്റ ഗോകുലംതന്നിലാക്കി

137 നന്ദന്റെ കൈയിൽ വളർപ്പതിന്നായിട്ടു

138 നന്നായി നല്കിത്താനിങ്ങു പോന്നാൻ.

പൂതനതന്നുടെ വന്മുലയുണ്ടുണ്ടു
ചേതനകൊണ്ടതോ പണ്ടിവന്താൻ.
നിന്നുടെ ബന്ധുക്കളായവരെയെല്ലാമേ
കൊന്നതും പാർക്കിൽ മറ്റാരുമല്ലേ.
നിന്നെയും കൊല്ലണമെന്നുണ്ടവന്നൊരു
തള്ളുടനിന്നിന്നു പാർക്കുംനേരം
മുമ്പിലേ നീ ചെന്നു കൊല്ലുന്നോനെല്ലായ്കിൽ
തപെടുമെന്നുള്ളതോർക്കണേമേ.
നിന്നിലെഴുന്നുള്ളോരമ്പുകൊണ്ടിങ്ങനെ
നിന്നോടു ചൊല്ലിനേൻ മെല്ലെക്കംസാ!
മറ്റാരും നിന്നോടു ചൊല്കയില്ലിങ്ങനെ
മുറ്റുമറിഞ്ഞാനേ കേൾ ചൊൽവാനുള്ളു.”
നാരദനിങ്ങനെ ചൊന്നൊരു നേരത്തു
വീരനായുള്ളൊരു കംസനപ്പോൾ
കോപിച്ചുനിന്നു വസുദേവർതന്നെയും
കോമളയായൊരു ഭാര്യയേയും
ഘോരനായ് ചെന്നങ്ങു കൊല്ലുവാനോങ്ങുമ്പോൾ
നാരദൻ ചെന്നു ചെറുത്തു പിന്നെ
വീണയും വായിച്ചു പോയിത്തുടങ്ങിനാൻ
വിഷ്ണുവിൻ നാമങ്ങളോതിയോതി.
ചിന്ത പുലമ്പിന കംസന്താനന്നേരം
മന്ത്രികളായുള്ളോരെല്ലാരെയും
ചാരത്തുകൊണ്ടു ചരതിച്ചു ചൊല്ലിനാൻ
നാരദൻ തന്നോടു ചൊന്നതെല്ലാം.
മാഴ്കാതെനിന്നുള്ള മന്ത്രികളന്നേരം
മാനിച്ചു ചൊല്ലിനാർ കംസനോട്:
“പേടിച്ചു പോരുന്ന മാമുനിമാരെല്ലാം
പയേന്നിയുണ്ടോ പറഞ്ഞു കേൾപ്പൂ?

ആഭാസനായൊരു ഗോപാലബാലകൻ
വ്യാപാദിക്കും നമ്മെയെന്നോ ചൊന്നു?
ഗോമായു കൊല്ലുന്നു സിംഹത്തെയെന്നതി
പ്പാർമലേങ്ങങ്ങാനുമുണ്ടോ കേൾപ്പൂ.
മാഗധൻതാനുണ്ടു സന്തതം ബന്ധുവായ്
മാഴ്കാതെ ഭൗമനുമുണ്ടു പിന്നെ
ചണ്ണുറ്റെഴുന്നൊരു ബാണനുമുണ്ടല്ലൊ
ചാണൂരമുഷ്ടികന്മാരുമുണ്ട്.
പാരേഴും വെല്ലുന്ന വീരന്മാരോരോരോ
ബന്ധുക്കളുണ്ടവയോർത്തുകണ്ടാൽ
കാലിയും മേച്ചു നടക്കും ചെറുപ്പിള്ളർ
കാലനായ്‌വന്നതു ചേരുവോന്നോ?
വമ്പനല്ലായ്കിലുമിന്നിവൻതന്നെ നാം
തമ്പന്നമാക്കണം മൂക്കുംമുമ്പേ.
വൈരിയായുള്ളവൻ വീരനല്ലായ്കിലും
വൈരസ്യമാർക്കുമേ പാർക്കുംതോറും
കണ്ടകംതന്നുടയെങ്കുരമാകിലും
ഇണ്ടലാക്കീടുമെന്നുണ്ടു ഞായം."
മന്ത്രികളിങ്ങനെ ചൊന്നോരു നേരത്തു
മല്ലന്മാരോടുടൻ ചൊന്നാൻ കംസൻ:
"ദുർവൃത്തരായുള്ള നന്ദജന്മാരുടെ
ഗർവത്തെപ്പോക്കണം നിങ്ങളിപ്പോൾ
മല്ലുകൊണ്ടിന്നു കളിക്കണമെന്നിട്ടു
മല്ലെ വിളിച്ചങ്ങെടുത്തുകൊൾവൂ.
കൈക്കൽവരുന്നേരമൊക്കെ ഞെരിക്കണം
ചക്കിലകപ്പെട്ടൊരിക്ഷുപോലെ."
മല്ലരായുള്ളോരോടിങ്ങനെ ചൊല്ലീട്ടു
ചൊല്ലിനാനാനതൻ പാവാനോടും:

“നമ്മുടെ വൈരികളായിപ്പുളയ്ക്കുന്ന
നന്ദകുമാരകന്മാരെ നേരേ
കണ്ടൊരുനേരത്തു മണ്ടിയണഞ്ഞുചെ
ന്നിണ്ടൽ പൊഴിക്കുമാറുള്ളിലങ്ങും
കുത്തിപ്പിളർന്നവർ മാറിടംതന്നിലേ
മെത്തിയെഴുന്നൊരു ചോരതന്നേ
ദൂഷണം വറോയ ദന്തിതൻ കൊമ്പിന്നു
ഭൂഷണമാക്കണമൂക്കുകൊണ്ട്.”
മുന്നൽനിന്നുള്ളവരെല്ലാരും കേൾക്കവേ
പിന്നെയും ചൊല്ലിനാൻ ഭോജനാഥൻ:
“എന്തൊന്നു ചൊല്ലിയന്നന്ദജന്മാരെയി
മ്മന്ദിരംതന്നിലിങ്ങാക്കിക്കൊൾവൂ?
നമ്മുടെ ചാരത്തു വന്നിങ്ങു മേവുകിൽ
നന്നായിപ്പോകുന്നോരെല്ല പിന്നെ
ചേണുറ്റ സിംഹത്തിൻ ചാരത്തു ചെന്നുള്ളൊ
രേണത്തിൻ പൈതങ്ങളെന്നപോലെ.”
ഇങ്ങനെ ചൊല്ലീട്ടു പിന്നെയും ചൊല്ലിനാൻ
ചിന്തിച്ചുനിന്നു നുറുങ്ങുനേരം:
“ചാപത്തിൻ പൂജ തുടങ്ങണം നാമിപ്പോ
ളാപത്തു പോക്കുവാനെന്നു ചൊല്ലി.
വാരുറ്റുനിന്നുള്ളൊരുത്സവമുണ്ടെന്നി
പ്പാരിടമെങ്ങുമേ പൊങ്ങവേണം,
ഉത്സവം കേൾക്കുമ്പോൾ സത്വരം പോരുവർ
ദുസ്സഹന്മാരായ നന്ദജന്മാർ.”
മിക്കവരോടും പറഞ്ഞുനിന്നിങ്ങനെ
അക്രൂരനോടു പറഞ്ഞാൻ പിന്നെ:
“ഗോകുലംതന്നിലേ പോരാതെ ചെന്നു നീ
ഗോപാലന്മാരെക്കണ്ടു ചൊൽവൂ

മംഗലനായൊരു കംസൻറെ ചൊല്ലാലെ
നിങ്ങളെക്കാണ്മാനായ് വന്നുതിപ്പോൾ
വില്ലിന്നു പൂജയാമുത്സവം കാണ്മാനായ്
എല്ലാരും നിങ്ങൾ മുതിർന്നു നന്നായ്
പാൽ വെണ്ണ തൈരെല്ലാമാവോളമുണ്ടാക്കി
പ്പാരാതെ പോരണേ”മെന്നു ചൊൽവൂ.
കാലികൾപിന്നാലെ കാട്ടിൽ നടക്കുന്ന
കാർവർണ്ണരാമന്മാരോടു ചൊൽവൂ.
“സ്വാമിതാൻ നിങ്ങളെക്കാണ്മതിന്നായിട്ടു
കാമിച്ചുപോരുന്നു പണ്ടേയെന്നാൽ
കാമ്യമായുള്ളൊരു കാർമ്മുകയാഗത്തെ
ക്കാണ്മാനായ്പോരണം” എന്നിങ്ങനെ
തേറ്റം വരുംവണ്ണമേറ്റം പറഞ്ഞു മ
ന്മാറ്റാരായുള്ളോരെക്കൊണ്ടുപോരൂ.
മറ്റുള്ളോർ പോകിലോ കുറ്റമേയുണ്ടാവു
വറ്റാതൊരമ്പു നിനക്കേയുള്ളു.
കാര്യങ്ങളോരോന്നേ പോരാതെ സാധിപ്പാ
നാര്യനായുള്ളൊരു നീയേയുള്ളു.”
എന്നങ്ങു ചൊല്ലിന കംസൻതാൻ തന്നുടെ
മന്ദിരംതന്നിലകത്തു പുക്കാൻ.
മന്ത്രികളെല്ലാരും തന്നുടെ തന്നുടെ
മന്ദിരം നോക്കി നടന്നാരപ്പോൾ.
അക്രൂരന്താനും തന്മന്ദിരംതന്നിലേ
പുക്കാനങ്ങെല്ലാരും പോയനേരം.

18.അക്രൂരാഗമനം

കേശിയായുള്ളൊരു ദാനവൻ വാജിയായ്
കേശവനുള്ളേടം ചെന്നണഞ്ഞാൻ.
കണ്ടൊരു നേരത്തു മണ്ടിത്തുടങ്ങിനാ
രിണ്ടൽപൂണ്ടെല്ലാരും വല്ലവന്മാർ.
കേശവന്താനപ്പോൽ കൂശാതെ വന്നൊരു
കേശിയോടേശിനാനാശു ചെന്ന്.
വാശിപൂണ്ടുള്ളൊരു കേശിയുമന്നേരം
കേശവൻതന്നോടുമേശിനിന്നാൻ.
ഭൂരേണുപൂരങ്ങൾ പൊങ്ങുമാറെങ്ങുമേ
പാരംവിളങ്ങിനിന്നൊട്ടുനേരം
കാന്തികലർന്നൊരു കാർവർണ്ണനന്നേരം
കാരുണ്യംതന്നെ വെടിഞ്ഞു ചെമ്മെ
കാളിന്ദിതന്നുടെ സോദരന്നീടെഴും
കാഴ്ചയായ് നല്കിനാൻ കേശിതന്നെ
ആരണർകോനായ നാരദനന്നേരം
നീരദവർണ്ണനാം കണ്ണന്തന്നെ
പൂത്തുകിനിന്നുള്ള വിണ്ണവർ കേൾക്കവേ
വാഴ്ത്തിനാൻ ചീർത്തൊരു സന്തോഷത്താൽ.
നാരദൻ വാഴ്ത്തിന വാർത്തകളോരോന്നേ
ആദരവോടങ്ങു കേട്ടു പിന്നെ
ചങ്ങാതിമാരായ ബാലകന്മാരോടും
ചന്തത്തിൽ ചേർന്നു കളിച്ചാൻ കണ്ണൻ.
വ്യോമനായുള്ളൊരു ദാനവൻ വന്നിട്ടു
ഗോപാലബാലകന്മാരെയെല്ലാം
പർവതംതന്നുടെ പാതാളം പൂകിച്ചു
ഗർവിതനായങ്ങു നിന്നനേരം

കല്യനായുള്ലൊരു കണ്ണനവൻതന്നെ
കള്ളനെന്നുള്ളതു നിർണ്ണയിച്ച്
ആശു പോയ് ചെന്നവൻ തന്നുടൽ പീഢിച്ചു
കേശിക്കു ചണ്ഡാതമാക്കിവിട്ടാൻ.
പാതാളം പൂകിന ബാലകന്മാരെയും
പാരാതെ കൊണ്ടിങ്ങു പോന്നു പിന്നെ
ലീലകളെക്കൊണ്ടു മാലോകർമാനസം
ചാലക്കുളുർപ്പിച്ചു മേവിനിന്നാൻ.
മായംകളഞ്ഞുള്ള മാമുനിമാരുടെ
മാനസമായൊരു മന്ദിരത്തിൽ
നിന്നു വിളങ്ങിന നന്ദകുമാരനെ
ച്ചെന്നങ്ങു കാണ്മതിന്നായിച്ചെമ്മേ
അക്രൂരമായൊരു മാനസംപൂണ്ടുള്ളൊ
രക്രൂരനാകിന യാദവന്താൻ
ചൊൽക്കൊണ്ടു നിന്നൊരു തേരിൽക്കരേറിയ
ദ്ദിക്കിനെ നോക്കിനടന്നാനപ്പോൾ.
പോകുന്ന നേരത്തു തന്നിലേ നണ്ണിനാൻ
ഗോവിന്ദപാദങ്ങളുള്ളിലാക്കി
“കണ്ണനെക്കാണ്മതിനായല്ലോ പോകുന്നു
പുണ്യവാനെന്നതു നിർണ്ണയം ഞാൻ?
ആയർകോന്തന്നുടെ കാന്തിയായുള്ളൊരു
പീയൂഷവാരിതൻ പൂരംതന്നേ
കോരിനിറച്ചുകൊണ്ടെന്നുടെ കണ്ണിണ
പാരം കുളുർപ്പിച്ചു നില്പനോ ഞാൻ?
കാർവർണ്ണൻതന്നുടെ കണ്മുനയായൊരു
കാർവണ്ടു വന്നിങ്ങു മെല്ലെ മെല്ലെ
ദീനനായ് നിന്നൊരു ഞാനായ പൂവിൽനി
ന്നാനന്ദമാടിക്കളിക്കുമോതാൻ?

കണ്ണൻറെ തൂമഴൊഴിയായയൊരു തൻേകൊണ്ടൻെ
കർണ്ണങ്ങൾ രണ്ടും നിറച്ചു ചമ്മേ
പൂമാതു പൂണുന്ന പൂമനേി കണ്ടു ക
ണ്ടാമഴോദം പൂണ്ടങ്ങു നില്പനഴോ ഞാൻ?
പുഞ്ചിരിയായയൊരു തൂനിലാവരേറ്റുനി
ന്നഞ്ചിത്തമായുള്ളൊരാമ്പൽ ചമ്മേ
ഉല്ലസിച്ചാനന്ദമായയൊരു തന്നേും പൂ
ണ്ടല്ലലപ്പോഴേക്കുമാറുണ്ടോഴ വന്നു?
വണ്ണ പിരണ്ടിടട്ടു തിണ്ണം കുളുർത്തുള്ളൊ
രുണ്ണിക്കയ്യെന്നു മുകർന്നൂതാവൂ.
കണ്ടൊരു നരേത്തു കാർമുകിൽവർണ്ണനെ
മണ്ടിയണഞ്ഞൊന്നു പൂണ്ടുതാവൂ.
ചവേടി രണ്ടുമടുത്തുടൻ മലെല്ലവേ
ചൊവ്വോടു മൗലിയിൽ ചരേത്തുതാവൂ."
ഇങ്ങനെ തന്നിലേ ചിന്തിച്ചു ചിന്തിച്ചു
പൊങ്ങിന കൗതുകം പുണ്ടു പൂണ്ട്
സായമായുള്ളൊരു കാലം വരുന്നപ്പോഴ
ളായർകുലംതന്നിൽ ചന്നെു പുക്കാൻ.
ആഴിനരേർവർണ്ണന്റെ ചവേടിത്താരിണ
പൂഴിയില്ക്കാണായി പൂകുംനരേം.
തരേിൽനിന്നന്നരേം പാരിലിറങ്ങീടട്ടു
പാരാതെ കുമ്പിട്ടു കൂപ്പിനിന്നാൻ.
ആഴം പൂണ്ടീടുന്നോരാമഴോദംതന്നാലേ
പൂഴിയിൽ വീണു പുരണ്ടാൻ ചമ്മേ.
പിന്നയെഴുന്നറേ്റു ധന്യമായുള്ളൊരു
നന്ദന്റെ മന്ദിരം തന്നകെക്കണ്ടാൻ:
കാലി കറന്നുള്ളൊരൊച്ചയുണ്ടങ്ങുമേ
ബാലന്മാർ കളേലുന്ന ലീലകളും.

83 ഒന്നിനൊടൊന്നു കലർന്നു കളിക്കുന്ന

84 കന്നുംകിടാക്കളുമുണ്ടങ്ങെങ്ങുമെ.

85 കാളകൾ തങ്ങളിൽക്കുത്തിക്കുതർന്നിട്ടു

86 ധൂളിയെഴുന്നുമുണ്ടൊരൊ ദിക്കിൽ.

87 ധേനുക്കളച്ചെന്നു ചാലക്കറപ്പാനായ്

88 ചണ്ണുറ്റ പാല്ക്കുഴ ചെർത്തു കയ്യിൽ

89 ചാലെ മുറുക്കിന കാഞ്ചിയുമാണ്ടുള്ള

90 നീലവിലൊചനമാരുണ്ടങ്ങെങ്ങും.

91 ഗൊക്കളെപ്പെർചൊല്ലി നീളെ വിളിക്കയും

92 പാൽക്കുഴ താവന്നു ചൊല്ലുകയും

93 ചെൽക്കണ്ണിമാരുടെ വാക്കുകളിങ്ങനെ

94 കെൾക്കായി വന്നുതെ പാർക്കുംതൊറും.

95 "എന്നുടെ കന്നിനെക്കണ്ടുതില്ലന്നെന്തൊഴീ?

96 നിന്നുടെ വീട്ടിങ്കലുണ്ടൊ കണ്ടു?"

97 എന്നങ്ങു തങ്ങളിൽ ചൊദിച്ചു നിന്നുള്ള

98 സുന്ദരിമാരുമുണ്ടങ്ങുമിങ്ങും.

99 കണ്ണന്റെ വേണുതൻ നാദത്തെ കെൾക്കയാൽ

100 കർണ്ണങ്ങൾ തിണ്ണം കുലമ്പിച്ചപ്പൊൾ

101 കന്നുകളൊന്നും തന്നമ്മമാർചാരത്തു

102 ചെന്നുതുടങ്ങാതെ നിന്നനേരം

103 അമ്മതാൻ ചെന്നിട്ടു കണ്ണൻറെ ചാരത്തു

104 നന്മൊഴിയാണ്ടുടൻ ചൊന്നാളപ്പൊൾ:

105 "കന്നുകിടാക്കൾ കുടിപ്പതിന്നായിക്കൊ

106 ണ്ടൊന്നുമെ ചെല്ലുന്നൂതല്ല കണ്ണാ!

107 ചെന്നവയൊന്നും കുടിക്കുന്നൂതല്ല കാ

108 മന്ദമായ് നൊക്കുന്നുതിങ്ങുതന്നെ.

109 നിൻ കുഴൽ കേട്ടു തന്മക്കളെയൊന്നുമെ

110 നക്കുന്നൂതല്ല കാ ധേനുക്കളും.

രാവായിപ്പപോയാലിക്കാലി കറപ്പതി
ന്നാവതല്ലന്നെതു തറേണം നീ.
കാലി കറന്നങ്ങ്ു പോയിട്ടുവണോം നിൻ
കോലക്കുഴൽവിളിയന്നെമകനേ!"
അമ്മതാനിങ്ങ്ങനെ തന്മകന്തന്നോടു
നന്മൊഴി ചൊന്നതു കട്ടേു കട്ടേ്
ചന്നെുതുടങ്ങ്ിന യാദവന്താനപ്പപോൾ
നന്ദകുമാരകന്മാരക്കെ്കണ്ടാൻ
കാമിച്ചു നിന്നിട്ടു കഴേുന്ന വഴോമ്പൽ
കാർമുകിൽമാലയക്കെ്കാണുംപോലെ.
മണ്ടിയണഞ്ഞവൻ കണ്ടൊരു നരേത്തു
കൊണ്ടൽനരേ്വർണ്ണന്തമ്പാദങ്ങളിൽ
വീണുകിടന്നുടനാനന്ദവാരിയി
ലാണു തുടങ്ങ്ിനാനാശു ചമ്മേ
കയ്യെപ്പെിടിച്ചവൻ മയെ്യയെും കണ്ണന്തൻ
മയെ്യോടു ചരേ്ത്തൊന്നു പൂണ്ടാനപ്പപോൾ.
മംഗലമാണ്ടൊരു മന്ദിരംതന്നിലേ
മന്ദം നടന്നങ്ങ്ു ചന്നെു പിന്നെ.
മൃഷ്ടമായുള്ളൊരു ഭോജനം നല്കീട്ടു
കട്ടിന്മലേ് ചരേ്ത്തവന്തന്നെ നന്ദൻ
വാക്കുകൾകൊണ്ടവനുള്ളം കുളുർപ്പിച്ചു
മാർഗ്ഗമായ് പോക്കിനാൻ മാർഗ്ഗഖദേം.
ചിന്തിച്ചതൊന്നൊന്നേ നിന്നു ലഭിക്കയാൽ
സന്തോഷമാണ്ടൊരു യാദവന്താൻ
നന്ദകുമാരനും നന്ദനും കൾേക്കവേ
വന്നതിങ്കാരണം ചൊന്നാമ്പിന്നെ:
"മംഗലനായൊരു കംസൻറെ ചൊല്ലാലെ
നിങ്ങളക്കെ്കാണ്മാനായ് വന്നുതിപ്പപോൾ

വില്ലിന്നു പൂജയാമുത്സവം കാണ്മാനാ
യെല്ലാരും പോരേണമെന്നു ചൊന്നാൻ."
ചൊന്നതു കേട്ടൊരു നന്ദനുമന്നേരം
നിന്നൊരു ഗോപന്മാരോടു ചൊന്നാൻ:
"നാഥനായുള്ളൊരു കംസനെക്കാണ്മാനായ്
നാമെല്ലാം പോകണം നാളെത്തന്നെ.
ഗോരസമോരോന്നേ പൂരിച്ചുകൊള്ളുവിൻ
പാരാതെ പോവതിന്നെ"ന്നിങ്ങനെ
നന്ദൻറെ ചൊൽ കേട്ടു ഗോപന്മാരെല്ലാരും
നന്നായ് മുതിർന്നാരങ്ങവ്വണ്ണമേ.
വല്ലവിമാരെല്ലാമെന്നതു കേട്ടപ്പോൾ
അല്ലലിൽ വീണങ്ങു മുങ്ങിച്ചൊന്നാർ:
"കാർമുകിൽവർണ്ണനെക്കൊണ്ടങ്ങു പോവാനായ്
കാരുണ്യം വേറിട്ടിപ്പാപി വന്നു.
നാമെന്തു ചെയ്വതെന്തോഴിമാരേ! ചൊൽവിൻ
വാമനായ് കൂടുമ്പോളീശ്വരന്താൻ?
അക്രൂരനെന്നെന്തു ചൊല്ലുവാനെല്ലാരും?
അക്രൂരനല്ലിവൻ ക്രൂരനത്രെ.
കണ്ണനായുള്ളൊരു നമ്മുടെ ജീവനെ
ത്തിണ്ണം പറിച്ചങ്ങു കൊണ്ടുപോവാൻ
ചാലത്തുനിഞ്ഞിങ്ങു വന്നൊരിപ്പാപിയെ
ക്കാലനെന്നെല്ലാരും ചൊല്ലവേണ്ടു.
പണ്ടു നാം ചെയ്തുള്ള പുണ്യങ്ങളെല്ലാമേ
മണ്ടുന്ന കാലമീ വന്നതിപ്പോൾ.
കാർമുകിൽവർണ്ണന്തൻ തൂമൊഴിയായൊരു
പീയൂഷമാളുന്ന കർണ്ണങ്ങളിൽ
"പോകുന്നോനിന്നവൻ" എന്നുള്ള വാർത്തയാം
കാകോളംകൊണ്ടല്ലോ തൂകുന്നിപ്പോൾ

167 കൊഞ്ചൽ തുടങ്ങുമ്പൊളഞ്ചനവർണ്ണനന്തൻ

168 പുഞ്ചിരിയായ നിലാവുതന്നെ

169 ച്ചരേർത്തുള്ളിൽ കൊള്ളാതെ നിന്നു പൊറുപ്പതി

170 ന്നതേ്രചകോരങ്ങളെങ്ങനെ ചൊൽ?

171 പ്രാണങ്ങളായിതിക്കാർവർണ്ണനന്താനല്ലോ

172 കാർവർണ്ണനായതിപ്രാണങ്ങളും

173 തങ്ങളിലേതുമേ ഭേദമില്ലല്ലൊ കാ

174 അങ്ങനെയൊകുന്നു പണ്ടയെന്നാൽ

175 കാർവർണ്ണനൻ നമ്മെപ്പിരിഞ്ഞങ്ങു പോകിലി

176 പ്രാണങ്ങളെങ്ങനെ നിന്നുകൊൾവൂ?

177 ദൈവമേ ദീനമാരായുള്ള ഞങ്ങളെ

178 ക്കൈവെടിഞ്ഞായോ ചൊൽ നീയുമിപ്പോൾ.

179 നിൻ തണലെന്നിയെ പിന്തുണയില്ലേതും

180 വെന്തുവെന്തീടുന്നൊരെങ്ങൾക്കിപ്പോൾ."

181 ഇങ്ങനെ തങ്ങളിൽ ചൊന്നുള്ള നാരിമാർ

182 തിങ്ങിന വേദന പൊങ്ങുകയാൽ

183 കണ്ണാ! എന്നിങ്ങനെ തിണ്ണം വിളിച്ചുടൻ

184 കണ്ണുനീർ തൂകിനാർ മാഴ്കി മാഴ്കി.

185 നാരിമാരിങ്ങനെ കേണുതുടങ്ങുമ്പോൾ

186 ചാരത്തു ചെന്നുടൻ കണ്ണനപ്പോൾ

187 ആദരവോടുള്ള തൂമൊഴികൊണ്ടവർ

188 വേദന വേഗത്തിൽ പോക്കിനിന്നാൻ.

189 കാതരമാരായ കാമിനിമാരെല്ലാം

190 കാർവർണ്ണൻചൊല്ലെല്ലാം കേട്ടനേരം

191 കാതര്യം കൈവിട്ടു നിന്നാരങ്ങെല്ലാരും

192 കാലവും പോന്നു പുലർന്നുതപ്പോൾ.

193 ഗോപന്മാരെല്ലാരും ഭാജനമോരോന്നിൽ

194 ഗോരസമോരോന്നേ പൂരിച്ചപ്പോൾ

പാഞ്ഞ്ഞുചെന്നോരോരോ ചാട്ടിൽക്കരേറീട്ടു
പാഞ്ഞ്ഞുതുടങ്ങ്ങിനാർ നന്ദനുമായ്.
ഗാന്ദിനീസൂനുതൻ തേരിൽക്കരേറിനാർ
മാന്ദ്യമകന്നുള്ള നന്ദജന്മാർ
പിഞ്ച്ചെന്നുനിന്നുള്ള മഞ്ച്ചുളവാണിമാ
രഞ്ച്ചനവർണ്ണ്ണനെ നോക്കിനിന്നാർ.
തേരു മറഞ്ഞ്ഞങ്ങ്ങു പോയൊരു നേരത്തു
വാരുറ്റ കേതുവെ നോക്കിനിന്നാർ.
മേളമാണ്ടുള്ളൊരു കേതു മറഞ്ഞ്ഞപ്പോൾ
ധൂളിയെ നോക്കിനാരൊട്ടുനേരം
പിന്നെയങ്ങെല്ലാരുമൊന്നിച്ചുകൂടീട്ടു
ഖിന്നമാരായുള്ള വല്ലവിമാർ
പാമ്പോടു വേറായ തോൽപോലെയന്നേരം
പാഴായിപ്പോയൊരു ഗോഷ്ഠംതന്നിൽ
ചെന്നങ്ങു പൂകിനാർ വൻനരകംതന്നിൽ
പുണ്യമകന്നവരെന്നപോലെ.
നന്ദകുമാരകൻ നിന്നൊരു ഗേഹത്തിൽ
ചെന്നങ്ങു നിന്നുടനൊട്ടുനേരം
ശയ്യയിൽ ചെന്നു തലോടിനാർ മെല്ലവെ
അയ്യോ! എന്നിങ്ങനെ ചൊന്നാർ പിന്നെ.
അങ്കണംതന്നിലെ പിന്നെയും നോക്കീട്ടു
സങ്കടം പൂണ്ടാരങ്ങൊട്ടുനേരം.
കാലിതെളിക്കുന്ന കോലങ്ങെടുത്തിട്ടു
ചാലത്തന്മാറിലെ ചേർത്താർ പിന്നെ.
വല്ലികളാണ്ടുള്ള ഗേഹങ്ങളോരോന്നിൽ
മെല്ലവെ ചെന്നങ്ങു നിന്നു ചൊന്നാർ:
"വമ്പുലി മുമ്പായ ഘോരമൃഗങ്ങൾക്കു
സംഭോഗമന്ദിരമാക നിങ്ങൾ,

വാരിജലോചനൻകാരുണ്യമിന്നനി
വാരാതയിന്നിതാ ഞങ്ങൾ വന്നു."
വല്ലീഗൃഹങ്ങളോടിങ്ങനെ ചൊല്ലിന
വല്ലവിമാരെല്ലാം വന്നു പിന്നെ
ത്തൂമകലർന്നൊരു പൂങ്കാവിൽ ചെന്നുടൻ
പൂമരമോരോന്നേ പൂണ്ടു ചൊന്നാർ:
"കാർമുകിൽവർണ്ണനു ഞങ്ങളിലുള്ളൊരു
കാരുണ്യം ദൂരമായ് വന്നമൂലം
കാരസ്കരങ്ങൾ നൽക്കാരകളെന്നെല്ലാം
പേരുള്ള ദാരുക്കളാക നിങ്ങൾ.
ഓമനയോടെ വളർത്തല്ലോ പോരുന്നു
നാമെല്ലാം നിങ്ങളെപ്പണ്ടേ ചെമ്മേ
കാമിക്കയൊല്ലായിപ്പൂമരമൊന്നുമേ
കാർവർണ്ണനെന്നല്ലോ ചൊല്ലീതിപ്പോൾ
മാനിക്കുന്നോരല്ല നമ്മയെന്നിങ്ങനെ
ദീനതകോലൊല്ലാ നിങ്ങളെന്നാൽ."
ബാലികമാരെല്ലാമിങ്ങനെ ചൊന്നുടൻ
ആലുടെ ചാരത്തു ചെന്നു ചൊന്നാർ:
"നന്മുനിമാരെല്ലാം നിന്നുടചൊരത്തു
നിന്നു വിളങ്ങിനാരിന്നയോളം
ഇന്നു തുടങ്ങി നിൻ ചാരത്തു വന്നനി
നിന്നു വിളങ്ങുന്നതാരേ ചൊൽ നീ?"
ദാരുക്കളോടെല്ലാമിങ്ങനെ ചൊല്ലീട്ടു
പാരാതെ പോന്നങ്ങു വന്നു പിന്നെ.
കൂമ്പിനിന്നീടുന്ന കണ്ണുമായന്നേരേ
മൂമ്പലുറഞ്ഞു കുറഞ്ഞു വായ്പും
മേച്ചലും കൂടാതെ പാച്ചലും കൂടാതെ
ഓർച്ചപൂണ്ടീടുന്ന കന്നുകളെ

251 ക്കണ്ടൊരു നരേത്തു മണ്ടിയണഞ്ഞുട
252 നിണ്ടൽപൂണ്ടല്ലാരും നിന്നു ചൊന്നാർ:
253 "കല്മഷമാണ്ടൊരു നമ്മുടെ ജീവനെ
254 ച്ചമ്മേ പറിച്ചു മറച്ചു മല്ലെ
255 അക്രൂരനന്നൊരു പരോയിനിന്നുള്ളൊ
256 രക്രൂരനങ്ങ്ടാനും കൊണ്ടുപോയാൻ.
257 നിങ്ങൾക്കു വണ്ടുന്നതല്ലാമേ നല്കുവാൻ
258 എങ്ങളുണ്ടതേുമേ ഖദിയായ്വിൻ."
259 കന്നുകളോടെല്ലാമിങ്ങനെ ചൊല്ലീട്ടു
260 കണ്ണുനീർ വീഴ്ത്തിനാരാർത്തമാരായ്.
261 ചൂതുതുടങ്ങിന ലീലകൾ കോലുന്ന
262 സാധനമോരോന്നടുെത്തു പിന്നെ
263 ദൂരത്തു ചാട്ടിക്കളഞ്ഞുതുടങ്ങിനാർ
264 പാരിച്ച വദേന പൊങ്ങുകയാൽ.
265 പിന്നയുമെല്ലാരുമൊന്നിച്ചുകൂടീട്ടു
266 കണ്ണനെക്കൊണ്ടു പറഞ്ഞുനിന്നാർ:
267 "നൽക്കണിയായല്ലൊ നാഗരമാരായ
268 മൈക്കണ്ണിമാർക്കല്ലാമിന്നു തോഴീ!
269 പുണ്യങ്ങൾചയ്തുള്ള കണ്ണുകൾ രണ്ടിലും
270 കണ്ണനമ്മയ് ചർേക്കുന്നോരല്ലായിപ്പോൾ.
271 നമ്മുടെ വദേന നാമല്ലാമിങ്ങനെ
272 നമ്മിലേ വാപാടുകന്നേ വണ്ടു.
273 പാരാതെ വന്നുണ്ടു ഞാനന്നു ചൊന്നതും
274 നരേല്ലയന്നത്രേ തോന്നുന്നുതേ.
275 നന്മുല്ലതന്നുടെ തനുേണ്ട കാർവ്വണ്ടു
276 നാമുല്ല തീണ്ടുമോ നാരിമാരേ!
277 മാധുരമാരായ മാനിനിമാരുടെ
278 മാധുര്യം കണ്ടൊരു മാധവന്താൻ

പാരം വശംകെട്ടു മെയ്മറന്നീടുമേ
ധീരതനമ്മോടെയുള്ളു തോഴീ!
കാർവർണ്ണൻ പോയൊരു ദിക്കിനെ നോക്കി നാം
പാരാതെ പോകയോ തോഴിമാരേ!
ചാർന്നുള്ളോരെല്ലാരും പിന്നാലെ പായുമ്പോൾ
"ഭ്രാന്തുണ്ടോ നിങ്ങൾക്കോ"യെന്നേ വേണ്ടു."
സംഗമെഴുന്നുള്ള മംഗമാരെല്ലാരും
ഇങ്ങനെ ചൊന്നുടൻ തങ്ങളുള്ളിൽ
ഭാവനതന്നാലെ കാർവർണ്ണൻമെയ്ചേർത്തി
ട്ടാവോളം പുല്കിനാരായവണ്ണം.
ആനന്ദമായൊരു പീയൂഷംകൊണ്ടു തൻ
മാനസമെല്ലാം കുളുർപ്പിച്ചുടൻ
നന്ദജൻ ചൊന്നുള്ള നന്മൊഴിയോരോന്നേ
ചിന്തിച്ചു വേദന പോക്കിനിന്നാർ.

2. രണ്ടാം ഭാഗം

1.കംസസദ്ഗതി

യാദവന്മാരുടെ ദീനത്തെപ്പോക്കുവാൻ
യാതനായുള്ളൊരു മാധവന്താൻ
മളേം കലർന്നുള്ള ഗോപാലന്മാരുമായ്
കാളിന്ദീതീരത്തു ചെന്നനേരം
സ്നാനത്തിനായിട്ടു ഗാന്ദിനീനന്ദനൻ
മാനിച്ചു ചെന്നങ്ങിറങ്ങി തന്നിൽ
മുങ്ങിനനേരത്തു ധന്യമായുള്ളോരു
തന്നുടെ വൈഭവം കാട്ടിനിന്നാൻ
പാവനമായൊരു പാലാഴി കാണായി
പാരാതെ തന്നിലനന്തനെയും
തന്മേൽ വിളങ്ങിന ദേവനെത്തന്നെയും
ചിന്മയിയാകിന ദേവിയെയും
കണ്ടൊരു നേരത്തു ഗാന്ദിനീനന്ദനൻ
ഇണ്ടൽ കളഞ്ഞു പുകണ്ണു പിന്നെ
തീരത്തു നിന്നൊരു കാർവർണ്ണന്തന്നെയും
ചാരത്തു ചെന്നുടൻ കൂപ്പിനിന്നാൻ.
“അത്ഭുതമതോന്നും കണ്ട കണക്കെ നി
ന്നക്ഷികൾ തോന്നുന്നു കാണുംനേരം
എന്തെ”ന്നു ചോദിച്ചു പുഞ്ചിരി തൂകിന
പങ്കജലോചനനോടുംകൂടി
പാരാതെ പോയങ്ങു യാദവന്മാരുടെ
പൂരിലും ചെന്നങ്ങു പൂകുംനേരം
ചൂടു പൊഴിഞ്ഞൊരു സൂര്യനുമൊട്ടൊട്ടു
വാടിത്തുടങ്ങിനാൻ കാണക്കാണെ.

അക്രൂരൻതാൻ നിന്നു സല്ക്കരിച്ചീടിനാൻ
"മൽഗൃഹംതന്നിലേ പോക"യെന്നേ.
കാർവർണ്ണൻ ചൊല്ലിനാനെന്നതു കേട്ടപ്പോൾ
കാരുണ്യം തോഞ്ഞൊരു വാക്കുകൊണ്ടേ:
"കംസന്നു വേണുന്ന കാര്യങ്ങൾ സാധിച്ചേ
സംസാരം മറ്റുള്ളതെല്ലാമാവൂ.
പിന്നെ ഞാൻ വന്നു വിരുന്നുമുണ്ടീടുവൻ
നിർണ്ണയമെന്നതു തേറിനാലും."
എന്നതു കേട്ടൊരു ഗാന്ദിനീനന്ദനൻ
മന്ദിച്ചു മന്ദിച്ചു പോയിപ്പോയി
കംസനെക്കണ്ടിട്ടു സംസാരമെല്ലാമേ
ശംസിച്ചു വൈകാതവണ്ണം പോയാൻ
നന്ദജനന്നേരം ബാലകന്മാരുമായ്
മന്ദിരംതന്നുടെ ശോഭ കാണ്മാൻ
ചിത്രങ്ങളായുള്ള വസ്തുക്കളെക്കണ്ടു
നൽത്തെരുവൂടെ നടന്നാൻ പിന്നെ.
ചേലകളെല്ലാമേ ചാലെ വെളുപ്പിച്ചു
മേളമിയറ്റുന്ന ദാസനപ്പോൾ
മന്നവന്തന്നുടെ ചേലയുമായിട്ടു
മുന്നൽ വരുന്നതു കണ്ടനേരം!
ഈശനായുള്ളോരു കേശവന്താൻ ചെന്നു
യാചനമായിട്ടു ചൊന്നാനപ്പോൾ:
"നൽച്ചേലേ നല്കേണമെങ്ങൾക്കു നീയിപ്പോൾ
ഇച്ഛയുണ്ടാകുന്നു കണ്ടതേറും."
കഞ്ചന്നു ചേലേ വെളുപ്പിക്കും ദാസനും
ചെഞ്ചെമ്മേ ചൊല്ലിനാനെന്നനേരം:
"രാജാവു ചാർത്തുന്ന ചേലകൾ കോലുക
ആയന്മാരായോർക്കു ഞായമല്ലേ;

ബാലന്മാർ ചൊല്ലുന്ന വാർത്തയെന്നോർത്തു ഞാൻ
ചാലപ്പൊറുക്കുന്നേ”നെന്നിങ്ങനെ.
കേട്ടൊരു നേരത്ത് കേശവൻ ചൊല്ലിനാൻ
വാട്ടമകന്നൊരു വാർത്തയപ്പോൾ:
“രാജാവിൻചേലകളായന്മാർ കോലുക
ആചാരമല്ലെന്മാനെന്തു മൂലം?
നിങ്ങൾക്കു രാജാവു കഞ്ചന്താനെങ്കിലോ
ഞങ്ങൾക്കു രാജാവു ഞങ്ങൾതങ്ങൾ.”
ഇങ്ങനെ ചൊന്നതു കേട്ടവൻ ചൊല്ലിനാൻ
പൊങ്ങിവരുന്നൊരു കോപത്താലേ:
“എന്തെന്തു ചൊല്ലിനതന്ധനായുള്ളോവേ!
അന്തകൻവീട്ടീന്നു പോകുന്നായോ?
ഇത്തരമായുള്ള ചേലകളോ പണ്ടും
നിത്യമുടുപ്പതു നിങ്ങളെല്ലാം?
കാലിയെ മേപ്പാനായ്ക്കാട്ടിലകംപുക്കു
ധൂളിയും പൂണ്ടുനടക്കുംനേരം
മന്നവർകോലുന്ന ചേലകളെല്ലാമി
ക്കന്നുകൾ മേയ്ക്കുന്ന പിള്ളർക്കായി.
മന്നവരെല്ലാരും കാനനം പൂകീട്ടു
കന്നുകൾ മേയ്ക്കിനിയെന്നേ വേണ്ടു.
മന്നവന്തന്നുടെ മന്ദിരമെന്നതു
നിന്നുള്ളിലുണ്ടായീതില്ലയോ ചൊൽ?
ആവതല്ലാതതു നീ പറഞ്ഞീടിനാൽ
നാവരിഞ്ഞീടുവൻ തേറിനാലും.”
ഇങ്ങനെ ചൊന്നവൻ നിന്നൊരു നേരത്തു
നന്ദതനൂജനണഞ്ഞു ചെമ്മേ
കൈത്തലംകൊണ്ടവൻ നൽച്ചെവിചാരത്തു
സൽക്കരിച്ചീടിനാനൊന്നു മെല്ലെ.

സൽക്കാരമറ്റേറൊരു ദുഷ്ടനു പിന്നയെും
സൽക്കാരം വണ്ടോ്ടാതയൊയിക്കൂടി,
കളൊലല്ലയിന്നവൻ സല്ക്കരിച്ചീടിനാൽ
പരൊകയില്ലന്നെതു നിർണ്ണ്ണയംതാൻ.
നന്ദജന്തന്നാലെ സൽകൃതനായവ
നന്തകൻവീടല്ലൊ പുക്കതപ്പൊൾ.
യാദവനന്ദനനായുള്ള ദവേന്താ
നാദരവൊടു മുതിർന്നു നന്നായ്
ചലേകൾ നല്ലവ വാരിയടെുത്തുടൻ
ബാലകന്മാർക്കലെ്ലാം നല്കി മുമ്പിൽ.
ജ്യഷ്േഠനും താനും നൽ ചലേയും പൂണ്ടിട്ടു
വാട്ടം വരാതെ നടന്നു പിന്നെ.
സൗചികന്തന്നുടെ ചാരത്തു വന്നപ്പൊൾ
സംശയം കൂടാതെ സൗചികന്താൻ
വിശ്വത്തിൻ കാരണമായി വിളങ്ങുന്ന
വിഷ്ണുവന്നെുള്ളൊരു ബൊധത്താലേ
ഉഷ്ണീഷംമുമ്പായ ഭൂഷണമൊരൊന്നേ
വൃഷ്ണികൾനാഥന്നു നല്കിനിന്നാൻ.
പ്രീതിയായായുള്ളൊരു വല്ലരിതന്നുടെ
നൂതനമായൊരു പൂവായിട്ട്
പാരാതതെന്നുടെ സാരൂപ്യംതന്നയെും
നാരായണന്താനും നല്കിനിന്നാൻ.
മാലകൾ നിർമ്മിച്ചു പൊരുന്നൊന്തന്നുടെ
യാലയംതന്നിലും ചന്നെു പിന്നെ
മാലകൾകൊണ്ടും നൽ പൂവുകൾകൊണ്ടുമായ്
ചാല വിളങ്ങിനാരലെ്ലാരുമേ.
ഇച്ഛിച്ച നൽവരം നല്കിനാനങ്ങവ
ന്നച്യുതന്താനും തന്നിച്ഛയാലേ.

109 പിന്നയെുമല്ലൊരും നൽതരെുവൂടെ പോയ്
110 മുന്നമപ്പോലെ നടന്നനേരം
111 അബ്ജത്തെ വെന്നുള്ളൊരാനനമാണ്ടൊരു
112 കബ്ജ വരുന്നതു കാണായപ്പോൾ
113 ചന്ദനം കുങ്കുമം കസ്തൂരിയെന്നല്ലാം
114 ഒന്നിച്ചു നന്നായരച്ചു പിന്നെ
115 നൂതനമായൊരു ഭാജനംതന്നിലി
116 ട്ടാദരവോടു നടന്നു മെല്ലെ
117 വന്നതു കണ്ടൊരു നന്ദകുമാരകൻ
118 ചെന്നവൾചാരത്തു ചോദിച്ചാന്താൻ:
119 "സുന്ദരിമാരുടെ മൗലിയായുള്ള നിൻ
120 മന്ദിരം ചാരത്തോ ദൂരത്തൂതോ?
121 എങ്ങുന്നു വന്നു നീയങ്ങിനിപ്പോകുന്നൂ
122 തങ്ങൾതൻ ചാരത്തു വന്നതെന്തേ?
123 നീയാരെന്നുള്ളതും പാരാതെ ചൊല്ലണം
124 നീലവിലോചനേ! നമ്മൊടിപ്പോൾ.
125 കുങ്കുമച്ചാറുതൻ നന്മണം കടേ്ടിട്ടു
126 വങ്കൊതി കൊള്ളുന്നൂതങ്ങളുള്ളിൽ
127 എങ്കൾക്കു പൂചുവാൻ നല്കണം നീയിപ്പോൾ
128 മങ്കമാർമൗലികേ! ശങ്കിയാതെ."
129 അബ്ജവിലോചനനിങ്ങനെ ചൊന്നപ്പോൾ
130 കുബ്ജയാം നാരിയും ചൊന്നാൾ ചെമ്മേ:
131 "വീരനായുള്ളൊരു കംസനു ചേരുന്ന
132 സരൈന്ധ്രിയായൊരു ദാസി ഞാനോ,
133 എൻവീട്ടിൽനിന്നു വരുന്നതും ഞാനവൻ
134 തൻവീട്ടിലങ്ങിനിപ്പോകുന്നതും.
135 എന്നോടു ചോദിച്ചതെല്ലാമേ ഞാനുമി
136 ന്നിന്നോടു ചോദിക്കുന്നുണ്ടു ചെമ്മേ.

കാമനനെന്നലെല്ലാരും നിന്നയോ ചൊല്ലുന്നു?
കാന്തിയക്കാണുമ്പോളെന്നു തോന്നും
പൂവില്ലായ് നിന്നതിച്ചില്ലിയോ ചൊല്ലു നിൻ
പുവമ്പായ് നിന്നതീക്കമുനയോ?"
ഇങ്ങനെ ചൊന്നവൾ തങ്കൈയിലുള്ളൊരു
കുങ്കമപൂർണ്ണമാം ഭാജനത്തെ
നന്ദജങ്കൈയിലേ നല്കിനാളന്നേരം
നന്മവരുംകാലമെന്നു ഞായം.
ആദരവോടതു വാങ്ങിന നന്ദജൻ
സോദരന്നായിക്കൊടുത്തു പിന്നെ
തന്നുടെ മെയ്യിലും നന്നായി പൂചിനാൻ
ധന്യമായ് നിന്നുള്ളൊരംഗരാഗം.
സന്തോഷംപൂണ്ടൊരു നന്ദജനന്നേരം
ചിന്തിച്ചുതന്നിലേ നിന്നു പിന്നെ
"ഞാൻ കനിഞ്ഞീടുമ്പോൾ മാൻകണ്ണിതന്നുടെ
കൂൻകളഞ്ഞീടണേ"മെന്നു നണ്ണി
കാൽവിരൽക്കൊണ്ടവൾ കാൽമേലുമൂന്നിച്ചു
കൈവിരൽ രണ്ടുമുയർത്തിപ്പിന്നെ
ആനനംതങ്കീഴുമൂന്നിച്ചു പൊങ്ങിച്ചാൻ
മാനിനിതന്നുടെ മേനിതന്നെ.
കീഴ്പെട്ടുപോയൊരു നാരിതാനന്നേരം
മേൽപ്പെട്ടു വായ്പോടു പൊങ്ങിനിന്നാൾ
കണ്ണനെത്തീണ്ടിന പുണ്യംകൊണ്ടന്നേരം
വിണ്ണിൽ കരേറുവാനെന്നപോലെ
പങ്കജലോചനന്തൊട്ടുള്ളോരെല്ലാരു
മങ്ങനെയല്ലൊതാൻ വന്നു ഞായം.
ചാലേ നിവിർന്നൊരു മെയ്യുമായന്നേരം
മാലയേപാണി വിളങ്ങിനിന്നാൾ.

165 മാച്ചറേപ്പഴേയരൊരു നൽപഴൊന്നു നന്നായി

166 ക്കാച്ചിനാലങ്ങ്ങനെ വന്നു ഞായം?

167 മംഗലനായരൊരു കണ്ണന്തരൊടുന്നരേ

168 മങ്ങനെയൊയ്വന്നാളംഗനയും.

169 സുന്ദരിയായരൊരു നാരിയക്കെക്കണ്ടപ്പഴേൾ

170 സുന്ദരനാകിന കന്ദർപ്പന്താൻ

171 ചലെല്ലത്തുടങ്ങിനാന്മലെല്ലമെലെല്ലലെല്ലാരും

172 നല്ലതു കാണുമ്പഴേഴന്നെു ഞായം.

173 മാനിനിതന്നുടെ മനേി നിവിർന്നപ്പഴേൾ

174 മാരന്നു വില്ലു വളഞ്ഞു ചമെ്മ.

175 ബാണങ്ങ്ങൾകരൊണ്ടവനയെ്തഴേരു നരേത്തു

176 മാനിനിതന്നുടെ കണ്മുനകൾ

177 ആനായനാരിമാർ പൂണുന്ന കണ്ണന്ത

178 ന്നാനനംതന്നിൽ തറച്ചു തിണ്ണം.

179 മാനിനിതന്നുടെ മാനസംതന്നുള്ളിൽ

180 ദീനത പരൊങ്ങിത്തുടങ്ങീതപ്പഴേൾ.

181 കാർവർണ്ണന്തന്നുടയൊനനംതങ്കലെ

182 ത്തൂവിയർപ്പലേൽക്കയാലന്നെപഴേലെ

183 മാരമാലാണ്ടരൊരു മാനിനിതങ്കണ്ണിൽ

184 നീരു പരൊടിഞ്ഞുതൂടങ്ങീതപ്പഴേൾ.

185 കാർവർണ്ണന്തന്നുടെ കാന്തിയായുള്ളരൊരു

186 തൂവള്ളമുള്ളിൽ നിറഞ്ഞു ചമെ്മ

187 രഴേമങ്ങളൂടയെമ്മാനിനിതന്മയെ്യിൽ

188 സ്വദേങ്ങളായിപ്പരന്നുതങ്ങും.

189 വല്ലവീവല്ലഭന്തന്നുടെ കണ്ണിണ

190 വലെല്ലണേമിന്നുനാമന്നെപഴേലെ

191 ചലേൽക്കണ്ണിതന്നുടെ വീർക്കുന്ന വീർപ്പുകൾ

192 ദീർഘങ്ങളായ്വന്നു പാർക്കുംതഴേറും.

193 പഌേർക്കു തുനിഞ്ഞരൊരു മാരന്തന്നമ്പിന്നു
194 ലാക്കായി വന്നരൊരു സുന്ദരിതാൻ
195 ഉള്ളം മയങ്ങ്ങിനിന്നുന്നിച്ചു ചൊല്ലിനാൾ
196 കള്ളം കളഞ്ഞ്ുടൻ കണ്ണനരോട്:
197 "നിന്നപ്പെിരിഞ്ഞ്ിട്ടു പഌേവതിന്നതേുമ്രേ
198 വല്ലുന്നുതില്ല ഞാൻ ചൊല്ലാം ചമെ്മേ.
199 സുന്ദരനായുള്ള നീയിന്നു നമ്മുടെ
200 മന്ദിരംതന്നിലേ പരോവണേം.
201 ഉന്മദനായരൊരു മന്മഥൻ കണ്ടാലും
202 നിന്മൂലമന്നെപ്പെരൊരുന്നതിപ്പരോൾ."
203 എന്നവൾ ചൊന്നതു കടേ്ടങ്ങു നിന്നരൊരു
204 നന്ദതനൂജന്താൻ ചൊന്നാനപ്പരോൾ:
205 "ആയന്മാർ ഞങ്ങൾ നൽ കാഴ്ചയുമായിട്ടു
206 രാജാവകെ്കാണ്മാനായ് വന്നുതിപ്പരോൾ
207 മുമ്പിലേ നിന്നുടെ മന്ദിരം പൂകിലരോ
208 വമ്പിഴയാമല്ലരൊ ഞങ്ങൾക്കലെ്ലാം.
209 രാജാവകെ്കണ്ടിട്ടു കാഴ്ചയും നല്കിനാൽ
210 പാരാതെ വന്നുണ്ടു നിൻവീട്ടിലും
211 നരേത്രേ നിന്നരോടു ചൊന്നതു ഞാനന്നെു
212 നാരിമാർനായികേ! തറേിനാലും."
213 ഇങ്ങ്ങനെ ചൊന്നുടൻ മംഗലയായുള്ളരൊ
214 രംഗനതന്നയെയച്ചു പിന്നെ
215 ചാപത്തപ്പെൂജിക്കും മന്ദിരമതേന്നെു
216 ചരോദിച്ചുനിന്നതു കണ്ടനരേം
217 ധൃഷ്ടനായ് ചന്നെുടൻ പടെ്ടന്നകംപുക്കു
218 ദുഷ്ടന്മാരലെ്ലാം കണ്ടിരിക്കെ.
219 ഒല്ലായന്നെലെ്ലാരും ചൊല്ലിനിന്നീടുമ്പരോൾ
220 വില്ലിനചെ്ചന്നെങ്ങടെുത്തു ചമെ്മേ

221 എട്ടാശയലെല്ലാമേ ഞെടെട്ടുമാറുന്നേരം

222 പണ്ടെട്ടിച്ചാനങ്ങ്ങതിൻ മുഷ്ടിദശേം

223 ജാനകിതന്നുടെ വാർമുല പുല്കുവാൻ

224 രാമനായ് പണ്ടുതാനന്നെന്നപോലെ.

225 ദക്ഷിണന്മാരായ രക്ഷകന്മാരെയും

226 അക്ഷണം കണ്ടെന്നങ്ങൊടുക്കിപ്പിന്നെ

227 ശാലയിൽനിന്നങ്ങു ചാലപ്പുറപ്പെട്ടു

228 ലീലയുമാണ്ടു നടന്നനേരം

229 ഇങ്ങനെ നാളയെക്കംസനുമാകുന്നൂ

230 തന്നെങ്ങു ചൊല്ലുന്നോനെന്നപോലെ.

231 ശക്തനായ് നിന്നു തിമിർത്തൊരു സൂര്യനും

232 അസ്തമിച്ചീടിനാൻ മെല്ലെ മെല്ലെ.

233 കടേറ്റു നിന്നൊരു ഗോവിന്ദരാമന്മാർ

234 ചാടു നിറുത്തിന ദിക്കു നോക്കി

235 മളേത്തിൽ പോയങ്ങു പാൽവണ്ണായുണ്ടിട്ടു

236 കളിയുമാണ്ടു കിടന്നാർ ചെമ്മേ.

237 ആപത്തണഞ്ഞൊരു കംസന്താൻ തന്നുടെ

238 ചാപത്തിൻ ഭംഗത്തകെക്കടേട്നേരം

239 ചീർത്തൊരു ഭീതിയപെപ്പാർത്തോളം പൂണ്ടുനി

240 ന്നോർത്തുതുടങ്ങിനാനാർത്തനായി.

241 കണ്ടെന്നങ്ങു വീഴ്ത്തുന്ന ദുർനിമിത്തങ്ങളു

242 മൊന്നൊന്നേ കാണായി പിന്നപെപ്പിന്നെ

243 ദക്ഷിണമല്ലാതെ വീക്ഷണവും തോളു

244 മക്ഷണമാടിത്തുടങ്ങി ചെമ്മേ.

245 പൊന്മയമായിട്ടു തോന്നിത്തുടങ്ങീതു

246 വന്മരമോരോന്നേ നോക്കുംനേരം.

247 കർണ്ണങ്ങൾ രണ്ടുമടച്ചങ്ങു മവ്വേമ്പോൾ

248 ഇല്ലാതയൊയ്‌വന്നു ഘോഷങ്ങളും.

കണ്ണൊന്നു പൊത്തീട്ടു ദീപത്തെ നോക്കുമ്പോൾ
കൈവിരൽതന്നിലടങ്ങീലേതും.
നിദ്രിതനായിക്കിടക്കുന്ന നേരത്തു
ഗർദ്ദഭംതന്മീതേ തന്നെക്കാണാം.
മഗ്നനായ് വന്നുടനഭ്യംഗംതന്നിലേ
നഗ്നനായ് നിന്നതും കാണായ്‌വന്നൂ.
തന്നുടെ കൈകൊണ്ടു തന്നുടെ ദന്തങ്ങൾ
ചിന്നിക്കളഞ്ഞിട്ടും കാണായ്‌വന്നൂ.
പ്രേതങ്ങളോടു കലർന്നു കളിക്കയും
പ്രേതങ്ങൾതന്മേനി പൂണുകയും
ആറുകളെല്ലാം വരണ്ടിട്ടു കാണായി
താഴികളും പിന്നെയവ്വണ്ണമേ.
ഘോരങ്ങളായുള്ള ദുർന്നിമിത്തങ്ങളെ
പ്പാരാതെയിങ്ങനെ കണ്ടനേരം
അന്ധനായുള്ളൊരു കഞ്ചനു മാനസം
വെന്തുതുടങ്ങീതു ചിന്തയാലേ.
കണ്ണൻ വന്നെന്നെക്കഴിക്കുന്നതുണ്ടെന്നൊ
രെണ്ണമങ്ങുള്ളിലേ പൊങ്ങുകയാൽ
വന്നതും നിന്നതും കണ്ടതും കേട്ടതും
“കണ്ണനെ”ന്നിങ്ങനെ തോന്നിക്കൂടി.
മറ്റൊരു ചിന്തയിൽ കംസന്നു മാനസം
പറ്റീതില്ലപ്പോൾ തുടങ്ങിപ്പിന്നെ.
ചീർത്തുനിന്നുള്ളൊരു ചിന്തപൂണ്ടങ്ങനെ
രാത്രി കഴിഞ്ഞു പുലർന്നനേരം
വഞ്ചകനായൊരു കഞ്ചന്താനോരോരോ
മഞ്ചങ്ങൾ ചൂഴും ചമപ്പിച്ചുടൻ
“മല്ലന്മാരിന്നിപ്പോൾ കോലുന്ന ലീലകൾ
എല്ലാരും കാണണം” എന്നു ചൊന്നാൻ.

277 കഞ്ചൻറെ ചൊല്ലാലപ്പൗരന്മാരെല്ലാരും

278 മഞ്ചങ്ങളേറിനാർ മറ്റുള്ളോരും.

279 വല്ലവന്മാരും നൽ കാഴ്ചയും നല്കീട്ടു

280 നല്ലൊരു മഞ്ചത്തിന്മീതേ പുക്കാർ.

281 കഞ്ചനുമന്നേരം വഞ്ചാമരങ്ങളേ

282 ചഞ്ചമെമ്മേ വീയിച്ചു മഞ്ചം പുക്കാൻ.

283 ചാണൂരൻമുമ്പായ മല്ലന്മാരെല്ലാരും

284 ചേണുറ്റുനിന്നൊരു രംഗംതന്നിൽ

285 ചെന്നുതുടങ്ങിനാർ വമ്പുറ്റ സിംഹങ്ങൾ

286 കുന്നിന്മേൽ മന്നേമലേ ചെല്ലുംപോലെ

287 ആക്കം കലർന്നുള്ള ഭരേയുമോരോന്നേ

288 താക്കിത്തുടങ്ങിനാർ തന്നിൽനിന്ന്.

289 അന്യന്മാരായുള്ള മല്ലന്മാരെല്ലാരും

290 ധന്യന്മാരായുള്ള ലോകർമുമ്പിൽ

291 ലീലകൾ തോഞ്ഞുടൻ തന്നുടെ തന്നുടെ

292 വേലകൾ കാട്ടിനാർ വെവ്വേറെയായ്.

293 അന്ധകനാഥനായ് നിന്നൊരു കഞ്ചനേ

294 അന്തകൻവീട്ടിനക്കൊട്ടുവാനായ്

295 ബന്ധുരന്മാരായ ബന്ധുക്കൾ ചൂഴുറ്റു

296 ചന്തത്തിൽ വന്നൊരു നന്ദജന്താൻ

297 മല്ലന്മാർ തല്ലുന്ന ഭരേയും കേട്ടിട്ടു

298 ചെല്ലണം ഞാനിപ്പോളെന്നു നണ്ണി

299 ഗോപാലബാലരും രാമനും താനുമായ്

300 ഗോപുരവാതുക്കൽ ചെന്നനേരം

301 വാരണവീരനേ നിന്നതു കണ്ടിട്ടു

302 പാരാതെ ചൊല്ലിനാൻ പാവാനോട്"

303 "പോവാനായുള്ളൊരു വാതിൽ വഴങ്ങേണം

304 പാവാനേ! ഞങ്ങൾക്കു പാരാതെ നീ."

എന്നതിന്നതേുമമേ മിണ്ടാതെ നിന്നപ്പോൾ
പിന്നയെും ചൊല്ലിനാൻ നന്ദജന്താൻ:
“നിന്നോടു ചൊല്ലുന്നു നീങ്ങു നീയന്നെു ഞാൻ
“എന്നോടല്ല”ന്നോ നീയുന്നിക്കുന്നു?
നീങ്ങുന്നൂതില്ലന്നെു നിർണ്ണയമുണ്ടങ്കെിൽ
നീക്കുന്നൂതുണ്ടന്നെു നിർണ്ണയം ഞാൻ.”
എന്നതു കടേ്ടപ്പോൾ നിന്നൊരു പാവാന്താൻ
നന്ദകുമാരകന്തന്നെ നോക്കി
പാവുകളകേിനിന്നാനയപെ്പായിച്ചാൻ
ചവേകരാകുമ്പോളന്നെ വണേ്ടു.
ചാടിയണഞ്ഞുള്ളൊരാനയക്കെണ്ടപ്പോൾ
പടേിച്ചപോലയെങ്ങോടിനാൻ താൻ.
ചീറ്റം തിരണ്ടൊരു പാവാന്താൻ ചൊല്ലിനാ
നറേ്റം ചിരിച്ചുനിന്നന്നെനരേം:
“നീക്കുന്നുതുണ്ടു ഞാനന്നെല്ലൊ ചൊല്ലി നീ
നീക്കുന്നവാറു നീയിങ്ങനയെോ?”
എന്നങ്ങു പിന്നയെും ചൊന്നുചൊന്നന്നരേം
ചന്നെു ചന്നെശേിനാനാശു ചമ്മെ.
വമ്പുറ്റു നിന്നൊരു വാരണവീരന്താൻ
തുമ്പിക്കകൈൊണ്ടു പിടിച്ചാനപ്പോൾ
കയ്യൈീന്നു വീണ്ടവന്തന്നയെും താഡിച്ചു
കാലിടചെ്ചന്നെങ്ങൊളിച്ചാൻ കണ്ണൻ.
കാണാഞ്ഞനരേത്തു കാറ്റിനക്കൊണ്ടു കൊ
ണ്ടാരാഞ്ഞുനിന്നുടനങ്ങുമിങ്ങും
മുഷ്ക്കരനായൊരു വാരണനന്നരേം
പുഷ്ക്കരലോചനൻ പൂവൽമനേി
പുഷ്ക്കലമായൊരു പുഷ്ക്കരംകൊണ്ടുടൻ
ദുഷ്ക്കരമങ്കെിലും ചന്നെു തൊട്ടാൻ

333 തൊട്ടൊരുനരേത്തു തോയജലോചനൻ
334 പട്ടെന്നു ചാടിപ്പുറപ്പട്ടുടൻ
335 വാലപ്പേിടിച്ചു വലിച്ചുതുടങ്ങിനാൻ
336 ബാലകൻ കന്നിനയേന്നെപോലെ.
337 പക്ഷങ്ങൾ രണ്ടിലും തുമ്പിക്കതൈന്നക്കൈ
338 ണ്ടക്ഷണം വീയുന്ന വാരണന്താൻ
339 പന്നഗവായോടു കാൽപിണഞ്ഞീടുന്ന
340 മണ്ഡൂകവലേയപ്പെപ്പൂണ്ടു നിന്നാൻ.
341 വാലങ്ങു കവിട്ടു പാഞ്ഞുതുടങ്ങിനാൻ
342 വാരണന്തന്മുന്നൽ ചന്നു പിന്നെ.
343 പാഞ്ഞതു കണ്ടൊരു വാരണവീരനും
344 പാഞ്ഞുതുടങ്ങിനാൻ കണ്ണൻപിമ്പേ.
345 ചമ്പൊൽത്താർമാനിനി പൂണുന്ന പൂമനേി
346 തുമ്പിക്കരംകൊണ്ടു തൊട്ടു തൊട്ട്
347 പായുന്നനരേത്തു ഭൂതലംതന്നിലേ
348 പോയങ്ങു വീണാനക്കാർവർണ്ണന്താൻ.
349 കാരിയമയേന്നു കാണുന്നോരെല്ലാർക്കും
350 വാരണവീരനും തോന്നുംവണ്ണം
351 വാരിജലോചനൻ വീണൊരു നരേത്തു
352 വാരണവീരൻ വൻകോപത്താലേ
353 പൂമനേി നേർകണ്ടു കുത്തിനിന്നീടിനാൻ:
354 ഭൂമിയിലായതു കൊൾവതപ്പോൾ
355 ഭൂമിയിലായതു കുറ്റമല്ലോർക്കുമ്പോൾ
356 കാമിനിയായല്ലൊ കണ്ണനുള്ളു.
357 കൊമ്പുകളാണ്ടതു കൊള്ളരുതാഞ്ഞിട്ടു
358 വമ്പിലുഴന്നങ്ങു നിന്നനരേം
359 വാരിജലോചനൻ പൊങ്ങിച്ചതൊന്നതോ
360 മ്പോരായ്മയായ്വന്നു വീരന്നപ്പോൾ.

361 മുന്നതേിലററേവും കഴേപിച്ചു നിന്നുടൻ
362 പിന്നയെും ചന്നെു പിണങ്ങും നരേം
363 നന്മുലയുണ്ണുമ്പഴൊളമ്മതന്മാറത്തു
364 ചമ്മെയേടിക്കുന്ന കകൈൊണ്ടപ്പഴേൾ
365 താഡിച്ചാൻ വന്നഴൊരു വാരണവീരന്തൻ
366 കടേററുനിന്ന കവിൾത്തടത്തിൽ.
367 താഡനമററേഴേരു വാരണവീരന്നു
368 പീഡയുണ്ടായ്‌വന്നു പിന്നപ്പെിന്നെ
369 പടേിയും പൂണ്ടുടൻ വാടിന മയെ്യുമായ്
370 ഓടുവാനായിത്തുടങ്ങും നരേം
371 വമ്പഴേടു വറോയ തുമ്പിക്കരംതന്നെ
372 വമ്പിൽ പിടിച്ചു വലിച്ചാൻ കണ്ണൻ.
373 മാതംഗവീരന്നു മാനസംതന്നുള്ളി
374 ലാതങ്കമററേമഴെുന്നതപ്പഴേൾ.
375 വാ പിളർന്നങ്ങു കരഞ്ഞു തുടങ്ങിനാൻ:
376 കൗപീനമായ്‌വന്നു വാലുമപ്പഴേൾ.
377 വാരിജലഴേചനൻ വാരണവീരനെ
378 പാരാതനെിന്നു ചുഴററിപ്പിന്നെ
379 ഭൂതലംതന്നിലേ തല്ലിനിന്നന്നരേം
380 ചതേന പഴേക്കിനാൻ ദൂരം ദൂരം.
381 മസ്തകംതന്നചെ്ചവിട്ടിപ്പറിച്ചുടൻ
382 മതെ്തിന കഴൊമ്പുകൾ രണ്ടും പിന്നെ
383 മൂത്തവൻകയ്യിലേ നല്കിനാനഴൊന്നവൻ
384 ശക്തനായ്താനുമഴൊന്നനേ്തിക്കഴൊണ്ടാൻ.
385 ഹസ്തിപന്മാരയെും കഴൊന്നുടൻ വീഴ്ത്തിനാൻ
386 അത്തരം പിന്നയെടുത്തതല്ലൊം.
387 ദന്തിതൻ ദന്തത്തതെ്തഴേളിലും ചർേത്തുടൻ
388 നന്ദകുമാരകന്മാരന്നരേം

389 മല്ലന്മാരാകുന്ന മാതംഗയൂഥത്തെ
390 വല്ലെല്ലുന്ന കസേരിവീരന്മാരായ്
391 മംഗലം നല്കുവാൻ തന്നയെുവന്നഞേർക്കു
392 ഭംഗികൾ തങ്ങ്ങിന രംഗംതന്നിൽ
393 അഞ്ചാതെ ചന്നെു കരറേിത്തുടങ്ങ്ങിനാർ
394 അഞ്ചാറു ബാലകന്മാരുമായി.
395 മഞ്ചങ്ങ്ങളറേിന മാലഞേകരല്ലൊരും
396 അഞ്ചനവർണ്ണനെക്കണ്ടാരപ്പഞേൾ.
397 മല്ലന്മാരല്ലൊരും പാവകന്താനിതെ
398 ന്നുള്ളിലേ നണ്ണി നടുങ്ങ്ങിനിന്നാർ.
399 ആനന്ദലീലന്മാരായിത്തുടങ്ങ്ങിനാർ
400 ആണുങ്ങ്ങളല്ലൊരും കാണുംനരേം.
401 അംഗനമാരല്ലൊമംഗജൻതാനന്നെു
402 തങ്ങ്ങളിൽ നിന്നു പറഞ്ഞൊരപ്പഞേൾ.
403 നമ്മുടെ ബാലകന്താനന്നെു നണ്ണിനാർ
404 നന്ദന്തുടങ്ങ്ങിന വല്ലവന്മാർ.
405 ദുഷ്ടന്മാരായുള്ള മന്നവർമാനസം
406 പൊട്ടിത്തുടങ്ങ്ങീതു കണ്ടനരേം.
407 നിർമ്മലയായുള്ള ദവേകീദവേിക്കു
408 നന്മുല തിണ്ണം ചുരന്നുതപ്പഞേൾ
409 ആനകദുന്ദുഭിതന്നുടെ മനേിയിൽ
410 കഞേൾമയിർക്കൊണ്ടു തുടങ്ങ്ങീതപ്പഞേൾ.
411 പടെ്ടന്നെു കണ്ടൊരുനരേത്തു കംസനും
412 ഞെട്ടി നടുങ്ങ്ങി വിറച്ചുവീണാൻ.
413 ചിന്മയമായുള്ള ദവൈതംതാനന്നെു
414 നിർമ്മലരായവർ നണ്ണിക്കൊണ്ടാർ.
415 വൃഷ്ണികളല്ലൊരും നാഥനന്നിങ്ങ്ങനെ
416 വിശ്വസിച്ചീടിനാർ കണ്ടനരേം.

രംഗത്തിലിങ്ങനെ നന്ദതനൂജന്മാർ
ഭംഗിയിൽ നിന്നു വിളങ്ങുംനേരം
ചാണൂരനാകിന മല്ലന്താൻ ചൊല്ലിനാൻ
ചാപലം വരോയ വാക്കുതന്നേ:
"നന്ദകുമാരന്മാരായുള്ള നിങ്ങളി
ന്നമ്മോടുകൂടിക്കളിക്കവേണം
കാലിയുംമേച്ചു നൽ കാനനമോരോന്നിൽ
ബാലകന്മാരുമായ് ചാലെ നിന്ന്
മല്ലുകൊണ്ടേറ്റം കളിക്കുന്ന നിങ്ങളെ
ക്കല്യന്മാരന്നു നാം കേൾപ്പുവന്നാൽ
മന്നവവീരന്നു കാണ്മതിന്നായിപ്പോൾ
മല്ലിനക്കൊട്ടണം നാമെല്ലാരും."
എന്നതു കേട്ടൊരു നന്ദകുമാരകൻ
എല്ലാരും കേൾക്കവേ ചൊന്നാനപ്പോൾ:
"മല്ലിനക്കൊട്ടുവാൻ നമ്മിലിന്നോർക്കുമ്പോൾ
തുല്യതയില്ലല്ലോ ഒന്നുകൊണ്ടും;
കല്യന്മാരായുള്ള മല്ലന്മാരിന്നിങ്ങൾ
വല്ലാത ബാലന്മാരല്ലൊ ഞങ്ങൾ
ഞങ്ങൾക്കു നേരൊത്തു നിന്നോരുമായിട്ടേ
ഞങ്ങൾക്കു ലീലകൾ ചേർന്നുകൂടൂ.
നിങ്ങൾക്കുമങ്ങനെ പൊങ്ങുന്ന ചേർച്ചയി
ന്നങ്ങേളോടേശിനാൽ വന്നുകൂടാ.
ബാലന്മാരോടു ചാലക്കലർന്നുള്ള
ലീല നാം വേണ്ടീലയന്നു തോന്നും.
മന്നവനിന്നിതു കാണണമെന്നാകിൽ
ചൊന്നതു ഞങ്ങളോ കേട്ടുകൊള്ളാം."
എന്നതു കേട്ടൊരു മല്ലനും ചൊല്ലിനാൻ
നന്ദകുമാരകൻതന്നെ നോക്കി:

445 “കവേലം പഴേരുന്ന ബാലകനല്ല നീ
446 കശേിയക്കെ്കഴെന്നതു നീയല്ലയഴേ?
447 ബന്ധുരനായഴെരു ദന്തിയതെ്തന്നയെും
448 അന്തകൻകഴേയിക്കലാക്കിനാൻ നീ.
449 വീരന്മാരായുള്ള ഞങ്ങളഴേടശേുവാൻ
450 നരോയി നിന്നതു നിങ്ങളിപ്പഴേൾ.
451 ഖിന്നത കവൈിട്ടു മന്നവൻമുന്നലേ
452 സന്നദ്ധരായാലുമന്നേ വണ്ടേു.”
453 ഇങ്ങനെ കട്ടേഴെരു നന്ദനന്നെപ്പഴേൾ
454 സംഗരഭംഗികളാണ്ടു ചമ്മേ
455 പാരമണഞ്ഞ വന്മനേിയഴേടശേിനാൻ
456 പാവകൻ ദാരുവഴേടന്നെപഴേലെ.
457 രഴേഹണീസൂനവും മുഷ്ടികമല്ലനും
458 ആഹവമായിപ്പിണഞ്ഞാരപ്പഴേൾ.
459 മല്ലന്മാർ കഴേലുന്ന ലീലകളഴേരഴേന്നേ
460 മല്ലെമല്ലെന്നരേം കാട്ടിക്കാട്ടി
461 കാണുന്ന ലഴേകർക്കു വിസ്മയമാക്കിനാർ
462 ചാണൂരമല്ലനും കാർവർണ്ണനും.
463 വല്ലവിമാരുടെ വാർമുലക്കഴേരകം
464 മല്ലെവേ ചരേുന്ന മാറുതന്നിൽ
465 മുഷ്ടികളൽേപ്പിച്ചു തുഷ്ടനായ്മവേിനാൻ
466 ദുഷ്ടനായുള്ളഴെരു മല്ലവീരൻ.
467 മുഗ്ദ്ധവിലഴേചനന്മാറിടംതന്നിലേ
468 മുഷ്ടികൾ വന്നുടനല്േക്കുംനരേം
469 ദവേതിതന്നുടെ മാനസംതന്നുള്ളിൽ
470 നഴേവുതുടങ്ങീതു പാരമപ്പഴേൾ.
471 ചീററംതിരണ്ടഴെരു കംസനു മാനസം
472 ഏററം കുളുർത്തു തുടങ്ങീതപ്പഴേൾ

473 രുഷ്ടനായുള്ളൊരു മുഷ്ടികമല്ലനും
474 മുഷ്ടിചുരുട്ടിപ്പിടിച്ചു നന്നായ്
475 രോഹിണീനന്ദനന്മനേയിൽ മനേ്മലേ
476 ഞ്ഞാഹനിച്ചീടിനാനായവണ്ണം.
477 താഴാതവണ്ണമക്കാർമുകിൽവർണ്ണനെ
478 ത്താഡിച്ചുനിന്നൊരു മല്ലനപ്പോൾ
479 പല്ലവംപോലെ പതുത്തൊരു പൂമനേി
480 കല്ലന്നു തോന്നിത്തുടങ്ങി ചമ്മേ.
481 തന്നുടെ കകൈളമ്മനേയിലലേ്ക്കുമ്പോൾ
482 ഖിന്നങ്ങളായ്വന്നു പിന്നപ്പിന്നെ:
483 കാർവർണ്ണങ്കകൈളമ്മനേയിലലേ്ക്കുമ്പോൾ
484 കാരിരുമ്പന്നതും തോന്നി ചമ്മേ.
485 ലീലയായ് നിന്നങ്ങു ഭൂതലംതന്നിലേ
486 ചാലപ്പോയ്വീണാനക്കണ്ണനപ്പോൾ
487 വീരനായുള്ളൊരു മല്ലന്താനന്നരേം
488 മാറിൽക്കരറേിനിന്നാർത്താൻ തിണ്ണം.
489 ആർത്തതു കടേ്ടൊരു മാലോകരല്ലൊരും
490 ആർത്തന്മാരായ് നിന്നാർ പാർത്തതേറും.
491 ചിന്തപൂണ്ടീടുന്ന കഞ്ചന്താനന്നപ്പോൾ
492 സന്തോഷവാരിയിൽ മുങ്ങിപ്പിന്നെ
493 മല്ലന്നു നല്കുവാനാഭരണങ്ങളേ
494 മല്ലെവേ ചാരത്തു നോക്കുംനരേം
495 കാൽകൊണ്ടു താഡിച്ചു തള്ളിവിട്ടീടിനാൻ
496 കാർമുകിൽവർണ്ണനമ്മല്ലന്തന്നെ.
497 സന്നദ്ധരായിട്ടു പിന്നയെും തങ്ങളിൽ
498 മുന്നമപ്പോലെ പിണങ്ങുംനരേം
499 കചുവന്നീടുന്നൊരഞ്ചനവർണ്ണന്താൻ
500 ചഞ്ചമ്മേ മല്ലനക്കൈപിടിച്ചു

അഞ്ചാതവണ്ണമക്കഞ്ചനു കാണുമാ
റഞ്ചാറുനൂറു ചുഴറ്റിപ്പിന്നെ
ഭൂതലംതന്നിലേ തല്ലിനാനൊന്നുടൻ
മാതുലന്തന്മനം മാഴ്കുംവണ്ണം
നീണ്ടുനിന്നുള്ളൊരു നിദ്രയും വന്നപ്പോൾ
പൂണ്ടുകിടന്നാളമ്മല്ലന്തന്നെ.
ദുഷ്ടരെ വെല്ലുന്ന രോഹിണീനന്ദനൻ
മുഷ്ടികന്തന്നെയുമവ്വണ്ണമേ
കണ്ടുനിന്നീടുന്ന വിണ്ടലരെന്നപ്പോൾ
കൊണ്ടൽനേർവർണ്ണനെക്കൊണ്ടാടിനാർ.
സന്തോഷവാരിയിൽ മുങ്ങിന കഞ്ചന്താൻ
സന്താപവെയ്‌ലിലങ്ങായാനപ്പോൾ.
മൂവരണഞ്ഞു പിണങ്ങിനാർ പിന്നെയും
മൂഢന്മാരായുള്ള മല്ലന്മാരിൽ.
ധീരന്മാരായ് നിന്നു കാർവർണ്ണങ്കൈയാലേ
വീരന്മാർ പോംവഴി പോയാർ ചെമ്മേ.
മറ്റുള്ള മല്ലന്മാരെല്ലാരുമെന്നപ്പോൾ
തെറ്റെന്നു ചാടിനാർ പേടിയോടേ.
ഗർവ്വിതനായൊരു കംസന്താനന്നേരം
ദുർവ്വചനങ്ങൾ പറഞ്ഞു മന്മേൽ
കാർമുകിൽവർണ്ണന്തന്മാനസംതന്നിലേ
കാലുഷ്യമേറ്റമിയറ്റിനിന്നാൻ.
നീതിയേ വേർവിട്ട മാതുലന്തന്നുടെ
നിന്ദയെക്കണ്ടൊരു നന്ദജന്താൻ
മേൽപട്ടു ചാടിനാൻ മേളത്തിൽനിന്നങ്ങു
വായ്പെഴും കഞ്ചന്തന്മഞ്ചത്തിന്മേൽ.
വീരനായുള്ളൊരു കഞ്ചനും താനുമായ്
നേരിട്ടു പോരായി നിന്നു പിന്നെ

529 കസേരിവീരന്താനണേത്തിമ്പഠേതത്തെ

530 ക്കവേലം ചന്നെ്നു പിടിക്കുംപഠേലെ

531 പാരം പിടിച്ചങ്ങ്ദു തള്ളിവിട്ടീടിനാൻ

532 ദൂരമായുള്ളൊരു ഭൂതലത്തിൽ.

533 പടെ്ടന്നെ്നു ചാടിനാന്താനുമന്നരേത്തു

534 ദുഷ്ടനായുള്ളൊരു കഞ്ചന്മീതേ.

535 പാരല്ലെലാമീരഴേുമുള്ളിൽ ചുമന്നവൻ

536 പാരാതെ മനേിയിൽ പാഞ്ഞനരേം

537 വീരനായ് വീണുകിടന്നൊരു കഞ്ചന്താൻ

538 നരേ പതുങ്ങ്ദിനാൻ പഞ്ചിപഠേലെ.

539 ജീവനുമന്നെ്നപ്പഠേൾ കഞ്ചനേ വരേ്വിട്ടു

540 പഠേവതിന്നായിത്തുടങ്ങ്ദുന്നരേം

541 കാർമുകിൽവർണ്ണന്തന്മനേി തടഞ്ഞിട്ടു

542 പഠേകരുതായ്കയാലന്നെ്നപഠേലെ

543 പുണ്യമിയന്നവൻതന്നുടെ മനേിയഠേ

544 ടൊന്നിച്ചു നന്നായി നിന്നുതപ്പഠേൾ

545 ചാർച്ചയന്നെ്നുള്ളതു പിന്നയെും പാർക്കുമ്പഠേൾ

546 ചരേ്ച്ചയായ്വന്നീടുമന്നെ്നു ഞായം;

547 വഞ്ചകനാകിലും മാതുലനായൊരു

548 കഞ്ചനത്തെന്നഠേടു ചരേ്ത്താനല്ലൊ.

549 കഞ്ചന്താൻ വീണൊരുനരേത്തു തന്നുടെ

550 നഞ്ചേകം തഞ്ചിന സഠേദരന്മാർ

551 എണ്മരുമൊന്നിച്ചു നിന്നുടൻ ചന്നെിട്ടു

552 ചമ്മെയേണഞ്ഞു പിണങ്ങ്ദുംനരേം

553 അമ്പിനേ വരേ്വിട്ടു രഠേഹിണീനന്ദനൻ

554 തമ്പന്നരാക്കിനാൻ വമ്പുകൊണ്ടേ.

555 സംഗരം കവൈിട്ടു കണ്ണനും രാമനും

556 രംഗത്തിൽനിന്നിങ്ങ്ദു പഠേന്നു പിന്നെ

557 ചങ്ങലപൂണ്ടുള്ളൊരച്ഛനുമമ്മയ്ക്കും

558 മംഗലം നല്കുവാൻ ചെന്നു മുന്നൽ.

559 എന്നുമിവർക്കൊരു ബന്ധമുണ്ടാകൊല്ലാ

560 യന്നെങ്ങു തന്നിലേ നണ്ണി നന്നായ്

561 പാവനമായൊരു പാണിതലംകൊണ്ടു

562 പാരിച്ച ബന്ധത്തപ്പോക്കിനിന്നാൻ.

563 ബന്ധമഴിഞ്ഞുള്ളൊരച്ഛനുമമ്മയും

564 എന്തിതന്നെിങ്ങനെ ചിന്തിച്ചുള്ളിൽ

565 വിശ്വത്തിങ്കാരണമായി വിളങ്ങുന്ന

566 വിഷ്ണുവന്നെിങ്ങനെ തോന്നീതപ്പോൾ.

567 എന്നതു കണ്ടൊരു കൊണ്ടൽനരേവർണ്ണന്താൻ

568 തന്നുടെ മായയപ്പൂണ്ടനരേം

569 "എന്നുടെ പൈതൽതാൻ" എന്നതേ നണ്ണീട്ടു

570 പിന്നപ്പിടിച്ചങ്ങു പൂണ്ടുകൊണ്ടാർ.

571 തൂമൊഴികൊണ്ടവരുള്ളിലേ വദേന

572 കാർമുകിൽവർണ്ണന്താൻ പോക്കിപ്പിന്നെ

573 അഗ്ര്യനായ് നിന്നുള്ളൊരുഗ്രസനേന്തന്നെ

574 വ്യഗ്രങ്ങൾ തീർത്തു തളിഞ്ഞു ചെമ്മേ

575 ആദരവോടഭിഷകേത്തച്ചെയ്തിട്ടു

576 യാദവപാലകനാക്കിനാൻതാൻ.

577 വാട്ടമകന്നൊരു കഞ്ചന്താൻ നാട്ടിൽനി

578 ന്നാട്ടിക്കളഞ്ഞുള്ളോരെല്ലാരയെും

579 തടേി വിളിപ്പിച്ചു തന്നുടെ തന്നുടെ

580 കടേറ്റ മന്ദിരംതന്നിലാക്കി

581 വണ്ടേുന്നതല്ലാമേ നല്കിനിന്നീടിനാൻ

582 വദേന വരേവിട്ടു പോകുംവണ്ണം.

583 ഗോകുലനാഥനായ് നിന്നൊരു നന്ദനോ

584 ടാകുലനാകാതെ ചൊന്നാൻ പിന്നെ:

“നമ്മുടെ ദേശേത്തു പോവതിന്നായിട്ടു
ചമെ്മ തുടങ്ങ്ങണേം താതനിപ്പപോൾ.
യാദവന്മാർക്കലെല്ലാം മോദത്തെ നല്കി നി
ന്നാദരവോടു തഴപ്പിച്ചുടൻ
അമ്മയക്കൊണ്മാനായ് ഞാനും വരുന്നതു
ണ്ടുണ്മയിച്ചൊന്നതു തറേിനാലും.
അച്ഛനുമമ്മയും മററിവനുണ്ടല്ലൊ
ഇച്ഛയിൽ നല്കുവാനന്നെു നണ്ണി
ദീർഘമായുള്ളൊരു കാലമിന്നിങ്ങനെ
പാർക്കുമിങ്ങനെന്നുള്ളതോർക്കവണോ്ടാ.
അച്ഛനായുള്ളതു നീയൊഴിച്ചില്ലനെി
ക്കച്യുതന്തന്നുടെ പാദത്താണ
പററെു വളർത്തൊരു തായായി നിന്നതു
മുററുമനെിക്കു മററാരുമല്ലേ;
ആററിലും തീയിലും വീഴാതകൊണ്ടന്നെ
പ്പോററി വളർത്തതു നിങ്ങളല്ലോ.
ഇങ്ങനയെുള്ള ഞാനന്നെ മറക്കിലും
നിങ്ങളയേന്നെും മറക്കയില്ലേ.”
നന്ദനനോടിങ്ങനെ ചൊന്നുടൻ തന്നുടെ
ചങ്ങാതിമാരോടു ചൊന്നാൻ പിന്നെഃ
“അച്ഛനന്നു ചങ്ങാതമായിട്ടു നിങ്ങളു
മിച്ഛയിൽ പോകണേമാമ്പാടിയിൽ.
പാരാതെ പോന്നങ്ങു വന്നതുമുണ്ടു ഞാൻ
നാരായണന്തൻറെ പാദത്താണ.
നിങ്ങളുമായുള്ള ലീലകൾ ചിന്തിച്ചാ
ലങ്ങെനെ ഞാനിങ്ങു നിന്നുകൊൾവൂ?
കാളിന്ദീതീരത്തക്കൊനനംതന്നിലെ
ക്കായ്കളത്തെിന്നല്ലൊ ഞാൻ വളർന്നു.

എന്നുമതിന്നുള്ളൊരിച്ഛര പുലമ്പിയു
ണ്ടന്നെന്നുള്ളിലന്നെതു തറേിനാലും,"
ഇങ്ങനെ ചൊന്നു തൻ ചങ്ങാതിമാരുള്ളിൽ
പൊങ്ങിന വദേന പോേക്കിപ്പിന്നെ
നന്മകലർന്നുള്ള രത്നവും ചലേയും
നന്ദനന്നുമല്ലെലാർക്കും നല്കിനിന്നാൻ.
അമ്മയ്ക്കു നല്കുവാൻ ചമെ്മുള്ള ചലേകൾ
നന്ദനന്തങ്കയ്യെിലേ നല്കിച്ചൊന്നാൻ:
"നൽച്ചലേ നാലുമന്നെമ്മതങ്കയ്യെിലേ
ഇച്ഛരയിൽ നല്കണേമിന്നുതന്നെ.
എന്നമ്മതന്നോേടു ചൊല്ലണം പിന്നെ നീ
എന്നെ മറക്കൊല്ലായന്നെിങ്ങനെ.
പാൽവണ്ണെയുണ്ണാഞ്ഞു വദേനയുണ്ടുള്ളിൽ
പാരമന്നെിക്കന്നെു ചൊല്ക പിന്നെ.
വണ്ണെയും പാലുമിങ്ങാരാനും പോേരുന്നോേ
രുണ്ടങ്കിെൽ മല്ലെ വരുത്തവണേം;
വാഴപ്പഴങ്ങളും വണ്ണംതിരണ്ടവ
കഴേുവനല്ലായ്കിലന്നെു ചൊൽവൂ.
ചിറ്റാടയുണ്ടു ഞാൻ പടെ്ടകംതന്നുള്ളിൽ
മറ്റാരും കാണാതെ വച്ചു പോേന്നൂ;
ഊനപ്പടെ്ടില്ലല്ലീയന്നെതേ ചിന്തിച്ചു
ദീനമാരുന്നുതന്നെ്മാനസത്തിൽ.
മഞ്ഞൾ പിഴിഞ്ഞുള്ള കൂറകളൊന്നുമേ
മങ്ങാതെ മാനിച്ചുകൊള്ളണേം നീ,
വറെ്റില തിന്നു ചൊരുക്കിനനരേത്തു
തറെ്റന്നെു പൂട്ടുവാൻ ചന്നെനേല്ലൊ
കൂലിയായന്നതിന്നമ്മതാൻ നല്കിന
ചലേയും മാലുറ്റു പോേകൊല്ലാതെ.

641 പിള്ളരരേ നുള്ളിനാനന്നെങ്ങു ചൊല്ലീട്ടു
642 പീലികൊണ്ടന്നെനയെടിച്ചാളമ്മ
643 കണ്ണേുകൊണ്ടന്നു വഴക്കായിപ്പപോയി ഞാ
644 ന്നൂണിന്നു വാരാതെ നിന്നനരേം
645 തണ്ടമായന്നെതിന്നന്നു നീ നല്കിന
646 കണ്ടിക്കഞ്ചലേ മറക്കൊല്ലാതെ.
647 പൊങ്ങിനപോരശേ പുലമ്പിനിന്നീടുന്ന
648 കിങ്ങിണിയങ്ങൊനും വീഴൊല്ലാതെ
649 പാവകളൊന്നുമേ പാഴായിപ്പപോകാതെ
650 പാലിച്ചുകൊള്ളണേം പാരാതെ നീ
651 ചണ്ണേുറ്റു നിന്നുള്ളപോരണേവില്ലൊന്നുമേ
652 ഞാണറ്റുപോകൊല്ല ഞാൻ വരുമ്പപോൾ."
653 താതനായ് നിന്നൊരു നന്ദനപോടിങ്ങനെ
654 മാധവൻ നിന്നു പറഞ്ഞനരേം
655 കണ്ണന്താനിന്നങ്ങു പോരുന്നപോനല്ലന്നെു
656 നിർണ്ണയിച്ചീടിന നന്ദനപ്പപോൾ
657 മാനസംതന്നിൽ മറച്ചുവച്ചമ്പിനപോ
658 ടാനായപ്പതെലാം കണ്ണന്തന്നെ
659 തറെ്റന്നെു പോയാൻ തന്നുറ്റുള്ള ദശേത്തു
660 മറ്റുള്ള ഗോപന്മാരപോടുംകൂടി.
661 ആനകദുന്ദുഭിതാനുമൊളിച്ചു പ
662 ണ്ടാനായച്ചരേിക്കു കൊണ്ടുപോയി
663 ആനായച്ചരേിക്കു പോകുമ്പൊളിങ്ങനെ
664 ഞായമുണ്ടല്ലോർക്കുമന്നെു തോന്നൂ.
665 ആനകദുന്ദുഭി കൊണ്ടങ്ങുപോയത
666 ന്നാരുമൊരുത്തരറിഞ്ഞുതില്ലപേ;
667 നന്ദന്താനുള്ളിൽ മറച്ചപോരു കണ്ണനേ
668 നിന്നപോരു ലോകരറിഞ്ഞുകൊണ്ടാർ

വായ്പെഴും മെയ്യിലെഴുന്നുള്ള രോമവും
ബാഷ്പവും മന്മേലേ ചെല്ലുകയാൽ.
വഞ്ചനമെന്നതു പിന്നെയുമോർക്കുമ്പോൾ
ചഞ്ചലമായ്വരുമെന്നു ഞായം;
നെഞ്ചകംതന്നിലുള്ളഞ്ചനവർണ്ണനെ
ച്ചെഞ്ചെമ്മേ ലോകരറിഞ്ഞോരല്ലൊ.
നന്ദനും തന്നുടെ വല്ലവന്മാരുമായ്
മന്ദിരംതന്നിലേ ചെന്നു ചെമ്മേ
കണ്ണനേ നണ്ണിനോരുള്ളവുമായിട്ടു
പുണ്യമിയന്നു തെളിഞ്ഞു നിന്നാൻ.

2.ഗുരുദക്ഷിണ

കഞ്ച്ചനായയുള്ളൊരു കാർമുകിൽ പോലെയാ
ലഞ്ച്ചനവർണ്ണനാം തിങ്ങ്കളപ്പോൾ
വണ്മ്മ കലർന്നുള്ള യാദവവംശമാം
അംബരംതന്നിൽ വിളങ്ങുമന്നാൾ
ആനകദുന്ദുഭി ബാലകന്മാരുടെ
പൂണുനൂൽ പൂണുന്ന മംഗലത്തെ
നരേറ്റുനിന്നുള്ള ദാനങ്ങൾ ചെയ്തിട്ടു
പൂരിച്ചു പാരം തളിഞ്ഞു നിന്നാൻ.
പൂണുനൂൽ പൂണ്ടുള്ള കാർവർണ്ണരാമന്മാർ
പൂതന്മാരായിപ്പുറപ്പെട്ടുടൻ
വിഖ്യാതനായൊരു വിപ്രന്തൻ ചാരത്തു
വിദ്യകൾ കേലുവാൻ ചെന്നു ചെമ്മേ;
ശ്രാന്തി കളഞ്ഞോരോ വിദ്യകളെല്ലാമേ
താന്തന്മാരായിപ്പഠിച്ചു പിന്നെ
ദക്ഷിണ വേണുന്നതെന്തെന്നു ചോദിച്ചാർ;
അക്ഷണം ചൊല്ലിനാനാരണനും:
"നിർമ്മലനായൊരു ബാലകനുണ്ടെനി
ക്കംബുധിതന്നിൽ മരിച്ചുപോയി
മാനസംതന്നിലപ്പൈതലെച്ചിന്തിച്ചു
വേദനയാകുന്നുപിന്നെപ്പിന്നെ;
ആകുന്നൂതാകിലപ്പൈതലേ നിങ്ങളി
ങ്ങാരാഞ്ഞു കൊണ്ടന്നു നല്കുവേണം."
ഇങ്ങനെ കേട്ടൊരു കേശവരാമന്മാർ
"അങ്ങനെയൊ"മെന്നു ചൊന്നുടനെ
വാരിധിതന്നുടെ തീരത്തു ചെന്നിട്ടു
"ബാലനെത്താ"വെന്നു ചൊന്നനേരം

27 വാരിധിതാൻ ചൊന്നു പാരാതെ ചൊല്ലിനാൻ:

28 "ബാലനെക്കൊണ്ടന്നതു ഞാനല്ലയ്യോ !

29 ശംഖായി നിന്നൊരു ദാനവവീരനു

30 ണ്ടങ്ങേൽ കളിച്ചവങ്കൊണ്ടുപോയാൻ."

31 വാരിധിതാനതു ചൊന്നതു കേട്ടവർ

32 വാരിയിൽ നേരേയിറങ്ങിപ്പിന്നെ

33 ദാരുണനായൊരു ദാനവന്തന്നെയും

34 പാരാതെ കൊന്നങ്ങു വീഴ്ത്തി നേരേ

35 ദാനവന്മേനിയായുള്ളൊരു ശംഖിനെ

36 മാനിച്ചു കൊണ്ടിങ്ങു പോന്നു പിന്നെ

37 എന്തിനി നല്ലതെന്നന്തരാ ചിന്തിച്ചി

38 ട്ടന്തകമന്ദിരംതന്നിൽ ചെന്നാർ.

39 കിങ്കരരെല്ലാരും കേൾപ്പതിന്നായിട്ടു

40 ശംഖുവിളിച്ചാനാക്കാവർണ്ണന്താൻ.

41 കല്മഷവൈരിയായുള്ളൊരു കണ്ണൻറെ

42 കംബുതൻ നാദത്തെക്കേട്ടനേരം

43 ദീനത കോലിന യാതന പൂണുന്നോർ

44 വേദന വേർവിട്ടു നിന്നാർ ചെമ്മേ.

45 ശൂലത്തിന്മീതേ കിടന്നുള്ളോരെല്ലാരും

46 ആലസ്യം നീങ്ങിയെഴുന്നാരപ്പോൾ.

47 കീഴ്ത്തലയായിട്ടു തൂങ്ങിനോരെല്ലാരും

48 ആർത്തിയും തീർന്നു മറിഞ്ഞു നിന്നാർ.

49 ചെങ്കനൽതന്നിൽ കിടന്നുള്ളോരെല്ലാർക്കും

50 ചെങ്കനൽ നല്ലൊരു നീരായ് വന്നു.

51 കള്ളിപ്പാൽ കൊണ്ടന്നു കണ്ണിലൊഴുക്കുമ്പോൾ

52 കർപ്പൂരമെന്നങ്ങു തോന്നി ചെമ്മേ.

53 ഢുണ്ഡുഭമൊന്നൊന്നേ മേനിയിൽ ചുറ്റിനി

54 ന്നണ്ഡത്തച്ചെന്നു കടിക്കും നേരം

കണ്ണന്മെയ്ത്തന്നുടെ കാറ്റിനെയേല്ക്കയാൽ
തിണ്ണം പറന്നുതേ ദൂരം ദൂരം;
ദുഷ്ടന്മാർമേനിയിൽ പെട്ടെന്നു ചേർന്നുള്ളൊ
രട്ടകളും പിന്നെവ്വണ്ണമേ
മുൾത്തടിതന്നിൽക്കിന്നുള്ളോരെല്ലാർക്കും
മെത്തയെന്നിങ്ങനെ തോന്നീതപ്പോൾ
പാമ്പുകൾ മെയ്യിൽ പിണഞ്ഞു കരഞ്ഞൊരോ
പാങ്ക്കുഴിതോറും കിടന്നോർക്കെല്ലാം
കച്ചണിക്കൊങ്കയും പൂണ്ടു കിടക്കുന്ന
മച്ചകന്താനെന്നു തോന്നീതപ്പോൾ.
ഘോരമായ് നിന്നുള്ള യാതന പൂണുന്ന
നാരകദേശങ്ങളോരോന്നതോൻ
നന്ദകുമാരകൻ ചെന്നൊരുനേരത്തു
നന്ദനമായ് വന്നുതന്നെവേണ്ടൂ.
എന്നതു കണ്ടൊരു കിങ്കരന്മാരെല്ലാം
അന്തകന്തന്നോടു ചെന്നു ചൊന്നാർ :
“പണ്ടെന്നും കാണാത വേലകളിന്നിപ്പോൾ
ഉണ്ടായിക്കാണുന്നൂതങ്ങളെല്ലാം;
ദണ്ഡ്യന്മാരായോരെദ്ദണ്ഡിപ്പിപ്പാനല്ലൊ
ചണ്ഡന്മാരായുള്ള ഞങ്ങളുള്ളു;
ഇന്നതിന്നതുമൊന്നാകുന്നൂതില്ലെന്നാൽ
എന്നതിങ്കാരണം ചൊല്ലവേണം.
പാപികളായോരെപ്പാരാതെ കൊണ്ടന്നു
പാരിച്ച കോലെടുത്തങ്ങളെല്ലാം
കോപിച്ചു താഡിച്ചനേരത്തു മോദത്താൽ
കോൾമയിർക്കൊള്ളുന്നു മെയ്യിലിപ്പോൾ.
ചെമ്പകിടാരങ്ങൾതന്നിൽ കിടന്നിട്ടു
വമ്പുറ്റ തീത്തട്ടി നിന്നൊരെല്ലാം

83 സ്വസ്ഥരായ് നിന്നിപ്പഌളത്തലും കൈവിട്ടു
84 നിദ്രയപ്പൊൂണുന്നഌേർവണ്ടുംവണ്ണം.
85 വാൾകഌണ്ടു ഞങ്ങളറുത്തു നുറുക്കുമ്പഌേൾ
86 വാകഌണ്ടു പാടുന്നഌേർ പടേയാതെ.
87 കാൽപിടിച്ചഌേരഌേരഌേ പാറമേൽ തല്ലുമ്പഌേൾ
88 കാണിപഌേലില്ലതേും ദീനമുള്ളിൽ.
89 ഈരുന്ന വാൾകഌണ്ടു മെയ്യിലങ്ങീരുമ്പഌേൾ
90 ഈയെന്നു ചഌെല്ലുന്നഌേരില്ലയാരും.
91 അഞ്ചാതെ കണ്ണിലത്തൂശി തറയ്ക്കുമ്പഌേൾ
92 പുഞ്ചിരി ചഞ്ചെമ്മേ കാണാകുന്നൂ.
93 ദുർഗ്ഗന്ധംപൂണ്ടുള്ള ദശേങ്ങളെല്ലാമേ
94 സൽഗന്ധമായിട്ടു വന്നുതിപ്പഌേൾ.
95 കൂരിരുട്ടായുള്ള മന്ദിരമഌേരഌേന്നേ
96 പാരം വിളങ്ങുന്നു പിന്നപ്പിന്നെ.
97 പടേയാകുന്നുതേ ഞങ്ങൾക്കുമുള്ളത്തിൽ
98 ഓടുവാനായിട്ടേ കാലഴുന്നു.
99 ആകുന്നുതില്ല നിൻ ചാരത്തു പഌേരുവാൻ
100 ചാകുന്നുതുണ്ടന്നേ തഌേന്നുന്നിപ്പഌേൾ."
101 ദൂതന്മാരിങ്ങനെ ചഌെന്നഌെരു നരേത്തു
102 നാഥനായുള്ളവൻ നഌേക്കുംനരേം
103 കാർവർണ്ണന്തന്നയെും രാമനെത്തന്നയെും
104 കാണായി ദൂരവേ വന്നതപ്പഌേൾ.
105 കണ്ടഌെരുനരേത്തു ദണ്ഡിതാൻ ചഞ്ചെമ്മേ
106 മണ്ടിച്ചന്നെമ്പഌേടു കുമ്പിട്ടുടൻ
107 എന്തിങ്ങു പഌേരുവാങ്കാരണമന്നിങ്ങളി
108 ന്നനെ്നവൻ ചഌേദിച്ചനരേം ചഌെന്നാൻ:
109 "ആചാര്യന്തന്നുടെ സൂനുവകൊണ്മാനാ
110 യാരാഞ്ഞു പഌേന്നിങ്ങു വന്നു ഞങ്ങൾ.

111 പോരായ്മയതേുമൊന്നോരാതെ നീയിപ്പോൾ
112 പാരാതെ നല്കണേം" എന്നിങ്ങനെ
113 കാരണനായൊരു കാർവർണ്ണൻ ചൊന്നപ്പോൾ
114 കാലനും ചൊല്ലിനാൻ മല്ലവതോൻ:
115 "എന്നുടെ ലോകത്തു വന്നുള്ളോരാരുമേ
116 പിന്നമെടങ്ങുമാറില്ല പണ്ടോ.
117 ഇന്നതുവണേമന്നെങ്ങുന്നു ചൊല്കിലോ
118 ചൊന്നതു ഞങ്ങളോ കടേ്ടുകൊള്ളാം,
119 മറ്റാരുമല്ല പണ്ടിങ്ങനെ ചൊന്നതു
120 മുറ്റും നിൻ ചില്ലികൾ രണ്ടുമത്രേ."
121 ഇങ്ങനെ ചൊന്നുടൻ ബാലകന്തന്നെയും
122 അങ്ങനെ കൊണ്ടന്നു നല്കിനാന്താൻ.
123 അന്തകൻ നല്കിന ബാലനെയന്നേരം
124 അഞ്ചാതെ വാങ്ങിന നന്ദജന്മാർ
125 ദക്ഷിണനായൊരു ദേശികന്തന്നുടെ
126 ദക്ഷിണയായിട്ടു നല്കി നന്നായ്.
127 ദേശികൻ നല്കിനോരാശിയും പൂണ്ടു തൻ
128 ദേശത്തിലാമ്മാറു ചെന്നു പിന്നെ
129 അച്ഛനുമമ്മയ്ക്കും മറ്റുള്ളോരെല്ലാർക്കും
130 ആനന്ദം നല്കിനാരായവണ്ണം.

3.ഉദ്ധവദൂത്

1 വല്ലവിമാരുടയെല്ലലായ്നിന്നുള്ളൊ

2 രല്ലിന്നു നല്ലൊരു തിങ്കളായി

3 നിന്നു വിളങ്ങിന നീരജലോചനൻ

4 അന്നു തളിഞ്ഞു മുതിർന്നൊരുനാൾ

5 സ്നിഗ്ദ്ധനായ് നിന്നുള്ളോരുദ്ധവർതന്നോടു

6 ബദ്ധവിനോദനായ് നിന്നു ചൊന്നാൻ:

7 "ഇപ്പൊഴേ പോകണേമമ്പാടിതന്നിൽ നീ

8 മൽപ്രിയം മാഴ്കാതെ നല്കുവാനായ്

9 ഖേദിച്ചുനിന്നൊരു താതനെത്തന്നയെും

10 മാതാവതെ്തന്നയെും കാണവണേം

11 നാമങ്ങു ചല്ലോഞ്ഞു ദീനമാരായുള്ള

12 കാമിനിമാരയെും കാക പിന്നെ

13 നമ്മപ്പെിരിഞ്ഞുള്ള വദേന പോക്കണം

14 നന്മൊഴികൊണ്ടു നീ" യന്നെിങ്ങനെ

15 സുന്ദരിമാരോടു ചൊല്ലുവാനായുള്ള

16 സന്ദശേം തന്നയെും ചൊന്നു പിന്നെ

17 പോകണ്ടെകിൽ നീയന്നെയച്ചവന്തന്നയെും

18 മാഴ്കാതെ മന്ദിരംതന്നിൽ പുക്കാൻ,

19 ഉത്തമനായുള്ളൊരുദ്ധവരന്നെപ്പോൾ

20 ഭക്തിയപെ്പൂണ്ടു പുറപ്പടെ്ടുടൻ

21 നന്ദൻറെ മന്ദിരംതന്നിലകം പുക്കു

22 മന്ദമാക്കീടിനാൻ മാർഗ്ഗഖദേം.

23 ഉദ്ധവരായൊരു വാർതിങ്കൾ വന്നുനി

24 ന്നുത്സവമായല്ലൊ ഗോകുലത്തിൽ

25 താപത്തതെ്തൂകുന്ന ഞാനിതിൽ കൂടിനി

26 ന്നാപത്തായ്മവേണ്ടയന്നെപോലെ

വാരുറ്റു നിന്നൊരു വാരിജവല്ലഭൻ
വാരിധിതന്നിൽ മറഞ്ഞാനപ്പോൾ.
ഉദ്ധവർ വന്നതു കണ്ടൊരുനരേത്തു
വർദ്ധിതമോദനാം നന്ദനപ്പോൾ
ഓടിയണഞ്ഞവൻ കെട്ടേറ്റ പൂമനേ
ഗാഢമായ് പൂണ്ടങ്ങു നിന്നു പിന്നെ
നൈശമായുള്ളൊരു ഭോജനംതന്നെയും
നല്കിനിന്നെല്ലാരും കൂടിപ്പിന്നെ
കണ്ണനെക്കൊണ്ടേ പറഞ്ഞുതുടങ്ങിനാർ
തിണ്ണമെഴുന്നൊരു ഭക്തിപൂണ്ടു.
ഭക്തിയെപ്പൂണ്ടതു കണ്ടൊരു നരേത്തു
നിദ്രതാൻ മണ്ടിനാൾ ദൂരം ദൂരം
തന്നുടെ കാമുകനന്യയെപ്പൂണുമ്പോൾ
ഖിന്നമാരാമല്ലൊ മാനിനിമാർ.
കാലം പുലർന്നുതുടങ്ങിന നരേത്തു
കാമിനിമാരെല്ലാം ചെന്നു ചെമ്മെ
കേശവന്തന്നുടെ ചൊല്ലാലെ വന്നുതേ
കേവലമിന്നിവനെന്നു നണ്ണി
ഉദ്ധവരോടു പറഞ്ഞുതുടങ്ങിനാർ
ബദ്ധവിഷാദമാരായിപ്പിന്നെ:
“അച്ഛനുമമ്മയ്ക്കുമിച്ഛയേ നല്കുവാൻ
അച്യുതൻചൊല്ലാലെ വന്ന നിന്നെ
കണ്ടറിഞ്ഞെങ്ങളും വന്നുതായിങ്ങനെ
കൊണ്ടൽനേർവർണ്ണന്തൻ വാർത്ത കേൾപ്പാൻ.
ഞങ്ങളെ വഞ്ചിച്ചു പോയൊരു കാർവർണ്ണൻ
ഇങ്ങേടം ചിന്തിപ്പൂതുണ്ടോ ചൊൽ നീ?
വല്ലവിമാരെന്നു ചൊല്ലുന്ന നരേത്തും
ഉള്ളിൽ വെറുപ്പു തുടങ്ങീലല്ലീ?

സ്വർലലോകംതന്നിലേ നല്ലാരെ വെല്ലുന്ന
മല്ലവിലോചനമാരുമായി
രാപ്പകൽ നിന്നു കളിച്ചുപുളച്ചങ്ങു
വായ്പോടു മേവുന്ന കാലമിപ്പോൾ
കാനനം തന്നിൽ കിടന്നുള്ളൊരങ്ങളെ
ക്കാവർണ്ണനങ്ങനെ ചിന്തിപ്പൂ ചൊൽ?
തന്മാവുതന്നുടെ തേനുണ്ണും കോകിലം
കാഞ്ഞിരക്കായ്കളത്തീണ്ടുമോതാൻ."
"അങ്ങനെ പോകാതെ"ന്നിങ്ങനെ തങ്ങളിൽ
അംഗനമാരെല്ലാം ചൊല്ലുംനേരം
ദൂരത്തുനിന്നൊരു കാർവണ്ടു കാണായി
ചാരത്തു വന്നതു പാടിപ്പാടി.
പങ്കജംതാനെന്നു ശങ്കയപ്പെപ്പൂണ്ടിട്ടു
ചങ്കഴൽച്ചാരത്തു ചെന്നനേരം
നേരത്തെ വന്നുണ്ടു ഞാനെന്നു ചൊല്ലീട്ടു
ദൂരത്തു പോയൊരു കണ്ണന്നുടെ
ചൊല്പറ്റു നിന്നൊരു ദൂതനെന്നിങ്ങനെ
കല്പിച്ചുനിന്നു പറഞ്ഞാരപ്പോൾ:
"പൂക്കളിലുള്ളൊരു തേനുണ്ടുകൂടിനാൽ
പൂക്കളെ നോക്കാതെ പോരുന്ന നീ
കൈതവം പൂണ്ടൊരു കാർവർണ്ണന്തന്നുടെ
ദൂതനെന്നുള്ളതു ചേരുവോന്നേ.
പാഞ്ഞുവന്നിങ്ങനെ തീണ്ടുവാൻ നീയങ്ങൾ
പാദം നുറുങ്ങു പറഞ്ഞുവേണോം.
മാധവൻതന്നുടെ മാറിൽ വിളങ്ങുന്ന
മാലയിൽനിന്നല്ലൊ വന്നുതിപ്പോൾ;
ഇന്നവൻ പൂണുന്ന നന്മൊഴിമാരുടെ
നന്മുലക്കുങ്കുമമുണ്ടു തന്നിൽ.

നിന്മുഖംതന്നിലുമുണ്ടെന്നു നിർണ്ണയം
എന്നിട്ടു തീണ്ടൊല്ലായെന്നു ചൊല്ലി.
പൊയ്കയിൽ ചെന്നു കുളിച്ചിങ്ങു പോരുകിൽ
വൈകാതെ ഞങ്ങളെത്തീണ്ടിനാലും.
പിന്നെയും ഞങ്ങളെ വന്നു നീ തീണ്ടുകിൽ
വല്ലായ്മ കിഞ്ചിൽ നിനക്കുണ്ടാമേ
“വേണ്ടാതെ ഞാൻ വെടിഞ്ഞീടിന മാതരെ
ത്തീണ്ടിനായല്ലൊ നീ ചെന്നു ചെമ്മെ
എന്നുടെ ചാരത്തു പോരൊല്ല നീ”യെന്നു
നിന്നോടു കോപിക്കും കണ്ണൻ പിന്നെ.
തന്നുടെ പിന്നാലെ പായുന്ന ഞങ്ങളേ
ഖിന്നമാരാക്കിപ്പോയെങ്ങങ്ങാനും
തന്നുള്ളിൽ ചേരുന്ന മാനിനിമാരുമാ
യൊന്നൊത്തുനിന്നു കളിച്ചാലും താൻ
സങ്കല്പം കൊണ്ടെങ്ങൾ പൂണുന്നതങ്ങനെ
പങ്കജലോചനനിന്നൊഴിപ്പൂ”
അല്ലലിൽ വീണുള്ള വല്ലവിമാരെല്ലാം
മല്ലെ നിന്നിങ്ങനെ ചൊല്ലിപ്പിന്നെ
കണ്ണുനീർ പൂണ്ടു കരഞ്ഞുതുടങ്ങിനാർ
“കണ്ണാ!” എന്നിങ്ങനെ തിണ്ണം ചൊല്ലി.
എന്നതു കണ്ടുള്ളൊരുദ്ധവരന്നേരം
നന്ദതനൂജൻറെ സന്ദേശങ്ങൾ
ഒന്നൊന്നേ ചൊല്ലിനിന്നല്ലലെപ്പോക്കിനാൻ
മന്ത്രങ്ങൾ ചൊല്ലി വിഷത്തെപ്പോലെ.
നന്ദൻറെ തോഷത്തെച്ചെയ്‌വതിനായിട്ടു
നാലഞ്ചുമാസമിരുന്നു പിന്നെ
കണ്ണനന്നു നല്കിന കാഴ്ചയും വാങ്ങിത്താൻ
തിണ്ണം നടന്നിങ്ങു പോന്നുവന്നാൻ.

111 അച്ഛനുമമ്മയും നല്കിന കാഴ്ചയും
112 അച്യുതന്നായിക്കൊടുത്താൽ പിന്നെ.
113 നച്ചലേും കണ്ണിമാർ ചൊന്നുള്ള വാർത്തയും
114 നൽച്ചവിതന്നിലങ്ങാക്കിനാൻതാൻ.

4.അക്രൂരദൂത്യം

സേവകന്മാരുടെ വേദന പോക്കുന്ന
ദേവകീനന്ദനനന്നൊരുനാൾ
സൈരന്ധ്രിതന്നുള്ളിൽ മാരമാൽ പൂണ്ടുള്ള
വൈരസ്യം പോക്കേണമെന്നു നണ്ണി
ഉത്തമനായുള്ളൊരുദ്ധവർതാനുമായ്
മുഗ്ദ്ധവിലോചനാമന്ദിരത്തിൽ
ചെന്നുതുടങ്ങിനാർ ചെന്താരിൽമാനിനി
ചെവ്വോടെ കാമിച്ച കാന്തിയുമായ്.
കാമിച്ചുനിന്നൊരു കാമിനിതാനപ്പോൾ
കാവർണ്ണൻ ചെന്നതു കണ്ടനേരം
സന്തോഷം കൊണ്ടു തന്മെയ് മറന്നീടിനാൾ
ചിന്തിച്ചുതേശുമ്പൊഴെന്നു ഞായം
മാനിനിതന്നുടെ സൂനൃതവാക്കിനാൽ
മാനിതനായൊരു മാധവന്താൻ
ദന്തംകൊണ്ടുള്ളൊരു കട്ടിൽ കരേറിനാൻ
ചെന്തത്തിലാമ്മാറു ചെന്നു പിന്നെ
വാരുറ്റുനിന്നൊരു മാരൻറെ ചൊല്ലാലെ
ചാരത്തു ചെന്നുടന്മെല്ലെ മെല്ലെ
ഔചിത്യമാണ്ടുള്ള ലീലകൾകൊണ്ടു തൻ
വൈചിത്ര്യം കാട്ടിന കാമിനിതാൻ
ആനന്ദമൂർത്തിയായ് നിന്നൊരു കണ്ണനെ
മാനിച്ചു പുല്കിനിന്നായവണ്ണം
ഉള്ളിലെഴുന്നുനിന്നാശയായുള്ളൊരു
വല്ലിയെക്കായ്പിച്ചാൾ വായ്പൊടപ്പോൾ.
കാമിനിതന്നുടെ കാമമാൽ പോക്കിന
കാർവർണ്ണന്താനിങ്ങു പോന്നു പിന്നെ.

ചൊല്ക്കൊണ്ടു നിന്നുള്ളൊരക്രൂരമന്ദിരം
പുക്കു വിരുന്നൂണുമുണ്ടു പിന്നെ
പാർത്ഥന്മാർക്കീടിന വാർത്തയക്കെകൾപ്പാനായ്
യാത്രയാക്കീടിനാനന്നവനേ
വഴേത്തിൽ പോയങ്ങു ഗാന്ദിനീനന്ദനൻ
നാഗപുരംതന്നിൽചെന്നു പിന്നെ
കാണണ്ടുന്നോരെയും കണ്ടുടന്മെല്ലവേ
താനേ പോയങ്ങനെ നിന്നനേരം
പാണ്ഡവമാതാവായുള്ളോരു കുന്തിതാൻ
കണ്ടവൻ ചാരത്തു ചെന്നു ചൊന്നാൾ :
"സിംഹങ്ങൾതന്നുടെ ചാരത്തുപോരുന്നോ
രണ്ണങ്ങൾ പോലെയെമ്പതെങ്ങളോ
രാപ്പകൽ നിന്നങ്ങുഴയ്ക്കുന്നതോർക്കുമ്പോൾ
ബാഷ്പമുണ്ടായ് വരുമവേർക്കുമേ.
വള്ളികൾകൊണ്ടു പിടിച്ചങ്ങു ബന്ധിച്ചു
തള്ളിവിട്ടീടിനാർ ഗംഗതന്നിൽ
ഘോരമായുള്ള വിഷത്തയെും നല്കിനാർ
പോരു തുടങ്ങിന സോദരന്മാർ.
എങ്ങനെ നിന്നു പുലർന്നങ്ങുകൊൾവു ഞാ
നിങ്ങനെപോരുള്ള ലോകർമുമ്പിൽ ?"
കുന്തിതാനിങ്ങനെ ചൊന്നുള്ള വാർത്തകൾ
ഒന്നൊന്നേ തന്നുള്ളിലാക്കിപ്പിന്നെ
വൈകാതെ പോന്നിങ്ങു വന്നവനെല്ലാമേ
വൈകുണ്ഠന്തന്നോടു ചൊന്നാൻ ചെമ്മേ.

5.ജരാസന്ധയുദ്ധം

കംസൻറെ കാലം കഴിഞ്ഞൊരു നേരത്തു
വൈധവ്യംവന്നുള്ള ബാലികമാർ

താതനായുള്ളൊരു മാഗധന്തന്നോടു
കാതരമാരായിച്ചെന്നു ചൊന്നാർ.
മാനിയായുള്ളൊരു മാഗധനന്നെപ്പോൾ
ദീനനായ് നിന്നു നുറുങ്ങുന്നേരം
യാദവന്മാരുടെ വംശമേ പോക്കുവാ
നാദരവോടു മുതിർന്നു പിന്നെ:
വാട്ടമില്ലാതൊരു വമ്പടകൊണ്ടവൻ
കോട്ടയെച്ചെന്നു ചുഴന്നാൻ ചെമ്മേ.
വീരന്മാരായുള്ള യാദവന്മാരെല്ലാം
പാരാതെ ചെന്നു തുടർന്നാരപ്പോൾ
വീരനായുള്ളോരു മാഗധൻ ചൊല്ലിനാൻ
വീരന്മാരെല്ലാരും കേൾക്കവേതോൻ:
“കംസനെക്കൊന്നൊരു ഗോപാലന്തന്നെ ഞാൻ
കംസന്നു ചങ്ങാതമാക്കുവാനായ്
വന്നുതന്നെന്നുള്ളതു നിർണ്ണയിച്ചാലുമെൻ
കമുന്നലെങ്ങാനും കാകിലിപ്പോൾ,”
ആഗതനായൊരു മാധവൻ ചൊല്ലിനാൻ
മാഗധന്തന്മുഖം നോക്കിയപ്പോൾ:
“കംസനെക്കൊന്നതു ഞാനിതാ കണ്ടാലും
സംശയമില്ലേതും ചൊല്ലാം ചെമ്മേ.
ചങ്ങാതം പോവാനോ ചാർച്ചപൂണ്ടീടുന്ന
നിങ്ങളെങ്ങാകിലേ ചേർച്ചയുള്ളു.”
എന്നതു കേട്ടൊരു മാഗധന്താനപ്പോൾ
നിന്നൊരു നന്ദജന്മനേതന്നിൽ
അസ്ത്രങ്ങൾകൊണ്ടു തൊഴിച്ചുതുടങ്ങിനാൻ
ശസ്ത്രങ്ങൾകൊണ്ടുമങ്ങവ്വണ്ണമേ.
രോഹിണീനന്ദനനെന്നതു കണ്ടപ്പോൾ
രോഷത്തെപ്പൂണ്ടുതൂനിഞ്ഞു ചെമ്മേ

മുന്നൽ വരുന്നൊരു വമ്പടയല്ലാമേ
കൊന്നങ്ങു വീഴ്ത്തിനാൻ പാർത്തലത്തിൽ.
ആർത്തുനിന്നീടുന്ന മാഗധന്തന്നുടെ
തേർത്തടംതന്നെയും വീഴ്ത്തിപ്പിന്നെ
മാഗധന്തന്നെയും ബന്ധിച്ചു വേഗത്തിൽ
മാധവന്തന്മുന്നിൽ ചെന്നനേരം
കൊല്ലൊല്ലാ നീയെന്ന മാധവൻതന്നുടെ
ചൊല്ലാലെ മല്ലെന്നയച്ചു പിന്നെ
അക്ഷതനായൊരു കണ്ണനും താനുമാ
യക്ഷണം മന്ദിരംതന്നിൽ പൂക്കാൻ.
വേഗവാനായുള്ള മാഗധമ്പിന്നെയും
ആഗതനായ് പതിനേഴുവട്ടം
ക്രുദ്ധനായ് നിന്നങ്ങു യുദ്ധങ്ങൾ ചെയ്കയും
ബദ്ധനായ്പോകയുമാചരിച്ചാൻ.
അന്ത്യമായുള്ളൊരു യുദ്ധമണഞ്ഞപ്പൊ
ഉന്തകന്നൊത്ത യവനൻനേരേ
നാരദന്തന്നുടെ ചൊല്ലാലെ വന്നിട്ടു
കാർവർണ്ണന്തന്നോടു പോർ പൊരുവാൻ
അന്തമില്ലാതൊരു സേനയെക്കൊണ്ടവ
ന്മന്ദിരം തന്നെച്ചുഴന്നു നിന്നാൻ.
ആഹവം വന്നതു കണ്ടൊരു കാർവർണ്ണൻ
രോഹിണീനന്ദനനോടു ചൊന്നാൻ:
"സങ്കടം വന്നതു കണ്ടാലും വമ്പട
വങ്കടൽപോലെ പരന്നുതല്ലൊ.
മാഗധന്താനുമിന്നാഗമിച്ചീടുമേ
മാഴ്കാതെനിന്നൊരു സേനയുമായ്.
ആപത്തുകൂടാതെ യാദവന്മാരെ നാം
പാലിച്ചുകൊള്ളുന്നൂതെങ്ങനെ ചൊൽ."

59 തങ്ങളിലിങ്ങനെ കൂടി നിരൂപിച്ചു
60 മംഗലനാകിന കണ്ണനപ്പോൾ
61 സാഗരംതന്നോടു ചെന്നങ്ങു യാചിച്ചാൻ
62 ദ്വാദശയോജനഭൂമിതന്നെ.
63 രാമനായ് പണ്ടവൻ ചെയ്തു ചിന്തിച്ചു
64 സാഗരംതാനപ്പോൾ വേഗത്താലേ
65 ദ്വാരകയാകിന നൽപുരിതന്നയെും
66 പാരാതെ നിർമ്മിച്ചു നല്കിനിന്നാൻ.
67 ദ്വാരകതന്നയെും മാനിച്ചു വാങ്ങിന
68 വാരിജലോചനനന്നേരം
69 യോഗബലംകൊണ്ടു യാദവന്മാരയെും
70 വേഗത്തിലാമ്മാറു തന്നിലാക്കി
71 വന്നങ്ങു നിന്നൊരു വൈരിതന്മുന്നലേ
72 ചെന്നങ്ങു ചാടിനാൻ ചെവ്വിനോടെ.
73 "എന്നുടെ കൈകൊണ്ടു കൊൽവതിനായൊരു
74 പുണ്യമില്ലാതൊരു പാപനിവൻ
75 എന്നുടെ കൈകളിമ്മനേയിൽ കൊള്ളാതെ
76 ഇന്നിവൻ ചാകണേം" എന്നു നണ്ണി
77 പാഞ്ഞു തുടങ്ങിനാൻ പങ്കജലോചനൻ
78 ചാഞ്ഞൊരു നൽവഴിതന്നിലൂടെ.
79 പാഞ്ഞതു കണ്ടൊരു വൈരിയും പിന്നാലെ
80 പാഞ്ഞുതുടങ്ങിനാൻ പാരമപ്പോൾ.
81 "പായാതെ പായാതെ കാർമുകിൽവർണ്ണരേ !
82 പയോായിപ്പോയി നീയന്തിങ്ങനെ ?
83 ചൊല്പറെ്റു നിന്നൊരു വംശത്തിലല്ലൊ പ
84 ണ്ടുൽപ്പന്നനായി നീ പാർത്തു കണ്ടാൽ:
85 കൊല്ലുന്നൂതില്ലയിന്നിന്നെ ഞാനന്നെുമേ
86 നില്ലു നീ നമ്മിൽപ്പറഞ്ഞുപോവാൻ."
87 വൈരിതാനിങ്ങനെ ചൊന്നതു കേട്ടൊരു

88 വൈകുണ്ഠൻ പിന്നെയുമഠേടിയഠേടി
89 പാരിച്ചുനിന്നൊരു പർവതം തന്നുടെ
90 പാതാളം തന്നിൽ മറഞ്ഞുകണ്ടാൻ.
91 പിന്നാലെ പാഞ്ഞൊരു വൈരിയുമന്നേരം
92 തന്നിലേ ചെന്നങ്ങു നേക്കുന്നപ്പോൾ.
93 മാനിയായുള്ളൊരു മാന്ധാതാവിന്നൊരു
94 സൂനുവായുള്ള മുചുകുന്ദനേ
95 നിദ്രയുംപൂണ്ടു കിടന്നതു കണ്ടിട്ടു
96 നീലക്കാർവർണ്ണന്താനന്നു നണ്ണി
97 കോപിച്ചു നിന്നവൻ പാരിച്ച കാൽകൊണ്ടു
98 മാറത്തു തിണ്ണം ചവിട്ടിനാന്താൻ.
99 ഞെട്ടിനിന്നങ്ങവൻ പെട്ടന്നുണർന്നിട്ടു
100 തുഷ്ടനായ് നിന്നങ്ങു നേക്കുംനേരം
101 കണ്ണിലെഴുന്നൊരു പാവകന്തന്നാലേ
102 വെണ്ണീറായ് പോയാനപ്പാപനപ്പോൾ.
103 അമ്പു പൊഴിഞ്ഞൊരു കാർമുകിൽവർണ്ണന്താൻ
104 മുമ്പിലും ചെന്നങ്ങു നിന്നനേരം
105 കാരണമാനുഷനായൊരു കാർവർണ്ണൻ
106 താനിതെന്നിങ്ങനെ ചിന്തിച്ചപ്പോൾ
107 താർത്തനേ വെല്ലുന്ന വാർത്തകൾകൊണ്ടവൻ
108 വാഴ്ത്തിനിന്നീടിനാനാസ്ഥയോടെ.
109 മോദത്തപ്പൂണ്ടൊരു കാർവർണ്ണൻചൊല്ലാലെ
110 മോഹത്തപ്പോക്കിന മന്നവന്താൻ
111 ഉത്തരയായൊരു ദിക്കിനെ നോക്കീട്ട്
112 അത്തലും തീർത്തു നടന്നാൻ ചെമ്മേ.
113 വൈരിയക്കൊന്നൊരു വൈകുണ്ഠന്താനപ്പോൾ
114 വൈകാതെകണ്ടിങ്ങു വന്നു പിന്നെ
115 മന്ദിരം ചൂഴുന്ന വമ്പടതന്നെയും
116 കൊന്നങ്ങു വീഴ്ത്തിനാൻ കോപത്താലേ.
117 ചത്തുകിടന്നുള്ള വൈരികൾകൊണ്ടന്നൊ
118 രർത്ഥങ്ങളല്ലാമേ മല്ലമെല്ലെ

119 ദ്വരകതന്നിലങ്ങ്ങാക്കുന്ന നരേത്തു
120 വൈരിയായുള്ള്ളൊരു മാഗധന്താൻ
121 സന്നദ്ധനായൊരു സനേയുമായിട്ടു
122 പിന്നയെും പരോന്നിങ്ങ്ങു വന്നണഞ്ഞ്ഞാൻ.
123 മാഗധന്തന്നുടെ സാഹസം കണ്ടിട്ടു
124 മാനിച്ചുനിന്നുള്ള മാധവന്മാർ
125 നാമല്ലിവനിന്നു മൃത്യുവാക്കണ്ടേതു
126 ഭീമനനെന്നിങ്ങ്ങനയെുള്ള്ളിൽ നണ്ണി
127 ഓടിത്തുടങ്ങ്ങിനാർ കടേററ കാൽകൊണ്ടു
128 പടേിച്ചുനിന്നുള്ളരോരോടുംപരോലെ.
129 ഓടുന്നനരേത്തു മാഗധന്താനുമ
130 ങ്ങ്ങോടിത്തുടങ്ങ്ങിനാൻ കൂടിപ്പിമ്പേ.
131 മാഴ്കാതപൊയുന്ന മാധവന്മാരൊരു
132 മാമലതന്മുകളറേി നിന്നാർ.
133 മാഗധന്താനുമമ്മാമല ചൂഴവും
134 പാവകന്തന്നപെ്പരത്തി നിന്നാൻ.
135 പാവകൻ വന്നു ചുഴന്നതു കണ്ടൊരു
136 ദവേകിതന്നുടെ നന്ദനന്മാർ
137 വൈരികൾ കാണാതെ ചാടിനിന്നന്നരേം
138 ദ്വാരകതന്നിലങ്ങ്ങായിക്കൊണ്ടാർ.
139 പർവ്വതം വനെ്തങ്ങ്ങു കൂടിനനരേത്തു
140 ഗർവ്വിതനായൊരു മാഗധന്താൻ
141 വനെ്തങ്ങ്ങു പരോയാരിമ്മാധവന്മാരനെ്നു
142 ചിന്തിച്ചു നിന്നു ചിരിച്ചു തിണ്ണം
143 ഭരേികളരോരോന്നേ പോരം മുഴങ്ങ്ങിച്ചു
144 പാരാതെ തന്നുടെ കരോട്ട പുക്കാൻ.

6.രുക്മിണീസ്വയംവരം

1 ലീലയായ് നിന്നു നൽപാരിടമഴേിന്നും

2 പാലകന്മാരായ മാധവന്മാർ

3 വാരുറ്റുനിന്നൊരു യൗവനംപൂണ്ടു തൻ

4 ദ്വാരകതന്നിൽ വസിക്കുംകാലം

5 രവൈതനായുള്ള മന്നവന്തന്നുടെ

6 രവേതിയാകുന്ന നന്മകളേ

7 മനേ്മ കലർന്നൊരു രാമന്നു നല്കിനാൻ

8 നാന്മുഖന്തന്നുടെ ചൊല്ലിനാലേ.

....

10 ഭീഷ്മകനെന്നൊരു മന്നവനുണ്ടായാൻ

11 ഗ്രീഷ്മമായ് നിന്നുള്ളോൻ വൈരികൾക്കും.

12 കുണ്ഡിനമാകിന മന്ദിരംതന്നുടെ

13 മണ്ഡനമായി വിളങ്ങുംകാലം

14 രുക്മിതുടങ്ങിന മക്കളുമുണ്ടായി

15 രുക്മിണിയെന്നൊരു കന്യകയും.

16 കന്യകയുണ്ടായി ഭീഷ്മകനെന്നങ്ങു

17 മന്നവരെല്ലാരും കേട്ടനേരം

18 പ്രാജ്ഞന്മാരായുള്ള ലോകരയെല്ലാമേ

19 പ്രാശ്നികന്മാരെയുംകൊണ്ടു ചെമ്മെ

20 ചോദിച്ചനേരത്തു ചൊല്ലിനാരെല്ലാരും:

21 “സാധിച്ചാൻ ഭീഷ്മകൻ വേണ്ടതെല്ലാം.

22 ഇങ്ങനെയുള്ളൊരു മംഗലജന്മത്തെ

23 എങ്ങുമേ കണ്ടീല ഞങ്ങളെന്നും.

24 ജാനകീദവിയുമിങ്ങനെയുള്ളൊരു

25 നാളു പിറന്നീലയെന്നു ചൊല്ലാം.

26 ശീലങ്ങളൊന്നൊന്നേ ചിന്തിച്ചു കാണുമ്പോൾ

പാലാഴിമാതോടു നരോയ് നില്ക്കും
കാന്തിയെ വാഴ്ത്തീടാമെന്നങ്ങു നണ്ണി നി
ന്നാന്ധ്യത്തെക്കോലണ്ടേയാരുമിപ്പോൾ.
ബാലപ്പോർകൊങ്കയിമ്മാറിടംതന്നിലേ
ചാലപ്പോയ്പൊങ്ങി വിളങ്ങുമന്നാൾ
ദഗ്ദ്ധനായുള്ളൊരു മന്മഥന്താനുമി
മ്മുഗ്ദ്ധികമൂലമായ് മേലിലുണ്ടാം.
ഇന്നിവൾതന്നുടെ കാന്തനായ് മേവുന്ന
ധന്യനെക്കണ്ടീല മന്നിലെങ്ങും.
നാന്മുഖൻ നിർമ്മിച്ചു പോരുന്നോരാരുമി
ന്നാരിക്കു കാന്തനായ് വന്നുകൂടാ;
ഈരേഴു ലോകങ്ങൾ പാലിച്ചുപോരുന്ന
വീരന്നു ഭാര്യയായ് വന്നുകൂടും.
ഇങ്ങനെയുള്ളൊരു നരേത്തുതാനിവൾ
മംഗലയായിപ്പിറന്നു മന്നിൽ.”
എന്നങ്ങു ചൊന്നവർ പോയൊരു നരേത്തു
മന്നവരെല്ലാരും തന്നുള്ളിലേ
“പാരാതെ ചെന്നു പറഞ്ഞിവൾതന്നെയെൻ
ഭാര്യയായ്ക്കൊള്ളണേം മുമ്പിലേ നാം”
ഇങ്ങനെ നണ്ണിനാർനല്ലതു കാണുമ്പൊ
ളങ്ങനെയെല്ലൊതാൻ തോന്നി ഞായം.
മെല്ലെമെല്ലെങ്ങു വളർന്നുതുടങ്ങിനാൾ
ഉല്ലസിച്ചുള്ളൊരു കന്യകതാൻ
ശ്വേതമായുള്ളൊരു പക്ഷത്തിലീടിന
നൂതനനായൊരു തിങ്കൾപോലെ.
കാമുകരായുള്ള മന്നവരെല്ലാരും
കോമളരായ് വന്നു കണ്ടു കണ്ടു
രുക്മിണീമനേി കൊതിച്ചുതുടങ്ങിനാർ

55 കഗ്മളം കണ്ടുള്ള വണ്ടുപോലെ.

56 അല്ലിനെ വെല്ലുവാൻ വല്ലുമാപ്പൂഞ്ചായാൽ

57 വില്ലിനെ വെല്ലുവാൻ വല്ലും ചില്ലി.

58 മന്മഥന്തന്നുടെ ജന്മമായുള്ളൊരു

59 കണ്മുനതന്നിലേ മെല്ലെ മെല്ലെ

60 ചേണ്ണുററു നിന്നൊരു നാണവും പ്രേമവും

61 കാണായിവന്നുതേ നാളിൽനാളിൽ.

62 വായ്പോടു തഞ്ചിന പുഞ്ചിരിത്തൂമത

63 ന്നോപ്പക്കല്ലായൊരു ചോരിവായ്മേൽ

64 വമ്പുപൊഴിഞ്ഞു നൽക്കാമുകരുള്ളത്തിൽ

65 കമ്പം തുടങ്ങീതു മെല്ലെ മെല്ലെ.

66 താർത്തനേ വെല്ലുന്ന വാർത്തതൻ വൈഭവം

67 വാഴ്ത്താവല്ലതേുമേ പാർത്തുകണ്ടാൽ,

68 പങ്കജനേർമുഖി തന്മുഖം കണ്ടിട്ടു

69 തിങ്കളെന്നുള്ളൊരു ശങ്കയാലേ

70 പീയുഷംചന്നു നിറഞ്ഞു വഴിഞ്ഞതു

71 പെയ്യുന്നു പയ്യവേയെന്നു തോന്നും.

72 അംഗജൻകോലുന്ന കോദണ്ഡന്തന്നുടെ

73 ടങ്കാരംതാനെന്നും ചൊല്ലുന്നോർ പൊൽ

74 ആനനംതന്നുടെ കാന്തിയെ വാഴ്ത്തുവാൻ

75 ആവോരില്ലാരുമിപ്പാരിലിപ്പോൾ.

76 തിങ്കളേ നിർമ്മിച്ചാൻ പങ്കജം നിർമ്മിച്ചാൻ

77 പങ്കജസംഭവൻ പണ്ടുപണ്ടേ

78 എന്തിതെന്നിങ്ങനെ ചിന്തിച്ചുനിന്നു ഞാ

79 നന്ധനായ്പോയിനനേത്രനാളും;

80 രുക്മിണിതന്മുഖമിങ്ങനെ നിർമ്മിപ്പാൻ

81 അഭ്യസിച്ചാനെന്നതിന്നറിഞ്ഞു

82 കമ്രമായുള്ളൊരു കണ്ഠത്തെ ഞാനിന്നു

83 കംബുവന്നെിങ്ങനെ ചൊല്ലുന്നില്ലേ;

84 മാധവന്തന്മുഖചുംബനമശേിനാൽ

85 പാരാതെ ചൊല്ലുന്നൂതുണ്ടു പിന്നെ

86 ബാലികതന്നുടെ ബാഹുക്കൾ രണ്ടുമേ

87 മാലോകർമാനസം ബന്ധിപ്പാനായ്

88 മാരന്നു നല്ലൊരു വല്ലിയായ് നിന്നിട്ടു

89 പാരം വിളങ്ങുന്നൂതന്നെു ചൊല്ലാം.

90 വാരുററു നിന്നൊരു ബാലികതന്നുടെ

91 ബാലപ്പോർകൊങ്കകൾ കണ്ണടുത്തൂ

92 എങ്ങളിൽ ചേരുന്ന മാറന്നെും വന്നീല

93 തന്നെതന്നെു നോക്കുവാനന്നെപോലെ.

94 കാമ്യമായുള്ളൊരു തൂനടുവിന്നൊരു

95 സാമ്യമില്ലന്നെതോ വന്നുകൂടാ:

96 നീവാരംതന്നുടെ ശൂകമന്നൊകിലാം.

97 ആകാശംതാനന്നെും ചൊല്ലുകിലാം.

98 ശൈശവം പോമ്മുമ്പേ യൗവനംതാൻ വന്നു

99 പശേിത്തുടങ്ങീതമ്മനേിതന്നിൽ,

100 കാമന്താനന്നെതു കണ്ടൊരു നരേത്തു

101 സീമയിട്ടീടിനാനന്നെപോലെ.

102 മംഗലയായൊരു രോമാളിതാൻ വന്നു

103 പൊങ്ങിത്തുടങ്ങീതു ഭംഗിയോടേ.

104 കാമുകന്മാരുടെ കണ്മുനയോരോന്നേ

105 കാമിച്ചു ചന്നെു തറയ്ക്കയാലേ

106 ഭിന്നമായന്നെകണക്കെ വിളങ്ങുന്നു

107 രമ്യമായുള്ള നിതംബബിംബം.

108 കാണുന്നോരെല്ലാർക്കും കൈകൊണ്ടു മല്ലെവേ

109 ലാളിപ്പാനായിട്ടു തോന്നുകയാൽ

110 ഉൾക്കമ്പം നല്കിനോരൂരുക്കൾതന്നയെോ

പൊൽകമ്പമെന്നല്ലോ ചൊല്ലണ്ടുന്നു.
ചങ്കൽതന്നോടു ചേർച്ച പൂണ്ടീടുന്നു
പങ്കജമെന്നതു ചേരുമിപ്പോൾ
അംബോജലോചനനമ്പുറ്റ കൈകൊണ്ടു
സംഭാവിച്ചല്ലൊതാൻ പണ്ടെയുള്ളൂ,
ഇന്ദീരാനേരൊത്ത സുന്ദരിയിങ്ങനെ
മന്ദിരംതന്നിലിരിക്കുംകാലം
മാലോകരന്നന്നു വന്നുവന്നോതുന്ന
മാധവന്തന്നുടെ കാന്തിയെല്ലാം
കേട്ടുകേട്ടമ്പോടു മാനസം പോയങ്ങു
ചാട്ടം തുടങ്ങിതേ നാളിൽ നാളിൽ.
ആരാലും വന്നതു കാണുന്ന നേരത്തു
പാരാതെ പോയ് ചെല്ലും ചാരത്തപ്പോൾ.
കാർമുകിൽവർണ്ണൻറെ വാർത്തയെക്കേൾക്കാമെ
ന്നാമോദമാവോളം പൂണ്ടു പൂണ്ട്
എങ്ങാനും പോകുന്ന പാന്ഥന്മാരോടെല്ലാം
ഇങ്ങു വന്നീടാമോയെന്നു ചൊല്ലും.
യാദവന്മാരെന്നുതന്നെയും കേൾക്കുമ്പൊ
ളാദരം പൂണ്ടു ചിരിക്കും ചെമ്മേ
ബാലപ്പൂമേനി വളർന്നു തുടങ്ങുമ്പോൾ
നീലക്കാർവർണ്ണനിൽ പ്രേമവായ്പും
കൂടിക്കലർന്നു വളർന്നുതുടങ്ങീത
ന്നീലക്കാർവേണിക്കു മെല്ലെ മെല്ലെ.
മുല്ലപ്പൂബാണനുമെന്നതു കണ്ടിട്ടു
ചെല്ലത്തുടങ്ങീതു മെല്ലെ മെല്ലെ.
വില്ലു കുലച്ചു നല്ലമ്പും തൊടുത്തിട്ടു
മുല്ലപ്പൂവേണിതന്മുന്നിൽ ചെമ്മേ
ശൈശവമായതു പോയീലയെന്നിട്ടു

139 യൗവനം പാർത്തുടൻ നിന്നു കാമൻ.

140 നാലഞ്ചു മാസങ്ങളങ്ങനെ ചെന്നപ്പോൾ

141 പാലഞ്ചും വാണിമാർ മൗലിമാല

142 കവേലയായൊരു ദേവിയെപ്പൂജിച്ചു

143 സേവതുടങ്ങീനാളായവണ്ണം:

144 "അംബികേ! നിന്നുടെ ചെമ്പൊൽപ്പദങ്ങളെ

145 ക്കുമ്പിട്ടു കൂപ്പുന്നേൻ തണ്പടെയ്വാൻ.

146 കാർവർണ്ണന്തന്നെയെങ്കാന്തനായ് നല്കുന്ന

147 കാരുണ്യം പാരാതെ നല്കണേമേ."

148 ഇങ്ങനെ ചൊല്ലി നമസ്ക്കരിച്ചീടിനാൾ

149 മംഗലയായുള്ള ദേവിതന്നെ.

150 അങ്ങനെ പോരുന്ന മംഗലാതങ്കലേ

151 ശൃംഗാരംവന്നങ്ങു വേരുറച്ചു:

152 കാമുകരുള്ളമക്കാമിനിമൂലമായ്

153 കാമമാൽ പൂണ്ടതു ചൊല്ലവേണ്ടാ.

154 രുക്മിണിതന്നുടെ കാന്തിയെക്കണ്ടുള്ള

155 മൈക്കണ്ണിമാരെല്ലാം മാഴ്കി മാഴ്കി

156 ആണുങ്ങളായാവൂ നാമെല്ലാമെന്നുള്ളൊ

157 രാശയെപ്പൂണ്ടാരേ വേണ്ടുംവണ്ണം.

158 സ്വർവേശ്യമാരായ് നിന്നുവർശിമുമ്പായി

159 ഗർവ്വിതമാരായ മാതരെല്ലാം

160 മാനിനിതന്നുടെ കാന്തിയെക്കണ്ടിട്ടു

161 മാനുഷിമാരായ നാരിമാരിൽ

162 മേന്മേലേ നിന്നൊരു കൂറുണ്ടിവന്നെന്നു

163 നാന്മുഖനോടു വഴക്കു പൂണ്ടാർ.

164 ലാവണ്യംതന്നുടെ സാരമായ്നിന്നുള്ളൊ

165 രോമനയായൊരു ബാലികതാൻ

166 കാണുന്നോരെല്ലാർക്കും കണ്ണിന്നു നല്ലൊരു

167 പീയൂഷമായിട്ടേ മേവുംകാലം
168 പണ്ഡിതനായൊരു നാരദനന്മുനി
169 കുണ്ഡിനംതന്നിലെഴുന്നള്ളിനാൻ.
170 മാമുനി വന്നതു കണ്ടൊരു നരേത്തു
171 മന്നവൻ ചെന്നങ്ങു വന്ദിച്ചപ്പോൾ
172 വിഷ്ടരംമുമ്പായ പൂജയെച്ചെയ്തിട്ടു
173 തുഷ്ടിയെച്ചേർത്തു വണങ്ങിച്ചൊന്നാൻ:
174 "ചേവടി കണ്ടു തൊഴണേമെന്നിങ്ങനെ
175 കവേലം നണ്ണി ഞാൻ നിന്നുതിപ്പോൾ
176 എന്നുടെ കന്യകയായോരു ബാലിക
177 തന്നുടെ മംഗലം ചിന്തിപ്പാനായ്.
178 ഭോഗ്യമായുള്ളൊരു ഭാഗ്യമിയന്നിട്ടു
179 യോഗ്യനായുള്ളതിവൾക്കിന്നാർ പോൽ?"
180 എന്നങ്ങു ചൊല്ലുമ്പോൾ കന്യക മെല്ലവേ
181 വന്നങ്ങു നിന്നാൾതാൻ വന്ദിപ്പാനായ്.
182 തങ്കഴൽ കൂപ്പിന കന്യകതന്നുടെ
183 മംഗലമായുളളൊരംഗംതന്നെ
184 കാരുണ്യമാണ്ടൊരു കകൊണ്ടു നോക്കീട്ടു
185 നാരദൻ പാരാതെ ചൊന്നാനപ്പോൾ
186 "ഭാഗ്യമിയന്ന നിങ്കന്യകതന്നുടെ
187 യോഗ്യനായുള്ളോനെച്ചൊല്ലുന്നേൻ ഞാൻ,
188 കാമ്യമായുള്ളൊരു മാണിക്യക്കല്ലുതാൻ
189 കാഞ്ചനംതന്നോടു ചേരുംപോലെ
190 കാർവർണ്ണന്തന്നോടു പാരാതെ ചേരേണം
191 കാന്തിയെപ്പൂണുമിക്കന്യകയും."
192 നാരദനിങ്ങനെ ചൊന്നൊരുനരേത്തു
193 നാരികൾമൗലിയാം ബാലികതാൻ
194 ഭൂതലംതന്നിൽ വരച്ചു ചമച്ചുള്ള

രഖേകളണ്ണിനാൾ മലെല്ല മലെല്ല,
നന്മയായുള്ള പഴെുതിനകെ്കാണായി
നന്മയപെ്പൂണ്ടുള്ളഠേർക്കനെ്നു ഞായം.
കഠേൾമയിർക്കഠെണ്ടതു കാണുമനെ്നഠേർത്തിട്ടു
തഠേഴിയതെ്തടേി നടന്നാൾ പിന്നെ.
മാമുനി ചഠെല്ലിന തൂമഠെഴി മന്നവൻ
മാനിച്ചു ചഠെല്ലിനാനലെ്ലാരഠേടും.
രുക്മിണിതന്നുടെ സഠേദരനായഠെരു
രുക്മിതാൻ ചഠെല്ലിനാനനെ്നനരേം:
“മാതുലന്തന്നയെും കഠെന്നങ്ങു നിന്നിട്ടു
പാതകമാണ്ടഠെരു പാഴനനെ്നും,
പാവനമായഠെരു വൈദികമന്ത്രത്തെ
പ്പാദജന്മാവിന്നു നല്കുംപഠേലെ,
സഠേദരിയായഠെരു രുക്മിണിതന്നെ ഞാൻ
ആദരവഠേടു കഠെടുക്കയില്ലേ;
നിർമ്മലനായഠെരു ചൈദ്യനു നല്കണേം
സന്മതിയാളുമിക്കന്യതന്നെ.”
ഇങ്ങനെ ചഠെന്നുടൻ ചദേിപന്തങ്കലേ
തങ്ങിനിന്നിടും ഗുണങ്ങളലെ്ലാം
മുഗ്ദ്ധവിലഠേചന കേൾക്കവേ പിന്നയെും
ചിത്തവിലഠേഭനമായിച്ചഠെന്നാൻ:
“വദ്യേങ്ങളായുള്ള സൽഗുണമലെ്ലാമേ
ചദ്യേനിലല്ലഠെ വിളങ്ങുന്നിപ്പഠേൾ.
ബന്ധുവായുള്ളതു മാഗധന്താനല്ലഠെ
ദന്തവക്ത്രാദികളുണ്ടു പിന്നെ.
വീരതകഠെണ്ടു മററാരുമില്ലിങ്ങനെ
ശൂരതകഠെണ്ടുമങ്ങവ്വണ്ണമേ.
കാന്തിയകെ്കാണുമ്പഠേൾ കാമനുമഞ്ചിടും,

223 പൂന്തനേേ വലെല്ലുമത്തൂമരൌഴിയും.
224 വിത്തങ്ങ്കരൌണ്ടരേർക്ക്കുമ്പരോൾ വിത്തശേൻതാനല്ലരോ
225 ഇത്തരമാർക്ക്കുമയേതെത്തിക്ക്കൂടാ.
226 വഞ്ച്ചകനായരൌരു നാരദൻചരൌല്ലാലെ
227 വഞ്ച്ചിതരാകരൌല്ല നിങ്ങ്ങളാരും.
228 ശാന്തന്മാരല്ലാത യാദവന്മാരരോടു
229 ബാന്ധ്ധവമില്ല നമുക്ക്കു പണ്ടേേ."
230 ഇത്തരം ചരൌല്ലിനാൻ മുഗ്ദ്ധികതന്നുടരെ
231 ചിത്തമച്ച്ചദേിപന്തങ്ങ്കലാവാൻ.
232 രുക്മിതാനിങ്ങ്ങനെ ചരൌന്നുള്ള വാർത്തകൾ
233 രുക്മിണി കടേ്ടങ്ങ്ങു നിന്നനരേം
234 ഉജ്ജ്വലിച്ച്ചീടുന്നരൌരുന്മുകജാലങ്ങ്ങൾ
235 നൽച്ച്ചവെി പൂകുന്നൂതന്നെ്നു തരോന്നി,
236 ഭീഷ്മകന്തന്നുടരെ ചിത്തവുമന്നരേം
237 ഊഷ്മമായ് വന്നുതരേ മലെല്ലെ മലെല്ലെ,
238 മറ്റുള്ള ലരോകർക്ക്കും പറ്റിത്തുടങ്ങ്ങീതു
239 ചുറ്റുമവന്തങ്ങ്കലുള്ളതലെല്ലാം.
240 മന്നവന്താനും മറ്റുള്ളവരലെല്ലാരും
241 ഖിന്നന്മാരായ്പിന്നപെ്പരോയനരേം
242 സരോദരൻ ചരൌല്ലാലങ്ങ്ങരോരരോരരോ നാരിമാർ
243 ആദരമരോടു പറഞ്ഞ്ഞു നന്നായ്
244 ചരൈ്ദയനിലങ്ങ്ങവൾമാനസം പൂകിപ്പാൻ
245 വരൈ്ദയം തുടങ്ങ്ങിനാർ വാക്ക്കുകരൌണ്ടേ
246 കീഴ്പടെ്ടു ചാടുന്ന വൻനദീവള്ളെത്തെ
247 മലേ്പടെ്ടു പരോക്ക്കുവാനന്നെപരോലെ.
248 നാരിമാർചരൌല്ലലെല്ലാം ബാലികതാനപ്പരോൾ
249 ചാരത്തുനിന്നങ്ങ്ങു കടേ്ടതരോറും
250 കരൌണ്ടൽനരേർവ്വർണ്ണനിൽ ചലെല്ലുന്ന മാനസം

251 പണ്ടതേിലറേ്റവുമുണ്ടായ്വന്നു
252 കല്പകപ്പൂമലർ നണ്ണിന വണ്ടുതാൻ
253 മറ്റൊരു പൂവിൽ മരിങ്ങ്ുമഛോതാൻ.
254 സാധിച്ചുകൂടാതെ കാരിയമന്നെവർ
255 ബധോിച്ചുനിന്നങ്ങു പറോയനരേം
256 മന്നിടമങ്ങെ്ുമെ ചൊല്ലിയന്നീടുമ
257 ക്കന്യകതന്നുള്ളിലഛോർച്ച പുക്കു;
258 കാമനും വന്നു കതിർത്തുതുടങ്ങിനാൻ
259 കാമിനിതന്നോടേു പിന്നപെപ്പിന്നെ
260 മുറ്റുമിക്കണ്ണനചെ്ചിന്തിക്കയന്നെിയേ
261 മറ്റുള്ള ചിന്തകൾ മാറിക്കൂടി.
262 കന്യകതന്നുള്ളിൽ കാമമാൽ പൂണ്ടിട്ടു
263 ഖിന്നതയുണ്ടന്നെു കണ്ടനരേം
264 ചങ്ങാതിമാരായ മങ്കമാരല്ലോരും
265 തങ്ങളിൽക്കൂടി പറഞ്ഞാരപ്പഛോൾ:
266 "ബാലികതന്നുടെ മാനസംതന്നിലേ
267 മാലിന്നു മൂലമറിഞ്ഞായഛോ നീ?
268 നാലഞ്ചു നാളുണ്ടു പാലഞ്ചുംവാണിതൻ
269 കഛോലം മലിഞ്ഞുതുടങ്ങീതിപ്പഛോൾ.
270 രമ്യങ്ങളായുള്ളതൊന്നുമെ കാണുമ്പഛോൾ
271 ഉന്മഷേം കാണുന്നൂതില്ല ചമെ്മേ.
272 വീണയക്കെ്കൊണ്ടുള്ള ഗാനവും മാറിതാ
273 യൂണും കുറഞ്ഞു തുടങ്ങിതായി.
274 കണ്ണാടി വന്നെ കവിൾത്തടംതന്നയെും
275 തിണ്ണം വിളർത്തിന്നു കാണാകുന്നു.
276 നീളത്തിൽവന്നുള്ള വീർപ്പുകളലേക്കയാൽ
277 മളേത്തപെ്പഛോക്കുന്നു ചഛോരിവായും
278 ചൂടുപൊഴിഞ്ഞുള്ളൊരാതപമലേക്കയാൽ

279 വാടുന്ന ചന്തെളിരന്നെപോലെ.

280 ഭൂഷണംതന്നിലും ഭാഷണംതന്നിലും

281 ദ്വേഷമായ്ക്കാണുന്നു നാളിൽ നാളിൽ.

282 ചഞ്ചമെമ്മേ നാം ചന്നു നർമ്മങ്ങളോതുമ്പോൾ

283 പുഞ്ചിരിതൂകുന്നോളല്ല ചമെമ്മേ.

284 കോണിലങ്ങങ്ങാനും താനേ പോയ് നിന്നിട്ടു

285 കണ്ണോതുടങ്ങുന്നോൾ മല്ലെ മല്ലെ.

286 മാനിനിതന്നുടെ മാനസംതന്നയി

287 മ്മാരനിന്നാരാനും തീനിട്ടാരേ.

288 നാരദൻ വന്നിങ്ങു പോയതിൽപ്പിന്നയി

289 ന്നാരിക്കു മാനസം വറേന്നായി.

290 കണ്ണടച്ചീടുകിൽ തന്നിലേ മല്ലവേ

291 കണ്ണാ! എന്നിങ്ങനെ ചൊല്ലിക്കേൾക്കാം.

292 നീണ്ടുള്ള കൈകൊണ്ടു കൊങ്കകൾതന്മീതെ

293 പൂണ്ടുകൊള്ളുന്നതും കാണാമപ്പോൾ.

294 തൂവിയർപ്പനേതിന പൂമനേതിന്നിലേ

295 കോൾമയിർക്കൊണ്ടതും കാണാം ചമെമ്മേ.

296 പൂഞ്ചലേതാനുമയഞ്ഞു ചമഞ്ഞതും

297 കാഞ്ചി മുറിഞ്ഞതും കാണാം ചമെമ്മേ.

298 മറ്റുമുണ്ടിങ്ങനെ കാണുന്നൂ"തപ്പോൾ

299 മറ്റൊരു മാനിനി ചൊല്ലിനാൾതാൻ:

300 "മാനിനിതന്നുടെ മാലിന്നു വന്നൊരു

301 കാരണം കണ്ടുതായങ്കിലിപ്പോൾ.

302 മംഗലമല്ലേതാനിങ്ങനെ വന്നതു

303 മങ്കമാർമൗലിയാം ബാലയ്ക്കിപ്പോൾ;

304 ചൊല്പറെറു നിന്നൊരു മുല്ല പോയ് ചേരുവാൻ

305 കല്പകദാരുവോടല്ലോ വണ്ടോ.

306 വീരനായ്പോരുന്ന സോദരൻ ചൊല്ലാലെ

ചേരോടു ചേരുമാറാക്കൊല്ലാതെ."
ഇങ്ങനെ ചൊന്നുള്ള തോഴിമാരെല്ലാരും
കന്യകതന്നുടെ മുന്നിൽ ചെന്ന്
മാലിന്നു കാരണം ചോദിച്ചുനിന്നാര
മ്മാനിനിതന്നൊടു ഖിന്നമാരായ്:
"മാലിനിതന്നുള്ളിൽ മാലുണ്ടെന്നിങ്ങനെ
മാലോകരെല്ലാരും ചൊല്ലുന്നിപ്പോൾ.
മാരമാലെന്നതു തോഴിമാരായിട്ടു
പോരുന്ന ഞങ്ങൾക്കു തോന്നിക്കൂടീ.
ധന്യനായുള്ളൊരു സുന്ദരന്തന്നിലേ
നിന്നുടെ മാനസം ചെന്നുതായി
ആരിതെന്നുള്ളതു പാരാതെ ചൊല്ലണം
പാരിലെ നാരിമാർനായികേ! നീ."
തോഴിമാരിങ്ങനെ ചോദിച്ചനേരത്തു
കോഴപൂണ്ടീടുന്ന കോമളതാൻ
ധീരത ഭാവിച്ചു ചൊല്ലിനിന്നീടിനാൾ
ചാരത്തുനിന്നുള്ളോരെല്ലാരോടും:
"ഈശ്വരന്തന്നെയൊഴിഞ്ഞു മന്മാനസം
ആശ്രയിച്ചില്ല മറ്റാരെയുംതാൻ.
രാപ്പകലുള്ളൊരു പാഴ്പനികൊണ്ടു ഞാൻ
വായ്പു കുറഞ്ഞു മെലിഞ്ഞുതിപ്പോൾ.
എന്നതുകൊണ്ടല്ലീ മന്മഥമാലെന്നു
നിങ്ങൾ നിനയ്ക്കുന്നു തോഴിമാരേ?"
മാരമാൽതന്നെയും മൂടിനിന്നിങ്ങനെ
മാനിനി മന്ദമായ് ചൊല്ലുംനേരം
കൂട്ടിൽ കിടന്നൊരു ശാരികപ്പൈതൽതാൻ
പാട്ടായിച്ചൊന്നതു കേൾക്കായപ്പോൾ:
"ദൈവമേ നിങ്കഴൽ കൈതൊഴുന്നീടുന്നേൻ

335 കവൈവെടിഞ്ഞീടലൊല്ലായെന്നെയെന്നും

336 ദവേകീനന്ദനന്തന്നുടമെ മെയ്യോടു

337 കവേലം ചേർക്കണമന്നെയും നീ."

338 ഇങ്ങനെ കേട്ടോരു തോഴിമാരെല്ലാരും

339 തങ്ങളിൽ നോക്കിച്ചിരിച്ചു ചൊന്നാർ:

340 "കളോതതലെല്ലാമേ ചൊല്ലിത്തുടങ്ങീതേ

341 മളേത്തിൽ നമ്മുടെ ശാരികതാൻ.

342 ശാരികപ്പൈതെല്ക്കു കാർവർണ്ണന്തന്നിലേ

343 മാരമാലുണ്ടായിതന്നേ വേണ്ടു."

344 ശാരികപ്പൈതലെക്കോപിച്ചു നോക്കിനാൾ

345 വാരിജലോചന പാരമപ്പോൾ.

346 കന്യകതന്നുടെ കോപത്തെക്കൊള്ളാതെ

347 പിന്നെയും നിന്നതു ചൊല്ലീതപ്പോൾ:

348 "കാണുന്നോർ കണ്ണിന്നു പീയൂഷമായൊരു

349 കാർവർണ്ണന്തന്നുടെ മേനിതന്നെ

350 കകണ്ടു കണ്ടു ഞാനന്നുപോലെന്നുടെ

351 സങ്കടം പോക്കുന്നു തമ്പുരാനേ!"

352 ചങ്ങാതിമാരായ മങ്കമാരെല്ലാരും

353 മങ്ങാതെ നിന്നങ്ങു ചൊന്നാരപ്പോൾ:

354 "പാഴമപൂണ്ടൊരു ശാരികപ്പൈതലേ!

355 പാരാതെ പോകണേം ദൂരത്തിപ്പോൾ;

356 എങ്ങാനും പോകുന്ന കാർവണ്ണന്തന്നെക്കൊ

357 ങ്ങിങ്ങനെ ചൊല്ലുവാനന്തു ഞായം

358 ഇല്ലാതതിങ്ങനെ ചൊല്ലിത്തുടങ്ങിനാൾ

359 ഉള്ളതന്നിങ്ങനെ തോന്നുമല്ലൊ."

360 കാർവർണ്ണനന്നൊരു നാമത്തെക്കേട്ടപ്പോൾ

361 വറേൊന്നായ്ക്കാണായി ഭാവമെല്ലാം

362 കാമിനിതന്നുടെ കോമളമേനിയിൽ

363 കാൽമയിർക്കൊണ്ടുതുടങ്ങി ചമ്മേ.
364 “പാഴ്പനികൊണ്ടല്ലീ കാൽമയിർക്കൊള്ളുന്നു
365 വായ്പഴുന്നീടുമിമ്മയെയിലിപ്പോൾ?
366 രോമങ്ങൾതന്നോടു കോപിക്ക വണ്ടോടാതേ
367 ശാരികപ്പൈതെലോടന്നപോലെ?”
368 പുഞ്ചിരിതൂകിനാരിങ്ങനെ ചൊന്നവർ
369 അഞ്ചാതനിന്നവൾതന്നെ നോക്കി.
370 ചഞ്ചലലോചനതാനുമന്നേരത്തു
371 പുഞ്ചിരി കിഞ്ചന തൂകിനിന്നാൾ.
372 പിന്നെയും ചൊല്ലിനാർ തോഴിമാരെല്ലാരും
373 കന്യകതന്മുഖംതന്നെ നോക്കി:
374 “ചൊല്ലണ്ടതെല്ലാമേ ചെല്ലിതായല്ലൊ നാം
375 നല്ലതു ചിന്തിപ്പൂവന്നേ വണ്ടു.
376 താർത്തന്തോൻ ചെന്നിട്ടു പീയൂഷംതന്നോടു
377 ചേർച്ച തുടങ്ങുന്നുതന്നെപോലെ
378 കാർവർണ്ണന്തന്നോടു നിന്നുടെ ചേർച്ചയും
379 കാണ്മതിന്നങ്ങൾക്കു വാഞ്ഛയുണ്ടേ.”
380 തോഴിമാരിങ്ങനെ ചൊന്നൊരു നേരത്തു
381 തോഷത്തപെപ്പൂണ്ടൊരു ബാലികതാൻ
382 പെട്ടെന്നു ചെന്നു പിടിച്ചങ്ങു പുല്കിനാൾ
383 ഇഷ്ടത്തകെക്കൾക്കുമ്പൊളന്നു ഞായം.
384 പിന്നെയുമെല്ലാരും ധന്യയായുള്ളൊരു
385 കന്യകതന്നോടു ചൊന്നാരപ്പോൾ:
386 “നിന്നുടെ കാന്തിയകെക്കടേടൊരു കാർവർണ്ണൻ
387 പിന്നെയിന്നെന്നെ വെടിഞ്ഞുപോമോ?
388 പൂമണം കടേടൊരു കാർവണ്ടു പിന്നയെ
389 പ്പൂമലരന്നിയേ തീണ്ടുമോതാൻ?”
390 ഇങ്ങനെ ചൊല്ലിയക്കന്യകതന്നുടെ

391 പറഞ്ഞിന വദേന പറേക്കിനിന്നാർ.
392 കണ്ണനത്തിണ്ണംതന്നുള്ളിലേ നണ്ണിയ
393 ക്കന്യകയിങ്ങനെ മവേംകാലം
394 "ചേദിപനായൊരു വീരന്നു ഞാനിന്നു
395 ചൊവ്വോടെ നല്കണേമന്നെമകളേ"
396 എന്നങ്ങു ചൊല്ലി മുതിർന്നുതുടങ്ങിനാൻ
397 കുണ്ഡിനപാലകനായ വീരൻ.
398 എന്നതു കടേ്ടാരു കന്യകതാനപ്പോൾ
399 മുന്നതേിലറേ്റവും ഖിന്നയായി
400 എന്തിനി നല്ലതന്നെിങ്ങനെ ചിന്തിച്ചു
401 സന്താപംപൂണ്ടങ്ങു നിന്നു പിന്നെ
402 ആപ്തനായ്നിന്നുള്ളൊരാരണന്തന്നോടെ
403 ങ്ങാത്തവിഷാദയായ് നിന്നു ചൊന്നാൾ:
404 "ചേദിപനായൊരു കാലന്തൻ കൈപുെക്കു
405 വദേന പൂണുമാറായി ഞാനോ
406 നീണ്ടൊരു വഴേ്ചയപ്പൂണ്ടൊരു നീയിന്നു
407 വീണ്ടുകൊള്ളണേമയേന്നെയിപ്പോൾ.
408 പാരാതെ ചൊല്ലണേം ദ്വാരകതന്നിലേ
409 കാർവർണ്ണന്തന്നോടു ചൊൽവൂ പിന്നെ
410 തന്നുടെ കാന്തയാമന്നെയിമ്മന്നിലേ
411 മന്നവർ തീണ്ടൊല്ലായന്നെിങ്ങനെ.
412 മററുള്ളതലെ്ലാമേ ചിന്തിച്ചു ചിന്തിച്ചു
413 മുററുമിന്നീതാനേ ചൊല്കേ വണേ്ടൂ.
414 അന്നന്നു കണ്ടുകണ്ടന്നെുടെ വദേന
415 നിന്നുള്ളംതന്നിലങ്ങായിതല്ലോ;
416 പാരാതെ പോകണ്ടെങ്കിൽ" എന്നതു കടേ്ടുള്ളൊ
417 രാരണൻ പോയങ്ങു വഗേത്താലേ.
418 ദ്വാരകതന്നിലേ പാരാതെ ചന്നെിട്ടു

419 കാർവർണ്ണനന്തന്നെയും കണ്ടാമ്പിന്നെ.

420 കാരണനായൊരു കാർമുകിൽവർണ്ണന്താ

421 നാരണൻ വന്നതു കണ്ടനേരം

422 തുഷ്ടനായ് നിന്നങ്ങു പട്ടെന്നു ചെന്നുതാൻ

423 വിഷ്ടരം നല്കിയിരുത്തിപ്പിന്നെ

424 പോരുവാനെന്തിങ്ങു കാരണമെന്നപ്പോൾ

425 പാരാതെ ചൊല്ലിനാനാരണനും:

426 "രുക്മിണിതന്നെ ഞാൻ ദുഃഖമാം വാരിയിൽ

427 മഗ്നയായ് വീണതു കണ്ടു പോന്നു

428 സ്നിഗ്ദ്ധനായുള്ള നീ പാരാതെ ചെന്നു നി

429 ന്നുദ്ധരിക്കേണമെയെന്നു ചൊൽവാൻ.

430 ചെെദ്യനായുള്ളൊരു വാരിദം വന്നിട്ടു

431 ദൗർദ്ദിനയമാകയാലെന്നപോലെ

432 നിർഗ്ഗുണനായിട്ടു നിന്നൊരു നിന്നുടെ

433 സൽഗുണമായുള്ള ഹംസമെല്ലാം

434 മാനിനിതന്നുടെ മാനസമായൊരു

435 മാനസംതന്നിലേ ചെന്നു പുക്കൂ:

436 നിർമ്മലനായൊരു നിന്നുടെ മേനിയും

437 തന്മനംതന്നിലേ ചെന്നുതായി

438 പങ്കമില്ലാതൊരു കണ്ണാടിതങ്കലേ

439 തിങ്കൾതാൻ ചെന്നങ്ങു പൂകുംപോലെ.

440 വീരനായുള്ളൊരു മാരനുമന്നേരം

441 പോരു തുടങ്ങിനാൻ മെല്ലെ മെല്ലെ.

442 വമ്പുപൊഴിഞ്ഞുള്ളൊരമ്പുകൾ കൊണ്ടവൻ

443 നമ്പുകലർന്നുനിന്നയ്കയാലേ

444 ബാലികതന്നുടെ മാനസമിന്നിപ്പോൾ

445 ചാലകമായിച്ചമഞ്ഞുകൂടി

446 വെെദർഭിതന്നുടെ വെെരസ്യം ചൊല്ലുവാൻ

വൈദഗ്ദ്ധ്യമില്ലയേൻ നാവിന്നിപ്പോൾ;
എങ്കിലുമിങ്ങനെ നിഞ്ച്ചവി പൂകിപ്പാൻ
പങ്കജലോചന! ചൊല്ലുന്നനേൻ ഞാൻ.
കോമളമായൊരു മനേയിലയെത്തുമ
ക്കോദണ്ഡംകൊണ്ടങ്ങു തല്ലിയുംതാൻ
ഓമനയായൊരു പൈതലെന്നതുമേ
ഓർക്കുന്നോനെല്ലയിമ്മാരനിപ്പോൾ.
മാലിന്നു ഭാജനമായൊരു ബാലയ്ക്കു
കോലവും ശീലവും വേറൊന്നായി:
"വമ്പനി പൂണ്ടൊരു ശീതംകൊണ്ടെന്മെയ്യിൽ
കമ്പത്തെക്കണ്ടാലും" എന്നു ചൊല്ലും;
"പാരമായുള്ളൊരു ചൂടൊണ്ടു പൊങ്ങുന്നു
വാരിയിലാക്കുവിൻ" എന്നും പിന്നെ.
വക്ഷസ്സിലിന്നിന്നു ബാഷ്പങ്ങളായുള്ള
മുത്തുകൾ ഭൂഷണമായിവന്നു.
നിന്മൂലമുണ്ടായ മന്മഥമാൽകൊണ്ടു
തന്മനം വെന്തങ്ങു നീറുകയാൽ
പങ്കജകോകിലം തിങ്കളെന്നേതുമേ
തൻ ചെവി കേൾക്കവേ മിണ്ടരുതേ.
പൂന്തെന്നലേറ്റീടിൽ താന്തയായ് നിന്നിടും;
ഭ്രാന്തെന്നേ ചൊല്ലാവൂ പിന്നതെല്ലാം.
വണ്ടന്മാർ പാടിന പാട്ടിനെക്കേൾക്കുമ്പൊ
ളിണ്ടലും പൂണ്ടങ്ങു മണ്ടിപ്പിന്നെ
"അന്തകമ്പോത്തിൻറെ വന്മണക്കൂറ്റിതാ
ചന്തത്തിൽ കേൾക്കായിതെ"ന്നു ചൊല്ലും
ആഴമാണ്ടീടുന്നൊരാതങ്കം പൂണ്ടുള്ള
തോഴിമാരെല്ലാരും കേഴയായി
"എന്തിനി നാം നല്ലു"തെന്നങ്ങു ചിന്തിച്ചു

സന്തതം വന്നെത്തുവന്നെത്തായിക്കൂടി
പാണികൾകൊണ്ടു തന്മാറിടംതന്നെയും
പാരം മുറുക്കിക്കിടന്നുകൊള്ളും
“പ്രാണങ്ങളോടു കലർന്നൊരു നീയിന്നി
പ്രാണങ്ങൾ പോകുമ്പോൾ പോകൊല്ലാതെ”
എന്നങ്ങു ചൊല്ലിത്തന്നുള്ളിലിരുന്നൊരു
നിന്നെച്ചെറുക്കുന്നോളന്നെപോലെ
ഭദ്രയായുള്ളൊരു മാനിനി തന്നെത്താൻ
നിദ്രയപ്പെപ്പൂണ്ടു കിടക്കിലപ്പോൾ
തല്പത്തിലങ്ങുമെ തപ്പിത്തുടങ്ങുന്നോൾ
ഉല്പന്നജാഗരയായിപ്പിന്നെ
ഗോവിന്ദൻ മാധവൻ കേശവനെന്നെല്ലാം
മവേുന്ന നാമങ്ങളൊന്നൊന്നേതാൻ
മാനിനിക്കിന്നിന്നു മന്മഥന്തന്നുടെ
ആവേശമന്ത്രമായ് വന്നുകൂടി.
ചിത്രത്തിലുണ്ടല്ലൊ വാരിജമന്നിട്ടു
ഭിത്തിമേൽ നോക്കുന്നോളല്ലയിപ്പോൾ.
കേകികൾ പീലികൾ ചിന്തിക്കുമെന്നിട്ടു
വാർകൂന്തൽ ചീന്തുന്നോളല്ല ചെമ്മേ.
“വാരിജംതന്നില കൊണ്ടന്നു തോഴീ! നീ
പാരാതെ വീയന്നെ”യന്നു ചൊല്ലും;
മാനിച്ചു നിന്നവൾ വീതു തുടങ്ങുമ്പോൾ
“മാപാപീ! വീയൊല്ലാ”യന്നും പിന്നെ.
കുങ്കുമച്ചാറെല്ലാം നീറായിപ്പോകുന്നു
കൊങ്കകൾതങ്കലേ ചെല്ലുംനേരം;
പങ്കജകോരകം ചങ്ങാതിയായുള്ള
കൊങ്കകൾ രണ്ടിനും പണ്ടുപണ്ടേ
എന്നതുമിന്നിന്നു ചേരാതെയാകുന്നു

503 പങ്കജമൊട്ടിൽ തണുപ്പുണ്ടല്ലൊ.

504 മനേിയിലുള്ളൊരു നീലക്കളങ്കംകൊ

505 ണ്ടാനനതുല്യത വന്നുകൂടാ

506 എന്നല്ലേ തിങ്കളചെ്ചൊല്ലുന്നിതല്ലൊരും

507 എന്നതുമിന്നിന്നു പൊയ്യാകുന്നു.

508 കജ്ജളമാണ്ടൊരു കണ്ണുനീർതന്നിലേ

509 മജ്ജനംചയ്െത കിടക്കയാലേ.

510 മാനിനിതന്നുടെ ലോചനംതന്നോടു

511 നേരൊത്തു നിന്നതും വാരിജങ്ങൾ

512 മാപുററു നിന്നൊരു രാവല്ലാം തങ്ങളേ

513 കൂമ്പാതെ കൊള്ളുവാൻ വല്ലുമാകിൽ.

514 പുഞ്ചിരി തൂകുമ്പോൾ വണ്ണിലാവന്നുതാൻ

515 നഞ്ചകംതന്നിലേ തോന്നുകയാൽ

516 പുഞ്ചിരി തൂകുന്നോളല്ല താൻ ചഞ്ചമ്മേ

517 കൊഞ്ചലും കിഞ്ചിൽ കുറഞ്ഞുതായി;

518 കൊഞ്ചൽ തുടങ്ങുമ്പോൾ കോകിലംതന്നുടെ

519 പഞ്ചമരാഗമന്നോർത്തുകൊള്ളും.

520 ചന്തമായ് നിന്നങ്ങു കണ്ണാടി നോക്കുമ്പോൾ

521 കുന്തളമാണ്ടൊരു തന്മുഖത്തെ

522 വണ്ടിണ്ട ചർേന്നുള്ളൊരംബുജമന്നോർത്തി

523 ട്ടിണ്ടൽ പൊഴിക്കുന്നോളുള്ളിലങ്ങും.

524 കണ്ണുനീർതന്നാലേ നിർമ്മിച്ചുകൂട്ടുന്നോൾ

525 തിണ്ണം വളർന്നുള്ള തോടുമാറും.

526 ധൂളിയാക്കുന്നോൾതന്നാനനംതങ്കലേ

527 നീളത്തിൽ വന്നൊരു വാതംകൊണ്ടേ.

528 ആതപംതാനന്നും വണ്ണിലാവന്നുംതാൻ

529 ഭദേത്തക്കൊണുന്നോളല്ലയിപ്പോൾ,

530 തിണ്ണമഴെുന്നുള്ളൊരാതപമേറ്റീടും

531 വള്ളിലാവനെന്നുതാനുള്ളിൽ നണ്ണി.

532 തീക്കനൽ വാരിത്തന്മനേയിൽ തയേക്കുമ്പോൾ

533 വായ്ക്കുന്ന മാലയേമന്നെും ചൊല്ലി.

534 പാമ്പുകൾ കാണുമ്പോൾ മാലയന്നോർത്തിട്ടു

535 പൂപായിച്ചർേക്കും തന്മനേിതന്നിൽ.

536 മംഗലതന്നുടെ വലേകളല്ലാമി

537 ന്നിങ്ങനെ ചൊല്ലിനാൽ ചൊല്ലിക്കൂടാ.

538 മല്ലവിലോചനാചൊല്ലല്ലാം കടേ്ടിട്ടു

539 നല്ലതു ചയ്ക നീയന്നേ വണ്േടു.

540 രുക്മിണിതന്നുടെ ചൊല്ലിനക്കൾേക്ക നീ

541 പത്മവിലോചനാ! പാരാതിപ്പോൾ,

542 “നീയായി നിന്നൊരു പീയൂഷംതന്നിലേ

543 പോയങ്ങു ചാടുമന്മാനസത്തേ

544 ആയാസമായൊരു തീയിലേ പായിച്ചു

545 പയോയിപ്പോകുമാറാക്കൊല്ലാതെ.

546 എന്നക്കൊൾ വണ്േടുന്നോരുണ്ടായി വന്നുതാ

547 യന്നെ നിനക്കതേും വണ്േടീതില്ലേ?”

548 എന്നങ്ങു ചൊല്ലിക്കൊണ്ടന്നുടെ ജീവിതം

549 എന്നെ വടിഞ്ഞങ്ങു പോകുംമുമ്പേ

550 കാലത്തു വന്നു നീ പാലിച്ചുകൊള്ളണേം

551 ആലംബം നീയൊഴിഞ്ഞാരുമില്ലേ.

552 “ധൃഷ്ടയായുള്ളൊരു പാഴിതാനിന്നിവൾ

553 ഒട്ടറേുമന്നോടു ചൊന്നതല്ലാം”

554 എന്നുള്ളതതേുമേ ചിന്തിക്കയൊല്ലാതെ

555 യന്നുടെ ജീവിതമായതു നീ.

556 മന്മഥമാൽകൊണ്ടു ചൊന്നുള്ള വാക്കിൽ നീ

557 സമ്മതിയായതേ കൊള്ളവണ്േടു

558 പാലിൽ കലർന്നൊരു നീരിനേ വറേിട്ടു

പാൽ കുടിച്ചീടുന്നൊരന്നംപോലെ.
ഓർക്കിൽ ഞാൻ ചൊന്നതു യോഗ്യമായ്‌വന്നീടും;
പോക്കറ്റ വൻപുലി പുല്ലു മേയും."
നാരിമാർമൗലിതൻ ദൂതനായ് നിന്നുള്ളൊ
രാരണനിങ്ങനെ ചൊന്നനേരം
ഇന്ദിരാനേരൊത്ത സുന്ദരിതന്നുടെ
സന്ദേശമായുള്ള നന്മൊഴികൾ
നിർമ്മലനായുള്ളൊരംബുജലോചനൻ
തന്മനംതന്നിലേ ചെന്നു പുക്കു
സ്ഫാടികഭൂതലംതന്നിലേ പായുന്ന
പാതംഗപാദങ്ങളെന്നപോലെ.
കന്യകതന്നുടെ ഖിന്നതയെല്ലാമേ
തന്നിലേ ചിന്തിച്ചു നിന്നു പിന്നെ
ആരണൻതന്നോടങ്ങാദരം പൂണ്ടിട്ടു
പാരാതെ ചൊന്നാനന്നാരായണൻ
എന്നുടെ മാനസംതന്നെയുമിങ്ങനെ
ഖിന്നമായ്പോകുന്നൂതെന്നു നണ്ണി:
"ദോഷവാനായുള്ള സോദരന്തന്നുള്ളിൽ
ദ്വേഷമുണ്ടെന്നതും കണ്ടു ചെമ്മേ,
എങ്കിലുമിന്നു ഞാൻ വങ്കനിവാണ്ടുള്ള
പങ്കജലോചനതന്നെ നേരെ
കൊണ്ടിങ്ങു പോരുന്നതുണ്ടെന്നു നിർണ്ണയം
കണ്ടങ്ങു നിന്നാലും കാമുകന്മാർ.
പാരാതെ പോക നാം" എന്നങ്ങു ചൊല്ലിനി
ന്നാരണന്തന്നെയും തേരിലാക്കി
വേഗത്തിൽ പോയങ്ങു വേലപ്പെണ്ണേകാന്തനും
വേലപ്പടാതെയും ചെന്നു കൂടി.
മേളമാണ്ടീടുന്ന ചേദിപനുണ്ടുപോൽ

വളേയനെന്നിങ്ങനെ കേട്ടു കേട്ട്
തന്നുടെ തന്നുടെ സേനയുമായിട്ടു
മന്നവരെല്ലാരും വന്നാരപ്പോൾ.
ചേദിപന്താനും തൻ ചേർച്ചപൂണ്ടുള്ളോരും
ചെഞ്ചെമ്മേ വന്നാരമ്മന്ദിരത്തിൽ.
ഭേരികൾതന്നുടെ നാദംകൊണ്ടങ്ങുമേ
പൂരിച്ചു നിന്നുടനാശയെല്ലാം,
ചേദിപൻ വന്നതു കണ്ടങ്ങു നിന്നപ്പോൾ
ആദരം പൂണ്ടൊരു മന്നവന്താൻ
മംഗലദീപവും പുണ്ടങ്ങു ചെന്നിട്ടു
സംഗമിച്ചീടിനാൻ ഭംഗിയോടെ.
മന്ദമായ് വന്നിങ്ങു സുന്ദരമായൊരു
മന്ദിരംതന്നിലങ്ങാക്കിപ്പിന്നെ
വന്നുള്ള മന്നോരെ മാനിപ്പാനായിട്ടു
പിന്നെയും പോന്നിങ്ങു വന്നുനിന്നാൻ.
മാധവദ്വേഷികളായി വിളങ്ങുന്ന
മാഗധന്മുമ്പായ മന്നോരെല്ലാം
“മാധവൻ വന്നു പിണങ്ങുന്നൂതാകിലോ
രോധിക്കവേണം നാം” എന്നു ചൊല്ലി
ഘോരമായുള്ളൊരു സേനയുമായിട്ടു
പൂരിലകംപുക്കാർ ഭൂഷിതരായ്.
എന്നതു കേട്ടൊരു രോഹിണീനന്ദനൻ
തന്നുടെ സേനയുമായിപ്പിന്നെ
ഓടിവന്നീടിനാൻ മാധവഞ്ചാരത്തു
കൂടിപ്പിറന്നവരെന്നു ഞായം.
മന്നിടംതന്നിലേ മാലോകരെല്ലാരും
ഒന്നിച്ചു നന്നായി വന്നാരപ്പോൾ.
കമുനകൊണ്ടോരോ കാമുകരുള്ളത്തിൽ

കമ്പത്തേ മേന്മേലേ നല്കി നല്കി
വന്നു വന്നീടുന്ന സുന്ദരിമാരുമ
മ്മന്ദിരം പൂകിനാർ മന്ദമന്ദം.
വാജികൾതന്നുടെ ഹേഷങ്ങൾകൊണ്ടുമ
മ്മാലോകർ കോലുന്ന ഘോഷംകൊണ്ടും
ആനകൾതന്നുടെ നാദങ്ങൾകൊണ്ടുമ
ങ്ങാശകൾ പൂരിച്ചു നിന്നുതങ്ങെങ്ങും.
കാരണരായുള്ളൊരാരണരെല്ലാരും
പാരാതെ വന്നുനിന്നന്നന്നേരം
കന്യകതന്നുടെ മംഗലമായുള്ള
കർമ്മങ്ങളെല്ലാമങ്ങാരംഭിച്ചാർ.
ചേദിപന്തന്നുടെ മംഗലകർമ്മവും
വേദിയർ ചെന്നുനിന്നവ്വണ്ണമേ.
ദാനങ്ങൾകൊണ്ടുള്ളൊരാരണരെല്ലാരും
ആശിയും ചൊന്നങ്ങു നിന്നനേരം
കന്യകതന്നുടെ മണ്ഡനംചെയ്‌വാനായ്
കാമിനിമാരെല്ലാം വന്നുനിന്നാർ.
നീടുറ്റു നിന്നുള്ള ചേടിമാരെല്ലാരും
ഓടിത്തുടങ്ങിനാരങ്ങുമിങ്ങും.
മണ്ഡിതയായൊരു മാനിനിതന്നിലേ
നണ്ണിത്തുടങ്ങിനാൾ മെല്ലെ മെല്ലെ:
“പാരാതെ വന്നുണ്ടു ഞാനെന്നു ചൊല്ലിനോ
രരാണൻ വന്നുതില്ലെന്നുമിപ്പോൾ;
കാരണമെന്തുപോലാരണനെന്നുടെ
മാരണമായിട്ടു വന്നില്ലല്ലീ?
ആശ്രയമില്ലാതെ പോരുന്നോരെന്നെയി
ന്നീശ്വരൻ കൈവെടിഞ്ഞീടുന്നോനോ?
കാരുണ്യംപൂണ്ടൊരു ഗൗരിക്കുമെന്നോടു

കാരുണ്യമില്ലാതയൊകുന്നിതഛോ?
ഭാഗ്യമില്ലാതഒരു ഞാനിനിയാർക്കുമഭ
യഛോഗ്യയായ് വന്നങ്ങു പഛോരവണോട
കുററമില്ലാതഒരു മററഒരു ജന്മത്തിൽ
തന്റെന്നു കണ്ണനയെശേിക്കഒൾവൂ."
ഇങ്ങനെ നണ്ണുമ്പഛോൾ ചദ്രിപന്തന്നുടെ
മംഗലഘഛോഷങ്ങൾ കർണ്ണങ്ങളിൽ
ചനെ്നുചനെ്നന്നരേം ദുഃഖമായുള്ളിലഭ
നിന്നഒരു തീക്കഒരു കാററായ് വന്നു.
തള്ളിയഴെുന്നഒരു കണ്ണുനീർതന്നയെും
ഉള്ളിലഭ ബന്ധിച്ചു നിന്നനരേം
ആരണന്തന്നയെും വന്നതു കാണായി
ദൂരത്തുനിന്നങ്ങു ചാരത്തപ്പഛോൾ.
നാരികൾമൗലിയാം ബാലയക്കെണ്ടപ്പഒ
ളാരണന്തന്മുഖം മലെ്ലെ മലെ്ലെ
തമേ്പാതനെിന്നഒരു തിങ്കളക്കെണ്ടുള്ളഒ
രാമ്പലപെ്പഛോലെ ചമഞ്ഞുകൂടീ.
രുക്മിണിതന്നുടെ ലഛോചനമാലകൾ
വിപ്രവരങ്കൽ പതിച്ചുതപ്പഛോൾ
കൂമ്പി മയങ്ങിന വാരിജന്തങ്കൽനി
ന്നാമ്പലിൽ ചാടുന്ന വണ്ടുപഛോലെ.
ദീനതപൂണ്ടഒരു മാനിനിതന്നുടെ
മാനസന്താനുമുഴന്നുനിന്നു
കല്യമായുള്ളഒരു കാററിനയെറേഒരു
മുല്ലതമ്പല്ലവമന്നെപഛോലെ.
എണ്ണമില്ലാതഒരു കൗതുകംപൂണ്ടിട്ടു
കർണ്ണങ്ങൾ തിണ്ണം വിരിഞ്ഞുതപ്പഛോൾ.
ഭൂതലംതന്നിൽനിന്നാതങ്കം പൂണ്ടഒരു

671 പൂമനേി താനയേഴെത്തുടങ്ങ്ങി:
672 ദൃഷ്ടികൾ ചന്നെവൻ നാവിന്തലയ്ക്കലേ
673 പടെട്ടന്നെുറച്ചു തറച്ചു നിന്നു
674 എന്തിവൻചൊെല്ലുന്നതന്നെങ്ങു ചിന്തിച്ചു
675 വന്നെതുവന്നെതങ്ങ്ങവൾ നിന്നനരേം
676 തന്മുഖമായുള്ളൊരംബുജംതന്നുള്ളിൽ
677 നന്മൊഴിയായൊരു തനേഴെുന്നു:
678 "ചിന്തപൂണ്ടുള്ളൊരു സന്താപം വരേവിട്ടു
679 സന്തോഷംപൂണ്ടാലുമായവണ്ണം.
680 ഏറപ്പെപറഞ്ഞിട്ടു കാലം കഴിക്കണേട
681 തറേുകേ വണേട്ടു ഞാൻ ചൊന്നതല്ലോം.
682 കാലത്തു വന്നു നിൻ പാണിതലംതന്നെ
683 ച്ചാലപ്പിടിക്കുമമ്മാധവന്താൻ."
684 ആരണന്തന്നുടെ തൂമൊഴിയിങ്ങ്ങനെ
685 നാരികൾമൗലിതാൻ കടേട്ടനരേം
686 ഉള്ളിൽ നിറഞ്ഞൊരു സന്തോഷംതന്നിലേ
687 കൊള്ളാഞ്ഞു നിന്നു വഴിഞ്ഞു പിന്നെ
688 പുഞ്ചിരിയായിട്ടും കണ്ണുനീരായിട്ടും
689 ചഞ്ചമെ്മേ തൂകിത്തുടങ്ങ്ങീതപ്പോൾ.
690 ആനന്ദമായൊരു വാരിയിൽ മുങ്ങ്ങിനി
691 ന്നാരണന്തന്നോടു ചൊന്നാൾ പിന്നെ:
692 "പട്ടാങ്ങ്ങുതന്നെ നീ ചൊന്നതന്നൊകിലും
693 പട്ടാങ്ങ്ങന്നെിങ്ങ്ങനെ തോന്നീതില്ലേ
694 ഇങ്ങ്ങനയെുള്ളൊരു ഭാഗ്യത്തിൻഭാജനം
695 എങ്ങ്ങനെ ഞാനാവൂതന്നെു നണ്ണി.
696 ഇന്നു കവിഞ്ഞേ ഞാൻ നിർണ്ണയിച്ചീടുന്നു
697 നിന്നുടെ ചൊല്ലല്ലോം" എന്നു ചൊല്ലി
698 മാധവന്തന്നുടെ മനേിയും ചിന്തിച്ചി

ട്ടാതങ്ക്കം പോക്കിനാൾ മെല്ലെ മെല്ലെ.
മാധവന്താനപ്പോൾ യാദവന്മാരുമായ്
മന്ദിരംതന്നിലേ ചെന്നു പുക്കാൻ
താരകജാലകങ്ങളോടു കലർന്നൊരു
വാർതിങ്കളാകാശം പൂകുംപോലെ.
വാരിജലോചനൻ വന്നതു കേട്ടൊരു
നാരിമാരെല്ലാരുമോടിയോടി
ചെന്നു തുടങ്ങിനാർ ചെന്താരിൽമാതുതൻ
പുണ്യമായുള്ളൊരു മേനി കാണ്മാൻ,
കുണ്ഡിനവാസികളായുള്ളോരെല്ലാരും
ചെന്നുതുടങ്ങിനാരവ്വണ്ണമേ.
വന്നുവന്നീടുമമ്മന്നവർ കണ്ണുമ
ക്കണ്ണന്മെയ്തന്നിലേ ചെന്നുതപ്പോൾ.
പ്രാസാദംതന്നിലേ വാതായനങ്ങളും
വാതിലുമെല്ലാം തുറക്കയാലേ
മണ്ഡനംകൊണ്ടങ്ങും മണ്ഡിതമായൊരു
കുണ്ഡിനമാകിന മന്ദിരവും
കാർവർണ്ണന്തന്നുടെ കാന്തിയെക്കാണ്മാനായ്
കണ്മിഴിക്കുന്നുതോയെന്നു തോന്നും.
കാർവർണ്ണൻ വന്നതു കേട്ടൊരു ചേദിപ
ന്നാനനം വാടിത്തുടങ്ങീതപ്പോൾ.
ബന്ധുവായ് വന്നുള്ള മന്നവന്മാരുമായ്
മന്ത്രം തുടങ്ങിനാൻ വെന്തുവെന്ത്.
കുണ്ഡിനംതന്നിലേ മന്ദിരമായുള്ള
സുന്ദരിമാരെല്ലാമന്നേരം
കാർമുകിൽവർണ്ണന്തങ്കാന്തിയെക്കണ്ടിട്ടു
കാമിച്ചുനിന്നു പറഞ്ഞാരപ്പോൾ:
"ഇങ്ങനെയുള്ളൊരു കാന്തിക്കു നേരായ

രംഗനയാരെന്നു ചൊല്ലൂ തോഴീ!"
"പത്മദലായതലോചനയായൊരു
രുക്മിണിതാനൊഴിച്ചാരുമില്ലേ."
"കാർമുകിൽപോലെയിമ്മന്നിതാൻ കാണുമ്പോൾ:
തൂമിന്നൽപോലെയിന്നാരിയുള്ളൂ,
എന്നതു കാണുമ്പോൾ പങ്കജയോനിക്കു
മുന്നമേ ചിന്തയുണ്ടെന്നു തോന്നും."
"ആതങ്കം വേറിട്ട രോഹിണിതന്നോടു
വാർതിങ്കൾതാൻ ചെന്നു ചേരുംപോലെ
കാർവർണ്ണന്താനുമിമ്മാനിനിതന്നോടു
പാരാതെ ചേർന്നതു കാണ്മാനോ നാം?"
തിങ്ങിവിളങ്ങിന സുന്ദരിമാരെല്ലാം
തങ്ങളിലിങ്ങനെ ചൊല്ലുംനേരം
ഗൗരിതമ്പാദങ്ങൾ കൂപ്പുവാനായങ്ങു
ഗൗരവം പൂണ്ടു നൽക്കന്യകതാൻ
പോകത്തുടങ്ങിനാൾ പോർകൊങ്ക ചീർക്കയാ
ലാകുലമായ് നിന്നു മെല്ലെ മെല്ലെ
മംഗലദീപങ്ങൾ കണ്ണാടി പൂണ്ടുള്ള
മന്നവകന്യകമാരുമായി.
എന്നതു കണ്ടുള്ള തോഴിമാർ വന്നുവ
ന്നെണ്ണമില്ലാതോളമായിക്കൂടി.
ആഗതരായുള്ളോരാരണരെല്ലാരും
ആശിയും ചൊല്ലി നടന്നാർ പിമ്പേ.
വീരന്മാരായുള്ള ചേവകരെല്ലാരും
നാരികൾ ചൂഴവും ചെന്നു പുക്കാർ.
ഗായകന്മാരും നൽവീണയുമായിട്ടു
ഗാനം തുടങ്ങിനാർ മാനിച്ചപ്പോൾ.
അത്തൽ കളഞ്ഞുള്ള നർത്തകന്മാരെല്ലാം

നൃത്തം തുടങ്ങിനാർ മെല്ലെ മെല്ലെ.
കാഹളമൂതിനാർ ഭേരിയുമെല്ലാമ
ങ്ങാഹനിച്ചീടിനാരായവണ്ണം.
അങ്ങനെ പോയുള്ളൊരംഗനതാനപ്പോൾ
അംബികാമന്ദിരംതന്നിൽ പുക്കാൾ.
ആരണനാരിമാർ ചൊന്നതു കേട്ടുകേ
ട്ടംബികതന്നെയും കൂപ്പിനിന്നാൾ.
ഉത്തമമായൊരു ഭക്തി പൊഴിഞ്ഞവൾ
ചിത്തമലിഞ്ഞു തുടങ്ങീതപ്പോൾ;
ചന്ദ്രികയേറ്റങ്ങു നിന്നു വിളങ്ങിന
ചന്ദ്രശിലാമണിയെന്നപോലെ
കണ്ണുനീരായിട്ടു തന്മുന്നൽ നിന്നോർക്കു
തിണ്ണമെഴുന്നതു കാണായപ്പോൾ.
താവുന്ന രോമങ്ങൾ നിന്നു വിളങ്ങിതേ
ദേവിയെക്കൂപ്പുവാനെന്നപോലെ.
കാണുന്ന ലോകർക്കുമാനന്ദബാഷ്പങ്ങൾ
വീണുതുടങ്ങീതു കാണുംതോറും.
ദേവിയായ്മേവിന പൂമലർതന്നിലേ
താവുന്നൊരാനന്ദത്തേറലെല്ലാം
ഉണ്ടുണ്ടു നിന്നവൾ മാനസമായൊരു
വണ്ടുതാൻ പോന്നിങ്ങു വന്നു പിന്നെ
ആരണനാരിമാരായുള്ള പൂക്കളിൽ
ആദരവോടു നടന്നുതെങ്ങും.
ദാനങ്ങൾകൊണ്ടവർമാനസംതന്നിലെ
ങ്ങാനന്ദം നല്കിനാൾ മാനിനിതാൻ.
ആരണനാരിമാരാശിയായന്നേരം
“വീരനായുള്ളോരു കാന്തനുമായ്
സന്താപം വേർവിട്ടു സന്തതിയുണ്ടായി

783 സന്തതം വാഴ്ച നീ" എന്നു ചൊന്നാർ.
784 പത്നിമാർ ചൊന്നുള്ളൊരാശിയും പൂണ്ടിട്ടു
785 ഭക്തയായ് നിന്നൊരു കന്യകതാൻ
786 ദേവിതന്മന്ദിരംതന്നിൽനിന്നന്നേരം
787 പോവതിന്നായിത്തുടങ്ങുന്നപ്പോൾ
788 ദേദിപൻതാനങ്ങു ദാനവുംചെയ്തു നൽ
789 ചേലയും പൂണ്ടു ചമഞ്ഞു നന്നായ്
790 കന്യക വന്നൊരു നൽവഴിതന്നെയേ
791 പിന്നയെും പിന്നയെും നോക്കിനിന്നാൻ.
792 ധന്യയായുള്ളൊരു കന്യകയന്നേരം
793 തന്നുടെ തോഴിമാരോടും കൂടി
794 ചങ്ങാതിയായൊരു ബാലികതങ്കയ്യിൽ
795 ചന്തത്തിൽ ചേർത്തു തങ്കയ്യെയുമപ്പോൾ
796 മന്നവന്മാരുടെ മുന്നലങ്ങാമ്മാറു
797 വന്നുതുടങ്ങിനാൾ ഭംഗിയോടേ.
798 മാലോകർക്കുള്ളൊരു കണ്ണുകളല്ലാമെ
799 മ്മാനിനിമേനിയിൽ ചാടീതപ്പോൾ
800 മാപുററു നിന്നൊരു മാലതിതങ്കലേ
801 തേമ്പാതെ വണ്ടുകൾ ചാടുംപോലെ.
802 എണ്ണമററീടുന്ന കണ്ണുകൾ മേന്മേലേ
803 തിണ്ണം തന്മേനിയിൽ പാഞ്ഞനേരം
804 പാരിൽ വിളങ്ങുന്ന നാരിമാർമൗലിക്കു
805 ഭാരം പൊഴിഞ്ഞുനിന്നന്നേപോലെ
806 മന്ദമായുള്ളൊരു യാനവുമായിട്ടു
807 ചെന്നുതുടങ്ങിനാൾ ചെവ്വിനോടേ.
808 "കാർവർണ്ണന്തന്നുടെ കാമിനിയായ ഞാൻ
809 കാൽനടപൂണ്ടു നടക്കവേണ്ടോ"
810 എന്നങ്ങു നണ്ണിനിന്നന്നേകണക്കയെ

ന്നിന്നുള്ള മന്നവർമാനസത്തിൽ
ചന്നെു കരറേി വിളങ്ങ്ങിനിന്നീടിനാൾ
ഇന്ദുതാൻ പണ്ടെയ്കയിലന്നെപഴേലെ.
തൂമ കലർന്നഴേരു കാമിനിതന്നുടെ
പൂമന്നേി കണ്ടണ്ടരു കാമുകന്മാർ
കാമശരങ്ങ്ങൾ മനങ്ങ്ങളിലലേ്ക്കയാൽ
പ്രമേമിയന്നു മയങ്ങ്ങിനിന്നാർ
കണ്ണിണകഞ്ഞണ്ടവൾകാന്തിയത്തെന്നയെ
പിന്നയെും പിന്നയെുമുള്ളിലാക്കി.
പാർക്കുന്നതഴേറുമങ്ങാക്കമിയന്നുള്ള
ലഖേ്യങ്ങ്ങൾപഴേലെ ചമഞ്ഞ്ഞുകൂടി.
വീടിക വാങ്ങ്ങുവാനഴേങ്ങുന്ന മന്നവൻ
വീടിക തങ്കയ്യെിൽ വാങ്ങ്ങുംനരേം
കടേറ്റ നാരിതന്നാനനം കാകയാൽ
കവേലമങ്ങ്ങനഴേ നിന്നുപഴേയാൻ.
ചലേതാൻ പൂണ്ടതു ചവെ്വല്ലയാഞ്ഞ്ഞിട്ടു
ചാലത്തുനിഞ്ഞ്ഞങ്ങ്ങു പൂണ്മതിന്നായ്
ചലേ ഞറൈിഞ്ഞ്ഞു തുടങ്ങ്ങിനന്നരേത്തു
ബാലിക വന്നതു കാകയാലഴേ
കകൈ്കഞ്ഞണ്ടുനിന്നഴേരു ചലേയുമായിട്ടു
മകൈ്കണ്ണിതന്നയെും നഴേക്കി നഴേക്കി
നിന്നുവിളങ്ങ്ങിനാനന്യനായുള്ളഴേരു
മന്നവമ്പണ്ടു പിറന്നപഴേലെ.
വീണയും വായിച്ചു നിന്നഴേരു മന്നവൻ
മാനിനി വന്നതു കണ്ടനരേം
വീണങ്ങ്ങുപഴേയഴേരു വീണയക്കെ്കാണാതെ
കഴേണംകഞ്ഞണ്ടഴേങ്ങ്ങിനാനങ്ങ്ങുമിങ്ങ്ങും
അമ്മാനയാടുന്ന മന്നവനന്നരേം

839 പണ്മൌലി വന്നതു കണ്ടനേരം

840 നർത്തകന്തന്നുടയെമ്മാനയായ്വന്നു

841 ഹസ്തങ്ങൾ തങ്ങളെ കോലുകയാൽ.

842 പാടുവാനായിട്ടു വാ പിളർന്നീടിനാൻ

843 കടേറ്റു നിന്നൊരു മന്നവന്താൻ;

844 നീടുറ്റു നിന്നൊരു നാരിയക്കൊകയാൽ

845 നീളത്തിൽ പാടുമാറായിവന്നു.

846 ആനമലേറുവാൻ കാൽകളാലൊന്നടു

847 ത്താനതന്മനേയിലായനേരം

848 മാനിനിതന്നുടയൊനനം കണ്ടിട്ടു

849 മാഴ്കിനിന്നീടിനാനവ്വണ്ണമേ.

850 മന്ത്രിപ്പാൻ ചെന്നങ്ങു മറ്റൊരു മന്നവൻ

851 മന്ത്രിച്ചുനിന്നു തുടങ്ങുംനേരം

852 ബന്ധുരഗാത്രിതൻ ചന്തത്തക്കൊകയാൽ

853 അന്ധനായങ്ങനെ നിന്നുപോയാൻ.

854 വാജിമലേറിന മന്നവന്തന്നോടു

855 വാരിജലോചന വന്നനേരം

856 “വാഹനം കൂടാതെ ബാലികമുന്നിൽ നീ

857 വാജിമൽ നിന്നതു ഞായമല്ലേ”

858 എന്നങ്ങു ചൊല്ലി നിന്നനെന്നകണക്കയെ

859 മ്മന്മഥനാക്കിനാൻ ഭൂതലത്തിൽ

860 വാരണമേറിന മന്നോരുമങ്ങനെ,

861 തേരിൽനിന്നുള്ളോരുമവ്വണ്ണമേ.

862 ഇങ്ങനെയോരോരോ ചാപലം കാട്ടിനാർ

863 മംഗലയായുള്ള മന്നോരെല്ലാം.

864 മാനിനിമാരുടെ മൌലിയായുള്ളൊരു

865 മാലികയായൊരു ബാലികതാൻ

866 കാമനപ്പെറ്റു വളർത്തങ്ങുനിന്നൊരു

867 കോമളകണ്മുനകൊണ്ടു മല്ലെ
868 ഭൂമിപന്മാരുടെ മനേയിൽ നല്ലൊരു
869 ഭൂഷണഭദേത്തേ നല്കിനിന്നാൾ.
870 എന്മയെയിലന്മെയെയിൽ നോക്കുന്നൂതന്നെിട്ടു
871 മന്നവരല്ലാരുമുന്നതരായ്
872 തന്നുടെ തന്നുടെ മനേമയേ മനേമലേ
873 തന്നിലേ തന്നിലേ വാഴ്ത്തിനിന്നാർ.
874 കാമശരങ്ങൾ തറച്ചുള്ളതല്ലാം തൻ
875 കോമളമയെയിൽ പരന്നപോലെ
876 കാമുകരായുള്ള മന്നവരല്ലാർക്കും
877 കോൾമയിർക്കൊണ്ടു തുടങ്ങീതപ്പോൾ.
878 മാരന്നു നല്ലൊരു ബാണമായ് നിന്നൊരു
879 മാനിനിതന്നുടെ കാന്തിതന്നെ
880 ക്കണ്ടു കണ്ടീടുന്ന മന്നവരല്ലാരും
881 ഇണ്ടലും പൂണ്ടു പുകണ്ണാരപ്പോൾ:
882 "ഇങ്ങനെയുള്ളൊരു സുന്ദരിതന്നെ നാം
883 എങ്ങുമേ കണ്ടതില്ലന്നെു ചൊല്ലാം.
884 ആരുപോലിങ്ങനെ പാരിടംതന്നിലി
885 ന്നാരിയേ നിർമ്മിച്ചു നിന്നതിപ്പോൾ
886 നന്മുനിമാരയെുമോതിച്ചുപോരുന്ന
887 നാന്മുഖന്താനല്ലയന്നെു ചൊല്ലാം;
888 മന്മഥൻതന്നുടെ കൗശലം കാട്ടുവാൻ
889 നിർമ്മിച്ചുവന്നൊകിൽ ചേരുമൊട്ടേ.
890 മന്മഥന്നുള്ളത്തിൽ മാരമാലുണ്ടാമി
891 ന്നിർമ്മലമനേയക്കൊണുംനേരം.
892 ഇങ്ങനെയുള്ളൊരു നന്മുഖം കാണുമ്പോ
893 ളിന്ദ്രനായ്വന്നാവൂ നാമല്ലാരും.
894 കാമ്യമായ് നിന്നുള്ളൊരിമ്മുഖംതന്നുടെ

സാമ്യമായുള്ളതിന്നന്നെന്തു പാർത്താൽ;
വാർതിങ്കളങ്ങെങ്കിലഹോ വാരിജംതന്നുള്ളിൽ
ആതങ്കമുണ്ടായി വന്നുകൂടും.
ആതങ്കം കളഞ്ഞുന്നു വാരിജമങ്ങെങ്കിലും
വാർതിങ്കളന്നെന്നതേ ചേരുന്നൂതും
ഹാരമായുള്ളൊരു താരകജാലങ്ങൾ
ചാരത്തു ചന്നെന്നങ്ങു പൂകയാലേ.
മല്ലപ്പപോർകൊങ്കയാം പങ്കജക്കോരകം
ഉല്ലസിക്കുന്നൂതുമല്ലയല്ലൊ.
പുഞ്ചിരിയായിട്ടു നിന്ന നിലാവുമു
ണ്ടഞ്ചിതമായിട്ടു കാണാകുന്നു.
കണ്ഠത്തോടേറ്റിട്ടു തോറ്റങ്ങു പോയിതേ
കംബുക്കളല്ലാമതുള്ളതത്രേ;
എന്നതുകൊണ്ടല്ലൊയിന്നുമക്കൂട്ടങ്ങൾ
ഏറ്റം കരഞ്ഞു നടക്കുന്നങ്ങെും.
ശങ്കയുണ്ടന്നെന്നുള്ളിൽ പങ്കജനർമ്മുഖി
കൊങ്കകൾ വാഴ്ത്തുവാനോർത്തുകണ്ടാൽ;
ലാവണ്യമായൊരു വാപികതങ്കലേ
താവുന്ന കോരകമന്നെന്നോ ചൊൽവൂ?
ശൃംഗാരംവന്നതിനംഗജനുള്ളൊരു
മംഗലകുംഭങ്ങളന്നെന്നോ ചൊൽവൂ?
തൊട്ടങ്ങു കാണുമ്പോൾ തൂനടുവന്നെന്നതും
പട്ടാങ്ങന്നെിങ്ങനെ വന്നുകൂടും
സുന്ദരമായുള്ള കൊങ്കകളാകിന
കുന്നുകൾതന്മീതേ തങ്ങുകയാൽ.
"പോർകൊങ്കയാകിന പൊല്ക്കുടംതന്നുള്ളിൽ
പർപ്പറെറ്റുനിന്ന ധനത്തിനുടെ
വായോലതന്നിലേ വർണ്ണങ്ങൾതാനല്ലൊ

രമോമാളിയായിട്ടു കണ്ടുതിപ്പപോൾ."
എന്നങ്ങ്ഞു ചൊല്ലുന്നു വന്നുള്ളോരെല്ലാരും
എന്മതമങ്ങ്ഞനയെല്ല ചൊല്ലാം:
പാർവ്വതീനാഥനപ്പെണ്ടു താൻ പടിച്ചു
പാഞ്ഞൊരു മന്മഥങ്കയിൽനിന്നു
വല്ലാതെ വീണു മുറിഞ്ഞ്ഞങ്ങ്ഞു പോയൊരു
ചില്ലിയായുള്ളൊരു വില്ലുതൻറെ
വരേവിട്ടുപോയൊരു ഞാണത്രെ കണ്ടതി
ച്ചണ്ണേറ്റ രോമാളിയന്നു ചൊല്ലി.
നാഭിയക്കൊണ്ടു നല്ലാവർത്തംതന്നുടെ
ശോഭയും വന്നങ്ങ്ഞു നിന്നു പിന്നെ
ശ്രോണിയക്കൊണ്ടു മണത്തിട്ടതന്നെയും
ചണ്ണേറ്റുനിന്നവൾ വൽകയാലെ
ഊർമ്മികളാകുന്ന ചില്ലിതൻ ഭംഗത്തേ
മന്മേലേ കോലുന്നു വന്നദികൾ.
രംഭയിമ്മാതരിൽ നല്ലതന്നിങ്ങ്ഞനെ
കിംഫലം നിന്നു പുകണ്ണലെല്ലാരും?
ഊരുക്കൾ കൊണ്ടതോൻ രംഭതങ്കാന്തിയെ
പ്പാരം പഴിച്ചവൾ വന്നൊളല്ലൊ.
"എന്നുടെ യാനത്തക്കണ്ടുകൊള്ളണ്ണം നീ
അന്നത്തിൻ പൈതലേ!" എന്നിങ്ങ്ഞനെ
മങ്ങ്ഞാതെ നിന്നുള്ള മഞ്ജീരം തന്നുടെ
ശിഞ്ജിതം കൊണ്ടവൾപാദമിപ്പപോൾ
ചല്ലുന്നൂതന്നെല്ലൊ ചൊല്ലുന്നൂതല്ലാരു
മന്നുള്ളിലന്നല്ല തോന്നി ചമ്മേ:
"കോരകമായുള്ളൊരഞ്ജലി പൂണ്ടിട്ടു
വാരിജം മവേുന്നു രാവുതോറും
നിന്നുടെ കാന്തിയക്കിട്ടുമന്നിങ്ങ്ഞനെ

തന്നുള്ളിൽനിന്നുള്ളൊരാശയാലേ,
യാചിച്ചുപോരുന്ന വാരിജത്തിന്നു നിൻ
പാരിച്ച കാന്തിയെ നല്കവേണം."
പാദത്തോടിങ്ങനെ നൂപുരംതാൻ ചെന്നു
യാചിക്കചെയ്യുന്നതെന്നിങ്ങനെ.
മാർത്തിലങ്ങുമിടർച്ച വരായല്ലോ
മാർദ്ദവങ്കോലുമിപ്പാദങ്ങൾക്കോ
ദീധിതി പൂണ്ടുള്ള തൂനഖജാലങ്ങൾ
ദീപമായ് മുമ്പിൽ വിളങ്ങുകയാൽ.
ബന്ധുരഗാത്രിതൻ ചന്തത്തെ വാഴ്ത്തുവാൻ
ചിന്തിച്ചതേറുമിന്നാവതല്ലേ.
രാശികൾകൊണ്ടു തിരിഞ്ഞു ചമച്ചോന്നി
പ്പേശലമേനിതാനെന്നു തോന്നും;
ചാപമായുള്ളതിച്ചില്ലികൾ രണ്ടുമോ
ലോചനമായതോ മീനമല്ലോ.
കൊങ്കകൾ രണ്ടുമോ കുംഭമെന്നിങ്ങനെ
ശങ്കയെക്കൈവിട്ടു ചൊല്ലാമല്ലൊ.
മന്നവന്തന്നുടെ ബാലികയാമിവൾ
കന്നിയായല്ലൊതാൻ പണ്ടേയുള്ളൂ.
സമ്മോദംപൂണ്ടു മിഥുനത്വംതന്നെയും
ചെമ്മേ കലർന്നു ലഭിക്കുമിപ്പോൾ.
പാവനമായുള്ള തീർത്ഥവും ദേശവും
കേവലമിന്നിവൾമെയ്യിലും കാ;
ഹാരമായുള്ളൊരു ഗംഗയുമുണ്ടല്ലൊ
രോമാളിയായൊരു കാളിന്ദിയും
മാലോകരുള്ളത്തിലാനന്ദം നല്കുന്ന
ബാലപ്പോർകൊങ്ക നൽകുംഭകോണം.
കാഞ്ചനം വെല്ലുമിക്കാമിനിമേനിയിൽ

കാഞ്ചിയും കണ്ടാലും കാന്തിയോടെ."
ഇത്തരമിങ്ങനെ ചൊല്ലിനിന്നീടിനാർ
അത്തൽപിണഞ്ഞുള്ള മന്നവന്മാർ.
അംഗനതന്നുടയെംഗങ്ങളല്ലാമേ
ഭംഗിയിൽ കാണണേമന്നു നണ്ണി
"ചല്ലു നീ" എന്നവർ ചൊല്ലുന്ന ചൊല്ലാലെ
ചല്ലത്തുടങ്ങിന കണ്ണിണതാൻ
മുറ്റുംതാൻ ചന്നുള്ളൊരംഗത്തകെക്കവിട്ടു
മറ്റൊന്നിൽ ചല്ലുവാൻ വല്ലീലപ്പോൾ.
മുഗ്ദ്ധവിലോചനതാനുമന്നരേത്തു
ബദ്ധവിലാസയായ്മല്ലെ മല്ലെ
ചന്നുതുടങ്ങിനാൾ ചണ്ണേുറ്റുനിന്നൊരു
നന്ദകുമാരകൻ നിന്ന ദിക്കിൽ
ചാരത്തു നിന്നൊരു വാരിധി കണ്ടിട്ടു
വാരുറ്റ വൻനദിയന്നെപോലെ.
കാർമുകിൽവർണ്ണന്താൻ കാമുകർ ചൂഴുറ്റു
കാമിനിതന്നയെണഞ്ഞാനപ്പോൾ
വണ്ടുകൾ ചൂഴുറ്റ വാരിജം കണ്ടിട്ടു
മണ്ടിയടുക്കുന്ന ഹംസംപോലെ.
ബാലികതന്നുടെ പാണിയെ മല്ലവേ
ചാലത്തങ്കൈകൊണ്ടു പൂണ്ടാമ്പിന്നെ
വാരണവീരൻതങ്കാമിനീകതൈന്നെ
ച്ചാരത്തു ചന്നെങ്ങു പൂണുംപോലെ.
തരേിലങ്ങായ്ക്കൊണ്ടു പാഞ്ഞുതുടങ്ങിനാൻ
വീരന്മാരല്ലാരും നോക്കിനില്ക്കെ.
എന്നതു കണ്ടുള്ള മന്നവരല്ലാരും
ഒന്നൊത്തുകൂടിക്കതിർത്താരപ്പോൾ.
വില്ലടുെത്തീടിനാർ വാളടുെത്തീടിനാർ

1007 “ചെല്ലുവിമ്പിന്നാലെ” എന്നു ചൊന്നാർ.
1008 ഭൂമിപന്മാരുടെ മൗലിയായുള്ളൊരു
1009 ചേദിപന്തന്നുടെ കന്യകയെ
1010 കൊണ്ടങ്ങു മണ്ടുന്നനേരമന്നൊരു ഘോഷവും
1011 ഉണ്ടായിവന്നുതമ്മന്ദിരത്തിൽ.
1012 ചേദിപന്തന്നുടെ ചേകരന്നരേം
1013 ചെല്ലത്തുടങ്ങിനാർ ചെവ്വിനോടെ.
1014 മാഗധന്താനും മറ്റുള്ളവരെല്ലാരും
1015 മാനിച്ചുനിന്നു പറഞ്ഞൊരപ്പോൾ:
1016 “നമ്മുടെ മുന്നലെക്കന്യകതന്നയെ
1017 ന്നമ്മയെുമിങ്ങനെ നാരിയാക്കി
1018 കൊണ്ടങ്ങു പോയാനേ കൊണ്ടൽനവേർണ്ണന്താൻ
1019 കണ്ടിങ്ങു നില്പായ്വിൻ നിങ്ങളാരും.
1020 കന്യകതന്നുടെ കള്ളനായുള്ളോനെ
1021 ക്കണ്ടു കതിർത്തു പിടിച്ചു നരേ
1022 കൊണ്ടിങ്ങുപോരുവിനിണ്ടലും കൈവിട്ടു
1023 മണ്ടുവിമ്പിന്നാലെ വീരന്മാരേ!”
1024 എന്നങ്ങു ചൊന്നുള്ള മന്നവരെല്ലാരും
1025 തന്നുടെ തന്നുടെ സേനയുമായ്
1026 വാരണമേറിനാർ വാജിയുമേറിനാർ
1027 വാരുറ്റ തേരിലുമേറിപ്പിന്നെ
1028 വാരിജലോചനന്തന്നുടെ പിന്നാലെ
1029 പാരാതെ ചെന്നു ചെറുത്താരപ്പോൾ.
1030 പിന്നാലെ ചെല്ലുന്ന വൈരിയെക്കണ്ടിട്ടു
1031 സന്നദ്ധരായുള്ള യാദവന്മാർ
1032 തേരും തിരിച്ചു മടങ്ങിനിന്നീടിനാർ
1033 വീരന്മാരങ്ങനെ ചെയ്തു ഞായം.
1034 വീരന്മാരായുള്ള മന്നവർ കേൾക്കവേ

ധീരന്മാരായ് നിന്നു ചൊന്നാർ പിന്നെ:
"ചേദിപന്തന്നുടെ പണ്ണിനെച്ചെവ്വോടെ
യാദവന്മാരായ ഞങ്ങളിപ്പോൾ
കൊണ്ടങ്ങു പോകുന്നതെല്ലാരും കണ്ടാലും
മണ്ടിവന്നീടുവിനാകിൽ നിങ്ങൾ."
വീരന്മാരായുള്ള മന്നവരന്നപ്പോൾ
ഘോരങ്ങളായുള്ള ബാണങ്ങൾക്ക്
പാരണം നല്കിനാർ യാദവന്മാരുടെ
മാറിലഴുന്നൊരു ചോരവെള്ളം,
യാദവന്മാരുടെ ബാണവുമന്നേരം
ചേദിപന്മുമ്പായ മന്നോരുടെ
ചോരയായുള്ളൊരു വെള്ളത്തിൽ മുങ്ങീട്ടു
പാരം കുളിച്ചുതുടങ്ങീതപ്പോൾ
ഭീതിയപ്പൂണ്ടൊരു കാമിനിതന്മുഖം
കാതരമായിട്ടു കണ്ടനേരം
കാർമുകിൽനേർവർണ്ണൻ ചൊല്ലിനിന്നീടിനാൻ
തൂമന്ദഹാസത്തെത്തൂകിത്തൂകി:
"താവകമായുള്ളൊരാനനം കണ്ടിട്ടു
താപമുണ്ടാകുന്നു മാനസത്തിൽ;
മാനിനിമാരുടെ മൗലിയായുള്ള നി
ന്നാനനമേതുമേ വാടൊല്ലാതെ.
എന്നുടെ ബാണങ്ങൾ ചെല്ലുന്ന നേരത്തി
മ്മന്നവരാരുമേ നില്ലാരങ്ങും.
ആയിരം കാകന്നു പാഷാണമൊന്നതോൻ
വണ്ണേന്നൂതന്നതോ കേൾപ്പുണ്ടല്ലൊ."
ഇങ്ങനെ ചൊന്നവൾ പേടിയപ്പോക്കീട്ടു
വന്നുള്ള മന്നോരെ നോക്കിനാന്താൻ.
കാരുണ്യംപൂണ്ടൊരു കാർവർണ്ണന്തന്മുഖം

ആരുണ്യംപൂണ്ടു ചമഞ്ഞുതപ്പഴോൾ
നൂതനമായുള്ളൊരാതപം പൂണ്ടുന്ന
പാതംഗമാകിന ബിംബംപഴോലെ.
വാരിജലഴോചനനായി വിളങ്ങിന
വാരിജവല്ലഭന്തങ്കൽനിന്ന്
ബാണങ്ങളാകുന്ന ദീധിതിജാലങ്ങൾ
വാരുറ്റു മന്നേമലേ ചല്ലുകയാൽ
നരേിട്ടു നിന്നൊരു വീരന്മാരായുള്ള
കൂരിരുട്ടങ്ങേുമെ കണ്ടീലപ്പഴോൾ.
വീരനായുള്ളൊരു രുഗ്മിതാനന്നരേം
തരേിലങ്ങറേി മുതിർന്നു ചൊന്നാൻ:
“ചഴോരനായ് വന്നുനിന്നാരുമെ കാണാതെ
സഴോദരിതന്നയെും തരേിലാക്കി
കൊണ്ടങ്ങു മണ്ടുന്ന കൊണ്ടൽനരേവർണ്ണന്തൻ
കണ്ഠത്തകെ്കണ്ടിച്ചു കൊന്നു പിന്നെ
സഴോദരീതന്നയെുമ്മീണ്ടുകൊണ്ടിങ്ങു ഞാൻ
പഴോരുന്നതല്ലാരും കണ്ടുകൊൾവിൻ.
നിശ്ചയമന്നെതു നിർണ്ണയിച്ചാലുമി
ന്നിച്ചൊന്ന കാരിയം പൂരിയാതെ
കുണ്ഡിനമാകിന മന്ദിരംതന്നിൽ ഞാൻ
എന്നുമെ പൂകുന്നനേല്ല ചൊല്ലാം.”
ഇങ്ങനയെുള്ളൊരു സംഗരവാദത്തെ
മംഗലദീപവും പൂണ്ടു ചൊന്നാൻ.
പാരാതെ പിന്നയെക്കാർമുകിൽവർണ്ണനെ
നരേിട്ടുനിന്നു വിളിച്ചു ചൊന്നാൻ:
“മൂർക്ക്വൻതങ്കയ്യിലെ നന്മണിതന്നയെും
മൂഷികങ്കൊണ്ടങ്ങു മണ്ടുംപഴോലെ
എന്നുടെ സഴോദരീതന്നയെും കൊണ്ടു നീ

1091 എന്തിത്തുടങ്ങുന്നു?”തന്നെന്നു ചൊല്ലി
1092 ഘോരങ്ങളായുള്ള ബാണങ്ങൾ തൂകിനാൻ
1093 വാരിദം വാരിയതെത്തൂകുംപോലെ.
1094 കൊണ്ടൽനരേർവർണ്ണനും ബാണങ്ങളെല്ലാമേ
1095 കണ്ടിച്ചു കണ്ടിച്ചു വീഴ്ത്തി വീഴ്ത്തി
1096 സാരഥിതന്നയെും വാജികൾതന്നയെും
1097 തരേുമന്നരേത്തു വീഴ്ത്തിപ്പിന്നെ
1098 ചാലച്ചനെന്നങ്ങവന്തന്നയെും ബന്ധിച്ചു
1099 കാലന്നു നല്കുവാനോേങ്ങുംനരേം
1100 കാർവർണ്ണന്തന്നുടനെ കപൈുക്കു നിന്നിട്ടു
1101 കാതരനായൊരു വീരന്നപ്പോൾ
1102 ബാലികതന്നുടനെ ലോേചനവാരികൾ
1103 ആലംബമായിട്ടേ വന്നുകൂടീ.
1104 കാർമുകിൽവർണ്ണന്തന്നാനനംതന്നുടനെ
1105 രാഗവും കിഞ്ചിൽ കുറഞ്ഞുതായി.
1106 “കൊല്ലാതെ കൊല്ലണമിന്നിവന്തന്നെ”യനെ
1107 ന്നുള്ളിലനെ നണ്ണിന കാർവർണ്ണന്താൻ
1108 പശേലമായൊരു കശേവും മീശയും
1109 പയോായിപ്പോേകുമാറാക്കിപ്പിന്നെ
1110 പോേകനെ്നു ചൊല്ലിയയച്ചുനിന്നീടിനാൻ
1111 ആകുലനാകിന ഭൂപന്തന്നെ.
1112 നാണവുംപൂണ്ടു തന്നാനനം കുമ്പിട്ടു
1113 നാനാജനങ്ങളും കാണവതോൻ
1114 വഗേത്തിൽ പോേയിത്തന്മന്ദിരംതന്നുടനെ
1115 ചാരത്തു ചനെ്നങ്ങു നിന്നനരേം
1116 ഉറ്റവരെല്ലാരും കുറ്റമകന്നൊരു
1117 മറ്റൊരു മന്ദിരം നിർമ്മിച്ചപ്പോൾ
1118 ക്ഷീണനായുള്ളൊരു രുക്മിയതെ്തന്നയെും

1119 ചണ്ണേുററ മന്ദിരംതന്നിലാക്കി
1120 മന്നവന്മാരെല്ലാം മാനവും കൈവിട്ടു
1121 തന്നുടെ മന്ദിരംതന്നിൽ പുക്കാർ.
1122 കാമിനിതന്നോടു കൂടിക്കലർന്നൊരു
1123 കാർവർണ്ണന്താനുമായ്മെല്ലെ മെല്ലെ
1124 ദ്വാരകയാകിന പൂരിലകംപൂക്കാർ
1125 ഭേരിയും താഡിച്ചു യാദവന്മാർ.
1126 വൈദികരായുള്ള വേദിയർ ചൊല്ലാലെ
1127 വൈദർഭിതന്നുടെ പാണിതന്നെ
1128 നൽപ്പൊഴുതാണ്ടൊരു രാശികൊണ്ടന്നരം
1129 പത്മവിലോചനൻ പൂണ്ടുകൊണ്ടാൻ
1130 പാർവ്വതിതന്നുടെ പാണിയെപ്പണ്ടു നൽ
1131 പാവകലോചനനെന്നപോലെ.
1132 വാരുററു നിന്നുള്ളൊരുത്സവമന്നരം
1133 ദ്വാരകതന്നിൽ പരന്നുതെങ്ങും.
1134 വാർതിങ്കൾതന്നോടു തൂവണ്ണിലാവുതാൻ
1135 വാരുററു നിന്നു കലർന്നപോലെ
1136 കാർവർണ്ണന്തന്നോടു കാമിനിതാനുമ
1137 ക്കാലത്തു ചാലക്കലർന്നുനിന്നാൾ
1138 ബാലികതന്നുടെ വാഞ്ഛിതം പൂരിപ്പാൻ
1139 ചാലത്തുനിഞ്ഞു തുടങ്ങുംനരം
1140 ചേദിപന്തന്നുടെ ചൊല്ലാലെ വന്നിട്ടു
1141 വേദന പൂകിപ്പാനെന്നപോലെ
1142 ലജ്ജതാൻ ചെന്നു ചെറുത്തു തുടങ്ങിനാൾ
1143 ഇച്ഛയല്ലന്നതു ചിന്തിയാതെ
1144 വാരിജലോചനൻകണ്ണിണ മെല്ലയെ
1145 ന്നാരിതന്നാനനം പൂകുംനരം
1146 വാരിജലോചനതന്നുടെ കണ്ണിണ

നേരെ മടങ്ങിത്തുടങ്ങുമപ്പോൾ.
"ഓമലേ! നിന്നുടെ കോമളമായൊരു
പൂമേനി മെല്ലവേ പൂണ്ടുകൊൾവാൻ
കാമിച്ചു വന്നു ഞാൻ ദൂരത്തു നില്ലാതെ
ചാരത്തു പോരിങ്ങു ബാലികേ ! നീ"
എന്നങ്ങു ചൊല്ലുമ്പോളാനനം താഴ്ത്തുകൊ
ണ്ടേതുമേ മിണ്ടാതെ നിന്നുകൊള്ളും.
വാസത്തിനുള്ളൊരു മന്ദിരംതന്നിൽ തൻ
നാഥനുമായിട്ടു മേവുംനേരം
ചൂഴുംനിന്നോരോരോ ലീലകളോതിത്തൻ
തോഴിമാരെല്ലാരും പോകുന്നപ്പോൾ
കേവലനായൊരു കാന്തനെക്കാൺകയാൽ
പോവതിനായിട്ടു ഭാവിക്കുമ്പോൾ.
ശയ്യയിലങ്ങു തിരിഞ്ഞു കിടന്നിട്ടു
പയ്യവേ നോക്കീടുമിങ്ങുതന്നെ;
കാർമുകിൽവർണ്ണന്താൻ കണ്ണടച്ചീടുകിൽ
ആനനംതന്നിലേ നോക്കിനില്ക്കും.
ചുംബനത്തിന്നു തുനിഞ്ഞുതുടങ്ങുകിൽ
ചിമ്മിനിന്നീടും തങ്കണ്ണിണയും.
കാർമുകിൽ വർണ്ണന്തന്മേനിയോടേശുകിൽ
കോൾമയിർക്കൊള്ളും തന്മേനിതന്നിൽ.
പങ്കജലോചനന്തന്നുടെ പാണികൾ
കൊങ്കയിൽനിന്നു കളിക്കുംനേരം
ചേണുറ്റ നീവിതൻ ചാരത്തു ചെല്ലുകിൽ
പാണികൾ ചെന്നു പിണങ്ങുപ്പോൾ.
ഇങ്ങനെയോരോരോ ലീലകൾ തോഞ്ഞു തൻ
മംഗലകാന്തനും താനുമായി
ചിത്തമിണങ്ങി മയങ്ങിനിന്നഴേട്ടു

പത്തു ദിനങ്ങൾ കഴിഞ്ഞ കാലം
തോഴികൾതന്നുടെ ചാരത്തു ചെല്ലുമ്പോൾ
കോഴ തുടങ്ങീതു മെല്ലെ മെല്ലെ.
ചോരിവാതന്നയെും മൂടിത്തുടങ്ങിനാൾ
വാരുററ പാണിയക്കൊണ്ടു മെല്ലെ.
തോഴിമാരെല്ലാരുമന്നതു കണ്ടപ്പോൾ
പാഴമപൂണ്ടു പറഞ്ഞുനിന്നാർ:
"ചൊല്ലിയന്നീടിന ചൂതത്തിൻചാരത്തു
ചെല്ലത്തുടങ്ങീതു മുല്ല താനേ
പണ്ടു താൻ കാമിച്ച പൂമരം ചാരത്തു
കണ്ടുകണ്ടീടിനാലന്നു ഞായം.
ചൊല്പററു നിന്നൊരു ദാഡിമംതന്നുടെ
നല്പഴം കണ്ടൊരു പൈങ്കിളിതാൻ
കൊത്തിപ്പിളർന്നതു മൂടുവാൻ തേടുന്നു
പുത്തനായ് നിന്നുള്ള പല്ലവംതാൻ.
ചാലെ വിരിഞ്ഞൊരു വാരിജംതന്നിലെ
ത്തേനുണ്ടു നിന്നുള്ളൊരന്നത്തിൻറെ
വാർനഖമേററു പൊളിഞ്ഞതു കണ്ടാലും
വാരിജംതന്നുടെ കോരകങ്ങൾ."
തോഴിമാരെല്ലാരുമന്നതു ചൊന്നപ്പോൾ
തോഷത്തപ്പൂണ്ടൊരു കോപവുമായ്
നാണം ചുമന്നു കനത്ത കണക്കേ ത
ന്നാനനം താഴ്ത്തിനാൾ മാനിനിതാൻ.
ഇങ്ങനെയോരോരോ മംഗലലീലകൾ
തങ്ങളിൽ കൂടിക്കലർന്നു പിന്നെ
കാർമുകിൽനേരൊത്ത കാന്തിയപ്പൂണ്ടുള്ള
കാമുകന്മനേയും പൂണ്ടു ചെമ്മെ
ഭംഗികൾ തങ്ങുന്ന ശൃംഗാരംതന്നുടെ
മംഗലവാഴ്ചയും വാണുനിന്നാർ.

7.ശംബരവധം

1 ഗോവിന്ദനായൊരു മന്ദരംതന്നാലെ
2 മേവുന്ന മന്ഥനംകൊണ്ടു ചെമ്മേ
3 പ്രദ്യുമ്നനായൊരു നൽത്തിങ്കളുണ്ടായി
4 രുക്മിണിയായൊരു പാൽക്കടലിൽ.
5 ശംബരനായൊരു ദാനവനെന്നപ്പോൾ
6 നമ്മുടെ വൈരിയിതെന്നു നണ്ണി
7 പറ്റൊരുനേരത്തു പെട്ടെന്നു വന്നിട്ടു
8 മറ്റാരും കാണാതെ കൊണ്ടുപോയി
9 പാല്ക്കടൽതന്നിലെറിഞ്ഞുനിന്നീടിനാൻ
10 മുർക്ക്വരായുള്ളവരെന്നു ഞായം.
11 പൈതലെച്ചെന്നു മിഴുങ്ങിനിന്നീടിനാൻ
12 പൈ പെരുത്തീടിന മീനനപ്പോൾ.
13 വാരിധിചാരർ പിടിച്ചുകൊണ്ടന്നേരം
14 ബാലനെപ്പൂണുമമ്മീനന്തന്നെ
15 സർപ്പത്തെപ്പൂണ്ടൊരു ഭാജനംപോലെ ചെ
16 ന്നപ്പൊഴേ നല്കിനാൻ ശംബരന്ന്.
17 പാചകനന്നേരം വാൾകൊണ്ടമ്മീനനെ
18 പ്പാരാതെ ചെന്നങ്ങു കീറുന്നപ്പോൾ
19 പേയില്ലയാതൊരു പൈതലെക്കണ്ടിട്ടു
20 മായാവതിക്കായി നല്കിനിന്നാൻ
21 നാരന്തന്നുടെ വാർത്തയെക്കേട്ടു നി
22 ന്നാദരവോടവൾ പൈതൽതന്നെ
23 തന്നുടെ കാന്തനാം കാമനെന്നിങ്ങനെ
24 നിർണ്ണയിച്ചമ്പിൽ വളർത്തുകൊണ്ടാൾ.
25 മെല്ലമെല്ലങ്ങു വളർന്നു വളർന്നവൻ
26 നല്ലൊരു യൗവനം പൂണ്ടകാലം

കാമിച്ചുനിന്നൊരു കാമിനിതന്നോടു
നാണിച്ചുനിന്നു പറഞ്ഞാനപ്പോൾ:
“അമ്മയായുള്ളൊരു നിന്നുടെ ഭാവങ്ങൾ
സമ്മതികൂടാതെ കണ്ടതന്തെ?”
എന്നങ്ങു കേട്ടവളിങ്ങനെ ചൊല്ലിനാൾ:
“എന്നുടെ കാന്തനായ് നിന്നതു നീ;
കന്ദർപ്പൻ നീയന്നു നിർണ്ണയിച്ചാലുമി
ന്നിന്നുടെ കാന്തയായ് നിന്നതു ഞാൻ.
നിന്നുടെ വൈരിയായുള്ളൊരു ശംബരൻ
തന്നെ നീ കൊല്ലുവായന്നു നണ്ണി
ശംബരന്തന്നുടെ മന്ദിരംതന്നിലേ
നിന്നു മുഷിഞ്ഞു ഞാനിത്രനാളും.”
എന്നതു കേട്ടവനുള്ളിലങ്ങുണ്ടായി
തന്നുടെ വേലേ കഴിഞ്ഞതല്ലാം.
ക്രുദ്ധനായ് നിന്നിട്ടു ശംബരന്തന്നോടു
യുദ്ധം തുടങ്ങിനാമ്പാരമപ്പോൾ.
ഘോരനായുള്ളൊരു ശംബരന്തന്നയെും
ആദരം കൈവിട്ടു നരേയെപ്പോൾ
അന്തകന്തന്നുടെ മന്ദിരം പൂകിച്ചു
ചന്തത്തിൽ തന്നുടെ കാന്തയുമായ്
വാരുറ്റുനിന്നൊരു ദ്വാരകതന്നിലേ
പാരാതെ ചന്നെങ്ങു പൂകുംനേരം
കണ്ടുകണ്ടീടുന്ന കാമിനിമാരെല്ലാം
കൊണ്ടൽനരേവർണ്ണനന്താനന്നു നണ്ണി
പടേിച്ചുപോയി മറഞ്ഞുതുടങ്ങിനാർ;
കടേറ്റു പിന്നയെും തടേിനിന്നാർ.
ആരിതന്നിങ്ങനെ ശങ്കിച്ചുനിന്നാര
ദ്ദ്വാരകതന്നിലേ ലോകരെല്ലാം

“എന്‌നുടെ ബാലകന്‌താനിതെ”ന്‌നിങ്‌ങനെ
തന്‌നിലേ നണ്‌ണിയണഞ്‌ഞനേരം
വൈദർഭിതന്‌നുടെ വാർമുലക്കോരകം
വൈകാതെ നിന്‌നു ചുരന്‌നുതപ്‌പോൾ.
നാരദനന്‌മുനി പാരാതെ ചൊന്‌നുടൻ
ദ്വാരകയാകിന പൂരിൽ നേരേ
കീഴിൽക്കഴിഞ്‌ഞുള്‌ളവസ്ഥകളോരോന്‌നേ
കോഴപ്പെടാതെനിന്‌നോതിയോതി
“നിന്‌നുടെ ബാലകന്‌താനിവൻ” എന്‌നവൾ
തന്‌നോടു നിന്‌നങ്‌ങു ചൊന്‌നനേരം
തന്‌നുടെ പൈതലിവനെന്‌നതങ്‌ങവൾ
നിർണ്‌ണയിച്‌ചമ്‌പോടു പൂണ്‌ടുകൊണ്‌ടാൾ.
അംഗജന്‌തന്‌നുടെ സംഗതി തന്‌നാലെ
മംഗലമായ്‌വന്‌നു മാലോകർക്കും.

8.സ്യമന്തകം

1 സത്രാജിത്താകുന്ന മന്നവമ്പണ്ടു പോയ്

2 മിത്രനസ്സേവിച്ചു നിന്നകാലം

3 ഉത്തമമായൊരു രത്നത്തെ നല്കിനാൻ

4 ഭക്തിയെക്കണ്ടു തെളിഞ്ഞു മിത്രൻ.

5 വാർമെത്തുമാറു സ്യമന്തകമെന്നൊരു

6 പേർപെറ്റു നിന്നൊന്നിപ്പാരിലെങ്ങും.

7 എട്ടെട്ടു ഭാരം നല്പൊന്നുമീണ്ണീടുന്നോ

8 ന്നിഷ്ടത്തിൽ പൂജിച്ചു സേവിക്കുമ്പോൾ.

9 അങ്ങനെയുള്ളൊരു നന്മണിതന്നെത്ത

10 ന്നംഗത്തിൽ ചേർത്തവൻ പോകുംനേരം

11 ദ്വാരകതന്നിലേ മാലോകർ കണ്ടിട്ടു

12 സൂര്യനെന്നിങ്ങനെ നിർണ്ണയിച്ചാർ.

13 പാഥോജലോചനന്തന്നുടെ ചാരത്തു

14 പാഞ്ഞുചെന്നെല്ലാരും ചൊന്നാരപ്പോൾ:

15 "സൂരിയനുണ്ടിങ്ങു വന്നുതുടങ്ങുന്നു.

16 സൂതനും തേരുമകന്നുചെമ്മേ.

17 ആദരിച്ചീടണം പാരാതെ ചെന്നു നീ

18 വേദത്തിൻകാതലാം ദേവൻതന്നെ."

19 എന്നതു കേട്ടൊരു പങ്കജലോചനൻ

20 എന്തെന്നു ചിന്തിച്ചു നോക്കിച്ചൊന്നാൻ:

21 "മിത്രനല്ലേതുമേ രത്നത്തെപ്പൂണ്ടുള്ള

22 സത്രാജിത്തല്ലൊയീ വന്നതിപ്പോൾ."

23 എന്നതു കേട്ടുള്ള യാദവന്മാരെല്ലാം

24 നിന്നങ്ങു മേവിനാർ നോക്കി നോക്കി

25 സത്രാജിത്തങ്ങു പോയ് തന്നുടെ ഗേഹത്തിൽ

26 സത്വരം ചെന്നങ്ങു പുക്കു പിന്നെ

ഈശ്വരപൂജയചെ്ചയ്തങ്ങ്ങു പരേരുന്ന
വശേ്മത്തിലാക്കിനാനമ്മണിയും.
സ്വർണ്ണങ്ങ്ങൾകരൊണ്ടു നിറഞ്ഞുതുടങ്ങ്ങീത
പ്പുണ്യവാൻതന്നുടര ഗഹേമപ്പരേൾ.
അന്നരൊരുനാളിലന്നന്ദജന്മലെ്ലവരേ
ചന്നെങ്ങ്ങു നിന്നവന്മന്ദിരത്തിൽ
യാദവരാജനു വണേമന്നെിങ്ങ്ങനര
യാചിച്ചുനിന്നാനന്നന്മണിയരേ.
ലുബ്ധനായുള്ളരൊരു മന്നവനന്നരേം
ഉദ്ധതനായിക്കരൊടാഞ്ഞമൂലം
മലെ്ലവരേ തന്നുടര മന്ദിരം പൂകിനാൻ
അല്ലിത്താർമാനിനീകാന്തനപ്പരേൾ.
വാഞ്ഛിതമായതു കവൈന്നുകൂടാതര
വാരിജലരോചനൻ പരോയനരേം
എന്തിതുകരൊണ്ടിനി വന്നതന്നെിങ്ങ്ങനര
ചിന്ത തുടങ്ങ്ങീതു മന്നവനും.
ഒട്ടുനാളിങ്ങ്ങനര തിട്ടതി കൂടാതര
ഇഷ്ടമായ് നിന്നു കഴിഞ്ഞകാലം
മന്നവന്തന്നുടര സരോദരനമ്മണി
തന്നുടര കണ്ഠത്തിൽ ചർേത്തു ചമെ്മരേ
ആയാസം കവൈിട്ടു പയോയിപ്പരോകാതര
നായാടവണേം ഞാനന്നെു നണ്ണി
വാജിമലേറി നടന്നുതുടങ്ങ്ങിനാൻ
വാരുററു നിന്നരൊരു കാനനത്തിൽ.
വീരനായുള്ളരൊരു കസേരി വന്നപ്പരേൾ
പാരാതര കരൊന്നവൻതന്നര വീഴ്ത്തി
വാജിയും കരൊന്നുടനമ്മണിതന്നയെും
വാരിക്കരൊണ്ടങ്ങ്ങു നടന്നനരേം

ജാംബവാൻ കണ്ടു നൽ കസേരിതന്നയെും
ചാമ്മാറു നിന്നു കതിർത്തു പിന്നെ
ദീധിതിപൂണ്ടൊരു നന്മണിതന്നയെും
ആധികളഞ്ഞു പറിച്ചുകൊണ്ട്
ബാലകന്നായിട്ടു ലീലകൾ കോലുവാൻ
ചാലെ നല്കീടിനാനാലയത്തിൽ.
സോദരമ്പോയവൻ വന്നുതില്ലന്നിട്ടു
കാതരനായൊരു മന്നവന്താൻ
തന്നോടു ചേർന്നുള്ള ലോകരോടന്നരേം
ഖിന്നമായ് നിന്നു പറഞ്ഞാൻ മല്ലേ:
"നായാട്ടു കോലുവാൻ നന്മണി പൂണ്ടങ്ങു
പോയൊരു സോദരൻ വന്നുതില്ലേ;
എന്തിതിങ്കാരണമന്നതേ ചിന്തിച്ചൂ
വന്തുവന്തീടുന്നുതുള്ളമിപ്പോൾ
നന്മണികൂടാതെ പോയാകിൽ വന്നാനും
എന്നൊരു നിർണ്ണയമുണ്ടനിക്കും.
ആദിത്യസവേയപ്പണ്ടു ഞാൻ ചെയ്തതി
ന്നാപത്തിന്മൂലമായ് വന്നുകൂടി.
ഓങ്ങിനതല്ലാരും കണ്ടുതായല്ലൊ പ
ണ്ടാശയും കട്ടേുതായിന്നു ചെമ്മേ.
എന്നുടയെുള്ളത്തിൽ മുന്നമയേുണ്ടതു
നിന്നോടു ചൊല്ലീലയന്നേ വണ്ടേു."
ഖിന്നനായുള്ളൊരു മന്നവനിങ്ങനെ
കണ്ണനതേതാന്നിച്ചു ചൊന്നനേരം.
ഇഷ്ടരായുള്ളവരന്നതു കട്ടേപ്പോൾ
"കഷ്ടം!" എന്നിങ്ങനെ ചൊല്ലിപ്പിന്നെ
തങ്ങളിൽനിന്നു പറഞ്ഞുതുടങ്ങിനാർ:
"ഇങ്ങനെയുള്ളതിന്നന്തു ചൊൽവൂ?

83 നാമിപ്പറഞ്ഞതു പൊങ്ങുകിലങ്ങൊനും
84 നമ്മുടെ ജീവനും പോക്കുണ്ടാമേ.
85 എന്നതു ചിന്തിച്ചുകൊള്ളുവിനെല്ലാരും"
86 എന്നങ്ങു ചൊന്നവർ നിന്നനേരം
87 തന്നുടെ ബന്ധുവായ് നിന്നങ്ങു പോന്നവൻ
88 തന്നോടു ചൊല്ലിനാനങ്ങൊരുത്തൻ
89 തന്നുടെ തന്നുടെ ബന്ധുവായുള്ളവർ
90 തങ്ങളിൽ തങ്ങളിൽ ചൊല്ലിച്ചൊല്ലി
91 കർണ്ണങ്ങൾതോറും നടന്നുതുടങ്ങീതെ
92 ക്കണ്ണനെക്കൊണ്ടുള്ള വാർത്തയപ്പോൾ.
93 മാലോകരെല്ലാരും തങ്ങളിലൊന്നിച്ചു
94 ചാലപ്പറഞ്ഞുതുടങ്ങീതപ്പോൾ:
95 "വാരിജലോചനൻശീലങ്ങളോർക്കുമ്പോൾ
96 ചേരുന്നൂതല്ലയീ വാർത്തയിപ്പോൾ"
97 "വിത്തങ്ങൾ കാണുമ്പോൾ ചിത്തം മയങ്ങാതെ
98 ഉത്തമരായുള്ളോരാരിപ്പാരിൽ?
99 ബന്ധുരമായൊരു രത്നമിതന്നെതു
100 ചിന്തിച്ചു കാണ്ക നീ മറ്റൊന്നല്ലേ.
101 ബാലനായ്പണ്ടിവൻ ചാല നടന്നന്നേ
102 വലേകളെല്ലാമേ കേൾപ്പുണ്ടല്ലോ.
103 ആച്ചിമാർവീട്ടിലേ വണ്ണെ കവർന്നതി
104 പ്പൂജ്യനായ്പോരുന്ന വീരനത്രെ.
105 കട്ടതുകൊണ്ടു പിടിച്ചുകൊണ്ടമ്മതാൻ
106 കെട്ടിനാളന്നതോ കേൾപ്പുണ്ടല്ലൊ:
107 നാരിമാർ വീഴ്ത്തുള്ള കൂറുകൾ വാരിക്കൊ
108 ണ്ടാരുമേ കാണാതെ പണ്ടുപോയി.
109 ഇത്തരം ചെയ്യുന്ന കർക്കശന്മാർക്കു ചൊ
110 ല്ലിച്ചേരയുണ്ടാകാതോ രത്നങ്ങളിൽ.

111 വലിതാൻ ചന്നെങ്ങു നല്ലിനത്തിന്നുന്ന
112 കാലമിതന്നതു വന്നുകൂടി.
113 തന്നയും തന്നയും കാത്തുകണ്ടന്നാലേ
114 നിന്നുകൾകല്ലാരുമന്നേ വണ്ടൂ."
115 മാലോകരിങ്ങനെ ചൊന്നതു കട്ടേപ്പോൾ
116 മാലിയന്നീടിനാർ പാന്ഥന്മാരും.
117 ബാലകന്മാരോടു ചൊല്ലിനാരല്ലാരും
118 "ചാരത്തു ചല്ലൊല്ലാ" എന്നിങ്ങനെ.
119 കാണുന്ന നരേത്തു ബാലകന്മാരല്ലാം
120 പായുന്നതന്തെന്നു ചിന്തിച്ചപ്പോൾ
121 പങ്കജലോചനന്തന്നുടയുള്ളിലും
122 ശങ്ക തുടങ്ങീതു മല്ലെ മല്ലെ
123 ബാലകന്മാരെ വിളിച്ചുതുടങ്ങിനാൻ
124 വാഴപ്പഴങ്ങളുമായിച്ചമ്മേ.
125 പിന്നയുമൊന്നുമേ ചാരത്തു ചല്ലാതെ
126 പിൻനോക്കി മണ്ടുന്ന ബാലകന്മാർ
127 ചൊന്നതു കട്ടേു പറഞ്ഞുതുടങ്ങിനാർ
128 മന്ദിരംതന്നിലേ നിന്നോരല്ലാം:
129 "നിന്നോടു മുന്നം ഞാൻ ചൊന്നൊരു വാർത്തകൾ
130 നിർണ്ണയമന്നതു വന്നുതിപ്പോൾ.
131 വാഴപ്പഴങ്ങളക്കാണുന്ന നരേത്തു
132 ബാലകർ ചാരത്തു ചല്ലുമല്ലൊ;
133 മോതിരം തോടകൾ തോൾവളയന്നിവ
134 മോഷണിച്ചീടിന നരേമപ്പോൾ."
135 ഇങ്ങനയെോരോരോ മന്ദിരംതന്നിലേ
136 നിന്നുള്ളോരല്ലാരും ചൊല്ലുംനരേം
137 എന്നക്കൊണ്ടുള്ളൊരു വാർത്തയന്നിങ്ങനെ
138 തന്നിലേ നണ്ണിനാൻ കണ്ണനപ്പോൾ,

രാപ്പെരുമാററം നടന്നുതുടങ്ങിനാൽ
വായ്പോടു കേൾക്കാമീ വാർത്തയെല്ലാം.
എന്നങ്ങു നണ്ണി നടന്നുതുടങ്ങിനാൻ
മന്ദിരംതോറുമമ്മംഗലന്താൻ.
അന്നൊരു മന്ദിരംതന്നുടെ ചാരത്തു
നന്നായിച്ചെന്നവൻ നിന്നനേരം
നന്മണം വന്നതിങ്ങെന്തെന്നു ചിന്തിച്ചു
നിന്നൊരു മന്ദിരനാഥനപ്പോൾ
മെല്ലവേ നോക്കിനനേരത്തു കാണായി
മല്ലവിലോചനന്തന്നെച്ചെമ്മേ.
കണ്ടൊരു നേരത്തു മന്ദിരനാഥന്താൻ
മണ്ടിനാൻ ചാരത്തേ മന്ദിരത്തിൽ:
“സൂക്ഷിച്ചുകൊള്ളേണം നിങ്ങൾ” എന്നിങ്ങനെ
രൂക്ഷമായുള്ളൊരു വാർത്ത ചൊന്നാൻ.
“പണ്ടെന്നും കാണാത കള്ളരേയുണ്ടിപ്പോൾ
കണ്ടുതുടങ്ങുന്നു വീടുതോറും;
പേർ പറഞ്ഞീടിലോ വേറൊന്നിക്കാരിയം
വേർ പറിഞ്ഞീടുമിന്നാവു താനേ.
ഇങ്ങനെയുള്ളനാളിന്നിലം കൈവിട്ടു
എങ്ങാനും പോക നാമെന്നേ വേണ്ടൂ.”
തങ്ങളിലിങ്ങനെ ചൊല്ലിന വാർത്തകൾ
എങ്ങുമേ ചെന്നു പരന്നനേരം
നിശ്ചലനായുള്ളൊരച്യുതന്തന്നുടെ
നൽച്ചവിതന്നിലും ചെന്നുകൂടി.
“സത്യത്തെപ്പാലിച്ചു പോരുന്നോരെന്നെക്കൊ
ണ്ടിത്തരമായിതോ ലോകവാദം?
ആരായവേണം ഞാൻ പാരാതെ പോയിപ്പോൾ
നേരററു നിന്നൊരു രത്നമെന്നാൽ.”

167 എന്നങ്ങ്ങു ചിന്തിച്ച്ചു ചൊല്ലിനിന്നീടിനാൻ

168 നിന്നൊരു മാലോകരെല്ലാരോടും:

169 "നായാട്ടിനായിട്ടു നന്മണി പൂണ്ടങ്ങ്ങു

170 പോയൊരു മന്നവൻ വന്നില്ലല്ലൊ,

171 ആരാഞ്ഞ്ഞു കാണണേമന്നെങ്ങ്ങു ചിന്തിച്ച്ചു

172 പാരാതെ പോവാനായ് ഞാൻ തുനിഞ്ഞ്ഞു.

173 ചങ്ങ്ങാതമായിട്ടു നിങ്ങ്ങളുമെല്ലാരും

174 മങ്ങ്ങാതെ പോരണേമമ്പിന്നാലെ."

175 ഇങ്ങ്ങനെ ചൊന്നൊരു മംഗലന്താനപ്പോൾ

176 തിങ്ങ്ങിന ലോകരുമായിച്ചമ്മേ.

177 കാനനംതന്നിൽ നടന്നുതുടങ്ങ്ങിനാൻ

178 കാണ്മതിന്നായിട്ടമ്മന്നവനേ.

179 കാർമുകിൽവർണ്ണ്ണനും മാലോകരെല്ലാരും

180 കാനനംതന്നിലേ തേടുംനേരം

181 പാതത്തപ്പൂണ്ടൊരു വാജിയെക്കാണായി

182 ചേതനയോടു പിരിഞ്ഞ്ഞു ചെമ്മെ;

183 മന്നവന്തന്നെയും വാജിതൻ ചാരത്തു

184 ഭിന്നമായ് വീണതുമവ്വണ്ണമേ.

185 ആരിവന്തന്നുടെ കാലനന്നെല്ലാരും

186 ആരാഞ്ഞ്ഞുനിന്നൊരു നേരത്തപ്പോൾ

187 കേസരിവീരൻപദങ്ങ്ങളെക്കാണായി

188 ധൂസരമായൊരു ഭൂതലത്തിൽ

189 കേസരി കൊന്നതെന്നിങ്ങ്ങനെ ചിന്തിച്ച്ചു

190 കേസരിതൻ വഴി നോക്കി നോക്കി

191 നീളെ നടന്നുതുടങ്ങ്ങിനോരങ്ങൊരു

192 ശൈലത്തിൻ ചാരത്തു ചെല്ലുംനേരം

193 വീരനായുള്ളൊരു കേസരിതന്നെയും

194 വീണുകിടന്നതു കാണായപ്പോൾ

195 കസേരിവീരനക്കെക്കൊല്ലുവാനാവരൊരു
196 വീരനിന്നാരുപോലെന്നിങ്ങനെ
197 ചിന്തിച്ചു പിന്നെയും നോക്കുന്നനേരത്തു
198 ചന്തത്തിൽക്കാണായി കാനനത്തിൽ
199 ആണ്മ തിരണ്ടൊരു ജാംബവാന്തന്നുടെ
200 മന്മേ കലർന്നുള്ള കാൽച്ചുവടും
201 കണ്ടൊരുനേരത്തു ചൊല്ലിനാങ്കല്യനാ
202 കൊണ്ടൽനേർവർണ്ണനല്ലാവരോടും:
203 "കസേരിവീരനക്കൊന്നുടന്മല്ലവേ
204 കവേലം പോയൊരു വാനരത്താൻ
205 കൂരിരുട്ടല്ലേുമിപ്പാതാളംതന്നിലേ
206 കൂശാതെ പൂകിനാനന്നുവന്നു.
207 വാതില്ക്കലാമ്മാറു നില്പിനിന്നല്ലാരും
208 പാതിച്ചവണ്ണം ഞാൻ ചെന്നുകൊൾവൻ."
209 എന്നങ്ങു ചൊല്ലിന പങ്കജലോചനൻ
210 കന്ദരംതന്നുള്ളിൽ ചല്ലുംനേരം
211 ബാലകന്തന്നുടെ ചാരത്തു കാണായി
212 ചാല വിളങ്ങിന നന്മണിയും.
213 കണ്ടൊരു നേരത്തു കയ്യിലങ്ങാക്കുവാൻ
214 കൊണ്ടൽനേർവർണ്ണനണഞ്ഞനേരം
215 ധാത്രിയായുള്ളൊരു പാഴിതാനന്നപ്പൊ
216 ളാർത്തയായ് നിന്നു കരഞ്ഞാൾ തിണ്ണം
217 "ചോരനായുള്ളൊരു മാനുഷൻ വന്നിട്ടു
218 ശോഭ കൊടുക്കുന്നോൻ" എന്നിങ്ങനെ.
219 എന്നതു കട്ടേരു ജാംബവാനന്നേരം
220 മന്ദമഴുന്നേറ്റു പോന്നുവന്നാൻ.
221 വീർത്തു വീർത്തങ്ങനെ ചൊല്ലിനിന്നീടിനാൻ
222 ചീർത്തു ചീർത്തീടുന്ന കോപത്താലേ:

223 “മാനുഷരാരുമെ പോരുവീലന്നെുടെ
224 മന്ദിരംതന്നിൽ പണ്ടന്നുമിന്നും.
225 പടിയുംകൂടാതെ പോരുവാനന്തു നീ
226 താഡനം കൊള്ളുവാനിച്ഛയുണ്ടോ?”
227 എന്നതു കേട്ടൊരു കണ്ണനും ചൊല്ലിനാൻ
228 നിന്നൊരു ജാംബവാന്തന്നെ നോക്കി:
229 “മാനുഷൻ പോരുവീലന്നെതോ കൈതവം
230 മാനുഷനായ ഞാൻ വന്നനേല്ലൊ.
231 താഡനംകൊണ്ടു നിന്നിമ്മണിതന്നെയും
232 താരാതെ കൊള്ളുവാനിച്ഛയുണ്ട്.”
233 എന്നതു കേട്ടൊരു ജാംബവാൻ ചൊല്ലിനാൻ:
234 “എങ്കിലോ നീയങ്ങൾനാഥല്ലോ;
235 നിന്നുടെ ദാസന്മാരായതു ഞങ്ങളു
236 മന്നെതുമിന്നിപ്പോൾ വന്നുകൂടും.”
237 ഇങ്ങനെ ചൊന്നു തൻ ചാരത്തു നിന്നൊരു
238 വന്മരംതന്നപ്പെറിച്ചു ചെമ്മേ
239 ക്രുദ്ധനായ് നിന്നങ്ങു യുദ്ധം തുടങ്ങിനാൻ
240 വൃദ്ധനായ് നിന്നൊരു ജാംബവാന്താൻ
241 ദാരു ഞെരിഞ്ഞു നുറുങ്ങിന നേരത്തു
242 പാരമണഞ്ഞു പിണങ്ങിപ്പിന്നെ
243 രുഷ്ടനായ് നിന്നങ്ങു യുദ്ധം തുടങ്ങിനാൻ
244 മുഷ്ടികൾകൊണ്ടുമങ്ങായവണ്ണം.
245 ജാംബവാന്തന്നുടെ മുഷ്ടികളൊന്നൊന്നേ
246 മന്മേലേ മനേയിലലേക്കുംനേരം
247 ഇന്ദിരതന്നുടെ ചെമ്പൊല്ക്കരംകൊണ്ടു
248 മന്ദം തലോടുന്നോളന്നു തോന്നി.
249 കാർവർണ്ണന്തന്നുടെ കൈത്തലം മന്മേലേ
250 വാനരവീരങ്കലലേക്കുന്നേരം

മനേയിലരേിന നഷേവു തുടങ്ങീതു
മാനസംതന്നുള്ളിലാനന്ദവും.
മുപ്പതു നാളങ്ങു മിക്കതുമുണ്ടായി
കൽപ്പു കലർന്നുള്ള മുഷ്ടിയുദ്ധം.
ആരിവനന്നെുള്ള ചിന്ത തുടങ്ങീതു
വാനരവീരന്നെു പാരമിപ്പഴേൾ.
"രാവണവരൈിയായ് നിന്നു വിളങ്ങിന
രാമന്നു ബന്ധുവായ് നിന്നനേല്ലൌ;
രൃക്ഷങ്ങളായുള്ള മുഷ്ടികളറേ്റല്ലൌ;
രാക്ഷസരന്നു മടങ്ങി ഞായം;
മാനുഷന്തന്നഷേടു നരേിട്ടു നിന്നിട്ടു
ദീനനായ് വന്നതു ഞാനന്തെിപ്പഴേൾ?"
ഇങ്ങനെ തന്നിലേ ചിന്തിച്ചു ചിന്തിച്ചു
പൌങ്ങിന കഷേപത്തപെ്പൂണുംനരേം
മല്ലരേ വല്ലെുന്ന വീരന്താന്മലെ്ലവേ
തള്ളിവിട്ടീടിനാൻ ഭൂതലത്തിൽ.
പാപങ്ങൾ പഷേക്കുന്ന പാദങ്ങൾകൌണ്ടങ്ങു
പാരം ചവിട്ടിനാൻ മയെ്യിൽപ്പിന്നെ.
കഷേമളമായുള്ള പാദങ്ങളലേക്കുമ്പഴേൾ
കഷേൾമയിർക്കൌണ്ടിതവന്നു മയെ്യിൽ
വായ്പഷേടു നിന്നൌരു കാർവർണ്ണന്തന്നുടെ
കാല്പൌടി മനേയിലറേ്റനരേം
നിർമ്മലമായൌരു മാനസംതന്നുള്ളിൽ
ഉണ്മയായുള്ളതു കാണായപ്പഴേൾ.
കണ്ണനന്നെിങ്ങനെ നണ്ണിന നരേത്തു
തിണ്ണമപ്പാദങ്ങൾ പൂണ്ടു പിന്നെ
കണ്ണുനീരഷേലഷേലച്ചൌല്ലി നിന്നീടിനാൻ
കണ്ണനകെ്കണ്ടുള്ള സന്തഷേഷത്താൽ:

279 "നിന്നുടെ ദാസനായിങ്ങനെ നിന്നുള്ളൊ
280 രന്നെച്ചെതിച്ചിതൊ തമ്പുരാനെ!
281 വദേത്തിൻ നല്പൊരുളാകിയ നിന്മയെയ്യിൽ
282 പാദങ്ങളലേപിച്ചനേല്ലൊ ചമ്മെ.
283 കഷ്ടനായുള്ളൊരു പാഴ്കുരങ്ങല്ലൊ ഞാൻ
284 ധൃഷ്ടനായ് നിന്നു നിന്മുന്നലപ്പൊൾ
285 തുഷ്ടനായ്മവേണ്ടമന്നു ചൊല്ലുമ്പൊൾ
286 ഒട്ടേറെപ്പൊമെല്ലൊ തമ്പുരാനെ!
287 രാമനായ്പണ്ടു നീ ചെയ്തുള്ള വലേകൾ
288 മാമകമായുള്ള മാനസത്തിൽ
289 തൊന്നിത്തുടങ്ങീതു വാരിധിതീരത്തു
290 ചെന്നു നാം ചേർന്നങ്ങു നിന്നതെല്ലാം.
291 കണ്ണിണ കിഞ്ചിൽ ചുവന്നതു കണ്ടല്ലൊ
292 തിണ്ണം മരിണ്ടുപണ്ടംബുധിതാൻ
293 സതുവെ നിർമ്മിച്ചു വാനരയൂഥങ്ങൾ
294 മീതെ കടന്നങ്ങു ചെന്നനേരം
295 വീരനായുള്ളൊരു രാവണന്തന്നെയും
296 നേരിട്ടു നിന്നു നീ വന്നായല്ലൊ.
297 ഏറിന മൊദത്തപ്പൂണ്ടുനിന്നന്നേരം
298 ഭരേയത്തൊഡിച്ചതിഞ്ഞാനല്ലൊ.
299 അന്നു പുലമ്പിനൊരമ്പുതാനന്നെത്തൊ
300 ട്ടിന്നു പുലമ്പണേം തമ്പുരാനെ!"
301 ഇങ്ങനെ ചൊന്നു തൻ പുത്രിയായുള്ളൊരു
302 കന്യകതന്നെയും നന്മണിയും
303 നാഥനായുള്ളൊരു നാരായണന്നായി
304 നല്കി നിന്നീടിനാൻ നല്ല വീരൻ.
305 ധന്യമായുള്ളൊരു രത്നത്തെത്തന്നെയും
306 കന്യകയാകിന തത്നത്തെയും

വാങ്ങിനിന്നീടിന വാരിജലോചനൻ
ഓങ്ങിനാൻ പോവതിനായിച്ചമ്മേ.
കണ്ണൻറെ പിന്നാലെ പോയുള്ളോരെല്ലാരും
കന്ദരവാതില്ക്കലഞ്ചാറുനാൾ
നിന്നിട്ടുമങ്ങെങ്ങുമേ കണ്ണനെക്കാണാഞ്ഞു
ഖിന്നരായെല്ലാരും പിന്നെപ്പോയി
ദ്വാരകവാസികളായവരോടെല്ലാം
വാരിജലോചനൻവാർത്ത ചൊന്നാർ.
ദേവകി മുമ്പായ ദേവിമാരന്നേപ്പോൾ
വേദനവാരിധിതന്നിൽ വീണാർ.
ആനകദുന്ദുഭിതാനുമന്നേരം ത
ന്നാനനം താഴ്ത്തിനാൻ ദീനനായി.
എന്തിനി നല്ലുതന്നെന്നിങ്ങനെ തങ്ങളിൽ
ചിന്തിച്ചുനിന്നുള്ള ലോകരെല്ലാം
ദുർഗ്ഗയെപ്പൂജിച്ചു മേവുകിൽ നമ്മുടെ
ദുഃഖങ്ങൾപോമിപ്പോഴെന്നു നണ്ണി
ദൂർഗ്ഗയെപ്പൂജിച്ചു സേവതുടങ്ങിനാർ
ദുഃഖങ്ങൾ പോവതിന്നായിച്ചമ്മേ.
പൂജയെപ്പൂരിച്ചു ഭൂദേവന്മാരെല്ലാം
ഭോജനം പണ്ണിത്തെളിഞ്ഞു പിന്നെ
ദക്ഷിണ വാങ്ങിനിന്നാശിയും ചൊല്ലിനാർ
അക്ഷണം കാണായി കണ്ണന്തന്നെ
ഇന്ദിരനേരൊത്ത സുന്ദരിതാനുമായ്
മന്ദിരംതന്നിലേ വന്നതപ്പോൾ.
കണ്ടൊരു നേരത്തു യാദവന്മാർക്കെല്ലാം
ഉണ്ടായ സന്തോഷം ചൊല്ലവല്ലേൻ.
സത്വരം തേടി വിളിപ്പിച്ചു കൊണ്ടന്നു
സത്രാജിത്താകുന്ന മന്നവനേ

നാനാജനങ്ങളും വന്നുനിന്നീടുന്ന
രാജാവിന്മുന്നലും ചെന്നു പിന്നെ
രത്നത്തെത്തേടുവാൻ പോയന്നുതൊട്ടുള്ള
വൃത്താന്തമെല്ലാമേ മെല്ലെ മെല്ലെ
മാലോകർ കേൾക്കവേ ചൊല്ലിനിന്നീടിനാൻ
മൂലോകനായകനായ ദേവൻ.
ഉണ്മയായുള്ളതു കേട്ടൊരു നേരത്തു
സന്മതരായുള്ള ലോകരെല്ലാം
സത്രാജിത്താകുന്ന മന്നവന്തന്നുടെ
വക്ത്രത്തിലാമ്മാറു നോക്കിനിന്നാർ.
നാണവുംപൂണ്ടു വിഷണ്ണനായ് നിന്നവ
ന്നാനനം താണുതുടങ്ങീതപ്പോൾ.
ചാരത്തു ചെന്നങ്ങു നിന്നുടനന്നേരം
ചാരുവായ് നിന്നുള്ള രത്നത്തെയും
സത്രാജിത്തിന്നായി നല്കിനിന്നീടിനാൻ
സത്യത്തെപ്പാലിച്ചുപോരും വീരൻ.
മാധവൻ നല്കിന നന്മണിതന്നെയും
മാനിച്ചു വാങ്ങിന മന്നവന്താൻ
ചാരത്തു നിന്നുള്ളോരാരെയും നോക്കാതെ
ചാലെപ്പോയ് പൂകിനാനാലയത്തിൽ.
പൊന്നുമിണ്ണീടുന്നതന്നന്നേ കൊണ്ടുകൊ
ണ്ടുന്നതനായി വസിക്കുംകാലം
മല്ലാരിതന്നെക്കൊണ്ടില്ലാതതെല്ലാം ഞാൻ
ചൊല്ലി നടന്നുതങ്ങെല്ലാരോടും
എന്നതിന്നെന്തിനി വന്നുതെന്നിങ്ങനെ
ചിന്ത തുടങ്ങീതവന്നു പിന്നെ
എമ്പിഴ പോക്കുവാനെന്തിനി നല്ലാതെ
ന്നമ്പോടു ചിന്തിച്ചു ചിന്തിച്ചുടൻ

ധന്യയായുള്ളൊരു കന്യകതന്നയെും
ധന്യമായ്നിന്നുള്ള രത്നത്തയെും
കാർവർണ്ണനായിട്ടു നല്കിനിന്നീടിനാൻ
കാതരനായുള്ള മന്നവന്താൻ.
കന്യകതന്നയെും വാങ്ങിന കാർവർണ്ണൻ
മന്നവന്തന്നോടു പിന്നച്ചെൊന്നാൻ:
"നമ്മിലിന്നതേുമേ ഭദേമില്ലന്നെതോ
സമ്മതമായല്ലൊ മന്നിലങ്ങെും;
നിന്നുടെ മന്ദിരംതന്നിലതേല്ലൊമി
ന്നെന്നുടെ മന്ദിരംതന്നിലത്രെ;
തത്നത്തകെ്കൊണ്ടുപോയ് മുന്നമപെ്പോലെ നീ
രക്ഷിച്ചുകൊള്ളുകയന്നെ വണേ്ടൂ."
അംബുജലോചനനിങ്ങനെ ചൊല്കയാൽ
അമ്മണി കൊണ്ടുപോയ് മന്ദിരത്തിൽ
വച്ചങ്ങു പൂജിച്ചു സ്വസ്ഥനയ് നിന്നു താൻ
ഇച്ഛയിൽ മവേിനാൻ മന്നവന്താൻ.
കാർമുകിൽവർണ്ണന്തങ്കാമിനിമാരുമായ്
കാമവിനോദത്തിൽ വന്നിറങ്ങി
ചാല നിറന്നുള്ള ലീലകളാണ്ടു ത
ന്നാലയംതന്നിലേ മവേുംകാലം
പാണ്ഡവരല്ലൊരും വനെ്തുപോയെന്നൊരു
പാഴ്മൊഴി കടേ്ടിട്ടു രാമനുമായ്
വഗേമിയന്നൊരു തരേിലങ്ങായിട്ടു
നാഗപുരത്തിന്നു പോയശഷേം
ദുശ്ശമനായുള്ളൊരശ്ശതധന്വാവു
കശ്മലരായവർചൊല്ലിനാലേ
സത്രാജിത്താകുന്ന മന്നവന്തന്നപെ്പോയ്
നിദ്രയകെ്കാലുമ്പോൾ കൊന്നു പിന്നെ

391 രത്നവുംകൊണ്ടു മടങ്ങിനാനന്നരേം
392 പുത്രിയായുള്ളൊരു സത്യഭാമ
393 കശേവമ്പൌയൌരു ദശേത്തു ചന്നെിട്ടു
394 കണ്ണേുകൊണ്ടല്ലാമേ ചൊല്ലി നിന്നാൾ
395 പാരാതെ പൌന്നിങ്ങു കശേവരാമന്മാർ
396 ആരാഞ്ഞുനിന്നാരപ്പാപിതന്നെ.
397 കൊല്ലുവാനുണ്ടന്നെപ്പിന്നാലെ വന്നൂതെ
398 ന്നുള്ളിലറിഞ്ഞവനമ്മണിയും
399 ഗാന്ദിനീനന്ദനൻ കൈയിലേ നല്കീട്ടു
400 മാന്ദ്യമകന്നൊരു വാജിമലേേ
401 പാഞ്ഞുതുടങ്ങിനാൻ, കണ്ണനും രാമനും
402 പാഞ്ഞുതുടങ്ങിനാർ തരേിലറേി.
403 പായുന്ന നരേത്തു കാൽ തളർന്നീടിന
404 വാജിതാൻ വീണു ഞരെിഞ്ഞനരേം
405 ഭൂതലംതന്നിലേ പാഞ്ഞു തുടങ്ങിനാൻ;
406 ഭൂധരന്താനുമങ്ങവ്വണ്ണമേ
407 ഓടിയണഞ്ഞവന്തന്നുടൽ പീഡിച്ചു
408 കട്ടേുവരുത്തിന കശേവന്താൻ
409 രത്നത്തകെ്കാണാഞ്ഞു തറെ്റന്നെു പൌന്നു വ
410 ന്നഗ്രജന്തന്നൌടു ചൊന്നാമ്പിന്നെഃ
411 "ദുഷ്ടനകെ്കൊന്നിട്ടു രത്നമൌ കണ്ടില്ല
412 പൊട്ടനായ്പൌയന്േ ഞാൻ" എന്നിങ്ങനെ.
413 അഗ്രജന്താനതു കട്ടേൊരു നരേത്തു
414 വ്യഗ്രനായ് ചിന്തിച്ചുനിന്നു ചൊന്നാൻ:
415 "നിശ്ചലനായൊരു ബന്ധുവിൻകൈയിലേ
416 നിക്ഷപേിച്ചീടിനാനന്നെു വന്നു;
417 ആരിലന്നെുള്ളതു പാരാതെ ചന്നെുനി
418 ന്നാരാഞ്ഞു കാണ്ക നീ" എന്നു ചൊല്ലി

മൈഥിലനായൊരു മന്നവൻതന്നുടെ
മന്ദിരം പൂകിനാൻ താനനന്തരം
വാരിജലോചനൻതാനുമനന്തരമേത്തു
പാരാതെ വന്നിങ്ങു മന്ദിരത്തിൽ
പ്രതേനായുള്ളൊരു മന്നവൻതന്നുടെ
നൂതനമായുള്ള കർമ്മങ്ങളെ
ചെയ്യിച്ചാൻ തന്നുടെ തയ്യലായുള്ളൊരു
മയ്യലേും കണ്ണിയക്കൊണ്ടല്ലാമേ
അക്രൂരൻ പടേിച്ചദ്ദിക്കിനക്കൈവിട്ടി
ട്ടക്കാലം പൊയ്ക്കൊണ്ടാനങ്ങങ്ങാനും;
ഇഷ്ടികളോരോന്നേ ചെയ്തുതുടങ്ങിനാൻ
ഒട്ടുനാളങ്ങനെ ചെന്നുതായി.
രത്നത്തക്കൊണാഞ്ഞിട്ടത്തൽതുടങ്ങീതു
മറ്റുള്ളോർക്കല്ലാർക്കുമന്നേരം
കൊണ്ടൽനരേവർണ്ണനന്താൻ ഗാന്ദിനീസൂനുവെ
ത്തണ്ടി വിളിപ്പിച്ചു കൊണ്ടുവന്നാൻ.
അഗ്രജന്മുമ്പായ യാദവന്മാരുമ
ങ്ങക്ഷണം വന്നുവന്നെത്തുകൂടി.
അക്രൂരന്തന്നോടു ചൊല്ലിനാനന്നരേ
ത്തച്യുതനല്ലാരും കേൾക്കുംവണ്ണം:
"ഉത്തമമായുള്ള രത്നത്തക്കൊണാഞ്ഞി
ട്ടത്തലുണ്ടുള്ളത്തിലങ്ങൾക്കന്നാൽ
നിങ്കയ്യിലീടിന രത്നത്തക്കൊട്ടീട്ടു
ശങ്കയപ്പോക്കേണമങ്ങൾക്കിപ്പോൾ."
ശങ്കയക്കൈവിട്ടു ഗാന്ദിനീനന്ദനൻ
പങ്കജലോചനന്മുമ്പിലപ്പോൾ
നന്മണി കാട്ടിനിന്നുണ്മയെച്ചൊല്ലിനാൻ
സന്മതരായുള്ളോരന്നു ഞായം.

447 ഉൽകൃഷ്ടമായുള്ള രത്നത്തെക്കണ്ടിട്ടും
448 അക്രൂരന്തന്നുടെ ചൊല്ലു കേട്ടും
449 മൂർദ്ധാവുതന്നെക്കുലുക്കിനിന്നീടിനാർ
450 ആസ്ഥാനം തന്നിലെ ലോകരെല്ലാം.
451 ഗാന്ദിനീനന്ദനന്തന്നോടു പിന്നെയും
452 കാന്തവിലോചനൻ ചൊല്ലി നിന്നാൻ:
453 "രത്നവും കണ്ടുതായുണ്മയും കേട്ടുതായ്
454 അത്തലും തീർന്നുതായെങ്ങൾക്കിപ്പോൾ.
455 മംഗലമായുള്ള രത്നത്തെ നീതന്നെ
456 സംഗ്രഹിച്ചീടുകയെന്നേ വേണ്ടു.
457 വേണുന്ന നേരത്തു വേഴ്ചയിൽ വന്നിട്ടു
458 വേണ്ടിച്ചുകൊൾകയ്ക്കമാമല്ലൊതാൻ."
459 തോയജലോചനനിങ്ങനെ ചൊന്നപ്പോൾ
460 തോയുന്ന തോഷത്തെപ്പൂണ്ടവന്താൻ
461 സുന്ദരമായുള്ള രത്നവുമായിത്തൻ
462 മന്ദിരം പൂകിനാൻ മന്ദമന്ദം.
463 ഗാന്ദിനീനന്ദനമ്പോയൊരുനേരത്തു
464 നാന്ദകധാരിതാൻ ദ്വാരകയിൽ
465 വൃഷ്ണികളോടു കലർന്നുടനോരോരോ
466 വൃത്തികളാണ്ടു തെളിഞ്ഞുനിന്നാൻ.

9.നരകാസുരവധം

മളേം കലർന്നരൊരു പാർത്ഥനും താനുമായ്
കാളിന്ദീതീരത്തു ചന്നെ്നു പിന്നെ
കാളിന്ദിയാകിന കന്യകതന്നയെും
കപൈിടിച്ചീടിനാൻ കാന്തിയോടെ.
പാണ്ഡവനാകിന പാർത്ഥനും താനുമായ്
ഖാണ്ഡവമാകിന കാനനത്തെ
പാവകനായിട്ടു നല്കിനനരേത്തു
പാലിതനായ മയന്താനപ്പോൾ
പാണ്ഡവന്മാർക്കരൊരു മന്ദിരം തന്നയെും
പാരാതെ നിർമ്മിച്ചു കാഴ്ചവച്ചാൻ.
അച്ഛനു കൂടിപ്പിറന്നവൾ തന്നുടെ
പുത്രിയായുള്ളരൊരു മിത്രവിന്ദ
കാമിനിയായാളക്കാർമുകിൽവർണ്ണനു
കോമളയന്നെുംപോൾ ചരേുമല്ലൊ
ചീറ്റം തിരണ്ടുനിന്നറേ്റം തിമിർത്തങ്ങു
കൂറ്റങ്ങളായുള്ള കാളകളെ
കോഴകൾകൂടാതകെട്ടിനിന്നന്നരേം
താഴാത കാന്തിപൂണ്ടഴേിനയേും
മകൈ്കോലവാർകുഴലാളയെും മളേമായ്
കകൈ്കൊണ്ടുപോന്നാന്തന്മന്ദിരത്തിൽ.
ഭദ്രയായുള്ളരൊരു ഭദ്രയതെ്തന്നയെും
ഭദ്രനായുള്ളരൊരു പത്മനാഭൻ
കകേയമന്നവന്തന്നുടെ ചൊല്ലാലെ
കവേലം കാമിനിയാക്കിക്കൊണ്ടാൻ.
ലക്ഷണംകൊണ്ടു വിളങ്ങിനിന്നീടുന്ന
ലക്ഷണയാകിയ കന്യകയെ

അമ്പു പൊഴിഞ്ഞുനിന്നംബുജലോചനൻ
തമ്പ്രിയയാക്കിനാൻ വമ്പുകൊണ്ടേ.
ഭൗമനായുള്ളൊരു ദാനവൻ പണ്ടു പോയ്
വാമനായ് ചെന്നങ്ങു വിണ്ണുതന്നിൽ
വാനവർകോനുടെ നല്ക്കുടതന്നെയും
വാനവർമാതാവിൻ കുണ്ഡലവും
കൊണ്ടങ്ങു പോയതു കേട്ടോരു നേരത്തു
കൊണ്ടൽനേർവ്വർണ്ണന്തങ്കാന്തയുമായ്
മുന്നൽ വിളങ്ങിന പന്നഗവൈരിത
ന്നുന്നതമായ മുതുകിലേറി
വേഗത്തിൽ പോയങ്ങു ദാനവന്തന്നുടെ
കോയിക്കൽ ചെന്നു കതിർത്തനേരം
മാനിയായുള്ളൊരു ദാനവന്തന്നുടെ
സേനേയുമായിപ്പുറപ്പെട്ടുടൻ
ഉദ്ധതനായിട്ടു യുദ്ധം തുടങ്ങിനാൻ
ബദ്ധവിരോധനായ് നിന്നു നേരേ.
പന്നഗവൈരിതൻ പക്ഷങ്ങളേറ്റിട്ടു
പാഞ്ഞുതുടങ്ങീതു വാരണങ്ങൾ
അഞ്ചിതമായൊരു തേർത്തടം തന്നെയും
ചഞ്ചലമാക്കിനാൻ ചഞ്ചുകൊണ്ടു.
കാൽനഖമേറ്റുള്ള വാജികളെല്ലാമേ
കാലപുരത്തിന്നു പാഞ്ഞുതായി.
വല്ലുകൊണ്ടന്നേരം പന്നഗവൈരിതൻ
മേനിയിൽ ചാട്ടിനാൻ ദാനവന്താൻ.
വലിന്നു പിന്നാലെ ശൂലവും കയ്യിലായ്
നീലക്കാർവർണ്ണനെയോങ്ങും നേരം
ദാനവവൈരിതന്നായുധത്തിന്നൊരു
പാരണമായാനദ്ദാനവന്താൻ.

55 എന്നതു കണ്ടൊരു മദിനിതാൻ വന്നു
56 നന്ദജന്തന്നെ സ്തുതിച്ചാളപ്പോൾ.
57 മദിനിതന്നുടെ വദന പൊക്കീട്ടു
58 മളേത്തിൽ ചെന്നവന്മന്ദിരത്തിൽ
59 ഏറിയിരുന്നൊരു മൊദത്തപ്പൂണ്ടുനി
60 ന്നഴോമടെംതന്നപ്പൂരിപ്പാനായ്.
61 എണ്ണുരണ്ടായിരം കന്യകമാരയും
62 തിണ്ണമണഞ്ഞൊരൊ യാനത്തിന്മേൽ
63 ചാലക്കരറേറിത്തൻ ദ്വാരകതന്നിലേ
64 മളേത്തിലാക്കിനാന്മല്ലെ മല്ലെ.
65 വാനവർമാതാവിൻ കുണ്ഡലം തന്നയും
66 വാനവർകോനുടെ നല്ക്കുടയും
67 കൊണ്ടങ്ങു ചെന്നുടൻ വിണ്ടലർക്കുണ്ടായ്യെ
68 രിണ്ടലപ്പൊക്കിനാൻ കൊണ്ടൽവർണ്ണൻ.
69 പോരുന്ന നേരത്തു ഭാര്യതൻ ചൊല്ലാലെ
70 പാരിജാതത്തയും കൊണ്ടുപോന്ന്
71 ദ്വാരകതന്നുടെ ചാരത്തുനിന്നൊരു
72 വാരുററ പൂങ്കാവിലാക്കിപ്പിന്നെ
73 നല്ലൊരു നേരത്തു കൈപിടിച്ചീടിനാൻ
74 ചൊല്ലിയന്നീടുമന്നല്ലൊരയും.
75 സുന്ദരിമാർക്കോരൊ മന്ദിരം നിർമ്മിച്ചു
76 സുന്ദരിമാരോടുകൂടി നന്നായ്
77 സുന്ദരലീലകളാണ്ടു വിളങ്ങിനാൻ
78 സുന്ദരനായൊരു നന്ദസുതൻ.

10.രുക്മീവധം

രുക്മിണീദേവിയും താനുമായമ്പോടു
രുക്മമണിഞ്ഞൊരു കട്ടിൽതന്മേൽ
മെത്തമേലേറി വിളങ്ങ്ങിനിന്നീടിന
മുഗ്ദ്ധവിലോചനന്നൊരുനാൾ
മർമ്മങ്ങ്ങളാകിന നർമ്മങ്ങ്ങളോതി നി
ന്നുണ്മയെന്നിങ്ങ്ങനെ തോന്നുംവണ്ണം
ദാരങ്ങ്ങളുള്ളത്തിൽ വേദന പൂകിച്ചാൻ
കാരുണ്യം പിന്നെയും പൊങ്ങ്ങുവാനായ്.
കാമിനിതന്നുടെ കണ്ണുനീർ കണ്ടപ്പോൾ
കാരുണ്യവാരിയിൽ മുങ്ങ്ങി മുങ്ങ്ങി.
വന്നുവന്നീടുന്ന വാക്കുകൾകൊണ്ടവൾ
കണ്ണുനീർപോക്കീട്ടു പൂണ്ടുകൊണ്ടാൻ.
ഇങ്ങ്ങനെയോരോരോ സുന്ദരിമാരുമായ്
മംഗലനായുള്ളമാധവന്താൻ
അംഗജലീലതൻ ഭംഗികളാണ്ടുനി
ന്നങ്ങ്ങനെമങ്ങ്ങാതെമേവുംകാലം
എണ്ണുരണ്ടായിരത്തെണ്മരെന്നിങ്ങ്ങനെ
എണ്ണമാണ്ടീടുന്ന മാതരെല്ലാം
പെറ്റു പെറ്റുണ്ടായ പുത്രരെക്കൊണ്ടങ്ങ്ങും
മുറ്റും വിളങ്ങ്ങീതപ്പൂരുമപ്പോൾ.
പ്രദ്യുമ്നന്നനിരുദ്ധനെന്നുള്ളൊരു
പുത്രനുമുണ്ടായിവന്നു പിന്നെ.
ശ്രേഷ്ഠനായുള്ളൊരു രുക്മിതൻ പുത്രിയെ
വാട്ടമകന്നവൻ വേട്ടകാലം
മാധവന്മുമ്പായ യാദവന്മാരെല്ലാം
മാനിച്ചു ചെന്നാരമ്മന്ദിരത്തിൽ.

27 അന്യരായ് നിന്നുള്ള മന്നരുമെല്ലാരും
28 ചൊന്നുടൻ മംഗലം പാങ്ങീതപ്പോൾ,
29 കാലിംഗന്മുമ്പായ ഭൂപന്മാരെല്ലാമ
30 ക്കാലത്തു രുകുമിതന്നോടു ചൊന്നാർ:
31 "ചൂതുകൊണ്ടിന്നു നീ വെല്ലുകവേണമി
32 മ്മാധവന്തന്നുടെ സോദരനെ."
33 എന്നതുകട്ടേവനന്നരേം ചൊന്നീട്ടു
34 നിന്നൊരു മന്നവർമുന്നൽത്തന്നേ
35 ചൂതു തുടങ്ങിനാൻ രാമനും താനുമായ്
36 ചൂഴും നിന്നീടുന്നോർ ചൊല്ലച്ചൊല്ലെ.
37 തോല്ക്കുന്നോരിങ്ങനെ ദണ്ഡമെന്നെല്ലാരും
38 കൾക്കവെ നിന്നു പറഞ്ഞു നേരെ.
39 രുക്മിണി തന്നുടെ സോദരനാകിന
40 രുക്മിതാനന്നരേം നോക്കി നോക്കി
41 കൈതവം തന്നാലേ വെന്നുനിന്നീടിനാൻ
42 കൈടഭവൈരിതൻ സോദരനേ.
43 ഒത്തുനിന്നീടിന ദണ്ഡവും നല്കിനാൻ
44 സത്യപരായണന്താനുമപ്പോൾ.
45 അപ്പൊഴേ പിന്നെയുമശേിനനരേത്തു
46 രുക്മിയത്തെന്നെയും വെന്നു നിന്നാൻ.
47 വെന്നൊരു നേരത്തു നിന്നൊരു രുക്മിതാൻ
48 "വെന്നതു ഞാനെ"ന്നു ചൊല്ലിക്കൊണ്ടാൻ.
49 എന്നതിന്നേതുമേ പശോതെ പിന്നെയും
50 വെന്നുനിന്നീടിനാൻ പോരിൽ നേരെ
51 "വെന്നതു ഞാനെ"ന്നു ചൊന്നവൻ നിന്നപ്പോൾ
52 മന്നോരും ചൊല്ലിനാരവ്വണമേ.
53 അംബരംതന്നിൽനിന്നന്നരേമുണ്ടായി
54 സമ്മതിയായോരു നന്മൊഴിതാൻ:

“ഇപ്പൊഴീ വന്നെന്നതു രോഹിണീനന്ദനൻ
രുകുമിതാനല്ലയേ”യെന്നിങ്ങനെ.
കോപിച്ചു നിന്നൊരു രുക്മിതാനെന്നപ്പോൾ
പപേറഞ്ഞീടിനാൻ പടേയാതെ:
“ചൂതുങ്കൽ വെല്ലുവാൻ ചൈതന്യമാണ്ടുള്ള
ഭൂപതിവീരന്മാർ വേണമത്രെ
മന്നവർക്കീടിനോരാസനം കൂടാതെ
ഖിന്നരായ്പോരുന്ന നിങ്ങൾക്കാമോ?
ആസവസേവയും നാരികൾസേവയും
ആചരിച്ചീടു നീയായവണ്ണം”
എന്നതു കേട്ട കലിംഗമഹീപതി
ദന്തങ്ങൾകാട്ടിച്ചിരിച്ചാനപ്പോൾ.
രുക്മിതാനിങ്ങനെ ചൊന്നതു കേട്ടിട്ടു
രുഷ്ടനായുള്ളൊരു കാമപാലൻ
ചാരത്തു നോക്കിന നേരത്തു കാണായി
പാരിച്ചുനിന്നൊരു നൽ പരിഘം
പെട്ടെന്നെടുത്തൊന്നു കൊട്ടിനിന്നീടിനാൻ
“ദുഷ്ടനായ് നിന്നൊരു രുക്മിതന്നെ.
കൊട്ടുകൊണ്ടീടിന രുക്മിതാനെന്നപ്പോൾ
ഇഷ്ടനായമ്മേവിനാനന്തകന്ന്.
നാലഞ്ചു കാലടി വച്ചൊരു നേരത്തു
കാലിംഗരാജനെച്ചെന്നണഞ്ഞു
ഉല്പന്നരോഷനായ് നിന്നവൻ വാർത്തകൾ
പഫബഭമ്മയെന്നാക്കിവച്ചാൻ
ലാംഗലിതാനിതു ചെയ്തതു കേട്ടൊരു
ശാർങ്ഗവരായുധധാരിയപ്പോൾ
നന്നായില്ലെന്നതും നന്നായിതെന്നതും
ഒന്നുമേ മിണ്ടാതെ നിന്നുകൊണ്ടു

83 സഹോദരന്നുള്ളിലും ഭാൎയതന്നുള്ളിലും
84 ഖദേമുണ്ടാമല്ലയെന്നു നണ്ണി.
85 പിന്നയെങ്ങലെല്ലാരുമന്നൊനിച്ചുകൂടിത്തൻ
86 ധന്യമായുള്ളൊരു മന്ദിരത്തിൽ
87 ആർത്തുവിളിച്ചു തകർത്തങ്ങു പൂകിനാർ
88 ആർത്തുയതെത്തീർത്തുള്ള യാദവന്മാർ.

11.ബാണയുദ്ധം

1 ബാണനായുള്ളൊരു ദാനവൻ പണ്ടുതാൻ

2 വാർതിങ്കൾമൗലിയാം ദേവന്തന്നെ

3 സേവിച്ചുനിന്നു വസിച്ചു തന്മന്ദിരം

4 കേവലം കാക്കുമാറാക്കിക്കൊണ്ടാൻ

5 ഒട്ടുനാളിങ്ങനെ ചെന്നൊരുകാലത്തു

6 ധൃഷ്ടനായ് നിന്നു തിമിർത്തു ചൊന്നാൻ:

7 “ആഹവമില്ലാഞ്ഞിട്ടാനന്ദമുള്ളിലി

8 ല്ലാരെയും കണ്ടതുമില്ലയെങ്ങും

9 ദിഗ്ഗജമെല്ലാമേ ചെന്നതു കാണുമ്പൊ

10 ളൊക്കവേ പായുന്നു പാരം പാരം.

11 എന്നോടു നേരിട്ടു പോരു തുടങ്ങുവാൻ

12 നിന്നോളം പോന്നോരെക്കണ്ടില്ലെന്നാൽ.

13 നമ്മിൽ നുറുങ്ങു പിണങ്ങിനിന്നിങ്ങനെ

14 നർമ്മമായ് നിന്നു കളിക്കവേണം.”

15 എന്നതു കേട്ടൊരു പന്നഗഭൂഷണൻ

16 വന്നൊരു കോപമടക്കിച്ചൊന്നാൻ:

17 “നിന്നുടെ കേതു മുറിഞ്ഞങ്ങു വീഴുന്നാൾ

18 എന്നോടു നേരായ വീരൻ വന്ന്

19 നിന്നോട് നേരിട്ടു നിന്നെയും വെന്നീടും

20 എന്നതു നീയിന്നു തേറിനാലും.”

21 എന്നതു കേട്ടൊരു മന്നവൻതന്നുടെ

22 മന്ദിരം പൂക്കതു പാർത്തു നിന്നാൻ.

23 ഉദ്ധതനായിട്ടു മേവുന്ന ബാണന്തൻ

24 പുത്രിയായുള്ളൊരു കന്യകതാൻ

25 നിദ്രയും പൂണ്ടു കിടന്നൊരു നേരത്തു

26 ഭദ്രനായുള്ളനിരുദ്ധനുമായ്

27 മംഗലമാളുന്നൊരംഗജലീലതൻ

28 ഭംഗികൾ പൂണ്ടു മയങ്ങ്ങുംനരേം

29 കണ്ണിലിണങ്ങ്ങുമുറക്കവൾതന്നയെും

30 തിണ്ണം വടിഞ്ഞ്ഞങ്ങ്ങു പോകയാലെ

31 മനേിയിൽ മവേിന കാന്തനെക്കാണാഞ്ഞു

32 ദീനയായ് നിന്നവൾ കണേതല്ലൊം

33 ചാരത്തു നിന്നൊരു തോഴിതാൻ കട്ടേു വി

34 ചാരിച്ചു നിന്നതു കട്ടേു ചൊന്നാൾ:

35 "കന്ദർപ്പന്തന്നുടെ കാന്തിയെ വന്നൊരു

36 സുന്ദരൻ വന്നു നിന്നന്നെരികെ

37 തൻേചുരന്നീടിന ചോരിവാ തന്നുടൻ

38 വാഞ്ഛിതമല്ലൊമേ നല്കിപ്പിന്നെ

39 ചിത്തമഴിഞ്ഞ്ഞുള്ളൊരെന്നെയും കൈവിട്ടു

40 നിദ്രതാൻ പോകുമ്പോൾ കൂടപ്പോയാൻ.

41 പാഴ്പടെട്ടുപോയൊരു ശയ്യയക്കെണ്ടിട്ടു

42 പാരിച്ചു പൊങ്ങ്ങുന്നു മാരമാലും.

43 വറേിരുന്നിങ്ങ്ങനെ വകേുന്ന ഞാനിപ്പോൾ

44 വറേൊന്നായ്പോകുന്നൂതുണ്ടു തോഴീ!"

45 എന്നതുകട്ടേൊരു തോഴിതാൻ ചൊല്ലിനാൾ:

46 "നിന്നുടവെദേന പോക്കാമല്ലൊ

47 ആരന്നെു ചൊല്ലിനാൻ നിന്നുടെ ചാരത്തു

48 പാരാതെ കൊണ്ടന്നു നല്കുവൻ ഞാൻ."

49 ഇങ്ങ്ങനെ ചൊന്നാവൾ തന്നുടെ കമുന്നൽ

50 മങ്ങ്ങാത തൂലികകൊണ്ടു നരേെ

51 ലഖേ്യന്മാരായുള്ള ദവേരയെല്ലൊമെ

52 ലഖേനം ചയെ്തുടൻ കാട്ടിക്കാട്ടി.

53 മാനിനിതന്നുടെ ചൊല്ലാലെ പിന്നയെും

54 മാനുഷന്മാരയെുമവ്വണ്ണമേ.

55 വൃഷ്ണികളായുള്ള വീരരയെല്ലാമേ

56 കൃഷ്ണനതെത്തന്നയെും കാട്ടിപ്പിന്നെ

57 തന്മകനായുള്ള നിർമ്മലന്തന്നയെും

58 തണ്മകളഞ്ഞെനിരുദ്ധനയേും

59 ലഖേനം ചയെ്തവൾ കാട്ടിനനരേത്തു

60 കഠോകിലവാണിതൻ കമുനയിൽ

61 നീടുറ്റു നിന്നൊെരു നാണവും പ്രമേവും

62 കൂടിക്കലർന്നിട്ടു കാണായപ്പഠോൾ:

63 പാരമണഞ്ഞൊെന്നു പൂണ്മതിന്നായിട്ടു

64 ധീരതപഠോയൊെരു സംഭ്രമവും;

65 എന്നയെും കവൈെടിഞ്ഞെങ്ങു നീ പൊെയ്ക്കൊെണ്ടു

66 തന്നൊെരു കഠോപവും ചാപലവും.

67 യഠോഗിനിയായൊെരു തഠോഴിതാനന്നെപ്പഠോൾ

68 വഗേത്തിൽ ചന്നെുടൻ ദ്വാരകയിൽ

69 സുപ്തനായുള്ളനിരുദ്ധനതെത്തന്നയെും

70 മതെത്തമൽേനിന്നങ്ങെടുത്തു പിന്നെ

71 കൊെണ്ടിങ്ങുപഠോന്നവൾ കയെിലേ നല്കിനി

72 ന്നിണ്ടലപെ്പഠോക്കുവാനന്നുതന്നെ.

73 അംഗജൻതന്നുടസെൂനുവായുള്ളാൻത

74 ന്മംഗലകാന്തനായ് വന്നനരേം

75 നീടുറ്റുനിന്നൊെരു കർപ്പൂരംതന്നഠോടു

76 കൂടിന ചന്ദനമന്നെപഠോലെ

77 ആമഠോദം പൂണ്ടൊെരു കാമിനിതാനും നൽ

78 കാമവിലാസങ്ങളാണ്ടു നിന്നാൾ.

79 യാദവബാലകനാകിന വീരനും

80 ആദരവഠോടു കളിച്ചു മന്േമൽേ

81 സുന്ദരിതന്നുടെ മന്ദിരംതന്നിലേ

82 നിന്നു വിളങ്ങിനാൻ നീതിയഠോടേ

ഗൂഢനായ്നിന്നവന്തന്നയെന്നാരുമേ
ചടേിമാർപോലുമറിഞ്ഞുതില്ലേ.
ഒട്ടുനാളിങ്ങനെ തുഷ്ടിയും പൂണ്ടവർ
ഇഷ്ടരായ് നിന്നു വസിച്ച കാലം
പങ്കജലോചനതന്മുഖം കണ്ടിട്ടു
ശങ്ക തുടങ്ങീതു മാതർക്കെല്ലാം.
ശങ്കതുടങ്ങിന മങ്കമാരെല്ലാരും
തങ്ങളിൽനിന്നു പരഞ്ഞാരപ്പോൾ:
"ബാലികതന്നുടയൊനനമിന്നിന്നു
ചാലത്തെളിഞ്ഞുണ്ടു കാണാകുന്നു:
കാരണമെന്തെന്നു ചിന്തിച്ചു കാകിലോ
വരേണ്ടുന്നായല്ലെതാൻ വന്നു ഞായം.
വലേകൾ കോലുവാൻ കാലം പുലർന്നപ്പോൾ
ചാലപ്പോയെല്ലാരും ചെല്ലുന്നപ്പോൾ
കടേട്കംതന്നിൽനിന്നെട്ടുമേ വാരാതെ
പടേട്ടന്നു പോന്നിങ്ങു വന്നുകൊള്ളും.
കണ്ണിണയന്നരേം മെല്ലവേ പാർക്കുമ്പോൾ
തിണ്ണം തളർന്നു മയങ്ങിക്കാണാം.
രോഗമെന്നിങ്ങനെ ചൊല്ലുമാറുണ്ടുതാൻ
രോഗമല്ലതേുമേ രാഗമത്രെ.
തമേ്പാതെ നിന്നൊരു ചോരിവാതന്നയെും
തഞ്ഞെല്ലെ കാണുന്നു നാളിൽ നാളിൽ
ചാലത്തെളിഞ്ഞെ കവിൾത്തടമിന്നിന്നു
ചാഞ്ഞു ചാഞ്ഞീടുന്നു പിന്നപ്പിന്നെ.
നമ്മുടെ ചാരത്തു വന്നിങ്ങു മവേുകിൽ
നാണവുമുണ്ടിന്നു കാണാകുന്നു.
പണ്ടെന്നും കാണാതെ ഭൂഷണമുണ്ടിന്നു
കണ്ടുതുടങ്ങുന്നു കണ്ഠംതന്നിൽ.

പങ്കജക്കണ്ണെരകംതന്നയെും വല്ലെുന്ന
കൊണ്ടകകൾ ചാരത്തുമവ്വണ്ണമേ.
ഇങ്ങനയെോരോരോ ഭംഗികൾ കാണുമ്പൊ
ളങ്ങനെ കന്യകയന്നെു ചൊൽവൂ?
ഇന്നിവൾതന്നുടെ കാമുകനായൊരു
ധന്യനുണ്ടന്നെതു നിർണ്ണയംതാൻ.
ആരോടുമിന്നിതു വാപാടീലങ്കിലോ
പോരായ്മയായിട്ടു വന്നുകൂടും."
തങ്ങളിലിങ്ങനെ നിന്നു പറഞ്ഞുള്ളൊ
രംഗനമാരെല്ലാമന്നെനരേം
ഉത്ഭടരായിട്ടു രക്ഷികളായുള്ള
തത്ഭടന്മാരോടു ചന്നെു ചൊന്നാർ.
അക്ഷതരായുള്ള രക്ഷികളല്ലൊരും
അക്ഷണം ചൊല്ലിനാർ ബാണനോടും
കന്യകതന്നുടെ ദൂഷകനായൊരു
കാമുകനുണ്ടന്നെു കട്ടേു ബാണൻ
പട്ടെന്നെഴുന്നറേ്റു മട്ടോലും വാണിതൻ
കട്ടെകം തന്നിലേ ചല്ലെുംനരേം
പ്രദ്യുമ്നസൂനുവക്കെണ്ടുടൻ കോപിച്ചു
പട്ടെന്നെു നിന്നു പിണങ്ങിപ്പിന്നെ
പന്നഗപാശങ്ങൾകൊണ്ടവന്തന്നയെും
ഖിന്നനാക്കീടിനാൻ ബന്ധിച്ചപ്പോൾ.
താനങ്ങു തന്നുടയൊലയം പൂകിനാൻ
മാനവും പൂണ്ടു മദിച്ചു പിന്നെ.
ബന്ധനായുള്ളനിരുദ്ധനക്കെണ്ടൊരു
മുഗ്ദ്ധവിലോചനതാനുമപ്പോൾ
കണ്ണേുതുടങ്ങിനാൾ ഭൂതലംതന്നിലേ
വീണു മയങ്ങി മയങ്ങി മന്നേമേൽ.

തഴേഴികൾ ചനെ്നു പറഞ്ഞവൾതന്നുടനെ
കഴേഴയും കിഞ്ച്ചന പഴേക്കിനിന്നാർ.
പഞ്ജരംതന്നിൽ നിരുദ്ധനായുള്ളൊരു
കഞ്ജരവരൈരിതാനനെ്നപഴേലെ
രുദ്ധനായുള്ളനിരുദ്ധനും കഴേപിച്ചു
ബദ്ധവിരഴേധനായ് നിന്നകാലം
ഭഴേജന്മാരലെ്ലാരും നിദ്രയപെ്പൂണ്ടൊരു
രാജകുമാരനകെ്കാണാഞ്ഞപ്പഴേൾ
എങ്ങുപഴേലിനിവനതേുമേ മിണ്ടാതെ
യങ്ങെനെ പൊയ്ക്കൊണ്ടുതനെ്നു നണ്ണി.
ഇന്നിന്നു വന്നീടുമനെ്നതേ ചിന്തിച്ചു
നിന്നങ്ങു മേവിനാർ നാലുമാസം.
പിന്നയെും വന്നതു കണ്ടില്ലയാഞ്ഞിട്ടു
ഖിന്നരായലെ്ലാരും നിന്നനേരം.
നാരദനാകിന നന്മുനി വാരഴെും
ദ്വാരകതന്നിലഴെുന്നള്ളിനാൻ.
യാദവന്മാരുടയെൊനനം കണ്ടുടൻ
ആദരവഴേടു പറഞ്ഞാൻ പിന്നഃ
"പ്രദ്യുമ്നസൂനുവകെ്കണ്ടീലയാഞ്ഞലെ്ലീ
അത്തൽപിണഞ്ഞു ചമഞ്ഞു നിങ്ങൾ ?
ചണേുറ്റു നിന്നൊരു ബാണപുരം തന്നിൽ
ദീനനായ് നിന്നുള്ളഴേനിന്നു ചമെ്മ.
മംഗലനായിട്ടു നിന്നവന്തന്നുടനെ
മങ്ങാതയെുള്ളൊരു നാമമിപ്പഴേൾ
ആദ്യമായ് നിന്നുള്ളൊരക്ഷരം കൂടാതെ
ആക്കിനിന്നീടിനാൻ പഴേരിൽ ബാണൻ
ബാണകുമാരികതന്നുടനെ ലഴേചന
ബാണങ്ങളറേ്റു മയങ്ങുകയാൽ.

167 അപ്പുരംതന്നുടെ പാലകനായതു
168 മുപ്പുരം വെന്നുള്ള മുക്കണ്ണന്താൻ."
169 വൃഷ്ണികളെല്ലാരുമന്നേതു കേട്ടപ്പോൾ
170 കൃഷ്ണനതെന്നയെും മുൻനിറുത്തി
171 മുദ്ഗരം മുമ്പായുള്ളായുധമോരോന്നേ
172 നല്ക്കരംതോറും ധരിച്ചു നന്നായ്
173 സന്നദ്ധരായി നടന്നുതുടങ്ങിനാർ
174 തന്നുടെ തന്നുടെ തേരിലേറി.
175 ദീനതകോലാത സേനയുമായിട്ടു
176 ബാണപുരത്തിലകത്തു പുക്കാർ.
177 ആർത്തുതുടങ്ങിനാർ ഭേരിയും താഡിച്ചു
178 ചീർത്തുനിന്നുള്ളൊരു കോപത്താലെ.
179 കേതുവതെന്നയുമെയ്തു മുറിച്ചുടൻ
180 ഭൂതലം തന്നിലേ വീഴ്ത്തിപ്പിന്നെ
181 നന്മതിലെല്ലാമേ തള്ളിവിട്ടീടിനാർ
182 വണ്മയിൽനിന്നുള്ള ഗോപുരവും.
183 ബാണപുരത്തിന്നു ഭംഗത്തെക്കണ്ടൊരു
184 ബാലനിശാകരശേഖരന്താൻ
185 ഷണ്മുഖന്തന്നോടു ചൊല്ലിനിന്നീടിനാൻ
186 ഉണ്മയായുള്ളൊരു നർമ്മമപ്പോൾ:
187 "ഒട്ടുനാളുണ്ടല്ലൊ പട്ടിണികൂടാതെ
188 മൃഷ്ടമായുണ്ണുന്നു നാമെല്ലാരും;
189 ഉന്മദരായുള്ള വൃഷ്ണികൾമൂലമി
190 ന്നമ്മുടെ ചോറു മുടങ്ങിതായി.
191 നൽത്തരുവിന്നുമന്നൽച്ചുരക്കണ്ടിക്കും
192 അത്തൽ പിണയായ്കിലുണ്ടുതാനും.
193 യോഗ്യമായുള്ളതു നോക്കിനിന്നീടാതെ
194 പോർക്കു തുനിഞ്ഞു നാം ചൊല്കയിപ്പോൾ."

ഇങ്ങ്ങനെ ചൊല്ലി നൽക്കാളമലേറി നി
ന്നംഗജവൈരിതാനാദരവിൽ
കാവർണ്ണർന്തന്നോടു പോരുതുടങ്ങ്ങീനാൻ
ചോറു മുടങ്ങ്ങിനാലന്നു ഞായം.
ആണ്മയിലേറിന ഷമുഖന്താനുമ
ങ്ങാണ്മയിലേറിയണഞ്ഞു നേരേ
രുക്മിണീനന്ദനൻ ചെന്നതു കണ്ടിട്ടു
രുഷ്ടനായ് നിന്നു പിണഞ്ഞാനപ്പോൾ.
തന്ദ്രിയേ വേറിട്ടു രോഹിണീനന്ദനൻ
മന്ത്രികളോടുമങ്ങ്ങവ്വണ്ണമേ.
ക്ഷീണത കോലാത സാത്യകിതന്നോടു
ബാണനും ചെന്നു പിണങ്ങ്ങിനിന്നാൻ.
സംഗരമാണ്ടുള്ള വീരന്മാർതങ്ങ്ങളിൽ
ഇങ്ങ്ങനെ നിന്നു പിണങ്ങ്ങുംനേരം
അന്ധതകവൈവിട്ടൊരന്ധകനാഥനും
അന്തകവൈരിയും നിന്നു നേരേ
അസ്ത്രങ്ങ്ങൾകൊണ്ടു കളിച്ചുതുടങ്ങ്ങിനാർ
അസ്ത്രങ്ങ്ങവിശാരദരാകയാലേ.
ഈരേഴു പാരിനും കാരണമായുള്ളൊ
രീശന്മാരിങ്ങ്ങനെ നേരിട്ടപ്പോൾ
ജൃംഭിതനായിട്ടു നിന്നതു കാണായി
ശംഭുവതെന്നയെും നിന്നോർക്കല്ലാം.
മൂർത്തുള്ള ബാണങ്ങ്ങൾ മേനിയിലേല്ക്കയാൽ
വീർത്തുനിന്നീടുന്ന കാർത്തികേയൻ
തന്നിലേ നണ്ണിനാ"നിങ്ങ്ങനെ നിന്നു ഞാൻ
ഖിന്നനായ്മേവുവാനെന്തു മൂലം?
അച്ഛനു കോളല്ലയെന്നതുകൊണ്ടല്ലൊ
അച്ഛന്മയെ്യല്ലല്ലൊ നൊന്തതിപ്പോൾ.

223 ചൌററിന്നു വണ്ണോുന്ന വലേയഘോ ചെയ്തന്േ ഞാൻ

224 തഘോറ്റുമടങ്ങ്ങിയും പഘോകയേുള്ളു."

225 ഇങ്ങ്ങനെ ചിന്തിച്ചു സംഗരം കൈവിട്ടാൻ

226 നന്മയിലേറിന ഷമുഖന്താൻ

227 മന്ത്രികൾ മുമ്പായ വീരന്മാരല്ലാർക്കും

228 ബന്ധുവായ്മവേിനാനന്തകന്താൻ.

229 മാനിയായുള്ളൊരു ബാണന്താൻ ചെന്നെപ്പഘോൾ

230 മാധവനഘോടു പിണഞ്ഞ്ുനിന്നാൻ.

231 ബാണങ്ങ്ങളയെ്തയെ്തു ബാണനതെ്തന്നയെും

232 ക്ഷീണനാക്കീടിന മാധവന്താൻ

233 തർേത്തടംതന്നയെും വീഴ്ത്തിനിന്നീടിനാൻ

234 ആർത്തനായ് നിന്നൊരു സൂതനയേും.

235 ക്ഷീണനായ് നിന്നൊരു ബാണനേ നേർേ കണ്ടു

236 ബാണങ്ങൾ പിന്നതെ്തൊടുത്തനരേം

237 നാണവും കൈവിട്ടു മാതാവുതാൻ വന്നു

238 ബാണന്താൻ പ്രാണങ്ങൾ പാലിപ്പാനായ്

239 അംബരംതന്നയെുമംബരമാക്കിക്കൊ

240 ണ്ടംബുജലഘോചനന്മുമ്പിൽ ചെന്നൊൾ.

241 എന്നതു കണ്ടൊരു കൊണ്ടൽനവേർണ്ണന്താ

242 നേറിയിരുന്ന വിരാഗത്താലേ

243 പിന്തിരിഞ്ഞ്ീടിനാൻ ബാണനുമന്നരേം

244 മന്ദിരംപൂകിനാൻ മന്ദിയാതെ.

245 ബാണന്താൻ തഘോറ്റങ്ങ്ു പഘോയൊരുനരേത്തു

246 വാർതിങ്കൾമൗലിതൻ വൻപനിയൻ

247 രുഷ്ടനായ് ചെന്നങ്ങ്ു വൃഷ്ണികളല്ലാർക്കും

248 തിട്ടതിയാക്കിനാൻ പടെ്ടന്നെപ്പഘോൾ.

249 വീരന്മാരല്ലാരും വൻപനി പൂണ്ടിട്ടു

250 പാരം വിറച്ചുതുടങ്ങീതപ്പഘോൾ.

251 വാരുററുനിന്നുള്ള വാരണയൂഥവും
252 വാജികൾരാശിയുമവ്വണ്ണമേ.
253 കൊണ്ടൽനവേർണ്ണന്താനന്നെതു കണ്ടപ്പോൾ
254 ഇണ്ടലപ്പെപോക്കുവാനിമ്പത്തോടെ
255 വീരനായുള്ളൊരു വൻപനിയന്തന്നെ
256 പ്പാരാതെ നിർമ്മിച്ചാൻ പാരിൽ നരേ.
257 തങ്ങളിൽ നിന്നു പിണങ്ങിനനേരത്തു
258 എങ്ങുമേ നിന്നു പൊറായ്കയാലേ
259 മുഷ്കു കളഞ്ഞു കരഞ്ഞുതുടങ്ങിനാൻ
260 മുക്കണ്ണർതന്നുടെ വൻപനിയൻ.
261 നീലക്കാവർണ്ണൻറെ കാലിണ കുമ്പിട്ടു
262 പാലിച്ചുകൊള്ളണേമന്നൊൻ പിന്നെ.
263 മാധവന്താനപ്പോൾ ഭീതനായുള്ളവൻ
264 ഭീതിയപ്പെപോക്കീട്ടു നിന്നനേരം
265 തോററങ്ങു പോയൊരു ബാണന്താമ്പിന്നെയും
266 ചീററം തിരണ്ടു മടങ്ങിവന്നാൻ.
267 കാവർണ്ണനോടു പിണങ്ങിനാനങ്ങവൻ
268 കാരുണ്യം ദൂരമായ്പോകും വണ്ണം.
269 തന്നോടു നേരിട്ട ബാണനെത്തന്നെയും
270 ഖിന്നനാക്കീടിനാന്മുന്നപ്പോലെ.
271 കൈകളും പിന്നെത്തറിച്ചുതുടങ്ങിനാൻ
272 കൈടഭവൈരിയായുള്ള ദേവൻ.
273 ജൃംഭിതനായൊരു ശംഭുതാനന്നേരം
274 ജൃംഭണം നീക്കിയുണർന്നുടനെ
275 വാരിജലോചനൻ ചാരത്തു വന്നിട്ടു
276 വാഴ്ത്തിനിന്നമ്പോടു വാർത്ത ചൊന്നാൻ:
277 "വല്ലായ്മ ചെയ്കിലുമെന്നുടെ ദാസനെ
278 ക്കൊല്ലൊല്ലാ കോപം കൊണ്ടെ"ന്നിങ്ങനെ

അംഗജവരൈരിതാൻ ചൊന്നതു കേട്ടപ്പോൾ
അംബുജലോചനൻതാനും ചൊന്നാൻ:
"ത്വൽഭൃത്യനായിട്ടു നിന്നതുകൊണ്ടിവൻ
മൽഭൃത്യനായിട്ടു വന്നുകൂടി.
വല്ലായ്മ ചെയ്താനിന്നങ്ങെങ്കിലും ബാണനെ
ക്കൊല്ലുന്നില്ലെന്നതും ചൊല്ലാം നേരേ
ദുർമ്മദം പോക്കുവാൻ കൈകളെച്ഛേദിച്ചു ;
ദുർമ്മദംപോയിതായെന്നുവന്നു.
മിഞ്ചിന ബാഹുക്കൾ നാലുമായിങ്ങനെ
നിൻ ചരണങ്ങളും കൂപ്പി നന്നായ്
പാർശ്വത്തിലാമ്മാറു നിന്നു വിളങ്ങട്ടെ
പാർഷദനായിനിമേലിൽ ചെമ്മേ."
വാരിജലോചനനിങ്ങനെ ചൊന്നപ്പോൾ
ബാണൻതാൻമന്ദിരം പുക്കു നേരേ
രുദ്ധനായുള്ളനിരുദ്ധനെത്തന്നെയും
മുഗ്ദ്ധവിലോചനയോടും കൂടി
കാർവർണ്ണങ്കയ്യിലേ നല്കിനിന്നങ്ങവൻ
കാലിണ കുമ്പിട്ടു കൂപ്പിനിന്നാൻ.
ചീററംകളഞ്ഞൊരു കാവർണ്ണനന്നപ്പോ
ളേറേം വിളഞ്ഞിയിണങ്ങിപ്പിന്നെ
ആപ്തനായുളളൊരു പൗത്രനുമായിട്ടു
യാത്രയും ചൊല്ലി നടന്നു നേരേ.
തുഷ്ടൻമാരായുളള യാദവന്മാരുമായ്
പട്ടെന്നു ചെന്നു തൻ ദ്വാരകയിൽ
ആഗതനായനിരുദ്ധനെക്കണ്ടിട്ടു
മാൽ കളഞ്ഞീടിന ലോകരുമായ്
ബാണനെക്കൊണ്ടുളള വാർത്തകളോരോന്നേ
വാപാടിപ്പിന്നെ വിളങ്ങിനിന്നാൻ.

12.നൃഗമോക്‌ഷം

സാംബന്‌തുടങ്ങ്‌ങിന ബാലകന്‌മാരെല്‌ലാം
മാപുറ്‌റു നിന്‌നൊരു കാവുതന്‌നിൽ
ഈടിക്‌കലർന്‌നു കളിപ്‌പതിനായിച്‌ചെ
ന്‌നോടിക്‌കളിച്‌ചു തുടങ്ങ്‌ങുംനേരം
ആണ്‌ണുകിടന്‌നൊരു പാങ്‌കുഴിതന്‌നിലേ
വീണ്‌ണുകിടന്‌നൊള്‌ളൊരോന്‌തകെക്‌കണ്‌ടാർ.
കണ്‌ടൊരുനേരത്‌തു പാശവുമായിട്‌ടു
മണ്‌ടിയണഞ്‌ഞു കുടുക്‌കി നേരേ
പാരം വലിച്‌ചങ്ങ്‌ങു തീരത്‌തു കൊള്‌ളുവാൻ
ആരുമേ വല്‌ലീലയെന്‌നനേരം.
പാരാതെ ചെന്‌നങ്ങ്‌ങു കാരുണ്‌യപൂരമാം
വാരിജലോചനനോടു ചൊന്‌നാർ.
വാരിജലോചനൻ പാരാതെ ചെന്‌നപ്‌പോൾ
തീരത്‌തു ചെമ്‌മേ വലിച്‌ചുകൊണ്‌ടാൻ.
പാപമായുള്‌ളൊരു പാഴ്‌മരത്‌തിന്‌നൊരു
പാവകനാകിന കാർവർണ്‌ണന്‌താൻ
പാണിതലം കൊണ്‌ടു തൊട്‌ടൊരു നേരത്‌തു
പാരം വിളങ്ങ്‌ങിനാൻ മെയ്‌യുമായി
സ്‌വർഗ്‌ഗത്‌തിൽ നിന്‌നങ്ങ്‌ങു നിർഗ്‌ഗതന്‌മാരായ
സ്‌വർഗ്‌ഗികളാരാനുമെന്‌നപോലെ.
പങ്‌കജലോചനൻപാദങ്ങ്‌ങൾ കുമ്‌പിട്‌ടു
സങ്‌കടം തീർത്‌തവൻ നിന്‌നനേരം
“നീയാരെ”ന്‌നിങ്ങ്‌ങനെ ചോദിച്‌ചു നിന്‌നൊരു
നീരജലോചനനോടു ചൊന്‌നാൻ:
“ഇക്‌ഷ്‌വാകുതന്‌നുടെ സോദരനായൊരു
ചൊല്‌ക്‌കൊണ്‌ടുനിന്‌ന നൃഗന്‌താനിഞ്‌ഞാൻ.

ദാനങ്ങൾകൊണ്ടെന്നെ മൽമണ്ടിനിന്നുള്ള
മാനവന്മാരില്ലയെന്നു ചൊൽവൂ.
പുണ്യങ്ങളാണ്ടുള്ളൊരാരണർക്കന്നന്നേ
എണ്ണമില്ലാതോളം ധേനുക്കളേ
മണ്ടാതെ മാനിച്ചു നല്കിനിന്നീടിനേൻ;
ഇങ്ങനെ പോരുമ്പൊളന്നൊരുനാൾ
ദത്തയായുള്ളൊരു ധേനുതാൻ പോന്നങ്ങു
സത്വരമെന്നുടെ വീടു പുക്കു.
അന്യനായ് നിന്നുള്ളൊരാരണനന്നോരാതെ
വന്നൊരു ധേനുവേ നല്കിനേൻ ഞാൻ.
തുഷ്ടനായ് നിന്നവമ്പോകുന്നനേരത്തു
പെട്ടെന്നു ചെന്നതിൻ നാഥനായോൻ
“എന്നുടെ ധേനുവെക്കൊണ്ടങ്ങു പോകൊല്ലാ”
എന്നങ്ങു ചൊല്ലിത്തടുത്താനപ്പോൾ.
“എന്നുടെ കൈയിലോ മന്നവന്തന്നുതെ”
ന്നന്യനായുള്ളവൻ ചൊന്നാനപ്പോൾ.
തങ്ങിളിലിങ്ങനെ പേശിനിന്നന്നേരം
ഇങ്ങു പോന്നെന്നുടെ മുമ്പിൽ വന്നാർ.
ചൊല്ലിനാർ പിന്നെയെങ്ങല്ലാരും കേൾക്കവേ
വല്ലായ്മയെന്നിലങ്ങാകുംവണ്ണം:
“തന്നതു കൊള്ളുന്ന നിന്നുടെ ദാനങ്ങൾ
നന്നെന്നേ നാമിന്നു ചൊല്ലേണ്ടുന്നു.
ഇങ്ങനെ ദാനങ്ങൾ ചെയ്തുതുടങ്ങുകിൽ
എന്നുമേ സങ്കടം വന്നുകൂടാ.”
എന്നതു കേട്ടു നടുങ്ങിന ഞാനുമെൻ
മുന്നൽനിന്നാരണരോടു ചൊന്നാൻ:
“ഓരാതെ വന്നൊരു വല്ലായ്മയെല്ലാമേ
പാരാതെ നിങ്ങൾ പൊറുക്കേണമേ.

മുപ്പതിനായിരം നൽപ്പശു നല്കുവൻ
ഇപ്പശുതന്നെയയ്ക്കേണമേ."
അപ്പൊഴുതാരണർ ചൊല്ലിനാരിങ്ങനെ:
"ഇപ്പശുവെന്നിയേ മററു വേണ്ട."
എന്നങ്ങു ചൊന്നുടനെന്നുടെയുള്ളത്തിൽ
ഖിന്നത ചേർത്തു നടന്നാർ ചെമ്മെ.
ആരണരിങ്ങനെ പോയൊരുനേരത്തു
പാരിച്ച വേദന പൂണ്ടു ഞാനും
കള്ളനായല്ലൊ ഞാനെന്നിനി വേണ്ടതെ
ന്നുള്ളിലേ നണ്ണി നടന്നനേരം
അന്തകന്തന്നുടെ കിങ്കരന്മാർ വന്നി
ട്ടന്ധനാമെന്നെയും കൊണ്ടുപോയാർ.
അന്തകമന്ദിരംതന്നിലും ചെന്നപ്പോൾ
ചിന്തിച്ചു ചൊല്ലിനാന്തകന്താൻ:
"കന്മഷംകൂടാത നിങ്ങളെക്കാണുമ്പോൾ
സമ്മാനമല്ലൊ നാം വേണ്ടുതപ്പോൾ
ഓരാതെങ്കിലും നിങ്കൈയിലായല്ലൊ
ആരണർക്കുള്ളൊരു ധേനുവെന്നാൽ
പുണ്യവാനെങ്കിലും ധർമ്മങ്ങളോർക്കുമ്പോൾ
ദണ്ഡ്യനെന്നുള്ളതു വന്നുകൂടും.
പുണ്യങ്ങൾ പൂണ്ടിപ്പോൾ വിണ്ണിലെ വാസത്തി
ന്നെണ്ണമില്ലെന്നതേ ചൊല്ലാവു താൻ.
അല്പമായുള്ളൊരു പാപത്തെയാവൂ നീ
മുല്പാടു നിന്നു ലഭിപ്പതെന്നാൽ."
അന്തകനിങ്ങനെ ചൊന്നതു കേട്ടപ്പോൾ
അന്ധമായ് മേവുമിപ്പാങ്കുഴിയിൽ
ഇങ്ങനെ വീണു കിടന്നതു കണ്ടു ഞാൻ
അങ്ങനെയല്ലൊ വമ്പാപമുള്ളു.

83 തന്നിൽനിന്നിങ്ങു കരറേുവാനായിട്ടു
84 പിന്നയെും പിന്നയെും പൊങ്ങിപ്പൊങ്ങി
85 ഒട്ടു കരറേുമ്പോൾ മുട്ടവരും മുമ്പെ
86 പട്ടെന്നു കീഴ്പട്ടെുപോരും പിന്നെ.
87 പാറമേൽ വീണുടൻ മെയ്യും പൊളിഞ്ഞു നി
88 ന്നറേിന വേദന പൂണുമ്പിന്നെ.
89 ഘോരമായ് നിന്നുള്ളൊരാതപം മന്നേയിൽ
90 പാരിച്ചു മന്നേമലേങ്ങലേക്കയാലേ
91 ദാഹിച്ചു നിന്നു വറണ്ടു വശംകെട്ടു
92 മോഹത്തെപ്പൂണ്ടു കിടപ്പൻ പിന്നെ.
93 എണ്ണമില്ലാതൊരു വേദന പൂണ്ടുടൻ
94 കണ്ണുനീർ വീഴ്ത്തുവാനോർത്തു പിന്നെ.
95 അല്ലൽ പിണഞ്ഞവയൊന്നൊന്നേ ചിന്തിക്കിൽ
96 ചൊല്ലാവതല്ലതേും തമ്പുരാനേ!
97 പണ്ടങ്ങു ചയെ്തുള്ള പുണ്യങ്ങൾകൊണ്ടത്രെ
98 ഇണ്ടൽപൂണ്ടിങ്ങനെ തണ്ടിച്ചു ഞാൻ.
99 അല്ലായ്കിലുണ്ടോ നിൻ ചവേടിത്താരിണ
100 വല്ലുന്നൂതിങ്ങനെ കണ്ടുകൊൾവാൻ?
101 ഏററം തിമിർത്തുള്ള പാപങ്ങളെല്ലാമേ
102 തോററോടിപ്പോയെല്ലൊ ദൂരത്തിപ്പോൾ."
103 മാധവന്തന്നോടു മന്നവനിങ്ങനെ
104 മാഴ്കാതെ വാർത്തകൾ ചൊന്നനേരം
105 വ്യോമത്തിൽനിന്നങ്ങു വന്നതു കാണായി
106 തൂമുത്തുകൊണ്ടൊരു യാനമപ്പോൾ.
107 മാനിച്ചുനിന്നൊരു മാധവൻചൊല്ലാലെ
108 യാനത്തിൽച്ചന്നെു കരറേി നരേ
109 എണ്ണമില്ലാതൊരു പുണ്യങ്ങൾ പൂണ്ടവൻ
110 വിണ്ണിലും ചന്നെു വിളങ്ങിനിന്നാൻ.

ഇക്ഷ്വാകുസോദരമ്പോയൊരു നരേത്തു
ശിക്ഷയായ് ചൊല്ലിനാന്മല്ലവൈരി
തന്മക്കളായുള്ള ബാലകന്മാരോടു
ധർമ്മമെന്നുള്ളതു തേറുവാനായ്:
"വേണുന്നതെല്ലാമേ സാധിച്ചുകൊള്ളുവാൻ
വേദിയരെന്നിയെയോരുമില്ലേ.
മേന്മ കലർന്നോരു ദൈവതമായതു
ബ്രാഹ്മണരെന്നതു തേറിനാലും.
ബ്രാഹ്മണനുള്ള ധനങ്ങളെയേതുമേ
കാണ്മതിന്നായിട്ടും കാമിക്കൊല്ലാ.
താനറിയാതെയീ മന്നവനിന്നിപ്പോൾ
ദീനത വന്നതും കണ്ടുതല്ലീ?
ഇങ്ങനെയുള്ള നൽ വേദിയരായുള്ള
മംഗലദൈവതം ബാലന്മാരേ!
അബുജലോചനനിങ്ങനെയോരോരോ
ധർമ്മങ്ങളായതു ചൊല്ലിപ്പിന്നെ
ശിക്ഷിതരായുള്ള മക്കളും താനുമാ
യക്ഷണം പൂകിനാനാലയത്തിൽ.

13.ബലഭദ്രഗമനം

ദ്വാരകതന്നിലേ നിന്നു വിളങ്ങിന
സീരവരായുധനന്നൊരുനാൾ
ബന്ധുക്കളായവരെക്കാണ്മതിനായിട്ടു
നന്ദൻറെ മന്ദിരം തന്നിൽ ചെന്നാൻ.
രാമനേ വന്നതു കണ്ടൊരു നന്ദന്താൻ
ആമോദം പൂണ്ടു പിടിച്ചു പൂണ്ടാൻ;
അമ്മയായുള്ള യശോദയുമങ്ങനെ
തന്മനം ചെമ്മേ കുളുർക്കുംവണ്ണം.
ചങ്ങാതിമാരായ വല്ലവന്മാരെല്ലാം
മംഗലമായ് വന്നു കണ്ടന്നേരം
കണ്ണനെക്കാണാഞ്ഞു വദേനപൂണ്ടുള്ളം
തിണ്ണമഴന്നുള്ള വല്ലവിമാർ
രാമൻറെ ചാരത്തുവന്നവർ ചോദിച്ചാർ
കാർമുകിൽവർണ്ണൻറെ വാർത്തയെല്ലാം:
"പൗരമാരായുള്ള നാരിമാരാർക്കുമേ
വരൈസ്യമതേുമിന്നില്ലയല്ലീ?
കാർമുകിൽ വർണ്ണന്നു വണേുന്നതിന്നിന്നു
കാമിനിമാരുടെ സൗഖ്യമല്ലൊ;
എന്നതുകൊണ്ടങ്ങൾ മുമ്പിനാൽ ചോദിച്ചു
സുന്ദരിമാരുടെ സൗഖ്യമെല്ലാം.
വഞ്ചനയാണ്ടുള്ളൊരഞ്ചനവർണ്ണന്നു
ചഞ്ചലമായൊരു നഞ്ചിലിപ്പോൾ
അച്ഛനുമമ്മയും വേഴ്ച തുടർന്നോരും
കച്ചുതയിഞ്ഞങ്ങളെന്നപോലെ;
ഞങ്ങളെക്കാണണേമന്നതുകൊണ്ടല്ലൊ
ഇങ്ങവൻ വാരാതെ നിന്നുകൊണ്ടു.

27 മങ്ങാതെ വന്നു തന്നച്ഛനെക്കണ്ടാലും
28 ഞങ്ങളോടെ മല്ലെ മറഞ്ഞുകൊള്ളാം.
29 ഉറ്റോരെയും മറ്റു പറ്റോരെയും പിന്നെ
30 ച്ചുറ്റമാണ്ടോരെയും കൈവെടിഞ്ഞ്
31 ഉറ്റോരായുള്ളതും മറ്റാരുമല്ലന്നെ
32 മുറ്റുമിഞ്ഞങ്ങളോ നണ്ണി ചമ്മെ.
33 പുഞ്ചിരിതൂകിനോരഞ്ചനവർണ്ണൻെറ
34 വഞ്ചനവാക്കുകളൊന്നൊന്നതോൻ
35 പട്ടാങ്ങനെ്നിങ്ങനെ ചിന്തിച്ചുനിന്നുള്ളിൽ
36 പൊട്ടുപിരണ്ടുള്ള ഞങ്ങളിപ്പോൾ
37 ചണ്ണുറ്റു തങ്ങളിൽ കട്ടുപട്ടീടുന്ന
38 തോണികൾ പാഴിലേ നീരായ് വന്നു.
39 ഗോകുലംകൊണ്ടുള്ള വാർത്തകളിന്നല്ലൊം
40 ഏതാനുമുണ്ടോ പറഞ്ഞുകേൾപ്പൂ?
41 “എന്നുടെ പിന്നലെ സന്തതം പാഞ്ഞിടും
42 ഖിന്നമാരായുള്ള നാരിമാരെ
43 നന്നായി വഞ്ചിച്ചു പോന്നോർനിന്നിങ്ങു ഞാൻ”
44 എന്നതു മിണ്ടുമാറില്ലയോ ചൊൽ.
45 പണ്ടവൻ ചെയ്തുള്ള വലേകളോർക്കുമ്പോൾ
46 ഇണ്ടലാകുന്നുതേ പാരമുള്ളിൽ.
47 കാളിന്ദിതീരത്തെക്കാവുകൾ കാണുമ്പോൾ
48 ഓളം തുളുമ്മുന്നു വദേനകൾ.
49 കാലത്തേ പോന്നു മുളച്ചുതയേുള്ളുതി
50 ക്കോലപ്പോർകൊങ്കകളങ്ങൾമാറിൽ;
51 ചാലക്കിടന്നുതളിഞ്ഞു വളർന്നതി
52 ന്നീലക്കാർവ്വണ്ണൻെറ മാറിലത്രെ.
53 പണ്ടുപണ്ടുണ്ടായ പുണ്യങ്ങളോർക്കയാൽ
54 ഇണ്ടലാണ്ടീടുമിക്കൈകൾ രണ്ടും

മാതാവിങ്ങ്കണ്ററം പിരിഞ്ഞതിൽപ്പിന്നയി
മ്മാധവൻകണ്ററമേ താനറിഞ്ഞു
ശൃംഗാരമിങ്ങ്ങനയെുള്ളൂതന്നെന്നുള്ളതും
അംഗജനിങ്ങ്ങനയെുള്ളൂതന്നെന്നും
മറ്റാരുമല്ലയിഞ്ഞങ്ങ്ങൾക്കു ചൊന്നതഹോ
മുറ്റുമിക്കാർമുകിൽവർണ്ണനത്രെ.
അങ്ങ്ങനെ നിന്നുള്ളൊരങ്ങ്ങളയിന്നിപ്പോൾ
ഇങ്ങ്ങനയെല്ലാതൊനാക്കിവച്ചു.
രാപ്പകലിങ്ങ്ങനെ വന്നതു പാർത്തിതാ
ബാഷ്പവും വാർത്തു കിടന്നു ഞങ്ങ്ങൾ."
ഇങ്ങ്ങനചൊന്നുടൻ കണ്ണൂനീർ തൂകിനാർ
മംഗലമാരായ മാതരല്ലാം.
രവേതീകാമുകനന്നെതു കണ്ടിട്ടു
പൂവണിമാരുടെ ഖദേമല്ലാം
വാക്കുകൾകൊണ്ടുടൻ പോക്കിനിന്നിടിനാൻ
വാഗ്മിയായുള്ളവരന്നെു ഞായം.
അല്ലലത്തീർത്തുള്ള വല്ലവിമാരുമായ്
നല്ല നിലാവുള്ള രാവുകളിൽ
അമ്പോടു പിന്നകെക്കളിച്ചുതുടങ്ങ്ങിനാൻ
അമ്പാടി തന്നിലേ രണ്ടു മാസം.
വാരുണിയാകിന മാധ്വിയസെ്സവിച്ചു
വാരണംപോലെ മദിച്ചു പിന്നെ
മന്ദം നടന്നു കളിച്ചൊരു നരേത്തു
സുന്ദരിമാരുമായന്നൊരുനാൾ
മളേത്തിൽ നിന്നു കളിപ്പതിന്നായിട്ടു
കാളിന്ദിതന്നെ വിളിച്ച നരേം
വാരാതനെിന്നപ്പോളേറിയ കോപത്താൽ
സീരത്തകെക്കൊണ്ടു വലിപ്പതിന്നായ്

83 ഓങ്ങ്ങിന നരേത്തു പടേിച്ചു നിന്നവൾ.

84 ഓടിച്ചനെ്നീടിനാൾ ചാരത്തപ്പഴേൾ.

85 തന്നിലിറങ്ങ്ങി നൽക്കാമിനിമാരുമായ്

86 ഒന്നെത്തുനിന്നു കളിച്ചു പിന്നെ

87 ചാലക്കരയറേി നീലമായുള്ളൊരു

88 ചലേയും പൂണ്ടു വിളങ്ങ്ങി നന്നായ്

89 കാമിനിമാരുടെ വാഞ്ഛിതം പൂരിച്ചു

90 കാവുകൾതഴേറും വിളങ്ങ്ങിനിന്നാൻ.

14.പൗണ്ഡ്രകവധം

ജംഭാരി കുമ്പിട്ട രോഹിണീനന്ദനൻ
അമ്പാടിതന്നിലിരുന്ന കാലം
പൗണ്ഡ്റകനാകുന്ന മന്നവൻതന്നുടെ
ശൗണ്ഡത കാട്ടുവാൻ നാട്ടിലെങ്ങും
ദൂതനെച്ചെന്നങ്ങു യാത്രയാക്കീടിനാൻ
പൂതനവൈരിയെക്കാണ്മതിന്നായ്.
ദ്വാരകയാകിന പൂരിലകംപുക്കു
പാരാതെ ചൊല്ലിനാൻ ദൂതനപ്പോൾ:
“ആണ്മ തിരണ്ടൊരു പൗണ്ഡ്രകൻചൊല്ലാലെ
കാണ്മതിനായിട്ടു വന്നുതിപ്പോൾ.
ആയന്മാർവീട്ടിൽ കിടന്നു വളർന്നൊരു
നീയല്ലപോലിനി വാസുദേവൻ.
ഇന്നുതുടങ്ങിയിഞ്ഞാനായി വന്നുതേ
മന്നിടമെങ്ങുമേ വാസുദേവൻ.
ശംഖുതുടങ്ങിയുള്ളായുധമെല്ലാമേ
നിങ്കൈയിൽ വേണ്ടുന്നതല്ലയിപ്പോൾ
നിന്നുടെ ഭൂഷണമെല്ലാമേ കൊണ്ടന്നി
ട്ടെന്നെയും കൂപ്പുക വായ്പൊടും നീ.
അന്ധതപൂണ്ടു മടിച്ചങ്ങു നിന്നുകൊ
ണ്ടന്തകൻവീട്ടിന്നു പോകൊല്ലാതെ.”
പൂതനവൈരിതന്മുന്നൽനിന്നിങ്ങനെ
ദൂതനായ് വന്നവൻ ചൊന്നനേരം
ആസ്ഥാനംതന്നിലിരുന്നുള്ളോരെല്ലാരും
ആർത്തുനിന്നേറ്റം ചിരിച്ചാരപ്പോൾ.
പുഞ്ചിരിപൂണ്ടുള്ളൊരഞ്ചനവർണ്ണനും
ചെഞ്ചെമ്മേ ചൊല്ലിനാൻ ദൂതനോട്:

27 “അന്ധതപൂണ്ടു മടിച്ചിങ്ങു നിന്നുകൊ
28 ണ്ടന്തകൻവീട്ടിന്നു പോണനേല്ലേ.
29 പാരാതെ വന്നങ്ങു പൗണ്ഡ്രകൻചൊല്ലിന
30 കാരിയമെല്ലാമേ സാധിച്ചുടൻ
31 ദ്വാരകതന്നിൽ വരുന്നതുമുണ്ടു ഞാൻ
32 നേരേത്രേ ചൊന്നതു തേറിനാലും.”
33 ഇങ്ങനെ ചൊന്നുടൻ തേരിൽക്കരേറീട്ടു
34 മങ്ങാതെയുള്ളൊരു സൂതനുമായ്
35 വാട്ടമകന്നൊരു പൗണ്ഡ്രകന്തന്നുടെ
36 കോട്ടതൻ ചാരത്തു ചെന്നു പൂക്കാൻ.
37 പൗരുഷമാണ്ടൊരു പൗണ്ഡ്രകനന്നേരം
38 പൗരന്മാരോടു കലർന്നു നന്നായ്
39 ഘോരമായുള്ളൊരു സേനയുമായിട്ടു
40 പാരാതെ ചെന്നു പിണങ്ങുംനേരം
41 കാശീശനാകുന്ന മന്നവവീരനും
42 വാശിയുംപൂണ്ടു തുണപ്പതിന്നായ്
43 ചാലത്തുനിഞ്ഞൊരു പൗണ്ഡ്രകന്തന്നുടെ
44 ചാരത്തു പൂകിനാൻ ചാപവുമായ്.
45 നേരിട്ടു നിന്നൊരു പൗണ്ഡ്രകന്തന്നോടു
46 വാരിജലോചനൻ ചൊന്നാനപ്പോൾ:
47 “ആയന്മാർവീട്ടിൽ വളർന്നതുമൂലമായ്
48 ഞാനല്ലായ്പോയല്ലൊ വാസുദേവൻ.
49 എങ്കയ്യിൽനിന്നുള്ളൊരായുധമെല്ലാമേ
50 ശങ്കകളഞ്ഞിതാ തന്നേനെങ്കിൽ.”
51 ഇങ്ങനെ ചൊല്ലി നല്ലമ്പുകളെല്ലാമേ
52 അങ്ങവന്മേനിയിൽത്തൂകിത്തൂകി
53 അന്ധതപൂണ്ടങ്ങു നില്ലാതെകണ്ടുടൻ
54 അന്തകങ്കോയിക്കലാക്കിവെച്ചാൻ.

വാശിയപെപ്പൂണ്ടൊരു കാശീശനന്നേപ്പോൾ
കേശവന്തന്നോടങ്ങേശിനിന്നാൻ.
അമ്പുകൾകൊണ്ടവന്തന്നുടെ കണ്ഠവും
അമ്പു കളഞ്ഞു മുറിച്ചു പിന്നെ
പേശലമായൊരു കാശിയിൽ വീഴ്ത്തിനാൻ
ഈശനായുള്ളൊരു കേശവന്താൻ.
വാഴ്ത്തിനീന്നീടുന്ന വന്ദികൾതന്നുടെ
വാക്കുകൾകേട്ടു തെളിഞ്ഞു നന്നായ്
ദ്വാരകതന്നിലകത്തങ്ങു പൂകിനാൻ
വീരതതന്നെയും പൂണ്ടു പിന്നെ.
കാശീശന്തന്നുടെ കാന്തമാരന്നേപ്പോൾ
പേശലമായുള്ളൊരാനനത്തെ
വീണതു കണ്ടിട്ടു ചാരത്തു ചെന്നിട്ടു
കേണുതുടങ്ങിനാർ വീണു തന്മേൽ.
മാനിയായ് നിന്നു മരിച്ചവന്തന്നുടെ
സൂനുവായുള്ള സുദക്ഷിണന്താൻ
അച്ഛനെക്കൊന്നോനെക്കൊല്ലേണമെന്നുള്ളൊ
രിച്ഛയുംപൂണ്ടു പുറപ്പെട്ടുടൻ
ഉൽക്കടമായ തപസ്സു തുടങ്ങിനാൻ
മുക്കണ്ണന്തന്നെയുമുള്ളിൽ നണ്ണി.
ചിത്തമഴിഞ്ഞൊരു മുക്കണ്ണരന്നേരം
പ്രത്യക്ഷനായിട്ടു ചോദിച്ചപ്പോൾ
അച്ഛനെക്കൊന്നുള്ളൊരച്യുതന്തന്നെയും
മെച്ചമേ കൊല്ലേണമെന്നു ചൊന്നാൻ:
എന്നതു കേട്ടൊരു ചന്ദ്രക്കലാധരൻ
ഏറിന ചിന്തയുംപൂണ്ടു ചൊന്നാൻ:
"ദക്ഷിണരായുള്ള ഭൂസുരന്മാരുമായ്
ദക്ഷിണകുണ്ഡത്തിലഗ്നിതന്നെ

പൂജിച്ചുനിന്നങ്ങു ഹോമം തുടങ്ങുക
യാജകന്മാരെല്ലാം ചൊന്നവണ്ണം.
ധീരനായിങ്ങനെയാചരിച്ചീടുമ്പോൾ
മാരണമായുള്ളൊരാഭിചാരം
ചണ്ഡനായുള്ളൊരു പാവകന്താനപ്പോൾ
കുണ്ഡത്തിൽ നിന്നു പുറപ്പെട്ടുടൻ
നിന്നുടെ കാരിയമെല്ലാമേ സാധിക്കും
നിന്നോടുകൂടാതെ കണ്ടുകൊൾ നീ.”
മംഗലനായൊരു ഗംഗതങ്കാമുകൻ
ഇങ്ങനെ ചൊല്ലി മറഞ്ഞനേരം
മാരണചുഞ്ചുക്കളായി വിളങ്ങിയു
ള്ളാരണന്മാരുമാ യാദവരിൽ
അക്ഷണമങ്ങനെയാചരിച്ചീടിനാൻ
ദക്ഷിണനായ സുദക്ഷിണന്താൻ.
ഘോരമായുള്ളൊരു മാരണമിങ്ങനെ
ധീരനായ് നിന്നവൻ ചെയ്തനേരം
തീക്ഷ്ണമായുള്ളൊരു കുണ്ഡത്തിൽനിന്നുടൻ
തീപ്പൊരി പാരമെഴത്തുടങ്ങി
ചാരത്തുനിന്നുള്ളൊരാരണന്മാരെല്ലാം
ദൂരത്തുപോയങ്ങു നിന്നനേരം
കുണ്ഡത്തിൽനിന്നങ്ങെഴുന്നതു കാണായി
ചണ്ഡിയെക്കാളതി ഭീക്ഷണനായ്
മാരണദേവതയായിച്ചമഞ്ഞിട്ടു
ഘോരനായുള്ളൊരു വഹ്നിതന്നെ.
ചെമ്പിച്ചുനിന്നൊരു കേശവും മീശയും
വമ്പിച്ചുനിന്നു വളഞ്ഞെകിറും,
തീപ്പൊരി തൂകി മിഴിച്ചു ചുവന്നിട്ടു
തീക്ഷ്ണതപൂണ്ടുള്ള കണ്മിഴിയും.

കഠോട്ടഞ്ഞരമ്പുകൾ പരെണ്ടിയഴെുന്നിട്ടു
കഠോട്ടിയായുള്ളരെു വന്മുഖവും,
ആണ്ടുനിന്നീടിനാനാരണർമുമ്പില
ങ്ങോനയും കാതിലണിഞ്ഞു നരേേ
കണ്ടുള്ളോരെല്ലാരും കാതരന്മാരായി
മിണ്ടാതെ നോക്കി നടുങ്ങുംനരേം
പൂവടിപോലെയെഴുന്നതു കാണായി
ഭൂതങ്ങളോരോന്നേ പിന്നപ്പിന്നെ.
പാരം പരെിഞ്ഞുള്ളുകരെള്ളിയുമായിട്ടു
ഘോരമായുള്ളരെു നോക്കുമായി
ദ്വാരക നോക്കി നടന്നതു കാണായി
മാരണദവേതയോടും കൂടി.
ദ്വാരകതന്നുടെ ചാരത്തു ചന്നെരെു
മാരണദവേത പാരമപ്പോൾ
എട്ടുദിക്കണ്ടെുമേ ഞെട്ടി നടുങ്ങുമാ
റട്ടഹാസങ്ങളയൊച്ചരിച്ചു.
ദ്വാരകവാസികളന്നെതു കടേ്ടിട്ടു
പാരം വിറച്ചു നിലത്തു വീണാർ.
കസേരിതന്നുടെ നാദമന്നെിങ്ങനെ
കവേലം ചിന്തിച്ചു വാരണങ്ങൾ
കടേറ്റുനിന്നരെു ശാലയിൽനിന്നുടൻ
ഓടിത്തുടങ്ങീതു പടേിയാലേ.
ബാലകന്മാരല്ലൊമമ്മമാർ ചാരത്തു
ചാലപ്പോയ്ചന്നെു കരഞ്ഞുനിന്നാർ.
ബാലകന്മാരയെും പൂണ്ടങ്ങു നിന്നുള്ള
നീലവിലോചനമാരല്ലൊരും
വമ്പു കലർന്നുള്ള കാറ്റിനയെറേ്റുള്ള
രംഭകൾപോലെ ചമഞ്ഞുകൂടി.

139 കേൾക്കായതെന്തന്നു ചൊല്ലിനിന്നെല്ലാരും

140 നോക്കിത്തുടങ്ങിന നേരത്തപ്പോൾ

141 മുപ്പാരെ വെല്ലുവാൻ മുമ്മുനയായിട്ടു

142 കെല്പു കലർന്നോരു ശൂലവുമായ്

143 മാരണദേവത വന്നതു കാണായി:

144 ഘോരങ്ങളായുള്ള ഭൂതങ്ങളും.

145 ചാലെ വളർന്നൊരു മേനിയിൽനിന്നെഴും

146 ജ്വാലകൾ മേന്മേലങ്ങേല്ക്കയാലെ

147 കൃത്യതൻ ചാരത്തെദ്ദാരുക്കളെല്ലാമേ

148 കത്തിയെഴുന്നതു കാണായപ്പോൾ.

149 പാരിച്ചുനിന്നുള്ള പാദങ്ങളേല്ക്കയാൽ

150 വാടിച്ചുതായിതബ്ഭൂതലവും.

151 രമ്യമായ് നിന്നുള്ളൊരംബരംതന്നിലു

152 ള്ളംബുദജാലകമാല ചാലേ

153 തങ്ങി വലിച്ചു വരുന്നതു കാണായി

154 പൊങ്ങിയെഴുന്നുള്ള കേശങ്ങളിൽ

155 മാനുഷന്മാരേക്കടിച്ചങ്ങു തിങ്കയാൽ

156 മാറിലേ ചാടുന്ന ചോരതന്നിൽ

157 നീന്തിയെഴുന്നു വരുന്നതു കാണായി

158 നീണ്ടുവളർന്നുള്ള മുണ്ഡമാല.

159 വ്യോമത്തിൽച്ചേരുന്ന യാനങ്ങളെല്ലാമേ

160 ശൂലത്തിന്മേലായിക്കാണായപ്പോൾ

161 ഉജ്ജ്വലിച്ചീടുന്നൊരാനനമാണ്ടുള്ള

162 ഗർജ്ജിതനാദത്തെക്കേൾക്കും നേരം

163 നേരേ നടുങ്ങി നിലത്തങ്ങു വീഴാതോർ

164 ആരുമേയില്ലയിപ്പാരിലങ്ങെങ്ങും;

165 നേരേറ്റ മാരണദേവതതന്നുടെ

166 ഘോരത ചൊൽവാനുമവ്വണ്ണമേ.

167 അന്തകനുള്ളവും കാണുന്നുതാകിലോ
168 വന്നു നീറീടുമപ്പടേിതന്നാൽ.
169 ഇങ്ങനെയുള്ളൊരു മാരണദേവത
170 പൊങ്ങിയെഴുന്നു വരുന്നനേരം
171 കണ്ടുള്ളോരെല്ലാരും കാതരന്മാരായി
172 മണ്ടിത്തുടങ്ങിനാരങ്ങുമിങ്ങും.
173 കല്പാന്തപാവകന്താനിതെന്നിങ്ങനെ
174 കല്പിച്ചു നിന്നു കടുക്കനെപ്പോയ്
175 ചൂതുപൊരുന്നൊരു മാധവൻചാരത്തു
176 കാതരന്മാരായിച്ചെന്നു ചൊന്നാർ :
177 "ഘോരനായുള്ളൊരു വഹ്നിതാൻ വന്നിതാ
178 നീറായിപ്പോകുന്നു ഞങ്ങളയ്യോ !
179 പാലിച്ചുകൊള്ളണം പാരാതെയെങ്ങളെ
180 പ്പാവകൻവായിൽനിന്നായവണ്ണം."
181 വൃഷ്ണികൾക്കുള്ളൊരു ദീനത്തെക്കണ്ടിട്ടു
182 കൃഷ്ണനായുള്ളൊരു വിഷ്ണുവപ്പോൾ
183 ചാരത്തുനിന്നൊരു ചക്രത്തെയന്നേരം
184 പാരിച്ചു നോക്കിനാനൊന്നു നന്നായ്.
185 ചൂതുതുടങ്ങിനാൻ പിന്നെയുമങ്ങനെ
186 ചേതം വരുത്താതെ ലീലയേതും
187 അംബുജലോചനൻകണ്മുന്നേ തന്നുടെ
188 നിർമ്മലമനേയിലേറ്റേ നേരം
189 കല്പാന്തപാവകന്തന്നെയും വെല്ലുവാൻ
190 കല്പു കലർന്ന സുദർശനന്താൻ
191 കത്തിത്തുടങ്ങീതു പുത്തനാം നെയ്ക്കൊണ്ടു
192 സിക്തമായുള്ളൊരു തീകണക്കെ.
193 ദിഗ്ഗജകർണ്ണവും ജർജ്ജരമാംവണ്ണം
194 ഗർജ്ജിച്ചുനിന്നു നിവിർന്നു പിന്നെ

മാരണദവേതതന്നുടെ മനേയിൽ
ഘേരമായ് നേക്കിനാനന്നുനരേ.
ഉണ്മദനായ സുദർശനന്തന്നുടെ
കണ്മുന തന്മയെയിലറേ്റനരേം
നരേിട്ടു ചന്നെരു മാരണദവേത
പാരം നടുങ്ങി മടങ്ങീതപ്പേൾ
വ്യാധന്മാരയെ്തുള്ള ബാണങ്ങളലേക്കയാൽ
ആതങ്കം പൂണ്ടുള്ളരു സിംഹംപലേ.
പർജ്ജന്യനാദത്തത്തെർജ്ജിച്ചു നിന്നരു
ഗർജ്ജനം കടേ്ടുള്ള ഭൂതങ്ങളും
ഓടിത്തുടങ്ങീതു കസേരിനാദം കേ
ട്ടീടുന്നരണേങ്ങളന്നെപലേ.
ഓടിയണഞ്ഞു പിണങ്ങിനാനന്നെപ്പേൾ
ചൂടു പഴിഞ്ഞു സുദർശനന്താൻ.
ചാലത്തെുടർന്ന സുദർശന്തനന്നുടെ
ജ്വാലകൾ മനേയിലലേക്കയാലേ
വന്തെുതുടങ്ങിന മാരണദവേത
വഗേത്തിലേടിക്കരഞ്ഞു തിണ്ണം
അക്ഷണം ചന്നെങ്ങു ദക്ഷിണനായ സു
ദക്ഷിണന്തന്നയെണഞ്ഞു നരേ :
കുക്ഷി പിളർന്നിട്ടു നൽക്കുടൽമാലയും
ഭക്ഷിച്ചു നിന്നു ദഹിച്ചു പിന്നെ
ചാരത്തു നിന്നു ചടങ്ങുകളതിയു
ള്ളാരണന്മാരയെുമവ്വണ്ണമേ
ആരണന്മാരേ വധിച്ചുള്ള പാപത്തെ
വരേറപ്പേക്കുവാനന്നെപലേ
മണ്ടിയണഞ്ഞങ്ങു പണ്ടു താനുണ്ടായ
കുണ്ഡത്തിൽ ചാടിയങ്ങിനിന്നു.

223 “നിന്നോടുകൂടാതെ കണ്ടുകൊൾ നീ”യെന്നു

224 തന്നോടു ചൊന്നതു ചിന്തിയാതെ

225 കോപിച്ചുനിന്നവനിങ്ങനെ ചെയ്കയാൽ

226 ആപത്തായ് വന്നു തനിക്കുതന്നെ

227 സജ്ജനത്തോടു പിണങ്ങിനിന്നീടിനാൽ

228 ദുർജ്ജനമങ്ങനെ വന്നു ഞായം.

229 പിന്നാലെ പാഞ്ഞ സുദർശനന്താനപ്പോൾ-

230 മന്നവന്തന്നുടെ കോട്ടയെല്ലാം

231 ചുട്ടങ്ങു പൊട്ടിച്ചു പെട്ടെന്നു പോന്നീട്ടു

232 തുഷ്ടനായ് പൂകിനാൻ ദ്വാരകയിൽ.

15.സാംബോദ്വാഹം

1 മാനികൾമൗലിയാം ഭൗമനായുള്ളൊരു

2 ദാനവവീരൻ്നു പണ്ടു പണ്ടേ

3 ചങ്ങാതിയായൊരു വാനരവീരൻ്താൻ

4 മങ്ങാതനിന്നു വറുപ്പിക്കയാൽ

5 രോഷിതനായിട്ടു കൊന്നങ്ങു വീഴ്ത്തിന

6 രോഹിണീനന്ദനനോടുംകൂടി

7 വാരിജലോചനൻ ദ്വാരകതന്നിലേ

8 വാരുറ്റു നിന്നു വസിച്ചകാലം

9 ദൃപ്തനായുള്ള സുയോധനനന്തന്നുടെ

10 പുത്രിയായുള്ളൊരു കന്യകയ്ക്ക്

11 കാന്തനേ നണ്ണി സ്വയംവരമുണ്ടായി

12 കാന്തമായുള്ളൊരു കോട്ടതന്നിൽ.

13 എന്നതു കേട്ടുള്ള മന്നവരെല്ലാരും

14 ചെന്നുതുടങ്ങിനാർ ചെവ്വിനോടേ.

15 ചാലച്ചമഞ്ഞുള്ള ചങ്ങാതിമാരുമായ്

16 ഓലക്കമാണ്ടു നടന്നു മെല്ലെ

17 മണ്ഡിതയായൊരു കന്യകതാനുമ

18 മ്മണ്ഡപംതന്നിലിരുന്ന നേരം

19 സാംബനായുള്ള കുമാരനുമന്നതു

20 കാണ്മതിന്നായിട്ടു ചെന്നാനപ്പോൾ.

21 സാംബനകെ്കണ്ടൊരു കന്യകതന്നുടെ

22 ചാമ്പി മയങ്ങിന കമുനതാൻ

23 പാരം നടന്നങ്ങു ചെന്നുതുടങ്ങീതു

24 വാരിജം കണ്ടുള്ള വണ്ടുപോലെ.

25 കന്യകതന്നുടെ കമുന ചെന്നിട്ടു

26 തന്നോടു ചൊൽകയാലന്നപോലെ

27 സാംബൻറെ കണ്ണ്ണുമക്കന്യകതന്നിലേ
28 മന്േമലേ ചെന്നു തുടങ്ങ്ങീതപ്പോൾ.
29 മംഗലമാരായ ചങ്ങാതിമാരല്ലാം
30 തങ്ങ്ങളിൽ നോക്കിനാരന്നേരം.
31 ബാലികതന്നുടെ ലോചനമാലിക
32 ചാലേ വലിക്കയാലന്നപോലെ
33 പഗരമണഞ്ഞവൾതന്നയെും തന്നുടെ
34 തരേിലങ്ങാക്കിനാൻ ഭാഗ്യവാന്താൻ.
35 കണ്ടുനിന്നീടുന്ന കൗരവന്മാരല്ലാം
36 മണ്ടിയണഞ്ഞു ചുഴന്നു പിന്നെ
37 കോപിച്ചുനിന്നു പറഞ്ഞുതുടങ്ങിനാർ
38 വപേിച്ചുനിന്നൊരു മയെ്യുമായി:
39 "ചരോതയെിന്നിതിൽ വന്നുള്ളോരാരാലും
40 വാരിജലോചനതന്നയെിപ്പോൾ
41 കൊണ്ടങ്ങു പോകുന്നോരങ്കിൽ നാമല്ലാരും
42 മണ്ടിയണഞ്ഞു പിണഞ്ഞവനേ
43 കൊന്നങ്ങു വീഴ്ത്തുക വന്നുള്ളോർ കാണുമാ
44 റന്നങ്ങു നണ്ണിയുറച്ചു നന്നായ്
45 കാത്തുനിന്നീടുന്ന നമ്മയെുമതേുമേ
46 കാണിയും കൊള്ളാതയെുള്ളിലിപ്പോൾ
47 കന്യകതന്നയെും കൊണ്ടങ്ങു പോയതി
48 ക്കണ്ണിനു പോരാതെ ബാലനല്ലൊ
49 കസേരിതന്നുടെ പതൈലപ്പൂണ്ടിട്ടു
50 കഴേതാൻ കൊണ്ടങ്ങു മണ്ടുംപോലെ.
51 എന്നാൽ നാമിന്നിവന്തന്നയെും ബന്ധിപ്പൂ
52 വന്നുള്ള മന്നവർ കമുമ്പിലേ.
53 കൃഷ്ണനുമായ് വന്നു വൃഷ്ണികളല്ലാരും
54 ഉഷ്ണിച്ചുകൂടുന്നോരങ്കിലിപ്പോൾ

ബാണങ്ങൾക്കുള്ളൊരു മൂർച്ചകൾക്കേതുമേ
ബാധയേയില്ലല്ലൊയിന്നമുക്കും."
ഇങ്ങനെ ചൊല്ലിന കൌരവവീരന്മാർ
സംഗരത്തിന്നു മുതിർന്നനേരം
ആണ്മ കലർന്നൊരു സാംബനാംവീരനും
ചാപദം നീങ്ങാതെ നിന്നു നന്നായ്
ബാണങ്ങൾകൊണ്ടു തൊഴിച്ചുതുടങ്ങിനാൻ
ബാലകനല്ലെന്നു തോന്നുംവണ്ണം.
ചാരത്തുനിന്നുള്ള കൌരവന്മാരെല്ലാം
ദൂരത്തു നീങ്ങി നടുങ്ങി നിന്നാർ.
ആർത്തന്മാരായിട്ടു വീർത്തുതുടങ്ങിനാർ,
ഓർത്തുനിന്നങ്ങു നുറുങ്ങുനേരം.
വഞ്ചനംകൂടാതെ ബന്ധിച്ചുകൊള്ളുവാൻ
ചെഞ്ചമ്മയൊവതല്ലെന്നു ചൊല്ലി
നേരിട്ടു നിന്നൊരു വീരനും താനുമായ്
നേരൊത്തു നിന്നു പൊരുന്ന നേരം
പിന്നാലെ ചെന്നവൻ വിൽ മുറിച്ചീടിനാൻ
ഉന്നതനായൊരു കർണ്ണനപ്പോൾ,
വിൽ മുറിഞ്ഞീടിന യാദവബാലകൻ
പൽ പറിഞ്ഞീടിന പാമ്പുപോലെ
ആർത്തനായ് വന്നതു കണ്ടൊരു വീരന്മാർ
ആർത്തു കൊണ്ടേറ്റമണഞ്ഞു നേരേ
കാട്ടിലകംപുക്കു കാട്ടാളർ വേട്ടയിൽ
കാട്ടാനപ്പൈതലെയെന്നപോലെ
പെട്ടെന്നു ചെന്നു പിടിച്ചങ്ങു ബന്ധിച്ചു
തുഷ്ടരായ്മന്ദിരംതന്നിൽ പുക്കാർ.
മന്ത്രങ്ങൾകൊണ്ടു നിരുദ്ധനായ്പോകയാൽ
അന്ധനായുള്ളൊരു ഭോഗിപോലെ

കൗരവമന്ദിരംതന്നിൽ നിന്നീടിനാൻ
വീരനായുള്ളൊരു സാംബനപ്പോൾ.
കണ്ടങ്ങു നിന്നൊരു നാരദമാമുനി
മണ്ടിനാൻ ദ്വാരകനോക്കിയപ്പോൾ.
കൊണ്ടൽനേർവർണ്ണൻറെ ചാരത്തു ചെന്നുനി
ന്നുണ്ടായ വലേയച്ചൊലച്ചൊന്നാൻ:
"മാനികളായുള്ള കൗരവന്മാരുടെ
മന്ദിരംതന്നിൽനിന്നിന്നു വന്നു.
ഗൗരവംപൂണ്ടുള്ള കൗരവന്മാരത്രെ
വീരന്മാരായതിപ്പാരിലിപ്പോൾ;
വീരത വറോയ യാദവന്മാരിപ്പോൾ
നാരിമാരെന്നതും വന്നുകൂടി
അന്നന്നു കണ്ടോർ പിടിച്ചങ്ങു കെട്ടുവാൻ
ആളായിവന്നതുകൊണ്ടു നരേ.
ബാണൻറെ മന്ദിരംതന്നിൽ മുടങ്ങിനാൻ
നാണവും കൈവിട്ടു പണ്ടൊരുത്തൻ.
കൗരവമന്ദിരംതന്നിലിന്നിന്നുടെ
ഔരസനായുള്ള സാംബനിപ്പോൾ.
മറ്റൊരു യാദവന്മറ്റൊരു ദശേത്തു
കെട്ടുപെട്ടാനെന്നു നാളെക്കേൾക്കാം.
ക ചുവത്തീടുന്നതന്തിനിങ്ങെല്ലാരും
കാണിയും കൊള്ളാതക്കൗരവന്മാർ.
കാലത്തേ ചെന്നിനിക്കോഴയും നല്കീട്ടു
ബാലകന്തന്നയുെമ്മീണ്ടുകൊൾവിൻ."
നാരദനിങ്ങനെ ചൊന്നൊരു നരേത്തു
വീരന്മാരായുള്ള യാദവന്മാർ
ഭരേയും താഡിച്ചു തരേൽക്കരറേിനാർ
നരേറ്റുനിന്നൊരു സനേയുമായ്.

സന്നാഹം കണ്ടൊരു നാരദന്നുള്ളത്തിൽ
സന്തോഷം പൊങ്ങിത്തുടങ്ങീതപ്പോൾ.
കാർവർണ്ണന്തന്നുടെ ചൊല്ലിനാലെല്ലാരും
പോവതിന്നായിത്തുടങ്ങുംനേരം
കൗരവന്മാർക്കിന്നു യാദവന്മാരോടു
വൈരമുണ്ടാകൊല്ലായെന്നു നണ്ണി.
വേഗത്തിൽ ചെല്ലുന്ന രോഹിണീനന്ദനൻ
"വേണ്ടാ"യെന്നിങ്ങനെ ചൊന്നാനപ്പോൾ
"ഞാനങ്ങു ചെന്നിട്ടു ബാലകന്തന്നെയും
മാനിച്ചുകൊണ്ടിങ്ങു പോന്നുകൊൾവൻ.
പൊങ്ങിയെഴുന്നൊരു കോപവും കൈവിട്ടു
നിങ്ങളിങ്ങെല്ലാരും നില്ക്കേ വേണ്ടൂ."
എന്നതു കേട്ടൊരു നാരദനന്നേരം
കണ്ണെറിഞ്ഞീടിനാനെല്ലാരോടും:
"ലാംഗലിതന്നുടെ ശിഷ്യനായുള്ളോനെ
ത്താങ്ങുവാനായിപ്പറഞ്ഞതെല്ലാം
പട്ടാങ്ങെന്നിങ്ങനെ തേറി നിന്നിന്നിങ്ങൾ
പൊട്ടരായ്പോകൊല്ലാ"യെന്നിങ്ങനെ.
സീരിതാനിങ്ങനെ ചൊന്നതു കേട്ടപ്പോൾ
വീരന്മാരായുള്ള യാദവന്മാർ
പൊങ്ങിയെഴുന്നൊരു കോപവും പൂണ്ടുടൻ
തങ്ങളിൽ നോക്കി മെരിണ്ടു നിന്നാർ,
പോവാന്തുനിഞ്ഞുള്ള വാരണവീരന്മാർ
പാവാന്റെ ചൊൽ കേട്ടു നിന്നപോലെ
മാധവന്തന്നുടെയാനനം കണ്ടുടൻ
മാഴ്കി മയങ്ങി മടങ്ങി നിന്നാർ.
കേടേറ്റുനിന്നൊരു നാരദനന്നാനനം
വാടിച്ചമഞ്ഞു തുടങ്ങീതപ്പോൾ

ആരുണ്യം വറോയ കാർവർണ്ണന്തന്നുടെ
ആനനം പിന്നെയും നോക്കി നോക്കി
കാലുഷ്യം പൂണ്ടുള്ളൊരുള്ളവുമായിട്ടു
ചാലത്തലയും ചൊറിഞ്ഞു നിന്നാൻ.
വീരനായുള്ളൊരു സീരിതാനന്നെപ്പോൾ
പാരാതെ നേരേററ തേരിലേറി
ധന്യമായുള്ളൊരു കൗരവമന്ദിരം
തന്നുടെ ചാരത്തു ചെന്നേ നേരം
സീരിയേ വന്നതു കേട്ടൊരു നേരത്തു
വീരന്മാരായുള്ള കൗരവന്മാർ
പൊങ്ങിയെഴുന്നൊരു തോഷവും പൂണ്ടുടൻ
മംഗലപാണികളായിച്ചെന്നാർ.
ആതിഥ്യമായുളള വലേയച്ചെയ്തു നി
ന്നാദരമോടെങ്ങിരുന്നു പിന്നെ
വഴ്ച്ചയിൽനിന്നുള്ള വാർത്തകളോരോന്നേ
കാഴ്ചയായ് തങ്ങളിലോതിയോതി
കൗരവന്മാരോടു ചൊല്ലിനിന്നീടിനാൻ
വീരനായുള്ളൊരു സീരി നേരേ:
"ഉഗ്രനായ് നിന്നുള്ളൊരുഗ്രസനേന്തൻറെ
അഗ്ര്യയായ് നിന്നുള്ളൊരാജ്ഞയാലേ
കാണ്മതിനായിട്ടു വന്നിതു ഞാനിപ്പോൾ
കാമിച്ചു നമ്മിലേ വഴ്ച്ചയെല്ലാം.
ബാലനായുള്ളൊരു സാംബനെയിന്നിങ്ങൾ
ചാലച്ചുഴന്നു ചതിച്ചെല്ലാരും
ബന്ധിച്ചുനിന്നതു ചിന്തിച്ചുകാണുമ്പോൾ
അന്ധതയന്നെതേ വന്നുകൂടു.
ശക്തന്മാരായുള്ള യാദവന്മാരിങ്ങു
സത്വരം പോന്നു വരുംമുന്നമേ

167 ബാലകന്തന്നയെും പാരാതെ നല്കുവിൻ
168 ബാലികതന്നോടുംകൂടി നരേ.
169 ദുശ്ശമനായൊരു കർണ്ണൻറെ ചൊൽ കടേ്ടു
170 കശ്മലമാനസരായി നിങ്ങൾ
171 അന്ധകനാഥൻറയൊജ്ഞയ ലംഘിച്ചി
172 ട്ടന്ധരായ്പോകായ്വിൻ വീരന്മാരേ!”
173 രോഹിണീനന്ദനൻ ചൊന്നതു കടേ്ടിട്ടു
174 രോഷത്തപ്പൂണ്ടുള്ള കൗരവന്മാർ.
175 കണ്ണും ചുവത്തിപ്പറഞ്ഞുതുടങ്ങിനാർ
176 കണ്ണനുണ്ടെന്നുള്ള വൻപിനാലേ:
177 “ആഭാസരായുള്ള വൃഷ്ണികളായല്ലൊ
178 ആജ്ഞ നടത്തുന്നതിന്നു പാരിൽ;
179 നാമിനിയല്ലാരും ദാസരായ് നിന്നവർ
180 നാവിന്മൽ നീരാകയന്നേ വേണ്ടു;
181 പാദുകം ചന്നു ശിരസ്സിങ്കലാമ്മാറു
182 പാഞ്ഞുകരറേുന്ന കാലമിപ്പോൾ;
183 ചാലേ നിറന്ന കിരീടങ്ങളല്ലാം പോയ്
184 കാലോടു ചരേുകയന്നുവന്നു.
185 മന്നവന്മാർക്കുള്ളൊരാസനം കൂടാതെ
186 ഖിന്നരായ്പോരുമിന്നീചന്മാരേ
187 വാഴ്ത്തി നാം നിന്നതുകൊണ്ടല്ലീ നമ്മോടു
188 വാർത്തകളിങ്ങനെ ചൊല്ലാകുന്നു.
189 മറ്റൊരു ദൂതൻ വന്നിങ്ങനെ ചൊന്നാകിൽ
190 മറ്റൊന്നായ് വന്നിതുമിന്നുതന്നെ.
191 വമ്പിഴയാകിലുമൊന്നു പൊറുക്കേണം
192 അമ്പു പൊഴിഞ്ഞോരോടന്നുണ്ടല്ലൊ.
193 കടെ്ടുപടെ്ടീടുന്ന സാംബനയേന്നുമേ
194 ഒട്ടുമയയ്ക്കുന്നൂതില്ല ചൊല്ലാം

അന്ധകനാഥൻറയൊജ്ഞതാൻ വണോമി
ബ്ബന്ധനം തീർത്തിനിക്കൊണ്ടുപോവാൻ."
വാഴ്ചകളല്ലാത വാർത്തകളിങ്ങനെ
കാഴ്ചയായ് കേൾപ്പിച്ചു കൗരവന്മാർ
മന്ദിരംതന്നിലകത്തങ്ങു പൂകിനാർ
മന്ദന്മാർക്കങ്ങനെ തോന്നി ഞായം.
സമ്മതം കൂടാതെ വാർത്തകളോരോന്നേ
ഉന്മുകംപോലെ തങ്കർണ്ണങ്ങളിൽ
കൊണ്ടുകൊണ്ടീടുന്ന ലാംഗലധാരിക്കു
കോപമെഴുന്നു തുടങ്ങീതപ്പോൾ.
ദുഷ്ടന്മാരെല്ലാരും നീങ്ങിന നരേത്തു
പെട്ടെന്നെഴുന്നേറ്റു നിന്നാനപ്പോൾ
വാരണവീരൻറെ നാദത്തെക്കേട്ടൊരു
കസേരിവീരന്താനെന്നപോലെ
ചാരത്തുനിന്നുള്ള വീരന്മാർ കേൾക്കവേ
ചാപലം കൈവിട്ടു ചൊന്നാനപ്പോൾ:
"എന്നോടുതന്നേ വെറുക്കയേ വേണ്ടു ഞാൻ
എന്നുടെ ഭോഷത്വം ചിന്തിക്കുമ്പോൾ;
അങ്ങുള്ളോരാർക്കുമേ ചേരാതയെല്ലൊ ഞാൻ
ഇങ്ങുള്ള ലോകരിൽ ചേർച്ച പുക്കു;
വൃഷ്ണികളാർക്കുമേ ചേർന്നീതില്ലതുമേ
കൃഷ്ണനുമുള്ളത്തിലവ്വണ്ണമേ.
ആർക്കുമേ ചേരാതെ ഞാനിങ്ങു പോന്നതു
പാർക്കുന്നൂതാകിൽ പിഴച്ചില്ലൊട്ടും;
ഗർവ്വിതരായുള്ള കൗരവന്മാരുടെ
ദുർവചനങ്ങളെക്കേൾക്കായല്ലൊ.
പണ്ടെന്നും കേളാത വാർത്തയെക്കേട്ടപ്പോൾ
പണ്ടുള്ള വേലയെച്ചെയ്യണം ഞാൻ.

ഗർവിതന്മാരായ കൗരവന്മാരിനി
യുർവിയിലില്ലാതയൊക്കവണ്ണം.
മംഗലംവറോയ മന്ദിരമിന്നുടൻ
ഗംഗയിലാക്കുന്നൂതുണ്ടു നരേ."
എന്നങ്ങു ചൊല്ലിന രോഹിണീനന്ദനൻ
ഏറിയിരുന്നൊരു കോപത്താലെ
സീരംകൊണ്ടങ്ങു വലിച്ചുതുടങ്ങിനാൻ
കൗരവമന്ദിരംതന്നയെപ്പോൾ.
വാരുറ്റു നിന്നൊരു സീരംകൊണ്ടങ്ങവൻ
പാരിച്ചു നിന്നു വലിച്ചനേരം
ഞെട്ടി ഞെരിഞ്ഞു തിരിഞ്ഞു ചരിഞ്ഞുതേ
ദുഷ്ടന്മാർ മേവുന്ന മന്ദിരംതാൻ.
മന്ദിരംതന്നിലേ മാലോകരെല്ലാരും
മന്നിടംതന്നിലും വീണാരപ്പോൾ
കാലും പൊളിഞ്ഞിതക്കയ്യെും പൊളിഞ്ഞിതു
കാളന്നു കൂട്ടിനാർ ബാലന്മാരും
ഫാലത്തിലാമ്മാറു ചോരയും തൂകി നി
ന്നാലസ്യമായി ചിലർക്കു പിന്നെ.
ആനകളെല്ലാമേ ചാലെ മറിഞ്ഞുപോയ്
ദീനങ്ങളായിക്കരഞ്ഞു തിണ്ണം;
ആജിയിലേതുമേ തോലിയകെക്കോലാത
വാജികൾരാശിയുമവ്വണ്ണമേ.
മാടങ്ങളെല്ലാം പൊളിഞ്ഞു ഞെരിഞ്ഞിട്ടു
മാലോകർമനേയിൽ വീണുതപ്പോൾ;
ചിത്രങ്ങൾകൊണ്ടു വിളങ്ങിനിന്നീടുന്ന
ഭിത്തികളും പിന്നയെവ്വണ്ണമേ.
വീരനായുള്ളൊരു സാംബനേ വഞ്ചിച്ചു
വിൽ മുറിച്ചീടിന പാണികൾക്കും

251 പുണ്ണിനപ്പൂണ്ടപ്പോൾ നിന്നുകണ്ടീടിനാൻ
252 കർണ്ണന്താനന്നെതു ഭാവിയാതെ.
253 ധന്യനായുള്ള സുയോധനന്താനപ്പോൾ
254 ചമ്മയിരുന്നൊരു പീഠത്തിന്മേൽ
255 യാദവന്മാരുടെ ഭൂഷണമോരോന്നേ
256 ആദരവോടു പറഞ്ഞു മന്മേൽ
257 ധൃഷ്ടനായീടുമ്പൊളല്ലൊയിമ്മന്ദിരം
258 ഞടെട്ടി ഞെരിഞ്ഞെതു പടെട്ടന്നപ്പോൾ
259 പീഠത്തിന്മേൽനിന്നു താണതു കാണായി
260 പീഡകൾ മന്നേയിൽ മവേുംവണ്ണം.
261 "കണ്ണാ!" എന്നിങ്ങനെ തിണ്ണം കരഞ്ഞുടൻ
262 കണ്ണുനീർ തൂകിനാൻ നാകെയാലെ.
263 അപ്പൊഴുതയേങ്ങഴുന്നറേുകൊള്ളുവാൻ
264 കല്പ്പിലില്ലയായ്കയാൽ ഭുതലത്തിൽ
265 ആന്ധ്യമിയന്നുടൻ ഭ്രാന്തരപ്പോലെയൊയ്
266 നീന്തിത്തുടങ്ങിനാൻ താന്തനായി.
267 ദന്തങ്ങളല്ലാമയേണ്ണുന്നൂതാകിലോ
268 പന്തിയിലൊവ്വാതെ വന്നുകൂടു.
269 താഴാതെ പോരുന്ന കൗരവവീരരിൽ
270 വീഴാതയൊരുമില്ലന്നുവണോട
271 സാംബനേ വഞ്ചിച്ചുനിന്നുള്ളോരെല്ലാർക്കും
272 കാണ്മാറു ലാഞ്ഛനം മെയ്യിൽപ്പൊങ്ങി.
273 കണ്ടങ്ങു നിന്നൊരു നാരദന്നുള്ളത്തിൽ
274 ഉണ്ടായ വദേന മണ്ടീതപ്പോൾ.
275 "വല്ലാതയെല്ലാരും നില്ലാതെ ചല്ലുവിൻ
276 കല്യനായുള്ളൊരു രാമന്മുമ്പിൽ.
277 ആപത്തു പോന്നിന്നും വന്നതിന്മുമ്പിലേ
278 കാൽപിടിച്ചീടുവിൻ പാപികളേ!"

279 എന്നങ്ങ്ു ചൊല്ലിക്കരഞ്ഞ്ുതുടങ്ങ്ിനാർ
280 മന്ദിരംതന്നിലേ മാതരല്ലാം.
281 വീരന്മാരല്ലാരുമന്നതു കേട്ടപ്പോൾ
282 പാരാതെ ചെന്നങ്ങ്ു സാംബന്തന്നെ
283 ബന്ധനത്തോടുടൻ വേറിടുത്തങ്ങനെ
284 സുന്ദരിതന്നയും തേരിലാക്കി
285 ഏററം വിറച്ചൊരു മെയ്യുമായന്നേരം
286 ചീററം തിരണ്ടൊരു രാമന്മുമ്പിൽ
287 പെട്ടന്നു ചെന്നങ്ങ്ു കാൽ പിടിച്ചീടിനാർ
288 മുട്ടുപെട്ടീടിനാലന്നു ഞായം.
289 വല്ലാതനിന്നുള്ളൊരങ്ങ്ങളിലുള്ളൊരു
290 വല്ലായ്മയല്ലാം പൊറുത്തു മേന്മേൽ
291 വമ്പു കളഞ്ഞ്ു തളിഞ്ഞ്ു നില്ക്കണേമ
292 അമ്പുപൊഴിഞ്ഞ്ിനിത്തമ്പുരാനേ!"
293 ഇങ്ങ്ങനെ യാചിച്ചു കൗരവവീരന്മാർ
294 മംഗലനായൊരു സാംബനയും
295 കന്യകതന്നയും നല്കിനിന്നീടിനാർ
296 ധന്യനായുള്ളൊരു രാമൻകയ്യിൽ.
297 ചാരത്തു ചെന്നൊരു സാംബനക്കണ്ടപ്പോൾ
298 സീരിതന്മാനസം ശീതമായി
299 ആതപംപൂണ്ടുള്ള ഭൂതലമല്ലാമേ
300 വാർതിങ്കൾ വന്നപ്പൊഴന്നപോലെ.
301 തുഷ്ടനായുള്ള സുയോധനന്താനപ്പോൾ
302 ഇഷ്ടമായുള്ള ധനങ്ങ്ളേററം
303 സത്വരം കൊണ്ടന്നു നല്കിനിന്നീടിനാൻ
304 പുത്രിയിലമ്പിനൊരൻപുതന്നാൽ.
305 കക്കൊണ്ടുനിന്നദ്ധനത്തയുമല്ലാമേ
306 ചക്രധരാഗ്രജനന്നേരം

307 പാരാതെ പോയങ്ങ്ങു നരേറ്റു നിന്നെഴും

308 ദ്വാരകതന്നിലകത്തു പുക്കാൻ.

309 സാംബനെത്തന്നെയും കന്യകതന്നെയും

310 കാണ്മതിനായിക്കൊതിച്ചു മന്മേൽ

311 വന്നുവന്നീടുന്ന ലോകരെക്കൊണ്ടുടൻ

312 മന്ദിരമങ്ങ്ങും നിറഞ്ഞ്ഞുകൂടി.

313 വളേിയിലാളുന്ന കളേികൾകൊണ്ടങ്ങ്ങും

314 മളേമിയന്നു കളിച്ച്ചു പിന്നെ

315 തള്ളിയെഴുന്നൊരു മോദംപൂണ്ടെല്ലാരും

316 ഉള്ളം തെളിഞ്ഞ്ഞു വിളങ്ങ്ങിനിന്നാർ.

16.നാരദപരീക്ഷ

മായതൻമായയത്താൽ മാനുഷനായൊരു
മാധവൻതന്നുടെ മന്ദിരത്തിൽ
മാലോകർക്കുണ്ടായ മാലല്ലാം തീർത്തിട്ടു
മാനിനിമാരുമായ്മേവും കാലം
നാരദമാമുനി നണ്ണിനിന്നീടിനാൻ
വാരിജലോചനൻ വൈഭവത്തേ:
"എണ്ണിരണ്ടായിരം ഭാര്യമാരുണ്ടല്ലൊ
"എന്നനെ നീ പൂണണേം"മന്നെുംചൊല്ലി.
എണ്ണമറ്റീടുന്ന മന്ദിരംതോറുമി
ക്കണ്ണന്താനങ്ങെനെ പാഞ്ഞുകൊൾവൂ?
ചിന്തിച്ചതോറുമിന്നഞ്ചകംതന്നിലി
ന്നന്ധതയന്നിയേ കണ്ടുതില്ലേ.
സുന്ദരിമാരുടെ മന്ദിരം തോറുമി
ന്നിന്നിവനങ്ങെനെ നിന്നു ഞായം,
എന്നതു കാണണേം"എന്നങ്ങു ചിന്തിച്ചു
ചെന്നു തുടങ്ങിനാൻ ദ്വാരകയിൽ
മുമ്പിനാൽ കണ്ടൊരു മന്ദിരം തന്നില
ങ്ങമ്പോടു പൂകിനാനാദരവിൽ.
കടേറ്റു നിന്നുള്ള വദേങ്ങൾതന്നുള്ളിൽ
ഗുഢനായ്മവേുന്ന ദവേന്തന്നെ
തിണ്ണമണഞ്ഞുടൻ പുണ്യമിയന്നുള്ള
കണ്ണിണതന്നിലങ്ങാക്കിക്കൊണ്ടാൻ;
ചാമരം കൊണ്ടങ്ങു വീതു തുടങ്ങിന
കാമിനി തന്നയെുമവ്വണ്ണമേ.
നാരദൻ വന്നതു കണ്ടൊരു നരേത്തു
വാരിജലോചനൻ പാരാതതൊൻ

27 ആസനംമുമ്പായ സാധനം നല്കിനി
28 ന്നാദരിച്ചീടിനാനായവണ്ണം
29 മാനിതനായെരു മാമുനിതാനപ്പോൾ
30 മാധവഞ്ചാരത്തു നിന്നുപിന്നെ
31 മററൊരു മന്ദിരംതന്നിലകം പുക്കാൻ
32 വററാതനിന്നെരു കൗതുകത്താൽ.
33 മാധവന്മുന്നൽ തന്മാനിനി താനുമായ്
34 ചുതു പൊരുന്നതു കാണായ്യപ്പോൾ.
35 മാമുനി വന്നതു കണ്ടെരു മാധവൻ
36 മാനിച്ചുനിന്നു മതിർക്കുംവണ്ണം
37 മുന്നമെ വന്നുതോയന്നെങ്ങു ചോദിച്ചാൻ
38 മുന്നം താൻ കണ്ടീലയന്നെപോലെ.
39 എന്നതു കടേ്ടെരു നാരദമാമുനി
40 ഏതുമെ മിണ്ടാതെ നിന്നു പിന്നെ
41 വഗേത്തിൽ പോയങ്ങു ചാരത്തു നിന്നെരു
42 ഗഹേത്തിൽ പൂകിനാനാകുലനായ്.
43 ബാലന്മാരത്തെന്മാറിലങ്ങാക്കീട്ടു
44 ലാളിച്ചുനിന്നതു കാണായ്യപ്പോൾ
45 പടെ്ടന്നെഴുന്നറേറു പശേലമായെരു
46 വിഷ്ടരം നല്കിനാൻ നാഥനപ്പോൾ.
47 വിഷ്ടരം പൂകിന നാരദന്തന്നോടു
48 തുഷ്ടനായ് നിന്നു പറഞ്ഞാൻ പിന്നെ:
49 "ഒട്ടുനാൾകൂടീട്ടു കാണുന്നൂതിന്നിപ്പോൾ
50 ഇഷ്ടരായുള്ളവരന്നെതിങ്ങനെ?
51 പുത്രരുമായിട്ടു മന്ദിരം തന്നിലെ
52 നിത്യമായ് നിൽപ്പൂതയേുള്ളു ഞാനോ.
53 കാലമോ പോമെല്ലൊ ബാലകന്മാരുടെ
54 ലീലകളോരോന്നെ ചാലക്കണ്ടാൽ.

55 പതൈങ്ങ്ളുണ്ടാകിൽ പതൈന്നയെുണ്ടാകാ;
56 കതൈവമല്ല ഞാൻ ചൊന്നതൊട്ടും."
57 സംഗതികളായവർ ചൊല്ലുന്ന വാർത്തകൾ
58 ഇങ്ങ്നയെേരോന്നേ ചൊല്ലിപ്പിന്നെ
59 ബാലകന്മാരയെും ചാലപ്പുണർന്നു ത
60 ന്നാലയംതന്നിലേ നിന്നനരേം
61 ഓർച്ച പൂണ്ടീടുന്ന നാരദമാമുനി
62 ഓടിനാനന്യമാം മന്ദിരത്തിൽ.
63 മജ്ജനത്തിന്നു തുടങ്ങി നിന്നീടുന്നൊ
64 രച്യുതന്തന്നയെും കണ്ടാനപ്പോൾ.
65 അന്യമായുള്ളൊരു മന്ദിരംതന്നിലേ
66 പിന്നയെും ചെന്നങ്ങു പൂകുംനരേം
67 അജ്ഞത വറോയുള്ളാരണർ ചൂഴുററു
68 യജ്ഞങ്ങൾകൊണ്ടു യജിച്ചു നന്നായ്
69 നാകികൾതോഷത്തേ നല്കി നിന്നീടുന്ന
70 നാഥനക്കൊണായി ചണ്ടേുററപ്പോൾ.
71 നിഷ്കളമന്നെങ്ങു ചൊല്ക്കൊണ്ട ബോധത്തെ
72 നിശ്ചലമായൊരു മാനസത്തിൽ
73 ചര്ത്തുനിന്നീടുന്നതമ്പോടു കാണായി
74 താസ്ഥയോടങ്ങൊരു മന്ദിരത്തിൽ.
75 വാളുമടുെത്തു നൽ ചർമ്മവുമായിട്ടു
76 മളേത്തിൽ നിന്നു പയററി നന്നായ്
77 ശീലിച്ചു നിന്നൊരു നീലക്കാർവ്വർണ്ണനെ
78 ക്കാലത്തേ ചന്നെങ്ങു കണ്ടാമ്പിന്നെ.
79 മററൊരു മന്ദിരം പുക്കൊരു നരേത്തു
80 മററൊരു ജാതിയിൽക്കാണായിതും.
81 ഇങ്ങനയെോരോരോ മന്ദിരം തോറുമ
82 മ്മംഗലനായൊരു മാമുനിതാൻ

കണ്ടുകണ്ടേറ്റവും വിസ്മയിച്ചീടിനാൻ
കൊണ്ടൽനവേർണ്ണൻറെ വൈഭവത്തെ.
മുമ്പിനാൽ ചെന്നൊരു മന്ദിരംതന്നിൽച്ചെ
ന്നംബുജലോചനനോടുകൂടി
മായതൻ വൈഭവം കൊണ്ടു പറഞ്ഞിട്ടു
മാനിച്ചുനിന്നു നുറുങ്ങുനേരം
മാധവന്തന്നോടു യാത്രയും ചൊല്ലീട്ടു
മാഴ്കാതെ പോയാനമ്മാമുനിയും.

17.ഖാണ്ഢവദാഹം

പാണ്ഡവർക്കമ്പോടു പാങ്ങായി നിന്നൊരു
പാഥോജലോചനനന്നൊരുനാൾ
കല്യമായുള്ളൊരു കാലത്തെഴുന്നേറ്റു
കർമ്മങ്ങളോരോന്നേ ചെയ്തു പിന്നെ
ഭോജനം പണ്ണിയലംകൃതനായിട്ടു
ഭോജന്മാരോടു കലർന്നു നന്നായ്
ആസ്ഥാനമണ്ഡപം തന്നിലെഴുന്നള്ളി
വാഴ്ത്തുന്ന വന്ദിഗണങ്ങളുമായ്.
ശില്പം കലർന്നൊരു പൊല്പീഠംതന്മീതേ
കല്പോടു ചെന്നങ്ങിരുന്ന നേരം
സാത്യകിമുമ്പായ മന്ത്രികൾ മാനിച്ചു
സാത്വികഭൂഷണവേഷന്മാരായ്
ചാരത്തു ചെന്നു പറഞ്ഞുതുടങ്ങിനാർ
കാര്യങ്ങളോരോന്നേ ചേരുംവണ്ണം
അത്തൽ കളഞ്ഞുള്ള നർത്തകന്മാരെല്ലാം
നൃത്തം തുടങ്ങിനാർ നീതിയോടേ.
ഗാനം തുടങ്ങിനാർ ഗായകന്മാരെല്ലാം
ആനന്ദമുള്ളിലിയറ്റുംവണ്ണം
ആഢ്യതരായുള്ളൊരാരണരെല്ലാരും
ആശിയും ചൊന്നങ്ങു നിന്നനേരം
പണ്ടെന്നും കാണാതൊരുത്തനെക്കാണായി
കൊണ്ടൽനേർവർണ്ണന്റെ മുന്നലപ്പോൾ.
എങ്ങുനിന്നിങ്ങനെ വന്നു നീയിന്നിപ്പോൾ
എന്തൊരു കാരിയം ചിന്തിച്ചെന്നും
ചോദിച്ചനേരത്തു ചൊല്ലിനിന്നീടിനാർ
മാധവന്തന്നോടു ദൂതനപ്പോൾ:

"മാഗധൻതന്നാലെ കെട്ടുപെട്ടീടുന്ന
മന്നവരെല്ലാരും ചൊല്കയാലെ
വഗേത്തിൽ പോന്നിങ്ങു വന്നിതു ഞാനിപ്പോൾ
വദേന പോക്കുവാൻ തമ്പുരാനെ !
"ദ്വാരകതന്നിൽ നീ പാരാതെ ചെന്നീന്നു
വാരിജലോചനനോടു ചൊൽവൂ:
വമ്പുകലർന്നൊരു മാഗധനങ്ങളെ
അമ്പുവെടിഞ്ഞു പിടിച്ചു നേരെ
അന്തകമന്ദിരംതന്നയെും വെന്നൊരു
ബന്ധനമന്ദിരംതന്നിലാക്കി
അല്ലല്പെടുക്കുന്നതിങ്ങനെയെന്നതു
ചൊല്ലാവതല്ലതേും തമ്പുരാനേ!
ചങ്ങലപൂണ്ടങ്ങൾ പാദങ്ങളെല്ലാമേ
ചെങ്ങിയരഞ്ഞങ്ങു പാതിയായി.
എണ്ണയാകുന്നതു കണ്ണുനീരല്ലാതൊൻ
തണ്ണീരാകുന്നതും കണ്ണനീരേ.
ഉണ്കയന്നെുളളൊരു വാർത്തയുമിന്നല്ലാം
ഉണ്മയചെ്ചൊല്കിൽ മറന്നുതായി.
ചൊല്ക്കൊണ്ടു നിന്നുള്ള നൽക്കൂറയല്ലാമേ
ദിക്കുകളായ് വന്നു മിക്കവാറും
രക്ഷികളാകിന ശൂരന്മാരുണ്ടങ്ങും
ഭക്ഷിപ്പാനായിട്ടു നിന്നപോലെ.
പാരിച്ചുനിന്നുള്ള ചൂരലുമായവർ
ഘോരത ചിന്തിച്ചു കാണ്കിലിപ്പോൾ
യാമ്യന്മാരായുള്ള ദൂതന്മാരല്ലാമേ
സൗമ്യന്മാരന്നെങ്ങു വന്നുകൂടും.
ഇത്തരമോരോന്നെ സത്വരം ചൊല്കിലാം
വിസ്തരിച്ചന്തെു പറഞ്ഞു കാര്യം?

വണ്ണേുന്നതെല്ലാമേ ചൊല്ലിതായല്ലൊതാൻ
വദേന പൂണ്ടുളെളാരങ്ങ്ങളിപ്പോൾ.
കാതരന്മാരായ ഞങ്ങ്ങളെത്തൊട്ടിനി
ക്കാരുണ്യമുണ്ടാവാൻ കാലമായി.
പാരാതയെങ്ങ്ങളെപ്പാലിച്ചുകൊളളേണം
പാഥോജലോചന ! തമ്പുരാനേ !"
മന്നവരെല്ലാരുമിങ്ങ്ങനെ ചൊൽകയെ
ന്നെന്നോടു ഖിന്നരായ് ചൊല്ലിവിട്ടു.
ഒത്തതു ചെയ്കിനി നിത്യനായുളേളാവേ !
ഭക്തപരായണാ ! തമ്പുരാനേ !
ദൂതനായുളളവനിങ്ങ്ങനെ ചൊല്ലുമ്പോൾ
ദൂരവേ കാണായി വീണയുമായ്
നാരദനാകിന നന്മുനി വന്നതു
വാരിജവല്ലഭനെന്നപോലെ.
കാണുന്ന ലോകർതർ പാണികളായൊരു
പങ്കജപാളിക്കു തിങ്കളായി
വന്നതു കണ്ടൊരു വാരിജലോചനൻ
ചെന്നണഞ്ഞമ്പിനോടാദരവിൽ
പൊന്മയമായൊരു വിഷ്ടരം തന്മീതേ
സന്മതിയോടങ്ങിരുത്തിപ്പിന്നെ
യോഗ്യമായുളെളാരു പൂജയെച്ചെയ്തിട്ടു
"ഭാഗ്യവാൻ ഞാനിനി"യെന്നു ചൊന്നാൽ
പൂജിതനായൊരു നാരദനെന്നപ്പോൾ
പൂതനവൈരിതന്നോടു ചൊന്നാൻ:
"ധാർമ്മികനായൊരു ധർമ്മജൻചൊല്ലാൽ ഞാൻ
കാണ്മതിന്നായിട്ടു വന്നതിപ്പോൾ.
പാരാതയുണ്ടൊരു കാരിയം വണ്ണേുന്നൂ
കാരിയമാകുന്നതെന്തെന്നല്ലീ?

യജ്ഞത്തച്ചെയ്കയിലിച്ഛയുണ്ടറേറവും;
യജ്ഞമാകുന്നതു രാജസൂയം.
ദിഗ്ജയം വണേമതിനന്നെു ചിന്തിച്ചു
സജ്ജ്വരനായിട്ടു മവ്വേുന്നിപ്പഴേൾ.
പാരാതെ ചന്നെതു പൂരിക്കവണേമേ
പഴോരായ്മ വാരാതവണ്ണമന്നൊൽ."
നാരദനിങ്ങനെ ചൊന്നതു കടേ്ടൊരു
വാരിജലഴോചനൻ ചിന്തിച്ചപ്പഴോൾ
ഉദ്ധവർതമ്മഴോടുകൂടി നിരൂപിച്ചി
ട്ടുത്തമമായതുറച്ചു പിന്നെ
മന്നവന്മാരുടെ ദൂതനത്തെന്നയും
ഖിന്നത പഴോക്കിയയച്ചു നരേേ.
നാരദൻ ചൊല്ലിന കാരിയം പൂരിപ്പാൻ
നാനാജനങ്ങളുമായിച്ചമ്മേ
യാത്ര തുടങ്ങിനാർ വാർത്താരിൽമാതത്തെൻ
ഗാത്രത്തിൽ ചരേ്ക്കുന്ന ഭാഗ്യമുള്ളോൻ.
ധന്യങ്ങളായുള്ള ദശേങ്ങളഴോരഴോന്നേ
പിന്നിട്ടു പിന്നിട്ടു പഴോയിപ്പഴോയി.
പാണ്ഡവമന്ദിരംതന്നുടെ ചാരത്തു
പാരാതെ ചന്നെങ്ങണഞ്ഞുതായി
തഴോയജലഴോചനൻ വന്നതു കടേ്ടപ്പഴോൾ
തഴോയുന്ന തഴോഷത്തപ്പെൂണ്ടു മന്മേൽ
മംഗലപാണികളായിട്ടു ചന്നെങ്ങു
സംഗമിച്ചീടിനാർ പാണ്ഡവന്മാർ.
കല്മഷം വരേറ്റു നിർമ്മലനായിട്ടു
സമ്മതനായൊരു ധർമ്മജന്താൻ
കൊണ്ടൽനരേ്വർണ്ണനക്കെണ്ടൊരു നരേത്തു
മണ്ടിയണഞ്ഞു പിടിച്ചു പൂണ്ടാൻ.

111 ഉണ്ടായ മോദത്താൽ തൊണ്ടയും കമ്പിച്ചു
112 മിണ്ടുവാൻ വല്ലാതെ നിന്നാനൊട്ടേ.
113 ഭീമൻതുടങ്ങിന സോദരന്മാരുമ
114 ങ്ങാമോദംപൂണ്ടു പിടിച്ചു പൂണ്ടാർ.
115 പിന്നയെങ്ങളെല്ലാരുമൊന്നിച്ചു നിന്നിട്ടു
116 ധന്യമാം മന്ദിരം പൂകുംനരേം
117 കാർവർണ്ണന്തന്നുടെ കാന്തിയെക്കാണ്മാനായ്
118 കാമിച്ചുനിന്നുള്ള കാമിനിമാർ
119 ചാലകംപൂണ്ടുള്ള മാടങ്ങൾതന്മീതേ
120 ചാലച്ചെന്നെല്ലാരും നിന്നു നന്നായ്
121 കണ്ണുകളുണ്ടായ കാരിയം പാരാതെ
122 പുണ്യങ്ങൾ പൂണ്ടു ലഭിച്ചാരപ്പോൾ.
123 ധർമ്മജന്തന്നുടെ സമ്മാനം പൂണ്ടുളൊ
124 രംബുജലോചനനെന്ന നരേം
125 പങ്കജം വെല്ലുന്ന പാദങ്ങൾകൊണ്ടങ്ങും
126 മംഗലംചെയ്താനമ്മന്ദിരത്തിൽ.
127 ഒട്ടുനാളിങ്ങനെ തുഷ്ടിയും പൂണ്ടുനി
128 ന്നിഷ്ടരുമായി വസിക്കുംകാലം
129 പാണ്ഡവവീരനാം പാർത്ഥനും താനുമായ്
130 ഖാണ്ഡവമാകിന കാനനത്തിൽ
131 പോയങ്ങു പൂകിനാൻ തോയജലോചനൻ
132 നായാട്ടുലീലയക്കോലുവാനായ്.
133 കാനനം പൂകിന കാർമുകിൽവർണ്ണന്താൻ
134 യാനം കൊണ്ടുണ്ടായ ദീനം പോവാൻ
135 സത്സംഗിയായ ധനഞ്ജയന്തന്നുടെ
136 ഉത്സംഗംതന്നിൽവച്ചുത്തമാംഗം
137 മുദ്രിതലോചനനായിക്കിടന്നിട്ടു
138 നിദ്രയപ്പൂണ്ടു തുടങ്ങുംനരേം

കാനനംതന്നദ്ദെഹിപ്പതിന്നായിട്ടു
കാംക്ഷ മുഴുത്തൊരു വഹ്നിയപ്പൊൾ
വീരനായുള്ള ധനഞ്ജയന്തന്നൊടു
വിപ്രനായ് ചെന്നു പറഞ്ഞാൽ മല്ലെ;
"ക്ഷുത്തുകൊണ്ടെറ്റവും ദീനനാകുന്നു ഞാൻ
ക്ഷുത്തിനെത്തീർപ്പൊരെക്കണ്ടില്ലെങ്ങും.
ഭക്ഷണം തന്നുനിന്നിക്ഷണമെന്നുടെ
കുക്ഷിയപ്പൂരിച്ചു രക്ഷിക്കണം."
പാവകനിങ്ങനെ ചൊന്നതു കെട്ടൊരു
പാണ്ഡവീരനും ചൊന്നാനപ്പൊൾ:
"സജ്ജനപൂജയചെയ്വതിനായല്ലൊ
സജ്ജനായുള്ളു ഞാൻ പണ്ടുപണ്ടെ.
ഇച്ഛയെചൊല്ലിനാലിപ്പൊഴെ നല്കവ
നച്യുതന്തന്നുടെ പാദത്താണ."
തങ്ങളിലിങ്ങനെ ചൊന്നൊരു നരെത്തു
പങ്കജനാഭനുണർന്നു നന്നായ്
സാരനായുള്ളൊരു പാർത്ഥൻറെ ചൊൽ കെട്ടി
ട്ടാരണനല്ലിവൻ വഹ്നിയെന്നാൻ.
വഹ്നിയെന്നിങ്ങനെ കെട്ടൊരു പാർത്ഥനും
വന്ദിച്ചുനിന്നു പറഞ്ഞപ്പൊൾ:
"ഭാഗ്യവാനങ്കിൽ ഞാൻ നിന്നുടെ വാഞ്ഛിതം
മാർഗ്ഗമായ് നല്കുന്നുതുണ്ടു ചൊന്നാൽ.
ഇന്നതു വേണമെന്നുള്ളതു ചൊല്ലണം"
എന്നതു കെട്ടൊരു വഹ്നി ചൊന്നാൻ:
"വാനവർകൊനുടെ കാപ്പായിനിന്നൊന്നി
ക്കാനനമെന്നതൊ കെൾപ്പുണ്ടല്ലൊ.
എന്നതുകൊണ്ടു ഞാൻ കണ്ടു കൊതിക്കുന്നൂ
തിന്നിതു നല്കുകിൽ നന്നായിതും."

എന്നതു കേട്ടൊരു പാർത്ഥനും ചൊല്ലിനാൻ
നന്ദജന്തന്മുഖം നോക്കിയപ്പോൾ
പാവകന്തന്നോടു "നിന്നുടെ വാഞ്ഛിതം
പാരാതെ പൂരിക്ക"യെന്നിങ്ങനെ.
പാവകന്താനതു കേട്ടൊരു നേരത്തു
പാരിച്ചുനിന്നാരു മോദത്താലേ
കാനനംതന്നെദ്ദഹിച്ചുതുടങ്ങിനാൻ
വാനവർകോനെയും പേടിയാതെ.
പൊട്ടിപ്പൊരിഞ്ഞുള്ളൊരൊച്ചകൊണ്ടേറ്റവും
ഞെട്ടിച്ചുനിന്നുടനാശയെല്ലാം.
ഭീമങ്ങളായുള്ള ധൂമങ്ങളന്നേരം
വ്യോമത്തിലെങ്ങുമേ പൊങ്ങിനിന്നു
നാകത്തിൽച്ചെന്നങ്ങു വാസവന്തന്നോടു
വേഗത്തിൽ ചൊല്ലുവാനെന്നപോലെ.
ഘോരങ്ങളായുള്ള സിംഹങ്ങളെല്ലാമേ
പാരം കരഞ്ഞുതുടങ്ങീതപ്പോൾ
വാനിലിരുന്നൊരു വാസവന്തന്നെയി
ക്കാനനം നിന്നു വിളിക്കുംപോലെ.
ചൂടേറ്റു നിന്നുള്ളൊരേണങ്ങളെല്ലാമേ
ചാടിത്തുടങ്ങീതു നാലുപാടും
ദേഹത്തെക്കൈവിട്ടു പോകുന്ന വായുക്കൾ
ദേഹത്തിന്നുള്ളിൽനിന്നെന്നപോലെ.
ഭീതങ്ങളായുള്ള മാതംഗയൂഥങ്ങൾ
സിംഹങ്ങൾ നിന്നേടം ചെന്നണഞ്ഞു.
സാമാന്യനായൊരു വൈരി വരുംനേരം
വാമന്മാർ തങ്ങളിൽ ചേർന്നു ഞായം.
വേകുന്ന ദാരുവെക്കൈവിട്ടു മറ്റൊന്നിൽ
വേഗത്തിൽച്ചാടീതു വാനരങ്ങൾ

അററൊരു ദേഹത്തെക്കൈവിട്ടു ദേഹിതാൻ
മററൊരു ദേഹത്തിൽ ചാടുമ്പോലെ.
മാഴ്കിനിന്നീടുന്ന സൂകരയൂഥങ്ങൾ
പോകരുതാഞ്ഞു മടങ്ങിപ്പിന്നേ
പാവകന്തന്നോടുകൂടിതായല്ലാമേ
ഭാവനചെയ്കയാലന്നേപോലെ
ഓടിവരുന്നൊരു വന്തീയെക്കണ്ടിട്ടു
പടേിച്ചു പായുന്ന വമ്പുലികൾ
തങ്ങളെക്കണ്ടുള്ള ഗോക്കൾതൻ വേദന
യിങ്ങനെയെന്നതറിഞ്ഞുതപ്പോൾ.
ചൂഴുററു വന്നൊരു പാവകന്തന്നുടെ
ചൂടുററുനിന്നു കരഞ്ഞു മന്മേൽ
ചാട്ടം തുടങ്ങിന കാട്ടുമൃഗങ്ങൾക്കു
കൂട്ടരയേന്നുമേ വണ്ടീലപ്പോൾ
അന്ത്യത്തിലങ്ങു വനസ്ഥരായുള്ളോർക്കു
ബന്ധുവിരാഗമോ ചേരുമല്ലൊ
ദർപ്പം കലർന്നുള്ള സർപ്പങ്ങളെല്ലാം തൻ
മസ്തകം ചാലപ്പരത്തിനിന്നു.
വേുററു മവേുമക്കാനനം കൈക്കൊണ്ടു
പാവകന്തന്നെ വിലക്കുംപോലെ
വ്യഗ്രങ്ങളായുള്ള കേകികൾ പീലിത
ന്നഗ്രങ്ങൾ ചൂഴും നിറന്നുതപ്പോൾ
വാനവർനായകൻ വാരാഞ്ഞതന്തെന്നു
കാനനം നോക്കുന്നുതന്നേപോലെ.
കോകിലനാദമോ കേഴുന്ന നേരത്തും
കോമളമായിട്ടേ വന്നുതത്രേ.
മാധുര്യമാണ്ടവർ ചാകുന്നനേരത്തും
ചാതുര്യം കൈവിടായന്നുവന്നു.

വേവുറ്റുനിന്നുള്ള വേതണ്ഡയൂഥമ
പ്പാവകന്തന്നിലേ മുങ്ങുംനേരം
പൊങ്ങിനിന്നീടുന്ന തുമ്പിക്കരങ്ങളേ
യെങ്ങുമേ കാണാനായി നീളെയപ്പോൾ
ആരഭ്യമായൊരു ബാണഗൃഹത്തിന്റെ
വാരുറ്റ തൂണുകളെന്നപോലെ.
പുഷ്ടനായുള്ളൊരു പാവകനിങ്ങനെ
തുഷ്ടനായ് നിന്നു കളിക്കുംനേരം
കാട്ടിലേ നിന്നുള്ള ജീവങ്ങൾക്കെല്ലാമെ
കോട്ടനാളന്നു മുടിഞ്ഞുകൂടി.
പാണ്ഡവവീരന്റെ വമ്പിനാലിങ്ങനെ
ഖാണ്ഡവകാനനം വേകുംനേരം.
അക്ഷതനായൊരു തക്ഷകന്തന്നുടെ
രക്ഷകനായ പുരന്ദരന്താൻ
മെല്ലവേ കേട്ടുനിന്നുള്ളിലറിഞ്ഞിട്ടു
തള്ളിയെഴുന്നൊരു കോപത്താലേ
വാരിദജാലങ്ങളോടു കലർന്നുടൻ
മാരിയപ്പെയ്യിച്ചു പോന്നുവന്നാൻ.
ദീനത കൈവിട്ടു ദൂരത്തുനിന്നൊരു
കാനനം തന്നിലോ പാവകന്താൻ,
വെന്തതു കാണ്ക പുരന്ദരമാനസം
ചിന്തിച്ചു കാകിൽ വിചിത്രമത്രെ.
സ്ഫീതമായുള്ളൊരു വൃഷ്ടിയെക്കണ്ടിട്ടു
ഭീതനായ് ചൊല്ലിനാർ വീതിഹോത്രൻ:
“കഷ്ടമായ് വന്നതേ വൃഷ്ടിയെക്കണ്ടാലും
നഷ്ടമായ്പോകുന്നതുണ്ടു ഞാനോ.”
എന്നതു കേട്ടൊരു പാണ്ഡവവീരന്താൻ
ഏതുമേ പേടിയായ്കെന്നു ചൊല്ലി

251 ഉമ്പർകളേന്തന്നുടെ വമ്പിനെപ്പപോക്കുവാൻ

252 അമ്പുകൾകൊണ്ടു ഗൃഹം ചമച്ചാൻ

253 പാരിച്ചു പെയ്യുന്ന മാരിതാനതേുമെ

254 ചേരാതവണ്ണമടച്ചു നന്നായ്.

255 എന്നതു കണ്ടു പിണങ്ങിനാമ്പിന്നയെ

256 ന്നിന്നൊരു മന്നവന്തന്നോടെപ്പോൾ.

257 വാനവർനാഥനക്കാനനംതന്നുടെ

258 പാലനം വല്ലീലയൊന്നു കൊണ്ടും.

259 ദർപ്പിതരായുള്ള ദാനവന്മാരുടെ

260 ശില്പിയായുള്ള മയന്താനപ്പോൾ

261 പാവകന്തന്നിൽ പതിച്ചൊരു നരേത്തു

262 പാലിച്ചുകൊണ്ടാനവ്വാസവിതാൻ.

263 പാലിച്ചുകൊണ്ടതുമൂലമായങ്ങവൻ

264 നീലക്കാർവർണ്ണന്തൻ ചൊല്ലിനാലെ

265 വരൈികളായപോർക്കു ഭൂതലമല്ലാമേ

266 വാരിയനെന്നിങ്ങനെ തപോന്നുംവണ്ണം

267 ആശ്ചര്യമായുളെളാരാസ്ഥാനമന്ദിരം

268 കാഴ്ചയായ് നല്കിനാൻ ധർമ്മജന്നും.

269 ചിന്തിച്ചതല്ലാമേ ബന്ധിച്ചുനിന്നിട്ടു

270 സന്തുഷ്ടനായൊരു വഹ്നി പിന്നെ

271 പാണ്ഡരമായുള്ള വാജികൾതന്നയെും

272 ഗാണ്ഡീവമാകുന്ന ചാപത്തയെും

273 ശൗണ്ഡതതന്നാലെ ഖാണ്ഡവം നല്കിന

274 പാണ്ഡവനായിക്കൊടുത്താനപ്പോൾ.

275 പാവകൻ നല്കുമപ്രാഭ്യതംതന്നയെും

276 പാരാതെ വാങ്ങുമപ്പാർത്ഥനപ്പോൾ

277 സുന്ദരമായൊരു നന്ദജമ്പിന്നാലെ

278 മന്ദിരംതന്നിലകത്തു പൂക്കാൻ.

18.രാജസൂയം

നന്ദജനമ്പോടു മന്ദിരംതന്നിലേ
നന്ദിച്ചുനിന്നീടുമന്നൊരുനാൾ
നിർമ്മലനായൊരു ധർമ്മജന്മാവുതാൻ
അംബുജലോചനന്തന്നെ നോക്കി
ആസ്ഥാനമന്ദിരംതന്നിൽനിന്നോർത്തൊരു
വാർത്തയെച്ചൊല്ലിനാനാസ്ഥയോടെ:
"കാരുണ്യവാരിധിയായൊരു നിന്നുടെ
കാരുണ്യമുണ്ടെന്നിലെങ്കിലിപ്പോൾ
സത്വരം ചെയ്കയിലാശയുണ്ടേറ്റവും
ഉത്തമമായൊരു രാജസൂയം
ആവതല്ലാതതു ചിന്തിച്ചുകൊണ്ടല്ലൊ
കേവലമാശതാൻ മേവി ഞായം."
ധർമ്മജന്തന്നുടെ ചൊല്ലിനെക്കേട്ടുള്ളൊ
രംബുജലോചനൻ ചൊന്നാനപ്പോൾ:
"യോഗ്യമായുള്ളതിലാശ ചെന്നീടിനാൽ
ഭാഗ്യവാനെന്നല്ലൊ വന്നു ഞായം.
വൈകല്യം വാരാതെ സാധിച്ചുനിന്നീടും
വൈകാതെ നിന്നുടെ രാജസൂയം.
ദിഗ്ഗജം വെല്ലുന്ന സോദരന്മാരെ നീ
ദിഗ്ജയത്തിന്നു നിയോഗിക്കെന്നാൽ."
എന്നതു കേട്ടൊരു ധർമ്മജൻചൊല്ലാലെ
നിന്നൊരു സോദരവീരരെല്ലാം.
പെട്ടെന്നു ചെന്നോരോ മന്നവന്മാരോടു
മുട്ടിപ്പിണഞ്ഞു കതിർത്തു നേരേ
താഴാതകണ്ടു ജയിച്ചവർ നല്കിന
കോഴയുംകൊണ്ടിങ്ങു പോന്നു വന്നാർ.

27 മാഗധന്തന്നജ്ജയിച്ചീലയെന്നിട്ടു

28 മാഴ്കിനിന്നീടുമമ്മന്നവൻറെ

29 മാനസം കണ്ടു പറഞ്ഞുനിന്നീടിനാൻ

30 മാനിച്ചു മാഴ്കാതെ മാധവന്താൻ:

31 "പാർത്ഥനും ഭീമനും ഞാനുമായ് ചെന്നുനി

32 ന്നാർത്തിയെപ്പോക്കുന്നൂതുണ്ടു നേരേ."

33 ഇങ്ങനെ ചൊന്നവർ മൂവരുമൊന്നിച്ചു

34 സംഗരകാംക്ഷികളായിപ്പിന്നെ

35 മാരണകർമ്മത്തിങ്കാരണരായി ന

36 ല്ലാരണരായിച്ചമഞ്ഞു നേരേ

37 മാഗധമന്ദിരം നോക്കി നടന്നാര

38 മ്മാധവഭീമധനഞ്ജയന്മാർ.

39 വീരനായുള്ളൊരു മാഗധന്താനപ്പോൾ

40 ആരണർ വന്നതു കണ്ടനേരം

41 ഉത്തമമായൊരു പൂജയെച്ചെയ്തിട്ടു

42 ഭക്തിയെപ്പൂണ്ടു തെളിഞ്ഞു ചൊന്നാൻ:

43 "നൽവരം നല്കിന നിങ്ങളീ വന്നതു

44 നൽവരവായിട്ടു വന്നുതെന്നാൽ

45 എന്തൊരു കാംക്ഷകൊണ്ടെന്നുടെ ചാരത്തു

46 വന്നുതെന്നുള്ളതു ചൊല്ലവേണം.

47 ചാരത്തു വന്നിട്ടകപ്പെട്ടു നിന്നു ഞാൻ

48 ആരായവേണ്ടുന്നു നിങ്ങളല്ലൊ."

49 ഇങ്ങനെ ചൊല്ലുന്ന മാഗധമ്പിന്നെയും

50 തന്നിലേ ചിന്തിച്ചു ചിന്തിച്ചപ്പോൾ

51 പങ്കജലോചനന്തന്മുഖം കണ്ടിട്ടു

52 ശങ്കിതനായിട്ടു നിന്നു ചൊന്നാൻ:

53 "പണ്ടു ഞാനെങ്ങാനും കണ്ടൊരു ദേഹമെ

54 ന്നുണ്ടെനിക്കുള്ളിലേ തോന്നുന്നിപ്പോൾ.

55 എന്നിലമന്നെതു ചൊല്ലുവാൻ വല്ലനേൻ ഞാ
56 നന്നെിലമന്നെതു ചൊല്ലവണ്ടേം."
57 മാഗധനിങ്ങനെ ചൊന്നതു കടേ്ടൊരു
58 മാധവൻ ചൊല്ലിനാൻ മന്ദമപ്പൊൾ:
59 "യാദവന്മാരൊടു പോർക്കു തുനിഞ്ഞു നീ
60 യാതനായീലയോ പണ്ടൊരുനാൾ?
61 അന്നു ഞാൻ കണ്ടതെ"ന്നിങ്ങനെ കടേ്ടപ്പൊൾ
62 പിന്നയെും ചൊല്ലിനാന്മാഗധന്താൻ:
63 "കൊണ്ടൽനരേ്വർണ്ണനന്നിണ്ടലും പൂണ്ടിട്ടു
64 മണ്ടുന്നതല്ലൊമേ കണ്ടുതല്ലീ?"
65 എന്നതു കടേ്ടൊരു മാധവൻ ചൊല്ലിനാൻ
66 നിന്നൊരു മന്നവന്തന്നൊടെപ്പൊൾ:
67 "ചീററവും കൈവിട്ടു പോററിയും ചൊല്ലീട്ടു
68 തോററങ്ങു മണ്ടുന്നതറേ്റമപ്പൊൾ
69 അഞ്ചാറുവട്ടമല്ലന്നു ഞാൻ കണ്ടതോ
70 ചഞ്ചമെ്മേ കേൾ പതിനഴേുവട്ടം."
71 മാനിയായുളളൊരുമാഗധനന്നെപ്പൊൾ
72 ആനനംതന്നയെും താഴ്ത്തിച്ചൊന്നാൻ:
73 "ആരണർ ചൊന്നതിനുത്തരം ചൊല്ലുവാൻ
74 ആരുമയേില്ലയിപ്പാരിലിപ്പൊൾ.
75 ആരന്നെു ചൊല്ലണ്ടേം കവേലം നിങ്ങളെ
76 ആരണരല്ലന്നെേ തോന്നുന്നിപ്പൊൾ."
77 ശങ്കിതനായൊരു മാഗധന്തന്നൊടു
78 പങ്കജലോചനൻ ചൊന്നാനപ്പൊൾ:
79 "ആന്ധ്യമാണ്ടിങ്ങനെ നീളെ നടന്നിട്ടു
80 താന്തരായ് നിന്നുളള പാന്ഥർ ഞങ്ങൾ.
81 ദാനങ്ങൾ ചയെ്യുന്ന നിന്നുടെ ചാരത്തു
82 ദീനത്തപെ്പോക്കുവാൻ വന്നുതിപ്പൊൾ.

ഇച്ഛയെച്ചൊല്ലിനാൽ നല്കും നീയെന്നിട്ടു
നിശ്ചയമുണ്ടായേ ചൊൽവാനാവൂ."
മാധവൻ ചൊല്ലിന ചൊല്ലിനെക്കേട്ടൊരു
മാഗധൻ ചൊല്ലിനാൻ മാനിച്ചപ്പോൾ:
"ആജ്ഞകൊണ്ടെല്ലാമേ സാധിച്ചുകൊള്ളുവാൻ
പ്രാജ്ഞന്മാരല്ലൊയിന്നിങ്ങളെന്നാൽ
ചൊല്ലുന്നതെല്ലാമേ നല്കുന്നതുണ്ടു ഞാൻ
ചൊല്ലുവാനേതുമേ ശങ്കിക്കേണ്ട.
പ്രാണങ്ങൾതന്നെയും നല്കുവൻ ചൊല്ലുകിൽ
കാണങ്ങളെന്നതോ പിന്നെയല്ലൊ."
സത്യമായ് നിന്നവനിങ്ങനെ ചൊന്നപ്പോൾ
സത്വരം ചൊല്ലിനാൻ നന്ദജന്താൻ:
"യുദ്ധത്തെക്കാമിച്ചു വന്നതു ഞങ്ങളി
ന്നുദ്ധതനായൊരു നീയുമായി.
ഭീമനിന്നിന്നതു പാർത്ഥനന്നിന്നതു
വാമനായുള്ളൊരു മാധവൻ ഞാൻ.
ഞങ്ങളിൽ മൂവരിലാരെന്നു ചിന്തിച്ചു
സംഗരത്തിന്നു തുനിഞ്ഞുകൊൾ നീ."
നന്ദജനിങ്ങനെ ചൊന്നൊരു നേരത്തു
മന്നവനേറ്റം ചിരിച്ചു ചൊന്നാൻ:
"നിന്നോടുകൂടിന സംഗരം നില്ക്കട്ടി
മ്മന്നവന്മാരിലാരെന്നേ വേണ്ടു.
കണ്ടൊരുനേരത്തു മിണ്ടൂതും ചെയ്യാതെ
മണ്ടുവായല്ലൊ നീ പണ്ടേപ്പോലെ.
അന്നു പോയംബുധിതന്നിൽ മറഞ്ഞെ നീ
ഇന്നു വെളിച്ചത്തു വന്നായല്ലൊ?
കോമളനായൊരു പാർത്ഥനെക്കാണുമ്പോൾ
ഓമനിപ്പാനല്ലൊ തോന്നി ഞായം

ഭീമനായുള്ളൊരു ഭീമനെയെന്നോടു
വാമനായ് നിന്നു കതിർപ്പാനാവൂ."
ഇങ്ങനെ ചൊന്നുടൻ ഭീമനോടൊന്നിച്ചു
സംഗരമായിപ്പിണഞ്ഞാനപ്പോൾ.
നൽഗദകൊണ്ടങ്ങു താഡനം ചെയ്കയും
വൽഗനം ചെയ്കയുമങ്ങുമിങ്ങും.
വീരന്മാർ കോലുന്ന നരേറ്റ സംഗരം
ഘോരമായ് വന്നിതു പാരമപ്പോൾ
ദർപ്പമെഴുന്നുള്ള കേസരിവീരന്മാർ
കല്പോടു നിന്നു കതിർക്കുംപോലെ.
കാർമുകിൽവർണ്ണന്തൻ കാരുണ്യംതന്നാലെ
വാമനായ് മേവുന്ന ഭീമനപ്പോൾ
മന്ദനായുള്ളൊരു മാഗധന്തന്നുടെ
അന്തകനായ് വന്നാനെന്നേ വേണ്ടൂ.
കെട്ടുപെട്ടീടിന മന്നോരെയെല്ലാമേ
പെട്ടെന്നു ചെന്നങ്ങഴിച്ചു പിന്നെ
ഇഷ്ടങ്ങളായുള്ളതൊന്നൊന്നേ നല്കീട്ടു
തുഷ്ടന്മാരാക്കിനാൻ തോയജാക്ഷൻ,
തന്നുടെ തന്നുടെ നാട്ടിലങ്ങാക്കീട്ടു
ധന്യരാക്കീടിനാമ്പണ്ടപ്പോലെ.
വീരന്മാരായുള്ള പാണ്ഡവന്മാരുമായ്
പാരാതെ പോന്നിങ്ങു വന്നു പിന്നെ
സന്താപം പൂണ്ടൊരു ധർമ്മജന്നുള്ളത്തിൽ
സന്തോഷം പൂകിച്ചാമ്പാരമപ്പോൾ.
സമ്മോദം പൂണ്ടൊരു ധർമ്മജന്മാവുതൻ
നിർമ്മലരായുള്ളൊരാരണരേ
യജ്ഞത്തിനായി വരിച്ചുകൊണ്ടീടിനാൻ
അജ്ഞത വറിട്ടാലന്നു ഞായം.

മാനിതന്മാരായുള്ളാരണരല്ലാരും
മാധവൻചൊല്ലാലും മാനിച്ചപ്പോൾ
സൂക്ഷിച്ചുകൊണ്ടങ്ങു വദേങ്ങളല്ലാമേ
ദീക്ഷിപ്പിച്ചീടിനാർ മന്നവനേ.
സമ്പാദ്യമായുള്ള സംഭാരമല്ലാമേ
സമ്പാദിച്ചമ്പോടു മുമ്പിനാലേ
നരേററു നിന്നൊരു വദിയും നിർമ്മിച്ചി
ട്ടാരംഭിച്ചീടിനാർ രാജസൂയം.
വാസവന്മുമ്പായ വാനവരല്ലാരും
വാനിൽനിന്നന്നരേം പോന്നു വന്നാർ.
മാമനിമാരും മററുള്ളോരുമല്ലാരും
മാഴ്കാതെ വന്നുതുടങ്ങീതപ്പോൾ.
ദാനങ്ങൾ കാമിച്ചുള്ളാരണരോരോരോ
ബാലകന്മാരുമായ് വന്നു പിന്നെ
വഗേത്തിൽ ചെന്നങ്ങു വദിതൻ ചാരത്തു
വദേങ്ങളോതിനാർ നീതിയോടെ.
ഉന്നതരായുള്ള മന്നവരല്ലാരും
വന്നുതുടങ്ങിനാർ വാരിപോലെ
ചലേയും പൂണ്ടു ചമഞ്ഞുനിന്നീടുന്ന
ചവേകന്മാരുമായ് ചവെ്വിനോടെ
മാനത്തപെപ്പൂണ്ടുളളൊരാനർത്തവീരരെ
ക്കാലത്തേ വന്നതു കാണായപ്പോൾ.
വാഞ്ച്ഛിതരായുള്ള പാഞ്ചാലരല്ലാരും
ചാഞ്ചല്യം കൈവിട്ടു വന്നാരപ്പോൾ,
കുഞ്ജരമേറിന സൃഞ്ജയവീരരെ
പ്പുഞ്ജിതരായിട്ടു കാണായ്യപ്പോൾ.
ചാല്യന്മാരല്ലാത സാല്വന്മാരല്ലാരും
മാല്യവും പൂണ്ടു ചമഞ്ഞു വന്നാർ.

167 ക്ഷുദ്രന്മാരല്ലാത മദ്രകന്മാരയെും
168 ഭദ്രന്മാരായിട്ടു കാണായ്യപ്പഴോൾ.
169 കങ്കണം പൂണ്ടുള്ള കൊങ്കണവീരർ വ
170 ന്നങ്കണംതന്നിൽ നിറഞ്ഞ്ഞൂതങ്ങെ്ങും.
171 കമ്രന്മാരായിട്ടു വണ്മെയിൽ വന്നാര
172 ക്കർമ്മരായ് നിന്നുള്ള ശുംഭന്മാരും
173 തുംഗന്മാരായ കലിംഗന്മാരല്ലാരും
174 ഭംഗികൾ പൊങ്ങ്ങിന വംഗന്മാരും
175 മളേമഴെുന്നുള്ള മാളവന്മാരും നൽ
176 കളികളാളുന്ന ചോളന്മാരും
177 ആകുലരാകാതെ കകേയവീരനും
178 മാഴ്കാതെ വാഴുന്ന മാഗധരും
179 വരേ്പാകി നിന്നുള്ള വഴേച്ചയെപ്പൂണ്ടുള്ള
180 നപോളഭൂപാലവീരന്മാരും
181 അന്തകനഞ്ച്ചുന്ന കുന്തളവീരരും
182 ബന്ധുരസിന്ധുമഹീന്ദ്രന്മാരും
183 ശൗണ്ഡ്യരായ് നിന്നുള്ള പാണ്ഡ്യമഹീശരും
184 പാണ്ഡവമന്ദിരംതന്നിലായി.
185 അന്യന്മാരായുള്ള മന്നവർപിന്നയെും
186 വന്നു വന്നീടിനാർ വായ്പിനോടേ.
187 ആഴികൾ നാലിനകത്തുള്ള ലോകരിൽ
188 ആരിങ്ങ്ങു വാരാഞ്ഞ്തോരന്നേ വണ്ടേു.
189 ആഗതരായുള്ള ലോകരങ്ങ്ങെല്ലാരും
190 ആദരവോടിരുന്നങ്ങ്ങുമിങ്ങ്ങും
191 ആസ്ഥപൂണ്ടോരോരോ വാർത്ത തുടങ്ങ്ങിനാർ
192 ആസ്ഥരായുള്ളോരകെ്കായാലേ.
193 നാനാജനങ്ങ്ങൾക്കു നാനാവിധങ്ങ്ങളാം
194 ആലാപജാലങ്ങ്ങളുണ്ടായ്യപ്പഴോൾ

ഒന്നിനോടൊന്നുമേ സംഗതി കൂടാതെ
ഉന്മത്തർ ചൊല്ലുന്ന ചൊല്ലുപോലെ:
"ഒട്ടുപോലുണ്ടല്ലൊ വന്നിതിങ്ങെല്ലാരും
തൊട്ടുകാണന്നെന്നുടെ മനേ തോഴാ!
തോണി പിരണ്ടു വശംകെട്ടുതല്ലല്ലീ?
മാണികളോതുമാറില്ലയിപ്പോൾ
ചേണുറ്റ വീണതൻ ഞാണറ്റുപോയിതു
മാണിക്യംകൊണ്ടു നിറഞ്ഞുകൂടി.
ആനകൾ വന്നു നിറഞ്ഞതു കണ്ടാലും
കാനകനാറി മണത്തതേറ്റം.
ചാരത്തിരുന്നൊരു ചൂരക്കോൽ കണ്ടില്ല
സാരസ്യമില്ലയിന്നാരിക്കൊട്ടും.
പൂരത്തിലായിതു സൂരിതാനിന്നലെ
പരേപ്പൻ വന്നതു കണ്ടായോ നീ?
പാരിച്ചു വന്നൊരു മാരച്ചൂടുണ്ടുള്ളിൽ
കാരക്ക വേണ്ടുകിൽ താരം കൊണ്ടാ.
ചാരത്തു പോന്നിങ്ങു തള്ളുന്നതെന്തിന്നു?
വാരത്തിനിന്നലെപ്പോയീല ഞാൻ.
കുക്കുടംതന്നുടെ പൂവുണ്ടോ ചൂടാവു?
നിഷ്കുടംതന്നിലേ പോകയോ നാം.
പൊല്ക്കുടമുള്ളവ മിക്കതും വന്നുതോ?
മുക്കുടികൊണ്ടേ ശമിപ്പുവിപ്പോൾ.
നല്ക്കൊടിതോരണമൊക്കവേ കണ്ടാലും
പുഷ്കരതീർത്ഥത്തിൽ പോകുന്നായോ?
പൊല്ക്കുടതങ്കീഴിൽ നില്ക്കുന്നതാരിതു
വില്ക്കുന്നനേല്ലയൻ വില്ലു ഞാനോ?
വന്നൊരു നാരിയിൽ നല്ലതിന്നാരിതാൻ
പന്നിത്തോലുണ്ടല്ലൊ കൈയിൽ കൂടെ.

223 തുംഗനെ വാങ്ങിനാലിങ്ങനെ വന്നീടും
224 ചങ്ങലനാഴികൾ ചാരത്തൂതഹോ?
225 വംഗന്മാർ വന്നതിൽ പിന്നാലേ വന്നതാർ?
226 ഗംഗയിൽ മുങ്ങിനാർ മൂവരിന്നാൾ.
227 കുണ്ഡത്തിന്നതേുമേ കുറ്റമില്ലല്ലീ ചൊൽ
228 അണ്ഡത്തിൻ പൂകൊണ്ടു ദണ്ഡിക്കുന്നു.
229 രംഭയ്ക്കു നല്ലൊരു തമ്പന്നനിന്നിവൻ
230 കുംഭങ്ങൾ നാലുണ്ടു കൂപംതന്നിൽ.
231 മീനത്തിന്നതേുമങ്ങൂനമില്ലല്ലീ ചൊൽ
232 മനേിയിൽ മവേുന്നു നഹേവിന്നലെല്ലാം.
233 വൃശ്ചികരാശിയിൽ വിഷ്ടിയില്ലല്ലീ ചൊൽ
234 എച്ചവി ചഹേരുന്നു പാരമിപ്പഹേൾ?
235 സൂതികമുണ്ടായാലഹേതുകയില്ലല്ലീ
236 ചഹേതിയിലായിതഹേ വധ്യൈതംതാൻ.
237 മുപ്പത്തിരണ്ടിന്നു മുല്പാടു സങ്കടം
238 ഉല്പത്തി ചാലക്കിടത്തുവൻ ഞാൻ.
239 സ്വാദ്ധ്യായം പണ്ണുന്ന വാദ്ധ്യായൻ വന്നുതഹേ?
240 വാത്തികൾ വാരാഞ്ഞതനെ്തുമൂലം?
241 വാത്സ്യായനത്തിങ്കൽ വാത്സല്യമുണ്ടല്ലീ?
242 മാത്സ്യന്മാർ വന്നതു കണ്ടുതല്ലീ?
243 ആഴികളഴേിൻറെയാഴത്തചെ്ചൊല്ലാമഹേ?
244 പാഴാമയുളളോന്നിപ്പതൈൽ കണ്ടാൽ.
245 നാരദമാമുനി ചാരത്തു വന്നുതഹേ?
246 വാരിജക്കഹേരകം വാങ്ങിക്കൊൾ നീ.
247 പൊൽച്ചിലമ്പുണ്ടുപഹേലിച്ചരയില്ക്കൊളളുവാൻ;
248 നൊച്ചിവരേ് സവേിപ്പൂ നഹേവൊഴിവാൻ.
249 മുക്കണ്ണമ്പാദങ്ങളുൾക്കാമ്പിലാക്കിക്കൊൾ
250 മകൈ്കണ്ണി വന്നതു കണ്ടായഹേ നീ?

251 നർത്തകന്മാരുടെ നൃത്തങ്ങൾ കണ്ടുതോ?

252 മർത്ത്യരിൽ കൂടുമോ മാധവന്താൻ?

253 വാരുണമന്ത്രത്തിൻ വാചകമെങ്ങനെ?

254 വാമനമ്പണ്ടു വളർന്നപോലെ.

255 കാംബോജന്മാരുടെ കാന്തിയെക്കാകടൊ!

256 ജാംബവാന്തന്നുടെ മേനിപോലെ.

257 വ്യാഖ്യാനമെങ്കൈയിലാക്കുന്നതെങ്ങനെ?

258 ഓക്കാനമുണ്ടെങ്കിലോർക്കവേണം.

259 നേത്രങ്ങളെന്തു ചുവന്നു തുടങ്ങുന്നു?

260 ശാസ്ത്രങ്ങൾ ശീലമായില്ലേയിപ്പോൾ?

261 അശ്വങ്ങൾക്കാകുന്ന വശ്യങ്ങളെന്തുള്ളു?

262 നിശ്രീകന്നീയെന്നു വന്നുകൂടി.

263 അന്ധനായുള്ളൊരു പാന്ഥനെക്കണ്ടാലും

264 മന്ഥരയെന്നവൾ മാനുഷിയോ?

265 വാളിളക്കീടുന്നതാരിവൻ ചൊല്ലു നീ?

266 കാളയെക്കൊള്ളുവാന്നാളയൊവ്വൂ.

267 മാലയ്ക്കു കൊള്ളണം മാലതിപ്പൂവെല്ലാം.

268 ശൂലയ്ക്കു നന്നല്ല പാലു തോഴാ!

269 ശാംഭവം കേൾക്കയിലാശയുണ്ടേറ്റവും

270 മാമ്പഴം തിന്നണം ചാംപൊഴും ഞാൻ.

271 മേഷത്തിന്നേതുമേ ദോഷങ്ങളില്ലല്ലീ?

272 മൂഷികന്തിന്നു മുടിഞ്ഞുപോയി.

273 സന്ന്യാസിമാരെല്ലാമന്യായം ചൊല്ലിതോ?

274 പുണ്യാഹം ചെയ്യണം കന്യാവിന്നും.

275 വാരണമേറി വരുന്നതിന്നാരുപോൽ?

276 മാരണം ചെയ്യുന്നോരെന്നു കേട്ടു.

277 നിർദ്ധനനെന്നിട്ടു ക്രുദ്ധനായില്ലല്ലീ?

278 വൃദ്ധനെക്കാണ്കടോ വൃദ്ധയുമായ്.

279 ആവണക്കണ്ണെ നീയാവളോളം സവേിക്ക
280 രാവണവരൈതിാൻ വീരനല്ലരൊ.
281 ഷണ്മുഖന്തന്നുടരെ പൂജയചെ്ചരൊല്ലു നീ
282 സമ്മതികടേിന്നു നമ്മരൊടല്ലേ?
283 നാവിക്കളിക്ക സരസ്വതീദവേി വ
284 ന്നാവിക്കുരുന്നു മരുന്നു നല്ലൂ.
285 കമ്മരായുള്ളവരമ്മെരുണ്ടുമ്മതി
286 ന്നുമ്മരിൽ നല്ലതു കരൊഞ്ഞനല്ലരൊ.
287 കാർത്തികമാതുതൻ വാർത്തയചെ്ചരൊല്ലു നീ
288 വാർത്തികം വായിച്ചുകൂടീതിപ്പരോൾ.
289 മൂർക്ക്വരായുള്ളരോരിൽ മൂത്തതു നീയല്ലരൊ
290 മൂക്കു തുടച്ചു തുടങ്ങിനാർപരോൽ.
291 രരോഹിണിനാളിലും മരോഹമുണ്ടായ്വരും
292 ആഹവമുണ്ടന്നെുമായവണ്ണം.
293 പശോതരെ പരോവാനരോ വാശി വഴങ്ങിടാ
294 കൂശാതരെ ചരൊല്ലു കുരങ്ങുമീടാ!
295 ഓട്ടംതുടങ്ങുന്നതരോതിക്കരോനല്ലല്ലീ?
296 കടേ്ടുകരൊള്ളാറു തടുക്കാമല്ലരൊ.
297 നീലത്തകെ്കൂട്ടണ്ടേു ചലേകൾക്കങ്ങെനരെ?
298 ബാലന്മാർ കരോലുന്ന ലീലപരോലരെ.
299 മചെ്ചമരേ ചരൊല്ലിനാൻ വച്ചരശങ്ങവൻ
300 പശ്ചിമവാതിലരേ വന്നാലും നീ.
301 അംഗനതന്നുടരെ മംഗലം കരൊള്ളുന്നരേൻ
302 തങ്ങളും നീയും നശിച്ചുപരോമരേ.
303 മുണ്ഡിതകശേനായ് മുന്നമരേ വന്നുതരോ?
304 വണ്ണെയുംകരൊണ്ടുവാ വഗേത്തിൽ നീ.
305 മുഷ്കരമായുള്ള മുത്തുകൾ തന്നീട്
306 ശർക്കര മണ്ടി ഞാൻ കരൊണ്ടുവാരാം.

നന്നാറി കൊണ്ടന്നു നന്നായി തക്കേ നീ
മുന്നാഴിപ്പാട്ടിന്നു തോലിയല്ലൊ.
മുക്കാതം പാഞ്ഞതു മൂവരുണ്ടിന്നാലെ
വക്കാണമുണ്ടായതുണ്ടോ കേട്ടു?
യക്ഷിണീപീഡയ്ക്കു രക്ഷ ചൊല്ലെങ്ങനെ?
പക്ഷികൾ മാനത്തു പാറുംപോലെ.
അഞ്ജനം കൊണ്ടുള്ള വേല ചൊല്ലെങ്ങനെ?
പഞ്ജരം പൂകിന സിംഹംപോലെ.
കിന്നരമന്ത്രം ഞാനങ്ങനെ സേവിപ്പൂ?
പന്നഗവായിലെപ്പല്ലുപോലെ.
വാസവമന്ത്രത്തിൻ ധ്യാനം ചൊല്ലെങ്ങനെ?
വാജികൾ ചാടുന്ന ചാട്ടംപോലെ.
വൃത്രനെക്കൊന്നതു വാസവനെങ്ങനെ?
ചിത്ര പിറന്നവർ ശീലംപോലെ.
ശ്രാദ്ധത്തിനുണ്ടായ കോപ്പെല്ലാം ചൊല്ലു നീ
മുർദ്ധാവിന്നുണ്ടാരു പുണ്ണു പാരം.
നാകികൾനായകൻ പോയവാറെങ്ങനെ?
കേകിതാൻ കേവലം കൂകുംപോലെ.
ബാലിതൻ വാലിൻറെ വണ്ണം ചൊല്ലെങ്ങനെ?
നീലവിലോചനമാരെപ്പോലെ.
കക്ഷിയെപ്പൂരിപ്പാൻ ഭക്ഷണമെന്തുള്ളു?
ശിക്ഷയെച്ചെയ്കിലേ ശീലം നല്ലൂ.
അക്ഷികളാടുന്ന ലക്ഷണമെങ്ങനെ?
മക്ഷികൾ പാടുന്ന പാട്ടുപോലെ."
ഇങ്ങനെയോരോരോ വാർത്തകളന്നേരം
പൊങ്ങിത്തുടങ്ങിതമ്മന്മിരത്തിൽ.
പ്രജ്ഞപൂണ്ടീടുന്ന ധർമ്മജന്തന്നുടെ
യജ്ഞവും പോന്നു മുതിർന്നുതായി.

പാചകന്മാരുടെ വലേകളല്ലാമേ
ആചരിച്ചീടിനാൻ ഭീമസനേൻ.
വാഞ്ഛിതമായുള്ള വസ്തുക്കളോരോന്നേ
പാഞ്ചാലവീരൻ വിളമ്പിനിന്നാൻ,
അർജ്ജുനനായതു സജ്ജനപൂജയിൽ
അച്യുതനംഘ്രിതൻ ക്ഷാളനത്തിൽ.
പണ്ടാരംകൊണ്ടുള്ള വലേകളല്ലാമേ
തണ്ടാർമാതാണ്ട സുയോധനന്താൻ:
സ്വർണ്ണങ്ങൾകൊണ്ടുള്ള ദാനങ്ങളല്ലാമേ
പുണ്യങ്ങൾ പൂണ്ടുള്ള കർണ്ണനന്താനും;
വഴേച്ചയിൽ വന്നിട്ടു മറ്റുള്ളോരോരോരോ
വലേകൾ ചാലനിന്നാചരിച്ചാർ.
വഗേത്തിൽ ചെന്നങ്ങു തന്നുടെ തന്നുടെ
ഭാഗത്തകെക്കൊണ്ടുകൊണ്ടാദരവിൽ
അബ്ജജന്മുമ്പായ നിർജ്ജരരല്ലാരും
വിജ്ജ്വരരായി വിളങ്ങുംനരേം.
അഗ്ര്യമായുള്ളൊരു പൂജകൊണ്ടല്ലാരും
വ്യഗ്രരായ് നിന്നു ചമഞ്ഞുകൂടി.
പാത്രമായുള്ളവനവേനന്നെിങ്ങനെ
ശാസ്ത്രികളല്ലാരും ശ്രോത്രിയരും
ചിന്തിച്ചതോറുമങ്ങന്ധത കൈവിട്ടു
സന്ധിച്ചുകൂടീലയാർക്കുമൊന്നും
ഉത്തമരായുള്ള സത്തുക്കളന്നരേം
പത്തുനൂറല്ലല്ലോ വന്നതുള്ളു.
കല്മഷം കൈവിട്ടന്നിർമ്മലർ പിന്നയെും
സമ്മതം ചിന്തിച്ചു നിന്നനരേം.
വത്സലനായുള്ള നത്സഹദവേന്താൻ
സത്സഭതന്നിലേ ചെന്നു നരേേ

ഉത്തന്മാരുടെ ചിത്തത്തിലേറുവാൻ
പ്രത്യക്ഷമായിട്ടു ചൊന്നാനപ്പോൾ:
“വാഞ്ഛിതമായൊരു രത്നത്തെക്കൈവിട്ടു
കാഞ്ചനം തേടുന്നതെന്തു നിങ്ങൾ?
ശാഖിതന്മൂലത്തിലല്ലയോ വേണ്ടുന്നു
ശാഖകൾതോറും നനയ്ക്കവേണ്ട.
വിശ്വങ്ങൾക്കെല്ലാമേ ജീവനായ്മേവുന്നൊ
രച്യുതനല്ലയോ നിന്നതെന്നാൽ
മറ്റുള്ളതൊന്നുമേ ചിന്തിച്ചു നില്ലാതെ
തെറ്റെന്നു പൂജിക്കയെന്നേ വേണ്ടു.”
മാദ്രേയനിങ്ങനെ വാർത്തയെച്ചൊന്നപ്പൊ
ളാർദ്രമായുള്ള മനസ്സുകളായ്
ആസ്ഥാനവാസികളായുള്ളോരെല്ലാരും
വാഴ്ത്തിനിന്നീടിനാരോർത്തതോറും.
അംബുജലോചനന്തന്നുടെ പൂജയ്ക്കു
ധർമ്മജന്താനും മുതിർന്നാനപ്പോൾ.
പൊല്ക്കുടം കിണ്ടികൾ പൊൽത്താലമെന്നിവ
യൊക്കവേ വന്നു നിരന്നുകൂടി.
പൊന്മായമായൊരു നിർമ്മലപീഠത്തിൽ
സന്മതിയോടെങ്ങിരുത്തിപ്പിന്നെ
വേദങ്ങൾ ചെന്നങ്ങു വേഗത്തിൽ തേടുന്ന
പാദങ്ങൾ രണ്ടും പിടിച്ചു ചെമ്മേ
ക്ഷാളമംപണ്ണിനാൻ പൂരിച്ച വാരികൊ
ണ്ടാനന്ദലോചനവാരികൊണ്ടും
ചാരത്തു വന്നൊരു വാമനമ്പാദത്തേ
വാരിജസംഭവനെന്നപോലെ.
ക്ഷാളനതോയങ്ങൾ കൈയിങ്ങാക്കിത്തൻ
ആനനം തന്നിലും മേനിയിലും

391 ഭക്തിയപ്പെപ്പൂണ്ടു തളിച്ചുനിന്നീടിനാൻ
392 ഉത്തമർക്കന്നെല്ലരൊ തന്നെന്നി ഞായം.
393 വട്ടത്തിൽനിന്നുള്ള മാമുനിമാരെല്ലാം
394 തൊട്ടു തളിച്ചു തുടങ്ങീതപ്പോൾ.
395 ഒക്കവേ ചന്നങ്ങു തിക്കു തുടങ്ങിനാർ
396 പുഷ്കരലോചനൻചാരത്തങ്ങും.
397 പ്രീതനായുള്ളൊരു ധർമ്മജന്മാവുതാൻ
398 പീതങ്ങളായുള്ള കൂറകളും
399 മുത്തകൾമുമ്പായ ഭൂഷണം നല്കി നി
400 ന്നുത്തമപൂജയുമാചാരിച്ചാൻ.
401 ദേവകളെല്ലാരുമറിന മോദത്താൽ
402 പൂവുകൾ തൂകിനാരായവണ്ണം.
403 മാമുനിമാരുമങ്ങാമോദം പൂകിനാർ;
404 മാലോകരെല്ലാരുമവ്വണ്ണമേ.
405 പൂതനവൈരിതൻ പൂജയചെയ്കയാൽ
406 പൂതനായുള്ളൊരു ധർമ്മജന്താൻ
407 പൊങ്ങിയഴുന്നൊരു സന്തോഷവാരിയിൽ
408 മുങ്ങി വിളങ്ങിയിരുന്നനേരം
409 വേദിതൻ ചാരത്തു മേവിനിന്നീടുന്ന
410 ചേദിപനാകുന്ന മന്നവന്താൻ
411 ദേവകീസൂനുവെക്കണ്ടൊരു നേരത്തു
412 വേവുറ്റു തന്നിലേ നണ്ണി നിന്നാൻ
413 "പാന്ഥനായ് വന്നിങ്ങു നിന്നൊരിപ്പാഴൻറെ
414 മോന്തയെക്കാണാതെ നിന്നിതാവൂ;
415 കുണ്ഡിനംതന്നിൽ പണ്ടുണ്ടായതോർക്കുമ്പോൾ.
416 കണ്ടോളമന്നുണ്ടു തോന്നുന്നിപ്പോൾ."
417 ഇങ്ങനെ തന്നിലെ നണ്ണിന മന്നവൻ
418 അങ്ങനെ പിന്നെയും നിന്നനേരം

ഉത്തമപൂജകൊണ്ടുത്തമരായുള്ള
സത്തുക്കൾതങ്ങളിൽ ചൊന്നതല്ലാം
കശ്ക്കായനരേത്തു യോഗ്യവും ചിന്തിച്ചി
ട്ടാർക്കുപോലെന്നവൻ പാർത്തനേരം
മദ്രയേൻ ചൊല്ലുന്ന വാർത്തയക്കെശ്ക്കായി
മാത്സര്യം പൊങ്ങീതു പാരമപ്പോൾ.
ആസ്ഥാനംതന്നിലുള്ളാര്യന്മാരല്ലാരും
വാഴ്ത്തുന്നതൊന്നേ കേട്ടനേരം
ഉല്മുഖം കൊണ്ടത്തേങ്കർങ്ങൾ രണ്ടിലും
ചെമ്മേ ചെലുത്തുന്നുതന്നു തോന്നി.
കൊണ്ടാടിനിന്നുള്ള മാമുനിമാരോടും
ഉണ്ടായിവന്നിതു കോപമപ്പോൾ.
ധർമ്മജന്തന്നുടെ സമ്മാനം കണ്ടപ്പൊ
ളുന്മദനായിച്ചമഞ്ഞുകൂടി.
പട്ടന്നെഴുനേറ്റു “കഷ്ടം!” എന്നിങ്ങനെ
രുഷ്ടനായ് നിന്നങ്ങു ചൊല്ലിപ്പിന്നെ
മൂക്കിന്മേൽ കൈവെച്ചു ചൊല്ലിനിന്നീടിനാൻ
മൂർക്ക്വത ചീർത്തുള്ള വാർത്തതന്നെ;
“മൂഢനായുള്ളൊരു ബാലൻറെ ചൊൽ കേട്ടു
മൂഢന്മാരായിതോ നിങ്ങളല്ലാം?
യോഗ്യരായുള്ളവർ നോക്കിനിന്നീടവെ
മൂർക്ക്വനായല്ലൊയിപ്പൂജയ്ക്കിപ്പോൾ.
കണ്ടാലുംനല്ലൊരു യാഗമായ്പോയതു
ചണ്ഡാലന്തീണ്ടിന പിണ്ഡംപോലെ.
ആരിവനെന്നതു നിങ്ങളിലാരുമേ
ഓരാതെ നിന്നതേ പോരായ്മതാൻ.
ഗോപാലനെന്നുണ്ടു ചൊല്ലുന്നുതല്ലാരും
ഗോപാലന്താനുമല്ലോർത്തുകണ്ടാൽ.

447 ഇല്ലവും ജന്മവും ചിന്തിച്ചു കാണ്കിലഭേ

448 ചൊല്ലാവതില്ലിവനൊന്നുമതോൻ.

449 അച്ഛനായുള്ളവനവേനന്നിങ്ങനെ

450 നിശ്ചയമുണ്ടങ്ങെിൽ ചൊല്ലിനാലും

451 കാനനവാസിയാം നന്ദനുമല്ലയ

452 ങ്ങാനകദുന്ദുഭിതാനുമല്ല.

453 കാന്തങ്ങളായ ഗുണങ്ങളില്ലൊന്നമ

454 താന്തഭോന്നിയായത്ര പണ്ടയേുള്ളു.

455 നിങ്ങളീച്ചയെ്തൊരു പൂജയ്ക്കു ചിന്തിക്കി

456 ലിങ്ങനയൊരുമ വന്നുകൂടാ.

457 വായ്പഭേടുമാച്ചിമാർ കാച്യപാൽ തരൈ വണ്ണൊ രാപ്പകൽ
കക്കയിവന്നു ശീലം;

458 കള്ളനന്നുള്ളൊരു നാമമുണ്ടാകയാൽ

459 കണ്ണനന്നല്ലൊരും ചൊല്ലുന്നിപ്പഭോൾ.

460 കന്യകമാരുടെ ചലേകൾ വാരിനാൻ

461 പിന്നടേമല്ലൊമ ചൊല്ലവണ്ടോ.

462 മാതുലന്മൂലമായ് പാതകമുണ്ടല്ലൊ

463 പൂതനമൂലമായ് പണ്ടൊലയും.

464 ഇത്തരം ചൊല്ലുവാൻ പത്തുനൂറല്ലുള്ളൂ

465 തത്തരമഭോർക്കുമ്പൊളന്നു വണ്ടോ

466 പണ്ടിവൻ ചയെ്തുള്ള വലേകൾ ചൊൽവാനി

467 ക്കണ്ടുള്ളഭോരാരുമില്ലന്നു ചൊല്ലാം.

468 ഇങ്ങനയെുള്ളനനങ്ങെനെ നിങ്ങൾക്കി

469 മ്മംഗലപൂജയ്ക്കു വന്നവാറ്?

470 സജ്ജനമായുള്ളൊരിജ്ജനംമുമ്പിലെ

471 ലജ്ജയും കൂടാതെ നിന്നതു കാ.

472 മത്സരിയായൊരു ദുസ്സഹന്തന്നയൊി

473 സ്സത്സഭതന്നീന്നു പഭോക്കവണം."

474 ഇത്തരമായുള്ള ദുസ്സഹവാർത്തകൾ

475 മത്സരമാണ്ടവൻ ചൊന്നനേരം

476 ഉത്തമരായവർ നൽച്ചവിതന്നെയും

477 പൊത്തിനിന്നീടിനാരത്തലോടെ.

478 ചദേിപനിങ്ങനെ ചൊന്നതു കട്ടേപ്പൊ

479 ളതേുമേ മിണ്ടീല മാധവന്താൻ

480 ശ്വാക്കൾതൻ നാദത്തെക്കേൾക്കുന്ന നരേത്തു

481 നോക്കുമോ കസേരിയായ വീരൻ.

482 ചീർത്തൊരു കോപത്തെക്കോലുന്ന പാർത്ഥന്മാർ

483 വാർത്തയചെ്ചൊല്ലിനാരാത്തവഗേം:

484 "സമ്മതികടേിന്നു നമ്മുടെ വീടല്ല

485 തന്നുടെ വീടകംപുക്കു വണേം.

486 വല്ലാത വാർത്തകളിന്നും നീ ചൊല്ലുകിൽ

487 ഒല്ലായനെ്നിങ്ങനെ ചൊല്ലും ഞങ്ങൾ.

488 ചൊല്ലുകൊണ്ടിന്നിനി നല്ലനല്ലങ്ങെിലോ

489 തല്ലുണ്ടീടിനാൽ നല്ലനാവോം.

490 തല്ലുകൊണ്ടാൽ പിന്നയെങ്ങനയെങ്ങെിലോ

491 വില്ലുകൊണ്ടങ്ങൾക്കു പിന്നതേല്ലൊം."

492 എന്നതുകടേ്ടൊരു ചദേിപൻ ചൊല്ലിനാൻ

493 "സന്നദ്ധരായ്ക്കൊൾവിനെ"ന്നിങ്ങനെ.

494 വാർത്തയകെട്ടേുള്ള പാർത്ഥന്മാരന്നെപ്പോൾ

495 ആർത്തണഞ്ഞീടിനാരാർത്തു നരേ

496 എന്നതു കടേ്ടൊരു ചദേിപവീരനും

497 ചനെ്നു തുടങ്ങിനാൻ മുന്നൽ നോക്കി.

498 നാന്ദകധാരിതാനന്നെതു കണ്ടപ്പോൾ

499 പാണ്ഡവന്മാരത്തെടുത്തു നീക്കി

500 മുന്നിട്ടു വന്നൊരു ചദേിപന്തന്നോടു

501 സന്നദ്ധനായിപ്പിണങ്ങിനിന്നാൻ.

502 മാനിയായുള്ളൊരു ചദേിപന്താനപ്പഠോൾ

503 മാധവൻ വന്നതു കണ്ടനരേം

504 അന്തമില്ലാതൊരു വരൈമുണ്ടാകയാൽ

505 എന്തു ഞാൻ ചയെ്വതനെ്നഠോർത്തു പിന്നെ

506 ആക്കമാണ്ടീടുന്ന മാധവന്മനേിയെ

507 നഠോക്കിനിന്നീടിനാൻ കചുവത്തി;

508 ചദേിപന്തന്നുടെ മാനസമന്നരേം

509 മാധവന്തങ്കലുറച്ചുനിന്നു.

510 കചുവത്തീടുന്ന ചദേിപൻ വന്നതു

511 കണ്ടുനിന്നീടുന്ന കൊണ്ടൽവർണ്ണൻ

512 ഉഗ്രമായുള്ളൊരു ചക്രമടെുത്തപ്പഠോൾ

513 നിഗ്രഹിച്ചീടിനാൻ നീചന്തന്നെ.

514 ചക്രമറേ്റീടുന്ന ചദേിപനന്നരേം

515 ചക്രധരന്തന്നെ നഠോക്കി നഠോക്കി

516 തൂമയിൽനിന്നൊരു ഭൂമിയിൽ വീണുടൻ

517 നാമാവശഷേനായ് വന്നാനപ്പഠോൾ;

518 ചദെ്യനിൽനിന്നങ്ങഴെുന്നതു കാണായി

519 വദെ്യുതകാന്തികണക്കയെപ്പഠോൾ;

520 കൊണ്ടാൽനരേ്വർണ്ണനഠോടൊന്നായിവന്നതും

521 കണ്ടുനിന്നീടിനാർ വിണ്ടലരും.

522 വിജ്വരനായൊരു ധർമ്മജമ്പിന്നത്തൊൻ

523 യജ്ഞവും പൂരിച്ചു പൂർണ്ണനായി

524 ദക്ഷിണരായുള്ള ഭൂസുരന്മാർക്കലെ്ലാം

525 ദക്ഷിണ നല്കിനാനക്ഷതനായ്

526 സന്തുഷ്ടരായുള്ള ഭൂദവേന്മാരപ്പഠോൾ

527 സന്തതിമുമ്പായ മംഗലങ്ങൾ

528 കാമ്യങ്ങളായിട്ടു മററുള്ളതലെ്ലാമേ

529 മനേ്മലേ പൊങ്ങുകയനെ്നു ചൊന്നാർ.

ഖിന്നത പിന്നിട്ടു ധർമ്മജന്മാവുതാൻ
മന്നവന്മാരുമായ് മാപിനോടെ
തുംഗയായുള്ളൊരു ഗംഗയിൽ ചെന്നങ്ങു
മംഗലസ്നാനവുമാചരിച്ചാൻ.
ധന്യമായുള്ളൊരു യാഗത്തെച്ചെയ്കയാൽ
ഉന്നതനായൊരു മന്നവൻതാൻ
മന്നിടമെങ്ങുമേ മങ്ങാതെ പാലിച്ചു
മന്ദിരം തന്നിലിരുന്ന കാലം
അക്ഷീണരായുള്ള ദാനവന്മാരുടെ
തക്ഷാവു നല്കിന നത്സഭയിൽ
വന്ദിച്ചുനിന്നുള്ള വന്ദികൾ ചൂഴുമായ്
നിന്നു വിളങ്ങിനാനന്നൊരുനാൾ.
നന്ദജന്മുമ്പായ ബന്ധുക്കളെല്ലാരും
ചെന്നു തുടങ്ങിനാരന്നേരം.
സേവകരായുള്ള ലോകരുമെല്ലാരും
ചേവകരായുള്ള വീരന്മാരും
ഉറ്റവരായിട്ടു മറ്റുള്ള ലോകരും
ചുറ്റും വിളങ്ങിനാർ മന്നവന്റെ;
നർത്തകന്മാരുടെ നൃത്തവും കണ്ടിട്ടു
വിസ്മയിച്ചെല്ലാരും നിന്നന്നേരം
മാനിയായുള്ള സുയോധനൻതാനപ്പോൾ
മന്നവൻചാരത്തു ചെൽവതിന്നായ്
പിച്ചയായുള്ളൊരു നൽച്ചേലതന്നെയും
ഇച്ഛയിൽനിന്നങ്ങുടുത്തു പിന്നെ
കുണ്ഡലം മുമ്പായ മണ്ഡനംകൊണ്ടങ്ങും
മണ്ഡിതദേഹനായ് മന്ദം മന്ദം
വന്നുതുടങ്ങിനാൻ വാളുമിളക്കിയ
ന്നിന്നൊരു ലോകരാൽ വന്ദിതനായ്.

558 ചലേയപ്പെപ്പൂണ്ടതിൻ ചവെ്വിനപ്പെിന്നയെും
559 ചാലനെിന്നമ്പഴേടു നഴേക്കി നഴേക്കി
560 പാണ്ഡവന്മാരുടയൊണ്മയകെ്കാണ്കയാൽ
561 പാരമഴന്നുള്ളഴെരുള്ളവുമായ്
562 ആസ്ഥാനമന്ദിരംതന്നിലേ ചനെ്നവൻ.
563 ആസ്ഥപൂണ്ടഴേരഴേന്നേ നകേ്കുംനരേം
564 അമ്മയന്തന്നുടെ മായകഴെണ്ടന്നില
565 മമ്മയമനെ്നതേ തഴേന്നീതപ്പഴേൾ.
566 ചലേയും ചാലിച്ചുരുക്കിനിന്നീടിനാൻ
567 കാൽവിരൽകഴെണ്ടു നടത്തവുമായ്.
568 വള്ളെമനെ്നുള്ളിലേ നണ്ണിക്കരംകഴെണ്ടു
569 തള്ളിത്തുടങ്ങിനാമ്പാഴിലങ്ങെും.
570 വായ്ക്കഴെണ്ടു പിന്നയെുമിഞ്ഞുതുങ്ങിനാൻ
571 ചാക്കിമാർ കാട്ടുന്ന കൂത്തുപഴേലെ.
572 ചലേ നനഞ്ഞുതുടങ്ങീതനെ്നഴേർത്തുടൻ
573 ചാലകെ്കരേറ്റിനാന്മാറിലഴേളം.
574 ആസ്ഥാനവാസികൾ നഴേക്കിനിന്നീടവേ
575 യാത്ര തുടങ്ങിനാനവ്വണ്ണമേ.
576 ധർമ്മജന്മുമ്പായ സന്മതരല്ലൊരും
577 കണ്ണടച്ചീടിനാരനെ്നനരേം.
578 കാണാതെ നിന്നഴേരകെ്കാട്ടിത്തുടങ്ങിനാൻ
579 നാണാതനെിന്നഴെരു ഭീമനപ്പഴേൾ.
580 ഏറിയിരുന്നഴെരു നാണവും പൂണ്ടു നി
581 ന്നതേുമേ വല്ലാതയൊയിപ്പിന്നെ
582 ഹാസംതുടങ്ങിനാർ തങ്ങിൽ മലെ്ലവേ
583 ദാസിമാരായുള്ള മാതരപ്പഴേൾ.
584 പാണ്ഡവന്മാരുടയൊനനംതന്നിലേ
585 പാഞ്ചാലനന്ദന നഴേക്കിക്കഴെണ്ടാൾ.

586 അങ്ങ്ങനെ പഴയവനങ്ങ്ങളൊരു ഭാഗത്തു
587 പണ്ടെങ്ങ്ങിനിന്നീടുന്ന വെള്ളത്തിൻ്റെ
588 ചാരത്തു ചെന്നൊരു നരേത്തന്നീരല്ലാം
589 നരേരത്ത ഭൂതലമന്നെന്നു തോന്നി.
590 പൂഞ്ച്ചലേതന്നയെും പൂണ്ടു നിന്നീടിനാൻ
591 കാഞ്ച്ചിയും ചാലവെ മുറുക്കിപ്പിന്നെ
592 മന്നവൻചാരത്തു ചെൽവതിനായിട്ടു
593 സന്നദ്ധനായവൻ പോയിപ്പോയി
594 മായയിൽ തോയുമത്തോയത്തിലാമ്മാറ്റു
595 പോയങ്ങ്ങു ചാടിനാൻ മൂഢനായി
596 ആണ്ണൊരു തോയത്തിൽ വീണ്ണൊരു നരേത്തു
597 പാണ്ഡവൻമാരുടയൊനനത്തേ
598 മലേക്കണ്ണുമിട്ടങ്ങ്ങു ചീറ്റവും പൂണ്ടുടൻ
599 നോക്കിത്തുടങ്ങ്ങിനാൻ പാല്ക്കുഴമ്പൻ.
600 ഭീമനായുള്ളൊരു ഭീമനും പിന്നയെ
601 ക്കോമളയാകിന കാമിനിയും
602 ഭോഷനായങ്ങവൻ വീണതു കണ്ടപ്പോൾ
603 തോഷവും പൂണ്ടു ചിരിച്ചുനിന്നാർ.
604 ധർമ്മജൻ ചൊല്ലിനാനന്നെതു കണ്ടിട്ടു
605 "സമ്മതിയല്ലിതു നിങ്ങ്ങൾക്കൊട്ടും
606 പാപത്തപ്പൂരിക്കാം, താപത്തെത്തൂകന്നൊ
607 രാപത്തിന്മൂലമായ് വന്നുകൂടം."
608 എന്നതു കടേട്ടിട്ടു വന്നൊരു ഹാസത്തെ
609 ത്തന്നിൽ തളർന്നവർ നിന്നനരേം
610 കണ്ണുകുളുർത്തൊരു കാർമുകിൽവർണ്ണനന്താൻ
611 കണ്ണറിഞ്ഞീടിനാൻ തിണ്ണമപ്പോൾ.
612 എന്നതു കണ്ടവർ പിന്നയെും പിന്നയെും
613 മുന്നതേിലറേം ചിരിച്ചാരപ്പോൾ.

614 സമ്മതി പൂണ്ടൊരു ധർമ്മജന്തന്നുടെ
615 കമുനതന്നെയും കൈക്കൊള്ളാതെ
616 മാല്യവും പൂണ്ടു താൻ വീണ്ണൊരു നീരിലും
617 ജാള്യമാം നീരിലും നീന്തുകയാൽ
618 താന്തനായുള്ളൊരു ഗാന്ധാരിനന്ദനൻ
619 ബാന്ധവന്മാരിലും കണ്കൊടാതെ
620 മാനത്തെപ്പൂണ്ടു കനത്തു നിന്നീടിനോ
621 രാനനംതന്നെയും താഴ്ത്തി മല്ലെ
622 ധന്യമായുള്ളൊരു തന്നുടെ മന്ദിരം
623 തന്നിലും പൂകിനാൻ ഖിന്നനായി.
624 മാനവും കൈവിട്ടു ഗാന്ധാരിനന്ദനൻ
625 ദീനനായ് കേവലം പോയനേരം
626 ചാരത്തു നിന്നവർ ചാലച്ചിരിക്കയാൽ
627 വൈരമുണ്ടായ് വരു"മെന്നിങ്ങനെ
628 ചിന്തയെപ്പൂണ്ടൊരു ധർമ്മജന്നുള്ളിലേ
629 സന്താപം പൊങ്ങിത്തുടങ്ങീതപ്പോൾ.
630 "മേദിനിതന്നുടെ ഭാരത്തെപ്പോക്കുവാൻ
631 സാധനമുണ്ടായി വന്നുതിപ്പോൾ"
632 എന്നങ്ങു ചിന്തിച്ച നന്ദജനുള്ളിലേ
633 സന്തോഷമുണ്ടായി പിന്നെപ്പിന്നെ;
634 തുഷ്ടരായമ്മേവുന്നൊരിഷ്ടരുമായിനി
635 ന്നൊട്ടുനാളങ്ങനെ ചെന്നകാലം
636 ദ്വാരകതന്നിലേ പോവതിന്നായിട്ടു
637 പാരാതെ നിന്നു മുതിർന്നു പിന്നെ
638 യാത്രയും ചൊല്ലി നൽപ്പാർത്ഥന്മാരോടുടൻ
639 തേർത്തടംതന്നിൽക്കരേറി നേരേ
640 വാരുറ്റുനിന്നൊരു സേനയുമായിത്തൻ
641 ദ്വാരകതന്നിലെഴുന്നള്ളിനാൻ.

19.സാല്വവധം

കാരണനായഔരു വാരിജലഔചനൻ
ദ്വാരകനഔക്കി വരുന്നനേരം
കഔപിച്ച്ചുനിന്നഔരു സാല്വനെന്നിങ്ങനെ
പർേപറ്റു നിന്നഔരു മന്നവന്താൻ
പഔർക്കായിച്ചെന്നിട്ടു യാദവന്മാരിൽത്ത
ന്നൂക്കിനെക്കാട്ടിനാൻ മലേ്ക്കുമലേ.
വൈരസ്യം പൂണ്ടഔരു വൈദർഭിനന്ദനൻ
വൈകാതെ ചെന്നു പിണഞ്ഞ്ഞനേരം
വൈകല്യം വാരാതെ വൈരിയും താനുമായ്
വൈദഗ്ദ്ധ്യം കാട്ടുന്ന നേരത്തപ്പഔൾ
ചേണുറ്റു നിന്നഔരു ചേദിപന്തന്നുടെ
ചേതന പഔക്കിന മാധവന്താൻ
പെട്ടെന്നു ചെന്നങ്ങു രുഷ്ടനായ് നിന്നഔരു
ദുഷ്ടനും താനും പിണങ്ങിപ്പിന്നെ
മായകൾകഔണ്ടെങ്ങും തൂകിനിന്നേറ്റവും
മാനിയായ്മേവുമമ്മന്നവൻറെ
മാറിടംതന്നിലേ സായകംമുമ്പായു
ള്ളായുധമേല്പിച്ചങ്ങായവണ്ണം
വാനിൽ നിന്നീടുന്ന മാനിനിമാരുടെ
വാർകഔങ്ക പുൽകുമാറാക്കിവച്ചാൻ.
മന്ദനായ് നിന്നഔരു മന്നവന്തന്നുടെ
ബന്ധുവായുള്ളഔരു ദന്തവക്ത്രൻ
കഔപിച്ചു ചെന്നു പിണങ്ങിനിന്നീടിനാൻ
വേപിച്ചുനിന്നഔരു മെയ്യുമായി.
മണ്ടിവരുന്നഔരു വൈരിയെക്കാൺകയാൽ
ഇണ്ടലെക്കൈവിട്ടു കഔണ്ടൽവർണ്ണ്ണാൻ

27 ചണ്‌ഡമായുള്‌ള ചക്‌രമെടുത്‌തവൻ

28 കണ്‌ഠത്‌തെക്‌കണ്‌ടിച്‌ചു തുണ്‌ടിച്‌ചപ്‌പോൾ

29 ചേദിപൻ പോയൊരു നൽവഴിതന്‌നൂടെ

30 ചൊവ്‌വോടെ പോകുമാറാക്‌കിവച്‌ചാൻ.

31 വേദനപൂണ്‌ടു പിണങ്‌ങിനിന്‌നീടുന്‌ന

32 സോദരന്‌തന്‌നെയും കൊന്‌നു പിന്‌നെ

33 വാഴ്‌ത്‌തിനിന്‌നീടുന്‌ന വാനവർ കാണവേ

34 വാട്‌ടമകന്‌നു തൻ കോട്‌ട പുക്‌കാൻ.

20.സീരിണസ്സൽക്കഥ

വീരനായുള്ളൊരു രോഹിണീനന്ദനൻ
ദ്വാരകതന്നിലിരിക്കുംകാലം
കൗരവന്മാരുമപ്പാണ്ഡവന്മാരുമായ്
വൈരമുണ്ടാകയാൽ പാരമപ്പോൾ
പോർക്കു തുനിഞ്ഞോരന്നിങ്ങനെയുള്ളൊരു
വാക്കിനെക്കേൾക്കയാൽ വായ്പിനോടെ
ഓർത്തുനിന്നീടിനാൻ ചീർത്തുനിന്നീടുന്നൊ
രാർത്തിയെപ്പൂണ്ടവനാസ്ഥയോടെ:
"ഗോവിന്ദന്തന്നുടെ ജീവനമായല്ലൊ
കേവലം മേവുന്നു പാണ്ഡവന്മാർ
കേശവന്തവന്നുടെ ചൊല്ലിനെക്കേളാതെ
വാശിയെപ്പൂണ്ട സുയോധനന്താൻ
ശിക്ഷയെച്ചെയ്കയാലക്ഷതനായൊരു
ശിഷ്യനായ്വന്നു നമുക്കുമെന്നാൽ
തങ്ങളിൽനിന്നു പിണഞ്ഞതു കാണുമ്പൊ
ളിങ്ങനെ മിണ്ടാതെ നിന്നുകൊൾവൂ?
മദ്ധ്യസ്ഥനായിട്ടു നിന്നുകൊൾവാനുള്ള
ബുദ്ധിയുണ്ടാകുന്നൂതല്ലയെന്നാൽ
ഇന്നിലം കൈവെടിഞ്ഞിന്നു ഞാൻ പോകണം"
എന്നങ്ങു തന്നിലേ നണ്ണി നേരേ
തീർത്ഥങ്ങളാടുവാൻ പോകുന്നനേനെന്നൊരു
വാർത്തയെച്ചൊല്ലി നടന്നുടനേ
നേരേറ്റു നിന്നുള്ളൊരാരണന്മാരുമായ്
ഓരോരോ തീർത്ഥങ്ങളാടിയാടി
ഉത്തമമായൊരു നൈമിശദേശത്തു
സത്വരം ചെന്നവൻ നിന്നനേരം

സത്രത്തചെ്ചയ്തുള്ള മാമുനിമാരല്ലൊം
ഉത്തമമായൊരു ഭക്തിയാലേ
ആതിത്ഥ്യവലേയുമാചരിച്ചമ്പിനേ
ടാദരിച്ചന്നരേമായവണ്ണം
സശ്രമനായൊരു രാമനയെല്ലൊരും
വിശ്രമനാക്കിനാർ വാക്കുകൊണ്ടേ.
കടേറ്റുനിന്നൊരു സൂതനക്കൊണായി
പീഠത്തിലറേി ഞളിഞ്ഞതപ്പോൾ
കല്യനായുള്ളൊരു സീരിതാൻ കോപിച്ചു
ചൊല്ലിനിന്നീടിനാനല്ലൊരോടും:
"സജ്ജനമല്ലൊമഴെുന്നറേ്റുനിന്നപ്പോൾ
ലജ്ജയുംകൂടാതെ പീഠത്തിന്മേൽ
ഉദ്ധതനായി ഞളിഞ്ഞൊരിപ്പാഴന്താൻ
വദ്ധ്യനന്നെുള്ളതു തറേിനാലും.
വന്ദ്യന്മാരായുള്ള മാമുനിമാർക്കല്ലൊം
വന്നിങ്ങു കൂപ്പണേമന്നെു തോന്നി.
വന്ദ്യനായുള്ളതു ഞാനത്രയെന്നെല്ലൊ
നിന്ദ്യനായ്മവേുമിമ്മന്ദനോർത്തു.
നാണവും കൈവിട്ടു നമ്മെ വന്നിങ്ങനെ
നാളയെും നിന്നിവൻ നിന്ദിക്കൊല്ലാ."
ഇങ്ങനെ ചൊന്നൊരു ദർഭയടെുത്തുടൻ
പൊങ്ങിന കോപത്തിൽ മുങ്ങുകയാൽ
ശത്രുവേ വല്ലുന്നൊരസ്ത്രമന്നെിങ്ങനെ
ചിത്തത്തിൽ ചിന്തിച്ചറിഞ്ഞാനപ്പോൾ.
മാമുനിമാരുടെ ലോചനവാരിയും
മാഴ്കിന സൂതനും വീണുതപ്പോൾ.
ഇച്ഛ പിഴച്ചുള്ള മാമുനിമാരപ്പൊ
ഉച്ചുതസോദരനോടു ചൊന്നാർ:

“കഷ്ടമായുള്ളൊരു കാരിയമല്ലൊ നീ
രുഷ്ടനായ് ചെയ്തതു പെട്ടെന്നിപ്പോൾ:
സൽക്കഥ ഞങ്ങൾക്കു ചൊൽവതിന്നായല്ലൊ
സൽക്കരിച്ചിന്നിവൻതന്നെ ഞങ്ങൾ
ആരണർക്കായുള്ളൊരാസനംതന്നെയും
ആദരവോടു കൊടുത്തു നേരേ
ആരെയും കണ്ടാൽ നീയാചാരം വേണ്ടായെ
ന്നാജ്ഞയും നല്കിയിരുത്തിക്കൊണ്ടു.
അങ്ങനെയുള്ളൊരു സൂതനെയിന്നു നീ
യിങ്ങനെ കൊന്നതു വേണ്ടീലൊട്ടും.”
എന്നതു കേട്ടൊരു സീരിതാൻ ചൊല്ലിനാൻ
നിന്നൊരു മാമുനിമാരോടപ്പോൾ:
“എന്നുടെ കൈയാലെ ചാകയെന്നിങ്ങനെ
മുന്നമെയുണ്ടിവനേകലെന്നാൽ
ഇന്നതു ചിന്തിച്ചു ഖിന്നത കോലേണ്ടാ
വന്നതിങ്കാരണമുള്ളിലായാൻ.
ചേതന കൈവെടിഞ്ഞീടുമിസ്സൂതൻറെ
നൂതനനായൊരു സൂതൻതന്നെ
സൽക്കഥ ചൊല്ലുവാനാക്കിനിന്നീടുവിൻ
ദുഃഖവും കൈവിട്ടു നിന്നു നിങ്ങൾ.
ഓരാതെ ചെയ്തൊരു കാരിയംതൊട്ടേതും
പോരായ്മ ചിന്തിച്ചു ചീറൊല്ലാതെ.
നമ്മക്കെക്കൊണ്ടേതോനും വേണ്ടുന്നതുണ്ടെങ്കിൽ
കന്മഷം കൈവിട്ടു ചൊല്ലിനാലും.”
ഇങ്ങനെ ചൊന്നതു കേട്ടവരെല്ലാരും
തങ്ങളിൽ ചിന്തിച്ചു ചൊന്നാരപ്പോൾ:
“വല്ക്കലനെന്നങ്ങു ചൊൽക്കൊണ്ടു നില്ക്കുന്നൊ
രുൽക്കടനായുള്ള ദാനവന്താൻ

വന്മദംപൂണ്ടു തിമിർക്കയാലങ്ങേങ്ങൾക്കു
കർമ്മങ്ങളല്ലൊം മുടങ്ങിക്കൂടി.
ആവതല്ലിന്നിവൻ ചെയ്തതു ചൊല്ലുവാൻ
കവേലം വന്നിങ്ങു വാവുതോറും.
ഇന്നവന്തന്നെ നീ കൊന്നങ്ങു വീഴ്ത്തുകിൽ
നന്നായിവന്നിതുമന്നെക്കേുമേ."
എന്നതു കേട്ടൊരു സീരിതാൻ ചൊല്ലിനാൻ:
"വന്നൊരു വാവുന്നാൾ കൊന്നു നേരേ
വിണ്ടലരുള്ളിലും നിങ്ങൾതന്നുള്ളിലും
ഉണ്ടായ ഖേദത്തപ്പോക്കുവൻ ഞാൻ."
എന്നങ്ങു ചൊന്നവനന്നിലംതന്നിലേ
വന്നൊരു വാവിനെപ്പാർത്തു നിന്നാൻ
വാവങ്ങു വന്നപ്പോൾ മാമുനിമാരല്ലൊ
മാവിലമാനസരായനേരം
"ഭീതരായ് നില്ലാതെ വൈതാനകർമ്മത്തിൽ
കൈതുടർന്നീടുവി"നെന്നു ചൊന്നാൻ.
നന്മുനിമാരതു കേട്ടുനിന്നോരോരോ
കർമ്മംഗളാരംഭിച്ചീടുംനേരം
മുഷ്ക്കരനായൊരു വല്ക്കലൻ വന്നു നി
ന്നുൽക്കടകർമ്മങ്ങളാചരിച്ചാൻ.
മത്സ്യങ്ങൾകൊണ്ടു വിതച്ചുനിന്നീടിനാൻ
മദ്യമായുള്ളൊരു നീരും വീഴ്ത്തി.
വിണ്മയമായൊരു നൽവിള തൂകിനാൻ
കന്മഷക്കായ്കളേ കായ്പ്പിപ്പാനായ്.
ശോണമായുള്ളൊരു ശോണിതം തൂകിനാൻ
ചേണുറ്റ കുണ്ഡങ്ങൾതോറും പിന്നെ.
ദുഷ്ടനായുള്ളൊരു വല്ക്കലനിങ്ങനെ
കഷ്ടത പിന്നെയും കാട്ടുംനേരം

111 ദുർഗ്ഗന്ധമതേും പഌറുക്ക്കരുതായ്കയാൽ

112 നിർഗ്ഗമിച്ചീടിനാർ നിന്നവേരല്ലൊം.

113 വീരനായുള്ളഌരു സീരിതാൻ നഌേക്കുമ്പഌേൾ

114 ദൂരവേ കാണായി ഘഌേരന്തന്നെ.

115 സീരത്തകെ്കഌണ്ടു വലിച്ചവന്തന്നയെും

116 ചാരത്തുകഌണ്ടു പിടിച്ചു പിന്നെ

117 നിർമ്മലമായഌരു വന്മുസലത്തിന്നു

118 വന്മദം പൂകിച്ചാൻ താഡിച്ചപ്പഌേൾ:

119 നന്മുനിമാരുടെ വദേനപഌേലയെ

120 ക്കമ്മൻറെ ജീവനും പഌേയിതായി.

121 മഌേദിതരായുള്ള മാമുനിമാരല്ലൊം

122 ആദരിച്ചമ്പഌേടു സീരിതന്നെ

123 ആശയംതന്നിൽ നിറഞ്ഞുനിന്നീടുന്നഌ

124 രാശിയും ചഌല്ലിനാരായവണ്ണം.

125 വാരുറ്റുനിന്നഌരു സീരിതാനന്നെപ്പഌ

126 ളാരണർ നല്കിയുള്ളാശിയല്ലൊം

127 പാഥയേമായിപ്പരിഗ്രഹിച്ചങ്ങനെ

128 പാരാതെ പിന്നയെും തീർത്ഥത്തിന്നായ്

129 ആഗതരായുള്ളഌരാരണന്മാരുമായ്

130 പഌേകത്തുടങ്ങിനാൻ വഗേത്താലേ.

131 ചാരത്തു നിന്നഌരു കൗശികതീർത്ഥത്തെ

132 പ്പാരാതെ ചന്നെുനിന്നാടിപ്പിന്നെ

133 ചഌല്ക്കഌണ്ടു നിന്നുള്ള തീർത്ഥങ്ങളഌേരഌേന്നേ

134 ദിക്ക്രമംകഌണ്ടുനിന്നാടിയാടി.

135 മദേിനിതന്നെ വലത്തുവച്ചങ്ങനെ

136 മളേത്തിൽ നീളെ നടന്നു മല്ലെ

137 പാതകം പായും പ്രഭാസമാം തീർത്ഥത്തിൽ

138 കൗതുകംപൂണ്ടവൻ വന്നനരേം

139 പാന്ഥന്മാർ വന്നു പറഞ്ഞതു കൾേക്കായി:

“പാണ്ഡവന്മാരായ വീരർക്കലെല്ലാം
ഘോരമായ് നിന്നുള്ളൊരാഹവമുണ്ടായി
കൗരവന്മാരോടു കൂടിയിന്നാൾ;
എണ്ണമില്ലാതൊരു മന്നവരെല്ലാരും
മണ്ണിടം കൈവിട്ടു വിണ്ണിലായി;
വീരനായുള്ളൊരു വായുതനയനും
നരേറ്റു നിന്ന സുയോധനനും
തങ്ങളിൽ നിന്നു പിണങ്ങിനിന്നീടുവാൻ
ഭംഗിയും പൂണ്ടു കണക്കുണ്ടിപ്പോൾ.”
എന്നതു കേട്ടൊരു സീരിതാൻ നണ്ണിനാൻ
“മന്നുടെ ഭാരം തളർന്നുതായി.
പാരാതെ ചെന്നിനി വീരന്മാർ കോലുന്ന
വൈരത്തെപ്പോക്കണമാകിലിപ്പോൾ.”
എന്നങ്ങു നണ്ണിന രോഹിണീനന്ദനൻ
ചെന്നവർ ചാരത്തു പൂകുംനേരം
കണ്ടുനിന്നീടുന്ന പാണ്ഡവന്മാരെല്ലാം
ഇണ്ടലും പൂണ്ടു ചമഞ്ഞാരപ്പോൾ.
എന്തൊന്നു ചിന്തിച്ചു വന്നുതന്നിങ്ങനെ
ചിന്തയുംപൂണ്ടുനിന്നന്ധനായി
കാർവർണ്ണന്തന്മുഖം നോക്കിത്തുടങ്ങിനാൻ
കാതരനായൊരു ധർമ്മജന്താൻ.
എന്തിവൻ ചൊല്ലുന്നതെന്നതേ ചിന്തിച്ചു
വന്തുവന്തെല്ലാരും നിന്നനേരം
ചാരത്തു ചെന്നൊരു സീരിതാനന്നപ്പോൾ
വീരന്മാരോടു വിളിച്ചു ചൊന്നാൻ:
“എന്നുടെ ചൊല്ലിനെക്കേൾക്കുമിന്നിങ്ങളെ
ന്നിങ്ങനെ ചിന്തിച്ചു വന്നുതിപ്പോൾ.
ബന്ധുക്കളായോരും ബന്ധിച്ചുനിന്നോരും

അന്തത്തെ പ്രാപിച്ചുതല്ലയൊയന്നാൽ
പണ്ടിന കോപവും പൂണ്ടിനിയിങ്ങനെ
നിങ്ങളിൽനിന്നു പിണങ്ങ്ങ വണ്ടോ.
ഊക്കിനപ്പൊർക്കുമ്പൊളൂക്കനായ് നിന്നിട്ടു
രൂക്ഷനായുള്ളതു ഭീമനത്രെ.
ശിക്ഷകൊണ്ടുള്ളതു ചിന്തിച്ചു കാണുമ്പൊ
ളക്ഷതനായ്വരും നീയുമന്നൊൽ
നിഷ്ഫലമായൊരു യുദ്ധമന്നിങ്ങനെ
നിശ്ചയമുണ്ടനിക്കുള്ളിലന്നാൽ
നരേട്ടു നിങ്ങളിലിങ്ങനെ നില്ലാതെ
നരേത്തിണങ്ങുകയന്നെ വണ്ടൂ."
സീരിതാനിങ്ങനെ ചൊന്നതു കട്ടേുള്ള
വീരന്മാരറിന വരെത്താലേ
പിന്നയെും പാരം പിണങ്ങി നിന്നീടിനാർ
എന്നതു കണ്ടൊരു സീരിയപ്പോൾ
"ഇങ്ങനെ കർമ്മമിവർക്കെ"ന്നു ചിന്തിച്ചു
പണ്ടിന ഖദേത്തപ്പോക്കിപ്പിന്നെ
പാണ്ഡവന്മാരോടു യാത്രയും ചൊന്നുടൻ
പാരാതെ പോയിത്തൻ ദ്വാരകയിൽ
ഇഷ്ടരുമായിട്ടു തുഷ്ടനായ്മവിനാൻ
ഒട്ടുനാളങ്ങനെ നിന്നു പിന്നെ
ധന്യമായുള്ളൊരു നമൈശക്ഷത്രത്തിൽ
പിന്നയെും പോയവൻ ചന്നെനരേം
യജ്ഞങ്ങൾകൊണ്ടു യജിപ്പിച്ചു മവിനാർ
അജ്ഞത വറിട്ട മാമുനിമാർ.
മംഗലസ്നാനവുമാചരിച്ചങ്ങനെ
മണ്ടാതെ വന്നുടൻ ദ്വാരകയിൽ
കാർമുകിൽവർണ്ണനും താനുമായമ്പോടു
തൂമയിൽ മവിനാൻ കാമപാലൻ.

21.കുചലേഗതി

കാർവർണ്ണ്ണനനറേ്റവും കാരുണ്യം പൂരിച്ചു
ള്ളാരണനുണ്ടായി പാരിടത്തിൽ
ശൈശവമശേുന്നകാലത്തു പണ്ടു പഠോയ്
ദശേികൻചാരത്തു മവേുമന്നാൾ
തങ്ങളിലഠെന്നിച്ചു വിദ്യകൾ കൾേക്കയാൽ
ചങ്ങാതിയായുള്ളു പണ്ടുപണ്ടേ.
നിത്യങ്ങളായുള്ള കർമ്മങ്ങളലെ്ലാമേ
കൃത്യമായ് ചയെ്തു തളിെഞ്ഞു നില്പഠോൻ,
ശാന്തയായുള്ളഠൊരു കാന്തയും താനുമായ്
താന്തനായ് നീളെ നടന്നു മന്നേമൽ
പാരിച്ചു നിന്നഠൊരു ദാരിദ്ര്യംപൂണ്ടീട്ടു
യാചിച്ചു പഠോരുവഠോമ്പാരിലങ്ങെും,
കുത്സിതമായഠൊരു ചലേയും പൂണ്ടങ്ങെും
നില്ക്കയാലന്നെതേ പരേുമായി
ശാശ്വതനായുള്ളഠൊരീശ്വരന്തന്നയെും
ആശ്രയിച്ചങ്ങവൻ നിന്നകാലം.
ക്ഷുത്തുകഠെണ്ടറേ്റവും ദീനമായുള്ളഠൊരു
ചിത്തവുംപൂണ്ടുനിന്നന്നഠൊരുനാൾ
ആര്യയായുള്ളഠൊരു ഭാര്യതാൻ ചന്നെുനി
ന്നാര്യനായുള്ളവനഠോടു ചഠൊന്നാൾ:
"ഓദനം കാണാതയെഠെട്ടുനാളുണ്ടല്ലഠൊ
വദേന മാറാതെ മവേുന്നു നാം.
ഓദനം തന്നഠോനകെ്കണ്ടതുമില്ലങ്ങെും
വദേന ചിന്തിക്കിൽ മലേിലത്രെ.
ആവതുമില്ലതേും പാതിയായ്മന്നേയും
നാവും മയങ്ങുന്നു നാളിൽ നാളിൽ.

27 യാചിപ്പാൻ പോവാനോ ചലേയും ചമെ്മല്ല
28 ഗഹേത്തിൽ മവേുവാമ്പയെ്യുമുണ്ടേ.
29 ചന്തോരിൽമാതോടു ചരേുന്ന കാർവർണ്ണൻ
30 ബന്ധുവന്നെല്ലയോ ചൊല്ലിപ്പോരൂ.
31 ദ്വാരകയാകിന പൂരിലും ചന്നെിന്നു
32 പാരാതെ കണ്ടാകിൽ നന്നായിതും.
33 ക്ഷുത്തുകൊണ്ടുണ്ടാകുന്നത്തലയിന്നവൻ
34 ചിത്തത്തിലാക്കുകയന്തെു ചതേം?
35 ഏററുനിന്നീടുകിലാണ ചൊല്ലാമല്ലൊ
36 ഏററില്ലയണ്ടെകിൽച്ചന്നെമ്പടുെക്കാം.
37 നമ്മുടെ വാഞ്ഛിതം നന്നായിനിന്നവൻ
38 നല്കിനിന്നീടുവാമ്പോരുമല്ലൊ.
39 കാരുണ്യമില്ലയന്നെല്ലീയിരിക്കുന്നു
40 കാരുണ്യവാരിധിയന്നെു കൾേപ്പൂ.
41 വാരുററു മവേുമദ്ദ്വാരകതന്നിലേ
42 പാരാതെ ചല്ലെുകയന്നെേ വണ്േടു."
43 ആര്യയായുള്ളൊരു ഭാര്യതാനിങ്ങനെ
44 കാര്യമായുള്ളതു ചൊന്നനരേം
45 സന്തുഷ്ടനായവൻ ചൊല്ലിനിന്നീടിനാൻ
46 ചിന്തിച്ചു നിന്നു നുറുങ്ങുനരേം:
47 "എന്നുടെ മാനസംതന്നിലുമുണ്ടിതു
48 മുന്നമേ കാണണേമന്നെുതന്നെ.
49 നിന്നുടെ സാഹസംതന്നാലയെണ്ടെകിലെൻ
50 പുണ്യങ്ങൾ പൂരിച്ചുകൊള്ളാമിപ്പോൾ.
51 രണ്ടടേത്തല്ലല്ലോ രാഗികളാം ഞങ്ങൾ
52 ഉണ്ടുമുറങ്ങിയും പണ്ടേ പോരൂ
53 ഇന്നിനി നമ്മെ മറന്നങ്ങുപോകിലും
54 എന്നുടെ കണ്ണിനോ പുണ്യമുണ്ടാം

കാണുന്ന നേരത്തു കാഴ്ചയായ് നല്കുവാൻ
വേണ്ടുന്നതേതുമേ ഒന്നില്ലയല്ലൊ;
പ്രാഭവം പൂണ്ടോരെ പ്രാകൃതൻ കാണുമ്പോൾ
പ്രാഭൃതം വേണമെന്നുണ്ടു ഞായം."
ഭാര്യതാനെന്നതു കേട്ടേങ്ങുനിന്നപ്പൊ
ളാരണന്മാരുടെ ഗേഹംതോറും
നാല്പിടി നെല്ലിനെ യാചിച്ചുകൊണ്ടന്നു
വായ്പോടു നിന്നു വറുത്തു പിന്നെ
കല്ലാലെ മെല്ലവേ താഡിച്ചന്നെല്ലിനേ
നല്ലവിലാക്കിനാൾ വല്ലവണ്ണം.
ചീർത്തൊരു മോദത്താലാസ്ഥപൂണ്ടങ്ങതു
പത്തേണിതന്നിലേ ചേർത്തു പിന്നെ
സന്തുഷ്ടനായൊരു കാമുകൻകയ്യിലേ
ചന്തത്തിൽ നല്കിനാൾ ബന്ധിച്ചപ്പോൾ.
ഭാര്യതാൻ നല്കുമപ്രാഭൃതംതന്നെയും
പാരാതെ വാങ്ങിനോരാരണൻതാൻ
ദ്വാരക നോക്കി നടന്നുതുടങ്ങിനാൻ
വാരിജലോചനൻതന്നെക്കാണ്മാൻ.
ചെന്നാലതേല്ലാമേ ചിന്തിച്ചുനിന്നവൻ
തന്നിലേ നണ്ണിനാൻ മെല്ലെ മെല്ലെ:
"കാർവർണ്ണൻതന്നുടെ ചാരത്തുചെന്നിട്ടു
കാണ്മതിന്നുണ്ടോ കണക്കുവന്നു?
ത്രൈലോക്യനാഥനായ്നിന്നവൻതന്നാലി
ന്നാലോക്യനായ് വരുമെന്നങ്ങനെ ഞാൻ?
കണ്ടൊരു നേരത്തു കാർവർണ്ണൻതന്നോടു
പണ്ടു ഞാൻ കണ്ടതു മിണ്ടാമോതാൻ.
വാതുക്കൽനിന്നുള്ളോർ ശാസിച്ചുനിന്നിട്ടു
ബാധിച്ചുപോമല്ലൊ പോക്കുതന്നെ.

83 ആവടേത്തോളമിന്നണ്ടെങ്കിലും ചൊല്ലൂ ഞാൻ
84 ദവൈത്തിൻ കയ്യിലും പിന്നതേല്ലാം."
85 ഇങ്ങനെ തന്നിലേ നണ്ണിനോരാരണൻ
86 മങ്ങാതയെയുള്ളൊരു മാർഗ്ഗത്തൂടെ
87 ദ്വാരകയാകിന പൂരിലും പൂകിനാൻ
88 വാരിതനാകാതെ നരേയെപ്പോൾ.
89 പണ്ടന്നെും കാണാതയെയുള്ളോനെക്കണ്ടപ്പോൾ
90 മണ്ടിച്ചന്നെല്ലാരും കണ്ടുനിന്നാർ.
91 ചാലെ മലിഞ്ഞൊരു മനേിയക്കെണ്ടിട്ടു
92 ലീലയായ്നിന്നു പറഞ്ഞാർ പിന്നെ:
93 "അസ്ഥികൾകൊണ്ടു ചമച്ചതിന്മൂലമെ
94 ന്തബ്ജജമ്പണ്ടിവന്മനേിതന്നെ;
95 ബീഭത്സമായ രസത്തിനക്കൊട്ടുവാ
96 നാബദ്ധലീലനായല്ലയല്ലീ?
97 പശേലമായൊരു കാശത്തൊടശേിട്ടു
98 പശേുവാൻ പോരുമിക്കശേമിപ്പോൾ,
99 പാങ്കുഴിയന്നെോർത്തോ നതേരങ്ങൾ നിർമ്മിച്ചു?
100 യോഗ്യത പോരുമതിന്നു പാർത്താൽ.
101 പാതാളലോകത്താലൊന്നിങ്ങു പോന്നിവൻ
102 നാഭിക്കു മീതേ പോയ് നിന്നിതോ ചൊൽ.
103 "വിശ്വത്തിനായൊരു നൽത്തൂണു നിർമ്മിച്ചേ
104 വിശ്വസിച്ചീടാവൂ വീഴായിവാൻ"
105 എന്നങ്ങു നണ്ണിയതിന്നുള്ള നീളത്തെ
106 ത്തന്നിലേ ചിന്തിച്ചു നിന്നനേരം
107 നാളീകജന്മാവിപ്പാദങ്ങൾ നിർമ്മിച്ചു
108 നീളത്തക്കൊണുമ്പൊഴന്നെു തോന്നും.
109 ദുർഭഗനങ്കെിലും വിപ്രതയോർക്കുമ്പോൾ
110 അത്ഭുതവീര്യനായ്മവേുമത്രെ.

111 ബ്രാഹ്മമായുള്ളൊരു മന്മേയക്കെക്കണ്ടാലും
112 മന്മലേ മെയ്യിലഴെുന്നതിപ്പഴേൾ.
113 നിന്ദ്യനല്ലതേുമെ മന്ദതകൊണ്ടിവൻ
114 വന്ദ്യനായുള്ളൊരു ഭൂമിദവേൻ.”
115 ഇങ്ങനെ ചൊന്നവർൻ വന്ദിച്ചുനിന്നുടൻ
116 പൊങ്ങിന കൗതുകം പൂണ്ടനരേം
117 വാരിജലഴേചനൻ ചരേുന്ന ഗഹേംതൊ
118 ട്ടാരണൻ നരേ നടന്നാനപ്പഴേൾ.
119 ദൂരവേ കണ്ടൊരു വാരിജലഴേചനൻ
120 ആരിതനെ്നിങ്ങനെ നഴേക്കി നഴേക്കി
121 ചങ്ങാതിയായുള്ളൊരാരണൻ വന്നതെ
122 ന്നങ്ങനെ തന്നിലേ നണ്ണി നരേ
123 കാമിനിയഴേടു കലർന്നുള്ള ലീലയും
124 കവൈിട്ടു പടെ്ടന്നെഴുന്നറേ്റപ്പഴേൾ
125 ഓടിച്ചനെ്നീടിനാൻ കടേറ്റ വദേങ്ങൾ
126 തടേിച്ചനെ്നീടുന്ന പാദമുള്ളഴേൻ.
127 ആരണനായൊരു വാരിജകാമുകൻ
128 ചാരത്തുനിന്നു വിളങ്ങുംനരേം
129 വാരിജലഴേചനന്തന്മുഖമായൊരു
130 വാരിജമറേ്റം വിരിഞ്ഞുനിന്നു.
131 പൂമാതുതന്നുടെ പഴേർമുലക്കുങ്കുമം
132 പൂരിച്ചുനിന്നൊരു മാറുകൊണ്ട്
133 ചാരത്തു വന്നുള്ളൊരാരണന്മനേയെ
134 പ്പാരിച്ചുനിന്നു പുണർന്നാനപ്പഴേൾ
135 അസ്ഥികളറേ്റു ചുവന്നു ചമഞ്ഞുത
136 ങ്ങച്യുതമ്പൂവൽമയെ് പാരമപ്പഴേൾ
137 മദേിനീദവേനിൽ മവേുന്ന രാഗം ത
138 ന്മനേിയിൽക്കൂടിപ്പരന്നപഴേലെ.

പിന്നയെങ്ങളൊന്നിച്ചു മന്ദിരംതന്നിലേ
ചെന്നങ്ങു നിന്നൊരു നന്ദജന്താൻ
ശില്പം കലർന്നുനിന്നല്പമല്ലാതൊരു
പൊല്പീഠംതന്നിലിരുത്തി നേരേ
ആദരിച്ചമ്പിനോടാതിഥ്യവേലയും
ആചരിച്ചീടിനാനാരണന്നായ്.
ശൈത്യമെഴുമ്മാറു വീതു തുടങ്ങിനാൾ
ശൈബ്യയായ്മേവുന്ന ദേവിയപ്പോൾ.
കേടറ്റ കൈകൊണ്ടു നീടുറ്റുനിന്നുള്ള
വീടികതന്നെയും നല്കിനിന്നാൾ.
പ്രീതനായ്നിന്നുള്ളൊരാരണന്തന്നോടു
മാധവൻ ചൊല്ലിനാൻ മാനിച്ചപ്പോൾ:
"ശ്രദ്ധപ്പെണ്ണീടുന്നതെത്രനാളുണ്ടു ഞാൻ
മിത്രമായുള്ളൊരു നിന്നെക്കാണ്മാൻ.
എത്രയും നന്നായി വന്നതിങ്ങെന്നുടെ
ചിത്തവും ചാലക്കുളുർത്തുതിപ്പോൾ.
ദേശികഗേഹത്തിൽ പണ്ടു നാം നിന്നനാ
ളാചരിച്ചീടിന വേലയെല്ലാം
ഒന്നുമേയിന്നു മറന്നുപോയില്ലല്ലീ
വന്നുവന്നീടുന്നൊരാടൽതന്നാൽ.
അന്നു നാമന്നന്നേ ചെയ്തുള്ള വേലകൾ
ഒന്നുമേയിന്നതേുമാവതല്ലേ.
അന്നു നാം പൂണ്ടൊരു സങ്കടമോർക്കുമ്പോൾ
ഇന്നുമുണ്ടുള്ളത്തിൽ വേവു പാരം.
ആര്യനായുള്ളൊരു ദേശികന്തന്നുടെ
ഭാര്യതാൻ വന്നുനിന്നന്നൊരുനാൾ
ഇന്ധനം വേണമെന്നിങ്ങനെ ചൊല്ലുവാ
നന്ധരാം നമ്മോടങ്ങായിതല്ലോ.

എന്നതു കടേ്ടു നാമന്നടദ പഌയങ്ങ്ങു
ചനെ്നഌരു കാനനംതന്നിലപ്പഌൾ
ആരാഞ്ഞ്ഞു നിന്നിട്ടു പഌരാതെ വന്നപ്പഌൾ
ദൂരത്തു നിന്നഌരു കാനനത്തിൽ
പാരാതെ ചനെ്നതു പൂരിച്ചുകഌള്ളുവാൻ
ആരാഞ്ഞ്ഞു നീളെ നടന്നനരേം
പാരിച്ചുനിന്നഌരു പാഴിടിതന്നയെും
മാരിയും വന്നതു കാണായപ്പഌൾ
വഗേത്തിൽ വന്നഌരു പമേഴയലേ്ക്കയാൽ
വപേത്തപെ്പൂണ്ടുനാമഌടിയഌടി
തറെ്റനെ്നു പഌരുമ്പഌൾ നൽവഴി കാണാതെ
മറ്റഌരു കാനനംതന്നിലായി
പഌക്കു മുടങ്ങ്ങിന മാർഗ്ഗവുമന്നരേം
നഌക്കി നാം നീളം നടന്നനരേം
ഉൽക്കടമായഌരു പമേഴയറേ്റിട്ടു
നില്ക്കരുതായ്കയാലനെ്നപഌലെ
ദ്യുസ്ഥനായുള്ളഌരു പുഷ്കരകാന്തനും
അസ്തമിച്ചീടിനാനംബരത്തിൽ.
പാരിച്ചു ചഌരുന്ന പമേഴതാനുമ
ന്നരേറ്റു നിന്നഌരു പാഴിടിയും
കുന്നിനതെ്തള്ളുന്ന വങ്കാറ്റുമനെ്നപ്പഌൾ
മുന്നതേിലറേ്റവും വന്നുതല്ലഌ
പാരിച്ചു വന്നഌരു കൂരിരുട്ടന്നരേം
പാരിടമങ്ങ്ങുമദ മൂടിനിന്നു.
കാറ്ററേ്റു നിന്നുള്ള വന്മരമല്ലോമ
ങ്ങറേ്റം ഞരെിഞ്ഞ്ഞു മറിഞ്ഞ്ഞു പിന്നെ
നമ്മുടെ ചൂഴവും വീഴുന്ന നരേത്തു
നമ്മുടെ വദേനയാരറിഞ്ഞ്ഞഌർ.

195 എന്നതു കണ്ടു നാമറേിന പടിപ്പൂ

196 ണ്ടങ്ങുമേ പോകരുതായ്കയാലേ

197 മയ്യോടുമയ്യുമണച്ചുകൊണ്ടങ്ങനെ

198 പയ്യവേ നിന്നൊരു നരേത്തല്ലൊ

199 വൻമദം പൂണ്ടൊരു വൻകരിപിന്നാലെ

200 വന്നൊരു കസേരിവീരന്തൻറെ

201 പൊട്ടുമാറുള്ളൊരു നാദത്തകെ്കടേ്ടിട്ടു

202 ഞെട്ടി നാം ഭൂതലംതന്നിൽ വീണു.

203 പിന്നയെഴുന്നറേ്റുനിന്നൊരു നരേത്തു

204 മിന്നൽകൊണ്ടീഷൽ വിളങ്ങുകയാൽ

205 വൻനരി വന്നതു കണ്ടൊരു നരേത്തു

206 വന്നുള്ളൊരല്ലലച്ചൊല്ലാമോതാൻ.

207 കാട്ടികൾ വന്നു കരഞ്ഞൊരു നരേത്തു

208 ഗോഷ്ഠികൾ കാട്ടിനാതറേെ നീതാൻ.

209 കാട്ടാന വന്നപ്പോൾ കാട്ടിന ഗോഷ്ഠികൾ

210 നാട്ടാരമേുമ്പിലേ ചൊല്ലുമോതാൻ.

211 നരേിട്ടു വന്നുള്ള പന്നികൾ പാഞ്ഞല്ലൊ

212 വറേിട്ടുപോയതു നമ്മിലപ്പോൾ.

213 നാമത്തച്ചൊല്ലി വിളിച്ചുകൊണ്ടങ്ങുമേ

214 നാമത്തൽപൂണ്ടു നടന്നതല്ലൊം

215 കണ്ടുള്ളോരാരാനുമുണ്ടായിരുന്നാകിൽ

216 കണ്ണുനീരിന്നുമേ മാറാഞ്ഞിതും.

217 കാട്ടാന കാട്ടികൾ ചങ്ങാതമായ് നിന്ന

218 കാട്ടിലേ നീളെ നടന്നു പിന്നെ

219 രോദനം കടേ്ടു ഞാൻ വന്നതങ്ങോർക്കുമ്പോൾ

220 വദേനയുള്ളത്തിലിന്നുമുണ്ടേ.

221 കണ്ടൊരു നരേത്തു മണ്ടി നാം പൂണ്ടപ്പോൾ

222 ഉണ്ടായ സന്തോഷമോർത്തുകണ്ടാൽ

വന്നാവൂതന്നെ കൌതിച്ചുനിന്നാകിലും
ഇന്നുമുണ്ടായീലയന്നയളേം.
ദർപ്പത്തപ്പൂണ്ടൊരു സർപ്പത്താൻ മുന്നൽ വ
ന്നുല്പന്നരഷേനായ് നിന്നനരേം
വറിട്ടു പോകാതെ വഗേത്തിൽ പാഞ്ഞങ്ങു
ദൂരത്തു പോയതു നന്നായി നാം.
നാമങ്ങു ചന്നെപ്പോൾ ഭീമന്മാരായുള്ള
കൂമന്മാർ വന്നങ്ങു മൂളുംനരേം
ഓടുവാനതേുമേ കാണരുതാഞ്ഞിട്ടു
പടികൊണ്ടറേവും മൂടുകയാൽ
കഴയും പൂണ്ടു നാം കഴേുവാനോങ്ങുമ്പോൾ
കോഴികൾ കൂകുന്ന നാദം കടേ്ടു.
മളേത്തിൽ വന്നീടുമാദിത്യനന്തന്നുടെ
കാളത്തിൻ നാദങ്ങളന്നെപോലെ.
ക്ലശേിതരായ നാമറേിന മോദംകൊ
ണ്ടാശികൾ മനേ്മലേ ചൊല്കയാലേ
അന്നങ്ങു കൂകിയ കോഴികൾ ചിന്തിച്ചാൽ
എന്നുമേ ചാകയില്ലന്നെു ചൊല്ലാം.
പിന്നെ നാമന്നരേം ഖിന്നത കവൈിട്ടു
വന്നൊരു സൂര്യനപ്പൊർക്കുംനരേം
മാറാതെ പയെ്യുന്ന മാരിയും നമ്മുടെ
പാരിച്ച പടേിയും കൂരിരുട്ടും
ചാരത്തു നിന്നുള്ള നമ്മയെും കവൈിട്ടു
ദൂരത്തു പോയി മറഞ്ഞുതല്ലോ.
വൃക്ഷങ്ങളറേിന പക്ഷികൾനാദവും
അക്ഷണം കടേ്ടു നാം നിന്നനരേം
ആഖണ്ഡലാശയായ് മവേുമന്നാരിക്കു
വാർകൊണ്ടു നിന്നൊരു ഭൂഷണമായ്

251 പങ്കജകാമുകന്തന്നുടടെ മണ്ഡലം
252 കിഞ്ചന പൌങ്ങിത്തുടങ്ങുംനരേം
253 നാമങ്ങു ചലെല്ലാഞ്ഞു ദശികനാഥന്താൻ
254 നാമങ്ങൾ ചൌല്ലി വിളിച്ചു തിണ്ണം
255 കാനനംതഌേറും നടന്നുതുടങ്ങിനാൻ
256 കാതരമാനസനായി നരേഃ.
257 ദൂരത്തു നിന്നു വിളിച്ചതു കടേ്ടു നാം
258 ചാരത്തു ചന്നെങ്ങു നിന്നനരേം
259 ഇണ്ടലും പൂണ്ടുതാൻ തൌണ്ടയും കമ്പിച്ചു
260 മിണ്ടരുതായ്കയാൽപൂണ്ടു പാരം
261 തഌേഷവും ഖദേവും തഌേഞ്ഞുനിന്നീടുന്ന
262 ലഌേചനതഌേയവും തൂകിച്ചൌന്നാൻ:
263 "ഉത്തമരായുള്ള ശിഷ്യരിന്നിങ്ങളഌേ
264 ടൌത്തവരില്ലയിപ്പാരിലന്നൊൽ
265 വിദ്യകൾ കൌണ്ടുമിന്നിങ്ങളഌേടന്നെുമഃ
266 ഒത്തുവരായ്കയിപ്പാരിലാരും."
267 ഇങ്ങനെ ചൌന്നുടൻ നമ്മയെുംകൌണ്ടു തൻ
268 മന്ദിരം പൂകിനാൻ വന്ദ്യനപ്പഌേൾ.
269 ഇങ്ങനെ പണ്ടുനാമാചരിച്ചുള്ളവ
270 ഇന്നു മറന്നുപഌേയില്ലയല്ലീ?"
271 തങ്ങളിൽ നിന്നവരിങ്ങനയെഌേരഌേരഌേ
272 മംഗലവാക്കുകളഌേതുംനരേം
273 അല്പമായുള്ളൌരു കാഴ്ച ഞാനങ്ങെനെ
274 അബ്ജവിലഌേചനൻമുൻപിൽ വയ്പു"
275 എന്നങ്ങു തന്നിലഃ നണ്ണിനഌേരാരണാൻ
276 ഏറിന നാണവുംപൂണ്ടു പിന്നെ
277 കാഴ്ചയഃ മലെല്ല മറപ്പതിനായുള്ളൌ
278 രഌേർച്ചയും പൂണ്ടങ്ങുഴന്നനരേം

മാലോകരുള്ളത്തിൽ ചാല നിന്നീടുമ
മ്മാമയനായൊരു മാധവന്താൻ
ആരണൻ വന്നതിങ്ക്കാരണം ചിന്തിച്ച
ങ്ങാരണന്തന്നോടു മെല്ലെച്ചൊന്നാൻ
"ചാർച്ചയും ചേർച്ചയും വേഴ്ചയും പൂണ്ടവർ
കാഴ്ചയുംകൊണ്ടല്ലൊ വന്നുഞായം:
വേഴ്ചയിൽ വന്ന നീ വാച്ചുനിന്നീടുന്ന
കാഴ്ചയായെന്തൊന്നു കൊണ്ടുപോന്നു?
അല്പമെന്നീടിലും മൽപ്രിയമാകയാൽ
ചൊൽപെറ്റുനിന്നൊരു കാഴ്ചയത്രെ."
ഇങ്ങനെ കേട്ടുള്ളൊരാരണൻ പിന്നെയും
പൊങ്ങിന നാണവുംപൂണ്ടു നേരെ
ദീനനായ്നിന്നു നൽകാഴ്ചയും നൽകാതെ
ആനനംതന്നെയും താഴ്ത്തുംനേരം
പുഞ്ചിരിതൂകിക്കൊണ്ടഞ്ചനവർണ്ണന്താൻ
അഞ്ചാതെ ചെന്നങ്ങണഞ്ഞു പിന്നെ
ചേലതൻ മൂലയിൽ കേട്ടിനതെന്തെന്നു
ലീലയായ് ചൊല്ലി വലിച്ചു നേരെ
മെല്ലെന്നഴിച്ചു തന്മുന്നലങ്ങാക്കിനാൻ
നല്ലവിലായൊരു കാഴ്ചതന്നെ.
"നിത്യമായിങ്ങനെ ശ്രദ്ധപണ്ണീടുന്ന
തെത്രനാളുണ്ടവിൽ തിന്മതിന്നായ്;
എത്രയും നല്ലൊരു കാഴ്ചയായ്വന്നിതു
ഭദ്രനായുള്ള നീ തന്നതിപ്പോൾ."
ഇങ്ങനെ ചൊന്നൊരു മുഷ്ടിയാൽ വാരിനാൻ
മംഗലം നല്കുവാനാരണന്നായ്.
പാൽ വെണ്ണയുണ്ടു വയന്നുനിന്നീടുന്ന
വായിലങ്ങാക്കിനാൻ വാഞ്ഛയോടെ;

ആശ്വസിച്ചീടിനാനാസ്വദിച്ചമ്പിനതേ
ടാശ്രിതവത്സലനായ ദവേൻ.
കല്ലുമന്നലെല്ലും കടിച്ചുനിന്നുണ്ടായ
പല്ലുകൾനതേവു തളർന്നനരേം
മലെല്ലവരേ വാരിനാമ്പിന്നയെും നല്ലവിൽ
പല്ലവം വലെല്ലുന്ന പാണിയാലരേ.
ആഗ്രഹിയായിനിന്നാനനംതന്നിലി
ട്ടാസ്വദിച്ചീടുവാനതേങ്ങുംനരേം
പടെട്ടന്നെന്നു ചന്നെുനിന്നിന്ദിരതാനതു
തട്ടിക്കളഞ്ഞു വിരഞ്ഞു ചൊന്നാൾ:
"ഉറ്റവനന്നെന്നുമ്പണ്ടെഴനെന്നയിന്നിങ്ങനെ
വിറ്റതതേ ചിന്തിച്ചാൽ ചരേുമല്ലതെ;
വറ്റാതരെമ്പുകണ്ടെണ്ടാരണനന്നെ നീ
മുറ്റമടിക്കുമാറാക്കതെല്ലാതെ
എന്നുമിക്കൽകളും നൽകളും തിങ്കിൽ നീ
എന്നുടനെ വലേകളാവതല്ലനെ."
ഇങ്ങനെ ചനെല്ലിനരെിന്ദിര പിന്നയെും
നിന്നുള്ളനെരാരണന്മയെ്യിലണ്ടെും
കണ്മുനകണ്ടെണ്ടങ്ങുഴിഞ്ഞുനിന്നീടിനാൾ
നിർമ്മലദഹേനായ്മവേുംവണ്ണം
ഇന്ദിരതന്നുടനെ കമുനയലേക്കയാൽ
സുന്ദരനായുള്ളനെരാരണന്താൻ
മൃഷ്ടനായുണ്ടങ്ങു തുഷ്ടനായ്മവേിനി
ന്നിഷ്ടമാംവണ്ണമുറങ്ങിപ്പിന്നതെ
കാലത്തുണർന്നങ്ങു യാത്രയുംചനെന്നുടൻ
ചാലത്തുനിഞ്ഞിങ്ങു പതേരുംനരേം
തന്നിലരേ നണ്ണിനാനന്നെുടനെ വാഞ്ഛകൾ
ഒന്നുമരേ ചനെല്ലുവാൻ വല്ലീലല്ലനെ.

335 ഇല്ലത്തു ചെല്ലുമ്പോൾ ചൊല്ലുവതെന്തു ഞാൻ
336 വല്ലഭ വന്നെങ്ങു വന്ദിക്കുമ്പോൾ?
337 ഏറിയിരുന്ന ധനത്തെയുംകൊണ്ടു ഞാൻ
338 ഏവഴി ചെല്ലുന്നൂതെന്നു നണ്ണി
339 ആശയംപൂണ്ടങ്ങു നോക്കുമ്പൊഴല്ലൊ ഞാൻ
340 വീശവുംകൂടാതെ ചെല്ലുന്നിപ്പോൾ
341 പാതിപൂക്കീടുന്ന ചേലയാലൊന്നു ഞാൻ
342 യാചിച്ചുനിന്നാകിൽ തന്നൂതുംതാൻ.
343 എന്നതുമൊന്നുമേ തോന്നീതില്ലന്നേരം
344 മന്ദന്മാർക്കങ്ങനെ വന്നു ഞായം.
345 ചേലയോ വേണ്ടീല തൈലത്തെത്തന്നെയും
346 ലീലയായ് ചൊൽവാനും തോന്നീലല്ലൊ.
347 പത്തുനാളാകിലും പട്ടിണികൂടാതെ
348 പത്നിയെപ്പാലിക്കാമെന്നോർത്തല്ലൊ
349 ദീർഘമായുള്ളൊരു മാർഗ്ഗവും പിന്നിട്ടു
350 ഭാഗ്യമില്ലാതനാളൊന്നുമശോ.
351 പത്മവിലോചനന്തന്നുടെ ശീലമോ
352 കല്പകശാഖിയെപ്പോലെയെല്ലൊ;
353 ചാരത്തു ചെന്നീടിൽ വാഞ്ഛിതം നല്കീടും
354 ദൂരത്തു നിന്നീടിലൊന്നുമശോ.
355 ചാരത്തു ചെന്ന ഞാൻ യാചിച്ചുനിന്നാകിൽ
356 പൂരിച്ചു നിന്നൂതും വാഞ്ഛയെല്ലാം.
357 പണ്ടു ഞാൻ ചെയ്തുള്ള പാപങ്ങൾകൊണ്ടല്ലൊ
358 മിണ്ടുവാൻ വല്ലാത വന്നുതപ്പോൾ.
359 എന്തതു സന്തതം ചിന്തിച്ചുനിന്നിനി
360 വന്നെതുവന്നെത്തീടുവാനുള്ളമേറ്റം?"
361 നിർഗ്ഗതനായവനിങ്ങനെ ചിന്തിച്ചു
362 സൽഗതിയായ്നിന്ന കാർവർണ്ണനെ

363 കണ്ടതുകൊണ്ടുള്ള സന്തോഷംപൂണ്ടിനി
364 ന്നിണ്ടലും കൈവിട്ടു പോയിപ്പോയി
365 തന്നുടെ ഗേഹത്തിൻചാരത്തു ചെന്നപ്പോൾ
366 വന്നൊരു തെന്നലെപ്പാർത്തുനിന്നാൻ.
367 സൗരഭ്യമാണ്ടൊരു തെന്നലെന്തിങ്ങനെ
368 ചാരത്തു വീയ്വാനിക്കാനനത്തിൽ?
369 “എന്തിതിങ്കാരണ”മെന്നങ്ങു തന്നിലേ
370 ചിന്തിച്ചു പിന്നെയും നിന്നനേരം
371 താവിനിന്നീടുന്ന പൂവുകൾ മേവുന്ന
372 കാവുകൾ കാണായി നീളെ നീളെ.
373 മളേമിയന്നുള്ള താമരപ്പൊയ്കയും
374 നീളവേ കാണായിനിന്നതങ്ങും.
375 എന്തിതെന്നിങ്ങനെ ചിന്തിച്ചുനിന്നവൻ
376 ചെന്നുതുടങ്ങിനാനങ്ങുതന്നെ.
377 പ്രാഭവംകോലുമപ്രാകാരംതന്നെയും
378 പ്രാസാദജാലവും കാണായ്യപ്പോൾ.
379 ആരുടെ മന്ദിരംപോലിതെന്നിങ്ങനെ
380 പാരം തന്നുള്ളിലേ നണ്ണി നണ്ണി
381 ഗോപുരവാതിലകത്തുപുക്കണ്ടുമേ
382 വ്യാപരിച്ചീടിനാൻ കണ്ണുകൊണ്ടേ.
383 ചെല്ക്കൊണ്ടു നിന്നുള്ള പൊൽക്കമ്പം കാണായി;
384 നില്ക്കുന്നതോരോരോ ദിക്കുതോറും.
385 രത്നങ്ങൾകൊണ്ടുള്ള വേദികൾ കാണായി;
386 മുത്തുകൾകൊണ്ടു വിതാനങ്ങളും.
387 നീടുറ്റുനിന്നുള്ള നാടകശാലയിൽ
388 ആടിനിന്നമ്പോടു പാടിപ്പാടി
389 ഓലക്കംപൂണ്ടു വിളങ്ങിനിന്നീടുന്ന
390 ബാലികമാരെയും ചാലെക്കണ്ടാൻ.

391 വാജികൾ മേവുന്ന ശാലകൾ കാണായി;
392 വാരണം ചേരുന്ന ശാലകളും.
393 ഇത്തരമോരോരോ രത്നങ്ങൾകൊണ്ടുള്ള
394 വസ്തുക്കൾ പിന്നെയും കാണായ്യപ്പോൾ.
395 വിദ്രുമംകൊണ്ടുള്ള ഭിത്തികൾ കണ്ടിട്ടു
396 വിസ്മയിച്ചീടിനാനേറ്റമേറ്റം.
397 വന്നുവന്നീടുന്ന വന്ദികളെല്ലാരും
398 വാരണമേറിന ചേകവരും
399 വന്ദിച്ചുനിന്നതു കണ്ടുകണ്ടന്നേരം
400 എന്തിതിങ്ങ്കാരണമെന്നുഴന്നാൻ:
401 "വൃദ്ധനായ് നിന്നുള്ളൊരദ്ധ്വഗനായങ്ങു
402 നിർദ്ധനനായുള്ളൊരെന്നെയിപ്പോൾ
403 ചാരത്തു വന്നിവർ വന്ദിച്ചുനിന്നതിൻ
404 കാരണമെന്തെന്നു കണ്ടുതില്ലേ.
405 ഏതൊരു ലോകമിതെന്നതു ചിന്തിച്ചാൽ
406 ഏതുമേ നിർണ്ണയിക്കാവതല്ലേ.
407 സ്വർഗ്ഗമായ്മേവുന്ന ലോകമെന്തിങ്ങനെ
408 നിർഗ്ഗമിച്ചിന്നിതിലായിതോതാൻ?
409 എന്നുടെ ഗേഹമിതെന്നതു ചിന്തിച്ചാൽ
410 നിർണ്ണയമുണ്ടെനിക്കുള്ളിലെന്നാൽ
411 ദുഷ്ടന്മാരായുള്ള മന്നവരാരാനും
412 പെട്ടെന്നു വന്നു മൽ ഗേഹംതന്നിൽ
413 ആട്ടിവിട്ടെന്നുടെ ഭാര്യയെത്തന്നെയും
414 കോട്ടയും കോരിനാരെന്നു വന്നു.
415 ഗേഹവും കൂടാതെ ഭാര്യയും കൂടാതെ
416 കേവലം പോക നാമെന്നുവന്നു.
417 ശില്പങ്ങൾ കണ്ടിനി വിസ്മയിച്ചീടാതെ
418 മൽപ്രിയ പോയടെമാരായ്വൂ ഞാൻ.

ശ്രീപത്മനാഭനെക്കണ്ടെനിക്കിങ്ങനെ
യാപത്തു പോന്നു പിണഞ്ഞതെല്ലാഞ്ഞു.
ചെമ്മു പെരുത്തു ചെറുത്തുനിന്നീടിനാൽ
തണ്മയേ വന്നീടുമെന്നു ഞായം.
വേദന മേവുന്ന മാനസം വെന്തിട്ടു
രോദനം വേണ്ടുന്ന കാലത്തിപ്പോൾ
അന്തമില്ലാതൊരു സന്തോഷം പൊങ്ങുന്നൂ
തെന്തതിങ്കാരണമെന്നു ചൊൽവൂ."
ധന്യനായ് നിന്നിള്ളൊരാരണനിങ്ങനെ
തന്നിലേ ചിന്തിച്ചു നിന്നു നേരം
ആരണനാരിമാർമൗലിയായ്മേവിനി
ന്നാര്യയായുള്ളൊരു ഭാര്യയപ്പോൾ
തമ്പതി വന്നതു കണ്ടൊരു നേരത്തു
സംഭ്രമിച്ചമ്പിനോടാദരവിൽ
സുന്ദരിമാരായ ചേടിമാർ ചൂഴറ്റു
വന്നുതുടങ്ങിനാൾ മന്ദമപ്പോൾ
കാർവർണ്ണൻചൊല്ലാലെ മുന്നമേ വന്നൊരു
വാരിജമന്ദിരയെന്നപോലെ.
ദൂരവവേന്നുള്ള നാരിയെക്കണ്ടുള്ളൊ
രാരണൻ ചിന്തിച്ചാൻ തന്നിലപ്പോൾ:
സുന്ദരിയായൊരു നാരിയുണ്ടിങ്ങോടു
വന്നുതുടങ്ങുന്നുതാകിലോതാൻ
രത്നങ്ങൾ പൂണ്ടൊരു മേനിയെക്കാണുമ്പോൾ
കല്പകവല്ലിതാനെന്നു തോന്നും.
ലക്ഷണമൊന്നൊന്നേ ചിന്തിച്ചു കാണുമ്പോൾ
ലക്ഷ്മിതാൻ കേവലമല്ലയല്ലീ?
ഉത്തമയായൊരു നാരിയെന്നുള്ളതോ
വ്യക്തമായ്ച്ചൊല്ലാമിമ്മേനി കണ്ടാൽ

ആരണനാരിയന്നെിങ്ങനെ തോന്നുന്നു
താനനംതന്നിലേ നാണം കണ്ടാൽ
എന്നുടെ മാനസമന്യമാരാരിലും
എന്നുമേ ചെല്ലവോന്നല്ലയല്ലോ;
ഇന്നിവൾതന്നിലേ ചെന്നുനിന്നീടുന്ന
പിന്നെയും പിന്നെയും കണ്ടതേറും
പാപത്തപ്പെപൂരിപ്പാൻപോകാതെ നീയന്നി
പ്പാപിയോടേറ്റം ഞാൻ ചൊല്ലുംനേരം
എന്നെയും കൈവിട്ടു പിന്നെയും ചെല്ലുന്നു
തന്നുടെ കോരകമന്നു നണ്ണി.
കഷ്ടമയേന്നുടെ കർമ്മവും കൈവിട്ടു
ദുഷ്ടനായ്‌വന്നു ഞാനിന്നു നേരേ.
കാണുന്നനേരമെന്നാണവുംപൂണ്ടു നി
ന്നാനനംതന്നെയും താഴ്ത്തു മെല്ലെ
എന്നുടെ പാദങ്ങൾതന്നിലേ നോക്കുമ്പോൾ
എന്നുടെ ജായതാനന്നെപോലെ.
ആരിവളെന്നുള്ളതിങ്ങനെ ചിന്തിച്ചി
ട്ടാരണമ്പിന്നെയും നോക്കുംനേരം
ചാരത്തു വന്നൊരു ഭാര്യതാനങ്ങവൻ
വാരുററ പാദങ്ങൾ കൂപ്പിനിന്നാൾ.
കൂപ്പിനിന്നീടുന്ന ജായതൻ മെയ്യങ്ങും
വായ്പോടു നിന്നങ്ങു പാർത്തനേരം
രത്നങ്ങൾതന്നുടെ രശ്മികൾകൊണ്ടങ്ങും
പ്രത്യംഗമല്ലാമേ മൂടുകയാൽ
ജായയെന്നുള്ളതു നിർണ്ണയിച്ചീടുവാൻ
ആയില്ലയങ്ങവനൊട്ടുനേരം.
പിന്നെയും ചിന്തിച്ചു തന്നുടെ ജായയെ
ന്നിങ്ങനെ തന്നിലുറച്ചനേരം

തന്നെ മറന്നൊരു സന്തോഷംപൂണ്ടു തൻ
മന്ദിരം പൂകിനാൻ ഭാര്യയുമായ്.
പട്ടന്നെന്നു ചെന്നു നൽക്കട്ടകംതന്നിൽപ്പു
ക്കിഷ്ടമായുള്ളൊരു കട്ടിൽതന്മേൽ
പുത്തനായുള്ളൊരു മെത്തതന്മീതേ പോയ്
സ്വസ്ഥനായ് ചെന്നങ്ങിരുന്നനേരം
നീതിയിൽനിന്നങ്ങു ചോദിച്ചാന്തന്നുടെ
ഭൂതിയുണ്ടായതിങ്കാരണത്തേ.
ഇഷ്ടനായുള്ളവൻ ചോദിച്ചനേരത്തു
തുഷ്ടയായുള്ളൊരു ഭാര്യ ചൊന്നാൾ:
"ഇന്നലെയിന്നേരം വന്നതു കാണായി
സുന്ദരിയായൊരു നാരിതന്നെ.
പങ്കജമുണ്ടു നൽക്കൈകളിൽ രണ്ടിലും
കൊങ്കയിലുണ്ടു നന്മുത്തുമാല
ചേണുറ്റുനിന്നുള്ളൊരാണിപ്പൊന്നല്ലാമേ
നാണിച്ചുപോമവൾകാന്തി കണ്ടാൽ.
പൊല്ക്കുടംപൂണ്ടുള്ളൊരാനകൾ രണ്ടുണ്ടു
നില്ക്കുന്നുതങ്ങവൾ രണ്ടുപാടും.
ആയിരം തിങ്കൾതങ്കാന്തിയെ വെന്നുള്ളോൾ
ആനനംതന്നുടെ കാന്തി കണ്ടാൽ.
തെറ്റന്നെന്നു പോന്നിങ്ങു വന്നുടൻ നമ്മുടെ
ചെറ്റയിൽ നൂണുടൻ നിന്നു ചൊന്നാൾ:
"ദ്വാരകതന്നിൽനിന്നിന്നു ഞാൻ വന്നു നി
ന്നാരണൻ വന്നതു കാരണമായ്.
എന്നതു കേട്ടു ഞാൻ ചെന്നങ്ങു നിന്നപ്പൊ
ളുന്നിലംതന്നിൽ മറഞ്ഞുകൊണ്ടാൾ.
പിന്നെ ഞാൻ നോക്കുമ്പൊളിന്നിലംതന്നെയും
എന്നെയുമിങ്ങനെ കണ്ടനേത്രേ."

503 ഇങ്ങനെ കേട്ടുള്ളൊരാരണൻ ചിന്തിച്ചി
504 ട്ടിന്ദിരതാനെന്നു നണ്ണിപ്പിന്നെ
505 കാർവർണ്ണന്തന്നുടെ ലീലയെന്നിങ്ങനെ
506 ഭാര്യയും താനുമായ് നിർണ്ണയിച്ചാൻ.
507 ഏറിയിരുന്നൊരു മോദവുംപൂണ്ടുനി
508 ന്നാരണന്തന്നുടെ ഭാര്യയുമായ്
509 വിണ്ണിലുണ്ടാകുന്ന ഭോഗങ്ങളല്ലാമേ
510 മണ്ണിൽനിന്നങ്ങു ഭൂജിച്ചു നിന്നാൻ.
511 ഇഷ്ടങ്ങളായുള്ള ഭോഗങ്ങൾ സേവിച്ചി
512 ട്ടേട്ടുനാളിങ്ങനെ ചെന്നകാലം.
513 ശ്രീമദമേറ്റുന്നിതെന്നൊരു പേടി പൂ
514 ണ്ടാരണന്തന്നിലേ നണ്ണിനിന്നാൻ:
515 "ഭോഗങ്ങൾതന്നബെ്ഭുജിച്ചുനിന്നിങ്ങനെ
516 ഭോഷനായ്പോയി ഞാനെന്നു വന്നു.
517 ഭോഗങ്ങളല്ലാമേ പോകെന്നു ചൊന്നിനി
518 യോഗങ്ങൾ വേണം ഞാനാചരിപ്പാൻ"
519 ഇങ്ങനെ ചിന്തിച്ചു പൊങ്ങിനിന്നീടുന്ന
520 സംഗങ്ങളല്ലാമേ ദൂരത്താക്കി;
521 സംഗംവെടിഞ്ഞൊരു മാനസംതന്നെയും
522 പങ്കജലോചനന്തങ്കലാക്കി
523 കേവലയായൊരു ഭാവനതന്നിലേ
524 മേവിനിന്നീടിനാൻ മെല്ലമെല്ലെ.
525 ഭാവനകൊണ്ടു വശിച്ചുനിന്നീടുന്ന
526 ഗോവിന്ദരൂപം തന്മാനസത്തിൽ
527 ദർപ്പണംതന്നിലുള്ളാനനംപോലെയെ
528 ങ്ങപ്പൊഴും കാണായിവന്നുതപ്പോൾ
529 ദീനങ്ങൾ വേറിട്ടൊരാരണനിങ്ങനെ
530 ആനന്ദലീലനായ് നിന്നു പിന്നെ.

531 നരേറ്റു നിന്നൊരു ചണ്ഡാതിയായ ഞാൻ

532 വേറിട്ടു പോകൊല്ലായെന്നപോലെ

533 വങ്കനിവമ്പുന്ന പങ്കജലോചനൻ

534 തങ്കഴൽതങ്കലേ തങ്ങിക്കൊണ്ടാൻ.

22.തീർത്ഥയാത്ര

1 സീരിയും താനുമായ് വാരിജലോചനൻ

2 ദ്വാരകതന്നിലിരുന്ന കാലം

3 സൂര്യോപരാഗമുണ്ടെന്നൊരു വാർത്തതാൻ

4 പാരിടമെങ്ങുമേ പൊങ്ങിനിന്നു

5 മാലോകരെന്നപ്പോൾ മാമുനിമാരുമായ്

6 മാപാപം പോക്കുവാൻ മാഴ്കാതെ പോയ്

7 ഭാർഗ്ഗവൻ നിർമ്മിച്ച തീർത്ഥത്തിൽ പൂകിനാർ

8 മാർഗ്ഗമായെല്ലാരും യോഗ്യരായി.

9 വൃഷ്ണികളെല്ലാരുമൊക്കവേ പോയങ്ങു

10 കൃഷ്ണനെ മുന്നിട്ടു ചെന്നു പുക്കാർ.

11 പാണ്ഡവന്മാരുമക്കൗരവന്മാരും തൻ

12 മാണ്ഡലികന്മാരുമായിച്ചെന്നാർ.

13 ഗോകുലവാസികളായിനിന്നീടുന്ന

14 ഗോപന്മാരെല്ലാരും ഗോപിമാരും

15 ഒക്കവേ പോയങ്ങു ചെന്നു തുടങ്ങിനാർ:

16 ദുഷ്കൃതിപോക്കുവാന്മറ്റുള്ളോരും.

17 ചീർത്തുനിന്നീടുന്ന പാപങ്ങൾ പോക്കുവാൻ

18 തീർത്ഥത്തിലെല്ലാരും മുങ്ങിപ്പിന്നെ

19 ദീനരായ്വന്നുള്ളൊരാരണർക്കെല്ലാമേ

20 ദാനവും ചെയ്തുനിന്നായവണ്ണം

21 മൃഷ്ടമായുള്ളൊരു ഭോജനം നല്കിനി

22 ന്നിഷ്ടമായ് തങ്ങളുമുണ്ടു പിന്നെ

23 വൃക്ഷങ്ങൾതന്നുടെ നൽത്തണൽതന്നില

24 ങ്ങൊക്കവേ ചെന്നങ്ങിരുന്നനേരം

25 ബന്ധുക്കളായോരെച്ചെന്തത്തിൽ കാണ്കയാൽ

26 സന്തുഷ്ടരായിട്ടു നിന്നാരപ്പോൾ.

വൃഷ്ണികളെല്ലാരും പാണ്ഡവന്മാരുമായ്
കൃഷ്ണനെക്കൊണ്ടു പറഞ്ഞുനിന്നാർ.
നന്ദന്തുടങ്ങിന വല്ലവന്മാരെല്ലാം
നന്നായി നിന്നു ഭുജിച്ചു പിന്നെ
വൃഷ്ണികളോടു കലർന്നുനിന്നീടുന്ന
കൃഷ്ണനെ വന്നതു കേട്ടനേരം
പെട്ടെന്നു പോയവൻചാരത്തുചെന്നിട്ടു
തുഷ്ടനായ് നിന്നൊരു നന്ദനപ്പോൾ
ആനന്ദദുന്ദുഭിതന്നെയും പൂണ്ടുനി
ന്നാനന്ദം പൂകിനാനദരവിൽ.
ദേവകിതന്നെയും പൂണ്ടുനിന്നങ്ങനെ
മേവിനിന്നോരു യശോദയപ്പോൾ
കണ്ണനെ വന്നതു കണ്ടൊരുനേരത്തു
കണ്ണുനീർ വീഴ്ത്തിയണഞ്ഞു ചെമ്മേ.
കോപിച്ചു പണ്ടുതാൻ കോലുമായ് ചെല്ലുമ്പോൾ
വേപിച്ചു മേവുന്ന മേനിതന്നെ
ചാലെപ്പിടിച്ചങ്ങു പൂണ്ടുനിന്നീടിനാൾ
ബാലനായുള്ളനാളെന്നപോലെ
“പാരിച്ചുനിന്നുള്ള പാഴമ ചെയ്കയാൽ
പാശത്തെക്കൊണ്ടു പിടിച്ചുകെട്ടി
തിണ്ണം വലിച്ചുമുറുക്കി ഞാൻ നില്ക്കയാൽ
ഉണ്ണിപ്പൂമേനിയിൽ പുണ്ണില്ലല്ലീ?”
എന്നങ്ങു ചൊല്ലിത്തലോടിത്തുടങ്ങിനാൾ
നന്ദജന്തന്നുടെ മേനിതന്നെ.
എന്മടിതന്നിൽ ഞാൻ നന്നായി വച്ചുകൊ
ണ്ടെന്മകൻവാഴ്കെന്നെന്നു ചൊല്ലുംനേരം
എന്മുഖം നോക്കീട്ടു പുഞ്ചിരിതൂകുന്ന
നന്മുഖം കാണട്ടെ”യെന്നെന്നു ചൊല്ലി

അമ്മുഖംതന്നെ മുകർന്നുതുടങ്ങിനാൾ
അമ്മയായുള്ള യശോദയപ്പോൾ.
നന്മധുതൂകിവന്നന്നെമടിതന്നിലായ്
നന്മുലയുണ്ടു ചിരിക്കുംനേരം
തിണ്ണമന്നെമാറിലണച്ചുനിന്നീടുന്നൊ
രുണ്ണിക്കൈ കാണട്ടയെന്നു ചൊല്ലി
മല്ലന്നെടുത്തു പുണർന്നുനിന്നീടിനാൾ
പല്ലവം വെല്ലുന്ന പാണിതന്നെ.
എന്നുടെ ചേലയിൽ ചേറു തേച്ചീടിനോ
രുണ്ണിക്കാൽ കാണട്ടയെന്നും ചൊല്ലി
സമ്മോദം പൂണ്ടു മുകർന്നുനിന്നീടിനാൾ
തന്മകന്തന്നുടെ പാദങ്ങളേ.
ഇങ്ങനെയോരോരോ വേലകൾ കാട്ടിനാൾ
പൊങ്ങിനിന്നീടുന്ന മോദത്താലേ.
എന്നതു കണ്ടൊരു നന്ദനുമന്നേരം
ചെന്നങ്ങു പൂണ്ടുനിന്നായവണ്ണം.
ചിത്തം തെളിഞ്ഞു പറഞ്ഞുനിന്നീടിനാൻ
പുത്രനെക്കണ്ടുള്ള സന്തോഷത്താൽ:
“നിത്യവും കണ്ട കിനാവുകളെല്ലാമേ
സത്യമന്നിങ്ങനെ ചൊല്ലാമിപ്പോൾ.
മുന്നമപ്പോലെ വന്നിന്നു ഞാനന്നുടെ
പൊന്നരപ്പത്തെപ്പൂണ്ടനേല്ലൊ.
എന്മുതുകേറിനിന്നാനകളിപ്പതി
നിന്നിനിയാമോ ചൊല്ലുണ്ണിക്കണ്ണാ!
തിങ്കളെച്ചെന്നു പിടിപ്പതിന്നായിട്ടി
ന്നങ്ങെക്കഴുത്തേറുക വേണ്ടാതോ ചൊൽ?
ഓടിവന്നന്നുടെ നന്മടിതന്നിലായ്
താടി പിടിച്ചു വലിക്കേണ്ടാതോ?”

പ്രമേം പഴെിഞ്ഞ്ഞുനിന്നിങ്ങ്ങനയൊയുള്ളൊ
രാമേനവാർത്തകളഴേതിയഴേതി
പിന്നയെും പിന്നയെും പൂണ്ടുനിന്നീടിനാൻ
നന്ദനന്തന്നയെന്നന്ദനപ്പഴേൾ.
നൽച്ചാെല്ലുകാെണ്ടുടനച്ഛനുമമ്മയ്ക്കും
നൽച്ചവി രണ്ടും കുളുർപ്പിച്ചപ്പഴേൾ
ഉൾച്ചൂടുതന്നയെും മച്ചെമേ പാേക്കിനാൻ
ഇച്ഛയിൽനിന്നുള്ളാെരച്യുതന്താൻ.
ദൂരത്തു നിന്നുള്ള വല്ലവിമാരുടെ
ചാരത്തു ചന്നെങ്ങിരുന്നു പിന്നെ
കാണാഞ്ഞ്ഞുനിന്നുള്ള വദേനതന്നയെും
പൂണാഞ്ഞ്ഞുനിന്നുള്ള വദേനയും
ചണോർന്നുനിന്നു പറഞ്ഞവർതന്നുടെ
പൂണാരം പൂണുന്ന മാറുതന്നെ
മാറഴേടു ചർേത്തുടൻ നീറുന്നതല്ലൊമേ
മാറുമാറാക്കിനാൻ മാനിച്ചപ്പഴേൾ.
വല്ലവിമാരുടയെല്ലലും തീർത്തുടൻ
മല്ലെവേ പഴേന്നിങ്ങു വന്നു പിന്നെ
പാണ്ഡവന്മാരുമായ് നീണ്ടുള്ള വാർത്തയും
ആണ്ടവനിങ്ങ്ങനെ നിന്നനരേം.
പാഞ്ചാലിയായാെരു തഞ്ചോെല്ലാൾതന്നുടെ
വാഞ്ഛയപെപ്പൂരിപ്പാനായിപ്പിന്നെ
ഉത്തമയായാെരു രുക്മിണിമുമ്പായ
പത്നിമാരല്ലൊരും പണ്ടു തങ്ങ്ങൾ
കാർവർണ്ണന്തന്നുടെ ഭാര്യമാരായതിൻ
കാരണം ചാെല്ലിനാരുള്ളവണ്ണം.
എന്നതു കടേ്ടുള്ള പാഞ്ചാലിതാനുമ
ന്നിന്നാെരു മന്നവനാരിമാരും

ഉൾസ്മിതമായുള്ളൊരാനനമാണ്ടങ്ങു
വിസ്മയിച്ചല്ലൊരും നിന്നനരേം
വന്ദിതരായുള്ള മാമുനിമാരല്ലൊം
വന്നുതുടങ്ങിനാർ വാഞ്ഛയോടേ
കാരണമാനുഷനായി നിന്നീടുന്ന
കാർമുകിൽവർണ്ണനക്കാണ്മതിന്നായ്
വന്നതു കണ്ടൊരു നന്ദജനന്നരേം
മന്ദിച്ചുനില്ലാതെ ചന്നെപ്പഴേ
വന്ദിച്ചുനിന്നങ്ങു വന്ദ്യന്മാരായോരേ
നന്ദിപ്പിച്ചീടിനാൻ നന്നായ്പിന്നെ
ദ്വൈതെത്തക്കൈവിട്ട വാർത്തകൾതന്നുടെ
വൈദഗ്ദ്ധ്യം കാട്ടിനിന്നോതിയോതി
മാമുനിമാരുടെ മാനസംതന്നിലെ
ജ്ഞാനന്ദം പൂകിച്ചാനായവണ്ണം
ആനന്ദം പൂണ്ടുള്ള മാമുനിമാരല്ലൊം
മൗനവും പൂണ്ടങ്ങു നിന്നു പിന്നെ
മായതന്മായത്താൽ മാനുഷനായൊരു
മാധവന്തന്നയെും വാഴ്ത്തിപ്പിന്നെ
കവേലനായവന്തങ്കഴൽ കുമ്പിട്ടു
പോവതിന്നായിത്തുടങ്ങുംനരേം
പിന്നാലെ ചന്നെുള്ളോരാനകദുന്ദുഭി
തന്നുടെ യാചനം കടേ്ടു പിന്നെ
യ്ജ്ഞങ്ങൾകൊണ്ടു യജിപ്പിച്ചു നിന്നവ
ന്നജ്ഞത പോക്കിനാർ വാക്കുകൊണ്ടും.
ചൊല്ക്കൊണ്ടു നിന്നുള്ള ദക്ഷിണതന്നയെും
കൈകൊണ്ടു പിന്നയെമ്മാമുനിമാർ
സ്വസ്തിയും ചൊന്നുടൻ വിത്തവും പൂരിച്ചു
സ്വസ്ഥരായങ്ങു നടന്നാർ ചമ്മേ.

ആസ്ഥ പൂണ്ടീടുന്ന പാർത്ഥന്മാരല്ലാരും
യാത്രയും ചൊല്ലി നടന്നാർ പിന്നെ.
നന്ദിതനായൊരു നന്ദനും മന്ദിച്ചി
ട്ടിന്നിന്നു പോകുന്നൂതന്നെന്നു ചൊല്ലി
നന്ദനൻചൊല്ലിനാലന്നിലംതന്നിലേ
നിന്നങ്ങു മേവിനാൻ നാലു മാസം
ആനനദദുന്ദുഭിതാനുമായങ്ങനെ
മാനിച്ചുനിന്നു സുഖിച്ചു പിന്നെ
യാദവന്മാരോടു യാത്രയും ചൊന്നുടൻ
യാതനായ്മേവിനാമ്പിന്നെ നന്ദൻ.
ബന്ധുക്കളല്ലാരും ചന്തത്തിൽച്ചാഞ്ഞപ്പോ
ളന്ധകന്മാരുമായ്മല്ലെ മല്ലെ
കാർവർണ്ണന്താനും തൻ ദ്വാരകയാകിന
പൂരിലും പൂകിനാൻ സീരിയുമായ്.

23.കുമാരരക്ഷൾക്കാനയനം

1 ദീനത നീക്കി വസിച്ചുനിന്നീടുന്നൊ
2 രാനകദുന്ദുഭിയന്നൊരുനാൾ
3 വന്ദിച്ചുനിന്നുള്ള നന്ദനന്മാരക്കെ
4 ണ്ടുന്നിച്ചു നിന്നവർ കർമ്മമല്ലാം
5 ശാശ്വതവാക്കുകളാശ്രയിച്ചീടുന്നൊ
6 രീശ്വരന്മാരന്നെ ബഌേധത്താലേ
7 പുത്രരന്നെുള്ളൊരു ചിത്തവും കൈവിട്ടു
8 ഭക്തിയപ്പൂണ്ടു പുകണ്ണുനിന്നാൻ.
9 ഉണ്മയക്കെണ്ടുള്ളൊരച്ഛരനഌേടന്നരേം
10 തന്മകനാകിന നിർമ്മലന്താൻ
11 വന്മഌേഹം പഌേക്കുന്ന വാക്കുകൾ ചൊന്നവ
12 ന്നുന്മഷേം പൊങ്ങിച്ചാനുള്ളിലറേം.
13 നന്ദനൻ ചൊന്നുള്ള വാർത്തകൾ കർേക്കയാൽ
14 മന്ദത നീക്കിയുണർന്നു പിന്നെ
15 ആനന്ദംപൂണ്ടുള്ളൊരാനകദുന്ദുഭി
16 ദീനത തീർത്തു തളിഞ്ഞുനിന്നാൻ.
17 പാവനയായിട്ടു മവിേനിന്നീടുന്ന
18 ദവേകിദവിേതാനന്നൊരുനാൾ
19 പാതകമാണ്ടൊരു മാതുലമ്പണ്ടുതാൻ
20 ചതേന പഌേക്കിന പൈതങ്ങളേ
21 ചിന്തിച്ചു ചിന്തിച്ചു സന്തതമങ്ങനെ
22 വന്നെുവന്നെീടുന്നൊരുള്ളവുമായ്
23 കാർവർണ്ണന്തന്നഌേടു ചൊല്ലിനിന്നീടിനാൾ
24 കാതരയായിക്കനിഞ്ഞു തിണ്ണം:
25 "ദശേികന്തന്നുടെ പൈതലപ്പണ്ടു നീ
26 കൂശാതെ കൊണ്ട്വന്നു നല്കിനാൻപഌേൽ.

27 നിന്നുടെ മാതുലൻ കൊന്നുകളഞ്ഞുള്ളൊ

28 രന്നെന്നുടെ ബാലകന്മാരെക്കാണ്മാൻ

29 ഏറിയിരുന്നുള്ളൊരാശയുണ്ടാകുന്നു

30 ഏതുമൊന്നാവതൊയില്ലയല്ലൊ.

31 നിങ്കനിവുണ്ടാകിലണ്കലഴെന്നൊരു

32 വാങ്കൊതി തീർത്തുകൊള്ളായിരുന്നു."

33 അമ്മതാനിങ്ങനെ ചൊന്നതു കേട്ടുള്ളൊ

34 രംബുജലൊചനനന്നടെ പൊയ്

35 സീരിയും താനുമായ് പാതാളലൊകത്തു

36 പാരാതെ ചന്നെങ്ങു നിന്നനരം

37 വന്നതു കണ്ടു മഹാബലിതാനപ്പൊൾ

38 വന്ദിച്ചുനിന്നു പുകണ്ണു പിന്നെ

39 വന്നതിങ്കാരണമന്തന്നെന്നു ചൊദിച്ചാൻ

40 എന്നതു കേട്ടു മുകുന്ദൻ ചൊന്നാൻ:

41 മാതാവിൻവദേന പൊക്കുവാനായിട്ടി

42 പ്പാതാളലൊകത്തു പൊന്നുവന്നു

43 വഞ്ചകനായൊരു കഞ്ചന്തങ്കൊപത്താൽ

44 പഞ്ചത പൂണ്ടുള്ള പൈതങ്ങളെ

45 അഞ്ചാതെ കൊണ്ടുപൊയമ്മതങ്കയ്യിലെ

46 ചഞ്ചമെമ്മേ നല്കണ്ണേമിന്നുതന്നെ.

47 നാന്മുഖന്തന്നുടെ ശാപത്തക്കൊണ്ടവർ

48 ചാമ്മാറു വന്നു പിറന്നു പണ്ടേ.

49 താപംത്തത്തൂകുന്നൊരാപത്തായുള്ളൊരു

50 ശാപത്തെത്തീർക്കയും വണ്ണേമിപ്പൊൾ."

51 ഇങ്ങനെ ചൊന്നവൻ പൈതങ്ങളാറൊടും

52 ഇങ്ങു പൊന്നീടുവിനന്നെന്നു ചൊല്ലി

53 സീരിയും താനുമായ് പാരാതെ പൊന്നു താൻ

54 ദ്വാരകതന്നിലെ വന്നു പിന്നെ

കതൈവം കൈവിട്ടു പതൈങ്ങ്ങളാറുമ
മ്മാതാവിങ്ക്കയ്യിലേ നല്കിനിന്നാൻ.
തന്നുടെ പതൈങ്ങ്ങൾ വന്നതു കണ്ടപ്പോൾ
ധന്യയായുള്ളൊരു ദേവകിതാൻ
നന്മുഖംതന്നിലേ ചുബിച്ചുനിന്നു തൻ
നന്മുലതന്നെയും നല്കിനിന്നാൾ.
മൂർക്ക്വനായുള്ളൊരു കംസനെച്ചിന്തിച്ചു
ദീർഘമായ് വീർത്തു പൂണർന്നു പിന്നെ
കാണാഞ്ഞുനിന്നുള്ള വേദനതന്നെയും
ക്ഷീണമാക്കീടിനാൾ പേടി നീക്കി
കന്മഷവൈരിയായ് നിന്നു വിളങ്ങിനോ
രംബുജനേത്രനെക്കാണ്കയാലേ
നന്മുലയുണ്ണുന്ന ബാലകരെല്ലാരും
നല്ലരായ് വന്നതും കാണായ്യപ്പോൾ.
ചാരത്തുനിന്നൊരു വാരിജലോചനൻ
വാരുറ്റ പാദങ്ങൾ കൂപ്പിപ്പിന്നെ
സ്വർഗ്ഗത്തിൽ പോകുന്നായനെന്നങ്ങു ചൊന്നുടൻ
നിർഗ്ഗമിച്ചീടിനാരഗ്രജന്മാർ.
സ്വർഗ്ഗതരായുള്ള ബാലരെക്കണ്ടു നിർ
വ്യഗ്രയായുള്ളൊരു ദേവകിതാൻ
വിഷ്ണുവിൻ മായയെന്നിങ്ങനെ ചിന്തിച്ചു
വിസ്മിതയായി വിളങ്ങിനിന്നാൾ.

24.സൗഭദ്രികകഥ

പാർത്തലംതന്നിൽപ്പൊറുത്തുള്ള വൈരികൾ
ക്കാർത്തികൾ ചേർത്തു ചെറുത്ത പാർത്ഥൻ
തീർത്ഥമാടീടുവാനാസ്ഥപൂണ്ടങ്ങുമേ
പാർത്തലംതന്നിൽ നടന്ന കാലം

5 ദിക്കുകളെങ്ങുമേ ചൊല്ക്കൊണ്ട തീർത്ഥങ്ങൾ
6 ഒക്കവേ ചെന്നുനിന്നാടിയാടി
7 ആസന്നമാമപ്രഭാസമാം തീർത്ഥത്തിൽ
8 വാസവനന്ദനനായവന്താൻ
9 പോയങ്ങു ചെന്നപ്പൊഴാദരവിൽ ഗദ
10 നായൊരു യാദവന്താനും ചൊന്നാൻ.
11 പാർത്ഥനെക്കണ്ടവനാർത്തിയും തീർത്തൊരോ
12 വാർത്തകളോതിനിന്നാസ്ഥയോടെ
13 മാധവന്തന്നുടെ സോദരിയായൊരു
14 മാധവിതന്നുടെ കാന്തിയെല്ലാം
15 മാനിച്ചുനിന്നു പറഞ്ഞുതുടങ്ങിനാൻ
16 മാരമാൽക്കൊണ്ടവന്മാഴ്കുംവണ്ണം:
17 "ദ്വാരകതന്നിലിന്നുണ്ടൊരു കന്യക
18 സീരവരായുധസോദരിയായ്.
19 ഇന്നവൾതന്നുടെ കാന്തിയേ വഴ്ത്തുവാൻ
20 മന്നിടംതന്നകത്താരുമില്ലേ?
21 ചൊല്ലരുതെങ്കിലും മെല്ലെ മെല്ലിങ്ങനെ
22 ചൊല്ലിനിന്നീടുവൻ വല്ലവണ്ണം.
23 മാനിനിമാരുടെ മൗലിയിൽ മേവുന്ന
24 മാണിക്കക്കല്ലെന്നേ ചൊല്ലാവൂതാൻ
25 ശൃംഗാരമായൊരു സാഗരംതന്നെയി
26 ന്നംഗജൻ നിന്നു കടഞ്ഞു നന്നായ്
27 മെല്ലവേ കൊണ്ടൊരു പീയൂഷംതാനെന്നേ
28 ചൊല്ലുന്നൂതാകിലിന്നൊട്ടു ചേരും
29 പൂവൽമെയ്തന്നുടെ കാന്തിയെച്ചിന്തിച്ചാൽ
30 ഏവമെന്നിങ്ങനെ ചൊല്ലവല്ലേൻ.
31 മേനകമുമ്പായ മാനിനിമാരുടെ
32 മേനിയെ നിർമ്മിപ്പാൻ മാതൃകയായ്

ഭംഗിയിൽ നിർമ്മിച്ചു പങ്കജയോനിയി
മ്മംഗലതന്നുടലെന്നു തോന്നും.
"അഞ്ചമ്പൻതന്നുടെ ബാണത്തെച്ചന്തത്തിൽ
ചെഞ്ചമ്മേ നിന്നു പിഴിഞ്ഞു പിന്നെ
വെതിങ്കൾതന്നെത്തൊലിച്ചു ചമച്ചുടൻ
വെണ്മവരുത്തിയലിച്ചു തന്നിൽ
ബാണങ്ങളഞ്ചിൻറെ നന്മണ്മംതന്നെയും
പാർത്തുകണ്ടങ്ങതിലാക്കിപ്പിന്നെ
ഒന്നിച്ചു നന്നായി നിർമ്മിച്ചുനിന്നാനി
ക്കന്യകതന്നുടെ പൂവൽമേനി."
എന്നങ്ങു ചൊല്ലുന്നു കാണുന്നോരെല്ലാരും
എന്നതും ചെഞ്ചെമ്മേ ചേർന്നുകൂടാ
"സാരമായുള്ളൊരു ലാവണ്യപൂരത്തെ
പ്പൂരിച്ചുകൊണ്ടൊരു ഭാജനത്തിൽ
മാനിനിതന്നുടെയാനനമിങ്ങനെ
മാനിച്ചുനിന്നു ചമച്ചു പിന്നെ
ശേഷിച്ചു നിന്നൊരു ലേശത്തെക്കൊണ്ടുടൻ
ദോഷത്തെക്കൈവിട്ടൊരാനനത്തേ
പിന്നെയും നിർമ്മിച്ചുനിന്നൊരുനേരത്ത
തിന്ദുതമണ്ഡലമായ് ചമഞ്ഞു.
ക്ഷാളനംചെയ്താനപ്പാണികൾ പിന്നെയ
ന്നാളീകസംഭവന്തോയംതന്നിൽ
എന്നതുകൊണ്ടു നൽപ്പങ്കജജാലങ്ങൾ
ഇന്നുമുണ്ടാകുന്നു തോയംതന്നിൽ,"
എന്നുമുണ്ടെല്ലാരും ചൊല്ലിനിന്നീടുന്നി
ക്കന്യകതന്മുഖം കാണുംനേരം.
മാനിന്നും മീനിന്നും മാനത്തപ്പോക്കുന്നോ
ന്നാനന്ദം തൂമഴക്കണ്ണിണയും.

ചഞേരിവാ കണ്ടത്രെ മൂവന്തിമഘേങ്ങൾ
പാരാതെ പഞേകുന്നു നരേിടായ്വാൻ.
കണ്ഠത്തഞേടറേ്റല്ലഞെ കംബുക്കളല്ലൊമെ
മണ്ടുന്നു വള്ളെത്തിൽ മുങ്ങിയിന്നും.
വാരുറ്റ കഞെങ്കതൻ ചാരുത്വം കണ്ടപ്പഞേൾ
മരേുക്കുന്നഞ്ചുന്നു കിഞ്ചിൽ കിഞ്ചിൽ;
തന്നഞേടു ചരേ്ന്നുള്ള ലഞേകരുമല്ലൊരും
ഉന്നിദ്രന്മാരായി മവേിടുന്നു.
അങ്കുരിച്ചീടുന്ന രഞേമാളിതന്നുടെ
ഭംഗിയചെ്ചഞെല്ലുവാൻ വല്ലനേ് ഞാനഞേ.
പൂഞ്ചലേതന്നയെും കാഞ്ചിയതെ്തന്നയെും
പൂണ്ടുനിന്നീടുന്നഞേരൽക്കിടമഞേ
ഒന്നഞ്ഞൂറായിരം മാരന്മാർ മനേ്മലേ
നന്നായിനിന്നു മുളപ്പതിന്നായ്
മഞേഹനമായഞെരു ലാവണ്യമാകുന്ന
ദഞേഹളം പൂണ്ടഞെരു കദോരംതാൻ
തിതുടതന്നുടെ കാന്തിയചെ്ചിന്തിച്ചാൽ
മന്ത്രിച്ചഭേ നിന്നഞേടു ചഞെൽവാനാവൂ;
ജംഭാരിക്കമ്പുള്ള കുംഭീന്ദ്രന്തന്നുടെ
തുമ്പിക്കഞെ ചരേ്ന്നുള്ള കാന്തിയല്ലൊം
പടെ്ടന്നെ്നു ചനെ്നതു കട്ടുകഞെണ്ടിങ്ങുപഞേ
ന്നിഷ്ടത്തിൽ തങ്കലഭേ വച്ചുകഞെണ്ടു
എന്നതുകഞെണ്ടല്ലഞെ ചലേകഞെണ്ടപെ്പഞെഴും
തന്നെ മറച്ചുനിന്നീടുന്നുതാൻ.
പാദങ്ങൾ തന്നുടെ കാന്തിയചെ്ചഞെല്ലിനാൽ
പട്ടാങ്ങനെ്നിങ്ങനെ തഞേന്നിക്കൂടാ;
മാങ്കണ്ണിമാരുടെ മൗലിതന്മനേിയെ
കാകിലഭേ നിർണ്ണയം വന്നുകൂടൂ.

കീർത്തി പൊങ്ങീടുമക്കന്യകതന്നുടൽ
വാഴ്ത്തുവാനാവതല്ലാർക്കുമോർത്താൽ.
നല്ലോന്നെന്നിങ്ങനെ പിന്നെയും പിന്നെയും
ചൊല്ലിനിന്നീടു നാമെന്നയോവൂ."
വാട്ടമകന്നവനിങ്ങനെ ചൊന്നതു
കേട്ടുനിന്നീടുന്ന പാർത്ഥനപ്പോൾ
വർണ്ണിച്ചവസ്ഥകൾ വാസ്തവമോയെന്നു
നിർണ്ണയിച്ചീടുവാനെന്നപോലെ
മാനസംതന്നെയയച്ചു നിന്നീടിനാൻ
മാനിനിതന്നുടെ മേനിതന്നിൽ
ചെന്നൊരു മാനസമന്നേരംതന്നെ
ക്കന്യകമെയ്യിൽ നടക്കുമപ്പോൾ
നാഭിയായ്നിന്നുള്ളൊരാവർത്തന്തന്നിൽ വീ
ണാപന്നമായ് ചമഞ്ഞാണുപോയി.
പോയൊരു മാനസം പയോയിപ്പോകയാൽ
ആയാസംപൂണ്ടൊരു പാർത്ഥനപ്പോൾ
എന്തിനിച്ചെയ്‌വതെന്നന്തരാ സന്തതം
ചിന്തയും വെന്തു വെന്തുണ്ടായ് വന്നു.
"ശിക്ഷിച്ചുനിന്നൊരു ലാംഗലിതന്നുടെ
ശിഷ്യനായല്ലൊതാനുള്ളുവെന്നാൽ
ധന്യനായുള്ള സുയോധനനന്നത്രെയി
ക്കന്യകതന്നെയെകപ്പെടുന്നു.
നാമെല്ലാമിങ്ങനെ കോമളതന്നെയും
കാമിച്ചുപോകെന്നെ വന്നുകൂടു.
കാർമുകിൽവർണ്ണനെക്കാണുന്നതാകിലെൻ
കാരിയമെല്ലാമേ സാധിച്ചതും."
ഇങ്ങനെയെല്ലാം നിനച്ചുനിന്നീടുന്ന
മംഗലനാകിന പാണ്ഡവന്താൻ

117 അംഗജമാലുറ്റു ചിന്തിച്ചാനന്നരേം
118 മംഗലദവേതാകാമുകനെ.
119 ദ്വാരകതന്നിലിരുന്നരുളീടുന്ന
120 വാരിജലോചനനന്നെന്നനരേം
121 വീരനായുള്ളൊരു പാർത്ഥൻറെ മുന്നലും
122 പാരാതെ ചെന്നെങ്ങ്ങു നിന്നു പിന്നെ.
123 കണ്ടൊരുനരേത്തു മണ്ടിയണഞ്ഞവ
124 നിണ്ടലും കൈവിട്ടു പൂണ്ടനരേം
125 പ്രാണസഖിതന്നെ ഗാഢം പുണർന്നിതു
126 കാരണപുരുഷനായവനും.
127 കുന്തീസുതനോടു ചൊല്ലിനാൻ കണ്ണനും
128 ചന്തത്തിൽ നല്ലൊരു തൂമൊഴിയും:
129 “ബന്ധുക്കളായൊരെക്കാണ്മതിന്നായൊരു
130 ബന്ധമുണ്ടായതും ഭാഗ്യമല്ലൊ
131 പാർത്ഥിവനാകിയ ധർമ്മജന്മാവുതാൻ
132 പൃത്ഥ്വിയും പാലിച്ചു വാഴുന്നിതോ?
133 വദേന വറേിട്ടു ഭീമനും ചഞ്ചെമ്മെ
134 മോദിതനായിട്ടു വാഴുന്നോനോ?
135 മാദ്രീസുതന്മാർക്കും കുന്തിക്കുമമ്പോടു
136 ഭദ്രമതല്ലയോ പാഞ്ചാലിക്കും?
137 ദുര്യോധനാദിയാം നൂറു കുമാരർക്കും
138 സഖ്വരെമതല്ലയോ ഗാന്ധാരിക്കും?
139 താതനായുള്ള ധൃതരാഷ്ട്രനുമുള്ളിൽ
140 പ്രീതനായല്ലയോ വാഴുന്നിപ്പോൾ?
141 ഗംഗാസുതനും കൃപരുമദ്രോണരും
142 മംഗലവാന്മാരായ് വാഴുന്നോരൊ?
143 അന്യരായ്നിന്നുള്ള ബന്ധുജനങ്ങ്ങളും
144 നന്ദിതരായല്ലി വാഴുന്നിപ്പോൾ?”

ഇങ്ങനെ കാർവർണ്ണൻ ചോദിച്ചതു കേട്ടു
മംഗലമെല്ലാർക്കുമെന്നു ചൊന്നാൻ.
മല്ലാരി പിന്നെയും ചൊല്ലിനിന്നീടിനാൻ
വില്ലാളിമൗലിയോടെന്നനേരം:
"എന്നെ നീ ചിന്തിച്ച കാരണം ചൊല്ലണം
മന്ദത കൈവെടിഞ്ഞെന്നാലിപ്പോൾ."
എന്നതു കേട്ടോരു പാർത്ഥനും ചൊല്ലിനാൻ
"എന്തു ഞാൻ ചൊൽവതു തമ്പുരാനേ!
ചിന്തിതമെല്ലാമറിഞ്ഞിടും നിന്നോടി
ന്നന്ധനായുള്ള ഞാനെന്തു ചൊൽവൂ?
എങ്കിലും ചൊല്ലിടാം പങ്കജലോചനാ!
മങ്കമാർമൗലിയാം സോദരിയെ
പാരാതെ യാചിക്കുമെന്നുടെ മാനസ
പൂരണം ചെയ്യണം കാരണനേ!"
പാർത്ഥൻറെ ഭാഷണം കേട്ടൊരു കാർവർണ്ണൻ
പേർത്തും പറഞ്ഞിതു മോദത്താലെ:
"ദുര്യോധനൻ മുന്നേ ചോദിച്ചുപോരുന്നു
ഭാര്യയാക്കീടുവാൻ മാധവിയേ.
ദ്വാരകവാസികൾ സമ്മതിച്ചീടിനാർ
സീരിക്കു ശിഷ്യനങ്ങാകകൊണ്ടേ
ആര്യന്മാരെല്ലാരും കല്പിച്ചതിന്നു ഞാൻ
കാര്യമല്ലെന്നു പറഞ്ഞിടാമോ?
എങ്കിലതിന്നൊരുപായത്തെച്ചൊല്ലുവാൻ
നിങ്കൽ നിറഞ്ഞുള്ളൊരമ്പിനാലേ.
ഇന്നു നീ നല്ലൊരു സന്ന്യാസിയാകിലോ
കന്യകതന്നെ ലഭിച്ചുകൂടും."
എന്നതു കേട്ടൊരു പാർത്ഥനും ചൊല്ലിനാൻ
കന്യകതന്നെയും നണ്ണി നണ്ണി:

"സന്ന്യാസിയാകിലോ കന്യകയന്തിന്നു
മാന്യങ്ങളായുള്ള വസ്തുക്കളും?
മിത്രരന്നുള്ളതും ശത്രുവന്നുള്ളതും
പുത്രരന്നുള്ളതും ഭോഗങ്ങളും
താതനന്നുള്ളതും മാതാവന്നുള്ളതും
ഭ്രാതാവന്നുള്ളതും ഭൂഷണവും
ജ്യേഷ്ഠന്മാരന്നും കനിഷ്ഠന്മാരന്നതും
ഗോഷ്ഠിയായ് വന്നീടും സന്ന്യാസിക്കോ."
ഇത്തരമായവ വർേവിട്ടുകൊൾവാനൊ
ശക്തി പുലമ്പുന്നൂതില്ലനിക്കോ."
കണ്ണനതു കേട്ടു സന്തോഷവുംപൂണ്ടു
തിണ്ണം ചിരിച്ചുടൻ ചൊന്നാനപ്പോൾ:
"ഭിക്ഷുകവഷേത്തപ്പെൂണ്ടവനിന്നിവ
യക്ഷണം ചയ്യണമന്നുണ്ടോ ചൊൽ.
ലീലകൾകോലുവാങ്കോലങ്ങൾ പൂണ്ടവൻ
മലേിലവ്വണ്ണമയോയീടുമോ?"
എന്നു പറഞ്ഞു യതിവഷേമാക്കിനാൻ
മന്നവന്തന്നയെക്കണ്ണനപ്പോൾ.
കന്യകതന്നെ ലഭിച്ചുനിന്നീടുവാൻ
എങ്ങനയെന്നു പറഞ്ഞുപായം
ദ്വാരക പൂകിനാൻ വാരിജലോചനൻ
വീരനായ് നിന്നുള്ള പാർത്ഥനപ്പോൾ
ധന്യമായുള്ളൊരു സന്ന്യാസവഷേമ
ക്കന്യകമൂലമായ് കൈതുടർന്നാൻ.
സന്ന്യസിച്ചീടിന പാണ്ഡവവീരന
ക്കന്യകതന്നയെും നണ്ണി നണ്ണി
രവൈതമാകിന പർവതം തന്നുടെ
താഴ്വരെ നിന്നു വിളങ്ങിനിന്നാൻ.

അന്നൊരു നാളിലന്നന്ദജന്തന്നൊടും
ധന്യനായ് നിന്നൊരു കാമപാലൻ
അല്ലലകന്നീടുമാസ്ഥാനംതന്നിലേ
മല്ലവേ ചെന്നങ്ങു നിന്നു പിന്നെ
ഭക്തനായുള്ളൊരു മന്ത്രിവരനാകും
ഉദ്ധവർതന്നോടു ചൊന്നാനപ്പോൾ:
“കാനനഭോജനം പണ്ണുവാനായിട്ടു
മാനിനിമാരുമായ് നാമെല്ലാരും
കാലത്തു പോകേണം നാളെ”യെന്നിങ്ങനെ
നീലാംബരൻ പറഞ്ഞീടുംനേരം
നന്ദിതനായുള്ളൊരുദ്ധവർ കേട്ടുടൻ
നിന്നുള്ള മാലോകരെല്ലാരോടും
കാർവർണ്ണരാമന്മാർ ചൊന്നതറിയിച്ചു
പോവതിന്നായി മുതിർന്നെല്ലാരും.
ഭക്ഷ്യഭോജ്യാദികളെന്നിവയെല്ലാമേ
തൽക്ഷണം സംഭരിച്ചൊന്നൊന്നതോൻ.
നീലക്കാർവർണ്ണനും രാമനുമായിട്ടു
മാലോകരോടും കലർന്നു ചെമ്മേ
കാലമേ പോകത്തുടങ്ങിനാരെല്ലാരും
കാനനഭോജനം പണ്ണുവാനായ്.
പോയിനിന്നീടുന്ന മാലോകരെല്ലാരും
മായമകന്നുടൻ പോയിപ്പോയി
രൈവതപർവതംതന്നുടെ ചാരത്തു
പാവനമാം നദീതീരംതന്നിൽ
ചെന്നു നിന്നീടിനാരന്നേരമെല്ലാരും
ഇന്നിലം നല്ലതിതെന്നു ചൊല്ലി
സ്നാനങ്ങൾമുമ്പായതാചരിച്ചീടിനാർ
മാനിനിമാരോടുകൂടിച്ചെമ്മേ.

229 ദിവ്യാംബരാഭരണാലപേനങ്ങളാൽ

230 സർവാംഗമല്ലാമലങ്കരിച്ചാർ

231 ഇഷ്ടമായുള്ളൊരു ഭോജനം പണ്ണീട്ടു

232 തുഷ്ടന്മാരായി വിളങ്ങിനിന്നാർ

233 പീയൂഷം സവിച്ചു മവിനിന്നീടുന്നൊ

234 രാദിതയേന്മാരങ്ങന്നെപോലെ.

235 കളികളൊന്നൊന്നയോചരിച്ചീടിനാർ

236 താളം തുടർന്നാർ ചിലരുമപ്പോൾ,

237 പാടിനിന്നീടിനാരാടിനിന്നീടിനാർ

238 ഓടിനിന്നീടിനാരങ്ങു ചിലർ.

239 പാരമായുള്ള ഗിരിമുകളറിനാർ

240 സാരന്മാരായവരങ്ങു ചിലർ.

241 അന്നിലംതന്നിലേ നിന്നു വിളങ്ങിന

242 സന്ന്യാസിതന്നയും കണ്ടാരപ്പോൾ.

243 കണ്ടൊരുനരേത്തു കൂപ്പിനിന്നീടിനാർ

244 ഇണ്ടലകന്നുള്ളൊരുള്ളവുമായ്.

245 തമ്പദം കുമ്പിട്ടു നിന്നവരോടപ്പൊ

246 ളമ്പോടു ചൊല്ലിനാൻ സന്ന്യാസിതാൻ:

247 "നിർമ്മലരായുള്ള നിങ്ങൾക്കു മന്മലേ

248 നന്മകളറേം ഭവിക്കണേമേ.

249 ഉത്തമരായുള്ള നിങ്ങൾതന്നുള്ളിലേ

250 ഭക്തിയക്കെണ്ടു തളിഞ്ഞു ഞാനോ

251 എങ്ങുനിന്നിങ്ങിപ്പളൊഗതരായ് നിങ്ങൾ

252 മംഗലമായിതേ കണ്ടതറേം."

253 എന്നതു കടേട്ടുള്ള വീരന്മാർ ചൊല്ലിനാർ

254 വന്നതിങ്കാരണമുള്ളവണ്ണം.

255 പാരാതെ പോന്നിങ്ങു വന്നു ചൊല്ലീടിനാർ

256 നരോയിനിന്നൊരു വാർത്തയപ്പോൾ:

“ധന്യന്മാരായിതേ ഞങ്ങളുമിന്നൊരു
പുണ്യവാന്തന്നെയും കാണ്കകൊണ്ടേ.”
എന്നവർ ചൊല്ലുമ്പോൾ ലാംഗലി ചോദിച്ചാ
“നന്നിലംതന്നിൽനിന്നെ”ന്നിങ്ങനെ.
വീരന്മാരന്നേതുനേരം പറഞ്ഞിതു
സീരിതന്നോടുടൻ സാരമായി:
“നമ്മുടെ ചാരത്തു കാണുന്നൊരദ്രിമേൽ
നിർമ്മലനായൊരു ഭിക്ഷുകന്താൻ
മേവിനിന്നീടുന്നോൻ ഞങ്ങളവനെയും
സേവിച്ചുകൊണ്ടല്ലൊ പോന്നുകൊണ്ടും.”
എങ്കിൽ നമുക്കങ്ങു കാണണമെന്നിട്ടു
പങ്കജനേത്രനും താനുമായി
ഉത്തമന്മാരായ യാദവന്മാരോടും
ഒത്തു നടന്നങ്ങു പോയിപ്പോയി
പാരാതെ ചെന്നു ഗിരിമുകളേറുമ്പോൾ
ദൂരവേ കാണായി സന്ന്യാസിയെ
കാന്തിപൂണ്ടേറ്റം വിളങ്ങിനിന്നീടുന്ന
കാന്താരവാസിയാം കൗന്തേയനേ
പൂർവ്വാചലംതന്നിൽ മേവിനിന്നീടുന്ന
സൂര്യന്താൻ നിന്നു വിളങ്ങുംപോലെ.
ദൂരത്തുനിന്നവർ ചാരത്തു ചെന്നിട്ടു
നേരെയൊത്തു കൂപ്പി വണങ്ങിനിന്നാർ.
മസ്കരിതന്നെ നമസ്കരിച്ചങ്ങനെ
സൽക്കരിച്ചമ്പിനോടായവണ്ണം
വാസ്തവരീതിയച്ചേർത്തുനിന്നീടുന്ന
ശാസ്ത്രങ്ങൾകൊണ്ടു പറഞ്ഞു പിന്നെ
നിർമ്മലനായൊരു ദിവ്യനെന്നിങ്ങനെ
തന്മനംതന്നിലുറച്ചനേരം

ധന്യനായ് നിന്നൊരു ലാംഗലി ചൊല്ലിനാൻ
തന്നിലെ നണ്ണിന കാരിയത്തേ:
"പാരാതെഴുന്നള്ളവേണമിന്നമ്പോടു
ദ്വാരകയായ നഗരിതന്നിൽ
പാവനമാക്കണേം സജ്ജനമെപ്പൊഴും
സവേചയെയ്തീടുന്ന പാദത്താലേ."
എന്നതു കടേ്ടാരു കണ്ണനും ചൊല്ലിനാൻ
നിന്നൊരു ലാംഗലിതന്നെ നോക്കി:
"സർവ്വസംഗത്തെയും കൈവെടിഞ്ഞിങ്ങനെ
പർവതംതന്നിലിരുന്നുകൊണ്ട്
ശർവപദാംബുജമുള്ളിലുറപ്പിച്ചു
സർവ്വദാ സവേിച്ചു മവേിടുന്ന
ഉത്തമരായ ജനങ്ങളെക്കൊണ്ടുപോയ്
വൃത്തി പിഴപ്പിപ്പാനോർക്കൊല്ലാതെ."
വാരിജലോചനൻ ചൊന്നൊരു നേരത്തു
സീരിയും ചൊല്ലിനാൻ നേരെടപ്പോൾ:
"യോഗികൾമാനസപീഡയുണ്ടാക്കൊലാ
ഭോഗിയായുള്ള നിൻ വാക്കിനാലേ.
ബാലനായുള്ള നീയതേുമറിഞ്ഞിടാ
ലീലകളന്നെിയേ പിന്നയെൊന്നും.
എല്ലാം സമമല്ലൊ ചൊല്ലുള്ള ദിക്കന്നെു
നല്ലവർ ചൊല്ലീട്ടു കേൾപ്പില്ലയോ?
നാടന്നെും കാടന്നെുംകൂടി നിരുപിക്കിൽ
വാടാതതെന്നയെഭദേമല്ലൊ.
എല്ലാവരുമായിട്ടിന്നിവൻതന്നെ നാം
അല്ലൽപോേമ്മാറുടങ്കൊണ്ടുപോയി
നന്മ കലർന്നൊരു മന്ദിരംതന്നിലേ
മന്മേയോടിന്നു നാം വച്ചുകൊൾവൂ."

313 എന്നലെല്ലാം ചൊല്ലിയസ്സന്ന്യാസിതന്നോടും
314 ഒന്നിച്ചു പൂകിനാൻ പൂരിലപ്പപോൾ.
315 ചാരുവായുള്ളൊരു മന്ദിരംതന്നിലേ
316 നരേയെങ്ങാക്കിനാൻ യോഗിയയേും..
317 "ഉത്തമനായൊരു മസ്കരിയുണ്ടുപോൽ
318 ഇസ്ഥലംതന്നിലഴെുന്നള്ളുന്നു."
319 എന്നങ്ങു ചൊല്ലി വരുന്ന ജനങ്ങളു
320 മൊന്നിച്ചുകൂടി വണങ്ങിച്ചൊന്നാർ:
321 "യോഗ്യതപൂണ്ടുള്ള നിങ്ങൾ വരുവാനോ
322 ഭാഗ്യമിന്നങ്ങെങ്ങളിലത്തിക്കൂടി
323 വറ്റാതൊരമ്പിനാൽ തറെ്റന്നിവിടക്കേു
324 കുറ്റങ്ങളന്നെപ്പം പറ്റായിന്ന്.
325 സന്തുഷ്ടനായുള്ളൊരന്തണമന്ദിരം
326 അന്തികയേുണ്ടല്ലോ സന്തതവും
327 ഭിക്ഷയേ നല്കുമവരങ്ങു നിത്യവും
328 ശിക്ഷയിൽ എന്നങ്ങു ചൊല്ലിപ്പിന്നെ
329 "മംഗലനാം ഭവാൻ നല്കീടുക വണേം
330 എങ്ങൾക്കനുജ്ഞയയേിന്നു നരേ"
331 എന്നലെല്ലാം ചൊല്ലി വണങ്ങുമവർക്കപ്പപോൾ
332 നന്നായനുജ്ഞയും നല്കി നിന്നാൻ.
333 യാത്രവഴങ്ങിപ്പുറപ്പടെ്ടാരന്നെപ്പപോൾ
334 പര്ത്തുമന്നാരിമാരോടുംകൂടി.
335 യാദവന്മാരുമായൊന്നിച്ചുനിന്നവർ
336 മോദനേ മവേിനാരാലയത്തിൽ.
337 മംഗലജാലങ്ങൾ പൊങ്ങിനിന്നങ്ങെുമേ
338 ഭംഗി തടേിടും മഠംതന്നിലേ
339 കാമനു കോമരമായിനിന്നങ്ങനെ
340 കോമളനാമവൻ വാഴുംകാലം

341 സീരവരായുധപാണിതാൻ ചഞ്ചമ്മേ

342 വാരിജലോചനനോടുംകൂടി

343 ധന്യനായ് നിന്നൊരു സന്ന്യാസിതന്നെയും

344 ചെന്നു വണങ്ങിനാൻ ചെവ്വിനോടേ.

345 മന്ദത കൈവിട്ടു സന്ന്യാസിതന്നോടു

346 നിന്നൊരു സീരിയും ചൊന്നാനപ്പോൾ:

347 “മാരി പൊഴിയുന്ന കാലമണഞ്ഞുതേ

348 ഘോരമായുള്ളൊരു കാറ്റുമായി.

349 ദൂരവനേനിന്നുടനാരുമേ കൂടാതെ

350 നേരോടേ ഭിക്ഷ ലഭിച്ചിടാതെ

351 ഇങ്ങുനിന്നിങ്ങനെ വേദന കോലെല്ലാ

352 മംഗലനായ ഭവാനിന്നിപ്പോൾ;

353 അന്തഃപുരത്തിലൊരു ഗൃഹംതന്നിലേ

354 ചന്തത്തിൽ വാണിടാമന്തികത്തിൽ.

355 ഭിക്ഷ തരുവാനും ശുശ്രൂഷ ചെയ്‌വാനും

356 ശിക്ഷയിലാമല്ലോ ചാരത്തെങ്കിൽ.

357 മച്ചകമുണ്ടു നന്മാളികതാനുണ്ടു

358 മുറ്റുവായുള്ളവയല്ലാമുണ്ട്.

359 നിഷ്കുടമുണ്ടു നൽ ദീർഘികയുമുണ്ടു

360 പുഷ്കരമാദിയാം പുഷ്പമുണ്ട്

361 നാലുമാസം കഴിച്ചീടണേമേ ഭവാൻ

362 ആലയംതന്നിൽനിന്നെ”ന്നിങ്ങനെ

363 കാമപാലൻറെ വചനങ്ങൾ കേട്ടപ്പോൾ

364 കോമളനാകിയ കണ്ണൻ ചൊന്നാൻ:

365 “കാട്ടിൽ കിടക്കുന്ന സന്ന്യാസിതന്നെയും

366 നാട്ടിലും കൊണ്ടന്നു വച്ചു പിന്നെ

367 കാട്ടിയ കോട്ടികൾ പോരയെന്നോർത്തിട്ടോ

368 വീട്ടിലിരുത്തുവാൻ ചിന്തിക്കുന്നു?

നിട്ടില ലോകർ ചിരിക്കുമാറാകുമ്പോൾ
കൂട്ടായി വന്നിടാ ഞാനും ചമെമ്മ
പട്ടാങ്ങങ്ങനെന്നിങ്ങനെ തോന്നീലയങ്ങെകിലോ
ഇഷ്ടമായുള്ളതു ചയ്തുകൊൾവൂ."
ദവേകീനന്ദനൻചൊല്ലു കടേ്ടു ബല
ദവേനും ചൊല്ലിനാനവേമപ്പോൾ:
"ഒല്ലാതകാരിയം ചിന്തിച്ചനേല്ല ഞാൻ
എല്ലാരും സമ്മതിയായതത്രെ.
മദേിനീപാലന്മാരായവരും പിന്നെ
മോദിതരാകിയ ഭൂസുരരും
താപസന്മാരെയും ഭിക്ഷുകന്മാരെയും
താപമകലുവാൻ പൂജിച്ചീടും.
എന്നുള്ള കളിയുമില്ലേ നിനക്കിപ്പോൾ
ഇന്നിതിനന്തെൊരു കുറ്റം ചൊൽവാൻ?"
എന്നലെല്ലാം ലാംഗലി ചൊന്നതു കടേ്ടപ്പോൾ
നിന്നൊരു കണ്ണന്താനന്നേരം
മന്ത്രിച്ചു ചൊല്ലിനാൻ ലാംഗലിതന്നോടു
ചിന്തിച്ചുനിന്നു നുറുങ്ങുനരേം:
"സജ്ജനമായുള്ളൊരിജ്ജനത്തിന്നൊരു
നിർജ്ജനമായൊരു ഗഹേമിപ്പോൾ
നിഷ്കളസവേയച്ചെയ്വേതിനായിട്ടു
സല്ക്കരിച്ചീടുന്നൂതങ്ങെനെ നാം?"
എന്നതു കടേ്ടൊരു സീരിതാൻ ചൊല്ലിനാൻ:
"കന്യകതന്നുടെ ഗഹേമാവൂ.
നിർജ്ജനമായൊരു മറ്റൊരു ദശേവു
മിജ്ജനത്തിന്നു നിരന്നുകൂടാ.
വന്ദിച്ചുനിന്നാലക്കന്യകതന്നുടെ
ചിന്തിതംതന്നയെും വന്നുകൂടും.

ധന്യനായ്നിന്നൊരിസ്സന്ന്യാസി വന്നതു
കന്യകതന്നുടെ ഭാഗ്യമത്രെ.
സവിച്ചുകൊള്ളുകിൽ വാഞ്ഛിതം നല്കുവാൻ
കേവലമിന്നിവൻ പോരുമല്ലൊ."
കോമളനായൊരു കണ്ണനോടിങ്ങനെ
കാമപാലൻ പറഞ്ഞീടുംനേരം
മാധവൻ ചൊല്ലിനാൻ നീതിയിലന്നപ്പോൾ:
"ബാധയിലതേുമിതിന്നു പാർത്താൽ
വാനപ്രസ്ഥന്നിതിന്മീതയോന്നൊന്നുമേ
ദാനംചെയ്യാവതുമില്ലയല്ലൊ.
മൂലഫലാദിയും തിന്നു വനംതന്നെ
യാലയമാക്കുന്ന മസ്കരിക്കോ
പാലും പഴവും ഭുജിച്ചു വസിപ്പതു
ബാലികതന്നോടുകൂടിച്ചമ്മേ.
മംഗലമായീടുമിങ്ങനെയുള്ളൊരു
സംഗതിയന്നുമേ വന്നുകൂടാ"
എന്നെല്ലാം മാധവൻ ചൊല്ലുന്നതു കേട്ടു
നിന്ന ഹലധരൻ ചൊന്നാനപ്പോൾ
"ഉത്തമനായൊരു താപസന്തന്നത്തൊ
ട്ടിത്തരം ചൊൽവതു യോഗ്യമോതാൻ?
സാരനായുള്ളൊരു സന്ന്യാസിതാനന്നു
നരേ നിന്നുള്ളത്തിൽ തോന്നീലയോ?
കാമക്രോധാദികൾ കൈവെടിഞ്ഞിങ്ങനെ
നാമസ്മരണവും പൂണ്ടു ചെമ്മേ
മേവിനിന്നീടുന്ന കേവലന്തന്നത്തൊ
ട്ടേവം നീയങ്ങനെ ചൊൽവാനാവൂ?
മുന്നം നീ പർവതംതന്നീന്നു ചൊന്നതും
ഇന്നു പറഞ്ഞതും ചിന്തിക്കുമ്പോൾ

നരേേ നിനക്കിന്നിത്താപസന്തന്നോേടു
പാരമസൂയയുണ്ടന്നെു തോേന്നും.
ഇന്നു ഞാൻ ചൊല്ലുന്ന നന്മൊഴി കൾേക്കണം
മന്ദത കവൈെടിഞ്ഞെന്നാലിപ്പോേൾ.
ശർവ്വാംശോദ്ഭൂതനാം മാമുനിമൗലിതാൻ
ദുർവാസസ്സന്നെങ്ങു പരേുടയോേൻ
യാദവരാജൻറെ മന്ദിരംതന്നിലേ
മോേദനേ വാണിതു നാലുമാസം
അന്നവന്ദന്നുടെ പൂജയചെ്ചയ്തെതു
മന്നവന്തൻറെ നിയോേഗത്താലേ
നമ്മുടയെച്ഛനു സോേദരിയായൊരു
നിർമ്മലയാകിയ കന്യകതാൻ.
താപസന്തന്നുടെ സവേചയെ്തിങ്ങനെ
താപമകന്നവൾ വാഴുംകാലം
വന്ദിതനായൊരു മാമുനിതാനപ്പോേൾ
വന്ദിച്ചുനിന്നൊരു കന്യകയ്ക്കായ്
നല്ലൊരു മന്ത്രമുപദശേിച്ചീടിനാൻ
കല്യാണമന്നെതു കവൈെരുവാൻ.
എന്നതുകൊണ്ടല്ലൊ ഖിന്നത കവൈെടി
ഞ്ഞിന്നു വിളങ്ങുന്നു കുന്തിദവേി
എന്നുള്ള കളേിയുമില്ലേ നിനക്കിപ്പോേൾ
പിന്നയെിവൻ മഹാഭാഗനല്ലൊ.
മററും ചില നൃപകന്യകമാരല്ലാം
ഉററവർതന്നുടെ ചൊല്ലു കടേ്ടു
വദേിയർപൂജയചെ്ചയ്തെതുമൂലമായ്
ഖദേങ്ങൾ കവൈിട്ടു വാണുകൊണ്ടാർ.”
വാരിജലോേചനന്തന്നോേടു നരോേടെ
സീരിതാനന്നെല്ലാം ബോേധിപ്പിച്ച്

മന്ദത കൈവിട്ടു സന്ന്യാസിതന്നോടു
നിന്നു ഹലധരൻ ചൊന്നാൻ പിന്നെഃ
"ആശ്രവയായയൊരു കന്യകയുണ്ടുള്ളു
ശുശ്രൂഷിച്ചീടുവാൻ ഭക്തിയോടെ.
പാദപരാഗങ്ങൾകൊണ്ടവൾ മന്ദിരം
പാവനമാക്കുകയന്നേവേണ്ടൂ."
ഇങ്ങനെ ചൊന്നവൻതന്നെയും മല്ലെയെ
ക്കന്യകാമന്ദിരംതന്നിലാക്കി
മററുള്ള വേലകളാചരിച്ചീടിനാൻ
തെററന്നു പോയ്പിന്നെ ലാംഗലിതാൻ.
ധന്യയായുള്ളൊരു കന്യക ചാരത്തു
സന്ന്യാസി വന്നതു കണ്ടനേരം
പെട്ടെന്നെഴുന്നേറ്റു തുഷ്ടയായ്മേവിനാൾ
ഇഷ്ടനെക്കാണുമ്പൊഴന്നപോലെ.
തന്നിലേ നണ്ണിനാൾ മന്മഥമാലുററു
"സന്ന്യാസിയല്ലിതു നിർണ്ണയംതാൻ;
എന്നുടെ മാനസം ഖിന്നമാക്കീടുവാൻ
ഛന്നനായ് വന്നൊരു കാമനത്രെ.
കണ്ടതുകൊണ്ടയേന്നംഗങ്ങൾ മാഴ്കുന്നു
മിണ്ടുവാന്തന്നെയും വല്ലന്നേ ചെമ്മേ.
എങ്ങനെയിന്നിവൻ പൂജയെച്ചെയ്വു ഞാൻ
നിന്നു പൊറുക്കരുതായുന്നിപ്പോൾ"
ഇങ്ങനെ ചിന്തിച്ചു വന്ദിച്ചുനിന്നാള
മ്മംഗലന്തന്നുടെ പാദങ്ങളേ.
വന്ദിച്ചുനിന്നൊരു കന്യകയോടവൻ
നന്ദിച്ചു ചൊല്ലിനാന്മന്ദമപ്പോൾ:
"മന്മഥന്തന്നുടെ മംഗലമായൊരു
മന്ദിരമായി വിളങ്ങുമിന്നീ

ഇഷ്ടനായുള്ളൊരു കാന്തനുമായിട്ടു
തുഷ്ടയായ്മേവുക"യന്നെന്നിങ്ങനെ
എന്നതു കേട്ടൊരു കന്യകതാനപ്പോൾ
തന്നിലേ നണ്ണിനാൾ ഖിന്നയായി:
"ഇഷ്ടനായുള്ളതോ മറ്റാരുമല്ലല്ലൊ
കഷ്ടമായല്ലോ ചമഞ്ഞുകൂടി.
ഇച്ചൊല്ലിനിന്നുള്ളൊരാശിയക്കേലുവാൻ
ഇജ്ജന്മമല്ലനിക്കന്നു വന്നു.
സജ്ജനവാക്കിനു സത്യതയില്ലന്നും
ഇജ്ജനംമൂലമായ് വന്നുകൂടി.
കന്ദർപ്പന്തന്നുടെ കാന്തിയേ വെല്ലുന്ന
സുന്ദരനായൊരു പാർത്ഥന്തന്നിൽ
മുന്നമേ ചന്നുള്ളൊരെന്നുടെ മാനസം
തന്നിലയോക്കുന്നോനിന്നിവന്താൻ."
ഇങ്ങനെ നണ്ണിന മംഗലതാനപ്പോൾ
അംഗജമാലുറ്റു നിന്നനേരം
പാർത്ഥനോടായിട്ടു ചൊല്ലിനിന്നീടിനാൾ
ആർത്തയായ് നിന്നങ്ങു തന്നിൽ മെല്ലേ:
"നിന്നുടെ കോരകമായി നിന്നീടുന്നൊ
രന്നുടെ മാനസംതന്നയിപ്പോൾ
തന്നുടെ കോരകമാക്കിനിന്നീടുന്നോൻ
നിന്നയെും വന്നൊരു സന്ന്യാസിതാൻ.
പാരാതെ വന്നു നീ പാലിച്ചുകൊള്ളായ്കിൽ
പോരായ്മയായ്‌വരും പാരമിപ്പോൾ."
വാരുറ്റു നിന്നൊരു കന്യകയിങ്ങനെ
ധീരത കൈവിട്ടു നിന്നനേരം
ചന്തത്തിൽ നിന്നുള്ള ചേടിമാർ ചൊല്ലിനാർ
മന്ത്രിച്ചു തങ്ങളിൽ മെല്ലെ മെല്ലേ:

“സന്ന്യാസിമാരുടനെഠേക്കിനപ്പെപാേലയെ
ല്ലിന്നിവൻ നഠേക്കുന്നു കന്യകയെ.
കന്യകതന്നഠേടു കണ്മുനകെഠാണ്ടിവൻ
ഖിന്നനായ് ചെഠാന്നതു കണ്ടായഠേ നീ?
“എന്നുടെ ജീവിതം നിന്നുടെ കയ്യിലു
മന്നിലെ മാനിനിമൗലിമാലേ!
കാരുണ്യം ദൂരമായ് വാരിജലഠേചനേ!
മാരന്നു നമ്മെ നീ തീനിടെഠാല്ലാ,
ചാരത്തു കണ്ടു നിൻ ചഠേരിവാതന്നയും
പാരമുണ്ടാകുന്നു ദീനമുള്ളിൽ
കാണുന്നഠേരല്ലാരും കണ്ടങ്ങുനിന്നാലും
പൂണുന്നതുണ്ടു ഞാൻ നിന്നയിപ്പഠേൾ.”
എന്നല്ലാമുണ്ടഠേ ചെഠാൽ കണ്ണുകെഠാണ്ടിങ്ങനെ
സന്ന്യാസിമാരായഠേർ ചെഠാല്ലിക്കാണ്മൂ.
ചഞ്ചമെമ്മയുള്ളെഠാരു സന്ന്യാസിയല്ലിവൻ
വഞ്ചകനന്നതേ വന്നുകൂടൂ.”
ദക്ഷമാരായുള്ള ചേടിമാരിങ്ങനെ
ഭിക്ഷുകന്മൂലമായ് ചെഠാല്ലുംനേരം
ഭിക്ഷയ്ക്കു വേണുന്ന സാധനം നിർമ്മിപ്പാൻ
അക്ഷണം പഠേയാളക്കന്യകതാൻ.
മുന്നൽ നിന്നീടുമക്കന്യക പഠേയപ്പഠേൾ
ഖിന്നനായ് നിന്നെഠാരു സന്ന്യാസിതാൻ
കന്യകതന്നയെ ചിന്തിച്ചു ചിന്തിച്ചു
തന്നയെുംകൂടി മറന്നനേരം
വന്ദിപ്പാനായിട്ടു വന്നുള്ളഠേരല്ലാരും
വന്ദിച്ചുനിന്നു പറഞ്ഞാർ തമ്മിൽ:
“ഇങ്ങനയുള്ളെഠാരു സന്ന്യാസിതന്നപ്പെ
ണ്ടങ്ങുമേ കണ്ടില്ലയന്നുമേ നാം.

മാനമററീടുന്നൊരാനന്ദംതന്നിലേ
മാനസം ചെന്നു ലയിക്കയാലേ
സ്പന്ദത്തെക്കവൈിട്ടൊരിന്ദ്രിയമെല്ലാമേ
മന്ദങ്ങളായിട്ടേ കാണാകുന്നു.
തന്മുന്നൽ നിന്നുള്ള നന്മയെയുമതേുമേ
കാണുന്നതേനെല്ലല്ലൊ ധ്യാനിക്കയാൽ
ഉള്ളകംതന്നിലുണച്ചപൂണ്ടീടുന്നതേ
ർക്കുള്ളൊരു ഞായമിതന്നെു വന്നു."
വിസ്മയിച്ചിങ്ങനെ ചൊന്നവരെല്ലാരും
വിശ്വസിച്ചങ്ങനെ പറേയനരേം
ദക്ഷയായുള്ളൊരു കന്യക വന്നുടൻ
ഭിക്ഷയിട്ടീടുവാനാരംഭിച്ചാൾ
ഭിക്ഷുകന്മൂലമാമുല്ക്കടമാൽകൊണ്ടു
മിക്കതും വന്നെുള്ളൊരുള്ളവുമായ്
ലാളനംപൂണ്ടവമ്പാദങ്ങൾ നന്നായി
ക്ഷാളനംചയ്തെങ്ങു മളേമാക്കി
ചിത്രമായുള്ളൊരു പത്രവും മുന്നൽവ
ച്ചുത്തമപീഠത്തിലാക്കിപ്പിന്നെ
മൂർക്കുന്ന മന്മഥബാണങ്ങളേൽക്കയാൽ
ദീർഘമായ് വീർത്തുവീർത്താർത്തിയേടെ
ഓദനംതന്നെ വിളമ്പിനിന്നീടിനാൾ
വദേനപൂണ്ടുള്ളേരുള്ളവുമായ്.
മുന്നിലിരുന്നൊരു ഭിക്ഷുകന്താനുമ
ക്കന്യകതന്മുഖം കാണ്കയാലേ
ഓദനംതന്നെ വിലക്കുവാൻ വല്ലാതെ
ഓർച്ചയുംപൂണ്ടങ്ങു മവേുകയാൽ
പാത്രത്തിൽനിന്നുള്ളൊരേദനമെല്ലാമേ
പത്രത്തിലാമ്മാറു വീണുകൂടി.

അക്ഷണം പിന്നയെക്കന്യകമുന്നലേ
ഭിക്ഷുകന്തന്മുഖം നോക്കി നോക്കി
ഉത്തമമായൊരു നൽഘൃതം ചഞ്ചമെമ്മേ
പത്രത്തിലാമ്മാറു വീഴ്ത്തി നിന്നാൾ.
ചാലത്തൊലിച്ചുള്ള വാഴപ്പഴങ്ങളും
ചാടിക്കളഞ്ഞിതു ചാപല്യത്താൽ.
അത്തൊലിതന്നെ വിളമ്പിനിന്നീടിനാൾ
ചിത്തം മയങ്ങിനാലന്നു ഞായം.
പത്രത്തിലായുള്ളൊരത്തൊലിതന്നെത്തൻ
ചിത്തമഴിഞ്ഞവനാസ്വദിച്ചാൻ.
കമ്പവുംപൂണ്ടു കരുത്തുമകന്നങ്ങു
സംഭ്രമിച്ചീടുന്ന കന്യകതാൻ
മുമ്പിലേ വേണ്ടുവതു പിമ്പിൽ വിളമ്പിനാൾ
പിമ്പിലേ വേണ്ടുവതു മുമ്പിൽത്തന്നെ.
ഇങ്ങനെ വന്നവയൊന്നുമറിഞ്ഞില്ല
കന്യകാമുമ്പിലിരുന്നവന്താൻ.
നിത്യമായിങ്ങനെ ഭിക്ഷയും പണ്ണിനി
ന്നസ്തമിച്ചീടിനാലാലയത്തിൽ
വിശ്രമിച്ചീടുവാൻ വിശ്രുതയാമവൾ
സശ്രമയായിട്ടു പോയനേരം
വറേിരുന്നുള്ളൊരു വദേനപൂണ്ടവൻ
വവേു കലർന്നു പറൊയ്കയാലേ
ദീപവും ചാലപ്പൊലിച്ചുകളഞ്ഞുടൻ
ദീപമില്ലന്നെങ്ങു ചൊല്ലും പിന്നെ
ദീപവുംകൊണ്ടവൾ വന്നതു കാണുമ്പോൾ
ചാപലംപൂണ്ടൊന്നു വീർത്തുനില്ക്കും.
പിന്നയെും പോയവൾ മന്ദിരം പൂകുമ്പോൾ
മുന്നമപ്പേപോലെ പൊറൊയ്കയാലേ

നീരുള്ളതെല്ലാമേ ദൂരെക്കളഞ്ഞിട്ടു
നീരില്ലയെന്നങ്ങു ചൊല്ലും പിന്നെ.
നീരുമായ് വന്നവൾ പിന്നെയും പോകുമ്പോൾ
ധീരത പോക്കുമത്താരമ്പന്താൻ.
വറ്റാത കോഴയാൽ തെറ്റെന്നു പിന്നെയും
മറ്റൊന്നു ചൊല്ലി വിളിക്കുമപ്പോൾ
ഇങ്ങനെയോരോരോ രാത്രികൾ പിന്നിട്ടാൻ
അംഗജമാലുള്ളിൽ പൊങ്ങുകയാൽ.
പാരിച്ചുനിന്നുള്ള പാഴിടിനാദത്തെ
പ്പൂരിച്ചു പെയ്യുമപ്പമേഴയിൽ
അന്നിലംതന്നിലേ നിന്നു പുലർന്നാന
ക്കന്യകതന്നിലെക്കാംക്ഷയാലേ.
ഊക്കേറിനിന്നുള്ള മാരൻശരങ്ങൾക്കു
ലാക്കായി രാപ്പകൽ മേവുകയാൽ
വന്നെന്തുവന്നീടുമക്കന്യകതന്നുള്ളിൽ
ചിന്ത തുടങ്ങീതു പിന്നെപ്പിന്നെ:
"യോഗ്യമല്ലാതൊരു ഭിക്ഷുകന്മേലല്ലൊ
ഭാഗ്യമില്ലാതെയെൻ ജാള്യമിപ്പോൾ.
ഉത്തമമായ കുലത്തിൽ മുളച്ചെനി
ക്കിത്തരം തോന്നുവാനെന്തു ഞായം?
പാർത്ഥനിലുള്ളൊരു മാനസമിന്നിന്നി
ത്തീർത്ഥികന്തങ്കലേയോയിക്കൂടി.
ഓർത്തുനിന്നീടിലിമ്മന്മഥനിന്നെന്നെ
കൂത്തികളാക്കുന്നോനെന്നുവന്നു.
ഊക്കുകൊണ്ടിന്നിവനിങ്ങനെ കൊൽകിലും
യോഗ്യമല്ലാതതു ചെയ്യനേനെന്നും.
ഭിക്ഷുകന്മൂലമായ് ദുഷ്കൃതി ചെയ്തു ഞാൻ
നില്ക്കുമാറങ്ങനെ ലോകർമുമ്പിൽ?

കണ്ണനു ചെഞ്ചമെമ്മ സോദരിയായയൊരു
കന്യകയല്ലൊ ഞാൻ നൂനമെന്നാൽ
ഇജ്ജന്മമിങ്ങനെ ദുഃഖമാം വാരിയിൽ
മജ്ജനംചെയ്തു കിടന്നു പിന്നെ
വിജ്ജ്വരയായി വന്നുജ്ജ്വലദഹേമായ്
അർജ്ജുനന്തന്നെ ഞാനശേിക്കൊൾവൂ."
ഇങ്ങനെ തന്നിലേ നണ്ണിന കന്യക
ഖിന്നയായ് വന്നങ്ങു നിന്നനേരം
നീടുററുനിന്നുള്ള ചേടിമാർതങ്ങളിൽ
കൂടിപ്പറഞ്ഞുതുടങ്ങീതപ്പോൾ:
"എന്തിതു ചൊൽ തോഴീ! കന്യകതന്നുടെ
മന്ദിരമിങ്ങനെ മങ്ങിപ്പോയി?
ചങ്ങാതിമാരായ ചന്ദനവാണിമാ
രണ്ടുമേ പോകാതെയെങ്ങുമിങ്ങും
നിന്നുമിരുന്നുമങ്ങൊന്നുമേ വല്ലാതെ
മന്ത്രിച്ചു പോരുന്നൂതന്തെിങ്ങനെ?"
എന്നതു കേട്ടവൾ ചൊല്ലിനിന്നീടിനാൾ
ഉണ്മയായുള്ളതു മൂടി മെല്ലേ:
"കന്യകതന്നുടെ രോഗമെന്നുള്ളതോ
നിന്നുടെയുള്ളിലും വന്നുതല്ലൊ.
ഉററവരിങ്ങനെ മന്ത്രിച്ചുപോരുവാൻ
മററൊരു കാരണമില്ലയതോം."
കന്യയായുള്ളവൾ ചൊല്ലിനിന്നീടിനാൾ
എന്നതു കേട്ടു ചിരിച്ചു മെല്ലേ:
"മത്തനായ് വന്നൊരു വാരണന്തന്നെ നീ
ഹസ്തങ്ങൾകൊണ്ടു മറച്ചുവച്ചാൽ
എന്നെയോ വഞ്ചിക്കാമിങ്ങനെ ചൊല്ലിനാൽ
മന്നിലെ ലോകരെ വഞ്ചിക്കാമോ?

649 സന്ന്യാസിതന്നയെും മുന്നിട്ടുനിന്നുള്ള
650 കന്യകതന്നുടെ വാർത്തയല്ലാം
651 മാലോേകർ ചൊന്നതു കടേ്ടുനിന്നീടുമ്പോൾ
652 മാലയന്നീടുമമ്മാനസത്തിൽ.
653 എങ്ങുമേ പൊങ്ങാത മന്ദിരവാർത്തയി
654 ന്നങ്ങാടിപ്പാട്ടായി വന്നുകൂടി."
655 എന്നതു കടേ്ടവൾ പിന്നയെും ചൊല്ലിനാൾ
656 "എന്നുണ്ടോ മാലോേകർക്കൊന്നു കണ്ടാൽ,
657 അന്തവുമാദിയും ചിന്തിച്ചോേയിന്നല്ലാം
658 അന്ധന്മാരായുള്ളോർ ചൊല്ലി ഞായം.
659 ഒന്നുണ്ടോ തോഴീ ! നിനക്കിന്നു കൾേക്കണ്ടേു
660 സന്ന്യാസിയല്ലിവനന്നെു ചൊല്ലാം:
661 സന്ന്യാസിമാരിലിക്കന്യകതന്നുള്ളം
662 എന്നുമേ ചൊല്ലുവോേന്നല്ല ചൊല്ലാം;
663 കന്യകതന്നയെും കാമിച്ചുവന്നൊരു
664 മന്നവനന്നെതേ വന്നുകൂടൂ.
665 എന്നതല്ലിന്നിതിൽ വന്നുള്ള സങ്കട
666 മിന്നതുതൊട്ടു പിണഞ്ഞുകൂടും.
667 വീരന്മാരായുള്ള യാദവന്മാരിലി
668 ന്നാരുമയേില്ലയിദ്വാരകയിൽ.
669 കലെ്പു കലർന്ന സുയോേധനനായിട്ടു
670 കല്പിതയാമിവൾതന്നയെിപ്പോൾ
671 സ്പഷ്ടമേ കൊണ്ടിവമ്പടെ്ടന്നെു പോകിലോ
672 കഷ്ടമായല്ലൊതാൻ വന്നു ഞായം."
673 ഇങ്ങനെ കടേ്ടവളിങ്ങനെ ചൊല്ലിനാ:
674 "ഉങ്ങെനയെിന്നിതു വന്നുകൂടൂ?
675 മല്ലാരിതന്നുടെ മന്ദിരംതാനിതു
676 വല്ലായ്മയാരാനും വന്നു ചയെ്കിൽ

അന്നവന്തൻതല നൂറുനുറുക്കീട്ടി
ക്കന്യകതന്നെയും കൊണ്ടുപോരും.
എന്നതുകൊണ്ടുള്ള വാർത്തകൾ നിന്നാലും
എന്നുമയേിന്നിതു വന്നുകൂടാ.
എങ്ങു നീ പോകുന്നു ചങ്ങാതീ ! ചാരത്തോ
എങ്കിലോ പോക നാമന്നേ വേണ്ടു."
ഗൂഢമായ്നിന്നു പറഞ്ഞുള്ള ചടിമാർ
കടേററ മന്ദിരം പൂകുംനരേം
വൃഷ്ണികളല്ലാരും ദവൈതപൂജയ്ക്കു
കൃഷ്ണനേ മുന്നിട്ടു പോയാരപ്പോൾ.
സുന്ദരിയായൊരു കന്യകതാനും തൻ
മന്ദിരംതന്നിൽനിന്നന്നേനരേം
സുന്ദരമായൊരു സ്യന്ദനമറേിത്തൻ
സുന്ദരിമാരുമായ്മന്ദംമന്ദം
ദുർഗ്ഗമായുള്ളൊരു മാർഗ്ഗവും പിന്നിട്ടു
നിർഗ്ഗമിച്ചീടിനാൾ നീതിയോടേ.
സീരിതുടങ്ങിന വീരന്മാരങ്ങൊരു
കാരിയം ചിന്തിച്ചു ദൂരത്തപ്പോൾ
ഒക്കവേ പോകുന്ന തക്കവും പാർത്തുള്ള
തസ്കരനായുള്ള മസ്കരിതാൻ
ചാരത്തു ചന്നേവൾ തരേിലങ്ങേറി നി
ന്നാരബ്ധലീലനായാദരവിൽ
പല്ലവം വല്ലുന്ന പാണിയപ്പൊരാതെ
മല്ലവേ പൂണ്മതിനോങ്ങുംനരേം
മന്ദമായ് ചൊല്ലിനാൾ സുന്ദരിയന്നേപ്പോൾ
വന്ദിച്ചുനിന്നവമ്പാദങ്ങളേ:
"ബന്ധങ്ങളല്ലാമേ വേർമുറിഞ്ഞീടിനാ
ലന്തിതു തോന്നുവാൻ തമ്പുരാനേ!

ഇത്രമേൽ വന്നു കരേറിനിന്നൊരു നിൻ
മുക്തിക്കു ദൂഷണം ചെയ്യൊല്ലാതെ.
ഉജ്ജ്വലനായുള്ളൊർജ്ജുനന്തന്നിലേ
മജ്ജനംചെയ്തോന്നെന്നുള്ളമെന്നാൽ
സജ്ജനായ് വന്നുനിന്നർജ്ജുനൻ വണോമി
ന്നിജ്ജനത്തിന്നുടെ പാണി പൂണ്മാൻ.”
കോമളതന്നുടെ തൂ മൊഴിയായൊരു
താർമധു പെയ്തു കുളുർക്കയാലേ
കോൾമയിർക്കൊണ്ടവനാമോദംതന്നുടെ
കോമരമായിനിന്നുണ്മ ചൊന്നാൻ.
ഉണ്മയക്കേട്ടൊരു സുന്ദരിതന്നുടെ
നന്മുഖം ചാലെ വിരിഞ്ഞുതപ്പോൾ
വാരുറ്റുനിന്നൊരു സൂര്യനെക്കണ്ടൊരു
വാരിജക്കോരകമെന്നപോലെ.
സംഭ്രമംകൊണ്ടവളൊന്നുമേ വല്ലാതെ
കമ്പവുംപൂണ്ടു വിളങ്ങിനിന്നാൾ.
നാണവുംപൂണ്ടു നടുങ്ങിനിന്നീടുന്ന
മാനിനിതന്നുടെയുള്ളമപ്പോൾ
പായസം കണ്ട ബുഭുക്ഷിതന്തന്നുടെ
മാനസംപോലെ ചമഞ്ഞുകൂടി.
ഇഷ്ടമായുള്ളതു കിട്ടുകമൂലമായ്
തുഷ്ടനായുള്ളൊരു പാർത്ഥനപ്പോൾ
പയേറ്റു നിന്നൊരു ജായയും താനുമായ്
പോയിത്തുടങ്ങിനാനങ്ങുനോക്കി.
വണ്ടേലുംചായലാൾതന്നെയുംകൊണ്ടവൻ
മണ്ടിനിന്നീടുന്നോനെന്നിങ്ങനെ
ദ്വേഷികളായുള്ള യാദവന്മാർക്കെല്ലാം
ഘോഷവുമുണ്ടായിവന്നുതപ്പോൾ

733 സീരിനാതങ്ങ്ങതു കടേ്ടൊരുനരേത്തു
734 സീരവും പാരാതെ കയ്യിലാക്കി.
735 അന്തമില്ലാതൊരു കോപവുംപൂണ്ടുനി
736 ന്നന്ധകന്മാരോടുകൂടിച്ചമെ്മ
737 ഭീതിയക്കെ്കാണാതൊരന്തകനുള്ളിലും
738 ഭീതിയപെ്പൊങ്ങ്ങിച്ചു ഭീഷണനായ്
739 നോക്കിനകെ്കൊണ്ടയിപ്പാരിടമലെ്ലാമേ
740 തീക്കനലാക്കുന്നോനെന്നപോലെ
741 "നില്ലുനില്ലെ"ന്നതേ ചൊല്ലിനിന്നങ്ങ്ങനെ
742 ചലെ്ലത്തുടങ്ങ്ങിനാനങ്ങ്ങു നോക്കി.
743 കോപിച്ചുപോകുന്ന ലാംഗലിതന്നുടെ
744 കോപത്തകെ്കണ്ടൊരു ഗോവിന്ദന്താൻ
745 ഓടിച്ചനെ്നങ്ങ്ങവങ്കോപത്തപെ്പോക്കുവാൻ
746 കടേററ വാക്കുകളോതിനിന്നാൻ:
747 "പാർത്ഥനിന്നിന്നുടെ ചീർത്തഴെും കോപത്തിൻ
748 പാത്രമായ് വന്നതിന്നോർത്തുകണ്ടാൽ
749 വീരനായുള്ളൊരു കസേരിതന്നുടെ
750 നരോയിപ്പോരുമിപ്പാഴ്കുറുക്കൻ.
751 സീരവുമായിട്ടു പാരാതെ ചനെ്നങ്ങ്ങു
752 നരേിട്ടു നിന്നു കതിർക്കിലിപ്പോൾ
753 മാധവിതന്നുടെ മംഗലസൂത്രത്തിൻ
754 ബാധയചെ്ചയ്തൊഴിച്ചതേുമില്ലേ;
755 സോദരിതന്നുടെ വദേന കണ്ടുക
756 ണ്ടാദരവോടതിലാടിനില്ക്കാം
757 ഉണ്മയചെ്ചൊല്കിലിപ്പാണ്ഡവൻ നമ്മുടെ
758 സംബന്ധിയായിട്ടു വന്നാനല്ലൊ
759 ചീററവും കവൈിട്ടു പാരാതെ ചനെ്നു നി
760 ന്നറേ്റവും മാനിക്ക വണേ്ട്വതിപ്പോൾ.

നാമഷെഴിച്ചാരിനി പ്രമേവുംപൂണ്ടിനി
ന്നമേമനിച്ചീടുവാനഭേർത്തുകണ്ടാൽ."
ഇത്തരമായുള്ളൊരുക്തികൾകൊണ്ടവൻ
ചിത്തമയച്ചു ചമച്ചു പിന്നെ.
കോപിച്ചു പായുന്ന യാദവന്മാരുടെ
കോപവും പോക്കിനാൻ വാക്കുകൊണ്ടേ.
ശാർങ്ഗിതാനിങ്ങനെ ചൊന്നതു കേട്ടൊരു
ലാംഗലിതന്നുടയുള്ളമപ്പോൾ
നീതിയും ചിന്തിച്ചു കോപവും കൈവിട്ടു
ശീതളമായിച്ചമഞ്ഞുകൂടി.
ഏറിയിരുന്ന പൊലിക്കാണംതന്നെയും
പാരാതെ നല്കിനാൻ പാർത്ഥനായി
തുഷ്ടനായ്വന്നവൻതന്നോടുകൂടപ്പോയ്
ഇഷ്ടമായ് നിന്നവന്മന്ദിരത്തിൽ
കല്യാണമായുള്ളതെല്ലാമേ ചെയ്യിച്ചു
മല്ലവേ പോന്നിങ്ങു വന്നു പിന്നെ
വൃഷ്ണികൾ ചൂഴുറ്റു കൃഷ്ണനും താനുമായ്
വൃത്തികളോരോന്നയൊചരിച്ചാൻ.

25.വൃകാസുരകഥ

ദവേകീനന്ദനനാശ്രിതനായ് ശ്രുത
ദവേനായ്നിന്നുള്ളൊരാരണനേ
മൈഥിലനാകുന്ന മന്നവന്തന്നെയും
ശൈഥില്യം കൈവിട്ടു കാണ്മതിന്നും
പൂജ്യന്മാരായുള്ള മാമുനിമാരുമായ്
രാജ്യത്തിലാമ്മാറു ചെന്നേനരം
പ്രാർത്ഥിച്ചുപോരുന്ന മദേിനീദവേനും
മൈത്രിയപ്പൂണ്ടുള്ള മൈഥിലനും
പാരാതചെന്നവമ്പാവനമായുള്ള
പാദങ്ങൾ കൂപ്പിനിന്നായവണ്ണം
ആതിഥ്യംതന്നെയുമാചരിച്ചീടുവാൻ
യാചിച്ചുനിന്നു ക്ഷണിച്ചു പോന്നാർ.
മൈഥിലന്തൻറയെും ഭൂസുരന്തൻറയെും
മൈത്രിയപ്പാരാതെ പൂരിപ്പാനായ്
ഗേഹങ്ങൾ രണ്ടിലുമൊക്കവേ പൂകിനാൻ
ദേഹങ്ങൾ രണ്ടാക്കിക്കൊണ്ടു മെല്ലെ.
തിണ്ണമക്കണ്ണനെ നണ്ണിനിന്നപ്പൊഴും
പുണ്യവാനായുള്ള മന്നവന്താൻ
മാമുനിമാരെയും മാധവന്തന്നെയും
മാനിച്ചുനിന്നു ഭൂജിപ്പിച്ചുടൻ
തല്പത്തിൽ ചേർത്തു വിളങ്ങിനിന്നീടുന്ന
പത്മവിലോചനമ്പാദങ്ങളേ
ചന്തമായ് ചെന്നു തലോടിനിന്നീടിനാൻ
ചെന്താരിൽമാതുതാനെന്നപോലെ.
മന്ദിരംപൂകിന മാമുനിമാരെയും
നന്ദജന്തന്നെയും മന്ദിയാതെ

ആഗമിച്ചമ്പിനോടാദരിത്തീടിനാൻ
ആരണന്താനുമങ്ങായവണ്ണം.
ഭക്തിയകെ്കണ്ടു തളിഞ്ഞുനിന്നീടുന്നൊ
രുത്തമശ്ലോകന്താനാരണന്നായ്
മുക്തിയതെ്തന്നയെും നല്കിനിന്നീടിനാൻ
ഭക്തിയപെ്പൂണ്ടവർക്കന്നെു ഞായം.
കതൈവം കവൈിട്ട മഥൈിലഭൂപനും
കവൈല്യം നല്കിനാനവ്വണ്ണമേ.
പടെ്ടന്നെു പോന്നു തൻ ദ്വാരകതന്നിൽ നി
ന്നിഷ്ടമായ് മവേിനാൻ പിന്നെ നരേേ.
വീരനായുള്ളൊരു ദാനവനുണ്ടായാൻ
പാരിടമലെ്ലാമേ വലെ്ലുവോനായ്
നാമത്തകെ്കൊണ്ടു വൃകാസുരനായുള്ളോൻ
താതനകെ്കൊണ്ടവൻ ശാകുനയേൻ.
നൽവരം നല്കുവാൻ നല്ലതിന്നാരന്നെു
നണ്ണിനിന്നങ്ങവൻ പോകുംനരേം
നാരദൻ വന്നതു ദൂരവേ കണ്ടപ്പോൾ
പാരാതെ ചാരത്തു ചന്നെു ചൊന്നാൻ:
“നരേോടേ നൽവരം നല്കുവാൻ നല്ലതി
ന്നാരന്നെു ചൊല്ലണേ”മന്നെിങ്ങനെ.
എന്നതു കടേ്ടൊരു നാരദൻ ചൊല്ലിനാൻ:
“ചന്ദ്രക്കലാധര”നന്നെിങ്ങനെ.
നൽവരം നല്കിനാലന്നടതേന്നെ നീ
നിർണ്ണയം കണ്ടുകൊൾകന്നെും ചൊന്നാൻ.
എന്നതു കടേ്ടവനന്നടേ പോയങ്ങു
ചന്ദ്രക്കലാധരന്തന്നെ നണ്ണി
ഉൽക്കടമായിട്ടു സവേിച്ചു മവേിനാൻ
ദുഷ്ക്കരമായുള്ളൊരാശയാലേ.

55 എന്നതുകൊണ്ടുമച്ചന്ദ്രക്കലാധരൻ
56 മുന്നൽ വരാഞ്ഞതു കാരണമായ്
57 കണ്ഠത്തകെക്കണ്ടിച്ചുകൊണ്ടവൻ ചഞ്ചമെമ്മേ
58 കുണ്ഡത്തിലഷേമിപ്പാനഷേങ്ങ്ങുംനരേം
59 വഗേത്തിൽ ചന്നു വിലക്കിനിന്നീടിനാൻ
60 നാഗത്തപെപ്പൂണുന്ന നാഥനപ്പഷേൾ.
61 ഇച്ഛരയായുള്ളതു ചൊല്ലു നീയന്നവൻ
62 മച്ചമേ ചൊന്നതകെക്കടേ്ടു ചൊന്നാൻ:
63 "മൂർക്ക്വനായ് ചന്നങ്ങ്ങു യാവനൊരുത്തൻറ
64 മൂർദ്ധാവുതന്നത്തൊടുന്നിതീ ഞാൻ
65 അപ്പൊഴതേന്നെ മരിച്ചവൻ വീഴണേം
66 മൽപ്രിയമാകുന്നതിന്നിതത്രേ."
67 ദാനവനിങ്ങ്ങനെ ചൊന്നതു കടേ്ടപ്പഷേൾ
68 ദീനനായ് നിന്നു നുറുങ്ങ്ങുനരേം
69 അങ്ങ്ങനയൊകന്നു ചൊല്ലിനിന്നീടിനാൻ
70 അംഗജവരെിയായുള്ള ദവേൻ.
71 എന്നതു കടേ്ടൊരു ദാനവന്താനതു
72 നിർണ്ണയിച്ചീടുവാനന്നനരേം
73 പാർവ്വതീകാമുകന്തന്നുടെ മൗലിയിൽ
74 പാണിയച്ചേരേപ്പാനായ് പാഞ്ഞണഞ്ഞാൻ.
75 പാഴനേ വന്നതു കണ്ടൊരു നരേത്തു
76 പാഞ്ഞുതുടങ്ങ്ങിനാൻ പാരമപ്പഷേൾ
77 എന്തിനി നല്ലതന്നന്തരാ ചിന്തിച്ചി
78 ട്ടന്തകവരെിയായുള്ളവന്താൻ
79 പാരാതെ പിന്നാലെ പാഞ്ഞുനിന്നീടിനാൻ
80 പാരമപ്പാഴനും പാരിലങ്ങ്ങും.
81 മുക്കണ്ണമ്പിന്നയെും പാഞ്ഞുനിന്നീടിനാൻ
82 മുപ്പുരം വവേിച്ച കണ്ണുമായി.

മന്നിടമെല്ലാമേ പാഞ്ഞുമുടിഞ്ഞപ്പോൾ
വിണ്ണിലും പൂകിനാന്തിണ്ണമറ്റേം.
ചാർത്തിനിന്നീടുന്ന ശാർദ്ദൂലചർമ്മവും
ദോഃസ്ഥലംകൊണ്ടങ്ങു താങ്ങിത്താങ്ങി.
വേഗത്തെപ്പൂണ്ടു വിറച്ചുനിന്നീടുന്ന
നാഗങ്ങളൊന്നൊന്നേ വീഴവീഴെ,
മുത്താരമായിട്ടു ബദ്ധങ്ങളായുള്ളൊ
രത്തികൾതന്മാറിൽ ചാടിച്ചാടി.
ഉന്മിഷൽക്കാന്തിയാം വെണ്മഴുതന്നുടെ
വെണ്മതാനെങ്ങുമേ പൊങ്ങപ്പൊങ്ങെ
ചേണുറ്റു മേവുമപ്പാണിയിൽ ചേർന്നുള്ളൊ
രേണത്തിമ്പോതവും തുള്ളത്തുള്ളെ.
കുണ്ഡലനാഗങ്ങൾ ശൂൽകൃതിയേല്ക്കയാൽ
കണ്ണിലെച്ചെങ്കനൽ കത്തക്കത്തെ.
സ്വർലോകസിന്ധുതങ്കല്ലോലം പൊങ്ങീട്ടു
വെള്ളങ്ങളെങ്ങുമേ തൂകത്തൂകെ,
ഭൂതലംതന്നിൽ പതിച്ചുനിന്നീടുമ
ന്നൂതനത്തിങ്കളേ വാരിവാരി,
പേടിച്ചു കേഴുന്ന വാമത്തോടമ്പോടു
പേടിക്കവേണ്ടായെന്നോതിയോതി.
വാനിലുമെങ്ങുമേ പാഞ്ഞുനിന്നീടിനാൻ
ദാനവമ്പിന്നാലേ ചെല്കയാലേ.
വാനവരാർക്കുമദ്ദാനവന്തന്നുടെ
വാരണം ചെയ്‌വതിന്നായില്ലപ്പോൾ.
മൂക്കിന്മേൽ കൈവെച്ചു നോക്കിനിന്നീടിനാർ
മൂക്ക്വരെക്കാണുമ്പോഴെന്നു ഞായം.
പിന്നെയും പോയമ്പാഞ്ഞുപാഞ്ഞിങ്ങനെ
പിന്തിരിഞ്ഞെപ്പോഴും നോക്കി നോക്കി

വൈകല്യം വാരാതെ വൈകുണ്ഠലോകത്തു
വൈകാതെ ചെന്നങ്ങു നിന്നനേരം
ശംഭുവിനുണ്ടായ സങ്കടം കണ്ടിട്ടു
സംഭ്രമിച്ചീടിനോരംബുജാക്ഷൻ
മാണിയായ് ചെന്നുടൻ ദാനവൻതന്നോടു
മാനിച്ചുനിന്നു പറഞ്ഞാനപ്പോൾ:
“എങ്ങുനിന്നിങ്ങനെ വന്നു ചൊല്ലിന്നിപ്പോൾ
മംഗലമായ്വന്നു കണ്ടതേറ്റം.
നല്ല വൃകാസുരനെന്നതങ്ങെല്ലാരും
ചൊല്ലിനിന്നീടുന്നു നിന്നെയല്ലീ?
ഉത്തമനെന്നതു മുന്നമേ കേൾപ്പുണ്ടു
സത്തുക്കളെല്ലാരും ചൊല്ലിച്ചൊല്ലി.
ഇങ്ങനെനിന്നുള്ള സജ്ജനംതന്നുടെ
സംഗമമെന്നുമേ വന്നുകൂടാ.
കണ്ടാവൂ ഞാനെന്നു ചിന്തിച്ച നേരത്തു
കണ്ടതിന്നേറ്റവും വേണ്ടുവോന്നേ.
ഗേഹത്തിൽ പോന്നു വിരുന്നൂണുമുണ്ടിനി
സ്നേഹിക്കവേണമിന്നമ്മിലിപ്പോൾ.
ഓടിവന്നീടുവാൻ കാരണം ചൊല്ലു നീ
വാടിനിന്നീടുന്നു മെനിയെല്ലാം.
നൽവരം തന്നതിന്നുണ്മയെക്കാണ്മതി
നിന്നിവമ്പിന്നാലെയെന്നോ ചൊല്ലീ?
ഇഷ്ടമായ്നിന്നുള്ള നൽവരം കൊൾവാനി
പ്പെട്ടെനായ് വന്നുതോയിന്നിനക്കും.
ഊഷത്വൻതന്നുടെ ദൂരത്തെ നിന്നോർക്കും.
ഊഷത്വം വന്നീടുമെന്നേയുള്ളൂ.
ദക്ഷനായുള്ളൊരു ദക്ഷൻറെ ശാപത്താൽ
ദക്ഷനല്ലിന്നിവനൊന്നിനുംതാൻ

139 കൂട്ടരായുള്ളതു കൂളികളല്ലൊ വൻ
140 കാട്ടാനത്തോലല്ലോ ചേലേ ചെമ്മെ.
141 പാതിരാനേരത്തു പ്രേതത്തിൻകാട്ടിൽനി
142 ന്നാടുന്ന നാടകമാർക്കറിയാം?
143 സ്നാനമെന്നുള്ളതും ശൗചമെന്നുള്ളതും
144 താനറിഞ്ഞീടുവോനല്ലയെന്നും.
145 ഇങ്ങനെ പോരുന്ന നീചന്മാരെങ്ങനെ
146 നൽവരം നല്കിനിന്നീടുന്നു ചൊൽ?
147 കശ്മലരായോരിലെങ്ങനെ നിന്നുടെ
148 വിശ്വാസമിങ്ങനെ വന്നുതിപ്പോൾ?
149 ആരുടെ ചൊല്ലിനെക്കാരണമാക്കി നീ
150 കാരിയമല്ലാത വേലചെയ്തു?
151 നാരദൻചൊല്ലാലെയെന്നതോ ചൊന്നതു
152 നാരദൻ വഞ്ചിച്ചതെങ്കിലിപ്പോൾ.
153 നൽവരം തന്നതിന്നുണ്മയെന്നുണ്ടോ ചൊൽ
154 നിന്മനംതന്നിലിന്നുല്ലസിച്ചു.
155 നിർണ്ണയിച്ചീടുവാനിച്ഛയുണ്ടെങ്കിലോ
156 നിന്തലതന്നെയും തൊട്ടുകാ നീ.
157 പൊയ് പറഞ്ഞീടിന നീചനെപ്പിന്നെ നാം
158 പൊയ്തുനിന്നീടുവാൻ പോകവേണം."
159 മാണിയായിങ്ങനെ ചൊല്ലിനിന്നീടുമ്പോൾ
160 മാനിയായ്മേവുമദ്ദാനവന്താൻ
161 ശങ്കയും കൈവെടിഞ്ഞങ്ങവന്മുമ്പിലേ
162 തങ്കരം മൗലിയിൽ ചേർത്തു നിന്നാൻ
163 പക്ഷമറ്റീടുമപ്പർവതംപോലെ വെ
164 ന്നക്ഷണം വീണതേ കണ്ടു പിന്നെ.
165 പൂച്ചൊരിഞ്ഞീടിനാർ വാനിലേ ലോകരും
166 പൂജ്യനായുള്ളവന്മെയ്യിലപ്പോൾ;

സംഭ്രമം പൂണ്ടൊരു ശംഭുതൻ വാമവും
കംപവും കൈവെടിഞ്ഞൊന്നു വീർത്തു.
ആശ്രിതന്മാരെന്നിന്നാശ്വസിപ്പിച്ചെഴും
ശാശ്വതന്മാരായൊരീശ്വരന്മാർ.
സ്പഷ്ടമായോതിനിന്നിഷ്ടമായുള്ളതും
തുഷ്ടരായ്മേവിനിന്നൊട്ടുനേരം
എങ്കിലോ പോകനാമെന്നതും പൊന്നുടൻ
ഭംഗിയിൽത്തങ്ങിനാർ മന്ദിരത്തിൽ.

26.ഭൃഗുപരീക്ഷ

1 ഉത്തമയായ സരസ്വതീതീരത്തു

2 സത്രത്തച്ചെയ്യുന്ന മാമുനിമാർ

3 ലാലയായ് നിന്നങ്ങു സംഗമിച്ചീടിനാർ

4 മൂലോകനാഥന്മാർ മൂവരിലും

5 ശാന്തനായ് നിന്നവനവനെന്നിങ്ങനെ

6 ആന്ധ്യവുംപൂണ്ടുനിന്നായവണ്ണം.

7 അബ്ഭ്രമം പോക്കുവാനപ്പഴെ പോയങ്ങു

8 നൽഭൃഗുവാകുന്ന മാമുനിതാൻ

9 നാന്മുഖന്തന്നുടെ മന്ദിരം പൂകിനാൻ

10 കാണ്മതിന്നായവൻ മേന്മയെല്ലാം

11 വന്ദനംമുമ്പായതൊന്നുമേ ചെയ്യാതെ

12 നിന്ദയുംപൂണ്ടവൻ നിന്നനേരം

13 കോപിച്ചുനിന്നൊരു നാന്മുഖന്താനപ്പോൾ

14 ശാപത്തിനായിത്തുനിഞ്ഞുനിന്നാൻ.

15 സാന്ത്വനംകൊണ്ടു വൻകോപവും തീർത്തങ്ങു

16 ശാന്തനാക്കീടിന മാമുനിതാൻ

17 കൈലാസംതന്നിലും പാരാതെ ചെന്നങ്ങു

18 കൈലാസവാസിയെക്കണ്ടു പിന്നെ

19 ധിക്കരിച്ചീടിന വേലയെക്കാട്ടിനാൻ

20 മുക്കണ്ണന്താനതു കണ്ടനേരം

21 കന്ദർപ്പന്തന്നുടെ വേലയച്ചെയ്വാന

22 ന്നിന്ദകന്തന്നെയും നിന്നനേരം

23 പാരാതെ ചെന്നു ചെറുത്തുനിന്നീടിനാൾ

24 പാർവതീദേവിതാൻ പാരമപ്പോൾ.

25 കൈലാസംതന്നിൽനിന്നോടുമമ്മാമുനി

26 പാലാഴിതന്നിലും ചെന്നു പിന്നെ

സ്വസ്ഥതപൂണ്ടു കിടന്നുറങ്ങീടുന്നൊ
രുത്തമശ്ലോകനക്കണ്ടനരം
ചാരത്തുചന്നു ചവിട്ടിനാനങ്ങവൻ
മാറത്തു മാനസം ചീറിപ്പാനായ്.
അപ്പൊഴതേന്നയെഴുനറ്റു ചൊല്ലിനാൻ
വിപ്രപരായണനായ ദവേൻ:
"ഒട്ടുപോളുണ്ടോ ചൊൽ വന്നുതൻചാരത്തു
നിദ്രകൊണ്ടതേുമറിഞ്ഞില്ല ഞാൻ.
ഉത്തമരായുള്ള നിങ്ങളക്കണ്ടപ്പോൾ
ഉത്ഥാന ചയ്തില്ലയല്ലൊ മുമ്പേ.
എന്നതുകൊണ്ടിനിക്കോപമുണ്ടാകൊല്ല
ധന്യയായുള്ളോവയെന്നൊടിപ്പോൾ.
നിന്നുടെ പാദമന്മനേിയിലറേതി
ന്നന്നുടെ ഭൂഷണമാകവണേം.
ലാഞ്ഛനമായിദ്ധരിച്ചു നിന്നീടുന്നോം
വാഞ്ഛിതമിങ്ങനെ പൊങ്ങുകയാൽ."
ഇങ്ങനെ ചൊന്നവന്തന്നയെും പൂജിച്ചാൻ
മംഗലദവേതയോടുംകൂടി.
പൂജിതനായൊരു മാമുനിയന്നരേം
പൂരിച്ചുപൂണ്ടൊരു മോദത്താലേ
വൈകുണ്ഠന്തന്നുടെ പാദവും കുമ്പിട്ടു
വൈകാതെ പോന്നിങ്ങു വന്നു പിന്നെ
മാമുനിമാരോടു ചൊല്ലിനിന്നീടിനാൻ
മാനിച്ചു തന്നുടെ വേലയെല്ലാം!
വിപ്രരിലുള്ളൊരു ഭക്തിയക്കണ്ടിട്ടു
വിസ്മിതരായുള്ള മാമുനിമാർ
സാത്വികനായതു വിഷ്ണുവന്നിങ്ങനെ
സത്യമായുള്ളതു ബോധിച്ചപ്പോൾ

55 യജ്ഞാംഗനായവന്തന്നയെും ചഞ്ചമ്മെ

56 യജ്ഞങ്ങ്ങൾകൊണ്ടു യജിച്ചു നന്നായ്

57 സൽഗതിയായവന്തന്നയെും ചിന്തിച്ചു

58 സൽഗതിതന്നയെുമശേിനിന്നാർ.

27.സന്താനഗോപാലം

സന്താനഗോപാലം 108 ശ്ലോകങ്ങളാണുള്ളത്. ശേഷം ആവർത്തനമാണ്.

1പാലിച്ചുനിന്ന ജഗത്തിനെയെല്ലാമേ

2 പാലനെന്നപോലെ കുടിച്ചു പിന്നെ

3 അന്തമറ്റീടുന്ന സന്താനതോയത്തിൽ

4 ചന്തമായ് ചെന്നു കിടന്നുറങ്ങി

5 മേവിനിന്നീടുന്ന കേവലന്തന്നുടെ

6 സേവയെച്ചെയ്‌വതിനായിച്ചെമ്മേ

7 വേദങ്ങൾ ചെന്നു പൂകണ്ണതു ചിന്തിച്ചാൽ

8 വേലയുണ്ടിങ്ങനെയെന്നു ചൊൽവാൻ.

9 പാതകം പോക്കുവാന്മാധവന്തന്നുടെ

10 നൂതനക്രീഡകളുണ്ടല്ലൊതാൻ.

11 കോലെടുത്തീടിനാൽ കൊൽകയാമെങ്കിലോ

12 വേലെടുത്തീടിനാൽ വേലയെന്ത്?

13 പീലികളായൊരു പീയൂഷവാരിയിൽ

14 മാനസം ചെന്നങ്ങു മുങ്ങുകയാൽ

15 മാധവന്തന്നുടെ ലീലകൾ തന്നെയും

16 മാനിച്ചു ചൊല്ലുന്നുതിന്നും ഞാനോ.

17 ദ്വാരകതന്നിലേ ഗേഹമായ്പോരുന്നോ–

18 രാരണന്തന്നുടെ ദാരകന്മാർ

19 ജാതരായ് മേവുന്നു യാതൊരു ഭൂമിയിൽ

20 പ്രേതരായ്പോകുന്നോരന്നിലത്തേ.

21 പിന്നെയും പിന്നെയുമിങ്ങനെ കണ്ടപ്പോൾ

22 ഖിന്നനായ് നിന്നുള്ളൊരാരണന്താൻ

23 ചേതന പോയൊരു ബാലകന്തന്നെയും

24 വേദനപൂണ്ടങ്ങെടുത്തു മെല്ലെ

25 മാധവലീലകളായി വിളങ്ങുന്ന

പീയുഷവാരിതൻ പൂരംതന്നിൽ
മാനസം ചെന്നു തലപ്പെട്ടു നിന്നിട്ടു
പാരാതെ തങ്കലേ തങ്ങുകയാൽ
രാജാവിൻകോയിക്കൽ പാരാതെ ചെന്നിട്ടു
രാജാവോടായിട്ടു ചൊന്നാൻ പിന്നെ :
"പാലനം വല്ലാത രാജാവു വാഴുന്നാൾ
കാലന്തൻ കോയിൽ പൂം ബാലകന്മാർ
എന്നുള്ള വാർത്തകൾ നിർണ്ണയമായ് വന്നു-
തെന്നുടെ ബാലകർ ചാകയാലേ.
ധർമ്മിഷ്ഠനായുള്ള രാജാവിൻനാട്ടിലേ
നമ്മുടെ വാസത്തിൻചേർച്ചയുള്ളു.
ഇന്നാടു കൈവെടിഞ്ഞെങ്കിലോ പോകുന്നേൻ
നന്നായി വാഴുന്ന നാടു നോക്കി."
ആരണനിങ്ങനെ ചൊന്നതു കേട്ടപ്പോൾ
വീരനാം പാർത്ഥനുമോർത്തുചൊന്നാൻ :
"നിന്നുടെ ബാലകന്തന്നുടെ പാലനം
എന്നോടു ചൊല്ലുകിലിന്നേ ചെയ്യാം.
ഇന്നാടു കൈവെടിഞ്ഞന്യമാം നാട്ടിലി-
ന്നെന്നതുകൊണ്ടു നീ പോകവേണ്ടാ.""
ഇങ്ങനെ ചൊന്നവന്താനുമായ്പോയവൻ
മന്ദിരംതന്നിലും ചെന്നു പിന്നെ .
ആർത്തിയെപ്പോക്കുമക്കാലവും ചിന്തിച്ചു
പാർത്തുനിന്നീടിനാൻ പാർത്ഥനപ്പോൾ.
സൂതികകാലമങ്ങാഗമിച്ചീടുമ്പോൾ
ഭീതനായ് ചൊല്ലിനാനാരണന്താൻ:
'പാലിക്കവേണ്ടുന്ന കാലമോ വന്നുതേ
പാർത്തുനിന്നീടൊല്ല' യെന്നിങ്ങനെ.
പാണ്ഡവന്താനതു കേട്ടൊരുനേരത്തു

54 ഗാണ്ഡീവം വില്ലു തങ്കയ്യിലാക്കി അസ്ത്രങ്ങൾ കൊണ്ടു
ചെറുത്തുനിന്നീടിനാ–

56 നക്ഷണം ചെന്നുനിന്നാശയല്ലൊം.

57 ബാണങ്ങൾകൊണ്ടൊരു പഞ്ജരം നിർമ്മിച്ചാൻ

58 ത്രാണത്തിനായിട്ടപ്പതെൽതന്നെ.

59 ചാലപ്പെപിറന്നു നിലത്തു വീണീടിനാൻ

60 ബാലകന്താനുമക്കാലത്തപ്പോൾ:

61 ചുററും നിന്നീടുന്നോർ നോക്കിനിന്നീടവേ

62 തെറെറന്നു കണ്ടില്ലയെന്നയേുള്ളു.

63 സജ്ജനായ് നിന്നുള്ളൊരർജ്ജുനന്താനപ്പോൾ

64 ലജ്ജയും പൂണ്ടു പുറപ്പടെട്ടുടൻ

65 പാരിടമങ്ങെങ്ങുമയോരാഞ്ഞുനിന്നിട്ട–

66 ദ്ദാരകന്തന്നയെകപ്പടൊതെ

67 പിന്നയെും പോന്നിങ്ങു ഖിന്നനായ് നിന്നിട്ടു

68 തന്നയെും നിന്ദിച്ചു നിന്നനരേം

69 സാകൂതമായിച്ചിരിച്ചു ചൊല്ലീടിനാൻ

70 മാഴ്കാതന്നെിങ്ങനെ മാധവന്താൻ.

71 ആർത്തിയപ്പെപോക്കുവാൻ തരേർത്തടം തന്നിലായ്

72 പാർത്ഥനും താനുമായ്മല്ലെ മല്ലെ

73 പശ്ചിമയായയൊരു ദിക്കിനെ മുന്നിട്ടു

74 നിശ്ചയം പൂണ്ടുള്ളൊരുള്ളവുമായ്

75 പോകുന്ന നരേത്തു കുരിരുട്ടായിട്ടു

76 പോകരുതാതയെങ്ങായനരേം

77 ചക്രത്തകൊണ്ടു ശമിപ്പിച്ചുനിന്നുട–

78 നുഗ്രമായ്മവേുമക്കൂരിരുട്ടും

79 പാരാതെ പിന്നയെും, പോകുന്നനരേത്തു

80 പാലാഴിതന്നയെും കാണായ് വന്നു.

81 രത്നങ്ങളാലുമദ്വീപിന്മലേ കാണായി–

82 തുത്തമമായൊരു മന്ദിരത്തെ.

83 തന്നിലും ചെന്നപ്പോളുന്നതമായൊരു 84 പന്നഗനായകന്തന്നുടെ മേൽ 85 വേദങ്ങൾതന്നുടെ കാതലായ്മേവുന്ന 86 ദേവനെത്തന്നെയും കാണായപ്പോൾ

87 ശ്രീഭൂമിമാരായ ദേവിമാർ പൂണ്ടുള്ള 88 ശോഭയെപ്പൂണ്ടൊരു മെയ്യുമായി.

89 കൂപ്പിന നേരത്തു വായ്പോടു ചൊല്ലി--നാൻ

90 കേൾപ്പിനിനിന്നിങ്ങളെന്നങ്ങവന്താൻ:

91 "നിങ്ങളെക്കാണ്മാനിദ്ദാരകന്മാരെയി – 92ന്നിങ്ങനെ നിന്നു ഞാൻ കൊണ്ടുപോന്നു.

93 പാരിടംതന്നുടെ പാലനമെല്ലാമേ

94 പാഴായിപ്പോകാതെ ചെയ്യണേമേ.

.. 95 ഭൂഭാരംതന്നെയും വ്യാപാദിച്ചീടിനാൽ

96 പാരാതെ പോന്നിങ്ങു വന്നുകൊൾവൂ."

97 ഇങ്ങനെ ചൊന്നൊരു വാർത്തയെ ക്കേട്ടേവ –

98 രങ്ങനെയോമെന്നു ചൊല്ലിപ്പിന്നെ

99 ബാലകന്മാരെയും പാരാതെ കൊണ്ടന്നി–

100 ട്ടാരണനായിട്ടുനല്കിനിന്നാർ.

101 ദാരകന്മാരെത്തൻ ചാരത്തു കണ്ടുള്ളൊ–

102 രാരണൻ ചൊന്നുള്ളൊരാശിക്കെല്ലാം

103 ചീർത്തൊരു മോദത്താലാർത്തിയും തീർത്തങ്ങു

104 പാത്രമായുള്ളൊരു പാർത്ഥനുമായ്

105 ധന്യമായുള്ളൊരു തന്നുടെ മന്ദിരം

106 തന്നിലും ചെന്നു സുഖിച്ചു പിന്നെ

107 ആര്യനായുള്ളൊരു രാമനും താനുമായ്

108 കാര്യവിചാരങ്ങളാചരിച്ചാർ.

109 സൂതികകാലങ്ങാഗമിച്ചീടുമ്പോൾ

110 ഭീതനായ് ചൊല്ലിനാനാരണന്താൻ:

111 "പാലിക്കവേണ്ടുന്ന കാലമോ വന്നുതേ

112 പാർത്തുനിന്നീടരൊല്ല"യന്നെന്നിങ്ങനെ.

113 പാണ്ഡവന്താനതു കേട്ടേരൊരുനേരത്തു

114 ഗാണ്ഡീവംവില്ലു തങ്കയ്യിലാക്കി

115 അസ്ത്രങ്ങൾ കൊണ്ടു ചെറുത്തുനിന്നീടിനാ

116 നക്ഷണം ചെന്നുനിന്നാശയെല്ലാം.

117 ബാണങ്ങൾകൊണ്ടൊരു പഞ്ജരം നിർമ്മിച്ചാൻ

118 ത്രാണത്തിനായിട്ടപ്പതെൽതന്നെ.

119 ചാലപ്പെിറന്നു നിലത്തു വീണീടിനാൻ

120 ബാലകന്താനുമക്കാലത്തപ്പോൾ:

121 ചുറ്റും നിന്നീടുന്നോർ നോക്കിനിന്നീടവേ

122 തെറ്റെന്നു കണ്ടില്ലയെന്നെയുള്ളു.

123 സജ്ജനായ് നിന്നുള്ളൊരർജ്ജുനന്താനപ്പോൾ

124 ലജ്ജയും പൂണ്ടു പുറപ്പെട്ടുടൻ

125 പാരിടമെങ്ങുമയോരാഞ്ഞുനിന്നിട്ട

126 ദ്ദാരകന്തന്നയെകപ്പെടൊതെ

127 പിന്നെയും പോന്നിങ്ങു ഖിന്നനായ് നിന്നിട്ടു

128 തന്നെയും നിന്ദിച്ചു ചൊല്ലീടിനാൻ

129 സാകൂതമായിച്ചിരിച്ചു ചൊല്ലീടിനാൻ

130 മാഴ്കാതെന്നിങ്ങനെ മാധവന്താൻ.

131 ആർത്തിയെപ്പോക്കുവാന്തേർത്തടം തന്നിലായ്

132 പാർത്ഥനും താനുമായ്മല്ലെ മല്ലെ

133 പശ്ചിമയായൊരു ദിക്കിനേ മുന്നിട്ടു

134 നിശ്ചയം പൂണ്ടുള്ളൊരുള്ളവുമായ്

135 പോകുന്ന നേരത്തു കുരിരുട്ടായിട്ടു

136 പോകരുതാതയെങ്ങായനേരം

137 ചക്രത്തെക്കൊണ്ടു ശമിപ്പിച്ചുനിന്നുട

138 നുഗ്രമായ്മവേുമക്കുരിട്ടും.

139 പാരാതെ പിന്നെയും, പോകുന്നനേരത്തു

പാലാഴിതന്നയെും കാണായ് വന്നു.
രത്നങ്ങളാലുമദ്വീപിന്മേൽ കാണായി
തുത്തമമായൊരു മന്ദിരത്തേ.
തന്നിലും ചെന്നപ്പൊളുന്നതമായൊരു
പന്നഗനായകന്തന്നുടമെൽ
വേദങ്ങൾതന്നുടെ കാതലായ്മേവുന്ന
ദേവനെത്തന്നയെും കാണായ്യപ്പോൾ
ശ്രീഭൂമിമാരായ ദേവിമാർപൂണ്ടുള്ള
ശോഭയെപ്പൂണ്ടൊരു മെയ്യുമായി.
കൂപ്പിനനരേത്തു വായ്പോടു ചൊല്ലിനാൻ
കേൾപ്പിനിനിന്നിങ്ങളെന്നങ്ങവന്താൻ:
നിങ്ങളെക്കാണ്മാനിദ്ദാരകന്മാരെയി
ന്നിങ്ങനെ നിന്നു ഞാൻ കൊണ്ടുപോന്നു.
പാരിടംതന്നുടെ പാലനമല്ലാമേ
പാഴായിപ്പോകാതെ ചെയ്യണേമേ.
ഭൂഭാരംതന്നയെും വ്യാപാദിച്ചീടിനാൽ
പാരാതെ പോന്നിങ്ങു വന്നുകൊൾവൂ."
ഇങ്ങനെ ചൊന്നൊരു വാർത്തയെക്കേട്ടേവ
രങ്ങനെയൊകന്നു ചൊല്ലിപ്പിന്നെ
ബാലകന്മാരയെും പാരാതെ കൊണ്ടന്നി
ട്ടാരണനായിട്ടുനല്കിനിന്നാർ.
ദാരകന്മാരെത്തൻ ചാരത്തു കണ്ടുള്ളൊ
രാരണൻ ചൊന്നുള്ളൊരാശികൾക്കെല്ലാം
ചീർത്തൊരു മോദത്താലാർത്തിയും തീർത്തങ്ങു
പാത്രമായുള്ളൊരു പാർത്ഥനുമായ്
ധന്യമായുള്ളൊരു തന്നുടെ മന്ദിരം
തന്നിലും ചെന്നു സുഖിച്ചു പിന്നെ
ആര്യനായുള്ളൊരു രാമനും താനുമായ്
കാര്യവിചാരങ്ങളാചരിച്ചാർ.

28.രാജ്യസ്ഥിതികഥ

ദവേകിതന്നുടെ സൂനുവായ്മവേുന്ന
കവേലനായയൊരു വാസുദവേൻ
മംഗലമങ്ങെുമമ പങ്ങെിനിന്നീടും തൻ
മന്ദിരംതന്നിലമ നിന്നകാലം
ഭാര്യമാരായുള്ള നാരിമാർ ചൂഴുററു
വാരിവിഹാരങ്ങളാചരിപ്പാൻ
താമരപ്പപൊയ്കയിൽച്ചന്നെിറിങ്ങീടിനാൻ
വാമവിലോചനമാരുമായി.
ക്ഷ്വളേിതമാളുന്ന ബാലികമാരപ്പോൾ
കളേികളോരോന്നയാചരിച്ചാർ.
കാന്തനും തങ്ങളും വാശി പറഞ്ഞിട്ടു
നീന്തിനിന്നീടിനാരൊട്ടുനരേം
തകേിനിന്നീടിനാർ കോമളക്കകൈകൊണ്ടു
തൂകിനിന്നീടിനാർ പൂഞ്ചിരിയും
ആണ്ണൊരുവാരിയിൽ മുങ്ങിനാർ പിന്നയെ
ങ്ങാനന്ദമായയൊരു വാരിയിലും.
ഇങ്ങനയെോരോരോ ലീലകൾചയെ്തുള്ളൊ
രംഗനമാരുടെ മാനസത്തമ
അംഗജന്തന്നുടെ മന്ദിരമാക്കിനാൻ
പങ്കജലോചനൻ തങ്കലാക്കി.
ചിത്തത്തിൽനിന്നൊരു ചിത്തജൻ ചൊല്ലാലെ
മത്തമാരായുള്ള മാനിനിമാർ
അന്നം തുടങ്ങിന പക്ഷികളോടല്ലൊം
ചന്നെു പിണഞ്ഞു തളിഞ്ഞുനിന്നാർ.
വാരിനിഹാരങ്ങളാചരിച്ചീടിന
ഭാര്യമാരോടു കലർന്നു പിന്നെ

രമ്യങ്ങളായുള്ള ഹർമ്മ്യങ്ങളറേയും
നർമ്മങ്ങളഘോരഘോന്നയോചരിച്ചാൻ.
എണ്ണുരണ്ടായിരത്തണ്മരന്നിങ്ങനെ
എണ്ണമാണ്ടീടുന്ന ഭാര്യമാരിൽ
ചൊല്പറെറുനിന്നുള്ള പുത്രരയേഘോരഘോന്നിൽ
ഉല്പാദിപ്പിച്ചു പുതുപ്പതത്തവൻ
ശുദ്ധമായുള്ളൊരു യാദവവംശത്തെ
വർദ്ധിപ്പിച്ചീടിനാൻ വാഞ്ഛയഘോടെ.
പിന്നയെും പിന്നയെും ജാതരായിങ്ങനെ
എണ്ണമില്ലാതഘോളമുണ്ടായ് വന്ന
യാദവന്മാരുടെ സംഖ്യയെച്ചൊല്ലുവാ
നായിരംനാവന്നുമാവതല്ലഃ
വല്ലാതെ പഘോകുമിന്നാവുകൊണ്ടിന്നു നാം
ചൊല്ലിനിന്നീടുന്നു പിന്നയെല്ലൊ.
സന്താനം കൊണ്ടു തഴച്ചുനിന്നീടുമ
ച്ചന്തൊരിൽമാതുതൻ കാന്തമ്പിന്നെ
യജ്ഞങ്ങൾകൊണ്ടു യജിച്ചുനിന്നല്ലൊർക്കും
വിത്തങ്ങൾകൊണ്ടു വിതച്ചുനിന്നാൻ.
വൃഷ്ടിയപെപ്പയെയിച്ചു പുഷ്ടിയപെപ്പൊങ്ങിച്ചു
തൃഷ്ടനായുള്ള മഹനേ്ദ്രനപ്പഘോൾ.
സസ്യങ്ങൾതന്നുടെ വൃദ്ധിയക്കൊണ്കയാ
ലുത്സവമായ് വന്നു കർഷകർക്കും;
ദസ്യുക്കളന്നുള്ള വാർത്തയും മാഞ്ഞുത
ങ്ങത്യുഗ്രന്മാരന്നുമവ്വണ്ണമഭ.
ദുഃഖമന്നുള്ളതഘോ ചിത്തവികാരമഘോ ?
ദുഷ്ടതയന്തുപഘോലന്നു കൾപ്പൂ?
ഇങ്ങനെ തങ്ങളിൽ ചഘോദിച്ചുനിന്നാര
മ്മംഗലംപൊങ്ങിന ലഘോകരല്ലൊം.

കല്പോടു കൊണ്ടന്ന കല്പകശാഖിതൻ
ചൊല്പൊങ്ങും കാറ്റുകളലേക്കയാലേ
കാരസ്കരങ്ങൾതൻ കായ്കളുമന്നല്ലാം
വാഴപ്പഴങ്ങളായ് വന്നുകൂടി.
നിംബങ്ങളായുള്ള വന്മരക്കൂട്ടവും
കമ്രങ്ങളായ് നിന്നു തന്നേ ചൊരിഞ്ഞു.
ഇങ്ങനെയോരോരോ മംഗലജാലങ്ങൾ
പൊങ്ങിനിന്നീടുമദ്ദ്വാരകയിൽ
ഉത്തമരായുള്ള പുത്രരുമായിട്ടു
ചിത്തവും ചാലത്തെളിഞ്ഞു മന്നേമൽ
ശോഷിച്ചു പോയൊരു ധർമ്മജന്തന്നെയും
വാഴിച്ചുനിന്നു തൻ നാട്ടിൽ നന്നായ്
ദുഃസ്ഥിതിയെന്നതു ദൂരവെച്ചങ്ങനെ
സ്വസ്ഥനായ്മേവിനാൻ ഗോവിന്ദന്താൻ.
പാതകം പോക്കുവാന്മാധവന്തന്നുടെ
നൂതനക്രീഡകളുണ്ടല്ലൊതാൻ.
കോലെടുത്തീടിനാൽ കൊൽകയാമെങ്കിലോ
വേലെടുത്തീടിനാൽ വേലയെന്ത്?
പീലികളായൊരു പീയുഷവാരിയിൽ
മാനസം ചെന്നങ്ങു മുങ്ങുകയാൽ
മാധവന്തന്നുടെ ലീലകൾ തന്നെയേ
മാനിച്ചു ചൊല്ലുന്നുതിന്നും ഞാനോ.
ദ്വാരകതന്നിലേ ഗേഹമായ്പോരുന്നോ
രാരണന്തന്നുടെ ദാരകന്മാർ
ജാതരായ് മേവുന്നു യാതൊരു ഭൂമിയിൽ
പ്രേതരായ്പോകുന്നോരന്നിലത്തേ.
പിന്നെയും പിന്നെയുമിങ്ങനെ കണ്ടപ്പോൾ
ഖിന്നനായ് നിന്നുള്ളൊരാരണന്താൻ

83 ചതേന പറയെയരു ബാലകന്തന്നയെും
84 വദേനപൂണ്ടങ്ങടെുത്തു മല്ലെ
85 മാധവലീലകളായി വിളങ്ങുന്ന
86 പീയുഷവാരിതൻ പൂരംതന്നിൽ
87 മാനസം ചന്നെു തലപ്പടെ്ടു നിന്നിട്ടു
88 പാരാതെ തങ്കലേ തങ്ങുകയാൽ
89 രാജാവിൻകഴെയിക്കൽ പാരാതെ ചന്നെിട്ടു
90 രാജാവഴെടായിട്ടു ചൊന്നാൻ പിന്നെ
91 "പാലനം വല്ലാത രാജാവു വാഴുന്നാൾ
92 കാലന്തൻ കഴെയിൽ പൂം ബാലകന്മാർ
93 എന്നുള്ള വാർത്തകൾ നിർണ്ണയമായ് വന്നു
94 തന്നെുടെ ബാലകർ ചാകയാലേ.
95 ധർമ്മിഷ്ഠനായുള്ള രാജാവിൻനാട്ടിലേ
96 നമ്മുടെ വാസത്തിൻചരേ്ച്ചയുള്ളൂ.
97 ഇന്നാടു കവൈെടിഞ്ഞങ്ങേ്കിലഴേ പഴേകുന്നന്േ
98 നന്നായി വാഴുന്ന നാടു നഴേക്കി."
99 ആരണനിങ്ങനെ ചൊന്നതു കടേ്ടപ്പഴേൾ
100 വീരനാം പാർത്ഥനുമഴേർത്തുചൊന്നാൻ
101 "നിന്നുടെ ബാലകന്തന്നുടെ പാലനം
102 എന്നഴെടു ചൊല്ലുകിലിന്നേ ചയെ്യാം.
103 ഇന്നാടു കവൈെടിഞ്ഞന്യമാം നാട്ടിലി
104 ന്നനെ്നതുകൊണ്ടു നീ പഴേകവണ്േടാ."
105 ഇങ്ങനെ ചൊന്നവന്താനുമായ്പഴേയവൻ
106 മന്ദിരംതന്നിലും ചന്നെു പിന്നെ
107 ആർത്തിയപെ്പഴേക്കുമക്കാലവും ചിന്തിച്ചു
108 പാർത്തുനിന്നീടിനാൻ പാർത്ഥനപ്പഴേൾ.
109 സൂതികകാലങ്ങാഗമിച്ചീടുമ്പഴേൾ
110 ഭീതനായ് ചൊല്ലിനാനാരണന്താൻ:

“പാലിക്കവണ്ടുന്ന കാലമതൊ വന്നുതതെ
പാർത്തുനിന്നീടല്ലെ”യന്നെന്നിങ്ങനതെ.
പാണ്ഡവന്താനതു കട്ടേരുനരേത്തു
ഗാണ്ഡീവംവില്ലു തങ്കയ്യിലാക്കി
അസ്ത്രങ്ങൾ കൊണ്ടു ചറ്റുത്തുനിന്നീടിനാ
നക്ഷണം ചന്നുനിന്നാശയല്ലാം.
ബാണങ്ങൾകൊണ്ടൊരു പഞ്ജരം നിർമ്മിച്ചാൻ
ത്രാണത്തിനായിട്ടപ്പതെൽതന്നത.
ചാലപ്പിറന്നു നിലത്തു വീണീടിനാൻ
ബാലകന്താനുമക്കാലത്തപ്പോൾ:
ചുറ്റും നിന്നീടുന്നവർ നോക്കിനിന്നീടവതെ
തറ്റന്നു കണ്ടില്ലയന്നയുള്ളു.
സജ്ജനായ് നിന്നുള്ളോരർജ്ജുനന്താനപ്പോൾ
ലജ്ജയും പൂണ്ടു പുറപ്പെട്ടുടൻ
പാരിടമങ്ങുമയോരാഞ്ഞുനിന്നിട്ട
ദ്ദാരകന്തന്നയെകപ്പെടാതെ
പിന്നയെും പോന്നിങ്ങു ഖിന്നനായ് നിന്നിട്ടു
തന്നയെും നിന്ദിച്ചു ചൊല്ലീടിനാൻ
സാകൂതമായിച്ചിരിച്ചു ചൊല്ലീടിനാൻ
മാഴ്കാതന്നിങ്ങനെ മാധവന്താൻ.
ആർത്തിയപ്പോക്കുവാന്തരേത്തടം തന്നിലായ്
പാർത്ഥനും താനുമായ്മല്ലെ മല്ലെ
പശ്ചിമയായൊരു ദിക്കിനെ മുന്നിട്ടു
നിശ്ചയം പൂണ്ടുള്ളൊരുള്ളവുമായ്
പോകുന്ന നരേത്തു കുരിരുട്ടായിട്ടു
പോകരുതാതയെങ്ങായനരേം
ചക്രത്തകെക്കൊണ്ടു ശമിപ്പിച്ചുനിന്നുട
നുഗ്രമായ്മവേുമക്കുരിട്ടും.
പാരാതെ പിന്നയെും, പോകുന്നനരേത്തു

പാലാഴിതന്നെയും കാണായ് വന്നു.
രത്നങ്ങളാലുമദ്വീപിന്മേൽ കാണായി
തുത്തമമായൊരു മന്ദിരത്തേ.
തന്നിലും ചെന്നപ്പളുന്നതമായൊരു
പന്നഗനായകന്തന്നുടമേൽ
വേദങ്ങൾതന്നുടെ കാതലായ്മേവുന്ന
ദേവനെത്തന്നെയും കാണായ്യപ്പോൾ
ശ്രീഭൂമിമാരായ ദേവിമാർപൂണ്ടുള്ള
ശോഭയെപ്പൂണ്ടൊരു മെയ്യുമായി.
കൂപ്പിനനരേത്തു വായ്പോടു ചൊല്ലിനാൻ
കേൾപ്പിനിന്നിങ്ങളെന്നങ്ങവന്താൻ:
നിങ്ങളെക്കാണ്മാനിദ്ദാരകന്മാരെയി
ന്നിങ്ങനെ നിന്നു ഞാൻ കൊണ്ടുപോന്നു.
പാരിടംതന്നുടെ പാലനമെല്ലാമേ
പാഴായിപ്പോകാതെ ചെയ്യണേമെ.
ഭൂഭാരംതന്നെയും വ്യാപാദിച്ചീടിനാൽ
പാരാതെ പോന്നിങ്ങു വന്നുകൊൾവൂ."
ഇങ്ങനെ ചൊന്നൊരു വാർത്തയെക്കേട്ടവ
രങ്ങനെയാകെന്നു ചൊല്ലിപ്പിന്നെ
ബാലകന്മാരെയും പാരാതെ കൊണ്ടന്നി
ട്ടാരണനായിട്ടുനല്കിനിന്നാർ.
ദാരകന്മാരെത്തൻ ചാരത്തു കണ്ടുള്ളൊ
രാരണൻ ചൊന്നുള്ളൊരാശിക്കലെല്ലാം
ചീർത്തൊരു മോദത്താലാർത്തിയും തീർത്തങ്ങു
പാത്രമായുള്ളൊരു പാർത്ഥനുമായ്
ധന്യമായുള്ളൊരു തന്നുടെ മന്ദിരം
തന്നിലും ചെന്നു സുഖിച്ചു പിന്നെ
ആര്യനായുള്ളൊരു രാമനും താനുമായ്
കാര്യവിചാരങ്ങളാചരിച്ചാർ.

29.സ്വർഗ്ഗാരോഹണം

1ഭൂഭാരം തീർത്തു തന്മന്ദിരംതന്നിലേ
2 ശോഭാവാനായ് നിന്ന കർവർണ്ണൻതാൻ
3 പിന്നയെുമോരോരോ കാര്യങ്ങളോർക്കുമ്പോൾ
4 തന്നിലേ നണ്ണിനാനന്നൊരുനാൾ
5 മന്നുടെ ഭാരം ഞാനല്ലാമേ പോക്കിനേ
6 നന്നെല്ലോ ചിന്തിച്ചുനില്ക്കുന്നിപ്പോൾ.
7 ഏതുമേ പോയിതില്ലന്നതേ തോന്നുന്നു
8 യാദവന്മാരുടെ തിന്മ കണ്ടാൽ
9 ഇന്നിവർതന്നയെടക്കിനിന്നീടുവാൻ
10 മണ്ണിലും വിണ്ണിലുമാരുമില്ലേ.
11 പാലിച്ചുപോരുന്നൊരന്നെയെങ്ങോർക്കുമ്പോൾ
12 കാലനുംകൂടി നടുങ്ങുമത്രെ:
13 അന്യന്മാരായുള്ള മന്നവന്മാർ വന്നു
14 ഖിന്നന്മാരാക്കുന്നു പിന്നയെല്ലൊ.
15 രക്ഷിച്ചു നന്നായിപ്പോരുന്ന ഞാന്തന്നെ
16 ഭക്ഷിച്ചുവന്നെതും വന്നുകൂടാ :
17 തങ്ങളിൽ വമ്പുററു വരൈവും പൊങ്ങിച്ചു
18 തങ്ങളിൽത്തല്ലിപ്പൂവന്നെയോവൂ.
19 എന്നതിനുള്ളൊരു ഹേതുവിന്നന്തുപോൽ ?
20 എന്നവൻ ചിന്തിച്ചു നിന്നനേരം
21 നാരദന്മുമ്പായ മാമുനിമാരല്ലാം
22 ദ്വാരകതന്നിലെഴുന്നള്ളിനാർ.
23 ക്രീഡിച്ചുനിന്നുള്ള ബാലകന്മാരല്ലാം
24 ഓടിച്ചന്നെങ്ങവർ ചാരേത്തപ്പോൾ
25 നാരിമാർവഷേത്തിൽ പാരാതെ പൂകിച്ചു
26 വീരനായുള്ളൊരു സാംബന്തന്നെ

തോല്പിക്കവണ്ണേമിമ്മാമുനിമാരയെ
ന്നാത്മത്തിൽ ചിന്തിച്ചുനിന്നു ചൊന്നാർ:
"അർഭഗന്തന്നെയും കാമിച്ചുനിന്നൊരു
ഗർഭിണിതാനിവളുണ്ടോ കണ്ടു?
എന്തിവളിന്നു പെറുന്നതെന്നിങ്ങനെ
ചിന്തിച്ചു ചൊല്ലണം നിങ്ങളിപ്പോൾ."
ഇങ്ങനെ കേട്ടുള്ള മാമുനിമാരപ്പോൾ
പൊങ്ങിന കോപവും പൂണ്ടു ചൊന്നാർ
"ധീരയായ്മേവുമിന്നാരി പെറുന്നതു
ഘോരമായുള്ളൊരു വന്മുസലം.
സംശയമില്ലതുമൂലമായ് നിങ്ങൾതൻ
വംശംവുകൂടി മുടിഞ്ഞുകൂടും."
ചിൽലീലപൂണ്ടുള്ള ധന്യന്മാരിങ്ങനെ
ചൊല്ലിനിന്നങ്ങു നടന്നനേരം
കൈതവമേയെന്നപ്പൈതങ്ങൾ ചിന്തിച്ചു
കൈകളും തല്ലിച്ചിരിച്ചു ചൊന്നാർ
"നന്മുനിമാരുടെ നൽവരംമൂലമായ്
നന്മകനുണ്ടായി സാംബനിപ്പോൾ
മംഗലം വരേറ്റ ബാലന്മാരിങ്ങനെ
തങ്ങളിൽ ഭാഷിച്ചു നിന്നനേരം
നോകുന്നുതെന്നങ്ങു ചൊല്ലിനിന്നീടിനാൻ
ആകുലനായിട്ടു സാംബനപ്പോൾ."
എന്തിതിങ്കാരണമെന്നങ്ങു ചിന്തിച്ചു
മന്ദരായെല്ലാരും നില്ക്കുന്നപ്പോൾ
നിന്നൊരു സാംബൻറെ നാഭിയും പൊട്ടിച്ചു
വന്നതു കാണായി വന്മുസലം
എന്നതു കണ്ടുള്ള ബാലകന്മാരെല്ലാം
ഏറിന പേടിയും പൂണ്ടു ചൊന്നാർ:

“നന്മുനിമാരുടെ ചൊല്ലലെല്ലാമിങ്ങനെ
ഉണ്മയായ് ചഞ്ചമെമ്മേ വന്നുതല്ലൊ.
എന്തു നമുക്കിപ്പൊളിങ്ങനെ തോന്നുവാൻ
അന്ത്യമാം കാലമിതെന്നു വന്നു.
“പാരിലേ ലോകരിൽപ്പാപികൾ” എന്നൊഴി
ച്ചാരുമേ ചൊല്ലായിന്നമ്മയിപ്പോൾ,
ഇങ്ങനെ ചൊന്നതുതന്നെയും കൈക്കൊണ്ടു
മന്ദിരംതന്നിലും ചെന്നു ചൊന്നാർ:
മാമുനിമാരുടെ ശാപത്തെക്കാണ്മിനി
മ്മാപാപിമാരായ ഞങ്ങൾമൂലം.”
യാദവന്മാരതു കണ്ടൊരു നേരത്തു
ഖേദവും പൂണ്ട നടുങ്ങും നേരം
മൂക്കിന്മേൽ കൈവെച്ചു നോക്കിനിന്നീടിനാൻ
മൂർക്ക്വരെപ്പോലെയെക്കാർവർണ്ണന്താൻ.
ഉഗ്രമായുള്ളൊരു ശാപത്തെക്കാൺകയാൽ
വ്യഗ്രനായ് നിന്നുള്ളൊരുഗ്രസേനൻ
കമ്മാരെക്കൊണ്ടു പൊടിപ്പിച്ചുനിന്നുടൻ
തിണ്മയിൽനിന്നുള്ളൊരമ്മുസലം
ആഴിനീർതന്നിലങ്ങാക്കിയവ്വണ്ണമേ
ശേഷിച്ചുനിന്നൊരു ഖണ്ഡത്തെയും.
നീർമ്മലേ മേന്മേലേ വീണുള്ള ചൂർണ്ണങ്ങൾ
ഊർമ്മികൾ കൊണ്ടു വിതയ്ക്കയാലെ
തീർത്ത നീളെ മുളച്ചതു കാണായി
തേരകമെന്നൊരു പേരുമായി
ഖണ്ഡത്തെ വീണതു കണ്ടൊരുനേരത്തു
മണ്ടിച്ചെന്നങ്ങൊരു മീനനപ്പോൾ
വായ്ക്കൊണ്ടു ചാലെ വിഴുങ്ങിനനേരത്ത
ങ്ങൂക്കനായുള്ളൊരു ദാശനപ്പോൾ

83 ഓട്ടമാണ്ടീടുമമ്മീനനതെ്തന്നയെും

84 കൂട്ടമരേ കൂടിപ്പിടിച്ചു പിന്നെ

85 കാട്ടാളനായിട്ടു കാഴ്ചയായ് നല്കിനാൻ

86 കാട്ടുടടെ പണേകുമ്പളെളങ്ങ്ങതിനരെ.

87 ഭക്ഷണം കണൊണ്ടവനക്ഷണം ചനെ്നു തൻ

88 പക്കണം തന്നിലും പുക്കു പിന്നെ

89 ഹതേിയടെുത്തതിലുളളൊരു ലണേഹത്തെ

90 ക്കീറിയടെുത്തതു കണൊണ്ടുതന്നെ

91 യണേഗ്യമായുള്ളണൊരു മാർഗ്ഗണം നിർമ്മിച്ചാൻ

92 മാർഗ്ഗമായാക്കുവാൻതന്നെ വിണ്ണിൽ,

93 പണ്ടു വന്നീടുന്നണൊരിണ്ടലപെ്പണേക്കുന്ന

94 കണൊണ്ടൽനരേ്വവണ്ണന്താനന്നു നരേേ

95 ശാപത്തകെ്കണൊണ്ടുള്ളണൊരാപത്തചെ്ചിന്തിച്ചു

96 വപേിച്ചു മവേുന്ന ലണേകരുമായ്

97 എന്തിനിച്ചയെ്വതനെ്നിങ്ങ്ങനരെ ചണൊല്ലിക്കണൊ

98 ണ്ടന്ധരപെ്പണേലയെങ്ങ്ങായിക്കണൊണ്ടാൻ

99 ശഷേിച്ചുനിന്നണൊരു ഭാരവും ചഞെ്ചമെ്മരേ

100 ശണേഷിച്ചുകൂടിതായനെ്നു നണ്ണി

101 പാരം തളിഞ്ഞുള്ളണൊരുള്ളവുമായവൻ

102 ദ്വാരകതന്നിൽ വിളങ്ങ്ങും നരേം

103 അംഭണേജസംഭവൻ ജംഭാരിമുമ്പായു

104 ള്ളുമ്പരുമായി വന്നംബരത്തിൽ

105 സംഭാവിച്ചമ്പണേടു വമ്പണേലും വാക്കുകണൊ

106 ണ്ടംഭണേജനതേ്രനരേ വാഴ്ത്തിനിന്നാർ:

107 “വദേങ്ങ്ങളായുള്ള പാദപംതന്നുടടെ

108 മീതരേ നിറന്നണൊരു ചനെ്തളിരായ്

109 അമ്പിന നിമ്പാദമുമ്പണേടു സന്തതം

110 കുമ്പിട്ടു കൂപ്പുന്നനേൻ തമ്പുരാനരേ!

111 കേവലനായൊരു നിന്നുടെ വൈഭവം
112 ആവതല്ലേതുമേ വാഴ്ത്തുവാനോ
113 ഏറ്റം തെളിഞ്ഞെന്നെപ്പാലിച്ചുകൊള്ളണം
114 പോറ്റി! എന്നേ ഞാനും ചൊല്ലവല്ലു.
115 എള്ളിൽ നിറഞ്ഞുള്ളൊരെണ്ണയെപ്പോലെ പോ
116 യുള്ളിൽനിറഞ്ഞു ജഗത്തിലെങ്ങും
117 സന്തതം നിന്നൊരു നിന്നെയും കാണാതെ
118 യന്ധരായ്പോകാതോരാരിപ്പാരിൽ?
119 തോയങ്ങൾതോറും വിളങ്ങി നിന്നീടുന്ന
120 തോയജവല്ലഭനെന്നപോലെ
121 ജാതങ്ങളായുള്ള ഭൂതങ്ങളുള്ളത്തിൽ
122 ചേതനയായോനേ കൈതൊഴുന്നേൻ
123 ആദ്യങ്ങളായുള്ള വാക്യങ്ങൾകൊണ്ടെങ്ങും
124 വേദ്യനായുള്ളതു നീതാനല്ലൊ.
125 പാരെല്ലാമുണ്ടാവാൻ കാരണം നീയല്ലൊ
126 പാലിച്ചുനിന്നതും നീയല്ലൊതാൻ.
127 കേടുവരുന്നതിൻ കാരണമായതും
128 കേവലനായുള്ള നീതാനത്രെ
129 ഇന്ദ്രനായ് നിന്നതും ചന്ദ്രനായ് നിന്നതും
130 ചന്ദ്രക്കലാധരനായതും നീ.
131 മന്ത്രമായ് നിന്നതും തന്ത്രമായ് നിന്നതും
132 ചിന്തിച്ചുകാകിൽ മറ്റാരുമല്ലേ.
133 അന്തണരോതുന്ന വേദമായ് നിന്നതും
134 അന്തമില്ലാതൊരു നീതാനത്രെ.
135 ഓർക്കുന്നുതാകിലിന്നിന്നുടെ വൈഭവം
136 ആർക്കുമേ കാണാവതല്ലയേതും.
137 എന്തൊരു വേലയ്ക്കു ബന്ധമില്ലാതെ നീ
138 ബന്ധമുണ്ടെന്നതു തോന്നിക്കുന്നൂ?

139 ഒമ്പതു വാതിലുള്ളമ്പലം തന്നിൽപ്പു
140 ക്കമ്പു പഠെഴിഞ്ഞു വസിച്ചു പിന്നെ
141 അമ്പലം തന്നയെനിക്കുള്ളുതന്നെുമ
142 ങ്ങമ്പലമായതു ഞാൻതാനന്നെും
143 സന്തതമിങ്ങ്ങനെ ചിന്തിച്ചുകൊൾവാനായ്
144 രണ്ടായി നിന്നപ്പെപകുത്തു പിന്നെ.
145 ഊണമുറക്കം തുടങ്ങിനതല്ലൊമേ
146 വണേമൊരുത്തന്നു പാർത്തുകണ്ടാൽ
147 മററവനായ നിനക്കു നിനയ്ക്കുമ്പോൾ
148 മുററും വിളക്കമേ മററു വണ്ടോ.
149 പന്തിരണ്ടുണ്ടതിൽ മാടങ്ങൾമനേമലേ
150 പന്തിരണ്ടാമതിൽ നിന്നിരിപ്പും.
151 ഓരോരോ വലേതെൊട്ടോരോരോ നരേത്തു
152 കീഴവേതന്നിലുമുണ്ടുതാനും.
153 കാരിയമോരോന്നേ ചിന്തിച്ചുറപ്പാനായ്
154 ചാരത്തു നാൽവരുണ്ടപ്പെഴുതും
155 തന്നിൽ വരുന്നോരെപ്പാരാതെ ചൊൽവാന്തൻ
156 മുന്നലുണ്ടവൈരുണർന്നു നന്നായ്
157 വീടുപണിക്കു മററവൈരുണ്ടങ്ങനെ
158 വാട്ടമകന്നുനിന്നപ്പെഴുതും
159 സഞ്ചരിച്ചീടുവാൻ ചഞ്ചലരായിനി
160 ന്നഞ്ചുപരേുണ്ടതിൽ തഞ്ചിയങ്ങും.
161 മൂട്ടിൽ മുളച്ചങ്ങു മൂന്നായി മവേനി
162 ന്നോട്ടയാം വള്ളികളുള്ളിലപോയ്
163 നീളപ്പുറത്തുമകത്തുമായങ്ങനെ
164 മളേത്തിൽനിന്നവർ സഞ്ചരിപ്പൂ.
165 മദ്ധ്യത്തിൽനിന്നുള്ള വള്ളിതന്നുടപോ
166 യതെത്തിനിന്നീടുന്നു നിന്നിരിപ്പിൽ.

167 അവ്വഴിതന്നെയറിഞ്ഞുനിന്നീടുവാൻ
168 ദിവ്യരായുള്ളവരറ്റേമില്ലേ.
169 അമ്പലം വീണു പൊളിഞ്ഞുനിന്നീടുമ്പോൾ
170 അമ്പിനോടന്യമാമമ്പലത്തിൽ
171 പിന്നെയും പൂകുന്നോമെന്തിതിൻ കാരണം
172 എന്നതു ചൊൽവോരെക്കണ്ടില്ലെങ്ങും.
173 മായതൻവൈഭവമെന്നുണ്ടു ചൊല്ലുന്നു
174 മാന്യരായ് നിന്നുള്ള മാമുനിമാർ:
175 അങ്ങനെയാകിലതങ്ങനെയാകട്ടെ
176 എങ്ങൾക്കോ ചേതമില്ലെന്നുമോർത്താൽ;
177 നിന്നുടെ വൈഭവം കാണരുതെന്നതോ
178 നിർണ്ണയിച്ചീടിനേൻ പണ്ടു പണ്ടേ.
179 അന്നിനവെല്ലാമതങ്ങനെ പോകട്ടെ
180 ഇന്നിനി വേണ്ട്വതേ ചൊല്ലവേണ്ടു.
181 അംബുജംതന്നുടെ ഡംബരം പോക്കുമ
182 ന്നിന്വാദം കമ്പമറ്റെങ്ങളുള്ളിൽ
183 അമ്പിൽ നിന്നീടുന്നൊരമ്പു നീ നല്കുവാൻ
184 കുമ്പിടുന്നേൻ ചെമ്മേ തമ്പുരാനേ!"
185 ഉരുവായ മൊഴികൊണ്ട
186 ഗുരുവായ പരന്തന്നെ
187 പ്പരിചോടു പുകണ്ണവൻ തളർന്നനേരം
188 പെരിയോരു പുരുഹൂത
189 നരികചേന്നുണർത്തിനാൻ
190 അരിയോരു ഹരിയോടു വിരവോടപ്പോൾ:
191 "ഉടയോനായ്മരുവും നിൻ
192 കനിവെന്നിൽ വരുവാനായ്
193 അടിയനുണ്ടരികവേന്നടികൂപ്പുന്നു.
194 എറുമ്പിന്നും പദംതന്നേ

195 കരൌടുത്തീടും, കടക്കണ്കരൌ

196 ണ്ടുരുമ്മണോം ചരപൂകന്നരൌരനെ്മലേിപ്പരോൾ

197 അവനിതങ്ങ്കനമലെ്ലാം

198 അഴകരോടങ്ങ്ങകന്നുതായ്

199 ഇനി നിൻറരെ മനക്കാണ്പിൽ നിനവനെ്തിപ്പരോൾ

200 മനുജന്മാർനയനങ്ങൾ

201 കരൌതികരൌള്ളും തിരുമനേി

202 ഇനിയും നിന്നനുവാസം ധരിക്കുമാറരോ?

203 ഒരിക്കലും മനക്കാതൽ

204 തനിക്കു കാണരുതാതരേ

205 മറക്കാതൽതന്നിൽവച്ചു മറയ്ക്കുമാറരോ?

206 ഒരിക്കൽ നിന്തിരുക്കാല

207 ങ്ങരയ്ക്കാൽനാഴികനരേം

208 അനക്കാതരെ മനക്കാണ്പിൽ ധരിക്കാകണോം.

209 കനത്തിൽ വന്നടുത്തീടും

210 മനത്താപം തളർപ്പാൻ മ

211 റ്റരൌരുത്തനുണ്ടിവനനെ്നു നിനയ്ക്കരൌല്ലാതരെ

212 അനല്പമായ്പലപ്പരോൾ വ

213 ന്നലല്പാടങ്ങ്ങകറ്റുവാൻ

214 ഭവല്പാദം തന്നിൽ ചമെ്മരേ തലപ്പടെ്ടണ്ടേ്ഞാൻ.

215 ജനിപ്പരോരു വിനപ്പാടും

216 ഇനിപ്പരോരുമനെിക്കനെ്നു

217 മനക്കാപിൽപലപ്പരോഴും നിനയ്ക്കാകണോം

218 ചറെുപ്പമായിരുന്നനാൾ

219 ചറെുപ്പിള്ളർ പലരുമായ്

220 ഉരത്തരോരു വനത്തിൽപരോയ് ചിലപ്പരോഴലെ്ലാം.

221 മനക്കാതൽ മയക്കിനീ

222 കളിക്കും നൽക്കളി കാണ്മാൻ

223 കണ്ഠെതിക്കുന്നുതന്നിക്കഠോയിന്നിരക്കണ്ണലെല്ലാം

224 ഉമ്മിണ്ണും വായ്മലർത്തന്നേും

225 അമ്മിണ്ണാരു നിലന്തന്നിൽ

226 തമ്മിണ്ണു നീയുരുണ്ടങ്ങു പുരണ്ടനരേം

227 അണഞ്ഞു വന്നഴിഞ്ഞെന്നു

228 പുണർന്നില്ലന്നെതുകണ്ടു

229 പിണഞ്ഞീടുന്നകക്കാപിൽ കനമ്മാലിപ്പോൾ.

230 മരണം വന്നണഞ്ഞീടും

231 വ്യസനം കണ്ടുഴന്നീടും

232 കരണങ്ങൾതളർന്നങ്ങു വരുന്നനരേം

233 ശരണമായ് മുനികൾക്കു

234 മരുവും നിൻ ചരണങ്ങൾ

235 മരണമാലകറ്റുമാററുളിടണേം.

236 ജഗദീശാ! പരന്നിന്നോ

237 ടഗതിയായ്മരുവും ഞാൻ

238 ജളതപൂണ്ടളവറേപ്പറഞ്ഞതലെല്ലാം

239 നമുക്കുള്ളോനിവന്താനെ

240 ന്നതു നണ്ണിപ്പൊറുക്കണേം

241 നമസ്കാരം, നമസ്കാരം നിനക്കപ്പോഴും."

242 പുതിയ ചൊൽകണ്ടപ്പുരുഷന്തന്നയെ

243 പ്പുരുഹൂതന്നിന്നു പുകണ്ണപ്പോൾ

244 മുദിതരായുള്ള മുനികളലെല്ലാമ

245 മ്മുകിൽവർണ്ണന്നപ്പുകണ്ണാരഃ

246 "അരുതതേും നിൻറെ ചരിതങ്ങളങ്ങൾ

247 ക്കുരചയ്വാനയ്യോ, മുകിൽവർണ്ണാ!

248 മറകളായും തൽപ്പൊരുളായും പിന്നെ

249 മറഞ്ഞല്ലൊ നീതാൻ മരുവുന്നു.

250 ദഹനനായതും തപനനായതും

251 പവനനായതും പരനേ! നീ.

252 അവനിയായതും ഗഗനമായതും

253 അഴകിൽ വാണഴെും പരനേ! നീ.

254 അരുണനായതും വരുണനായതും

255 കരുണക്കാതലേ, പരന്നീയേ.

256 മദനനായ് ചന്നെു മനതാരിൽ നിന്നു

257 മലിനരാക്കുന്നതോൻ ചിലരെ നീ.

258 അകതാരിൽ നല്ലൊരുറവുണ്ടാക്കിനി

259 ന്നഴൽ തീർത്തീടുന്നതോൻ ചിലർക്കല്ലൊം

260 സമനായ്മവേുന്ന യമനായ് നിന്നങ്ങു

261 കമയൂട്ടീടുന്നതോൻ ചിലരെ നീ.

262 നരകമായൊരു കടൽതന്നിൽനിന്നു

263 കരയേറ്റീടുന്നതോൻ കനിവോടേ.

264 ചരണത്താരിൽ നിന്നടിമയായ് പുക്കു

265 മരുവുമങ്ങെങ്ങളിൽ നിനവന്തെേ?

266 കുസുമം തന്നിലേ മണംപോലെ നിന്നു

267 ഭൂവനങ്ങളങ്ങെും നിറഞ്ഞോനേ!

268 കുടികൾകങ്ങെൾതന്മനക്കാപിൽ വന്നു

269 കവലയും വല്ലെും നിറത്തോനേ!

270 മരണമുണ്ടിനി വരുവാനന്നെോർത്തു

271 പരനേ, മാഴ്കുന്നു മനമയ്യോ!

272 കഴൽതൊഴുന്നനന്നെിൽ കനിവുണ്ടാകണം

273 കരുണക്കാതലേ, വിരവോടേ.

274 കമലാതന്നുടെ കരതളിർതന്നാൽ

275 കലിതമായൊരു കഴലനന്നെിൽ

276 വിലസണേം ചമെ്മേ മറുവില്ലാതൊരു

277 മുകുരം തന്നിലേ മുകം പോലെ.

278 നിടിയോരന്തകൻ കൊടുതായങ്ങെളെ

ക്കടുതായല്ലൊ വന്നണയുന്നു;
കമലക്കണ്മുന കനിവോടങ്ങളോ
ടണയണ്ടും കാലമണഞ്ഞുതേ.
ഇനിയുമങ്ങേങ്ങൾക്കു ജനനിതന്നുടെ
ജഠരം പൂവാനോ മടിയുണ്ടേ.
അതിനു നിന്നുടെ കരുണയില്ലായ്കിൽ
കഴിവില്ലതേുമേ കടൽവർണ്ണാ !
പരനേ, നിന്നുടെ ചരണപ്പുമ്പൊടി
പലപ്പോഴുമങ്ങേങ്ങൾതലതന്നിൽ
മരുവീടണേമേ പിറവിയുണ്ടാകിൽ
മലർമാതിൻമാർവ്വു പുണർവോനേ !
പെരുതായുള്ളൊരു ദുരിതവാരിധി
തരണമങ്ങേങ്ങൾക്കു തരവണോം
അതിനു നിന്നുടെ ചരണസേവയാം
അരിയൊരു തോണിയരുളണോം.
അടിമയായ് പുക്കോരിവരേ ഞാനന്നെും
വടിയുന്നീലന്നെ നിനവാലേ
അഴൽ തീർത്തീടും നിങ്കഴലിൽ ചേർപ്പൊരു
കനിവുണ്ടാകണേമിനിയയ്യോ!"
രുദ്രരും വരനാഗഭൂഷണ
മുദ്രിതാംഗകരായുടൻ
ഭസ്മധൂളി ധരിച്ചു വന്നിങ്ങു
പത്മനേത്രനെ വാഴ്ത്തിനാർ:
"ക്ഷീരസാഗരവാരിരാശിയിൽ
നാഗവീരവരാസനേ
താരിൽമാതൊടുകൂടി മേവിന
നീരജായതലോചനാ!
പാരുലാവിന നീരദാവലി

307 നരേഴെും തവ പൂവൽമയെ്

308 പാരമുള്ളിലഴെുന്നു തരേന്നുക

309 ഘരേപാതകശാന്തയേ

310 പാരിടത്തിലുരത്തുനിന്നരെു

311 ഭാരമമ്പരെുു പരേക്കുവാൻ

312 പാരിൽ വന്നു പിറന്നുതന്നെതു

313 ചരേുന്നില്ലിതു ചഞ്ചെമ്മേ;

314 പാരിടത്തയെകത്തടെുത്തരെു

315 ചാരു നിന്നുടൽതന്നയെും

316 ആദരിച്ചു ധരിച്ചുനിന്നതു

317 മദേിനിക്കു പറെുക്കുമരേ?

318 നാമരൂപമകന്നുനിന്നരെു

319 നാഥനേ, നളിനകേ്ഷണാ !

320 നാരദാദിഭിരാനതം തവ

321 നാമരൂപമുപാസ്മഹേ.

322 വീതരാഗ മുനീന്ദ്രവന്ദിത

323 ബരേധരൂപ ദയാനിധേ !

324 വീക്ഷണാന്തമതന്നെിൽ നല്കുക

325 മരേക്ഷദം കരുണാസ്പദം.

326 ഏവമന്നെതു ദൂരമായതിൽ

327 മവേിനിന്നരെു ദവേനേ!

328 വദേനാവലി വർേവിടുപ്പരെു

329 പാദസവേ വഴങ്ങു നീ.

330 ധാരണാദികളാചരിച്ചഴെും

331 ആരണാദികളാദരാൽ

332 ഘരേരായ കൃതാന്തകിങ്കര

333 വാരണായ വനാന്തരേ

334 നിന്നു നീതിയിലുള്ളിൽ നണ്ണിന

നിമ്പദം നിഖിലേശ്വരാ !
ഊനമറ്റു തെളിഞ്ഞു തോന്നുക
മാനസേ മദലാലസേ.
കേശവാദികനാമമാണ്ടെഴും
ഈശ ! നിൻ നയനാഞ്ചലം
ക്ലേശപാശവിനാശമെങ്ങളിൽ
ഏശുമാറരുളേണമേ.
ദേവദേവ ! ദയാനിധേ ! തവ
ചേവടിത്തണൽ കേവലം
പാതകാതപശാന്തയേ മമ
നാഥ ! നല്കുക സാദരം.
വൃഷ്ണിവീര ! വിരിഞ്ചവന്ദിത !
കൃഷ്ണ ! രാമ ! കൃപാംബുധേ !
പുഷ്ക്കരേക്ഷണ ! പൂരിതാഖില !
നിഷ്ക്കളാത്മകനേ ! നമഃ
വേദസാരവിനോദനേ ! നമഃ
വേദപാലകനേ ! നമഃ
വേദവേദികൾവേദ്യനേ ! നമഃ
വേദമായവനേ നമഃ
ഉത്തമകാന്തി മെത്തിയിരുന്ന
നിത്യനെ നീതിയൊടെ
ഭക്തി പൊഴിഞ്ഞു ചിത്തമഴിഞ്ഞു
രുദ്രർ പുകണ്ണനേരം
അശ്വികളെന്നും വിശ്രുതരായി
മിശ്രിതരായ വാനോർ
അച്യുതസേവ ചെയ്‌വതിനായി
നിശ്ചലരായ് പുകണ്ണാർ:
"സന്തതമാണ്ട ബന്ധുരകാന്തി

ചിന്തിയഴെുന്ന നിന്മയെ്
അന്തികമാളുമന്തകഭീതി
ഉന്തിയകററുവാനായ്
അന്ധതകളെണ്ടു മന്ദതപൂണ്ട
മന്മനക്കാപുതന്നിൽ
സുന്ദരമായി നിന്നു വിളങ്ങു
കന്നെുമഴെുന്നു മന്േമൽ.
ഭാരതമായ പളേരിലിഴിഞ്ഞു
വീരതപൂണ്ട മന്നളേർ
നരേില്ലയാത ധീരതപൂണ്ട
പളേരു തുടങ്ങുമപ്പളേൾ
പാർത്ഥനിൽമവേുമാർത്തി കളഞ്ഞു
തരേ്ത്തടമാണ്ട നിന്നെ
ചീർത്തഴെുമല്ലൽ തീർപ്പതിനായി
വാഴ്ത്തി വണങ്ങി നിന്നന്േ.
വിണ്ടലരുള്ളിലിണ്ടൽ തിരണ്ടു
മണ്ടിവരാതവണ്ണം
കണ്ടുകളെള്ളണേമിണ്ടൽകളഞ്ഞു
കളെണ്ടൽനരേ്വർണ്ണനെ ! നീ.
നിഷ്കളനായ നിൻകഴലന്നെിൽ
നില്ക്കുമാറാകവണേം
ഉല്ക്കടയായി നിത്യമഴെുന്ന
ദുഷ്കൃതി പളേക്കുവാനായ്.
ഭക്തി പഴെിഞ്ഞ മാമുനിമാർക്കു
മുക്തി കളെടുത്ത നാഥാ !
ദുഃസ്ഥിതി ചരേ്ക്കുമത്തൽ കളഞ്ഞു
ചിത്തമഴിഞ്ഞു നിന്മയെ്
എത്തുക വന്നു മൃത്യുവശത്തിൽ

391 അത്തൽ പടൊാതവണ്ണം.

392 സങ്കടമായ വങ്കടൽ തീർത്തു

393 തങ്കരയറേറുവാനായ്

394 നിങ്കനിവായ ജംഘകളുക്കും

395 പങ്കജലോചന ! നീ

396 വങ്കനിവാണ്ടു നല്കുവതിന്നു

397 ശങ്ക കളൊടുക്കളെല്ലാതെ.

398 മന്ദതപൂണ്ടു നിന്നെ മറന്നു

399 സുന്ദരിമാരുമായി

400 നന്ദന ലീല സന്തതമാണ്ടു

401 നിന്ദിതരായ ഞങ്ങൾ

402 ചന്നെിനി വീണു വൻ നരകത്തിൽ

403 നിന്നുഴലുന്ന കാലം

404 ഹൂംകൃതിപൂണ്ട കിങ്കരർ വന്നു

405 ശങ്ക കളഞ്ഞു ചാലേ

406 ചങ്കനൽതന്നിലങ്ങെളെ വീഴ്ത്തു

407 സങ്കടമാക്കുമപ്പോൾ

408 പങ്കജമങ്ക കങ്കണമാണ്ട

409 തങ്കരപങ്കജത്താൽ

410 ചുബിതമായ നിൻപദമുററു

411 വന്തുണയാകവണോം.

412 പിന്തുമയോർക്കിലന്ധകനാഥാ!

413 നിന്തുണയന്നെിയില്ലേ.

414 കതൈവമററു നിങ്കഴൽ വന്നു

415 കതൈെവോരു പുണ്യം

416 എങ്ങളിൽ വന്നു തങ്ങുകവണോം

417 ഇങ്ങനെ മലേിലന്നെും.

418 ഖദേിതയായ മദേിനിതന്നെ

വദേന തീർത്തു നന്നായ്
ആദരവോടു ഭാരമിറക്കി
നീതിയിൽ വയ്പതിനായ്
വൃഷ്ണികളാണ്ട ഭൂമിയിൽ വന്നു
കൃഷ്ണനായ് നിന്ന നിന്നെ
വമ്പഴുമല്ലൽ തപടുമാറി
ന്നമ്പൊടു കുമ്പിടുന്നതേ."
ഉത്തമരായുള്ളശ്വികളറ്റേം
ഭക്തിപൊഴിഞ്ഞു പുകണ്ണുതളിഞ്ഞു
അച്യുതപാദസരോരുഹയുഗ്മം
നിശ്ചലരായി വണങ്ങിനനരേം
ദ്വാദശരന്നിപ്പാരിടമങ്ങും
വദിതരായുള്ളാദിത്യന്മാർ
ദ്വാരകതന്നിലിരുന്നു വിളങ്ങും
വാരിജനത്രേനെ വാഴ്ത്തിച്ചൊന്നാർ:
"കന്മഷനിവഹം കടുകപ്പോക്കും
നിൻപദമമ്പിൽ കുമ്പിട്ടങ്ങൾ
പ്രാർത്ഥിക്കുന്നൂതൊന്നിനയുണ്ടി
ന്നാർത്തത്രാണപരായണനേ! കേൾ
"എന്നുടെ ദാസന്മാരിവ"രന്നെ
ങ്ങുന്നിച്ചീടും വങ്കനിവാലേ
തണ്മകളഞ്ഞന്നന്മവരുത്തും
കമുന നല്കുകയങ്ങളിൽ മല്ലെ.
ജനനമഹാംബുധിതന്നടുവേ വീ
ണനിശമുഴയ്ക്കും ജനനിവഹങ്ങൾ
സുതജനസഹജസ്നിഗ്ദ്ധന്മാരാം
മുതലൾ വായിൽ പാഞ്ഞും പാഞ്ഞും
ജായകളായുള്ളാവർത്തത്തിൽ

447 പരോയിച്ച്ചനെ്നുടനാണും കണോും

448 ക്ലശേമിയനന്നന്നാശകളന്നെും

449 വീചികൾതരോറുമലഞ്ഞു കരഞ്ഞും

450 മായാകാരം തരോയം തന്നിൽ

451 പായം പായം മുങ്ങ്ങീ നടുങ്ങ്ങി

452 ഒരു കരയങ്ങേ്ങുമണഞ്ഞു നിലാതെ

453 തരുെതരെെ നീന്തിത്താന്തന്മാരായ്

454 പരുെകിന താപമിയന്നു തളർന്നും

455 കരുതിനതരോറുമുഴയ്ക്കുന്നല്ലരെ;

456 കരുണാവാനായ്പരിണതനാം നിൻ

457 ചരണസരരോരുഹയുഗ്മം തന്നെ

458 കതൈവമനെ്നതു കൈവിടട്ടമ്പിൽ

459 കതൈഴെുതീടുക വല്ലാഞ്ഞത്രെ.

460 മരണമണഞ്ഞു പിണഞ്ഞു ചമഞ്ഞു

461 മനതളിരനിശം മാഴ്കുന്നൂതേ

462 ചരണസരരോജമഴെിച്ചു ഹരേ ! തേ

463 ശരണം നവൈ നമുക്കു പുരാനേ!

464 പാർക്കഴെുമല്ലൽ തളർത്തുവതിന്നായ്

465 ഗരോക്കളെ മേച്ചേുനടന്ന പുരാനേ !

466 വാക്കുകളാർക്കുമരെിക്കലുമരോർത്താൽ

467 ചർേക്കരുതാത മറക്കരളേ ! നമഃ

468 രാധാപീനപയരോധരകലികെ

469 യ്ക്കാധാരായിതമാറുടയരോനേ!

470 വദോന്താംബുധിതന്നിൽ നടക്കും

471 വധേരോ വദേിതരുപ ! നമസ്തേ.

472 ബാധാഭണിതിയകന്നു വിളങ്ങും

473 ബരോധാനന്ദമയാത്മകനായി

474 വദോംഭരോനിധിതന്നിലഴെും നിൻ

475 പാദാം ഭോജപരാഗലവം നാം
476 മായാധൂളിമലീമസമാമി
477 മ്മാനസമുകരം ശോധിപ്പാനായ്
478 കാരുണ്യാമൃതവാരിനിധേ! കൾേ
479 പാരം പാരം യാചിക്കുന്നു.
480 മുനിജനമാനസനിലയ ! മുരാരേ !
481 മുകിൽനിരതരമാം നിറമുടയോനേ !
482 ഹരിഹരവന്ദിതചരണ ! നമസ്തേ;
483 ഹരി ഹരി ഹരി ഹരി ഹരി ഹരി ഹരി ഹരി
484 നരഹരിരൂപമിയന്നതികോപാൽ
485 അസുരമദത്തയെടക്കിയൊടുക്കി
486 നഖമുഖവിദലിതദനുജ! നമസ്തേ; ഹരി
487 നതജനപാതകനാശനനായി
488 ക്ഷിതിതലമാണ്ടു നടന്ന പുരാനേ!
489 നഗവരകല്പിതഛത്ര! നമസ്തേ; ഹരി
490 കടൽമകൾതൻെറ കരതളിർതന്നോ
491 ടുടമയിൽമേവും കഴലുടയോനേ!
492 കരതലകലിതദരാഢ്യ ! നമസ്തേ; ഹരി
493 കമലദലായതലോചന ! വിഷ്ണോ !
494 കമലാകാമുകനായ പുരാനേ!
495 കരിവരതുരഗകൃതാന്ത ! നമസ്തേ; ഹരി
496 മുഖരിതവംശനിനാദം കൊണ്ട
497 ങ്ങഖിലാനന്ദമിയററുന്നോനേ!
498 വരതരവാരിജവദന ! നമസ്തേ; ഹരി
499 പൂതനതന്നുയിരൂമ്പിക്കൊണ്ടവൾ
500 പാതനനായ പരാപരമൂർത്തേ!
501 മറപൊരുളാകിന നാഥ ! നമസ്തേ: ഹരി
502 ബുധജനമാനസമധുപകുലാനാം

മധുജലപൂരിതജലരുഹമമ! കൾേ
മധുമഥനാഖിലനാഥ ! നമസ്തേ ; ഹരി
ഫണിവരമനേിക്കണിവായ് നില്ക്കും
ഗുണഗണമിയലും മയ്യുടയഛേനമേ!
ചിരതരമന്നെിൽ വസിക്ക നമസ്തേ; ഹരി
വ്രജകുലനാരികൾ പാൽ തയിർമൂലം
ചതുരതരം നൽച്ചതിയുടയഛേനമേ!
ഉപനിഷദംബുജഹംസ ! നമസ്തേ; ഹരി
സുരവരകരതലസരസിരുഹത്തി
ന്നരിയനിലാവാം പരിെയ പുരാനമേ !
വരമുനിസവേിതചരണ ! നമസ്തേ; ഹരി
മരതകനിരവന്നടിതഴെുതീടും
വരതരനിറമാം പരിചുടയഛേനമേ !
സുരവരപരിചിതചരിത ! നമസ്തേ;
ഹരി ഹരി ഹരി ഹരി ഹരി ഹരി ഹരി ഹരി "
നിമഷേം വടിഞ്ഞഛേർ നിരന്നീടിനഛേര
ന്നിജമേ മന്ദിരമേ നിർമ്മലമേ സംവസന്തം
ഗുണാതീതരൂപം രമാധീശമവേം
ദിനാധീശ്വരന്മാർ പുകഞ്ഞഛേരുനരേം
നിലിമ്പാധിനാഥൻ ബലംകണ്ടു മനേമൽേ
നലംചരേന്ന നാകമേ വസിക്കും വസുക്കൾ
മറക്കാതലാമമ്മധുദ്വഷേിതൻറമെ
മനക്കാമ്പിൽ മഛേദം പുലമ്പപെപ്പുകഞ്ഞാർ:
"പിറപ്പും മരിപ്പും പിണഞ്ഞതെ്രനാളു
ണ്ടലല്പാടിൽ വീണങ്ങുഴയ്ക്കുന്നുതങ്ങെൾ
അനദ്ധ്യായമന്നെും വരുത്തീടുമാറ
മ്മനത്താരിലതേും ദയാവില്ലയഛേ ചഞെൽ;
ചലൽക്കുന്തളം ചഞ്ചലാപാംഗരമ്യം

531 മിളൽക്കുണ്ഡലപ്രോല്ലാസിഗണ്ഡാഭിരാമം

532 മൃദുസ്മരേമവേം മുഖാംഭോരുഹന്തേ

533 സ്മരിക്കായ്‌വരണേം മരിക്കുന്നനരേം

534 സരിൽകൂപതോയപ്രവശേന ഭാസ്വാൻ

535 ബഹുത്വനേ രൂപണേ നിൽക്കുന്നപോലെ

536 സമസ്തഷേു ഭൂതഷേ്വനുസ്യൂതമീഢേ

537 നിരസ്താമയം ത്വാം മനസ്താപശാന്ത്യൈ.

538 ഘടഭാവകാലേ തദാകാശലശേം

539 മഹാകാശരൂപണേ നില്ക്കുന്നപോലെ

540 ശരീരാവസാനേ ശരീരം വിഹായ

541 സ്വരൂപണേ നില്ക്കും വിഭോ ! കതൈഴെുന്നന്േ

542 മഹാമോഹമാളും മഹാലോകരിൽ തൻ

543 ഗുഹാവാസമീടും മഹാനായ നിന്നെ

544 അഹോ! കാണ്ക വല്ലാഞ്ഞലഞ്ഞങ്ങുമിങ്ങും

545 മുദാ കാണ്ക പായുന്നയീ കണ്ടുകൊൾവാൻ.

546 ശിലായാമൊരുത്തൻ ജലേ മററൊരുത്തൻ

547 കലാലാദിശില്പേ പരൻ പാവകാദൗ;

548 കരാരൂഢപിണ്ഡം കനം കാണവല്ലാ

549 ഞ്ഞൊരോപാടു പായ്‌വൂ പയിച്ചനെ്നപോലെ.

550 മനത്താരിലിന്നിങ്ങ്കഴൽത്താരുറപ്പി

551 ച്ചനർത്ഥാഗമം വരേനക്കിക്കളഞ്ഞ

552 ങ്ങിരിപ്പോരു പുണ്യം പലപ്പോഴുമിന്നീ

553 മരിപ്പോളവും കൾേ നമുക്കകേവണേം.

554 തടിക്കിങ്കരന്മാരടിക്കുന്നനരേം

555 തടുത്തീടവല്ലാരടുത്തോരുമാരും

556 കടൽക്കന്നിതൻററെ കരത്താമരത്താർ

557 പിടിച്ചന്നുവന്നങ്ങടുത്തങ്ങേൾമുന്നൽ

558 തടുത്തീടവണേം പൊറുത്തീടവല്ലാ

559 ഞ്ഞലൽക്കണ്ടലല്പടെട്ടുഴയ്ക്കുന്നനരേം.

560 ജഗൽക്കന്ദമേ ! നന്ദഗോപാംഗഭാഗേ

561 മിളൽകൗതുകംവാണ കാരുണ്യരാശേ!

562 നിനക്കഷേ നിത്യം നിതാന്തം തൊഴുന്നേൻ

563 മനക്കാതൽമദ്ധ്യേ വസിക്കണേമേ നീ.

564 മഴക്കൊണ്ടൽ വന്നങ്ങുഴല്ക്കൊണ്ടു നരേ

565 കഴൽത്താർപിടിക്കും നിറത്തോടു മവേ

566 വ്രജസ്ത്രികൾമദ്ധ്യേ കളിക്കുന്ന നിന്നെ

567 ക്കുറിക്കൊണ്ടു നിത്യം കുളുർക്കഴുത്തൊഴുന്നേൻ.

568 ഉരോമദ്ധ്യദേശേ സരോജാലയാന്താം

569 പരീരംഭലോലാമ്മുദാ ധാരയന്തം

570 പുരാരാതിതൻറെ ശരീരാർദ്ധഭാഗേ

571 മുരാരേ! വസന്തം ഭവന്തം തൊഴുന്നേൻ.

572 കുയിൽപ്പടേചൊല്ലിൽ കനത്തീടിനോരെ

573 മ്മനസ്താപമറേ്റം കൊടുക്കുന്ന വണ്ണോ !

574 സ്വവക്ത്രണേ നിന്മയെ്യണയ്ക്കുന്നനരേ

575 ത്തുണർത്തീടു നീ ഞാനുഴയ്ക്കുന്നതല്ലാം.

576 വ്രജസ്ത്രീകളല്ലാം വിളിച്ചാശു നരേ

577 കളിച്ചോടി നീന്തിക്കളിക്കുന്നനരേം

578 ഒളിച്ചമ്പിൽ മല്ലെന്നകത്തൂട്ടു പുക്ക

579 ക്കലത്തിങ്കൽ നിന്നങ്ങെടുത്തോരു വണ്ണ

580 സ്വഹസ്തേ ധരിക്കും വിഹസ്തേരാത്മൻ !

581 സമസ്തേശ ! നിത്യം നമസ്തേ നമസ്തേ.

582 കമലാകരപരിലാളിതകഴൽതന്നിണ കനിവോ

583 ടമരാവലി വിരവോടേഥ തൊഴുതീടിന സമയേ

584 വിവിധാഗമവചസാമപി പൊരുളാകിന ഭഗവാൻ

585 വിധുശേഖരനപഗമ്യ ച മധുസൂദനസവിധേ

586 ദ്വിജശാപജവിപദാണ്ടൊരു നിജവംശവുമഖിലം

587 വ്രജിനാർൺണവസലിലേ പരമവപാത്യ ച സഹസാ

588 അവശേഷിതമനീഭരം അഖിലം പരമഴകോ

589 ടവനാദിതലവോടെഴും അവനോടയമവദൽ.

590 ദലിതാഞ്ജനനിരയം വരവലശാസനമണിയും

591 കലിതാദരമടികുമ്പിടമെ മരുതും നിറകലിതം

592 ഖലശാസന! നലമാണ്ടെഴും അണിമയെ്തവ തൊഴുതേൻ

593 മലർ മാനിനിമണിമാർവതു പരുകീടിന പരനേ !

594 ഫണിനായകനണിവായൊരു തിരുമയെ്തവ പുകഴ്‌വാൻ

595 പണിയാകിലുമണയായ്‌വരികനിശം മമ വചസാം

596 ഇരുൾവന്മുകിൽ തരമാം തവ കചകാനനനിചയം

597 പരിചോടയി ഹൃദയേ മ്മ കുടികൊള്ളുക കുടിലം

598 നിരകൊണ്ടാരു വരിവണ്ടൊടു തിറകൊണ്ടൊരു കുരുളി

599 ന്നിരുൾ കൊണ്ടലിൽ
നിനവുണ്ടിനിയിരുതണ്ടവുമിയൽവാൻ

600 വിധുപോതകമടികുമ്പിടം അഴകീടിമ നിടിലം

601 മധുകൈടഭമദനാശന! മഹിതം തവ തൊഴുതേൻ.

602 മധുമല്ലിക വളർവില്ലവ വളർവില്ലൊടു നിതരാം

603 ഉരതല്ലിന വരചില്ലികൾ വരമേകുക മ്മ തേ.

604 കടൽമാനിനിമുഖപങ്കജമധുപായിതമയി തേ

605 നയനാംബുജമിത ഞാനയി നരകാന്തക ! തൊഴുതേൻ.

606 നലമീടിന നയനാഞ്ചലം അഖിവോടയി തഴുകു

607 ന്നണികാതിണ തുണയാകയി മനക്കാമ്പിനു മ്മ തേ

608 തിലസൂനമിതലിനവോടയി പലപോതടിപണിയും

609 തിരുനാസിക തിറമോടിത തൊഴുതനേഹമകമേ.

610 ഉരുമണ്ഡനമണികണ്ഡലപരിമണ്ഡിതമിത ഞാൻ

611 അണിഗണ്ഡകയുഗളം തവ ജനിഖണ്ഡന ! തൊഴുതേൻ.

612 മലർമാനിനിമനക്കാമ്പിനു മദനാമയരുളും

613 മണിവായ്മമ മനക്കാമ്പിനൊരണിവായ് വരികനിശം.

614 പരിനിന്ദിതമൃദുകുന്ദകമുരുനന്ദികരസനം
615 വരദം തവ വരദന്തമിതസദന്തക ! തഴൊഴുതന്‍.
616 അണിപുഞ്ചിരി തുണയായയഴെും അമലം തവ വചസാം
617 നിചയം മമ ചവികൾക്കയി വശമായ് വരികിനിയും.
618 അഘസൂദന! മഘവന്മുഖ മഖഭോജികൾ തഴൊഴുമീ
619 മുഖപങ്കമഘപങ്കജ വിപദം കളകകലം.
620 വളർകംബുവഴൊടളവറേിന കലഹം പരമിയലും
621 ഗളകാന്തിയിൽ വിളയാടുക ഗളിതാപദി മനതാർ.
622 പരിചോടയി കടൽമാനിനിതടവന്മുല മരുവും
623 തിരുമാറിടമിത ഞാനയി പരിപാലക ! തഴൊഴുതന്‍.
624 പരിതാപദമസുരാവലിമനതാരിലിതനിശം
625 കരതാർ തവ ദുരിതാപഹം ഇത ഞാനയി തഴൊഴുതന്‍.
626 മധുരം വലിപരിപൂരിതം ഉദരം തവ സുഭഗം
627 ദുരിതാവലിഭിദുരം മമ വരവണേമിതനിശം.
628 തരുണാരുണകിരണാവലി തരമീടിന വസനം
629 കരണേ മമ പരിഖലേതു കരുണാകര ! നിതരാം.
630 കലയേ ഹൃദി മണിമഖേല മതുവീടിന ജഘനം
631 കടൽമാനിനിസുകൃതാവലി വിലസീടിന നിലയം
632 വലസൂദനമണികമ്പമിതിടയും തുടയുഗളം
633 വടിവോടയി വരമകേുക വരദാധിപ ! മമ തേ.
634 പരിചീടിന കരികുംഭമിതുരുകുംപടി മരുവും.
635 വരജാനുകയുഗളം തവ മുരശാസന ! തഴൊഴുതന്‍
636 മലരമ്പനു തരമമ്പിന ശരധിദ്വയമിടയും.
637 വരംജംഘകൾ കരയറേ്റുക ദുരിതാർണ്ണവസലിലാൽ.
638 കമഠാകൃതി തഴൊഴുതീടിന സുഷമാപരികലിതം
639 പ്രപദം മമ വിപദം കളകപദം തവ വിപദാം.
640 ചരണായിതസരസീരുഹപരിശോഭിതദലമായ്
641 വിലസീടിന വിരൽതൻ നിര കരുതീടുക മനമേ !

642 മഖഭോജികൾമകുടാഞ്ചിതമണികോടികളുരസും
643 നഖമാലകൾ തൈഴുതനേഹം അഘജാലകമകൽവാൻ.
644 ദ്വിജപങ്കജവരരഖേകൾനിര ചിന്തിന കഴൽതൻ
645 തലമമ്പുക മമ ചതേസി മധുസൂദന ! സതതം.
646 പദനിന്ദിത മൃദുപങ്കജനഖനിന്ദിതഖഗ തേ
647 ഗളനിന്ദിതവരകംബുകുഭുജനിന്ദിതഭുജഗം
648 സ്മിതനിന്ദിതവരകുന്ദകമുഖനിന്ദിതശശഭൃൽ
649 കചനിന്ദിത തിമിരം തവതിരുമയെ് പരികലയേ.
650 കരവാരിജപരിശോഭിതദരവാരിജമമലം
651 വരവാരിജനിലയാകരപരിലാളിതചരണം
652 പദവാരിജപതിതാമയപരിനോദനനിപുണം
653 നവവാരിജനയനം തവ തിരുമയെ് പരികലയേ
654 നിഗമാവലി പുകഴും തവ ചരണാംബുജയുഗളം
655 നിയതം മമ മനകാണ്പിനു നിനവായ് വരികിനിയും.
656 പരെുതാകിന ദുരിതാമയപരിതാപഹമയി നിൻ
657 ചരിതാമ്യതമുരചയെ്കയി രസനാ മമ രസികാ.
658 ധരണീധര! കരുണാകര! ശരമാഗതജനതാ
659 പരിപാലനനിരതാഖിലദുരിതാപഹ ജഗതാം
660 കലിനാശന കബളീകൃതനവനചരഃശ ! തൈഴുതന്നേ
661 വിലസീടുക നിയതം മയി നിരൃണാതവ കരുണാ.
662 ജഡരൂപക ജഗദാത്മക ജയ മാധവ ! ഭഗവൻ
663 ജയ ദവേകിതനയാദിമജയകാരണ ജഗതാം
664 ജയസുന്ദര ! യദുനന്ദന ! ജയമംഗലവസതേ
665 വ്രജമന്ദിര ! മുനിവന്ദ്യഃ ! ശരണം ഭവ സതതം.
666 കലുഷാപഹ! കമലാനന ! കലശോദധിമകൾതൻ
667 കരവാരിജപരിലാളിതചരണാംബുജ സതതം
668 കമലാസന വിമലാനന മുഖരീകൃതമഹിമൻ
669 കലിനാശന കരിനാശന കനമകേുക കരുണാം.

670 ദലിതാഞ്ജനനിരയും വരവലശാസനമണിയും
671 കലിതാദരമടികുമ്പിട മരുവും നിറകലിതം
672 ഖലശാസന! നലമാണ്ടഴും അണിമയെ്തവ തഴെുതനേ്
673 മലർമാനിനിമണിമാർവ്വതു പരുകീടിന പരനേ !
674 മുരശാസന ! നരകാന്തക ! മുഖരീകൃതമുരളീ
675 വിവശീകൃതജനമാനസസരസീരുഹവിതതേ !
676 ചരിതാമൃതവിശദീകൃതഭുവനാഖിലവസതേ !
677 നിരുപാധികനിയതം തവ തിരുമയെ് പരികലയേ.
678 യദുനന്ദന ! മുഖപങ്കജ പരിനിന്ദിതവിലസ
679 ച്ഛശിമണ്ഡല ! മണിമണ്ഡിത ! വരമണ്ഡന! ജഗതാം
680 ഭുജമണ്ഡ പരിപിണ്ഡിതരിപുമണ്ഡല ! സതതം
681 വ്രജമന്ദിര ! മുനിവന്ദിതചരണാംബജു ! ശരണം."
682 ഇങ്ങനെ വാഴ്ത്തിനോരംഗജവൈരിയും
683 മംഗലദേവതാകാമുകനും
684 പങ്കജയോനിയും തങ്ങളിൽക്കൂടി നി
685 ന്നിങ്ങനെയെന്നു പറഞ്ഞു പിന്നെ
686 വന്ദിച്ചുനിന്നൊരു വാനോരുമായിത്തൻ
687 മന്ദിരം പൂകിനാർ മന്ദിയാതെ.
688 ഘോരങ്ങളായുള്ള ദുർന്നിമിത്തങ്ങള
689 ദ്ദ്വാരകതന്നിലഴെുന്നനേരം
690 വാരിജലോചനൻ ചൊല്ലിനിന്നീടിനാൻ
691 ദ്വാരകവാസികളെല്ലാരോടും:
692 "കണ്ടെുനിന്നീടുന്ന ദുർന്നിമിത്തങ്ങളു
693 ണ്ടിന്നിലംതന്നിലേ വന്നഴെുന്നു.
694 ദ്വാരകതന്നെയും കൈവെടിഞ്ഞിന്നു നാം
695 പാരാതെ പോകിനിയന്നെുവന്നു
696 ചൊല്ക്കണ്ടെുനിന്നുള്ള സാഗരതീർത്ഥത്തി
697 ലിപ്പൊഴേ പോകണം" എന്നു ചൊല്ലി

698 ഭക്തനായ് നിന്നുള്ളൊരുദ്ധവർക്കായിട്ടു

699 മുക്തിയത്തെന്നയും നല്കി നന്നായ്

700 യാതനായ്മവേിനാൻ യാദവന്മാരുമായ്

701 പൂതനതന്നുടെ ഘാതകന്താൻ.

702 ആഗസ്സു പോക്കുന്ന സാഗരതീർത്ഥത്തിൻ

703 വഗേത്തിൽചന്നെുള്ള യാദവന്മാർ

704 സ്നാനവും ചയ്തു നല്ലാരണർക്കായിട്ടു

705 ദാനവുംചയ്തു ഭുജിച്ചു പിന്നെ

706 തീരത്തുനിന്നങ്ങു സവേിച്ചുമവേിനാർ

707 മെരയേമായുള്ള വീരമദ്യം.

708 ശാന്തരായുള്ളവർ മാനസമന്നരേം

709 ഭ്രാന്തരപ്പെലേയെങ്ങായിക്കൂടി.

710 ഒച്ചപ്പടൊതെ പറഞ്ഞുനിന്നീടുന്നോ.

711 ർക്കുച്ചത്തിലായിതേ വാർത്തയല്ലൊം.

712 ചാട്ടംതുടങ്ങിനാരോട്ടംതുടങ്ങിനാർ

713 പാട്ടുംതുടങ്ങിനാർ പാരമപ്പോൾ.

714 വാശിപൂണ്ടൊന്നൊന്നപേശിത്തുടങ്ങിനാർ

715 കൂശാതെ വന്നുനിന്നങ്ങുമിങ്ങും.

716 ആയുധംകൊണ്ടു കളിച്ചുതുടങ്ങിനാർ

717 ആയുധചുഞ്ചുക്കളായോരല്ലൊം.

718 വന്മദംകൊണ്ടവർ തന്മനംപൂണ്ടുള്ള

719 സന്മതിതന്നയെും തണ്മപൂണ്ടു

720 ശൂരന്മാരായുള്ള വീരന്മാർക്കന്നരേം

721 കാരുണ്യമന്നെതു ദൂരമായി.

722 കഷ്ടമായ് നിന്നുള്ളന്നിഷ്ഠുരഭാഷണം

723 ഒട്ടറേപ്പേൊങ്ങിത്തുടങ്ങിതപ്പോൾ.

724 തങ്ങളിൽ നരേിട്ട ഘോഷവും പോന്നങ്ങു

725 പൊങ്ങിത്തുടങ്ങീതുപിന്നപ്പെിന്നെ.

726 തന്മുന്നൽ കാണുന്ന തങ്ങ്ങളയെല്ലാമേ

727 തന്നുടനെ വരിെകളന്നു തോന്നി

728 മത്തരായ്നിന്നങ്ങ്ങു യുദ്ധം തുടങ്ങ്ങിനാ

729 രുത്തമശ്ലോകനുമന്നു വീർത്താൻ.

730 നിർഘൃണരായ് നിന്നു കൊന്നു തുടങ്ങ്ങിനാർ

731 മക്കളതെത്തന്നയും മന്ദിയാതെ

732 പ്രദ്യുമ്നസാംബന്മാർ തങ്ങ്ങളിൽനരേിട്ടു

733 പത്തഞ്ഞ്ഞുറായിരം ബാണമയെ്താർ.

734 താതനായുള്ളവന്തന്മകന്തന്നൊടും

735 സോദരരായവർ തങ്ങ്ങളിലും

736 ഘോരമായ് നിന്നുള്ളൊരാഹവമുണ്ടായി

737 നരേിട്ടുനിന്നുള്ള വീരർക്കപ്പോൾ.

738 ആയുധജാലമൊടിഞ്ഞ്ഞു നിന്നോരോന്നേ

739 പോയിതായ് വന്നൊരു നരേത്തപ്പോൾ

740 ഏരകപ്പുല്ലു പറിച്ചുകൊണ്ടല്ലാരും

741 പാരിച്ചു ചാട്ടിനാർ മനേിതന്നിൽ.

742 വദേനപൂരിച്ചു മയെ് പിളർന്നോരോന്നേ

743 മദേിനിതന്നിൽപതിക്കയാലേ

744 ആരണശാപത്താൽ മാരണമായിത

745 ദ്ദ്വാരകവാസികൾക്കരേകപ്പുൽ.

746 ചതേന വരേവ്വിട്ടു പോകുന്നനരേത്തു.

747 വദേനയുണ്ടായീതില്ലയാർക്കും

748 മാലോകർകണ്ണിന്നു പീയുഷമായൊരു

749 മാദവന്തന്മുഖം കാകയാലേ.

750 കണ്ണനക്കെ്കണ്ടു മരിച്ചുനിന്നീടുവാൻ

751 പുണ്യതപൂണ്ടുള്ള യാദവന്മാർ

752 വാനവരായിട്ടു യാനത്തിലറേിപ്പോയ്

753 വാനത്തു മവേിനാർ നീളനീളെ;

754 വീരന്മാർ തങ്ങളിൽ നരേിട്ടു കാേലുന്ന
755 പാേരുകൾകാെണ്ടു പറഞ്ഞാർ തമ്മിൽ:
756 “സാത്വികനായാെരു സാത്യകിതന്നുടെ
757 തേർത്തടംതന്നയെും വീഴ്ത്തിപ്പിന്നെ
758 സാരനായുള്ളാെരു സാരണൻ കണ്ടാലും
759 വീരനായ് ചനെ്നതു പാേരിൽ നരേ.”
760 “പാതി മുറിഞ്ഞങ്ങു ഭൂതലംതന്നിലേ
761 പാതിതനായാെരു യാദവന്താൻ
762 ചതേനയാേടു പിരിഞ്ഞുനിന്നീടാതെ
763 വദേനപൂണ്ടതു കാണ്ക പാപം.”
764 “കണ്ടിച്ചുമവേുന്ന കണ്ഠവുമായിട്ടു
765 തണ്ടിച്ചു ഖിന്നനായ് നിന്നാെരന്യൻ
766 കാെണ്ടൽനവേർണ്ണർന്തന്നന്മുഖം കണ്ടുക
767 ണ്ടിണ്ടലപെ്പാേക്കുന്നതുണ്ടാേ കണ്ടു? “
768 “വില്ലു മുറിഞ്ഞാെരു വീരന്താൻ ചനെ്നങ്ങു
769 തല്ലുന്നാേൻ പിന്നയെും കാക പാപം.”
770 “ശ്വാക്കൾക്കു നല്ലാെരു ഭാേജനമുണ്ടായി
771 പാഴ്ക്കഴുകന്നുമക്കാകന്മാർക്കും.”
772 “എന്നുടെ ദഹേത്തപെ്പിന്നയെും കണ്ടാലും
773 പന്നഗൻ വന്നു വലിച്ചതിപ്പാേൾ.”
774 “എന്നുടെ ദഹേത്തിൻചാരത്തു കണ്ടവ
775 മുന്നവേയല്ലയിശ്വാക്കളാെന്നും.”
776 “വൃദ്ധനായുള്ളാെരു ശ്വാവിനകെ്കണ്ടാലും
777 ഗ്യദ്ധ്റങ്ങൾ ചനെ്നു പിണങ്ങുകയാൽ
778 ഏരകപ്പുല്ലുടെ നരേപോേയ്പാഞ്ഞങ്ങു
779 വാരിധിതന്നിലേ വീണതിപ്പാേൾ.”
780 “നിന്നുടെ ദഹേത്തിൻ കർണ്ണങ്ങൾ കണ്ടാലും
781 ഛിന്നങ്ങളായതു നാസികയും;

ശൂർപ്പണഖയ്ക്കൊരു കാന്തനായ്മവേുവാൻ
യോഗ്യതയുണ്ടിതു പാർക്കിലിപ്പോൾ."
തോമരമറേറു പൊളിഞ്ഞതു കണ്ടാലും
കോമളനായൊരു സാംബൻമാറിൻ."
"പുത്രനായുള്ളവനച്ഛനച്ചെനന്നണ
ഞ്ഞതത്തൽപിണച്ചവൻ കണ്ഠദശേം
നിർദ്ദയനായി മുറിച്ചുനിന്നങ്ങനെ
വിദ്രുതനായതു കാണ്കടോ. നീ."
"വിക്രമംപൂണ്ടുള്ള നക്രവരങ്ങളും
ഉഗ്രങ്ങളായുള്ള മീനങ്ങളും
തീരത്തു ചെന്നു വലിച്ചുതുടങ്ങിനാർ
ചാരത്തു കണ്ട ശവത്തെയെല്ലാം."
"മുഷ്കരമായൊരു നിർജ്ജീവദഹേത്തെ
യൊക്കവേ ചെന്നു വലിക്കയാലേ
നക്രങ്ങൾ തങ്ങളിൽ പശേിനിന്നീടുന്ന
തക്കത്തെക്കണ്ടൊരു മീനനപ്പോൾ
വകൈാതെ ചെന്നതു തിന്നുതുടങ്ങിനാൻ
വൈദഗ്ദ്ധ്യമാളുന്നോരെന്നു ഞായം."
"പൂതനവൈരിതൻ പൂവൽമെയ് കണ്ടുടൻ
ചെതേന പോക്കിന വീരന്മാരെ
വഗേത്തിൽ ചെന്നുനിന്നാദരിച്ചീടിനാൻ
ആഗതനായൊരു ദവേദൂതൻ.
യാനങ്ങൾതോറും കരറേിനിന്നീടുന്നോ
ന്മാനിച്ചു പിന്നയെും പിന്നയെും കാ."
"ചാമരം വീയുന്ന കാമിനിമാരെല്ലാം
കോമളമാരായി വന്നണഞ്ഞാർ."
"വീടികതന്നയെും പാണിയിൽ ചർേത്തുകൊ
ണ്ടാടപോപം ചരേുന്ന മാതരെല്ലാം

810 പാടിനിന്നമ്പഴോടു വന്നതു കണ്ടാലും
811 പാടീരച്ചാറൂറും കഞൊങ്കയുമായ്;
812 നരേപെഴോയ് ചനെ്നങ്ങു തിക്കു തുടങ്ങിനാർ
813 വീരന്മാർ വന്നഞെരു നൽവഴിക്കഭ."
814 "ആണ്മയിൽ ചനെ്നങ്ങു വീരത ചയ്കയാൽ
815 മന്േമ കലർന്നഞെരു സാംബനുടഭ
816 തഴോമരമറേ്റു പിളർന്നഞെരു മാറിനഭ
817 കാമിനി ചനെ്നു പുണർന്നതു കാ."
818 "വന്നുവന്നീടുന്ന യാദവന്മാരകെ്കഞെ
819 ണ്ടംബരമങ്ങെും നിറഞ്ഞുതല്ലഞെ.
820 ഒക്കവഭ പഴോയിനി സ്വർഗ്ഗത്തിലാകുമ്പഴോൾ
821 തിക്കുമനെ്നുള്ളതു നിർണ്ണയിക്കാം."
822 ഇങ്ങനയെഴോരഴോരഴോ വാർത്തകളാസ്ഥയാ
823 തങ്ങളിൽ ചഞൊന്നവർ നിന്നനരേം
824 നരേിട്ടുനിന്നുള്ള വീരന്മാരലെ്ലാർക്കും
825 വരൈങ്ങൾ മന്േമലഭ പഞൊങ്ങുകയാൽ
826 ഭൂവിന്നു ഭാരമായ്മവേിനഴോരലെ്ലാരും
827 ദ്യഴോവിന്നു ഭാരമായ് വന്നുകൂടി.
828 യാദവന്മാരുടഭ പാതത്തതെ്തന്നയെും
829 മാധവന്തന്നുടഭ ഭാവത്തയെും
830 ഇണ്ടൽകളഞ്ഞഞെരു മദേിനിതന്നയെും
831 കണ്ടുനിന്നീടുന്ന കാമപാലൻ
832 വഗേത്തിൽ ചനെ്നങ്ങു സാഗരതീരത്തു
833 യഴോഗസ്ഥനായി നുറുങ്ങുനരേം.
834 മവേിനിന്നങ്ങനഭ കവേലയായഞെരു
835 പാവകിയാകിയ ധാരണയാൽ
836 സ്ഥൂലമായുള്ളഞെരു ദഹേവും കവൈിട്ടു
837 ലീലനായ്മവേിനാൽ കവേലങ്കൽ.

838 അഗ്രജന്തന്നുടെ സൽഗതി കണ്ടു നിർ
839 വ്യഗ്രനായുള്ളൊരു വാസുദേവൻ
840 വാമമായ് നിന്നുള്ളൊതുരുവിന്മീതേ തൻ
841 കോമളപ്പാദവും ചേർത്തു നന്നായ്
842 ധാത്രിതൻ ഭാരവും തീർത്തനിന്നാസ്ഥയോ
843 ടാൽത്തറമലേണ്ടിരുന്നനേരം
844 മത്സ്യത്തിന്നുള്ളിലേ ലോഹത്തക്കൊണ്ടു പ
845 ണ്ടത്യുഗ്രബാണത്തയൊണ്ടവന്താൻ
846 കാട്ടുമൃഗങ്ങളയൊട്ടിനിന്നങ്ങുമേ
847 കാട്ടിൽനിന്നങ്ങു വരുന്നനേരം.
848 ദൂരവേ കാണായി ദാരുക്കളുള്ളൂടേ
849 വാരിജലോചനമ്പാദം തന്നേ.
850 "എന്നേ വരുന്നതു കണ്ടൊരു ഭീതിയാൽ
851 തന്നയെും ചാലേ മറച്ചുനന്നായ്
852 മേവിനിന്നീടുന്നൊരേണേത്തിന്നാനനം
853 കവേലം കാണായതേ"ന്നു നണ്ണി
854 വിപ്രന്മാർ ചൊന്നൊരു ശാപത്തിൻകോപത്താൽ
855 കല്പുകലർന്നുള്ള ബാണം തന്നേ
856 വമ്പിൽ തൊടുത്തു വലിച്ചുവിട്ടീടിനാൻ
857 അമ്പില്ലയന്നുമ്പളെന്തു ദീനം.
858 വല്ലവിമാരുടെ നന്മുഖംതന്നിലും
859 മല്ലപ്പോർകൊങ്കകൾ രണ്ടിലുമായ്
860 നിന്നുവിളങ്ങുന്നൊരോമനക്കാൽതന്നിൽ
861 ചന്നു തറച്ചിതു ബാണമപ്പോൾ.
862 മാനന്നു ചിന്തിച്ചു ബാണത്തിമ്പിന്നാലേ
863 താനങ്ങു വേഗേത്തിൽ ചന്നനേരം
864 കാവർണ്ണർന്തന്നുടൽ കാണായിതന്നപ്പോൾ
865 കാതരനായവൻ കാല്ക്കൽ വീണാൻ.

866 ഭീതനായ് നിന്നപ്പൊഴും വ്യാധനപ്പോടന്നേരം

867 പ്രീതനായ്ച്ചൊല്ലിനാന്മാധവന്താൻ:

868 മൽപ്രിയമായതു ചെയ്തതു നീയിപ്പോൾ

869 വിപ്രിയമെന്നു ഭയപ്പെടെണ്ടാ:

870 അല്പമായുള്ളൊരു മൽപ്രിയത്തിൻഫലം

871 അലിപമായല്ലതാൻ വന്നു ഞായം.

872 ഇപ്പൊഴതേന്നെ നീ സ്വർഗ്ഗത്തിൽ പോകേണം

873 മൽപ്രിയം ചെയ്യുന്നോരെന്നു ഞായം."

874 ഇങ്ങനെ കേട്ടോരു കാട്ടാളന്താനപ്പോൾ

875 പൊങ്ങിന പേടിയും പോക്കി നേരേ

876 തിണ്ണം തെളിഞ്ഞൊരു കണ്ണന്റെ ചൊല്ലാലേ

877 വിണ്ണിലും പൂകിനാൻ പുണ്യവാനായ്

878 മാർഗ്ഗണംകൊണ്ടുമമ്മോക്ഷദൻതൻപദം

879 മാർഗ്ഗമായ് പൂജിച്ചാനെന്നതല്ലൊ.

880 ഹേതുവായ് വന്നതപ്പാതകക്കാതലാം

881 വ്യാധനെപ്പോക്കുവാൻ വിണ്ണിലന്നാൽ

882 പുഷ്പങ്ങൾ കൊണ്ടിനിപ്പൂജിച്ചുപോരുന്നോ

883 ർക്കപ്പെഫലം വന്നതിന്നെന്നു ചൊൽവൂ.

884 വ്യാധനെപ്പോക്കുവാൻ വിണ്ണിലങ്ങാക്കിയ

885 വ്യാധനെത്തന്നെയും വിണ്ണിലങ്ങാക്കിയ

886 മ്മാധവൻ പ്രീതനായ് നിന്നനേരം

887 ദാരുകനാകിന സാരഥിതാനപ്പോൾ

888 വാരിജലോചനന്തന്നെയെങ്ങും

889 ആരാഞ്ഞുപോയെങ്ങും കണ്ടുനിന്നീടാതെ

890 തേരുമായ് നീളെ നടന്നു പിന്നെ

891 സൗരഭ്യംപൂണ്ടങ്ങുവന്നൊരു തെന്നൽതൻ

892 സൗരഭ്യം തേഞ്ഞൊരു മാർഗ്ഗത്തൂടെ

893 ആരാഞ്ഞു ചെന്നപ്പോൾ ദൂരവേ കാണായി

894 വാരിജലോചനൻപൂവൽമനേി.

895 കണ്ടൊരുനരേത്തു കണ്ണുനീരലോലലെ

896 മണ്ടിച്ചനെന്നങ്ങവൻ കാല്ക്കൽ വീണാൻ

897 ചൊല്ലിനിന്നീടിനാൻ "നിന്നയെും കാണാതെ

898 അല്ലലിൽ വീണതു ചൊല്ലവല്ലൻേ.

899 ദിഗ്ഭ്രമംകൊണ്ടു നടക്കരുതായുന്നു

900 തുർഭ്രമംതന്നയെുമുണ്ടാകുന്നു.

901 വംശമകേൂടെ മുടിഞ്ഞുതായല്ലൊ കാ

902 സംശയമില്ലിനിയനെ്നുവന്നു.

903 എന്തിനി നിന്നുടെ ചിന്തിതം ചൊല്ലണം

904 അന്ധകനാഥനാം തമ്പുരാനേ!

905 നിഞ്ചരണങ്ങളിൽ തഞ്ചിനോരങ്ങളേ

906 വഞ്ചിച്ചുപോകുന്നോനെല്ലയല്ലീ ?"

907 ദാരുകനിങ്ങനെ ചോദിച്ചനരേത്തു

908 തരേുതാൻ പാരമഴെുന്നു നരേ

909 അംബരംതന്നിൽ മറഞ്ഞതു കാണായി

910 ചമ്മെുകലർന്നുള്ള ഹതേികളും.

911 എന്നതു കണ്ടു നടുങ്ങിന ദാരുകൻ

912 തന്നോടു ചൊല്ലിനാന്മല്ലവരെി:

913 "പട്ടെന്നു ചനെ്നിനി ദ്വാരകതന്നിൽ നീ

914 ശിഷ്ടരായുള്ളവരോടു ചൊൽവൂ

915 "ദുർല്ലംഘ്യമായൊരു കാലത്തിൻ ശീലത്താൽ

916 ഇല്ലാതയൊയി പണ്ടുള്ളോരല്ലൊം.

917 വ്യഗ്രത നീക്കി നൽ സ്വർഗ്ഗഗനാവതി

918 ന്നഗ്രഗനായാനന്നെഗ്രജനും.

919 സ്വസ്ഥനായുള്ള ഞാൻ ദുസ്ഥനായ് വന്നിപ്പൊ

920 ളിത്രമലോയതും ചൊല്ക പിന്നെ.

921 ദ്വാരകതന്നിലിരിക്കൊല്ലയാരുമേ

വാരിധി വന്നു തകർക്കുമിപ്പപോൾ.
നാരികളോടു കലർന്നുനിന്നല്ലൊരും
പോരിക പാരാതെ നിങ്ങളിങ്ങു."
അർജ്ജുനന്തന്നോടു ചൊല്ലുക നമ്മുടെ
വജ്രനെ മന്നവനാക്കിവയ്പാൻ;
ശേഷിച്ചുനിന്നുള്ള ലോകരെയെല്ലമേ
പാലിച്ചുകൊണ്ടുപോയ് വയ്ക്കയെന്നും"
എന്നതുകേട്ടൊരു ദാരുകസാരഥി
ഖിന്നനായ് മല്ലവേ പോയനേരം
മന്േമകലർന്നുള്ള മാമുനിമാരുമായ്
നാന്മുനന്നിലംതന്നിൽ വന്നാൻ.
മൂലോകനാഥനായ് മേവിനിന്നൂടുമ
ക്കൈലാസവാസിയും കാമിനിയും
വാസവൻമുമ്പായ വാനോരുമല്ലൊരും
ആസന്നരായാരബ്ഭൂമിതന്നിൽ
കേശവന്തന്നുടെ കേവലരൂപത്തിൽ
മേവുന്ന വേലയെക്കാണ്മതിന്നായ്.
ചിന്തിച്ചതെല്ലാമേ ബന്ധിച്ചുകൂടീട്ടു
സന്തുഷ്ടനായുള്ള കണ്ണനപ്പപോൾ
വന്ദിച്ചുനിന്നുള്ള വാനോരെയെല്ലാമേ
നന്ദിച്ചു നോക്കിനാന്മന്ദംമന്ദം
സ്വസ്തികമായുള്ളൊരാസനം തങ്കലേ
സുസ്ഥിതനായി നിവർന്നു പിന്നെ
മൂലസ്ഥനായുള്ള പാവകന്തന്നെയും
ചാലേ ജ്വലിപ്പിച്ചു ധാരണയാൽ
ദേഹസ്ഥനായുള്ള തന്നെയും മല്ലവേ
കൂടസ്ഥനായുള്ള തങ്കലാക്കി
പൂർണ്ണമായ് നിന്നുള്ളൊരാനന്ദം തങ്കലേ

950 ചേർന്നുകൊണ്ടീടിനാൻ ചെവ്വിനോടേ.
951 ശ്യാമളകാന്തിയാൽ കോമളമായി നി
952 ന്നോമനയാകുമപ്പൂവൽമേനി
953 വിസ്മിതരായുള്ള വാനവർ നോക്കുമ്പോൾ
954 ഭസ്മമായ് വന്നതേ കണ്ടു പിന്നെ.
955 ഭസ്മത്തെത്തന്നെയും കുമ്പിട്ടു നിന്നിട്ടു
956 വിസ്മിതരായുള്ള വിണ്ടലരും
957 അന്തകവൈരിയും പങ്കജയോനിയും
958 മന്ദിരം പൂകിനാർ വന്നവണ്ണം.
959 ദ്വാരകതന്നിൽ വസിച്ചുനിന്നൂടു
960 ന്നോരാനകദുന്ദുഭിതാനുമായി
961 മേവിനിന്നീടുന്ന ദേവേകി ചൊല്ലിനാൾ
962 വേവുറ്റു മേവുന്നോരുള്ളവുമായ്:
963 "തീർത്ഥത്തിൽ പോയുള്ള യാദവന്മാരുടെ
964 വാർത്തകളേതുമേ കേട്ടീലല്ലൊ.
965 എന്തവരിങ്ങനെ വൈകിച്ചുകൊള്ളുവാൻ
966 എന്നതേ ചിന്തിച്ചു വേകുന്നേൻ ഞാൻ.
967 എന്മകന്തന്നുടെ നന്മുഖം കാണാഞ്ഞു
968 ഉന്മേഷമില്ലെനിക്കുള്ളിലൊട്ടും.
969 ദക്ഷിണമാകുന്ന കണ്ണുമുണ്ടാടുന്നു
970 ലക്ഷണമല്ല നമുക്കു മേലിൽ.
971 അന്നന്നേ വന്നുള്ളതൊന്നൊന്നേ ചിന്തിച്ചാൽ
972 ദുർന്നിമിത്തങ്ങളേ കാണുന്നൂതും.
973 എന്മകന്തന്നെപ്പിരിഞ്ഞുനിന്നീടുവാൻ
974 ഏതുമേയോകുന്നില്ലിന്നിന്നിപ്പോൾ."
975 ആനന്ദകദുന്ദുഭിതാനുമായിങ്ങനെ
976 ദീനയായ് ദേവേകി ചൊല്ലുന്നപ്പോൾ
977 ദാരുകൻ വന്നതു ദൂരവേ കാണായി

978 തരേഴാടും ധീരതയഴാടും വറോയ്.

979 എന്നതു കണ്ടൊരു ദവേകി ചൊല്ലിനാൾ:

980 "ഏന്മകൻ വന്നുതുടങ്ങിനാനേ.

981 എന്മകൻ വന്നതു പാർത്തുനിന്നിങ്ങനെ

982 മന്ദിച്ചുപഴാരുന്നു ദാരുകങ്കാ."

983 എന്നതു കടേ്ടാരു രുക്മിണീദവേിതാൻ

984 ചന്നെങ്ങു തന്നുടെ മന്ദിരത്തിൽ

985 ശയ്യയും ചാലെ വിരിച്ചുനിന്നീടിനാൾ

986 മയ്യുമലങ്കരിച്ചാശൂ പിന്നെ.

987 പൊല്ക്കണ്ടിതന്നിൽ പൊഴിഞ്ഞൊരു നീരുമായ്

988 നില്ക്കത്തുടങ്ങിനാൾ നഴാക്കി നഴാക്കി.

989 കാവർണ്ണനുണ്ടുപഴാൽ വന്നുതന്നെിങ്ങനെ

990 ദ്വാരകതന്നിലുമൊച്ചകൊണ്ടു.

991 ദ്വാരകവാസികളായുള്ളഴാരല്ലാർക്കും

992 പാരമഴുന്നിതു മഴാദമപ്പഴാൾ.

993 എത്രടെം വന്നുപഴാലന്നെങ്ങു തങ്ങളിൽ

994 സത്വരം ചഴാദിച്ചുനിന്നു പിന്നെ

995 വദേത്തിങ്കാതലിൽ പഴായ്മറഞ്ഞീടുമ

996 ത്തജേസ്വരുപനകെ്കാണ്മതിന്നായ്

997 ഓടിത്തുടങ്ങിനാർ മഘേത്തിൻനാദം കേ

998 ട്ടീടിന ചാതകജാലം പഴാലെ.

999 ദാരുകന്താനൊട്ടു ചാരത്തു ചന്നെപ്പഴാൾ

1000 ധീരത കവൈിട്ടു ദവേകിതാൻ

1001 "എന്മകനങ്ങഴാൻ?" എന്നിങ്ങനെ ചഴാദിച്ചാൾ

1002 തന്മുഖം കണ്ടു ഭയപ്പടെ്ടുടൻ

1003 എന്നതു കടേ്ടാരു ദാരുകന്താനപ്പൊ

1004 ളൊന്നുമേ വല്ലാതെ നിന്നനേരം

1005 പിന്നയെും പിന്നയെും ചഴാദിച്ചു മവേിനാൾ

1006 ഖിന്നമായ് വന്നെതുള്ളോരുള്ളവുമായ്.

1007 ധീരത കൈവിട്ട് ദാരുകന്താനപ്പൊ

1008 ളുറേിന വേദന പൂണ്ടുകയാൽ

1009 ഓടിപ്പോയങ്ങൊനും ചാവതിനോങ്ങിനാൻ

1010 താഡിച്ചുകൊണ്ടാന്തന്മയെയിൽ പിന്നെ

1011 ചേതന വേർവിട്ട ദേഹത്തെപ്പോലെയെ

1012 ബ്ഭൂതലം തന്നിലേ വീണു കണ്ണോൻ.

1013 കണ്ണുനീർ കൊണ്ടവൻ ചൊല്ലാതെ ചൊല്ലിനാൻ

1014 കണ്ണൻറെ വാർത്തകളുള്ളവണ്ണം.

1015 അർജ്ജുനന്തന്നോടു ചൊല്ലിനാമ്പിന്നെയെ

1016 ങ്ങച്യുതന്തന്നോടു ചൊന്നതെല്ലാം.

1017 യാദവനാഥനാമാഹുകന്തന്നോടു

1018 യാതനാകണ്ണേമയേന്നു ചൊന്നാൻ.

1019 ദേവകിക്കന്നേരം മേവിന വേദന

1020 ഏവമന്നിങ്ങനെ ചൊല്ലുവാനായ്

1021 ധാതാവു നിർമ്മിച്ച ലോകങ്ങളൊന്നിലും

1022 മേധാവിയായുള്ളോരാരുമില്ലേ.

1023 പന്തിരണ്ടാദിത്യന്മാരുടെ മണ്ഡലം

1024 ഒന്നിച്ചുകൂട്ടിച്ചമച്ചു പിന്നെ

1025 കല്പാന്തപാവകന്തന്നിങ്ങാക്കി നി

1026 ന്നുല്പാതവാതങ്ങൾ വീതുവീത

1027 പ്പാരം പഴുപ്പിച്ചു നേരേറ്റു നിന്നങ്ങു

1028 ഘോരമായ് മേവുന്ന താരപിണ്ഡം

1029 ദേവകിതന്നുടെ താപത്തെച്ചിന്തിക്കിൽ

1030 ശീതളമായിട്ടേ വന്നുകൂടു."

1031 രുക്മിണിമുമ്പായ ദേവിമാർതാപവും

1032 അത്രയല്ലങ്ങേതിലേറുമത്രേ.

1033 കൃഷ്ണായന്നിങ്ങനെ നീളത്തിൽ ചൊന്നപ്പോൾ

1034 വൃഷ്ണികളെല്ലാരും കേഴുംനേരം
1035 വരോടെ മേല്പെട്ടു പോയതു കാണായി
1036 സാരമായ് മേവുമപ്പാരിജാതം.
1037 എന്നതു കണ്ടുള്ള ബാലരും മാതരും
1038 ഖിന്നരായെല്ലാരും നിന്നു പിന്നെ
1039 ആഹുകന്തന്നുടെ പിന്നാലെ പോയിപ്പോ
1040 യാഹവഭൂമിയിൽ ചെന്നു നേരേ
1041 സജ്വ നായുള്ളൊരർജ്ജുനന്തന്നാലെ
1042 സജ്ജിതയായൊരു നൽച്ചിതയിൽ
1043 പാരാതെ ചാടിത്തങ്കാമുകന്മെയ്യോടു
1044 നാരിമാരെല്ലാരും ചേർന്നുകൊണ്ടാർ.
1045 ആനകദുന്ദുഭിതാനുമായങ്ങനെ
1046 മാനിതയാകിയ ദേവകിയും
1047 അച്യുതന്തന്നെയുമിച്ഛയിൽ നണ്ണിനി
1048 ന്നച്ചിതതന്നിലേ പാഞ്ഞു പിന്നെ
1049 നിശ്ചലനായുള്ളൊരച്യുതന്തന്നുടെ
1050 നൽച്ചരണങ്ങളിലേശിക്കൊണ്ടാർ.
1051 എണ്ണിരണ്ടായിരം ഭാര്യമാരെല്ലാരും
1052 കണ്ണന്താൻ നിന്നൊരു ഭൂതലത്തിൽ
1053 ഭാവനകൊണ്ടു തങ്കാന്തമെപ്പൂണ്ടു നൽ
1054 പ്പാവകന്തന്നിൽ പതിച്ചുനിന്നാർ.
1055 മാനുഷഭാവത്തെക്കൈവെടിഞ്ഞെല്ലാരും
1056 വാനവരായിച്ചമഞ്ഞു പിന്നെ
1057 മുന്നമേ ചെന്നുള്ള യാദവന്മാരോടെ
1058 ങ്ങൊന്നിച്ചു മേവിനാർ വിണ്ണിലപ്പോൾ:
1059 "വെള്ളത്തിൽ മുങ്ങി നികന്നേ"നെന്നുള്ളതേ
1060 ഉള്ളത്തിൽ തോന്നീതവർക്കന്നേരം.
1061 ഔദകമായുള്ള കർമ്മവും പിണ്ഡവും

1062 വഭൈദികരീതിയിൽച്ചഞെന്നവണ്ണം

1063 പ്രതേരായ് നിന്നുള്ള യാദവന്മാർക്കലെല്ലാം

1064 ആചരിച്ചീടിനാൻ പാർത്ഥനപ്പഴോൾ.

1065 ദ്വാരകതന്നയെും മുക്കിനാനന്നരേം

1066 വാരിധി വന്നു തകർത്തു മന്മേൽ.

1067 മാധവന്തന്നുടയൊലയമായഞെരു

1068 ഭൂതലംതന്നയെഞെഴിച്ചലെല്ലാമേ.

1069 ചിന്തകന്മാരുടഞെ ബന്ധവും വരേവിടു

1070 ത്തന്തകഭീതിയപെപ്പഴോക്കുവാനായ്

1071 മാധവന്തന്നധിവാസമുണ്ടാകുന്നു

1072 യാതഞെരു ഭൂതലം തന്നിലിന്നും.

1073 ശഷേിച്ചുനിന്നുള്ള യഴോഷിജ്ജനത്തയെും

1074 ഊഷത്വം വാരാതഞെ കഞെണ്ടുപഴോയി

1075 തന്നുടഞെ മന്ദിരം തന്നിലങ്ങാക്കുവാൻ

1076 ഖിന്നനാം പാണ്ഡവമ്പഴോകുന്നരേം

1077 കാട്ടൂടഞെ പാഞ്ഞങ്ങു കമ്മന്മാരായുള്ള

1078 കാട്ടാളർ ചഞെന്നു ചറെുത്താരപ്പഴോൾ

1079 രഴോഗത്തപെപ്പൂണ്ടഞെരു സിംഹത്തചെ്ചഞെന്നിട്ടു

1080 വഗേത്തിൽ ശ്വാനങ്ങളഞെന്നപഴോലഞെ.

1081 ക്രുദ്ധനായുള്ളഞെരു പാണ്ഡവന്താനപ്പഴോൾ

1082 യുദ്ധത്തിനായിത്തുനിഞ്ഞനരേം

1083 അസ്ത്രമഞെന്നുള്ള വിസ്മൃതമായ് വന്നു

1084 ചിത്തവും വറെഞെന്നായ് വന്നുകൂടി.

1085 വില്ലിനതെ്തന്നഞെ കുലപ്പതിന്നായിട്ടും

1086 വല്ലീലയങ്ങവനഞെന്നുകഞെണ്ടും.

1087 അംഗങ്ങളലെല്ലാമഞെ സന്നങ്ങളായ് വന്നു

1088 അങ്ങനയൊയിച്ചമഞ്ഞുതപ്പഴോൾ

1089 മന്ത്രത്തകെ്കഞെണ്ടു നിരുദ്ധനായുള്ളഞെരു

പന്നഗവീരന്താനന്നെപോലെ.
കാട്ടാളരെല്ലാമക്കാമിനിമാരെയും
ആട്ടിയക്കാട്ടിലേ പോയ് മറഞ്ഞാർ.
" സ്ത്രീകളെത്തന്നെയും പാലിച്ചുകൊള്ളുവാൻ
ആകാതെയായല്ലൊ ഞാനിന്നിപ്പോൾ
പൂതലായ്പോയൊരു ദാരുവപ്പോലെ ഞാൻ
ഭുതലം തന്നിലിരിക്കവേണ്ടോ."
എന്നങ്ങു തന്നിലേ ചിന്തിച്ചുകൊണ്ടവൻ
ഖിന്നനായ്പിന്നെയും പോകും നേരം
വ്യാസനായുള്ളൊരു മാമുനി വന്നുട
നാസന്നനായതു കാണായ്യപ്പോൾ.
മാനിയായുള്ളൊരു പാണ്ഡവവീരന
മ്മാമുനിതന്നുടെ കാല്ക്കൽ വീണാൻ.
തന്നുടെ ഖേദങ്ങളെല്ലാമേ ചൊല്ലിനാ
മ്പിന്നെയെമ്മാമുനിയോടു നേരേ.
എന്നതു കേട്ടൊരു മാമുനിതാനുമ
ന്നിന്നൊരുപാണ്ഡവനോടു ചൊന്നാൻ:
"എട്ടടെം മെയ്യിൽ വളഞ്ഞുനിന്നങ്ങനെ
പെട്ടനായുള്ളൊരു മാമുനിയേ
പണ്ടിവർ കണ്ടു ചിരിച്ചുനിന്നീടിനാർ
ഇണ്ടലങ്ങുള്ളത്തിൽ കൊള്ളുംവണ്ണം.
എന്നതു കണ്ടു ശപിച്ചുനിന്നീടിനാൻ
ഖിന്നനായ് നിന്നൊരു മാമുനിതാൻ.
"കാട്ടാളർ കൊണ്ടുപോയ്ക്കാട്ടിലിന്നിങ്ങളേ
കോട്ടിയാക്കീടുക"യെന്നിങ്ങനെ.
എന്നതുകൊണ്ടിവരിങ്ങനെയായിപ്പോയ്
നിന്നുടെ പോരായ്മയല്ലയതേും.
ആരണശാപത്തിൻ പ്രാബല്യംകൊണ്ടു നിൻ

1118 വീരത പോയിച്ചുരുങ്ങീതായി.
1119 ആരണശാപത്തെപ്പോക്കിനിന്നീടുന്നോ
1120 രാരുമില്ലന്നെന്നതോ കണ്ടുതല്ലല്ലൊ.
1121 വീരത പോയെന്നെന്നു ഖേദിക്കവേണ്ട നീ
1122 വീരനായുള്ള നീ വീരനത്രെ.
1123 കണ്ണന്മയെ വേർവിട്ട ഖേദത്തെക്കൊണ്ടല്ലീ
1124 കണ്ണുനീർ തുകുന്നു പിന്നെയും നീ?
1125 യാദവന്മാരുടെ നാശത്തെക്കണ്ടിട്ടും
1126 ദ്വാരക പോയതു കണ്ടുമല്ലീ ?
1127 “ബന്ധുക്കളായുള്ളൊരന്ധകന്മാരുമായ്
1128 ചന്തത്തിൽനിന്നു സുഖിച്ചനേരം
1129 ദീനനായ്പോയാനെൻ കാവർണ്ണനെന്നല്ലീ
1130 മാനസംതന്നിലേ തോന്നുന്നിപ്പോൾ ?
1131 അജ്ഞരായുള്ളവർ ഖേദിക്കുംപോലെയീ
1132 പ്രാജ്ഞനായുള്ള നീ ഖേദിക്കൊല്ലാ;
1133 അംബരംപോലെയെന്നിർമ്മലനായ് നിന്ന
1134 ചിന്മയനാകിയ ദേവനുണ്ടോ
1135 ജന്മവും കർമ്മവും നന്മയും തിന്മയും
1136 ഉണ്മയെച്ചിന്തിച്ചു കാൺക നീയേ.
1137 പാനസമായുള്ള പത്രങ്ങൾകൊണ്ടോരോ
1138 ഭാജനം തന്നെയും ഗോക്കളെയും
1139 ചാലച്ചമച്ചോരോ ലീലകൾ കോലുന്ന
1140 ബാലകന്മാരെയോ കാൺമുണ്ടല്ലൊ
1141 അവ്വണ്ണംതന്നെയിക്കാർമുകിൽവർണ്ണനും
1142 ചൊവ്വോടെ യാദവന്മാരെയെല്ലാം
1143 തന്നുടെ കോരകമെന്നങ്ങു തോന്നിച്ചു
1144 മന്നിടംതന്നിലേ നിന്നു പിന്നെ
1145 കാരിയം പൂരിച്ച യാദവന്മാരെയും

1146 ദ്വാരകതന്നെയും സംഹരിച്ചാൻ
1147 ലീലകഴിഞ്ഞുള്ള ബാലന്മാരെല്ലാരും
1148 ചാലക്കളിപ്പുരയന്നെപോലെ
1149 താനങ്ങു തന്നുടകെവേലമായുള്ളൊ
1150 രാനന്ദംതങ്കലേ നിന്നുകൊണ്ടാൻ
1151 നഷ്ടമായ്പോയാനന്നിഷ്ടനായുള്ളവൻ
1152 കഷ്ടമയേന്നങ്ങു ചിന്തിച്ചിപ്പോൾ
1153 സ്പഷ്ടമയേിങ്ങനെ ദുഃഖവുംപൂണ്ടുടൻ
1154 പൊട്ടനായ്പോയിതോ ഹന്ത നീതാൻ ?
1155 ആഹന്ത മാൽകൊണ്ടു വകേുന്ന നിന്നുടെ
1156 മോഹത്തത്തെന്നെ തൊഴുന്നേൻ ഞാനോ.
1157 ഭാരതമാകുന്ന പോരു തുടങ്ങുമ്പോൾ
1158 സാരമായ് നിന്നോടു വാരിജാക്ഷൻ
1159 മാനിച്ചു ചൊന്നുള്ള വാർത്തകളല്ലാമേ
1160 പാനീയരഖേയായ്പോയിതോ ചൊൽ?
1161 താപത്തത്തുകുന്ന ശോകത്തപ്പൂരിച്ചാൽ
1162 ആപത്തേ കോണാവൂ നൂനമന്നാൽ
1163 ശോകത്തക്കൈവിട്ടു മോഹത്തപ്പോക്കുന്ന
1164 രൂപത്തച്ചിന്തിക്ക സന്തതം നീ."
1165 ഖിന്നത പോക്കുന്ന നന്മൊഴിയിങ്ങനെ
1166 പിന്നയെും പിന്നയെും ചൊല്ലിച്ചൊല്ലി
1167 പാർത്ഥന്തന്നുള്ളത്തിൽ ചീർത്തുനിന്നീടുന്നൊ
1168 രാർത്തിയത്തീർത്താനത്തീർത്ഥപാദൻ.
1169 നിർമ്മലനായൊരു നന്മുനിതന്നുടെ
1170 നിർമ്മലത്തൂമൊഴി കേൾക്കയാലേ
1171 ചീർത്തുനിന്നീടുന്നൊരാർത്തിയത്തെന്നയെും
1172 തീർത്തുനിന്നീടുന്ന പാർത്ഥനപ്പോൾ
1173 ധന്യമായുള്ളൊരു തന്നുടെ മന്ദിരം

തന്നയെും മുന്നിട്ടു ചന്നെു പിന്നെ
ഉജ്ജ്വലനായരൊരു വജ്രനത്തെന്നയെും
വച്ചുനിന്നമ്പഠോടു മന്ദിരത്തിൽ
ധർമ്മജന്തന്നുടെ മന്ദിരം പൂവതി
ന്നുന്മനസ്സായവൻ പഠോകുംനരേം
അഗ്രജനായുള്ള ധർമ്മജന്മാവുതാ
നുഗ്രങ്ങളായ നിമിത്തങ്ങളേ
അഗ്രത്തിലാമ്മാറു കണ്ടുകണ്ടറേവും
വ്യഗ്രനായ് ചൊല്ലിനാൻ ഭീമനഠോട്:
“കൃഷ്ണനെക്കാണ്മാനായ് മുന്നമേ പഠോയരൊരു
ജിഷ്ണുതാൻ വന്നീലയല്ലെയിന്നും.
എന്തവനിങ്ങനെ വകൈിച്ചുകൊള്ളുവാൻ
സ്വസ്ഥമാം കാലമല്ലന്നെുവന്നു.
മുന്നമപ്പെഠോലയെല്ലിന്നിന്നിമ്മന്നലെല്ലാം
ഖിന്നമായ്ത്തന്നയെേ കാണാകുന്നു.
മംഗലദീപത്തിൻഭംഗവും പൂണ്ടിട്ടു
മങ്ങുന്ന മന്ദിരമന്നെപഠോലെ.
മന്നിടംതന്നുടെ മംഗലദീപംതാൻ
മങ്ങിമറഞ്ഞുപഠോയില്ലയല്ലീ?
ഖിന്നമായ് നിന്നരൊരിമ്മന്നിടം കാണുമ്പൊ
ഉന്നെതേ തഠോന്നുന്നുതുള്ളിലിപ്പഠോൾ.
ധർമ്മിഷ്ഠരായുള്ള നിർമ്മലരെല്ലാർക്കും
ഉന്മഷേം കാണുന്നൂതില്ലയിപ്പഠോൾ.
ഗഠോക്കളെക്കണ്ടാലുമഠോർച്ചയും പൂണ്ടിട്ടു
നഠോക്കിനിന്നീടുന്നതങ്ങുമിങ്ങും.
പാഴരായ്പഠോരുന്ന പാപന്മാർതന്മുഖം
പാരം തളിഞ്ഞിന്നു കാണാകുന്നു.
ദുഷ്ടങ്ങളായുള്ള ജന്തുക്കളെല്ലാമ

ങ്ങളൊട്ടൊട്ടു വന്നു പരന്നുതായി.
മാമുനിമാരിലും മുന്നമപ്പോലെയു
ള്ളാമോദം കാണുന്നൂതില്ല ചമ്മേ.
എന്നുടെ മാനസം തന്നെയുമറ്റേവും
ഖിന്നമായ്ക്കാണുന്നു പിന്നപ്പിന്നെ.
എന്തിതിങ്കാരണമന്നെതു ചിന്തിച്ചാ
ലതേുമേ ചൊല്ലുവാനില്ലതാനും.
ഉത്തമദാരുക്കളൊക്കവേ കണ്ടാലും
പത്രവും വാടിച്ചമഞ്ഞതിപ്പോൾ.
ജ്യോതിർഗ്ഗണങ്ങളും ദീപിക്കുന്നില്ലൊട്ടും
ആദിത്യന്തന്നെയും കാണ്കയിപ്പോൾ
ചാലത്തളിഞ്ഞുള്ള തീർത്ഥങ്ങളല്ലാമേ
കാലുഷ്യം കോലുന്നു കാണുംതോറും.
ആജ്യത്തകെ്കൊണ്ടു ജ്വലിക്കുന്നതില്ലിപ്പോൾ
പൂജ്യനായ്മവേുമപ്പാവകന്താൻ.
ഒട്ടൊട്ടു പിന്നെ ജ്വലിച്ചുനിന്നീടുകിൽ
പൊട്ടിയരിഞ്ഞു പൊരിഞ്ഞുതാനും.
മാരുതൻതന്നുടെ മാന്ദ്യവും കൈവിട്ടു
ഘോരനായ് വീയുന്നു പാരമിപ്പോൾ.
ഇങ്ങനെയോരോന്നു ചിന്തിച്ചുകാണുമ്പോൾ
മംഗലമായിട്ടേ കണ്ടില്ലങ്ങും.
ഈശ്വരൻതന്നുടയിച്ഛയച്ചെയ്കയെ
ന്നാശ്രയിച്ചീടിനനേഷേ ഞാനോ."
സോദരാന്തന്നോടു വദേനയിങ്ങനെ
ഓതിനിന്നീടുന്ന ധർമ്മജന്താൻ
ഈശ്വരന്തങ്കലേ വാച്ചുനിന്നീടുന്നൊ
രോർച്ചയും പൂണ്ടങ്ങു നിന്നനേരം
വാസവനന്ദനൻ വന്നതു കാണായി

വാടിനിന്നീടുന്നഭാവവുമായ്.
പാരാതചെന്നെന്നങ്ങ്ദു ധർമ്മജന്തന്നുടവെ
പാദങ്ങ്ങൾതന്നിലെ വീണു പിന്നെ
ഭാവം കണ്ടന്നേരം ചൊല്ലിനതല്ലാമേ
നാവുകണ്ടായിട്ടും ചൊന്നാമ്പിന്നെ:
"ഭൂമിക്കു നല്ലൊരു ഭൂഷണമാകുന്ന
പൂമനേപൂണ്ടൊരു കണ്ണനിപ്പോൾ
തന്നുടെ ദാസനാമന്നെയും വഞ്ചിച്ചു
മന്നിടംതന്നെയും ഖിന്നമാക്കി
വിണ്ണിലും പൂകിനാന്നയുമിങ്ങ്ങനെ
കണ്ണുനീർ തൂകുമാറാക്കിവച്ചാൻ."
എന്നതു കേട്ടൊരു ധർമ്മജന്മാവുതാൻ
തന്നെയുംകൂടി മറന്നു നേരേ
കല്യതതന്നെയും കൈവെടിഞ്ഞങ്ങ്ങനെ
അല്ലലിൽ വീണതു ചൊല്ലവല്ലേ.
പാണ്ഡവമാതാവുമെന്നതു കേട്ടപ്പോൾ
നീണ്ടുനിന്നീടുന്ന ശോകത്താലേ
കണ്ണന്മയെ് തന്നിൽ തന്നുള്ളവും ബന്ധിച്ചു
തിണ്ണം തിരണ്ടൊരു ഭാവനയാൽ
ശാശ്വതനായുള്ളൊരീശ്വരന്തന്നോടു
ചർേച്ചപൂണ്ടീടിനാളോർച്ച നീക്കി.
പാർത്ഥലംതന്നെപ്പിരിഞ്ഞുനിന്നീടുവെ
ന്നോർത്തുനിന്നീടുന്ന ധർമ്മജന്താൻ
പാർത്ഥനുമായിപ്പറഞ്ഞുനിന്നമ്പിനോ
ടാർത്തനായ് നിന്നു നുറുങ്ങ്ങുനേരം
കേശവന്തന്നുടെ കേവേലരൂപം ത
ന്നാശയം തന്നിലുറപ്പിച്ചുടൻ
ബന്ധുക്കളായോരിൽ സന്ധിച്ചുനിന്നൊരു

1258 ബന്ധവും ചാലവെ മുറിച്ചു നരേവെ
1259 നിസ്സംഗനായി നടന്നുതുടങ്ങിനാൻ
1260 ഉത്തരയായുള്ള ദിക്കു നോക്കി.
1261 എന്നതു കണ്ടുള്ള സോദരരല്ലാരും
1262 പിന്നാലവെ കൂടിനാർ കടേു നീക്കി.
1263 കൃഷ്ണനിലുള്ളൊരു തൃഷ്ണപൂണ്ടീടുന്ന
1264 കൃഷ്ണയും പിന്നയെങ്ങവ്വണ്ണമവെ.
1265 വ്യാഘ്രങ്ങൾചരേുന്ന കാടുകൾ പിന്നിട്ടു
1266 ദീർഘമായുള്ളൊരു മാർഗ്ഗത്തൂടവെ
1267 പിന്നാലവെ ചന്നെരോവെ നോക്കിനിന്നീടാതവെ
1268 ധന്യരായങ്ങവർ പോകുംനരേം.
1269 പൂഞ്ചായലാരുടവെ മൗലിയായ്മവേുമ
1270 പ്പാഞ്ചാലി ചാലപെ്പതിച്ചാളപ്പോൾ;
1271 അശ്വികൾ സൂനുക്കളായോരുമങ്ങനവെ
1272 അർജ്ജനന്താനുമങ്ങവ്വണ്ണമേ.
1273 വീഴ്വതിനായിട്ടു വഗേവാനായഴെും
1274 ഭീമനും ചൊല്ലിനാന്മല്ലയെപ്പോൾ :
1275 “ധീരരായ്പോരുമിന്നാല്വരും വീണതിൻ
1276 കാരണം ചൊല്ലണേ”മന്നെിങ്ങനവെ
1277 ധർമ്മജൻ ചൊല്ലിനാന്തന്നുടവെ തന്നുടവെ
1278 വന്മദം കാരണമന്നെും പിന്നവെ
1279 “അസ്ത്രങ്ങൾകൊണ്ടന്നെോടൊത്തവരില്ലയവെ
1280 ന്നർജ്ജനനുണ്ടൊരു മാനമറേ്റം.
1281 മാനിതരായൊരു മാദ്രിതന്മക്കൾക്കും
1282 മാനമുണ്ടറേ്റവും മാനസത്തിൽ.
1283 “രൂപം കൊണ്ടന്നെോടു നരേൊത്തോരില്ലയോ
1284 പ്പാരിടം തന്നിലിന്നാരുമിപ്പോൾ”
1285 എന്നൊരു മാനമുണ്ടിന്നകുലന്നവൻ

1286 തന്നുടടെ സഹോദരന്നാക പിന്നെ
1287 "ശാസ്ത്രങ്ങൾ കൊണ്ടന്നതെത്താഴ്ത്തിനിന്നീടുവാൻ
1288 പാർത്തലംതന്നിലിന്നഹേർത്തുകണ്ടാൽ
1289 ആകുന്നഹേരില്ലാരു" മന്നെന്നൊരു മാനം കൊ
1290 ണ്ടാഗളപൂരിതനായി നില്പഹോൻ.
1291 ഭർത്താക്കളായവൾക്കവൈരുണ്ടല്ലൊ ത
1292 ന്നുൾത്താരിൽ ചരേന്നതു പാർത്ഥനത്രെ
1293 എന്നൊരു ദഹോഷം കൊണ്ടിന്നവൾ വീണുതായ്
1294 നിന്നുടടെ പാതവും വന്നണഞ്ഞു.
1295 ഊക്കുകൊണ്ടാരുമതിർക്കയില്ലന്നൊരു
1296 മൂർക്ക്വതയുണ്ടു നിനക്കുമുള്ളിൽ."
1297 ഇങ്ങനെ ചൊന്നൊരു ധർമ്മജമ്പിന്നപ്പഹോ
1298 യങ്ങൊരു ദശേത്തു ചന്നെനരേം
1299 ചുററത്തിൽ ചന്നെു ചുറന്നുനിന്നീടിനാൻ
1300 തററെന്നു വന്നൊരു സാരമയേൻ
1301 "കാൽത്തണൽതന്നിൽച്ചരേത്താത്തനാമന്നെ നീ
1302 കാത്തുകൊള്ളണേമിന്നാസ്ഥയാലഹേ"
1303 അല്ലലായുള്ളൊരു ഭാവംകൊണ്ടിങ്ങനെ
1304 ചൊല്ലിനിന്നീടുന്നഹോനെന്നപഹോലെ.
1305 എന്നതു കണ്ടൊരു ധർമ്മജന്മാവുതാൻ
1306 തന്നിലഹേ നണ്ണിനാനുണ്മയായി:
1307 "ആശ്രിതപാലനം ധർമ്മമന്നെല്ലൊയി
1308 ശ്ശാശ്വതവാക്കുകൾ ചൊല്ലിപ്പഹോരു.
1309 ദീനനായ്മവേുമിശ്വാനനയിന്നുഞാൻ
1310 മാനിച്ചുകൊള്ളണേം നൂനമന്നൊൽ"
1311 എന്നങ്ങു ചിന്തിച്ചു തന്നിലഹേ പിന്നയെും
1312 മുന്നമപ്പഹോലെ നടന്നനരേം
1313 അംബരംതന്നൂടടെ വന്നതു കാണായി

1314 പൊന്മയമായ വിമാനമപ്പോൾ.
1315 ചാരത്തു ചെന്നങ്ങു ചൊല്ലിനിന്നീടിനാൻ
1316 വാരുറ്റുനിന്നൊരു ദേവദൂതൻ:
1317 "നേരേറ്റു നിന്ന വിമാനവുമേറി നീ
1318 പാരാതെ പോരേണം വിണ്ണിലിപ്പോൾ
1319 പുണ്യങ്ങൾ ചെയ്ത ഫലങ്ങളെയെല്ലാമേ
1320 വിണ്ണിൽനിന്നങ്ങു ലഭിപ്പതിന്നായ്."
1321 ധർമ്മജൻ ചൊല്ലിനാനന്നതു കേട്ടപ്പോൾ
1322 ധർമ്മത്തിന്നുണ്മയും നണ്ണി നണ്ണി :
1323 "ഖിന്നനായ് വന്നുനിന്നാശ്രയിച്ചീടിനാൻ
1324 മുന്നമേ നമ്മെയിശ്വാനനന്നാൽ
1325 ധന്യമായ് നിന്നൊഴും യാനമേറീടുവാൻ
1326 മുന്നലാമ്മാറവന്തന്നെ വേണം."
1327 എന്നങ്ങു കേട്ടൊരു വിണ്ണവർദൂതന്താൻ
1328 കർണ്ണങ്ങൾ പൊത്തിനാന്തിണ്ണമപ്പോൾ.
1329 സന്മതം തോയുമന്നന്മൊഴി ചൊല്ലിനാൻ
1330 ധർമ്മജന്തന്നോടങ്ങുണ്മയായി
1331 "നിർവ്വിണ്ണനായൊരു നിന്നുടെ മാനസം
1332 ഇവ്വണ്ണമായതെന്തിന്നു നേരേ;
1333 സോദരന്മാരിലുള്ളാശയത്തെന്നെയും
1334 വേറുത്തല്ലയോ പോന്നുകൊണ്ടു
1335 ഘോരനായ്മവേുമിസ്സാരമയേങ്കൽ നിൻ
1336 മാനസം ചെന്നതിങ്കാരണം ചൊൽ?
1337 ജന്തുക്കളായതിൽ കഷ്ടമായുള്ളതോ
1338 ചിന്തിച്ചു കാകിലിശ്വാക്കളത്രേ.
1339 കഷ്ടങ്ങളായുള്ള ജന്തുക്കൾക്കെന്നുമേ
1340 കിട്ടുവോന്നല്ലയീ സ്വർഗ്ഗമെന്നാൽ
1341 ശ്വാനനിൽ ചെന്നൊഴുമാശയും തീർത്തുടൻ

1342 യാനമറേീടു നീ വകൈകിയാതെ."

1343 പിന്നയെും ചൊല്ലിനാൻ ധർമ്മജന്മാവുതാൻ

1344 തന്നിലേ ചിന്തിച്ചു ധർമ്മമല്ലൊം:

1345 "ആശ്രിതനായതോനകെക്കവൈവെടിഞ്ഞുള്ളൊരു

1346 വാഴ്ചയിന്നതേുമേ ചേർച്ചയല്ലേ.

1347 ദീനനായ് വന്നവന്തന്നയെും വഞ്ചിച്ചു

1348 യാനമറേുന്നനെിക്കഠേർത്തുകണ്ടാൽ

1349 നാകലോകാപ്തിയിൽ കാര്യമില്ലതേുമേ

1350 പോക നീയണ്ടെിലോ നാകലോകേ."

1351 വിണ്ണവർദൂതനുമന്നെതു കടേ്ടവൻ

1352 കർണ്ണങ്ങളറേ്റിനാന്തന്മൊഴിയും :

1353 "മണ്ണിലേ മാലോകർ പുണ്യങ്ങൾ ചയെ്യുന്നു

1354 വിണ്ണിനകെ്കാമിക്കമൂലമത്രേ.

1355 പ്രജ്ഞപൂണ്ടീടിന മാമുനിമാരോരോ

1356 യജ്ഞങ്ങൾകൊണ്ടു യജിക്കുന്നതും

1357 തീയിലേ നിന്നു തപസ്സുചയെ്യുന്നതും

1358 തോയത്തിൽനിന്നു ജപിക്കുന്നതും

1359 ദാനങ്ങളൊന്നൊന്നയോചരിക്കുന്നതും

1360 വാനിടം പൂവതിൻ വാഞ്ഛയത്രേ.

1361 അങ്ങനയെുള്ളൊരു വാനിടംതന്നതെ്തൊ

1362 ട്ടിങ്ങനെ ചൊന്നവാറങ്ങെനെ നീ ?

1363 ദുഷ്ടനായ് വന്നൊരിക്കഷ്ടനതെ്തൊട്ടല്ലൊ

1364 ഇഷ്ടമായ് വന്നതു കവൈെടിഞ്ഞു

1365 ദുർജ്ജനസംഗമമൊല്ലായന്നെല്ലയോ

1366 സജ്ജനമായുള്ളോർ ചൊല്ലിക്കേൾപ്പൂ ?

1367 ഒന്നല്ലയാതൊരിക്കാരിയം കാമിച്ചു

1368 നന്നല്ല നീയിന്നിച്ചൊന്നതൊട്ടും.

1369 പാണ്യങ്ങൾകൊണ്ടു നിൻ ചാരത്തു വന്നൊരു

1370 വിണ്ണിനകെക്കവൈവെടിഞ്ഞീടലെല്ലാതെ."

1371 ചിത്തവിലലോഭനമായിനിന്നീടുന്നലെ

1372 രുക്തികളിങ്ങനെയെലോതിയലോതി

1373 ലലോലതതീർത്തവന്മാനസം തന്നുടെ

1374 ചാലനമായിതില്ലലെന്നുകലെണ്ടും.

1375 "പലോകുന്നനേങ്കിൽ ഞാനെ" ചലെല്ലിനാ

1376 നാകുലമായലെരു ഭാവവുമായ്.

1377 എന്നതു കടേ്ടലെരു ധർമ്മജന്മാവുതാ

1378 നന്നടഭ തന്നുടെ മുന്നൽത്തന്നെ

1379 മവേിനിന്നീടുന്ന യാനവും കവൈിട്ടു

1380 പലോവതിന്നായിത്തുടങ്ങും നരേം

1381 നിർമ്മലനായലെരു ധർമ്മനായ്ക്കാണായി

1382 തണ്മയിൽ മവേുമശ്വാവുതന്നെ.

1383 തുഷ്ടനായ് നിന്നങ്ങുചലെന്നതും കൾേക്കായി

1384 ശിഷ്ടനായ്നിന്നലെരു തന്നലോടപ്പലോൾ :

1385 "നിന്നുടെ ധർമ്മത്തിന്നുണ്മ യക്കാണ്മാനായ്

1386 നിന്ദ്യമായുള്ളലെരു രൂപവുമായ്

1387 നിന്നുടെ ചാരത്തു വന്നതു ഞാനിപ്പലോ

1388 ളന്നെതു നിന്നുള്ളിൽ തറേിനാലും.

1389 ധർമ്മംകലെണ്ടിന്നിന്നെ വന്നെുനിന്നീടുന്നലോ

1390 രുണ്മയചെ്ചലെൽകിൽ മററാരുമില്ലഭ.

1391 സന്തുഷ്ടനായൻേ ഞാനന്നെതുകലെണ്ടിനി

1392 ച്ചിന്തിച്ചതലെ്ലാമഭ സാധിച്ചീടും.

1393 വകൈൊതെ പലോയങ്ങു വാനിടം പൂക നീ

1394 വകൈല്യം വാരാതയെങ്കിലിപ്പലോൾ."

1395 ഇങ്ങനെ ചലെന്നവന്തന്നയെും ചമെ്മയെ

1396 മ്മംഗലയാനത്തിലാക്കിനിന്നാൻ.

1397 മങ്ങാതനിെന്നലെരു ധർമ്മജന്മാവുതാൻ

1398 മംഗലയാനത്തിലായനേരം

1399 കാൽപ്പൊടിതട്ടിക്കളഞ്ഞുനിന്നീടിനാൻ

1400 വായ്പോടു ചെന്നങ്ങെരുത്തനപ്പോൾ.

1401 പൂമണം തേയുന്ന തെന്നലെത്തുകുന്ന

1402 ചാമരം കാണായി രണ്ടുപാടും.

1403 ചാലച്ചെഴന്നുനിന്നാലക്കമാളുന്നൊ

1404 രാലവട്ടങ്ങളും കാണായ്യപ്പോൾ.

1405 അങ്ങനെ പോയങ്ങു വിണ്ണിലങ്ങാമ്മാറു

1406 ഭംഗിയിൽച്ചെന്നവൻ പൂകുന്നേരം

1407 ഉമ്പർകോന്തന്നുടെ ചെല്ലിനാലെല്ലാരും

1408 സംഭ്രമിച്ചീടിനാരമ്പിനോടെ

1409 മംഗലപാണികളായി വന്നീടിനാർ

1410 മംഗലമാരായുള്ളംഗനമാർ

1411 ചാലെ വിളങ്ങുന്ന ദീപങ്ങൾ കാണായി

1412 താലത്തിൽ മവേുന്ന വള്ളെരിയും.

1413 പൊൽക്കുടം കണ്ണാടി ചെപ്പുകളെന്നിവ

1414 ഒക്കവേ വന്നു പരന്നുതങ്ങും.

1415 വാരുറ്റുനിന്നുള്ള ഭേരികൾനാദവും

1416 പാരിച്ചു കേൾക്കായിതോരോ ദിക്കിൽ.

1417 മംഗലസൂചകമായിനിന്നീടുന്ന

1418 ശംഖുകൾനാദവുമവ്വണ്ണമേ.

1419 കസ്തുരികൊണ്ടു തളിച്ചുനിന്നീടിനാർ

1420 ഉത്തമനാരിമാർപദ്ധതിയിൽ.

1421 കാണ്മതിനായിട്ടു വാനവരെല്ലാരും

1422 മന്മേലേ വന്നു തുടങ്ങീതപ്പോൾ.

1423 സുന്ദരിമാരുമങ്ങന്നിലം തന്നിലേ

1424 ചെന്നുതുടങ്ങിനാർ ചേർച്ചയോടേ:

1425 ഉർവ്വീശന്തന്നുടെ നിർവ്വേശംകാണ്മാനാ

1426 യുർവശിതാനുമങ്ങവ്വണ്ണമേ.
1427 സൽകൃതനായുള്ള ധർമ്മജൻചാരത്തു
1428 തിക്കു തുടങ്ങീതു പാരമപ്പോൾ.
1429 എന്നതു കണ്ടവൻതന്നിലേ നണ്ണിനാൻ:
1430 എന്നുടെ വൈഭവമല്ലിതൊന്നും ;
1431 കാവർണ്ണൻതന്നുടെ ലീലയാലൊന്നത്രെ
1432 കാരുണ്യമെന്നിലേ ചേരുകയാൽ
1433 എന്നതുകൊണ്ടു മദിച്ചുനിന്നീടൊല്ല
1434 യെന്നുടെ മാനസം" എന്നു നണ്ണി
1435 പങ്കജലോചനൻതങ്കഴൽ തന്നുള്ളിൽ
1436 അങ്കുരിച്ചീടുമാറാക്കിപ്പിന്നെ
1437 മുത്തുകൾകൊണ്ടുള്ള പന്തൽതങ്കീഴേ പോ
1438 യെത്തിനിന്നീടിനാൻ വിണ്ണിൽ നേരേ.
1439 വിണ്ണകംപൂകിന പുണ്യവാനന്നേരം
1440 കണ്ണുകളുണ്ടായ കാര്യമെല്ലാം
1441 സാധിച്ചു പിന്നെത്തൻ സോദരന്മാരെയും
1442 ചോദിച്ചു നിന്നാനദ്ദൂതനോടേ.
1443 ചോദിച്ചനേരത്തു ദൂതനും ചൊല്ലിനാൻ
1444 ഖേദിച്ചുനിന്നു നുറുങ്ങുനേരം:
1445 "സോദരന്മാരുടെ വേലയച്ചൊല്കിലോ
1446 വേദനയായിട്ടു വന്നുകൂടും.
1447 കാണണമെന്നുള്ള സാഹസമുണ്ടെങ്കിൽ
1448 കാണരുതായ്കയുമില്ലതാനും."
1449 ഇങ്ങനെചൊന്നവൻതന്നെയും കൊണ്ടുടൻ
1450 അങ്ങൊരു കോണത്തുചെന്നു പിന്നെ
1451 ഘോരമായുള്ളൊരു നാരകദേശത്തെ
1452 പ്പാരാതെ കാട്ടിനാൻ ദേവദൂതൻ.
1453 കണ്ടൊരുനേരത്തു ധർമ്മജന്മാവുതാൻ

1454 ഇണ്ടലുംപൂണ്ടു ചമഞ്ഞു ചൊന്നാൻ:
1455 "പൂതരായ്നിന്നുള്ള സഹോദരന്മാരിപ്പോൾ
1456 യാതന പൂണ്മാറൊ വന്നുകൂടി ?
1457 ഉത്തമർശീലവുമിത്തരമായിതൊ
1458 സത്യവാനല്ലയൊ ചിത്രഗുപ്തൻ?
1459 ധർമ്മിഷ്ഠരായുള്ള നിങ്ങൾക്കുമിന്നിതു
1460 സമ്മതമായിട്ടൊ തോന്നിക്കൂടി?
1461 ദുഷ്ടത കണ്ടാലും കഷ്ടമായ്വന്നിതു
1462 ദുഷ്ടത വറിട്ട നാകലോകം.
1463 ദണ്ഡ്യന്മാരല്ലാത പുണ്യമാണ്ടുള്ളോരെ
1464 ദണ്ഡിപ്പിക്കുന്നതു കാണും നരേം
1465 "ഒല്ലാ"യന്നെിങ്ങനെ ചൊല്ലിനിന്നീടുവാൻ
1466 വല്ലുവോനില്ലാതെ വന്നുതോതാൻ ?
1467 വാസലന്താനിതറിഞ്ഞില്ലന്നെല്ലല്ലി
1468 വാസ്തവരീതിയിൽ വന്നതിപ്പോൾ
1469 ധർമ്മമില്ലാതൊരു വിണ്ണിലെ വാസമി
1470 ന്നുണ്മയച്ചൊല്കിലെനിക്കു വണ്ടോ.
1471 ച്ചൊല്ലിചെനിക്കു വണ്ടോ.
1472 കാതരരായുള്ള സഹോദരന്മാരുമായ്
1473 യാതന പൂണ്ടുന്നനേണ്ടിലൊ ഞാൻ."
1474 എന്നങ്ങു ചൊന്നവനന്നിലംതന്നിലെ
1475 ചന്നെങ്ങു ചാടുവാനൊങ്ങുംനരേം
1476 പടെട്ടന്നെു ചന്നെു ചറുെത്തുനിന്നീടിനാൻ
1477 തുഷ്ടനായ് നിന്നൊരു ദവേദൂതൻ
1478 കണ്ണടച്ചീടണേമന്നെങ്ങു ചൊന്നപ്പോൾ
1479 കണ്ണടച്ചങ്ങവൻ നിന്നു പിന്നെ
1480 കണ്മിഴിച്ചീടുമ്പൊഴന്നിലംതന്നയെ
1481 രമ്യമായ്ക്കാണായിതുണ്മയായി.

എന്നതു കണ്ടിട്ടു വിസ്മിതനായിട്ടു
നിന്നൊരു ധർമ്മജനോടു ചൊന്നാൻ :
"ദ്രോണിയപ്പണ്ടു മരിച്ചാനെന്നുള്ളൊരു
വാണിയപ്പൊയ്യായിച്ചൊന്നാനല്ലൊ
എന്നതുകൊണ്ടുള്ള കന്മഷംകൊണ്ടു നീ
ഇന്നിതു കാണേണ്ടിവന്നുതിപ്പോൾ.
പാതകം വേറേറ്റ സോദരന്മാരുണ്ടോ
യാതന പൂണുന്നു കാതരരായ്?
വിണ്ണിലെ വാസവുമത്രെനാളെന്നുള്ളൊ
രണ്ടേണത്തക്കെണ്ടോരില്ലാരുമിപ്പോൾ.
വേദന വേറിട്ട് സോദരന്മാരുമായ്
ആമോദം പൂണ്ടാലുമായവണ്ണം.
സ്വർധുനിതന്നിലെ മുങ്ങുകയെങ്കിലോ
മർത്ത്യനെന്നുള്ളൊരു ഭാവം പോവാൻ."
എന്നതു കേട്ടവനന്നടതേന്നെ പോയ്
ചെന്നതിൽ മുങ്ങി നികന്നനേരം
മാനവനെന്നുള്ള ഭാവവും കൈവിട്ടു
വാനവനായിട്ടു വന്നുതപ്പോൾ.
കല്പകശാഖികൾ നൽച്ചേല നല്കുവാൻ
മുല്പാടു ഞാൻ വേണമെന്നു ചൊല്ലി
തങ്ങളിലുള്ള പിണക്കവുമുണ്ടായി
മുങ്ങി നികന്നവൻ നിന്നനേരം.
നൂതനമായൊരു ചേലയും പൂണ്ടുടൻ
ദൂതന്റെ ചൊല്ലാലെ പോയിപ്പിന്നെ
വാസവന്തന്നാലെ പാലിതമായൊരു
വാനകം പൂകിനാന്മാനിതനായ്.
മന്ദിരമാണ്ടുള്ള വൃന്ദാരകന്മാരെ
വന്ദിച്ചു പിന്നെ നടന്നനേരം

1510 വായുവിൽചാരത്തു ഭീമനക്കാണായി
1511 വാസവൻചാരത്തു പാർത്ഥനയേും.
1512 നാസത്യന്മാരുടെ ചാരത്തു കാണായി
1513 വാസത്തപെപ്പൂണ്ടയമന്മാരയെും.
1514 വിണ്ണവർക്കീടുന്ന ലക്ഷ്മിയായ്ക്കാണായി
1515 പുണ്യതപൂണ്ടുമദ്രൗപദിയെ.
1516 ഇങ്ങനെ കണ്ടൊരു ധർമ്മജനന്നരേം
1517 പൊങ്ങിന മോദവും പൂണ്ടു നരേ
1518 നിർമ്മലനായൊരു ധർമ്മൻറെ ചാരത്തു
1519 ചന്നെങ്ങു മവിനാന്താനുമപ്പോൾ
1520 വന്ദികളെല്ലാരും വാഴ്ത്തുവാനായിട്ടു
1521 വന്നുതുടങ്ങിനാരന്നേരം:
1522 ചണ്ടുററു നിന്നുള്ള വീണകളെല്ലാമേ
1523 പാണിയിലാമ്മാറു ചർത്തു ചമ്മേ
1524 സ്വർസ്ത്രീകളായുള്ള നർത്തകിമാരുമായ്
1525 നർത്തകന്മാരുമങ്ങവ്വണ്ണമേ
1526 താളങ്ങൾ പൂണ്ടുള്ള ഗായകന്മാരുന്ന
1527 ന്മളേത്തിലാമ്മാറു വന്നണഞ്ഞാർ.
1528 നാകത്തിലാമ്മാറുവഗേത്തപെപ്പൂണ്ടുകൊ
1529 ണ്ടാഗതരായാരമ്മാഗധരും.
1530 ഗീതിയിൽ തോഞ്ഞൊരു രീതിയുമായുടൻ
1531 പ്രീതന്മാരായുള്ള സൂതന്മാരും.
1532 നൂതനമായുള്ള ഗീതവും പാടിനാർ
1533 നീതിയിൽ നിന്നുള്ള ഗായകന്മാർ:
1534 വീണകൾകൊണ്ടുള്ള ഗാനവും മേളിച്ചാർ
1535 വേണുക്കൾകൊണ്ടുമങ്ങവ്വണ്ണമേ.
1536 നർത്തകിമാരങ്ങു നൃത്തം തുടങ്ങിനാർ
1537 നർത്തകന്മാരുമങ്ങൊത്തുകൂടി.

സന്മാനസംതന്നിലുന്മേഷം പൊങ്ങിച്ചു
സമ്മാനിച്ചാടിനാരമ്മാനയും.
മാർദ്ദവം കോവുന്ന വാദ്യങ്ങളൊന്നൊന്നേ
മാർഗ്ഗമായ് നിന്നു വദിപ്പിച്ചപ്പോൾ
പാർത്ഥന്മാർക്കുണ്ടായ കീർത്തികളെല്ലാമേ
വാഴ്ത്തിനിന്നീടിനാർ വന്ദികളും.
കണ്ടുനിന്നീടുന്ന വിണ്ടലരന്നപ്പോൾ
കൊണ്ടാടിക്കൊണ്ടു പറഞ്ഞാർ തമ്മിൽ:
“ധർമ്മത്തിന്നീടുന്നൊരുണ്മയെക്കാണ്മാനായ്
ധർമ്മജനോളമിന്നാരുമോർത്താൽ
മണ്ണിലും വിണ്ണിലുമില്ലയെന്നുള്ളതു
നിർണ്ണയിച്ചാലുമിന്നിങ്ങളിപ്പോൾ
എണ്ണമറ്റീടുന്ന യജ്ഞങ്ങൾ ചെയ്തിട്ടു
വിണ്ണവർ മോദത്തെപ്പൂരിച്ചതും.
മാനസംതന്നെയമ്മാധവന്തങ്കലേ
ലീനമായല്ലൊതാൻ മേവുന്നതും.
ആസ്ഥപൂണ്ടീടുന്ന ഗായകന്മാരും തൻ
കീർത്തിയേ വാഴ്ത്തുന്ന വന്ദികളും
പാടുന്നനേരത്തു കൈടഭവൈരിതൻ
കടേറ്റനാമത്തെക്കേൾക്കയാലേ
മേനിയിൽകണ്ടാലും കോൾമയിർക്കൊണ്ടതും
ആനന്ദബാഷ്പവും പാരമിപ്പോൾ.
വിണ്ടലർനാട്ടിൽവന്നുണ്ടായ ലോകരിൽ
പണ്ടുനാമിങ്ങനെയുണ്ടോ കണ്ടു ?
ഇങ്ങനെ പോരുന്ന ദിവ്യന്മാർ നിന്നെടം
മംഗലമായിട്ടേ വന്നുകൂടൂ.
വിണ്ണിന്നുതന്നെയും നന്നായിവന്നുതി
പ്പുണ്യവാൻ വന്നതുമൂലമായി.

ഇജ്ജനംതന്നുടയെിച്ഛയപെപ്പൂരിപ്പാൻ
സജ്ജരാകണേം നാം” എന്ന ചൊല്ലി
കൊണ്ടാടിനിന്നുള്ള വിണ്ടലരെല്ലാരും
മണ്ടിനാരഭാരഭാേന്നേ തണ്ടുവാനായ്.
തുംബുരുനാരദന്മാരുമന്നരേത്തു
ധർമ്മജൻചാരത്തു ചന്നെു നന്നായ്
കാർവർണ്ണന്തന്നുടെ കീർത്തിയേ വാഴ്ത്തിനി
ന്നാനന്ദം പൂരിച്ചാരായവണ്ണം.
ധർമ്മജന്തന്നുടെ സമ്മഭാദം പൂരിച്ച
തുംബുരുനാരദന്മാരും പിന്നെ
വന്ദികളെല്ലാരും ഗായകന്മാരുമായ്
മന്ദിച്ചുനിന്നു തളർന്നനരേം
അർജ്ജുനന്തന്നുടെ കാന്തിയെക്കണ്ടുള്ള
നിർജ്ജരമാനിനിമാരെല്ലാരും
പൂബാണമേറ്റിട്ടു നഭാവുകലർന്നങ്ങു
വവേുറ്റു മവേുന്നൊരുള്ളവുമായ്
തങ്ങളിൽ നിന്നു പറഞ്ഞുതുടങ്ങിനാർ
തിങ്ങിയഴെുന്നൊരു കൗതുകത്താൽ:
“വാഞ്ഛാനുരൂപമായ് നിന്നതു കണ്ടാലും
പാഞ്ചാലിതന്നുടെ ഭാഗധയേം.
മാലഭാേകർകണ്ണിൻറെ സാഫല്യം പൂരിപ്പാൻ
ഭൂലഭാേകംതന്നിലിന്നാന്മുഖന്താൻ
സുന്ദരമായൊരു രൂപത്തെ നിർമ്മിച്ചാൻ
എന്നങ്ങു ചൊല്ലുന്നതുണ്മ ചമെ്മേ.
ഗംഗയെച്ചൂടുന്ന മംഗലമ്പണ്ടു താ
നംഗജന്മനേിയെച്ചുടട്ടാനല്ലൊ;
എന്നതു പാർക്കിലിന്നംഗജന്നറേവും
നന്നായി വന്നുതായന്നെുവന്നു;

1594 പാർത്ഥൻറെ മെയ്യിൽക്കിഴിഞ്ഞൊരു മെയ്യുമായ്
1595 പാർത്തലംതന്നിൽ നടക്കവണ്ടോ.
1596 സൽഗുണജാലങ്ങളൊക്കവെ വന്നിവൻ
1597 വിഗ്രഹംതന്നിലേ പുക്കതും കാ.
1598 കോമളരീതിയെച്ചിന്തിച്ചുകാകിലോ
1599 സോമനുമിങ്ങനെ വന്നുകൂടാ.
1600 ശൂരതപാർക്കിലിക്കസേരിവീരനും
1601 ഘോരതയില്ലന്നു വന്നുകൂടം
1602 കാരുണ്യം ചിന്തിച്ചു കാണുന്ന നേരത്തു
1603 കാർവർണ്ണൻതാനന്നു ചൊല്ലാമത്രെ
1604 ശത്രുക്കളോടുള്ള ഘോരത ചിന്തിക്കിൽ
1605 വിത്രസ്തകനായ് വരുമന്തകനും.
1606 ലീലകൾ കോലുന്ന വേലയെച്ചിന്തിക്കിൽ
1607 ബാലകന്താനന്നു തോന്നുമത്രെ
1608 ഗംഭീരഭാവത്തെച്ചിന്തിച്ചു കാണ്കിലി
1609 ന്നംബോധിതാനുമൊന്നഞ്ചുമറ്റേം
1610 യാനത്തെക്കാണ്കിലോ വാസവവാരണ
1611 ന്നാണത്തെപ്പൂണ്ടു നടുങ്ങുമപ്പോൾ.
1612 വാക്കിനെക്കേൾക്കിലദ്രാക്ഷയും ചഞ്ചമ്മേ
1613 രൂക്ഷയായ്വന്നീടും മാക്ഷികയും.
1614 ഇത്തരമായ ഗുണങ്ങളെയെണ്ണുകിൽ
1615 എത്രയുണ്ടന്നതു കണ്ടില്ലാരും.
1616 നാമല്ലാമിങ്ങനെ വാഴ്ത്തിനിന്നീടിലോ
1617 നാവു കുഴഞ്ഞീടുമെട്ടുചന്നാൽ.
1618 മാനിനിമാരുടെ മാനസമായൊരു
1619 മാനിന്നു നല്ലൊരു കാനനമായ്
1620 മേവിനിന്നീടുമിപ്പാർത്ഥനെ വാഴ്ത്തി നാം
1621 നാവിൻറെ പുണ്യത്തെപ്പൂണ്ടുതല്ലൊ.

1622 പുണ്യങ്ങൾ പൂണുമപ്പൂവൽമയ്മൂലമായ്
1623 കണ്ണിൻറെ പുണ്യവും പൂരിപ്പൂ നാം.
1624 പാഞ്ചാലി ചെയ്തുള്ള പുണ്യങ്ങളൊന്നുമേ
1625 നാം ചാലച്ചെയ്തില്ലയെന്നതല്ലൊ.
1626 ചാരത്തു കണ്ടിവന്മാറിടമിങ്ങനെ
1627 ചാലക്കൊതിക്കുമാറായിതിപ്പോൾ.
1628 പാരാതെ പോകേണം നാമിനിച്ചെഞ്ചെമ്മേ
1629 വാരാളും നന്ദനംതന്നിലിപ്പോൾ;
1630 ലീലകൾ കോലുവാൻ ചാലെ മുതിർന്നവൻ
1631 കാലമേ വന്നീടുമെന്നു കേട്ടു."
1632 എന്നങ്ങു ചൊന്നുള്ള സുന്ദരിമാരെല്ലാം
1633 നന്ദനംതന്നിൽ നടന്നാരപ്പോൾ.
1634 വന്ദികൾ വാഴ്ത്തുന്ന വാർത്തകൾ കേൾക്കയാൽ
1635 നന്ദിച്ചു നിന്നുള്ള പാണ്ഡവന്മാർ
1636 എണ്ണമററീടുന്ന പുണ്യങ്ങൾകൊണ്ടുപോയ്
1637 വിണ്ണിടമങ്ങും നടക്കുകയാൽ.
1638 അത്ഭുതമായുള്ള വസ്തുക്കൾ കണ്ടുനി
1639 ന്നുല്പന്നമോദന്മാരായിപ്പിന്നെ
1640 ഇന്ദിരാനരേൊത്ത സുന്ദരിമാരുമായ്
1641 നന്ദനലീലയുമാചരിച്ചാർ.
1642 വാരുററുനിന്നുള്ള നാരിമാർ ചൂഴുററു
1643 വാരിവിഹാരവുമവ്വണ്ണമേ.
1644 ഉല്പന്നമോദങ്ങളായി നിന്നീടുന്ന
1645 കല്പകദാരുക്കൾ നല്കുകയാൽ
1646 നൽച്ചേലതന്നെയുമാഭരണങ്ങളും
1647 ഇച്ഛയിൽ പൂണ്ടു തെളിഞ്ഞു പിന്നെ.
1648 ദീപ്തരായ് നിന്നങ്ങു സാദ്ധ്വിയായുള്ളൊരു
1649 മാദ്ധ്വിയക്കൊണ്ടു മദിച്ചു നന്നായ്

1650 കന്ദർപ്പൻചൊല്ലാലെ ചെന്നുചെന്നീടുന്ന

1651 സുന്ദരിമാരുമായ്മന്ദമന്ദം

1652 പൊന്മയമായിട്ടു രമ്യങ്ങളായുള്ള

1653 ഹർമ്മ്യങ്ങൾതോറും കളിച്ചു പിന്നെ

1654 അച്യുതന്തന്നുടെ നൽച്ചരണങ്ങളിൽ

1655 നിശ്ചലമായുള്ളൊരുള്ളവുമായ്.

1656 പൂഗങ്ങളായിട്ടു ചെന്നുചെന്നീടുന്ന

1657 ഭോഗങ്ങളാണ്ടു സുഖിച്ചുനിന്നാർ.

1658 അച്യൂതന്തന്നുടെ നൽച്ചരിതങ്ങൾ ഞാൻ

1659 അജ്ഞരായുള്ളോർക്കു ബോധിപ്പാനായ്

1660 പ്രാജ്ഞനല്ലെങ്കിലുമിങ്ങനെ നിർമ്മിച്ചു

1661 സജ്ജനം വാഴ്ത്തുമെന്നോർത്തല്ലൊട്ടും.

1662 സജ്ജനം കണ്ടിതു നിന്ദിച്ചാരെങ്കിലോ

1663 ഇജ്ജനത്തിന്നൊരു ഹാനിയെന്തേ?

1664 നിന്ദ്യമല്ലാതതു നിന്ദിക്കയില്ലവ

1665 രെന്നൊരു നിർണ്ണ മുണ്ടെനിക്കും.

1666 വന്ദ്യരായുള്ളവർ നിന്ദിച്ചാരെങ്കിലോ

1667 നിന്ദ്യമെന്നുള്ളതു നിർണ്ണയിപ്പൂ.

1668 ദുർജ്ജനം വന്നിതു നിന്ദിച്ചാരെങ്കിലോ

1669 ദുർജ്ജനത്തിന്നൊരു ഹ നിയുള്ളു;

1670 ദുർജ്ജനം വന്നിതിൻ നിന്ദയെച്ചെയ്കിലോ

1671 സജ്ജനം ചെന്നു ചെറുക്കുമല്ലൊ.

1672 സജ്ജനം മുമ്പിലിഗ്ഗാഥയെക്കാട്ടുവാൻ

1673 ലജ്ജപൂണ്ടതുമേ ചാലെ വല്ലേൻ.

1674 വണ്ണുറ്റുനിന്നുള്ള മാണിക്കക്കൽകൊണ്ടു

1675 വാണിഭം ചെയ്യുന്ന വൈശ്യന്മുമ്പിൽ

1676 കാചത്തെക്കൊണ്ടുപോയ്ക്കാട്ടിനിന്നങ്ങതിൻ

1677 വിശത്തെച്ചൊല്ലെന്നു ചൊല്ലാമോതാൻ

അച്യുതഗാഥയെച്ചൊല്ലിനിന്നീടാഞ്ഞു
ലജ്ജയെക്കൊണ്ടിവനെന്നു നണ്ണി
നീതിജ്ഞരായുള്ള സജ്ജനം തങ്ങളേ
ശോധിച്ചുകൊൾകിലാമെന്നയേയുള്ളു
ന്യുനനായുള്ള ഞാൻ ചൊല്ലിനിന്നീടുന്നൊ
രാനന്ദഗാഥയെക്കേൾപ്പോർക്കെല്ലാം
താപത്തെത്തൂകുന്ന പാപത്തെക്കൊണ്ടുള്ളൊ
രാപത്തെത്തീർത്തു തുണപ്പതിന്നായ്
കാവർണ്ണന്തന്നുടെ കാരുണ്യംകൊണ്ടിതി
പ്പാരിടമെങ്ങും നടക്കേണമേ.
അത്രയുമല്ലയെന്നുൾത്താരിൽ ചേരുന്ന
വൃത്രാരിലോകം ഞാൻ പൂകുംനേരം
മാധവന്തന്നുടെ ഗാഥയെ നിർമ്മിച്ച
മാനുഷൻ വന്നുതായെന്നു ചൊല്ലി
മാനിച്ചുവന്നുള്ള മാനിനിമാരെല്ലാം
ഗാനത്തെച്ചെയ്തിട്ടും കേൾക്കാകേണം.
സ്വർഗ്ഗത്തിൽനിന്നു സുഖിച്ചങ്ങു നീള ഞാൻ
നിർഗ്ഗമിച്ചീടുവാൻ കാലമായാൽ
തേടിവന്നീടുന്ന കൈടഭവൈരിതൻ
കേടറ്റ ദൂതന്മാർ പിന്നാലെ പോയ്
മൂലലോകനായകൻ മേവിനിന്നീടുന്ന
പാലാഴിതന്നിൽ ഞാൻ ചെല്ലുംനേരം
“ഗാഥയെക്കൊണ്ടിവൻ പാതകം പൂണ്ടോരെ
പ്പൂതന്മാരാക്കിനാൻ നീതിയാലെ
നിർഗ്ഗതിപൂണ്ടുള്ള വൃക്ഷങ്ങൾക്കെല്ലാമേ
സൽഗതി നല്കിനാൻ ഗാഥകൊണ്ടേ
ഭക്തന്മാരായുള്ളൊരുത്തമന്മാരുടെ
ചിത്തവും ചാലെക്കുളുർപ്പിച്ചുടൻ

1706 മുക്തിയതെത്തന്നയെും നല്കിനിന്നീടിനാൻ

1707 ഉത്തമഗാഥയകെ്കണെ്ടുതാനും.

1708 ചാരത്തു കണെള്ളണേം പാരാതയെന്നാലി

1709 ദ്ദ്വാരസ്ഥനാമിവന്തന്നയെിപ്പഴേൾ.

1710 ദാസനായ്ക്കണെൾകയും വണേ"മന്നെിങ്ങനെ

1711 ദൂതരായുള്ളവർ ചണെന്നതലെല്ലാം.

1712 അമ്പിനഴേടങ്ങനെ കടേ്ടുകടേ്ടഷേ ഞാൻ

1713 തമ്പുരാന്മുന്നിലും ചന്നെു പിന്നെ

1714 "വലേപ്പണെ്തന്നുടനെ ബാലപ്പഴേർകണെ്കതൻ

1715 മാവയേച്ചാറൂറും മാറുള്ളഴേനേ !

1716 പാലിച്ചുകണെള്ളണേം പാരാതയെന്നെ നീ

1717 നീലക്കാർവണ്ണരേ ! കതൈണെഴുന്നനേ്."

1718 എന്നതു ചണെല്ലി വണങ്ങിനിന്നീടുന്നണെ

1719 രന്നെുടനെ മനേിയിലണെ്ങുമപ്പഴേൾ

1720 കാർവർണ്ണന്തന്നുടനെ കണ്ണിൽ നിറഞ്ഞണെരു

1721 കാരുണ്യവാരിയതെ്തൂകുകയാൽ

1722 കഴേൾമയിർക്കണെ്ടണെരു മനേിയുമായി ഞാ

1723 നാമഴേദം മളേിച്ചു മവേുംനരേം

1724 "ദാസനന്നെുള്ളതഴേ വന്നുതായലല്ലണെ നിൻ

1725 ഗാഥയനെ നിർമ്മിക്കകണെ്ടുതന്നേ

1726 ഏതണെരുവലേയിലാക്കിനിന്നീടുന്നു

1727 നീതിയിലിന്നിവന്തന്നയെിപ്പഴേൾ ?"

1728 ദൂതന്മാരിങ്ങനെ ചഴേദിച്ചനരേത്ത

1729 പ്പാതകവരെിയായുള്ളവൻതാൻ

1730 മലെല്ലവയേന്മുഖം നഴേക്കിനിന്നന്നരേം

1731 ചില്ലിതൻ തലെല്ലാലനെ ചണെല്ലുകയാൽ

1732 പ്രാഞ്ജലിയായ ഞാൻ പാഞ്ഞുചന്നെന്നരേം

1733 തഴേഞ്ഞുനിന്നീടുന്ന മഴേദത്താലനെ

1734 പാതകം വരേററ പാണിയക്കെക്കൊണ്ടവൻ

1735 പാദങ്ങൾ മല്ലെലന്നെടുത്തു പിന്നെ

1736 നഴേററുനിന്നീടുമന്നെമാറത്തു ചേർന്നുനി

1737 ന്നേറേറം തളിഞ്ഞു പുണർന്നു മന്മേൽ

1738 വാരിജസംഭവൻ വാമനമ്പാദത്തെ

1739 വാരിയക്ക്കൊണ്ടു പണ്ടന്നെപ്പോലെ

1740 ആനന്ദലോചനവാരിതൻപൂരംകൊ

1741 ണ്ടാദരവോടു കുളുർപ്പിച്ചപ്പോൾ

1742 ദുസ്സംഗം വേറിട്ടു സത്സംഗിയാകുമെ

1743 ന്നുത്സംഗംതന്നിലേ ചേർത്തു പിന്നെ

1744 എന്മനം തന്നിൽപ്പണ്ടുന്മഷിച്ചുള്ളവ

1745 ഉണ്മയോയെന്നെതു നിർണ്ണയിപ്പാൻ

1746 ഗാഥയിൽ ചൊന്നുള്ള രഖേകളോരോന്നേ

1747 ബാധയക്കവെിട്ടു നോക്കി നോക്കി

1748 മല്ലെമെല്ലെന്നു തലോടിനിന്നന്നരേം

1749 പല്ലവം വല്ലുമപ്പാദങ്ങളേ

1750 പാണികൾക്കീടുന്നൊരാനന്ദം പൂരിച്ചു

1751 വാണീടവണേമേ ദൈവമേ ! ഞാൻ.

ശ്രീകൃഷ്ണ സ്തുതി """""""""""""""""""""""""""""""

മറപൊരുളായി മറഞ്ഞവനേ ഹരി മലർമകൾക്കൊങ്ക
പുണർന്നവനേ ഹരി

മധുരിതവണ്ണെ കവർന്നവനേ ഹരി മരുതുമരങ്ങൾ
ഞെരിച്ചവനേ ഹരി

മഴമുകിൽകാന്തി കലർന്നവനേ ഹരി മധുമൊഴിമാർതുകിൽ
കട്ടവനേ ഹരി

മധുരയിൽ വന്നു പിറന്നവനേ ഹരി മധുരരസത്തെ
നുകർന്നവനേ ഹരി

മധുരിപുനാമമിയന്നവനേ ഹരി മഗധനൃപന്മദമീഴ്ത്തവനേ ഹരി

മധുരഗുണങ്ങളിണങ്ങുന്നവനേ ഹരി
മനസിജസൂനുവയൊണ്ടവനേ ഹരി

മരതകകാന്തി കലർന്നവനേ ഹരി മലയിജവാസിതമാറുളനേ ഹരി

മലിനത മാച്ചു കളഞ്ഞവനേ ഹരി മഹിമയിലാത്മ സമസ്തകനേ ഹരി

മദകരനാശകനായവനേ ഹരി മമതവടിഞ്ഞവർ നായകനേ ഹരി

മലിപുകൾബാണനെ വന്നവനേ ഹരി
മനസിജവരിയോടേറ്റവനേ ഹരി

മുകരമുഖായിതകുണ്ഡലനേ ഹരി മുകുരമനോഹരഗണ്ഡകനേ ഹരി

മഹിതമഹാമുനിവന്ദിതനേ ഹരി മണിഗണമണ്ഡിതസുന്ദരനേ ഹരി

മണമഴെും മാലകൾ പൂണ്ടവനേ ഹരി മണ്ഡിതശിഞ്ജിത നൂപുരനേ ഹരി

മങ്കകൾ പാൽ തയിർ വഞ്ചകനേ ഹരി വഞ്ചകകംസനു മാരകനേ ഹരി

മല്ലിക മുല്ലയണിഞ്ഞവനേ ഹരി മല്ലരെ വന്നു നിറന്നവനേ ഹരി

മന്നിടഭാരമൊഴിച്ചവനേ ഹരി മരണവിഷാദമൊഴിച്ചവനേ ഹരി

മധുകണമണ്ഡിതമാലകനേ ഹരി മഖരസിതാവലി പാലകനേ ഹരി

മധുമലർമാണ്പിനമാച്ചവനേ ഹരി മകുടമഹാമണിധാരകനേ ഹരി

മംഗലമന്ദിരമായവനേ ഹരി ഹരി ഹരി ഹരി ഹരി ഹരി ഹരി ഹരി ഹരി

രാമചരിതം (പാട്ട്)

ഉള്ളടക്കം

പാട്ടുപ്രസ്ഥാനത്തിലെ ഏറ്റെ പ്രാചീനമായ ഒരു കൃതിയാണ് രാമചരിതം. രാമായണം യുദ്ധകാണ്ഡത്തെ അടിസ്ഥാനമാക്കിയാണ് രാമചരിതം എഴുതിയിട്ടുള്ളത്. കണ്ടടെുക്കപ്പടെട്ടതിൽ മലയാളഭാഷയിലെ ആദ്യത്തെ കൃതിയായി ചിലർ ഇതിനെ കാണുന്നു.

ഒന്നാം പടലം

കാനനങ്ങളിലരൻ കളിറുമായ് കരിണിയായ്

കാർനടെുങ്കണ്ണുമ തമ്മിൽ വിളയാടിനടൻറ-

ൻറാനനം വടിവുള്ളാനവടിവായവതരി-

ത്താതിയേ, നല്ല വിനായകനന്മൌരമലനേ,

ഞാനിതൌൻറു തുനിയിൻറതിനൻ മാനതമന്നെും

നാളതാർതന്നിൽ നിരന്തരമിരുന്തരുൾ തളി-

ന്തൂനമററിവനിെക്കുവന്നുതിക്കുംവണ്ണമേ

ഊഴിയഴേിലും നിറഞ്ഞത മറഞാനപൌരുളേ! ഥ

ഞാനമങ്ങെൾ വിളയിച്ചു തളിയിച്ചിനിയ ചൌൽ-

നായികേ, പരവയിൽത്തിരകൾനരേുടനുടൻ

തന്നേുലാവിന പതങ്ങൾ വന്തുതിങ്ങി നിയതം

ചതേയുൾത്തുടർന്നു തഞൻറുംവണ്ണമിൻറു മുതലായ്

ഊനമററഴെും ഇരാമചരിതത്തിലൌരുതെ-

ല്ലൂഴിയിൽച്ചറിയവർക്കറിയുമാറുരചയെ്വാൻ

ഞാനുടക്കിനതിനണേനയനേ, നടമിടൻ

നാവിലിച്ചയൌടു വച്ചടിയിണക്കമലതാർ. വ

താരിണങ്ങിന തഴക്കെുഴൽ മലർത്തയ്യൽ മുലൈ-

ത്താവളത്തിലിളകൊള്ളുമരവിന്തനയനാ,
ആരണങ്ങ്കളിലണ്ടും പരമയോകികളുഴ-
ൻറാലുമൻെറുമറിവാനരിയ ഞാനപൊരുളേ,
മാരി വന്തതൊരു മാമലയടുെത്തു തടയും
മായനേ, അരചനായ് നിചിചരാതിപതിയൈ
പോരിൽ നീ മുന്നം മുടിത്തമയടുെത്തു പുകഴ്വാൻ
പോകിപോകചയനാ, കവിയനെക്കരുൾചയ്യേ നേ
അരുവൈ പാതിയുരുവായ പരനേ, ചരണതാ-
രകകുരുന്തുകൊടു തന്തതം നിനൈന്തുകൊൾവവ-
ക്കരിയ വൻപിറവിയാം തുയരറുത്തു കളവോ-
രചുരനാചകരനേ, വിചയൻ വിൽത്തടിയിനാൽ
തിരുവുടമ്പുടയുമാററന്തവന്നപിമതം
തളൈതളൈുപ്പിൽ വിളയിച്ചു തളിയിച്ച ചിവനേ,
അരചനാകി മതുചൂതനനിരാവണനൈ വ-
ൻറമയനെക്കു പുകഴ്വാൻ വഴി വരം തന്നരുളർ
വഴിയനെക്കു പിഴയാതവണ്ണമുറ്റരുൾചയ്യൻെ
മനകുരുന്തിലിളകൊണ്ടു, പുനൽകൊണ്ടു വടിവാ-
ണ്ടെഴുന്ത കൊണ്ടൽപതറും നറിെത്തഴത്തകുഴലീ,
ഇളമതിക്കു തുയർ പൊങ്ങി വിളങ്ങിൻറ നുതലീ,
ചുഴല നിൻറകിലലോകം വണങ്കിൻറ കഴലീ,
തുകിൽ പുലിത്തൊലികൊള്ളിൻറരനുതൻ കണ്ണിണപൈ-
ട്ടഴിവുപടെട്ട മലർവില്ലിയയെനങ്കനൈ-
യവ്വളവുതോറ്റിന പരെുപ്പമുള്ള വപെ്പിൻമകളേ ദ്രെ
മകരകതേനനുടനൈ ചനെകനായർമകനായ്
വളരുമങ്കെൾ മറിമായൻ മണിമാർവിലിളകൊ-
ണ്ടകിലലോകങ്ങളിലും നിറഞ്ഞുനിന്നരുളുവോ-
രമലകോമളപയോതിതനയേ, അരചനായ്
ചകെങ്കളഴേും ഉലയിക്കുമന്നിചാചരവരൻ

ചിരങ്ങ്ങൾ പത്തുമങ്ങ്ങറുത്ത മനുവീരചരിതം
പുകഴുമനെന്നയെിന്നു നഷേക്കിയരുൾവാക്കുടയ വൽേ-
പഞൌരുതു ചലിടഞ്ഞ്ഞിഴുൻറിന കടക്കൺമുനയാൽ. ന്ന
ഇടഞ്ഞ്ഞ താനവരഞെ വരേറ മുടിക്കുമടലിൽ വൻ-
പിലകുമിന്തിരനുമങ്ങ്കി നമനും നിരുതിയും
കുടിലവാരിപതി വായുവളകചേനരനും
കുളിർന്നിലാമതിവയെ്യഷേനുമുരകാതിപതിയും
വടിവുചരേവനിമാതു മയനും വിണ്ണവരും
മയിടനാചിനിയും മുക്കണ്ണർകനൽക്കണ്ണിലഴെും
കഞെടിയ പഞൈവിയും ആനനങ്ങളാരുള്ളവനും
കുതുമവാണനുമനെക്കു തുണയാകയിതിനേ ൭
തുണയനെക്കിതിനു മിക്കവരു,മുൾക്കനമറേ-
ച്ചുരുങ്കിനഷേരകുതിയൻെററിഞ്ഞു നല്ലവരലെ്ലാം
പണിയിതർക്കിവനനെക്കരുതി നഞൊയ്യവർകളും,
പകയരാവതിനറപ്പരന്നെഞെടഞെപ്പമുറയഷേർ,
പിണങ്ങുവഷേരില്ലയന്നെും പഞെഴുതു പഷേയിടയിട-
പ്പിഴമുഴുക്കിലും, എനത്തളിഞ്ഞരക്കരഞെ മുന്നം
മണിവർണ്ണൻ മനുചനായ്പ്പഷേരുത പഷേർക്കഞെടുമതൻ
വഴിയുരഞെപ്പതിനു കഷേലിനതൻെ മതേകഞെടു ഞാൻ. ൮
മതേ നൽകുക കവീന്തിരരിൽ മുമ്പുടയ വാ-
ല്മീകിയും പിന്നഞെ വിയാതനുമനെക്കതികമായ്
വതേവിത്തു നല്ലകത്തിയനഷേരഷേ വകവകഞെ
വരേതിഴ്ക്കിന തമിഴ്ക്കവി പടഞെത്ത മുനിയും
ഓതയിൽ തുയിലുമണ്ണൽ വിണ്ണുളാർ പുകഴ വ-
ന്തൂഴിയിൽ തചരതൻ തനയനായവതിരി-
ത്താതികാലമുള്ളരുന്തഞെഴിൽകൾ ചയെ്തവ കഴി-
ഞ്ഞാഴിമാനിനിയഞെ മീണ്ട വഴി കുറുവതിനായ്ൻ
ആഴിമാതിനഞെ നിചാചരവനൻ കവർന്നുകഞെ-

ണ്ടാടിമാതങ്ങ്കൾ വരുംമുന്നം മറന്ത വഴിയേ
ഊഴിമീതു നടന്നൻറു കവിമന്നനുറവാ-
യഛേടി നാടുകനെവയേരികൾ നാലു തിചയെും
കീഴുമലേും വിനവിൻറളവിൽ വായുതനയൻ
കടേില്ലാത മതിയെടു തിരയെളി കടന്ന-
മ്മാഴനീൾമിഴിയെ മതൈിലിയെ നടേിയെരിരാ
മാൽ പുനന്തമയുരപ്പൈതിനരിപ്പമങ്ങ്ങളാൽ ൧൦
മാൽ പുനന്തവനറിന്തണഞ്ഞങ്ങ്ങങ്കുലീയവും
മാലവാർകുഴലിലഴെും മണികകെ്കെള്ളുംമുന്നേ
വൽേപെരുന്ന മിഴിയാൾക്കു നൽകിയപ്പെഴുതിലേ
മതേിൽ വീഴ്ന്തടി പണിന്തു വിടയും തെഴുതുപഛേയ്
ചൽേ പെരുന്തു മരിവീരൻ അലയാഴി കടന്ന-
ത്തീരമയെ്തിയിരുന്നെൺ കവികൾ ചൂഴ്ന്തിനിയ പൈ-
മ്പാൽ പെരുന്തും മെഴിയാൽ മെഴിന്തനൻ തെഴുതല്ലോം
പാർമന്നൻതന്നെടു മതൈിലിയുടേ ചരിതമേ ൧൧

രണ്ടാം പടലം

“മൈതിലിതന്നുടെ ചരിതമെല്ലാം വാനരവീരനുരൈക്കക്കേട്ടു
ചെയ്തമ നന്റു നീയന്റുരൈത്തുത്തൻമൊഴിയാളെ
നിനന്തിരുന്തു പയ്തന കണ്ണുനീരോടുകൂടപ്പപേപ്പടെു
ന്നരചനത്തൊഴുതണനൈന്തു കതൈവമതേുമില്ലാത വീരൻ
കപികുലത്തരചർക്കുമരചൻ ചൊഞ്ചാൻ” 12

“അരചർകൾകോനേ, മന്മേലേരുംതുയർപിടിത്തീവണ്ണം
പുരികുഴലാളെ നണ്ണിപ്പോക്കുവതല്ല കാലം ഇരുപതു
കരങ്കൾതങ്കും ഇലങ്കവനേന്തനയെൊരിക്കാൽ കരുതുക കളക
ചോകം കൈക്കൊൾക കോപമിപ്പോൾ.” 13

“കൈക്കൊൾക കോപത്തോടേ കതിർവില്ലുമമ്പും, തകെക്കിൻ-
തിക്കിനു നടക്കുമാറു തിരുവുള്ളമാവുതാക, ഇക്കണ്ട പട
തടുപ്പാൻ ഏഴിരണ്ടുലകുമിപ്പോ- ഴൊക്കിലുമരിപ്പമന്റൊൽ
ഒരുവരാരുലകിലുള്ളോർ.” 14

“ഒരുവരാരുലകിൽ നിന്നോടൊപ്പമുള്ളവരെ,ന്റല്ലൊം ഉരമികും
ചുക്കിരീവൻ ഉണർത്തിനവന്തരത്തിൽ, അരചർകോനനുമൻതന്
നോടണിപുകഴിലങ്കവനേന്തൻ ചരിതവും നകരിലുള്ള ചമയവും നീ
ചൊല്ലന്റൊൻ.” 15

“ചൊല്ലിനാനവനിലങ്ക ചുഴന്റുള്ള കിടങ്ങിടം കൊ- ണ്ടില്ല
കീഴൊടുക്കമതേും, ഇടകലർന്തിടവിടാതെ നല്ല വാൾ കുന്തം
ചൂലം നറുന്തളികടനൈന്ത നൂറ്റി- ക്കൊല്ലിയന്റിവ നിറുത്തി
ക്കൊടുപ്പമാണ്ടിരിപ്പുതഴേും.” 16

“ഏഴിനുമുള കടപ്പാനിയന്തിരപ്പാലം ചുറ്റും, കീഴറുമവ
നിനനൈന്താൻ കവേലം പകയോരെല്ലാം, കോഴയറ്റതു കിഴക്കിൻ
കോപുരം കാപ്പാൻ നില്പർ ഊഴിയയെുലകൈക്കാം വീരർ
ഒരുപതിനായിരം കാൺ.” 17

“ഒരുപതിനായിരത്തോടൊരുത്തനേ പോർ ചെയ്യാവ-
തിരുപതിനായിരം തകെക്കിരട്ടിയുണ്ടതിൽ വടക്കോ മുരണൊടു
കാപ്പാൻ ചമ്മേ മുപ്പതിനായിരം വൻ- പരവയും കുലയ്ക്കാം
വീരർ പച്ചിമതിചയുളതേും.” 18

“തിചകളിലതേിൽ പാതി തിണ്മചർേ നടുവു കാപ്പാൻ;
മചകറയതിലിരട്ടി മന്തിരചാല കാപ്പാൻ, കുചൽകികും മയനാചാരി
കുവരനു ചമതൈത്ത കോയിൽ തപമുകനിരിപ്പതന്റൊൽ
ചമയമാരതിനുരപ്പൈപ്പോർ?” 19

“ഉരപ്പൈപ്പതാർ കണ്ടുമീണ്ടോരുറുതിയും നകരിതന്നിൽ
ഇരിപ്പവർ പരിപ്പമങ്കുമിടകലർന്തിടവിടാതെ, നിരകൈക്കാരോ
പാടേ ചാടും നിചാചരർപരുമ പിന്നെ ഉരകൈക്കലാ,മതിർക്കുമുന്
നലുഴറിയൊന്റുരപ്പൻ വീരാ!” 20

“വീരർതൻ മണിവിളക്കേ, മന്മൊഴിയാളക്കൊണ്മാൻ ആരനെക്

കുതകുവഴേരന്റെകമഴന്റുഴന്റനരേം താരിടമൈണംപുണർന്തു
തരുനിരതടന്നൈന്തു പഴേന്ത മാരുതതവേൻ വന്തു
വഴിയിതന്റെരുളിച്ചയ്താൻ." 21

"അരുൾചയ്ത വഴിയേ പഴേയ് നല്ലചഴേകമാവനിക പുക്കു
നിര പലവായ് ച്ചുഴന്റെ നിചാചരിമാർക്കുമുള്ളിൽ ഒരു
പരുമരമതിൻകീഴുടൽ പഔടിയണിന്തു കുമ്പി– ട്ടരുവയർമണി
യകെക്കണ്ടനേകലവയേിരുന്തവാറും." 22

www.ingramcontent.com/pod-product-compliance
Lightning Source LLC
LaVergne TN
LVHW090736081026
849558LV00078B/5
* 9 7 8 9 3 6 3 1 1 6 7 4 0 *